இந்திய சரித்திரக் களஞ்சியம்

1741-1750

ப.சிவனடி

பதிப்பு

அ.வெண்ணிலா

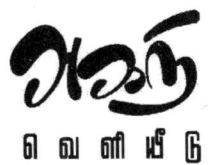

அகநி

வெளியீடு

வெளியீடு : 25
ISBN : 978-81-921785-1-6

இந்திய சரித்திரக் களஞ்சியம்
ப.சிவனடி

பதிப்பு : அ.வெண்ணிலா

முதல் பதிப்பு : 28, டிசம்பர்-2011 / இரண்டாம் பதிப்பு : டிசம்பர்-2018 / பக்கங்கள் : 632
ஒளியச்சு : எஸ்.தீபா, வசந்தி, ரேணுகா தேவி, கலைவாணி
அட்டை வடிவமைப்பு : டிராட்ஸ்கி மருது / நூல் வடிவமைப்பு : எஸ்.மாரீஸ்,
த.டேனியல் பிரபாகர் / அச்சாக்கம் : மணி ஆப்செட், சென்னை.
வெளியீடு : அகநி வெளியீடு,
எண் : 3, பாடசாலை வீதி, அம்மையப்பட்டு, வந்தவாசி - 604 408.
பேசி : 98426 37637 / 94443 60421
மின்னஞ்சல் : akaniveliyeedu@gmail.com

விலை : ரூ 7500 /- (எட்டுத் தொகுப்புகளும் சேர்த்து)

Indhiya Sarithira Kalangiyam
Pa.Sivanadi

Edited by : A.Vennila

First Edition : 28th December - 2011   /   Second Edition : December - 2018   /   Pages : 632
Laser typeset : S.Deepa, Vasanthi, Renugadevi, Kalaivani   /   Wrapper : Trostky Marudhu
Layout : S.Maries, D.Daniel Prabakar   /   Printed by : Mani Offset, Chennai.
Published by : Akani Veliyeedu, No : 3, Paadasalai Street,
Ammaiyappattu, Vandavasi - 604 408.
Cell : 98426 37637 / 94443 60421
e-mail : akaniveliyeedu@gmail.com

காலத்தின் பக்கமிருந்து...

வரலாறு என்பது வெறும் நிலப்பரப்பையோ அரசர்களின் பெருமையையோ கற்களாலான கோட்டைகள் பற்றியோ பேசுவது மட்டுமல்ல; இப்புவியில் வாழ்ந்து மடிந்த மனிதர்களின் இரத்தமும் சதையுமான வாழ்க்கையைப் பதிவு செய்வதே உண்மையான வரலாறாக இருக்க முடியும்.

தமிழர்களுக்கு வரலாற்றுப் பதிவுகள் மீது அக்கறை இல்லை, தமிழில் நல்ல வரலாற்று நூல்கள் வெளிவரவில்லை என்கிற நெடுங்காலப் பெருங்கவலையைத் தீர்க்கும் வகையில் 25 ஆண்டுகளுக்கு முன் (1987 இல் முதல் தொகுதி வெளியீடு) வெளிவந்த தமிழின் மிகச் சிறந்த வரலாற்றுத் தொகுப்பு ப.சிவனடி அவர்கள் எழுதிய 'இந்திய சரித்திரக் களஞ்சியம்'.

கி.பி.1700 தொடங்கி 1840 வரை 140 ஆண்டுகால உலக, இந்திய, தமிழக வரலாற்றைப் பல்வேறு சுவாரசியமான புள்ளி விவரங்களோடும், பலதரப்பட்ட நூல்களின் குறிப்புகளோடும் அரிதினும் முயன்று தொகுக்கப்பட்டுள்ளது இந்நூல். 10 ஆண்டுகளுக்கு ஒரு நூலென 140 ஆண்டுகால வரலாற்றை 15 தொகுதிகளாக (1711-1720 ஆண்டு இரண்டாம் பத்து, இரு தொகுதிகளாக வந்துள்ளது) எழுதியுள்ளார் வரலாற்றறிஞர் ப.சிவனடி.

நம் சிந்தனைக்கு எட்டாத இந்த 140 ஆண்டுகால வரலாற்றின் ஒரு செய்தியை, ஒரு நிகழ்வை எடுத்துக்கொண்டு, அதனைத் தமிழக - இந்திய - உலகளாவிய நிகழ்வுகளுடன் ஒப்பிட்டு, வாசகர்கள் எளிமையாய் புரிந்துகொள்ளும் வண்ணம் எழுதப்பட்டுள்ளது இந்நூலின் சிறப்பாகும்.

இந்நூலின் இரண்டொரு தொகுதிகளை மட்டும் கையில் வைத்துக் கொண்டு, “இதை மறுபதிப்பாக கொண்டுவர வேண்டும்...”என்று அ.வெண்ணிலா சொன்ன போது மலைப்பாகத்தான் இருந்தது.அவரது தளராத ஆர்வமும், ஈடுபாடான உழைப்பும் “முடியும்” என்கிற நம்பிக்கையைத் தர “செய்வோம்” என்று சம்மதித்தேன்.

இந்நூலுக்கான முன்வெளியீட்டுத் திட்டப் பணிகளை விரைந்து துவங்கி, தமிழகம் முழுவதுமுள்ள முந்நூறுக்கும் மேற்பட்ட புத்தக ஆர்வலர்கள், கல்லூரிகள், இதழ்கள் எனக் கடிதங்களை அனுப்பிவிட்டு, புத்தகங்களைத் தேடும் பணிகளில் தீவிரமாய் இறங்கினோம்.

வழக்கம்போலவே, தமிழ்ச் சமூகத்தின் ஆழ்ந்த மௌனம் லேசாய் கலங்கடித்தது. எவ்விதமான பதிலும் யாரிடமிருந்துமில்லை. கனத்த மௌனத்தை உடைத்தெறிந்தது, முதல் குரலாய் ஒலித்த அன்புத்தோழர் இயக்குநர் பாரதிகிருஷ்ணகுமாரின் அழைப்பு.

“வாழ்த்துகள்... முருகேஷ். நல்ல முயற்சியில இறங்கியிருக்கீங்க. நண்பர்கள் வட்டத்தில் நானும் அறிமுகம் செய்றேன்...”

பிறகு பலரிடமிருந்தும் பதில் வர ஆரம்பித்தது.

விமர்சகர், எழுத்தாளர் டாக்டர். கே.எஸ்.சுப்ரமணியன், ‘கதைசொல்லி’ பதிப்பாசிரியர், வழக்கறிஞர் கே.எஸ்.ராதாகிருஷ்ணன், கவிஞர் தங்கம்மூர்த்தி, திருச்சி கோ.செண்பகநாதன், பொள்ளாச்சி டாக்டர் மகாலிங்கம் காலேஜ் ஆப் இஞ்சினியரிங் அண்டு டெக்னாலஜி ஆகியோர் வாழ்த்துகளோடு முன்வெளியீட்டுத் திட்டத் தொகையையும் அனுப்பித் தந்து, ஆதரித்தனர்.

விழித்திறன் மாற்றுத்திறனாளியாய் இருந்தும், புத்தக வாசிப்பில் தீராக் காதலோடு இருக்கும் சிதம்பரம் அரசுப் பெண்கள் மேல்நிலைப்பள்ளியின் அறிவியல் பட்டதாரி ஆசிரியர் ந.இரவிச்சந்திரனின் வாழ்த்தும் பாராட்டும் செயல்பாட்டிற்கு ஊக்கம் தந்தன. நூல் அறிமுகத்திற்காகக் கோவை மாநகரக் கல்லூரிகளை என்னோடு சுற்றிவந்த தோழர் ஆ.பாலாஜியின் அன்பும், ‘உயிர் எழுத்து’ வாசகர்களிடத்து நூல் வருகையை அறிமுகம் செய்த அன்புத் தோழர் சுதீர்செந்திலின் தோழமையும் மறக்க முடியாதவை.

“அந்தப் புண்ணிய புருஷரோட வாரிசுகளாயிருந்து, இந்தப் புத்தகத்தைக் கொண்டு வாரீக. ரொம்ப மகிழ்ச்சிய்யா...!” என்ற பேராசிரியர் சாலமன் பாப்பையாவின் பாராட்டும் பங்களிப்பும் நெகிழ வைத்தன.

தோழமையோடு நல்ல பல ஆலோசனைகளை வழங்கிய ‘கலைஞன்’ பதிப்பகம் மா.நந்தன், புன்னகை ததும்பும் வார்த்தைகளால் நூல் வருகையைக் கொண்டாடி, அட்டையையும் வடிவமைத்துத் தந்த அன்பினிய அண்ணன் ஓவியக்கலைஞர் டிராட்ஸ்கி மருது ஆகியோரின் தோழமைக்கு என்றும் நன்றி. இத்தொகுப்புத் தயாரிப்புப் பணிகளில் ஒரு குடும்பமாய் இருந்து பிழை திருத்தித் தந்த எழுத்தாளர் கமலாலயன், ஒளியச்சு மற்றும் வடிவமைப்புப் பணிகளைத் தூங்கா விழிகளோடு செய்து தந்த எஸ்.மாரீஸ், த.டேனியல் பிரபாகரன் என்றும் நினைவில் நிற்பார்கள்.

எல்லாவற்றிற்கும் மேலாய் புத்தகம் தேடும் முயற்சிக்கு உறுதுணையாய் இருந்து அரிய பல ஆலோசனைகளை வழங்கியதோடு, இந்நூல் உருவாக்கத்தில் பேருதவி புரிந்த அன்பிற்கினிய அண்ணன் டாக்டர் மு.ராஜேந்திரன், இ.ஆ.ப., அவர்களின் வழிகாட்டு தலுக்கும் நன்றி.

சமகால வரலாற்று நூல்களில் மிக முக்கியமானதும், தனித்துவமானதுமான நூல் எனப் பல்வேறு ஆராய்ச்சியாளர்கள், எழுத்தாளர்களால் பாராட்டுப் பெற்ற இந்நூலை, இன்றைய தலைமுறை வாசகர்கள், ஆய்வு மாணவர்கள், கல்லூரிகள், நிறுவனங்கள் எனப் பலரும் பயன்பெற வேண்டும் என்கிற நல்நோக்கில், இந்தத் தொகுப்புப் பணியை, தன் படைப்புப் பணியினும் மேலாய் நினைத்துத் தொகுத்துத் தந்த அ.வெண்ணிலாவின் இப்பணியைத் தமிழ்கூறு நல்லுலகம் போற்றிக்கொண்டாடும் என உறுதியாய் நம்புகின்றேன்.

இந்தத் தொகுப்புப் பணியில் கற்றுக்கொண்டவை ஏராளம். கடந்த 25 ஆண்டுகளாக காதலோடு செய்த நண்பர்களுக்கான புத்தகத் தயாரிப்புப் பணிகளில் இதுவரை நூற்றுக்கும் மேற்பட்ட நூல்களைக் கொண்டுவந்திருந்த போதிலும், ‘அகநி’ வெளியீட்டைத் தொடங்கிய இந்தப் பத்தாவது ஆண்டில், 25 ஆவது நூலாக வரலாற்றறிஞர் ப.சிவனடியின் இந்தத் தொகுப்பைக் கொண்டு வருவது, மிகுந்த மனநிறைவையும் நெகிழ்வையும் தருவதாக உள்ளது.

பெரும் சுமையுடன் தடுமாறிக்கொண்டிருந்த எங்களுக்கு ஆதரவுக் கரம் நீட்டிய அன்புள்ளங்களை நினைவுகூர்வது இரண்டாம் பதிப்பு வரும் இவ்வேளையில் அவசியமாகிறது. அரிய இந்த முயற்சியைக் கொண்டாடியதோடு, தென் மாவட்டங்களின் கல்லூரிகளில் இத்தொகுதியை அறிமுகம் செய்தவர், தூத்துக்குடி காமராஜ் கல்லூரியின் முன்னாள் முதல்வர், பேராசிரியர் சா.செல்வராஜ், அன்னம்மாள் கல்லூரியின் தாளாளர் திரு.டி.கணேசன், தினத்தந்தியின் உரிமையாளர் திரு.சிவந்தி ஆதித்தன், பிராட்லைன் கம்ப்யூட்டர்ஸ் உரிமையாளர் டாக்டர் எம்.ஆறுமுகம், ஆனந்தா மெட்டல்ஸ் உரிமையாளர் திரு.குமரப்பன், இந்து சமய அறநிலையத் துறை உதவி இயக்குநர் தேவிகாபுரம் சிவகுமார் முதலானோருக்கு நெஞ்சம் கனிந்த நன்றிகள்.

ஆனந்த விகடன் சிறந்த நூல்களுக்கான ‘சிறந்த வெளியீடு’ பிரிவில் விருது வழங்கி கௌரவித்தது. மணிவாசகம் பதிப்பகத்தின் நிறுவனர் ச.மெய்யப்பன் அறக்கட்டளை வழங்கிய சிறந்த பதிப்பக விருதை இத்தொகுதி பெற்றுத் தந்தது. நம்பிக்கைத் தந்த எல்லோருக்குமான நன்றிகளுடன்.

- மு.முருகேஷ்,

வெளியீட்டாளர்.

பெருங்கடலின் கரையோரத்தில்...

காஞ்சிபுரம் இலக்கிய வட்டம் நாராயணன் தமிழில் வெளியாகும் முக்கிய புத்தகங்களை உடனே தேடிப் பிடித்து வாங்கிவிடுவார். அவர் நடத்தும் கூட்டங்களில் கலந்து கொள்பவர்களுக்கு உடனுக்குடன் சுடச்சுட அப்புதிய புத்தகங்களைப் பரிசாகத் தருவார். தொட்டுத் தடவிப் பார்த்து பெரும் மகிழ்ச்சியோடு பைக்குள் வைத்துக் கொண்டு பயணம் செய்வோம். எங்கள் திருமணம் முடிந்து இரண்டரை மாதங்களே முடிந்திருந்த நேரத்தில் நானும் முருகேஷும் இலக்கிய வட்டம் கூட்டத்திற்குச் சென்றிருந்தோம். அது 28.06.1998. 'அன்புடன் இலக்கிய வட்டம் நாராயணன்' எனக் கையெழுத்திட்டு இந்திய சரித்திரக் களஞ்சியம் தொகுதி-6 ஐ முருகேஷுக்கும், தொகுதி 8-ஐ எனக்கும் பரிசளித்தார். நூலின் தயாரிப்போ, வரலாறு பற்றிய ஆர்வமில்லாததோ, சரியான காரணத்தைக் கூறமுடியவில்லை... எந்தச் சுவாரசியமுமின்றி புத்தகத்தைப் பைக்குள் போட்டுக் கொண்டு, நாங்கள் இருவரும் பேருந்தில் வெறும் பேச்சோடு பயணம் செய்தோம். இரண்டு தொகுதிகளும் எங்கள் புத்தக அலமாரிகளில் அடைக்கலம் புகுந்தன. வேறெதாவது புத்தகத்தைத் தேடும்போது கண்ணில் படும். 'அய்யோ இந்தப் புத்தகத்தை இன்னும் படிக்கவில்லையே' என ஒரு விநாடி தோன்றும். பிறகு அவசரமாக அந்தப் புத்தக நினைவைக் கடந்து விடுவேன்.

சரியாகப் பதினொரு ஆண்டுகள் கழித்து அந்தப் புத்தகத்தை நான் தேடியலையும் நிலை உண்டானது. டாக்டர் மு.ராஜேந்திரன்,இ.ஆ.ப அவர்களுடன் இணைந்து தொகுத்த 'வந்தவாசிப் போர்-250' புத்தகத் தயாரிப்பிற்காக வந்தவாசியின் வரலாற்றைத் தேடியலைந்தேன். வந்தவாசி பற்றிய குறிப்புகள் இடம்பெற்றுள்ள நூல்களைத் தேடியலைகையில் நண்பர்கள் பரிந்துரைத்த நூல்களில் முதல் இடம் பிடித்தது ப.சிவனடி எழுதிய இந்திய சரித்திரக் களஞ்சியம். மனத்திற்குள் மிகப்பெரிய வேதனைப் பந்து சுழன்றது. என் வேரை எனக்கு அறிமுகப்படுத்தும் பொக்கிஷத்தைக் கைகளில் வைத்துக் கொண்டு, பாராமுகமாய் இருந்த என் அறியாமை எனக்கு உறைத்தது. தவிர்க்க இயலாமல் மனத்திற்குள் நான் இழந்த என் தந்தையின் நினைவு வந்தது. புத்தகப் பெரும் புதையலுக்குள் தேடி தொகுதி-6-ஐக் கண்டெடுத்தவுடன் மனம் முழுக்கப் பரவசம். வந்தவாசிக் கோட்டையைப் பற்றியும், வந்தவாசிப் போர் பற்றியும் அவ்வளவு தகவல்கள்.

காலம் கடந்து நான் கண்டெடுத்தாலும் இரண்டு உண்மைகளை உணர்ந்தேன். ஒன்று, இத்தொகுப்புகள் எழுதப்பட்டு 25 ஆண்டுகள் கழித்தும் அதனுடைய தேவை இன்றும் மாறாமல் இருந்தது. மற்றொன்று, அத்தொகுப்புகளுக்குச் சமமான புத்தகங்கள் பின்வந்த காலங்களில் வேறொன்றும் வெளிவராதது. புறக்கணிக்கவே முடியாத இடத்தில் சிவனடியின் தொகுப்புகள் எக்காலத்தும் நிற்கும் என்ற உண்மை, என்னை மொத்தத் தொகுப்புகளையும் தேட வைத்தது. இணையம், நூலகங்கள், ஆய்வு மையங்கள் என பல இடங்களில் சுற்றியலைந்தேன். எழுத்தாளர் எஸ்.ராமகிருஷ்ணன் தன் வலைப்பக்கத்தில் ப.சிவனடியின் ராட்சஸத்தனமான பங்களிப்புப் பற்றி எழுதியிருந்ததைப் படித்தேன். ப.சிவனடியின் மேல் தீராப் பிரமிப்பு உண்டானது.

புதுச்சேரி பிரெஞ்சு ஆய்வியல் நிறுவனத்திற்குச் சென்று அங்கிருந்த அவரின் 14 தொகுதிகளையும் பார்த்தேன். புரட்டிப் பார்த்தால் மயக்கம் வருவது போல் இருந்தது. ஒரு தனி நபர், இவ்வளவு பெரிய பணியை எப்படிச் செய்ய முடிந்தது என்ற திகைப்பில் இருந்து மீள முடியவில்லை. ஆனால் அந்த ஆய்வியல் நிறுவனத்தில் குறிப்புகள் எடுத்துக்கொள்ள வாய்ப்பிருந்ததே தவிர மொத்தப் புத்தகத்தையும் பிரதி எடுக்க அனுமதியில்லை. அவரின் 14 தொகுதிகளையும் எனக்கென்று வைத்துக்கொள்ளத் தொடர்ந்து தேடினேன். பிறகு அத்தனைத் தொகுதிகளையும் பெற இயக்குனர் சிம்புதேவன், நியூ புக் லேண்ட்ஸ் சீனுவாசன் ஆகியோர் ஊக்கம் தந்தனர். முன்னாள் நூலக இயக்குனர் ஆவுடையப்பன், உலகத் தமிழாராய்ச்சி நிறுவன இயக்குனர் பெருமாள்சாமி, மாவட்ட மைய நூலகங்களில் இருந்து தொகுதிகளைப் பெற உதவிய நண்பர்கள் டி.ரமேஷ், சி.ஜெயக்குமார், என்.ஆர்.அரங்கநாதன், பி.முருகன் ஆகியோரின் உதவியுடன் மொத்தத் தொகுதிகளையும் ஒன்று திரட்டினேன்.

தமிழ் இலக்கிய உலகிற்குள் வரலாறும் இணைந்து செயல்படுகிறதா என்ற சந்தேகம் உள்ளது. அப்படி இருப்பின் தமிழ் இலக்கியவாதிகளும் வரலாற்றறிஞர்களும் ப.சிவனடியை உச்சி முகர்ந்து கொண்டாடலாம்.ஒரு பல்கலைக்கழகம் முயன்று இப்படிப்பட்ட பெரும் பணியைச் செய்திருக்க வேண்டும். தனிநபராய்ச் சிவனடி செய்திருக்கிறார்.

ப.சிவனடி தன்னுடைய சுய உழைப்பில், பொருளாதாரத்தில் இத்தொகுதிகளைக் கொண்டு வந்துள்ளார். கி.பி. 1700-முதல் கி.பி. 2000 வரையான

300 ஆண்டுத் தமிழக, இந்திய, உலக வரலாற்றை எழுதத் திட்டமிட்டு, தன் வாழ்நாளையே அதற்காகச் செலவிட்டுள்ளார். 1987-தொடங்கி ஆண்டுக்கொரு புத்தகம் என முயன்று 14 தொகுதிகளை வெளியிட்டுள்ளார். சிலருடைய பிறப்பும், மரணமும் வரலாற்றில் மிகப்பெரிய பாதிப்புகளை, இழப்புகளை உண்டாக்கும். ப.சிவனடியின் மரணம், தமிழகம் 160 ஆண்டுகால வரலாற்றைப் பதிவு செய்ய முடியாமல் செய்துவிட்டது.

ப.சிவனடி அவர்களின் தனிப்பட்ட வாழ்வைப் பற்றி எனக்கொன்றும் தெரியாது. அவர் சென்னையில் வசித்ததாகக் கேள்விப்பட்டு எழும்பூர், அசோக் நகர் பகுதிகளில் தேடித் திரிந்தேன். அவரைத் தினம் சந்தித்த, அவருடைய கடைக்கருகில் வசித்த முதியவர் ஒருவரிடம் சிவனடி பற்றிப் பேசும் வாய்ப்பு மட்டுமே கிடைத்தது. கலைஞன் பதிப்பகம் மாசிலாமணி அவர்கள் மூலம் ஓவியர் டிராட்ஸ்கி மருதுவும், எழுத்தாளர் மா.அரங்கநாதனும் சிவனடியை அறிந்திருந்தனர். நண்பர்கள் மூலமாக அவர் விருதுநகர்க்காரர் என்றறிந்து, விருதுநகரிலும் தேடினேன். செய்தியறிய முடியவில்லை, அவரைப் பற்றிய தகவல்கள் ஒன்றும் கிடைக்காமல் போகப் போக, அவரின் தொகுப்புகள் என்னை மிகமிக நெருங்கி வரத் தொடங்கின. அவரின் தொகுப்புகளை மீண்டும் கொண்டுவர வேண்டும் என்ற ஆர்வம் மேலெழத் தொடங்கியது.

கடந்த ஏப்ரல் 5-ஆம் தேதி துவங்கி இன்றுவரை என் நினைவில் வேறெதுவும் இல்லை. புத்தகங்களைத் தட்டச்சு செய்யச் செய்வது, பிழைதிருத்தம் பார்ப்பது, பொருத்தமான படங்களைத் தேடுவது என 5,000 பக்கங்களை மொத்தமாக அச்சுக்கு கொண்டுவருவதற்கான அத்தனை நெருக்கடிகளையும் நான் அனுபவித்துவிட்டேன். அத்தனை வேலைகளிலும், ப.சிவனடி மீதான மதிப்பும் பிரமிப்பும் கணந்தோறும் கூடிக்கொண்டேயிருந்தது.

ப.சிவனடி 14 தொகுதிகளிலும் வரலாற்றைச் சொல்லப் பயன்படுத்திய உத்தி, மொழிநடை, சொன்ன விதம் குறித்து தமிழின் மிக முக்கியமான வரலாற்றறிஞரான டாக்டர் ராஜைய்யன் தன் முன்னுரையில் விரிவாகக் கூறியுள்ளார் ஒரு வாசகியாக நான் ப.சிவனடியை வாசித்து அறிந்த விதம் தனிப்பட்ட விதத்தில் எனக்கு நெகிழ்ச்சியானது.

ஒரு சிறு வரலாற்று நிகழ்வைச் சொல்ல முனையும் போது, அவரின் மனத்தில் அந்நிகழ்வு மட்டும் முக்கியத்துவம் பெறுவதில்லை. அந்நிகழ்வு போன்று ஏற்கனவே வரலாற்றில் இடம் பெற்றுள்ள விதம், நிகழ்வு நடைபெற்ற இடம், அதன் வரலாற்றுப் பின்னணி, அதன் அரசியல் விளைவுகள்... என ஆழமான பார்வையுடன் வரலாற்றைப் பதிவு செய்கிறார். வரலாறு அறிஞர்களுக்கு மட்டுமல்ல; சாமான்ய மக்களுக்குமே என்ற புரிதல் அவரின் பார்வையில் உள்ளது. வரலாற்றைத் தனித்துப் புரிந்து கொள்ளாமல் அதன் அத்தனைப் பரிமாணங்களுடன் சேர்த்து புரிந்து கொள்வதே முழுமையான புரிதலாக இருக்க முடியும் என்பதையும் உணர்த்துகிறது இத்தொகுப்பு.

ஆசிரியரின் கருத்தாக எதையும் கூறாமல், பல இடங்களில் வரலாற்று நிகழ்வுகளை மட்டுமே பதிவு செய்துள்ளார். மிகச் சில இடங்களில் மட்டுமே நிகழ்வுகள் குறித்துத் தன் கருத்துகளைப் பதிவு செய்கிறார். அக்கருத்துகள் சிலவற்றில் எனக்கு உடன்பாடு கிடையாது. குறிப்பாகச் சமணம், பௌத்த சமயம் சார்ந்த கருத்துகளைக் கூறலாம். இத்தொகுப்புகளில் ஒன்றுடன் ஒன்று மிக நேர்த்தியாகப்

பின்னப்பட்டுள்ள அரிய தகவல்களைத் தமிழ் வரலாற்று விரும்பிகளிடம் கொண்டு சேர்க்கவே இத்தொகுப்பை மறுபதிப்பு செய்ய விரும்பினேன்.

நான் ரசித்துப் படித்து பாதுகாக்க விரும்பிய இத்தொகுப்பைப் பாதுகாத்துக் கொள்ள வேண்டும் என்ற உணர்வுடன் நிறுத்திக் கொண்டிருக்கலாம். மீண்டும் இந்த தொகுதிகளை மறுபதிப்பு கொண்டு வர வேண்டும் என்ற பேராவல் என்னைப் புதைமணலில் உள்ளிழுப்பதைப் போல் உள்ளிழுத்துக் கொண்டே இருந்தது. என் சொந்தப் படைப்புப் பணிகளை முழுமையாகத் தொலைத்துவிட்டு இம்மறுபதிப்புப் பணியில் ஈடுபடுத்திக் கொண்டேன். காரணம் தமிழ் வாசகர்களுக்கு நல்ல புத்தகத்தைக் கொண்டு சேர்க்க வேண்டும் என்ற அக்கறை. இதுவும் படைப்புப் பணியின் மிக முக்கிய அங்கமாக நினைக்கிறேன்.

மறுபதிப்புப் பணியில் நான் சந்தித்த பிரச்சனைகளையும் எதிர்கொண்ட இடர்களையும் இங்கு நிச்சயம் பதிவு செய்ய வேண்டியுள்ளது. ஆனால் அது மிக நீளும். ஒரு தனிநபரின் சத்தமில்லாத, எந்த அணியாலும் அங்கீகரிக்கப்படாத, மிகப்பெரிய பங்களிப்பைக் கொண்டாட வேண்டும் என்ற எளிய நோக்கத்தின் முன் அப்பிரச்சனைகளை எல்லாம் எளிதாகக் கடந்தேன். நான் நம்பிக்கை இழந்த நேரங்களில் நம்பிக்கைக் கொடுத்து ஊக்கப்படுத்திய டாக்டர் மு.ராஜேந்திரன்,இ.ஆ.ப, நான் சோர்வுறும் போதெல்லாம் என்னைத் தேற்றி, உற்சாகப்படுத்திய மு.முருகேஷ், இருவரின் அன்பு இல்லையேல் இப்பணி நிறைவேறியிருக்காது.

'இந்தப் புத்தகத்தை எப்படியும் கொண்டு வந்துடும்மா' என உற்சாகப்படுத்திய அண்ணன் டிராட்ஸ்கி மருது, நான்கு மாதமாக வீட்டை மறந்து எங்களோடு இப்பணியில் இருக்கும் தம்பி டேனியல் பிரபாகர், 'ஆள பிச்சி எடுக்காத ஆத்தா' என அன்பாய்க் கடிந்து கொண்டே வேலை பார்த்த மாரீஸ். 'சிவனடி புத்தக வேலை எப்பம்மா முடியும், எங்க கூட எப்ப வெளிய வருவ' என தினம் ஏக்கமாய்க் கேள்விகளால் நாட்களைக் கடத்திய என் அன்பு மகள்கள், 'நீ ரொம்ப பெரிய வேலைய எடுத்திட்ட' என கூறிக்கொண்டே, வீடு குறித்த சிந்தனையையே நான் முழுமையாய் மறந்திருக்க, என்னை அரவணைத்துக் கொண்ட அம்மாவும்... இப்பணியினைச் சுமந்திருக்கிறார்கள்.

எல்லோருக்குமான ஈர அன்புடன்,
அ.வெண்ணிலா.
02.12.2011

முனைவர். **கே.ராஜைய்யன்,** எம்.ஏ., எம்.லிட்., பி.எச்டி.,
முன்னாள் பேராசிரியர் மற்றும் தலைவர்
வரலாற்றுப் படிப்பியல் துறை
மதுரை காமராஜர் பல்கலைக்கழகம்
மதுரை - 625 021

வரலாற்றை வாசிப்பதில் ப.சிவனடியின் அணுகுமுறை

1927-ஆம் ஆண்டு விருதுநகரில் பிறந்த ப.சிவனடி ஆரம்ப காலக் கட்டத்தில் இருந்தே மிக எளிமையானவர். அவர் பல இடங்களில் சொல்லியுள்ளது போல் ஆரம்ப காலத்தில் எந்த எழுத்துப் பணிகளிலும் அவர் ஈடுபடவில்லை.

இவருடைய "இந்திய சரித்திரக் களஞ்சியம்" 15 நூல்களாக வெளி வந்துள்ளது. இவர் எடுத்துக் கொண்ட காலம் கி.பி.1700 இல் ஆரம்பித்து கி.பி. 1840 இல் முடிவடைகிறது. ஆனால் இவர் கி.பி. 2000 வரை எழுத திட்டமிட்டிருந்தார். ஒவ்வொரு பத்து வருடங்களுக்கும் ஒரு தொகுப்பு என திட்டமிட்டு ஒவ்வொரு தொகுப்பிலும் 10 ஆண்டுகளின் சமூக, அரசியல், பொருளாதார, மருத்துவ மற்றும் விஞ்ஞான வளர்ச்சி பற்றி வரிசைக்கிரமமாக எடுத்துரைத்துள்ளார்.

இவருடைய படைப்புகள் தொகைநூல் (Anthology) என்று கூறப் பட்டாலும், இவர் உருவாக்கிய 15 நூல்களும் தொகைநூல்களுக்கான வடிவத்தில் அமையவில்லை. தொகைநூல்களில் பொருட்கள் வருடவாரியாகவும் வரிசைக்கிரமமாகவும் அமைக்கப்பட வேண்டும். ஆனால் திரு ப.சிவனடி அவர்களின் படைப்புகள் வருடவாரியாக மட்டும் அமைக்கப்பட்டுள்ளது. வரிசைக்கிரமமாக அமையப்பெறவில்லை. எனவே, தொகை நூல்களுக்கான முழு வடிவம் இவருடைய படைப்புகளில் பின்பற்றப்படவில்லை. இதுவே இவருடைய தொகுப்பு நூல்களுக்கான சுவாரசியமாகவும் உள்ளது.

திரு ப.சிவனடி அவர்கள் பின்பற்றிய வடிவம் புதியது என்றாலும் அவை குறிப்பிடத்தக்கது. பத்து வருடங்களுக்கு ஒரு தொகுப்பு என்பதே ஒரு புதிய முறை. ஒவ்வொரு தொகுப்பிலும் முதல் சில பக்கங்கள் அப்புத்தகம் பற்றிய குறிப்பிற்கு ஒதுக்கப்பட்டுள்ளது. இக்குறிப்பிலிருந்து அத்தொகுப்பில் இடம் பெற்றுள்ள வரலாற்று நிகழ்வுகள் குறித்து அறிந்துகொள்ளலாம்.

இவர் 5000ம் பக்கங்கள் கொண்ட 14 தொகுப்புகளை வெளியிட மிகுந்த சிரத்தை எடுத்துக்கொண்டுள்ளார். இவர் பின்பற்றிய தொகுப்புமுறை, பொருள் மற்றும் வடிவம் ஆகியன தமிழ் இலக்கியத்தில் ஒரு புதிய அணுகுமுறை. அச்சுத் தொழில்நுட்பம் வளர்ச்சியடையாத காலகட்டத்தில் இவர் தனது தன்னம்பிக்கை, விடாமுயற்சியின் மூலமும் இந்த சாதனையை செய்துள்ளார்.

இவரது நூல்களை தற்போது மறுபதிப்பு கொண்டு வருவதின் மூலம் பலரின் எதிர்பார்ப்புகள் நிறைவேறியுள்ளன.

திரு ப.சிவனடி அவர்களின் தொகுப்புகள் கி.பி. 1700 முதல் கி.பி.1840 வரையான காலகட்டத்தை உள்ளடக்கியது. இவர் எடுத்துக்கொண்ட இக்காலகட்டம் இந்திய வரலாற்றில் மிகவும் முக்கியமானது. இக்கால கட்டத்தில்தான் பல முக்கிய நிகழ்வுகள், புரட்சிகள், அரசியல், சமூக, பொருளாதார மாற்றங்கள் மற்றும் அறிவியல் கண்டுபிடிப்புகள் நடை பெற்றுள்ளன.

இவர், நிகழ்வுகளை வருடவாரியாக மட்டும் குறிப்பிடாமல் சில இடங்களில் நாட்கள் வாரியாகவும் குறிப்பிட்டுள்ளார். மேலும் ஒரே நிகழ்ச்சி வேறு இடங்களில் நடந்திருந்தால் அத்தகைய நிகழ்வுகளையும் குறிப்பிட்டு விளக்கியுள்ளார். இத்தகைய ஒப்பியல் வரலாற்றை எழுத இவர் மிகுந்த சிரத்தை எடுத்துக்கொண்டுள்ளது தெரிய வருகிறது.

வரலாற்றை எழுதுவது என்பது ஒரு புதிய பரிமாணத்தை அடைந்துள்ளது. வரலாறு என்பது வெறும் பெயர்கள், ஆண்டுகள், சம்பவங்களை குறிப்பிடுவது மட்டும் அல்ல. கடந்த காலங்களில் நடந்த நிகழ்ச்சிகளை அப்படியே பிரதிபலிக்கக் கூடியதாக இருக்கவேண்டும். வரலாற்று ஆசிரியர்கள் தங்களுடைய கருத்துக்களை பதிவுசெய்வதோடு தக்க குறிப்புகளுடன் வரலாற்றை எழுதி ஒரு முடிவுரையும் கொடுக்கவேண்டும். திரு ப.சிவனடி அவர்கள், தன்னுடைய படைப்புகளில் மேற்படி வடிவத்தை பின்பற்ற உரிய முயற்சி எடுத்துக் கொண்டுள்ளார். இவருடைய படைப்புகளின் ஆரம்பக் கட்டம் பழமையான வடிவத்தில் இருந்தாலும் அவருடைய படைப்புகளின் அட்டவணை மற்றும் குறிப்புகளில் புதிய அணுகுமுறை உள்ளது. இது ஒரு குறிப்பிடத்தக்க வளர்ச்சியாகும்.

இவர் தன்னுடைய படைப்புகளின் பலனை அனுபவிக்க அதிகநாட்கள் வாழவில்லை. ஆனால் அவரைப் பற்றி தெரிந்தவர்கள் மற்றும் அவருக்கு அதிகமாக அறிமுகமானவர்கள் அவருடைய இலக்கிய தேடுதல் பற்றியும் அவர் பல்வேறு நூல்களில் இருந்து எடுத்துவைத்துள்ள குறிப்புகள் பற்றியும் தெரிவித்துள்ளனர்.

இந்திய நாடு தனது பரந்த நிலப்பரப்பு, பல்வேறு வகையான கலாச்சாரம், வாழ்க்கையை அதன் போக்கிலேயே ஏற்றுக்கொள்ளும் மக்கள், இயற்கை வளங்கள், மதிப்பற்ற இரத்தின கற்கள், வாசனை திரவியங்கள் போன்றவைகள் காரணமாக, அயல்நாட்டு வணிகர்களின் கவனத்தை ஈர்த்தது. இந்தியாவில் அந்த காலக்கட்டத்தில் இருந்த குறுநில மன்னர்களிடையே இருந்த பகைமை மற்றும் ஒற்றுமையின்மை அயல்நாட்டினர்களின் படையெடுப்பிற்கு வழிகோலியது. இக்காரணங்களினால் பேராசைக் கொண்ட பல ஏதேச்சதிகார நாடுகள் இந்தியா மீது படையெடுத்து தங்கள் பேராசை, ஏதேச்சதிகாரம், கனவுகளை, இந்தியாவில் தேட ஆரம்பித்தனர். எனவே, இந்திய வரலாற்றைப் பற்றி எழுதும் எந்தவொரு எழுத்தாளரும் பிற நாடுகளைப் பற்றிய விவரங்கள் தெரிந்திருக்க வேண்டும். பல நாடுகள் பற்றிய அறிவை திரு ப.சிவனடி என்ற இப் புகழ்பெற்ற எழுத்தாளரும் பெற்றிருக்கிறார்.

திரு ப.சிவனடி அவர்களின் எடுத்துரைக்கும் முறையினை குறிப்பிட வேண்டும் என்றால் குறிப்பாக ஓராண்டை -அதாவது 1751-ஆம் ஆண்டை விவரிக்கும் போது அவ்வாண்டின் முக்கிய நிகழ்வான இராபர்ட் கிளைவின் ஆற்காடு வெற்றியை மட்டும் குறிப்பிடாமல் இந்திய போர்க்களத்தில் முதன்முறையாக பயன்படுத்தப்பட்ட பீரங்கிகள் பற்றியும் இதே ஆண்டு நடந்த ஒரிசா மற்றும் மராத்திய போர்கள், இந்த ஆண்டில் ஆங்கிலேயர்கள் இந்தியாவில் மேற்கொண்ட நில அளவை கணக்கெடுப்பு, இங்கிலாந்தின் பெத்தலகேமில் ஆரம்பிக்கப்பட்ட மனநல மருத்துவமனை, விடுதலை வீரர் புலித்தேவர் ஸ்ரீவில்லிப்புத்தூர் கோட்டையைக் கைப்பற்றியது, “நிக்கல்” என்ற உலோகம் கண்டுபிடிக்கப்பட்டது மற்றும் சருகணி மாதாகோவில் கட்டப்பட்டது ஆகியவற்றை பற்றியும் குறிப்பிடுகின்றார். இவ்விவரங்கள் மிக விரிவாக குறிப்பிடப்பட்டுள்ளன.

இத் தொகுப்புகளில் புகழ்பெற்ற மெகாலே, இராபர்ட் கிளைவ், டார்வின், ரப்பர் டயரைக் கண்டுபிடித்த குட்இயர், ஜி.யூ.போப், கவிஞர் ஷெல்லி, ஹெர்குலிஸ், நெப்போலியன், இராணி மங்கம்மாள், இந்தியாவின் முதல் சுதந்திரப் போரின் வீரர்களான, மருதுபாண்டியன், சின்னமருது, திப்பு சுல்தான் மற்றும் பலரைப் பற்றி குறிப்பிட்டுள்ளார்.

இவர் ஒரு வருடத்தைப் பற்றி குறிப்பிடும் போது அவ்வருடத்தோடு தொடர்புடைய மனிதர்கள், நாடு மற்றும் நகரங்களோடு குறிப்பிட்டு விவரிக்கிறார். ஒரு சம்பவத்தை விவரிக்கும் போது அது தொடர்பான வேறு சம்பவத்தைக் குறிப்பிட்டு எவ்வாறு ஒவ்வொன்றும் மற்றவற்றுடன் சம்பந்தப்பட்டுள்ளது என்பதையும் விவரிக்கிறார். இது ஒரு வரலாற்று இணைப்பு ஆகும்.

திரு ப.சிவனடி அவர்களின் படைப்புகளை மறுபதிப்பு செய்ததற்காக அகநி பதிப்பகம் கவிஞர் மு. முருகேஷ் ஐ மனதாரப் பாராட்டுகிறேன்.

மேலும், விவரங்களை சரிபார்த்து தவறுகளை திருத்திக் கொடுத்த டாக்டர். மு.ராஜேந்திரன்,இ.ஆ.ப., அவரின் பணியை பாராட்டுகிறேன். 15 தொகுப்பு களையும் தேடிக்கண்டுபிடித்து தகுந்த இடங்களில் புகைப்படங்களையும் இணைத்து மறுபதிப்பு கொண்டுவரும் அ.வெண்ணிலா அவர்களின் பணியை பாராட்டுகிறேன்.

இந்த மறுபதிப்பின் மூலம் திரு ப.சிவனடி அவர்களின் இலக்கிய பங்கினை நாம் அறிந்து கொள்வதுடன் அவர் நமக்களித்துள்ள வரலாற்றுப் புதையலை முழுமனதோடு பாராட்டக் கடமைப் பட்டுள்ளோம்.

K. Rajayyan

31-10-2011

இந்திய சரித்திரக் களஞ்சியம்

ஐந்தாம் தொகுதி
பதினெட்டாம் நூற்றாண்டு
ஐந்தாம் பத்து

1741 - 1750

முதல் பதிப்பின் முன்னுரை

''இந்து தேச சரித்திரம் மாத்திரமேயல்லாது ஸௌகர்யப் பட்டால், இயன்ற வரை அராபிய, பாரசீக, ஐரிஷ், போலிஷ், ரஷிய, எகிப்திய, இங்கிலிஷ். ஃப்ரெஞ்சு, அமெரிக்க, இத்தாலிய, கிரேக்க, ஜப்பானிய, துருக்க தேசங்கள் முதலியவற்றின் சரித்திரங்களும் பயிற்றிக் கொடுக்க ஏற்பாடு செய்தால் நல்லது ''

- மகாகவி சுப்பிரமணிய பாரதியார் *(1882-1921)*

அனைத்துயிர் ஒன்றென்றெண்ணும் ஆன்மநேய உணர்வு உலக நாகரிகங் களிலெல்லாம் ஏறத்தாழ இரண்டாயிரத்தைநூறு ஆண்டுகளுக்கு முன்னர் ஆங்காங்கே மலர்ந்த காலத்திலிருந்தே, மனித ஒருமைப்பாட்டு உணர்வு தோன்றி விட்டது. இப்பேருணர்வு வரலாற்றுக்கு முற்பட்ட காலத்திலும் மனிதரிடையே இருந்திருக்கலாம். இந்து தேசத்தில் சங்கச் சான்றோரும், வேத முனிவர்களும், புத்தர், மகா வீரர், கன்ஃபூசியஸ், ஜராதுஷ்டிரர் போன்றோரும் இம் மெய்யுணர்வைப் பாடல்களாலும், பனுவல்களாலும், நல்லுரைகளாலும் சாற்றி வந்திருக்கின்றனர்.

உலகெலாந்தழுவும் இப்பெரு நோக்கு காலம், இடம், மொழி, இனம், பண்பாடு என்ற மனித வரைகளையெல்லாம் கடந்து நின்றது. எனினும் இந்து தேசம் உணர்ச்சியால் இங்ஙனம் ஒன்றியிருந்ததைப் போன்று, அரசியலென்னுந் தளையால் பிணைக்கப்பட்டதில்லை. பல்வேறு காலத்து வாழ்ந்த மன்னர்கள் படை கொண்டு பெற முடியாத அரசியல் வெற்றியை வேத, பௌத்த, சமண, சமயங்களும் இமயந் தொட்டுக் குமரி வரை ஆன்மநேய உறவாக ஆளுகை கொண்டன.

மாந்தரை ஒன்றிணைக்க அரசியல் தளையை விட ஆன்ம நேய உறவே சிறந்த கருவியாக இருந்து வருவதை இந்து தேசம் பல்லாயிரமாண்டுகளுக்கு முன்னரே கண்டு கொண்டது. எனினும் வன்மையால் ஒருமை காணும் துணிவுகள் அப்போதைக்கப்போது தோன்றி வந்தன. பேரிந்தியத்தை அரசியல் பிணை கொண்டு ஒன்றிணைக்கும் முயற்சி

பதினெட்டாம் நூற்றாண்டின் இந்த ஐந்தாம் பத்தென்னும் வெடிப் பத்தில் அறிந்தோ அறியாமலோ அயலாரால் இம்மண்ணில் மேற்கொள்ளப்பட்டது என்பது பொருளடக்கம் குறிப்பிடத்தக்கது. வரலாற்றின் எண்ணற்ற தற்செயல் நிகழ்ச்சிகளுள் ஒன்றான இதற்கு வேண்டிய தடயங்களையும், சான்றுகளையும், இத்தொகுதி முழுமையிலும் விவரிக்கப்பட்டுள்ள நிகழ்ச்சிகளிலிருந்து தெளியலாம்.

இருபதாம் நூற்றாண்டின் கடைசிப் பத்தான இந்தக் கால கட்டத்தில் *(1991-2000)* உலகின் மிகப்பெரிய நாடுகளில் ஒன்று, அரசியல் கட்டவிழ்த்துக் கொண்டு தனித்தனியே உருத்தெரியாமல் சிதறியதையும், அனைத்துத் துறையிலும் வளர்ச்சி கண்டு செல்வஞ்செழித்த சிறுசிறு நாடுகள் மிகப்பெரிய ஓர் ஒன்றியத்தை உருவாக்கும் பணியின் கடைசிக் கட்டத்தை அடைந்து வருவதையும் காண்கின்ற நமக்கு, இதற்கு இரண்டு நூற்றாண்டுகளுக்கு முன்னர் உணர்ச்சியால் ஒன்றியிருந்தாலும், ஆன்ம நேயம் இழந்தபின் அரசியலால் வரலாற்றுக் கட்டாயம் காரணமாக ஒன்றுபடும் நிலை பல்வேறு போர்களால் உருவாகி வருவதை ஒப்புநோக்கி உண்மை தெளிவது சிந்தனைக்குச் சிறந்த வேலையாகும். சேர்ந்தன பிரிந்தும், பிரிந்தன இணைந்தும் போகின்ற வினைகளின் மாறா உண்மைகளிலிருந்து மனிதன் இன்னும் கற்றுக் கொள்ள நிரம்ப உள்ளது.

இந்த ஐந்தாம் பத்து வெடிப் பத்து என்று விளம்பப்பட்டதன் காரணத்தை இத்தொகுதியின் ஒவ்வொரு பக்கமும் தெளிவாக்குகின்றது. பதினெட்டாம் நூற்றாண்டின் முக்கியமான இந்த ஐந்தாம் பத்தில் காணப்படும் செய்திகளைப் படிப்பாளிகளுக்குத் தெளிவு படுத்தும் நோக்கத்துடன், இதன் பொருளடக்கமும், ஒவ்வோர் ஆண்டிலும் தொடக்கத்தின் முன்னர் காணும் தெளிவு குறிப்புகளும் விரிக்கப்பட்டுள்ளன.

இத்தொகுதி சென்னை ஜார்ஜ் கோட்டையுடன் தொடங்கி, ஜோகான் செபஸ்தியான் பாக் என்ற இசைவித்தகருடன் முடிகின்றது. இது நமது இந்து தேசம் மேற்கத்தி வெடியாலும் இசையாலும் ஆளுகை கொள்ளப்பட விருக்கின்றது என்பதை அறிந்தோ, அறியாமலோ தற்செயலாக உருவகித்துக் காட்டுகின்றதோ என்று எண்ணத் தோன்றும். பீரங்கி, வெடிமருந்து என்ற மாபெரும் அழிவுக் கருவிகளின் தோற்றுவாயை எடுத்துக் கூறி, இது வெடிப் பத்து என்பதற்கு நல்ல விளக்கமாய் அமைகின்றது.

இந்தப் பத்துப் பல அரிய செய்திகளைத் தொட்டும், துலக்கியும் காட்டுகின்றது.

பதினெட்டில் சென்னை, பம்பாய், கல்கத்தா நகரங்கள் எவ்வாறு இருந்தன? தொல்லியல் தோற்றம் குறித்து விரிந்த செய்திகள் உள்ளன.

கள்ளரிடம் ஆர்க்காட்டு நவாபு தோற்றது: கொல்லம் நகர் வரலாறு: கொல்லம் ஆண்டு பற்றிய விரிந்த விளக்கம்: காயாங்குளம் வரலாறு: சென்னைக் கோட்டை நூலகம்: இவற்றோடு இந்திய வரலாற்றையே மாற்றிய பரங்கிமலை, அடையாற்றுச் சண்டைகளும் ஆம்பூர்ச் சண்டையும் இடம் பெறுகின்றன: ஆரல்வாய் மொழி, அம்மைய நாயக்கனூர், தாமல் செருவு, காளத்தி போன்ற ஊர்களும் இடம் பெறுகின்றன.

தாயுமானவ சுவாமிகள், வீரமாமுனிவர், ஜெயசிங்கு ஆகியோர் இப்பத்தில் இறக்கின்ற செய்தியும் உள்ளது.

மராட்டியரின் ஏற்றம் ஷாஜி பான்ஸ்லே தொட்டுச் சாகு வரை நான்கு தலைமுறைகளில் காட்டப்படுகின்றது. மராட்டியர் நாடு, மொழி, பண்பாடு, வீரம்

முதலியன மணிச்சுருக்கமாக எடுத்துக் கூறப்படுகின்றன. மராட்டியரின் மின்னல் வேக எழுச்சி உள்பகையாலும், தன்னலத்தாலும் தாழ்வுறுவதைப் படம் பிடித்துக் காட்ட முயன்றிருக்கின்றோம்.

தொட்டு மட்டுமே காட்டக் கூடிய மிக அரிய வரலாற்றுச் செய்திகள் விரித்தும் விளக்கியும் இங்கே தொகுத்துத் தரப்பட்டுள்ளன.

படிப்பாளிகள் கட்டாயம் பொருளடக்கத்தை ஊன்றிப் படிக்க வேண்டும். அப்போதுதான் இத்தொகுதியின் கனமான உள்ளடக்கத்தைத் தேடியறிந்து படிப்பது எளிதாகும்.

கனரா வங்கியின் டிவிசனல் மேனேஜரான ஆர்.சோமநாத பட் அவர்கள் உழைப்பால் உயர்ந்தவர் என்பதால், ஆசிரியரின் பணியை உணர்ந்து உதவியது வியப்பன்று. அவருக்கு ஆசிரியர் பெரிதும் நன்றிக் கடன் பட்டிருக்கின்றார். கனரா வங்கியின் எழும்பூர்க் கிளை முதுநிலை மேனேஜரான டி.என்.சுந்தரம் அவர்களின் நேயமும், உதவும் பண்பும் ஆசிரியரின் நன்றிக்குரியன.

இந்நீண்ட நெடும்பணியில் ஆசிரியருக்குப் பல வகைகளில் உதவி வரும் அனைவர்க்கும் அடக்கம் கருதிப் பெயர் கூறாது ஆசிரியர் நன்றி கூறுகின்றார்.

எழும்பூர் ப.சிவனடி
31.12.1991

பொருளடக்கம்

1741

1. சென்னைக் கோட்டை பீரங்கி, வெடி மருந்து — 34

   வரலாறு: இந்திய அரசியலில் மராட்டியர் -35
   வெடிமருந்து -35
   பீரங்கி -35
   நூற்றாண்டுப் போரில் பீரங்கி -36
   ஜோன் ஆஃப் ஆர்க்கும் பீரங்கியும் -36
   வரலாற்றை மாற்றிய பீரங்கி -37
   கப்பலில் பீரங்கி -38
   இந்தியாவில் பீரங்கி -38
   பீரங்கி இரகசியம் -39
   ஜார்ஜ் கோட்டை அமைப்பு -39

2. மார்த்தாண்ட வர்மனிடம் சிறைப்பட்ட டச்சு வீரர் — 39

   பேரிந்தியத்தில் டச்சுக்காரர் -40
   இந்தியாவில் வீவோசி -41
   மிளகில் டச்சு ஏகபோகம் -42
   மிளகு- வேணாட்டு ஏகபோகம் -43
   வேணாட்டை டச்சுக்காரர் அச்சுறுத்தல் -43
   குளச்சல், குளச்சல் போர் -44
   டி.லென்னாய் -44

3. திருச்சிராப்பள்ளிக் கோட்டை மராட்டியரிடம் விழுந்தது — 45

   தமிழ்நாட்டில் பல போர்கள் -45
   தாமல் செருவுச் சண்டை -46
   அம்மைய நாயக்கனூர்ச் சண்டை -47
   அம்மைய நாயக்கனூர்- ஐதரலி, திப்பு -47
   திருவிதாங்கூர் நோக்கி ஆர்க்காட்டுப்படை, ஆரல்வாய்மொழி -47
   சந்தா சாகிபு மீது மராட்டியர் தாக்குதல் -48
   சந்தா சாகிபு சிறை -49

4. கொழும்பில் "ஆலந்துக்காரர்" அச்சகம் — 50

   விவிலியம், கிறித்தவ நூல்கள் வெளியீட்டில் ஐரோப்பியர் -50
   விவிலிய மொழி பெயர்ப்பில் ஆறுமுக நாவலர் -50

5. பேரிங்கு அலாஸ்காவை அடைதல் — 51

   இரஷியர் அலாஸ்காவில் குடியேறுதல் -51

புள்ளிகள்

''பலச் சமநிலை'' இராபட் வால்போல் -51
''நீகிரோச் சதி'' நியூயார்க்கில் அட்டூழியம் -51
அமெரிக்காவில் அவுரி பயிரிடுதல் -52
சீன மக்கள் தொகை 14 கோடி -52

1742

1. தாயுமானவர் சிவபதமடைதல் 54

சுவாமிகள் காலம் -54
சமகாலப் புலவர்கள் -54
காட்டூரணிப் புளியமரப் பொந்தில் தவம் -54
இலட்சுமிபுரத்தில் சிவமாதல் -54
அருள்வாக்கிய அகவல்'' -55

2. வானில் பறக்கப் பாரிசில் முயற்சி 55

இக்காரஸ்-டெட்டலஸ் கிரேக்கப் புராணக் கதை -55
புராணங்களில் விமானம் -55
இறக்கை கட்டிக் கொண்டு -55
ஐரோப்பியர் பறந்தமை -56

3. மராட்டியருக்கு அஞ்சிக் கல்கத்தாவில் அகழி 57

மராட்டியர் வல்லெழுச்சி -57
வில்லியம் கோட்டை -57
கல்கத்தா நகர வளர்ச்சி -57
ஊக்ளி ஆற்றுப் பக்கம் -57

4. பிரிட்டனின் இரண்டாவது பிரதமர் ஏள் வில்மிங்டன் 58

ஆங்கிலேயர் பேருலா -58
இடைக்காலப் பிரதமர் -59

5. பிரஞ்சுக் கிழக்கிந்தியக் கம்பெனியும், தூய்ப்பிளேயும் 60

இந்தியாவிற்கு முதல் பிரஞ்சுக் கப்பல் -60
முதல் பிரஞ்சுக் கம்பெனி -61
ஃபிரான்ஸ்வா மார்டின் -61
ஆளுநர்கள்: தூய்ப்பிளேயின் நவாபுத்தனம் -62
நவாபுத்தனம் என்றால் என்ன -62
தூய்ப்பிளேயிடம் கடற்படை வலிமை இல்லாமை -63
கிளைவு புறப்பாடு -63

2

6. நாணயம் அச்சிடுவதில் பிரிட்டிசார் முன்னோக்கு ... 64

    நாணயவியல் -64
    தென்னிந்திய நாணயமுறை -64
    ஃபியூலஸ் பணம் -65
    வராகன்-பகோடா -66
    ரூபாய் -67

7. நாதிர் ஷா கப்பற்படை ... 67

    ஓமன்: ஓமன் அரபுகள் தாக்குதல் -67
    சூரத்தில் கட்டிய கப்பல்கள் -68
    பாரசீக வளைகுடா அரபுகள் -68
    நாதிர் ஷாவுடன் கப்பற்படை மறைதல் -69

8. ஆர்க்காட்டின் குருதிக்கறை படிந்த அரசிருக்கை ... 69

    ஆட்சியுரிமையும் முஸ்லிம்களின் வன்செயல்களும் -69
    கர்நாடக அரசியல் -70
    சஃப்தர் அலி கொலை -70

புள்ளிகள்

    வர்ஜீனியாவில் நிலக்கரி கண்டுபிடிப்பு -71
    ஃபிராங்க்ளின் செய்த அடுப்பு -71
    பம்பாயில் பெரும்புயல் -71
    வேப்பேரி, பெரம்பூர், புதுப்பாக்கம்-ஆங்கிலேயர் -71
    நவாபிடமிருந்து பெறுதல் -71
    கோபால்ட்டு கண்டுபிடிப்பு -71

1743

1. அறிவியல் வளர்த்த ஜெயசிங்கு மரணம் ... 73

    ஆம்பர்-ஜெயப்பூர் அரசகுடி -73
    பிருதிவிராஜன் சம்யுக்தை -73
    இரசபுத்திரர்- முகலாயர் மணஉறவு -74
    குழப்ப நிலையில் அறிவியல் பணிகள் -74
    ஜெயப்பூர் நகரம், வானாய்வு நிலைகள் நிறுவியமை -74

2. அடிமை வணிகன் பரந்தாமனுக்குச் சிறை ... 75

    ஆனந்தரங்கம் பிள்ளை தினப்படி சேதிக் குறிப்பு -75
    ஆங்கில நாள் குறிப்பு எழுத்தாளர் சாமுவல் பீப்ஸ், ஜான் எவலின் -75
    பரந்தாமன் "சிறையன்கள்" பிடித்த முறை -75

3. பிரிட்டனின் மூன்றாவது பிரதமர் பெல்ஹம் — 76
4. தமிழ் நாட்டின்மீது நிசாம் படையெடுப்பு — 78
    மராட்டியர் தெற்கில் ஆதிக்கம் நிறுவ முயலுதல் -78
    முராரி ராவ் -78
    அன்வருதீன் கான் ஆர்க்காட்டு அரச காவலராதல் -78
    திருச்சிராப்பள்ளிக் கோட்டை -78
    நிசாம் கள்ளர், மறவரை விடுத்து மதுரையைக் கைப்பற்றுதல் -79

புள்ளிகள்
    இரஷியாவில் ஆயிரக்கணக்கில் யூதர் கொலை -79
    டச்சுக் கம்பெனியின் செழிப்பும் வலிமையும் -79
    வால்டயர் நாடக அரங்கேற்றம் -80
    தாமஸ் ஜெஃபர்சன் பிறப்பு -80
    சென்னைக்குப் புது கவர்னர் -80

1744

1. முகலாயர் அவையில் பாரசீகர் ஏற்றம் — 82
    பாரசீகம், ஈரான் பெயர் விளக்கம் -82
    பாரசீக மொழி -82
    செந்தவஸ்த -82
    ஜராதுஷ்டிரமும், இந்து சமயமும் -82
    பாரசீகம் முஸ்லிம்கள் வசமாதல் -82
    பார்சிகள் இந்தியாவில் புகலடைதல் -82
    பரசீகத்தைத் துருக்கர், மங்கோலியர் -83
    தைமூர் கவர்ந்து ஆளுதல் -83
    முடத் தைமூர் -83
    பாரசீகர் பண்பாட்டு வீரியம் -84
    முகலாயப் பேரரசில் ஈரானியர் -84
    ஷியா-சன்னி -84
    அலிவர்தி கான் ஷியா கட்சி -85
    லக்னோ நவாபு பாரசீக ஷியா -85
    ஔரங்சீபும் ஷியா வெறுப்பும் -85
    முஸ்லிம்களிடையே பொறாமையும் பகைமையும், -86
    முஸ்லிம்களிடையே பேதமும் பிரிவினையும் -86
    ஈரானியர், துரானியர் விளக்கம் -86
    ஆப்கானியர் முகலாயர் மீது குமுறுதல் -86
    முஸ்லிம் உள்பகையும் முகலாயர் தன்னழிவும் -87

2. சென்னை வரலாற்று ஓவியம் — 87
    கிளைவின் இந்தியப் பயணம் -87

கிளைவு காலச் சென்னை -88
கறுப்பர் நகரம் -89
ஆங்கிலேயர் தட்ப வெப்ப நிலை -89
பொறாது மடிவதைப் புலம்பும் பாடல் -89
கம்பெனியின் ஊழியர்க்குக் கட்டைச் சம்பளம் -90
தன் முயற்சிக்கு வழி -91

3. திருவனந்தபுரத்தில் ஆறாண்டுகள் நடந்த வழிபாடு   91

கழுவாய் தேட வேத சாஸ்திரங்களில் -91
மார்த்தாண்ட வர்மன் ஆய்வு -91
கார்த்தவீரியன், தத்தாத்திரேயர் கதை -91
அத்திரிமுனிவர்-அனசூயை -91
பாண்டவரின் சாம்ராட்டுப் பட்டம் -91
இராசசூய வேள்வி இராவணன் காமதேனு -92
பரசுராமன் -92
பத்ரதீபம் -92
முறை ஜெபம் -92
தான வகைகள் -93
துலா புருஷ தானம் -93
இரணிய கர்ப்பதானம் -94
பிராமணர்க்கு ஆதரவு -94

4. பண்டி நாட்டரசு வரலாறு   94

அரண் சூழ்ந்த அரசு -95
தோற்றுவாய் -95
ஜெயப்பூரின் துரோகம் -96
உம்மேது சிங்கு -96
முள்ளம் பன்றி வியூகம் -97
வியூக வகை -98
மௌண்ட்பேட்டன் காலில் உயிர் விட்ட
பண்டி நாட்டரசர் -98

5. வணிகக் கூட்டம் வல்லரசாகக் கனியப் பம்பாயின் பங்கு   98

பம்பாய் தந்த பங்கு -98
பம்பாயை நிறுவிய ஆங்கிலேயர் -98
"பம்பாய் எழுச்சி" -99

6. தமிழகத்தில் வாலாசா குடி ஆட்சித் தொடக்கம்   99

அன்வருதீனை ஆர்க்காட்டில் நிசாம் -99
அரச காவலராக்குதல் -99
குழந்தை நவாபு கொலை -99
அன்வருதீன் யார் -100
வாலாசா குடி அமைதல் -100

7. திருச்சிராப்பள்ளி நத்தர் நகராதல்   *100*

    ஊர்ப்பெயர் மாற்றுவதில் முன்னோடி வாலாசா -100
    திருச்சிராப்பள்ளித் தொன்மை -100
    அகநானுற்று நெடும் பெருங்குன்றம் -100
    சமணச் சிரா முனிவர் பெயர் -100
    திருச்சிராப்பள்ளிக் கோட்டைக்காகப் போர்கள் -101

8. கள்ளரிடம் மகஃபூஸ்கான் தோல்வி   *101*

    கள்ளர் வீரம் -101
    ந.மு.வேங்கடசாமி நாட்டாரின் ''கள்ளர் சரித்திரம்'' -101
    கள்ளர் நாடு -101
    கள்ளர்குடிப் பேரறிஞர்கள் -102
    நத்தம், நத்தம் கணவாய் -102
    தென் பாண்டிச் சீமை மீது
    முகமதலி படையெடுப்பு -102
    முகமதலி கள்ளர் தாக்குதலில்
    மயிரிழையில் உயிர் பிழைத்தல் -102
    கள்ளரால் பாளையக்காரர் மீண்டும் எழுதல் -102

புள்ளிகள்

    இலண்டனில் புதிய புத்தக நிறுவனம் -103
    டாக்டர் ஜான்சன், கோல்டுஸ்மித் -103
    சோதிபை ஏலக்கடை தொடக்கம் -103
    மகாத்மா கடிதங்கள் ஏலம் -103
    முதல் கிரிக்கெட் ஆட்டம் -104
    முதல் ஐஸ்கிரீம்? -104
    பிரிட்டிஷ் அரசிற்குக் கம்பெனி கடன் -104
    பிரான்ஸ் பிரிட்டன் மீது போர் தொடுத்தல் -104

1. கொல்லம் வேணாடு வென்றது:   *106*

    வரலாற்றில் கொல்லம் சேரநாடு குலசேகரன் ஆட்சியில்
    பேரரசாக எழுதல் -106
    குலசேகரர் குடி முதல்வர் குலசேகரவர்மன்
    குலசேகராழ்வார் -106
    மகோதாயபுரம் திருவஞ்சைக்குளம், மாகோதை -106
    சுந்தர மூர்த்திகள் விண்ணுலகேறிய
    தலம் திருவஞ்சைக்குளம் -106
    சேரமான் பறம்பு, மேலச் சிதம்பரம் -107
    சேர, சோழப் போரில் மாகோதை அழிதல் -107
    கொல்லம் குலசேகர கோநகராதல் -107
    பந்தளயாணி கொல்லம், வடகொல்லம் -107
    தென்கொல்லம் -108

கொல்லம் துறைமுகம் -108
மார்க்கோ போலோ ஜார்தனஸ் -109
கொல்லம் கோட்டை -109
போர்த்துக்கீசர், டச்சுக்காரர் கொல்லத்தில் -109
கொல்லம் ஆண்டு விரிந்த செய்திகள் -110
உதய மார்த்தாண்டன் கதை -110
சங்குன்னி மேனோன்,லோகன், ஸ்ரீதர
மேனோன்-கொல்லம் ஆண்டு பற்றி -110
கொல்லம் ஆண்டு-ஆதிசங்கரர் -112
நம்பூதிரி, ''அநாசாரங்கள்'' -112
கொல்லம் தோன்றி -113

2. போர்த்துக்கீசம் கட்டாய மொழி   113

போர்த்துக்கீச ஏழ்மை நிலை-பணிக்கர் இரங்கல் -113
பழம் வரலாறு -114
கடலோடி ஹென்றி -114
முதல் தேட்டப் பயணம் -115
மெடீரா அசோரஸ் தீவுகள் கண்டுபிடிப்பு -115
ஆப்பிரிக்கக் கரையில் கோட்டை -116
அடிமை வாணிபம் -116
அடிமை வாணிபம்- போப் ஆதரவு -117
புது வழித்தடங்கள் -117
போர்த்துக்கீசப் பேரரசு நிலையாததேன் -118
சமய, பண்பாட்டு, மொழித்திணிப்பு -118
கோவா மக்களின் மொழிப் பற்று -118
போர்த்துக்கீச மொழி -118

3. சென்னைக் கோட்டையில் நூலகம்   118

தமிழ்நாட்டு நூலகங்கள் சரசுவதி பண்டாரங்கள் -118
கூடன்பர்க்கு -118
அச்சுக் கலையும் கீழை நாடுகள் பின்தங்கியமையும் -118
சென்னைக் கோட்டை நூலகம் -118

4. கிளைவின் தற்கொலை முயற்சி?   119

கிளைவின் மனவாட்டம் ஏன்? -119
கிளைவு தற்கொலை -119
கிளைவின் நண்பர் மஸ்கிலின் -119

5. ஜேகோபைட்டுக் கிளர்ச்சி   120

இரண்டாம் ஜேம்ஸ் மன்னரின் ஆதரவாளர் கிளர்ச்சி -120

6. குவாலியர் சிந்தியா குடி வரலாறு   120

ரானோஜி சிந்தியா நிறுவனர் -121
மாதாஜி சிந்தியா -122
மாதாஜி உச்சயினி வாழ்க்கை -123
ஆண் வாரிசு அற்றுப் போகும் சாபம் -123
பிரிட்டிசாரிடம் சிந்தியா தோல்வி -124
தௌலத்துராவ் -124
ஜங்கோஜி -124
குவாலியர்க் கோட்டை -124
இன்று சிந்தியா குடி -124
எதிர்க்கட்சியில் விஜய ராஜி சிந்தியா -125
ஜெயவிலாச அரண்மனை -125
வெள்ளி நீரூற்றுகள் -126
மத்திய அமைச்சர் மாதவராவ் சிந்தியா -127
தாய்-சேய் மன வேற்றுமை -127

புள்ளிகள்

புதிய புனித ரோமன் பேரரசர் -128
புதுச்சேரியில் பெரும்புயல் -128
கிழக்கிந்தியக் கம்பெனி ஏற்றுமதி -128
கல்கத்தாவில் முதல் நாடகக் கொட்டகை -128

1746

1. ஜம்மு அரசர் திறை செலுத்த மறுப்பு:   130

    ஜம்மு-காசுமீரச் சிறு வரலாறு -130
    காசுமீரம் அமைப்பு -130
    முகலாயர் ஆளுகை -131
    இராஜா இரஞ்சித்து தேவ -131
    ஜம்மு நல்ல புகலிடம் -131
    லாகூர்; லாகூரில் சின்ன சென்னை -132
    சீக்கியருக்கு அடிமையாதல் -132
    ஆப்கானியர் கொடுமை -133
    சுகஜீவன், இந்து ஆளுநர் 134
    மீண்டும் ஆப்கானியர் கொடுமை -135

2. நாகபுரிப் போஸ்லே குடி வரலாறு:   135

    மராட்டியர் கூட்டணியில் பிளவு -135
    தோற்றுவாய் -135
    சரஞ்சாம் உரிமை -136
    ரகுஜி போஸ்லே -137
    கோண்டு நாடு -137

தமிழ் நாட்டில் ரகுஜி போஸ்லே -138
வங்கத்தில் ரகுஜி போஸ்லே -138
அலிவர்தி கான் வங்கத்தில் கொலை
செய்து ஆட்சிக்கு வருதல் -138
வங்கத்தில் மராட்டியர் கொள்ளை -138
"மராட்டிய புராணம்" -139
நாகபுரியில் பேஷ்வா தலையீடு -139
ரகுஜியின் விரிந்த ஆட்சிப் பரப்பு -140
ரகுஜி சாவு -140
நாகபுரிப் பிரிவினை -140
மராட்டிய அரசுடன் போஸ்லேக்கள் பகை -141
பேஷ்வாவை எதிர்த்தல் -141
நாகபுரி மீது பேஷ்வா படையெடுப்பு -141
பேஷ்வா பதவிக்குப் போட்டி -142

3. வங்கத்தின் மீது மராட்டியர் தாக்குதல் பெரிய பணமுடை ஏற்பட்டது   143

மராட்டியர் தெற்கில் ஏன் விரியவில்லை -143
சிவாஜியும், ஏகோஜியும் -143
வங்கத்தில் பணமுடை -143

4. தூய்ப்பிளே பேரரசக் கனவும், சென்னை ஜார்ஜ் கோட்டை வீழ்ச்சியும்   143

தூய்ப்பிளே பேரரசக் கனவு கண்டேன்? -143
இந்தியாவில் பதினெட்டில் பல புதிய அரச குடிகள் -143
பிரஞ்சு-ஆங்கிலப் பகைமையின் தோற்றுவாய் -144
ஆட்சிப் பகுதியில் சண்டை நிகழலாகாது என்று
ஆர்க்காட்டு நவாபு ஆணை; -145
பூர்தோனைஸ் -145
பிரஞ்சு ஹியூகோநாட்டுகளும், தனிக்கப்பல் தலைவர்களும்
ஃபிரான்சிஸ் டிரேக், சர் வால்டர் ராலே -146
எலிசபெத்தின் உரிமை பெற்றுக் கடலில் நடந்த கொள்ளைகள் -146
பதினாறாம் நூற்றாண்டு 077-ஜேம்ஸ் பாண்டுகள் -146
பூர்தோனைஸ் மொரீசில் போர் ஆயத்தம் -147
சென்னைக் கோட்டையின் நிலை -148
கவர்னர் மார்ஸ் தவிப்பு -148
சென்னை சரணடைதல் -149
இழப்பீடு 30,000 பவுன் -150
தூய்ப்பிளேயின் திரைமறைவு அரசியல் சூழ்ச்சி -150
தூய்ப்பிளேயும் பூர்தோனைசும் -150
பூர்தோனைஸ் புறப்பாடு -150
பிரஞ்சுத் தாக்குதலால் சென்னையில் சேதமடைந்த இடங்கள் -152
வால்டாக்ஸ் சாலை -152
சென்னை நகராட்சி இழப்பீட்டிற்கு அளித்த தொகை -152

சென்னை நகராட்சித் தோற்றம் -152
முதல் மேயர் -153
நகராட்சிக் கட்டமைப்பு -154
ஏகாம்பரநாதர் கோயில் -154
கிளைவு சென்னையிலிருந்து தப்பிக் கடலூரை அடைதல் -154
கடலூர்க் கோட்டை -155
"பீரங்கிக் குண்டூர்" -155

5. வரலாற்றை மாற்றிய பரங்கிமலை, அடையாற்றுச் சண்டைகள்   155

பிரஞ்சுக்காரர் கையில் சென்னைக் கோட்டை -155
பிரஞ்சுக்காரரின் பீரங்கி வலிமை -156
பரங்கிமலைச் சண்டை -156
மகஃபூஸ் கான் -156
சென்னையைச் சுற்றி வளைத்தல் -156
நவாபின் ஓட்டைப் பீரங்கிகள் -157
ஏழுகிணற்றுச் சண்டை -157
அடையாற்றுச் சண்டை -157
நவாபு படையினர் ஓட்டம் -158
பரங்கிமலை அடையாற்றுச் சண்டைகள் காட்டிய பாடம் -158

6. டேவிடு கோட்டை மீது பிரஞ்சுக்காரர் தாக்கு   158

பிரஞ்சுக்காரருக்கு எதிராகப் பிரிட்டிசார், அன்வருதீன் அணி -159
அரியங்குப்பம் -159
டேவிடு கோட்டை -159
ஆனந்தரங்கம் பிள்ளை திவானாதல் -161

புள்ளிகள்

பெஞ்சமின் ஃபிராங்கிளின் மின் ஆராய்ச்சி -161
பிரிட்டனில் தானிய விலை வீழ்ச்சி -161
பாக்கு விலை புதுச்சேரியில் ஏற்றம்; -161
பாக்கு, வெற்றிலை, வரலாறு, பழமொழி -161

1747

1. வீரமா முனிவர் மறைவு   164

வர்ஜில் பிறந்த ஊர் -164
அம்பலக் காட்டில் -164
வீரமாமுனிவர் இறத்தல் -164
அந்தோணிக்குட்டி அண்ணாவியார் -164

2. கம்பூர்த்தலா வரலாறு   165

பதினெட்டில் தோன்றிய நாட்டரசுகள் -165

கம்பூர்த்தலாவைப் பாட்டியாலா கவர்தல் -165
சட்லஜ் ஆற்று எல்லை -165
பிரிட்டிசாரை அண்டிப் பிழைத்தல் -166

புள்ளிகள்

நாதிர் ஷா கொலை -167
கிளைவு படையதிகாரியாதல் -167

1748

1. புதிய பிரிட்டீஷ் படைத் தலைவர்:   169

ஸ்டிரிங்கர் லாரன்ஸ் கடலூர் வந்தார் -169
ஸ்டிரிங்கர் லாரன்ஸ் பூர்தோனைசிற்கு -169
அஞ்சி ஓராண்டு கழித்துக் கடலூரை அடைதல் -169
தமிழகத்தில் கம்பெனிப் படை -170
கம்பெனிப் படையில் முஸ்லிம்கள் பெரும்பான்மை -170
கம்பெனிப் படையில் கீழ் சாதியினரைச் சேர்க்க எதிர்ப்பு -170
பிரஞ்சுக்காரர் டேவிடு கோட்டையைத் தாக்குதல் -171
அட்மிரல் எட்வர்டு பாஸ்கவன் -171
புதுச்சேரியைப் பாஸ்கவன் தாக்குதல் -172
லாரன்ஸ் பிரஞ்சுக்காரரிடம் சிறை -172
கிளைவின் முதல் போர் அனுபவம் -172
ஆஸ்திரிய வாரிசுரிமைப் போர் முடிதல் -172
முதல் கர்நாடகப் போர் முடிவு -172

2. ஆஸ்திரிய வாரிசுரிமைப் போரும் இந்தியாவும்   173

ஆஸ்திரியா -173
பொகீமியம் -174
ஹாப்ஸ்பர்கு குடி -174
ஆஸ்திரியத்திற்குத் துருக்கர் ஆபத்து -174
ஆஸ்திரிய வாரிசுரிமைப் போர் -175

3. தொல்லியல் தோற்றம்   175

மறுமலர்ச்சி இயக்கமும் தொல்லியல் தோற்றமும் -175
இத்தாலிய வணிகர் செழுமை -176
பீத்ராக்கும் இலத்தீன், கிரேக்க மொழியறிவும் -176
வட ஐரோப்பாவில் மறுமலர்ச்சி -177
தொல்லியல் தோற்றம்: ரோமில் தொடக்கம் -178
திவோலி நகர அகழ்வு -178
ஹெர்க்குலேனியம் அகழ்வு -179
பாம்பீ அகழ்வு -179
இங்கிலாந்து -179

டென்மார்க்கு -180
சுவீடன் -180
பிரான்ஸ் -180
முக்காலப் பிரிவு முறை -180
இந்தியா -181

4. நிசாம் மரணமும் அரசுரிமைப் போட்டிகளும் -181

5. சதாராவிலிருந்து சந்தா சாகிபு விடுதலை -182

6. முதல் குளிர் பதனப் பெட்டி -183

    ஊற்றுக் கண்கள்; சுமேரியம், சீனம் -183
    இத்தாலியரிலிருந்து வளர்ச்சி -183
    இந்தியாவில் குளிர் பதன சாதனங்கள் -183

புள்ளிகள்

    இராமநாதபுரம்: புதிய சேதுபதி -184
    டிஃப்தீரியா முதல் விளக்கம் -184
    அகமது ஷா அரியணை ஏறுதல் -184
    பெரிய மருது பிறப்பு -184

1749

1. சாகு மரணம்: மராட்டியர் வரலாறு   186

    மராட்டியர் வரலாறு-தோற்றுவாய் -186
    மகராஷ்டிரம் விளக்கம் -186
    தட்சிணபாதம் -187
    புலிகேசி கல்வெட்டு -187
    பண்டை ராட்டர் -187
    மராட்டி மொழி -188
    பிராகிருத மொழிகள் -188
    சமஸ்கிருதம் வழக்கிழத்தல் -188
    முதல் மராட்டி நூலாசிரியர் ஞானேசுவரர் -189
    அரசியல் பின்புலம்-சாதவாகனர் -189
    சாளுக்கியர் -190
    இராட்டிரகூடர் -190
    கல்யாணிச் சாளுக்கியர் -191
    யாதவர் -191
    முஸ்லிம் படையெடுப்பு -191
    கலைப்படைப்புகள் அழிவு -192
    மதவெறிக் கொடுமைகள் -192
    விசயநகரப் பேரரசு -193

சிவாஜியும் விசயநகரப் பேரரசும் -193
இந்துப் புரட்சி -193
பாமினி அரசு சிதறுதல் -194
மராட்டியர் அரசு தோற்றம் -194
ஷாஜி பான்ஸ்லே -194
சிவாஜி -194
சாகு -195
சாகு எழுச்சி-வீழ்ச்சி -195
மராட்டிய அரசியல் நெருக்கடி -196
சாகு வாரிசு தேடுதல் -196
வாரிசு இராமராசன் சாகு மரணம் -197
சாகு குணநலன்கள் -198
சதாரா-சாகுநகர் -198

2. சந்தா சாகிபின் புத்தெழுச்சி: ஆம்பூர்ச் சண்டையில் வெற்றி   198

ஆம்பூர்ச் சண்டை -199
அன்வருதீன் சாவு -199
சந்தா சாகிபு ஆர்க்காட்டு நவாபாதல் -199
தென்னாட்டில் மும்முனைகளில் பதவிச் சண்டைகள் -199
தூய்ப்பிளே அமர்த்திய நிசாம் -200
சந்தா சாகிபின் வெற்றிகள் -200
சந்தா சாகிபின் கையில் மதுரைச் சீமை -201
ஆம்பூர்-ஊர் -201

3. தேவிகோட்டை; பிரிட்டிசார் பிடித்தனர்   202

ஐரோப்பியர் முதன்முதலாகப் பிடித்த இந்தியக் கோட்டை -202
கிளைவின் வீரமும், மனவாட்டமும் -203

4. சென்னை ஆங்கிலேயருக்குக் கிடைத்தது   302

பாஸ்கவன், ஸ்டிரிங்கர் லாரன்ஸ் குறுகிய காலக் கவர்னர்கள் 203

5. பஃபனின் இயற்கை வரலாற்றுக் களஞ்சியம்   204

பதினெட்டாம் நூற்றாண்டின் மாபெரும் அறிவுக் களஞ்சியப் பணி -204
பஃபனுக்குப் புகழ் மாலை -205
பஃபனின் காலம் கடந்து நிற்கும் அறிவியல் சிந்தனை -205
பஃபன் பணிந்து போதல் -206
பரிணாம வளர்ச்சிக் கொள்கை முன்னோடி -207

6. வட இந்திய அரசியல், பொருளியலில் கஞ்சுகளின் பங்கு   208

இடைநிலைப் பொருளாதாரம் -208

கஞ்சுகள் தோற்றம் -208
ஒளது நவாபுகள் பங்கு -209
கஞ்சுகள் வளர்ச்சி -209
தமிழ்நாட்டு வண்டிப் பேட்டைகள் -210

7. தேவனள்ளிப் போர்! ஐதர் எழுச்சி   210

சிக்கதேவராயர் -210
மைசூர்ச் சர்வாதிகாரிகள் -210
ஐதர் பற்றிய ஒரு கணிப்பு -211

8. சாந்தோம், மயிலாப்பூர் கம்பெனி வசமாதல்   211

மயிலையின் தொன்மை -211
மயிலையும் பல்லவரும் -211
மயிலையும் போர்த்துக்கீசரும் -211
சாந்தோம் உண்டாதல் -212
போர்த்துக்கீச வீர காவியத்தில் மயிலாப்பூர் -212
புனித தாமஸ் -213
சென்னை-சாந்தோம் -214
சாந்தோமில் முஸ்லிம் ஆட்சி -214
ஆங்கிலேயர் கையில் -215
சாந்தோமில் பிரிட்டிஷ் அரண் -215
மயிலாப்பூர்-சாலைகள், இடங்கள் -216
டீசில்வா சாலை -216
மௌபரீஸ் சாலை -216
கச்சேரிச் சாலை -216
சல்லிவன் தோட்டச் சாலை -216
எலியட்டுக் கடற்கரை; எலியட்ஸ் சாலை -216
சாதிச் சழக்குகள் -216

புள்ளிகள்

சிப்பண்டேலின் தச்சுப் பட்டறை -217
சீன மக்கள் தொகை 225 மில்லியன் -217
புதிய சேதுபதி -217

1750

1. பத்மநாபசாமிக்கு வேணட்டு உரிமை   219

மார்த்தாண்ட வர்மன், பப்ப தேவன்; வேணாடு-மேவார் -219
ஏகலிங்கர் கோயில் -219
"பத்மநாப தாசர்" -220

2. காயாங்குளம் திருவிதாங்கூருடன் இணைதல்   220

டச்சு வாணிப நகரம் -221
காயாங்குளம் -221

3. சென்னைக் கறுப்பர் நகர வளர்ச்சி 221
    காளத்திச் சமீன் -221
    காளத்தி-பஞ்சபூதத் தலம் -222
    கறுப்பர் நகரம் -222
    சாதிப் பாகுபாடு -223
    கறுப்பர் நகர ஆட்சி முறை -223

4. செஞ்சிக் கோட்டை; பிரஞ்சுக்காரர் பிடித்தனர் 224
    தென்னாட்டில் உள் சண்டைகள் -224
    தூய்ப்பிளே திருவதிகை, விழுப்புரம்,
    செஞ்சிக் கோட்டை கைப்பற்றுதல் -225
    செஞ்சிக் கோட்டைப் பழமை -225
    சிவாஜி செஞ்சிக் கோட்டையைக் கைப்பற்றுதல் -225
    செஞ்சிக் கோட்டை பற்றி ஓர்மி -226

5. ஐதராபாது அரசிருக்கைக்காகக் கொலை பழிகள் 226
    தூய்ப்பிளேயின் அரசியல் தந்திரங்கள் -226

6. பதினெட்டில் பம்பாய் 226
    பம்பாய் நகரத் தோற்றம்-ஆங்கியர் -226
    கடல் வாணிபப் பெருக்கம் -228
    நலக் கேடுகள் -228
    தென்னைக்குக் கருவாட்டு உரம் -228

7. ரோகில்லாக்கள் எழுச்சி; இராம்பூர் நாட்டரசு வரலாறு 229
    டெல்லி கிழக்குப் பகுதி -229
    கண்டகார் நகரம் -229
    ரோகில்லா நாடு -230
    ஔது மன உளைச்சல் -230
    ரோகில்லாக்கள் அழிவு -231
    இராம்பூர், மூங்கில் அரண் -231
    பரிசும் பட்டமும் -231
    இசைவாணர் -232
    இசைக்கருவி, நூல், ஓவியச் சேகரம் -232
    ரோகில்லாக்கள் ஏற்றம் -233

8. வட இந்திய வணிக வகுப்பினர் 233
    சாதிகளும் புராணக் கதைகளும் -233
    கத்திரி -234
    கத்திரியர் சாதிக்கதை -235

அகர்வாலர் -236
ஓஸ்வால் -237
மகேசுவரி சாதியார் -239
குஜராத்தியர் -240

9. பஞ்சாரர்-பொதிமாட்டு வணிகக் கூட்டம் — 240

பதினெட்டில் வட இந்தியா -240
நாடோடிக் கும்பல்கள் -241
பஞ்சாரர் -241
நாடோடி வணிகர் -242
தோற்றுவாய் -242
டேவர்னியர் வருணனை 243
பொதிமாடு -243
நாலு கூட்டம் -244
பெண்கள் -245
கோசைன் கூட்டம் -245
பிற கூட்டங்கள் -245

10. அசோகர் பொறிப்புக் கண்டுபிடிப்பு -245
11. ஜோகான் செபஸ்தியான் பாக் -247

புள்ளிகள்

வெஸ்ட்மினிஸ்டர் பாலம் முற்றுப்பெறுதல் -249
பிரான்சில் கொடிய பஞ்சம் -249
ஆண்டு முழுவதும் ஐஸ்கிரீம் -249
சென்னையில் புதுக் கவர்னர் -249
வாரன் ஹேஸ்டிங்ஸ் வருகை -249
தூத்துக்குடியில் புராட்டஸ்டண்டுச் சர்ச்சு -250
கல்வாயியில் பிரிட்டிஷ் பண்டசாலை -250

வெடிப் பத்து

(1741-1750)

இந்தியாவின் தற்கால வரலாற்றுத் தொடக்கப் புள்ளிகளில் ஒன்றாகிய இக்காலப்பிரிவை வெடிப் பத்து என்போம். பிரிட்டிசார் சென்னைக் கோட்டையிலிருந்து மராட்டியரை நோக்கியும், பிரஞ்சுக்காரர் அதே ஜார்ஜ் கோட்டை மீதும், பரங்கிமலை, அடையாற்றிலும் இக்காலத்தே பீரங்கி கொண்டும் துப்பாக்கியாலும் வெடித்த வெடிப்புகள் இந்நாட்டு அரசியல் விடுதலைக்கு வைக்கத் தொடங்கிய வேட்டுகள் அன்றோ! போர்கள் மலிந்த இப்பத்தாண்டுக் காலத்தில் அரசியல் அடிமைத்தனம் திணக்கப்பட்டதை முதன்முதலில் தாங்கியது தென் பாரதமாகிய தமிழ்நாடு என்பதை இந்த வெடிப் பத்து விளம்பும்.

ப.சிவனடி

1741

அரசியல்

சென்னை ஜார்ஜ் கோட்டை மராட்டியர் முற்றுகை தோல்வி - பீரங்கி - வெடிமருந்து பற்றிய விரிந்த செய்திகள்.

குளச்சல் சண்டை - டச்சு வீரர் பிடிபடல்; டச்சு நாட்டு வரலாறு

திருச்சிராப்பள்ளிக் கோட்டை மராட்டியரிடம் - தாமல்செருவுச் சண்டை, அம்மையநாயக்கனூர்ச் சண்டை; சந்தா சாகிபு மராட்டியரிடம் சிறைப்படல்; ஆரல்வாய்மொழிக் கணவாய் ''பலச் சமநிலை'' - ''நீகிரோச் சதி''

கல்வி

கொழும்பில் ''ஆலந்துக்கார'' அச்சகம்.

பொருளியல்

வேணாடு: மிளகில் ஏகபோகம்

கண்டுபிடிப்பு

பேரிங்கு அலாஸ்காவை அடைதல்

வேளாண்மை

அமெரிக்காவில் அவுரி பயிரிடுதல்

மக்கள்

சீனமக்கள் தொகை 140 மில்லியன்

இறப்பு:

வைட்டஸ் பேரிங்கு (1681-1741)

1741

1. சென்னைக் கோட்டை: பீரங்கி, வெடிமருந்து வரலாறு

முகலாயப் பேரரசர் ஔரங்கசீபு (1618-1707) அகமது நகரில் 1707 பிப்ரவரி 20 அன்று இறந்ததும், முகலாயர் காவலில் இருந்து வந்த மராட்டியர் தலைவர் சாகு - சிவாஜியின் பேரர், சாம்பாஜியின் குமாரர் - விடுதலை பெற்று 1708 ஜனவரி முதல் நாளன்று சத்திரபதி என்று மராட்டிய மன்னராக முடிசூடிக் கொண்டார். அதன்பிறகு மராட்டியர் வரலாற்றில் ஏற்றம் தொடங்குகின்றது. சாகுவிற்குப் பல வழிகளில் துணை நின்று, பணமும், படையும் திரட்ட உதவியாயிருந்து வந்த பாலாஜி விசுவநாத் பேஷ்வாவாக 1713 நவம்பர் 17 அன்று சாகுவினால் அமர்த்தப்படுகின்றார்.

இந்திய அரசியலில் மராட்டியர்

ஔரங்கசீபிற்குப் பிறகு கிட்டத்தட்டப் பத்துப் பேர் இந்த 1741 ஆம் ஆண்டிற்குள் முகலாயர் அரியணையில் ஏறுவதும் இறங்குவதுமாயிருந்தனர். அவர்களுக்குள் தோன்றிய உள்பகையும் தன்னழிவும், மராட்டியரின் ஏற்றத்தில் புது அத்தியாயத்தைத் தோற்றுவித்தன. முதல் பேஷ்வா பாலாஜி விசுவநாத் (1713-1720) 1720 ஏப்ரல் 2 அன்று இறந்த பிறகு, பேஷ்வா என்ற தலைமையான அமைச்சர் பதவி அவருடைய சந்ததியினரின் பரம்பரை உரிமையாகவே, அவர் மகன் பாஜிராவ் அதே ஆண்டு ஏப்ரல் 20 அன்று இரண்டாவது பேஷ்வா ஆனார்.

பாஜிராவ் பேஷ்வா ஆனதும் மராட்டியர் தெற்கிலும் வடக்கிலும் தொடர்ந்து பல வெற்றிகளைக் குவிக்கின்றனர். மராட்டியர் குடி ஒன்று ஏற்கெனவே 1674 முதல் தஞ்சைத் தரணியை ஆண்டு கொண்டிருக்கின்றது. (அதன் மன்னராகத் துளசா என்பாரின் ஆட்சி இப்போது நடக்கின்றது.) அவர்கள் கர்நாடகத்திலும் வலுவாகக் காலூன்றலாயினர். அவர்களுக்கு மேலும் மேலும் வெற்றிகள் விளைந்த வண்ணம் இருந்தன. ஐதராபாது நிசாம் பாஜிராவிடம் 1738 ஜனவரியில் போபாலில் அடிபணிந்து விடுகின்றார். முகலாயப் பேரரசே மராட்டியர் என்றால் அஞ்சி நடுங்கியது என்பதை இ.ச.க.தொகுதி நான்கில் கண்டோம். இந்து தேசம் முழுமையிலும் மராட்டியரின் வலிமை குறித்துப் பேரச்சம் நிலவிய காலம் இது.

அவர்கள் இந்தியா முழுமையிலும் எழுச்சி பெற்று, அவர்களது குதிரைப்படைகள் விரைந்தேகியபோது எழுப்பிய குளம்பு ஓசையும், முகில் போன்ற தூசுப்படலமும் நாட்டின் நாலாப்பக்கங்களிலும் நடுக்கத்தையும் கிலியையும் உண்டாக்கின. இக்கால கட்டத்தில் ஆர்க்காட்டு நவாபு ஒருபுறமும், ஆங்கிலேயர், பிரஞ்சுக்காரர் என்ற ஐரோப்பியர் இன்னொரு புறமும் நாட்டில் அமைதியைப் போக்கி வந்தனர். அப்போது மராட்டியாரும் அப்போதைக்கப்போது வந்து தாக்கினர்; தாக்கினர் என்பது இடக்கரடக்கலான சொல்லாட்சி; ஏனெனில் அக்காலத் தாக்குதல்களும், ஈவிரக்கமற்ற கொள்ளி-கொள்ளையும் கண்ணீர்க் கதைகளேயாகும்.

மராட்டியர் இந்த 1741-இல் சென்னையில் ஆங்கிலேயரின் ஜார்ஜ் கோட்டையைத் தாக்கினர். சென்னையும் இக்கோட்டையும் இ.ச.க.மூன்றாம் தொகுதியில் விவரிக்கப் பட்டிருந்தது. ஆங்கிலேயர் பதினைந்தாம் நூற்றாண்டில் பிரஞ்சுக்காரரிடம், பிரஞ்சு

மண்ணான நார்மண்டியில் கண்ட துயரகரமான தோல்வியின் பிறகு கண்ட பட்டறிவை மனத்திற் கொண்டு பீரங்கியையும், வெடிமருந்தையும் முற்றாக அறிந்திராத இந்திய மண்ணில் எழுப்பிய இக்கோட்டையின் பாதுகாப்பிற்குப் பீரங்கியை இன்றியமையாத தாகக் கொண்டனர். ஐரோப்பாவில் பீரங்கிகளின் தாக்குதலால் கோட்டைகள் தவிடு பொடியாயிருந்ததாலும், இந்தியருக்கு வெடிமருந்தும், பீரங்கியும் தெரியாதென்பதால், இந்தியரைப் பொருத்தவரையில் இக்கோட்டை வெல்ல முடியாதது என்பதும், ஐரோப்பியர் தாக்குதலை இக்கோட்டையால் தாங்க முடியாது என்பதும் இதே நூற்றாண்டில் மெய்ப்பிக்கப்பட்டதற்கு இரண்டு சான்றுகளை இனிமேல் காணலாம்.

வெடிமருந்து

போரியல் வரலாற்றின் மிகவும் முக்கியமான கண்டுபிடிப்புகளில் பேரழிவை உண்டாக்கவல்ல வெடிமருந்து ஒன்றாகும். அதை எப்படிச் செய்வது என்பது மேலையுலகில் முதன்முதலில் வெளியானபோது, போரைத் தொழிலாகக் கொண்டவர்களின் கவனத்திற்கு வராமல் போனது. வெடிமருந்தை முதன்முதலில் கண்டுபிடித்தவர் யார்? அதை ஒரு குழாயினுள் கெட்டித்து எறிபடையாகப் பயன்படுத்துவது குறித்து எங்கு, யாரால் முதலில் சிந்திக்கப்பட்டது? இவையெல்லாம் நமக்குத் தெரியவில்லை.

வெடிமருந்து சீனத்தில் செய்யப்பட்டது என்ற கருத்தும் உண்டு. ஆனால் வெடிமருந்து செய்யும் முறையை மேலையுலகில் முதலில் கூறியவர் ரோஜர் பேக்கன் *(1214-1292)* ஆவார். அவர் பிரான்சிஸ்கன் சபைத் துறவி, கற்றறிந்த விற்பன்னர்; எதையும் சோதித்து அறிவதன் முக்கியத்துவத்தை உணர்த்தியவர். ஒரு பொருள் எரிவதற்குக் காற்று வேண்டும் என்று கண்டு சொன்னவர். கண் பார்வையைச் சரி செய்யக் கண்ணாடியை முதன் முதலில் பயன்படுத்தியவரும் ரோஜர் பேக்கனே. அவர் தன் காலத்து அறிவியல் துறைகள் அனைத்தின் விளைபயன்களையெல்லாம் 1266 ஆம் ஆண்டு ஒரு நூலாகத் தொகுத்தார்.

ரோஜர் பேக்கன் வெடிமருந்து செய்யும் முறையை ஒரு நூலில் 1260 ஆம் ஆண்டு எழுதியிருந்தார். ஏழு பங்கு வெடியுப்பும், ஐந்து பங்கு கரித்தூளும், ஐந்து பங்கு கந்தகமும் சேர்த்தால் ''அக்கலவையைக் கொண்டு பெரிய மின்னலையும், இடி முழக்கத்தையும் உண்டாக்கலாம்'' என்று பேக்கன் அதில் கூறியிருந்தார். ஆனால் அவர் கிறித்தவ மத பீடத்திற்கு அஞ்சி வெடிமருந்து செய்யும் முறையைக் கரந்துரை மொழியாக எவரும் அறியாதவாறு எழுத்துக்களை மாற்றியமைத்துப் புதிர் போல் எழுதி வைத்து விட்டார். அது பல காலம் அறியப்படாதிருந்தது.

பீரங்கி

பைசாந்தியப் படையினரும், முஸ்லிம்களும் பல காலமாகவே எரியக்கூடிய ஒரு பொருளைப் போரில் ஈடுபடுத்தி வந்திருக்கின்றனர். அதை அவர்கள் கிரேக்க நெருப்பு என்று பொருத்தமில்லாது அழைத்தனர். அது கோட்டை முற்றுகையின் போது, அல்லது கடற்போரில் கவண் போன்ற ஓர் எறிடையினால் ஆக்கப்பட்ட நெருப்புப் பந்தாக இருந்தது. அம்முறையை மாற்றி உள்ளெரி நெருப்பைக் கொண்டு எறிபடைகளை ஏவுவதென்பது மிகவும் கடினமானதும், ஆபத்து நிறைந்ததுமான வேலையாகும். எனினும் அத்தகைய நுட்பத்திறன் அப்போது தோன்றவில்லை.

இப்படிப்பட்ட ஓர் எறிபடையைச் செய்வதற்கு உலோக வார்ப்படத் தொழில் நுட்பமும், வேறு சில நுட்பத் திறன்களும் வேண்டியிருந்தன. அப்போது ஐரோப்பாவில் அத்தகைய உலோக வார்ப்பட நுட்பத் திறன் வேறோர் அமைதிப் பணியில் ஈடுபடுத்தப் பட்டிருந்தது. அதாவது, உலோக மணிகளை வார்த்தெடுக்கும் நுட்பத்திறன் மிக்கோங்கியிருந்தது. அந்நுட்பத் திறனைக் கொண்டு எறிபடைகளை வார்ப்பது என்பது அதில் மிகவும் எளிதான அடுத்த கட்டமேயாகும். எறிபடையான இக்குழாய்களை வார்க்கும் வேலை பதினான்காம் நூற்றாண்டில்தான் முதலில் தொடங்கியது என்று தோன்றுகின்றது.

ஒரு நாளில் ஒருமுறை மட்டுமே சுடக்கூடிய பெரிய எறிபடையான மார்டார் *(Mortar)* பீரங்கியை வைத்து முதலில் சோதனை செய்தனர். பல குழாய்களைச் சேர்த்துக் கட்டிப் பின்வழியாக வெடிமருந்தைக் கெட்டித்துச் சுடுகின்ற படுமோசமான பொறிகளாக அத்தகைய பீரங்கிகள் இருந்தன. வரலாற்று இடைக்காலக் கைவினைஞர்கள் மிகவும் அருமையான முறையில் எறிபடைக் குழாய்களை வேதாளம், பேய் இவற்றின் வடிவில் வார்த்தெடுத்தனர். பழங்காலத்தில் அச்சிடப்பட்ட புத்தகங்களில் அவற்றின் படங்களைக் காணலாம். பின்னர் பதினைந்தாம் நூற்றாண்டில் இரண்டு படைக்கலன்கள் படிமுறை வளர்ச்சி பெற்று, அடுத்த ஐநூறாண்டுக் காலப் போர் முறையில் மேலோங்கி நின்றன. அவை நாம் இன்று மிகத் தெளிவாக அடையாளம் கண்டு கொள்ளக் கூடிய வடிவங்களை எடுத்தன; ஒன்று பீரங்கி, மற்றொன்று துப்பாக்கி.

நூற்றாண்டுப் போரில் (1337-1453) பீரங்கி

நூற்றாண்டுப் போர் என்பது இங்கிலாந்திற்கும், பிரான்சிற்குமிடையே விட்டு விட்டு வரிசையாய் *1337* முதல் *1453* வரை நடந்த சண்டையைக் குறிக்கும். இந்தப் போரின் இரண்டாம் பாதியில் போர் முறையின் அமைப்பையே பீரங்கி தலைகீழாக மாற்றிவிட்டது. பீரங்கி வெறும் உருளை வடிவினதாயிருந்து படிமுறை வளர்ச்சி பெற்றுச் சரியான பீரங்கியாக வடிவெடுத்தது. பீரங்கியை வார்த்தெடுக்கும் புதிய முறைகள் தோன்றிவிட்டன. அவை உறுதியும், வலிமையும் மிக்கனவாயிருந்தன. அவற்றால் *200* இராத்தல் (சுமார் *90* கிலோகிராம்) கனமுள்ள எறிபடைகளை வீச முடியும்.

பீரங்கியும் ஜோன் ஆஃப் ஆர்க்கும்

பிரஞ்சுக்காரரிடையே *14,15* ஆம் நூற்றாண்டுகளின்போது தன் நாடு, தன் மொழி, தன் இனம் என்ற தேசிய உணர்வு, தோன்றியதன் விளைவாக மூண்ட இந்த நூற்றாண்டுப் போரில் அம்மக்களின் தேசிய உணர்ச்சிக்குச் சின்னம் என்று விளங்குபவர் ஜோன் ஆஃப் ஆர்க் என்ற எளிய குடியானவப் பெண்ணாவார்.

ஆங்கில மன்னரான ஐந்தாம் ஹென்றி *(1387-1422;* அரசிருந்த காலம் *1413-1422) 1419* வாக்கில் வட பிரான்சில் உள்ள நார்மண்டி முழுவதையும் வென்று விட்டார். ஆனால் பிரஞ்சுக்காரர் *1453* ஆம் ஆண்டிற்குள் ஆங்கிலேயரைத் தமது மண்ணிலிருந்து விரட்டி விட்டனர். பிரஞ்சுக்காரரின் இந்த வெற்றிக்கு ஜோன் ஆஃப் ஆர்க் *(1412-1431)* தலையாய சக்திகளுள் ஒன்றாக விளங்கினார். இப்பெண்மணி படைக்குத் தலைமை ஏற்றுச் சென்று வட பிரான்சின் நடுப்பகுதியில் லோயர் ஆற்றின் கரை மீதுள்ள ஆர்லியன்ஸ் என்ற நகரத்தை *1429* ஆம் ஆண்டு ஆங்கிலேயரிடமிருந்து விடுவித்தார்.

அந்த வீராங்கனை பீரங்கிகளைச் சுடுவதற்கு ஆயத்தம் செய்வதில் வல்லவர் என்று வெகுவாகப் பாராட்டப்பட்டார். அவர் பிரஞ்சுக்காரரின் தேசிய வீராங்கனையாக விளங்கினார். ஆங்கிலேயர் அவரை இறுதியாக 1430 இல் பிடித்துத் தீயிட்டுக் கொளுத்தி விட்டனர். (அவரை கத்தோலிக்க மதபீடம் 1920 ஆம் ஆண்டு புனிதர் (*Saint*) நிலைக்கு உயர்த்தியது.)

பிரஞ்சுக்காரர் நூற்றாண்டுப் போரின் இந்தக் கட்டத்தில் மேலோங்கி நின்றதற்குப் பீரங்கிப் பலமே தலையாய காரணமாகும். பீரங்கிப் படையின் முதல் மாவீரர் பியூரோ (*Jean Bereau*) ஆவார். அவரைப் பற்றி 1439 ஆம் ஆண்டுதான் கேள்விப்படுகின்றோம். பிரஞ்சுக்காரர் அவ்வாண்டு மீயூ (*Meaux*) என்ற இடத்தை முற்றுகையிட்டு வென்ற நேரத்தில் நாம் பியூரோ பற்றி அறிகின்றோம். அவரும், அவர் சகோதரரும் நார்மண்டியை ஆங்கிலேயரிடமிருந்து மீட்பதற்காக நடந்த வெற்றிகரமான அறுபது கோட்டை முற்றுகைகளில் கலந்து கொண்டனர். கேஸ்டிலோன் (*Castillon*) என்ற இடத்தில் 1453 இல் நடந்த சண்டையில் பியூரோவின் தலைமையிலிருந்த பிரஞ்சுப் பீரங்கிப் படையில் 250 பீரங்கிகள் இருந்தன. அவை பல முனைகளில் இருந்தும், வரிசையாகவும் அமைந்து சுட்டு ஆங்கிலேயரில் பலரைக் கொன்றன.

ஜோன் ஆஃப் ஆர்க்

வரலாற்றை மாற்றிய வெடிமருந்து

ஆங்கில முடி மன்னர் தன் நிலப்பரப்பைக் காப்பாற்றுவதற்காகப் பிரஞ்சு மண்ணில் எழுப்பியிருந்த கோட்டைகளெல்லாம் பிரஞ்சுப் பீரங்கித் தாக்குதல்களால் இடிந்து தகர்ந்து போயின. அதுவரையிலும் ஆங்கில இராணுவம் தான் ஐரோப்பாவில் தலை சிறந்தது என்ற மேலான நிலையைப் பெற்றிருந்தது. அந்நிலை இதற்கடுத்த ஐம்பதாண்டுகளில் தகர்ந்து போயிற்று. வெடிமருந்தும் பீரங்கியும், கோட்டைகளையும், கவச ஆடை களையும் பயனற்றுப் போகச் செய்தன. வட பிரான்சில் கிரசி (*Crezy*) ஏசின் கோட் (*Agin court*) என்ற சிற்றூர்களின் வில்லாளிகள் பெரும் புகழ் பெற்று விளங்கிய நிலை மாறிப் பீரங்கிகள் வந்த பின்னர், அவர்கள் வரலாற்று அதிசயங்களின் வரிசையில் இடம் பெற்று விட்டனர்.

வெடி மருந்தானது பதினைந்தாம் நூற்றாண்டு முடிவு முன்னரே, வழக்கிலிருந்த போர்த் தந்திர, வியூக மரபுகள் அனைத்தையும் தலைகீழாக மாற்றி விட்டது. நாம் வியத்துநாமில் வீசப்பட்ட நப்பாம் என்ற சுழல் வீச்சு அழல் குண்டைப் பற்றிக் கசப்பும் வெறுப்பும் கொண்டு குறை கூறியதைப் போலவே, அன்று மக்கள் வெடி மருந்தை வைத்துக் கெட்டித்துச் சுடப்பட்ட பீரங்கியையும், துப்பாக்கியையும் பற்றிக் கசந்து கொண்டனர். இவ்விரண்டும் புத்துயிருட்டப் பெற்ற பதினைந்தாம் நூற்றாண்டுப் பிரஞ்சுப் படைகளில் கையாளப்பட்டு, அவை ஆங்கிலேயரை நோக்கி நன்கு ஏவப்பட்டன.

துப்பாக்கியும், பீரங்கியும் வந்ததற்கு முன்னர் வலிமை வாய்ந்த குதிரைப் படைகளை லாங்போ (*Longbow*) என்ற நீள் வில், பைக் (*Pike*) என்ற ஈட்டி முதலியவையும், பின்னர் கள பீரங்கியும் (*Field Cannon*) கொன்றழித்தன. ஆனால் கடைசியாகக் கூறப்பட்ட பீரங்கி மட்டும்தான் நிலைபெற்றுத் தன் முழுவடிவம் மாறாது நெடுங்காலமாக இன்றும் நிலைத்து நிற்கின்றது. அவற்றின் தொழில் நுட்பத் திறனும் அறிவியல் வளர்ச்சிக்கு இணங்க, இந்த ஐந்து நூற்றாண்டுகளில் கற்பனையை மிஞ்சும் வளர்ச்சி அடைந்துள்ளன. முதலாம் எலிசபெத்தின் ஆட்சிக் காலத்தில் (1533-1603; அரசிருந்த காலம் 1558-1603) லாங்போ என்ற நீள் வில்களைக் கைவிட வேண்டும் என்று 1595 இல் ஆணை பிறப்பிக்கப்பட்டது என்பதும் இப்புதிய எறி படைகளின் இன்றியமையா எழுச்சியைத்தான் காட்டுகின்றது.

கப்பலில் பீரங்கி

கோட்டைகளைச் சுவடு தெரியாமற் செய்யவல்ல பீரங்கிகள் இதன் பிறகு கோட்டைகளைக் காத்து நிற்பதற்காக அரண்களின் மேல் ஆங்காங்கே நிறுத்தி வைக்கப்பட்டன.

இங்கிலாந்தின் எட்டாம் ஹென்றி (1491-1547; அரசிருந்தது 1509-1547) தன் ஆட்சிக் காலத்தில் தகுந்த பீரங்கிகளைக் கப்பல்களில் நிறுவி, மிக முக்கியமான புத்தாக்கத்தை உண்டாக்கினார். அதன் விளைவாக அத்தகைய பெரிய பீரங்கிகளைக் கப்பலின் உயரமான கோடி மேடைகளிலும் (*Poop*) முன்புறத்துச் சிறு மேடைகளிலும் (*Fore Castle*) நிறுத்துவது பொருத்தம் அன்று என்று கண்டறியப்பட்டு கப்பலில் பீரங்கிகளை அமைக்கும் முறையில் மேலும் பல மாறுதல்கள் கொண்டு வரப்பட்டன. களங்களிலும், கோட்டைகளிலும் பாதுகாவலுக்கும் தாக்குதலுக்கும் உதவியாக அமைந்த பீரங்கிகள், இப்போது கடலில் கலங்களின் பாதுகாப்பிற்கும், போர்த் தாக்குதலுக்கும் பயன்பட்டன.

எட்டாம் ஹென்றி காலத்தில் மரக்கலங்கள் மீது பீரங்கிகள் ஏற்றப்பட்ட பிறகுதான் ஒரு கப்பல் போர்க் கப்பலா அல்லது வாணிபக் கப்பலா என்று அடையாளங் காண முடிந்தது. இத்திருத்தம் ஏற்பட்ட பிறகுதான் மரக்கலங்கள் அருகருகே நின்று கைகலக்கும் நிலை மாறி, அணி வகுத்து எட்ட நின்று போரிடும் தந்திரம் உண்டானது. சண்டையிடுவதற்கென்று இதுவரை கப்பலுக்குக் கொண்டுவரப்பட்ட படை வீரர்களின் பணியை மாலுமியரே ஏற்றுப் போர் வீரர் (மரைன்) ஆனதும் இதன் பிறகேயாகும்.

இந்தியாவில் பீரங்கி

பாபர் (1483-1530; 1526 இல் முதல் முகலாய மன்னரானார்) தான் இந்தியாவில் முதன் முதலாகக் களப் பீரங்கியைப் பயன்படுத்தினார் என்று அறிகின்றோம். அவர் 1526 ஏப்ரல் 21 அன்று இபுராகிம் லோடியின் (1517-1526) படைகளுக்கு எதிராகப் பானிப்பட்டுப் போரில் பீரங்கியை ஈடுபடுத்தினார். அவரிடம் இரண்டு பீரங்கிகள் மட்டுமே இருந்தன என்று கூறுவர். பானிப்பட்டு வெற்றி வில்லாளிகளின் வெற்றி என்று பாபரே வருணிக்கின்றார். (இ.ச.க.தொகுதி-1) பாபர் அதற்கடுத்த ஆண்டு 1527 மார்ச்சு 16 அன்று இரசபுத்திரரின் மேவாருக்கு எதிரான போரிலும் பீரங்கியை ஈடுபடுத்தினார் என்று அறிகின்றோம்.

பீரங்கி இரகசியம்

ஐரோப்பியர் இந்தியாவில் பீரங்கி நுட்பத்தை மிகவும் மறைவடக்கமாக வைத்திருந்தனர். இந்தியர் பீரங்கிகள் வார்ப்பதை அறிந்து கொள்ளக் கூடாது என்பதில் கண்ணுங் கருத்துமாயிருந்தனர். ஆனால் பல்வேறு ஐரோப்பிய நாட்டினர் இந்திய நாட்டரசர்களிடம் பீரங்கி வார்ப்படம், பீரங்கி சுடுதல் முதலிய பணிகளில் சேர்ந்து கொண்டதால், இந்தியப் போரியலிலும் பதினெட்டாம் நூற்றாண்டு வாக்கில் பீரங்கி முக்கிய இடம் பெற்றது.

இந்தியாவில் பீரங்கி செய்வதில் முன்னேற்றம் ஏற்பட்டு விட்டதால், முகலாயர் பாணிப் பாதுகாப்பு முறைகளையே முற்றிலும் மாற்ற வேண்டிய நிலை பதினெட்டாம் நூற்றாண்டில் உண்டானது. இந்திய வீரர் ஐரோப்பிய முறைப் பயிற்சி பெற்றுக் கையாளும் படைக்கலன்கள் என்ற நிலையைத் துப்பாக்கியும், பீரங்கியும் பெறலாயின. இது வெறும் போரியல் துறை மாற்றம் மட்டுமன்று இவற்றின் துணை கொண்டு சிறு எண்ணிக்கையினரான மக்களும் பரந்து விரிந்த ஒரு நாட்டின் பேரெண்ணிக்கையினரான மக்களின் அரசியல் வாழ்விலும் ஒரு பெரிய மாற்றத்தை ஏற்படுத்த இயன்றது என்பதையும் இதிலிருந்து அறியலாம்.

ஜார்ஜ் கோட்டை அமைப்பு

பீரங்கி - வெடிமருந்து இணைவதால் உண்டாகும் பேராற்றலைப் பதினைந்தாம் நூற்றாண்டிலேயே கண்டுணர்ந்து ஆங்கிலேயரைவிட, அவர்களின் ஜார்ஜ் கோட்டையைத் தாக்கிய மராட்டியர், இதில் கிட்டத்தட்ட மூன்று நூற்றாண்டுகள் பின்தங்கியிருந்தமையால், இம்முற்றுகையில் தோற்றனர் எனலாம். அது மட்டுமன்று. ஜார்ஜ் கோட்டைக்கு இயற்கை அரண்களாகக் கிழக்கில் வங்கக் கடலும், தெற்கில் கூவம் ஆறும் நீரரண்களாக அமைய, வடக்கு தெற்கு, மேற்கு ஆகிய முத்திக்குகளிலும் கிட்டத்தட்டப் பிறை வடிவில் மதிலரண்களும் நின்றன. அவை 1639 இல் முதலில் கட்டப்பட்ட போது, இருவரிசையில் மதில்கள் இருந்தன. அவையிரண்டும் நீள்சதுர வடிவில் ஒன்றிற்கொன்று பரந்த இடைவெளி விட்டுச் சுற்றிக் கட்டப்பட்டிருந்தன. உள் மதிலினுள் கோண வடிவில் ஒவ்வொரு மூலையிலும் கிழக்கு, மேற்கு மதில்களில் இருந்த வாயில் ஒவ்வொன்றிலும் பரிகம் (Bastion) என்ற அரண் அமைக்கப்பட்டிருந்தது.

புறமதிலில் ஒவ்வொரு மூலையிலும், இத்தகைய பரிகங்கள் இருந்தன. இவ்விரு மதில்களுக்கும் இடைப்பட்ட பரந்த வெற்றிடத்தில் படை வீடுகளும், அலுவலகங்களும், வெடி மருந்துக் கிடங்குகளும், ஒரு சர்ச்சும் இருந்தன.

முகலாயர் இக்கோட்டையை 1702 இல் முதலாவதாகத் தாக்கினர். ஔரங்கசீப்பின் படைத்தலைவரான தாவூது கான் தலைமையில் அப்போது மூன்று மாதம் முற்றுகை நடந்தும் கோட்டை பணியவில்லை. அதற்கு முப்பத்தொன்பது ஆண்டுகளுக்குப் பிறகு இப்போது மராட்டியர் நடத்திய முற்றுகையும் தோற்றது. இக்கோட்டை இந்தியர்களிடம் பிடிபடவில்லை யெனினும், 1746 ஆம் ஆண்டு ஆறு நாள் சண்டைக்குப் பிறகு, பிரஞ்சுக்காரரிடம் சரணடைந்த செய்தியைப் பின்னர் காண்போம்.

2. மார்த்தாண்ட வர்மனிடம் சிறைப்பட்ட டச்சு வீரர்

வேணாடு என்ற திருவிதாங்கூரின் மன்னராக மார்த்தாண்ட வர்மன் 1719 இல்

அரியணை ஏறியதும் நாட்டில் ஆட்சி முறையைச் சீர்படுத்தி, ஆட்சிப் பொறுப்பைச் செவ்வனே ஏற்று நடத்தும் திறமை வாய்ந்த தளவாய், தளபதிகள் முதலானோரின் உதவியுடன் நாட்டை நடத்திச் சென்றார்.

மதுரை நாயக்கரிடம் உதவி பெற்று வேணாட்டிற்குக் கொண்டு வந்திருந்த படையைத் திருப்பியனுப்பினார்; நாயர் படையை வலுப்படுத்தினார். அத்துடன் தமிழ்நாட்டு மறவர் படைப்பிரிவு ஒன்றையும் உண்டாக்கினார். மார்த்தாண்ட வர்மனைப் பற்றிய செய்திகள் இ.ச.க.தொகுதி-3 ல் கூறப்பட்டுள்ளன. அவர் 1731 இல் தொன்மையான பத்மநாபசுவாமி கோயிலுக்குச் செய்த திருப்பணியை நான்காம் தொகுதியின் முதற்கட்டுரையில் காணலாம்.

அவர் அரசுரிமையேற்ற சிறிது காலத்திற்குள் வேணாட்டைச் சூழ்ந்திருந்த சிற்றரசர்களான நாடுவாழிகளையும், தேசவாழிகளையும் வென்றடக்கித் தன் அரசின் பரப்பை விரித்தார். அதனால் திருவிதாங்கூர் வலிமை மிக்கோங்கியது. ஆனால் மார்த்தாண்ட வர்மனின் ஆதிக்க விரிவு தம் வணிக நலன்களுக்கு இடையூறாகு மென்று டச்சுக்காரர் அஞ்சினர். வேணாட்டு மன்னர் நாடுவாழிகளையும், தேசவாழிகளையும் தொடக்கூடாது என்று எச்சரித்தனர். டச்சுக்காரர் இக்காலத்தில் இந்தியாவின் பல பகுதிகளில் வாணிபம் புரிந்து வந்தனர்.

பேரிந்தியத்தில் டச்சுக்காரர்

டச்சுக்காரரின் நாடு நெதர்லாந்து ஆகும். இது வடமேற்கு ஐரோப்பாவில் வடகடலின் கரை மீதுள்ளது. இந்த முடியரசிற்கு ஆலந்து என்ற பெயரும் உண்டு.

இந்நாட்டின் மக்கள் தமிழில் டச்சுக்காரர் என்றும், ஒல்லாந்தர் என்றும் அழைக்கப் படுகின்றனர். இச்செய்திகள் இ.ச.க.தொகுதி-3 ல் சுருக்கமாகச் சொல்லப்பட்டிருந்தன.

நெதர்லாந்தின் வாணிபத் தலைநகராக விளங்கும் ஆம்ஸ்டர்டாம், சுமார் நூறு தீவுகளின் மீது கட்டப்பட்டுப் பின்னல் வலை போன்று கால்வாய்களால் இணைக்கப்பட்டது. அந்நகரத்தின் வணிகர்கள் ''தொலை நாடுகள் கம்பெனி'' (*Distant Lands Company*) என்ற பெயரில் ஒரு வாணிப நிறுவனத்தை அமைத்துக் கெய்சர் (*Keyser*), ஹௌட்மன் (*Houtman*) என்ற இருவரின் தலைமையில் ஒரு தேட்டக்குழுவை முதன்முதலில் **1595** இல் அனுப்பினர். அதற்கு வேண்டிய பணத்தையும் கொடுத்தனர். இந்தத் தேட்டப் பயணத்தின் இலக்கு இந்தியா அன்று. மணக்காரப் பொருள் வாணிபத்தின் மையமான இந்தோனேசியத்தை நோக்கித்தான் அவர்கள் புறப்பட்டனர். அவர்கள் அங்கு ஜாவா தீவில் பாண்டம் என்ற இடத்தில் மக்களுடன் தொடர்பை ஏற்படுத்தினர். (ஜாவா தீவு போர்னியோவின் வடக்கிலுள்ளது. இந்தோனேசியத்தின் அரசியல் முக்கியத்துவம் வாய்ந்த தீவு. இங்கு குமுறிக் கொண்டிருக்கும் பல எரிமலைகள் உள. நெருங்கி அடர்ந்த காடுகள் சூழ்ந்தது. இன்று உலகில் மக்கள் அடர்த்தி மிக்க இடங்களுள் ஒன்றாகும்.) டச்சுக்காரர் ஜாவாவை **1596** இல் தமது ஆதிக்கத்தில் கொண்டு வந்தனர். போர்த்துக்கீசர் ஜாவா செல்வது அரிதாக இருந்தமையால், டச்சுக்காரர் அதைத் தொலைக் கிழக்கில் தேர்ந்தெடுத்தனர்.

''வணிகக் கனவான்கள்''

டச்சுக்காரர் தம்மை ''வணிகக் கனவான்கள்'' என்று கூறிக் கொண்டு மலாக்காவில் (இது மேற்கு மலேசியத்தின் தென்மேற்குப் பகுதியில் உள்ளது) நிலைபெற்றிருந்த போர்த்துக்கீசருடன் ஜாவானியர் நடத்தி வந்த போராட்டத்திற்கு ஆதரவு தர முன்வந்தனர். அதனால் ஜாவானியர் டச்சுக்காரரை மனமுவந்து வரவேற்றனர். (ஜாவா பழந்தமிழில் சாவகம் என்று பெயர் பெற்றிருந்தது. பாரதியும் இப்பெயரையே ஆண்டார்.) ஹௌட்மன் ஜாவாவிலிருந்து பெரிய அளவில் பண்டங்களைக் கப்பலில் கொண்டு செல்லவில்லையெனினும், சிறு அளவான அவற்றை விற்றதிலிருந்து கிடைத்த பெரும் பேராதாயமானது, கடலோடிப் பொருளீட்டும் ஆர்வத்தைத் தூண்டியது. ஆலந்தைச் சேர்ந்த வணிக நிறுவனங்கள் **1594-1601** ஆகிய ஏழாண்டுக் காலத்தில் இந்தோனேசியத்திற்குப் பதினைந்திற்குக் குறையாத பயணங்களை மேற்கொண்டன. அப்போது அங்கு மொத்தம் **65** கப்பல்கள் சென்றன.

இந்தியாவில் வீவோசி

எனினும் **1602** ஆம் ஆண்டில்தான் *VOC* என்று சுருக்கமாக அழைக்கப்படும் டச்சுக் கிழக்கிந்தியக் கம்பெனி அமைக்கப் பெற்றது. டி உல்ஃபு, லேஃபர் என்ற இருவர் அக்கம்பெனிக்காக அதே ஆண்டு சூரத்தை அடைந்தனர். வான்தெர் ஹேகன் என்ற டச்சுக்காரர் **1604** -இல் கள்ளிக் கோட்டை மன்னரான சாமுதிரியுடன் ஓர் உடன்படிக்கை செய்தார். பீட்டர் ஐலாஃபு, வில்லியம்ஸ் என்ற இருவர் மச்சிலிப்பட்டினத்தில் **1605** ஆம் ஆண்டு ஒரு பண்ட சாலையை நிறுவித் துணி வாணிபத்தில் ஈடுபடலாயினர். பிரிட்டிசார் அதற்குச் சுமார் ஆறேழு ஆண்டுகளுக்குப் பிறகுதான் மச்சிலிப்பட்டினத்தில் வாணிபம் புரிய வந்தனர். (மச்சிலிப்பட்டினம் என்ற மசூலிப்பட்டினம் பற்றிய செய்திகள் இ.ச.க.தொகுதி-3 காண்க. இது சுமார் பதினைந்தாம் நூற்றாண்டிற்கு முன்னரே கிழக்குக் கரையில் மிகவும் முக்கியமான துறைமுகமாய் இருந்து வருகின்றது.

அரபுகளுடனும் தொடர்புடையது.) இவையே டச்சுக்காரர் இந்தியாவுடன் தொடர்பு கொண்ட தொடக்க காலத்துச் செய்திகளாகும்.

இங்ஙனம் தொலைக் கிழக்கிலும், இந்துமாக்கடல் பகுதிகளிலும் வீவோசி என்று அழைக்கப்பட்ட ''ஒன்றுபட்ட கிழக்கிந்தியக் கம்பெனியின்'' *(United East India Company)* விரிந்து சென்ற பெரும் பணிகளை நடத்திச் செல்வதற்கென்று, பியட்டர் போத் *(Pieter Both)* முதல் தலைமை ஆளுநராக 1609 இல் அமர்த்தப்பட்டார்.

ஜான் பியட்டர்சூன் கோயன் *(Jan Pieterszoon Coen)* தலைமை ஆளுநரானதும் *(1618-1623)* ஜாவாவின் பாண்டத்திலிருந்த கம்பெனித் தலைமையகத்தை வடமேற்கு ஜாவாவில் யாகார்த்த என்ற நகரத்தை நிறுவி, அங்கு மாற்றினார். இன்று இந்தோனேசியத்தின் தலைநகராக விளங்கும் யாகார்த்த நகரம் டச்சுக்காரரால் 1619-இல் நிறுவப்பட்டது. அதற்கு படேவியா என்று ஜான் பியட்டர்சூன் கோயன் புதுப் பெயரிட்டார். அவர் அதை ஓர் ஐரோப்பிய நகரமாக அமைத்தார்.

கோயன் புராட்டஸ்டண்டு என்ற சீர்திருத்தக் கிறித்துவக் கோட்பாட்டில் மிகுந்த கண்டிப்பான போக்குள்ளவர் என்று போர்த்துக்கீசர் அவரைக் குறை கூறினர். அண்டோனியோ வான் டைமன் *(Antonio Van Diemen)* என்ற டச்சுத் தலைமை ஆளுநருக்கும் *(1636-1645)* இந்தக் கூற்றுப் பொருந்தும். ஏனெனில் அவரது காலத்தில்தான் டச்சுக்காரர் படேவியாவை வலிமை மிக்க கோட்டையாக்கி, மலாக்காவைப் போர்த்துக்கீசரிடமிருந்து 1641 இல் கைப்பற்றி, அவர்களை தென்கிழக்காசியாவை விட்டே கிளப்பி விட்டு, அந்த இடத்தில் அமர்ந்து விட்டனர்.

மிளகில் ஏகபோகம்

டச்சுக்காரர் 1656 இல் கொழும்பைக் கைப்பற்றியதும், போர்த்துக்கீசரை 1658 இல் இலங்கையை விட்டே வெளியேற்றினர். இந்தியாவின் மேற்குக் கரையிலும் போர்த்துக்கீசரை ஒடுக்கினர். கொல்லம், கண்ணனூர், கிராங்கனூர் ஆகிய ஊர்களைப் போர்த்துக்கீசரிடமிருந்து 1661-இல் கைப்பற்றினர். பின்னர் 1663 இல் கொச்சியையும் பிடித்தனர். டச்சுக்காரர் இவ்வாறு மணக்கார பண்ட வாணிபத்தில் மிக உயர்ந்த நிலையைப் பதினேழாம் நூற்றாண்டின் பிற்பாதியில் அடைந்து விட்டனர்.

மணக்காரச் சரக்குகளின் விளைநிலமான இந்தோனேசியம் டச்சுக்காரர் கையில் இருந்தது. அவற்றின் இன்னொரு மையமான மிளகு நாடாகிய சேரத்தின் பெரும் துறைமுகங்கள் அனைத்திலிருந்தும் கிட்டத்தட்டப் போர்த்துக்கீசரை விரட்டி விட்டு எதிர்ப்பாரற்ற நிலைமையில் அவர்கள் இருந்தனர். அவர்கள் 1660 ஆம் ஆண்டுகளில் கொச்சியில் அமர்ந்து மிளகு வாணிபத்தில் ஏகபோகம் வகித்து வந்தனர். எனினும் டச்சுக்காரரால் அந்த உயர்ந்த நிலையில் நீடித்து எல்லாக் காலத்திலும் நிற்க முடியவில்லை. வடக்கில் புத்துயிர் பெற்ற கள்ளிக்கோட்டைத் துறைமுகமும், தெற்கில் மார்த்தாண்டவர்மனால் ஆளப்பட்ட வேணாடும் பதினெட்டாம் நூற்றாண்டின் இக்காலக்கட்டத்தில், டச்சுக்காரரின் ஏகபோகத்தை எதிர்த்து அறைகூவல் விடுத்தன.

பிரிட்டிஷ் தனி வணிகரும் மிளகு வாணிபத்தில் முழு மூச்சில் ஈடுபட்டனர். அவர்கள் பதினெட்டாம் நூற்றாண்டின் பிற்பாதியில் கொச்சிக்காரரான எசக்கியில் ரகாபி, கள்ளிக்கோட்டையின் ஹாஜி யூசூஃபு, தலைச்சேரியின் சௌக்கர மூசா போன்ற பெரிய வணிகர் சிலரின் உதவியுடன் மிளகையும், சந்தனத்தையும் கொள்முதல் செய்து தலைச்சேரிக்குக் கொண்டு சென்றனர். இது கொச்சியிலிருந்த டச்சுக்காரருக்குப் பெரிய சாபக்கேடாய் முடிந்தது.

மிளகில் வேணாட்டு ஏகபோகம்

சேரத்தின் மிளகு வாணிபம் மீது உரிமை கொண்டாடிய மற்றொரு பெரும் புள்ளி வேணாட்டு மன்னரான மார்த்தாண்ட வர்மன் ஆவார். அவர் மிளகு வாணிபத்தில் உண்டாக்கிய அரச ஏகபோக உரிமை முறை, மிளகு வாணிப வரலாற்றில் தனித்தன்மை வாய்ந்ததாகும். அவர் உருவாக்கிய இந்த ஏகபோக வாணிப ஏற்பாட்டின்படி, திருவிதாங்கூர் வணிகர்கள் அரசின் ஆள்களாக இருந்து, அரசின் வணிகத் துறை நிறுவியிருந்த கிடங்குகளுக்கு நிர்ணயிக்கப்பட்ட விலையில் மிளகைக் கொடுத்தனர். அதற்கு அவர்கள் குறிப்பிட்ட ஒரு தொகையை அரசிடமிருந்து தரகாகப் பெற்றனர். மிளகு விளைவித்தவர்களுக்கும், அரசு நிர்ணயித்த விலை தரப்பட்டது. இங்ஙனம் அரசு கொள்முதல் செய்த மிளகை இறுதியாக விற்ற போது பெருத்த ஆதாயம் கிடைத்தது.

டச்சுக்காரர் அச்சுறுத்தல்

இந்தியா, இலங்கை, இந்துமாக்கடல் தீவுகள், இந்தோசீனம் என்று பேரிந்தியமாகிய இந்துமாக்கடல் பகுதியெங்கும் விரிந்து பரந்திருந்த டச்சுக்காரரால் இந்த நிலைமையைப் பொறுத்துக் கொள்ள முடியவில்லை. இந்தப் பதினெட்டாம் நூற்றாண்டு இந்தியாவில் குஜராதில் சூரத்து, ஆமதாபாத், பரோடா, பரூச்சு, பர்ஹன்பூர், காம்பே, ஆக்ரா முதலிய இடங்களிலும், சோழ மண்டலத்தில் பழவேற்காடு, நாகப்பட்டினம், பீம்லிப்பட்டினம், கன்னியாகுமரி, துகராஸ்பட்டினம், கோல்கொண்டா, கூனிமேடு, காவேரிப்பாக்கம், கீழக்கரை, மசூலிப்பட்டினம், மணப்பாடு, தரசப்பூர், பெத்தபோலி, பாம்பன், பரங்கிப்பேட்டை, சதுரங்கப்பட்டினம், சத்தியவேடு, திருப்பாதிரிப்புலியூர், தேவனாம்பட்டினம், தூத்துக்குடி முதலிய ஊர்களிலும் வங்கத்தில் சின்சூரா, பாராநகர், காஷிம்பசார், மால்டா, மூர்சிதாபாது, பிப்பிலி (ஒரிசா), பாலசோர் (ஒரிசா), பாட்னா (பீகார்), தாக்கா (வங்கதேசம்), சிட்டகாங்கு (வங்கதேசம்) முதலிய இடங்களிலும், கேரளத்தில் கொச்சி, கண்ணனூர், சேட்டவாயி, கிராங்கனூர் (முசிறி), காயாங்குளம், புறக்காடு, கொல்லம், வெங்குர்ல, வைப்பீன் ஆகிய இடங்களிலும், டச்சுக்காரர் பரவியிருந்தனர்.

இந்தியாவிலும், இலங்கையிலும் இருந்த டச்சு ஆளுநர்கள் மார்த்தாண்ட வர்மனை மிகவும் நெருக்கித் திருவிதாங்கூர் மீது படையெடுப்போம் என்று அச்சுறுத்தினர். மார்த்தாண்ட வர்மன் இதற்கெல்லாம் மடங்கி விடவில்லை,

''உங்கள் விருப்பம் அதுவானால், சொன்னவாறே நீங்கள் செய்து கொள்ளலாம். ஆனால் அதில் வெற்றி கிடைக்குமென்று கூறிவிட முடியாது. ஏனெனில் கேரளமெங்கிலும் காடுகள் அடர்ந்து மண்டிக் கிடக்கின்றன. அவற்றுள் பாதுகாப்பாக எம்மால் ஒதுங்கிக் கொள்ள முடியும்,'' என்று மார்த்தாண்ட வர்மன் அவர்களுக்கு மறுமொழி கூறிவிட்டார்.

மார்த்தாண்ட வர்மன் எங்கு சென்றாலும், அவரைத் தம்மால் தொடர்ந்து பின் செல்ல முடியும் என்று இலங்கையிலிருந்து ஆளுநர் எம்.வான் இமஹாஃபும் பொறுப்போடு சொன்னார். டச்சுக்காரர் இந்த அச்சுறுத்தலைச் செயல்படுத்த முனனவரேல், மார்த்தாண்ட வர்மனும் நாட்டுப் படகுகளான மஞ்சிகளையும், மீனவரையும் வைத்து ஐரோப்பா மீது படையெடுப்பது குறித்துச் சிந்திக்க நேரும் என்று நகைச்சுவையுணர்ச்சியுடன் கூறிவிட்டார்.

குளச்சல் போர்

அதனால் இன்று குமரி மாவட்டத்தில் இருப்பதும், அன்று வேணாட்டைச் சேர்ந்ததுமான குளச்சல் என்ற இடத்தில் வேணாட்டிற்கும், டச்சுக்காரருக்குமிடையே 1741 ஆகஸ்டு 10 அன்று (ஆடி 27) சண்டை தொடங்கியது. அப்போது இராமய்யன் தளவாயின் தலைமையில் இருந்த படை, டச்சுக்காரரைக் குளச்சலில் தாக்கியது. திருவிதாங்கூர்ப் படை அடுத்தபடியாக ஆடி 31 அன்று குளச்சலை முற்றுகையிட்டது. குளச்சல் கோட்டை சில மணி நேரத்தில் வேணாட்டுப் படையிடம் விழுந்தது. டச்சுக்காரர் கோட்டையிலிருந்து வெளியேறிக் காத்திருந்த கப்பலில் ஏறித் தப்பியோடினர். அப்போது 389 மஸ்கட்டுத் துப்பாக்கிகளும், பீரங்கி உறுப்புகள் சிலவும், ஏராளமான வாள்களும் குளச்சல் கோட்டையிலிருந்து கைப்பற்றப்பட்டன. பலர் சிறை செய்யப்பட்டனர்.

(மஸ்கட்டுத் துப்பாக்கி என்பது, வாய்ப்பக்கம் மருந்தைக் கெட்டித்துச் சுடும் நீண்ட குழாய்த் துப்பாக்கி. இது 16 முதல் 18 ஆம் நூற்றாண்டுக்கு இடைப்பட்ட காலம் வரையிலும் காலாள் படையினர் கையாண்ட துப்பாக்கி வகையாகும்.)

குளச்சல் கோட்டையில் சிறைப்பட்ட டச்சு வீரருள் டி லென்னாய், டொனாட்டி என்ற இருவரும் இருந்தனர். அவர்கள் ஐரோப்பாவின் வட கடல் கரையோரத் திலிருக்கும் ஃபிளாண்டர்ஸ் என்ற இடத்தைச் சேர்ந்தவர்கள். இங்கு வாழும் பெல்ஜிய மக்களுக்குப் பிளமியர் என்று பெயர். அம்மக்கள் பிளமிஷ் என்னும் மொழியைப் பேசுகின்றனர். அது டச்சு மொழியை ஒத்திருக்கும். அது இன்று பெல்ஜியத்தின் இரண்டு ஆட்சி மொழிகளுள் ஒன்றாகும். பெல்ஜிய நாட்டின் ஃபிளாண்டர்ஸ் என்ற பகுதியைச் சேர்ந்த இவ்விருவரும் டச்சுப் படையில் பணி புரிந்தனர்.

1741

அவர்களுள் டி லென்னாயை மார்த்தாண்ட வர்மனுக்கு மிகவும் பிடித்திருந்தது. அதனால் சிறைப்பட்ட பிளமிய வீரர் இருவரையும் கண்ணியமாக நடத்துமாறு தம் படையினருக்கு மார்த்தாண்ட வர்மன் கட்டளையிட்டார். அவர் பின்னர் டி லென்னாயைத் தேர்ந்தெடுத்துத் தன் படைவீரர்களுக்குப் பயிற்சியளிக்கும் பொறுப்பை அவரிடம் தந்தார். அவரிடம் பயிற்சி பெற்றவர்களில் தேர்ந்தெடுக்கப்பட்டோர் பின்னர் பத்மநாபபுரத்திற்குக் கொண்டு செல்லப்பட்டு அங்கு அரசரின் காவலராயினர். இறுதியில், பத்மநாபபுரத்தில் நிறுத்தியிருந்த மெய் காவல் படைக்கு லென்னாய் தளபதியாக்கப்பட்டார். அதன் பிறகு அவர் வேணாட்டுப் படையின் காப்டன் ஆனார். (காப்டன் என்பது மேஜர் என்ற பதவிக்கு இளநிலை லெப்டினண்ட் என்ற பதவியை விட மூத்த நிலை.) டி லென்னாய் திருவிதாங்கூர்ப் படையினருக்கு ஐரோப்பிய முறையில் கட்டு திட்டங்களுடன் பயிற்சியளித்தார். நாம் இனிமேல் டி லென்னாய் என்ற இப்படை வீரரைச் சில போர்களில் சந்திப்போம்.

குளச்சல்

பதினெட்டாம் நூற்றாண்டில் வலிமை வாய்ந்த கோட்டையைக் கொண்டிருந்த குளச்சல் துறைமுகம் பற்றிச் சில செய்திகள்.

கொல்லம்+கல் = கொளச்சல், குளச்சல் என்று திரிந்தது என்பர். கொல்லம் என்பது கோவீடான அரசனின் இல்லத்தைக் குறிக்கும். கல் என்பது விகுதி.

இது இரணியலிலிருந்து தென் மேற்கில் சுமார் ஏழு கிலோமீட்டர்,

பம்பாயிலிருந்து தெற்கே தென் மேற்கில் சுமார் 1254 கிலோமீட்டர், திருவனந்தபுரத்திலிருந்து தெற்கே தென்கிழக்கில் சுமார் 46 கிலோமீட்டர்.

குளச்சல் மிகச் சிறிய ஒரு குடாவில் உள்ளது. இது அந்தக் காலத்தில் சிறு நீராவிக்கப்பல்கள் வந்து நிற்கும் துறையாயிருந்தது. மிகவும் தொன்மையான துறைமுகம். டேனியர்க்கு இங்கு ஒரு பண்ட சாலை இருந்தது. இது மிகவும் பாதுகாப்பான துறைமுகமென்பது பண்டைக் காலத்தவருக்குத் தெரியுமென்று ஐரோப்பியர் கருதினர்.

இஸ்லாம் தழுவியதாகக் கூறப்படும் சேரமான் பெருமாள் குளச்சலிலிருந்துதான் மக்கத்திற்குக் கப்பலேறினார் என்பது செவிவழிச் செய்தி.

3. திருச்சிராப்பள்ளிக் கோட்டை மராட்டியரிடம் விழுந்தது

இந்த 1741 இல் தமிழ் நாட்டில் பல இடங்களில் போர்கள் நிகழ்ந்தன. ஆர்க்காட்டு நவாபின் படை தெற்கே திருவிதாங்கூர் நாடு வரையிலும் சென்று தாக்கிற்று. ஆர்க்காட்டிற்கு அஞ்சியே வாழ்ந்திருந்த தஞ்சை மராட்டியர், தம் நெருங்கிய உறவினரான சத்திரபதி சாகு உதவியை நாடியதால், 1740 ஆம் ஆண்டில் ஒரு பெரும்படை தெற்கு நோக்கி வந்தது.

ஆர்காட்டில் புதிய கர்நாடக நவாபாகத் தோஸ்து அலி 1732 இல் பதவியேற்றதும், ஏற்கெனவே முகலாயரின் மேலாண்மைக்கு அஞ்சி வாழ்ந்திருந்த மதுரை நாயக்கராட்சியும், தஞ்சை மராட்டியராட்சியும் மிகவும் நெருக்கப்பட்டன. தோஸ்து அலி தன் சகோதரி கணவரான, ஆதிக்க ஆசை மிகுந்த அரசியல் சூழ்ச்சிக்காரரான சந்தா சாகிபுடன் சேர்ந்து நாட்டை இறுக்கத் தொடங்கினார். அவர்கள் 1732 இல் தஞ்சை மராட்டிய மன்னர் துக்கோசியின் ஆட்சிக் காலத்தில் (1728-1736) படையெடுத்து வந்து தஞ்சைத் தரணியைப் பேரழிவிற்கு உள்ளாக்கினர். (இ.ச.க.தொகுதி-4)

1741

மதுரை நாயக்கரும், தஞ்சை மராட்டியரும் 1693 முதல் முகலாயரின் ஆளுகைக்குக் கட்டுப்பட்ட குறுநில மன்னர்களாகப் பெயருக்குத்தான் தமிழ்நாட்டில் ஆட்சி புரிந்து வந்தனர். கொள்ளிடத்தின் வடக்கிலிருந்த கர்நாடகப் பகுதி 1698 முதல் முகலாயரின் நேரடி ஆட்சியிலிருந்ததும், அங்கு முகலாயரின் ஆளுநராகக் கர்நாடக நவாபு விளங்கியதும், ஐதராபாது நிசாம் இப்பகுதியின் இடைநிலை அதிகாரத்தைப் பதினெட்டாம் நூற்றாண்டிலிருந்து வகித்து வந்ததும் (இ.ச.க.தொகுதி-4) ஏற்கெனவே கூறப்பட்டன.

இந்துஸ்தான அரசியலில் முகலாயரின் மேலாண்மை குன்றியதும், 1724 இல் நிசாம்-உல்-முல்க் ஐதராபாதில் தனியரசை நிறுவிய பிறகு தோன்றிய அரசியல் மேலாண்மை அற்றுப்போன நிலையில்; தமிழ்நாட்டில் ஆர்க்காட்டு நவாபுகளின் ஆதிக்க விரிவு வேட்கை மிகலாயிற்று. அதை முடுக்கி விடும் விதத்தில் தோஸ்து அலியின் மைத்துனரான சந்தா சாகிபு தமிழ்நாட்டில் கொந்தளிப்பை உண்டாக்கினார்.

இந்த அரசியல் சதுரங்க ஆட்டத்தில் பிரஞ்சுக்காரரின் பகடைக் காயாக ஆர்க்காட்டார் வந்து வாய்த்தனர். பிரஞ்சுக்காரரும், தமக்கு நல்ல வேளை வரட்டுமென்று காத்திருந்த ஆங்கிலேயரும் இக்கால கட்டத்தில் ஆர்க்காட்டாரை மேடையில் உலவவிட்டுத் தாம் பின்புலத்தில் இருந்து கொண்டனர்.

தஞ்சை மராட்டியர் ஆர்க்காட்டாரின் கொடுந்தாக்குதலை ஏற்கெனவே சுமார் எட்டாண்டுகளுக்கு முன்னர் பட்டறிந்திருந்ததால், இக்கால கட்டத்தில் பதவியேற்ற பிரதாப சிங்கன் (1739-1763) சதாராவிலிருந்த சத்திரபதி சாகுவின் உதவியை நாடினார். சந்தா சாகிபிடம் தோற்றுச் சிவகங்கையில் புகலடைந்து வாழ்ந்த பங்காரு திருமலை ஆர்க்காட்டுப் படைகளிடமிருந்து தன்னைக் காத்துக் கொள்வதற்காகச் சதாராவின் உதவியை நாடுவதற்கு விரும்பினார். மராட்டியர் தமிழ்நாட்டின் மீது படையெடுத்து வருவதற்குக் கிடைத்த இந்த வாய்ப்பை வரவேற்றனர்.

சாகு தன் உறவினரான ரகுஜி பான்ஸ்லேயை ஒரு பெரும் படையுடன் தெற்கே அனுப்பி வைத்தார். அப்படை 1740 ஆம் ஆண்டின் தொடக்கத்தில் தெற்கே வந்தது. அது சித்தூருக்கு அருகிலுள்ள தாமல் செருவு என்ற இடத்தில் 1740 மே 19 அன்று ஆர்க்காட்டு நவாபு தோஸ்து அலியுடன் போரிட்டது; நவாபு களத்தில் இறந்தார்.

தாமல்செருவுப் போர்

(தாமல்செருவு பதினேழு, பதினெட்டாம் நூற்றாண்டுகளின் வரலாற்றில் பெயர் பெற்ற இடமாகும். தாமல் என்பது தாமரை, செருவு என்பது குளம், அதாவது தாமரைக்குளம் என்று பொருள். இது ஆந்திரத்தின் சித்தூரிலிருந்து வடக்கே சுமார் 30 கிலோமீட்டரில் உள்ளது. தாமல் செருவு என்ற பெயரில் ஒரு கணவாயும் உண்டு. சிவாஜி (1627-1680) 1676 ஆம் ஆண்டு இதன் வழியாகத்தான் கல்லூர் மலையைத் தாண்டித் தமிழ்நாட்டினுள் நுழைந்தார்.)

(இக் கணவாய் இனிமேல் இன்னொரு வெற்றி வீரரான ஐதரலியுடனும் தொடர்பு கொள்ளவிருக்கின்றது. ஐதரலி 1780-1781 ஆம் ஆண்டு கர்நாடகத்தின் மீது படையெடுத்த 'போது இவ்வழியாகத்தான் தன் படைகளுக்குப் படைக்கலன்களையும், பண்டங்களையும் அனுப்பி வைத்தார். இந்தச் சாலை நெடுகிலும் மண்ணால் கட்டப்பட்ட ஒரு கரைச் சுவர் இருந்தது. இதன் ஒரு புறம் திருப்பதி வரையிலும், மறுபுறம் சேலத்திலுள்ள ஏலகிரி வரையிலும் செல்கின்றது. இந்தச் சாலையைச் சோழ மன்னர் ஒருவர் தன் நாட்டின் எல்லையாக அமையுமாறு போட்டார் என்பர்.

தாமல்செருவு என்ற பெயரில் ஓர் ஆறும் உண்டு. இது கல்லூர்ப்பாளையத்தில் தோன்றி, மலையிலிருந்து பாய்ந்து ஆந்திரத்தின் சந்திரகிரி, சித்தூர் வட்டங்களுக்குச் சற்று தொலைவில் கடந்து செல்கின்றது. அந்த இடத்தில் இந்த ஆற்றுக்குப் பொயினி என்று பெயர்.)

தாமல்செருவுப் போருக்குப் பின்னர் மராட்டியருக்கும், போரில் இறந்த தோஸ்து அலியின் மகனான சஃப்தர் அலிக்கும் ஏற்பட்ட இரகசிய உடன்பாட்டின்படி, மராட்டியர் அவரை ஆர்க்காட்டின் புதிய நவாபாக்கினர். பிரஞ்சுக்காரர் உதவியுடன் தானே ஆர்க்காட்டின் நவாபாகலாம் என்று நம்பிக் கொண்டிருந்த சந்தா சாகிபு திருச்சிக் கோட்டையில் வலுவாக அமர்ந்து கொண்டார். அவர் மராட்டியர் திருச்சிராப்பள்ளியைத் தாக்குவர் என்பதை உணர்ந்து, தன் மனைவியையும், மகனையும் புதுச்சேரியில் பிரஞ்சுக்காரரின் பாதுகாப்பில் விட்டு வைத்தார். இக்கட்டத்தில் டூமா (Dumas) (1735-1742) புதுச்சேரியில் பிரஞ்சு ஆளுநராயிருந்தார். அவர் மராட்டியரிடம் சந்தா சாகிபின் மனைவியையும், மகனையும் ஒப்படைக்க மறுத்து விட்டார்.

அம்மையநாயக்கனூர்ச் சண்டை

இந்நிலையில் சந்தா சாகிபு வாளாயிருக்கவில்லை. ஆர்க்காட்டுப் படைகள் திருச்சிராப்பள்ளிக்கு அருகிலிருந்த அரியலூர், உடையார்பாளையம் என்ற தொன்மையான இரு குறு நிலங்களை 1737 இல் கைப்பற்றியிருந்தன (இ.ச.க.தொகுதி-4). சந்தா சாகிபின் சகோதரர்களான படா சாகிபும், சதக்கு சாகிபும் தென்பாண்டிச் சீமைக்குச் சென்று குறிப்பிடத்தக்க வெற்றிகளைக் கண்டனர். இவ்விருவரும் கோயில்களைக் கொள்ளையிடவும், அழிக்கவும் செய்தனர். எனினும் இந்திய வரலாற்றில் கடைசி மூச்சு வரையிலும் அயலாரை எதிர்த்து நின்று போராடிய வீர மறவரையும், கள்ளரையும் அவர்கள் விட்டு விட்டனர். அத்துடன் சந்தா சாகிபு இந்த 1741 இல் அம்மைய நாயக்கனூரரையும் வெற்றி கண்டிருந்தார். இவ்வெற்றியினால் அவர்களால் திண்டுக்கல் கோட்டையை எளிதாகப் பிடிக்க முடிந்தது.

அம்மையநாயக்கனூர் மதுரை நாயக்கராட்சியில் சிறந்து விளங்கிய 72 பாளையங்களுள் ஒன்றாகும். இவ்வூர் இப்போது அண்ணா மாவட்டம் என்ற புதுப் பெயர் பெற்றுள்ள திண்டுக்கல்லில் உள்ளது; இது திண்டுக்கல்லிலிருந்து தெற்கே தென் கிழக்கில் சுமார் 23 மீட்டரிலும், மதுரையிலிருந்து மேற்கே சுமார் 37 கிலோமீட்டரிலும் உள்ளது. இதுவும் பதினெட்டாம் நூற்றாண்டு வரலாற்றில் பெயர் பெற்ற ஊராகும். இந்த அம்மைய நாயக்கனூர்ச் சண்டையில் சந்தா சாகிபிடம் தோற்றுத்தான் பங்காரு திருமலை சிவகங்கைக்கு ஓடிப் போனார்.

(ஐதரலி பின்னாளில் கைப்பற்ற முயன்று தோற்ற ஐந்து பாளையங்களுள் அம்மையநாயக்கனூரும் ஒன்றாகும். எனினும் அவர் மகன் திப்பு சுல்தான் பின்னர் அதைக் கைப்பற்றினார். அம்மையநாயக்கனூர் இறுதியாகக் கிழக்கிந்தியக் கம்பெனி வசப்பட்டதும், பழைய பாளையக்காரர்களுக்கு அளிக்கப்பட்ட நிலவுடைமை உரிமைத் தீர்வின்படி (Permanent Settlement) மீண்டும் பாளையம் கிடைத்தது. அந்த ஏற்பாட்டின்படி அம்மைய நாயக்கனூரின் சமீந்தார் கம்பெனிக்கு ஆண்டுதோறும் கிஸ்தியாக 13,688 ரூபாய் அளிக்க வேண்டுமென்று தீர்வானது. இந்தச் சமீனின் மொத்த நிலப்பரப்புச் சுமார் 248 சதுர கிலோமீட்டர்.)

1741

திருவிதாங்கூரை நோக்கியும் ஆர்க்காட்டுப் படை

ஆர்க்காட்டுப் படை தமிழ்நாட்டின் பல பகுதிகளைக் கொள்ளையடித்ததுடன், இந்த 1741 இல் திருவிதாங்கூர் நாட்டினுள்ளும் புகுந்தது. மார்த்தாண்ட வர்மனின் படைத் தலைவரான தளவாய் இராமய்யன் ஆர்க்காட்டுக் குதிரைப் படையின் வலிமையைக் கண்டு, அதனை எதிர்த்துச் சண்டை செய்யாது திரும்பினார். ஏனெனில் ஆர்க்காட்டுப் படையின் முழு நோக்கமும் நாட்டைக் கொள்ளையடிப்பதுதான் என்பதை இராமய்யன் தளவாய் தெளிவாகத் தெரிந்து கொண்டார். எனவே அவர் ஆரல்வாய் மொழிக் கோட்டையை வலுப்படுத்தி விட்டுத் திருவனந்தபுரம் திரும்பிச் சென்றார்.

ஆரல் வாய்மொழி

தமிழ்நாட்டின் பல ஊர்கள் வரலாற்றுடன் கொண்டுள்ள தொடர்பை, அந்தந்த ஊர்களில் வாழும் மக்களே அறியாதிருக்கும் நிலையில் உள்ளனர். அவை அரசு ஆவணங்களிலும் ஏதோ சில ஏடுகளிலும் மட்டுமே குறிக்கப்பட்டு, மறக்கப்பட்டுப் போயிருக்கின்றன. ஆதலால் அவற்றின் நினைவு மறக்காமல் இருக்க வேண்டும்

என்பதற்காக, விளக்கின் திரியைத் தீண்டி விடுவது போல, இந்திய சரித்திரக் களஞ்சியம் அவற்றை ஆங்காங்கே எடுத்துக் காட்டி வருகின்றது. அதற்கிணங்க ஆரல்வாய்மொழி பற்றிய சிறு குறிப்பு இங்கு தரப்படுகின்றது.

அரன் + வாய் + மொழி=ஆரல்வாய்மொழி எனத் திரிந்தது என்பர். அரன் சிவனார் ஆவார். இவ்வூர் குமரி மாவட்டத்திலுள்ளது. பூதப்பாண்டியிலிருந்து கிழக்கில் சுமார் 10 கிலோமீட்டர்; திருவனந்தபுரத்திலிருந்து கிழக்கே தென் கிழக்கில் சுமார் 66 கிலோமீட்டர்; கடலிலிருந்து வடக்கில் சுமார் 27 கிலோமீட்டர்.

ஆரல்வாய் மொழியிலுள்ள சிவன் கோயில் மிகவும் புனிதமானதென்று போற்றப்படுகின்றது. இது முன்னர் திருவிதாங்கூரில் இருந்தது. இங்கு அப்போது ஒரு சுங்கச்சாவடி இருந்தது. ஆரல் வாய் மொழிக் கணவாய் வழியே திருவனந்தபுரத்திலிருந்து நெல்லை மாவட்டத்தை அடையலாம்.

சந்தா சாகிபு

சந்தா சாகிபு இவ்வெற்றிகளின் மிதப்பில் அமர்ந்திருந்த வேளையில், மராட்டியர் படை திருச்சிராப்பள்ளிக் கோட்டையை முற்றுகையிடலாயிற்று. சந்தா சாகிபைப்பற்றி, "Madras in Olden Times" என்ற ஆங்கில நூலில் கீழ்க்கண்டவாறு கணிக்கப்பட்டிருந்தது.

திருமண உறவினால் மட்டுமே (அரசியல்) முன்னேற்றம் கண்ட சந்தா சாகிபு அரசியின் மென்மையான உள்ளத்தைத் தூண்டுவதில் வெற்றி பெற்று விட்டார். அவர் தன் மீது காதல் கொண்டு விட்ட அரசி (மீனாட்சி)யிடம் மிகவும் வேண்டிக் கேட்டுத் தன் படையில் ஒரு பகுதி திருச்சிராப் பள்ளிக் கோட்டைக்குள் நுழைவதற்கு ஒப்புதல் பெற்று விட்டார். அதனால் அரசிக்கு எந்த தீங்கும் நேராது என்று குரான்மீது கை வைத்துச் சத்தியமும் செய்து கொடுத்தார். ஆனால் நடுவயது அரசிகளின் காதலெல்லாம் அதிருஷ்டமுடையதாய் அமைவதில்லை. சந்தா சாகிபு அரசியிடம் இரக்கமின்றி நடந்து கொண்டார். அவர் இருந்த இடத்தை விட்டு அசையவே மாட்டேன் என்று அரசியிடம் தந்த வாக்குறுதியை மீறினார். அவர் திருச்சிராப்பள்ளியைக் கவர்ந்து, அரசியைச் சிறையிலடைத்து விட்டார். அரசி அதன் பிறகு தன் உயிரைப் போக்கிக் கொண்டார். திருச்சிராப்பள்ளி அரசு, நம்பிக்கைத் துரோகியான சந்தா சாகிபிடம் அடிபணிந்தது.

மராட்டியர் தாக்குதல்

சந்தா சாகிபு திருச்சிராப்பள்ளியைக் கவர்ந்து அமர்ந்திருந்தது சஃப்தர் அலி கானின் நவாபு பதவிக்கு அறைகூவல் விடுவது போல் இருந்தது. எனவே, அவர் சதாராவிலிருந்து வந்திருந்த மராட்டியர் படைத் தலைவரான ரகுஜி பான்ஸ்லேயுடன் 1740 நவம்பர் 16 அன்று ஓர் இரகசிய உடன்படிக்கை செய்து கொண்டார். அதன்படி ரகுஜி திருச்சிராப்பள்ளிக் கோட்டையைக் கைப்பற்றிச் சந்தா சாகிபையும் சிறைப் பிடித்தால், சஃப்தர் அலி அவருக்குத் தவணைகளில் ஒரு கோடி ரூபாய் தர வேண்டும் என்று ஒப்பந்தம் செய்திருந்தனர்.

சந்தா சாகிபு இந்த மறைவான ஒப்பந்தத்தைப் பற்றிக் கேள்விப்பட்டதும், மிகுந்த அச்சம் கொண்டு விட்டார். அவர் உடனே புதுச்சேரிப் பிரஞ்சு ஆளுநர் டூமாவிடம் உதவி கோரினார். இந்திய அரசியலில் முதன்முதலாக இப்போதுதான் அயல் நாட்டினரிடம் உதவி கேட்கப்பட்டது என்பர். ரகுஜியும் பிற பாளையக்காரர்களையும், தஞ்சை மராட்டியரையும் சந்தா சாகிபிற்கு எதிராக ஒன்று திரட்டினார்.

திருச்சிராப்பள்ளியைக் கையகப்படுத்திச் சந்தா சாகிபை அங்கிருந்து விரட்டியடித்தால், தஞ்சை மன்னர் பிரதாப சிங்கன் பதினைந்து இலட்ச ரூபாய் தருவது என்று பிரதாப சிங்கனின் ஆள்களான திமாஜி ரங்கநாத், கங்கப்ப என்ற இருவருக்கும், ரகுஜிக்கும் *1741* ஜூலை *16* அன்று ஓர் இரகசிய ஒப்பந்தம் ஏற்பட்டது. பிரதாப சிங்கன் அளிக்கின்ற இந்தப் பதினைந்து இலட்சம் அவருடைய மனைவியர்க்கும், இரண்டு இலட்சம் ஃபத்தே சிங்கு, ரகுஜி இருவருக்கும், எஞ்சும் எட்டு இலட்சம் அவர்களின் படைகளுக்கு ஆகும் செலவுகளுக்கும் அளிக்கப்படும் என்று ஒப்புக் கொள்ளப்பட்டது.

ரகுஜி *1740* டிசம்பரிலேயே திருச்சிராப்பள்ளியை முற்றுகையிட்டிருந்தார். அவருக்குப் பாளையக்காரர்களும் உள் நாட்டுத் தலைவர்களும் உதவியாயிருந்தனர். சந்தா சாகிபு தன்னால் முடிந்த மட்டும் அவர்களை எதிர்த்து நின்று போராடினார். ஆனால் கோட்டைக்குள் அவருக்கு வேண்டிய உணவுப் பொருள் செல்லாததால், மிகவும் இக்கட்டான நிலை அங்கே தோன்றி விட்டது. எனவே அவர் மதுரையிலிருந்த தம்பி படா சாகிபை உடனே திருச்சிராப்பள்ளிக்கு உதவிக்கு வருமாறு கூப்பிட்டார். இதை அறிந்து மராட்டியர், படா சாகிபை இடைமறித்துக் கொன்றனர். அவரது படையையும் முற்றாக அழித்தனர்.

சந்தா சாகிபு சிறைப்படல்

ஆதலால் ஆதரவற்ற நிலையில் சந்தா சாகிபு *1741* மார்ச்சு *14* அன்று, சுமார் நான்கு மாத கால முற்றுகையைத் தாங்கி நின்ற பின்னர், ரகுஜியிடம் சரணடைந்தார். ரகுஜி உடனே முராரி கோர்ப்பாடேயை அழைத்துப் புதிதாகப் பிடித்த திருச்சிராப்பள்ளிக் கோட்டையின் பாதுகாப்பை ஒப்படைத்தார். சந்தா சாகிபு சிறைப்பிடிக்கப்பட்டார்.

1741

திருச்சிராப்பள்ளியிலிருந்த ரகுஜிக்கு உடனடியாகப் பணம் வேண்டியிருந்தது. அதனால் தன்னிடம் சிறைப்பட்ட சந்தா சாகிபிற்கும், அவர் மகன் அபீது அலிக்கும் ஈடு காணமாகப் பெருந்தொகையைக் கேட்டார். அவர்களால் பணம் கொடுக்க முடியவில்ல. சூழ்ச்சி வல்லவரான சந்தா சாகிபை முடிவேயில்லாத சதி வேலைகளில் ஈடுபடுமாறு விட்டு வைப்பது சரியன்று என்பதை ரகுஜி உணர்ந்தார். எனவே சிறைப்பட்ட அப்பனையும், மகனையும் திறமை வாய்ந்த படைத் தலைவரான பாஸ்கரராமிடம் ஒப்படைத்து, அவர்களை நாகபுரிக்கு அனுப்பினார். சந்தா சாகிபின் மனைவியும், இன்னொரு மகனும் புதுச்சேரியில் பிரஞ்சுக்காரர் காப்பில் இருந்தனர். அதனால் அவர்கள் இந்த ஊழ்வினையிலிருந்து தப்பினர்.

பாஸ்கர ராம், சந்தா சாகிபையும், அவர் மகனையும் நேராகச் சதாரா கொண்டு செல்லாது பேராருக்கு அழைத்துப் போனார். ஈடு காணத் தொகையை வேறு எவரும் உரிமை கொண்டாடிப் பெற்றுவிடுவதைத் தடுப்பதற்காக, அவர் இவ்வாறு சுற்றிக் கிற்றிச் சென்றார் என்று தோன்றுகின்றது. சந்தா சாகிபும் தன்னிடம் கொடுப்பதற்குப் பணமில்லாததால், மராட்டியரிடம் ஏழாண்டுக் காலம் இவ்வாறு சிறையிலிருந்தார். அவர் தன்னைக் காவல் காத்தவரையன்றி, வேறு எவர் தொடர்பும் வெளியுலகுடன் இல்லாதிருந்தார். எனினும் அவர் ஈடு காணத் தொகையைப் புரட்டிக் கொடுப்பதற்கு ஏற்ற முறையில் எல்லா வசதிகளும் செய்து தரப்பட்டன. அவர் எவ்வாறு விடுதலையானார் என்பதைப் பின்னர் காண்போம்.

மராட்டியரின் திருச்சிராப்பள்ளி வெற்றி அவர்களுக்குத் தென்னகத்தில் கிடைத்த மிகப் பெரிய ஒன்றாகும். அது தென்னிந்தியாவையும், குறிப்பாக ஐதாரபாது

நிசாமையும் பெரும் அதிர்ச்சிக்குள்ளாக்கியது. பேஷ்வா பாஜி ராவ் வட இந்தியாவை அடிபணியச் செய்திருந்த இந்நிலையில், ரகுஜி தென்னிந்தியாவை மண்டியிடச் செய்து விட்டதாக மராட்டியர் பெருமிதம் கொண்டனர்.

4. கொழும்பில் ''ஆலந்துக்கார'' அச்சகம்

இந்த ஐந்தாம் பத்தில் (1741-1750) ஆலந்துக்காரர் என்ற ஒல்லாந்தராகிய டச்சுக்காரர் பற்றிப் பல செய்திகள் சொல்லப்பட்டு வருகின்றன. இந்தியாவுடனும், பேரிந்தியமாகிய இந்துமாக்கடல் தொட்ட நாடுகளுடனும் இக்கால கட்டத்தில் வாணிப உறவுகள் கொண்டிருந்த நெதர்லாந்தாகிய இந்த ஆலந்தும் இந்திய வரலாற்றில் குறிப்பிடத்தக்க இடம் பெற்றுள்ளது. ஒல்லாந்தராகிய டச்சுக்காரர் பேரிந்தியப் பகுதிகளிலிருந்து போர்த்துக்கீசரை விரட்டியடித்தனர் என்பது குறிப்பிடத்தக்கது.

இலங்கையில் போர்த்துக்கீசர் 1505 முதல் 1597 வரை சுமார் 92 ஆண்டுகள் ஆதிக்கம் செலுத்தினர். அவர்கள் கையில் நடு இலங்கை தவிர ஏனைய பகுதி முழுவதும் இருந்தது. டச்சுக் கிழக்கிந்தியக் கம்பெனி 1658 இல் அவர்களை அங்கிருந்து கிளப்பியது வரையும் கையோங்கிய நிலையில் டச்சுக்காரர் இருந்தனர்.

இந்தியாவில் அச்சுக்கலை வளர்ந்த வரலாற்றுச் செய்திகள் இ.ச.க.தொகுதி-1,2 ல் பல இடங்களில் விவரித்திருந்தோம். இப்பணிகள் யாவும் ஐரோப்பியக் கிறித்தவர்களின் சமயப் பரப்புப் பணிக்கெனவே நடத்தப் பெற்றன என்பது குறிக்கத்தக்கது. ஐரோப்பிய மொழிகள் அனைத்திலும் அறிவை வளர்க்கும் பல நூல்கள் அச்சாகிச் செழித்திருந்த காலத்தில் இந்தியாவில் ஏடும், எழுத்தாணியும் மட்டுமே எழுதுபொருள்களாக இருந்தன. இதைச் சுட்டாமல் சுட்டும் வகையில் அச்சுக் கலை, நூல் வெளியீடு முதலியன பற்றிய செய்திகள் படிப்பாளிகள் ஒப்பு நோக்குவதற்காகத் தரப்படுகின்றன.

அச்சுக்கலையைச் சமயப் பணிக்குப் பேரிந்தியத்தில் பயன்படுத்துவதன் நீட்டிப்பாக, நெதர்லாந்து நாட்டைச் சேர்ந்த கிழக்கிந்தியக் கம்பெனி (வீவோசி) கொழும்பு நகரத்திலும் ஓர் அச்சகத்தை நிறுவிற்று. அதற்கு ஆலந்துக்கார அச்சகம் என்று பெயர்.

பல்தேயுசு என்ற பாதிரியார் மத்தேயு சுவிசேஷம் என்ற புதிய ஏற்பாட்டின் முதல் ஆகமத்தைத் தமிழில் மொழி பெயர்த்திருந்தார். அது பலரால் படித்துத் திருத்தப்பெற்று, இந்த ஆலந்துக்கார அச்சகத்தில் அச்சிடப் பெற்று வெளியிடப்பட்டது. இந்நூல் புராட்டஸ்டண்டு என்ற சீர்திருத்தக் கிறித்தவத்தை ஆதரித்து நின்ற ஆலந்து என்ற நெதர்லாந்து அரசின் ஆதரவில் நான்கு சுவிசேஷங்களாக வெளியிடப்பட்டது.

பிலிப்பு தெமெல்லோ என்ற தமிழ்ப் பாதிரியார் கிரேக்க மொழி மூலத்திலிருந்து பொருள் கெடாமலும், அதே நேரத்தில் நன்னூல் இலக்கண விதிகளை மீறாமலும் விவிலியத்தைத் தமிழில் மொழிபெயர்த்தார். தமிழில் முதன்முதலாக விவிலியத்தைச் சீகன்பால்கு மொழிபெயர்த்து வெளியிட்டமை, அதன்பின் ஃபப்ரீசியஸ் பாதிரியார் மொழிபெயர்த்தமை ஆகிய செய்திகள் இக்களஞ்சிய வரிசையில் 1711 ஆம் ஆண்டிலும் கூறப்பட்டிருந்தன. தமிழில் விவிலியத்தை மொழிபெயர்க்கும் பணி பத்தொன்பதாம் நூற்றாண்டு வரையிலும் தொடர்ந்தது. சைவ நெறியாளரான யாழ்ப்பாணத்து ஆறுமுக நாவலர் கூட விவிலியத் திருப்புதல் - மொழிபெயர்ப்புப் பணியில் ஈடுபட்டிருந்தார். இந்திய மொழிகளிலேயே தமிழில்தான், விவிலியத் திருப்புதல் பணி முதலில் தொடங்கிற்று.

பிலிப்பு தெமெலோவின் மேற்சொன்ன மொழிபெயர்ப்பு 1739 ஆம் ஆண்டு இந்த அச்சகத்தில் அச்சாகி வெளியானது. இந்த அச்சகத்தில் மேலும் பல கிறித்தவ சமய நூல்கள் அச்சாயின.

5. பேரிங்கு அலாஸ்காவை அடைதல்

வைட்டஸ் ஜோனசன் பேரிங்கு (1681-1741) உலகப் புகழ் எய்திய கடலோடி. அவர் பெயரால் இன்று பசிபிக்கில் ஒரு கடலும், அந்தக் கடலுக்கும் ஆர்டிக்குக் கடலுக்கும் இடையில் ஒரு நீரிணையும் வழங்குகின்றன. அவர் 1724 ஆம் ஆண்டு இரஷியப் பேரரசர் மா பீட்டரின் (1672-1725) ஊழியத்தில் சேர்ந்தார். அவர் நெடுங்காலமாக இரஷியக் கப்பற்படையில் பணிபுரிந்தார். பேரிங்கு 1725 இல் கடலில் தேட்டப்பயணத்தைத் தொடங்கினார். இச்செய்திகள் இ.ச.க.தொகுதி-3ல் கூறப்பட்டிருந்தன.

பேரிங்கு மேற்சொன்ன கடல்களுக்கும், அங்குள்ள நிலப்பகுதிகளுக்கும் பன்முறை சென்றிருக்கின்றார். எனினும் ஆசியாவையும், வட அமெரிக்காவையும் இணைக்கும் கடலையும் தாண்டி, அக்கரை செல்ல இயலாதவாறு பருவநிலை இருந்து வந்தது. இறுதியில் இந்த 1741 ஆம் ஆண்டு, அவர் வட அமெரிக்கக் கண்டத்தின் கரையில் இறங்கி விட்டார். அந்த இடம் இன்று அலாஸ்கா என்று அழைக்கப் படுகின்றது. அது வட அமெரிக்காவின் வடமேற்குக் கோடியில் உள்ளது. அமெரிக்க ஒன்றியத்தின் மிகப்பெரிய மாநிலமாக அலாஸ்கா இன்று விளங்குகின்றது. எஸ்கிமோக்களே வாழ்ந்து வந்த அந்நிலப்பரப்பில் கால் வைத்த முதல் ஐரோப்பியர் என்ற சிறப்பு பேரிங்கிற்குக் கிடைத்தது.

இரஷியா பேரிங்கு கண்டுபிடித்ததை அடிப்படையாக வைத்து, அலாஸ்காத் தீவக்குறையில் வட பசிபிக்கிற்கும், பேரிங்குக் கடலுக்கும் நடுவில் சங்கிலித் தொடர்போல் அமைந்திருக்கும் அலூசியன் என்ற சுமார் 150 எரிமலைத் தீவுகள் மீதும், அலாஸ்கா மீதும் உரிமை கொண்டாடி அங்கு குடியேறியது. இரஷியா பின்னர் அவற்றை 1867 ஆம் அமெரிக்க ஒன்றியத்திற்கு விற்றுவிட்டது.

இந்நூற்றாண்டின் சிறந்த கடலோடிகளுள் ஒருவரான பேரிங்கு இந்த ஆண்டில் இறந்தார்.

வரலாற்றுப் புள்ளிகள் ''பலச் சம நிலை''

பிரிட்டிஷ் பிரதமர் இராபட் வால்போல் (1676-1745) பிரிட்டனின் காமன் சபையில் 1741 பிப்ரவரி 13 அன்று உரையாற்றியபோது பிரிட்டன் பலகாலமாய்க் கடைபிடித்து வரும் அயலுறவுக் கொள்கையின் கோட்பாட்டைக் குறிக்கப் பலச் சமநிலை *(Balance of Power)* என்ற சொற்றொடரைப் பயன்படுத்தினார்.

''நீகிரோச் சதி''

நியூயார்க்கில் இந்த 1741 மார்ச்சு, ஏப்ரல் நெடுகிலும் தீயிடும் செயல்கள் நடந்ததற்கு நீகிரோச் சதி காரணம் என்று அந்நகர மக்கள் குற்றஞ்சாட்டினர். ரோமன் கத்தோலிக்கப் பாதிரிமார் ஸ்பெயினின் கட்டளைப்படி கறுப்பு அடிமைகளைத் தீயிடுமாறு தூண்டுவதாகக் கூறப்பட்டது. இதற்காக நான்கு வெள்ளையரும், பதினெட்டுக் கறுப்பர்களும் தூக்கிலிடப்பட்டனர். பதின்மூன்று கறுப்பர்கள் கட்டி வைத்துக் கொல்லப்பட்டனர்.

அமெரிக்காவில் அவுரி

அவுரியிலிருந்து துணிகளுக்குப் போடும் நீலச்சாயம் எடுக்கப்பட்டது. அதனால் ஐரோப்பியர் இந்தியாவில் அவுரித் தோட்டங்கள் போடுவதை ஊக்குவித்தனர். இன்று அமெரிக்க ஒன்றியத்தின் தென்கிழக்கு மாநிலமாக விளங்கும் தென்கரோலினக் குடியேற்றத்தில் ஒருவர் அவுரியை இந்த ஆண்டு அறிமுகம் செய்தார்.

சீனமக்கள் தொகை 14 கோடியைத் தொட்டது

சீன மக்கள் எண்ணிக்கை 1660 இல் 100 மில்லியனாக (10 கோடி) இருந்து இந்த ஆண்டில் (1741) 140 மில்லியனைத் தொட்டது; உண்மையில் அது 220 மில்லியனுக்கும் கூடுதலாக இருக்கலாம் என்று வேறு கணிப்புகள் கூறுகின்றன. சீனப் பேரரசர் சியன் லுங்கு அந்தந்த ஊர்களில் மக்கள் தங்களைப் பதிவு செய்யும் முறையை மீண்டும் கொண்டு வந்தமையால், மக்கள் தொகை கணிப்பு இந்த 1741 முதல் 1851 வரையிலும் மிகவும் நம்பத்தகுந்த முறையில் இருந்தது என்பர்.

1742

அரசியல்

மராட்டியருக்கு அஞ்சிக் கல்கத்தாவில் அகழி

பிரிட்டனின் இரண்டாவது பிரதமர் ஏள் வில்மிங்டன்

பிரஞ்சுக்கிழக்கிந்தியக் கம்பெனி வரலாறு:

தூய்ப்பிளே நவாபாதல்

நாதிர் ஷா கப்பற்படை

ஆர்க்காட்டின் குருதிக் கறைபடிந்த அரசிருக்கை -வேப்பேரி, புரசைவாக்கம் பிரிட்டிசாருக்குக் கிடைத்தல்.

அறிவியல்

வானில் பறக்கும் முயற்சிகள்:

கிரேக்க புராணக் கதை

ஃபிராங்க்ளின் அடுப்பு

நாணயவியல்

தென்னிந்திய நாணயமுறை

பொருளியல்

வர்ஜீனியாவில் நிலக்கரி கண்டுபிடிப்பு

கண்டுபிடிப்பு

கோபால்டு கண்டுபிடிப்பு

இயற்கைச் சீற்றம்

பம்பாயில் புயல்

இறப்பு

தாயுமானவர் சிவபதமடைதல் (1704-1742)

1742

1. தாயுமானவர் சிவபதமடைதல் (1704 -1742)

பதினெட்டாம் நூற்றாண்டில் வாழ்ந்த தாயுமானவர் பற்றிய காலக்குறிப்புகள் குறித்து அறிஞரால் ஒத்த முடிவிற்கு வர முடியவில்லை. எனினும் நாயக்கர் குடியின் விசயரங்கச் சொக்கநாதன் *(1706-1732)* ஆட்சிக் காலத்தில் அவர் நிலவியவர் என்பது ஐயத்திற்கிடமின்றி ஒப்புக் கொள்ளப்பட்டுள்ளது.

சுப்பிரதீபக் கவிராயர், படிக்காசுத் தம்பிரான், பரஞ்சோதி முனிவர், திரிகூட இராசப்பக் கவிராயர், பலபட்டடைச் சொக்கநாதப் புலவர், உமறுப் புலவர், வீரமா முனிவர், கடிகை முத்துப் புலவர் போன்றோர் தாயுமானவரின் காலத்தில் வாழ்ந்திருந்த புலவர் ஆவர். அவர் *1704* இல் பிறந்து *1742* ஆம் ஆண்டு தமது *38* ஆம் வயதில் சிவத்தில் ஒடுங்கினார் என்று ஒரு சாராரும், *1712* இல் தோன்றி *1766* இல் தமது *54* ஆம் வயதில் மறைந்தார் என்று இன்னொரு சாராரும் கூறுவர். நாம் *1704-1742* என்ற காலத்தை இங்கு எடுத்துக் கொண்டதற்கு எவ்விதமான ஆதாரமோ, சான்றோ இல்லை. தாயுமானவ சுவாமிகளைப் பற்றி இ.ச.க.தொகுதி-*1*ல் சுருக்கியுரைத்திருந்தோம்.

சுவாமிகள் இராமநாதபுரத்தின் கிழக்கே காட்டூரணி என்ற இடத்தில் தம் இறுதிக் காலத்தில் வாழ்ந்தார். அங்கு ஒரு பெரிய குளமும், அதன் கரையில் பொந்துடைய புளியமரமும் உள்ளன. அந்தப் புளிய மரத்தின் வயது ஐநூறு ஆண்டுகள் என்று உரைக்கின்றனர். புளி ஆயிரம், பொந்து ஆயிரம் என்பது சொலவடை. புளிய மரத்தின் வயது இரண்டாயிரம் என்பது நம்பிக்கை. இதை வைத்து இந்தப் புளிய மரத்தின் வயதை ஐநூறு என்று கூறுகின்றனர் போலும் என்பர்.

தாயுமானவர் அந்தப் புளிய மரப் பொந்தைத் தவம் செய்யும் இடமாகக் கொண்டிருந்தார் என்று சொல்கின்றனர். அவர் அந்தப் பொந்தில் எத்தனை காலம் தவமிருந்தார் என்பதும் புலனாகவில்லை. அவர் அதன் பிறகு இராமநாதபுரத்திற்கும், காட்டூரணிக்கும் நடுவிலுள்ள இலட்சுமிபுரம் என்ற இடத்தில் வந்து தங்கினார். தாயமானவரிடம் பரிவும், பக்தியும் கொண்ட ஒரு பெண்மணி இலட்சுமிபுரத்தில் ஒரு குளம் வெட்டி, நந்தவனமும் அமைத்துக் குடிசை கட்டித் தந்தார் என்றும் சொல்லப்படுகின்றது. சுவாமிகள் இறுதிக்காலம் வரையிலும் இந்த இடத்திலேயே வாழ்ந்தார்.

தாயுமானவர் தம் குருவின் பெயருக்கேற்பவும், அவரது அறிவுரையின் படியும் வாய்பேசாது, தியானமும், யோகமும் செய்து வந்திருக்கின்றார். அவர் சிவபதமடைந்து முழு நிறைவானதும் அவரது உடலை இலட்சுமிபுரத்துக் குளக்கரையில் அடக்கம் செய்தனர். அதற்கு சுமார் எழுபதாண்டுகளுக்குப் பிறகு யாரோ ஒருவர் அங்கு சிறு மண்டபத்தை எழுப்பினார். அம் மண்டபத்தில் தாயுமானவரின் அழகிய கல்லுருவம் அமைந்துள்ளது. அது நிட்டை செய்யும் நிலையில் உள்ளது.

அங்கு சிறிது காலத்திற்கு முன்னர் திருப்பராய்த்துறை இராமகிருஷ்ண தபோவனத்துத் தலைவரின் பொறுப்பில் அதற்குத் திருப்பணி செய்யப்பட்டது.

தாயுமானவரின் மாணாக்கர் அருளய்யன் என்பவர் எப்போதும் சுவாமி களுடனேயே இருந்தார் என்று அறிகின்றோம். தாயுமானவர் சிவபதம் சேர்ந்த பின்னர்

அவர் பெயரில் அருள் வாக்கிய அகவல் என்ற பெயரில் 230 அடிகளுடைய ஓர் அகவலை அருளய்யன் பாடியுள்ளார். அதில் தாயுமானவரைப் பற்றிய பல செய்திகள் உள்ளன.

தாயுமானவர் உடல் முழுவதிலும் வெண்ணீறு பூசியிருப்பார். முகத்தில் எப்போதும் புன்முறுவல் அரும்பியிருக்கும் என்றெல்லாம் அப்பாடல்களில் சொல்லப்பட்டுள்ளன. அவர் இருள் மண்டிக்கிடந்த பதினெட்டாம் நூற்றாண்டில் ஞானஒளி வீசிய சுடர் என்பது அறிஞர் கருத்து.

2. வானில் பறப்பதற்குப் பாரிசில் முயற்சி

ஐரோப்பியர் பலர் பதினேழாம் நூற்றாண்டிலிருந்து இறக்கை கட்டிக்கொண்டு கோபுர உச்சி மீதேறி, அங்கிருந்து குதித்துப் பறக்க முயன்று வந்திருக்கின்றனர். கிரேக்க புராணத்தில்கூட, இவ்வாறு உயரத்திலிருந்து இறக்கை கட்டிக் கொண்டு பறந்த இக்காரஸ் என்பவரைப் பற்றி ஒரு கதை வருகின்றது.

டெட்டலஸ் என்பவர் கிரேக்க ஏதன்ஸ் நகரத்துச் சிற்பி. மத்திய தரைக் கடலிலுள்ள கிரீட்டு என்ற தீவின் மன்னர் டெட்டலசையும், அவர் மகன் இக்காரசையும் சிறையிலடைத்து விட்டார். தந்தையும் மகனும் சிறையிலிருந்து தப்பிக்கத் திட்டமிட்டனர். அப்பனும் மகனும் சேர்ந்து பெரும்பாடு பட்டுப் பறவை இறகுகளைச் சேகரித்து அவற்றை மெழுகால் ஒட்டி இரண்டு இணை இறக்கைகளைச் செய்து தம் தோள்களில் பொருத்திக் கொண்டு ஓர் உயர்ந்த குன்றின் உச்சிக்கு ஏறி அங்கிருந்து ஏஜியன் கடலைத் தாண்டிப் பறக்கத் தொடங்கினர். 1742

அவர்கள் இவ்வாறு பறந்தபோது உண்டான மகிழ்ச்சிப் பெருக்கில், உணர்ச்சி மிகக் கொண்ட இக்காரஸ், தந்தை எச்சரித்தும் கேளாது உயர உயரப் பறந்தார். அவ்வாறு உயரப் பறந்ததனால், மெழுகினாலான இறக்கை இளகிக் கடலில் விழுந்து விட்டார். டெட்டலஸ் பத்திரமாகத் தரையில் இறங்கித் தப்பித்தார் என்பது புராணக் கதை. இது கதைதான், ஆதலால் இப்படியும் நடக்குமா என்று வியந்து யாரும் இந்த ஆராய்ச்சியில் இறங்கிவிட வேண்டியதில்லை.

நமது புராணங்களில் விமானங்களைப் பற்றிச் சொல்லப்பட்டுள்ளது. போகர் என்ற சித்தர் விமானம் செய்வது பற்றிப் பாடியுள்ளார் என்பர். எனவே பறவை போல் வானில் பறக்க வேண்டுமென்ற எண்ணம் இந்திய மக்களிடத்தும் பன்னெடுங் காலத்திற்கு முன்னரே இருந்தது என்பதை இது உணர்த்துகின்றது.

இறக்கை கட்டிக்கொண்டு

எனினும் ஐரோப்பாவில் சிலர் பதினோராம் நூற்றாண்டில் மெய்யாகவே இறக்கை கட்டிப் பறக்க முயன்றிருக்கின்றார். அம்முன்னோடிகளில் பெரும்பாலரின் பெயர் கால வீச்சில் மறைந்து போயினும், சிலர் பற்றிய செய்திகள் நமக்குக் கிடைத்துள்ளன.

இங்கிலாந்தின் மாமஸ்பரி என்ற இடத்தைச் சேர்ந்த கிறித்துவத் துறவியான ஆலிவர், 1020 ஆம் ஆண்டு ஓர் உயர்ந்த சுவரின் மேலிருந்து குதித்துத் தரை தட்டுமுன்னர், 650 அடி தொலைவு வரையிலும் காற்றில் சிறகடித்துப் பறந்தார். அவர் பறவையைப் போல் பறக்க முயன்றதால் இரண்டு கால்களையும் இழந்தார்.

அதே நூற்றாண்டில் கான்ஸ்டாண்டிநோபிளைச் சேர்ந்த ஊர் பேர் தெரியாத ஒரு சாரசன்-அரேபியர்-கனத்த அங்கி ஒன்றை இறக்கைபோல் விறைப்பாக இருக்குமாறு செய்து கொண்டு, அந்த அங்கி தன் உடலின் கனத்தை தாங்கும் என்ற நம்பிக்கையில் குதித்துப் பறக்கப் பார்த்தபோது உயிரிழந்தார் என்று வரலாறு கூறுகின்றது.

நடு இத்தாலியிலுள்ள பெரூஜியா என்ற நகரத்தில் கியோவன்னி டாண்டி என்ற கணித வல்லுநர், *1490* வாக்கில் இறக்கைகளைத் தோளில் கட்டிக் கொண்டு திரசிமெனோ என்ற ஏரியின் குறுக்கே பன்முறை தட்டுத் தடுமாறிப் பறந்தார் என்று கூறப்படுகின்றது. அவர் இடப்பக்க இறக்கையில் பொருந்தியிருந்த இரும்புப் பட்டி முறிந்ததால் தரையில் பாய நேர்ந்தது.

ஸ்காத்லாந்து மன்னர் நான்காம் ஜேம்சின் அரசவையில், ஜான் டேமியன் என்ற இத்தாலி நாட்டு மருத்துவர் இருந்தார். மன்னர் அரசவையிலிருந்து ஒரு தூதுக் குழுவைப் பிரான்சிற்கு அனுப்பினார்; அக்குழுவுடன் டேமியன் செல்ல வேண்டுமென்று கட்டளையிட்டார். ஆனால் டேமியன் சிறிது காலந் தாழ்த்தியதால் தூதுக்குழு பிரான்சிற்குப் புறப்பட்டு விட்டது. டேமியன் மன்னரிடம் சென்று, தான் பறந்து போய்த் தூதுக் குழுவைப் பிடிக்கப் போவதாகச் சொன்னதற்கு மன்னர் ஒப்பினார்.

டேமியன் பறவை இறக்கைகளாகச் செய்து, அவற்றைத் தோளில் பூட்டிக் கொண்டு, கோட்டைச் சுவரிலிருந்து குதித்து இறக்கைகளை ஆட்டி பறந்து பார்த்தார். ஆனால் பலத்த ஓசையோடு தரையில் விழுந்து விட்டார். அவர் கழுகின் இறகுகளால் இறக்கைகளைச் செய்யாது, கோழி இறகுகளைப் பயன்படுத்தியதால்தான், கீழே விழ நேர்ந்ததாக டேமியன் விளக்கம் சொன்னார். ஆனால் அவர் இரண்டாவது முறை பறந்ததாகத் தெரியவில்லை.

இந்த *1742* ஆம் ஆண்டு பிரஞ்சு மேட்டுக்குடிப் பிரபு ஒருவர் இறக்கைகளைக் கட்டிக் கொண்டு ஒரு கட்டட உச்சியிலிருந்து தாவிப் பறக்க முயன்று பரபரப்பை உண்டாக்கினார். அவர் சீன் ஆற்றின் குறுக்கே பறக்கப் போவதாக அறிவித்தார். (சீன் ஆறு லாங்கிரஸ் சமவெளியில் தோன்றி வட பிரான்சில் பாய்கின்றது. அது பாரிஸ் நகரத்தின் வழியே ஓடி ஆங்கிலக் கால்வாயில் கலந்து விடுகின்றது. இது பிரஞ்சு நாட்டின் இரண்டாவது பேராறு. இவ்வாறு கால்வாயின் வழியாகச் சோமே, ஷெல்ட், மியூஸ், ரைன், வோன், லேயர் ஆறுகளுடன் இணைக்கப்பட்டுள்ளது, இதன் நீளம் சுமார் *776* கிலோமீட்டர்.)

அவர் சீன் ஆற்றங்கரை மீதிருந்த உயரமான கட்டடத்தில் ஏறி, அங்கிருந்து தாவினார். அப்போது ஒரு பெண் கரையருகில் கட்டி வைத்திருந்த மிதவைப் படகின் மேலே வந்து விழுந்தார்.

எனினும் இதற்குச் சுமார் 63 ஆண்டுகளுக்கு முன்னர் 1679 இல் பிரஞ்சுப் பூட்டுக்காரரான பெஸ்னியர் என்றவர் தன் கைகளாலும், கால்களாலும் ஏறியிறங்க வைக்கும் இறக்கைகளைச் செய்து வானில் பறந்தார் என்று கூறுகின்றனர். ஆனால் அவர் வெகு தொலைவு பறந்ததாக எவரும் உரிமை கொண்டாடவில்லை.

ஐரோப்பியரின் அருஞ் செயல் ஆர்வத்திற்கும், அதற்காக உயிரையும் மதியாத துணிச்சலுக்கும் இதுவும் சிறந்த எடுத்துக்காட்டு. கின்னஸ் சாதனைகளை வைத்து நோக்குமிடத்து இன்னும் ஐரோப்பியர் அருஞ் செயல்களை ஊக்குவித்து வருவதைக் காணலாம்.

3. மராட்டியருக்கு அஞ்சிக் கல்கத்தாவைச் சுற்றி அகழி

இந்து தேசமெங்கும் மராட்டியர் என்றால் நாட்டு மக்களும், அயல் நாட்டினரும் அஞ்சிக் கிலி கொள்ளத்தக்க நிலையை மராட்டியர் அடைந்திருந்தனர். மராட்டியரின் குதிரைப்படை சூறாவளி போல் பறந்துவந்து இரக்கமின்றிக் கொடிய தாக்குதலை நடத்திற்று. இந்தப் பதினெட்டாம் நூற்றாண்டின் எழுதா மரபுப்படி இத்தகைய தாக்குதல்கள் கொலையும், கொள்ளையும், கொள்ளியுமாகும். மராட்டியரின் படைகளில் இந்துக்களும் இருந்தனர், முஸ்லிம்களும் இருந்தனர். எனவே அப்படையின் தாக்குதலுக்கு அனைவருமே இலக்காக நேர்ந்தது. பெருமைக்குரிய கோயில்களும். திருமடங்களும் கூட அவர்களின் அடியிலிருந்து தப்பிவிடவில்லை.

ஆங்கிலேயர் கல்கத்தாவில் 1712 ஆம் ஆண்டிலேயே வில்லியம் கோட்டையைக் கட்டி முடித்து விட்டனரெனினும், புயல் வேகத்தில் பாய்ந்து, பறந்து வந்த மராட்டியரை எதிர்த்து நிற்பதற்காக, இந்த 1742இல் கல்கத்தாவைச் சுற்றிலும் பெரிய அகழியை வெட்டினர்.

கல்கத்தாவில் இப்போது ஆங்கிலேயர் வாழ்ந்த பகுதி சுமார் இரண்டு கிலோ மீட்டர் நீளமும், சுமார் 800 மீட்டர் அகலமும் விரிந்திருந்தது. நாட்டு மக்கள் வாழ்ந்த கறுப்பர் நகரம் அதற்கப்பால் சுமார் 6.5 கிலோமீட்டர் சுற்றளவுடையதாகப் பரந்திருந்தது. இரு இனத்தாருமாகச் சுமார் நான்கு இலட்சம் பேர் வாழ்ந்திருந்தனர்.

ஊக்ளி ஆற்றுக்கு (வடக்கிலுள்ள கங்கை வடிநிலப் பகுதியில் பாயும் கங்கையாற்றின் பல பிரிவுகளில் ஒன்றே ஊக்ளியாகும். அது இன்று வங்கதேச எல்லைக்குச் சற்று மேலே, கங்கையிலிருந்து பாகீரதியாகக் கிளைத்துச் சுமார் 195 கிலோமீட்டர் ஓடி, வங்கக் கடலில் கலக்கின்றது. கல்கத்தாவின் வடக்கிலுள்ள இந்த ஆற்றின் கரைக்கு ஊக்ளிப் பக்கம் *(Hooghly side)* என்று பெயர். இங்கு நெருக்கமாகப் பல சணல் ஆலைகளும் பிற தொழிற்சாலைகளும் கட்டப்பட்டுள்ளன. ஃபராக்கா என்ற இடத்தில் ஒரு குறுக்கணை உள்ளது. அது ஊக்ளி ஆற்றில் நீரோட்டம் இருக்க உதவுகின்றது.) ஓராண்டில் கிட்டத்தட்ட ஐம்பது மரக்கலங்கள் வந்தன. கல்கத்தாவின் வாணிகம் வெகு விரைவில் ஆண்டிற்கு ஒரு மில்லியன் பவுன் அளவை எட்டப் போகின்றது. (இக்காலத்தில் ஒரு பவுனின் மதிப்புச் சுமார் பத்து ரூபாய்.) ஆதலால் படையெடுத்துவரும் மராட்டியரால் நேரக் கூடிய ஆபத்தை எதிர்பார்த்துக் கிழக்கிந்தியக் கம்பெனி மிகவும் அஞ்சியது. மேற்குக்கரையில் வெகு செழிப்பான சூரத்துத் துறைமுகம் மராட்டியரின் கொள்ளையால், வாணிப வளம் குன்றலாயிற்று. எனவே 25,000 ரூபாய்ச் செலவில் கம்பெனியின் உடைமைகளைச் சுற்றியும் வட்டமாகப் பெரிய அகழி இந்த ஆண்டு கல்கத்தாவில் தோண்டப்பெற்றது.

எனினும் சுமார் ஐந்து கிலோமீட்டர் தொலைவு தோண்டியதும், மராட்டியர் படை கொண்டு வரக்கூடிய ஆபத்துக் குறைந்ததால், அகழி வெட்டும் வேலை முற்றுப் பெறவில்லை.

4. பிரிட்டனின் இரண்டாவது பிரதமர் ஏள் வில்மிங்டன் (1742 - 1743)

பிரிட்டனின் அரசியல் பாராளுமன்ற வரலாறு இ.ச.க.தொகுதி-3 ல் பண்டு முதல் தொட்டுக் காட்டப்பட்டிருந்தது. அதில் முதல் பிரதமரான இராபட் வால்போல் பற்றிய செய்திகளும் இடம் பெற்றிருந்தன. வால்போல் 1721 முதல் 1742 வரை இருபத்தோராண்டுகள் பிரிட்டனின் பிரதமராய் இருந்த பின்னர், இரண்டாவது பிரதமராக ஸ்பென்சர் காம்டன் என்ற இயற்பெயரையுடைய ஏள் வில்மிங்டன் இந்த ஆண்டு பொறுப்பேற்றார்.

ஸ்பென்சர் காம்டன் (*Spencer Compton*) 1673இல் பிறந்ததால், வால்போலைவிட இரண்டு வயது இளையவர். இவருடைய தந்தை நார்த்தாம்டனின் மூன்றாவது ஏள் ஆவார். ஏள் (*Earl*) என்ற பிரிட்டிஷ் பிரபுப் பட்டம் மார்க்குவிஸ் என்னும் பட்டத்திற்குக் குறைந்தது; வைக்கவுண்டிற்கு மேற்பட்டது. ஏள் பட்டத்தில் பெண்பால் பட்டம் கௌண்ட்ஸ் ஆகும். அவருடைய முன்னோர் உள்நாட்டுப் போரில் (*1644-1649*) போர்புரிந்தனர். இங்கிலாந்தில் புரட்சி ஏற்பட்ட போது, அவர்கள் விக் கட்சியின் பக்கம் உறுதியாக நின்றனர். காம்டன் குடும்பத்தைச் சேர்ந்த ஒருவர் இலண்டன் பிஷப்பாயிருந்தார்; அவர் இரண்டாம் ஜேம்ஸ் மன்னரின் (*1633-1701*; அரசிருந்த காலம் *1685-1688*) மகளான இளவரசி ஆனும், அவருடைய அன்புக்குரிய பாங்கி சாராவும் புரட்சிக்காரர்களிடமிருந்து தப்பிச் செல்ல உதவினார். இந்தச் சாராள்தான் பின்னாளில் மால்பரோ கோமகளாகி வால்போலுக்கும், காம்டனுக்கும் ஆதரவாயிருந்தார்.

1742

ஸ்பென்சர் காம்டன் ஆக்ஸ்ஃபோர்டின் டிரினிட்டி கல்லூரியில் பயின்றவர். அவர் ஒரு பிரபுவின் மகனாக இருந்தமையால் அவருக்குத் தானாகவே பிரபுப் பட்டம் கிடைத்தது. காம்டன் சட்டத் தொழில் புரிந்தார். அவர் அக்காலத்து மேட்டுக் குடியினரைப் போன்று ஐரோப்பிய நாடுகளில் பெரும் பயணம் மேற்கொண்டிருந்த போதே, சஃபோக்குக் கோட்டத்தின் ஐ என்ற தொகுதியிலிருந்து பாராளுமன்றத்திற்குத் தேர்ந்தெடுக்கப்பட்டதாக 1696 இல் அறிந்தார். அவர் அப்போது டோரி கட்சியின் சார்பில் தேர்ந்தெடுக்கப்பட்ட போதும் விக் கட்சிக்கு மாறிக் கொண்டார். விக் கட்சியின் காட்டில்தான் அப்போது மழை பெய்து கொண்டிருந்தது. காம்டனின் உறவினர் பலர் அக்கட்சியில் இருந்தனர்.

செல்வச் சீமானாக இருந்த இளைஞர் காம்டன் பாராளுமன்றத்தின் அரசியல் பணிகளில் முனைந்து ஈடுபட்டார். அவர் 1705 இல் பாராளுமன்ற உரிமைக் குழுவின் தலைவரானார். ஆன் அரசியின் (*1665-1714*; அரசேற்றிருந்த காலம் *1702-1714*; இ.ச.க.தொகுதி-1 காண்க) கணவரான டென்மார்க்கு இளவரசர் ஜார்ஜின் கருவூல அலுவலர் என்ற பொறுப்பை 1707 இல் ஏற்றார். அதற்கு மூன்றாண்டுகளுக்குப் பிறகு டோரி கட்சி தேர்தலில் பெருவெற்றி கண்டதால், காம்டன் பாராளுமன்ற இடத்தை இழந்தார். அவர் இதற்கிடையே அரசியல் நெளிவு சுளிவுகளைக் கற்றுக் கொண்டதுடன் இராபட் வால்போலுக்கு நெருங்கிய நண்பருமானார்.

முதலாம் ஜார்ஜ் மன்னர் (*1660-1727*; ஆட்சிக் காலம் *1714-1727*) அரியணை ஏறியதும் விக் கட்சியின் செல்வாக்கு மீண்டும் உயர்ந்தது. காம்டன் மீண்டும்

பாராளுமன்ற உறுப்பினர்; 1715 இல் பேரவைத் தலைவராகத் தேர்ந்தெடுக்கப்பட்டார். அவர் 1725 வரையிலும் பத்தாண்டுகளுக்கு மேல் பேரவைத் தலைவர் பதவியிலிருந்தார். ''அவரிடம் கேட்பதை மனதில் பதிய வைக்கும் நினைவுத் திறனோ, பிழையைத் திருத்திக் கொள்ளும் மதியூகமோ, விவாதங்களை நடத்திச் செல்லும் திறமையோ இல்லை'' என்று மன்னர் சொன்ன போதும், அவருக்குப் பேரவைத் தலைவர் பதவி தரப்பட்டது.

வேல்ஸ் இளவரசர் அவரைத் தன் கருவூல அலுவலராக்கிக் கொண்டார். அவரை வால்போல் 1722 இல் அரசின் ஊதிய வழங்கு துறைத் தலைவராக்கினார். ''காம்டன் பயன்படக் கூடியவர், நம்பத் தகுந்தவர்; இடைநிலைப் பதவிகள் தந்தாலும் தீங்கு செய்யாத பிறவி'' என்று எல்லாக் காலத்திலும், அனைவராலும் அவர் மதிக்கப்பட்டார். அவருக்கு 1725 இல் ''வீரப் பெருந்தகைப்'' பட்டம் தரப்பட்டது. அவருக்கு ஏள் என்ற பட்டமும் கிடைத்ததால், வில்மிங்டன் ஏள் என்று அறியப்படலானார்.

வில்மிங்டன்

இராபட் வால்போல் இந்த 1742 இல் பிரதமர் பதவியிலிருந்து விலக நேர்ந்ததும், வில்மிங்டன் ஏள் என்ற ஸ்பென்சர் காம்டன் இதே ஆண்டில் பிரிட்டனின் பிரதமரானார். ஆனால் அவர் இந்த வெற்றியை அனுபவிப்பதற்கு வெகுகாலம் வாழ்ந்திருக்கவில்லை. அவரிடம் குறிப்பிடத்தக்க திறன் எதுவுமில்லையென்ற போதிலும், அவர் நெடுங்காலம் விசுவாசமாய் உழைத்து இந்த மேல் நிலையை அடைந்தார்.

அவரது உடல்நலம் ஓரே ஆண்டில் குன்றியது. வெகுவிரைவிலேயே எந்த வேலையும் செய்ய முடியாத நிலை ஏற்பட்டு விட்டது. அவர் பெயருக்குத்தான் பிரதமராயிருந்தார். அற்பாயுளான அவரது அமைச்சின் பலம் எல்லாம் கார்டிரட்டுப் பிரபுவேயாவார். கார்டிரட்டு (*Carterat*) அந்தக் காலத்தின் திறமை மிக்க அரசியல் தந்திரி என்று மதிக்கப்பட்டார்.

வில்மிங்டன் மணம்புரிந்து கொள்ளவில்லை. அவர் வாழ்க்கையில் பெண் தொடர்பாக எந்த ஊழலும் ஏற்பட்டதில்லை. எனினும் அவர் தனியாகக் காமக்களியாட்டங்களில் ஈடுபட்டதாக ஹேரோஸ் வால்போல் (1717-1797; இவர் ஆக்ஸ்ஃபோர்டின் நான்காவது ஏள் எனப்படுவார்; ஆங்கில எழுத்தாளர்; பிரதமராயிருந்த இராபட் வால்போலின் மகன்) கூறியிருக்கின்றார். அவருக்குப் பணமும், சாப்பாடும் மட்டுமே வாழ்க்கையின் இன்பங்கள் என்று சொல்லப்படுவதுண்டு.

வில்மிங்டன் வெறும் இடைக்காலப் பிரதமர். அவர் பதவியிலிருந்த காலத்தில் எதையும் சாதிக்கவில்லை. அவர் இறந்தபோது பெருஞ்செல்வத்தை விட்டுச் சென்றார். அவர் தன் சொத்து முழுவதையும் உடன் பிறந்தார் மகனான நார்தாம்டன் ஏள் என்ற பிரபுவிற்கு விட்டுச் சென்றார்.

5. பிரஞ்சுக் கிழக்கிந்தியக் கம்பெனியும் தூய்ப்பிளேயும்

பிரஞ்சுக்காரர் பற்றி நாம் முன்னர் பல செய்திகளைச் சொல்லியிருந்தோம். அவர்களின் வரலாறு வெகு தொன்மையான காலத்திலிருந்து (சுமார் 35,000 ஆண்டுகளுக்கு முன்னர்) இ.ச.க.தொகுதி-1,2 ல் சொல்லப்பட்டிருந்தது.தொகுதி-3 ல் பிரஞ்சுக்காரர் மேற்குக் கரையில் மாகியைக் கைப்பற்றிய செய்தி உள்ளது.

பிரஞ்சுக்காரர் முதன் முதலில் இந்துமாக்கடல் நோக்கி மேற்கொண்ட பயணங்கள் பற்றி இங்கு மேலும் சில புதுச் செய்திகளைக் கூறி, இந்தப் பதினெட்டாம் நூற்றாண்டில் இந்திய அரசியல் வானில் மற்றோர் எரிநட்சத்திரமாக விளங்கிய ஜோசஃபு ஃபிரான்சுவா தூய்ப்பிளே நவாபாக ஓங்கி நின்றதைக் காட்டுவோம்.

பிரஞ்சுக்காரரின் இந்தியக் கடற் பயணங்கள் அனைத்தும் தொடக்கத்தில் அருஞ்செயல்கள் என்றே மேற்கொள்ளப்பட்டன. அவர்கள் பிரஞ்சு நாட்டின் நார்மண்டியிலுள்ள தியப்பு, ஹான், ஃபுளூர், ரோயன் என்ற துறைகளிலிருந்து பாய்விரித்த மரக்கலங்களில் கிளம்பினர்.

1742

முதல் பிரஞ்சுக் கப்பல்

முதலாம் ஃபிரான்ஸ்வா *(1496-1547; ஆட்சிக் காலம் 1515-1547)* பிரஞ்சுக்காரர் தொலைவிலுள்ள நாடுகளுக்கு வாணிபத்திற்குச் செல்ல வேண்டுமென்று தூண்டினார். ஐபீரியரான ஸ்பானியரும், போர்த்துக்கீசரும் கடல் கடந்து நிறுவிய ஆதிக்கப் பொலிவுதான் அத்தூண்டுதலுக்குக் காரணமாகும். அப்போது ஒரு பிரஞ்சுக் கப்பல் 1527 ஆம் ஆண்டு டையூ என்ற இந்தியத் துறைமுகத்தை அடைந்ததுடன், பிரஞ்சுக்காரர் வேறு வாணிப முயற்சி எதிலும் ஈடுபட்டதாகத் தெரியவில்லை.

அதன் பிறகு மூன்றாவது ஹென்றி *(1551-1589; அரசிருந்த காலம் 1574-1589)* 1578 இல் வெளியிட்ட ஓர் அறிக்கையில், பிரஞ்சு வணிகர் கடல் கடந்து சென்று வாணிபம் புரிய வேண்டுமென்று மேலும் வலியுறுத்தினார். இவ்வளவு தூண்டியும் பலன் ஏற்படவில்லை. போர்த்துக்கீசர், டச்சுக்காரர், ஆங்கிலேயர் நாடுகளில் அவற்றின் வணிகர் வாணிபம் செய்வதற்கு முதலீட்டில் ஒரு பாகத்தை அரசிடமிருந்து பெற்றனர். பிரான்சும் அந்நாடுகளைப் பின்பற்ற முன்வந்தது.

ஆனால் அப்போது உள்நாட்டுப் போர்கள் (இ.ச.க.தொகுதி-2) நடந்தமையால், கருவூலத்தில் போதிய பணம் இல்லை. அதனால் அரசினால் வணிகர்க்குத் தன் பங்கை அளிக்க முடியவில்லை.

நான்காம் ஹென்றி *(1553-1610; ஆட்சிக் காலம் 1589-1610)* காலத்தில் கடல் வாணிபம் செய்யும் திட்டம் மீண்டும் உருவானது. இம்மன்னர் 1604 இல் ஜெரார்டு என்பவருக்கும், அவருடைய கூட்டாளிகளுக்கும், இந்தியா செல்வதற்கு ஆகும் செலவுத் தொகையை முன்பணமாக அளித்தார். அத்துடன் தற்காப்பிற்காக இரண்டு பீரங்கிகளையும் கொடுத்தார். ஜெரார்டு அமைத்த முதல் பிரஞ்சு நிறுவனம் செயிண்ட் மாலோ என்ற இடத்தில் நிறுவப்பட்டது. அதன் பெயர் மொலுக்கஸ் கம்பெனி

(Compaganie des Moluques) ஆகும். இவையனைத்தும் முறையான வாணிப நிறுவனம் அமைப்பதற்கு முன்னர் மேற்கொண்ட முயற்சிகளாகும்.

முதல் கம்பெனி

பிரஞ்சுக்காரர் பேரிந்திய வாணிபத்திற்கென்று முறையாக அமைத்த நிறுவனம் பற்றி இ.ச.க.தொகுதி-2 சொல்லப்பட்டது. பிரஞ்சு அமைச்சர் கோல்பரினால் *(Colbert)* அனுப்பிவைக்கப்பட்ட டச்சுக்காரர் கரோன் *(Caron)* 1667 அக்டோபர் 15 அன்று சூரத்தில் பிரஞ்சுக் கிழக்கிந்தியக் கம்பெனியின் பண்டசாலையை நிறுவினார். அன்று இந்தியாவின் தலையாய அயல் வாணிபத் துறைமுகப் பட்டினமாகச் சூரத்து இருந்தது. அவருடன் பிரஞ்சு அரசு அனுப்பி வைத்த மர்க்கார *(Marcara)*, அவலோஞ்சிஸ் *(Avalonchis)* என்ற பாரசீக நாட்டவரின் உதவியுடன், பிரஞ்சுக்காரர் கிழக்குக் கரையோரத்தில் கோல்கொண்டாப் பகுதியில் வாணிபம் செய்யும் உரிமையை அந்நாட்டுச் சுல்தானிடமிருந்து பெற்றனர். அதன் பின்னர் மேற்சொன்ன பாரசீகர் இருவரும் சோழமண்டலக் கரைக்கு வந்து தாம் கொணர்ந்திருந்த பண்டங்களைத் தீர்வை செலுத்தாமல் விற்பதற்கும் சுல்தானிடமிருந்து உரிமை பெற்றனர்.

ஃபிரான்ஸ்வா மார்டின்

இவரைப் பற்றியும், இவரது அறிவுக் கூர்மை குறித்தும், அரசியல் தந்திர முனைப்புகளையும் இக்களஞ்சிய வரிசையின் தொகுதி-1,2 ல் சொல்லியிருந்தோம். இவர் புதுச்சேரியை நிறுவியவர் என்னும் சிறப்பையும் பெற்றிருக்கின்றார். அவர் 1699 முதல் 1705 இல் இறந்தது வரையிலும் புதுச்சேரியின் முதல் ஆளுநராயிருந்தார். டச்சுக்காரர் புதுச்சேரியைக் கைப்பற்றிய போது, மார்டினைச் சிறைப்பிடித்துப் படேவியாவில் (இந்தோனேசியம்) வைத்திருந்தனர். அவருக்கு இந்தியாவில் பிரஞ்சு வாணிபத்தைப் பெருக்கியதிலும், பிரஞ்சு ஆட்சியை நிலை நிறுத்தியதிலும் பெரும் பங்குண்டு.

லெனாயிர்

மார்டினையடுத்து லெனாயிர் *(Lenoir)* 1721 இல் புதுச்சேரி ஆளுநரானார். லெனாயிர் புதுச்சேரிக்கு வந்தபோது ஆனந்தரங்கம்பிள்ளைக்கு வயது 17. அவருக்கு லெனாயிர் காலத்தில் தான் மிகுந்த செல்வாக்கு ஏற்பட்டது, லெனாயிர் 1735 வரையிலும் ஆளுநராயிருந்தார்.

டூமா

புதுச்சேரியின் மூன்றாவது ஆளுநராக டூமா *(Dumas)* வந்தார். அவர் காலத்தில் பாண்டிச்சேரி அக்கசாலையில் ரூபாய் நாணயங்கள் அச்சிடப் பெற்றன. இந்தியா விலிருந்த பிரஞ்சு வாணிப நிலைகளை நிர்வகிக்கவும், அவற்றின் வாணிபவளர்ச்சியில் ஈடுபடவும், பிரான்சிலிருந்து அனுப்பி வைக்கப்பட்ட ஆளுநர்கள் பிரஞ்சு அரசின் கட்டுப்பாட்டில் செயல்பட்டவர்கள் என்பதும், இந்தியாவிலிருந்த பிரஞ்சு நிர்வாகம் வெறும் வாணிப அமைப்பு மட்டும் அல்ல என்பதும், அது பிரஞ்சு அயலுறவுக் கொள்கையின் ஒரு கருவியாக இருந்தது என்பதும், இங்கு நினைவிற் கொள்ளத் தக்கனவாகும். பிரஞ்சு கிழக்கிந்தியக் கம்பெனி தாயகத்தின் முடியரசிற்கு முற்றிலும் கீழ்ப்படிந்து செயல்பட்டு வந்தது.

தூய்ப்பிளே

தூய்ப்பிளே 1722 இல் புதுச்சேரியில் மிகவும் எளிமையான முறையில் ஆரவாரமில்லாது (இ.ச.க.தொகுதி-3) தன் 23 ஆவது வயதில் வந்து இறங்கினார். அவர் புதுச்சேரியில் கால் வைத்ததுமே அதைத் தென்னிந்தியாவின் வாணிப மையமாக்கு வதென்று திட்டமிட்டு விட்டார். அவர் தன் முதலைப் போட்டு (இ.ச.க.தொகுதி-3) வாணிபத்தில் ஈடுபட்டுப் பெரும் பொருளீட்டினார். பிரஞ்சு அரசு பிரஞ்சுக் கிழக்கிந்தியக் கம்பெனியை 1723 ஆம் ஆண்டு முற்றிலும் மாற்றியமைத்து மறுவாழ்வு கொடுத்தமையால், அது தூய்ப்பிளேக்குப் பெரிதும் உதவியாக அமைந்தது.

ஆளுநர் டூமா 1731 ஆம் ஆண்டு தூய்ப்பிளேயை வங்கத்தின் சந்திரநாகூருக்கு அனுப்பி, அங்கு பல ஆண்டுகளாக ஆதாயம் எதுவுமில்லாது, தன் செலவிற்கே தத்தளித்துக் கொண்டிருந்த கம்பெனிப் பண்ட சாலையை உயிர்ப்பிக்கும்படி பணித்தார். தூய்ப்பிளே அங்கு சென்று சந்திரநாகூரை வங்கத்தின் மிகச் சிறந்ததும், முக்கிய மானதுமான வாணிப மையமாகப் புத்துயிர் பெறச் செய்தார். அவர் சந்திரநாகூரில் இருந்த காலத்தில்தான் இந்திய அரசியல் என்று இடக்கரடக்கலாகச் சொல்லப்படும் சந்தர்ப்பவாதம், இரட்டுற மொழிதல், நம்பிக்கை மோசம், சூழ்ச்சி என்ற வலைகளையெல்லாம் பின்னக் கற்றுக் கொண்டார். ஊக்ளி ஆற்றிற்கு வந்து சேர்ந்த பல கப்பல்களையும், அவை கொண்டு வந்த பண்டங்களையும், அவற்றால் வங்க நவாபு செல்வச் செழிப்படைந்ததையும் அருகிலிருந்து கண்ட தூய்ப்பிளே இத்துறைமுகத்தினுள் கப்பல்கள் செல்லாது முற்றுகையிட்டால் நவாபு மிக எளிதாக வீழ்ந்து விடுவார் என்று அரசியல் தந்திரம் பேசக் கற்றதும் வங்கத்தினாலேயாகும்.

இந்திய மன்னர்கள் செல்வமும், செழிப்பும் மிக்க எதேச்சாதிகாரிகளாயிருந்தனர். அவர்கள் ஒற்றுமையின்றித் தமக்குள் ஓயாது போரிட்டு அழிந்து தேய்ந்தனர் என்பது அறிவுக் கூர்மையுள்ள தூய்ப்பிளேக்கு மிக எளிதாகப் புரிந்தது. அவர்களின் உள்சண்டையில், ஏதேனுமொரு பக்கம், குறிப்பாக வெற்றி கொள்பவர்களின் பக்கம் சேர்வது பேராதாயம் தரும் என்பதைத் தூய்ப்பிளே கண்டார்.

டூமா 1741 அக்டோபரில் ஆளுநர் வேலையிலிருந்து விலகிப் பிரான்ஸ் சென்று விட்டதால், ஆளுநர் பதவி தூய்ப்பிளேக்கு இந்த 1742 இல் கிடைத்தது. அவர் கடந்த பத்தாண்டுகளாகச் சந்திரநாகூரில் இருந்து, அதை வங்கத்தில் மிகச் சிறந்த உயர் நிலையை அடையச் செய்ததுடன், பெரிய செல்வத்தின் அதிபரும் ஆனார். அவர் பிரான்சிலிருந்து 1722 இல் புதுச்சேரிக்கு மிக எளிய ஊழியராகக் கப்பலில் வந்து இறங்கினார். இந்த ஆண்டு சந்திரநாகூரிலிருந்து நவாபாகத் தூய்ப்பிளே புதுச்சேரிக்கு வந்து ஆளுநர் பொறுப்பை ஏற்கின்றார். மிகவும் எளிமையான ஒரு குடும்பத்தில் பிறந்த தூய்ப்பிளே இந்தியாவை அடைந்த இருபதே ஆண்டுகளில் பெரிய பணக்காரரானார்; அரசர்க்குரிய அனைத்து மரியாதைகளையும் பெற்ற நவாபுமானார்.

தூய்ப்பிளேயின் நவாபுத்தனம்

நவாபுத்தனம் என்பது என்ன? ஓர் ஐரோப்பியர் இந்தியரிடையே நவாபாகி விடுவது; அதாவது, முகலாய இளவரசராகிவிடுவது. அவர் அதன் பிறகு, அந்தப் பேரரசப் பெருஞ் சிறப்பைப் பயன்படுத்தி நாட்டில் நிலவி வந்த அராசகமான குழப்ப நிலையை நல்ல வாய்ப்பாகக் கொண்டு, மேலுயர் ஆட்சியதிகாரத்தை அல்லது இந்தியாவின் பெரும் பரப்பிலேனும் தன் உச்ச ஆட்சியதிகாரத்தைச் செலுத்துவது

என்பதுதான் நவாபுத் தனம் என்று அகஸ்தி டூசைண்ட் (*Auguste Toussaint*) என்ற பிரஞ்சு எழுத்தாளர் நவாபு பட்டத்திற்கு விளக்கம் தருகின்றார்.

முகலாயப் பேரரசர் 1740 ஆம் ஆண்டு பிறப்பித்த ஓர் ஆணைப்படி, தூய்ப்பிளே எப்படியோ தனக்கு நவாபுப் பட்டத்தைப் பெற்று விட்டார். ஆனால் பொதுவாக நம்பப்படுவதைப் போன்று, அது கௌரவப்பட்டமன்று. அவர் உரிய சடங்கு முறைகளுடன் இப்பட்டத்தைப் பெற்றதால், பேரரசச் சாதியில் ஒருவரானார். அவர் வரி விதிக்கவும், ஐயாயிரம் பேரடங்கிய குதிரைப் படைக்குத் தலைமை ஏற்கவும், தர்பார் என்ற அரசவையில் கொலுவீற்றிருக்கவும், சுருக்கமாகச் சொல்வதானால், ஒரு முகலாயப் படைத்தளபதியைப் போன்று, அப்படியே நடந்து கொள்ளவும், நவாபுப் பட்டம் தூய்ப்பிளேக்குப் பரந்து விரிந்த அதிகாரங்களைக் கொடுத்தது.

வாணிபப் பண்டசாலைகள் செயல்படும் முறையை முதன் முதலில் தூய்ப்பிளே விளங்கிக் கொண்டதில்தான் அவரது மேதைத்தனம் அடங்கியுள்ளது. வாணிபப் பண்டசாலைகள் ஐரோப்பியர் இந்தியாவில் வலுவாக நிலைபெறவே விடா; எனவே அதற்கு வேறு முறையைக் கண்டாக வேண்டும் என்ற உண்மை நிலையைத் தூய்ப்பிளேதான் முதலிலேயே உணர்ந்தார். கீழை நாட்டு மன்னர்களின் அரசியலை முதன்முதலில் விளங்கிக் கொண்டவரும் அவரே.அதாவது சூழ்ச்சி, இரண்டகம் முதலியன மேலோங்கி நிற்பது இந்திய அரசியல் என்பதையும் தூய்ப்பிளே தேர்ந்து அறிந்தார். இத்துறையில் அவரை மிஞ்சுபவர் எவருமிலர். அவர் நவாபுகள் அனைவரையும் சூழ்ச்சியிலும், வஞ்சகத்திலும் மிஞ்சி விட்டார். இந்தியச் சிப்பாய்கள் என்ற படைவீரர்களைக் கொண்டே, அவர்களின் நாட்டை வெற்றி கொள்வது என்ற மிகச் சிறந்த கருத்தும் அவருடையதே.

நவாபுத்தனத்தில் எத்தனை படிகள் உள்ளன என்பதை நாம் இங்கு ஆராய வேண்டாம். அதை எழுதுவதென்றால், இந்திய வரலாற்றில், அது ஓர் அத்தியாயமாகவே விரிந்து விடும். (நவாபுகள் மலிந்திருந்ததை இ.ச.க.தொகுதி-3 காண்க) தூய்ப்பிளே இன்னொருவருக்காக மேளதாளம் முழங்கிய நேரத்தில் கப்பலிலிருந்து இறங்கிப் புதுச்சேரியில் அடி வைத்த(1722) நாளிலிருந்து அவர் தாய்நாட்டிற்குத் திருப்பியழைக்கப் பட்ட நாள் (1753) வரையிலும், தென்னிந்தியாவை வெற்றி கொள்வதற்காக என்னென்ன செய்தார் என்பன பற்றிப் பிரஞ்சு, ஆங்கில ஆசிரியர்கள் விரிவாகப் பல நூல்களை எழுதியுள்ளனர்.

தூய்ப்பிளேயின் படையில் நான்கு கருவிகள் இருந்தன; ''காலாள்படை, பீரங்கிப்படை, குதிரைப்படை, சூழ்ச்சி; கடைசியாகச் சொல்லப்பட்டதுதான் ஏனைய மூன்றையும் விட வலிமை வாய்ந்தது'' என்று அகஸ்தி டூசைண்ட் உரைக்கின்றார். தூய்ப்பிளே வெற்றி கண்டிருக்க வேண்டுமாயின், அதற்கு இவற்றையெல்லாம் விட வலிமை வாய்ந்த முக்கியமானதொரு கருவி வேண்டும். ''அது தான் கப்பற்படை, அதைத் தூய்ப்பிளே விளங்கிக் கொள்ளவேயில்லை'' என்கின்றார் அவர்.

கிளைவு வருகை

தூய்ப்பிளேயின் பேரரசக் கனவுகளைக் கலைப்பதற்கென்று பதினெட்டு வயதான ஒரு பிரிட்டிஷ் இளைஞர், இந்த 1742 டிசம்பரில் கிழக்கிந்தியக் கம்பெனியின் எழுத்தராக வேலைக்குச் சேர்ந்தார். இராபர்ட் கிளைவு (1725-1744; இ.ச.க.தொகுதி-3) அடுத்த ஆண்டு 1743 ஜனவரி 5 அன்று சென்னை ஜார்ஜ் கோட்டையில் பணிக்குச் சேரப்

போகின்றார். இவர் தூய்ப்பிளேயைப் போல் பேரரசுக் கனவு எதையும் காணவில்லை. ஆனால் அவர் இந்தியாவில் பிரிட்டனுக்குப் பெரும் பேரரசு ஒன்றுக்குக் கடைகால் இடுவார் என்று எவர்தான் அப்போது அறிந்திருக்க முடியும்!

6. நாணயம் அச்சிடுவதில் பிரிட்டிசாரின் முன்னோக்கு

வரலாற்றியலின் இன்றிமையாக் கூறுகளுள் ஒன்றாகிய நாணயவியல் பேரார்வம் தரும் ஒரு துறையாகும். இக்களஞ்சிய வரிசை இரண்டாம் தொகுதி - இரண்டாம் பகுதியில் பணம் தோன்றிய கதையைப் பண்டு தொட்டு விவரித்து, மனிதனின் கண்டுபிடிப்புகளில் பணம் என்பது மிகவும் அடிப்படையானது என்பதை எடுத்துக்காட்டியிருந்தோம். மூன்றாம் தொகுதியில் பதினெட்டாம் நூற்றாண்டு இந்திய நாணயங்கள் பற்றியும், சிவகங்கை நாணயங்கள் குறித்தும், டேனியர் இந்தியாவில் வெளியிட்ட நாணயங்களையும் சொல்லியிருந்தோம். நான்காம் தொகுதியில் கிழக்கிந்தியக் கம்பெனியின் நாணயச் சீர்திருத்த முயற்சியும், 18 ஆம் நூற்றாண்டு புழக்கத்திலிருந்த பல்வேறு நாணயங்களின் மதிப்பும், மற்றும் பிற செய்திகளும் சொல்லப்பட்டிருந்தன. இந்த ஐந்தாம் பத்தில் நாணயம் அச்சிடுவது குறித்து ஆங்கிலேயரிடம் இருந்த முன்னோக்கு எடுத்து இயம்பப் படுகின்றது. இந்தியாவில் வாணிபம் புரிய வந்த பிற ஐரோப்பிய நாடுகளிடம் காணப்படாத முன்னோக்கு ஆங்கிலேயரிடம் நாணயம் அச்சிடுவதிலும் இருந்தது என்பதைத் தெளிவாகக் காணமுடிகின்றது.

1742

ஆர்க்காட்டு ரூபாயை அச்சிடும் அனுமதி 1742 இல் கிழக்கிந்தியக் கம்பெனிக்குக் கர்நாடக நவாபினால் வழங்கப்பட்டது. எனினும் பிரிட்டிஷ் மன்னர் தனது 1686 ஆம் ஆண்டுச் சாசனப்படி, அவர்கள் இந்தியாவில் நாணயம் அச்சிடுவதற்கு உரிமை வழங்கியதற்கு முன்னரே, இந்தியாவில் முகலாயர் வகை ரூபாய் நாணயங்களைப் புழக்கத்தில் விடலாமென்று ஔரங்கசீபு அவர்களுக்கு அனுமதி தந்துவிட்டார். ஃபிரான்சிஸ்டே சந்திரகிரி மன்னரிடமிருந்து 1639 ஆம் ஆண்டு பண்டசாலை நிறுவ ஓர் இடத்தைக் கொடையாகப் பெற்ற அரசாணையில், சென்னைக் குடியேற்றங்களுக்காக நாணயம் அச்சிடும் உரிமையைத் தருகின்ற ஒரு விதியைச் சேர்த்துவிட்டனர்.

தென்னிந்திய நாணய முறை

தென்னிந்தியாவில் பொன், பணம், காசு முதலியவற்றின் அடிப்படையில் அமைந்த நாணய முறைக்குள் ஆங்கிலேயர் தலையிட்டுப் புதிய நாணய முறைக்கு வருமுன்னரே, நாட்டு நிலை எவ்வாறு உள்ளது என்பதை, அவர்கள் நன்கு எடைபோட்டு விட்டனர். அவர்கள் மக்களின் நாடியை நன்கு பிடித்துப் பார்த்து விட்ட பிறகு, தாம் வெளியிட்ட நாணயங்களில் கம்பெனிச் சின்னத்தை அரிதாகவே அச்சிட்டனர். மேலும் தாம் அச்சிட்ட நாணயங்களை வலிந்து புழக்கத்தில் புகுத்தவும் இல்லை.

''தென்னிந்தியக் கோலங்கள், குறியீட்டு முறை, எடையளவு,இயல், தமிழ், தெலுங்கு, பாரசீகம் போன்ற மொழிகள் முதலியனவும், இந்து, முஸ்லிம் நாணய முறைகள் ஆகியனவும் ஆங்கிலேயரால் முதலில் கைக்கொள்ளப்பட்டன. சென்னை மாகாணத்திற்காக 1643 முதல் 1835 வரை சுமார் இரண்டு நூற்றாண்டுக் காலத்தில் வெளியிட்ட பிரிட்டிஷ் இந்திய நாணயங்கள் இங்கு காலனி ஆட்சியைக் கட்டி

எழுப்பிய சிற்பிகளின் முன்னோக்கை வெளிப்படுத்துகின்றன'' என்று பி.கோபகுமார் குறிப்பிடுகின்றார்.

ஆங்கிலேயர் பகவதி அல்லது பகவத் (அருளப் பெற்றது) என்ற சொல்லைச் சரியாகப் புரிந்து கொள்ளாமல், வராகன் என்ற பகோடாவும், பண்டை இந்தியத்தில் வழங்கி வந்த கர்ஷ பணம் என்பதன் திரிபான பணம் என்ற நாணயமும் ஆர்மேகத்திலிருந்து 1629 இல் வெளிவந்தன. (ஆர்மேகம் என்ற ஆறுமுகம்; இ.ச.க.தொகுதி-6) அவை மச்சிலிப்பட்டினத்தில் 1630 முதல் அச்சாயின. பின்னர் அப்பணியை ஜார்ஜ் கோட்டை மேற்கொண்டது. அதன் பிறகு சீரங்கராயரின் அனுமதி பெற்று விசயநகர நாணயங்களின் மாதிரியில் ஒரே பக்கம் மட்டும் பொறிப்புள்ளதும், ஆண்டு குறிக்காததுமான வராகன் 1643 இல் அச்சிடப்பட்டது. இந்த வராகன் கிடைத்தற்கரியது.

சென்னையில் 1665 முதல் 1835 வரையிலும் பொன், வெள்ளி, செம்பு, முதலிய உலோக நாணயங்கள் அச்சிடப் பெற்றன. கிழக்கிந்தியக் கம்பெனியின் நெறியாளர்கள் (Directors) வெள்ளி நாணயங்களை அச்சிடும் அதிகாரத்தை 1688 இல் கம்பெனிக்கு அளித்தனர்.

சென்னை மாகாண நாணயங்களை வராகன் முறைப்படி அமைந்த உலோக நாணயங்கள் என்று வகைப்படுத்தலாம். இம்முறையில் 20 காசு 1 ஃபியூலவிற்குச் சமம் (Fulus):4 ஃபியூலஸ் = 1 பணம்; 42 பணம் = 1 வராகன்.ரூபாய் நாணய முறைப்படி ரூபாய், அணா. பை (சல்லி அல்லது தம்பிடி) என்று பிரித்தனர். இதன்படி 3 பை = 1 பைசா; 4 பைசா =1 அணா: 16 அணா = 1 ரூபாய்; 14 முதல் 16 ரூபாய்= 1 மோகரா. கம்பெனி இந்நாணய முறைகளை மாற்றுவதற்கு முன்னர், அதற்காகும் செலவைக் கணித்தது. அந்தந்தப் பகுதியில் இருந்த உள்நாட்டு ஆட்சியாளரின் நாணயம் மேலோங்கியுள்ள கருவூலகங்கள், நாணய முறை மாறுதலை ஏற்பதில்லை என்பதை ஆங்கிலேயர் அறிந்தனர்.

தடித்த, குறுகிய வடிவுள்ள பல்வேறு செப்புக்காசுகளில் (1665-1742) எடுத்துக்காட்டத்தக்க மாதிரியாக ஒரு நாணயம் உள்ளது. அதில் இதய வடிவான பகுதிக்குள் VEIC என்ற எழுத்துக்களும், இங்கிலாந்திலிருந்து இந்தியாவில் இறக்கும் பொருள்களின் பொதிகளில் இடப்படுவது போன்று 4 என்ற பொதிக்குறியும் உள்ளன. கி.பி. 1803 ஆம் ஆண்டு வெளியிடப்பட்ட ஒரு காசு நாணயத்தில் ஒரு சிங்கம் பொறித்துள்ளது. இது முதல் முதலில் எந்திரத்தில் அடிக்கப்பட்ட செப்பு நாணயமாகும்.

ஃபியூலஸ்

பலவகைப்பட்ட காசு அல்லது ஃபியூலஸ் என்ற நாணயங்களை டபு (Dub) என்ற வரிசையால் பிரித்தறியலாம். கால் டபு (5 காசு), அரை டபு (10 காசு), டபு (20 காசு), 2 டபு (40 காசு) என்று இவ்வரிசையில் 1807 முதல் 1808 வரை நாணயங்கள் அச்சிடப்பட்டன. ஃபியூலஸ் வரிசையில் 2 ½ காசு, 5 காசு, 20 காசு, 40 காசு என்பன 1807 முதல் 1808 வரை அடிக்கப்பட்டன. கம்பெனி 1803 முதல் 1808 வரை அச்சிட்ட காசுகள் V (ஐந்து), X (பத்து), XX (இருபது) ஆகும். செம்பினாலான அரைத் துட்டும், ஒரு துட்டும் (ஒரு துட்டு என்பது நான்கு பை அல்லது தம்பிடி) 1691 முதல் 1738 வரையிலும் அச்சிடப்பட்டன.

தேதியிடப்படாத வட்ட வடிவான ஃபியூலஸ் வரிசையில் நாணயத்தின் மதிப்பு

முன்புறத்தில் எண்களாலும், பாரசீகமொழி எழுத்தாலும், மறுபுறத்தில் தமிழிலும் தெலுங்கிலும் பொறிக்கப்பட்டுள்ளன. சான்றாக, XX காசில் பிஸ்த் காஸ் சார் ஃபியூலஸ் அஸ்த் (அதாவது இந்த இருபது காசு நான்கு ஃபியூலஸ் ஆகும்) என்று பாரசீகமொழியிலும், இது இருபது காசு என்ற தமிழிலும், இதே பொருள் தரும் தெலுங்குச் சொற்றொடரும் முறையே நாணயத்தின் முன்னும், பின்னும் அச்சிடப்பட்டுள்ளன. இக்காசுகள் மக்களிடையே பெரிய அளவில் புழங்கின. அவற்றுள் பல வகைப்பட்ட காசுகள் இன்று உள்ளன. கம்பெனிக் காசின் முன்புறத்தில் மரபுச் சின்னங்களும் (*Court of Arms*), ஆண்டும், ரோமன் எழுத்தில் நாணய மதிப்பும், மறுபுறத்தில் பாரசீக மொழிச் சொற்களும் உள்ளன.

பணம்

பணம் என்ற நாணய வரிசையில் பணம், இரட்டைப் பணம், அஞ்சு பண ரூபாய் முதலியன வெள்ளியில் அச்சிடப் பெற்றன. தடித்துக் குறுகிய வடிவுள்ள தேதியிடாத ஒரு பணம் இரட்டைப் பணம் (*1764-1807*) முதலிய நாணயங்களில் முன்புறம் திருத்தமற்ற முறையில் திருமால் (வேங்கடேசுவரர்) உருவும், *cs* என்ற எழுத்துக்கள் ஒன்றையொன்று பின்னியும் இருக்கின்றன. இந்த எழுத்துகள் பிரிட்டிஷ் மன்னர் இரண்டாம் சார்லஸ் (*1630-1685*; அரசிருந்தது *1660-1685*) மீண்டும் *1660* இல் ஆட்சிக்கு வந்ததைக் குறிப்பதாகலாம். ஏனெனில் இந்நிகழ்ச்சி பிரிட்டிஷ் வரலாற்றில் ஒரு யுகத்தைக் குறிப்பதாகக் கருதப்படுகின்றது. (இரண்டாம் சார்லஸ் மன்னர் வாணிபத்தையும், அறிவியலையும் மேம்படுத்த உதவியவர்: கப்பற் படையை வலுப்படுத்தியவர்.)

இந்நாணயங்களின் வரிசையானது *1807* முதல் *1878* வரை வெளியிட்ட நாணயங்கள் அனைத்திலும் மிகுந்த மக்கள் செல்வாக்கைப் பெற்றிருந்தது. ஆண்டு குறிக்காத வேறு, பத்து வகையான ஐந்து பண நாணயங்களும் இவ்வாண்டுகளில் வெளியிடப்பட்டன.

வராகன்

தொடக்க காலத்துச் சென்னைப் பகோடாக்கள் என்ற தங்க வராகன்கள் *1640 - 1680* காலத்தைச் சேர்ந்தவையாகும். வராகன்கள் பொன்னிலும் வெள்ளியிலும் அச்சிடப்பட்டன. ஆண்டு குறிக்காத கால் வராகன் (ஒன்பது வகைகள்), அரை வராகன் (எட்டு வகைகள்) முதலியன *1807,1808* ஆகிய இரண்டாண்டுகளிலும் வெள்ளியில் அச்சிடப் பெற்றன. இந்நாணயங்களின் முன்புறத்தில் கோபுரமும், நட்சத்திரங்களும், மறுபுறத்தில் திருப்பதி வெங்கடாசலபதியின் செப்பமற்ற உருவும் அச்சிடப்பெற்றன. சந்திரகிரி மன்னர்கள் திருப்பதி ஏழுமலையானைக் குலதெய்வமாக வழிபட்டனர்.

மேலும் *1740-1807* ஆகிய ஆண்டுகளுக்கு இடைப்பட்ட காலத்தில் ஒற்றை மூர்த்தி, மும்மூர்த்திகள் உருவும் முன்புறத்தில் பதித்த தங்க வராகன்கள் வெளிவந்தன. அவற்றின் பின்புறம் நட்சத்திரங்களும், சிறு மணியுருக்களும் இருந்தன. கோபுரம் பொறித்த தங்க வராகன்கள் (பகோடா) *1808-1815* ஆண்டுக் காலத்தவை. இதே காலத்தில் முன்புறம் இரட்டைக் கோபுரங்களும், மறுபுறம் திருமாலும் பொறித்த தங்க இரட்டை வராகன்களும் அச்சிடப்பட்டன. இக்காசுகளனைத்தும் ஆண்டு குறிக்காதவை. தமிழ், தெலுங்கு, பாரசீகச் சொற்களுடன், ஆங்கிலச் சொற்களும் இக்காசுகளில் உள.

ரூபாய்

ரூபாய் வரிசையில் வெளிவந்த நாணயங்கள்: 1/96 ரூபாய் (இரண்டு வகை: பை மூன்று வகை); 1/48 ரூபாய் - பொதிக் குறியுடன் கூடியவை (2 வகை); 2 பை, 4 பை (4 வகை); வெள்ளி இரண்டணா; 4 அணா; வீசம் ரூபாய்; 1/8 ரூபாய்: கால் ரூபாய்; அரை ரூபாய்; தங்கக் கால் மோகரா (2 வகை) முதலியனவாகும். இரண்டணா, நாலணா நாணயங்கள் 1808 ஆம் ஆண்டு வெள்ளியால் அச்சிடப் பெற்றன. அதனால் அவை கிடைத்தற்கு மிகவும் அரியனவாயிருக்கின்றன.

இலண்டன் அக்கசாலையில் சர் ஐசக் நியூட்டனின் (1643-1727) மேற்பார்வையில், காசுகளின் விளிம்பில் வரிகளும், பிற குறியீடுகளும் அச்சிடும் ஒரு கருவி உருவாக்கப்பட்டது. அக்கருவியைக் கொண்ட ரூபாய் நாணயங்களில் செங்குத்து, சாய்வு, ஓரவெட்டு என்று வரிகள் அச்சிடப்பெற்றன.

ஆர்க்காட்டு ரூபாய் கம்பெனி நாணயத்திற்குக் கடும் போட்டியாயிருந்தது. பிரஞ்சுக்காரர் ஆர்க்காட்டு ரூபாயைத் தாமே வெளியிடுவதற்கு 80,000 ரூபாயையும் விலையுயர்ந்த பரிசுப் பொருள்களையும் நவாபிற்குத் தந்தனர். கிழக்கிந்தியக் கம்பெனி முகலாயர் வகை ரூபாயை ஆர்க்காட்டு ரூபாயாக மாற்றுவதற்குத் தன்னிடமிருந்த முகலாய ரூபாயில் பெருந் தொகையை நவாபிற்குத் தர நேர்ந்தது. ஆர்க்காட்டு ரூபாயை அச்சிடும் அனுமதி 1742 இல் கம்பெனிக்குக் கிடைத்தது. ஆர்க்காட்டு ரூபாய் மாதிரியில் எந்திரத்தால் அச்சிட்ட ரூபாய்கள் 1812 முதல் புழக்கத்திற்கு வந்தன.

எனவே சென்னை ரூபாய் நாணயத்தை, ஆர்க்காட்டில் திரிசூலம் பொறித்து அச்சிட்டது என்றும், மலர்ந்தும், கூம்பியும் காணப்படும் குறிகள் பொறித்துச் சென்னையில் அச்சிட்ட ஆர்க்காட்டு மாதிரியிலமைந்த ரூபாய் என்றும் இருவகைகளாகப் பிரிக்கலாம். கல்கத்தா அக்கசாலையில் அச்சிட்ட ஆர்க்காட்டுப் பாணி (type) ரூபாயில் ரோஜாவும், ரோஜா, இளம்பிறைக் குறிகளும் இருந்தன. ரூபாய் நாணயங்கள் இரண்டாம் ஆலம்கீரின் பெயரில் வெளிவந்தன. அவற்றில் ஹிஜிரி 1172 என்ற ஆண்டும் ஆட்சிக்கு வந்த ஆண்டு 6 என்றும் பாரசீக எழுத்துகளில் பொறிக்கப்பட்டிருந்தன. ஆர்க்காட்டுப் பாணி ரூபாயில் சிக்கா முபாரக்கு பாதுஷா காசி முகமது அசீசுதீன் ஆலம்கீர் என்றும் ஹிஜிரி 1172, மைமத்து மானஸ் சன்ஹ் ஃபியூலஸ் 6 சர்பு அர்க்கத்து என்றும் முன்னும் பின்னும் பொறிக்கப்பட்டுள்ளன.

வெள்ளி ரூபாயில் 180 தானியமணி வெள்ளி இருக்க வேண்டுமென்று 1818 ஜனவரியில் சாற்றப் பெற்று, அதுவே திட்டம் செய்த நாணயமானது. கணக்குகளிலும், பொதுக் கொடுக்கல் வாங்கலிலும் 300 ரூபாய்க்கு 100 வராகன் என்று ஆணையிடப்பட்டது. பின்னர் 1835 ஆம் ஆண்டு முதல் எங்கும் ஒரே வகை ரூபாய் முறை நாணயங்கள் புழக்கத்திற்கு வந்தன.

7. நாதிர் ஷா கப்பற் படை

நாதிர் ஷா (1688-1747) பாரசீகத்தின் (ஈரான்) கடலடுத்த பகுதியைத் தன் கட்டுக்குள் கொண்டு வரவும், பாரசீக வளைகுடாவில் மேலோங்கி நிற்கவும், அரசு கட்டிலேறிய ஆறாண்டுகளுக்குப் பிறகு முடிவெடுத்தார். அவர் இதற்கு மூன்றாண்டுகளுக்கு முன்னர் தான், இந்தியா மீது படையெடுத்து முகலாயர் குடியின் ஆணிவேரையே அசைத்தார். (இ.ச.க.தொகுதி-4) நாதிர் ஷா பாரசீகத்தின் (இன்று ஈரான்)

கப்பற்படையை வலுப்படுத்த முயன்றதற்கு இன்னொரு காரணமும் இருந்தது. ஓமனின் கொள்ளைக் கப்பல்கள் சிறிது கால இடைவெளிக்குப் பின்னர், பாரசீகத்தை மீண்டும் தாக்கத் தொடங்கின. (ஓமன்; அரபுக்கடலிலுள்ள ஓமன் நீரிணையில் அமைந்திருக்கும் தென் கிழக்கு அரேபியப் பகுதியாகும். இன்று அது ஒரு சுல்தான் ஆட்சியிலுள்ளது. அது பத்தொன்பதாம் நூற்றாண்டில் மிகுந்த வலிமை பெற்று விளங்கியது. அப்போது சான்சிபார்த் தீவும், அரபுத் தீவக் குறையின் பெரும்பகுதியும், இன்றைய பாகிஸ்தானத்தின் ஒருபகுதியும் அதன் ஆட்சியில் இருந்தன. அது சுமார் 2,12,400 சதுர கிலோ மீட்டர்ப் பரப்பில் அமைந்துள்ளது. இது 1976 வரையிலும் மஸ்கட்டு -ஓமன் என்று அழைக்கப்பட்டு வந்தது.)

ஆதலால் நாதிர் ஷா பாரசீக வளைகுடாவில் வாணிபம் செய்து கொண்டிருந்த ஐரோப்பியரிடமிருந்து சில கப்பல்களை வாங்கிச் சூரத்தில் அவர் கட்டி வைத்திருந்த கப்பல்களுடன் சேர்த்து வலுவான ஒரு கப்பற்படையை நிறுவினார். அவரிடமிருந்த கப்பல்களெல்லாம் ஓமனிடம் இருந்தவற்றைப் போலவே சூரத்தில் வாங்கப்பட்டவை அல்லது அங்கு கட்டப்பட்டவையாகும். ஆனால் ஓமனிலிருந்த யாருபியர் பாரசீக வளைகுடாவையும் தாண்டிக் கலஞ்செலுத்தினர். பாரசீகரோ அங்ஙம் தாண்டிச் சென்றதில்லை.

1742

பாரசீகக் கப்பற்படை நாதிர் ஷா ஆட்சிக்கு வந்ததற்கு ஓராண்டிற்கு முன்னர் 1735 இல் (இன்று தென்கிழக்கு ஈராக்கிலுள்ள) ஆட்டோமான் பாஸ்ராவைத் தாக்கிய போது வெற்றி காணவில்லை. ஆனால் பாரசீக அட்மிரலான இலத்தீஃபு கான் அதற்கடுத்த ஆண்டு பாரைன் தீவுகளைத் தாக்கி அவற்றை ஹூவல அரபுகளிடமிருந்து கவர்ந்தார். ஹூவல அரபுகள் பாரசீக வளைகுடா நெடுகிலும் வாழ்ந்தனர். அவர்கள் அடிக்கடி மஸ்கட்டு (ஓமன்) அரபுகளுடன் சண்டையிட்டு வளைகுடாவில் தம் மேலாண்மையை நிறுவ முயன்றனர். அதன் கரை நெடுகிலுமிருந்த துறைமுகங்கள் இன வழியில் ஓரணியில் சேரவும், பகைகளைச் சாதிக்கவும், தம் பழைய குல அனுபவங்களுக்கு ஏற்றவாறு நடந்து கொள்ளும் போக்கினராயிருந்தனர்.

பாரசீக கடலோட்டம் கடந்த காலத்தில் எத்தகையதாயிருப்பினும், இந்தக் காலத்தில் அத்தகைய சிறப்பைப் பெற்றிருக்கவில்லை. பாரசீக வளை குடாவில் பெருகி வந்த கடலோட்டக் குலத்தினர், உள் பகுதிகளிலிருந்து வந்து குடியேறிக் குடாவின் இரு பகுதிகளையும் கைப்பற்றிக் கொண்டனர். அக்குலத்தார் பாரசீக வளைகுடாவைத் தம் கையில் வைத்துக் கொள்ள வேண்மென்பதற்காகப் பாரசீகம், துருக்கி, ஓமன் ஆகியவற்றுக்கிடையே நடந்த போராட்டத்தில் தாமே வலிய வந்து சேர்ந்து கொண்டனர்.

பாரசீக வளைகுடாவின் இரு கரைகளிலும் வாழ்ந்த அரபுக் குலத்தவரான ஹூவலர்கள் குறிப்பிட்ட சில எண்ணிக்கையில் தம்மிடமுள்ள கப்பல் களைப் பாரசீகக் கப்பற்படையிடம் ஒப்படைத்து விட வேண்டுமென்று நாதிர் ஷா ஆணையிட்டார். பெரும்பாலும் ஹூவலரான இவ்வரபு மக்கள், அரேபிய உள் நாடுகளிலுள்ள உறவின் முறையினருடன் வாணிபம் செய்து வந்தனர். பாரசீக வளைகுடாவில் கடலோடுந் தொழிலைக் கொண்டிருந்த இம்மக்கள், அடக்குமுறைக்கு ஆளாக நேரிடும்போது பெண்டு பிள்ளைகளுடன் படகுகளில் ஏறித் தம் துறைமுகங்களை விட்டு வெளியேறி விடுவர். அவர்கள் பின்னர் தம் உறவின் முறையினரிடம் புகலடைந்து, பழிவாங்கும் வேளை வரட்டுமென்று காத்திருப்பர்.

ஹுவல அரபுகள் நாதிர் ஷாவின் கட்டளைக்குத் தயக்கத்துடன் பணிந்தனர். எனினும் நாதிர் ஷாவின் அட்மிரல்கள் ஓமனை 1738 இலும், பின்னர் 1743 இலும் வெல்வதற்கு அவர்கள் உதவினர். எனினும் அவர்கள் பாரசீகக் கப்பற் தலைவர்களுடன் எந்தக் காலத்திலும் மகிழ்ச்சியான உறவு வைத்துக் கொள்ளவில்லை. ஹுவல அரபுகள் 1740 இல் பாரசீகரின் கப்பல் தொகுதி ஒன்றை முற்றிலும் கைப்பற்றி விட்டனர்.

நாதிர் ஷா ஆட்சிக்கால இறுதியில் அத்தொகுதியில் முப்பது கப்பல்கள் இருந்தன. அவர் இறந்த பிறகு பாரசீகக் கப்பற் படை கவனிப்பாரற்றுப் போனது. அவர் செத்ததும், அதுவும் செத்துவிட்டது எனலாம்.

நாதிர் ஷா

8. ஆர்க்காட்டின் குருதிக்கறைபடிந்த அரசிருக்கை

ஆட்சியுரிமை குறித்து எழும் பூசலில் பெற்றவரும் பிள்ளையரும், உற்ற உடன்பிறந்தாரும், ஒருவரையொருவர் வாளால் நீக்கிவிட்டு அரசிருக்கைகளைக் கவர்ந்த செய்திகள் உலக வரலாற்றில் காணப்பட்ட போதிலும், முஸ்லிம்களிடையே இத்தகைய வன்செயல்கள் பெரிதும் நிகழ்ந்தன என்பதைச் சரித்திரம் காட்டுகின்றது. அல் - குலாஃபா அர் - ராஷீதான் அல்லது நேராக நடத்திச் செல்லப்பட்ட காலிஃபாக்கள் என்ற முதல் காலிஃபாக்களில் கடைசியானவராகிய அலி பின் அபு-தாலிபு, காலிஃபாக வருவதை நபிகளின் பேரன்பிற்குரிய பெருமாட்டியான ஆயிஷாவே விரும்பவில்லை. அலி நபிகளின் தந்தையுடன் பிறந்தார் மகன்; மேலும் நபிகளின் வளர்ப்புச் சகோதரராயும், மகளை மணந்த மருமகராயும் மூன்று வகைகளில் உறவினராயிருந்தார். அலி நபிகளின் பாரம்பரியத்திற்குச் சரியான வாரிசு என்று இஸ்லாத்தில் பற்று மிகக் கொண்டோரால் கருதப்பட்ட போதிலும், அவரால் சிரியாவின் ஆளுநரான மூவாவின் பகுதிகளில் தன் அதிகாரத்தைச் சரியானபடி செலுத்த முடியவில்லை. அலி இறுதியில் மூவாவியாவுடன் பொருதி கி.பி.661 ஆம் ஆண்டு களத்தில் மாண்டார்.

இந்தியாவில் முகலாயர் குடியில் பதினேழாம் நூற்றாண்டிலேயே ஔரங்கசீபு அரசுரிமைக்காகத் தன் தந்தை ஷாஜகானைச் சிறை வைத்ததுடன், தன் உடன் பிறந்தாரைப் போரில் கொன்றார். அவருக்குப் பின்னர் அக்குடியில் வாளால் முடிசூடும் வன்மரபு தொடங்கிற்று. ஔரங்கசீபு செத்ததுமே முகலாயரின் தலைமை அமைச்சரான வசீராக விளங்கிய நிசாம்-உல்-முல்க் 1724 இல் தன்னாட்சியுரிமையை உலகறியச் சாற்றித் தக்காணத்தின் பெரிய மன்னரானர். அவருக்கும், அவர் மகன் நசீர் ஜங்கிற்கும் இடையில் ஏற்பட்ட பதவி நோயினால் 1741 ஜூலை 23 அன்று குல்தாபாது, தௌலத்தாபாது என்ற இடங்களின் நடுவேயுள்ள சமவெளியில் போர் நடந்தது.

தந்தையின் முடியைப் பறித்துத் தான் சூடநினைத்த மைந்தன் நசீர் ஜங்கு தந்தை நிசாமிடம் தோற்றார்.

இங்கு கர்நாடகத்தில் இப்போது நவாபு குடியில் பெண் கொண்ட ஒருவரே, அரசுரிமைக்காகக் கொலைகாரரான நிகழ்ச்சியை வரலாற்றில் இவ்வாண்டு காண்கின்றோம்.

கர்நாடக நவாபு தோஸ்து அலி *(1732-1740)* மராட்டியருடன் 1740 இல் நடந்த தாமல் செருவுச் சண்டையில் கொல்லப்பட்டதும், அவருடைய மகன் சஃப்தர் அலி கான் மராட்டியரின் தயவால் நவாபானார். அவருக்கு ஆபத்தாக முளைத்த சந்தா சாகிபு மராட்டியரால் சிறைப்பிடிக்கப்பட்ட செய்தியை முன்னர் கண்டோம்.

தக்காணத்தின் மேலாண்மையாளரான நிசாமின் ஒப்புதல் பெற்றுச் சஃப்தர் அலி நவாபானார். ஆனால் அவரது பதவி உறுதி செய்யப்பட்டதற்காக நிசாமிற்குத் தரவேண்டிய பணத்தைத் தரச் சஃப்தர் அலி கான் மறுத்து விட்டார். அவர் இவ்வாறு நிசாமைத் துணிந்து வெளிப்படையாக எதிர்ப்பதை, ஆர்க்காட்டாரின் நெருங்கிய கூட்டாளிகளான பிரஞ்சுக்காரர் ஆதரிக்க மாட்டார் என்பதைச் சஃப்தர் அலி அறிந்திருந்தார். நாட்டு முஸ்லிம் அரசர்களின் உள்ளத்தைப் புண்படுத்தும் செயல் எதுவாயினும், அதைத் தவிர்க்க வேண்டும் என்பது பிரஞ்சுக்காரரின் கொள்கையாக இருந்தது. ஏனெனில் அம்மன்னர்களுக்கு உரிமையான நிலங்களுக்கு நடுவில்தான் பிரஞ்சுக்காரரின் பண்டசாலைகள் அமைந்திருந்தன. முஸ்லிம் மன்னர்கள் நினைத்தால் தமது பெரும்படையைக் கொண்டு பிரஞ்சுக்காரரை அவ்விடங்களிலிருந்து எளிதாக விரட்டிவிட முடியும். எனவே சஃப்தர் அலி கான் புதுச்சேரி ஆளுநர் டூமாவின் பொறுப்பில் விட்டு வைத்திருந்த தன் கருவூலங்களையெல்லாம் அங்கிருந்து அப்புறப்படுத்திச் சென்னையிலிருந்த ஆங்கிலேயரிடம் மாற்றி விட்டார்.

1742

சஃப்தர் அலி இவ்வாறு பிரஞ்சுக்காரரை விடுத்து ஆங்கிலேயர் பக்கம் சாய்ந்தது, அவருடைய மற்றோர் அத்தை கணவரான, வேலூர்க் கோட்டைத் தலைவர் மூர்த்தசா அலிக்கு விருப்பமில்லை. எனவே அவர் சஃப்தர் அலியை *1742* செப்டம்பரில் கொலை செய்து விட்டுத் தன்னைக் கர்நாடக நவாபு என்று அறிவித்து விட்டார். ஆனால் கொல்லப்பட்ட சஃப்தர் அலியின் ஆதரவாளர்கள், மூர்த்தசா அலியின் கண்மூடித்தனமான கொலைச் செயலை வெறுத்துத் திருச்சிக் கோட்டைக்குப் பொறுப்பாயிருந்த மராட்டியப் படைத் தலைவர் முராரி ராவின் உதவியை நாடினர். ஆனால் மராட்டியர் வந்தால் என்ன செய்வர் என்பதை நன்குணர்ந்த மூர்த்தசா அலி, சஃப்தர் அலியின் குழந்தை மகனை நவாபாக அமர்த்தி விட்டு ஓடிப் போனார்.

உடனே தென்னாட்டில் பெரிய குழப்பம் உண்டானது. எங்கும் அராசகம் தலைவிரித்தாடியது. மராட்டியர் தஞ்சைத் தரணி உள்படத் தென்னக முழுவதையும் கவர்ந்து முஸ்லிம் ஆட்சியை ஒழித்துக் கட்டுவதற்கு இதுவே தக்க வேளை என்பதை உணர்ந்து பாய்வதற்கு ஆயத்தமாயினர். இந்தக் கட்டத்தில் 1742 ஆம் ஆண்டு முடிவடைகின்றது. ஆனால் நிசாம்-உல்-முல்க் மராட்டியரின் எண்ணம் ஈடேறுவதை விரும்பவில்லை என்பதை அடுத்துக் காண்போம்.

1742

வரலாற்றுப் புள்ளிகள்:

வர்ஜீனியாவில் நிலக்கரி கண்டுபிடிப்பு

இன்று அமெரிக்க ஒன்றியத்தின் கிழக்கத்தி மாநிலமாக விளங்கும் வர்ஜீனியாவில், அதன் மேற்குப் பகுதியில் ஓடும் நிலக்கரியாறு என்ற கோல் (Coal) ஆற்றில் நிலக்கரி கண்டுபிடிக்கப்பட்டது. அங்கு அடுத்த இருநூறு ஆண்டுக்காலம் நிலக்கரி கிடைத்தது. இது அமெரிக்காவில் முதலில் கிடைத்த நிலக்கரியாகும்.

ஃபிராங்க்ளின் அடுப்பு

பெஞ்சமின் ஃபிராங்க்ளின் (1706-1790) அமெரிக்க அரசியல் தந்திரி, அறிவியலார், எழுத்தாளர் என்று பல சிறப்புகளைப் பெற்றவர். அவர் தென்கிழக்குப் பென்சில் வேனியாவிலுள்ள பிலடெல்ஃபியா என்ற துறைமுகப் பட்டினத்தைச் சேர்ந்தவர். அவர் பல கண்டுபிடிப்புகளைச் செய்தவர். இந்த ஆண்டில் அவர் ஓர் அடுப்பை உருவாக்கினார். அது திறந்த கணப்பு அடுப்பை விட மிகவும் திறமையான முறையில் ஓர் அறையில் வெப்பமூட்டுவது. அது குளிர் காயும் கணப்பு அடுப்பினுள் வைத்துக் கொள்ளும் விதத்திலும் செய்யப்பட்டு உள்ளது.

பம்பாயில் பெரும் புயல்

பம்பாயில் 1742 செப்டம்பர் 11 அன்று பெரும் புயல் வீசியதால் பெரிய அளவில் சேதங்கள் விளைந்தன. அவற்றின் அளவு தெரியவில்லை.

வேப்பேரி, பெரம்பூர், புதுப்பாக்கம் ஆங்கிலேயர்க்கு நவாபு தந்தார்

கிழக்கிந்தியக் கம்பெனி ஏற்கெனவே எரணாவூர், சடையன்குப்பம் ஆகிய ஊர்களைச் சுரோத்திரியமாகப் பெற்று அனுபவித்து வந்தது. ஆர்க்காட்டு நவாபு அவர்களுக்கு 1742 இல் வேப்பேரி, பெரம்பூர், புதுப்பாக்கம் ஆகிய ஊர்களையும் கொடுத்தார்.

கோபால்ட்டு கண்டுபிடிப்பு

கோபால்ட்டு பொடிந்து விடக் கூடியதும், வெள்ளி போன்ற வெண்மை நிறமுடையதுமான நேர் காந்தத் திறன் கொண்ட உலோகம் ஆகும். அது கோபால்டைட்டு, ஸ்மால்டைட்டு என்ற கனிமங்களிலிருந்து கிடைக்கின்றது. பரவலாக உலோகக் கலவையில் பயன்படுகின்றது. கோபால்ட்டு இந்த 1742 இல் கண்டுபிடிக்கப் பட்டது. கோபால்ட்டு என்றால் ஜெர்மன் மொழியில் பூதம் என்று பொருள். தீய பூதங்கள் இந்த உலோகத்தை வெள்ளியில் வைத்து விடுகின்றன என்று ஜெர்மன் சுரங்கத் தொழிலாளர் நம்பினர்.

1743

1743

அரசியல்

பிரிட்டனின் மூன்றாவது பிரதமர் பெல்ஹம்

தமிழ்நாட்டின் மீது நிசாம் படையெடுப்பு;

முராரிராவ்; அன்வருதீன் கான்;

சென்னைக்குப் புதுக் கவர்னர்

அறிவியல்

ஜெயப்பூர் மன்னர் ஜெயசிங்கு மரணம்

பொருளியல்

டச்சுக் கம்பெனியின் செழிப்பு

கல்வி

நாள் குறிப்பு எழுதிப் புகழ் பெற்றோர்: பீப்ஸ், ஜான் எவலின், ஆனந்தரங்கம் பிள்ளை.

இலக்கியம்

வால்டயர் நாடகம் அரங்கேற்றம்

மக்கள்

அடிமை வணிகன் பரந்தாமனுக்குச் சிறை

இரஷியாவில் யூதர் கொலை

பிறப்பு

தாமஸ் ஜெஃபர்சன் *(1743-1820)*

ஷா பால் மரா: பிரஞ்சுப் புரட்சித் தலைவர் *(1743-1793)*

யூதக் கோடீசுவரர் மெயர் ராத்ஸ்சைல்டு *(1743-1812)*

ஆண்டன் லாவோசியர் *(1743-1744)*

இறப்பு

ஜெயப்பூர் மன்னர் ஜெயசிங்கு *(1686-1743)*

1743

1. அறிவியல் வளர்த்த ஜெயசிங்கு மரணம்

இரசபுதனத்தின் பெயர் பெற்ற இரசபுத்திரர் குடியில் கச்சவாக மன்னர் அல்லது ஆம்பர் மாமன்னர் என்ற ஜெயப்பூர் இரசபுத்திரர் குடியும் வெகு தொன்மையானது. இக்குடிப்பிறந்த இரண்டாம் சவாய் என்ற ஜெயசிங்கு *(1686-1743)* இந்த ஆண்டில் இறந்தார்.

அவர் பிறந்த ஆம்பர் அல்லது தூதார் அரசகுடியைச் சுமார் 1128 ஆம் ஆண்டு தோலா ராவ் என்றவர் தோற்றுவித்தார். அவர் இக்குடியைத் தோற்றுவித்த ஆண்டு 957 என்பாருமுளர். ஆனால் அதன் தொன்மை இதனினும் மூத்தது என்றும் கூறுவர். தோலா ராவ் இக்குடியின் அரசையும் நார்வார் என்ற நகரத்தையும் உண்டாக்கிய நால் இராஜா என்றவரின் வழியில் வந்த முப்பத்தினான்காவது மன்னர் என்று கூறப்படுகின்றார். நால் இராஜா அயோத்தி மன்னர் இராமபிரானின் இரண்டாவது மகனான குகனின் நேர்வழி என்றும் உரிமை கொண்டாடப்படுகின்றது. அதனால் தான் இக்குடியினர் தம்மைப் பன்னெடுங்காலமாகவே குசவ குடும்பம் அல்லது குசவ ஆட்சி என்று குறிப்பிட்டு வந்தனர்.

பண்டைச் சிறப்பு வாய்ந்த இக்குடியினரில் ஒருவர் டெல்லியை ஆண்ட பிருதிவி ராஜனின் மகளை மணந்திருந்தார். சம்யுக்தையை மணந்த பிருதிவி ராஜன் இவர்தான்.

பிருதிவி ராஜன் கானோஜ் மன்னரின் மகள் சம்யுக்தையைச் சிறையெடுத்து மணம்புரிய ஜெயப்பூர் அரச குடியின் மன்னரான பூஜன தேவ (சு.1185) உதவி புரிந்தார். அவர் பிருதிவி ராஜனுக்குச் செய்த இந்த உதவியின் போது உயிரிழந்தார்.

கி.பி. 1547 இல் ஆம்பர் மன்னராயிருந்த பகார் மல்ல என்ற மன்னரின் ஆட்சிக் காலத்தில் தான், அக்குடியினர் முஸ்லிம் ஆட்சிக்கு முதன் முதலில் ஆதரவு கொடுத்தனர், அவர் பாபருக்கு (1483-1530) நெருங்கிய நண்பரானார் உமாயூன் (1530 -1540; 1555 -1556) அவரை வரவேற்றார். அவர் முகலாயர் பேரவையில் ஆம்பர் மன்னர் என்று சிறப்பிக்கப்பட்டார். அவருடைய மகனான பகவன் தாஸ் முகலாயருடன் மேலும் மேலும் நெருக்கமானார். அவர் அக்பரின் (1556 - 1605) அன்பிற்குரிய நண்பராயிருந்தார். அவர் தன் மகளை அக்பரின் மகனான இளவரசன் சலீமிற்கு (பின்னர் ஜஹாங்கீர் 1605-1627) மணமுடித்துக் கொடுத்தார். ''இஸ்லாமியருடன் மணவுறவு கொண்டு இரசபுத்திரத் தூய்மையை மாசுபடுத்தியவர்'' என்று இவர் பழிக்கப்பட்டார்.

இக்குடியின் இருபத்தொன்பதாவது மன்னராக வந்தவர் இரண்டாம் சவாய் ஜெய சிங்கு (1699-1743) ஆவார். ஜெய சிங்கின் காலம் அரசியல், போராட்டங்களும் நிச்சயமற்ற காலச் சூழலும், சமூகக் குழப்பங்களும் நிலவி அமைதியற்றுக் கிடந்தது. முகலாயப் பேரரசு பரந்து விரிந்திருந்த போதிலும், மேலும் ஆட்சிப் பரப்பை விரிவாக்க வேண்டி நடந்த இடையறாப் போர்கள், அப்போர்களால் செல்வ வளங்குன்றிப் போனமை ஆகியவற்றின் காரணமாக, அது தன்னைத் தானே அழித்துக் கொண்டிருந்தது. மட்டுமீறி உண்டான செல்வத்தின் தேவைகளைப் பெறுவதற்காக, உழவர் மீது வரிச்சுமை ஏற்றப்பட்டது, வேளாண்மை புறக்கணிக்கப்பட்டது. இன்னும் பிற சீர்கேடுகளும் மலிந்து மக்கள் ஆற்றொணாத் துயரில் ஆழ்ந்து கிடந்தனர்.

இப்படிப்பட்ட குழப்பமான காலத்தில் மக்களிடையே நிம்மதி இல்லாத நேரத்தில், வானாய்வுக் கூடங்களை நிறுவவும், திட்டமிட்டுப் புறநகர் ஒன்றை அமைக்கவும், பல்வேறு தொழில், கலைப் பணிகள் இவற்றுக்காகவும் பணத்தைச் செலவிடுவதென்று ஜெய சிங்கு ஏன் முடிவு செய்தார்? அவர் சாதிக்க நினைத்தது என்ன? அவரை இப்பணிகளில் இறங்குமாறு தூண்டியோர் யார்? என்று பல வினாக்களை எழுப்பி ஜெய சிங்கின் அறிவியல் - வானியல் வேட்கைக்குக் காரணம் எதுவென்பதைக் காண்பதற்குத் தற்கால வரலாற்றாசிரியர் முயலுகின்றனர்.

இந்தியத்தை இக்காலச் சுழலில் ஆண்ட நாட்டு மன்னர்களில் ஜெய சிங்கு தனிச் சிறப்பு வாய்ந்தவர். அவருக்குக் கலைகளில் ஆர்வம் மிகுதி; கணிதத்திலும் அறிவியலிலும் அவர் மிகுந்த ஈடுபாடு கொண்டிருந்தார். அவர் வானியல் அறிவில் ஐரோப்பிய மன்னர்களுக்கு இணையானவர். அவர் கணித்த வானியல் வாய்ப்பாடுகள் 1875 வரையிலும் பஞ்சாங்கம் கணிக்கப் பயன்பட்டன. அவர் கி.மு. மூன்றாம் நூற்றாண்டில் அலெக்சாந்திரியாவில் வாழ்ந்த யூக்ளிடு என்ற கணித வல்லுநரின் நூல்களைச் சம்ஸ்கிருதத்தில் மொழிபெயர்க்கச் செய்தார் (யூக்ளிடின் Elements என்ற நூலில் ஜியோமிதிக் கொள்கைகள் விளக்கப்பட்டிருந்தன. அந்நூல் 19 ஆம் நூற்றாண்டு வரையும் பாட நூலாக விளங்கியது)

அவர் 1728 ஆம் ஆண்டு பளிங்கினாலான ஜெயப்பூர் என்ற புதிய தலைநகரைக் கட்டினார். (இ.ச.க.தொகுதி-3) (ஜெயப்பூர் இன்று இராஜஸ்தான மாநிலத்தின் தலைநகராக, அம்மாநிலத்தின் வடமேற்கில் உள்ளது. அது டெல்லியிலிருந்து சுமார் 240 கிலோ மீட்டர் தொலைவில் உள்ளது) அது பதினெட்டாம் நூற்றாண்டில் நன்கு

திட்டமிட்டுக் கட்டப்பட்ட முதல் இந்திய நகராகும். அவர் டெல்லி, ஜெயப்பூர், வாரணாசி, மதுரா முதலிய இடங்களில் வானாய்வு நிலையங்களை அமைத்தார். *(இ.ச.க.தொகுதி-3).*

ஜெய சிங்கு கடைசி வரையிலும் முகலாயரை ஆதரித்து வந்தார். ஆனால் நாதிர் ஷா படை கொண்டு வந்த காலத்தில் ஒதுங்கிக் கொண்டார். அவர் பதின்மூன்றாவது வயதில் பட்டத்திற்கு வந்து 44 ஆண்டுகள் அரசிருந்த பின்னர் இந்த 1743 இல் இறந்தார்.

அவர் வீண் அகம்பாவம் கொண்டவர் என்றும், பெருங்குடியர் என்றும் சொல்வாருளர். இருப்பினும் அவரது காலத்தில், அறிவியல் மீது இத்தனை ஆர்வம் கொண்டவர் எவரும் இந்தியத்தில் இருந்திலர் எனலாம்.

2. அடிமை வணிகன் பரந்தாமனுக்குச் சிறை

பரந்தாமன் புதுச்சேரியிலிருந்த பிரஞ்சு அதிகாரி ஒருவரிடம் வேலை செய்து வந்தான். அவன் ஒன்றுமறியாத அப்பாவி மக்களைப் பிடித்து அயல்நாடுகளுக்கு அடிமைகளாக விற்று வந்தான் என்ற செய்தி ஆனந்தரங்கம் பிள்ளையின் உலகப் புகழ் பெற்ற தினப்படி சேதிக் குறிப்பு என்ற தமிழ் நாள் குறிப்பில் காணப்படுகின்றது. ஆனந்தரங்கம் பிள்ளை *(1709 -1761) 1736* முதல் *1761* வரை அன்றாடம் நிகழ்ந்த செய்திகளை மேற்சொன்ன தினப்படி சேதிக்குறிப்பில் தன் தாய் மொழியான தமிழில் எழுதி வந்தார். இது மிகச் சிறந்த வரலாற்று ஆவணமாக விளங்குகின்றது. பதினெட்டாம் நூற்றாண்டின் முக்கியமான அரசியல், சமூகச் செய்திகள் அவரால் குறித்து வைக்கப்பட்டுள்ளன. இந்நாள் குறிப்பைத் தமிழில் பதினெட்டாம் நூற்றாண்டு எழுந்த முதன்மையான உரைநடை இலக்கியம் எனலாம். இவையனைத்தும் பல தொகுதிகளாக இருபதாம் நூற்றாண்டின் தொடக்கத்தில் ஆங்கிலத்தில் மொழிபெயர்த்து வெளியிடப்பட்டுள்ளன.

ஆங்கில மொழியில் சிறந்து விளங்கும் சாமுவல் பீப்ஸ் *(Samuel Pepys) (1633-1703)*; ஜான் எவலின் *(1620 - 1706)* என்ற இருவரும் எழுதிவைத்த நாள் குறிப்புகளுக்கு ஒப்பத் தமிழ் நாள் குறிப்பாக விளங்கும் ஆனந்தரங்கம் பிள்ளையின் தினப்படி சேதிக் குறிப்பு, கால் நூற்றாண்டுக் காலத்தில் தமிழ் நாட்டு வரலாற்று ஓட்டத்தைத் தெரிந்து கொள்வதற்குப் பெருந்துணையாக உள்ளது. அதற்கு அவர் பரந்தாமனைப் பற்றி 15.06.1743 இல் குறித்து வைத்திருக்கும் சேதி மிகச் சிறந்த எடுத்துக்காட்டாகும்.

ரங்கப்பிள்ளை - ஆனந்தரங்கம் பிள்ளை அப்படித்தான் அழைக்கப்பட்டார் - அக்குறிப்பில் அடிமைகளைச் சிறையன்கள்என்று குறிக்கின்றார். அடிமையைக் குறிக்க இது மிகச் சிறந்த பொருத்தமான சொல்லாகும்.

அடிமைகளாகப் பிடிக்கப்பட்ட மக்களுக்கு மொட்டையடித்தனர். அவர்களைக் கள்ளத்தனமாகக் கடத்தியும், ஏமாற்றியும் புதுச்சேரிக்குக் கொண்டு வந்து அடிமைகளாக விற்றனர். அவர்களுக்கு மயக்க மருந்து கொடுத்துக் கொண்டு வந்தனர் என்றும் ரங்கப்பன் கூறுகின்றார். பரந்தாமனின் இச்செயல் வெளிப்படவே, அவனைச் சிறையிலடைத்தனர்.

ஆனந்தரங்கம் பிள்ளையின் சுருக்க வரலாறு இ.ச.க.தொகுதி-*1*ல் சொல்லப் பட்டுள்ளது. அதில் தமிழ்நாட்டுத் துணி வகைகள் விரித்துரைக்கப்பட்டிருக்கின்றன.

3. பிரிட்டனின் மூன்றாவது பிரதமர் பெல்ஹம் (1743 - 1754)

மிகப் பழமையான மேட்டுக் குடியிலிருந்து, நாட்டை ஆளக் கூடிய திறமை படைத்தவர்கள் உருவாக முடியும் என்பதைப் பதினெட்டாம் நூற்றாண்டின் பிரிட்டிஷ் அரசியல் வரலாறு காட்டுகின்றது என்று ஒரு வரலாற்றாசிரியர், பெல்ஹம் குடும்பத்தைப் பற்றிக் கூறுகின்றார்.

ஹென்றி பெல்ஹம் *(1696 -1754)* விக் கட்சியைச் சேர்ந்த பெரிய குடும்பங்களில் ஒன்றில் பிறந்தார். *(விக் கட்சி 1697 முதல் 1832 வரை இங்கிலாந்தில் நிலவிய அரசியல் கட்சியாகும். அது மக்களின் உரிமைகளுக்காகப் பாடுபட்டது; அரசியலில் ஜனநாயகப் போக்கைத் தோற்றுவிக்கும் இலட்சியம் கொண்டது. இக்கட்சிதான் பின்னர் 19 ஆம் நூற்றாண்டிலும், 20 ஆம் நூற்றாண்டின் தொடக்கத்திலும், பிரிட்டனின் மூன்று பெரிய கட்சிகளில் ஒன்றான லிபரல் கட்சியாகியது. இது டோரி என்ற கட்சிக்கு எதிர்க் கட்சியாக இருந்தது.)*

பெல்ஹம்

ஹென்றி பெல்ஹம், பெல்ஹம் பிரபுவான தாமஸ் என்பவருக்கும், கிரேஸ் ஹோலஸ் சீமாட்டிக்கும், இரண்டாவது மகனாக 1696 இல் பிறந்தார். இவருடைய அண்ணன் தாமஸ் பெல்ஹம்-ஹோலஸ் என்பவர் நியூகேசில் கோமகன் ஆவார்.

ஹென்றி தன் அண்ணன் நியூகேசில் கோமகனின் பெயரையும், செல்வாக்கையும் வைத்து விக் கட்சியில் முக்கிய இடம் பெற்றார். அவர் அண்ணனின் பண உதவியையும் பெற்று, மிகச் சுருக்கமான வழியில் பிரிட்டிஷ் பாராளு மன்றத்தின் மக்கள் சபைக்கு உறுப்பினராகத் தேர்ந்தெடுக்கப்பட்டு விட்டார்.

அவர் வெஸ்ட்மினிஸ்டரிலும், ஆக்ஸ் ஃபோர்டிலும் கல்வி கற்ற பிறகு 1717 ஆம் ஆண்டு பாராளுமன்ற உறுப்பினரானார். அவர் சிஃபோர்டு என்ற தொகுதியிலிருந்து அப்போது தேர்ந்தெடுக்கப்பட்ட காலத்தில், அவருக்கு வயது 21. பிரிட்டனின் மேட்டுக் குடியினர் இக்கால கட்டத்தில் ஐரோப்பாவில் ஒரு பெரும் பயணத்தை *(Grand Tour)* மேற்கொண்டு, உலகியலறிவு பெறுவது வழக்கம். பெல்ஹமும் அப்பெரும் பயணத்திலிருந்து தாயகம் திரும்பிப் பாராளுமன்றத்தில் பிரதமர் வால்போலுக்கு விசுவாசமான ஆதரவாளராயிருந்தார். மேலும் வால்போல் குடும்பத்துடன் அவருக்கு உறவு இருந்தமையால் கருவூல வாரியத்தில் ஓர் இடம் கிடைத்தது.

அவர் அரசியலில் படிப்படியாக உயர்ந்து 1725 ஆம் ஆண்டு போர் அமைச்சரானார். இது 21 வயதான ஓர் இளைஞருக்குக் கிடைத்த மிக அருமையான பதவி. அவரது குடும்பத்திற்கு இருந்த உயர்மட்ட உறவுகளை வைத்துப் பார்த்தபோது, அவர் வெகுவிரைவில் உச்சியை எட்டிவிடுவார் என்பது தெளிவாயிற்று. என்றாலும் அவர் பெரிதும் நம்பியிருந்த அண்ணனான நியூகேசில் கோமகன் நிலையான மனப்பாங்கு இல்லாதவர்; தன் அரசியல் அதிகாரத்தைப் பெருக்குவதில் ஆர்வமிகக்

கொண்டவர். அவர் வால்போலுடன் அடிக்கடி சண்டையிட்டு வந்தார். ஆனால் ஹென்றி பெல்ஹம் கட்டாயத்தின் பொருட்டு அண்ணனிடம் விசுவாசமாயிருக்க நேர்ந்தாலும், வால்போலின் நெருக்கமான நண்பராயிருந்தார்.

வால்போல் தோல்வியடைந்த நேரத்திலும், ஹென்றியும், அவரும் எப்போதும் போல் நண்பர்களாயிருந்தனர். மதிப்பேதும் இல்லாத வில்மிங்டன் (பிரிட்டனின் இரண்டாவது பிரதமர்) பிரதமர் ஆனபோது ஹென்றி பெல்ஹம் நிதியமைச்சராயிருக்க வேண்டும் என்று வால்போல் அவருக்கு அறிவுரை கூறினார். ஆனால் பெல்ஹம் கருவூலத் தலைவராகவும், பேரவைத் தலைவராகவும் நீடிக்க விரும்பினார்.

பெல்ஹம் இந்த ஆண்டு (1743) தன் அண்ணன் நியூகேசில் கோமகனின் ஆதரவுடன் பிரதமரானார். இதைக் கேட்டதும் பலருக்கு வியப்பு ஏற்பட்டது. ஏனெனில் அப்போது அரசியல் களத்தில் அனைவர்க்கும் தெரிந்த பெரும்புள்ளியாகக் கார்டிரட்டு (இப்போது காரன்வாலிஸ் பிரபுவாய் விட்டார்.) மிகவும் கெட்டிக்காரர்; எனினும் எப்படியோ அவர் மேல் பதவிக்கு வரமுடியாமற் போய்விட்டது. அவருக்கு மக்கள் சபையில் பெயர் இல்லை; அவர் யாருடனும் சமமாக அமர்ந்து உணவு கொள்வதும் இல்லை.

கோமகன்கள் அடங்கியிருந்த அமைச்சரவையில் இருந்த ஒரே சாதாரணர் பெல்ஹம் ஆவார். பிரான்சுடன் மூண்டிருந்த போரில், பெல்ஹம் தன்னை முற்றிலும் ஈடுபடுத்தியிருந்தார். அவ்வேளையில் அவருக்கு மக்கள் சபையின் எல்லா வகையான உதவியும் வேண்டியிருந்தது. பெல்ஹமிற்குப் பல நெருக்கடிகள் ஏற்பட்டன. பிரிட்டிஷ் படைகள் ஃபோண்டினாய் என்ற இடத்தில் தோற்கடிக்கப்பட்டன. இரண்டாம் ஜேம்ஸ் மன்னர் 1688 ஆம் ஆண்டு பதவியிலிருந்து இறக்கப்பட்ட பிறகு, அவரது சந்ததியினரை ஆதரித்து வந்த ஜேகோபைட்டுகள் 1745 ஆம் ஆண்டு கிளர்ச்சி செய்தனர். பெல்ஹம் இந்நெருக்கடியைச் சமாளிப்பதில் உறுதி காட்டவில்லை என்ற கருதப்பட்டது. எனவே அவர் பிரதமர் பதவியிலிருந்து விலகினார். எனினும் கிரன்வில்லினால் (கார்டிரட்டு) அரசு அமைக்க முடியவில்லை.

பெல்ஹமும், அவருடைய அண்ணன் நியூகேசில் கோமகனும் மன்னரைக் கட்டாயப்படுத்தி, அவர் தம்மையாவது, கார்டிரட்டையாவது பிரதமராய்த் தேர்ந்தெடுக்க வேண்டுமென்று கேட்டனர். ஆனால் பெல்ஹமைத்தான் தேர்ந்தெடுக்க வேண்டும் என்பதை மன்னர் அறிந்திருந்தார். இப்படிப்பட்ட சூழ்நிலையில் பெல்ஹம் மீண்டும் பிரதமர் ஆனார். அவர் மூத்த பிட் என்ற வில்லியம் பிட்டைக் (1708-1778) கருவூலத்துறை அமைச்சராக்கினார்.

பிரான்சுடன் 1748 ஆம் ஆண்டு சந்து செய்து கொள்ளப்பட்டது. பெல்ஹம் இத்தனை நெருக்கடியான காலகட்டத்தில் பதினோரு ஆண்டுகள் பிரதமராயிருந்தார். அவர் மிகவும் கவனமான அரசியல்வாதி. அவருக்கு இப்போது பாராளுமன்றத்தில் நல்ல பெயர் இருந்தது; அவர் வாக்கை அனைவரும் நம்பினார்.

பெல்ஹம் 1725 ஆம் ஆண்டு ரட்லண்டுக் கோமகனின் மகளான காதரைன் மேனர்ஸ் சீமாட்டியை மணந்தார்.

அவர் பாராளுமன்றத்தில் மிகவும் கடுமையாக உழைத்தார். உடல்நலம் குன்றிய போது ஓய்வு கொள்ள விரும்பினார். ஆனால் மன்னர் அதை ஏற்கவில்லை. அவர் குளிர் மிகுந்த 1754 ஆம் ஆண்டின் தொடக்கத்தில் ஒருநாள் பூங்காவில் நடந்து வந்த போது குளிரினால் பாதிக்கப்பட்டு இறந்து போனார்.

4. தமிழ் நாட்டின் மீது நிசாம்படையெடுப்பு

ஐதராபாது நகர வரலாற்றையும், அதைக் கோநகராய்க் கொண்டு அசஃபு ஷா என்ற நிசாம் - உல் - முல்க் 1724 இல் தன்னாட்சி அமைத்ததையும் இ.ச.க.தொகுதி-3இல் சொல்லப்பட்டன. தென்னிந்தியாவின் தனிப் பெரும் மன்னராக விளங்கிய ஐதராபாது நிசாமிற்குக் கட்டுப்பட்ட மாநில ஆட்சித் தலைவராகத் தான் கர்நாடக நவாபு கருதப்பட்டார். நிசாமின் மேலாண்மையை ஏற்றுத்தான் அவர் ஆர்க்காட்டிலிருந்து ஆண்டு வந்தார்.

இந்நிலையில் மராட்டியர் 1740 முதல் தமிழ் நாட்டு அரசியலில் தலையிட்டுத் தாமல்செருவுக் களத்தில் கர்நாடக நவாபு தோஸ்து அலியைக் கொன்றதையும், அவர் மகன் சஃபதர் அலி கானுடன் மறைவாக ஒப்பந்தம் செய்து கொண்டதையும், வடக்கில் போன்று தெற்கிலும் மராட்டியர் தம் ஆதிக்கத்தை நிலை நாட்ட முயன்றதையும் நிசாம் விரும்பவில்லை. எனவே அவர் 1743 ஆம் ஆண்டுத் தொடக்கத்தில் பெரும் படையுடன் தென்னாட்டிற்கு வந்தார்.

1743

முராரி ராவ்

மராட்டியர் படைத் தலைவரான முராரி ராவ் இக்காலத்தில் தென்னாட்டில் நன்கு அறியப்பட்ட புள்ளியாக விளங்கினார். அவர் சாந்தாஜி கோர்ப்பாடேயின் பேரர். சாந்தாஜி தென்னாட்டில் முகலாயர் படையை எதிர்த்துப் போரிட்டவர். அவர் முகலாயரால் கொல்லப்பட்டார். அதற்கு முகலாயரைப் பழி வாங்க வேண்டுமென்பதற்காகச் சுல்ஃபிகர் கானின் தலைமையிலிருந்த முகலாயர் படைகளை எதிர்த்துச் சாந்தாஜி கோர்ப்பாடேயின் உடன் பிறந்தவர்களும், அவர்களின் மக்களும் போராடி வந்தனர். சுல்ஃபிகர் கானும், பிற முகலாயர் படைத்தலைவர்களும் மராட்டியரைத் தென்னாட்டிலிருந்து விரட்டிவிட வேண்டும் என்று செய்த முயற்சிகளனைத்தையும் அவர்கள் முறியடித்து வெற்றி கண்டு வந்தனர். முராரி ராவ் அவ்வகையில் தென்னாடு நன்கறிந்த மராட்டியர் படைத்தலைவராய் விளங்கினார். முராரி கோர்ப்பாடேயை இக்காலகட்டத்துத் தென்னாட்டுப் போர்க்களங்கள் பலவற்றில் சந்திக்கலாம்.

மராட்டியரால் 1740 இல் கைப்பற்றப்பட்ட திருச்சிராப்பள்ளியில் முராரி ராவ் மிகவும் வலுவாக நிலைபெற்றிருந்தார். ஐதராபாது நிசாம் 1743 ஜனவரி மாதம் கோல்கொண்டாவிலிருந்து திருச்சிராப்பள்ளியை நோக்கி வருகின்றார் என்பதை முராரி ராவ் அறிந்ததும், சதாராவிலிருந்த மராட்டிய மன்னர் சாகுவிடம் உதவி கோரினார். அப்போது பேஷ்வா பாஜி ராவின் தலைமையில் புந்தேல்கண்டிலும் வங்கத்திலும் மராட்டியப்படை போரிட்டுக் கொண்டிருந்தது. ஆதலால் முராரிக்கு உதவியாகத் திருச்சிராப்பள்ளிக்குப் படையனுப்பி உதவ முடியவில்லை.

அன்வருதீன் கான்

நிசாம் பெரும் படையுடன் மார்ச்சு மாதம் ஆர்க்காட்டை அடைந்தார். அவரிடம் எண்பதினாயிரவர் அடங்கிய குதிரைப்படையும், இரண்டு இலட்சம் பேர் கொண்ட காலாள் படையும் இருந்தன. இத்தனை பெரிய படையை ஆர்க்காட்டு நவாபால் எங்ஙனம் எதிர்த்து நிற்க இயலும்? நிசாம் ஆர்க்காட்டைக் கைப்பற்றி, அங்கு அன்வருதீன் கானை ஆளுநராய் அமர்த்தினார். அன்வருதீன் கான் டெல்லியில் குடியேறி

வாழ்ந்து அரசியல் அனுபவமிக்கவர். அவர் பிரபுக் குடியில் பிறந்தவர். நிசாம்-உல்-முல்குடன் தக்காணத்தை அடைந்து, அங்கு ஐதராபாது சுபாவின் நிர்வாகப் பொறுப்பை 1726 முதல் வகித்து வந்தார்.

நிசாம் அதன் பிறகு முராரி ராவைக் கண்டு பேசித் திருச்சிராப்பள்ளியைத் தன்னிடம் ஒப்படைக்க வேண்டும் என்று சொன்னார். முராரி ராவினால் நிசாமை எதிர்த்து நின்று, அவர் கூறியதை மறுக்க முடியவில்லை. அதனால் திருச்சிராப்பள்ளி 1743 ஆகஸ்டு 29 அன்று நிசாமின் கைக்கு வந்தது.

மதுரை நாயக்கர் குடியின் முதல்வரான விசுவநாத நாயக்கன் (சு.1542-1564) கட்டிய திருச்சிராப்பள்ளிக் கோட்டை, சுமார் இரண்டு நூற்றாண்டுக் கால வரலாற்றை உடையது. திருச்சிராப்பள்ளியோ அதனினும் பல நூற்றாண்டுகளுக்கு முற்பட்ட சிறப்புடையது. அது 1736 ஆம் ஆண்டிற்குப் பிறகு நாயக்கர் குடியினரிடமிருந்து சந்தா சாகிபிடம் சிக்கியது. பின்னர் 1740 இல் மராட்டியர் பிடித்தனர். இவ்வாண்டு நிசாம் திருச்சிராப்பள்ளிக் கோட்டையைக் கவர்ந்து அங்கு முகலாயரின் கொடியை ஏற்றினார்.

முராரி ராவ் தன் கோரிக்கைக்கு இணங்கியதற்காக, அவருக்கு நிசாம் இரண்டு இலட்ச ரூபாய் கொடுத்தார். அத்துடன் முராரி ராவைக் குத்தியின் மன்னராக ஏற்று, இன்று ஆந்திரத்திலுள்ள பெனுகொண்டா மாவட்டத்தையும் கொடுத்தார். (குத்தி அனந்தப்பூர் மாவட்டத்தில் உள்ளது. வரலாற்றுச் சிறப்புமிக்க இந்த இடத்தைப் பற்றிப் பிறிதோரிடத்தில் காண்போம்.)

நிசாமின் படையினர் 1743 இல் திருச்சிராப்பள்ளியையடுத்து மதுரையையும் கைப்பற்றினர். கள்ளர், மறவர், பிற பாளையக்காரர் ஆகியோரால் நிசாமின் படைக்கு வெறுந் தொல்லை மட்டுமே தர முடிந்தது. கள்ளரைக் காட்டுப் போரில் வெல்ல முடியாது என்று நிசாமின் படை அவர்களுடன் மோதவில்லை.

நிசாம் திருச்சிராப்பள்ளியிலிருந்து ஆர்க்காட்டை அடைந்தார். மதுரைச் சீமையில் மீண்டும் முகலாயர் மேலாண்மை நிறுவப்பட்டு விட்டது. புதுச்சேரியிலும், சென்னையிலும் இருந்த பிரஞ்சு, ஆங்கில வணிகர்கள் நிசாமின் மேலாண்மையை ஏற்றுக் கொண்டதன் அறிகுறியாக, ஆர்க்காடு சென்று அவருக்குப் பல பரிசுகளை வழங்கினர்.

1743

வரலாற்றுப் புள்ளிகள்:

இரஷியாவில் ஆயிரக் கணக்கில் யூதர் கொலை

ஐரோப்பாவில் யூதர்கள் பல நூற்றாண்டுகளாக விலங்குகளைவிட இழிவாகவும், இரக்கமின்றியும் நடத்தப்பட்டு வந்தனர். இரஷியாவில் இந்த ஆண்டு யூதர்களை வேட்டையாடும் வெறிச் செயலில் ஆயிரக் கணக்கான யூதர் கொல்லப்பட்டனர்.

டச்சுக் கம்பெனியின் செழிப்பும், வலிமையும்

டச்சுக் கிழக்கிந்தியக் கம்பெனி (அமைப்பு 1594) தன்னைவிட இளைய பிரிட்டிஷ்

கிழக்கிந்தியக் கம்பெனியைக் காட்டிலும் (அமைப்பு *1599*) இந்த ஆண்டு செல்வமும், வலிமையும் பெற்று விளங்கியது.

வால்டயர் நாடகம் அரங்கேற்றம்

பிரான்ஸ்வா மாரி அரூயட் என்ற இயற்பெயருடைய புகழ் பெற்ற பிரஞ்சு மெய்ப் பொருளியலாரும், எழுத்தாளருமான வால்டயரின் (*1694-1778*) மெரோப்பி (*Merope*) என்ற நாடகம் ''காமடி பிரான்சுவா'' என்ற பாரிஸ் நகர நாடக அரங்கில் அரங்கேறிற்று.

தாமஸ் ஜெஃபர்சன் பிறப்பு (1743 -1826)

அமெரிக்க மக்களின் விடுதலைச் சாற்றுதலை எழுதுவதில் தலையாய பங்காற்றியவரும், பின்னர் அமெரிக்க ஒன்றியத்தின் மூன்றாவது மக்கள் தலைவராக உயர்ந்தவரும் ஆகிய தாமஸ் ஜெஃபர்சன் வர்ஜீனிய மாநிலத்திலுள்ள ஷேடுவல் என்ற ஊரில் *1743* ஆம் ஆண்டு நில அளவைப் பணியாளர் ஒருவரின் மகனாகப் பிறந்தார். ஜெஃபர்சனின் தந்தை வேளாண்மையிலும் சிறந்து விளங்கியமையால் மகனுக்கென்று மிகப் பெரிய நிலப்பரப்பை விட்டுச் சென்றார்.

சென்னைக்குப் புதுக் கவர்னர்

சென்னைக் கவர்னராக ரிச்சர்டு யென்போனுக்குப் பிறகு, நிக்கலஸ் மார்ஸ் *1743* ஜனவரி *17* அன்று பதவியேற்றார். அவர் *1746* வரையிலும் கவர்னர் பொறுப்பை வகித்து வந்தார்.

1744

அரசியல்

பண்டி நாட்டரசின் வரலாறு; முள்ளம் பன்றி வியூகம். வியூக வகை

வணிகர் கூட்டம் வல்லரசாகக் கனிந்த காலம்

வாலாசாக்கள் ஆட்சி தொடக்கம்; அன்வருதீன் கான்; வாலாசாகுடி

திருச்சிராப்பள்ளி நத்தர்நகர். அதில் திருச்சிராப்பள்ளி வரலாற்றுக் குறிப்புகள்

கள்ளரிடம் மகஃபூஸ் கான் தோல்வி கள்ளர் சிறப்பு.

பிரிட்டிஷ் அரசிற்குக் கம்பெனி கடன் தருதல்

பிரிட்டன் மீது பிரான்ஸ் போர் தொடுத்தல்

சமூகவியல்

முகலாயர் அவையில் பாரசீகர் ஏற்றம்; பாரசீகம்; பாரசீக மொழி;

ஜராதுஷ்டிரம்; இந்து சமயம்; பாரசீகப் பண்பாட்டு

வீரியம்; முஸ்லிம்களிடையே உள்பகை

சென்னையின் வரலாற்று ஓவியம்;

கம்பெனி ஊழியர்களின் கட்டைச் சம்பளம்

திருவனந்தபுரத்தில் ஆறாண்டு வழிபாடு: பத்ரதீபம்

முறை ஜெபம்; தானங்கள்; துலாபுருஷ தானம்;

இரணியகர்ப்ப தானம்.

கல்வி

பிரிட்டனில் புதிய புத்தக நிறுவனம்;

சோதிபை ஏலக்கடை தொடக்கம் ;

பொது

முதல் கிரிக்கட்டு ஆட்டம் ;

முதல் ஐஸ்கிரிம்?

இறப்பு

இத்தாலிய மெய்ப்பொருளியலார் கியோவன்னி விக்கோ *(1688-1744)*

1744

1. முகலாயர் அவையில் பாரசீகர்ஏற்றம்

தென்மேற்கு ஆசியத்தில் காஸ்பியன் கடலுக்கும், பாரசீக வளைகுடாவிற்கும் இடைப்பட்ட நிலப்பரப்பில் இன்று குடியரசாக விளங்கும் ஈரான் நாடு, 1935 வரை பாரசீகம் என்றே அழைக்கப்பட்டு வந்தது. மா சைரஸ் (?- 529 கி.மு) என்ற பாரசீக மன்னர் கி.மு. 6 ஆம் நூற்றாண்டில், வரலாற்றிலேயே முதன் முறையாக ஒரு பேரரசை நிறுவினார். அப்பேரரசு இந்தியாவிலிருந்து ஏஜியன் கடல் வரையிலும், தெற்கில் அரேபியம், எகிப்து வரையிலும் விரிந்து கிடந்தது. அப்பேரரசு பர்சா என்ற மாநிலத்தை மையமாகக் கொண்டிருந்ததால், அது பாரசீகம் எனப்பெயர் பெற்றது. பாரசீகர் இந்திய - ஆரியக் குடியினர் என்பது குறிப்பிடத்தக்கது.

பாரசீக மொழி

பாரசீக மொழி வெகு தொன்மை வாய்ந்த இந்திய ஐரோப்பிய மொழியாகும். ஈரான் என்பது பன்மைப் பெயர். அதன் ஒருமை ஈர் ஆகும். அதற்குத் தூய்மை என்று பொருள்; மேன்மையான ஒன்றிலிருந்து வந்தது என்னும் பொருள்படும் ஆரிய என்ற சம்ஸ்கிருதச் சொல்லுக்கும், மேற் சொன்னவற்றையொத்த பொருள்கள் உண்டு. ஆரிய என்ற சொல்லிருந்துதான் ஈர என்னுஞ் சொல் பிறந்தது. ஈரானின் தொன்மையான பெயர் ஈரான் ஷேத்திரம் ஆகும்.

1744

செந்தவஸ்த

இதை அவஸ்த மொழியிலிருந்து தெளிவாக அறியலாம். ஈரான் என்பது ஈர் என்பதன் பன்மை என்பது கூர்ந்து கவனிக்கத்தக்கது. வேத மொழியும், ஜராதுஸ்டிரரின் (கி.மு.628 -1551) மொழிகளும் பாடல்களும் அடங்கிய தொகுதியான அவஸ்த என்ற நூல் எழுதி வைக்கப்பட்டுள்ள அவஸ்த மொழியும் கிட்டத்தட்ட ஒரே மாதிரியானவை. மஸ்டா சமயத்தை உலகிற்கு அளித்த ஜராதுஷ்டிரர் ஆரியருக்குரியவற்றை ஒத்த கதைகளையும், புராணங்களையும் தம் எண்ணத்தில் கொண்டிருந்தார். அவஸ்த நூற்றொகுதி சுமார் கி.மு. 1000 ஆம் ஆண்டில் தொகுக்கப் பெற்றது. அதில் வேதப் பனுவல்களான சுலோகங்களை ஒத்த கதாக்கள் இறைத்துதிப் பாடல்களாகவும், வழிபாடுகளாகவும், முழுமையான உளக் கட்சிகளாகவும் உள்ளன.

ஜராதுஷ்டிரமும் இந்து சமயமும்

''...ஜராதுஷ்டிரமும் இந்து சமயமும் ஒரே தோற்றுவாயை உடையன; ஓரளவு ஒரே படி முறை வளர்ச்சி கண்டவையுமாகும். ஒரே நிலவியல், வரலாற்றியல் சூழல்களையுடைய ஒத்த மக்கள் கூட்டத்திலிருந்து பிரிந்த மக்களினம்... நாம் நுணுகி ஆராயும் போது, இந்தியாவிலும், ஈரானிலும் வழங்கும் புராணங்கள் ஒத்திருப்பதைக் காண்கின்றோம்...'' இவ்வாறு ''உலகச் சமய ஒளி'' (*Glimpses of World Religion, Jaico Reprint 1957,pp.116,129*) என்ற நூலில் சொல்லப்பட்டுள்ளது.

மேற்கூறிய செய்திகளிலிருந்து இந்தியத்திற்கும், ஈரானுக்கும் இருந்து வரும், இனவியல், சமயவியல், அரசியல் உறவுகள் தெள்ளிதின் விளங்கும்.

முஸ்லிம் படையெடுப்பு

ஈரானின் சாசனிடு குடி 637 ஆம் ஆண்டு அரபு முஸ்லிம்களால் உடைத் தெறியப்பட்டது. அரபுகள் ஈரானில் ஐந்து நூற்றாண்டுக் காலம் பெயரளவிற்குத்தான் அரசிருந்தனர். அவர்கள் அங்கு தமக்கென்று எந்த அரசு முறையையும் அமைக்கவில்லை. அவர்கள் ஈரானை நடத்திச் செல்வதற்கு ஈரானிய அலுவலரையே முற்றிலும் நம்பியிருந்தனர்.

இக்காலத்தில் சமயப் பொறையற்ற முஸ்லிம்களின் இன்னல்களைப் பொறாத பழஞ் சமயத்தவரான பாரசீகர் சுமார் கி.பி. 650 ஆம் ஆண்டுவாக்கில் இந்தியாவின் மேற்குக்கரையோரம் குஜராதில் குடியேறினர். பின்னர் 9, 10 ஆம் நூற்றாண்டுகளில் பாரசீகத் தலைவர்கள் ஆங்காங்கே தத்தமது பகுதிகளில் தன்னாட்சி நிறுவினர். செலுக்கிடுத் துருக்கர் 11 ஆம் நூற்றாண்டில் அங்கு ஆட்சியைக் கவர்ந்த பின்னரும், பாரசீகரையே ஆட்சியை நடத்துவதற்குப் பயன்படுத்தினர். செலுக்கிடுத் துருக்கர் 13 ஆம் நூற்றாண்டில் செங்கிஸ்கானின் மங்கோலியக் கூட்டங்களின் தாக்குதலை எதிர்த்து நிற்க முடியாது போயிற்று. மங்கோலியர் பாரசீகத்தை வெற்றி கொண்டனர்.

முடத் தைமூர்

அவர்களையடுத்து ஆசியத்தின் மாபெரும் வெற்றிவீரரான முடத் தைமூர் (கி.பி.1336-1405) மங்கோலியரிடமிருந்து பாரசீகத்தைக் கவர்ந்தார். அவரது வழிவந்தோர் அங்கு 1405 முதல் உள்நாட்டுத் தலைவர்களின் சஃபாவிடு குடி 1499 இல் ஆட்சிக்கு வந்தது வரையிலும் அரசிருந்தனர். அப்புதிய குடியின் மா ஷா அப்பாஸ் (1597-1629) காலத்தில் பாரசீகம் உச்ச நிலையடைந்தது. அவர் செத்தபிறகு பாரசீகம் சீர் கெட்டது. நாதிர் ஷா (1688-1747) 1736 ஆம் ஆண்டு ஆட்சிக்கு வந்த பிறகுதான் இந்நிலை மாறிற்று. (நாதிர் ஷாவின் டெல்லிப் படையெடுப்பைப் பற்றிய செய்திகள் இ.ச.க.தொகுதி-4 ல் சொல்லப்பட்டுள்ளன.)

முடத் தைமூர்

ஈரானியர்

இஸ்லாம் தோன்றியதும், இந்தியாவிற்கும் ஈரானுக்கு இடையிலிருந்த பண்பாட்டுத் தொடர்பு மீண்டும் ஏற்பட்டது. முஸ்லிம் வெற்றியின் தொடக்கக் காலத்தில் இந்தியாவின் ஆளும் முஸ்லிம் மேட்டுக்குடியின் தசையாகத் துருக்கரும், ஆப்கானியரும், மூளையாகப் பாரசீகரும் இருந்தனர். செங்கிஸ்கானின் (1156-1227) எழுச்சி தொட்டு நடுக்கிழக்கில் பௌத்தர் ஒரு நூற்றாண்டுக் காலம் மேலோங்கியிருந்தனர்; அவர்கள் அங்கிருந்த ஏராளமான முஸ்லிம்களை,

இந்துஸ்தானத்திற்கு ஓடிச்சென்று பத்திரமாய் வாழும் நிலைக்குத் துரத்தி விட்டனர். அப்போது டெல்லியை அடிமை மரபின் (1206-1290) மூன்றாவது மன்னரான சுல்தான் சம்சுதீன் இல்டுமிஷ் (1211-1236) ஆண்டு கொண்டிருந்தார்.

இல்டுமிஷ் அருந்திறன் மிக்க ஆட்சித்தலைவராயும், படைத்தலைவராயும் விளங்கியதுடன் கல்விக்கும் புரவலராயிருந்து டெல்லியின் பண்பாட்டு வாழ்க்கை நீடிக்கச் செய்தார். அவர் காலத்தில் டெல்லியில் பல வகையான மக்கள் வாழ்ந்திருந்தனர். ஒவ்வொரு முஸ்லிம் நாட்டிலிருந்தும் வந்தவர்களுக்கென்று தனித்தனியாக முகல்லா என்ற குடியிருப்புப் பகுதிகளை இல்டுமிஷ் ஒதுக்கித் தந்தார்.

பாரசீகப் பண்பாட்டு வீரியம்

இஸ்லாம் என்றொரு சமயம் இருந்த போதிலும், பாரசீகப் பண்பாடு, அரபுப் பண்பாட்டைவிட வீரிய மிக்கதாயிருந்தது. (பாரசீகர் இஸ்லாத்தில் ''ஷியா'' என்ற கட்சியினராவர்).

வரலாற்று இடைக்கால இந்தியாவிற்கு வந்து சேர்ந்த இலக்கிய, பண்பாட்டுப் பங்கு பணிகளை இன அடிப்படையில் பகுத்தாராய்ந்தால், அவற்றில் ஈரானியச் செல்வாக்கு நெடுகிலும் மேலோங்கியிருந்தது தெளிவாகும். அதற்கு முஸ்லிம் வெற்றியின் தொடக்கக் காலத்திலிருந்து ஈரானிய நடுத்தர வகுப்பினர் பேரெண்ணிக்கையில் இந்துஸ்தானத்திற்கு வந்தது காரணமாகும்.

இந்துஸ்தானத்தில் - வடஇந்தியாவில் - ஷியாக்களுக்குச் சாதகமான சூழல் இருந்தது. ஏனெனில் இங்கு முஸ்லிம்கள் சிறுபான்மையினராயிருந்தனர். அதனால், அவர்களின் புதிய தாயகத்தில் ஷியா-சன்னி என்ற கட்சி வேறுபாட்டுக் கசப்புணர்ச்சி பிற இடங்களில் போன்று கடுமையாக இருக்கவில்லை. துக்ளக்கு குடியின் (1320-1414) நான்காவது சுல்தானான ஃபிரூஸ் ஷா (1351-1388) போன்ற குறுகிய நோக்குள்ள மதவெறியர் மட்டுமே ஷியாக்களைத் தண்டிக்கவேண்டும் என்று எப்போதோ ஒரு வேளை நினைத்தனர். ஆதலால் ஷியாக் கட்சியினரான பாரசீகர் இந்தியாவில் இன்னல்கள் இன்றி அமைதியுடன் வாழ்ந்தனர்.

முகலாயப் பேரரசில்

பாரசீகத்திற்கு எதிராகப் போரிடும் விஷயத்தில் இந்தியாவில் குடியமர்ந்த ஈரானியரை நம்பலாகாது என்ற எண்ணம் முகலாயப் பேரரசில் (1526-1858) இருந்து வந்தது. பாரசீகர் செல்வந்தேடி, அதையே குறியாக வைத்திருந்தனர். அவர்கள் பாபரையும் (1526-1530), அவரையடுத்து வந்த முகலாய மன்னர்களையும் நாடி, அவர்களின் படைகளில் தொடர்ந்து பேரெண்ணிக்கையில் படைவீரர்களாகப் பணியாற்றினார். அவர்களுக்கு முகலாய அரசவையில் மிகுந்த செல்வாக்கு இருந்ததால், அவர்களையண்டி, ஏராளமான பாரசீகர் இந்தியாவிற்கு வந்தனர். அவர்களிடம் திறமையும், கடமை தவறாமைக் குணமும் இருந்த காரணத்தால், நம்பிக்கையும், முக்கியத்துவமும் வாய்ந்த உயர்ந்த பதவிகளுக்குப் பரிந்துரைக்கப்பட்டனர்.

பாரசீகரின் எண்ணிக்கை, துருக்கர். ஆப்கானியர் முதலியோரான தூரானியரைவிடக் குறைவாக இருந்த போதிலும், முகலாய அரசின் மிக முக்கியமான பதவிகளெல்லாம் அவர்கள் கையிலேயே இருந்தன. முகலாய அரசவையில் அவர்களின்

பங்குபணி பெரிதாயிருந்தது என்பது வில்லியம் டேவர்னியர் (1605-1689) என்ற பிரஞ்சு நாடோடியின் கருத்தாகும்.

பாரசீகரில் மருத்துவர், புலவர், வழக்குரைஞர், படைவீரர், மற்றும் பிற பணியாளர் இருந்தனர். அவர்கள் ஷியா என்ற பிரிவினராயிருந்தபோதும், தமது அண்டையரை மகிழ்விப்பதற்காகச் சன்னி பிரிவினரைப்போல் வெளிக்கு நடித்துக் கொண்டனர். (ஷியா பிரிவு ; இ.ச.க.தொகுதி -2 காண்க.) பாரசீகர் எண்ணிக்கையில் குறைந்திருந்திருந்தாலும், எப்போதுமே தம் நாட்டை ஏற்றித்தான் பேசுவர். பாரசீகத்திலிருந்து ஒரு தூதுக்குழு ஷாஜகானின் (1628-1657) அரசவைக்கு வந்தபோது, நம் நாட்டு மன்னரான பாரசீக ஷாவையும், அந்நாட்டு மக்களையும் பற்றிப் புகழ்ந்துரைக்கும் கதைகளைப் பரப்பினர் என்று டேவர்னியர் கூறுகின்றார். அவர்கள் எப்போதும் தம் நாட்டவருடன் சேர்ந்து ஒரு தனிக் கூட்டமாகவே இருப்பர். அவர்கள் எங்கிருந்தாலும், எவரிடம் பணிபுரிந்தாலும், பாரசீக மன்னருக்கு எதிராக ஏதேனும் நடவடிக்கை எடுக்கும்போது, பாரசீகர் மீது முகலாயருக்கு எப்போதும் ஐயப்பாடு இருந்து வந்தது என்று பெர்னியர் என்ற மற்றொரு பிரஞ்சு நாடோடி கூறுகின்றார்.

ஷாஜகானின் மக்களில் ஷா சுஜா பெரிதும் ஷியாக்களையே ஆதரித்தார். அவர் சன்னி பிரிவின் பேராதரவாளாரன தன் சகோதரன் ஔரங்கசீபிற்கு எதிராக டெல்லி அரசிருக்கையைப் பிடிப்பதற்கு ஷியாக்களைப் பெரிதும் நம்பியிருந்தார். அவர் ஏராளமான ஷியாக்களைப் பாரசீகத்திலிருந்து கொண்டு வந்து தன்னுடன் வங்கத்திற்கு அழைத்துச் சென்றார். அவர்களைத் தலைநகரான தாக்காவில் குடியேற்றினார். சுஜா அங்கு அரசப் பிரதிநிதியாக இருந்த காலத்தில் தாக்கா ஷியாக்களின் நகராகவே இருந்தது.

வங்க நவாபு அலிவர்தி கானும், அவருடைய குடும்பத்தாரும் ஷியா பிரிவினர். அதனால் வங்கத்தில் இன்னொரு லக்னோ, தாக்கா என்ற பெயரில் உருவாயிற்கு எனலாம். லக்னோவில் உருவான ஔது நவாபு குடியைத் தோற்றுவித்தவர் ஷியா பிரிவைச் சேர்ந்த சாதத்துக் கான் என்பதையும், அவர் 1707 ஆம் ஆண்டு பாரசீகத்தின் நிசாப்பூர் என்ற நகரிலிருந்து வந்தவர் என்பதையும் இ.ச.க. தொகுதி-2 கண்டோம்.

இலட்சுமணபுரி என்ற லக்னோ இன்னும் ஷியாக்களின் தலையாய இருப்பிடமாய் உள்ளது. இன்று தாக்காவில் ஷியா பிரிவு இறுதி மூச்சு விட்டுக் கொண்டிருந்த போதிலும், பழைய குடும்பத்தினரின் வழிவந்தோர், வெளிப்படையாக இன்றும் அப்பிரிவைச் சார்ந்தேயிருக்கின்றனர்.

ஔரங்கசீபின் முதல் வங்க அரசப் பிரதிநிதியான மீர் ஜூம்லாவும் ஷியா பிரிவினரேயாவார். ஔரங்கசீபு ஷியாக்களை மனமார வெறுத்தார். பிணந்தின்னிப் பேய்கள், மதநம்பிக்கையற்றவர்கள் என்றெல்லாம் அவர் ஷியாக்களைத் தூற்றினார். எனினும் அவர் பாரசீகரின் திறமையைப் பயன்படுத்தினார். ''மண்ணுலக விவகாரங்களுக்கும் மதத்திற்கும் என்ன தொடர்பு; ஆட்சிப் பணிகளில் மதவெறியைப் போட்டுக் குழப்புவானேன்?'' என்று பாரசீகரின் இன்றியமையாமையை ஔரங்கசீபு மறைமுகமாக ஏற்றுக் கொண்டார்.

முஸ்லிம்களிடையே பொறாமையும் பகையும்

பல நூற்றாண்டுகளுக்கு முன்னர் இந்தியாவிற்கு வந்தவர்களின் சந்ததியினரான இந்திய முசல்மான்கள் ஒரு புறமும், இந்துக்களாயிருந்து மதம் மாறிய முசல்மான்கள் மறுபுறமுமாக இருந்தனர். ஆனால் இந்தியக் குடி வழியைச் சேராதவர்களும் அயல்

நாட்டினருமான முஸ்லிம்களுக்குத்தான் மதிப்பும், மரியாதையும் கிடைத்தன. அவர்களுக்குத்தான் சமூகத்தில் மிக உயர்ந்த இடம் தரப்பட்டது. அதனால் மக்கள் தம் மனம்போல் கற்பனை செய்து கொண்ட தம் முன்னோர் அயல் நாட்டவர் என்பதை நிலைநாட்ட அரிதின் முயன்றனர்.

''மாபெரும் முகலாயப் பேரரசின் அவையில் இடம் கிடைத்ததுமே, தம் பிள்ளைகள் இந்தியரைவிட வெளுப்பாயும், முகலாயர் போன்றும் இருக்க வேண்டுமென்பதற்காகக் (காசு மீரத்துப்) பெண்களை மணந்தனர் அல்லது அவர்களைக் காமக்கிழத்தியராக்கிக் கொண்டனர்,'' என்று பெர்னியர் கூறுகின்றார். இந்தியாவைத் தாயகமாகக் கொண்ட முசல்மான்களின் தாழ்வு மனப்பான்மையை இது காட்டுகின்றது.

பல்வேறு முஸ்லிம் சமூகப் பிரிவினரிடையே பொறாமையும் வெறுப்புணர்ச்சியும் நிலவியதற்கு அடிப்படையான மூன்று காரணங்கள் இருந்தன: அவர்களின் பூர்வீகம், பாகுபாடுகள், தனி நலம் ஆகியன அம் மூன்றுமாம்.

ஈரானியர் தூரானியர்

பாரசீகமும், ஆக்சஸ் ஆற்றுக்கு அப்பாலுள்ள பகுதிகளும் *(Trans-Oxiana)* இரண்டு நாடுகளை மட்டும் குறிக்கவில்லை; இரு வேறுபட்ட இனத்தாரையும், கோட்பாடுகளையும் குறிக்கின்றன. ஈரானுக்கும், துரானுக்கும் நெடுங்காலமாகவே போட்டி இருந்து வந்தது. (துரான் என்பது துருக்கித்தானத்தைச் சுட்டுவது. இவ்விருநாடுகளையுஞ் சேர்ந்த மக்கள் இந்தியாவிற்கு வந்தபோது, ஒருவர் மீதொருவர் கொண்டிருந்த வெறுப்பையும் பொறாமையையும் உடன் கொண்டு வந்தனர்.

ஆனால் ஔரங்கசீபு 1707 இல் செத்தபிறகு, முகலாய அரசர்கள் மைய அரசைக் கட்டுப்படுத்தி, ஒற்றுமையாக இயக்கும் ஆற்றலை இழந்ததுமே, இத்தகைய பிரிவினரிடையே கும்பல் பூசல்களும், போட்டிகளும் மேலும் தூண்டுதல் பெற்றன. இக்கூட்டங்கள் தம்மைக் காத்துக் கொள்ள வேண்டுமென்று தனிநல முனைப்புக் கொண்டன. பாரசீகர் அடங்கிய ஈரானியர் என்ற பிரிவும், துருக்கர், ஆப்கானியர் முதலானோர் சேர்ந்த தூரானியர் என்ற கூட்டமும், இந்தியக் குடிவழியினரான இந்துஸ்தூனியர் என்ற குழுவும் ஆக இம்மூன்று கும்பல்களும் ஒன்றையொன்று வக்கரித்து நின்று பூசல் விளைவித்தன.

முகலாயரின் வரலாற்றில் 1739 ஆம் ஆண்டிற்குப் பிற்பட்ட காலத்தில் இம்மூன்று கும்பல்களுக்குமிடையில் நடந்த அரசியல் போட்டிகள் பெரிதும் இடம் பெறுகின்றன.

முகலாயர்கள் தமது ஆட்சியைக் கவர்ந்து கொண்டவர்கள் என்று ஆப்கானியர் கருதினர். அரசின் பொதுப்பணிகளிலும் இராணுவப்பணிகளிலும் தாம் ஆற்றிவந்த உயர் பதவிகளிலிருந்து தம்மைத் தூக்கியெறிவதை முகலாயர் ஒரு சட்டமாகக் கொண்டு இருந்தனர் என்றும் ஆப்கானியர் குமுறினர். அதாவது அரசுப் பதவிகளில் இருக்கும் ஒருவர் இறந்து போனால், அவரது சொத்து முழுமையும் அரசிற்குச் சேர வேண்டும என்ற சட்டம் இடைக் கால இந்தியாவில் வழக்கமாக இருந்து வந்தது.

''அரசு ஊழியர்கள் இறந்த பிறகு, அவர்களின் செல்வங்களுக்கும் வீடு வாசல்களுக்கும் முடியரசே வாரிசு என்ற சட்டம் ஜஹாங்கீரின் (1605-1627) ஆட்சிக்காலத்தில் இருந்து வந்தது; இந்தச் சட்டம் பிள்ளையில்லாமல் இறந்து போகும் பேரரசின் குறுநில மன்னருக்குத்தான் பொருந்தும்'' என்று நிக்கோலோ மனூச்சி

(*சு.1636-1718*) கூறுகின்றார். ஔரங்கசீபு இந்தச் சட்டத்தை ஒழித்தாரெனினும் மீண்டும் அது நடைமுறைக்கு வரவே, முகமது ஷா (*1719-1748*) அதைத் திரும்பவும் நீக்க வேண்டி வந்தது,

இப்படிப்பட்ட நிலையில் இந்துஸ்தானி முஸ்லிம்கள் விதி விட்ட வழியாகட்டும் என்று இருந்து விட்டனர். தமது தாழ்ந்த நிலை குறித்து முணுமுணுக்கவும், உள்ளுக்குள் குமுறவும் செய்தனர். அவர்களின் பகையாளிகளான ஈரானியரும், தூரானியரும் சிலவேளைகளில் இந்துஸ்தானி முஸ்லிம்களுக்கு எதிராக ஒன்று சேர்ந்தாலும், தமக்குள் வெட்டியும், குத்தியும் கொள்வதற்கு எப்போதும் ஆயத்தமாயிருந்தனர்.

உள்பகையும் தன்னிழிவும்

இவ்வாறு பிளவுண்டு ஒருவர்க்கொருவர் பொறாமையும், வெறுப்பும் கொண்டு பகை சாதித்துக் கொண்டிருந்ததே, முகலாய ஆட்சி விரைந்து சீர்கெடுவதற்குக் காரணமாயிற்று.

''முகலாயப் பேரரசில் நடந்த செயல்களைப் போல் வேறெதுவும் இவ்வளவு வியப்பூட்டவில்லை எனலாம். முகலாய மன்னர், இளவரசர்கள், ஆளுநர்கள், அரசப் பிரதிநிதிகள், படைத்தலைவர்கள் எல்லாரும் தம் வழியில் ஆளுக்கொரு கொள்கை வைத்திருந்தனர். தம் எண்ணங்கள் ஈடேற வேண்டுமென்று திட்டமிட்டனர். கடை மட்டத்தில் இருந்த மிகச் சிறிய அரசு ஊழியர் வரையிலும் ஒவ்வொருவரும் தனக்கு ஏதாவது செல்வம் திரட்டிக் கொள்ளும் கலையில் கைதேர்ந்தவர்களாயிருந்தனர். அவர்கள் தம் முடி மன்னருக்குக் காட்ட வேண்டிய விசுவாசத்தைக் கூடப் புறக்கணித்தனர்'' என்று மனூச்சி படம் பிடித்துக் காட்டுகின்றார்.

1744

2. சென்னையின் வாரலாற்று ஓவியம்

இராபட் கிளைவு (*1725-1774*) *1743* மார்ச் *10* அன்று மெட்வே (*Medway*) என்ற இடத்தில் ''விஞ்செஸ்டர்'' என்ற பாய்மரக் கப்பலில் ஏறி இந்தியா புறப்பட்டார். இக்கப்பல் பிரேசிலை அடைந்ததும், அங்கு அதில் பழுது வேலை நடந்தது. அதனால் அவர் தென்கிழக்குப் பிரேசிலின் துறைமுகமான ரியோடிஜனீராவில் ஒன்பது மாதங்கள் இருக்க நேர்ந்தது. கப்பலைச் செப்பனிடும் வேலைகள் முடிந்ததும் விஞ்செஸ்டர் நன்னம்பிக்கை முனையைச் சுற்றிக் கொண்டு இந்தியா புறப்பட்டது. கப்பல் இங்கும் தங்கித் தாமதமாகவே, இந்தியாவை அடைய மொத்தம் பதினெட்டு மாதங்களாயின. **அது 1744 ஆம் ஆண்டின் இறுதியில் தான் சென்னை வந்து சேர்ந்தது.** அதற்குள் கிளைவு கொண்டு வந்திருந்த கைப்பணமெல்லாம் தீர்ந்து, கப்பல் காப்டனிடம் கடன் வாங்க நேர்ந்தது.

பிரிட்டிசார் *1640* ஆம் ஆண்டு சோழமண்டலக்கரை என்று ஐரோப்பியரால் அறியப்பட்ட கீழைக் கரையில் அமைத்த சென்னை நகரத்தில் கிளைவு வந்த இறங்கிய போது நிக்கலஸ் மார்ஸ் ஆளுநராயிருந்தார்.

கிளைவு காலச் சென்னை

ஜார்ஜ் கோட்டையைச் சுற்றிலும் அரண்களும் கொத்தளங்களும் இருந்தன. கிளைவு இங்கு வந்து இறங்கிய இக்காலத்தில் ஐரோப்பியப் பாணியில் கட்டப் பெற்ற சுமார் ஐம்பது வீடுகளும் கிடங்குகளும் அலுவலகங்களும் இருந்தன. இங்கிலாந்துத்

1744

திருச்சபையைச் சேர்ந்த ஒன்றும், ரோமன் கத்தோலிக்கத்தைச் சேர்ந்த இன்னொன்றுமாக இரண்டு சர்ச்சுகள் இருந்தன. வெள்ளையர் நகரம் என்ற இந்தக் கோட்டைப் பகுதியில்தான் ஆங்கிலேயரும்-பெரிதும் கிழக்கிந்தியக் கம்பெனி ஊழியர்-பிற ஐரோப்பியரும் வாழ்ந்தனர்.

கோட்டைக்கப்பால் மணல் நிறைந்த நீண்ட பரப்பு; காற்று வீசிக் கொண்டேயிருக்கும்; எவ்விதமான பாதுகாப்பும் இல்லை; மரஞ்செடி கொடிகள் இல்லை. அங்கு துறைமுகம் எதுவுமில்லை. கப்பல்கள் கடலில் ஓரிருமைல் களுக்கப்பால் நிற்கும். மசாலா என்ற மச்சிலிப்பட்டினத்துப் படகுகளையும், கட்டு மரங்களையும் கொண்டு போய்க் கப்பலிலிருந்து சரக்குகளையும் பயணிகளையும் இறக்கிக் கரைக்கும் கொண்டு வந்து சேர்ப்பர்.

கடல் கொந்தளிப்பான காலங்களில் அலைகள் கோட்டைச் சுவர்களிலேயே வந்து மோதும். கட்டு மரங்கள் அவ்வலைகளின் மீது நடனமாடிக் கொண்டே வரும்; சில வேளைகளில் அவை குடை சாய்வதும் உண்டு. அப்போது கொந்தளிக்கும் கடலுக்குள்ளே ஆள்களும் தூக்கி எறியப்படுவார்கள். வேறு சில நேரங்களில் வெயில் கொளுத்தி எரிக்கும்போது, கடல் அமைதியாகக் கிடக்கும்.

கரைமீது மீது ஒல்லியான ஒற்றை அல்லது ஒன்றிரண்டு சேர்ந்து நிற்கின்ற தென்னை மரங்களையன்றி, வேறு செடி, கொடிகளே இல்லை. கரையில் சற்று தள்ளி வறண்ட நிலப்பரப்பில் பாறைகள் இங்குமங்கும் ஏதோ கற்பனை விலங்குகளைப் போல் கிடந்தன. வெயில் கொளுத்தும், பார்வையை மழுங்கச் செய்யும் பகலவனின் ஒளியில் தொலைவைக் கணிக்க முடியாது.

பணக்கார ஐரோப்பிய வணிகர்கள் அரிதின் முயன்று தோட்டங்களை வளர்த்து, அவற்றின் நடுவிலிருந்த ''தோட்ட வீடுகளில்'' வாழ்ந்தனர்; அத்தோட்டங்கள் கண்ணுக்குக் குளிர்ச்சியையும், மனத்திற்கு இனிமையையும் தந்தன.

கறுப்பர் நகரம்

இக்கோட்டையில் வடக்கே பரந்த பகுதியில் செல்வர்களான அர்மீனியர் (இ.ச.க.தொகுதி-2), இந்திய வணிகர் முதலானோர் வாழ்ந்தனர். இதற்குமப்பால் கிட்டத்தட்ட ஒருமைல் தள்ளிக் கிடந்த புற நகரத்தில் மக்கள் நெருக்கமாக வாழ்ந்தனர். இதைக் கறுப்பர் நகரம் என்றனர். மக்கள் அங்கு சுகாதாரமற்ற நிலையில் கவனிப்பாரற்று வாழ்ந்தனர். அவர்கள் அங்கு வாழ்ந்தனர் என்பதைவிட மடிந்தனர் எனலாம். கொள்ளை நோய்கள் ஊருக்குள்ளே பரவி ஒரே நாளில் ஆயிரக்கணக்காணவர்களை அள்ளிக் கொண்டு போயின.

ஒரு பொம்மைக் கோட்டைக்குள் தமது கொடியின் பாதுகாப்பிற்குக் கீழே வாழ்ந்து வந்த ஐரோப்பியரும் இந்நோய்களிலிருந்து தப்பவில்லை. இந்நோய்களுக்குத் தடுப்பாக அம்மை குத்தும் வசதியோ, வேறு மருத்துவ உதவிகளோ அங்கு இல்லை. அதனால் ஐரோப்பியரில் பலர், இந்நாட்டின் வெப்பமும், வேறுபல இடர்களும் பொறாது ஈசல்களைப் போல் செத்தனர்.

அல்லிகண் மூடுவது மில்;
அடர்கா னக்கோழி துயில்
நீங்குவது மில் / ஆயின்
ஆழிசூழ் ஆங்கிலநா ட்டுக்காய்
அழிகீழைக் காற்றில்
ஆணோ, பெண்ணோ அருமுலை முட்டும் சேயோ
அன்னையோ கன்னியோ, அழகுமணி மகளோ
அத்தனைபேரும் செத்தனரே;
அவ்வாங்கிலரின் என்பு மீதன்றோ
ஆங்கிலக் கொடி நிற்கின்றது

- மைல்ஸ் இர்விங்கு என்ற ஓர் ஆங்கிலப் புலவன் இந்தியாவில் தட்ப வெப்பம் பொறாது நோயுற்று மடிந்த தன் நாட்டவரைப் பற்றி இங்ஙனம் புலம்பினான். இந்தியாவில் ஆண்டுதோறும் வருகின்ற இரண்டு பருவமழைகளையடுத்து உயிரைக்

1744

இந்திய சரித்திரக் களஞ்சியம் | 89

குடிக்கும் நோய்கள் வந்தன. ஆண்டுதோறும் ஜூலை ஆகஸ்டு மாதங்களில் வருகின்ற பருவமழையை நம்பி இந்திய மக்களில் பெரும்பாலர் வாழ்ந்தனர். ஆனால் இங்கு வந்த ஐரோப்பியருக்கோ நம்ப முடியாத அளவில் அம்மழை சாவைத்தான் கொண்டு வந்தது. நன்னம்பிக்கை முனையைச் சுற்றிக் கொண்டு ஆறேழு மாதங்களில் கிட்டத்தட்ட 24,000 கிலோமீட்டர் தொலைவிற்கு நெருக்கடியும், சுகாதாரமின்மையும், நோய்க் கிருமிகளும், மலிந்த பாய்மரக் கப்பல்களில் பயணம் செய்து, இறுதியில் சென்னை, பம்பாய், அல்லது கல்கத்தாவை அடைவதற்குள்ளேயே பலர் செத்துப் போயினர். அவர்களுக்குக் கப்பலிலேயே சாவைத் தரும் காய்ச்சல்களும். தொற்று நோய்களும் இன்னபிற அறியாத நோய்களும் காத்திருக்கும்.

இருந்த போதிலும் வணிகர், கைவினைஞர், மாலுமியர், போர்த் தொழிலைப் பிழைப்பாகக் கொண்டவர்கள், பாதிரிமார் ,மருத்துவர் என்று போர்ச்சுக்கல், நெதர்லாந்து, இங்கிலாந்து, பிரான்ஸ், டென்மார்க்கு, கிரேக்கம், இத்தாலி, போலந்து என்று கிட்டத்தட்ட ஐரோப்பிய நாடுகள் அனைத்திலிருந்தும் இந்தியாவிற்கு வந்த வண்ணம் இருந்தனர்.

கிளைவு வந்த இறங்கிய நேரம் சோழ மண்டலக்கரையில் பருவமழை இல்லாத நேரமாகும். கிளைவு ஆண்டுக்கு ஐந்து பவுன் சம்பளத்திற்கு ஓர் எழுத்தராகச் சென்னை வந்து சேர்ந்தார். இதை ஜார்ஜ் கோட்டையின் நாள்குறிப்புகளிலும் கணக்கு ஏடுகளிலுமிருந்து அறிகின்றோம். இதன் அக்கால மதிப்பு ஐம்பது ரூபாயாகும்.

கட்டைச் சம்பளம்

இக்காலத்தில் கவர்னராயிருந்த மார்ஸ் பெற்ற ஊதியம் 200 பவுன்; பரிசு ஊதியம் 100 பவுன். இதன் மொத்த மதிப்பு அக்காலக் கணக்குப்படி ரூபாயில் மூவாயிரம் ஆகும்.

தேம்ஸ் ஆற்றின் கரையிலிருந்து குமரப் பருவத்தைக் கடக்காத இளைஞர்கள் (கிளைவு சென்னையை அடைந்த போது அவருக்கு வயது 19.) கப்பல் கப்பலாக இந்தியாவிற்கு வந்தனர். அவர்கள் கிழக்கிந்தியக் கம்பெனியின் ஊழியர்கள் என்ற முறையில், தாம் வந்த கப்பலின் தலைவர் மேல் தளத்தில் இருக்கக் கண்டால் அவருக்குக் கைச்சலாம் செய்தாக வேண்டும். குறித்த நேரத்தில் கொட்டு அடித்ததும் தான் உணவு கொள்வதற்கு வரவேண்டும். இரவு பத்தானதும் விளக்குகளை அணைத்து விடவேண்டும். அவர்கள் கம்பெனியின் சம்பளப் பட்டியலில் வெறும் எழுத்தர் (Writer) என்றுதான் குறிக்கப்பட்டனர். இவ்வாறு இந்தியாவை நோக்கிவந்த ஆங்கிலக் குமரன் கைச் செலவிற்கும், வழியில் தன் சாப்பாட்டுச் செலவிற்கும் கைப்பணத்தைத்தான் தரவேண்டும்.

அவர்கள் சென்னையையோ, பம்பாயையோ, கல்கத்தாவையோ அடைந்ததும், அவர்களுக்கு எழுத்தர்களுக்கு என்று அமைத்த கட்டடங்களில் உணவும், உறைவிடமும் இலவசமாகத் தரப்பட்ட போதிலும், அவர்கள் தங்கியுள்ள அறைக்கு வேண்டிய தட்டுமுட்டுப் பொருள்களைத் தாமே விலைக்கு வாங்க வேண்டும். வேலையாளையும் தன் செலவிலேயே அமர்த்திக் கொள்ள வேண்டும். மேலும் சலவைக் கூலி, மெழுகு திரி (அக்காலத்தில் இரவில் மெழுகு திரி விளக்காகப் பயன்பட்டது), மற்றும் பிற செலவுகளுக்குத் தன் பணத்தையே செலவிட வேண்டும்.

தொடக்கத்தில் ஐந்து பவுன் ஆண்டுச் சம்பளத்திற்குப் பணியில் சேர்ந்த எழுத்தர், சில ஆண்டுகள் பணிபுரிந்த பின்னர் அவருக்கு 300 பவுன் கிடைக்கும். கிழக்கிந்தியக்

கம்பெனி தன் நிர்வாகச் செலவைக் குறைக்கவே, தன் ஊழியர்களுக்கு இவ்வாறு கட்டைச் சம்பளம் கொடுத்து வந்தது. எனினும் அது தன் ஊழியர்கள் தாமாகத் தம் சொந்த முயற்சியில் ஈடுபட்டுப் பொருளீட்டுவதை ஊக்குவித்து வந்ததைக் காரணங்காட்டித் தன் கஞ்சத்தனத்திற்கு நியாயம் கற்பித்தது.

ஒருவன் தன் முயற்சியால் வாணிபம் செய்தால் தான்- சரக்குகளைக் கொள்முதல் செய்து, கம்பெனியின் வழியாக இங்கிலாந்திற்கு அனுப்பும் வாணிபத்தில் ஈடுபட்டால் தான் - இந்தப் படுமோசமான கடலோரத்தில் ஒருவனால் பிழைக்க முடியும் என்பது மெய்யே. இதனால் கம்பெனியும் அதன் ஊழியத்தில் கட்டைச் சம்பளம் வாங்கிக் கொண்டிருந்த தனி மனிதனும் ஆதாயம் பெறமுடியும் என்பதை இருசாரரும் காலப்போக்கில் உணர்ந்து அம்முறையை பயன்படுத்தினர்.

3. திருவனந்தபுரத்தில் ஆறாண்டுகள் நடந்த வழிபாடு : பத்ர தீபம், முறை ஜெபம்

வேணாடென்னும் திருவிதாங்கூரின் வரலாற்றின் மிகச் சிறப்பு வாய்ந்த மார்த்தாண்டவர்மன், நாடுவாழி, தேசவாழி என்ற குறுநில மன்னர்களையும், தலைவர்களையும் தனக்கு விரோதமாயிருந்த மாடம்பிமாரையும், எட்டு வீட்டில் பிள்ளை மாரையும் வென்றடக்கிய பின்னர், இச்செயல்களால் விளைந்த பாவங்களைப் போக்கவும், நாடும் குடிகளும் செழிக்கவும் நற்செயல் புரிவதென்று முடிவு செய்தார். அதற்கு மறை நூல்களில் விதித்தபடி நடந்து கொள்வதென்று கருதினார்.

அவர் மலபார், திருநெல்வேலி, மதுரை முதலிய இடங்களிலிருந்து மறை நூல் கற்றறிந்த பிராமணர்களை அழைத்து ஒரு சபை கூட்டினார். அவர் மூன்று வேதங்களிலும், (இருக்கு, யசுர், சாம வேதங்கள், ஆறு சாஸ்திரங்களிலிருந்தும் (நியாயம், வைசேடிகம், சாங்கியம், யோகம், பூர்வ மீமாம்சம், உத்தர மீமாம்சம்) சொல்லப்பட்டுள்ள பயன்தரத் தக்க வழிபாட்டைத் தேடியறியுமாறு வேத விற்பன்னர்களைக் கேட்டுக் கொண்டார்.

பிராமணர்கள் மறைகளையும், புராணங்களையும் ஆழ்ந்து ஆராய்ந்த பிறகு, முன்னொரு யுகத்தில் கேகய நாட்டில் சூரிய குலத்தில் பிறந்த சத்திரியனான கார்த்த வீரியன் என்ற கார்த்த வீரார்ச்சுனன் என்னும் பெயர் பெற்றவனால் செய்யப் பெற்ற பத்ரதீபம், முறை செபம் என்ற வழிபாடுகளைச் செய்யலாம் என்று அறிவுரை பகன்றனர்.

கார்த்த வீரியன் கதை

கார்த்த வீரியன் கிருத வீரியனுக்கும், சுநந்தைக்கும் மகனாகப் பிறந்தான். அவன் பிறந்தபோது அவனுக்குக் காலில்லாமலிருந்தது. அவன் பன்னிரண்டாவது வயதில், அத்திரி முனிவருக்கும் அனசூயைக்கும் மகனாய்ப் பிறந்த தத்தாத்திரேயரின் மாணாக்கனாயிருந்து உபதேசம் பெற்று ஆயிரம் கைகளும், இரண்டு கால்களும் பெற்றான் என்று மச்சபுராணம் (இ.ச.க.தொகுதி-1) கூறுகின்றது. (தத்தாத்திரேயர்; மறைகளைப் பரவச் செய்தவர். பாண்டவர் முற்பிறவியில் இம்முனி புங்கவரை ஆதரித்து மறுபிறவியில் பேரரசப் பெருஞ் சிறப்பைப் பெற்றனர். கார்த்த வீரியனும் தத்தாத்திரேயரின் அருளால் சாம்ராட்டு என்ற பட்டம் அடைந்தவன். அதாவது இராசசூய வேள்வியை நடத்திச் சாம்ராச்சியப் பட்டாபிசேகம் அடைந்த அரசன் சாம்ராட்டு என்றழைக்கப்பட்டான்.

கார்த்த வீரியன் பேராற்றல் வாய்ந்த சிவ பக்தனான இராவணனுடன் ஒரு முறை போரிட்டு, அவனை வென்றவன், புலத்திய முனிவர் வேண்டியபடியால், அவன் இராவணனை உயிரோடு விடுத்தான். கார்த்த வீரியன் சமதக்கினி முனிவரிடமிருந்த காமதேனுவைக் கவர்ந்தமையால் பரசுராமர் அவனைக் கொன்றார்.

கார்த்த வீரியன் ஆண்ட பட்டணம் மகிசமதி; அவனுக்கு ஆண்மக்கள் பதினாயிரவர், அவன் 85,000 ஆண்டுகள் அட்ட மாசித்திகளும் பெற்று அரசாண்டவன். இப்பெரிய வீரன் பரசுராமனால் இறந்தனன்.

உலகின் பிற பண்பாடுகளில் வரலாறுகள் வழிகாட்டிகளாகக் கொள்ளப்படினும் அவற்றிலும் புராண நாயகர் பலர் உள்ளனர். இந்தியப் பண்பாட்டில் புராண புருஷர்களே வரலாற்று நாயகர்களாகவும், பார்த்துப் பயிலத் தக்கவர்களாகவும் கொள்ளப்படுகின்றனர் என்பதைச் சுட்டுவதற்காகக் கார்த்த வீரியனின் கதை இங்கு சொல்லப்பட்டது. வேத சமயத்தில் தோய்ந்து, அதன் கோட்பாடுகளையும், மரபுகளையும் ஒழுகிவந்த இந்திய மன்னர்களின் வழிவந்தவர்களைச் சங்க காலத்திலிருந்து, மார்த்தாண்டவர்மன் தன் மறச் செயல்களுக்காகக் கழுவாய் தேட, மறை நூல்களைத் தேடுமாறு செய்தான்.

பத்ரதீபம்

இச்சடங்கைத் தொடங்குவதற்கு ஏழுநாள் தொடர்ந்து வழிபாடு செய்த பின்னர் மலையாள மாதம் மகரத்தில் (தமிழ் : தை ;ஆங்கிலம்-ஜனவரி 13) முதல் நாளன்று புனித விளக்கை ஏற்றிப் பூசை செய்ய வேண்டும். இதையே கற்கடகம் முதல் தேதியன்று (சூலை 15) மீண்டும் பூசையைத் தொடங்கித் தொடர்ந்து ஐந்து ஆண்டுகள் வழிபாடு நடத்த வேண்டும்.

முறை ஜெபம்

ஆறாம் ஆண்டில் மிகப் பெரிய முறை ஜெபம் என்ற பெரிய வழிபாட்டை நடத்துதல் வேண்டும். இந்த முறை ஜெபம் எட்டுக் கிழமைகள் அல்லது ஐம்பத்தாறு நாள் நடத்தப்பட வேண்டும். ஜெபம் முடிகின்ற அன்று ஓராயிரம் விளக்குகளை ஏற்றுதல் வேண்டும்.

முறை ஜெபம் என்பது முறை வைத்துத் தொடர்ந்து ஜெபிப்பதாகும். திருவனந்தபுரத்தின் அனந்தபத்மநாப சுவாமி கோயில் (இ.ச.க.தொகுதி-4) பிராமணர்கள் கூடிக் காலை ஆறு மணி முதல் பத்து மணி வரையிலும், இரவில் எட்டு மணியிலிருந்தும் ஜெபிப்பர். முறை ஜெபம் என்பது மறைகளை ஓதுவது என்ற பொருளையும் தரும்.

இந்த பொது வழிபாடு, நன்றி கூறும் சடங்கும் இதுவரை எந்த இந்து மன்னராலும், குறுநில மன்னராலும், இத்தனை பெரிய அளவில் மார்த்தாண்ட வர்மனைப் போல் செய்யப்பட்டதில்லை. இதை வேணாட்டு வேந்தரான மார்த்தாண்டவர்மன் 1744 ஜூலை 4 அன்று தொடங்கி வைத்தார்.

இருப்பினும் இம்மன்னரின் முன்னோர் இவ்வழிபாடுகளைச் சிறு அளவிலேனும், திருவட்டாறு, பத்மனாபபுரத்திற்கு அருலுள்ள வல்வச்ச கோட்டம், சுசீந்திரம், கல்குளம், ஆட்டிங்கல் முதலிய இடங்களிலுள்ள கோயில்களில் பன்னெடுங்காலமாகவே செய்து வந்துள்ளனர் என்ற வரலாற்றுக் குறிப்புகள் உள்ளன.

இவ்வாண்டு தொடங்கிய பத்ர தீபம் 1750 இல், அதாவது இவ்வழிபாடு தொடங்கிய ஆறாவது ஆண்டில், இரண்டு இலட்சம் ரூபாய்ச் செலவில் மிகப்பெரிய அளவில் முறை ஜெபம் என்ற முறை வழிபாடாக முற்றுப் பெற்றது.

தானங்கள்

தானங்கள் 42 என்று அபிதான சிந்தாமணி கூறுகின்றது. எனினும் அவை பதினாறு என்று பதும புராணம் சொல்லும், மார்த்தாண்ட வர்மன் பதினாறு தானங்களையும் செய்தார். அவை வருமாறு

துலாபுருஷ தானம்
இரணிய கர்ப்ப தானம்
பிரமாண்ட தானம்
கோசகஸ்ர தானம்
இரணிய காமதேனு தானம்
இரணியஸ்வ தானம்
இரணியஸ்விரத தானம்

இவை சோடச (பதினாறு) தானம் எனப்படும். இவற்றுள் குறிப்பிடத்தக்க இரணியகர்ப்ப, துலாபர தானங்கள் இரண்டையும் மார்த்தாண்ட வர்மன் அளித்தார்.

1744

துலாபுருஷ தானம்

துலாபுருஷ அல்லது துலாபர தானம் என்பது மன்னனின் எடைக்குத் தங்கத்தை நிறுத்து, அதைப் பிராமணர்களுக்குத் தானமாக வழங்குவதாகும். அதற்கு வேண்டிய தங்கத்தை வாங்கித் தூய்மைப்படுத்திப் பல்வேறு அளவுகளிலும், எடைகளிலும் காசாக அடித்துக் கொள்வார்கள்.அதன் ஒரு புறத்தில் திருவிதாங்கூர் அரச குடும்பத்தின் வழிபடு கடவுளான அனந்த பத்மநாபனின் திருவுருவம் பொறித்திருக்கும்.

அழகிய வேலைப்பாடுள்ள சரியான தராசு அதன் பிறகு செய்யப்படும். குறிப்பிட்ட நாளன்று மன்னர் பத்மநாபசுவாமி கோயிலுக்குச் செல்வார். அங்கு திருவிதாங்கூர் நாட்டிலிருந்தும், வடகேரளமான மலபார், நெல்லைச் சீமை, மதுரை போன்ற பல இடங்களிலிருந்தும் வேதங் கற்ற பிராமணர் வந்து கூடியிருப்பர். அவர்களில் சிலர் இதற்கெனத் தலைநகருக்குப் பெருங்கூட்டமென வந்திருந்த பிராமணராவார். அவர்கள் வேத சாஸ்திரங்களின்படி, சடங்குகளைச் செய்து முடித்தபிறகு, மன்னரைத் துலையின் ஒரு தட்டில் அமரச் செய்து, மறுதட்டில் பொற்காசுகளைக் குவிப்பர். பொற்காசு நிறைந்த தட்டு மேலே ஏறவும் எடை போடுவர். இதன் பிறகு நிறுத்து எடுத்த பொற்காசுகள் பிராமணரில் ஆடவர், பெண்டிர், சிறார் ஆகியோருக்கு வழங்கப் பெறும். வேத விற்பன்னர்களான பிராமணர்களுக்குச் சாதாரணமான பிராமணர்களுக்கு அளிக்கப்படுவதை விட எடையும், மதிப்பும் கூடுதலான பொற்காசுகள் கிடைக்கும். பிராமணக் குழந்தைகளுக்கும், பெண்களுக்கும் மதிப்புக் குறைந்த சிறு காசுகளே தரப்படும். மதிப்புமிக்க பரிசுகளைப் பெறுவதற்குத் தகுதி வாய்ந்தவர் எவர் என்பதை முடிவு செய்வதற்கும் பிராமணர்கள் தேர்ந்தவர் எவர் என்பதை முடிவு செய்வதற்கும் பிராமணர்கள் தேர்ந்தெடுக்கப்படுவார்கள். அவர்களின் மறைஞானத்திற்கு ஏற்பப் பரிசுகள் கிடைக்கும். இச்சடங்கும், பிராமணர்களுக்குப் பொற்காசுகள் வழங்கும் பணியும் சுமார் ஒரு வாரம் நடக்கும்.இக்காலத்தில் பிராமணர்க்கு அறுசுவை உணவு வயிறாரப் படைக்கப்படும்.

மார்த்தாண்டவர்மன் 1749 ஆம் ஆண்டில் இந்தத் துலாபரதானத்தைச் செய்தார். இதற்குப் பல இலட்ச ரூபாய் செலவானது

இரணியகர்ப்ப தானம்

ஹிரண்ய என்ற சமஸ்கிருதச் சொல் பொன் எனவும் கர்ப்பம் என்பது கருப்பை எனவும் பொருள்படும்.அதாவது பொற் கருப்பை என்று கொள்ளலாம். இதன் தமிழ் வடிவமே இரணிய கர்ப்பமாகும்.

இந்தத் தானமும் மேலே சொல்லப்பட்ட துலாபர தானத்தைப் போலவே பெருஞ் செலவாகக் கூடியதாகும். மார்த்தாண்ட வர்மன் இப்பெருங் கொடையை 1751 ஆம் ஆண்டு பிராமணர்க்கு அளித்தார்.

இரணிய கர்ப்ப தானத்தைப் பேரரசர் மட்டுமே முடிசூட்டு விழாவின் போது செய்வார். பத்தடி உயரமும், எட்டடிச் சுற்று அளவும் கொண்ட தாமரை வடிவமான ஒரு கலம் முதலில் செய்யப்படும். அதற்கு மணிமுடி வடிவில் ஒரு மேல் மூடியும் செய்யப்படும். அக்கலத்தில் பாதி பஞ்ச கௌயத்தினால் நிரப்பப்படும். அதாவது நெய், பால், மற்றும் பிற பொருள்களின் கலவை. பிராமணர்கள் வேத முறைப்படி இந்தக் கலத்திற்கு மந்திர கோஷங்களை முழங்குவர்.

மன்னர் பூசை, வழிபாடுகளையெல்லாம் முடித்த பின்னர் பொற்றாமரைக் கலம் வைக்கப்பட்டுள்ள இடத்திற்கு வருவார். அவருடன் சேர நாட்டையும், தென்பாண்டிச் சீமையையும் சேர்ந்த பிராமணப் பண்டிதர்களும் வருவர். மன்னர் இச்சடங்கிற்கென்று செய்யப்பட்ட அழகான ஓர் ஏணியிலேறிப் பொற்றாமரைக் கலத்தினுள் இறங்குவார். மன்னர் இறங்கியதும் கலம் மூடப்படும். மன்னர் பஞ்ச கௌயத்தினுள் மும்முறை மூழ்கி எழுவார். அப்போது பிராமணர்கள் வேதப் பனுவல்களை விளம்புவர். இச்சடங்கு பத்து நிமிடம் நடக்கும். அதன் பிறகு மன்னர் பொற்றாமரைக் கலத்திலிருந்து வெளிவந்த பின் மேலும் சில சடங்குகள் நடக்கும். அவை முடிந்ததும் மன்னர் பத்மநாப சுவாமி முன் நெடுஞ்சாண் கிடையாகத் தரையில் விழுந்து வணங்குவார். அப்போது இச்சங்கை நடத்தும் தலைமைப் பிராமணர் மணிமுடியை எடுத்து மன்னரின் தலையில் வைத்துக் ''குலசேகரப் பெருமாள்'' என்ற பட்டத்தை அளிப்பார்.

அதன் பிறகு பண்டிதர்கள் செய்யும் வேத முழக்கம் விண்ணதிரச் செய்யும். அதனால் தான் திருவிதாங்கூர் மன்னர்கள் தமிழிலும் மலையாளத்திலும் பொன்னுத் தம்பிரான் என்றழைக்கப் பட்டனர்.

மார்த்தாண்ட வர்மன் ஏனைய பதினான்கு தானங்களையும் சுமார் எட்டரை இலட்ச ரூபாய்ச் செலவில் 1753 ஆம் ஆண்டு செய்தார்.

அவர் கேரளத்துக் கோயில்கள் அனைத்திலும் பிராமணர்க்கு எப்போதும் உணவு அளிக்கும் ஊட்டுப் புரைகளைப் பேணி வளர்த்தார். அங்கு பிராமணர் எவராயினும் உணவு நேரத்தில் அறுசுவைமிக்க உணவை அருந்தலாம். அவருக்குத் தமிழ்ப் பிராமணர் மீது மிகுந்த மரியாதையும் அன்பும் இருந்து வந்தது.

4. பண்டி நாட்டரசு வரலாறு (சு. 1342-1979)

பண்டி டெல்லிக்குத் தென்மேற்கில் சுமார் 390 கிலோமீட்டரில் உள்ளது. இது இரசபுதனத்தின் சுமார் பதினேழு நாட்டரசுகளில் ஒன்றாக இருந்தது. இதன் வரலாறு

சுமார் 1342 இல் தொடங்கினாலும் இரசபுத்திரரின் சௌகான் மரபைச் சேர்ந்த பண்டி மன்னர், ஜெயப்பூர் மன்னர்களிடம் இழந்த தம் நாட்டை இந்தக் காலகட்டத்தில் போர் புரிந்து பெற்றமையால் அந்நாட்டரசின் வரலாறு இந்தக் காலப் பகுப்பில் இடம் பெறுகின்றது.

இயற்கை அரண்

இந்நாட்டரசின் பரப்பளவு சுமார் 5960 சதுர கிலோமீட்டர். இங்கு இக்கால கட்டத்தில் சுமார் 2,20,000 பேர் வாழ்ந்திருந்தனர். இதன் ஆண்டு வருவாய் ஐந்து இலட்சம் ரூபாய். இன்று இராஜஸ்தான் மாநிலத்தில் அமைந்துள்ள பண்டி ஜெயப்பூரின் தெற்கே சுமார் 63 கிலோமீட்டரிலும், உதயப்பூரின் வடகிழக்கில் சுமார் 94 கிலோ மீட்டரிலும் இருக்கின்றது. அது கரடு முரடான மலைத் தொடர்களின் நடுவில் அமைந்திருக்கின்றது. அதை அடைய வேண்டுமாயின் நான்கு கணவாய்களின் வழியே தான் செல்ல வேண்டும். இவையே பண்டியின் பாதுகாப்பில் முதல் அணியாக இருந்து வந்திருக்கின்றன. இரண்டாவது அணியாகச் சம்பல் ஆற்று வெளியில் ஆங்காங்கே பல குன்றுகள் நிற்கின்றன.

இறுதியாக அதன் கோட்டைச் சுவர்கள் பெரிய அரணாக அமைந்துள்ளன. அவை குன்றுச் சரிவுகளில் மேலும் கீழுமாக உயர்ந்து நிற்கின்றன. அவை பழுப்பு நிறமான மிகப் பெரிய முதலை போன்ற மலை முகடுகளின் மேல் வளைந்து நெளிந்து செல்கின்றன.

இந்நாடு இத்தகைய இயற்கை அரண்களையும், செயற்கை அரணான கோட்டையையும் பெற்றிருந்தமையால், இரசபுத்திர வரலாறு, அதிகார மாறுதல்கள் என்ற ஓட்டங்களிலிருந்து எப்போதும் பண்டி ஒதுங்கியே இருந்து வந்திருக்கின்றது. முகலாயர் எட்டாக் கையிலிருந்த இப்பகுதி மீது அவ்வளவாகக் கவனம் செலுத்தவில்லை.

தோற்றுவாய்

பண்டி என்ற நகரத்தைச் சுற்றி அமைந்த இந்நாட்டரசைத் தேவி சிங்கு அல்லது ராவ்தேவ் என்றவர் நிறுவினார். இதனால் இக்குடியினர் செகான் ராவுகள் என்றும் அழைக்கப்பட்டனர். அவர் முதல் சௌகானாகிய அக்கினி பாலரின் நேர் வாரிசு என்று இந்துக் கதைகள் கூறுகின்றன. பிராமணர் புறச் சமயிகளை எதிர்த்துப் போராடு வதற்காகக் கடைசியாய் அமைத்த வகுப்பு செகான் என்கின்றனர்.

ராவ் தேவ் எப்போது பிறந்தார் என்பது தெரியவில்லை. இக்குடியினர் முஸ்லிம்களின் வன்மையான தாக்குதலை எதிர்த்து நிற்க முடியாது, அசேர் என்ற இடத்திலிருந்து மேவாருக்கு ஓடினர். (மேவார் என்பது உதயப்பூர் நாட்டரசின் பழம் பெயர்) ராவ் தேவ் அங்கிருந்து புடையெழுந்து 1342 ஆம் ஆண்டு பண்டு சமவெளியைக் கைப்பற்றினார். அங்கு அவர் பண்டு என்ற நகரை எழுப்பினார். அவர் அப்பகுதியில் வாழ்ந்திருந்த மீனா என்ற மக்களைத் தோற்கடித்துக் கிட்டத்தட்ட ஒழித்து விட்டார். அவர் அந்நாட்டிற்கு ஹரவதி, அதாவது ஹரரின் நாடு என்று பெயரிட்டார். இப்பெயர் ஏற்பட்டது பற்றி ஒரு கதை உண்டு.

ராவ் தேவரின் முன்னோரான இஷ்ட பாலர் 1925 ஆம் ஆண்டு வாக்கில் வாழ்ந்தார். அவர் விழுப்புண் பட்டுப் போர்க்களத்தில் கிடந்தார். அப்போது

1744

இஷ்டபாலரின் குல தெய்வம் தோன்றி, வெட்டுண்டு கிடந்த அவரின் உடலுறுப்புகள் மீது புனித நீரைத் தெளித்தது. அதனால் எலும்புகளைக் குறிக்கும் ஹர என்ற சொல்லிலிருந்து ஹரவதி என்னும் பெயர் உண்டானது என்பது கதை.

பண்டி மன்னரான ராவ் தேவனுக்கும், ராவ் சூர்ஜனுக்குமிடையே (1554-1585) சுமார் 200 ஆண்டுக்கால இடைவெளி உண்டு. ஹர மக்கள் இக்காலத்தில் தமது தன்னுரிமையைக் கட்டிக்காத்துக் கொண்டு. உதயபுரி ராணாக்களின் சிற்றரசர்களாக இருந்து வந்தனர். போர் நெருக்கடி தோன்றும் காலங்களில் ஹரர் உதயபுரிக்கு உதவி வந்தனர். இவ்விரு குடியினருக்குமிடையே ஏற்பட்ட திருமணத் தொடர்புகளினால் அவர்களுடைய உறவிற்கு ஆபத்து ஏற்பட்டதுண்டு. எனினும் ராவ் சூர்ஜன் 1554 இல் பட்டத்திற்கு வந்ததும் பண்டி வரலாற்றில் புதிய அத்தியாயம் ஒன்று தொடங்கிற்று.

ஜெய்ப்பூரின் துரோகம்

ராவ் சூர்ஜன் தன் குடும்பத்தைச் சேர்ந்த சவந்து சிங்கு என்றவரின் புகழ்பெற்ற நிந்தன்போர் என்ற கோட்டையைப் பெற்றார். அக்பருக்கு (1556-1605) அந்தக் கோட்டை மீது ஒரு கண் இருந்தது. அக்பர் இரசபுதனத்தில் கையோங்கிய நிலையில் இருந்தார். மேவாரின் சித்தூர்க் கோட்டை அவரிடம் விழுந்தது. எனினும் நிந்தன் போர்க் கோட்டை முற்றுகையில் அவரால் வெற்றிபெற முடியவில்லை. ஜெயப்பூரின் மான்சிங்கிற்கு நிந்தன்போர்க் கோட்டைக்குள் செல்லும் உரிமை இருந்தது. அவர் அக்பரைத் தன் முத்திரை ஊழியரைப் போல் மாறுவேடத்தில் கோட்டைக்குள் அழைத்துச் சென்றார். அதனால் அக்கோட்டை வீழ்ந்தது.

ஆம்பர் என்ற ஜெயப்பூர் முகலாயர் அளித்த பாதுகாப்புக் குடையின் கீழிருந்தது. அதனால் அது இரசபுதனத்தில் முன் வரிசையில் நின்று உயர்ந்திருந்தது. ஜெயப்பூர் மன்னர்கள் எப்போதுமே பண்டி நாட்டின் கோட்டையைக் கவர்வதிலேயே நாட்டங் கொண்டிருந்தனர். எனவே பண்டி நாட்டின் மாவீரரான மன்னர்கள் சத்தர்சால் (1631-1658) உம்மேது சிங்கு (1748-1770) ஆகிய இருவரும், முகலாயப் படைகளை மட்டுமன்றித் தருக்கித் திரிந்த அண்டை நாட்டுப் படைகளுடனும் போர் செய்ய நேர்ந்தது. சத்தர்சால் ஐம்பத்திரண்டு களங்களைக் கண்டவர். அவர் ஷாஜகான் (1592-1666) மீது அசைக்க முடியாத விசுவாசங் கொண்டிருந்தார். அவர் அந்தக் காரணத்தினால், ஷாஜகானின் மகனும், அவரைச் சிறை செய்து நாட்டைக் கவர்ந்தவருமான ஔரங்கசீபின் மீது விசுவாசம் காட்ட மறுத்து விட்டார். அதனால் அவர் ஔரங்கசீபின் படைகளை எதிர்த்துக் களத்தில் மாண்டார்.

உம்மேது சிங்கு

ஜெயப்பூர் மன்னர் பண்டிக் கோட்டைக் காவல் தலைவரைத் துரோகத்தனமாகத் தன் பக்கம் இழுத்துக் கொண்டு, உள்நாட்டு மன்னரைப் பதினெட்டாம் நூற்றாண்டின் தொடக்கத்தில் கோட்டைத் தலைநகரை விட்டு வெளியேறச் செய்தார். ஆதலால் உம்மேது சிங்கு தன் தந்தையின் நாடு கடந்த வாழ்க்கையில் 1731 ஆம் ஆண்டு பிறந்தார். அவர் பதின்மூன்று வயதையடைந்ததும், தன் அரசுரிமையைப் பெறுவதற்காக நாட்டு மக்களின் ஆதரவைத் திரட்ட முயன்றார். அவர் பண்டிக் கோட்டையைப் பிடிப்பதில் வெற்றி கண்ட போதிலும், உடனே எதிரியிடம் அதை இழந்தார்.

இந்தூர் நாட்டரசை நிறுவிய மராட்டிய வீரரான மல்ஹர்ராவ் (1693-1765) ஹோல்காரின் உதவியுடன் இரண்டாம் முறை நடத்திய தாக்குதலில் பண்டியைப் பிடித்து விட்டார். ஆனால் நாடு சீர் கேடடைந்து கிடந்தது. எனவே உம்மேது சிங்கு வாளை உறையுள் வைத்து விட்டு, அடுத்த பதினெட்டு ஆண்டுக்காலத்தில் நாட்டைச் செழிக்கச் செய்யும் பணியில் இறங்கினார். அவர் இக்காலத்தில் இரசபுதன ஓவியக் கலையின் புரவலராயிருந்தார். அதில் பண்டி பாணி தனிச்சிறப்பு வாய்ந்தது. உம்மேது சிங்கின் ஆதரவில் அந்தப்பாணி ஓவியக்கலை வளர்ந்தோங்கியது.

எனினும் உம்மேது சிங்கு இக்காலத்தில் கொடிய ஒரு செயலைச் செய்தார். பண்டியை ஜெயப்பூருக்குக் காட்டிக் கொடுத்த கோட்டைக் காவல் தலைவரைத் தேடிப் பிடித்து, அவரையும், அவரின் மகன், பேரன் என்று மூவரையும் கொலை செய்து விட்டார். அதற்குச் சில ஆண்டுகளுக்குப் பிறகு, அவர் இக்கொலைகளுக்காகக் கழிவிரக்கங் கொண்டு, அரச பதவியை மகன் அஜீத்து சிங்கிடம் (1770) தந்து முடி துறந்து தல யாத்திரை புறப்பட்டார். அவர் புறப்படு முன்னர், அவரைப்போல் ஒரு பொம்மை செய்து வைத்து, அதற்கு ஈமச் சடங்குகளைச் செய்தனர். பொம்மை உம்மேது சிங்கைச் சிதையில் வைத்து எரியூட்டினர். அவர் மகன் மொட்டையடித்துக் கொண்டார்: பன்னிரண்டு நாள் துக்கமும் காத்தனர்.

உம்மேது சிங்கு காவியணிந்து கையில் திருவோடு ஏந்தித் தல யாத்திரை புறப்படவில்லை. வாளால் வெட்டினாலும் தாங்கக் கூடிய கனத்த ஆடையை உடம்பில் அணிந்தார். துப்பாக்கி, வாள், விதவிதமான கத்திகள், வெடிமருந்துப் பைகள், கண்ட கோடாரி, வேல் என்று பல வகையான படைக்கலன்களுடன் திருத்தல யாத்திரை சென்றார். அந்த இரசபுத்திர வீரர் தனக்குப் பல எதிரிகள் உண்டென்பதைக் கருதி இத்தனை முன்னேற்பாடுகளுடன் சென்றார்.

முள்ளம் பன்றி வியூகம்

வியூகம் என்பது அணிவகுப்பு. இந்தியப் போர்க்கலையில் இந்த அணிவகுப்புக் கலை பல்லாயிரமாண்டுகளாக இருந்து வருகின்றது. அபிதான சிந்தாமணி குறிப்பிட்ட சில வியூகங்களைத் தருகின்றது.

கிரௌஞ்ச வியூகம் : வானில் வரிசையாகச் செல்லும் கிரௌஞ்சப் பறவைகளைப் போல், நுண்ணிய கழுத்தினையும் இடை நிகராய பின்னிறகையும் உடையதாய் அமைக்கப்படும் படை வகுப்பு.

சேனா வியூகம்: பெரிய இறக்கைகளையும், இடை நிகராய கழுத்தையும், பின்னிறகையும், முகத்தில் கூர்மையையும் உள்ளதாக அமைக்கப்படும் படையணி வகுப்பு.

சக்கிர வியூகம் : ஒரே வழியையும், எட்டு வகையான வளைவுகளையும் உடையதாக அமைக்கப்படுவது.

சருவதோபத்திர வியூகம் : நான்கு புறமும் எட்டு வளைவு களையுடையதாக அமைக்கப்படுவது.

கோண வியூகம் : உள் புக வழியில்லாததும், எல்லாப் பக்கத்திலும் முகங்களையும், எட்டு வட்டங்களையும் உடையதுமாகும்.

சகட வியூகம் : சகட வடிவுடையது.

வியாள வியூகம் : பாம்பு வடிவமாக அமைக்கப்படுவது

இம்மரபில் பண்டி நாட்டவரின் முள்ளம் பன்றி வியூகம் பெரும் பெயர் பெற்றது. அதற்குக் கோல் (*Gole*) என்று பெயர். படைவீரர் நெருக்கமாகப் பந்து போல் வட்டமாய் நின்று கொண்டு வேலையும், வாளையும் முள்ளம் பன்றியின் முள் போல் நீட்டிக் கொண்டிருக்கும் வியூகம். இந்தப் பந்து எதிரிப் படைமீது தாக்குதல் நடத்தி அதைக் குத்தியும், வெட்டியும் கொன்றழிக்கும். இந்த வியூகம் பதினெட்டாம் நூற்றாண்டு வரையிலும் ஆக்கமாக இருந்தது. இந்த நூற்றாண்டில் பீரங்கிகளும் குதிரைகளும் பேரளவில் போரில் ஈடுபடுத்தப்பட்டமையால், இவ்வியூகம் துயரம் தரும் ஒன்றாகி விட்டது.

வைசிராயின் காலில் உயிர் விட்ட கடைசிப் பண்டி மன்னர்

பண்டியின் கடைசி மன்னரான பகதூர் சிங் (1945-1949) போரில் காட்டிய வீரத்திற்காக ''மிலிட்டரி கிராஸ்'' என்ற பதக்கம் பெற்றவர். அவர் இந்தியாவின் கடைசி வைசிராயான மௌண்ட் பேட்டனின் (1900-1979) காலில் உயிரை விட்டார். இந்நிகழ்ச்சி பிராட்லேண்ஸ் என்ற இடத்தில் நடந்தது.

இது குறித்து மௌண்ட்பேட்டன் சொன்னதாவது, ''...பேர்வழி தன் பழைய வைசிராயைக் கடைசியாகக் காண வேண்டுமென்று விரும்பினார். நாங்கள் விருந்து உண்டபின் என் காலடியில் விழுந்து இறந்து போனார்.

5. வணிகக் கூட்டம் வல்லரசாகக் கனியப் பம்பாயின் பங்கு

பிரிட்டிசார் இந்தியாவில் முதலில் வந்து இறங்கிய துறை மேற்குக் கரையிலுள்ள சூரத்துப் பட்டினம்தான் என்ற போதிலும், அது வெறும் வாணிப மையமாகவே இருந்தது. ஆனால் அவர்களுக்கு அரசியல் உந்து வேகத்தைத் தந்தது கிழக்கு கரையில் அமைந்த சென்னைப் பட்டினமேயாகும். பிரிட்டிசாருக்கு அரசியல் மேலெழுச்சியைக் கொடுத்து உலகின் மிகப் பெரிய நிலப்பிரபு - சமீந்தார் என்ற தனிப்பெருமை படைக்கக் காரணமாயிருந்தது வங்கத்து வயல் வெளியான பிளாசிக் களத்தில் கிடைத்த வெற்றியாகும்.

எனினும் வணிகக் கூட்டம் இவ்வாறு இத்துணைக் கண்டத்தில் வல்லரசாகக் கனிந்ததில் பம்பாய்க்கும் இடம் உள்ளது எனலாம்.ஏனெனில் அதற்கு வேண்டிய அடிப்படை அனைத்தையும் 1668 இல் பம்பாய்க் கவர்னர் பொறுப்பை ஆங்கியர் ஏற்றதும் நிறுவிவிட்டார். ஆங்கியர் பம்பாய் நகரத்தை நிறுவியவர் என்ற பெருமையும் பெற்றிருக்கின்றார்.

ஆங்கியர்தான் கிழக்கிந்தியக் கம்பெனியின் வணிக மையத்தைச் சூரத்திலிருந்து பம்பாய்க்கு மாற்ற வேண்டுமென்று பெரும்பாடுபட்டார். அது பலன் அளிக்கவில்லையென்ற போதிலும் தன் தலைமையகத்தைப் பம்பாயில் நிறுவினார். அதன் பிறகு தான் ''இறைவனின் திருவுளப்படி, அவனருளால் கட்டப்பட வேண்டிய நகரத்தை அமைக்கும் பணியில்'' ஆங்கியர் பல ஆண்டுகள் ஈடுபட்டுப் பம்பாய் நகரத்தை உண்டாக்கினர். ஆங்கியர் பம்பாயை வரலாற்று இடைக்காலத்து இலண்டன் நகராக, அதாவது வாணிபச் சொர்க்கமாக உருவாக்க வேண்டும் என்று, அதன்

1744

தலைவிதியை நிர்ணயித்தர். அது விஷயத்தில், அந்நகரம் பிரிட்டிசாரின் விதியைப் பொதுவாக நிர்ணயிக்கும் ஒரு செயலாக அமைந்தது. அதற்குரிய அறிகுறிகள் பதினெட்டாம் நூற்றாண்டின் இந்தக் காலகட்டத்தில் யாருக்கும் புலனாகவில்லை என்ற போதிலும், அவ்வாண்டுகளில்தான் அந்நிலைமை உருவானது.

எட்வர்ட்ஸ் என்றவர் பத்தொன்பதாம் நூற்றாண்டின் பிற்பகுதியில் பம்பாய் மாநராட்சியின் ஆணையராக இருந்தார். அவர் ''பம்பாய் எழுச்சி'' *(The Rise of Bombay)* என்ற நூலை எழுதியிருக்கின்றார். அது பம்பாய் மாகாணத்தைப் பற்றி எழுதப்பட்டுள்ள மிகச்சிறந்த நூல்களுள் ஒன்றாகக் கருதப்படுகின்றது. அதில் அவர் பதினெட்டாம் நூற்றாண்டின் இரண்டாவது பத்தாண்டுகளைப் பற்றி இவ்வாறு எழுகின்றார்.

''நாம் (இந்தியாவிலுள்ள பிரிட்டிசாராகிய நாம்) பொதுவாக, அமைதியான முறையில் வாணிபம் செய்ய வேண்டுமென்ற ஒரே ஆவலினால் தூண்டப்பெறும் வெறும் பணியாளர்களாகத் தான் இன்னும் இருந்து வருகின்றோம். நமது (மாகாணத்) தலைவர்கள் சிதியரோடு கூட்டுச் சேர்வதிலும், தக்காணத்து அரசியல் விவகாரப் போக்குகள் இவற்றில் கவனஞ் செலுத்தாமலும் இருந்துகொண்டு வாணிபத்தின் மீதுதான் மிகுந்த அக்கறை கொண்டிருந்தனர். எனினும் வணிகராயிருந்த இச்சமூகம் பையப் பைய அதை விடுத்து மாபெரும் அரசியல் அதிகாரத்தை அடையும் நிலையை எய்தலாயிற்று. *1714* ஆம் ஆண்டிற்கும் *1744* ஆம் ஆண்டிற்கும் இடையில் கழிந்து போன ஆண்டுகளில் நமது குணப் பண்புகள் மாறி வருகின்றன என்பதைக் காட்டும் நிகழ்ச்சிகள் பொதிந்துள்ளன.

பிரிட்டிசாரின் குணப்பண்புகள் எங்ஙனம் மாறின என்பதை இக்களஞ்சியத்தின் பக்கங்கள் கண்ணாடி போல் காட்டுகின்றன.

6. தமிழகத்தில் வாலாசா குடி ஆட்சித் தொடக்கம்

நிசாம் தென்னாட்டுப் படையெடுப்பைப் பெருவெற்றியாக முடித்துத் திரும்பியதும், அவரது மேலாண்மைக்குள்பட்ட ஆர்க்காட்டில் இன்னொரு கொலை அரசுரிமைக்காக நடந்தது. சஃப்தர் அலிகானின் மகன் இரண்டாவது சாதத்துல்லா கான் என்ற பெயரில் ஆர்க்காட்டு நவாபாக்கப்பட்டு, அவருக்குப் பாதுகாவலராகத் தன் நெருங்கிய நண்பரான அன்வருதீன் கானை நிசாம் அமர்த்திச் சென்றார். அச்சிறுவன் *1742* முதல் அன்வருதீனின் காப்பில் இருந்து வந்தான். அவனை வேலூர்க் கோட்டைத் தலைவரான மூர்த்தசா அலியின் கையாள்களான பட்டாணியர் ஒரு திருமண வீட்டில் இவ்வாண்டு அன்வருதீனின் கண்முன்னரே கொன்றனர்.

கொலைகாரர்கள் அனைவரும் அந்த இடத்திலேயே கொல்லப்பட்டனர். இந்த இரக்கமற்ற கொலையைச் செய்யுமாறு ஏவியவர் யார் என்பதை அறிந்து கொள்ள முடியாமற் போயிற்று. எனினும் இத்தீச்செயலில் அன்வருதீனுக்கும், மூர்த்தசா அலிக்கும் தொடர்பு உண்டு என்பதை மறுக்க முடியாது என்று வரலாற்றாசிரியர் சிலர் கூறுகின்றனர்.

எனினும் நிசாம் கர்நாடகத்தில் தன் செல்வாக்கு நிலைக்க வேண்டும் என்பதற்காகக் கொலைகாரர்களைத் தேடிக் கண்டுபிடிக்காமல், வாலாஜா குடியைச் சேர்ந்த அன்வருதீனையே அடுத்த நவாபாக ஆர்க்காட்டில் அமர்த்தி விட்டார். சுல்ஃபிகர் அலிகானுடன் தொடங்கியதாகவும், முகமது சாதத் அலிகானுடன்

வாலாஜா

உண்டானதாகவும் கருதப்படுகின்ற நெவாயத்துக்களின் சுமார் அரை நூற்றாண்டுக் கால ஆட்சி இப்படி இரத்தப் பழியில் இந்த 1744 இல் முடிவுற்றது.

வாலாஜா குடி

அன்வருதீன் டெல்லியில் வாழ்ந்திருந்த பிரபு என்றும், நிசாம்-உல்-முல்கின் நெருங்கிய நண்பர் என்றும் கூறியிருந்தோம். அவரை சஃப்தர் அலி கானின் எட்டு வயது மகனான இரண்டாவது சாதத்து அலி கானுக்கு அரச காவலராய் நிசாம் வைத்திருந்தார். இப்போது அச்சிறுவன் அரசியல் சதிக்குப் பலியானதும், அவர் அன்வருதீனையே கர்நாடகத்தின் நவாபாக்கினார்.

அன்வருதீன் அபு பக்கரையடுத்துக் காலிஃபாவாகிய உமர்பின் அல்-கத்தாபு (634-644) அவர்களின் வழியிலிருந்து வந்தவர் என்று ''தூஜாக்கி - வாலாஜாகி'' என்ற நூலில் கூறப்பட்டுள்ளது.

வாலாஜா குடியினர் முதலில் வடநாட்டில் குடியேறினர். அன்வருதீன் (1744-1749) வாலாஜா குடியின் முதல் நவாபாக ஆர்க்காட்டில் அமர்ந்தார். இக்குடியினரின் அரசியல் செப்பிடு வித்தைகளையும், நாட்டைக் கடைத் தேங்காய் என்று கருதி அயலாரான வழிப்பிள்ளையார்களுக்கு உடைத்த செய்திகளையும் தமிழ்நாட்டையே அமைதியின்றி அலைக் கழித்ததையும் 1825 வரை காணப் போகின்றோம்.

7. திருச்சிராப்பள்ளி நத்தர் நகரானது

ஊர்களுக்கும், தெருக்களுக்கும் பெயரை மாற்றுவதற்குத் தமிழ்நாட்டினருக்குக் கற்றுத் தந்தது யாராக இருக்கக் கூடும்? இந்த ஆராய்ச்சியில் இறங்கினால் வாலாஜாக்களின் பக்கமே வரலாறு கைகாட்டும்.

திருச்சிராப்பள்ளி என்பது மிகவும் தொன்மையானது. இது சோழ நாட்டின் கோநகராகிய உறையூரின் அருகிலுள்ள குன்று. அதைச் சிராப்பள்ளிக் குன்று என்றும் தேவாரம் பாடுகின்றது. உறையூரின் கிழக்கே நெடும் பெருங்குன்றம் ஒன்றுள்ளது என்பதைக்

கறங்கிசை விழவின்
  உறந்தைக் குணாது
நெடும் பெருங் குன்றம்

என்று அகநானூற்றில் குறிக்கப் பெற்றுள்ளது.

அக்குன்றத்தின் உச்சியில் சமண முனிவர் பலர் பள்ளி நிறுவியிருந்தனர். அவர்களுள் ஒரு முனிவரின் பெயர் சிரா. அவருடைய தவச்சாலை சிராப்பள்ளி என்று பெயர் பெற்றது. இச்செய்தியை இங்குள்ள நெடுங்குன்றத்தின் மேல் இருக்கும் கல்லெழுத்துக் காட்டுகின்றது.

மாத்ருபூதேவசுரர் என்ற தாயுமானவர் கோயில் கொண்டுள்ள இத்திருவூர் தலபுராணத்திலும் சிறப்பிக்கப்பட்டுள்ளது. மகேந்திரவர்மப் பல்லவன் *(615-630)* இக்குன்றின் மேல் ஒரு குடைவரை செய்வித்திருக்கின்றான்.

மதுரை நாயக்கர் குடியின் முதல்வரான விசுவநாத நாயக்கன் இங்கு 16 ஆம் நூற்றாண்டில் கட்டிய கோட்டைக்காக 17, 18 ஆம் நூற்றாண்டுகளில் எருமை நாட்டாரான மைசூராரும், புறச்சமயத்தவரான ஆர்க்காட்டாரும், மராட்டியரும் பல களங்களைக் கண்டனர். இனியும் இந்தக் கோட்டைக்காக ஐரோப்பியரும் வந்து போரிடப் போவதை நாம் காணப் போகின்றோம். இதற்கிடையே புதிதாக ஆர்க்காட்டின் நவாபான அன்வருதீன்கான் இந்த ஆண்டில் இந்தப் பழம்பெரும் பதியின் பெயரையே மாற்றி விட்டார்.

அவர் சையது குல ஞானியான நத்தர் அலி என்றவரின் பெயரால் திருச்சிராப்பள்ளிக்கு நத்தர் நகர் என்று பெயரிட்டார். அவர் ஆர்க்காட்டை விடுத்துத் திருச்சிராப்பள்ளியைத் தன் தலைநராக்கினார் நகரத்தை அழகு படுத்தினார். அங்கு அவர் மசூதி - முகமதி என்ற பள்ளிவாசலைக் கட்டினார். அவர் கோட்டையைச் சுற்றிலும் செப்பனிட்டு வலுவாக்கினார்.

8. கள்ளரிடம் மகஃபூஸ்கான் படுதோல்வி

1744

கள்ளர் என்ற சொல் எழுந்ததுமே, தமிழ் நாட்டின் தன்னேரில்லாத வீரப் பெருங்குடியினரின் நினைவு தோன்றும். ஆம், பதினெட்டாம் நூற்றாண்டின் வரலாறு தெரிந்தவர்கள், கள்ளரைப் போன்ற வீரக் குடியினர் இந்த தேசத்தில் வேறெவரும் இலர் என்பதைத் தெள்ளிதின் உணரலாம். இந்திய சரித்திரக் களஞ்சிய வரிசையில் இத்தொல் குடியின் அருஞ்செயல்கள் பலவற்றைக் காணலாம். அதற்கு மகுடம் வைத்தது போல் அல்லது புத்தொளி கொளுத்துவதைப் போன்று இந்த 1744 இல் கள்ளர்கள் கர்நாடக நவாபின் மகனான மகஃபூஸ்கானைப் படுதோல்வியடையச் செய்த வீரச் செயல் செப்பப்படுகின்றது.

இப்பெருங்குடிப் பிறந்த அருந்தமிழ்ப் புலவர் ந.மு.வேங்கடசாமி நாட்டார், *(1884-1944)* 1923 ஆம் ஆண்டிலேயே சமூகவியல் ஆய்வு நூலாகக் ''கள்ளர் சரித்திரம்'' என்ற அரிய நூலை எழுதி வெளியிட்டிருந்தார். அந்நூல் கள்ளரின் தோற்றுவாயை இம்மண்ணிற்கேயுரிய மரபுப்படி புராணக்கதைகளில் தேட முயன்ற போதிலும், வரலாற்றுச் சான்றுகள் புதிதாக வெளிச்சம் படாத காலத்தில் எழுந்த ஓர் அரிய சமூகவியல் நூலாக அமைந்துள்ளது. கள்ளரின் வீரச்செயல்கள் இனி ஆங்காங்கே இக்களஞ்சியத் தொடரில் இடம் பெறும்.

கள்ளர் நாடு

கள்ளர் பதினெட்டாம் நூற்றாண்டில் காடும், புதரும் மலிந்த புதுக்கோட்டை, நத்தம், மேலூர் என்ற பகுதிகளில் அமைந்த கள்ளர் நாட்டில் வாழ்ந்தனர். *(இ.ச.க.தொகுதி-4)* தமிழ்நாட்டில் நுழையும் எந்தப் படையெடுப்பாளராயினும் இப்புலி மறவரைச் சீண்டுவதில்லை. ஏனெனில் படைக்கலன் ஏந்திப் போரைத் தொழிலாகக் கொண்ட சுமார் நாற்பதாயிரம் கள்ளர்களை எவர் பகைக்கத் துணிவார் சந்தா சாகிபின் தம்பியரான புட்டா (அல்லது படா) சாகிபும், சதக்கு சாகிபும் கூட தென்பாண்டிச் சீமை மீது படையெடுத்த போது கள்ளருடன் மோதுவதைக் கெட்டிக்காரத்தனமாகத் தவிர்த்தனர்.

(கள்ளர் குடியினர் இப்போது தஞ்சை, திருச்சிராப்பள்ளி, புதுக்கோட்டை, இராமநாதபுரம், திருநெல்வேலி முதலிய மாவட்டங்களில் வாழ்ந்து வருகின்றனர். இருபதாம் நூற்றாண்டில் ந.மு.வேங்கடசாமி நாட்டார், கரந்தைத் தமிழ்க் கல்லூரி நிறுவிய உமாமகேசுவரன் பிள்ளை, தொல்காப்பியத்தை ஆங்கிலத்தில் மொழிபெயர்த்தவரும், தமிழ் இலக்கண, இலக்கியங்களில் விற்பன்னருமான பேராசிரியர் சி.இலக்குவனார் முதலியோர் இக்குடிப்பிறந்த பேரறிவாளர் ஆவர்.)

அன்வருதின் ஆர்க்காட்டின் அரசிருக்கையை ஏற்றுத் திருச்சிராப்பள்ளியை நத்தர் நகராக்கிய பின்னர் தென்பாண்டிச் சீமையில் தன் வல்லமையை நிலை நாட்ட முயன்றார். அவர் தன் மகன் மகஃபூஸ் கானைத் தெற்கே அனுப்பி, நாயக்க அரசின் மீது உரிமை கொண்டாடியவாறு இராமநாதபுரத்தில் புகலடைந்து கிடந்த விசயகுமாரனையும், அவருக்கு உதவியாக நின்ற பாளையக்காரரையும், மறவரையும் ஒடுக்கி வரப் பணித்தார்.

ஆனால் மதுரை சென்ற வழியில் நத்தத்தைக் கடந்து செல்ல நேர்ந்தது. மதுரையிலிருந்து வடக்கே வடகிழக்கில், சுமார் 37 கிலோ மீட்டரிலும், மேலூரிலிருந்து வடக்கே வடமேற்கே சுமார் 24 கிலோ மீட்டரிலும் உள்ள நத்தத்தில் ஒரு மலைத் தொடரும் கணவாயும் உண்டு. திருச்சிராப்பள்ளியிலிருந்து செல்வோர் நத்தம் கணவாயைத்தாண்டித்தான் தெற்கில் போக வேண்டும். வாலாஜாவின் படை நத்தத்தை அடைந்ததும் கள்ளர்கள் அதைப் படுதோல்வியடையச் செய்தனர். கள்ளரிடம் தோற்ற மகஃபூஸ் கான் திருச்சிராப்பள்ளிக்குத் திரும்பினார்.

அன்வருதீனையடுத்து கர்நாடகத்தின் நவாபாகிய வாலாஜா முகமதலி *(1749-1795)* இரண்டாவது முறையாகத் தென்பாண்டிச் சீமை மீது படையெடுத்தார். அவர் முதலில் நத்தம் வழியே சென்று மதுரையைப் பிடித்து விட்டார். அவர் அதன் பிறகு தெற்கே மேலும் சென்று நெல்லைச் சீமைப் பாளையக்காரர்களையும் தோற்கடித்தார். அவர்களின் சுமார் எழுபது கோட்டைகளையும் அழித்தார். பாளையக்காரரைப் பணிய வைத்து அவர்களிடம் கப்பம் வாங்கினார். பலரைச் சிறைப்பிடித்தார். நெல்லைச் சீமையை ஓரளவு தன் கட்டுப்பாட்டில் கொண்டு வந்து விட்டார்.

ஆனால் அவர் திருச்சிராப்பள்ளிக்குத் திரும்பி வந்த போது கள்ளர்கள் அவர்களைச் சுற்றி வளைத்துக் கொண்டு, அவர்களின் முகாம்களைக் கொள்ளையிட்டனர். முகமதலி மயிரிழையில் உயிர் தப்பி ஓட நேர்ந்தது.முகமதலியின் இத்தோல்வியினால் பாளையக்காரர்கள் மீண்டும் விடுதலை பெற்றனர். வாலாஜாக்கள் நத்தத்தில் பட்ட அடிக்குப் பிறகு பாளையக்காரர்களை ஒடுக்கவோ, மறவரையும் கள்ளரையும் அடிபணியச் செய்யவோ இதையடுத்து எதுவும் செய்யாததால் நாயக்கர்கள் மீண்டும் தமது செல்வாக்கை நிலை நாட்ட முயன்றனர். எனினும் வாலாஜாக்களின் தம்மால் முடியாத இச்செயலை நிறைவேற்ற ஆங்கிலேயரின் துணையோடு வெகு விரைவில் தென்பாண்டிச் சீமைக்குள் நுழையவிருப்பதை விரைவில் காண்போம்.

1744

வரலாற்றுப் புள்ளிகள் :

இலண்டனில் புத்தக நிலையம்

இலண்டன் புத்தக வெளியீட்டாளரான ஜான் நியூபுரி (வயது 31) 1744 இல் செயிண்ட் பால் சர்ச்யார்டு என்ற இடத்தில் ஒரு புத்தகக்கடையையும், நூல் வெளியீட்டகத்தையும் நிறுவினார். அவர் ஒரு செய்திப் பத்திரிகையையும் வெளியிடலானார். அப்பத்திரிகையில் ஆங்கில அகராதித் தொகுப்பாசிரியரான டாக்டர் ஜான்சன், (1709-1784) ஆலிவர் கோல்டுஸ்மித் போன்றோர் எழுதி வந்தனர். தன்புகழ் பெற்ற *The Viear of Wakefield* (1766) என்ற நாவலில், நியூபரியை ஒரு பாத்திரமாகச் சித்திரித்துள்ளார்.

உலகப் புகழ்பெற்ற சோதிபை ஏலக்கடை தொடக்கம்

இலண்டன் புத்தக வியாபாரியான சாமுவல் பேக்கர் இலண்டனில் 1744 ஜனவரி 7 அன்று தொடங்கி வைத்த முதல் ஏலம், சோதிபை என்று இன்று உலகப் புகழ் பெற்றுள்ள இலண்டன் ஏலக்கடையின் தொடக்கமாகியது. அப்போது உள்ளூர் மருத்துவர் ஒருவரின் நூலகத்தை, அவர் 826 பவுனுக்கு (அப்போது 1 பவுன் = சுமார் ரூ.10) ஏலத்தில் விற்றார். பேக்கர் 1733 முதல் இந்தத் தொழிலில் ஈடுபட்டிருந்தார், அவர் 1767 இல் ஜார்ஜ் லே என்றவரை இத்தொழிலில் கூட்டாளியாக்கி விட்டு, தென்கிழக்கு இங்கிலாந்திலுள்ள எசக்ஸ் கோட்டத்தில் அமைந்திருந்த தன் நாட்டுப்புற மாளிகைக்கு ஓய்வு கொள்ளப் போய் விட்டார்.

லே அதன் பிறகு பேக்கரின் உடன்பிறந்தார் மகனான ஜான் சோதிபை என்றவரைப் பேக்கர் ஓய்வு பெற்ற சிலவாரங்களுக்குள் கூட்டாளியாக்கிக் கொண்டார். பின்னர் ஜான் சோதிபையின் உடன்பிறந்தார் மகனான சாமுவல் சோதிபை ஜான் சோதிபையிடமிருந்து இந்த ஏல நிறுவனத்தைப் பெற்றார். பின்னர் சாமுவல் சோதிபையின் மகனான சாமுவல் லே சோதிபை இந்நிறுவனத்தின் தலைமையை ஏற்றுத் தன் இறுதிக் காலமான 1891 வரை நடத்தி வைத்தார்.

இந்த ஏலக்கடையின் வளர்ச்சி வெகுவேகமாயிருந்தது. பல நாடுகளிலிருந்து விற்பனைக்கு வந்த பலதரப்பட்ட பொருள்களை - அரும்பொருள்கள், நூல்கள், ஓவியங்கள் முதலியவற்றை ஏலத்தில் விற்றுக் கொடுத்து உலகப்புகழ் பெற்று இன்றும் விளங்குகின்றன. இந்த ஏலக்கடையில் 1990 ஜனவரி 19 வியாழனன்று, மகாத்மா காந்தி தம் மகன் ஹீராலாலுக்கு எழுதி, இதுவரை வெளிவராதிருந்த கடிதங்களோடு அவருடைய வேறு கடிதங்களும் 25,000 பவுனுக்கு ஏலத்தில் போயின. இதன் ரூபாய் மதிப்பு சுமார் 8,10,000 ஆகும். அதை ஊர்பேர் தெரிவிக்காத யாரோ ஒருவர் ஏலத்தில் வாங்கியிருந்தார். சோதிபை நிறுவனம் இக்கடிதங்களுக்கு 70,000 ரூபாய்தான் எதிர்பார்த்தது.

சோதிபை

புகழ்பெற்ற இந்நிறுவனம் 1991 ஆம் ஆண்டு புதுடெல்லியில் ஒரு கிளையைத்

தொடங்கியுள்ளது. நாம் மேலைநாடுகளுக்கும், நமக்கும் நடுவிலிருந்துவரும் சுமார் மூன்று நூற்றாண்டுத் தொலைவைச் சுருக்கிக் கொண்டு வருகிறோம் என்பதற்கு இதுவும் ஓர் எடுத்துக்காட்டோ?

இந்நிறுவனத்தின் தொடக்க நிலையில் பத்து நாடுகளிலிருந்து வந்த பொருள்கள் ஓராண்டில் சுமார் 125 மில்லியன் பவுன் வரையிலும் ஏலத்தில் விற்கும் நிலையை அடைந்தது. இலண்டன் நகரில் கிறிஸ்டி என்று மற்றொரு ஏல நிறுவனம் உள்ளது. அது 1766 ஆம் ஆண்டு தொடங்கப் பெற்றது.

முதல் கிரிக்கட் ஆட்டம்

தென்கிழக்கு இங்கிலாந்துக் கோட்டமாகிய கெண்ட் குழுவிற்கும், அனைத்து இங்கிலாந்துக் குழுவிற்கும் 1744 இல் நடந்த கிரிக்கட்டு ஆட்டப்போட்டிதான், முதலாவதாக நடந்த இந்த ஆட்டப் போட்டி என்பதை ஆவணங்கள் காட்டுகின்றன.

முதல் ஐஸ்கிரீம் ?

இன்று பலவிதமான சுவைகளிலும், விதங்களிலும் மிகப் பெரிய உணவுப் பண்டத் தொழிலாக மலர்ந்துள்ள ஐஸ்கிரீம் முதன் முதலில் அமெரிக்காவில் தான் தோன்றியது என்று தெரிகின்றது. வில்லியம் பிளேக்கு என்றவர் (அட்லாண்டிக்கின் கரை மீதுள்ள கிழக்குப் பகுதியான) மேரிலாந்திற்குச் சென்றபோது, அங்கு நடந்த ஒரு விருந்தைப் பற்றி இங்ஙனம் குறித்து வைத்திருக்கின்றார்.

"நாட்டின் பெருஞ் செழிப்பிற்குச் சான்றை இங்கே காண்கின்றேன். ஒரு மேசை மீது மிக நேர்த்தியான முறையில் பலவிதமான உணவு வகைகள் அழகாகப் பரப்பி வைக்கப்பட்டிருந்தன; அவையனைத்தும் மிகவும் அருமையான முறையில் விருந்தினர்க்குப் படைக்கப்பட்டன. அதன் பிறகு, இதுவரை உண்டிருந்த பண்டங்களிலிருந்து சற்றும் புதுமை குன்றாத அருமையான இனிப்பு வகை ஒன்று வந்தது. அது அரிதான பண்டங்களிலெல்லாம் வெகு அரிதானது. அது அருமையான ஐஸ்கிரீம்; அது ஸ்டிராபெரிப் பழங்களும், பாலும், சேர்த்துப் பண்ணப்பட்டிருந்தது, அருஞ்சுவை தரும் பண்டம்".

பிரிட்டிஷ் அரசிற்குக் கம்பெனி கடன் அளித்தது

கிழக்கிந்தியக் கம்பெனி பிரிட்டிஷ் அரசிற்கு 3 சத வட்டிக்கு ஒரு மில்லியன் ஸ்டெர்லிங்கைக் கடனாகத் தர ஒப்பியது.

பிரான்ஸ் பிரிட்டன் மீது போர் தொடுத்தல்

ஐரோப்பாவில் மூண்டிருந்த ஆஸ்திரிய வாரிசுரிமைப் போரின் தொடர்பாக (1748 காண்க) பிரான்ஸ் 1744 ஆம் ஆண்டு பிரிட்டன் மீது போர் தொடுத்தது. இந்தப் போர் கீழை நாடுகள் வரை நீண்டது. இக்கால கட்டத்தில் தூய்ப்பிளே 1742 முதல் புதுச்சேரியில் பிரஞ்சுக் கவர்னராயிருந்தார். நிக்கல்ஸ் மார்ஸ் சென்னையில் கவர்னராயிருந்தார்.

1745

அரசியல்

வேணாடு கொல்லம் வென்றது; கொல்லம் வரலாறு; திருவஞ்சைக் குளம், மாகோதை, மகோதயபுரம்; கொல்லம் ஆண்டு; கொல்லம் தோன்றியது; போர்த்துக்கீசம் கட்டாய மொழியாதல்; போர்த்துக்கல் வரலாறு; ''கடலோடி'' ஹென்றி; முதல் தேட்டப் பயணம்; அடிமை வாணிபம்; கடலில் புதுவழித் தடங்கள்.

ஜேகோபைட்டுக் கிளர்ச்சி *(1745 - 1746)*

குவாலியர் சிந்தியா குடி வரலாறு;

ரானோஜி சிந்தியா *(1726)*. மாதவராவ் சிந்தியா *(1991)* வரை குவாலியர் பற்றி விரிந்த செய்தி.

பொருளியல்

கிழக்கிந்தியக் கம்பெனி ஏற்றுமதி

கல்வி

சென்னைக் கோட்டையில் நூலகம்

கலை

கல்கத்தாவில் முதல் நாடகக் கொட்டகை

இயற்கைச் சீற்றம்

புதுச்சேரியில் புயல்

இறப்பு

இராபர்ட் வால்போல் *(1676-1745)*

1745

1. கொல்லம் வேணாடு வென்றது ; வரலாற்றில் கொல்லம்

சேர நாடு இடைச் சங்க காலத்திற்குப் பிறகு நீண்ட வரலாற்று இருளில் மூழ்கிக் கிடந்தது என்று தற்கால வரலாற்று ஆசிரியர் ஒருவர் கூறுகின்றார். ஏறத்தாழக் கி.பி.800 ஆம் ஆண்டு வாக்கில், அதாவது கிட்டத்தட்டச் சோணாட்டில் விசயாலயனின் குடி தொடங்கிய காலத்தில் (816) குலசேகர வர்மன் தலைமையில் இரண்டாவது சேரப் பேரரசு புத்துயிர் பெறுகின்றது. இக்குடியைத் தோற்றுவித்த குலசேகர வர்மன் (சு.800-826) வைணவ ஆழ்வாருள் ஒருவரான குலசேகர ஆழ்வாரேயாவார். (இ.ச.க. தொகுதி-2 காண்க)

இக்குடியினர் மகோதயபுரம் என்ற திருவஞ்சைக் குளத்தைக் கோநகராய்க் கொண்டு சுமார் கி.பி.800 முதல் 1102 வரை மூன்று நூற்றாண்டுகள் ஆட்சி புரிந்து வந்தனர் என்பதைக் கல்வெட்டுச் சான்றுகள் நிறுவுகின்றன. சேரநாடு இக்காலத்தில் ஒரே அரசியல் உறுப்பாக இருந்து, நாடு முழுமையிலும் சிறப்புற்றோங்கியது என்பது புதிய வரலாற்றுச் சான்றுகளால் இப்போது தெளிவாகியுள்ளது.

திருவஞ்சைக் குளம் - மாகோதை

திருவஞ்சைக் கோயிலகம் திரு நிறைந்த வஞ்சி நாட்டு அரண்மனை என்றும் பொருள் கொள்வர். திருவலஞ்சுழி மூலம் வஞ்சி நாட்டின் வளம் செறிந்த துறைமுகம் என்ற பெயரும் இப்பேரூருக்கு உண்டு. அஞ்சைக்களத்து அப்பன் - சிவமூர்த்தி கோயில் கொண்டுள்ள இத்தலத்தைச் சுந்தரரும், நாவுக்கரசரும் பாடிக் களிக்கின்றனர்.

வஞ்சைக்குளம் என்ற பெயர் பழங்காலத்தில் அமையாவிடினும் வஞ்சி என்ற பெயர் சங்க நூல்களில் காணப்படுகின்றது. சேரரின் தலைநகராயிருந்த வஞ்சியை ''வாடா வஞ்சி'' என்று புறநானூறு புகலும். எனவே வஞ்சிக் கொடியால் பெயர் பெற்ற பல ஊர்களில் ஒன்றாகவும், தொன்மையான சிவன் கோயிலால் சிறப்புற்ற ஊராகவும் விளங்குவதால் இதை வஞ்சைக்குளம் என்று கொள்ளலாம் என்பது ஓர் ஆசிரியரின் கருத்தாகும்.

சுந்தரமூர்த்திகள் அலைக்கும் கடலங்கரை மேன்மாகோதையணியார் பொழில் அஞ்சைக் களத்தப்பனே என்று இவ்வூரை மாகோதை என்று குறிக்கின்றார். மாகோதை என்பது கடல் என்னும் பொருளுடையது. வஞ்சி என்பது மலையாள மொழியில் படகைக் குறிக்கும் சொல்லாக மக்களிடையே பெருவழக்கில உள்ளது. வஞ்சிக்குளம் அல்லது வஞ்சிக்களம் என்பது வஞ்சிகள், படகுகள் கூடுமிடம் என்றும் பொருள் கொள்ளலாம்.

மேலும் அஞ்சை - பார்வதி நாட்டியமாடிய களம் அஞ்சைக்களம் ஆகியது எனவும் கொள்ளலாம் என்ற கருத்தும் உள்ளது. இங்கு கோவில் கொண்டுள்ள இறைவர் அஞ்சைக் களத்தப்பர்; இறைவி உமையம்மை, இந்திரன் முதலான தேவர்கள் ஐராவதம் என்ற வெள்ளை யானையுடன் வந்து சுந்தரரைக் கைலாயத்திற்கு அழைத்துச் சென்ற தலம் திருவஞ்சைக்குளமேயாகும். சுந்தரரும் சேரமான் பெருமாளும் ஆடித்

திங்கள் சிவகாதி நட்சத்திர நாளன்று திருவஞ்சைக் குளத்திலிருந்து திருக்கைலாயம் சென்றனர் என்பது மரபு. இவ்விரு நாயன்மார்களின் பெருமையைச் சிறப்பிக்கும் வகையில் இங்கு சிறப்பு வழிபாடுகளும், தேவராப் பண்ணிசை முழக்கமும், குருபூசையும் பல காலம் நடைபெறாதிருந்து இப்போது 1935 முதல் கோவைச் சேக்கிழார் கூட்டத்தின் முயற்சியால் ஆடிச் சுவாதித் திருநாள் சிறப்பாக நடந்து வருகின்றது.

சேரமான் பறம்பு மேலச் சிதம்பரம்

திருவஞ்சைக் குளத்திலிருந்து சுமார் ஒரு கிலோ மீட்டரில் சேரமான் பறம்பு என்ற இடத்தில் சேரமன்னர் அரண்மனை இருந்தது என்பர். அங்கு கிடைத்த நடராசப் பெருமானின் அழகிய திருவுருவம் இப்போது திருவஞ்சைக் குளத்துச் சிவன் கோயிலின் வடக்குப் பிரகாரத்தில் வைக்கப்பட்டுள்ளது. அது சேரமான் பெருமாள் வழிபட்டது என்பர். அதன் பீடத்தில் ''திருவளஞ்சிக்குளச் சபாபதி'' என்று தமிழில் பொறித்துள்ளது. நடராசப் பெருமான் சேரமான் பெருமாளை ஆள் கொண்ட தலமென இது போற்றப்படுவதால், இதை 'மேலச் சிதம்பரம்' என்றும் அழைப்பர்.

இக்கோயிலின் வடக்குச் சுற்றில் ஆண்டு முழுமையும் பூக்கின்ற கொன்றை மரம் ஒன்றுள்ளது. அதனடியிலுள்ள மேடையில் சுயம்புவான ஓரடி உயரச் சிவலிங்கம் ஒன்றும் உண்டு. இதுவே உமாமகேசுவரர் முதலில் தோன்றின இடம் என்பதால், இதை மூலட்டானம் என்பர். இங்குள்ள மேடையில் அதாவது, களத்தில், அஞ்சை என்னும் உமையம்மை நாட்டியமாடினாளாம்.

திருவஞ்சைக்குளம் இன்று சிற்றூராயிருக்கின்றது. இது சென்னையிலிருந்து கொச்சி செல்லும் இருப்புப் பாதையில் இரிஞ்ஞாலக்குடா இரயில் கெடியிலிருந்து சுமார் ஆறு கிலோமீட்டரில் உள்ளது. திருச்சூரிலிருந்து சுமார் ஆறு கிலோமீட்டர்; எரணாகுளத்திலிருந்து வடக்கே வடமேற்கில் சுமார் 26 கிலோமீட்டர்.

இத்தகைய தொன்மைச் சிறப்பு வாய்ந்த மாகோதை மகோதயபுரம், திருவஞ்சைக் குளம் என்ற பெருநகரம், பிற்காலச் சேரப் பேரரசின் கோநகரம், பதினோராம் நூற்றாண்டில் நடந்த சேர-சோழப் போரினால் தீக்கிரையாகி அழிந்து பட்டது. (இ.ச.க.தொகுதி-3) அங்கு குலசேகரர் குடியினர் தம் பெரிய அரண்மனையை மீண்டும் கட்டிக் கொள்ள முடியாத நிலையில் சேரர் குடி சீர்குலைந்து போயிற்று. மிகத் தொன்மையான காலத்திலிருந்தே அயல் வாணிபத்தில் பொருளீட்டிச் செழித்திருந்த நிலை கெட்டது. மகோதயபுரம் அப்பகுதியிலிருந்த சிற்றரசர்களான நாடு வாழிகளுக்கு என்று விடப்பட்டது.

அதனால் இராமவர்ம குலசேகர மன்னர் முதலில் தம் கோநகரைச் சங்க காலத்து முசிறியான கிராங்கனூருக்கும், பின்னர் வேணாட்டைச் சேர்ந்த கொல்லத்திற்கும் மாற்றினார். அவர் கி.பி.(1102) ஆம் ஆண்டு கொல்லத்தைத் தன் தலைநகராகக் கொண்டார். சேரம் சிதறியது என்பதைச் சுட்டும் காலக் குறியாக இந்நிகழ்ச்சி வரலாற்றில் அமைகின்றது.

கொல்லம்

கோயிலகம் என்பது கொல்லம் எனத் திரிந்ததென்பர். கோயிலகம் - கோவின் இல்லம் அல்லது அகம், அதாவது அரசனின் இல்லமாகும். சேரநாட்டில் கொல்லம் என்ற பெயரில் மூன்று ஊர்கள் உள.

வடசேரமான மலபாரில் குறும்பர் வட்டத்தில் வட கொல்லம் என்றொரு ஊர் உள்ளது. மேலும் துறைமுகம் கொல்லம் என்று பொருள்படும் பந்தளயாணி கொல்லம் என்றோர் ஊரும் இருந்தது. வடகொல்லம் இன்று படகரா என்று அழைக்கப்படும் வட கரையிலிருந்து தென் கிழக்கில் சுமார் எட்டுக் கிலோமீட்டரில் உள்ளது.

வடகொல்லம் பம்பாயிலிருந்து தெற்கே தென்கிழக்கில் 338 கிலோமீட்டர், கள்ளிக்கோட்டையிலிருந்து வடக்கில் 10 கிலோமீட்டர். கொல்லம் ஆண்டு இந்த வட கொல்லத்திலிருந்து தான் தோன்றியது என்பர். இது நாம் இங்கு கூறப்போகும் வேணாட்டுத் தென் கொல்லத்திலிருந்து வேறானது.

தென் கொல்லம்

மூன்றாவதான தென் கொல்லம் ஆலப்புழையிலிருந்து தெற்கே தென் கிழக்கில் சுமார் 70 கிலோமீட்டர் : கோட்டயத்திலிருந்து தெற்கில் 70 கிலோமீட்டர் : சென்னையிலிருந்து தென் மேற்கில் சுமார் 608 கிலோமீட்டர்: நாகர் கோயிலிலிருந்து வட மேற்கில் சுமார் 122 கிலோமீட்டர். குலசேகரர் குடியின் கோநகரம் 1102 ஆம் ஆண்டு இந்தத் தென் கொல்லத்தில் வந்து அமைந்த பிறகு, கொல்லம் பகுதியைக் கொட்டாரக்கரை, காயாங்குளம், பந்தளம் ஆகிய நாடுகளின் நாடு வாழிகள் ஆண்டு வந்தனர். இந்த 1745 இல் வேணாட்டு மன்னர் மார்த்தாண்ட வர்மனின் படைத் தலைவரான இராமய்யன் தளவாய் கொல்லத்தை வென்று, அதைத் திருவிதாங்கூருடன் சேர்த்து விட்டார்.

இதன் தொடர்பாக வரலாற்றோடு ஒட்டிய கொல்லம் பட்டினத்தைப் பற்றிய செய்திகள் இங்கு தரப்படுகின்றன.

1745

கொல்லம் துறைமுகம்

கொல்லம் காற்று வீச்சிலிருந்து கப்பல்களுக்குப் பாதுகாப்பளிக்கும் துறைமுகமாக இருந்து வந்தது. கிறித்தவ சகாப்தத்தின் தொடக்கக் காலத்தில் சீனத்துடனும்

அரேபியத்துடனும் நடந்த வாணிபத்தில், கொல்லம் மேற்குக் கரையின் மிக முக்கியமான துறைமுகப்பட்டினமாயிருந்தது.

பாரசீக வளைகுடாப் பகுதியிலிருந்து தொலைக் கிழக்கிற்குச் சென்ற அரபுப் பாய்மரக் கலங்கள் முதலில் நேரே கொல்லத்தை வந்தடையும். அவை பின்னர் அங்கிருந்து இலங்கையைச் சுற்றிக் கொண்டு நிக்கோபார்த் தீவுகளை எட்டும். அங்கு புதிய உணவுப் பொருள்களையும் நன்னீரையும் ஏற்றிக் கொண்டு காலாபார் (இது மலேயத்திலுள்ள கிட்டா *Kedah* என்ற இடமாக இருக்கலாம்) என்ற மலாய்க் கரையை அடையும். அங்கிருந்து சீனத்திற்குப் புறப்படும். இந்நெடும் பயணத்தில் கொல்லம் முக்கியமான இடைத் துறைமுகமாயிருந்தது.

மார்க்கோ போலோ (1254-1324) கொல்லத்திற்கு வந்திருக்கின்றார். கிறித்தவ சமயப் பரப்பிகள் இதைக் கொலம்பம் என்றனர். ஜார்டன்ஸ் என்ற கிறித்துவத் துறவி (இ.ச.க.தொகுதி-3) 1330 ஆம் ஆண்டு கொலம்பும் (கொல்லம்) பிஷப்பாக அமர்த்தப்பட்டார். மேல் நாடுகளில் நயமான சிறந்த சுக்கிற்கு (காய்ந்த இஞ்சி) வரலாற்று இடைக்காலம் வரையிலும் கொலம்பம் இஞ்சி என்றே பெயர்.

கொல்லம் கோட்டை

போர்த்துக்கீசர் 1503 ஆம் ஆண்டு கொல்லத்தில் ஒரு பண்ட சாலையை நிறுவினர். அவர்கள் அப்போது அங்கு ஒரு கோட்டையைக் கட்டினர். அது ஆலப்புழையிலிருந்த கோட்டைக்கு அடுத்த படியான முக்கியத்துவம் வாய்ந்தது. (போர்த்துக்கீசர் அயல் நாடுகளில் கோட்டைகளை அமைத்ததில் முன்னோடிகளாவர். அவர்கள் ஆப்பிரிக்காவின் மேற்குக் கரையிலும் பின்னர் கிழக்குக் கரைப்பகுதிகளிலும், இந்தியாவின் இரு கரைகளிலும், தொலைக் கிழக்கிலும் பல கோட்டைகளைக் கட்டினர் என்பதை இந்திய சரித்திரக் களஞ்சியம் ஆங்காங்கே தெரியக் காட்டும்)

1745

டச்சுக்காரர் கொல்லம் கோட்டையை அதற்கு 150 ஆண்டுகளுக்குப் பிறகு பிடித்தனர். போர்த்துக்கீசரின் கடல் கடந்த ஆதிக்க விரிவிற்கு டச்சுக்காரரே எமனாயினர் என்பது குறிப்பிடத்தக்க வரலாற்றுச் செய்தியாகும்.

கொல்லம் பல்வேறு கால கட்டங்களில் திருவிதாங்கூரினாலும் கொச்சினாலும் ஆளப்பட்டு வந்திருக்கின்றது. திருவிதாங்கூர் 1742 இல் கொல்லத்தை முற்றுகையிட்டுத் தோற்றது. அதற்கு நான்காண்டுகள் கழித்து இப்பொழுது தான் அதனால் கொல்லத்தை வெல்ல முடிந்தது. குலசேகரர் குடி 11 ஆம் நூற்றாண்டில் கோநகராகக் கொண்ட கொல்லம், இப்பொழுது அக்குடியின் வழி வந்தவர்களாகத் தம்மைக் கூறிக் கொண்ட வேணாட்டு மன்னரால் இந்த 18 ஆம் நூற்றாண்டில் வெல்லப்பட்டது. கொல்லம் தொடர்பான வேறு சில செய்திகளும் படிப்பாளிகளுக்கு சுவையும் பயனும் அளிக்க வல்லன.

கொல்லம் ஆண்டு

கொல்லம் என்பதே மலையாள மொழியில் ஆண்டைக் குறிக்கும் அளவிற்குக் கொல்லம் கணக்கு அமைந்துள்ளது. கொல்லம் ஆண்டின் தோற்றுவாய் குறித்து வரலாற்றாசிரியர் ஸ்ரீதார மேனோன் தனது கேரள வரலாறு என்ற நூலில் தந்து உள்ள கருத்துக்கள் இங்கு தொகுத்துத் தரப்பட்டுள்ளன. (இந்தியாவின் பல்வேறு ஆண்டுக் கணக்குகள் பற்றிய செய்திகளுக்கு இ.ச.க.முதற்தொகுதி காண்க) இந்திய ஆண்டுக் கணக்குகளுள் கொல்லம் ஆண்டு கி.பி. 825 இல் தொடங்குகிறது.

1745

கொல்லம் ஆண்டு கேரளத்தின் காலக்கணிப்பு முறையிலும் வரலாற்றிலும் எல்லைக் கல்லாக விளங்குகின்றது. கேரளத்தின் பழைய கல்வெட்டுகளிலும், ஆவணங்களிலும் கொல்லம் ஆண்டு பெரு வழக்கமானது வரையிலும் கலி அல்லது சக ஆண்டுகள் குறிக்கப்பட்டு வந்தன. கொல்லம் ஆண்டைக் குறிக்கும் பழமையான சாசனம் வேணாட்டு மன்னரான சீவல்லபன் கோதையின் மாம்பள்ளிச் செப்பேடேயாகும்.

தென் கேரளம், மதுரை, நெல்லை, இலங்கை ஆகிய இடங்களில் கொல்லம் ஆண்டானது (ஆகஸ்டு செப்டம்பர் மாத காலத்தின்) சிம்ம ராசியான சிங்க மாதம் முதல் தேதியில் தொடங்குகின்றது. வட கேரளத்திலோ, சூரியன் கன்னி ராசியில் நுழையக் கூடிய கன்னி மாதம் முதல் தேதியில் தொடங்குகின்றது. இது இந்த ஆண்டு முறையில் காணப்படும் புதுமையாகும்.

கொல்லம் ஆண்டு எப்படித் தோன்றியது என்பது வரலாற்றாசிரியருக்குப் ''புதிருக்குள் இன்னொரு புதிர் போல்'' பலகாலமாகத் தோன்றி வருகின்றது. இது பற்றிய விவாதத்தில் பல விற்பன்னர்கள் தம் கற்பனைக் குதிரையைத் தட்டி விட்டுக் கொண்டு பறந்துள்ளனர். எனினும் அது எவ்வாறு தோன்றியது என்பது கேரள வரலாற்றின் விடுவிக்க முடியாத மூடு மறைகளில் ஒன்றாகவே இன்றும் உள்ளது.

உதய மார்த்தாண்டன் கதை

வேணாட்டு மன்னரான உதய மார்த்தாண்ட வர்மன், கேரளத்தில் புதிய ஆண்டு முறை ஒன்றைக் கொண்டு வரும் எண்ணத்துடன், கேரளத்தின் கற்றறிருந்த விற்பன்னரனைவரையும் கலியாண்டு 3925 இல் (கி.பி.825) கொல்லத்திற்கு அழைத்தார்.

அங்கு இது குறித்து விரிவான ஆராய்ச்சி மேற்கொண்டு, கணிப்புகளையும் செய்தபின்பு, அந்த ஆண்டில் சிங்க மாதம் முதல் நாளைத் தொடக்கமாகக் கொள்வதென்று அக்கூட்டத்தில் முடிவு செய்தனர்.

இந்தச் கொல்லம் ஆண்டு முறை காலப்போக்கில் கேரளத்திலும், அதன் அண்டையிலுள்ள திருநெல்வேலி, மதுரை முதலிய இடங்களிலும் கைக்கொள்ளப் பட்டது.

திருவிதாங்கூரின் வரலாற்றை எழுதிய பி.சங்குன்னி மேனோன், வழிவழியாக இருந்து வரும் ஐதீகத்தை மேற்சொன்ன கதை வாயிலாக எடுத்துக் காட்டினார். அவர் தம் கருத்திற்கு ஆதரவாகத் திருவனந்தபுரம் அனந்தபத்மநாப சுவாமி கோயிலிலிருந்த சில ஆவணங்களையும் எடுத்துக் காட்டியிருந்தார். சங்குன்னி மேனோனும், பிற முன்னாளைய ஆசிரியர்களும் முதல் கொல்லம் ஆண்டின் சிங்கம் முதல் தேதி கி.பி.825 ஆகஸ்டு 15 ஆகும் என்று கூறியுள்ளனர். பிரிட்டிஷ் பாராளுமன்றம் 1752 ஆம் ஆண்டு கிரிகோரியன் ஆண்டு முறைக்கு மாறுவதென்று சட்டம் செய்த போது, பதினோரு நாள்களைக் கணக்கிலிருந்து கழித்து விட்டது. அதை மேற்சொன்ன கொல்லம் ஆண்டின் முதல் ஆண்டின் சிங்கம் முதல் தேதி, ஆங்கில ஆண்டு சூலை 25, 825 ஆம் ஆண்டிற்குப் பொருந்தும் என்பது ஸ்ரீதர மேனோனின் கருத்தாகும்.

உதயமார்த்தாண்டவர்மன் பற்றிய இந்தக் கதைதான் கொல்லம் ஆண்டுக் கணிப்பின் தோற்றம் பற்றிய சரியான விளக்கம் என்று எழுத்தாளர்கள் நெடுங்காலமாக நம்பி வந்தனர். ஆனால் இதை நுணுகி ஆராய்ந்தபோது, கீழ்க்காணும் காரணங் களினால், அது ஏற்றுக் கொள்ள முடியாதது என்பது கண்டறியப்பட்டது.

சங்குன்னி மேனோன் எடுத்துக் காட்டிய பத்மநாபசுவாமி கோயில் ஆவணம், கொல்லம் முதலாம் ஆண்டின் சிங்கம் மாதம் 5 ஆம் நாள், 801 ஆம் ஆண்டு 550 ஆம் ஆண்டிற்கு (கி.பி. 1625) ஆகும். அது சிங்க மாதம் முதல் தேதியன்று உண்மை என்ன வெனில், கொல்லம் ஆண்டு 550 ஆம் ஆண்டிற்கு (கி.பி. 1375) முற்பட்டது என்று குறிப்பிடக் கூடிய எந்த ஆவணமும் இந்தக் கோயிலில் இல்லை.

மேலும் குறிப்பிட்ட இந்தக் காலத்தில் வேணாட்டைச் சேர்ந்த உதயமார்த்தாண்ட வர்மன் என்று எந்த மன்னனும் ஆளவில்லை. மேலும் உதயமார்த்தாண்டவர்மன் என்று ஒரு மன்னர் மன்னன் அக்காலத்தில் வேணாட்டை ஆண்டான் என்று கூறினாலும், அவர் மகோதயபுரத்தில் (திருவஞ்சைக்களம்) ஆட்சி புரிந்த சேரப் பேரரசரின் சிற்றரசனாகத் தானிருக்க வேண்டும். எனவே, அவர் கொண்டு வந்த ஓர் ஆண்டு முறை சேரநாடு முழுமையிலும் ஏற்றுக் கொள்ளக் கூடிய அதிகாரம் படைத்ததாக இருந்திராது.

வரலாற்று அடிப்படையில் கூறுவது என்றால், இராசசேகர வர்மன் குலசேகரன் (கி.பி. 820 - 844) என்ற மன்னருடன் கொல்லம் ஆண்டு முறை தொடங்கியது எனலாம். ஒரு புதிய ஆண்டைத் தோற்றுவிப்பது என்றால், அதை மகோதயபுரத்தை ஆண்ட ஒரு பேரரசின் கட்டளையால் தான் செய்திருக்க முடியும்.

ஆனால் புதிய ஆண்டின் தொடக்கம் பற்றியது குறித்து இராசசேகர வர்மனின் பெயர் எந்த இடத்திலும் குறிப்பிடப்படவில்லை.

சங்கர நாராயணியம் என்ற வானியல் நூலைத் தொகுத்த சங்கர நாராயணன் என்பார் (கி.பி. 869) அந்நூலின் முன்னுரையில், எந்தப் புது ஆண்டும் நடைமுறைக்கு வந்தது என்று குறிப்பிடவேயில்லை. அவர் தன் நூலில் கலியையும், சக ஆண்டையுமே குறிப்பிடுகின்றார்.

மேலும் அரச கட்டளையுடன் புதிய ஆண்டு முறை கி.பி.825 இல் ஆரவாரத்துடன் தொடங்கப்பட்டிருக்குமாயின், அதன் பிறகு எழுந்த ஆவணங்களிலும், கல்வெட்டுகளிலும், அச்செய்தி கட்டாயம் இடம் பெற்றிருத்தல் வேண்டும்.

ஆனால் பன்னிரண்டாம் நூற்றாண்டிற்குப் பிறகு தான் கொல்லம் ஆண்டு தொடர்ந்து பயன்படுத்தப் படுகின்றது. இவற்றையெல்லாம் வைத்துப் பார்க்கும் போது, கொல்லம் ஆண்டைத் தோற்றுவித்தவர், உதயமார்த்தாண்ட வர்மன் கதையில் காணப்படும் அப்பெயருடைய மன்னராயிருக்க முடியாது.

லோகன் கருத்து

கேரளத்தின் வடக்கிலும், தெற்கிலும் இரு வேறு நாளில் கொல்லம் ஆண்டு தொடங்குவது பற்றியும், அதன் தோற்றம் குறித்தும் டபிள்யு. லோகன் தன் கருத்தைக் கூறியுள்ளார்.

சேரமான் பெருமானின் ஆட்சியிலிருந்து விடுபட்டுத் தன்னாட்சியை அமைத்ததன் நினைவாக, வேணாட்டையும், கொளத்து நாட்டையும் சேர்ந்த மன்னர்கள் முறையே சிங்கம் முதல் நாளிலும் கன்னி முதல் நாளிலும் கொல்லம் ஆண்டைத் தொடங்கினர் என்பது லோகனின் கருத்தாகும். பிற்காலத்தில் உண்டான வரலாற்று ஆராய்ச்சிகளின் பலனாகக் கிடைத்த சான்றுகளைக் கொண்டு நோக்கும் போது லோகனின் கருத்தையும் ஏற்க முடியாது.

கி.பி. ஒன்பது முதல் பன்னிரண்டாம் நூற்றாண்டு வரையிலான காலத்தில் மகோதயபுரத்தைச் சேர்ந்த குலசேகரர் குடியினரின் ஆட்சி நடந்தது. வேணாடும், கொளத்து நாடும் அப்போது தன்னுரிமை பெற்ற அரசுகளாக அமையவில்லை.

பல்வேறு நாடுகளின் நாடு வாழிகள் அல்லது ஆட்சிமுறைப் பிரிவுகளின் மீது குலசேகரர் குடியினர் கொண்டிருந்த பேரரசாண்மையைப் பல்வேறு கல்வெட்டு களிலிருந்து அறியலாம். குலசேகரர் பேரரசு பன்னிரண்டாம் நூற்றாண்டில் சிதறிய பிறகு தான் வேணாடு, கொளத்து நாடு போன்றவை தன்னாட்சி பெற்றன.

எனவே கொல்லம் ஆண்டு கி.பி. 825 ஆம் ஆண்டில் பெற்ற தன்னாட்சி யுரிமையின் நினைவாகக் கொல்லம் ஆண்டு முறை தோன்றியது என்பதையும் ஏற்க முடியாது என்பது ஸ்ரீதர மேனோனின் முடிவாகும்.

ஆதிசங்கரரும் கொல்லம் ஆண்டும்

''கேரளோல்பத்தி'' என்ற நூலில் வரும் கதை மற்றொரு கருத்தை உருவாக்கத் துணை புரிந்தது. நம்பூதிரிப் பிராமணர்களின் நெறி முறையற்ற வாழ்க்கை பற்றி எழுதப் பெற்ற ''அநாசாரங்கள்'' என்ற நூலின் அறிமுக நினைவாக ஆதிசங்கரர் கொல்லம் ஆண்டைத் தொடங்கி வைத்தார் என்று 'கேரளோல்பத்தி' கூறுகின்றது. 'சங்கர ஸ்மிருதி திதி' சங்கரரால் இயற்றப் பெற்றது என்ற ஊகத்தில் 'கேரளோல்பத்தி' ஆசிரியர் அங்ஙனம் கூறியுள்ளார். ஆனால் 'சங்கர ஸ்மிருதி' காலத்தால் பிந்தியது. அதில் நம்பூதிரிமார் செல்வாக்குப் படைத்த நிலப்பிரபுக்களான 'ஜன்மியராக' இருப்பது பற்றிச் சொல்லப்பட்டுள்ளது. ஜன்மி என்ற நிலப்பிரபுத்துவ முறை வழக்கிற்கு வந்த பன்னிரண்டாம் நூற்றாண்டிற்குப் பிறகுதான், கேரளத்தில் நம்பூதிரிமாரின் ஏற்றம் உண்டானது எனலாம்.

இதை வைத்துப் பார்க்கும் போது, நம்பூதிரியார் கேரளத்தின் பொது வாழ்க்கையில் கி.பி. பன்னிரண்டாம் நூற்றாண்டில் ஏற்றம் பெற்ற பிறகு தான், 'சங்கர ஸ்மிருதி' எழுதப்பட்டிருக்கும் என்பது தெளிவு.

மேலும் ஆதி சங்கரரின் காலம் *788-820* ஆகும். எனவே அவர் கி.பி.*825*இல் 'அநாசாரங்கள்' என்ற நூலை அறிமுகப்படுத்தியிருக்க முடியாது.

கொல்லம் தோன்றி

குறக்கேணி கொல்லம், பந்தளயாணி கொல்லம் என்று இரண்டு நகரங்கள் முறையே வடக்கிலும், தெற்கிலும் அமைக்கப் பெற்ற நாளைக் குறிப்பதாகக் கொல்லம் ஆண்டு தோன்றியது என்பது இன்னொரு சாரார் கருத்தாகும். கல்வெட்டுகளில் காணப்படும் 'கொல்லம் தோன்றி' என்ற சொற்றொடர் ''கொல்லம் நகரம் தோன்றியது'' என்னும் பொருளில் வருகின்றதாக, அவர்கள் கொள்கின்றனர்.

எனவே கொல்லம் என்ற ஊர் தோன்றியமையில், அது *835* ஆம் ஆண்டு தொடங்கிய காலத்திற்குக் கொல்லம் ஆண்டு பெயர் என்று அவர்கள் ஊகிக்கின்றனர். கொல்லம் ஆண்டு சம்ஸ்கிருத்தில் கொலம்ப வர்ஷ என்று அழைக்கப்படுகின்றது. (ஐரோப்பிய மொழிகளிலும், அது கொலம்பம் என்று அறியப்பட்டதை உணர்க) இக்கருத்தில் பல குறைகள் உள.

'கொல்லம் தோன்றி' என்ற சொற்றொடருக்கும் கொல்லம் நகரம் தோன்றியதைக் 1745
குறிப்பது என்று பொருள் கொள்ள வேண்டியதில்லை. ''கொல்லம் ஆண்டு தோன்றியமை'' என்றும் அதற்குப் பொருள் கொள்ளலாம்.

கொல்லம் ஆண்டு தொடங்குவதற்கு முன்னரே கி.பி.எட்டாம் நூற்றாண்டு அளவிலேயே கொல்லம் என்ற பெயரில் ஊர் இருக்கின்றது என்று தோன்றுகின்றது.

கி.பி.எட்டாம் நூற்றாண்டு வாக்கிலிருந்து சேரநாடு போந்த பிராமணர்கள், தம் பழைய ஊர்களின் பெயர்களைச் சேரநாட்டின் பல ஊர்களுக்கு இட்டனர் என்பர். அவர்கள் கொல்லபுரி (பைத்தான்) அல்லது கோலாப்பூர் என்ற பெயரைக் கொல்லம் என்று பெயரிட்டு விட்டனர் என்ற கருத்தும் உண்டு. மேலும் குறக்கேணி கொல்லம் என்ற தென் கொல்லமும், பந்தளயாணி கொல்லம் என்ற வட கொல்லமும், கொல்லம் ஆண்டு தொடங்கிய காலத்திற்கு முன்னரே இருந்து வருகின்றன. எனவே கொல்லம் நகரின் நினைவாகக் கொல்லம் ஆண்டு தோன்றியது என்பதும் பொருந்தாது.

மெய்யாகவே கொல்லம் ஆண்டு புதிருக்குள் புதிரான பெரும் புதிரே என்பதில் ஐயமில்லை.

2. போர்த்துக்கீசம் கட்டாய மொழி

''ஒரு காலத்தில் இந்திய வரலாற்றின் செல்திக்கையே மாற்றியவர்கள், கீழை நாடுகளின் வாணிபம் முழுவதையுமே அள்ளிக் கொண்டவர்கள், பெரும் பேரரசு ஒன்றை நிறுவியவர்கள் என்ற பெருமைகளையுடைய போர்த்துக்கீசரின் சீரழிவை நான் கண்டது விதியின் விளையாட்டை உணர்ந்து அதிர்ந்தேன். ஒரு காலத்தில் பம்பாய்த் தீவைத் தன் இளவரசிக்குச் சீதனமாகத் தரக்கூடிய அளவிற்குப் பெருஞ்செல்வ மிதப்பில் இருந்த நாடு இன்று வறுமைப்பட்டு விட்டது என்பது உள்ளங்கை நெல்லிக்கனிபோல் தெரிகின்றது.

கந்தறுகோலமான தெருக்கள், மட்டமான பொருளைக் கொண்டு கட்டிய வீடுகள், ஏழை எளிய மக்கள், இவற்றை லிஸ்பனில் கண்டு நான் அதிர்ந்தேன். இந்தத் தலைநகரத்திலிருந்துதான் எண்ணற்ற கப்பல்கள் இந்தியாவிற்குப் பாய்விரித்துக் கிளம்பினவா? இதே தலைநகரத்திற்குத்தான் இந்தியாவில் கொள்ளையடித்த பொன்னையும், செல்வத்தையும் கொண்டு வந்தனரா?

போர்த்துக்கீசர் (பிரிட்டிசாருக்குச்) சீதனமாகக் கொடுத்த பம்பாயை இன்று (1925) வந்து தொடுகின்ற கப்பல்களின் சிறுபகுதி கூட லிஸ்பனுக்கு வரக் காணோம். வாஸ்கோட காமா, துவார்த்தோ பாசிக்கோ, அல்புகுவர்க்கு ஆகியோரின் வாரிசுகள், இன்று உலகில் எங்கே இருக்கின்றனர்.

வரலாற்றாசிரியரான கே.எம்.பணிக்கர் போர்ச்சுக்கல்லின் இரங்கத்தக்க நிலையை நேரில் கண்டுவிட்டு, 1925 ஆம் ஆண்டு இவ்வாறு எழுதியிருந்தார். பதினெட்டாம் நூற்றாண்டின் இந்தக் காலக்கட்டத்திலேயே போர்த்துக்கீசரின் வலிமையும், செல்வ வளமும் குன்றத் தொடங்கின. பதினைந்தாம் நூற்றாண்டில் ஆப்பிரிக்காவின் மேற்குக் கரையில் பரவியது தொட்டு இந்தப் பதினெட்டில் பேரிந்தியத்திலிருந்து (இந்துமாக் கடல் நிலப்பரப்பிலிருந்து) டச்சுக்காரரால் தூக்கியெறியப்பட்டது வரையில், ஐபிரியத் தீவக் குறையிலுள்ள இச்சின்னஞ் சிறு நாட்டின் சுருக்க வரலாறு அறிந்து கொள்ளப்பட வேண்டியது.

பழம் வரலாறு

போர்த்துக்கீசரின் வரலாற்றில் அவர்கள் கி.மு.ஆறாம் நூற்றாண்டு முதலே அயலாருக்கு அடிமைப்பட்டேதான் வந்திருக்கின்றனர். இம்மக்களை கி.மு.ஆறாம் நூற்றாண்டில் கார்த்த ஜீனியர் அடக்கி அடிபணிய வைத்தனர். (கார்த்தேஜ் என்ற நகர அரசு சுமார் கி.மு.800 இல் ஆப்பிரிக்காவின் வடகரையில் நிலவியது.)

ரோமானியர் அதன்பிறகு கி.மு.806 இல் கார்த்த ஜீனியரைத் தோற்கடித்ததும் போர்ச்சுக்கல்லை மூன்று மாநிலங்களாய்ப் பிரித்தனர். அதில் மேற்கத்தி மாநிலமான லூசிட்டானியா இன்றைய போர்ச்சுக்கல்லின் அளவேயிருக்கும். (சுமார் 90,000 சதுர கிலோ மீட்டர், அதில் ஸ்பானிய மாநிலங்களான சாலமங்காவும், சாசிரசும் அடங்கியிருந்தன.)

ரோமானியப் பேரரசு கி.பி.ஐந்தாம் நூற்றாண்டில் சிதறியதும், இத்தீவக் குறையை விசிக்கோத்துகளும், பிற வடக்கத்திக் காட்டுமிராண்டி மக்களும் கைப்பற்றினர். இதற்கு மூன்று நூற்றாண்டுகளுக்குப் பிறகு, வடஆப்பிரிக்காவில் வாழும் மூர்களாகிய இஸ்லாமியர் கைக்கு இந்நாடு போனது. இவ்வாறாக இந்நாடு கிட்டத்தட்டப் பதினாறு நூற்றாண்டுகள் வேறு இனத்தாரிடம் அடிமைப்பட்டுக் கிடந்து விட்டுப் பதினைந்தாம் நூற்றாண்டுதான் தலைதூக்கிற்று. (ஐபிரியத் தீவக் குறையின் மற்றொரு நாடான ஸ்பெயின் வரலாறும் இ.ச.க.தொகுதி-2 காண்க)

‘கடலோடி ஹென்றி’

போர்ச்சுக்கல் இன்று மேற்கு ஐரோப்பாவிலேயே மிகவும் ஏழ்மையான நாடாக உள்ளது. ‘கடலோடி’(*Nevigator*) என்றழைக்கப்பட்ட இளவரசர் ஹென்றி (1394-1460) போர்த்துக்கீசர் மேற்காப்பிரிக்காவில், அதற்கப்பாலும் புத்திடங்களைத் தேடிக் கண்ட அருஞ்செயல்களுக்குத் தூண்டுகோலாயிருந்தார்.

ஹென்றி

போர்த்துக்கீசரின் நாட்டிற்கும் மத்திய தரைக்கடல் துறைமுகம் இல்லாததால், அவர்கள் அட்லாண்டிக்கில் இறங்கித் தம் தேட்டப் பயணங்களில் ஈடுபட நேர்ந்தது. புத்திடத் தேட்டங்களில் முன்னோடியாக இருந்த போர்த்துக்கீசர் நாடு, பதினைந்தாம் நூற்றாண்டில் மிகச் சிறிதாயும், இப்போதுபோல் வறுமைப்பட்டும் இருந்தது. அப்போது தென் ஸ்பெயின் முஸ்லிம்களான மூர்களின் ஆளுமையில் இருந்தது. ஸ்பெயின் நடுவிலும், கிழக்கிலும் இருந்த பகுதிகளில் கேஸ்டில், அரகோன் என்ற முடியரசுகள் இருந்தன. போர்த்துக்கீசர் திறமை மிக்க மீனவர்களாயிருந்த தால், வலிமை வாய்ந்த கடற்படையை உண்டாக்க முடிந்தது.

கேஸ்டிலும், அரகோனும் முஸ்லிம் களிடமிருந்து கிரானடாவை மீட்பதில் அக்கறையிழந்து விட்டன என்று போர்த்துக்கீச மன்னரான முதலாம் ஜான் *(1257-1433)* மொராக்கோவின் மூர்களுக்கு எதிராகப் போர் நடத்தினார். (மொராக்கோ மத்தியதரைக் கடலின் கரையிலமைந்த முடியரசு. இது வடமேற்கு ஆப்பிரிக்கத்திலுள்ளது) முதலாம் ஜான் தன் மகன் ஹென்றியைத் தியூட்டா *(Deuta)* என்ற இடத்திலிருந்த மொராக்கக் கோட்டையை வென்று வருமாறு அனுப்பினார். (முதலாம் ஜான் மன்னர் ஸ்பெயின் கேஸ்டில் மன்னரை *1885* இல் வென்று போர்ச்சுக்கல்லுக்கு விடுதலை வாங்கித் தந்தவர். போர்ச்சுகீசர் அயலுலகில் விரியும் முன் முயற்சியைத் தொடங்கி வைத்தவரும் அவரேயாவார்)

இளவரசர் ஹென்றி தியூட்டாவை வென்றதும், அதன் ஆளுநராக்கப்பட்டார். அவர் சாகரஸ் என்ற இடத்திலிருந்து ஆளலானார். அவரைத் தேடிப் பல கடலோடிகளும், நிலநூலாரும் வந்து கூடினர். சுற்றிலும் மூர்கள் (முஸ்லிம்கள்) வாழ்கின்ற பகுதிகளின் தெற்கே, உலகின் மிகவும் புதுமையான நாடுகள் உள்ளன என்பதை ஹென்றி அவர்களிடமிருந்து அறிந்தார்.

முதல் தேட்டப் பயணம்

தியூட்டா என்பது மத்திய தரைக்கடலின் ஜிப்ரால்டர் நீரிணை மீதுள்ள மொராக்கத் திட்டு. அதில் துறைமுகமும், படைநிலையும் இன்று உள்ளன. அது *1580* முதல் இன்று வரையிலும் ஸ்பெயினின் கையில் இருந்து வருகின்றது.

போர்த்துக்கீசர் முதன் முதலில் இந்தத் தியூட்டாவிலிருந்து தான் வடமேற்கு ஆப்பிரிக்கக் கடலை ஆராயலாயினர், அவர்கள் இதுவரை எந்த ஐரோப்பியரும் சென்றிராத தொலைவிற்குப் போஜடோர் முனை *(Cape Bojador)* வரையிலும் சென்றனர். அவர்களால் மெடீராத் தீவுகள் (வடஅட்லாண்டிக்கில் மொராக்கோவின் மேற்கிலுள்ள

1745

இந்திய சரித்திரக் களஞ்சியம் | 115

தீவுகள்) 1420 ஆம் ஆண்டிலும், அசோரஸ் தீவுகள் (வட அட்லாண்டிக்கிலுள்ள மூன்று எரிமலைத் தீவுகள்) 1431 ஆம் ஆண்டிலும் கண்டுபிடிக்கப்பட்டன. இவ்விரு தீவுக் கூட்டங்களும் இன்றும் போர்த்துக்கீசரின் ஆளுகைக்குட்பட்ட கடல் கடந்த மாவட்டங்களாக இருந்து வருகின்றன.

போர்த்துக்கீச மாலுமியர் முதலில் போஜடோர் முனைக்கு அப்பால் செல்வதற்கு விரும்பவில்லை. அவர்கள் இருண்ட கடலுக்குள் செல்ல வேண்டி வரும் என்று கதைகள் நிலவியதால் அஞ்சினர்.

பின்னர் 1434 ஆம் ஆண்டிற்குப் பிறகு, அந்த முனையைத் தாண்டி முதற் பயணங்கள் மேற்கொள்ளப்படவே, போர்த்துக்கீசப் பாய்மரக் கப்பல்கள் ஆப்பிரிக்கத்தின் மேற்குக் கரை நெடுகிலும் செல்லத் தொடங்கின. கடலோடி ஹென்றி 1460 வாக்கில் இறந்து போன போது, கடலோடிகள் செனிகல், காம்பிய ஆறுகளுக் கிடைப்பட்ட மேற்காப்பிரிக்கப் பகுதியான செனிகாம்பியக் கரையை அடைந்தனர். அவர்கள் வெர்து முனைத் தீவுகளையும் (*Cape Verde Islands:* செனிகல் நாட்டின் வெர்து முனைக்கு மேற்கே அட்லாண்டிக்கிலுள்ள எரிமலைத் தீவுக் கூட்டம்) போர்த்துக்கீசர் கண்டுபிடித்துவிட்டனர்.

போர்த்துக்கல் ஏழை நாடாக இருந்தமையால் தாய் நாட்டிற்கு செல்வம் கொண்டு செல்லவும். அது கிடைக்கவில்லையெனின் செலவிற்கேனும் பணம் பெறவும் போர்த்துக்கீசர் இடத்தேட்டப் பயணங்களை மேற்கொண்டனர். போர்த்துக்கீசக் கப்பல் தலைவர்கள் (*Commanders*) 1422 இல் கினியிலிருந்து (கினி இன்று மேற்காப்பிரிக்கத்தில் குடியரசாக உள்ளது) தங்கத் துகளையும், நீகிரோ அடிமைகளையும் கொண்டு சென்றனர்.

கோட்டை கட்டுதல்

அவர்கள் வாணிபம் செழிக்கும் என்ற நம்பிக்கையில், ஆர்குயிம் (*Arguim*) என்ற தீவில் உடனே ஒரு கோட்டையைக் கட்டினர். இளவரசர் ஹென்றி செத்த பிறகு சிறிது காலம் தேட்டப் பயணம் நடைபெறாதிருந்தது. ஏனெனில் அப்போது கேஸ்டிலியுடன் சண்டை நடந்து கொண்டிருந்தது. பின்னர் இரு நாடுகளுக்குமிடையே 1479 இல் உடன்படிக்கை ஏற்பட்டது. போர்த்துக்கல் ஆப்பிரிக்கத்தின் மேற்குக் கரையையும், அதன் கரையடுத்த தீவுகளையும் வைத்துக் கொள்ளும் உரிமையைக் கேஸ்டில் அந்த உடன்படிக்கைப்படி ஏற்றுக் கொண்டது.

இரண்டாம் ஜான் 1481 இல் மன்னரானதும், இவர் ஆப்பிரிக்கத்தின் வாணிப வாய்ப்புகளைப் பயன்படுத்தத் தொடங்கினார். கினியுடன் வாணிபம் செய்ய முயலும் அயல் நாடுகளின் கப்பல்களை மூழ்கடிக்க வேண்டுமென்றும், அவற்றின் மாலுமிகளைக்

கொலைத் தண்டனைக்குள்ளாக்க வேண்டுமென்றும், இரண்டாம் ஜான் ஆணையிட்டார். அதே நேரத்தில் எங்கெங்கு இயற்கையான நல்ல துறைமுகங்கள் இருந்தனவோ, அங்கெல்லாம் கோட்டைகள் கட்டப்பட்டன.

அடிமை வாணிபம்

ஆப்பிரிக்கத்தின் செல்வ வளத்தை மிக மலிவான முறையில் பயன் கொள்ளும் ஒரு வழிவகையைப் போர்த்துக்கீசர் கண்டனர். ஆப்பிரிக்கக் குலத்தினர் தம்முள் அடிக்கடி போரிட்டு வந்தனர். போர்த்துக்கீசர் ஒரு குலத்திற்கு உதவி அதற்கு மாற்றாகப் பொன், தந்தம் ஆகியவற்றோடு சிறையர்களையும் பெற்றனர். கிராமத்து மக்களை எதிர்பாராது திடீரென்று தாக்கியும் அடிமைகளைச் சிறையராகப் பிடித்தனர். அதன் பிறகு இச்சிறையர்களை அண்டைக் குலத்தாருக்கும், ஐரோப்பிய நாடுகளிலும் அடிமைகளாக விற்றனர்.

ஸ்பானியர் தென்னமெரிக்கப் பகுதிகளில் தோட்டங்களை அமைத்ததும், அங்கு வெப்பப் பகுதிகளில் வேலை செய்வதற்குப் பெரிய அளவில் நீகிரோ அடிமைகள் வேண்டப்பட்டதால், இந்த அடிமை வாணிபம் போர்ச்சுக்கல்லுக்கு மிகவும் முக்கியமாய் விட்டது. அடிமை வாணிபம் இப்படித் தொடங்கிப் பத்தொன்பதாம் நூற்றாண்டு வரையிலும் கிட்டத்தட்ட நான்கு நூற்றாண்டுக் காலம் நீடித்தது.

போப்பும் போர்ச்சுக்கலின் அடிமை வாணிபத்தை அங்கீகரித்தார்; அது நாட்டு மக்களைக் கிறித்தவராக மாற்றுவதற்கு உதவும் என்று அவர் நம்பினார். மேலும் போர்ச்சுக்கீச உடமைகளில் பிற ஐரோப்பிய நாடுகள் தலையிடலாகாது என்றும் போப் தடை விதித்தார்.

1745

புது வழித்தடங்கள்

பார்த்தலோமியா டயஸ் (1450-1500) 1487 இல் நன்னம்பிக்கை முனையைச் சுற்றி அட்லாண்டிக்கிலிருந்து இந்துமாக் கடலை எட்டினார். அதற்குப் பத்தாண்டுகளுக்குப் பிறகு *1498* இல் வாஸ்கோட காமா நன்னம்பிக்கை முனையைச் சுற்றிக் கள்ளிக் கோட்டையில் இறங்கினார். பின்னர் பெரியனவும், பீரங்கிகள் அமைக்கப்பட்டனவுமான மரக்கலத் தொகுதிகள், அரபுகளிடமிருந்தும், இந்தியர்களின் கைகளிலிருந்தும் இந்துமாக்கடல் பகுதிகளைப் பறிப்பதற்காக அனுப்பி வைக்கப்பட்டன.

வெகு துரிதமான இந்தக் கடல் தாண்டிய ஆதிக்க விரிவு, ஏறத்தாழ எண்பதே ஆண்டுகளுக்குள் தொடங்கி விட்டது. உலக வரலாற்றில் இதைப் போல் சின்னஞ்சிறிய ஒரு நாடு, இதற்கு முன்னர் தன் கடல் வலிமையினாலும் புத்திடத்தேட்ட உந்துதலினாலும், இத்தனை பெரிய தாவலில் உலகின் போக்கையே மாற்றியதாகத் தெரியவில்லை. எனினும் அவர்களின் சமய, பண்பாட்டு ஆதிக்க வேகத்தினாலும், நயநாகரிகமற்ற செயல்களாலும், வெகு விரைவிலேயே நிலை குலைந்து செல்வாக்கை இழந்து மீண்டும் வறிய நிலையை எய்தி விட்டனர்.

நிலையாமைக்குக் காரணம்

போர்த்துக்கீசர் தாம் காலூன்றிய காலனிகளில் தம் சமயத்தைப் பரப்புவதிலும், மொழியைத் திணிப்பதிலும் வலுத்த முனைப்புக் காட்டினார். அக்காலனியின் மக்கள்

தம் சமயத்தையும், பண்பாடுகளையும், மொழியையும் அறவே மறந்து விட வேண்டுமென்று, போர்த்துக்கீசர் பல வழிகளில் முயன்றனர். இது குறித்து *1684* ஆம் ஆண்டிலேயே மிகவும் கண்டிப்பான ஓர் ஆணை விதிக்கப்பட்டது. லுசான்சோ தெ சாந்த மரியா என்ற ஆர்ச்சுப் பிஷப்பு இந்த *1745* இல் போர்த்துக்கீச மொழி குறித்து ஓர் ஆணையைக் கோவாவில் பிறப்பித்தார்.

மொழிப் பற்று

பிராமணர்கள் ஆறு மாதத்திற்குள் போர்த்துக்கீசம் கற்று விட வேண்டும். பிற சாதியினருக்கு இக்காலக் கெடு ஓராண்டாக நீட்டிக்கப்பட்டது. அவர்கள் இந்த ஆணைப்படி போர்த்துக்கீசம் கற்றுக் கொள்ளாவிடில், ''போர்த்துக்கீசம் அறியாத அல்லது அம்மொழியைப் பயன்படுத்தாத, பேசாத எந்த ஆணோ, பெண்ணோ ஆயினும் திருமண ஒப்பந்தம் செய்து கொள்ள முடியாது'' என்று ஆர்ச்சுப் பிஷப்பின் ஆணை கட்டளையிட்டது.

அவர்கள் எப்படி அச்சுறுத்தினாலும், கோவாவின் மக்கள் தம் தாய்மொழியான கொங்கணியைத் தொடர்ந்து பேசி வந்தனர்.

போர்த்துக்கீச மொழி : இது இன்று போர்ச்சுக்கல், பிரேசில் முதலிய நாடுகளிலும் பிற போர்த்துக்கீசக் காலனிகளிலும் சுமார் பதினோரு கோடி மக்களால் பேசப்படுகின்றது. இது இந்திய ஐரோப்பிய மொழிக் குடும்பத்தின், ரோமான்ஸ் கூட்டத்தைச் சேர்ந்தது. இக்கூட்டத்தில் போர்த்துக்கீசம், ஸ்பானியம், கட்டலான், புராவங்கல், பிரஞ்சு, ரேயட்டோ-ரோமனிக்கு இத்தாலியன், ருமேனியன் ஆகிய மொழிகள் அடங்கியுள்ளன. ''கொச்சை இலத்தீனத்தின்'' காலீசிய வட்டார மொழியிலிருந்து போர்த்துக்கீசம் பிறந்தது.

1745

3. சென்னைக் கோட்டையில் நூலகம்

சென்னையில் தோற்றுவாயாக விளங்கும் செயிண்ட் ஜார்ஜ் கோட்டையையும் அதன் அரண்கள், மதில்கள், பீரங்கிகள், அங்கு அமைந்திருந்த மாதா கோயில்கள், பண்ட சாலைகள், படை வீடுகள், தங்கும் விடுதிகள், வீடுகள், வெடிமருந்துக் கிடங்குகள், முதலியவற்றையும் நன்கறிந்திருக்கும் நமக்கு, அங்கு அமைந்திருந்த நூலகம் பற்றி எதுவும் தெரியாது. ஆனால் அங்கு இக்கால கட்டத்தில் மிகவும் அருமையான ஒரு நூலகம் இயங்கி வந்தது. நமது நாட்டிலும் மிகப் பழைமையான காலத்திலேயே சரசுவதி பண்டாரங்கள் என்றழைக்கப்பட்ட நூலகங்கள் பெரிய கோயில்களிலும், மடங்களிலும் இருந்தனர் என்பர் தமிழறிஞர். அங்கு ஏடுகளில் - பனையோலைகளிலும் - எழுதப்பட்ட பல்வேறு சுவடிகள் வைக்கப்பட்டிருந்தன.

எனினும் கூடன்பர்க்கு *(1398-1448) 1456* வாக்கில் அச்சுக் கோத்து எளிதில் அச்சிடும் முறையை உலகிற்கு அளித்த பின்னர் தோன்றிய அறிவு வேட்கையின் பயனாகப் பல்வேறு துறைகள் சார்ந்த எண்ணற்ற நூல்கள் ஐரோப்பாவெங்கும் அச்சிடப்படலாயின. இந்தியாவும், சீனம் உள்ளிட்ட ஏனைய கீழை நாடுகளும், இந்த அச்சுக்கலையின் பயனை அடையக் கிட்டத்தட்ட முந்நூறு, நானூறு ஆண்டுளாயின. இந்தியாவில் பதினெட்டாம் நூற்றாண்டில் அச்சுப் பொறிகளும், அச்சுக்கலை தொடர்பான பிற சாதனங்களும் தோன்றிவிட்டனவெனினும், அக்காலத்தில் வெறும் 'பரங்கிப் புத்தகங்கள்' மட்டுமே வெளியாயின. இந்தியா மாறிக் கொண்டு வந்த உலகின்

வேகத்திற்கு ஏற்பத் தன்னை இத்துறையில் இசைவித்துக் கொள்வதற்குப் பல ஆண்டுகள் ஆயின என்பது கவனத்திற் கொள்ளத்தக்கது.

சென்னைக் கோட்டையில் அமைந்த நூலகம் முதலில் மிகுந்த ஆர்வத்துடன் உருவாக்கப்பட்டுப் பின்னர் சரிவரக் கவனிக்கப்படவில்லை என்பர். அங்கு பண்டை இலக்கியங்கள், சமயவியல் நூல்களோடு பல்வேறு துறைகளைச் சார்ந்த நூல்களும் இருந்தன. அவை, கிளைவு போன்ற கம்பெனியின் அடிநிலை ஊழியர்களுக்கு உலகின் விரிந்த கோலத்தைக் காட்டி, நோக்கை விரித்து, உணர்ச்சியை ஊக்குவித்தன என்று வரலாற்றாசிரியர் பெர்சிவல் ஸ்பியர் குறிப்பிடுகின்றார்.

அந்நூலகத்தில் வாழ்க்கை வரலாற்றாசிரியரும், மெய்ப் பொருளியலாளருமான புளுடார்க் (கி.பி. 46-120) என்ற புகழ் வாய்ந்த கிரேக்க ஆசிரியர், கிரேக்கரையும், ரோமானியரையும் பற்றி எழுதியிருந்த இணையொத்த வாழ்க்கை வரலாறுகள், சர்.வால்டர் ராலே (1552-1618) என்ற ஆங்கில நில நூலறிஞர் எழுதிய கடற் பயணங்கள், கிபி.1655 ஆம் ஆண்டு இந்தியா வந்து, அதன் பல பகுதிகளை நேரில் கண்ட பிரஞ்சு மருத்துவரான ஃபிரான்சிஸ் பெரினியர் எழுதிய 'இந்துஸ்தானப் பயணங்கள்' போன்ற பலவகையான நூல்கள் இருந்தன என்பதை அறிகின்றோம்.

4. கிளைவின் தற்கொலை முயற்சி?

இந்நிகழ்ச்சி இராபட் கிளைவு சென்னையில் இருந்த போது நடந்தது. எனினும் அது எப்போது நடந்தது என்பது பற்றிய குறிப்புக் கிடைக்கவில்லை. இது நம் வசதிக்காக இங்கு இடம் பெறுகின்றது.

கிளைவு இங்கிலாந்திலிருந்து சென்னைக்குப் புறப்பட்ட பாய்மரக்கப்பல் பிரேசில் சென்று நன்னம்பிக்கை முனையைச் சுற்றிக் கொண்டு சென்னையை அடையப் பதினெட்டு மாதங்கள் ஆயின என்பதை 1744 ஆம் ஆண்டுக் கட்டுரையில் கண்டோம். அப்போது கிளைவு கைப்பணம் முழுவதும் தீர்ந்து போய்க் கப்பல் தலைவரிடம் கடன் வாங்க நேர்ந்ததையும் கூறினோம். இதனால் 19 வயது இளைஞரான கிளைவு மிகவும் மனம் நொந்து போயிருந்தார். சென்னையின் பேய் மழையும், கொடிய வெப்பமும், புழுக்கமும், தாயகம் பற்றிய விடாத நினைப்பும் சேர்ந்து கிளைவு மிகவும் மனம் சோர்ந்து போனார். தமிழ் நாட்டு வேசையர் தந்த இன்பமும், அவரது மனவாட்டத்தைப் போக்கி விடாது, அலுப்புத் தட்டிப் போனது.

அவர் ஒரு நாள் எழுத்தர் விடுதியில் தன் அறையில் தனியே இருந்தபோது, கைத்துப்பாக்கியை எடுத்து நெற்றிப் பொட்டில் வைத்துக் குதிரையை அழுத்தினார். எதுவும் நடக்கவில்லை. கைத்துப்பாக்கி வெடிக்கவில்லை. மீண்டும் குதிரையைச் சரி செய்து மறுபடியும் அழுத்தினார். மறுபடியும் ஒன்றும் நேரவில்லை.

அப்போது அறைக் கதவு திறந்தது. கிளைவைப் போன்று இந்தியா வந்திருந்த இளம் எழுத்தரான எட்மண்டு மஸ்கிலின் உள்ளே நுழைந்தார். இந்த இளைஞருக்குத் தாய் நாட்டிலிருந்து பணம் வந்து கொண்டிருந்தது. எனவே கிளைவைப் போன்ற மன வாட்டமோ, சோர்வோ அவருக்கு இல்லை.

மேலும் மஸ்கிலின் கிளைவை விடத் தன்னம்பிக்கை மிக்கவர். அவர் எந்தப் புதிய சூழலாயினும், அதனுடன் பொருந்திப் போய்விடுபவர். அதனால் அவரைப் பலரும் விரும்பினர். கிளைவும் எட்மண்டும் நெருங்கிய நண்பராயினர். கிளைவிற்கு

ஒரே நண்பர் மஸ்கிலினேயாவார். அவர் அறைக்குள் நுழைந்து, என்ன நடந்தது என்று கிளைவிடம் கேட்டார். கிளைவு படுக்கையில் கிடந்த கைத்துப்பாக்கியைக் காட்டி, அதை எடுத்து வெளியில் சுடுமாறு மஸ்கிலினிடம் கூறினார்.

மஸ்கிலின் ஒன்றும் புரியாமல் அவ்வாறே செய்தார். கைத்துப்பாக்கி வெடித்து, அதிலிருந்து குண்டு வானைக் கிழித்துச் சென்றது. கிளைவு படுக்கையிலிருந்து தரையில் குதித்து இப்படிக் கத்தினாராம்; ''நல்லது; நான் வேறு எதற்காகவோ காப்பற்றப் பட்டிருக்கின்றேன்.''

இந்நிகழ்ச்சி வெறும் கற்பனையாக இருக்கலாம். ஏனெனில் கிளைவு இதைப்பற்றி வேறு எங்கும் குறிப்பிடவில்லை.

5. ஜேகோபைட்டுக் கிளர்ச்சி (1745-1746)

இங்கிலாந்திற்கும், அயர்லாந்திற்கும் மன்னராக இருந்தவரும் ஏழாம் ஜேம்ஸ் என்ற பெயரில் ஸ்காத்லாந்திற்கும் மன்னராக விளங்கியவருமான இரண்டாம் ஜேம்ஸ் *(1633-1701) 1683* முதல் *1688* வரை இங்கிலாந்தில் ஆட்சி புரிந்தார். அவர் கத்தோலிக்க சமய ஆதரவாளராயிருந்தமையாலும் தன்னிச்சைப்படி ஆட்சி செய்தமையாலும் விக், டோரி கட்சியினர் இருவரும் சேர்ந்து, அவரை *1688* ஆம் ஆண்டு அரியணையிலிருந்து இறக்கினர். அம்மன்னரின் இடத்தில் ஆரஞ்சு வில்லியத்தை *(1650-1702;* அரசிருந்த காலம் *1689-1702)* மன்னராக்கினர். அவர் தன் மனைவி இரண்டாம் மேரியுடன் (ஜேம்சின் மகள்) சேர்ந்து, அப் பெண்மணி *1694* இல் இறந்தது வரையிலும் ஆட்சி செய்தார்.

1745

இரண்டாம் ஜேம்ஸ் அரியணையை மீட்பதற்காக *1690* ஆம் ஆண்டு போயினி *(Boyne)* ஆற்றின் கரையில் நடத்திய போரில், மூன்றாம் (ஆரஞ்சு) வில்லியத்தினால் தோற்கடிக்கப்பட்டார். இப் போரோடு ஸ்டூவட்டு குடியின் ஆட்சி இங்கிலாந்தில் தோற்கடிக்கப்பட்டது. இங்ஙனம் பதவியிலிருந்து இறக்கப்பட்டும், போரில் தோல்வியடைந்தும் போன இரண்டாம் ஜேம்ஸ் மன்னரின் ஆதரவாளர்களும், அவர் வழிவந்தோரும் ஜேகோபைட்டுகள் என்று அழைக்கப்பட்டனர். அவர்கள் ஆட்சிக்கு எதிராகக் கிளர்ச்சி நடத்தி வந்தனர்.

அவர்கள் *1715* இலும் பின்னர் *1745* இலும் கிளர்ச்சியில் ஈடுபட்டனர். சார்லஸ் எட்வர்டு ஸ்டூவட்டு என்ற இளைஞரின் தலைமையில் இந்தக் கிளர்ச்சி நடந்தது. அவர் மணிமுடிமீது உரிமை கொண்டாடினார். அவர் முன்னின்று நடத்திய இக்கிளர்ச்சி இறுதியாக *1746* ஆம் ஆண்டு முற்றுப்பெற்றது.

6. குவாலியர் சிந்தியா குடி வரலாறு (1726-1948)

ரானோஜி சிந்தியா நெடுங்காலமாக மராட்டிய அரசிற்கு வீரத்தோடும், மாறாத பற்றுடனும் ஊழியம் புரிந்தார். அவர் *1726* ஆம் ஆண்டு குவாலியரில் சிந்தியா அரச குடியைத் தோற்றுவித்தார். அவர் இந்த *1745* ஆம் ஆண்டு ஜூலை *3* அன்று போபாலுக்கு மேற்கே சுமார் *48* கிலோமீட்டர் தொலைவிலுள்ள சுஜால்பூர் என்ற இடத்தில் இறந்தார். இங்கு சிந்தியா அரச குடியின் சுவையான வரலாறு சொல்லப்படுகின்றது.

ரானோஜி சிந்தியா

ரானோஜி சிந்தியா கும்பி அல்லது குடியானவ சாதியைச் சேர்ந்த சூத்திரர் என்பர். அவரைப் பற்றி 'நடு இந்தியா' என்ற நூலில் சர் ஜான் மால்கம் கூறுவது:

ரானோஜி சிந்தியா படைவீரர் என்ற முறையில் முதலில் முதன்மை பெற்றார். அவர் முதல் பேஷ்வா பாலாஜி விஸ்வநாதின் (1713-1720) ஊழியத்தில் தொடக்கத்திலும், பின்னர் அவர் 1720 இல் இறந்ததும் பேஷ்வா பொறுப்பை ஏற்ற அவர் மகன் முதலாம் பாஜிராவ் பல்லலிடமும் (1720-1740) ஊழியத்திற்குச் சேர்ந்ததற்கு முன்னர், வழிவழியாக வரக்கூடிய தலையாரி அல்லது படேல் என்ற ஊர்ப் பதவியை வை என்ற மாவட்டத்திலுள்ள குமார்க்கட்டா என்ற ஊரில் பெற்றிருந்தார்.

பேஷ்வாவிடம் அவர் பார்த்த தலையாரி வேலை பேஷ்வாவின் செருப்புகளை எடுத்துச் செல்லும் தாழ்ந்த வேலையாகும். எனினும் பேஷ்வா முதலமைச்சர் ஆனபடியால், அவரிடம் எந்த ஊழியம் பார்த்தாலும், அது மரியாதைக்குரியது என்றே கருதப்பட்டது. தாழ்ந்த பதவியிலிருந்து மேலான பதவிக்கு மிக விரைவாக உயரக்கூடிய வாய்ப்புகள் இருந்தமையால், மிகவும் மரியாதை வாய்ந்த மனிதர்கள் கூட, இத்தகைய தாழ்ந்த வேலைகளைச் செய்ய முன்வந்தனர். தலையாய ஊர் அலுவலரான ஒரு தலையாரி வறுமையினாலன்றி, வாழ்க்கையில் முன்னேறலாம் என்ற ஆவலினால் தூண்டப் பெற்றுத்தான் பாலாஜி விசுவநாதிடம் தாழ்ந்த வேலையில் சேர்ந்திருக்கலாம். இருப்பினும் ரானோஜி தற்செயலாகத்தான் பெரிய முன்னேற்றமடைந்தார் என்று சொல்லப்படுகின்றது.

''பாஜிராவ் சத்திரபதி சாகுவிடம் வெகுநேரம் பேசிவிட்டு வெளியே வந்தபோது, ரானோஜி மல்லாக்கப் படுத்துறங்கியபடி, தனது ஆண்டையின் மிதியடிகளை மார்போடு அணைத்துக் கிடந்ததைக் கண்டார். அற்பமான செருப்பை இப்படிக் கவனமாக வைத்திருக்கின்றாரே என்று பாஜிராவ் ரானோஜியைப் பற்றிப் பெருமையாக நினைத்தார். அதனால் ரானோஜி படை நிலையில் மெய்க்காவலராக உயர்ந்த பதவியில் அமர்த்தப்பட்டார்.''

தோற்றுவாய்

சிந்தியா குடும்பம் சதாராவிற்கு அருகிலுள்ள குமார்க் கட்டா என்ற இடத்தில் படேல் எனப்படும் தலையாரி பதவியை வகித்து வந்தது. மராட்டிய மன்னர் சாகு ஔரங்கசீபிடம் சிறைப்பட்டிருந்த காலத்தில் சிந்தியா குடும்பத்தைச் சேர்ந்த ஒரு பெண்ணைத் தேர்ந்தெடுத்து ஔரங்கசீபு சாகுவிற்கு 1706 இல் மணம் முடித்து வைத்தார். அப்பெண்மணி 1710 ஆம் ஆண்டு டெல்லியில் சாகுவின் தாயாருடன் இருந்தபோது இறந்தார் என்றும் கூறுவர்.

மராட்டியர் படையில் மிகுந்த துணிச்சலும், வீரமும் உடைய தலைவர்களில் ரானோஜி ஒருவர் என்று 1725 ஆம் ஆண்டு, மேல்மட்டத்தின் கவனம் முதன் முதலில் அவர் மீது விழுந்தது. அவர் டெல்லியில் 1736 ஆம் ஆண்டு நடந்த சண்டையில் மராட்டியர் படையைத் தாக்குவதற்கென்று பாய்ந்து வந்த எண்ணாயிரவர் அடங்கிய குதிரைப்படையைத் தோற்கடிக்கச் செய்ததில் தலையாய இடம் பெற்றிருந்தார்.

ஏற்றம்

அதற்கு இரண்டாண்டுகளுக்குப் பிறகு ஐதராபாதின் நிசாம்-உல்-முல்குடன் நடந்த சண்டையில், மராட்டியர் படையை நடத்திச் சென்ற மூன்று படைத்தலைவர்களுள் ரானோஜியும் ஒருவராவார். அந்தச் சண்டையில் ஏற்பட்ட வெற்றிக்குச் சிந்தியா, ஹோல்கார், பவார் ஆகிய மூவரும் காரணமாவர்.

பேஷ்வா பாலாஜி பாஜிராவிற்கும் (1740-1761) நசீருதீன் முகமது என்ற முகமது ஷாவிற்கும் (1719-1748) ஏற்பட்ட உடன்படிக்கையின்போது, அந்த உடன்படிக்கையை நிறைவேற்றுவதற்குப் பொறுப்பானவராக 1743 ஆம் ஆண்டு தேர்ந்தெடுக்கப் பட்டவர்களுள் ரானோஜி சிந்தியாவும் ஒருவர். பேஷ்வா அந்த உடன்படிக்கையை நிறைவேற்றுவதற்குத் தன்னால் உதவ முடியாது போனால், தான் அவர் ஊழியத்திலிருந்தே விலகி விடுவதாகப் பலரறிய ரானோஜி அறைகூவல் விடுத்தார்.

மராட்டியர் இந்துஸ்தானத்தில் (வட இந்தியாவில்) அடைந்த வெற்றிகளில் கிட்டத்தட்டப் பாதிக்கு மேற்பட்டவை, ரானோஜியின் தலைமையிலிருந்த படைகளால் பெறப்பட்டவையாகும். அவர் 1745 இல் இறந்தபோது, மாளவத்தில் பாதி அவர் கையில் இருந்தது. அவருக்கென்று கிடைத்த தனி வருவாய் மட்டும் சுமார் 65½ இலட்ச ரூபாயாகும்.

ரானோஜிக்கு ஜியாபா, தத்தாஜி, ஜிட்டபா என்று சட்ட முறையான மூன்று ஆண்மக்களும் காமக்கிழத்தியர்க்குப் பிறந்த துக்காஜி, மாதாஜி என்று இரண்டு ஆண்மக்களும் இருந்தனர். முதலில் கூறிய மக்கள் கொலை செய்யப்பட்டும், களத்தில் கொல்லப்பட்டும் இறந்தனர். பிற்பட்டவர்களுள் துக்காஜி தந்தைக்கு முன்னரே இறந்தார். எஞ்சிய மாதாஜிதான் சிந்தியா குடியில் வீரமும் அறிவுத்திறனும் மிக்கவராய் விளங்கினார்.

மாதாஜி சிந்தியா

இந்தியாவில் ஈடு இணையற்ற பேரரசோச்சிய முகலாயரின் கீழ் சிற்றரசர் பலர் இருந்தனர்; ஆனால் சிண்டே என்ற மூலப் பெயரையுடைய சிந்தியா குடியின் மாதாஜி சிந்தியாவோ முகலாயருக்கே மேலாளராக வேண்டுமென்று கனவு கண்டார்.

மாதாஜி 1771 ஆம் ஆண்டு டெல்லியைக் கைப்பற்றுவதில் கவனஞ் செலுத்தினார். அவர் தன் படைகளுடன் சென்று பிப்ரவரி 10 அன்று தலைநகரைத் தன் வசப்படுத்தி விட்டார். முகலாய அரசர் ஷா ஆலம் (1760-1806) இது கண்டு நிலைகுலைந்து போனார். ஏனெனில் மாதாஜி ஷா ஆலத்தின் மகனான ஜவான் பக்தை அரியணையில் அமர்த்தி, அவருக்குக் காணிக்கை செலுத்தி விட்டார். ஷா ஆலம் ஏப்ரல் 12 அன்று அலகாபாதை விட்டுப் புறப்பட்டு, வழியில் மாதாஜியைச் சந்தித்து இருவரும் டெல்லி திரும்பினர். அவர்கள் 1772 ஜனவரி 6 அன்று அரச முறைப்படி டெல்லி சேர்ந்தனர். மாதாஜி இவ்வாறாகப் பானிப்பட்டில் மராட்டியர்க்கு நேர்ந்த அவமானத்திற்குப் பழி வாங்கி விட்டார்.

மாதாஜி ஷா ஆலத்தை முகலாய அரியணை மீது ஏற்றி வைத்துப் பாதுகாப்புத் தந்தமைக்காகப் பேரரசர் அவருக்கு இரண்டு சன்னதுகளை வழங்கினார். அவற்றைக் காப்புரிமை எனலாம்.

டெல்லிக் காவலர்

முதற் சன்னது மராட்டியர் கூட்டணியின் தலைவரும், மாதாஜியின் ஆண்டையுமான பேஷ்வாவிற்கு வக்கீல்-இ-முத்தாலக்கு அல்லது அரசப் பிரதிநிதி என்ற உரிமைப் பட்டத்தை வழங்கிற்று. மற்றொன்று மாதாஜியைப் பேஷ்வாவின் நிலையான, நீக்க முடியாத வழிவழியான துணையாளர் என்ற உரிமையைக் கொடுத்தது. டெல்லியைச் சுற்றியிருந்த நூற்றுக்கணக்கான எக்டேர்ப் பரப்புள்ள நிலப் பகுதி மாதாஜிக்கு உரிமையான நில மானியமானது.

டெல்லி மாதாஜியின் பொறுப்பில் இருந்தபோதிலும், அவர் அங்கு வாழவில்லை. டெல்லிக்குத் தெற்கே சுமார் 1600 கிலோமீட்டரில் மராட்டியர் கூட்டணியின் உயிர் நாடியான பேஷ்வா தலைநகரம் பூனா இருந்தது. மாதாஜிக்கு அங்கு வாழவும் விருப்பமில்லை. எனவே அவர் டெல்லிக்கும், பூனாவிற்கும் நடுவே அமைந்த உச்சயினியைத் தான் வாழுமிடமாகத் தேர்ந்தெடுத்துக் கொண்டார்.

உச்சயினி

உச்சயினி பண்டைக்காலத்தில் இந்து நாகரிகம் செழித்திருந்த புனிதத் தலம். இந்தியாவின் ஏழு புனித நகரங்களுள் ஒன்று. இங்கு பன்னிரு ஆண்டுகளுக்கு ஒருமுறை நடக்கும் கும்பமேளாவில் ஆயிரக்கணக்கான மக்கள் சிப்பர ஆற்றில் நீராடுவர். கடக ரேகை சிப்பர ஆற்றின் குறுக்கே செல்கின்றது. கண்ணன் இங்குதான் ஒரு முனிவரிடம் கல்வி கற்றார். மகாகவி காளிதாசர் இங்குதான் பனைஓலைகளில் தன் இறவாக் காவியங்களை எழுதினார். இங்கு கோயில்களும், பள்ளிவாசல்களும் உள்ளன. உச்சயின் மாகாளி கோயில் பெருஞ்சிறப்பு வாய்ந்தது. ஜெயப்பூர் மன்னர் இரண்டாம் ஜெயசிங்கு (1699-1743) கட்டுவித்த வானாய்வுக் கூடமும் இங்குளது. உச்சயினி இன்று மத்தியப் பிரதேச மாநிலத்தில் உள்ளது.

இங்கு முஸ்லிம் ஆட்சிக் காலத்தில் (1235-1750) கட்டப் பெற்ற பள்ளிவாசல்களும் உள்ளன. இது பம்பாய்க்கு வட கிழக்கே சுமார் 565 கிலோ மீட்டரில் இருக்கின்றது.

மாதாஜி தன் இறுதிக்காலம் வரையிலும் வட இந்தியாவின் பெரும் பகுதிக்கு மெய்யான மன்னராக இருந்து ஆட்சி புரிந்தார். அவர் தன் 65 ஆவது வயதில் 1794 பிப்ரவரி 12 அன்று பூனாவில் இறந்தார். அவருக்குப் பெண் மக்களன்றி, ஆண்மக்கள் பிறந்திலர். எனவே அவர் தன் நெருங்கிய உறவினரான தௌலத்து ராவைத் தன் வாரிசு என்று அங்கீகரிக்கச் செய்தார்.

ஆண் வாரிசு இல்லாத சிந்தியக் குடி

சிந்தியக் குடிக்கு ஆண் வாரிசு இராது; அப்படிப் பிறந்தாலும் பிள்ளைப் பருவத்தில் இறந்து போகும் என்ற சாபம் இருந்ததாகக் கூறுவர். மாதாஜி காலத்திலிருந்து நான்கு சிந்திய மன்னர்களின் காலம் வரையிலும் இந்தச் ‘சாபத் தீடு’ நீடித்தது எனலாம்: ஏனெனில் அவர்களில் எவருக்குமே ஆண் வாரிசு இல்லை.

இந்தச் சாபத் தீடு 1878 ஆம் ஆண்டு மாதவராவ் சிந்தியா பிறந்த பிறகுதான் மறைந்தது என்பர். இந்தச் சாபம் சுமார் நூற்றைம்பது ஆண்டுகள் வரை நீடித்தது.

பிரிட்டிசாரிடம் தோல்வி

தௌலத்து ராவ் சிந்தியா காலத்தில் குவாலியர் பிரிட்டிசாரின் கைக்குப் போய் விட்டது. புகழ்பெற்ற அஜந்தாக் குகைகளுக்கு அருகிலுள்ள அசாயி (*Assaye*) என்ற இடத்தில் குவாலியர் படைகளை ஜெனரல் வெல்லஸ்லி மிக எளிதாகத் தோற்கடித்தார். சிந்தியாக்களின் மாநிலமான ஆக்ரா, டெல்லி, ஜெயப்பூர், ஜோத்பூர், பரூச்சு, பேரார், அசாயி களத்தைச் சுற்றிய பரந்த நிலப்பரப்பு முதலியன பிரிட்டிஷ் ஆட்சிப் பகுதியுடன் சேர்க்கப்பட்டு விட்டன.

தௌலத்து ராவ் (1794-1827) தன் ஆட்சிக் காலத்தில் இசைக் கலையை வளர்த்தார். அவர் 1827 மார்ச்சு, 20 அன்று இறந்தபோது, அவருக்குப் பெண்மக்களே இருந்தனர். ஆண் மக்கள் இலர். அவர் மனைவி பைஜா பாய் ஒரு பையனைத் தத்து எடுத்து அவனுக்கு ஜங்கோஜி என்று பெயரிட்டு வளர்த்தார். அச்சிறுவனுக்கு அப்போது வயது பதினொன்று. அவன் வயது அடைந்தது வரையிலும் பைஜா பாயே ஆட்சி நிர்வாகம் நடத்தினார்.

ஜங்கோஜி

ஜங்கோஜி 1836இல் அரியணையில் அமர்த்தப்பட்டார். அவர் அதற்கு ஈராண்டுகளுக்குப் பிறகு இறக்கவே, அவரது மரணப் படுக்கையிலேயே பகீரத சிண்டே என்ற எட்டு வயதுச் சிறுவனைத் தத்தெடுத்து அவனைக் குவாலியரின் அரச வாரிசாக்கினார். அச்சிறுவன் ஜாயாஜி ராவ் (1843-1886) என்ற பெயரில் குவாலியர் மன்னரானார். ஜாயாஜி ராவின் ஆட்சி 43 ஆண்டுகள் நடந்தது.

அவரது காலத்தில் பிரிட்டிசார் ஜான்சியையும், அதன் சுற்றுப்புறங்களையும் பெற்றுக் கொண்டு குவாலியர்க் கோட்டையைச் சிந்தியாக்களிடம் திருப்பித் தருவதற்கு 1884 ஆம் ஆண்டுதான் முன்வந்தனர்.

குவாலியர்க் கோட்டை

குவாலியர்க் கோட்டை கி.பி. 525 இல் கட்டப்பட்டதென்பர்; அது பெரும்புகழ் வாய்ந்தது. இங்கு பாறையில் 1450 வாக்கில் செதுக்கப் பெற்ற சிற்பங்களும் உள. இது டெல்லிக்குக் கிழக்கே சற்று தள்ளிச் சுமார் 280 கிலோ மீட்டர்த் தொலைவிலுள்ளது. மத்தியப் பிரதேச மாநிலத்தில் அமைந்துள்ளது.

ஜாயாஜி ராவிற்குப் பிறகு, இரண்டாம் மாதவராவ் சிந்தியா (1885-1925) சிந்தியா குடியின் மன்னரானார். அவருக்குப் பிறகு அவர் மகன் ஜிவாஜி ராவ் (1936-1948) குவாலியர் மன்னரானார். இவரே சிந்தியா குடியின் கடைசி மன்னர்.

இன்று சிந்தியா குடி

பாரதம் விடுதலை பெற்ற பிறகு இந்தியாவின் நாட்டு மன்னர்களுக்கு இருந்து வந்த சலுகைகளும், உரிமைகளும் ஜனநாயக மரபுப்படி படிப்படியாக நீக்கப்பட்டன. அவர்கள் 1972 ஆம் ஆண்டிற்குப் பிறகு எவ்விதமான தனிச் சலுகைகளுமில்லாது, மக்களனைவரையும் போல் வாழத் தொடங்கினர்.

கால மாறுதலை நன்குணர்ந்த நாட்டு மன்னரில் பலர், அதற்கேற்பத் தம்மை

நன்கு இசைத்துக் கொண்டனர். அத்தகையவருள் குவாலியரின் சிந்தியா குடும்பத்தினரும் அடங்குவர். அக்குடியின் பெயரை ஏந்தியுள்ள இளைஞரான மாதவராவ் சிந்தியா முன்னர் காங்கிரஸ் அமைச்சரவையிலும், இப்போது (1991) அமைந்துள்ள காங்கிரஸ் அமைச்சரவையிலும், அமைச்சராக விளங்குகின்றார்.

அவர் 1986 ஆம் ஆண்டு குவாலியரில் தேர்தலின்போது காங்கிரசிற்காகப் பெரும்பாடு பட்டார். ராஜீவ் காந்தியின் அமைச்சரவையில் இடம் பெற்றேயாக வேண்டும் என்ற நோக்கத்துடன் மாதவ ராவ், அவ்வாறு குவாலியரில் வேலை செய்தார். அவர் தேர்தல் பிரசாரத்திற்காக மாட்டு வண்டியில் ஊர் ஊராகச் சென்றார். பழைய நிலப்பிரபுத்துவத் தந்திரங்களைக் கையாண்டு வாக்குகளைச் சேகரித்தார்.

எதிர்க்கட்சியில் அன்னை

மாதவராவ் சிந்தியாவின் 71 வயதான (1991) அன்னை, அரசமாதா விஜயராஜி சிந்தியா, மகனைப் போலன்றி, பாரதிய ஜனதாக் கட்சியில் இருக்கின்றார். அப்பெண்மணி ஒரு காலத்தில் காங்கிரசிற்கு வேண்டியவராயும், நேருவின் அன்பைப் பெற்றவராயும் இருந்தார். அவர் பின்னர் காங்கிரசின் போக்குப் பிடிக்காமல் எதிர்க்கட்சியில் சேர்ந்து விட்டார்.

ஜெயவிலாச அரண்மனை

1745

குவாலியர் அரண்மனைக்கு ஜெயவிலாசம் என்று பெயர். அது இத்தாலிய டஸ்கனி, பல்லாடியோ பாணிகளில் கட்டப்பட்டது. (இவையிரண்டும் இத்தாலியக் கட்டுமானப் பாணிகளாகும். டஸ்கனி என்பது நடு இத்தாலியிலுள்ள ஒரு பகுதி. பல்லாடியன் என்ற கட்டுமான வல்லுநரின் பாணிக்குப் பல்லாடியோ என்று பெயர்.)

ஜெயவிலாசம் இப்போது அடைத்துக் கிடக்கின்றது. அதன் பொன் இலைகள் மீதும், தங்கச் சரிகை கொண்டு பின்னப்பட்ட திரைச்சீலைகள். மேலும், தர்பார் மண்டபத்தின் பளிங்குத் தரைகளிலும் தூசு படிந்துள்ளது. எனினும் வியன்னாவில்

(ஆஸ்திரியா) செய்த படிகச் சரவிளக்குகள் வைரம் போல் மின்னுவதை எதனாலும் மறைக்க முடியவில்லை. மிகப் பெரிய இச்சரவிளக்குத் தொங்கல்கள் ஒவ்வொன்றிலும் 240 மெழுகு திரிகளை ஏற்றலாம். இவற்றுக்கு இணையான தொங்கு சர விளக்குகள், லெனின்கிராடுக் குளிர்கால அரண்மனையைத் தவிர உலகில் வேறெங்குமில்லை. அவற்றின் கனத்தைக் கூரை தாங்க வேண்டும் என்பதற்காகப் பன்னிரண்டு யானைகளை அதன் மீது ஏற்றிச் சோதனை செய்தனர். எனினும் மிக நுட்பமான கொடி வேலைப்பாடுகளையுடைய மெல்லிய அக்கூரை எல்லாச் சோதனைகளையும் தாங்கிய பின்னர் அதிலிருந்து தொங்குகின்ற சரவிளக்குகள் அரண்மனையின் நீலச் சுவர்களுக்கு ஒளியூட்டுகின்றன.

அங்கு வெள்ளியால் செய்த சிறு பொம்மை இரயில் இன்னும் இருக்கின்றது. ஒரு காலத்தில் அது உலகின் புகழ் வாய்ந்த பொம்மை இரயிலாக இருந்தது. அது வெள்ளித் தண்டவாளத்தில் ஓடியதைக் கண்டு, வெள்ளைக்கார வைசிராய்கள் மனம் மகிழ்ந்திருக்கின்றனர். வட்டமான மேசை மீது அமைத்த வெள்ளித் தண்டவாளத்தில் அந்த மின்சாரப் பொம்மை இரயில் ஓடும்.

அந்தப் பொம்மை வண்டி விருந்தாளிகளுக்காகக் கொட்டைப் பருப்புகள், பழங்கள், திராட்சைத்தேறல், பிராந்தி ஆகியவற்றைச் சுமந்து கொண்டு வந்து அளிக்கும். அதன் கடைசி இரு பெட்டிகளின் மீதுள்ள மதுக் குப்பியை எடுத்ததும் வண்டி தானாக நின்று விடும். அந்த வண்டியை ஓட்டி மகிழ்ந்த மன்னரின் மகன் இந்தியாவின் இரயில் அமைச்சராக இருந்தார் என்பது குறிப்பிடத்தக்கது. அண்மையில் சென்னையில் மறைமலைநகரில் நடந்த காங்கிரஸ் மாநாட்டிற்குத் திரிசூலத்திலிருந்து காமராசர் நகர் சென்ற வண்டிக்கு இரயில்வே அமைச்சர் மாதவராவ் சிந்தியா தான் பச்சைக் கொடி காட்டினார்.

வெள்ளி நீரூற்றுகள்

இந்த அரண்மனையின் விருந்து மண்டபத்தில் ஓரத்து மேஜைகள் மீது வெள்ளியால் செய்த நீரூற்றுக் குழாய்கள் அமைந்திருந்தன. விருந்தாளியின் தலை சற்றே அசைந்தாலும், அவரது தலையிலுள்ள மின்னும் மணிகள் பதித்த முடி பளிச்சிட்டு மின்னினாலும், மேஜையைச் சுற்றி வளைய வளைய வந்து கொண்டிருக்கும் பணியாளர், அந்த விருந்தாளிக்கு வேண்டியதை உடனே கொண்டு வந்து தருவார். வேலைக்காரர்கள் குனிந்து, தரையைக் கையால் தொட்டுக் ''கட்டளையிடுங்கள்; செய்கின்றேன்'' என்பர். இதைப் போல் இன்றும் (1991) அரண்மனைகளில் இந்தியாவில் நடந்து வருகின்றது என்பது மெய். ஜெயப்பூர் மன்னரின் கால்களை முத்தமிடும் வேலைக்காரர்கள் இன்றும் இருக்கின்றார்கள்.

மன்னர் செத்ததும் நின்றுவிட்ட மணிப்பொறிகள்

குவாலியர் அரச மாதா விஜயராஜி சிந்தியாவின் மாமனார் சர். மாதவராவ் சிந்தியா ஆரவாரமாகவும், பகட்டாகவும் இருப்பார். அவர் ஒரு முறை இலண்டனுக்குச் சென்ற வழியில் பிரஞ்சு நாட்டின் தென்கிழக்கிலுள்ள மார்செயில் துறைமுகத்தை அடைந்ததும் நோய்வாய்ப்பட்டார். இவர் இன்று மைய அரசில் போக்குவரவுத் துறை அமைச்சராயிருக்கும் மாதவராய் சிந்தியாவின் பாட்டனார்.

மன்னரைப் பாரிசிற்கு விரைந்து கொண்டு சென்று நீரிழிவு, இராசபிளவைக்காக அறுவை செய்தனர். எனினும் அவர் செத்துப்போனார். அப்போது குவாலியர் அரண்மனையிலிருந்த மனிப்பொறிகள் அனைத்தும், அவர் இறந்த நாளான 1925 ஜூன் 5 அன்று நிறுத்தப்பட்டன. அவருக்கு ஐம்பது வயது கூட நிரம்பவில்லை. அவரது உடல் பாரிஸ் நகரின் அருகே ஷோப்பின் *(1810-1849;* போலந்தைச் சேர்ந்த சாகித்திய கர்த்தர்), ரோசினி *(1792-1868;* இத்தாலிய இசைக் கர்த்தர்; ஆப்பரா என்ற இசை நாடகங்களை அமைத்தவர்) என்ற இசைவாணர்களின் அருகே எரியூட்டப்பட்டது.

அப்போது இன்றைய சிந்தியாவின் தந்தையான ஜிவாஜி ராவுக்கு வயது ஒன்பது; அவரை ஜார்ஜ் என்று செல்லமாக அழைப்பார்கள். அவர் 1936 முதல் சிந்தியாவாகப் பட்டம் ஏற்றார். அவர் தனது 45 ஆவது வயதில் பம்பாயில் 1961 ஆம் ஆண்டு இறந்தார். அவருடைய மனைவியான விஜயராஜி சிந்தியாவை அரசமாதா என்று அழைக்கின்றனர். அவர் கணவரை இழந்தபோது அவருக்கு வயது 41.

மாதவராவ் சிந்தியா

ஜியாஜி-விஜயராஜி சிந்தியாவின் மகனான மாதவராவைப் 'பையா' என்று அன்புடன் அழைக்கின்றனர். அவர் பதினாறு வயதில் தந்தையை இழந்து, பதினேழாவது வயதில் இலண்டனுக்குப் படிக்கச் சென்றார். ஆக்ஸ்ஃபோர்டுப் பல்கலைக் கழகத்தின் பட்டப்படிப்பு மாணவரில் அந்த 1966 ஆம் ஆண்டு அவர்தான் பெரிய பணக்காரராக இருந்தார். அவருக்கு மூன்று அரண்மனைகளும், ஐம்பது கார்களும் சொந்தமாயிருந்தன. அவரது ஆண்டு வருவாய் ஒரிலட்சம் பவுன்.

அதே ஆண்டு (1966) மாதவராவிற்கும், நேபாள இளவரசிக்கும் திருமணம் நடந்தது. (விஜயராஜி சிந்தியாவும் நேபாள அரசகுடியைச் சேர்ந்தவர்.) மாதவராவ் மனைவி மீது மிகுந்த காதல் கொண்டவர், அவருக்கு இசைமீது மற்றொரு காதல். இவ்விருவருக்கும் பிறந்த மகள் சித்திராங்கதா. இந்தப் பெண்ணுக்கு அண்மையில் நடந்த திருமணம் உலகத்தின் கவனத்தை ஈர்த்தது.

மாதவராவிற்கு 1966 இல் நடந்த திருமணத்திற்கு அழைக்கப்பட்ட இரண்டாவது தலைமை விருந்தாளி இந்திரா காந்தியாவார்.

தாய்-சேய் மன வேற்றுமை

குவாலியர் அரச மாதா விஜயராஜி சிந்தியாவிற்கும், அவருடைய மகன் மாதவராவ் சிந்தியாவிற்கும், இடையே மனவேறுபாடு காரணமாக ஒற்றுமையில்லா திருக்கின்றது. இந்த முன்னாள் அரசியின் பெண்மக்கள் இருவரும் கூட, அவருக்கு மிகுந்த மனவருத்தத்தையே கொடுத்தனர்.

மூத்தமகள் திரிபுரா மன்னரை மணந்தார். இரண்டாம் உலகப்போருக்குப் பிறகு பம்பாயில் பெரும் பகட்டாக நடந்த பெரிய இடத்துத் திருமணங்களில் இதுவும் ஒன்றாகும். இந்த மகள் தூக்க மாத்திரைகளை உண்டு இறந்து போனார்.

இரண்டாவதான மகள் வசு, தோல்பூர் மன்னரை 1972 ஆம் ஆண்டு மணந்தார். தோல்பூரார் அதற்கு ஓராண்டிற்குப் பிறகு மனைவியை ஒரு குழந்தையுடன் விட்டு விட்டுத் தனியே போய் விட்டார்.

பெயருக்கு இன்று குவாலியர் சிந்தியாவாக இருக்கும் மாதவராவ் தன் தாயைப் போலிராது, காற்று வீசும் திக்கில் தன் கலத்தை இது வரையிலும் செலுத்திவந்து விட்டார்.

1745

வரலாற்றுப் புள்ளிகள்:

புதிய புனித ரோமன் பேரரசர்

ஆஸ்திரியப் பேரரசியான மரியா தெரிசாவின் (1717-1780) கணவர் முதலாம் ஃபிரான்சிஸ் இந்த ஆண்டு புனித ரோமன் பேரரசராய்த் தேர்ந்தெடுக்கப்பட்டார். ஆஸ்திரியம் பற்றிய செய்திகள் 1748 ஆம் ஆண்டுக் கட்டுரையில் காண்க.

புதுச்சேரியில் பெரும் புயல்

புதுச்சேரியில் 1745 நவம்பர் 4 அன்று மிகப் பெரிய புயல் காற்று வீசியது. அதனால் பேரளவில் சேதங்கள் விளைந்தன. இப்பெரும் புயலையடுத்து நவம்பர் 23 அன்றும் 28 அன்றும் சிறு புயல்கள் வீசின.

கிழக்கிந்தியக் கம்பெனி ஏற்றுமதி

கிழக்கிந்தியக் கம்பெனி 1745 வரையிலான ஐந்தாண்டுக் காலத்தில் 11, 05, 750 பவுன் மதிப்புள்ள பண்டங்களையும், 25, 29, 100 பவுன் மதிப்புள்ள பொன், வெள்ளியையும் ஏற்றுமதி செய்தது.

கல்கத்தாவில் முதல் நாடகக் கொட்டகை

கல்கத்தாவில் முதல் நாடகக் கொட்டகை 1745 ஆம் ஆண்டு லால் பசார் என்ற இடத்தில் திறக்கப்பட்டது.

(நாடக கொட்டகை பற்றி மேலும் பல செய்திகளுக்கு 1772 காண்க).

1746

அரசியல்

ஜம்மு அரசர் திறை செலுத்த மறுப்பு: ஜம்மு- காசுமீர வரலாறு

நாகபுரிப் போஸ்லே குடி வரலாறு: ரகுஜி போஜஸ்லே (1695-1758); தமிழ் நாட்டில் மராட்டியர் படை

மராட்டியர் கொள்ளை; அலிவர்தி கான்; பேஷ்வா பதவிக்குப் போட்டி

வங்காளத்தின் மீது மராட்டியர் தாக்கு:

சென்னை ஜார்ஜ் கோட்டை வீழ்ச்சி: தூய்ப்பிளேயின் பேரரசக் கனவு; தூய்ப்பிளே பூர்தோனைஸ் பகை;

தனிக்கப்பல் தலைவர்கள்; சென்னை நகராட்சி வரலாறு; கிளைவு தப்பிக் கடலூர் செல்லுதல்;

கடலூர்க் கோட்டை

பரங்கி மலைச் சண்டை; பீரங்கி வெற்றி;

சென்னையைச் சுற்றி ஆர்க்காட்டுப் படை; இந்தியாவின் தலைவிதியை நிர்ணயித்த பரங்கிமலை, அடையாற்றுச் சண்டைகள்;

டேவிடு கோட்டை: அரியங்குப்பம்

அறிவியல்

பெஞ்சமின் ஃபிராங்க்ளின் மின்னாராய்ச்சி

பொருளியல்

புதுச்சேரியில் பாக்கு விலை ஏற்றம்; வெற்றிலை -பாக்கு வரலாறு.

பிரிட்டனில் தானிய விலை வீழ்ச்சி.

சமூகவியல்

காசுமீரத்தில் கொடிய பஞ்சம்

பிறப்பு:

ஆசியவியல் முன்னோடி; வில்லியம் ஜோன்ஸ் (1748-1794)

ஓவியர் ஃபிரான்ஸ்வா ஜோஸ் தெ கோயா (1748-1828)

1746

1. ஜம்மு அரசர் திறை செலுத்த மறுப்பு: ஜம்மு-காசுமீரச் சிறு வரலாறு

காசுமீரம் சதுர வடிவானது; அதன் அழகு, அதன் மேற்கு மற்றும் தென்மாவட்டங்களின் அழகேயாகும். அங்கு நங்பர்வதம் சிந்து ஆற்றை அல்லது அரமுக ஆற்றை எட்டிப் பார்க்கின்றது. அதன் பிம்பம் உளலார் என்ற நீல ஏரியில் தெரிகின்றது.

சிந்து ஆறு இப்பகுதி நெடுகிலும் பாய்ந்து திடீரென்று தென் மேற்காகத் திரும்பி ஜில்ஜித்திற்குக் கிழக்கே மனிதர் புகமுடியாத மலைகளின் வழியே சென்று புருஷபுரம் என்ற பெஷாவர்ச் சமவெளியில் பாய்கின்றது.

''காசுமீரம் பண்டைக் காலத்திலிருந்தே இந்துப் பண்பாட்டின் சிறப்பு மிக்க கேந்திரமாக விளங்கி வந்திருக்கின்றது. இது சம்ஸ்கிருத விற்பன்னர், புலவோர் முதலானோரின் இல்லமாக விளங்கியது. நடு ஆசியாவில் இந்துப் பண்பாட்டைப் பரப்ப உதவியது.''

இந்திய சரித்திரக் களஞ்சியத்தின் முதற் தொகுதி, காசுமீரத்தை இங்ஙனம் படம் பிடித்துக் காட்டியது. பண்டை இந்தியாவின் மெய்யான ஒரே வரலாற்றாசிரியர் கல்ஹணர் காசுமீரத்தவரேயாவார்.

காசுமீரத்தைக் கார்க்கோட மரபு கி.பி. 596 முதல் 857 வரையிலும், உத்பலர்குடி 857 முதல் 1338 வரையிலும் ஆண்ட பின்னர், அங்கு 1339 முதல் சுவரடி சுல்தான் குடியின் ஆட்சி தொடங்குகின்றது. அதன் பிறகு 1561 தொட்டு 1589 வரையிலும், சக்கு சுல்தான் குடி ஆட்சி புரிகின்றது. அதையடுத்து முகலாயரின் வருகை அங்கு தொடங்குகின்றது. இந்தக் கால கட்டத்து வரலாறு இங்கு கூறப்படுகின்றது.

சிந்து, இரவி ஆறுகளுக்கிடையிலும், இமயமலைத் தொடர்களின் புறத்தேயும் அமைந்திருந்த மலை நாடுகள் இரண்டு அரசியல் கூட்டங்களில் அடங்கியிருந்தன. முதற்கூட்டத்தில் சிந்து, சீலம் ஆறுகளின் நடுவே காசுமீரம் உள்பட பல சிறுநாடுகள் அடங்கியிருந்தன. அவற்றை முஸ்லிம் குறுநில மன்னர்கள் ஆண்டு வந்தனர். அவை மொத்தம் இருபத்திரண்டு நாடுகள், அவற்றுள் எட்டு நாடுகள் பெரிதும் சீலம், செனாபு ஆறுகளின் இடையில் அமைந்து முஸ்லிம்களால் ஆளப்பட்டு வந்தன. அவர்கள் பெரும்பாலும் இந்து அரசர்களின் வழித் தோன்றல்கள். அவை வருமாறு ஆக்கனூர், ரியாகி, கிஷ்டவார், இரஜௌரி, பூஞ்சு, கோத்லி, பிம்பார், கரி-கரியாலி.

எஞ்சிய பதினாறும் இந்துக்களால் ஆளப்பட்டன. அவை செனாபு, இரவி ஆறுகளின் இடையில் அமைந்திருந்தன. அவை:

ஜம்மு, பகு, தல்பத்பூர், சம்பா, ஜஸ்ரோட்டா, திரிகோட்டு, இலக்கண்பூர், மான்கோட்டு (இப்போது இராம்கோட்டு என்று வழங்குகின்றது.) பேகார்திராட்டா, பாது, பலோர் இதை இன்று பச்சோலி என்பர்), பதர்வா.

இவற்றுள் ஜம்மு, பகு, தலத்பூர், சம்பா, ஜஸ்ரோட்டா, திரிகோட்டு, இலக்கண்பூர், மான்கோட்டு, ரியாசி, ஆக்கனூர் என்ற பத்து நாடுகளும் ஒரே குடும்பத்

தலைவரால் ஆளப்பட்டன. அக்குடும்பத்தின் தலைவர் ஜம்மு அரசராவார். பச்சோலி, பாது, பதர்வா என்ற மூன்றும் அதே குடும்பத்தின் கிளையினரால் ஆளப்பட்டன. ஜம்மு மிகப்பழைய காலத்திலிருந்தே சிந்து இரசபுத்திரக் குடியினரால் ஆளப்பட்டு வந்தது.

முகலாயர் ஆளுகை

முகலாயர் இம்மலை நாடுகளிலிருந்து திறை தண்டவும், இப்பகுதியில் ஏற்படக்கூடிய கலகங்களை அடக்கவும், ஃபௌஜ்தார் என்ற காவற்படைத் தலைவர்களை இங்கு அமர்த்தியிருந்தனர். இம்மக்கள் ஒழுங்காகவும் உரிய காலத்திலும் திறை செலுத்தி வந்தால், காவல் தலைவர்கள், அம்மக்களின் உள் விவகாரங்களில் தலையிட மாட்டார்கள்.

குரு கோவிந்தர் 1708 அக்டோபரில் தீக்குளித்து இறந்ததும் (இ.ச.க.தொகுதி-3) சீக்கியரின் அரசியல், இராணுவ விவகாரங்களுக்குப் பண்டா பகதூர் பொறுப்பேற்றார். அவர் 1710 மே மாதம் சிர்ஹிந்து மாநிலத்தை வென்று, அங்கு ஆட்சி நிர்வாகத்திலும், இராணுவத் துறைகளிலும் சீக்கிய அதிகாரிகளை அமர்த்தினார்.

பண்டாவிற்கும், முகலாயர் படைக்கும் 1710 முதல் சண்டை நடந்து வந்தது. பண்டா இறுதியில் 1715 டிசம்பர் 7 அன்று தன் ஆதரவாளர் 740 பேருடன் சரணடைந்து விட்டார். பின்னர் இம்மலை நாடுகளில் முகலாயரின் ஆட்சியதிகார வலிமை குன்றிக் கொண்டே வந்தது. ஆதலால் ஜம்மு அரசர் தன்னாட்சி உரிமையை நிலைநாட்டத் தொடங்கினார். அவர் 1746 வாக்கில் முகலாயருக்குத் திறை அல்லது கப்பம் கட்டுவதை நிறுத்தினார்.

இராஜா இரஞ்சித்து தேவ

இராஜா இரஞ்சித்து தேவ 1750 முதல் 1781 வரை ஜம்மு நாட்டின் அரசராயிருந்தார். அவர் ஆட்சி நிர்வாகத்தில் சிறந்தவர். முகலாய ஆட்சியின் சீரழிவு, துரானியர் படையெடுப்புகள், சீக்கியர் எழுச்சி ஆகியவற்றால் பாஞ்சாலத்தில் தோன்றிய குழப்ப நிலையை இரஞ்சித்து தேவ தனக்கு நல்ல வாய்ப்பாகப் பயன்படுத்திக் கொண்டு செனாபு, இரவி ஆகிய இரு ஆறுகளுக்கு இடையிலுள்ள மலை நாடுகள் அனைத்திலும் செனாபிற்கு மேற்கிலிருந்த வேறு சில நாடுகளிலும் தன் ஆட்சியதிகாரத்தை விரித்தார். அவரது ஆட்சிப் பரப்பு சமவெளியிலிருந்த சியால் கோட்டு மாவட்டத்தின் வடபகுதி வரை விரிந்தது. (சியால் கோட்டு இன்று வடகிழக்குப் பாகிஸ்தானத்தில் உள்ளது. இது சீக்கியரின் யாத்திரைத் தலம்.)

இரஞ்சித்து தேவ துரானியரான அகமது ஷா அப்தாலியின் நம்பிக்கைக்குரிய நேசராயிருந்தார். அகமது ஷா முதலில் 1752 ஆம் ஆண்டிலும், பின்னர் 1762 ஆம் ஆண்டிலும் காசுமீரத்தை வெற்றி கொள்வதற்கு இரஞ்சித்து தேவ உதவினார்.

பாதுகாப்பான புகலிடம்

இரஞ்சித்து தேவ ஆட்சிக்காலத்தில் ஜம்மு பேரளவில் செழிப்புற்றது. அது காசுமீரம் உள்ளிட்ட சமவெளிப் பகுதிகளிலும் மலைநாடுகளிலும் வாணிபம் புரிந்து வந்த பெரிய மையமாக விளங்கிற்று. லாகூரையும (இது இன்று பாகிஸ்தானத்தில்

உள்ளது. ஒருகாலத்தில் பிரிட்டிஷ் இந்திய நகரங்களின் அரசி என்று இந்நகரம் பெயர் பெற்றிருந்தது. அப்போது அது பஞ்சாபின் தலைநகராயிருந்தது. லாகூரில் ஜகாங்கீர், நூர்ஜகான், இரஞ்சித்து சிங்கு ஆகியோர் அடக்கமான கல்லறைகளும், அருமையான பல அரண்மனைகளும், பூங்காக்களும், பள்ளி வாசல்களும் உள்ளன. அங்கு சென்னைக்காரார்கள் வாழ்ந்த ஒரு பகுதி அனார்க்கலி என்ற இடத்தில் இருந்தது என்றும், அதற்குச் சின்ன சென்னை என்று பெயர் என்றும் ஏ.எஸ்.பி. ஐயர் கூறியுள்ளார். இரஞ்சித்து சிங்கின் அரசகுடி அங்கு 1799 முதல் 1849 வரை ஐம்பதாண்டுகள் ஆட்சி புரிந்தது. பிரிட்டிசார் அப்போது சீக்கியரிடமிருந்து ஆட்சியைக் கைப்பற்றினர்.

முகமதலி ஜின்னா 1940 ஆம் ஆண்டு முஸ்லிம் லீகின் இலட்சியம் பாகிஸ்தானத்தை அடைவதுதான் என்று லாகூரில்தான் முதன்முதலில் கூறினார். லாகூர் இந்திய விடுதலைப் போராட்டத்துடனும், காங்கிரசுக் கட்சியுடனும் நெருங்கிய தொடர்பு கொண்டது. அது பாகிஸ்தானத்தின் தலைநகரான இஸ்லாமாபாதின் தென்கிழக்கே சுமார் 270 கிலோமீட்டரில் உள்ளது. இன்றும் அங்கு பஞ்சாப் மாநிலத்தின் தலைநகராக உள்ளது.) டெல்லியையும் பிற இடங்களையும் சேர்ந்த வட்டிக் கடைக்காரர்களும், வணிகர்களும், உயரதிகாரிகளும் ஐம்முவைப் புகலிடமாகக் கொண்டனர். அப்தாலி மூன்றாம் முறையாக 1751 டிசம்பர் தொடங்கி 1752 மார்ச் வரையிலும் இந்தியா மீது படையெடுத்து வந்தபோது பஞ்சாபின் முகலாய வைசிராயான முயின்-உல்-முல்க் தன் குடும்பத்தையும் செல்வக் குவைகளையும் ஜம்மு அரசர் இரஞ்சித்து தேவிடம்தான் அனுப்பிவைத்தார்.

நாதிர் ஷா போன்ற கொடிய படையெடுப்பாளரின் காலத்திலிருந்து, பழி பாவங்களுக்கு அஞ்சாத கொடியவர்களிடமிருந்து தப்பிக்க எப்போதும் மக்கள் ஜம்மு நாட்டைப் புகலியாகக் கொண்டு வந்திருக்கின்றனர். ஜம்முவில் போன்று அச்சமின்றியும் கவலையற்றும் வாழக்கூடிய மக்களை ஆட்டோக் என்ற இடத்திலிருந்து (ஆட்டோக்கு இன்று பாகிஸ்தானத்தில், அதன் தலைநகரான இஸ்லாமாபாதிலிருந்து மேற்கே சுமார் 80 கிலோமீட்டரில் உள்ளது. இது வரிசையாகப் பல இடுக்குகளினால் சிந்து ஆற்றோட்டம் மட்டுப் படுத்தப்படுகின்ற இடத்தில், போர்த்தந்திர முக்கியத்துவம் வாய்ந்ததாக உள்ளது. அக்பர் (1556-1605) இங்கு ஒரு கோட்டையைக் கட்டினார்.) டெல்லி வரையிலுமுள்ள இடங்களில் கண்டதேயில்லை என்று இரஞ்சித்து தேவின் நேர்மையான ஆட்சி பற்றி ஒருவர் 1780 ஏப்ரல் 9 அன்று கல்கத்தாவிலிருந்து பிரிட்டிஷ் கவர்னர் ஜெனரலுக்கு எழுதியிருந்தார்.

சீக்கியருக்கு அடிமையாதல்

எனினும் இரஞ்சித்து தேவினால் சீக்கியரிடமிருந்து தப்ப முடியவில்லை. அவர் சீக்கியருக்கு அடங்கித் திறை செலுத்துவதாக ஜண்டா சிங்கு பங்கி என்பவரிடம் 1770 வாக்கில் ஒப்புக் கொண்டார்; இரஞ்சித்து தேவ 1781 இல் இறந்ததும் அவரின் மகன் பிரிஜ்ராஜ் தேவ ஆட்சிக்கு வந்தார். அவரது ஆட்சியில் ஜம்மு நாடு முற்றிலும் சீக்கியருக்கு அடிமைப்பட்டு விட்டது.

காசுமீரம்

முகலாயப் பேரரசர்கள் கோடை காலத்தில் காசுமீரப் பள்ளத்தாக்கிற்கு அடிக்கடி சென்று, அப்பகுதியை வலுவாய்த் தம் பிடியில் வைத்திருந்தனர். அக்பர், ஜஹாங்கீர்,

ஷாஜகான், ஔரங்கசீபு முதலியோர் ஸ்ரீநகரில் அரண்மனைகளைக் கட்டினர்; பூங்காக்களை அமைத்தனர். ஔரங்கசீபு 1707 இல் செத்ததும் முகலாயப் பேரரசு தாழ்ந்தமையால் காசுமீர அரசியல் நிலை பெரிதும் கெட்டது. இந்தக் குழப்ப நிலை 1752 வரை நீடித்தது.

அகமது ஷா

ஔரங்கசீபிற்குப் பிறகு முகலாயப் பேரரசர் எவரும் காசுமீரம் செல்லவில்லை. அகமது ஷா அப்தாலி காசுமீரத்தை 1752 இல் வென்றார். அங்கு அதன்பிறகு ஆப்கானியரின் ஆட்சி 1819 வரை 67 ஆண்டுகள் நீடித்தது. ஆப்கானியர் திறை தண்டுவதில் மட்டுமே கண்ணும் கருத்து மாயிருந்தனர். காசுமீரம் ஓராண்டில் இருபது இலட்ச ரூபாய் திறை செலுத்த வேண்டுமென்று ஆப்கானியர் வரை செய்திருந்தனர். ஆப்கானியர் அங்கு அமர்த்தியிருந்த ஆளுநர்கள் காசுமீரத் திலிருந்து இத்தொகையைத் தண்டி ஒழுங்காகவும் குறித்த காலத்திலும் அனுப்பி விட்டால் அவர்கள் திறமையோடு காசுமீரத்தை ஆள்கின்றனரா, கொடுங்கோன்மை செலுத்துகின்றனரா என்று ஆப்கானியர் கவனிப்பதேயில்லை; கவலைப்படுவதும் இல்லை.

ஆப்கானியர் கொடுமை

காசுமீரத்தில் ஆப்கானியர் ஆட்சி நடந்த 67 ஆண்டுக் காலத்தில், இருபத்தெட்டு ஆளுநர் இருந்தனர். அவர்களுள் ஒருவர் மட்டுமே இந்து சமயத்தினர். ஏனையோரனைவரும் ஆப்கானியர்.

முதல் ஆளுநராயிருந்த அப்துல்லா கான் இஷாக்கு கொடியவர்; கொள்ளைக் காரர். அவர் மக்களைக் கசக்கிப் பிழிந்து கொடிய முறையில் வரி தண்டினார். அவர் ஒரே மாதத்தில் பணமாகவும், பண்டமாகவும் ஆறு கோடி ரூபாய் திரட்டி விட்டார். அவர் இச் செல்வத்தைப் பாதுகாப்பாகத் தன் ஊரான காபூலுக்குக் கொண்டு சென்றார்.(காபூல் ஆப்கானிஸ்தானின் மிகப் பெரிய நகராயும், தலைநகராயும் இன்று உள்ளது. அது காபூல் மாநிலத்தின் தலைநகர்; காபூல் ஆற்றின் கரை மீதுள்ளது; கைபர்க் கணவாயின் மேற்கே சுமார் 190 கிலோமீட்டர் தொலைவிலுள்ளது. அது கிட்டத்தட்ட 1830 மீட்டர் உயரத்தில் இருப்பதால், வடக்கிலும், மேற்கிலும் உள்ள கணவாய்களுக்குச் செல்லக் கூடிய இடத்தில் இருக்கின்றது. கி.மு. மூன்றாம் நூற்றாண்டில் அலெக்சாந்தர், நடத்திய படையெடுப்பு உள்படப் பல்வேறு பெரிய படையெழுச்சிகளும் காபூலின் வழியாகவே நடந்தன. பாபர் 1504 ஆம் ஆண்டு காபூலைத் தன் தலைநகராக வைத்திருந்தார். அவரது கல்லறை இந்நகரின் மேற்குப் பக்கத்துப் புறநகரில் உள்ளது. பிரிட்டிசார் 1842 இல் நடந்த முதல் ஆப்கன் போரில் காபூலைக் கைப்பற்றினர். அந்நகரில் ஒரு பகுதியை அவர்கள் அப்போது அழித்தனர்.)

அவர் காபூல் செல்லு முன்னர் குவாஜா அப்துல்லா கான் என்றவரைத் தன்

இடத்தில் ஆளுநராய் அமர்த்திச் சென்றார். இவரும் அப்துல்லா கான் இஷாக்கைப் போலவே பேராசை பிடித்து மக்களை வெகுவாகத் துன்புறுத்திப் பணம் பறித்தார். அப்போது காசுமீரத்தைச் சேர்ந்த அப்துல் ஹசேன் கான் பண்டே என்ற பிரபு, சுகஜீவன் என்றவரை வற்புறுத்திக் குவாஜா அப்துல்லா கானைக் கொன்றுவிட்டு, ஆளுநர் பொறுப்பைச் சுகஜீவனே ஏற்கவேண்டுமென்று கேட்டார். சுகஜீவன் இப்பொறுப்பை ஏற்றுக் கொண்டு அகமது ஷா அப்தாலிக்கு அடங்கி நடப்பதாகத் தெரிவித்தார். இந் நிகழ்ச்சி 1753 தொடக்கத்தில் நடந்தது.

சுகஜீவன்

சுகஜீவன் தான் கி.பி. 1320 ஆம் ஆண்டிற்குப் பிறகு, அதாவது 433 ஆண்டுகளுக்குப் பிறகு காசுமீரத்தில் முதன் முதலாக ஆட்சிப் பொறுப்பேற்ற இந்து சமயத்தவர். அவர் துணிச்சல் மிக்க வீரர். மதிநுட்பம் வாய்ந்த நிர்வாகி; கற்றறிந்த விற்பன்னர்; பல மொழிகளை அறிந்தவர்; புலவர். அவர் பண்டைக் காலத்திலிருந்து நிகழ்ந்த காசுமீர வரலாற்றை எழுதுவதற்கு ஐந்து அறிஞர்களை அமர்த்தினார். அவர்களில் ஒவ்வொருவருக்கும் பத்து உதவியாளர்களைக் கொடுத்தார். இவ் வரலாற்றாசிரியர்க்கு முகமது தௌஃபீக்கு தலைவரானார். அவரது பூர்வாசிரமப் பெயர் லாலாஜீ.

சுகஜீவன் இந்து, முஸ்லிம் இரு சமயத்தவர்க்கும் மிகச் சிறந்ததும், திறமை மிக்கதுமான ஆட்சி நிர்வாகத்தைக் கொடுத்தார். அவர் பெருந்தன்மையும், நல்லெண்ணமும், தாராள மனப் போக்கும் உள்ளவராயிருந்தமையால் அனைவரின் உள்ளத்தையும் கவர்ந்து விட்டார்.

காசுமீரத்தில் 1754 ஆம் ஆண்டு கொடிய வற்கடம் வந்தது. மழை பொய்த்தமையால் விளைந்த இப்பஞ்சத்தைப் போக்குவதற்குச் சுகஜீவன் பாஞ்சாலத்திலிருந்து பெரிய அளவில் அரிசியைக் கொள்முதல் செய்து, ஏழை மக்களுக்கு ஓரிலட்சம் மூடைகளை இலவசமாக அளித்தார். பணக்காரர்களுக்குக் குறைந்த விலையில் விற்றார். பின்னர் 1755 ஆம் ஆண்டுக் குளிர் காலத்தில் உறைபனி மிகுந்து பனிப் புயலால் பயிர் பச்சைகள் அழிந்தன. அப்போதும் சுகஜீவன் மக்களுக்குப் பங்கீட்டு முறையில் உணவுப் பொருள்களை வழங்கச் செய்தார்.

அகமது ஷா அப்தாலி நாட்டின் வருவாயை விடப் பத்து மடங்கு அதிகமான தொகையை வரியாகக் கேட்டார். சுகஜீவன் இதைக் காதில் வாங்கவேயில்லை. வழக்கமாகப் பெறுகின்ற வருவாயிலிருந்து இந்தத் தொகையை அளிக்க முடியாது என்று சுகஜீவன் கூறி விட்டார். மேலும் அவர் மக்களை வருத்தி வரி தண்டுவதை எதிர்த்தார். ஆதலால் சுகஜீவன் முகலாயப் பேரரசர் இரண்டாம் ஆலம் கீரின் (1754-1759) மேலாண்மையை ஏற்றார். முகலாயப் பேரரசர் அவருக்கு இராஜா என்ற பட்டத்தை அளித்தார்.

அகமது ஷா அப்தாலி 1762 ஜனவரி முதல் டிசம்பர் வரையிலும் பாஞ்சாலத்தில் இருந்தார். அவர் ஜூன் மாதம் சுகஜீவனுக்கு எதிராக ஒரு படையை அனுப்பினார். ஆனால் அப்படை தோற்றது. ஜம்மு நாட்டின் இரஞ்சித்து தேவ, சுகஜீவன் மீது பகைமை கொண்டிருந்தார். அவர் சுகஜீவனுக்கு இருந்த செல்வாக்கையும், அவரது திறமையையும் கண்டு பொறாமை கொண்டார். அவருக்கு அழகிய காசுமீரப் பள்ளத்தாக்கின் மீது ஒரு கண் இருந்து வந்தது.

ஆதலால் இரஞ்சித்து தேவ வழிகாட்ட ஒருபடை அக்டோபரில் காசுமீரத்திற்கு அனுப்பப்பட்டது. இந்தப் போரில் சுகஜீவன் தோற்றார். சுகஜீவனைச் சிறைப் பிடித்து, அவரது கண்களைப் பிடுங்கினார். அவரை லாகூருக்குக் கொண்டு சென்று, அங்கு குதிரைக் காலால் இடறச் செய்து கொன்றனர்.

மீண்டும் ஆப்கானியர் கொடுமை

அதன்பிறகு வந்த ஆப்கானிய ஆளுநரெல்லாம், கொடுமைக் காரர்களாகத் தானிருந்து வந்தனர். மக்களை இந்து, முஸ்லிம் என்ற பாகுபாடின்றி இன்னலுக் குள்ளாக்கினர். மீர் ஹசார்கான் என்றவர் இந்துத் தலைவர்களையெல்லாம் கோணியில் போட்டு தைத்துத் தால் ஏரியில் எறிந்து 1793 ஆம் ஆண்டு கொன்றார். அப்துல்லா கான் அல்கோசாய் (1796-1800) தன் சொந்தச் செல்வமாக ஒரு கோடி ரூபாயை மக்களிடமிருந்து வலுவில் பறித்தார். அடா முகமது கான் அல்கோசாய் (1800-1805) அழகிய பெண்களைத் தன் காம இச்சையைத் தீர்ப்பதற்காகக் கவர்ந்தார். அதனால் பல பெண்களின் பெற்றோர் தம் பெண்கள் அவரால் இழிவுபடுத்தப்பட்டுக் கேவலத்திற்கு ஆளாவதைத் தடுப்பதற்காக, அப் பெண்களின் தலைமுடியை மழித்து அலங்கோலமாக்க வேண்டிய கட்டாயம் ஏற்பட்டது.

பண்டிதர் குடும்பங்கள் பல, பட்டோட்டு, கிஷ்டவார், பதர்வா, பூஞ்சு, இரஜௌரி, டெல்லி முதலிய இடங்களுக்குக் குடிபெயர நேர்ந்தது. அதன் விளைவாக அம்மாநிலமெங்கும் குழப்பநிலை தோன்றுகிறது. அண்டையில் வாழ்ந்த மலைவாழ் மக்களான கக்கர், பம்பர், கஜார் முதலானோர் காசுமீரப் பள்ளத்தாக்கைக் கொள்ளையடிக்கலாயினர். இறுதியாகச் சீக்கியர் தலைவரான இரஞ்சித்து சிங்கு 1819 ஆம் ஆண்டு காசுமீரத்தை வென்றார்.

2. நாகபுரிப் போஸ்லே குடி வரலாறு - மராட்டியர் கூட்டணியில் பிளவு

தக்காணத்தில் முகலாயப் பேரரசர் 1707 இல் இறந்த பிறகு அம்மண்ணிலிருந்து மாபெரும் சக்தியாக எழுந்து, இப்பதினெட்டாம் நூற்றாண்டில் பாரத நாடு முழுவதையும் தன்னடிக்கீழ் கொண்டு வருவதற்காக எண்டிசையும் புயலெனப் பாய்ந்து சென்ற மராட்டிய எழுச்சியானது, ஒற்றுமையின்மை, உள்பகை, பேராசை என்ற தீய எண்ணங்களினால் மிகக் குறுகிய காலத்திற்குள் சிதறிப் பிளவுறுவதைப் படம் பிடித்துக் காட்டுவதாக இங்கு சொல்லப்படும் செய்திகள் அமைகின்றன.

தனி நல நாட்டத்தையே தாரக மந்திரமாகக் கொண்டு மண்ணை மட்டுமே ஒட்டிய ஆசைகளினால் சூழ்ச்சிகளாலும் துரோகச் செயல்களாலும் அழிகின்ற பேரரசுகள் அனைத்தையும் போன்று, மராட்டியர் கூட்டணியும் மறைந்துவிடும் என்பதை நாகபுரியின் போஸ்லே குடி வரலாறு தெளிவாக அறிவுறுத்துகின்றது.

நாகபுரிப் போஸ்லே குடியை மூதோஜி என்பவர் தோற்றுவித்தார். நாகபுரி நடு இந்தியாவில் தக்காணப் பீடபூமியில் உள்ளது. அவர் பெரும் புகழ்பெற்ற பர்சோஜி போஸ்லேயின் தந்தையாவார். இக்குடியினர் சதாராவைக் கோநகராக வைத்தாண்ட மராட்டியச் சத்திரபதிகளுடன் நெருக்கமான உறவு கொண்டிருந்தனர். அவர்களுக்கு ஹிங்கானிக்கர் போஸ்லே என்று பெயர். அவர்கள் பூனா மாவட்டத்திலுள்ள ஹிங்கானி என்ற இடத்தில் நிலப்பிரபுக்களாக (படேல்) இருந்தமையால் இப்பெயர் பெற்றனர்.

பர்சோஜியும், மூதோஜியின் தம்பியான ரூபாஜியும் மாபெரும் மராட்டிய மன்னர் சிவாஜியின் (1627-1690) தலையாய படைத்தலைவர்களாய் விளங்கினர். சர்சோஜி பேரார், கோண்டுவான நாடு ஆகியன மீது படைகொண்டு சென்றிருக்கின்றார். சத்திரபதி இராஜாராமிற்குப் பொருளாதார உதவி செய்திருக்கின்றார். பர்சோஜிக்கு 1699ஆம் ஆண்டு ''சேன சாகேபு சுபா'' என்ற பட்டம் அளித்துச் சிறப்பிக்கப்பட்டது. மேலும் அவருக்கு சரஞ்சாம் அளித்து, அவர் பேராரிலும் கோண்டு வானாவிலும் சௌத்து என்ற வரியை வாங்கிக் கொள்ளலாம் என்று உரிமையளிக்கப்பட்டது.

சரஞ்சாம்

சரஞ்சாம் என்பது என்ன? சரஞ்சாம் என்பது பாரசீக மொழிச் சொல். அதற்குக் கருவி, பலசரக்கு, இருக்கை, பண்டங்கள் அல்லது எம்முயற்சியாயினும் அதற்கு இன்றியமையாது வேண்டப்படுவது என்றெல்லாம் பொருள் உண்டு. இச்சொல் காலப்போக்கில் ஒரு வகையான நிலவுடைமையைக் குறிக்கும் சொல்லாயிற்று. போர்ப்படையினரின் ஆதரவுக்காக அல்லது தனிப்பட்ட முறையில் செய்த படைப்பணிக்காக ஊர்கள் அல்லது நிலங்களிலிருந்து தற்காலிகமாக வரி வருவாய் பெறுவதற்காக அவற்றை ஒதுக்கித் தருவது என்ற பொருளில் இச்சொல் மராட்டியரிடையே வழங்கிற்று.

அரசின் பொதுவான பணிகளுக்கென்று அமர்த்தப்பட்டவர்கள், தம் பெருமையைக் காத்து வரவும், அறப்பணிகளுக்குக் கொடை கொடுக்கவும் அளிக்கப்பட்ட அரச மானியங்கள் சரஞ்சாம் என்று பெயர் பெற்றன. முஸ்லிம் அரச குடியினர் படைகளைப் பராமரிக்க அல்லது தனிப்பட்ட முறையில் அளித்த ஊதியத்திற்காக அல்லது அதிகாரப் பெருமையைக் கொண்டு செலுத்த அல்லது குறிப்பிட்ட சில நோக்கங்களுக்காக வரிவருவாய் தருகின்ற ஜாகீர்களை வழங்கி நிலப்பிரபுத்துவ மேட்டுக்குடி வர்க்கம் ஒன்றை உருவாக்கி வந்தனர்.

(மராட்டிய மன்னர் இராஜராம் (1689-1700) இந்த ஜாகீர்தாரி முறையைக் கைக்கொள்ள வேண்டிய சூழ்நிலை உருவாகி, மாவட்டங்களையும், மாநிலங்களையும், சரஞ்சாம் ஆக அளிக்க வேண்டிய நிலை ஏற்பட்டது. முஸ்லிம் மன்னர்களின் ஆட்சிமுறையில் இருந்து வந்த ஜாகீர்தாரி முறை, மராட்டியரின் ஆட்சியில் சரஞ்சாம் முறை என்று வழங்கலாயிற்று.)

பர்சோஜி பேராரிலுள்ள பாம் என்ற இடத்தைத் தன் தலைமையகமாகக் கொண்டு கான் தேஷ், பேரார், கோண்டுவானா முதலிய இடங்களில் செயல்பட்டார்.

முகலாயர் அரவணைப்பில் இருந்து வந்த சாகு 1707 ஆம் ஆண்டு தாயகம் திரும்பியதும் அவரது கொடிக் கீழ் விரைந்து முதலில் திரண்ட தலைவருள் பர்சோஜி போஸ்லே ஒருவராவார். இங்ஙனம் திருப்பி வந்த சாகுவை, அவர் சாகுவாய் இருக்க முடியாது என்று அரச காவலராய் இருந்த தாரா பாய் ஐயுற்ற போது சாகுவுடன் ஒரே வட்டிலில் உண்டு வளர்ந்த பர்சோஜி, அந்த ஐயப்பாட்டைப் போக்கினார். அதற்கு நன்றியாகச் சாகு அவருக்குச் சேன சாகேபு சுபா என்ற பட்டத்தை அளித்ததுடன் பேராரில் ஆறு சர்க்கார்களையும், நூற்று நாற்பத்தேழு மகால்களையும் வழங்கினார். பர்சோஜி 1709 இல் இறக்கவும் அவர் மகன் கானோஜி பொறுப்பேற்றார்.

ரகுஜி போஸ்லே

கானோஜி போஸ்லே மராட்டிய மன்னரோடும், தம் உறவினர்களோடும் தாவாக்களில் ஈடுபட்டார். அவர் தன் சரஞ்சாம் உரிமையைத் தவறாகப் பயன்படுத்தினார் என்று தெரிகின்றது. அவர் மன்னருக்குச் செலுத்தவேண்டிய பங்கையோ தன் சிற்றப்பன் ரானோஜிக்கும், தன் சகோதரர் மகன் ரகுஜிக்கும் தகுந்த உதவித் தொகையையோ தரமுடியாது போயிற்று. அதனால் மராட்டிய மன்னர் சரஞ்சாம் உரிமையைப் பங்கு போடுமாறு ஆணை பிறப்பித்தார். அது கானோஜிக்கு வருத்தமாயிற்று.

அதனால் அவர் உடனே நிசாம்-உல்-முல்குடன் பேச்சு நடத்தி அவருக்குப் பணிபுரிய முன்வந்தார். இதையறிந்த மராட்டிய மன்னர் ரகுஜியைக் (1695-1758) கானோஜிக்கு எதிராக அனுப்பி வைத்தார். ரகுஜி தன் சிற்றப்பனைச் சிறை செய்தார். ரகுஜி போஸ்லேக்கு இப்போது குடும்பப் பட்டமும், சரஞ்சாம் உரிமையும் கிடைத்தன. அவர் போஸ்லே குடியில் மிகுந்த திறமை வாய்ந்தவர். அவர் வங்கம் வரையிலும் தன் உரிமைப் பகுதிகளை விரித்தார்.

அவர் பேரார், கோண்டுவானா, அலகாபாது, பாட்னா, வங்கத்தின் மக்சூதாபாது இங்கெல்லாம் சௌத்து என்ற வரியை வாங்கும் உரிமைக்கு மாற்றாக, முடிமன்னரின் ஊழியத்திற்கென்று ஐயாயிரம் பேரடங்கிய ஒரு குதிரைப் படையைப் பராமரித்து வரவும் அரசிற்கு ஆண்டுதோறும் ஒன்பது இலட்ச ரூபாய் தரவும், ஓர் ஆவணப் பத்திரத்தை மராட்டிய மன்னருக்கு எழுதிக் கொடுத்தார்.

அரசர் வேண்டும்போது பத்தாயிரம் பேரடங்கிய குதிரைப் படையைத் திரட்டித்தரவும், பேஷ்வாவுடன் சேர்ந்து போருக்குச் செல்லவும், அவர் ஆணையிடுகின்ற எந்த இடத்திற்கும் செல்லவும் ரகுஜி போஸ்லே உறுதி கூறினார்.

பர்சோஜியும், கானோஜியும் பேராரிலும், கோண்டு வானாவிலும் வலுவாக நிலைபெற்றிருந்தனர். ரகுஜி முதலில் அத்திக்கு நோக்கி விரிந்தார்.

கோண்டு நாடு

தேவகடு இராஜா சாந்து சுல்தான் 1735 இல் இறக்கவே அவருடைய காமக்கிழத்தியின் மகன் வலி ஷா நாட்டைக் கவர்ந்தார். முறையாகப் பட்டத்திற்கு வரவேண்டிய மகனின் தாயான இரத்தன் சவார், ரகுஜி போஸ்லேயின் ஆதரவை நாடினார். ரகுஜி இரண்டாண்டுகள் போர் செய்து வலி ஷாவின் கூட்டத்தைத் தோற்கடித்துக் கோண்டு அரசில் மூன்றிலொரு பங்கைப் பெற்று விட்டார்.

அங்கு இங்ஙனம் உண்டான மராட்டிய மேலாண்மையிலிருந்து விடுபடுவதற்காகத் திவான் இரகுநாத சிங்கு 1748இல் ஒரு கிளர்ச்சியை உண்டாக்க முயன்றார். அம்முயற்சி தோற்கவே சாந்து சுல்தானின் இரண்டு மக்களான அக்பர் ஷாவும், புர்ஹான் ஷாவும் நாகபுரிக்குக் கொண்டு செல்லப்பட்டனர். ரகுஜி தேவகடு அரசு முழுவதன் ஆட்சிப் பொறுப்பையும் கோண்டு மன்னரின் பெயரால் எடுத்துக் கொண்டார். இந்த ஏற்பாடு, பின்னர் நாகபுரியில் போஸ்லே ஆட்சி முடிந்தது வரையிலும் நீடித்தது. போஸ்லே மன்னர்கள் கோண்டுகளுக்காகத் தாமே ஆட்சி புரிவதாகக் கருதிக் கொண்டனர்.

தமிழ் நாட்டில்

ரகுஜியின் அடுத்த வீரச்செயல் தொலைவில் இருந்த கர்நாடகம் என்ற தமிழ்நாட்டைக் களமாகக் கொண்டது. தஞ்சையை ஆண்ட பிரதாப சிங்கன் ஆர்க்காட்டு நவாபினால் இன்னல்களுக்குள்ளாகவே அந்நவாபை எதிர்த்து முறியடிக்க ஒரு படையை அனுப்புமாறு மன்னர் சாகுவை வேண்டினார். அவர் உடனே ஃபத்தே போஸ்லேயின் தலைமையில், ரகுஜி போஸ்லேயை உதவித்தலைவராகக் கொண்ட 50,000 பேரடங்கிய ஒரு படையைத் தஞ்சைக்கு அனுப்பினார்.இப்படை தாமல் செருவுப் போர்க்களத்தில் நவாபு தோஸ்து அலியை 1740 மே 19 அன்று கொல்லவே, ஆர்க்காட்டுப் படை சிதறி ஓடியது.

ரகுஜி பின்னர் 1741 இல் திருச்சிராப்பள்ளிக் கோட்டையை முற்றுகையிட்டுச் சந்தா சாகிபைச் சிறைப்படுத்தியதையும் நாம் அறிவோம். அதன் பிறகு ரகுஜியின் கட்டளைப்படி 15,000 பேரடங்கிய மராட்டியப் படை புதுச்சேரியை நோக்கிச் சென்றது. பிரஞ்சுக்காரர் தம் எதிரியான சந்தா சாகிபிற்கு ஆதரவு தந்து வருவதால், தமக்கு இழப்பீடு தர வேண்டும் என்று மராட்டியர் கேட்டனர். உடனே பிரஞ்சுக் கவர்னர் ஜெனரல் டூமா மராட்டியர் தாக்குதலை எதிர்த்து நிற்க ஆயத்தமானார். அவர் மராட்டியர் மீது தனக்குள்ள நல்லெண்ணத்தின் அறிகுறியாகப் பன்னிரண்டு பிரஞ்சு மதுப்புட்டிகளை அனுப்பினார். பிரஞ்சுக்காரரின் போர் ஆயத்தத்தை ஏற்கெனவே அறிந்திருந்த மராட்டியர் படைத்தலைவர், ''பிரஞ்சுக்காரரின் வீரத்தை மெச்சினார்.'' ''பிரான்சின் உலகப் புகழ் பெற்ற திராட்சைத் தோட்டங்களில் விளைந்த பழங்களிலிருந்து எடுத்த பொன்னிறத் தேறல்'' மராட்டியப் படைத் தலைவரை வென்று விட்டது.

1746

வங்கம்

ரகுஜி போஸ்லே அடுத்த பத்தாண்டுக் காலம் நாட்டின் கிழக்குப் பகுதியில் தன் வல்லமையை நிலை நாட்டுவதற்காகப் போரிட்டு வந்தார். பிகாரின் ஆளுநராயிருந்த அலிவர்தி கான் (இ.ச.க. தொகுதி -4) தன் ஆண்டையான நவாபு சர்ஃபராஸ் கானை 1740 ஏப்ரல் 10 அன்று கொலை செய்து விட்டுப் பிகார், ஒரிசா முதலியன அடங்கிய வங்க சுபாதிரி என்ற வங்கப் பெரும் நிலத்தைக் கவர்ந்து விட்டார். ஆனால் இச் செயலை இறந்து போன நவாபின் உறவினரும், ஆதரவாளரும் ஏற்கவில்லை. அவர்களுள் ஒரிசாவின் தலையாய படை அதிகாரியான மீர் ஹபீபும் ஒருவர். அவர்கள் அலிவர்திகானை எதிர்த்துக் கொண்டே, மராட்டியரிடம் உதவி கேட்டு வந்தனர்.

அலிவர்தி கான் ஒரிசாவில் கிளர்ச்சிக்காரர்களை ஒடுக்கிக் கொண்டிருந்த வேளையில், ரகுஜியின் அமைச்சரான பாஸ்கர ராம கோச்சத்கர் என்பவரின் தலைமையில் ஒரு படை கிளம்பிப் பச்சட்டு என்ற இடத்தின் வழியாகப் பிகாருக்குள் புகுந்து, 1742 ஏப்ரலில் பர்துவானை அடைந்தது.

மராட்டியர் கொள்ளை

மராட்டியப் படையில் ஒரு பகுதியினர் நாட்டுப்புறங்களில் சுற்றித் திரிந்து, கண்ட மேனிக்கு ஊர்களை அங்குமிங்குமாகக் கொள்ளையடித்தனர். அதனால் நவாபிற்குத் தானியம் எதுவுமே கிடைக்காமற் செய்துவிட்டனர். நவாபு இந்த முற்றுகையைக் கிழித்தெறிந்து விட்டுக் கட்டுவா என்ற இடத்திற்குத் தப்பிச் செல்ல முயன்றார். அது

கண்டுபிடிக்கப்பட்டுவிட்டது.மராட்டியக் குதிரைவீரர்கள் தப்பிச்செல்ல முயன்றவர்களை உடனே வெட்டிக் கொன்று விட்டனர். கான் மட்டும் எப்படியோ தப்பிச் சென்று காட்டுவாவை அடைந்தார்.

போராடும் காலம் முடிவடையுந் தறுவாயை எட்டியது; மழை எப்போதும் வரலாம்; மழை வந்தால் வங்கத்து ஆறுகளில் வெள்ளம் பெருக்கெடுக்கும். அதனால் படைகளின் இயக்கத்தை நிறுத்த வேண்டிவரும். எனவே பாஸ்கர ராம் நாகபுரிக்குத் திரும்புவதற்கு விரும்பினார். ஆனால் மீர் ஹபீபு செல்வச் செழிப்பு நிறைந்த மூர்சிதாபாது நகரம் பாதுகாப்பின்றித் திறந்து கிடப்பதை எடுத்துக் காட்டி, அதை நவாபு இல்லாத இவ்வேளையில் மராட்டியர் தாக்கினால் எளிதில் இரையாகிவிடும் என்று சொன்னார்.

ஆதலால், மராட்டியர் ஒரு சிறுபடையை எடுத்துக் கொண்டு 1742 மே 6 அன்று நகருக்குள் புகுந்து பணக்காரர் வீடுகளைக் கொள்ளையடித்தனர்; நவாபு திரும்பு முன்னர் ஓடிப்போயினர்; பாஸ்கர ராம், மீர் ஹபீபின் ஆலோசனைப்படி நாகபுரி செல்லும் எண்ணத்தைக் கைவிட்டுக் கட்டுவாவில் தங்கினார். அவரது படையினர் மேற்கு வங்கமெங்கும் உலவினர்; வங்கத்தின் அந்தப் பகுதியில் நவாபின் ஆட்சி முடிந்து போய்விட்டது. ''மராட்டியர் இந்நிகழ்ச்சிகளின் போது கொடுஞ் செயல் புரிந்தனர்'' என்று 'மராட்டிய புராண' ஆசிரியரான கங்காராம் கூறுகின்றார். மராட்டியர் இப்பகுதியில் பொதுமக்கள் மீது போர் தொடுத்தது தான் கொடுஞ் செயலாகும். மராட்டியப் படையினர் கொடிய செயல்களுக்காக இந்தியாவெங்கும் இழிபெயர் பெற்றுள்ளனர். புகழ்பெற்ற இந்துக் கோயில், திருமடம் முதலியவற்றைக்கூட அவர்கள் விட்டுவைத்தாரிலர்.

நவாபின் எதிர்த் தாக்கு

அலிவர்தி கான் இதனிடையே படை திரட்டிக்கொண்டு, பாஸ்கர ராமை 1742 செப்டம்பர் 27 அன்று கட்டுவாவில் தாக்கினார். மராட்டியர் படை அங்கு குழப்பமடைந்து ஓடிவிட்டது. ரகுஜி வங்கத்தில் சௌத்து வரியைத் தண்ட முயன்று இருமுறை தோற்றார். கான் 1743 ஆம் ஆண்டு மராட்டியப் பேஷ்வாவின் உதவியைப் பெற்றார். போஸ்லேயின் படைகளை வங்க மாநிலத்திலிருந்து விரட்டியடித்தார்.

பேஷ்வா தலையீடு

பேஷ்வா இதில் தலையிட்டதைப் பற்றிச் சாகுவிடம் முறையிடுவதற்காக ரகுஜி சதாரா சென்றார். சாகு 1743 ஆகஸ்டில் அலிவர்தி கானுக்கும், ரகுஜிக்கும் அவரவர் ஆட்சிப் பகுதியை வரைப்படுத்தித் தந்தார். அதனால் ரகுஜி கிழக்குப்பகுதியில் தன் வெற்றிகளைத் தாராளமாகத் தடையின்றித் தொடர இப்போது வழி ஏற்பட்டது.

அலிவர்தி கானால் நாகபுரிப் போஸ்லேக்களுடன் தொடர்ந்து போரிட முடியவில்லை. அவருக்கு 75 வயதாகி விட்டது. அலுத்துச் சோர்ந்த அலிவர்தி கான், 1751 மே மாதம் மராட்டியருடன் ஓர் உடன்படிக்கை செய்து கொண்டார். அதன்படி வங்க வரிவருவாயிலிருந்து வங்க மாநிலச் சௌத்தாக ரகுஜிக்கு ஆண்டிற்குப் பன்னிரண்டு இலட்ச ரூபாய் தரவேண்டும். மராட்டியர் இனிமேல் அலிவர்தி கானின் ஆட்சிப் பகுதியில் கால் வைப்பதில்லை என்று ஒப்புக் கொண்டனர். வங்க எல்லை வரையறுக்கப்பட்டது. ஆதலால் மராட்டியர் வென்ற மிதினாப்பூர் வங்கத்துடன் மீண்டும் சேர்ந்தது.

ரகுஜியின் விரிந்த ஆட்சிப் பரப்பு

ரகுஜி போஸ்லே இங்ஙனம் மேற்கே பேராரிலிருந்து ஒரிசா வரையிலும், வடக்கில் காக மண்டலத்திலிருந்து தெற்கே இந்திரப்பூர் வரையிலும் தன் ஆட்சிப் பரப்பை விரித்துக் கொண்டார். அவர் பேராரில் நிசாமுடன் சேர்ந்து வரி வருவாயில் பங்கு பெற்று வந்த போதிலும், ஏனைய பகுதிகள் அனைத்தும் அவர் ஆட்சிக்குள் இருந்தன.

இவ்வாறு ரகுஜி அமைத்த விரிந்து பரந்த ஆட்சிப் பரப்பு பேஷ்வாவைப் பொறாமை கொள்ளச் செய்தது. ரகுஜி 1755 இல் இறந்தார். அவருக்குப் பின் யார் பட்டத்திற்கு வருவது என்பது குறித்துச் சச்சரவு ஏற்பட்டது. பேஷ்வா இதைத் தனக்குச் சாதகமாக்கிக் கொண்டு, ரகுஜியின் குடும்பத்தினர் தன் மேலாண்மையை ஏற்குமாறு செய்தார்.

ரகுஜி சாவு

தமிழ் நாட்டிலும், வங்கம், ஒரிசா, பிகார் முதலிய இடங்களிலும் களம் பல கண்டவரும், சந்தா சாகிபைத் திருச்சிராப்பள்ளிக் கோட்டையில் சிறைப் பிடித்தவரும், பெரும்படைத் தலைவருமான ரகுஜி போஸ்லே 1755 பிப்ரவரி 14 அன்று தனது அறுபதாவது வயதில் இறந்தார். அவருக்கு நானோஜி, மூதோஜி, பிம்போஜி, சாபாஜி என நான்கு ஆண் மக்கள் இருந்தனர். மூத்த மகனான நானோஜி இளைய அரசிக்குப் பிறந்தவர். எனவே தந்தை வழிச் சொத்தின் மீது மூதோஜி உரிமை கொண்டாடினார்.

நாகபுரிப் பிரிவினை

இந்தத் தாவா பேஷ்வா பாலாஜி பாஜிராவிடம் சென்றதும் அவர் மராட்டிய அரசு முழுமைக்கும் சட்டம் வகுக்கும் மேலாண்மை தனக்கு உண்டென்று வலியுறுத்திப் பெருந்தொகையை நசர் என்ற காணிக்கைப் பணமாகக் கேட்டார். நாகபுரியை இரண்டு மூன்று பகுதிகளாகப் பிரித்தார்.

ஜானோஜிக்குச் சேனா சாகிபு என்ற பட்டமும், சந்திரப்பூர் சதிஷ் கடு நீங்கலாகப் போஸ்லே ஆட்சிப் பகுதியை ஆளும் உரிமையும் கிடைத்தன. சந்திரப்பூர் மூதோஜிக்கும், சதிஷ்கடு பிம்போஜிக்கும் கிடைத்தன.இந்தத் தீர்ப்பு 1757 இல் வழங்கப் பெற்றாலும், சன்னது என்ற முறையான ஆணைகள் 1761இல் தான் தரப்பட்டன. பேஷ்வா இங்ஙனம் அண்ணன் தம்பிகளுக்குள் ஆட்சிப் பரப்பைப் பிரித்துத் தந்ததால் குடும்பத் தலைமை வலுக்குன்றியது. இதை ஜானோஜியும் அவரைச் சார்ந்தவர்களும் விரும்பவில்லை.

ஆதலால் உடன்பிறந்த நால்வருக்குள்ளும் முடிவில்லாத தாவாக்கள் எழுந்து, இறுதியில் உள் சண்டையே உருவாகி விட்டது. நாகபுரிப் போஸ்லேக்கள் இங்ஙனம் உள் சண்டைகளில் மூழ்கியிருந்ததால் மராட்டிய விவகாரங்களில் சிறிதளவே பங்கேற்றனர். மேலும் வங்கத்திலிருந்து சௌத்தைப் பெற்று அம்மாநிலத்தின் மீது தமக்கு இருந்த உரிமையை நிலைநாட்டத் தவறினர்.

மராட்டிய அரசுடன் பகை

சாகு மன்னரின் மறைவிற்குப் பின்னர் பேஷ்வா மராட்டிய அரசின் தலைமைப் பொறுப்பை ஏற்றதும், போஸ்லே சிற்றரசு குறித்து அவர் எடுத்த முடிவும், போஸ்லே

சகோதரர்களைப் பகைகொள்ளச் செய்தது. அதனால் அவர்கள் மராட்டிய அரசின் எதிரிகள் செய்த சதிகளுக்கெல்லாம் உடந்தையாயினர்.

ஜானோஜி போஸ்லே ஆட்சிப் பொறுப்பை ஏற்றதும் நசர் என்ற காணிக்கையாகப் பத்து இலட்ச ரூபாய் தருவதாக ஒப்புக் கொண்டாரெனினும் மராட்டிய மையக் கருவூலத்திற்குத் தன்வரி வருவாயிலிருந்து ஒரு பகுதியைக் கூடச் செலுத்தவில்லை. அவர் அதற்கு மாறாக 1762 ஆம் ஆண்டு இரகுநாத ராவுடன் சேர்ந்து கொண்டு, தன் நெருங்கிய உறவினரான மராட்டிய மன்னரைப் பதவியிலிருந்து இறக்கும் சதியில் சேர்ந்து கொண்டார். இதற்காக அவருக்குச் சதாராவில் மராட்டிய அரசுரிமை தருவதாகச் சொல்லப்பட்டது. எனினும் இந்த மோசமான சதி கை கூடவில்லை.

பேஷ்வாவிற்கு அறைகூவல்

ஜானோஜி பேஷ்வாவின் மேலாண்மைக்கு அறைகூவல் விடுக்கும் வகையில் ஐதராபாது நிசாமுடன் சேர்ந்து கொண்டார். நிசாம், போஸ்லே ஆகியோரின் படைகள், மராட்டிய நாட்டின் நடு மையத்தினுள் புகுந்து, பேஷ்வாவின் தலைநகரான பூனாவின் புற நகருக்குத் தீ வைத்தனர்.வழியில் பல கோயில்களைப் பாழ்படுத்தினர்.

பேஷ்வா தன் எதிராளிகளை அச்சுறுத்தியும் அரசியல் தந்திரத்தைக் கையாண்டும், அவர்களை வழிக்குக் கொண்டு வந்தார். பேஷ்வா நிசாமை 1763 ஆகஸ்டில் இரட்சசபுவன் என்ற இடத்தில் தோற்கடித்தார். ஜானோஜி நிசாமை நடு வழியில் கைவிட்டுக் களத்தை விட்டு நீங்கியதற்குக் கைக்கூலியாக ஆண்டில் 32 இலட்சம் ரூபாய் வருவாய் தரக் கூடிய ஒரு பகுதியைப் பேஷ்வாவிடமிருந்து பெற்றார்.

மிகையாக வந்த இந்த ஜாகிரை ஆண்டு அனுபவிக்க ஜானோஜி நெடுங்காலம் வாழவில்லை. அவர் கர்நாடகப் போரில் ஐதரை எதிர்க்கப் படை அனுப்புவதாய் ஒப்புக் கொண்ட போதும் அவ்வாக்குறுதியை நிறைவேற்றாது தட்டிக் கழித்து வந்தார். நாம் மேலே கூறியவாறு ஜானோஜி போரில் நிசாமுடன் வரி வருவாயைப் பங்கு போட்டு வந்தார். ஆனால் அங்கிருந்த ஜானோஜியின் அலுவலர்கள் நிசாமை வரி தண்டுவதற்கு விடுவதில்லை.

நிசாம் இராட்சசபுவன் சண்டைக்குப் பிறகு பேஷ்வாவுடன் பாதுகாப்பு உடன்படிக்கை செய்து விட்டதால் பேஷ்வா அந்த உடன்படிக்கையை இப்போது காப்பாற்ற வேண்டுமென்று நிசாம் கேட்டார். பேஷ்வா தனக்கு இரண்டகம் செய்த ஜானோஜியைத் தண்டிக்க வேண்டுமென்பதில் கண்ணும் கருத்துமாயிருந்தார். எனவே நிசாமிற்கு உதவுவதென்று முடிவெடுத்தார்.

நாகபுரி மீது பேஷ்வா படையெடுப்பு

பேஷ்வா பெரும்படைக்குத் தலைமை ஏற்று 1765 இல் கான் தேஷ் வழியாகப் பேராருக்குள் நுழைந்தார். நிசாமின் திவானான ருக்குனத்துல்லா எண்ணாயிரம் பேரடங்கிய படையுடன் வந்து மராட்டியருடன் சேர்ந்து கொண்டார்.

பெரும்படை வருவதைக் கண்டதும், போஸ்லே சகோதரர்கள் தம் தலைநகரை விடுத்துக் குடும்பத்தினருடன் ஆம்னர் கோட்டையில் புகலடைய முயன்றனர். அங்கு பத்திரமாக இருக்க முடியாது என்பதை அறிந்ததும் பெண்டு பிள்ளைகளைச் சந்திரப்பூருக்கு அனுப்பிவிட்டுத் தம் படையுடன் சேர்ந்து கொண்டனர்.

ஜானோஜி தன் வலுவின்மையை உணர்ந்து பேஷ்வாவின் தூதுவரான வியங்கட்டு மோரேசுவர் வழியே சந்து செய்து கொள்ள முயன்றார். பேஷ்வாவின் தலைநகருக்குத் தீ வைத்து அழித்ததில் தனக்குப் பொறுப்பு இல்லையென்றும், பேஷ்வா தனது புதிய ஜாகிரை இப்போது நிசாமிற்கு மாற்றித் தரக் கருதுவது ''பாம்புக்குப் பால் வார்த்தது போலாகும்'' என்றும் மன்றாடினார்.

போஸ்லேக்களை மராட்டியக் கட்டுக்குள் வைத்திருக்க வேண்டுமென்பதற்காக ஜானோஜிக்கு ஜாகீரில் ஒரு சிறுபகுதியைக் கொடுத்து விட்டுப் பதினைந்து இலட்ச ரூபாய் வருவாய் தரும் பகுதியை நிசாமிற்குத் தந்தார்; தனக்கென்று ஒன்பது இலட்ச ரூபாய் வரும் பகுதியை எடுத்துக் கொண்டார். இந்த உடன்படிக்கை 1766 ஜனவரி மாதம் கோலாப்பூரில் கையெழுத்தானது.

போஸ்லே இவ்வுடன்படிக்கைப்படி வடபாரதம் சென்ற பேஷ்வா படைக்குத் துணையாகத் தன் படையை அனுப்ப வேண்டும். ஆனால் அவர் அவ்வாறு செய்யாது பேஷ்வாவின் சினத்தைத் தூண்டினார்.

பேஷ்வா பதவிக்குப் போட்டி

பேஷ்வாவிற்கும் அவருடைய தந்தையுடன் பிறந்த இரகுநாதருக்கும் 1768இல் கருத்து வேறுபாடு ஏற்பட்டது. இரகுநாதர் பேஷ்வா பதவி தனக்கு வேண்டுமென்று விரும்பினார். இதில் பேஷ்வா மாதவராவ் பல்லலுக்குச் (1761-1772) சிறிதும் உடன்பாடு இல்லை. ஆதலால் இரகுநாதர் பேஷ்வாவிற்கு விரோதமாகச் சதி செய்தார். அவர் ஐதராபாது நிசாம், மைசூர் ஐதரலி, பம்பாய்க் கிழக்கிந்தியக் கம்பெனித் தலைவர், மராட்டியர் கூட்டணியிலிருந்த கெயிக்குவாடு போன்றவர்களின் உதவியை நாடினார். அவர் 1768இல் பேஷ்வாவினால் தோற்கடிக்கப்பட்டதும் நாகபுரிப் பகுதிக்குள் நுழைந்து விட்டார்.

ஜானோஜி தன் திவான் திவாகர பாண்டேயை அனுப்பிப் பேஷ்வாவின் சீற்றத்தைத் தணிக்க முயன்றார். ஆனால் பேஷ்வா திவானின் நல்லெண்ணத்தின் மீது ஐயங்கொண்டு, நாகபுரியை நோக்கித் தொடர்ந்து முன்னேறினார். அவர் இந்துஸ்தானத்து விவகாரங்களைச் சீர்படுத்துவதற்காகப் பெரும் படையைத் திரட்டியிருந்தார். அந்தப்படை ஜானோஜி போஸ்லேக்கு எதிராகக் களத்தில் இறங்கியது.

போஸ்லேயின் தலைநகரம் உள்பட வார்தாவின் மேற்குப் பகுதி முழுவதும் பேஷ்வாவினால் பிடிக்கப்பட்டு விட்டது. அப்படையின் ஒருபகுதி சந்தாவை முற்றுகையிட்டிருக்க, ஏனைய படையினர் புறமுதுகிட்டோடிக் கொண்டிருந்த ஜானோஜியைத் துரத்திச் சென்றனர். நாகபுரிக்கு அருகிலுள்ள பாண்டர என்ற இடம் தோற்கடிக்கப்பட்டது. போஸ்லேயின் படைத் தலைவரான நரகரி பல்லல் 1769 ஜனவரி அன்று பஞ்சகாம் என்ற இடத்தில் தோற்கடிக்கப்பட்டார். ஜானோஜி ஒரு மாத காலப் போருக்குப் பிறகு, தன் ஆட்சிப் பரப்பின் தென்பகுதியிலுள்ள கனகபுரத்திற்கு அருகில் போக்கு முட்டிப்போய் நின்று விட்டார். அதன்பிறகு 1769 மார்ச் 23 அன்று ஓர் உடன்படிக்கை செய்து கொள்ளப்பட்டது.

ஜானோஜி இந்த உடன்படிக்கைக்குப் பிறகு நெடுநாள் உயிர் வாழவில்லை. அவர் 1772 மே 16 அன்று இறந்தார். அவர் தனது 17 ஆண்டுக்கால ஆட்சியில் தன் சிற்றரசை நல்ல முறையில் ஆளவோ தன் சகோதரர்கள் அல்லது பேஷ்வாவுடன் நல்லிணக்கம் கொள்ளவோ இல்லை. சகோதரர் நால்வரும் தமக்குள் சண்டை போட்டுக்

கொண்டனர். அவரது படை எந்நேரமும் அவருக்கு எதிராகக் கலகம் செய்யக் காத்திருந்தது. பொதுவான ஆட்சி நிர்வாகத்தில் குழப்பம் நிலவிற்று. ஆகையால் போஸ்லேக்கள் பயனுள்ள இராணுவ சக்தியாக விளங்காது போயினர்.ஆங்கிலேயர் அவர்களின் வலுவின்மையை உணர்ந்து வங்கத்தின் சௌத்து என்ற வரியைக் கொடுக்க மறுத்தனர். வங்கம் இறுதியில் 1853 இல் ஆங்கிலேயரால் விழுங்கப்பட்ட கதை உரிய இடத்தில் வரும்.

3. வங்கத்தின் மீது மராட்டியர் தாக்குதல் பெரிய பணமுடை ஏற்பட்டது

மராட்டிய மன்னர் சாகுவைச் சுற்றியிருந்த அரசியல் தலைவர்களில் சிலர், மராட்டியர் தெற்கில்தான் விரிய வேண்டும்; வடக்கில் அல்ல என்று கூறி வந்தனர். அவர் அதற்கு இணங்கித் தெற்கில் முனைந்து இறங்கியிருந்தால் கிருஷ்ணை ஆற்றிற்குத் தெற்கிலுள்ள பகுதி முழுவதையும் மிக எளிதாக வென்றிருக்க முடியும். கடப்பை, கர்னூல், சிரா, சாவனூர் முதலிய இடங்களில் இருந்த குறுநில மன்னர்களும், மைசூர் மன்னர், ஆர்க்காட்டு நவாபு, திருவிதாங்கூர், கொச்சி, கள்ளிக்கோட்டை அரசர்கள் முதலானோரும், மராட்டியரின் முழு வலிமையையும் எதிர்த்து நின்றிருக்க முடியாது. ஆனால் மராட்டியர் தலைவர்களான சிவாஜியும், அவருடைய சகோதரர் ஏகோசியும் தெற்கில் படை கொண்டு வந்தபோது, அவர்களால் பெரும் பரப்பை வெற்றி கொண்டு விடுவதற்கு முடியவில்லை.

ஏகோசியினால் தஞ்சைத் தரணியில் 1676 ஆம் ஆண்டு ஒரு சிற்றரசை மட்டுமே நிறுவ முடிந்தது. சிவாஜியோ செஞ்சிக் கோட்டை போன்ற சிறு இடத்தைக் கைப்பற்றியதுடன், மராட்டியர் தெற்கில் விரிவது நின்று விட்டது. தஞ்சை மராட்டியர் தம்மை விரிக்க மேற்கொண்ட முயற்சி பலனளிக்கவில்லை என்பதை இக்களஞ்சியத்தில் இனிவரும் ஆண்டுகளில் காணலாம். தெற்கு என்பது மராட்டியர் பெரிதும் கவனிக்காத ஒதுக்குப்புறமாகவே போய்விட்டது.

ஆனால் அவர்களின் இலக்கு எல்லாம் வடக்கே தானிருந்தது. சாகுவும் முதல் பேஷ்வாவும், அவர் மகன் பாஜிராவும் பேரரசப் பாட்டை வடக்கு நோக்கித்தான் செல்கின்றது என்று நினைத்தனர். அதற்கிணங்க மராட்டியர் படைகள் வடக்கில் பல திக்குகளில் விரிந்து வந்தன என்பதை அவை வடமேற்கு, வடகிழக்கு, வடக்குத் திக்குகளில் நடத்திய போர்கள் நமக்குக் காட்டுகின்றன.

இந்தப் பதினெட்டாம் நூற்றாண்டு இந்திய வரலாற்றில் மராட்டியரின் பேரரசக் கொள்கை தோற்றுவித்த அரசியல், சமூக, பண்பாடு, பொருளியல் விளைவுகள் பலவாகும்.

மராட்டியர் 1746 இல் வங்கத்தின் மீது படையெடுத்தமையால் ஆங்கிலேயரின் வாணிபத்திற்குக் குந்தகம் ஏற்பட்டது. இப்படையெடுப்பின் விளைவாகப் பணத்திற்குப் பெரிய முடை ஏற்பட்டதால், கிழக்கிந்தியக் கம்பெனியால் கூட கடன் வாங்கமுடியாத நிலை உண்டானது. இதையடுத்து 1768 இல் பெரிய பண நெருக்கடி ஏற்பட்டது. அந்நெருக்கடியின் பின் விளைவுகள் 1773 ஆம் ஆண்டிலும் நீடித்தன.

4. தூய்ப்பிளேயின் பேரரசக் கனவும் சென்னை ஜார்ஜ் கோட்டை வீழ்ச்சியும்

பிரஞ்சுக்காரர் வட அமெரிக்காவில் இக்கால கட்டத்தில் உண்டாக்க முயன்றதைப் போன்று, ஐரோப்பியரால் இந்தியாவில் மேலாண்மை ஓங்கிய ஒரு பேரரசை

நிறுவமுடியும் என்று முதன் முதலில் எண்ணிப் பார்த்த ஐரோப்பியர் தூய்ப்பிளேயாகத்தான் இருக்கமுடியும். ஏனெனில், ஆங்கில, டச்சு, டேனிய வணிகர் எவரும் இந்தியாவில் அரசியல் ஆதிக்கம் செலுத்தலாம் என்று எண்ணிப் பார்க்கவேயில்லை. தூய்ப்பிளேயோ, அதே நோக்கில் தான் சிந்தித்து வந்தார். ஐரோப்பாவின் பிறநாட்டு வணிகரைப் போலன்றித் தூய்ப்பிளே பிரஞ்சு முடியரசின் ஊழியராயிருந்தமையால், இத்தகைய அரசியல் போக்கில் சிந்திக்கும் மனப்பான்மை அவருக்கு உண்டாகியிருக்கலாம்.

ஒளரங்கசீபு 1707இல் செத்ததும், இந்திய அரசியல் அரங்கில் நிலவிய குழப்பமான நிலை, வல்லான் வகுத்ததே வாய்க்கால் என்றாகி ஆங்காங்கே வல்லாள கண்டர்கள் எழுந்துயர்ந்த நிலை, அவர்களிடையே நடந்த கொலை பழிக் கூத்துகள், இந்து தேசமெங்கும் நிலவின. இமயந் தொட்டுக் குமரிவரையிலும் கிட்டத்தட்டப் பல்வேறு தன்னரசுகள் முளைத்தன என்பதைப் பதினெட்டாம் நூற்றாண்டு வரலாறு காட்டுகின்றது. இலட்சுமணபுரி என்ற லக்னோவில் ஒளது நவாபு குடி, ஐதராபாதில் அசஃபு ஷா குடி, இந்தூரில் மராட்டிய ஹோல்கார், புந்தேல் கண்டில் ஓர் இரசபுத்திரர் குடி, காசியில் பூமிகார் பிராமணர்கள் குடி என்று வரலாற்றின் இந்தப் பத்து வரையிலும் வடபாரதத்திலும் தக்காணத்திலும் புதிய அரச குடிகள் தோன்றியுள்ளன. ஏற்கெனவே இரசபுதனத்தில் ஏறத்தாழப் பதினைந்திற்கு மேற்பட்ட அரசுகள் தமக்குள் ஒற்றுமையின்றித் தீராத உள் பூசலில் சிக்கிக் கொண்டிருந்தன.

தெற்கில் நாயக்கராட்சி 1736 இல் வீழ்ந்ததும், தென்னாடு ஆர்க்காட்டு நவாபிற்கும், தடியெடுத்துத் தண்டல்காரர்களாய் விட்ட பாளையக்காரர்களுக்கும் வேட்டைக் காடாகிக் கொண்டிருந்தது. இந்தியத் துணைக் கண்டத்தின் நான்கு திசைகளிலும் புயலெனப் பாய்ந்து பரவித் தம் மேலாண்மையை நிலைநாட்ட முயன்ற மராட்டியரும், ஐதராபாது நிசாமும் ஆர்க்காட்டையும், திருச்சிராப்பள்ளியையும், அவை சூழ்ந்த பகுதிகளையும் போர்க்களமாக்கிக் கொண்டிருந்தனர்.

இவற்றையெல்லாம், நவாபு என்ற மெய்யான நினைப்பில் ஊறிப் போயிருந்த தூய்ப்பிளே புதுச்சேரியில் இருந்தவாறு, சில வேளைகளில் ஓநாய் போலவும், வேறு சில நிலைகளில் அரிமா போலவும், அரசியல் மேடையின் ஓரத்தே நின்று ஆழ்ந்து கவனித்துக் கொண்டிருக்கின்றார்.

இங்கிலாந்தும், பிரான்சும் ஆஸ்திரிய வாரிசுரிமைப் போரில் இருவேறு அணிகளில் சேர்ந்து போரிட்டுக் கொண்டிருந்தன. அவற்றிடையே நார்மன் வெற்றி (கி.பி.1066) தொட்டு இருந்து வந்த பகைமை இன்னும் தீர்ந்த பாடில்லை. இரு நாட்டினரும் நூற்றாண்டுப் போரை (1337-1453) இன்னும் மறந்து விடவில்லை. இந்தப் பங்காளிக் காய்ச்சல், அவை உலகில் எங்கெங்கு சென்றனவோ அங்கெல்லாம் தகித்தது. இந்நிலையில் பெரிய ஆங்கிலக் கப்பல் தொகுதியொன்று புதுச்சேரியைத் தாக்கப் புறப்பட்டு விட்டது என்று தூய்ப்பிளே கேள்விப்பட்டார். நுண்திறமற்ற வேறு எவரும் இச்செய்திகளைக் கேள்விப்பட்டிருப்பின் ஆடி அதிர்ந்து போயிருப்பர். ஆனால் தூய்ப்பிளே கலக்கமின்றிக் கல் போன்ற நெஞ்சினராய்ச் செயல்பட்டார்.

சென்னையைத் தாக்கி அழிப்பதற்கென்று வந்திருந்த பிரஞ்சுக் கப்பல் தொகுதி எப்போதோ பிரான்சிற்குத் திரும்பிப் போய் விட்டது. இந்தியாவிலிருந்த பிரஞ்சுக்காரர்களுக்குச் சோழ மண்டலக்கரைக்கு அப்பாலும், மோரீசுத் தீவிலும், கப்பற்படை பாதுகாப்பிற்கென்று இல்லை. புதுச்சேரிக் கோட்டை முழுவதும் நிலம்

நோக்கிய அரணாக இருந்தது; கடலிலிருந்து அதற்குப் பாதுகாப்பு இல்லை. அந்தக் கோட்டையை ஒக்கிட்டுச் செப்பனிடுவதற்கென்று வீணாகப் பணம் செலவிட வேண்டாமென்று பிரஞ்சுக் கம்பெனி நெறியாளர் ஆணையிட்டு விட்டனர். கடலிலும், நிலத்திலுமாக இணைந்து போரில் ஈடுபடுவதற்கு ஐநூறுக்கும் குறைந்த ஐரோப்பிய வீரர் மட்டுமே இருந்தனர். டூமா உண்டாக்கிய நாட்டுச் சிப்பாய்களின் படையை வைத்துப் பராமரிப்பதற்குப் பெருஞ் செலவாயிற்று. எனவே அவர்களைக் குறுகிய கால அடிப்படையில்தான் கூலிக்கு அமர்த்த முடிந்தது. இத்தகைய வேளையில் ஆங்கிலேயர் தாக்கினால், பல சிக்கல்கள் உண்டாகும். ஆனால் தூய்ப்பிளே அதற்குச் சட்டென்று ஒரு தீர்வு கண்டார்.

பிரஞ்சுக்காரர் கர்நாடக நவாபுகளுக்குக் கடந்த காலத்தில் செய்திருந்த உதவிகளை எடுத்துக்காட்டி, நவாபின் ஆட்சிக்குட்பட்ட பகுதியான கர்நாடகத்தில், அதாவது தமிழ்நாட்டில் சண்டை நடக்கலாகாது என்று நவாபு அன்வருதீனை அறிவிக்கும் படி செய்து விட்டார். நவாபும் அதன்படி, இப்பகுதியில் சண்டை இல்லாது, நடுநிலைமை நிலவவேண்டுமென்று ஓர் ஆணையைப் பிறப்பித்து விட்டார். கர்நாடக நவாபின் ஆட்சிப் பகுதிக்குள் செயல்படும் பிரிட்டிசார் இந்த ஆணைக்குக் கட்டுப்பட்டு நடந்தாக வேண்டும். அவர்களுக்கு அதைத் தவிர வேறு வழியில்லை. ஆனால் பிரஞ்சுக்காரர் தம்மைத் தாக்க முனைவரேல் அவர்களுக்கும் இந்தத் தடை பொருந்த வேண்டுமென்று பிரிட்டிசாரும் நிபந்தனை விதித்தனர்.

தூய்ப்பிளே தன் அரசியல் சூழ்ச்சியினால் பிரிட்டிசாரை முடக்குவதற்கு இவ்வாறு தந்திரம் செய்து விட்டார்.

பிரிட்டிஷ் கப்பற்படை கடைசியாக 1745 இறுதி வாக்கில் வந்து சேர்ந்தது. அதற்குத் தலைமை ஏற்று வந்திருந்த கமடோர் பீட்டன் (கமடோர் என்பது ரியர் அட்மிரல் என்ற பதவி நிலைக்கும் காப்டன் என்ற பதவிக்கும் இடைநிலையிலுள்ள கப்பல் தொகுதியின் தலைவரைக் குறிக்கும்.) கடலில் இயங்கித் தாக்குவதற்குரிய வழிவகை அவ்வளவாக இல்லை என்பதைக் கண்டார்.

பிரஞ்சுக்காரர் இவ்வேளையில் சுறுசுறுப்படைந்தனர்.

பூர்தோனைஸ்

பதினெட்டாம் நூற்றாண்டு இந்துமாக்கடல் வரலாற்றில் ஓர் இடம் பெற்றுள்ள லா பூர்தோனைஸ் நாம் ஏற்கெனவே இக்களஞ்சிய வரிசையில் சந்தித்த ஒரு புள்ளியாவார். அவரை இ.ச.க.தொகுதி-3 ல் நாம் ஏற்கெனவே பார்த்திருக்கின்றோம். ஐரோப்பாவில் பிரான்சிற்கும், பிரிட்டனுக்குமிடையே 1744 இல் போர் மூண்டுவிட்ட செய்தி அவ்வாண்டின் இலையுதிர் காலத்தின் கடைசியில்தான் பூர்தோனைசிற்குத் தெரிய வந்தது.

அவர் மாபெரும் கப்பல் தலைவர்களின் வரிசையில் இடம் பெற்றிருப்பவர். ஆனால் தலைமை ஏற்று நடத்திச் செல்வதற்குக் கப்பல்கள் இல்லாத அட்ரமில். (அட்ரமில் என்பது ஒரு கப்பல் தொகுதி அல்லது கப்பற்படையின் உச்ச உயர் தலைவர் பதவியாகும்.) அவர் சின்னஞ்சிறு தீவான மோரீஸ் அடங்கிய மஸ்கரனே தீவுக்கூட்டத்தின் ஆளுநராக ஒதுங்கி வாழ்ந்து வந்தார்.

அவர் பதினாறாம் நூற்றாண்டிலிருந்து நிலவிவரும் பெரும் புகழ், அல்லது

பூர்தோனைஸ்

இழிபெயர் பெற்ற பிரைவேட்டீர் (*Privateer*) எனப்படும் அரசு உரிமை பெற்றும், அதன் சார்பற்றும் நிலவிய கப்பல் தலைவர்களுள் ஒருவராக விளங்கினார்.

பிரஞ்சு ஹியூகோநாட்டுகள் என்ற புராட்டஸ்டண்டுக் கிறித்தவர்கள் பதினாறாம் நூற்றாண்டில் ஸ்பானியக் கப்பல்களை அட்லாண்டிக்கில் இடை மறித்துத் தாக்கிக் கொள்ளை யடித்தனர்; கரீபியன் என்ற புத்துலகப் பகுதிகளில் ஸ்பானியர் நிறுவிய குடியேற்றங்களைக் கொள்ளையடித்தனர். முதலாம் எலிசபெத்து அரசியின் ஆதரவு பெற்ற ஃபிரான்சிஸ் டிரேக்கு (*1543-1596*), சர் வால்டர் ராலே (*1552-1618*) போன்ற ஆங்கிலக் கடலோடிகள் பிரஞ்சு ஹியூகோ நாட்டுக்களைப் பின்பற்றித் தனிக்கப்பல் தலைவர்களாகக் கடல்களில் திரிந்து, அரசு அனுமதி பெற்ற கொள்ளைக்காரர்களாக விளங்கினர். எலிசபெத்து அரசி, எதிரிகளின் கப்பல்களைக் கவரவும், தாக்கவும் வல்ல *Letter of Marque* என்ற தனியுரிமையை வழங்கினார். இவர்களுக்குப் பிரைவேட்டீர் என்று பெயர். அதாவது அவர்களைக் கொலை, கொள்ளையடிக்கும் உரிமை பெற்ற 16 ஆம் நூற்றாண்டு 007 ஜேம்ஸ் பாண்டுகள் என்று கொள்ளலாம். இத்தகைய தனிக் கப்பல் தலைவர்கள் அரசின் ஒப்புதலும், அங்கீகாரமும் பெற்ற கடற் கொள்ளையரேயாவர். அத்தகைய கப்பல் தலைவர்களுள் பூர்தோனைஸ் பெரிதும் குறிப்பிடத்தக்கவர். பதினெட்டாம் நூற்றாண்டின் இந்தக் கட்டத்தில் இத்தகையவருள் பூர்தோனைசைக் கடைசியானவர் எனலாம்.

பதினெட்டாம் நூற்றாண்டில் அரசின் இசைவுடன் கடலில் எதிரி நாட்டுக் கப்பல்களைக் கொள்ளையடித்து வந்த, இத்தகைய 'தனிக் கப்பல் தலைவர்' என்ற முறை செல்வாக்கிழந்தது. மிகவும் சிறந்த வழிகளில் நெறிமுறைப் படுத்தப்பட்ட கப்பல் தொகுதிகள் (*Fleets*) ஐரோப்பிய நாடுகளிடம் இந்தப் பதினெட்டில் இருந்தமையால், இத்தகைய கப்பல் தலைவர்களுக்கு வாய்ப்புக் குறைந்து விட்டது. அவர்களுக்குக் கடலானது முன்னைப் போல், இந்நூற்றாண்டில் அவ்வளவு பாதுகாப்பாக இருக்கவில்லை. மேலும் காலியன் (*galleon*) என்ற விரைவு வேகக் கப்பல்களின் காலமும் இப்போது முடிந்து விட்டது. அதனால்தான் தனிக் கப்பல் தலைவர்களில் பூர்தோனைஸ் கடைசியானவர் என்று மேலே கூறினோம்.

எனினும் பிரான்சின் சார்பாக இயங்கி வந்த அட்மிரல்களில், பூர்தோனஸ் மிகுந்த அருந்திறன் வாய்ந்தவர். அவரது தளம், இக்கால கட்டத்தில் பிரஞ்சுத் தீவு (*Isle de France*) என்றழைக்கப்பட்ட மோரீசு என்று கூறினோம். அது மடகாஸ்கர் தீவிற்கு மேலே அமைந்திருந்தாலும், இந்துமாக்கடலில் மிகவும் வலுவான இடத்தில் அமைந்திருந்தது.

போர் ஆயத்தம்

பூர்தோனைஸ் இந்தக்கால கட்டத்தில், தன் தாயகத்தின் அனுமதியோ, ஒப்புதலோ இல்லாது, தானே பிரிட்டிசாருக்கு எதிராகப் போரில் ஈடுபடுவதென்று முடிவெடுத்து, அதற்கு வேண்டிய ஆயத்தங்களை மோரீசில் செய்யலானார்.

மோரீசின் போட் லூயி துறைமுகத்திற்கு வந்த பிரஞ்சு வணிகக் கப்பல்களையெல்லாம், அவர் திரட்டினார்; அவர் தான் செய்யப்போவது என்ன? அதன் காரணங்கள் யாவை என்பவற்றை அக்கப்பல்களின் தலைவர்களிடம் சொல்லி விட்டார். கையிலகப்பட்ட பீரங்கிகளையெல்லாம், அக்கப்பல்களில் நிறுத்தினார். வணிகக் கப்பல்களின் மாலுமியர்க்குப் பயிற்சி அளித்தார். மோரீசுத் தீவிலிருந்த தோட்ட முதலாளிகள், தொழிலாளிகள், அடிமைகள் முதலிய அனைவரையும், மேற்சொன்ன கப்பல்களின் மாலுமியருக்குத் துணைப்படையினராக்கினார்.

அவர் தன் விருப்பப்படி இவ்வாறு நடந்து கொண்ட போதிலும் வெங்கொடிய தட்ப வெப்பநிலையில் அலுத்துச் சோர்ந்திருந்த ஊழியரிடையே நாட்டுப் பற்றையும், வீர உணர்ச்சியையும் ஊட்டிய காரணத்தினால், அவர்களெல்லாம் துள்ளியெழுந்தனர் என்று தோன்றுகின்றது.

பிரான்சிலிருந்து நான்கு வணிகக் கப்பல்களுக்குக் காவலாக 70 பீரங்கிகள் பொருத்திய ஒரு போர்க்கப்பல் 1746 ஜனவரியில் மோரீசிற்கு வந்தது. அவற்றோடு பூர்தோனைசின் கப்பற்படை எண்ணிக்கை பத்தாக உயர்ந்தது. அவற்றில் சிலவற்றில் மட்டுமே பீரங்கிகள் பூட்டியிருந்தன. அவர் தன் கருத்திற் கொண்டிருந்த வேலைக்கு, இந்தப் படை போதும் என்று எண்ணினார். இந்தக் கப்பற்படை 1746 ஏப்ரல் தொடக்கத்தில் சோழ மண்டலக் கரையிலுள்ள சோழ ஏரி என்னும் வங்கக் கடலை நோக்கிப் புறப்பட்டு விட்டது. அது பாய் விரித்துப் புறப்பட்டதுமே, பெரும்புயல் வீசலாயிற்று. அதனால் எல்லாக் கப்பல்களுமே சேதமடைந்தன; அவற்றில் சில மிகவும் மோசமாகச் சேதமுற்றன. அத்தொகுதியின் ஒரே போர்க்கப்பலின் பாய்மரம் முற்றிலும் பழுது பட்டது. அவர்கள் பெரும்பாடுபட்டு மோரீசின் போட் லூயி துறைமுகத்திற்குத் திரும்பி வந்தனர்.

1746

சிறு சண்டை

அவர்கள் ஆறு வார காலம் அயராது அரும்பாடுபட்டுக் கப்பல்களின் தொகுதியை மீண்டும் கடலில் இறக்கினர். அவை ஜூன் மாத இறுதியில் இலங்கைக்கு அப்பால் வந்து நின்றன. அங்கு பிரிட்டிஷ் கமடோர் பீட்டனுக்கும், பூர்தோனைசிற்கும் கடலில் ஜூலை 6 அன்று சண்டை நடந்தது. இரு தரப்பிற்கும் வெற்றி கிட்டவில்லை. போரென்று கூற முடியாத, இந்தச் சிறு சண்டையில் சிறிதளவே சேதமடைந்த தன் கப்பல்களை அழைத்துக் கொண்டு, பீட்டன் திரிகோண மலைக்குப் போய் விட்டார்.

இது பூர்தோனைசிற்குப் பல வழிகளில் சாதகமாக அமைந்தது. அவர் புதுச்சேரியில் தூய்ப்பிளேயுடன் தொடர்பு கொள்ளவும், விரும்பினால் சென்னையைத் தாக்கவும் பீட்டன் வழி திறந்து விட்டார். ஆதலால் இலங்கைக்கு அப்பால் கடலில் நடந்த சண்டை பிரஞ்சுக்காரர் கருத்துப்படி, அவர்களுக்கு வெற்றியாக அமைந்தது. தூய்ப்பிளே அன்வருதீனின் போர்த் தடை ஆணையை மீறுவதற்கு வழி காணவும், அது வாய்ப்பாகி விட்டது.

மோரீசு, ரீயூனியன் ரோடுரிகுவஸ் ஆகிய எரிமலைத் தீவுகள் அடங்கிய மஸ்கரனேயிலிருந்து பூர்தோனைஸ் இங்ஙனம் கிளம்பி வந்து, சோழமண்டலக் கரையை அடைந்த நேரத்தில் சென்னைப் பட்டினமும், புதுச்சேரியைப் போலவே போதிய பாதுகாப்பு அற்றிருந்தது.

சென்னைக் கோட்டையின் நிலை

கிழக்கிந்தியக் கம்பெனியின் நெறியாளர்கள் கடந்த ஐம்பதாண்டுகளாகவே, சென்னைப் பட்டினத்தின் ஜார்ஜ் கோட்டை அரண்களைப் பொருத்த வரையில் மிகுந்த சிக்கனம் காட்டி வந்திருக்கின்றனர். ஏனெனில் அயல்நாடுகளில் பிரிட்டனின் நலன்களுக்கு, அதன் கடல் வல்லமையே காப்பாக அமையும் என்று அவர்கள் உறுதியாக நம்பி வந்தனர். அவர்களுக்குப் பிரிட்டனின் கடல் வலிமை மீது அத்தனை நம்பிக்கை இருந்தது. சென்னையில் வெள்ளையர் நகரம் என்ற கோட்டைப் பகுதியில் இந்த ஆண்டு (1746) 300 ஆங்கிலேயர் இருந்தனர்; அவர்களில் 200 பேர் கோட்டைக் காவல் படையினராயிருந்தனர்.கோட்டை சுமார் ஒரு கிலோமீட்டர் நீளமும், கிட்டத்தட்ட 300 கெஜ அகலமுமிருந்தது. அதன் அரண்கள் மீது சிறு சிறு பீரங்கிகள் மட்டுமே நின்றன.

(சென்னை ஜார்ஜ் கோட்டை: இ.ச.க. தொகுதி-3,5 காண்க) சென்னை ஜார்ஜ் கோட்டை 1741 இல் மராட்டியர் தாக்குதலை முறியடித்த போதும், அதன் தோற்றமும் பெயரும் வலிமையைக் குறிப்பது போல் தோன்றினாலும் தாக்கி அழிக்க முடியாததன்று. அது தாக்கப்படக்கூடிய நிலையில் தான் இருந்தது. அதன் நான்கு கொத்தளங்களும் சரியான இடத்தில் அமையவில்லை. இதைவிட இரங்கத்தக்கது என்னவெனில், அவற்றின் மேல் நிறுத்தப்பட்டிருந்த நான்கு பீரங்கிகளுக்கும் வெடி மருந்து இல்லை. கோட்டைக்குள் பயிற்சி பெற்ற படைவீரர் எவருமிலர்.

சென்னை ஆட்சிக் குழுவின் கவர்னரான நிக்கலஸ் மார்ஸ் ஒரு வணிகரேயன்றி, உள்நாட்டு அரசியல் எதுவும் அவருக்குத் தெரியாது; மேலும் படைகொண்டு போர் புரிவதையும், அவர் அறியார். அவரது அலுவலகத்தில் இரண்டாண்டுகளுக்கு முன்னர் புதிதாக வேலைக்குச் சேர்ந்திருந்த ஓர் இளைஞர் இருந்தார். அந்தப் பையன் அமைதியானவர்; மனவாட்டமுற்றுத் தனிமையில் வாடியிருந்தார். அவர் இந்தச் சூழ்நிலையிலிருந்து தப்பித்துக் கோட்டை நூல் நிலையத்தினுள் புகுந்துவிட நேரம் பார்த்துக் கொண்டிருப்பது போல் தோன்றும். அவர்தான் இராபட் கிளைவு.

சென்னைக் கவர்னர் தவிப்பு

புதுச்சேரியில் போருக்கான ஆயத்தங்கள் நடைபெறுகின்றன என்ற செய்திகள் தெற்கிலிருந்து மார்சிடம் ஜூலை மாதக் கடைசியில் கிடைத்தன. அவர் உடனே கர்நாடகத்தில் போர் மூளாமல் பார்த்துக் கொள்ள வேண்டுமென்று ஆர்க்காட்டு நவாபிடம் முறையிட்டார். ஆனால் மார்ஸ் நாட்டு நடப்புத் தெரியாதவர். அவர் இந்தச் செய்தியை நவாபிடம் கொண்டு சென்ற தன் தூதுவரிடம், நவாபிற்குக் காணிக்கை என்ற பெயரில் பரிசுப் பொருள்களைக் கொடுத்தனுப்பவில்லை. அதனால் ஆங்கிலத் தூதுவரால் நவாபைக் காணவோ, அவரிடம் பிரஞ்சுக்காரரின் சூழ்ச்சிகளைத் தெரிவிக்கவோ முடியாது போயிற்று.

சென்னை சரணடைதல்

பூர்தோனைஸ் ஆகஸ்டு 29 அன்று ஜார்ஜ் கோட்டைக்கப்பால் தன் கப்பல் தொகுதியுடன் வந்து நின்று, சிறிது நேரம் பீரங்கியால் சுட்டார். அதனால் பெரிய சேதம் எதுவும் ஏற்படவில்லை.

அவர் அதற்கு இரண்டு வாரங் கழித்து 600 பேரடங்கிய படையுடன் சாந்தோமின் தெற்கில் சில கிலோ மீட்டர் தொலைவிலுள்ள திருவான்மியூரில் இறங்கிக் கரையோரமாகவே ஜார்ஜ் கோட்டையை நோக்கி முன்னேறினார். அப்படைக்குப் பாதுகாவலாகக் கரையையொட்டியே பீரங்கிக் கப்பல்கள் தொடர்ந்து வந்தன; இப்படை சென்னைக் கோட்டைக்குச் சுமார் ஒன்றரைக் கிலோ மீட்டரில் வந்து தண்டு இறங்கியது. அங்கு ஆற்றில் மண் மேடிட்ட பகுதியின் தெற்கு ஓரத்தில் ஐந்து மார்டார் பீரங்கிகளைப் பிரஞ்சுப் படை நிறுவிற்று.

சென்னை ஒப்படைத்தல்

அன்று (செப்டம்பர் 3) நள்ளிரவில் சென்னையைச் சேர்ந்த பார்னிவல் என்ற தனி வணிகர் திருவல்லிக்கேணியில் தண்டு இறங்கியிருந்த பிரெஞ்சுப் படைத் தலைமையகத்திற்கு வந்தார். அவர் தூய்ப்பிளேயின் மகளை மணந்திருந்த ஆங்கிலேயர். சென்னைக் கவர்னர் மார்சிடமிருந்து ஒரு செய்தி கொண்டு வந்திருந்தார். போர் மூண்டுள்ள இந்நிலையில் சென்னைக் கோட்டையிலுள்ள பெண்கள் அங்கிருந்து பத்திரமாக வெளியேறுவதற்குப் பிரஞ்சுக்காரர் அனுமதிக்க வேண்டும் என்று மார்ஸ் கேட்டார். திருமதி மார்சும், திருமதி பார்னிவலும், தாம் விரும்புகின்ற பெண்களைத் துணைக்கு அழைத்துக் கொண்டு வெளியேறலாம் என்று பூர்தோனைஸ் அனுமதித்தார்.

ஆனால் அப்பெண்மணிகள் இருவரும், எல்லாருக்கும் ஏற்படுவது தமக்கும் வரட்டுமென்று, கோட்டைக்குள்ளேயே இருந்து விட்டனர்.

பிரஞ்சுக்காரர் அதற்கடுத்த நாளன்று முழுப்படையையும் களத்தில் இறக்கினர். அந்தப் படையில் 1000 ஐரோப்பியரும் 800 நாட்டுப் படையினரும் இருந்தனர். அவர்கள் செப்டம்பர் 5 அன்று கம்பெனித் தோட்டம் வரை முன்னேறி வந்து, வீடுகளின் மறைவில் பாதுகாப்பாக இருந்து கொண்டு, பத்து மார்டார் பீரங்கிகளை அங்கு அமைத்தனர்.

பிரிட்டிசார் கோட்டையிலிருந்து பாய்ந்து வெளியே வந்து பிரஞ்சுக்காரரைத் தாக்க முற்பட்டது எளிதாக முறியடிக்கப்பட்டது. பிரஞ்சுக்காரர் இரண்டு நாள் கழித்துக் கோட்டையை நோக்கிப் பீரங்கியால் சுட்டனர். இந்தப் பீரங்கித் தாக்குதல் இரண்டு நாள் நடந்தது. இந்தப் பீரங்கித் தாக்குதல் இரண்டு நாள் நடந்தது. அது கோட்டைக்குள்ளிருந்த மக்களிடையே பெருங் கிலியை உண்டாக்கியது; நிலைமை மோசமாகவே எதிரிக்கு விட்டுக்கொடுப்பதென்று முடிவு செய்யப்பட்டது.

முற்றுகை ஒரு வாரம்தான் நீடித்தது. சென்னைக் கோட்டை செப்டம்பர் 21 அன்று பூர்தோனைசிடம் சரணடைந்தது. பிரஞ்சுக்காரர் தனது நடுநிலை ஆணையை புறக்கணிக்கின்றனர் என்ற செய்தியை நவாபு அன்வருதீன், பிரிட்டிஷ் தூதுவர் வாயிலாக அல்லாமல் வேறு வழியில் தெரிந்து கொண்டதும் கடுஞ் சீற்றமுற்றார். அவர் பிரிட்டிஷாருக்கு உதவுவதற்காகப் பெரும் படையைத் திரட்டிக் கொண்டிருந்தபோது, சென்னை முற்றுகையில் ஆங்கிலேயரில் ஐவர் செத்தனர் என்றும், பிரஞ்சுக்காரருக்கு உயிர்ச்சேதம் இல்லையென்றும், கவர்னர் மார்ஸ் சென்னைக் கோட்டையைச் சரணடையச் செய்து விட்டார் என்று அறிந்ததும் படையெடுப்பை நிறுத்தினார். இருப்பினும் சென்னைக்கு எதிராகப் போர் தொடுக்கலாகாது என்று அவர் தூய்ப்பிளேயை எச்சரித்துக் கடிதம் எழுதினார்.

இழப்பீடு 30,000 பவுன்

மார்ஸ் சென்னை ஜார்ஜ் கோட்டையைப் பிரஞ்சுக்காரரிடம் பணிந்ததும், தான் அதைப் பெருமைக்காகப் பிடிக்கவில்லையென்றும், தனக்கு இழப்பீடாக ஒரு பெருந்தொகை தர வேண்டுமென்றும் பூர்தோனைஸ் அவரிடம் தெளிவுபடுத்தினார். அவர் இழப்பீடாக மார்சிடம் 30,000 பவுன் (அக்கால மதிப்புப்படி சுமார் மூன்று இலட்ச ரூபாய்) கேட்டார். அத்தொகையைக் கொடுத்துவிட்டால் கோட்டை பிரிட்டிசாரிடம் திருப்பித் தரப்படும். மார்ஸ் சென்னை ஆட்சிக் குழுவிடம் அது பற்றிக் கலந்து பேசிக்கேட்ட தொகையைத் தர ஒப்பினார். ஆனால் அதற்கு மூன்று மாதம் தவணை கேட்டார். பூர்தோனைஸ் அதற்கு ஒப்புக் கொள்ளவே போர் நின்றது. ஆங்கில ஊழியர்கள் கோட்டையிலிருந்து தப்பிச் செல்வதற்கு முயலுவதோ, பிரஞ்சுப் படையினருக்கு எதிரான செயல்களில் ஈடுபடுவதோ கூடாது என்ற நிபந்தனையில் விடுவிக்கப்பட்டனர். பூர்தோனைஸ் அதன் பிறகு பணத்திற்காகக் காத்திருந்தார்.

தூய்ப்பிளே சென்னையில் என்ன நடக்கும் என்பதை முன்கூட்டியே எதிர்பார்த்திருந்த காரணத்தால், கர்நாடக நவாபின் கடிதத்திற்கு மிகவும் நயமாக மறுமொழி எழுதினார். பிரஞ்சுக்காரருக்குச் சென்னையைப் பிடித்து வைத்துக் கொள்ளும் எண்ணம் இல்லவேயில்லை; நவாபுதான் இம்மாநிலத்தின் அரசர்; நவாபையன்றி வேறெவர்க்கும் சென்னை உரிமையானதல்ல; எனினும் ஆங்கிலேயர் சரணடையும் ஏற்பாடுகள் முடிந்ததும், சென்னை நவாபிடமே திருப்பித் தரப்படும் என்றெல்லாம் தூய்ப்பிளே வெகுநயமாக நவாபிற்கு எழுதினார்.

இதையெல்லாம் முன்னதாக எண்ணிப் பார்த்த தூய்ப்பிளே, தனக்கும் பூர்தேனைசிற்கும் இடையில் இருந்துவரும் வெறுப்பினால் விளையக்கூடிய ஆபத்தைக் கணிக்கத் தவறிப்போனார். தூய்ப்பிளேக்கு ஜார்ஜ் கோட்டையை எவரிடமும் திருப்பித் தரும் எண்ணமேயில்லை. அதை இடித்துத் தரைமட்டமாக்கிக் கொட்டை முத்துப் பரப்பி, ஆங்கிலேயருக்குச் சென்னையிலிருந்து செல்வாக்கை அறவே துடைத்தெறிவதுதான் அவரது உள்நோக்கம்.

ஊசிக்கு ஊசி

அட்மிரல் பூர்தோனைஸ் செயல் முனைப்புடையவர்; எதையும் தெளிவாகச் சிந்திப்பவர். அவர் எதற்கு முன்னிடம் தந்து முதலில் செய்யவேண்டும் என்பதை நன்கறிந்தவர். தனக்கு வேண்டியது என்ன? அதை எப்படிப் பெறுவது என்பதை நன்றாக

உணர்ந்து செயல்படுபவர். தூய்ப்பிளேயோ சந்தர்ப்பவாதி; எதையும் மூடி மறைத்துச் செய்பவர். குறுக்கு வழியையே நாடுபவர். இந்திய அரசியல் தந்திரச் சூழ்ச்சிகள் அனைத்தையும் கற்றவர். கீழை நாட்டில் நேரடியாகப் பெறும் பலனைவிட, மறை முகமான சூழ்ச்சியினால் பெறுவதே பேராதயம் தருவது என்ற பாடத்தை இந்திய மண்ணில் கற்றவர். அவர் இதில் மெய்யாகவே நடையுடை பாவனையிலும் நடத்தையிலும் சூழ்ச்சி வல்ல நவாபு ஒருவரைப் போலவே இருந்தார்.

எனினும் ஊசிக்கு ஊசி பாயாது என்பதுபோல் இருவரும் பணம் பண்ணுவதில் சளைத்தவரல்லர்; அதற்காக எந்த இழி செயலிலும் இறங்கத் தயங்காதவர்கள். இதில் அவர்களிடம் எந்த ஒழுக்கப் பண்பும் இல்லை. தூய்ப்பிளே இந்தியாவில் பெரும் பொருள் ஈட்டியிருந்தார். பூர்தோனைஸ் இதில் அவரைப் போல் இன்னும் வெற்றி காணவில்லை. ஆங்கிலேயரைச் சென்னையை விட்டு விரட்டியடிப்பதில்தான் இருவருக்கும் உடன்பாடு.ஆனால் அவர்களை அவ்வாறு விரட்டுவதில், பெரும் பணம் பண்ணப் போவது யார் என்பது குறித்துத்தான் அவர்களுக்குள் உடன்பாடு உண்டாகவில்லை.

பூர்தோனைஸ் சென்னையை வென்றவர் என்றதாலும் களத்தில் இருக்கின்றவர் என்பதாலும், தான் வென்ற இடத்தை என்ன செய்வது என்று முடிவு செய்யும் உரிமை தனக்கு மட்டுமே உண்டு என்று அவர் உறுதியாக நின்றார். ஆனால் கவர்னர் ஜெனரல் என்ற முறையில் அதுபற்றித் தானே முடிவெடுக்க வேண்டும் என்று தூய்ப்பிளே வலியுறுத்தினார். ஆனால் போர்ப் படை சாராத பொதுநிலை ஊழியரான தூய்ப்பிளேயின் கருத்தைப் பற்றித் தனக்கு அக்கறையில்லை என்று பூர்தோனைஸ் சொல்லிவிட்டார்.

இதில் பேசித் தீர்ப்பதற்கு எதுவுமில்லை என்பதைப் பூர்தோனைஸ் நன்கறிந்திருந்தார். செப்டம்பர் முடியப் போகின்றது. பருவ மழை எந்நேரமும் வரலாம். எனவே, தானும் தன் கப்பல்களும் அதில் சிக்கிக் கொண்டால், கொந்தளிக்கும் கடலில் ஏற்படக் கூடிய இன்னல்களை எண்ணிப் பார்த்தார். எனினும் எடுத்த காரியத்தை முடிக்க வேண்டுமென்று நிக்கலஸ் மார்சிடம் மேற்சொன்னவாறு உடன்படிக்கை செய்து கொண்டு தாமதித்தார்.

இருதரப்பினருக்கும் இசைவான இவ்வுடன்படிக்கையில் பெருந்தொகை கையூட்டாகப் பூர்தோனைஸ் கைக்கு வந்தது. அது குறித்து முடிவு செய்து கொண்டிருந்தபோது, அக்டோபர் 14 அன்று மழை பிடித்துவிட்டது. அதற்கு முன்னர் வீசிய புயல் காற்றில் நான்கு பிரஞ்சுக் கப்பல்கள் உடைந்தன; எஞ்சியவை பலத்த சேதமடைந்தன. பூர்தோனைசும் மார்சும் அதற்கு ஒரு வாரத்திற்குப் பிறகு அக்டோபர் 21 அன்று இழப்பீட்டுத் தொகை பற்றி உடன்பாடு கண்டனர்.

அதன் பிறகு கடலோடும் நிலையிலிருந்த பிரஞ்சுக் கப்பல்கள் தெற்கு நோக்கிப் புதுச்சேரி சென்றன. அங்கு பூர்தோனைஸ் கரையிறங்கியதுமே, அவரும் தூய்ப்பிளேயும் மனந்திறந்து பேசினர். ஒருவரையொருவர் அவரவர் அரசியல் தந்திர முறைப்படி கடுமையாகப் பேசிக் கொண்டனர். பூர்தோனைஸ் அதன்பிறகு மோரீசு திரும்பி, அங்கு டிசம்பரில் போய்ச் சேர்ந்தார். அவர் அங்கிருந்து பிரான்சிற்குத் திரும்பிய வழியில் பிரிட்டிஷ் போர்க் கப்பலால் சிறைப் பிடிக்கப்பட்டார். அவர் அதன் பின்னர் விடுதலை பெற்றுப் பிரான்ஸ் திரும்பியதும் பாஸ்டிவி என்ற சிறையில் அடைக்கப்பட்டார் இது குறித்துப் பின்னர் நாம் பார்க்கப் போகின்றோம்.

சென்னை ஜார்ஜ் கோட்டையின் இந்த 106 ஆண்டுக்கால வரலாற்றில் (அது 1640 ஏப்ரல் 23 அன்று கட்டிமுடிக்கப் பெற்றது. இ.ச.க.தொகுதி-3) இப்போதுதான் முதன்முதலில் வீழ்ச்சியடைந்தது. இதுவே அதன் வரலாற்றில் முதலும் கடைசியுமான வீழ்ச்சி என்பதும் குறிப்பிடத்தக்கது.

பிரஞ்சுத் தாக்குதல், சென்னையில் எங்கெங்கு சேதம்?

பிரஞ்சுக்காரர் சென்னையை இந்த 1746 இல் கைப்பற்றி 1749 இல் தான் பிரிட்டிசாரிடம் திருப்பித் தந்தனர். பிரஞ்சுக்காரர் நடத்திய பீரங்கித் தாக்குதலால் கறுப்பர் நகரத்தின் பெரும்பகுதி தகர்ந்தது. எனினும் பெத்து நாயக்கன் பேட்டையும், முத்தியாலுப்பேட்டையும் தப்பித்தன. சென்னை பிரிட்டிசாருக்கு 1749 இல் திருப்பித் தரப்பட்டதும் கறுப்பர் நகரின் பாதுகாப்பு வலுப்படுத்தப்பட்டது. அதன் மேற்கே காப்புச் சுவர் எழுப்பப் பெற்றது.

வால்டாக்ஸ் சாலை

இந்தக் காப்புச் சுவரை எழுப்புவதற்காக, அங்கு வாழ்ந்த மக்களிடம் வரி வாங்குவதென்று திட்டமிட்டனர். அது குறித்து வங்கத்திலிருந்து கம்பெனி நிலைக் குழுவிடம் கருத்துக் கேட்கப்பட்டது. இலண்டனிலிருந்து கம்பெனி நெறியாளர்களின் சிறப்பு ஆணை பெறாது வரி விதிக்கலாகாது என்று கம்பெனி கருதியமையால் வரிவிதிக்கும் திட்டம் கைவிடப்பட்டது. இருப்பினும் இன்று சென்னை நகரிலுள்ள வால்டாக்ஸ் சாலையின் மேற்கில் எழுந்த காப்புச் சுவரின் காரணமாக, அச்சாலை வரிச் சுவர்ச் சாலை என்ற பொருள் தரும் வால்டாக்ஸ் சாலை என்று பெயர் பெற்றுவிட்டது.

மீட்புத் தொகை: சென்னை நகராட்சி அளித்த பங்கு

சென்னையில் புனித ஜார்ஜ் நாளான ஏப்ரல் 23 அன்று (1640) கோட்டையைக் கட்டிமுடித்து, அதே பெயரை அக்கோட்டைக்கு வைத்ததுமே, கோட்டைக்குப் பாதுகாப்பு வேண்டுமென்பதற்காக, அதைச் சுற்றியமைந்த சித்தாதிரிப்பேட்டை, எழும்பூர், வேப்பேரி, புரசைவாக்கம், திருவல்லிக்கேணி, சாந்தோம், மயிலாப்பூர், தண்டையார் பேட்டை என்று தெற்கிலும், மேற்கிலும், வடக்கிலுமாகப் பல ஊர்கள் அரசியல் தந்திரத்தாலும், கெட்டிக்காரத்தனத்தினாலும், வன்முறையாலும் சேர்த்துக் கொள்ளப்பட்டன.

சென்னை நகராட்சி தோற்றம்

இவ்வாறு விரிந்த செழிப்பான இப்புது நகரத்தின் நலவாழ்வையும், தூய்மையையும், ஆட்சி நிர்வாகத்தையும் கிழக்கிந்தியக் கம்பெனியார் கருத்திற்கொண்டு 1688 செப்டம்பர் 29 அன்று சென்னை மாநகராட்சி (*Corporation*) ஆக்கினர். அதற்கு மேயர் என்ற தலைமைப் பொறுப்புள்ள ஒரு பதவியையும் உண்டாக்கினர். இந்தக் காலத்தில் எலிகு ஏல் கவர்னராயிருந்தார். (இச்செய்தி இ.ச.க தொகுதி-1 ல் சொல்லப்பட்டது.) எலிகு ஏல் கிழக்கிந்தியக் கம்பெனியில் பணிபுரிந்த அமெரிக்கர். அவர் சென்னையில் கவர்னராயிருந்து போது, ஈட்டிய பொருளில் ஒரு பகுதியை நன்கொடையாகத் தந்து, அமெரிக்காவில் நிறுவச் செய்த பல்கலைக்கழகம் இன்றும் அவர் பெயரால் ஏல் பல்கலைக்கழகம் என்று விளங்குகின்றது. அவர் இக்கல்லூரிக்கெனத் தமிழ்நாட்டுத் துணி

வணிகர்களிடம் நிதி திரட்டினார் என்ற செய்தியைப் புதுச்சேரிப் பல்கலைக்கழக முன்னாள் துணை வேந்தர் கி.வேங்கட சுப்பிரமணியம் அண்மையில் இந்து இதழில் எழுதியிருந்தார்.

சென்னை நகராட்சி நகரின் பொது சுகாதாரம், நீதி நிர்வாகம், போலீஸ் பாதுகாப்பு, பஞ்ச காலத்தில் மக்களுக்கு உதவிபுரிதல் போன்ற பொதுநலப் பணிகளில் ஈடுபட்டது. இங்ஙனம் பதினாறாம் நூற்றாண்டின் கடைசியில் (1688) எழுந்த இந்நகராட்சியானது காலப்போக்கில், கம்பெனி அரசிற்கு இடுக்கண் வந்துற்ற சாலையில், அதற்கு உதவி புரியவும் முன் வந்தது.

பிரஞ்சுக் கப்பற்படைத் தலைவர் லா பூர்தோனைஸ் 1746 இல் சென்னையைக் கைப்பற்றி, ஜார்ஜ் கோட்டையில் அமர்ந்து கொண்டு, கவர்னர் மார்சிடம் 11,00,000 வராகனைப் (1 வராகன் = 3½ ரூபாய்) பிரஞ்சுக் கிழக்கிந்தியக் கம்பெனிக்குத் தரவேண்டும் என்று கேட்டார். சென்னை நகராட்சி இந்நேரம் தன் பங்காக 4369 வராகனைக் கம்பெனியின் ஆட்சிக்குழுவிடம் தந்தது.

சென்னை பிரஞ்சுக்காரரின் ஆக்கிரமிப்பில் 1746 முதல் 174 9 வரை இருக்க நேர்ந்ததால், இரண்டாம் ஜார்ஜ் மன்னர் (1683-1760; ஆட்சிக்காலம் 1727-1760) 1753 ஜனவரி 8 அன்று புதிய உரிமைச்சாசனம் ஒன்றைத் கிழக்கிந்தியக் கம்பெனிக்கு அளித்தார். அச்சாசனத்தில் சென்னை நகராட்சியின் மேயர், ஆல்டர் மென் என்ற சிறப்பு உறுப்பினர்களை அமர்த்திக் கொள்ளவும், மேயர் முறை மன்றம் என்ற ஒன்றை நிறுவி நீதிமுறை வழங்கவும், வகை செய்யப்பட்டிருந்தது. எனவே இப்புதிய அரசாணைப்படி சென்னை நகராட்சியின் அமைப்பில், 1753 ஆம் ஆண்டு முதல் ஆஸ்டர்மென் என்ற சிறப்பு உறுப்பினர்கள் அமர்ந்து பணியாற்றலாயினர்.

முதல் மேயர்

தொடக்கத்தில் சென்னை நகராட்சியில் ஒரு மேயர், பன்னிரு ஆஸ்டர்மென்கள், பதினாறு அல்லது அதற்குமதிகமான உறுப்பினர்கள் இருந்தனர். ஆஸ்டர்மென் என்போர் தம் வாணாள் முழுமையும் அல்லது அவர்கள் சென்னையில் இருக்கின்ற காலம்வரையிலும் சிறப்பு உறுப்பினராயிருப்பர்.

சென்னையின் முதல் மேயர் பெயர் நதானியல் ஹிகின்ஸ் அவர் ஜார்ஜ் கோட்டையிலிருந்த ஆட்சிக்குழுவின் இரண்டாவது உறுப்பினர். பன்னிரண்டு ஆல்டர்மென்களில் மூவர் கோட்டை ஆட்சிக் குழுவில் உறுப்பினராவர்; மூவர் யூத வணிகர்; மூவர் 'ஜெண்டு' என்று ஐரோப்பியரால் அழைக்கப்பட்ட தெலுங்கு வணிகர். அம்மூவரின் பெயர் வருமாறு; சின்ன வெங்கடாத்திரி, முத்தி வீரண்ண, அல்லிங்கல் பிள்ள என்ற ஆலங்காத்த பிள்ளை.

நகராட்சி அமைப்பு

ஆல்டர்மென்களிலிருந்து மேயர் தேர்ந்தெடுக்கப்படுவார். ஆல்டர்மென்களில் எவரேனும் இறந்தால், பொது உறுப்பினர்களிலிருந்து, அந்த இடம் நிரப்பப்படும். (பொது உறுப்பினர் *Burgess* எனப்பட்டனர். இந்தச் சொல்லுக்கு நகரமன்ற உறுப்பினர் என்று பொருள்). கம்பெனி ஊழியர்களுக்கென்று ஆல்டர்மென்களில் மூன்று இடங்கள் ஒதுக்கப்படவேண்டும், பொது உறுப்பினர்களின் அதிகபட்ச எண்ணிக்கை 120 ஆகும். அவர்களை மேயரும், ஆல்டர்மென்களும் நியமிப்பர்.

நாட்டு ஆல்டர்மென்களில் மூவர் 'ஜெண்டு' என்ற தெலுங்கு வணிகர்; எனினும் அவர்களில் ஒருவர் அல்லிங்கல் பிள்ள தெலுங்கர் அல்லர் என்பதை அவர் பெயர் காட்டுகின்றது. அவரது பெயர் ஆலங்காத்த பிள்ளை; தமிழர்; கம்பெனி வணிகருள் ஒருவர்.

ஏகாம்பரநாதர் கோயில்

1746

சென்னை தங்கச்சாலைத் தெருவிலிருக்கும் ஏகாம்பரநாதர் கோயில் சுமார் 1640 வாக்கில் தோன்றிவிட்டது. அதைக் கட்டியவர் ஆலங்காத்த பிள்ளை. அவர் ஏகாம்பர நாதரை வழிபட அடிக்கடி காஞ்சிபுரம் செல்லுவது வழக்கம். அவர் ஒரு முறை நோய் வாய்ப்படவே, காஞ்சிபுரம் செல்வதற்கியலவில்லை. அப்போது இறைவன் பிள்ளையின் கனவில் தோன்றிச் சென்னையிலேயே தனக்குக் கோயில் எடுக்கும்படி சொன்னாராம். அக்கோயில் இன்று அமைந்துள்ள இடத்தையும் இறைவன் காட்டினானாம்.

ஆலங்காத்த பிள்ளை அவ்விடத்தில் கோயில் எழுப்பவே, அடியார்கள் அங்கு வந்து ஏகாம்பரநாதரையும், காமாட்சியையும் வழிபடலாயினர். பின்னர் செந்நீர்க்குப்பம் சாத்தியப்ப முதலியார் இக்கோயிலில் உறையும் இறைவனையும், இறைவியையும் பற்றி 100 பாடல்கள் புனைந்தார். இக்கோயிலுக்கென்று, 56 வீடுகள் உள்ளன. (சென்னையிலுள்ள இந்த ஏகாம்பரநாதர் கோயிலுக்கு அண்மையில் திருப்பணி நடந்து முடிந்தது)

கிளைவு தப்பிக் கடலூரை அடைதல்

பூர்தோனைஸ் ஜார்ஜ் கோட்டையைக் கைப்பற்றியதும் அங்கிருந்த துணிச்சல்காரர்களும், சாகசக்காரர்களுமான இளைஞர்கள் தப்பிக் கடலூரிலிருந்த டேவிடு கோட்டையை நோக்கி மறைந்து ஓடினர். அவர்களுள் இராபட் கிளைவும் ஒருவர். அவருக்கு 21 அகவை முடிவடைய இன்னும் பதினைந்து நாளே இருந்தது. கிளைவு ஒரு முசல்மானைப் போல் வேடமிட்டுத் தப்பினார். அவரோடு அவரின் நண்பர் எட்மண்டு மஸ்கிலினும் தப்பிச் சென்றார்.

இருவரும் தெற்கே சுமார் 160 கிலேமீட்டரிலிருந்த கடலூரின் டேவிடு கோட்டையை அடைந்தனர். கடலூர் புதுச்சேரியிலிருந்து தெற்கே சுமார் 19 கிலோ மீட்டரில் இருக்கின்றது. புதுச்சேரியில் தூய்ப்பிளேயின் படை இருந்தது. அதனால் இருவரும் புதுச்சேரியைச் சுற்றிக் கொண்டு நெடுந்தொலைவு சென்று டேவிடு கோட்டையை அடைந்தனர். அது ஓரளவு பாதுகாப்பான இடம். அக்காரணம் பற்றியே தூய்ப்பிளேயின் அடுத்த தாக்குதல் இலக்கு டேவிடு கோட்டையாக அமையவிருக்கின்றது.

கடலூர்க் கோட்டை

கடலூர் சென்னையைவிடப் பசுமையாகவும் செழிப்பாகவும் இருந்தது. அங்கிருந்த டேவிடு கோட்டை சிறிதாயினும், ஆங்கிலேயர்க்கு அதைச்சுற்றிலும் பரந்த நிலப்பரப்புக் கிடைத்திருந்தது. அந்த இடம் அவர்களுக்குக் கிடைத்தது மிகவும் வேடிக்கையான நிகழ்ச்சியாகும்.

''பீரங்கியால் மனம்போன போக்கில் சுட்டு'' அந்தக்குண்டு எந்த இடத்தில் விடுகின்றதோ, அந்த இடம் வரையிலுள்ள நிலப்பரப்பை எடுத்துக் கொள்ளலாம் என்று, *1690* ஆம் ஆண்டு ஔரங்கசீபின் படைகளுக்கு அஞ்சிச் செஞ்சிக் கோட்டையில் வாழ்ந்திருந்த மராட்டிய மன்னர் இராஜாராம் சொல்லிவிட்டார். முகலாயர் படைத்தலைவரான சுல்ஃபிகர் அலிகானின் படை தன்னைச் சுற்றி வளைக்கப் போகின்றது என்பதை நன்குணர்ந்திருந்த இராஜாராம் சிதிலமாகிப்போன கடலூர்க் கோட்டையை விற்க முன்வந்தார்.

அப்போது ஹேட்செல் (*Hatsell*) என்ற தந்திரக்காரரான ஆங்கிலேயர் இதுகுறித்துக் கம்பெனிக்காக மராட்டியரிடம் பேரம் பேசினார், அவர் சென்னையிலிருந்து பெரிய பீரங்கி ஒன்றையும், பீரங்கி சுடுவதில் கெட்டிக்காரரான ஒருவரையும் எடுத்துக் கொண்டு, அக்கோட்டை இருந்த தேவனாம்பட்டினம் சென்றார். அங்கிருந்து பீரங்கியால் சுட்டு எளிதாகப் பெற்ற இடமே கடலூரும் அதைச் சேர்ந்த ஊர்களும், கோட்டையும் ஆகும், அவ்வூர்களுக்கு அந்தக் காலத்தில் 'பீரங்கிக் குண்டூர்' என்றே பெயர்.

பிரிட்டிசார் அந்த இடத்தில் காற்றோட்டமான வீடுகளைக் கட்டிக் கொண்டனர். அவற்றைச் சுற்றிலும் பசுமையான தோட்டங்கள் போட்டனர். பாதை நெடுகிலும் மாதுளை, ஆரஞ்சு மரங்களை நட்டனர். ஜார்ஜ் கோட்டை *1746* முதல் *1749* வரை பிரஞ்சுக்காரர் கையில் இருந்தமையால், கம்பெனியின் தலைமையகம் கடலூரிலிருந்து இக்கால கட்டத்தில் இயங்கிற்று.

5. வரலாற்றை மாற்றிய பரங்கிமலை, அடையாற்றுச் சண்டைகள்

பிரஞ்சுக்காரர் இந்த *1746* இல் ஜார்ஜ் கோட்டையைக் கவர்ந்ததையடுத்துச் சிறுபான்மையரான ஐரோப்பியரின் பெருவலியையும் வரலாற்றில் மாறாக் குதிகளெனப் பதியச் செய்த சில சண்டைகள் இந்த ஆண்டில் நிகழ்ந்தன.

பிரஞ்சுக்காரர் தன் ஆட்சிப்பரப்பில் போர்த் தீயைப் பரவச் செய்து, தனது நடுநிலை ஆணையை மீறியது கண்டு கர்நாடக நவாபு கடுஞ்சீற்றமுற்றார். அவர் தன் மகன் மகஃபூஸ்கானின் தலைமையில் மிகவும் தேர்ச்சி பெற்ற இரண்டாயிரம் பேரடங்கிய ஒரு குதிரைப் படையையும், பத்தாயிரவர் கொண்ட ஒரு காலாள் படையையும் பிரஞ்சுக்காரர் இந்த சென்னைக் கோட்டையை நோக்கி அனுப்பினர்.

பூர்தோனைஸ் இந்துமாக் கடலை விட்டுக் கிளம்பிச் சென்றதும், சென்னைக் கோட்டையை வலுவாகத் தன் பிடிக்குள் வைத்துக் கொள்வதற்கு வேண்டிய நடவடிக்கைகளைத் தூய்ப்பிளே உடனடியாக முதலில் மேற்கொண்டார். தமிழ்நாட்டின் மிகப்பெரிய ஐரோப்பியப்படை பிரஞ்சுக்காரரிடம்தான் இருந்தது. ஏனெனில் பூர்தோனைஸ் புயல் வந்ததும், இரண்டாயிரத்திற்குமதிகமானவர்களைத் தமிழ்நாட்டில் விட்டுச்சென்றிருந்தார். மகஃபூஸ் கானும் அவரது படையும் சென்னை செல்லப் போவதைத் தூய்ப்பிளே அறிந்ததும், பூர்தோனைஸ், விட்டுச் சென்ற படைவீரர்

தன்னிடம் இருந்ததால், அது அவருக்கு மகிழ்ச்சியளித்தது. இருந்தாலும் ஆர்க்காட்டுப் படையுடன் ஒப்பிடுகையில் பிரஞ்சுப் படை மிகமிகச் சிறியதுதான்.

சென்னைக் கோட்டை எஸ்பிரிமினில் என்ற பிரஞ்சுப் படைத்தலைவரின் பொறுப்பிலிருந்தது. அவர் சென்னையை எப்பாடுபட்டேனும் பிடித்து வைத்துக் கொண்டு மகஃபூஸ் கானை எதிர்த்து நிற்க வேண்டும் என்று தூய்ப்பிளே செய்தி அனுப்பினார். எஸ்பிரிமினில் நாட்டுப் படைவீரர் அடங்கிய பெரிய படையைச் சென்னையில் சும்மா வைத்துக் கொண்டு இருந்தது பெருந்தொல்லையாயிருந்தது. எனவே தூய்ப்பிளேயின் சேதி கிடைத்ததும், அவர் சிறிய பீரங்கிப் படையையும், காலாட் படையையும் அழைத்துக் கொண்டு கோட்டையை விட்டு வெளியேறி நவாபின் மாபெரும் குதிரைப் படையை எதிர் கொண்டு தாக்கப் பாய்ந்தார்.

பீரங்கி வெற்றி

அவர் தன்னிடமிருந்த எடை குறைந்த களப் பீரங்கிகளைச் கொண்டு வெகுவேகத்தோடும் துல்லியமாகவும் நவாபின் படையை நோக்கிச் சுட்டார். பிரஞ்சுப் பீரங்கிப் படை பதினைந்தாம் நூற்றாண்டிலிருந்தே பீரங்கி சுடுவதில் பெரும் பெயர் பெற்று விளங்குவது. ஆங்கிலேயரின் படை நூற்றாண்டுப் போரில் பிரஞ்சுப் படையின் தாக்குதலை எதிர்த்துத் தாக்குப்பிடிக்க முடியாமல் பிரஞ்சு மண்ணைவிட்டே ஓடிப்போன செய்தியை இத்தொகுதியில் அந்தக்காலத்தில் வெகு திறமையான உச்சமாகும். ஆனால் பிரஞ்சுக்காரரோ, மிகக் குறுகிய காலத்தில், ஒரு நிமிடத்திற்கு ஒரு முறை என்று விடாது குண்டு மழை பொழிந்ததால், நவாபின் குதிரைப் படை அஞ்சிக் கிலி கொண்டு குழம்பிப் போய்ப் புறமுதுகிட்டு ஓடலாயிற்று.

இத்தனை வேகமானதும் நிமிடத்திற்கு ஒரு முறை சுடுவதுமான பீரங்கித் தாக்குதலை, இந்தியப் படையினரில் எவரும் இதுவரை கண்டதேயில்லை. இந்தச் சண்டை பரங்கிமலையில் நடந்தது. இப்படி நவாபின் படையினர் புறமுதுகிட்டு ஓடத் தொடங்கியதைக் கண்டு எந்தத் தரப்பு மிகுந்த மனக் கலக்கம் அடைந்தது என்பதைக் கூறுவது கடினம். எனினும் இதைக்கண்டு பேதலித்த பிரஞ்சுப் படையின் மன உறுதி மிகுந்தது.

நல்ல படைக் கலன்களை உடையதும் கட்டுப்பாடு மிக்கதுமான சிறு ஐரோப்பியப் படையைக் கொண்டு, மிகமிகப் பெரியதாயினும் கட்டுப்பாடற்ற இந்தியப் பெரும்படையைச் சிதறியோடுமாறு செய்து புறமுதுகிட்டோட வைக்கலாம் என்பதைப் பரங்கிமலைக் களத்தில் முதன்முதலாக வரலாறு காட்டிற்று.

சென்னையைச் சுற்றி மகஃபூஸ் கான்

மகஃபூஸ் காண் சிதறியோடிய தன் படையினரையெல்லாம் திரட்டிக் கொண்டு மயிலாப்பூரையும், அதன் சுற்றுப்புறங்களையும் பிடித்தார். தூய்ப்பிளே நிலைமையை விளக்கி நவாபு அன்வருதீனுக்கும், அவர் மகன் மகஃபூஸ் கானுக்கும் கடிதங்கள் எழுதி, அவர்களை ஆற்றுப்படுத்த முயன்றார். ஆனால் பிரஞ்சுக்காரரைத் தாக்குவதில் மகஃபூஸ் கான் உறுதியாக நின்றார்.

அவரது படையினர் திருவல்லிக்கேணியையும், தற்போது எழும்பூர் இரயிலடி அமைந்துள்ள இடத்தில் இருந்த எழும்பூர்க் கோட்டையையும் பிடித்தனர். அவர்கள்

கறுப்பர் நகரம் என்ற ஜார்ஜ் கோட்டையின் புறப் பகுதியையும் வளைத்துக் கொண்டனர்.

மகஃபூஸ் கான் நுங்கம்பாக்கம் ஏரிக்கரையில் பாசறை அமைத்துத் தண்டு இறங்கினார். அவரது படை கோட்டைக்குக் குடிநீர் வழங்கிய ஒரே ஆதாரமான ஏழு கிணற்றையும் பிடித்தது. இந்தக் கட்டத்தில் எஸ்பிரிமினில் புதுச்சேரிக்குப் படகில் போய்விட்டதால், ஜார்ஜ் கோட்டையின் பொறுப்புப் பார்த்தலமி என்பவரிடம் இருந்தது. அவர் ஏழு கிணற்றைப் பிடிப்பதற்காகக் கோட்டையைவிட்டு வெளியே வந்தார். அவர் மூன்று களப் பீரங்கியுடனும், 400 படை வீரருடனும் சென்று நவம்பர் 2 அன்று நவாபின் படைகளுக்கு எதிராக நடத்திய தாக்குதலில் வெற்றி பெற்றார்.

நவாபின் ஓட்டைப் பீரங்கிகள்

நவாபின் பீரங்கிகள் பழையனவாயும். கையாளக் கடினமானவையாயும் இருந்தன. அவை கவனிப்பாரற்றுப் பழையனவாகிப் போயிருந்ததால், அவற்றைக் கொண்டு குண்டு வீசுவது, பீரங்கிப் படையினருக்கு நிச்சயமாக ஊறு விளைவிக்கும் நிலையிலிருந்தன. அவர்கள் இப்பீரங்கிகளை வைத்துக் கால் மணி நேரத்திற்கு ஒரு முறை சுட்டால், ஐரோப்பியப் பீரங்கிகள் ஒரு நிமிடத்தில் ஐந்து அல்லது ஆறு முறை சுட்டன. ஏழு கிணற்றுச் சண்டையில் நவாபு படையில் எழுவர் இறந்தனர். பிரஞ்சுத் தரப்பில் எவரும் சாகவில்லை.

பிரஞ்சுக்காரருக்குச் சென்னையில் உதவுவதற்காகப் புதுச்சேரியிலிருந்து படை வருகின்றது என்று மகஃபூஸ் கான் கேள்வியுற்று, அதை இடைமறித்துத் தாக்குவதற்காகப் பரங்கிமலைக்குச் சென்றார்.

1746

பிரஞ்சுப் பொறியாளரான பாரடிஸ் என்றவர் தலைமையில் 230 ஐரோப்பியர்களும், 700 சிப்பாய்களும் கொண்ட படை தொலைவில் வந்ததை நவம்பர் 4 அன்று மகஃபூஸ் கான் கண்டார். இப்படை கோட்டையை அடையாதவாறு தடுப்பதென்று மகஃபூஸ் கான் முடிவெடுத்தார். ஆதலால் அவர் சாந்தோமை ஆக்கிரமித்துக் கொண்டு அடையாற்றின் வடகரையில் நவம்பர் 3 அன்றே தன் படையை வலுவாக நிறுத்தியிருந்தார்.

அடையாற்றுச் சண்டை

எஸ்பிரிமினில் ஜார்ஜ் கோட்டையிலிருந்து அனுப்பிய செய்திகள் பாரடிசிற்கு வந்து கொண்டேயிருந்தன. நவாபைப் பின்புறமாக வந்து தாக்குகின்ற படைவரும் வரையில், பாரடிஸ் சண்டையில் இறங்கலாகாதென்று கோட்டையிலிருந்து செய்தி அனுப்பினர். அப்போது பாரடிஸ் அடையாற்றில் இறங்கி அதைக் கடந்து கொண்டிருந்தார். ஆனால் அவர் கோட்டையிலிருந்து வந்த ஆலோசனையை ஏற்கவில்லை. பாரடிஸ் தன் படையுடன் முன்னேறி தடுக்கும் வகையில் பீரங்கிகளின் ஆதரவுடன் கூடிய பத்தாயிரம் பேரடங்கிய படையோடு நவாபு அடையாற்றின் கரையில் நின்று கொண்டிருக்கின்றார். எதிரிப்படை இங்ஙனம் நேருக்கு நேர் நின்றதால் அதைப் பக்கவாட்டில் சென்று தாக்கவும் பாரடிசிற்கு வழியில்லை. பின் வாங்கினாலோ, நவாபின் படை பிரஞ்சுப் பாரடிசிற்கு வழியில்லை. பின்வாங்கினாலோ, நவாபின் படை பிரஞ்சுப் படையை இருந்த இடம் தெரியாமல் ஆக்கிவிடும். அதாவது இருதலைக் கொள்ளி எறும்பின் நிலை.

பாரடிஸ் தன் படையினருடன் முன்னால் நின்று கொண்டு, அவர்களை நெருக்கமான அணியாக்கிக் கரைமீது விரைந்து ஏறினார். அப்போது மஸ்கட்டுகளால் நவாபின் படையைச் சுடுவதற்கென்று தன் படையை ஒருமுறை நிறுத்திச் சுடச் செய்தார். பின்னர் வாளையும், துப்பாக்கிக் கொடுவாளையும் கொண்டு, அரண்போல் அடர்ந்து நின்ற நவாபுப் படையைத் துணிந்து தாக்கினார். அதன் விளைவு மந்திர சக்தி போலமைந்தது.நவாபின் படையினர் இதற்கு இரண்டு நாளைக்கு முன்னர், பிரஞ்சுப் பீரங்கித் தாக்குதலைக் கண்டு சிதறிக் களத்தை விட்டு ஓடியதைப் போன்று, இப்போது நேருக்கு நேர் வந்த தாக்குதலை எதிர்கொள்ள முடியாது தலைவிரி கோலமாய்ச் சாந்தோமின் வீதிகளில் உயிரைக் கையில் பிடித்துக் கொண்டு ஓடினர்.

பாரடிஸ் அவர்களை விடவில்லை; பின்னால் துரத்திக்கொண்டே ஓடினார். தலைதெறிக்க ஓடியவர்கள் மீது பீரங்கியால் மாறி மாறிச் சுட்டார். இந்நேரத்தில் தான் கோட்டையிலிருந்து, அவருக்கு உதவியாக அனுப்பப்பட்ட படை நவாபின் பின்பக்கமாக வந்து கொண்டிருந்தது. இங்ஙனம் ஐரோப்பியப் படை முன்னும் பின்னும் தாக்கவே,நவாபின் படை முற்றிலும் நிலை குலைந்து போனது. மகஃபூஸ் கான் பட்டத்து யானைமீது ஏறிக் களத்தை விட்டு மறைந்தார். அவருக்குப் பின்னால், சின்னாபின்னமாகிப்போன அவருடைய படையினர் ஓடிச்சென்றனர். மகஃபூஸ் கான் ஆர்க்காட்டுக் கோட்டைக்குள் போய்ப் புகுந்துவிட்டார்.

இந்தியாவின் விதியை மாற்றிய பரங்கி மலையும் அடையாறும்

பரங்கிமலையிலும், அடையாற்றிலும் இவ்வாண்டு நவம்பர்த் தொடக்கத்தில் நடந்த இவ்விரு சண்டைகளும் மெய்யாகவே இந்திய வரலாற்றின் போக்கை மாற்றின. பதினெட்டாம் நூற்றாண்டிலும் அடுத்த பத்தொன்பதிலும் நாம் காணப்போகும் பல்வேறு ஐரோப்பியப் போர்க்கள வெற்றிகளுக்கெல்லாம் இது பிள்ளையார் சுழியானது. அவையனைத்தையும் விட, இவ்விரு சண்டைகளுக்கு மட்டும் தனிச் சிறப்பு உண்டு.

பல்லாயிரக் கணக்கில் அணிதேர் புரவி ஆள் பெரும் படையுடன் களத்தில் இறங்கிய இந்திய மன்னர்களின் படைகளை நூற்றுக்கணக்கான ஐரோப்பியரால் சிதறடிக்கமுடியும் என்பதை இவ்விரண்டு சண்டைகளில் பரங்கிமலையிலும், அடையாற்றிலும் மெய்ப்பிக்கப்பட்டது. இதைப் பிரஞ்சு ஊழியத்திலிருந்த சுவிட்சர்லந்து நாட்டு பாரடிஸ் என்ற இளைஞர் செய்து காட்டினார் என்பதும் குறிப்பிடத்தக்கது.

பாரடிஸ் இந்த வெற்றிக்குப் பிறகு, உடனே சென்னையின் படைத் தலைவராக்கப்பட்டார். பூர்தோனைசும், நிக்கலஸ் மார்சும் செய்து கொண்ட உடன்படிக்கை செல்லாது என்று தூய்ப்பிளே அறிவிக்குமாறு பாரடிஸ் செய்தார். சென்னை போரில் வெல்லப்பட்டதால், அது பிரஞ்சுக்காரருக்கு உரிமையானது. மார்ஸ் இந்த அறிவிப்பை எதிர்த்தும் பயனில்லை. கிழக்கிந்தியக் கம்பெனி ஊழியர்கள் புதுச்சேரிக்குக் கொண்டு செல்லப்பட்டனர்.

6. டேவிடு கோட்டை மீதும் பிரஞ்சுக்காரர் தாக்கு

பூர்தோனைஸ் சென்னையில் இட்ட போர்த் தீ மிகக் குறுகிய காலத்திற்குள் கிழக்குக் கரையோரத்திலும், அதையொட்டிய பகுதிகளிலும் அமைதியை அழித்தது.

டேவிடு கோட்டையில் புகலடைந்த ஆங்கிலேயர் நவாபு அன்வருதீனிடம் உதவி

கோரினார். அவர் பரங்கிமலையிலும், அடையாற்றிலும் அடைந்த இழிவைப் போக்கும் எண்ணத்துடன் தன் இரண்டு மக்களான மகஃபூஸ் கானையும், முகமது அலியையும் ஒரு படையுடன் அனுப்பினார்.

பாரடிஸ் சென்னையில் பிரஞ்சு அலுவல்களை ஒழுங்குமுறைப்படுத்திவிட்டுப் புதுச்சேரிக்குச் சென்றுகொண்டிருந்த வழியில், மக்ஃபூஸ் கான் அவரைத் தாக்கினார். அப்போது பிரஞ்சுப் படையில் 300 பேர் தான் இருந்தனர். சென்னையில் கொள்ளையடித்த பொருள்களைச் சுமக்க முடியாது தூக்கிச் சென்று கொண்டிருந்தனர். எனினும் அவர்கள் நவாபின் படையை முழுமூச்சுடன் முன்னைப் போல் தாக்கவே ஆர்க்காட்டுப் படை ஓடிவிட்டது. பிரஞ்சுப் படையில் சிலர் மட்டுமே காயமடைந்தனர். பாரடிஸ் பின்னர் அரியங்குப்பத்தைப் பத்திரமாய் அடைந்தார்.

அரியங்குப்பம்

அரியன் குப்பமே இன்று அரியங்குப்பமென்றும், அரியாங்குப்பமென்றும் திரிந்து வழங்குகின்றது. அரியன் என்பது ஞானி, சிவன், திருமால் என்ற பல பொருள்களில் வரும். குப்பம் என்பது சிறு ஊர். இதற்கு ஞானி அல்லது பெருமாள் உறையும் ஊர் என்று பொருள்.

இச்சிற்றூர் பதினெட்டாம் நூற்றாண்டில் போர்த்தந்திர முக்கியத்துவம் வாய்ந்த இடமாக விளங்குகின்றது. இது கடலூரிலிருந்து வடக்கே வடகிழக்கில் 21 கிலோ மீட்டர்; புதுச்சேரியிலிருந்து தெற்கே தென்கிழக்கில் 3 கிலோமீட்டர்; திண்டிவனத்திலிருந்து தெற்கே தென்கிழக்கில் 42 கிலோ மீட்டர்; கடலிலிருந்து மேற்கில் இரண்டு கிலோமீட்டர்.

இவ்வூர் இக்கால கட்டத்தில் பிரஞ்சுக்காரரிடம் இருந்தது. பிரஞ்சுக்காரருக்கும், ஆங்கிலேயருக்கும் 1746-1760 காலத்தில் நடந்த பல சண்டைகளில் அரியங்குப்பமும், இங்கிருந்த கோட்டையும், புதுச்சேரியின் பாதுகாப்பில் மிக முக்கியமான இடம் வகித்தன. அரியங்குப்பம் பலமுறை கைமாறியிருக்கின்றது. இதைப் பிரிட்டிஷ் அட்மிரல் பாஸ்கவன் 1748 இல் பிடித்தார்.

தூய்ப்பிளே டேவிடு கோட்டையைத் தாக்க அரியங்குப்பத்தில் தான் படை திரட்டிக் கொண்டிருந்தார். அவர் டிசம்பர் மாத முடிவிற்குள் மொத்தம் 1600 பேரைத் திரட்டிவிட்டார். அவர்களில் 900 பேர் ஐரோப்பியர், பீரங்கிப்படையில் ஆறு பீரங்கிகள் இருந்தன. அதே எண்ணிக்கையில் மார்டார் (Mortar) என்ற சிறு பீரங்கிகளும் இருந்தன. டேவிடு கோட்டையில் 300 பேர் மட்டுமே இருந்தனர். அவர்களில் மூன்றிலொரு பங்கினர் நாட்டுப் படையினர்.

பாரடிசைவிடப் பதவி நிலையில் உயர்ந்தவர்கள் இருந்ததால் அரியங்குப்பத்தில் திரட்டிய படைக்கு அவரைப் படைத் தலைவராக்க முடியவில்லை. அதனால் ஜெனரல் பரி என்பவர் அப்படையின் தலைவரானார்.

டேவிடு கோட்டை

டேவிடு கோட்டை ஜார்ஜ் கோட்டையைவிட வலுவானது. இக்கோட்டையின் தெற்கே சுமார் ஒன்றரைக் கிலோ மீட்டரிலிருந்த கடலூர் முப்புறமும் மதில்கள் சூழ, ஒருபுறம் அலைகள் கொண்டு வந்து குவித்த மணல் மேடுகள் உயர்ந்து தடைச் சுவர்கள் போலும் இருந்தன.

1746

டேவிடு கோட்டையும் பிரஞ்சுக்காரரிடம் பிடிபடுமாயின் ஆங்கிலக் கம்பெனியின் செல்வாக்கு இப்பகுதியில் முற்றாகத் தொலைந்து விடும்; அதை மீண்டும் பெறவே முடியாது போனாலும் போகலாம் என்பதை ஆங்கிலேயர் இப்போது நன்குணர்ந்திருந்தனர். பிரிட்டிஷ் கப்பற்படை வரப்போவதையும், பூர்தோனைசின் கப்பல்கள் வருவதையும் காட்டுகின்ற குறிப்புகளும் தெரியவில்லை. (பூர்தோனைஸ் இனிமேல் சோழ மண்டலக் கடலுக்கு வரப்போவதில்லை. ஏனெனில் தூய்ப்பிளேயின் கடுமையான குற்றச்சாட்டுகளினால், அவர் பிரான்சிற்குத் திருப்பியனுப்பப்பட்டு அங்கு வெஞ்சிறையான பாஸ்டிலியில் அடைக்கப்பட்டிருக்கின்றார்.)

பிரஞ்சுக்காரரிடம் பத்துப் பேருக்கு ஓர் ஆங்கிலேயர் என்று படை பலம் இருந்த போதிலும், கர்நாடக நவாபும், அவரின் மக்களிருவரும் பெரும்படையுடன் அருகே இருந்து வந்தனர் என்பதால், அது பிரஞ்சுக்காரருக்குப் பெரிய இடையூறாக இருந்தது. ஆங்கிலேயர் தாக்கப்பட்டால், அவர்களின் உதவிக்குப் போக வேண்டுமென்று அவர்கள் உடன்படிக்கை செய்து கொண்டிருந்த போதிலும், இதற்கு முன்னர் சென்னை பீரங்கித் தாக்குதலுக்குள்ளான போது, நவாபு அவர்களுக்கு உதவி புரிய வரவில்லை. எனினும், அவருடைய நண்பரும், அரசியல் மேலாளருமான ஐதராபாது நிசாம் கட்டளையிட்ட பிறகுதான், அன்வருதீன் பிரஞ்சுக்காரருக்கு எதிராகப் படை கொண்டு போனார்.

தூய்ப்பிளேயின் சூழ்ச்சிகளும், நயவஞ்சகச் செயல்களும் நிசாமிற்கு அச்சமூட்டியதால், அவர் கர்நாடக நவாபை இந்நடவடிக்கை எடுக்கச் செய்தார். எனவே நிசாமின் கட்டளைப்படி நடக்கவும், பரங்கிமலையிலும் அடையாற்றிலும் கண்ட தோல்விகளுக்குப் பழிவாங்கவும் கர்நாடக நவாபு முடிவெடுத்தார்.

டேவிடு கோட்டையைக் கைப்பற்றுவதற்காக 1746 டிசம்பர் முதல் 1747 மார்ச்சு வரையிலும் ஏனோதானோ என்று சிறுசிறு சண்டைகளும்; துரோக வேலைகளும், நவாபின் படையினரை விலை கொடுத்து வாங்கும் பிரஞ்சுக்காரரால் இத்தனை தாக்குதல்களுக்கு பிறகும் டேவிடு கோட்டையைப் பிடிக்க முடியவில்லை.

160 | ப. சிவனடி

அதற்கு இளம் கிளைவின் துடிப்பான நடவடிக்கையும் ஒரு காரணமாகும். அவர் முறைப்படி பயிற்சி பெற்ற படைவீரர் அல்லரெனினும், சண்டை எங்கு பலமாக நடந்தாலும், அங்கெல்லாம் காணப்பட்டார். வேண்டிய நேரத்தில் எதிர்த் தாக்குதலை நடத்தத் தலைமை ஏற்கவும் ஆயத்தமானார்.

புதுச்சேரியில் ஆனந்தரங்கம் பிள்ளை இந்த ஆண்டு திவான் என்ற அமைச்சர் பதவியைப் பெற்றார்.

1746

வரலாற்றுப் புள்ளிகள்:

பெஞ்சமின் ஃபிராங்க்ளின் மின்சார ஆராய்ச்சி

பெஞ்சமின் ஃபிராங்க்ளின் *(1742 காண்க)* பிலடெல்ஃபியாவில் மின் ஆய்வுகளைத் தொடங்குகின்றார். அவர் *1745* இல் டச்சுக் கணிதவியலார்- இயற்பியலாரான பீட்டர் வான் மஷன் பிராக் *(Pieter Van Muschen brock-வயது 51)* லெயிடன் பல்கலைக் கழகத்தில் கண்டுபிடித்த லெயிடன் .சாடியை அல்லது *Kleistian* சாடியை) இன்னும் திருத்தமுறச் செய்தார். அவர் லெயிடன் சாடியிலிருந்த நீரை அகற்றிவிட்டு, ஈயத் தூளை இட்டார்.

1746

பிரிட்டனில் தானிய விலை வீழ்ச்சி

பிரிட்டனில் கடந்த முப்பது ஆண்டுகளாய் நடந்து வருவதைப் போன்று, இந்த *1746* ஆம் ஆண்டும் தானியங்களின் விலை தொடர்ந்து குறைந்தது. இன்னும் பத்தாண்டுக் காலம் இந்நிலை நீடிக்கும் என்று கணித்தனர். அதைப்போல் சாவு விகிதமும் அக்காலத்தில் விழும். ஏனெனில் மக்களின் பலர் நல்ல உணவை உள்கொண்டு ஆரோக்கியமான நிலையில் இருந்தனர்.

காசுமீரத்தில் கொடிய பஞ்சம்

உணவுக் களஞ்சியங்கள் வெறுமையான போதெல்லாம், கல்லறைகள் நிறைந்தன என்பது பழமையான சொலவடை. சான்றாக, *1746-1747* ஆம் ஆண்டில் வந்த பஞ்சத்தின் போது காசுமீரப் பள்ளத்தாக்கு மக்களில் முக்கால்வாசிப் போர் பட்டினியால் செத்தனர். அதையடுத்து மழை பெய்து நோய்களைக் கூட்டி வந்தது; வெள்ளத்தால் பயிர்கள் அழிந்தன. வயல்வெளியெல்லாம் பிணங்கள் கிடந்தன. காக்கையும் கழுகுகளும் கொழுத்தன.

புதுச்சேரியில் பாக்கு விலை ஏற்றம்

இந்த *1746* இல் ஆங்கிலேயருக்கும், பிரஞ்சுக்காரருக்குமிடையே போர் மூண்டதால் பாக்கு விலை ஏறிவிட்டது. ஆங்கிலேயர் கடலூரிலிருந்து பாக்குப் புதுச்சேரிக்குள் செல்லாதவாறு தடுத்துவிட்டனர்.

கமுகு என்ற பாக்கு மரத்தின் தாயகம் பிலிப்பைன். இம்மரம் இந்தியா, மலேயா, இலங்கை, மெலனீசியத் தீவுகள் இங்கெல்லாம் பரவியுள்ளது. சீனர் கி.மு.1000 ஆம் ஆண்டிலேயே வெற்றிலை, பாக்கை விரும்பிப் போட்டிருக்கின்றனர். தமிழ்ப்புலவர் கமுகை விண்ணிலிருந்து வீசப்பட்ட அம்பு என்பர்.

சுண்ணாம்பு தடவுப் பாக்குடன் மென்று சுவைக்கும் வெற்றிலையின் தாயகம் மலேயத்திலுள்ள கிட்டா (Kedah) ஆகும். இது இன்று மலேசிய நாட்டின் வடமேற்குக்கரையில் உள்ளது.

வெற்றிலையும், பாக்கும் தமிழர்களின் வாழ்வில் இரண்டறக் கலந்துள்ளன என்பது மிகையன்று. வெற்றிலையைக் குறிக்கும் Betel, அடைக்காய் என்ற பாக்கைக் குறிக்கும் Arecanuts என்ற ஆங்கிலச் சொற்களின் வேர் தமிழ் மொழியாகும்.

பாக்குப் பற்றித் தமிழ்நாட்டில் வழங்கி வரும் சில பழமொழிகள்:

ஊண் பாக்கு ஒழிய வீண் பாக்கு ஆகாது. உண்டபின் வெற்றிலை போடுவதுதான் நல்லது.

வாழை வடக்கு ஈனும்; வான் கமுகு தெற்கு ஈனும்.

வாழை வடக்கிலும், கமுகு தெற்கிலும் குலை தள்ளும்.

கை காய்த்தாற் கமுகு காய்க்கும்.

கையில் காய்ப்பு ஏறக் கமுகிற்கு நீர் விட்டால், கமுகு செழித்துக் காய்க்கும் என்பது இதன் கருத்து.

1747

அரசியல்

கப்பூர்த்தலா நாட்டரசு வரலாறு, கிளைவு படையதிகாரி ஆதல்

இறப்பு

வீரமா முனிவர் (1680-1747)

நாதிர் ஷா கொலை (1688-1747)

1747

1. வீரமாமுனிவர் மறைவு 1680-1747

வர்ஜில் (கி.மு, 70-19) என்ற ரோமானியப் பெரும் புலவர் பிறந்த மாண்டுவா என்ற ஊரின் அருகே, அவருக்குச் சுமார் ஆயிரத்தெண்ணூறு ஆண்டுகளுக்குப் பிறகு பிறந்த பெஸ்கி என்ற வீரமாமுனிவர், ரோமானிய நாகரிகத்துடன் தொடர்பு கொண்டிருந்த பண்டை நாகரிக மையங்களுள் ஒன்றான தமிழ்நாட்டிற்கு இந்தப் பதினெட்டாம் நூற்றாண்டில் (1710) போந்து, புனித ஜோசப்பின் மீது வாடாத பூமாலையாகிய தேம்பாவணியைச் சூட்டித் தமிழுக்குப் பல வழிகளில் பெருமை சேர்த்தார். வீரமாமுனிவர் என்ற பெயரும் கொண்டார். ஏசு சபையினர் பன்னெடுங் காலமாய்த் தமிழுக்குப் பல அரும் பணிகள் புரிந்துள்ளாரெனினும், அவர்களுள் வீரமா முனிவரே உயர்ந்து நிற்கின்றார்.

அவர் தென்பாண்டிச் சீமையிலும், தஞ்சைத் தரணியிலும் கிட்டத்தட்ட நாற்பதாண்டுகள் பணிபுரிந்த பின்னர், கேரளத்தின் கிராங்கனூருக்கு (பண்டை முசிறி) அருகிலிருக்கும் அம்பலக் காட்டில் 1747 பிப்ரவரி 4 அன்று இறந்தார்.

அந்தோணிக்குட்டி அண்ணாவியார்

வீரமாமுனிவரின் காலத்தில் வாழ்ந்த இந்தத் தமிழ்ப் புலவரைப் பற்றிய செய்தி, தமிழ்ப் பல்கலைக் கழகம் வெளியிட்டுள்ள வாழ்வியற் களஞ்சியத்தின் முதற் தொகுதியில் (1986) காணப்படுகின்றது.

அந்தோணிக்குட்டி அண்ணாவியார் பதினெட்டாம் நூற்றாண்டில் வாழ்ந்த தமிழ்ப் புலவருள் ஒருவர். திருநெல்வேலி மாவட்டத்திலுள்ள மணப்பாடு என்ற ஊரைச் சேர்ந்தவர். இவரை ஈழவர் என்றும், பரதவர் என்றும் கூறுவர். இவர் வீரமாமுனிவருடன் சேர்ந்து தமிழ்த் தொண்டும், சமயத் தொண்டும் செய்துள்ளார்.

இவருடைய தீய ஒழுக்கத்தினால் பாதிரிமார், தம் குழுவிலிருந்து இவரை நீக்கிவிட்டனர். அவர் பின்னர் பாவமன்னிப்புப் பெற்றுச் சமயப் பணியைத் தொடர்ந்தார். இவர் 'கிறித்தவ சங்கீதம்' என்ற நூலை

வீரமாமுனிவர்

இயற்றினார். இதில் பேரின்பக் காதல், பாலத்தியானம், பச்சாத்தாபம், தன் மேல் குற்றம் சுமத்தல், ஆசைப் பத்து, அருள் வாசகம், சேசுநாதர் மரணம், திருப்புகழ், ஆனந்த மஞ்சரி, கீர்த்தனை முதலிய பாடல்கள் உள.

2. கப்பூர்த்தலா வரலாறு

இந்தப் பதினெட்டாம் நூற்றாண்டில் பாரதத்தில், குறிப்பாக வட பாரதத்தில் சமஸ்தானங்கள் எனப்படும், பல நாட்டரசுகள் தோன்றியதைக் கண்டு வருகின்றோம். லக்னோவில் ஔது நவாபு குடி *(1719)*, ஐதரபாதில் அசஃபு ஷா குடி *(1724)*, இத்தூர் *(1732)*, புந்தேல்கண்டில் பன்னா அரசு *(1732)*, காசியில் பிராமணர் குடி *(1739)*, பண்டி நாட்டரசு *(1744)*, இவ்வாண்டில் கம்பூர்த்தலா, குவாலியரில் சிந்தியா குடி *(1750)*, இராம்பூரில் ரோகில்லாக்கள் குடி *(1750)* என்று இந்த ஐந்தாம் பத்து வரையிலும் புதிய அரச குடிகள் பல தோன்றின. இவையன்றித் தெற்கில் வேணாடு, கொச்சி, மைசூர், ஆகிய நாடுகளிலும், வடக்கில் இரசபுதனத்திலும் பல ஆண்டுகளாகவே அரச குடிகள் ஆட்சி புரிந்து வருகின்றன.

அவற்றின் வரிசையில் சீக்கியரால் அமைக்கப்பெற்றது கப்பூர்த்தலா ஆகும். சீக்கியர் முகலாயருக்கு எதிராகப் பாஞ்சாலத்தில் தோற்றுவித்த மிசல் என்ற பன்னிரு படைகளில் ஒன்றுக்குத் தலைவராயிருந்த சர்தார் ஐஸ்ஸா சிங்கு கம்பூர்த்தலாவில் ஒரு நாட்டரசைத் தோற்றுவித்தார்.

அவர் இந்த *1747* ஆம் ஆண்டிற்கும், இறந்துவிட்ட *1783* ஆம் ஆண்டிற்கும் இடைப்பட்ட காலத்தில் கொந்தளிப்பு மிகுந்திருந்த பாஞ்சாலத்தில் ஒரு சிற்றரசைத் தோற்றுவித்து, அதே காலத்தில் தனக்குப் போட்டியாக விளங்கிய மற்றொரு மிசல் தலைவரான பாட்டியாலாத் தலைவரிடம் இழக்கவும் செய்தார். அவர் பாஞ்சாலத்தின் பழைய முகலாயர் படைத் தலைவரைக் கம்பூர்த்தலாக் கோட்டையிலிருந்து விரட்டியடித்து, அங்கு மற்றொரு சிற்றரசை நிறுவினார்.

அவரையடுத்துக் கம்பூர்த்தலாவில் ஆட்சிக்கு வந்தவர்கள், இச்சிற்றரசைப் பாஞ்சாலத்தின் பெருமைக்குரிய வீரமறவர் அரசு என்ற நிலைக்கு உயர்த்தினர். கப்பூர்த்தலா மன்னரான ஃபத்தேசிங்கு, மாபெரும் இரஞ்சித்து சிங்குடன் சேர்ந்து பிரிட்டிசாருடன் செய்த கொண்ட உடன்படிக்கையில் கையெழுத்திட்டார். எனினும் ஐஸ்ஸா சிங்கு உருவாக்கிய ஆட்சியின் எல்லையை விரித்ததும், *1808* ஆம் ஆண்டு உடன்படிக்கையில் கையெழுத்திட்டதும் எதிர்காலத்தில் பல சிக்கல்கள் எழுவதற்கு அடிப்படைக் காரணங்களாயின.

ஐஸ்ஸா சிங்கு சட்லஜ் ஆற்றின் வடக்கிலும் தெற்கிலுமிருந்து நிலப்பரப்பைத் தனதாக்கிக் கொண்டார். (சட்லஜ் ஆறு தென்மேற்குத் திபேத்தில் தோன்றி, இமயமலை வழியே பாய்ந்து, இமாசலப் பிரதேசத்தையும், பாஞ்சாலத்தையும் கடந்து பாகிஸ்தானத்தினுள் புகுந்து பசுவல்பூருக்கு மேற்கில் செனாபு ஆற்றுடன் கலந்துவிடுகின்றது. இதுதான் பாஞ்சாலத்தின் ஐந்து ஆறுகளிலும் நீளமானது. இதன் நீளம் *1368* மீட்டர்.)ஆனால் பிரிட்டிசாருடன் *1808* ஆம் ஆண்டில் செய்து கொண்ட உடன்படிக்கையோ, கிழக்கிந்தியக் கம்பெனியின் ஆட்சிப்பகுதிக்கும் புத்தெழுச்சி பெற்றுவந்த இரஞ்சித்து சிங்கின் சீக்கிய அரசிற்கும் சட்லஜ் ஆறுதான் எல்லையாக இருக்க வேண்டுமென்று வரையறுத்தது.

தடியெடுத்தவன் தண்டல்காரன் என்ற பதினெட்டாம் நூற்றாண்டு நாள்களின் நடப்பையொட்டி, தன்னுரிமை பெற்றவர்களாக இருப்பதற்குத்தான் கப்பூர்த்தலா மன்னர்கள் விரும்பினர். ஆனால் பாஞ்சாலத்தில் தம் நிலையை வலுப்படுத்திக் கொண்டிருந்த இரண்டு பெரிய சக்திகளின் மேலாண்மையிலிருந்து அவர்களால் தப்பிக்க முடியவில்லை. எந்தக் கட்சியில் சேர்வது என்பது அவர்களுக்கு பெரிய வினாக்குறியாகவே இருந்தது.

கம்பூர்த்தலா மன்னர்கள் இங்ஙனம் மதில்மேல் பூனைபோல் இருந்தமையால் அனைத்தையும் இழக்க நேர்ந்தது. ஃபத்தேசிங்கு சகோதரத்துவத்தின் அடையாளமாக இரஞ்சித்து சிங்குடன் தலைப்பாகை மாற்றிக்கொண்டார். ஆதலால் அவர் தனது நாட்டின் தென்பகுதிகளை முதலில் இடுக்கண்ணுக்குள்ளாக்கினார். அவர் இரஞ்சித்து சிங்கின் போர்களின் தலையாய தளபதியாகப் போர் புரிந்தார்.

இரஞ்சித்து சிங்கு திட்டமிட்டுப் பிற சீக்கியச் சிற்றரசுகளை நசுக்கி, அவற்றின் நாடுகளைத் தன் அரசுடன் சேர்த்து வந்ததை ஃபத்தே சிங்கு கண்டதும், தவறான கட்சியில் சேர்ந்துவிட்டதைக் கடைசி நேரத்தில் தான் உணர்ந்தார்.

அவர் *1825* ஆம் ஆண்டு திடீரென்று சட்லஜைத் தாண்டி ஓடிப்போய்ப் பிரிட்டிசாரிடம் சென்று, தனக்குப் பாதுகாப்புத் தரவேண்டுமென்று முறையிட்டார். பிரிட்டிசார் அவரது முறையீட்டைக் காதில் வாங்கவேயில்லை. எனவே அவர் கப்பூர்த்தலாவிறகு மனவாட்டத்துடன் திரும்பி ஒதுங்கி வாழலானார்.

அவரையடுத்துப் பதவிக்கு வந்த நிகால் சிங்கும், பிரிட்டிசாருக்கும், இறந்து போன இரஞ்சித்து சிங்கின் படைக்கும் நடைபெற்ற சண்டையில் எவர் பக்கம் சேர்வது என்று தெரியாமல் *1845* இல் மயங்கினார். அவர் எதுவும் செய்யாமல் வலுவாகத் தன் கோட்டைக்குள் இருந்து கொண்டார். தன் படையினர் விருப்பம்போல் எது வேண்டுமானாலும் செய்யட்டும் என்று விட்டுவிட்டார்.

அவருடைய படையினர் தவிர்க்க முடியாத வகையில் சீக்கியர் படைகளையே ஆதரித்துப் போரிட்டமையால், போர் முடிந்ததும், பிரிட்டிசார் கப்பூர்த்தலாவின் தென்பகுதிகளைப் பிடித்துக் கொண்டனர். இப்போது கப்பூர்த்தலா நாடு என்று சொல்லத்தக்க பெரும் நிலப்பரப்பு எதுவும் எஞ்சவில்லை. பிரிட்டிசார் பிடித்ததுபோக மிஞ்சிய நிலப்பரப்பையே பிடித்து வைத்துக்கொள்வது கப்பூர்த்தலா மன்னர்களுக்கு அடுத்த பத்தாண்டில் பெரும்பாடாயிருந்தது.

எனினும், அவர்கள் இரண்டாவது சீக்கியப் போரிலும், *1857* ஆம் ஆண்டுக் கிளர்ச்சியிலும் பிரிட்டிசாருக்கு உதவி புரிந்து பட்டம் பதவிகளோடு நிலப்பரப்பையும், பாதுகாப்பையும் அவர்களிடமிருந்து பெற்றனர். பிரிட்டிசார் அவர்களுக்கு ஓரிலட்ச ரூபாயையும் ஔதில் பண்ணைத் தோட்டங்களையும், பதினொரு குண்டு மரியாதையையும் வழங்கினர்.

கப்பூர்த்தலா டெல்லியிலிருந்து வடக்கே வடமேற்கில் சுமார் *384* கிலோ மீட்டரிலும், பாட்டியாலாவிற்கு வடமேற்கில் சுமார் *160* கிலோ மீட்டரிலும் உள்ளது.

1747

வரலாற்றுப் புள்ளிகள்

நாதிர் ஷா கொலை (1688-1747)

நாதிர் ஷா பழம் பெரும் நாடான பாரசீகத்தைப் பதினோரு ஆண்டுகள் ஆண்ட பின்னர், அவரது குலத்தைச் சேர்ந்த ஒருவரால் 1747 இல் கொலை செய்யப்பட்டார். அதையடுத்துப் பாரசீகத்தில் பெரிய குழப்பம் ஏற்பட்டது. நாதிர் ஷா 1739 இல் இந்தியாமீது படையெடுத்து வந்த செய்தி இ.ச.க.தொகுதி-4 ல் விவரிக்கப்பட்டிருந்தது.

கிளைவு படையதிகாரியாதல்

பிரஞ்சுக்காரர் 1746 டிசம்பர் முதல் 1747 மார்ச்சுவரை நடத்திய தாக்குதலில், இராபட் கிளைவு முறையான படை வீரரல்லாவிடினும், துணிந்து வீரத்தோடு போராடியதைப் பாராட்டும் வகையில், கடலூர்க் கோட்டையின் ஆளுநர் அவரை என்சைன் எனப்படும் அடிநிலைப் படையதிகாரியாக்கியது குறித்து, 1747 மே 2 அன்று இலண்டனிலுள்ள கம்பெனி நெறியாளர்களுக்குத் தெரிவிக்கப்பட்டது.

எனவே கிளைவுக்குப் பிடிக்காத எழுத்து வேலைக்கு இத்துடன் முற்றுப்புள்ளி வைக்கப்பட்டது. அவரது சம்பளமும் ஆண்டிற்கு ஐந்து பவுனாக இருந்தது, பத்துப் பவுனாக உயர்ந்தது. (சுமார் 100 ரூபாய்).

1748

1748

அரசியல்

புதிய படைத்தலைவர் ஸ்டிரிங்கர் லாரன்ஸ் வருகை: தமிழகத்தில் கம்பெனிப்படை; தாழ்ந்த சாதியினர் படையில் சேர்க்க எதிர்ப்பு; முதல் கர்நாடகப் போர் முடிவு;

ஆஸ்திரிய வாரிசுரிமைப் போரும் இந்தியாவும்; ஆஸ்திரிய வரலாறு; ஹாப்ஸ்பர்கு குடி; ஆஸ்திரிய வாரிசுரிமைப் போர் *(1740-1748)*

நிசாம் மரணம்; வாரிசுரிமைச் சண்டை; சந்தா சாகிபு சிறை மீள்தல்; இராமநாதபுரம் புதிய சேதுபதி; அகமதுஷா அரியணை ஏறுதல்.

அறிவியல்

தொல்லியல் துறை தோற்றம்; மறுமலர்ச்சி இயக்கம்;

வரலாறு

திவோலி அகழ்வு; பாம்பீ அகழ்வு; இங்கிலாந்து, டென்மார்க்கு, சுவீடன், பிரான்ஸ், இந்தியா முதலிய நாடுகளில் தொல்லியல் தோற்றுவாய்

மருத்துவம்

டிஃப்தீரியா முதல் விளக்கம்

பிறப்பு

பெரிய மருது

இறப்பு

நிசாம்-உல்-முல்க்

1748

1. புதிய பிரிட்டிஷ் படைத்தலைவர் ஸ்டிரிங்கர் லாரன்ஸ் கடலூர் வந்தார்

சென்னை ஜார்ஜ் கோட்டையில் இருந்த பிரிட்டிஷ் படைத் தலைவரான மேஜர் நைப்பு (Knipe) 1748 ஆம் ஆண்டு சென்னையில் இறந்தார். அவரின் இடத்தில் புதிய படைத்தலைவர் அமர்த்தப்படாமலிருந்தார். ஜார்ஜ் கோட்டையின் காவல் படையை வலுப்படுத்துவதற்காக அதில் சார்ஜண்டு களையும், என்சைன்களையும் சேர்ப்பது என்றும், தகுதிவாய்ந்த ஓர் அதிகாரியை, அதாவது ஆண்டில் 250 பவுன் பெறக்கூடிய ஒரு மேஜரை இனிமேல் அனுப்புவதென்றும் கிழக்கிந்தியக் கம்பெனியின் நெறியாளர்கள் 1746 டிசம்பர் 17 அன்று முடிவு செய்தனர்.

ஸ்டிரிங்கர் லாரன்ஸ்

அதற்கிணங்க மேஜர் ஸ்டிரிங்கர் லாரன்ஸ் (1697-1775) நூற்றைம்பது படைவீரர்களுடன் 1747 பிப்ரவரி 18 அன்று "விஞ்சல்சீ" என்ற மரக்கலத்தில் பிரிட்டனை விட்டுப் புறப்பட்டார். இப்பயணம் பன்னிரண்டு மாதங்கள் நீடித்தது. இப்படை இந்தியாவிற்கு வந்து கொண்டிருந்த வழியில், தென்னாப்பிரிக்காவின் நன்னம்பிக்கை முனையில்தான், சென்னை ஜார்ஜ் கோட்டை பிரஞ்சுக்காரரிடம் பிடிபட்ட செய்தி லாரன்சிற்குக் கிடைத்தது.

அதனால் லா பூர்தோனைசின் கண்ணில் படாமல் தப்பிப்பதற்காக, மேஜர் ஸ்டிரிங்கர் லாரன்ஸ் வந்து கொண்டிருந்த கப்பல், படேவியா வரை சென்றுவிட்டு, அங்கிருந்து சோழக் கடலுக்கு வந்தது. அவர் பன்னிரண்டு மாதங்களுக்குப் பிறகு 1748 ஜனவரியில் தான் கடலூரை அடைந்து, டேவிடு கோட்டைக்கு வந்தார். ஸ்டிரிங்கர் லாரன்ஸ் மிகச்சிறந்த படையதிகாரி; நேர்மையானவர்; கடுமையான உழைப்பாளி; தன படையின் கடைநிலையிலிருப்பவர்களிடமும் நம்பிக்கையூட்டக் கூடியவர். கிளைவின் முதல் படைத் தலைவர்; கிளைவின் ஏற்றத்திற்குத் துணை நின்றவர். இவரைப் பற்றி மெக்காலே பிரபு (1800-1859) பின்னாளில் வெகுவாகப் புகழ்ந்து எழுதியிருக்கின்றார். ஸ்டிரிங்கர் லாரன்ஸ் இந்திய இராணுவத்தின் தந்தை என்று சிலரால் அழைக்கப்படுகின்றார். அவர் தமிழ் நாட்டை வந்து அடைந்த இந்தக் காலத்தில் கம்பெனியின் படை எப்படியிருந்தது?

இந்திய சரித்திரக் களஞ்சியம் | 169

தமிழகத்தில் கம்பெனிப் படை

சென்னைக் கோட்டையிலுள்ள பண்டசாலையின் பொருள்களைப் பாதுகாக்கவும், பொது அலுவலரின் வேலைக்காரர்களாகப் - பியூன்களாகப் - பணியாற்றவும், 1624 ஆம் ஆண்டிலிருந்து நாட்டுப்படை வீரர்களை அமர்த்தும் வேலை நடந்துவருகின்றது. அவர்கள் கிழக்கிந்தியக் கம்பெனியின் ஊழியத்தில் சேர்ந்த முதல் நாட்டுப் படை வீரர்களாவர். பியூன் என்ற ஆங்கிலச் சொல்லுக்குக் காலாள் படைவீரன் என்று பொருள.

டேவிடு கோட்டையில் 1747 பிப்ரவரியில் சுமார் 3000 பியூன்கள் அமர்த்தப்பட்டனர். அவர்களில் 900 பேருக்குத் துப்பாக்கிகள் (மஸ்கட்டு) தரப்பட்டிருந்தன.

சென்னையில் முதலில் இங்ஙனம் அமர்த்தப்பட்ட பியூன்களுக்குப் படைப் பயிற்சி தரப்பட்டது: அவர்களில் பெரும்பாலர் முஸ்லிம்களாயிருந்தனர். அவர்கள் இக்காலத்திலும், இதற்குச் சிறிதுகாலத்தின் பின்னரும் தனியான கம்பெனிகளாகச் சுபேதார் அல்லது நாட்டுக் காப்டன்களின் கீழ் இருந்தனர்.அவர்களுள் மிகச்சிறந்த சுபேதாரான முகமது யூசுஃபு தன் திறமையினாலும் துணிச்சலினாலும் மொத்தப் படைக்கும் தலைமை ஏற்கும் நிலைக்கு உயர்ந்தார். இவ்வீரரின் பெயர் ஸ்டிரிங்கர் லாரன்ஸ், இராபட் கிளைவு ஆகியோரின் பெயர்களைப்போன்று, ஆங்கில வரலாற்றாசிரியர்களின் ஏடுகளில் பல இடங்களில் காணப்படுகின்றது.

நாட்டுப் படையினரின் எண்ணிக்கை சிறுகச் சிறுகப் பெருகவும், அதன் வடிவும் மாறிவிட்டது. பின்னர் 1766 ஆம் ஆண்டு ஒவ்வொன்றும் ஆயிரம் பேரடங்கிய பத்துப் பட்டாளங்களும், ஒவ்வொரு கோருக்கும் (*Corps*) மூன்று ஐரோப்பிய அதிகாரிகளும் இருந்தனர். அது 1770 ஆம் ஆண்டு அதே எண்ணிக்கையுள்ள 18 பட்டாளங்கள் ஆயிற்று. இந்நாட்டுப் படையில் 1784 ஆம் ஆண்டு குதிரைப் படையினர் 2000 பேரும், காலாள் படையினர் 28,000 பேரும் இருந்தனர்.

1748

தாழ்ந்த சாதியாரைச் சேர்க்காதே

சென்னையில் கிழக்கிந்தியக் கம்பெனியின் நாட்டார் படையில் பெரிதும் முஸ்லிம்களும், மேல் சாதி இந்துக்களும் இருந்தனர். இப்படை முதலில் அமைக்கப்பட்டபோது, உயர்ந்த வகுப்பைச் சேர்ந்த மறக் குடியினரையே சேர்த்தனர். காலப் போக்கில் பெரிய மாறுதல்கள் ஏற்பட்டன; நாட்டாரில் எல்லா வகுப்பினரும் படையில் சேர்க்கப்பட்டனர்.

சில கோர்களில் (*Corps*) கிழ்சாதியினரும், தீண்டத்தகாதவர்களும் கிட்டத்தட்ட முற்றிலும் அடங்கியிருந்தனர். அவர்கள் குறிப்பிடத்தக்க பெயரையும் பெற்றிருந்தனர். அவர்களை ஊக்குவித்ததால், தம் திறமையால் மேல் பதவியை வெகுவிரைவில் பலர் எட்டிவிட்டனர். அது மேல் சாதியினருக்கு வெறுப்பூட்டியது.

எனவே மதிப்பு வாய்ந்த சாதியினரை மட்டுமே படையில் சேர்க்க வேண்டுமென்று கட்டளை பிறப்பிக்கப்பட்டது. மேல் சாதியினர் முறையாகவும், ஒழுங்காகவும் நடந்தனர் என்றும், அது படையின் நலனுக்கு உகந்தது என்றும் தாழ்ந்த சாதியார் படையில் சேர்க்கப்படுவதில்லை.

பிரஞ்சுக்காரர் தாக்குதல்

ஸ்டிரிங்கர் லாரன்ஸ் கடலூரை அடைந்த ஆறுமாதங்களுக்குள் பிரஞ்சுக்காரர் டேவிடு கோட்டையைத் தாக்கினர். ஐரோப்பியர் ஐநூற்றுவரும், நாட்டுப் படையினர் ஆயிரவரும் அடங்கிய பிரஞ்சுப் படை புதுச்சேரியிலிருந்து புறப்பட்டு வந்து *1748* ஜூன் *17* அன்று கடலூருக்குச் சுமார் ஐந்து கிலோ மீட்டரில் தலைகாட்டிற்று.

பிரஞ்சுக்காரர் தாக்குதல்

ஸ்டிரிங்கர் லாரன்ஸ் கடலூரை அடைந்த ஆறுமாதங்களுக்குள் பிரஞ்சுக்காரர் டேவிடு கோட்டையைத் தாக்கினர். ஐரோப்பியர் ஐநூற்றுவரும், நாட்டுப் படையினர் ஆயிரவரும் அடங்கிய பிரஞ்சுப் படை புதுச்சேரியிலிருந்து புறப்பட்டு வந்து *1748* ஜூன் *17* அன்று கடலூருக்குச் சுமார் ஐந்து கிலோமீட்டரில் தலைகாட்டிற்று.

அவர்கள் தாக்கப் போகின்றனர் என்பது லாரன்சிற்கு எப்படியோ முன்கூட்டித் தெரிந்துவிட்டதால், அவர் உடனே கோட்டைக்குள் பின் வாங்கினார். கடலூரால் தாக்குதலை எதிர்த்து நிற்கமுடியாது என்பது இதனால் தெளிவாயிற்று. இருப்பினும் பொழுது சாய்ந்ததும், தனக்குச் கிடைத்த ஆள்கள், படைக்கலன்கள் அனைத்தையும் திரட்டிக் கொண்டு மதில்கள் சூழ்ந்த கடலூருக்குள் ஓசைப்படாமல் நுழைந்துவிட்டார்.

பிரிட்டிசார் நடு இரவில் மிகுந்த எச்சரிக்கையோடு முன்னேறத் தொடங்கியதும், லாரன்ஸ் பிரஞ்சுக்காரரை எதிர்பாராத முறையில் திடீரென்று வன்மையாகத் தாக்கி, அவர்களைச் சுட்டார். அதனால் பிரஞ்சுப் படை பின் வாங்கிப் புதுச்சேரிக்குப் போய்விட்டது. தூய்ப்பிளே போர்த்திறம் அறிந்த படைத் தலைவரல்லராதலால், டேவிடு கோட்டையைக் கைப்பற்றும் எண்ணத்தைக் கைவிட்டுக் கிழக்கிந்தியக் கம்பெனியை விரட்டியடிக்கும் வேறு வழிகளைப் பற்றிச் சிந்திக்கலானார்.

அட்மிரல் எட்வர்டு பாஸ்கவன்

ஸ்டிரிங்கர் லாரன்ஸ் பிரஞ்சுக்காரரைப் புதுச்சேரிக்கு விரட்டியடித்த இந்நேரத்தில், ஸ்டிரிங்கர் லாரன்சிடமிருந்து தரைப்படையின் தலைமையை ஏற்பதற்காக அட்மிரல் பாஸ்கவன் *(1711-1761)* என்ற பொருத்தமில்லாத ஒருவரைப் பிரிட்டனிலிருந்து அனுப்பி வைத்தனர்.

இந்தியத் துணைக் கண்டத்தின் இப்பகுதியில் பிரஞ்சுக்காரருடன் பிரிட்டிசார் நடத்தி வரும் சண்டையில், பிரிட்டிஷ் அரசின் கவனத்தைத் திருப்பும் விதத்தில் சென்னையின் வீழ்ச்சி இருந்தமையால், கம்பெனியின் நெறியாளர்கள் அரசின் உதவியை நாடினர், எனவே பிரிட்டிஷ் அரசு அட்மிரல் பாஸ்கவன் என்ற கப்பற்படைத் தலைவரைச் சுமார் *20* கப்பல்கள் அடங்கிய தொகுதியுடன் பீரங்கிகள் உள்பட *1400* படை வீரரையும் சோழக் கடலுக்கு அனுப்பி வைத்தது.

அட்மிரல்களின் திறமை கடற்போருக்குச் சரியாக இருக்கலாம். தரைப்போருக்குரிய தந்திரங்களும், இயங்கு முறைகளும் கடற்போரிலிருந்து வேறானவையாகும். பாஸ்கவன் தமிழ்நாடு வந்த வழியில் இந்துமாக் கடலிலுள்ள மோரீசுத் தீவைப் பிடிப்பதென்று காலத்தை வீணாகக் கழித்து, அதில் வெற்றி காணாமற் போனார். எனவே புதுச்சேரி சென்று, பிரஞ்சுக்காரரை அங்கு இருந்து விரட்டுவதென்று உறுதி பூண்டுவிட்டார்.

புதுச்சேரி மீது தாக்குதல்

அவரது படையினர் சோழர் கரையில் இறங்கினர். நாகப்பட்டினத்திருந்து அழைத்து வரப்பட்ட டச்சுப் படைப் பிரிவு ஒன்றும் சேர்ந்து 3700 பேரடங்கிய ஐரோப்பியப் படையுடன் 1748 ஆகஸ்டு 8 அன்று பாஸ்கவன் புதுச்சேரியை நோக்கிப் புறப்பட்டார். இப்படையும் எதையும் சாதித்து விடவில்லை. மாறாக 1065 பேர் இந்தச் சண்டையில் செத்தனர். இவ்வாறு பயனின்றிப் பலர் செத்ததுடன், வீணாகப் பெரிய அளவில் வெடி மருந்துகளும் பாழாயின.

உள்ள உரமிக்க ஸ்டிரிங்கர் லாரன்சைப் பிரஞ்சுக்காரர் சிறைப் பிடித்தனர். திடீரென்று வந்த தாக்குதலைக் கண்டு அஞ்சிக் கிலி கொண்டு ஓடிய மாலுமியர் கூட்டத்தில் கலந்து கொள்ளாது களத்தில் நின்று விட்டதால் லாரன்ஸ் சிறைப்பட நேர்ந்தது.

என்சைன் கிளைவு இந்தப் போரில் நேரிடையாகக் கலந்து கொண்டமையால், போர் என்றால் என்னவென்பதை முதன் முதலில் கண்டார். என்சைன் என்பது கடைநிலைப் படையதிகாரியைக் குறிக்கும்.

தூய்ப்பிளே புதுச்சேரி முற்றுகையைத் தன் மனைவி ஜீனின் உதவியுடன் வெற்றிகரமாக முறியடித்தார் என்பது குறிப்பிடத்தக்கது.

அட்மிரல் பாஸ்கவன் தோல்வியுடன் டேவிடு கோட்டைக்குத் திரும்பினார். அவர் புதுச்சேரியை மீண்டும் தாக்குவதற்கு ஆயத்தமாகிக் கொண்டிருந்தபோது ஆஸ்திரிய வாரிசுரிமைப் போர் முடிந்தது என்ற செய்தி வந்ததால், அந்தப்படையெடுப்புக் கைவிடப்பட்டது. (ஆஸ்திரிய வாரிசுரிமைப் போர்: அடுத்த கட்டுரை காண்க.)

ஆக்ஸ்லஷேப்பல் என்ற இடத்தின் 1748 ஆம் ஆண்டு அக்டோபர் மாதம் ஏற்பட்ட உடன்படிக்கையினால் பிரஞ்சுக்காரர் சென்னையைப் பிரிட்டிசாரிடம் ஒப்புவிக்க இசைந்தனர்.

முதல் கர்நாடகப் போர் முடிவு

ஆங்கிலேயருக்கும், பிரஞ்சுக்காரருக்கும் தமிழ்நாட்டில் 1746 முதல் 1748 வரை கடந்த பல சண்டைகள் சில வரலாற்றாசிரியர்களின் வசதி கருதிக் கர்நாடகப் போர்கள் என்று பல வகைகளில் பொருத்தமில்லாத பெயர் பெற்றுள்ளன. இப்போரின் இறுதியில் தூய்ப்பிளேயின் புகழும், பிரஞ்சுப் படையின் பெருமையும் இந்தியாவில் ஓங்கின.

இந்த முதல் கர்நாடகப் போர் தொடங்கிய காலத்தில் (1746) கர்நாடக நவாபு தமிழ்நாட்டில் மேலாண்மை கொண்டு விளங்கினார். சோழர் கரையிலிருந்த பிரிட்டிஷாரும், பிரஞ்சுக்காரரும் அவருக்கு அடங்கியவர்களாயிருந்தனர்.

இந்தப் போர் முடிந்ததும் (1748) அந்நிலை மாறியது. கீழைப் பெரும்படை என்ற மந்திர சக்தி இப்போது உடைந்து நொறுங்கிவிட்டது. இந்திய மன்னர்கள் முன்னர் தம் படை வலிமையால் - பேரெண்ணிக்கையால் - சின்னஞ்சிறு கூட்டத்தினரான - நூற்றுக்கணக்கான - ஐரோப்பியரைத் திகைப்பினால் வாயடைக்கச் செய்த நிலை இப்போது இலது.

இதனால் வணிகராய் வந்த ஐரோப்பியர் புது ஊக்கம் கொண்டு, முகலாயர் கையிலிருந்து வெகு வேகமாய் நழுவிக் கொண்டிருந்த இந்தியப் பெருநிலத்தில், அரசியல்

ஆதாயமும் தேடலாம் என்று களத்தில் துணிந்து இறங்கினர். இது முதல் கர்நாடகப் போரின் முடிவு காட்டும் முதற் பாடமாகும்.

2. ஆஸ்திரிய வாரிசுரிமைப் போரும் இந்தியாவும்

உலகில் ஆங்காங்கே போர்கள் எக்காலத்தும் பண்டு முதல் நிகழ்ந்து வருகின்றனவெனினும், அவை நிகழ்ந்த இடங்களை மட்டுமன்றி, அவற்றிலிருந்து அண்மையிலும், வெகு தொலைவிலும் அமைந்த இடங்களின் சூழல்களையும் பாதிக்கின்ற எதிர்வினை நிலை ஐரோப்பிய நாடுகள் உலக அரசியலிலும், பொருளியலிலும் ஈடுபட்டு எழுச்சி பெற்ற காலத்தின் பின்னரே தோன்றியது.

ஆஸ்திரியா

ஆஸ்திரியா இன்று நடு ஐரோப்பியத்திலுள்ள சின்னஞ்சிறு குடியரசு. தென் ஐரோப்பியத்தின் நடுவில் மத்திய தரைக்கடலிலிருந்து ஆயிரம் கிலோமீட்டருக்கும் அதிகமான தொலைவு நீள்கின்ற ஆல்ப்ஸ் மலையின் ஒருபகுதி இந்நாட்டில் உள்ளது; டான்யூபு ஆற்றின் கிழக்கே அமைந்து, பரந்த அளவில் காடுகளைக் கொண்டது. எனினும் இந்நாடு *1918* வரையிலும் ஒரு முடியரசாகவே இருந்தது. ஆஸ்திரியா அந்தக் காலகட்டத்தில் ஐரோப்பிய அரசியலில் கையோங்கிய நிலையைப் பெற்று விளங்கிற்று. அதை ஹாப்ஸ்பர்கு அரச குடியினர் ஆண்டு வந்தனர். அக்குடியை ஜெர்மானியச் சிற்றரசர் குடியைச் சேர்ந்த ஹாப்ஸ்பர்குப் பிரபுவான ஆல்பட் கி.பி.*1153* இல் நிறுவினார். இக்குடியினர் *1440* முதல் *1806* வரையிலும், புனித ரோமன் பேரரசர் என்று பட்டம் பெற்றிருந்தனர். ஜெர்மனியின் பண்டை ஜெர்மானிய இனத்தவரான ஃபிராங்கியர் அல்லது ஜெர்மானியர் ஆண்டு வந்த பல்வேறு ஐரோப்பியப் பகுதிக்குப் புனித ரோமன் பேரரசு என்று பெயர். ஆஸ்திரியா, ஸ்பெயின், அங்கேரி பொகீமியம் போன்ற நாடுகளில் அப்பேரரசின் மன்னர் ஆட்சி புரிந்து வந்தனர்.

1748

இன்று ஆஸ்திரியம் என்று பெயர் பெற்றுள்ள நிலப்பரப்பை ரோமானியர் கி.மு.*15* முதல் கி.பி.*15* வரை நீடித்த முப்பதாண்டுச் சண்டையில் கைப்பற்றி ரோரிக்கம் என்ற மாநிலத்தின் ஒரு பகுதியாக்கினர். ரோரிக்கம் என்பது ஆல்ப்ஸ் மலையில் வாழ்ந்த கெல்டுகளின் முடியரசாயிருந்தது. டான்யூபு ஆற்றின் தென்புறமாயிருந்த இதில், தற்காலத்து ஆஸ்திரியத்தின் நடுப்பகுதியும், பிரஷியாவின் சில பகுதிகளும் அடங்கியிருந்தன. ஆனால் ரோமானியர் வலிவு குன்றியதும், அங்கு வாழ்ந்த ரோமானிய-கெல்டிக்கு மக்கள், வண்டால், விசிக்கோத்து, ஹூணர் போன்ற நாடோடி மக்களின் படையெடுப்பால் நான்காம் நூற்றாண்டிற்கும், ஆறாம் நூற்றாண்டிற்கும் இடைப்பட்ட காலத்தில் ஒன்று கலந்து போயினர்.

ஆஸ்திரியம் எட்டாம் நூற்றாண்டில் புனித ரோமன் பேரரசரான சார்லிமேன் *(742-814)* ஆட்சிக்குள் வந்துவிட்டது. அவர் இறந்ததும் மாக்யேய (*Magyar*) என்ற மக்கள் ஆஸ்திரியத்தை வென்றனர். இம்மக்கள் அங்கேரி நாட்டவர்; வடமேற்குச் சைபீரியாவிலும் காணப்படுகின்றனர். மாக்யேய மக்கள் மா ஆட்டோ என்ற முதலாம் ஆட்டோ *(912-973*; ஜெர்மன் மன்னர் *936-973*; புனித ரோமன் பேரரசர் *962-973)* என்ற ஜெர்மன் மன்னரால் தோற்கடிக்கப்பட்டது வரையிலும் ஆஸ்திரியத்தை ஆண்டு வந்தனர். மூன்றாம் ஆட்டோ என்ற புனித ரோமன் பேரரசர் *976* இல் பேடன்பர்கைச் சேர்ந்த லியோப்பால்டு என்றவரை ஆஸ்திரிய மன்னராக்கினார். அவரது குடியினர் ஆட்சி *1246* வரை நடந்தது.

பொகீமியம்

நடு ஐரோப்பாவில் மலை சூழ்ந்த நாட்டிற்குப் பொகீமியம் என்று பெயர். அங்கு வாழ்ந்த பொகீமியர் ஒன்பது தொட்டுப் பன்னிரண்டாம் நூற்றாண்டுவரை விடுதலை பெற்ற மக்களாயிருந்தனர். பொகீமியர்கள் ஆஸ்திரியத்தைக் கவர முயன்று, புதிய சக்தியாக எழுந்திருந்த ஹாப்ஸ்பர்குக் குடியினரிடம் தோற்றுப் போயினர். இவர்கள் செக்கு மொழி பேசும் மக்கள். நாம் தொடக்கத்தில் கூறியவாறு ஆஸ்திரியத்தில் *1153* முதல் ஹாப்ஸ்பர்குக் குடியினரின் ஆட்சி நடந்து வந்தது.

ஹாப்ஸ்பர்குக் குடி

ஹாப்ஸ்பர்குகள் சுவிட்சர்லாந்திய-அல்சேசியப் பிரபுக் குடும்பத்தினர். அவர்களுக்கு ஆஸ்திரியத்தில் சிறிது நிலம் இருந்தது. ஜெர்மன் மன்னரான ஹாப்ஸ்பர்கு குடால்ஃபு பொகீமியரை வென்று தன் மக்களுக்கு ஆஸ்திரியத்தையும், தென்கிழக்கு ஆங்கிலியாவிலுள்ள மலைப்பாங்கான ஸ்திரியத்தையும் அளித்தார். ஹாப்ஸ்பர்குகள் இதைத் தளமாகக் கொண்டு, ஸ்பானிய அரச குடும்பத்துடனும், பிற அரச குடும்பங்களுடனும் மணவுறவு ஏற்படுத்திச் சிறுகச் சிறுகத் தம் ஆட்சிப் பரப்பை விரித்தனர். அவர்கள் பதினைந்தாம் நூற்றாண்டின் இறுதிவாக்கில், வழக்கமாகத் தொடர்ந்து புனித ரோமன் பேரரசராகத் தேர்ந்தெடுக்கப்படும் நிலையை எய்தினர். அவர்களின் வழிவழியான ஆட்சியுரிமைப் பரப்பு ஐரேப்பியத்தின் பெரும் பகுதியைத் தழுவியது.

இத்தகைய பெரும் பேரரசை ஒன்றாகக் கூட்டி கட்டிக் காப்பது எளிதன்று. ஐந்தாம் சார்லஸ் *(1500-1556;* புனித ரோமன் பேரரசர் *1519-1556;* முதலாம் சார்லஸ் என்ற பட்டத்துடன் ஸ்பெயின் மன்னர் *1516-1556;* இவர் காலத்தில் பிரான்சும், துருக்கியும் ஆஸ்திரியப் பேரரசை அச்சுறுத்தின. புராட்டஸ்டண்டு இயக்கம் விரிந்து பரவிற்று. எனவே அவர் இறுதியில் முடி துறந்து விட்டார்) ஸ்பெயின், நெதர்லாந்து (ஆலந்து), இத்தாலியிலிருந்த ஆட்சிப் பகுதிகள் ஆகியவற்றை ஆள்வதில் மட்டும் கவனஞ்செலுத்தி, ஆஸ்திரியம், அங்கேரி-பொகீமியம் ஆகிய பகுதிகளின் ஆட்சியுரிமையைத் தன் தம்பி ஃபெர்டினாந்திடம் அளித்துவிட்டார். அவர் தன் பேரரசை இங்ஙனம் பங்கிடுவதைச் சட்டப்படி செல்லத்தக்கதாக்கினார். துருக்கரிடமிருந்து ஆபத்து மிகுந்து வந்ததால், ஹாப்ஸ்பர்குகள் நடு ஐரோப்பியத்திலுள்ள தம் ஆட்சிப் பரப்பை இழந்துவிடாதவாறு உறுதியாக நின்றனர்.

துருக்கர் ஆபத்து

ஆட்டோமான் பேரரசின் துருக்கர் முதலில் டான்யூபு ஆற்றின் கரைமீதுள்ள ஆஸ்திரியர் கோநகரான வியன்னாவை *1529* இல் முற்றுகையிட்டனர். அதன் பிறகு *1683* வரை அவர்களால் ஆபத்துத் தொடர்ந்து இருந்து வந்தது. அவர்கள் அந்த ஆண்டில் இரண்டாவதாகப் பெரிய முற்றுகையிட்டனர். இந்தப் போரில் புனித ரோமன் பேரரசர் முதலாம் லியோப்போல்டுக்கு *(1640-1705)* உதவியாகப் போலந்து மன்னர் ஜான் சோவியாவஸ்கி வந்து துருக்கரின் முற்றுகையை முறியடித்தார்.

ஹாப்ஸ்பர்குகள் துருக்கரால் நேரக்கூடிய ஆபத்தைக் கருதி, ஜெர்மனி முழுமையையும் தம் கட்டுப்பாட்டில் வைத்திருந்ததைக் கைவிட்டனர். அவர்கள் எப்போதும் போல் தொடர்ந்து ரோமானியப் பேரரசராகத் தேர்ந்தெடுக்கப்பட்டாலும்,

அவர்களின் ஆட்சியதிகாரம், தம் வசமிருந்து வந்த ஆட்சிப்பரப்பினுள் மட்டும் அடங்கிவிட்டது. அங்கும் கூட அவர்கள் அங்கேரியின் மாக்யேய மக்கள் கேட்ட தன்னாட்சியுரிமையை அளிக்க நேர்ந்தது.

ஆஸ்திரிய வாரிசுரிமைப் போர்

ஆறாம் சார்லஸ் (1711-1740) மன்னருக்கு ஆண் வாரிசு இல்லாது போயிற்று. பேரரசச் சட்டப்படி, அவர் மகள் மரியா தெரசாள் ஹாப்ஸ்பர்கு நிலப்பரப்பின் அரசியாக வர முடியாது. அவர் தம் மகளை எப்படியும் அரசியாக்குவதென்று "அடிப்படைச் சட்டமாக்கும் ஆணைக் கட்டளை" ஒன்றை வகுத்தார். அவர் ஐரோப்பிய அரசர்களனைவரும் அந்த ஆணைக் கட்டளையில் கையெழுத்திடுமாறு அவர்களை மிகவும் நயந்து வேண்டினார்.

ஆனால் அவர் இறந்ததும் ஹாப்ஸ்பர்குப் பேரரசின் மீது பிரஷிய மன்னரான இரண்டாம் ஃபிரடரிக்கு என்ற மா ஃபிரடரிக்கு (1712-1786; பிரஷிய மன்னர் 1740-1786) படையெடுத்து சென்று சைலேசியத்தைப் பிடித்துக் கொண்டார். (சைலேசியம் ஓடர் ஆற்றுப் பள்ளத்தாக்கின் மேலும், அதன் நடுவிலும் அமைந்த நடு ஐரோப்பியப் பகுதியாகும்)

பவேரியாவின் மன்னரான சார்லஸ் ஆல்பட் ஆஸ்திரியப் பேரரச அரியணை மீது பின்னர் உரிமை கொண்டாடினார். இதைப் பிரான்ஸ் ஆதரித்தது. மரியா தெரசாள் பட்டத்திற்கு வருவது மிகவும் கடுமையாக எதிர்க்கப்பட்டது. எனவே மரியா தெரசாள் (1717-1780) பிரிட்டன், நெதர்லாந்து ஆகிய நாடுகளுடன் சேர்ந்து கொண்டு தன் அரசுரிமைக்கு அங்கீகாரம் பெற்றார். ஆஸ்திரியம் பிரிட்டனுடனும், நெதர்லாந்துடனும் சேர்ந்து கொண்டு, பிரான்ஸ், ஸ்பெயின், பவேரியா ஆகிய நாடுகள் அடங்கிய அணியுடன் நடத்திய போர்தான் ஆஸ்திரிய வாரிசுரிமைப் போர் என்று வரலாற்றில் அறியப்படுகின்றது.

இந்தப் போரில் காலனி ஆதிக்கம் பெற்றிருந்த பிரிட்டன், பிரான்ஸ், ஸ்பெயின் ஆகிய நாடுகள் ஈடுபட்டமையால், ஐரோப்பியத்தின் வெளியே அமைந்திருந்த அந்நாடுகளின் காலனிகளிலும் குறிப்பிடத்தக்க விளைவுகள் உண்டாயின. இந்தியாவில் இக்காலத்தில் பிரிட்டிசாரும், பிரஞ்சுக்காரரும் சண்டையிட்டுக் கொண்டிருந்தனர். இந்தியாவில் விரிந்து பரந்த பிரஞ்சுப் பேரரசு ஒன்றை நிறுவுவது என்று தூய்ப்பிளே கண்டு வந்த கனவை, இந்த ஆஸ்திரிய வாரிசுரிமைப் போர் நிறைவேறாமல் செய்தது என்பது குறிப்பிடத்தக்கது.

எனினும் 1740 தொட்டு 1748 வரை எட்டாண்டுகள் நடந்த ஆஸ்திரிய வாரிசுரிமைப் போர் இந்த ஆண்டு முடிவுற்றதால், இந்தியாவில் பிரிட்டிசாருக்கும், பிரஞ்சுக்காரருக்கும் நடந்து சண்டைகள் தற்காலிகமாக நின்றன என்பது குறிப்பிடத்தக்கது. இப்போர் 1748 நவம்பரில் அக்ஸ்வா-ஷேப்பல் (பிரஞ்சுப் பெயர் ஆக்கன்) என்ற ரைன் மாநிலத்து ஊரில் ஏற்பட்ட உடன்படிக்கைப் படி முடிவுற்றது.

3. தொல்லியல் தோற்றம்

வரலாற்றியலின் பல்துறை இணைக்கூறுகளில் ஒன்றான தொல்லியல் ஆய்வு இந்த *1748* இல் தொடங்குகின்றது. இத் துறைக்குத் தொழிற் புரட்சி புதிய தூண்டுதலை

அளித்தது என்று சிலர் கூறுவர். எனினும் இக்கால கட்டத்தில் பண்டை அரும் பொருள் மீது ஆர்வம் மிகுந்ததும், ஐரோப்பா தன் கடந்த காலத்துச் சிறப்புகளை மீண்டும் கண்டு துய்ப்பதற்கு வழிவகுத்த மறுமலர்ச்சி இயக்கம் (*Renaissance*) தான் தொல்லியல் துறை தோன்றுவதற்குப் பெரிதும் காரணமாயிருந்தது.

மறுமலர்ச்சி இயக்கம்

மறுமலர்ச்சி இயக்கம் இத்தாலியில் பதினான்காம் நூற்றாண்டின் முற்பகுதியில் தொடங்கிற்று என்று கொள்ளலாம். அப்போது கிரேக்க, ரோமானிய அறிவுச் செல்வங்களைக் கற்க வேண்டுமென்ற ஆர்வம் புத்துயிர் பெற்றது. ரோமானிய உலகின் மையமாக விளங்கிய இத்தாலி இத்தகைய அறிவுத் தேட்டத்திற்குத் தலைமை ஏற்றது வியப்பன்று. இத்தாலிய நாகரிகம் கி.பி. ஐந்தாம் நூற்றாண்டில் நாகரிகமற்ற மக்கள் கூட்டத்தின் படையெடுப்பிற்கு ஆள்பட்ட பிறகும், பிற மேற்கத்தி நாடுகளில் அத்தனை இன்னல்கள் விளையவில்லை. இத்தாலியர் தொடர்ந்து நகரமாந்தராய் நாகரிகத்தில் மேலோங்கியிருந்தனர். ரோமானியப் பேரரசு நிலவிய காலத்தில் போலவே, அங்கு வாழ்க்கை நடந்து கொண்டிருந்தது. எது எவ்வாறாயினும் இத்தாலியின் பெரும்பகுதி பதினோராம் நூற்றாண்டு வரையிலும், இரண்டாம் ரோமானியப் பேரரசு என்ற பைசாந்தியத்தால் ஆளப்பட்டு வந்தது.

இத்தாலிய வணிகர்கள்

பைசாந்தியரை நார்மன்கள் இறுதியாக இத்தாலியை விட்டு விரட்டிய போதிலும், இத்தாலியர் பைசாந்தியத்துடன் வாணிபத் தொடர்பு கொண்ட நெருக்கமான உறவு வைத்திருந்தனர்.

முதல் சிலுவைப் போருக்குப் பிறகு 11 ஆம் நூற்றாண்டு இறுதியில் பாலஸ்தீனத்தில் இலத்தீன அரசு நிறுவப்பட்டதும், வெனிஸ், பைசா, ஜெனோவா என்ற இத்தாலிய நகரங்களின் வணிகர்கள், கிழக்கு மத்தியதரைக் கடல் பகுதி நாடுகளுடன் வாணிபம் செய்து வந்தனர். அவர்கள் அதனால் பைசாந்திய, அரபுப் பேரரசுகளுடன் மிக நெருக்கமான உறவு வைத்திருந்தனர்.இந்த உறவு இத்தாலிய வாணிபத்தைச் செழிக்கச் செய்ததுடன் மேற்கத்தி நாடுகளில் ஏற்கப்பட்டிருந்த கருத்துகளுடன் இசையாத புதிய பல கருத்துகளையும் கொண்டு வந்தது.

இத்தாலிய நாகரிகம் பதினான்காம் நூற்றாண்டில் ஏனைய ஐரோப்பிய நாடுகளைவிட ஒரு நூற்றாண்டு முன்னேறியிருந்தது. அதன் வடக்கத்தி நகரங்களில் பெருஞ்செல்வம் செழித்திருந்தமையால் கற்பதற்கு, அல்லது கலைகளைப் பரப்புவதற்கு வேண்டிய ஓய்வு நிரம்ப இருந்தது.

இலத்தீனம்

பீட்ரார்க்கு (1304-1374) என்ற ஃபிளாரன்ஸ் நகர விற்பன்னர் பண்டை இலத்தீன் நூல்களைப் படிக்கத் தொடங்கினார். அவர் அம்மொழியைப் படிக்கவும், எழுதவும் கற்றார். (இலத்தீனம் பண்டை ரோமிலும் ரோமானியப் பேரரசிலும் வழங்கிய மொழி. வரலாற்று இடைக்காலத்து ஐரோப்பாவில் அது கற்றறிந்த விற்பன்னரின் மொழியாகவும் விளங்கிற்று. அது கி.மு. முதல் நூற்றாண்டில் உயர் சிறப்பு வாய்ந்த நிலையை எய்தியது. அது நடு இத்தாலியின் மேற்குப்பகுதியில் இருந்த இலத்தியம் என்ற வட்டாரத்து

மொழியாக முதலில் விளங்கிப் பின்னர் இந்திய-ஐரோப்பிய மொழிக் குடும்பத்தின் இத்தாலிய மொழிக் கூட்டத்தில் ஒன்றானது.)

கிரேக்க மொழி

பீட்ரார்க்கு 1374 இல் இறந்ததும், பிற இத்தாலிய விற்பன்னர்கள் ரோமானிய நாகரிகம் பற்றிய அவரது ஆராய்ச்சியைத் தொடரலாயினர். துரதிருஷ்டவசமாக, பண்டைச் சிறப்பு வாய்ந்த காலத்தைப் பற்றித் (*Classical Age*) தெளிவாக அறிந்துகொள்ள முடியாத நிலை இருந்தது. ஏனெனில் மேற்கத்திய விற்பன்னரில் வெகுசிலரால் மட்டுமே பண்டைக் கிரேக்க நூல்களைப் படிக்க முடிந்தது. பைசாந்தியக் கோநகரான கான்ஸ்டாண்டிநோபிள் 1453 இல் துருக்கரிடம் வீழ்ந்ததும், கிரேக்கர் ஆட்சி மொழியாக இருந்த அங்கிருந்து கிரேக்க மொழி விற்பன்னர் பலர் இத்தாலியில் புகலடைந்ததால், மேற்சொன்ன இடையூறும் நீங்கிற்று.

அங்கிருந்து வந்த புகலியர் இத்தாலியர்க்குக் கிரேக்க மொழியைக் கற்றுத் தந்தனர். அத்துடன் மறைந்தொழிந்தன என்று ஆயிரம் ஆண்டுகளுக்கு மேலாக நம்பப்பட்டு வந்த பண்டைக் கிரேக்க நூல்கள் பலவற்றை அவர்கள் புதிதாக அளித்தனர். கிரேக்க மொழியிலிருந்த மூல நூல்களை நுணுகி ஆராய்ந்தபோது, மேற்குலகில் வரலாற்று இடைக்காலத்தில் (கி.பி.8-11 நூற்றாண்டுகள்) கொள்ளப்பட்டிருந்த பல கருத்துகள், பிழைபட்ட மொழிபெயர்ப்புகளை அடிப்படையாகக் கொண்டவை என்ற உண்மைகள் வெளிப்பட்டன. அவற்றின் இலத்தீன, அரபு மொழி பெயர்ப்புகள் மிகச்சரியாக இருந்த போதிலும், கிரேக்க மூலநூலில் காணும் முழுப்பொருளையும் அவை வெளிப்படுத்து வதில்லை. வரலாற்று இடைக்காலக் கருத்துகள் தவறானவையாக இருக்க வாழ்க்கையின் புதிய மெய்ப்பொருளைத் தேடலாயினர். இதுவே இத்தாலியில் தோன்றி வட ஐரோப்பாவெங்கும் பரவிய மறுமலர்ச்சியின் தோற்றுவாயாகும்.

வட ஐரோப்பாவில் மறுமலர்ச்சி

பிரஞ்சுக்காரர் மிலானையும், நேப்பிள்சையும் கவர்ந்துவிடலாமென்று இத்தாலிமீது படையெடுத்த பிறகு, பிற ஐரோப்பிய நாடுகளிலும் மறுமலர்ச்சி இயக்கத்தின் மீது ஆர்வம் உண்டாயிற்று. பிரஞ்சுப் படை வீரர்கள் இத்தாலியிலிருந்து ஓவியங்கள், சிற்பங்கள், மற்றும் பிற கலைப் பொருள்களை எடுத்துக்கொண்டு தாயகம் திரும்பினர்.

மறுமலர்ச்சி மையம் பிரான்சிலிருந்து பிற ஐரோப்பிய நாடுகளுக்கும் பரவிற்று. ஜெர்மனியிலும், தாழ்நாடுகளிலும் (பெல்ஜியம், லக்சம்பர்க்கு, நெதர்லாந்து அடங்கிய கடல் மட்டத்திற்குத் தாழ்ந்த பகுதி) இருந்த கற்றறிவாளர், கலைஞர் முதலானோரும் இந்த மறுமலர்ச்சியில் பங்கேற்கலாயினர். இந்த இயக்கம் ஐரோப்பாவின் தொன்மைச் சிறப்பிலும், மேன்மையிலும் ஈடுபட்டு ஊன்றிச் சிந்திக்கக் கூடியவர்களின் ஆர்வத்தைத் தூண்டலாயிற்று.

எனினும் மனித இனத்தின் பண்டைக்காலம் பற்றிய ஊகச் சிந்தனை மிகத் தொன்மையான பண்டைக் கிரேக்கர் காலத்திலேயே இருந்து வந்திருக்கின்றது. ஆயினும் மறுமலர்ச்சிக் காலத்தில்தான் நினைவுச் சின்னங்களையும், கலைப் பொருள்களையும் ஆழ்ந்த முறையில் ஆராயும் பணி தொடங்கியது. அது தொடக்ககால வினையாக இருந்தமையால், பண்டைப் பொருள்களை முறையான வழிகளில் நுணுகி ஆராயும் செப்பம் நிறைந்த வழிவகைகள் பதினெட்டு, பத்தொன்பதாம் நூற்றாண்டுகளில் தான் உருவாக்கப்பட்டன.

தொல்லியல் தோற்றம்

தொல்லியல் துறை தோன்றுவதற்குக் குறிப்பாக மூன்று மூல காரணங்கள் வழிவகுத்தன:

கிரேக்கர் நாகரிகக் காலத்தனவும், கீழையுலகைச் சேர்ந்தனவுமான தொல் பொருள்களை ஆராய்தல்;

நினைவுச் சின்னங்கள், பண்டைக் கைவினைப் பொருள்கள் ஆகியவற்றின் வழியே ஐரோப்பியத் தொல்காலத்தைக் கண்டு தெளிதல்;

மண்ணியல், உயிரியல் துறைகளில் உண்டான அறிவியல் வளர்ச்சியின் விளைவாக, மனிதரின் தோற்றுவாய் பற்றி அறிந்துகொள்வது குறித்து ஆராய்ச்சி தோன்றியமை.

பண்டைக் கிரேக்க நாகரிகத் தொல்பொருள் மீது மறுமலர்ச்சி இயக்கத்தின்போது, பதினைந்தாம் நூற்றாண்டு வாக்கில் புத்தார்வம் தோன்றியது. அது தொடக்கத்தில், வெறும் இலக்கிய, சமய ஆர்வமாகவே இருந்தது. எனினும் இலக்கிய ஏடுகளில் கூறப்பட்டிருந்த இடங்களையும், நிகழ்ச்சிகளையும், அவை எங்கிருந்தன, எங்கு நிகழ்ந்தன என்பதையும் கண்டறியும் பேரவா தோன்றியதற்கு அந்த ஆர்வமே காரணமாயிற்று.

ரோமில் தொடக்கம்

பதினைந்தாம் நூற்றாண்டின் நடுக்கட்டத்திற்குள் இத்தாலியப் பாங்கரும், அரசியல் தந்திரியும், கலைகளின் புரவலரும், தனது மெடிசி குடியின் அரசியல் அதிகாரத்தை ஃபிளாரன்சில் நிறுவியவருமான கொசிமே தெ மெடிசி (1389-1464), ஃபிளாரன்சிலும், பாப்பரசர் நான்காம் சிக்ஸ்டஸ் ரோமிலும், நாணயங்களையும், நகைகளையும், சிலைகளையும் போன்ற அரும்பொருள்களை ஏராளமாகச் சேகரித்து விட்டனர்.

ஆந்திரியா பல்லாடியோ

கட்டட வல்லுநர்கள் பதினாறாம் நூற்றாண்டுவாக்கில் பழைய ரோமானியக் கட்டடங்களின் எஞ்சி நின்ற பகுதிகளை ஆராய்ந்து, அவற்றில் காணப்பட்ட பண்டைக் கோலங்களைத் தம் கட்டுமானங்களில் கைக்கொள்ளலாயினர்; அங்கிருந்த பண்டையச் சிலைகளை எடுத்துத் தம் புரவலர்களின் மாளிகைகளை அழகுபடுத்தினர்.

திவோலி நகரம்

பண்டைக் கிரேக்க ரோமானியக் கட்டுமானக் கலைக்குப் பங்காற்றியவருள் ஆந்திரியா பல்லாடியோ (Andrea Palladio 1508-1580) மிகவும் குறிப்பிடத் தக்கவராவார். அவர் பாலஸ்டிரினா என்ற இடத்திலும், ரோமிலும் இருந்த இடிபாடுகளை ஆராய்ந்தார். அப்போது அவருடைய சகாவான பிரோலிகோரியோ

என்பவர் ரோமிற்குக் கிழக்கே தென் இத்தாலியிலுள்ள (பண்டை ரோமானியர் காலத்துக்) கோடைத் தலமான திவோலி என்ற இடத்தில், பண்டை ரோமானியப் பேரரசர் ஹட்ரியனின் (கி.பி.76-138) நாட்டுப்புற மாளிகையை அகழ்ந்து கொண்டிருந்தார்.

ஹெர்க்குலேனியம் நகரம்

இத்தாலியில் இவ்வாறு நடந்த தொல்லியல் ஆராய்ச்சியானது, அகழ்வு வேலையில் ஈடுபடும் அளவிற்கு வளர்ந்தவிட்டது. இக்காலத்தில் நேப்பிள்ஸ் நகரை ஆண்ட பூர்பான் மன்னர்களிடமிருந்து உரிமம் பெற்று, 1709 ஆம் ஆண்டு இத்தாலியின் தென்மேற்கில் மிகப் பழமையான ஹெர்க்குலேனியம் என்ற நகரில் அகழ்வுப் பணி மேற்கொண்டனர். பழமையான இந்த ரோமானிய நகரம் கிரேக்கக் கூறுகளையுடையது. இது வெசூவியஸ் என்ற எரிமலையின் தென்சரிவில் உள்ளது.

ஹெர்க்குலேனியமும், பாம்பீ நகரமும் வெசூவியஸ் எரிமலை வெடித்ததால் கி.பி. 79 ஆம் ஆண்டு புதையுண்டு போயின. ஹெர்க்குலேனியத்தை அகழ்ந்தெடுக்கும் பணி 1709 இல் தொடங்கிற்று. எனவே 1709 ஆம் ஆண்டைத் தொல்லியல் ஆய்வின் தொடக்கம் என்றும் கொள்ளலாம்.

பாம்பீ நகரம்

இந்த அகழ்வுப் பணியையடுத்துப் பாம்பீ நகரத்தை அகழ்ந்து ஆராயும் பணி 1748 இல் தொடங்கிற்று. இதுவும் ஹெர்க்குலேனியம் போன்று இத்தாலியின் பழமையான நகராகும். இத்தாலிய இயற்கை ஆராய்ச்சியாளரான மூத்த பிளினி (கி.பி. 27-79) ஹெர்க்குலேனியத்தையும், பாம்பீயையும் விழுங்கிய வெசூவியஸ் எரிமலையை ஆராயச் சென்று கி.பி.79 ஆம் ஆண்டு அதனுள் மூழ்கிய செய்தி இ.ச.க.தொகுதி-2 ல் சொல்லப்பட்டிருந்தது.

பாம்பீ நகரத்தை அகழ்ந்தெடுக்கும் பணி தொடங்கிய இக்காலத்திற்குள், பண்டைக் கிரேக்க, ரோமானியத் தொல்பொருள் மீது ஐரோப்பாவெங்கிலுமிருந்த விற்பன்னர்கள், கலைப்பொருள் சேகரக்காரர் முதலானோருக்குப் பேரார்வம் உண்டாகிவிட்டது.

ஜோகான் ஜோச்சிம் விங்கல்டன் (1717-1768) என்ற ஜெர்மன் தொல் பொருளியலார், கிரேக்கத்தின் பண்டைக் கலையை ஆராய்ந்த பிறகு, ரோமிற்குச் சென்றார். அவர் கலை வரலாற்றாசிரியருமாவார். அவர் 1764-1768 ஆகிய ஆண்டுகளுக்கு இடைப்பட்ட காலத்தில் 'பண்டையரின் கலை வரலாறு'' (*The History of the Ancients*) என்ற ஆராய்ச்சி நூலை எழுதினார். அது கலை வரலாற்றுத் துறையில் ஓர் எல்லைக் கல்லாக விளங்குகின்றது.அதே காலத்தில், பிற அறிஞர்கள் குறிப்பிட்ட சில பகுதிகளின் நினைவுச் சின்னங்கள், தொல்பொருள் ஆகியன பற்றி எழுதலாயினர். இதற்கிடையே சர் வில்லியம் ஸாமில்டன் என்பவர் பெட்டி பெட்டியாகக் கிரேக்கச் சாடிகளையும், பிற தொல்பொருள்களையும் கிரேக்கத்திலிருந்து கொண்டு சென்றார்.

இங்கிலாந்து

இங்கிலாந்தில் பதினாறாம் நூற்றாண்டில் இடக்கிடப்பியல் (*Topography*) அளவைகள் நடத்தப்பட்டதிலிருந்து தொல்லியல் துறை மீது ஆர்வம் பிறந்தது.

அப்போது ஜான் லேலண்டு என்பவர் மன்னரின் தொல்லியல் துறை ஆய்வாளராக 1533 ஆம் ஆண்டு அமர்த்தப்பட்டார். அவர் பண்டை நினைவுச் சின்னங்களைத் தேடி இங்கிலாந்திலும், வேல்சிலும் பயணம் செய்தார்.

டென்மார்க்கு

ஐரோப்பாவில் தம் நாடுகளில் வாழ்ந்த பண்டை மனிதர் பற்றி அறிந்து கொள்ள வேண்டும் என்ற ஆர்வம் மிகுந்தது. டென்மார்க்கின் பண்டை நினைவுச் சின்னங்கள் பற்றி ஒல் ஒர்ம் என்பவர் 1643 ஆம் ஆண்டு ஒரு நூலை எழுதியிருந்தார்.

சுவீடன்

சுவீடனிலும் இரண்டாம் குஸ்தாவஸ் அடால்ஃபஸ் மன்னரின் ஆட்சிக் காலத்தில் (1611-1632) தொல்பொருள்களுக்கு என்று அரசு ஓர் அமைப்பை நிறுவிற்று.

பிரான்ஸ்

கி.பி. ஐந்தாம் நூற்றாண்டில் வாழ்ந்த பிராங்கிய மன்னர் சைல்டுரிச்சு என்பவரின் கல்லறை 1653 ஆம் ஆண்டு கண்டுபிடிக்கப்பட்டதையடுத்துப் பிரான்சிலும் தொல்லியல் ஆராய்ச்சி மீது ஆர்வம் பெருகலாயிற்று. பெருங்கல் சின்னங்கள் குறித்துப் பிரான்சில் ஆர்வம் மிகுந்ததும், தெ ரோபியன் (1698-1750) என்பவர் கர்னாக்கு என்ற இடத்திற்கருகில் அகழ்வுப் பணிகளைத் தொடங்கிவிட்டார். பண்டைக் காலப் பொருள்களை முறைப்படி ஆராயும் பணிக்கு 1719, 1724 ஆகிய ஆண்டுகளுக்கு இடைப்பட்ட காலத்தில் பெர்னார்டு தெ மாண்ட்ஃபௌவான் (Bernard do Montfaween) பிரஞ்சு மொழியில் வெளியிட்ட நூல்கள் இத்துறையினருக்குப் பெரிதும் துணை புரிந்தன.

இவ்வாறு ஐரோப்பாவின் பல நாடுகளில் ஆங்காங்கே தோன்றி வரைமுறை வகுக்கப்படாது பெருங்குழப்பான நிலையில் தொல்லியல் ஆய்வுத்துறை இருந்தது. இக்குழப்பத்தைப் போக்குவதற்காக முதன் முதலில் கிறிஸ்தியன் ஜர்கன்சன் தாம்சான் (1788-1865: Christian Jurgenson Thomson) வழிவகை காண முயன்றார்.

டென்மார்க்கு அரசு 1806 ஆம் ஆண்டு நிலவியல், இயற்கை வரலாறு ஆகிய துறைகளைக் கவனித்துக் கொள்வதற்காக ஓர் ஆணையத்தை நிறுவிற்று. தாம்சன் அதன் செயலாளராயிருந்தார். பின்னர் 1816 ஆம் ஆண்டு தேசிய அருங்காட்சியகம் ஒன்று அமைக்கப்பட்ட போது, அவர் அதன் முதற் காப்பாளரானார்.

முக்காலப் பிரிவு முறை

அங்கு பேரளவில் தொல்பொருள்கள் சேகரிக்கப்பட்டிருந்தன. தாம்சன் அவற்றை, அவை ஆக்கப்பட்ட பொருள்களின் அதாவது கல், வெண்கலம், இரும்பு என்ற அடிப்படையில் வகை பிரித்தார். மூன்று காலகட்டங்களின் மாதிரிகளாகக் கைவினைப் பொருள்களை இனங்கண்டு வகை பிரிக்கும் முறையை உருவாக்குவதற்கு இன்னும் சிறிது காலம் செல்ல வேண்டியிருந்தது.

இது பற்றிய ஒரு கோட்பாடு இலத்தீனப் புலவரான லுக்ரீட்டியஸ் (96-55 கி.மு) என்பவரின் பாடலிலிருந்து உருவானது. இம்முக்காலப் பிரிப்பு முறை

ஜெர்மனியெங்கும் பதினெட்டாம் நூற்றாண்டில் வழக்கிற்கு வந்து விட்டது.

சுவன் நீல்சன் (1787-1883) மூன்று காலப் பிரிப்பு முறையை வேட்டையாடுதலின் தோற்றுவாய் பற்றி 1834 இல் எழுதிய ஓர் ஆராய்ச்சிக் கட்டுரையில் கைக்கொண்டார். தாம்சன் அதன் பிறகு 1836 ஆம் ஆண்டு எழுதிய ஒரு நூலில் அம்முறை பற்றி முழுமையாக விவரித்திருந்தார்.

இந்தியா

இந்தியாவின் தொன்மைச் செல்வம் பதினெட்டாம் நூற்றாண்டிலிருந்தே கிழக்கிந்தியக் கம்பெனி அலுவலர்களின் கவனத்தை ஈர்த்து வந்துள்ளது. வங்க ஆராய்ச்சிச் சங்கம் இந்நூற்றாண்டில் தான் அமைந்தது. அது இந்தியவியலுக்கு, குறிப்பாகத் தொல்லியலுக்குப் பெரும் பங்காற்றியுள்ளது. அச்சங்கம் 1788 இல் (Asiatic Researches) என்ற இதழைத் தொடங்கியது. அச்சங்கத்தின் அலுவலர்கள் திரட்டிய தொல்பொருள்களை வைப்பதற்கு ஓர் அருங்காட்சியகம் சிறு அளவில் அங்கு அமைக்கப்பட்டது.

கவர்னர் ஜெனரல் வெல்லஸ்லி பிரபு (1798-1805) மைசூரை விரித்து ஆராய்வதற்காக 1800 இல் ஃபிரான்சிஸ் புக்கனன் என்பரை அங்கு அனுப்பினர். புக்கனன் வங்கத்தின் இடக்கிடப்பியல் வரலாறு, தொல்லியல் துறை முதலியவற்றை ஆராய்வதற்காக மீண்டும் 1807 இல் அமர்த்தப்பட்டார்.

இந்தியாவில் இது வெறும் தொடக்கமேயாகும். இதன் வளர்ச்சி பற்றி இக்களஞ்சிய வரிசை ஆங்காங்கே தெரியக் காட்டும்.

4. நிசாம் மரணமும், அரசுரிமைப் போட்டிகளும்

ஐதராபாதில் அசஃபு ஷா குடியை நிறுவிய நிசாம்-உல்-முல்க் உயிரோடு இருந்த காலத்திலேயே, தந்தையைத் தள்ளிவிட்டு அந்த அரசிருக்கையில் தான் அமர வேண்டுமென்று, அவர் மகன் தந்தைக்கு எதிராகப் போர் புரிந்த செய்தியை முன்னர் கண்டோம்.

அவர் இந்த ஆண்டு மே 21 அன்று செத்ததும், அவருடைய இரண்டாவது மகனும், ஏற்கனவே அரசுரிமைக்காகத் தந்தையுடன் போரிட்டவருமான நசீர் ஜங்கு பட்டத்திற்கு வந்தார். அதை அசஃபு ஷாவான நிசாமின் மகள் வயிற்றுப் பிள்ளையான, முசஃபர் ஜங்கு எதிர்த்தார். அவருக்குச் சந்தா சாகிபும் பிரஞ்சுக்காரரும் ஆதரவாயிருந்தனர்.

சந்தா சாகிபோ தூய்ப்பிளேயின் உதவியுடன் ஐதராபாதையும், கர்நாடகத்தையும் கைப்பற்றித் தானே அவற்றுக்கு அரசனாகிவிட வேண்டுமென்று பெருங்கனவு கண்டு கொண்டிருக்கின்றார். கர்நாடக நவாபு அன்வருதீன் ஆங்கிலேயருக்கு உதவி வருவதையும், அவர் பிரஞ்சுக்காரருக்கு விரோதமாயிருப்பதையும் சந்தா சாகிபு ஏற்கவில்லை.

பதினெட்டின் இந்தப் பத்தாண்டுக் காலத்தைப் பிரஞ்சுக்காரருக்கு வெண்ணெய் திரண்டு வந்த காலம் எனலாம். சந்தா சாகிபு மத்தைக் கடையும் கயிறாக இருந்தார் எனலாம்.

5. சதாராவிலிருந்து சந்தா சாகிபு விடுதலை

ஆதரவற்றுத் திருச்சிராப்பள்ளிக் கோட்டைக்குள் சிக்கிக் கொண்டு, மராட்டியரின் முற்றுகையால் தவித்த சந்தா சாகிபு 1741 மார்ச்சு 14 அன்று ரகுஜியிடம் சரணடைந்ததும், பாஸ்கரராம் என்ற மராட்டிய வீரர் சந்தா சாகிபையும், அவர் மகன் அபீது அலியையும், காவலில் சதாரா கொண்டு சென்ற வழியில் பேராரைச் சுற்றிப் போனதையும் முன்னர் கண்டோம்.

சந்தா சாகிபு மூன்றாண்டுகள் பேராரில் இருந்தார் என்று தோன்றுகின்றது. ஏனெனில் அவர் தன் மகனுடன் எங்கு காவலில் வைக்கப்பட்டிருந்தார் என்ற குறிப்பு எதுவுமில்லை. ரகுஜி சந்தா சாகிபிற்காக 4 ½ இலட்சமும், அவர் மகனுக்காக மூன்று இலட்சமும், ஆக 7 ½ இலட்சத்தை ஈடுகாணமாகப் பெற்றுக் கொள்வதற்கு ஒப்பினார். ரகுஜி தனக்குச் சேனாபதி என்ற தலைமைப் படைத்தளபதி பதவி வேண்டுமென்று கேட்டதைச் சாகு ஏற்கவில்லை. ஏனெனில் திறமையற்றவரெனினும் தபாடே என்றவரிடம் இருந்த அப்பதவியை ரகுஜிக்குத் தர மராட்டிய மன்னர் விரும்பவில்லை. ஆதலால் திருச்சிராப்பள்ளியைக் கைப்பற்றிய ரகுஜிக்கு பணம் உடனடியாக வேண்டியிருந்தது. ஆதலால் சந்தா சாகிபிடம் ஈடுகாணமாகப் பெருந்தொகை கேட்டார். ஆனால் சந்தா சாகிபிடம் கொடுப்பதற்குப் பணம் இல்லை. அதனால்தான் ரகுஜி அவரையும், அவர் மகனையும் சதாரா அனுப்பினார்.

ஆனால் பாஸ்கர ராம் அவர்களைப் பேராரில் மூன்றாண்டுகள் வைத்திருந்தார். இப்போது ரகுஜி 7 ½ இலட்சத்தைப் பெற்றுக் கொள்ள முன்வந்ததும், சதாராவைச் சேர்ந்த சித்பவன் வகுப்பு லேவா தேவிக்காரர்கள் ரகுஜியிடம் அந்தத் தொகையைக் கொடுத்து விட்டுச் சந்தா சாகிபையும், அவர் மகனையும் 1744 கடைசி வாக்கில் சதாரா கொண்டு சென்றனர்.

சந்தா சாகிபு புதுச்சேரியிலிருந்து பிரஞ்சுக்காரருக்கு விடாது கடிதம் எழுதி, அவர்களிடம் கொடுத்து வைக்கப்பட்ட நகைகளின் பேரில் கடனாகப் பணம் தந்து உதவுமாறு கேட்டுக் கொண்டே இருந்தார். எனினும் அவருக்குப் பிரஞ்சுக் கவர்னர் தூய்ப்பிளே பணம் எதுவும் அனுப்பவில்லை. எனவே சந்தா சாகிபு அதன்பிறகு பேஷ்வாவின் நட்பைப் பெற்று, அவரது உதவியால் விடுதலை பெற முயன்றார்.

நிசாம்-உல்-முல்க் 1748 மே 21 அன்று செத்ததும் தக்காணத்தில் சற்று சலசலப்பு ஏற்பட்டது. சந்தா சாகிபு ஜூன் மாதத் தொடக்கத்தில் சதாராவிலிருந்து தப்பித் தெற்கு நோக்கி வந்த வழியில் படைகளைத் திரட்டலானார்.

அவருக்காகக் கடன் கொடுத்து மீட்ட சதாரா வட்டிக் கடைக்காரர்கள், சந்தா சாகிபிடமிருந்து, கடன் தொகையைப் பெறவேயில்லை என்று தோன்றுகின்றது. ஏனெனில் சந்தா சாகிபு தப்பிச் சென்ற பிறகும், அவர்கள் பணம் கேட்டுக் கடிதம் எழுதி வந்தனர் என்பது தெரிகின்றது.

சந்தா சாகிபிற்காகப் புதுச்சேரியிலிருந்து பிரஞ்சுக்காரர் பணம் கொடுத்து அவரை மீட்டனர் என்ற கருத்தும் உள்ளது. எது எவ்வாறாயினும் சந்தா சாகிபு மராட்டியரிடம் ஏழாண்டுகள் சிறைப்பட்டிருந்து மீண்டும் தமிழ்நாட்டிற்கு வந்து சேர்ந்தார்.

6. முதல் குளிர்பதனப் பெட்டி

உலக நாகரிகத்தில் மனித வாழ்க்கையின் ஏற்றத்திற்குத் துணை நின்ற அடிப்படைக் கண்டு பிடிப்புகளுக்கும், வினைவடிவங்களுக்கும் ஊற்றுக்கண்கள்

சுமேரியம், சீனம் ஆகிய நாடுகளில் இருந்தன என்று சொல்லப்படுவதுண்டு. சீனம் பொதுப் பொறியியல், வெடிமருந்து, கண்ணாடி, தாள், அச்சுக்கோத்தல் என்று பல கண்டுபிடிப்புகள் பிறந்த இடமாகும். அந்நாட்டு மக்கள் ஆயிரம் ஆண்டுகளுக்கு முன்னரே இயற்கையான பனிக்கட்டிகளைக் கொண்டு உணவுப் பண்டங்கள் கெடாமல் பாதுகாக்கும் முறையை அறிந்திருந்தனர் என்றும் சொல்லப்படுகின்றது. அம்முறையின் தற்கால வடிவமே ஃபிரிஜிடயர், ஃபிரிஜ் என்றெல்லாம் பொது வழக்கில் அறியப்பட்டுள்ள குளிப்பதனப் பெட்டியாகும்.

இத்தாலியர் 1550 இல் நிறமற்ற அல்லது வெள்ளையான சேர்மானப் பொருளாகிய பொட்டாசியம் நைட்டிரேட்டைப் பயன்படுத்திக் குளிரூட்டும் முயற்சியில் இறங்கினர்.

முதல் செயற்கைக் குளிர்பதனப் பெட்டியை வில்லியம் கல்லன் என்பவர் 1748 ஆம் ஆண்டு செய்தார். அவர் பிரிட்டனின் கிளாஸ்கோ பல்கலைக் கழகத்தில் பணிபுரிந்தார்.

ஜேகப் பெர்க்கினஸ் என்பவர் கம்ப்ரசர் என்ற அமுக்கப் பெருக்கக் கருவியைக் கொண்டு வந்தார். இது குளிர்பதனப் பெட்டியிலுள்ள முக்கியமான ஓர் உறுப்பாகும்.

அதன்பிறகு அமெரிக்காவைச் சேர்ந்த ஜான்கோரி 1844 இல் மருத்துவமனையில், புதிய முறையைக் கொண்டு குளிர்பதன வசதி செய்தார்.

அலெக்சாந்தர் டுவின்னிங்கு என்ற மற்றோர் அமெரிக்கர், வணிக முறையில் முதல் குளிர்ப்பதனக் கருவியை 1856 ஆம் ஆண்டு அமைத்தார்.

ஃபெர்டினாந்து கோரி என்ற பிரஞ்சுக்காரர் 1895 இல் அம்மோனியாத் திரவ வகைக் குளிரூட்டி முறையைக் கண்டறிந்தார்.

ஜெர்மனியைச் சேர்ந்த காரல்வான் லிண்டே 1873 இல் மிகவும் வெற்றிகரமான குளிர்சாதனம் ஒன்றை உண்டாக்கினார். எனினும் இருபதாம் நூற்றாண்டின் தொடக்கத்தில்தான் குளிர்பதனக் கருவி சாதன ஆக்கம் ஒரு தொழிலாக உருவெடுத்தது.

இது எல்லாக் கண்டுபிடிப்புகளையும் போலவே முதலில் வசதி படைத்தவர்களின் ஆடம்பர வாழ்க்கைப் பொருளாக அமைந்து காலப்போக்கில் இன்றியமையாதவற்றின் பட்டியலில் இடம் பெற்று வருகின்றது.

இந்தியாவில்

இந்தியாவில் குளிர்பதன சாதனப் பராமரிப்புக் கூடம் முதலில் வால்காட்டு சகோதரர்களால் 1928 ஆம் ஆண்டு அமைக்கப்பட்டது. இந்நிறுவனம் பராமரிப்புப் பணியிலிருந்து வெகு விரைவில் ஆக்கத்துறையில் இறங்கியது. இதற்கு முன்னர் முற்றிலும் இக்கருவிகள் அயல் நாடுகளிலிருந்து இறக்கப்பட்டன.

இந்தியாவில் 1965 ஆம் ஆண்டு வரையிலும் இச்சாதனங்களின் விற்பனை மதிப்பு நாடு முழுமைக்கும் ஆறு கோடி ரூபாய் என்ற அளவில் மட்டுமே இருந்தது. இப்போது அதன் மதிப்புச் சுமார் ஆயிரம் கோடியைத் தொட்டு வருகின்றது.

அமெரிக்காவின் ஏழுகோடி வீடுகளில் குளிர்பதனப்பெட்டிகள் பயன்பட்டு வருகின்றன. அங்குள்ள 25,000 பேரங்காடிகளில் குளிர்வசதி செய்யப்பட்டுள்ளது.

இந்தியாவில் இன்று பெரும்பாலான நடுத்தர வகுப்பு இல்லங்களில் குளிர்பதனப்

பெட்டிகள் உள்ளன. பெரும்பாலான சினிமாக் கொட்டகைகளில் குளிர் வசதிகள் உள்ளன. அலுவலகங்களும், உணவு விடுதிகளும், குளிர் வசதி பெற்று உள்ளன.

1748

வரலாற்றுப் புள்ளிகள்

இராமநாதபுரத்தின் புதிய சேதுபதி

சிவகுமார முத்து விசயத் தேவரையடுத்து இராக்கத் தேவர் சேதுபதி என்பவர் 1748இல் இராமநாதபுர மன்னராகி ஒரே ஆண்டு 1749 வரை ஆண்டார். இவருக்குப் பிறகு செல்லத் தேவர் புதிய சேதுபதியானார்.

டிஃப்தீரியா பற்றிய முதல் விளக்கம்

டிஃப்தீரியா என்பது மிகவும் கடுமையான தொண்டை அழற்சி நோய். பிறரைத் தொற்றக் கூடிய உயிர்க் கொல்லி. இந்நோயைப் பற்றி இலண்டன் மருத்துவரான ஜான் ஃபோதர்ஜில் (வயது 36) முதன் முதலில் விளக்கம் தந்தார். " தொண்டைப் புண்ணை அடுத்து உண்டாகும் சீழ்ப் புண்கள்" (Ulcers) என்ற தலைப்பில் அவர் இவ்வாண்டு எழுதிய ஒரு கட்டுரையில் இந்நோயைப் பற்றி விளக்கியுள்ளார்.

முகலாய அகமது ஷா அரியணை ஏறுதல்

முகலாய அரசர் முகமது ஷா இந்த 1748 இல் செத்ததும், அவருடைய ஒரே மகனான அகமது ஷா இவ்வாண்டு பட்டத்திற்கு வந்தார்.

நசீருதின் முகமது ஷா (1719-1748) வண்ணப் பகட்டாக வாழ்ந்தவர். அதனால் அவரை முகமது ஷா 'ரங்கீலா'என்று அழைத்தனர். அவரது ஆட்சிக் காலத்தில் டெல்லியில் பல பள்ளி வாசல்களும், நினைவுச் சின்னங்களும் எழும்பின. பாரசீக மன்னர் இக்காலத்தில்தான் படை கொண்டு வந்து டெல்லியைச் சூறையாடினார். மக்களைக் கொன்று குவித்துக் கொள்ளையடித்தார். அப்போது தான் முகலாயரின் புகழ்பெற்ற மயிலாசனத்தையும் கோகினூர் வைரத்தையும் நாதிர் ஷா கொண்டு சென்றார்.

அகமது ஷா பகதூர் (1748-1754) என்பது புதிய முகலாய அரசரின் பெயர். இவர் காமக் களியாட்டங்களில் ஈடுபட்டவர் என்ற இழி பெயர் பெற்றவர்.

பெரிய மருது பிறப்பு

சிவகங்கைச் சீமையின் மருது பாண்டியர் என்ற இருவரில் மூத்த பெரிய மருது இந்த 1748 இல் பிறந்தார் என்று செவிவழிச் செய்திகள் கூறுகின்றன. அவர் இன்று காமராசர் மாவட்டத்திலுள்ள அருப்புக் கோட்டையிலிருந்து சுமார் 26 கிலோ மீட்டர் தொலைவிலுள்ள முக்குலம் என்ற ஊரில் சேர்வைக்காரர் குடியில் பிறந்தார்.

1749

அரசியல்

சாகு மரணம் (1682-1749)

மராட்டியர் வரலாறு: விரிந்த செய்திகள்: சந்தா சாகிபின் புத்தெழுச்சி: ஆம்பூர் சண்டை: அன்வருதீன் சாவு: சந்தா சாகிபின் வெற்றிகள்: மதுரைச் சீமை அடிமையாதல்:

தேவிகோட்டை: ஐரோப்பியர் முதன்முதலாகப் படை கொண்டு பிடித்த இடம் தேவிகோட்டை:

சென்னையை ஆங்கிலேயர் அடைதல்:

தேவனள்ளிப் போரும், ஐதர் எழுச்சியும்

சாந்தோம், மயிலாப்பூர் கம்பெனி வசமாதல்;விரிந்த செய்திகள்

இராமநாதபுரம்: புதிய சேதுபதி

அறிவியல்

பஃபனின் இயற்கை வரலாற்றுக் களஞ்சியம் -தொகுப்புப் பணி தொடக்கம்:

பொருளியல்

வடஇந்தியப் பொருளியலில் கஞ்சுகள் பங்கு

தமிழ் நாட்டு வண்டிப் பேட்டைகள்

கலை

சிப்பண்டேல் தச்சுப் பட்டறை இலண்டனில்

மக்கள்

சீன மக்கள் தொகை 225 மில்லியன்

பிறப்பு

எட்வர்டு ஜென்னர் (1749-1823)

கதே (1749-1832)

இறப்பு

சாகு (1680-1749)

1749

1. சத்திரபதி சாகு மரணம் : மராட்டியர் வரலாறு

மராட்டியர் வரலாறு

சிவாஜியின் (1627-1680) மூத்த மகனான சாம்பாஜியின் மகன் சாகு 1689 ஆம் ஆண்டு நவம்பர் 3 முதல், 1707 ஆம் ஆண்டு மே 8 வரையிலும் தன் தாய் ஏசுபாயுடன் முகலாயரிடம் சிறையிருந்தார். இக்களஞ்சிய வரிசையில் சாகு பற்றி முதற் தொகுதியிலும் இரண்டாம் தொகுதி இரண்டாம் பகுதியிலும் மூன்றாம் தொகுதியிலும் சொல்லப்பட்டுள்ளன). சாகு களங் கண்ட பிறகு, சதாராவை வென்று, அந்நகரில் 1708 ஜனவரி 12 அன்று மராட்டியச் சத்திரபதியாக முடிசூட்டிக் கொண்டார்.

அன்றிலிருந்து அவர் உயிர்நீத்த 1749 டிசம்பர் 15 வரை நாற்பத்தோரு ஆண்டுகள் மராட்டியரின் புயல் வேக அரசியல் எழுச்சியைக் கண்டார். ஷாஜி பான்ஸ்லே (1594-1664) ,அவர் மகன் சிவாஜி, அவர் மகன் சாம்பாஜி, அவர் மகன் சாகு என்ற இச்சிறு மரபின் சுமார் நூறாண்டுக்கால வரலாற்றில், தக்காணத்தின் மேற்குக் கரையிலிருந்த மராட்டிய மக்கள், கடைசி முப்பதாண்டுக் காலத்தில்தான் இந்து தேசத்தில் பேரெழுச்சி கண்டனர். பதினெட்டாம் நூற்றாண்டில் குறிப்பிடத்தக்க சக்தியாக விளங்கிய மராட்டிய மக்களின் சிறு வரலாறு இங்கு சொல்லப்படுகின்றது.

1749

தோற்றுவாய்

'' அவர்களில் பலர் பன்னெடுங்காலத்திற்கு முன்னர் வீரத்திற்கும், ஆற்றலுக்கும் புகழ் பெற்றிருந்த மகாராஷ்டிரம் என்ற பண்டைப் பெயரையுடைய நிலப்பரப்பில் வாழ்ந்து வருகின்றனர் என்று மராட்டியர் வரலாற்று ஆசிரியரான கோவிந்த சகாராம் சர்தேசாய் இம்மக்களின் வாழ்விடத் தோற்றுவாயை எடுத்துரைக்கின்றார்.

மகாராஷ்டிரம் என்றால் 'ரதர், ரதிகர், ராஷ்டிரிகர் என்போரின் மாநாடு' என்பது பொருள். கிறித்தவ அப்தத் தொடக்க கால (கி.பி முதல் நூற்றாண்டு) இலக்கியங்களில் மகாராஷ்டிர, மகாராஷ்டிரிக, மகாராஷ்டிரி (கடைசியாகச் சொல்லப்பட்ட பெயர் பிராகிருத மொழிகளில் ஒன்றைச் சுட்டும்) என்று பல இடங்களில் பயின்று வருகின்றன. மராத்தி (ஆண்பால் பெயர்), மராத்தினி (பெண்பால் பெயர்) என்ற இரு சொற்களும் கர்லா குகையிலும், சாதவாகனர் காலத்தின் பிற பொறிப்புகளிலும் காணப்படுகின்றன.

ஆறாம் நூற்றாண்டைச் சேர்ந்த புகழ்வாய்ந்த வானியலரான வராகமிகிரர், மகாராஷ்டிரர் என்ற சொல்லைப் பெய்கின்றார். இது பின்னர் மராட்டி, மராத்தா என்று திரிந்தது. ஒன்பதாம் நூற்றாண்டைச் சேர்ந்த சம்ஸ்கிருத நூலாசிரியரான இராஜசேகர், மராட்டி என்ற பெண்பால் பெயரை ஆளுகின்றார். இச்சொல் இதையடுத்து இந்தியாவில் தோன்றிய இலக்கியங்களனைத்திலும் பல்வேறு வடிவங்களில் வருகின்றது.

மகாராஷ்டிரம்

மகாராஷ்டிரம் என்ற இச்சொல் மா ராஷ்டிரம் அல்லது பண்டைக் காலத்தில் ராட்டா என்று அறியப்பட்டவர்களும், மகா ராட்டா அல்லது மா ராட்டர் என்று தம்மை அழைத்துக் கொண்ட அவர்களில் சிலரும் அடங்கிய இனத்தவரின் நாடு என்று

பொருள்படும். அவர்கள் வாழ்ந்திருந்த நிலமும், அவர்கள் பெயரால் மா மனிதரின் நாடு என்று மகாராஷ்டிரம் அழைக்கப்படலாயிற்று.

அவர்களின் மொழியும் முதலில் மகாராஷ்டிரி என்று தான் அறியப்பட்டது. அது பிராகிருதத்தின் ஒரு வழி மொழி *(Dialect)*. அம்மொழியிலிருந்து பிறந்த இன்றைய மராட்டியத்தைவிடப் பரந்த அளவில் மகாராஷ்டிரி வழங்கி வந்தது. மேற்கத்தியத்தின் பெரும் பரப்பு இன்றும் மகாராஷ்புரம் என்று தான் அழைக்கப்படுகின்றது. மேற்கில் அரபுக் கடலிலிருந்து வடக்கில் சாத்பூரா மலைத்தொடர் வரையிலும் விரிந்து பரந்த நிலப்பரப்பு ;அதில் இக்காலத்துக் கொங்கணம், கான் தேஷ்(கண்டேஷ்) பேரார், நிசாமின் ஐதராபாது நாட்டரசில் மூன்றிலொரு பகுதி ஆகியன அடங்கியிருந்தன. இப்பரப்பு முழுமையும் மராத்தவாடா என்று அழைக்கப்பட்டது.

தட்சிணபாதம்

ஆரியக் குடியேறிகள் நர்மதை ஆற்றின் தெற்கில் அமைந்த நிலப்பரப்பைத் தட்சிணபாதம் என்றனர். அதில் தண்டகாரணியம் அடங்கியிருந்தது. அது தன் பெயருக்கு ஏற்பத் தபதி ஆற்றிலிருந்து கோதாவரி வரையிலும், தெற்கு நோக்கிப் பரந்து அடர்ந்த காடாயிருந்தது. கிறித்தவ அப்தத்தின் தொடக்கக் காலத்தில் மகாராஷ்புரத்தில் மூன்று தனிப் பகுதிகள் அடங்கியிருந்தன. முதலாவது விதர்ப்பம் அல்லது பேரார்; இரண்டாவது அஸ்மக அல்லது கோதாவரி வடிநிலம் (இது பின்னர் சேவுன் தேசம் என்று அழைக்கப்பட்டது) மூன்றாவது குந்தளம்; இது கிருஷ்ணை ஆற்றுப் பள்ளத்தாக்கு. இதில் அபிராண்ட அல்லது கொங்கணம் என்று அறியப்பட்ட மேற்குக் கரைப் பகுதியும் அடங்கும். அது வடக்கில் டாமனிலிருந்து தெற்கில் கோவா அல்லது கார்வார் வரை நீண்டிருந்தது.

இவ்வாறு நர்மதைக்கும் மேலைக் கிருஷ்ணவேணிக்கும் இடைப்பட்ட நிலப்பரப்பு முக்கியமான மகாராஷ்டிர நாடாகும். அங்கு முதலில் பிராகிருத மகாராஷ்டிரியும், பின்னர் அதிலிருந்து பிறந்த மராட்டியும் பேசப்பட்டன. நிலவியல் முறையிலும், அது மொத்தமான நிலப்பரப்பாயிருந்தது. இன்று அது பல்வேறு அரசியல் பகுதிகளாகப் பிரிந்து கிடக்கின்றது.

புலிகேசி கல்வெட்டில் மகராஷ்டிரம்

புகழ்பெற்ற சாளுக்கிய மன்னரான சத்தியாச்சிரய புலிகேசியின் கி.பி. 634 ஆம் ஆண்டு ஐகோல் கல்வெட்டில் மகாராஷ்டிரத்தின் பரப்புத் துல்லியமாகக் கூறப்பட்டுள்ளது. அதில் மொத்தம் 99,000 ஊர்கள் அடங்கிய மூன்று பகுதிகள் இருந்தனவென்று கூறப்பட்டுள்ளது. அம்மூன்றும் (அஸ்மக உள்பட) விதர்ப்பம், குந்தளம், அபரண்டம் ஆக இருக்கலாம். இக்கல்வெட்டையடுத்து மகாராஷ்டிரத்தைப் பற்றிய இவ்விவரத்தை உறுதி செய்வதற்குப் போதிய சான்றுகள் கிடைத்துள. எனினும் அதில் அடங்கிய ஊர்களின் எண்ணிக்கை சரியாக எத்தனை என்பது குறித்தும், எல்லையின் துல்லியம் பற்றியும் கருத்து வேறுபாடு உள்ளது.

பண்டை ராட்டர்

பண்டைக் காலத்து ராட்டர்கள் பல்வேறு உள் குலத்தார் அல்லது குடும்பத்தினராய்ப் பிரிந்து, சாதவாகனர், போஜர், மௌரியர், கடம்பர், சிலாசரர், சாளுக்கியர், இராட்டிர கூடர், பரமாரர் என்று பல பெயர்களால் அறியப்பட்டனர்

என்பர். அவர்களில் சிலர் இப்பகுதியில் ஆற்றல் வாய்ந்த தம் அரசுகளை நிறுவிக் கலைகளையும், இலக்கியத்தையும் புரந்தனர். அக்குடியில் மாபெரும் மன்னர் தோன்றினர். அவர்கள் பஜ, கர்லா, எல்லூரா, அஜந்தா, எலிஃபண்டா என்ற இடங்களில் மிகச் சிறந்த குடைவரைக் கோயில்களையும், குகைகளையும் உண்டாக்கினர். அவர்கள் நிறுவிய பண்டைக் கோயில்களும், சிற்பங்களும் இன்றும் மகாராட்டிர மெங்கும் உள்ளன.

மராட்டி மொழி

ஆரியர்கள் வந்த காலத்தில் நாட்டு மக்கள் பேசிய மொழிகள் பொதுவாகப் பிராகிருதம் என்று அழைக்கப்பட்டன. பிராகிருதம் என்பதற்கு இயற்கையானது, செயற்கையாகச் செய்யப்படாதது என்று பொருள். சம்ஸ்கிருதத்தில் இருந்து வேறுபடுத்திக் காட்டுவதற்காகப் பிராகிருதம் என்ற சொல்லைப் பயன்படுத்தினர். இப்பிராகிருத மொழிகள், அவை வழங்கும் பகுதிகளுக்கும், சமய முக்கியத்துவத்திற்கும் ஏற்ப, ஐந்தாறு முக்கியமான பிரிவுகளாக வகைப்படுத்தப் பெற்றன. அவை ஒவ்வொன்றுக்கும் தனியான இலக்கியமும், இலக்கணமும் இருந்தன. அவை மகாஷ்டிரி பாலி அல்லது மாகதி, அர்த்தமாகதி, சௌரசேனி அல்லது பைசாச்சி என்று பிரிக்கப்பட்டன. இவற்றுள் தென் பாரதத்தில் வழங்கிய திராவிட மொழிகள் அடங்கா.

இடைக்காலத்து இவ்வாறு வழங்கிய மகாராஷ்டிரி மிகவும் பண்பட்ட மொழியாயிருந்தது. அது ஒரு காலத்தில் வடக்கே மாளவம், இரசபுதனம் ஆகிய பகுதிகளின் எல்லைகளிலிருந்து தெற்கில் கிருஷ்ணை, துங்கபத்திரை ஆறுகளின் கரைகள் வரையிலும் வழங்கி வந்தது.

பிராகிருத மொழிகள்

பௌத்த இலக்கியம் பெரிதும் பாலி மொழியிலும், சமண இலக்கியம் அர்த்தமாகதியிலும் அமைந்திருக்கச் சௌரசேனி மதுராவாகிய சௌரசேனரின் நாட்டைச் சுற்றியும் வழங்கிற்று. பைசாச்சி அல்லது பைசாச மொழி மேற்குப் பாஞ்சாலத்திலும் அதற்கப்பாலும் வடமேற்குப் பகுதியில் வழங்கிற்று. இப்பிராகிருத மொழிகள் அனைத்தையும், காளிதாசனும், பிற புலவர்களும் தாம் எழுதிய நாடகங்களில் அடிநிலைக் கதை மாந்தர் பேசும் உரையாடலாக அமைத்தனர். மேல்நிலைக் கதை மாந்தர் சம்ஸ்கிருதத்தில் உரையாடினர்.

சம்ஸ்கிருதம் வழக்கிழத்தல்

சம்ஸ்கிருதம் கி.மு.500 ஆம் ஆண்டிலேயே வழக்கொழிந்தது என்பது தெளிவாகின்றது. பிராகிருத மொழிகள் மக்களின் மொழிகளாயின. இவற்றுள் மிக முக்கியமான பிராகிருத மொழி மகாராஷ்டிரி என்பதில் ஐயமில்லை. இம்மொழியில் சப்த சதி, சேதுபந்த, கௌட வாகோ, கற்பூர மஞ்சரி போன்ற மிகச் சிறந்த இலக்கியங்கள் உள. சப்த சதி என்னும் நூல் கதா சப்த சதி என்னும் தலைப்பில் தமிழில் மொழி பெயர்க்கப்பட்டு, அண்மையில் வெளிவந்துள்ளது. சப்த சதி என்பதற்குப் பா எழுநூறு என்று பெயர். இந்நூலைப் பன்மொழிப் புலவர் மு.கு.ஜகந்நாத இராஜா தமிழில் அழகிய பனுவலாக யாத்திருக்கின்றார். இம்மொழிபெயர்ப்பாளர் பிராகிருத மொழி பற்றிக் கூறியுள்ள சில கருத்துகள் அறிந்து கொள்ளப்பட வேண்டியவையாகும்.

'ஐந்தாயிரம் ஆண்டுகளுக்கு முன்பிருந்த வேதமொழியானது திராவிட மொழியின் பிரபாவத்திற்கு ஆளாகிப் பிராகிருதமாகத் திரிந்ததெனினும், கற்றோரும், பண்பாட்டாளருமான மேற்குடி மக்கள் சம்ஸ்கிருதத்தைப் போற்றிக் காத்தனர்' என்று அவர் கூறுகின்றார்.

கோவை நூலான சப்த சதியைக் கி.பி. முதல் நூற்றாண்டில் வாழ்ந்த சாதவாகனர் குடி மன்னரான ஹாலன் தொகுத்தார். இந்நூலில் மகாராஷ்டிரத்தின் மலைகள், ஆறுகள், ஊர்கள் முதலியவற்றின் பெயர்கள் காணப்படுகின்றன.

பல்வேறு பிராகிருத மொழிகளுக்கு இலக்கணம் வகுக்கும் போது, விற்பன்னர்கள் மகாராஷ்டிரி மொழியை எடுத்துக்காட்டாகக் கொள்கின்றனர். மகாராஷ்டிரி என்பது மராட்டி என்று, அல்லது பிற்காலத்தில் அழைக்கப்பட்டவாறு மராத்தி என்று திரிந்தது. இராஜசேகரன் என்ற மகாராஷ்டிரப் புலவர் கி.பி.884 முதல் 959 வரை வாழ்ந்தவர். அவர் சம்ஸ்கிருதத்திலும், பிராகிருதத்திலும் பல நூல்களை எழுதியுள்ளார். அவை இராமாயணம், பால பாரதம், வித்தசால பஞ்சிகம், கற்பூர மஞ்சரி (இது சிறந்த நாடக நூலாகும்) அவரது பிராகிருத மொழி நூல்கள் மறைந்து செல்லும் மகாராஷ்டிரிக்கும், புதிதாய் மலரும் மராட்டிக்கும் இடைப்பட்டதாய் உள்ளது.

இந்தியாவில் பண்டைக் காலத்தில், நெடுகிலும் நிகழ்ந்த மொழி வளர்ச்சியை ஆராயப் புகுவோமாயின், தொடக்க கால ஆரியர் சுமார் கி.மு. 500 வரை வேத சம்ஸ்கிருதம் பேசினர் என்று ஒருவாறு கூறலாம். மகாராஷ்டிரியும், பிராகிருத மொழிகளும் கி.மு.500 தொட்டுக் கி.பி 500 வரை வழக்கிலிருந்தன என்று கொள்ளலாம். அதன் பிறகுதான் மராட்டியும், வட இந்திய மொழிகளும் உருவாயின என்பர் மொழியியலார்.

1749

ஞானேசுவரர்

மராட்டி அரசவை மொழியாகவும், கற்றறிந்தோர் கருவியாகவும் ஆன காலம் சுமார் கி.பி.500-1000 ஆண்டுகளுக்குப் பிறகுதான், மராட்டி மொழியின் முதல் ஆசிரியரான ஞானேசுவரர் பகவத் கீதைக்கு எழுதிய உரைநூலான பாவார்த்த தீபிகைதான் அம்மொழியின் முதல் நூலாகும். அவரது காலம் 1275-1296 ஆகும். அந்நூல் தேவகிரி மன்னரான இராமச்சந்திர யாதவரின் ஆட்சிக் காலத்தில், அதாவது அலாவுதீன் கில்ஜியின் படைத்தலைவரான மாலிக் காபூர், தேவகிரியைத் தாக்கியதற்கு நான்காண்டுகளுக்கு முன்னர் 1290 ஆம் ஆண்டு எழுதி முடிக்கப் பெற்றது. ஞானேசுவரர் தம் நூலை இவ்வாறு முடிக்கின்றார்;

'யான் இந்நாட்டு அணிகலனைக் கொண்டு, கீதைத் தேவதைக்கு அணி செய்கின்றேன்'.

இருப்பினும் பிராகிருதத்தோடு சம்ஸ்கிருதமும் கைக்கொள்ளப்பட்டு வந்தது. பண்டிதர்கள் சம்ஸ்கிருதத்தைப் பயன்படுத்தி வந்தனர்.

அரசியல் பின்புலம் சாதவாகனர்

அலெக்சாந்தர் காலத்தவரான (கி.மு.356-323) சந்திரகுப்த மௌரியர் மகாராஷ்புரத்தையும் தன் ஆட்சிக்குள் வைத்திருந்தார் என்று தெரிகின்றது. அவரது பேரரான அசோகரும் (273-232 கி.மு) தன் பேரரசைக் கிழக்கிலும், தெற்கிலும் விரித்தார்.

அவருடைய பொறிப்புகளை இந்தியத் துணைக் கண்டமெங்கும் இன்றும் காணலாம். அதன்பிறகு கிறித்தவ அப்தத்தின் முதல் நூற்றாண்டுகளில் ஆந்திரர் அல்லது சாதவாகன மன்னர்குடி பிரதிஸ்தானம் அல்லது பைத்தானைத் தலைநகராகக் கொண்டு சுமார் 300 ஆண்டுகள் (கி.மு 73-கி.பி.218) ஆட்சி புரிந்தனர். கோதாவரி ஆற்றின் கரையிலிருந்த அவர்களின் கோநகரான பிரதிஸ்தானம், கல்வி, கலை, வாணிபம் இவற்றுக்குப் பெரிய மையமாய் இருந்தது.

சாதவாகன மன்னர்களின் வெற்றியையும், அருஞ்செயல்களையும், சில புராணங்கள் பெருமையாய்ப் பேசுகின்றன. இன்றைய சக ஆண்டு சாதவாகனர் பெயரால் அமைந்தது என்பது குறிப்பிடத்தக்கது.

சாளுக்கியர்

பண்டை ராட்டரின் பல்வேறு குலத்தினர் அரசியல் அதிகாரத்தை நிலைநிறுத்த முடியாதவர்களாயிருந்தாலும், சாதவாகனரின் ஆட்சியின் கீழ் பல்வேறு இடங்களில் தம் செல்வாக்கை நிலைநாட்டியிருந்தனர். அவர்களுள் இராட்டிரகூடர், பாணர் ஆகியோர் குறிப்பிடத்தக்கோராவர். குப்தப் பேரரசர்கள் நான்கு, ஐந்தாம் நூற்றாண்டுகளில் தக்காணத்திலிருந்த வாகடகர், காலச்சூரி, கடம்பர் போன்றோர் மீது அப்போதைக்கப்போது தம் செல்வாக்கைச் செலுத்தி வந்தனர். எனினும் குப்தர் தக்காணத்தை ஆண்டனர் என்பது ஐயப்பாட்டிற்குரியது. இருப்பினும் ஆறாம் நூற்றாண்டின் தொடக்கத்தில் சாளுக்கியர் என்ற புதிய குடி தோன்றியது. அக்குடி அடுத்தடுத்து வலிமையான மன்னர்களை ஒன்றரை நூற்றாண்டிற்குமதிகமான காலம் அளித்தது. அவர்கள் பாதாமி (வாதாபி) யிலிருந்து ஆண்டனர். இன்று அது பிஜப்பூர் மாவட்டத்தில் ஒரு நகராயுள்ளது. சாளுக்கியர் குடியில் பேராற்றல் வாய்ந்த சத்தியாச்சிரய புலிகேசி 608 முதல் 642 வரை ஆட்சி புரிந்தார். அவர் ஹர்ஷரின் படையெடுப்பை (606-647) அடுத்தடுத்து வெற்றிகரமாய் முறியடித்தார். புலிகேசி, நர்மதையின் கரையில் மகாராஷ்டிரத்தின் வட எல்லைக்கு வலுவான பாதுகாப்பாயிருந்தார்.

சீன நாடோடி யுவான் சுவாங்கு (602-சு.646) புலிகேசியின் அவைக்கு வந்திருந்தார். அதைப்பற்றி மிகச் சிறப்பாக எழுதி வைத்திருக்கின்றார். அதில் மராட்டியரின் சிறப்பைக் காணலாம். சாளுக்கியர் சைவ சமயத்தவர். அவர்கள் தம் வலிமையையும் புகழையும் வெளிப்படுத்தும் பெரும் பட்டங்களைச் சூட்டிக் கொண்டனர்.

இராட்டிர கூடர்

சாளுக்கியரையடுத்து வலிமை மிக்க மற்றொரு குடி மகாராஷ்டிரத்தில் ஆட்சிக்கு வந்தது. அந்த இராட்டிரகூடர் குடி 750 முதல் 975 வரை 225 ஆண்டுகள் ஆட்சியில் இருந்தது. தென்னிந்தியாவில் எந்த இந்து அரசம் இத்தனை நீண்ட காலம் ஆட்சிபுரியவில்லை. இது தக்காண வரலாற்றில் குறிப்பிடத்தக்க காலமாகும். இக்காலத்தில்தான் இன்றைய கர்நாடக மாநிலப் பகுதியும், மகாராஷ்டிரமும் ஒரே அரசியல் உறுப்பாயிருந்தன. இக்குடியினரில் பெரும்பாலர் திறமைமிக்க மன்னராயிருந்தனர்.

வரிசையாக வந்த பதினான்கு மன்னர்களில், மூவர் மட்டுமே திறமையற்றோர். சமண, இந்து, பௌத்த சமயங்கள் மூன்றும் இராட்டிரகூடரின் ஆட்சியில் மிகுந்த இசைவோடு இருந்தன.

இக்குடியின் மன்னரான முதலாம் கிருஷ்ணன் எல்லூராவிலுள்ள கைலாசநாதர் கோயிலைக் கட்டுவித்தார். இது ஒரே பாறையில் குடைந்து வெட்டப்பட்டது. இராட்டிரகூடர் என்ற இப்பெயரைப் பிற்காலத்தில் தோன்றிய இரசபுத்திர ஜோத்பூர் மன்னர்கள் மிகப் பெருமையோடு இரத்தோடு என்று தம் குடிப்பெயராக்கிக் கொண்டனர் என்பது குறிப்பிடத்தக்கது.

இராட்டிரகூடரின் கோநகரம் மானியக்கேட்டு (மல்கேடு) ஆகும். சந்திரப்பூர் (சந்தவாடு), லாத்தூர் முதலிய ஊர்கள் பல்வேறு காலங்களில் சிறு தலை நகரங்களாயிருந்தன. அவர்கள் கெட்டிக்காரர்களாயும், வீரம் செறிந்தவர்களாயும் இருந்த போதிலும், தம் நாட்டின் கரையோரப் பாதுகாப்பைக் கவனிக்க மறந்தனர். ஆதலால் அவர்கள் காலத்தில் மேற்கத்தி அரபுகள் கை ஓங்கிய நிலையில் இருந்தனர்.

கல்யாணி (பிற்காலச்) சாளுக்கியர்

பிற்காலச் சாளுக்கியர் இராட்டிரகூடர் ஆட்சிக்குச் சாவு மணியடித்து விட்டு, 975 முதல் 1189 வரை சுமார் இருநூறு ஆண்டுகள் மகாராஷ்புரத்தை ஆண்டனர். அவர்களின் தலைநகரம் மானியக்கேட்டு, கல்யாணி ஆகும். கல்யாணி பிதர் அருகில் உள்ளது. இக்குடியில் மிகச்சிறந்த பத்து மன்னர் இருந்தனர். நான்காம் திரிபுவனமல்ல விக்கிரமாதித்தன் இக்குடியின் மாபெரும் மன்னராவார். அவருடைய தலைமை அமைச்சரான விஞ்ஞானேசுவரர், மிடாட்சரம் என்ற நூலை எழுதினார். அந்நூல் இன்றும் மிகச்சிறந்த இந்துச் சட்ட நூலாக மதிக்கப்படுகின்றது.

யாதவர்

கல்யாணிச் சாளுக்கியருக்குப் பிறகு ஆற்றல் வாய்ந்த யாதவர் குடியினால் மகாராஷ்டிரம் ஆளப்பட்டது. இக்குடி வடக்கிலிருந்து வந்து பலகாலமாக முயன்று, தன் செல்வாக்கைப் பல்வேறு இடங்களில் நிலைநாட்டியது. யாதவர்கள் சாளுக்கியரிடமிருந்து ஆட்சியதிகாரத்தை வென்று சுமார் 1187 முதல் 1294 வரை நூறாண்டுகளுக்கு மேல் ஆண்டனர். அவர்களின் கோநகரம் புகழ்பெற்ற தேவகிரிக் கோட்டையாகும்.

யாதவ மன்னர்களான சிங்கண்ண,கிருஷ்ணதேவன், மகாதேவன், இராமதேவன் முதலியோர் கலைகளையும் இலக்கியத்தையும் புரந்து தக்காண வரலாற்றில் சிறப்பு மிக்கோங்கி நிற்கின்றனர். கணித வல்லுநரான பாஸ்கராச்சாரியரும், பல்துறை ஆசிரியரும், பயன்படு கலைகள் பலவற்றைக் கண்டுபிடித்தவருமான யாதவர் அமைச்சர் ஹேமாதிரியும், ஹேமாதிரியின் வலக்கை போன்ற விற்பன்னராகிய போப தேவனும், இன்றும் மராட்டியரின் நினைவில் நின்று போற்றப்படுகின்றனர்.

முஸ்லிம் படையெடுப்பு

கிறித்தவ அப்தத்தின் பத்தாம் நூற்றாண்டு இறுதி வாக்கில் இமயத்திற்கப்பாலிருந்து வந்து சேர்ந்த புது இனத்தார் இந்து தேசத்தினுள் புகுந்தனர். கசனியின் முகமது என்ற துருக்கர் படைத்தலைவர் இந்தியாமீது தாக்குதலைத் தொடங்கி வைக்க, அவரைப் போலவே விடாப்பிடியான வெற்றி வீரராகிய கோரி முகமது, இந்நாட்டு வெற்றியை நிறைவு செய்தார்.

இருநூற்றாண்டுகளுக்குள் வட இந்தியா முழுவதும் புதிய இனத்தாரிடம்

அடிபணிந்தது. அதன்பிறகு மேலும் நூறாண்டுகள் கழிந்ததும், முஸ்லிம்கள் நர்மதையைக் கடந்து முதன் முறையாகத் தக்காணத்தில் புகுந்தனர். தென்னகத்தில் அப்போது நான்கு அல்லது ஐந்து இந்து அரசுகள் நிலவின. முஸ்லிம்கள் அவற்றைக் கால் நூற்றாண்டிற்குக் குறைந்த காலத்தில் வீழ்த்தி விட்டனர்.

அலாவுதீன் கில்ஜி 1294 இல் தேவகிரியைத் தாக்கி அதன் மன்னரான இராம தேவனைப் பணிய வைத்தார். அலாவுதீனின் படைத்தலைவரான மாலிக் காபூர் வாரங்கல்லின் காகதிய அரசை 1309இல் வென்று வீழ்த்தினார். (இதன் பழம் பெயர் ஏகசீல நகரி அல்லது வர்ணகுல; இதுவே வாரங்கல் என்று திரிந்தது) துவாரசமுத்திரத்துப் போசள அரசை 1310 இல் தோற்கடித்தார். அவர் இவ்வெற்றிகளின் பிறகு சோழ, பாண்டியரை வென்று தென் தொங்கலில் பிறை பொறித்த பச்சைக் கொடியை ஏற்றினார்.

அலாவுதீன் கில்ஜி இந்தியா முழுவதையும் வென்று விட்டதாக இறக்குமுன்னர் பெருமை பேசும் வகையில், தெற்கில் அவருக்கு இத்தனை வெற்றிகள் கிடைத்தன. அவர் மகன் முபாரக்கு கில்ஜியும், அதன் பிறகு கடுமையானவரான துக்ளக்கு சுல்தான் முகமதும், தெற்கில் எஞ்சியிருந்த இந்து ஆட்சியையும் அழித்தனர். இந்தத் துக்ளக்கு மன்னர் கடைசியாக வென்ற இப்பகுதிகளைச் சரியான முறையில் அடக்கியாள வேண்டுமென்பதற்காக 1325 இல் டெல்லியிலிருந்து தன் தலைநகரைத் தேவகிரிக்குக் கொணர்ந்து, அதன் பெயரையும் தௌலதாபாது என்று மாற்றினார். அதற்குச் சில ஆண்டுகளுக்குப் பிறகு, அவர் தெற்கில் வந்து குடியேறினார். இவ்வாறு கிட்டத்தட்ட இந்தியா முழுமையும் 1326 ஆம் ஆண்டிற்குள் முற்றிலும் முஸ்லிம்களால் வெல்லப்பட்டு விட்டது எனலாம்.

மாபெரும் கட்டடக்கலைப் புரவலர்களான சந்திர குப்தமௌரியரும், தேவகிரியின் இராமதேவனும், வாரங்கல்லின் பிரதாபருத்திரனும், சுமார் பதினாறரை நூற்றாண்டுக் காலம் ஆக்கி வைத்திருந்த கலைப் படைப்புகளையெல்லாம், கால் நூற்றாண்டிற்கும் குறைந்த காலத்திற்குள்ளேயே இந்தப் படையெடுப்பாளர் அழித்து விட்டனர். இத்தகைய நிகழ்ச்சிக்கு இணையான அழிவு எதையும், உலக வரலாற்றில் வேறெங்கும் காண முடியாது என்பர்.

மதவெறிக் கொடுமைகள்

இந்தியாவிற்கு இதற்கு முன்னர் அயல்நாடுகளிலிருந்து படையெடுப்பாளர் வந்தனர். அவர்கள் காலப்போக்கில் இந்திய சமூகத்தில் கலந்து விட்டனர். எனினும் மதவெறி கொண்ட இப்புதிய துருக்கர்கள் முற்றிலும் மாறுபட்டவர்களாயிருந்தனர். அவர்கள் வெறும் அரசியல் அதிகாரத்துடன் மனநிறைவு கொள்ளவில்லை. அவர்கள் இந்துஸ்தானத்தின் சமவெளிகளில் பாய்ந்து வெற்றி வீரர்களாயும், கொள்ளைக் காரர்களாயும் நடந்து கொண்டதோடு, புறச்சமயிகளான மக்கள் வாழ்ந்த இந்நாட்டில், தமது புனித மதத்தைப் பரப்பும் புனிதப் போர்வீரர் போலும் நடந்து கொண்டனர்.

வட இந்தியாவில் வாழ்ந்த மக்கள் உள் சண்டையில் ஈடுபட்டும், தம்முள் பிளவு பட்டும் நின்றதால் துருக்கக் கொடுமைக்காரர்களை எதிர்க்கும் வகையற்றவர்களாயிருந்தனர். அவர்கள் இழிவுகள் அனைத்தையும் பொறுத்துக் கொண்டனர்.

ஆனால் தென்னிந்தியாவில் வாழ்ந்த மக்கள், குறிப்பாகக் கொடூரமான கபாலிகரும், சைவ சமயத்தின் பிற பிரிவினரும், காம்பிலியில் வாழ்ந்த

இலிங்காயத்துகளும் முஸ்லிம் ஆக்கிரமிப்பை மெல்ல மெல்ல எதிர்க்கலாயினர். இந்துக்களிடையே உண்டான எதிர்ப்புணர்ச்சி எந்த அளவிற்குக் கசப்பாயிருந்தது என்பதும், அது எந்த அளவு பரவியிருந்தது என்பதும், இந்த எதிர்ப்பில் சிருங்கேரிப் பீடாதிபதியான சங்கராச்சாரிய மாதவ வித்தியாரணியர் அரசியலில் பங்கேற்றுக் கொண்டதிலிருந்து அறியலாம். அவர் விசயநகரப் பேரரசு எழுவதற்குக் காரணமாய் இருந்தார்.

விசயநகரப் பேரரசு

இந்து நலன்களைப் பேணும் ஓர் இந்து அரசாக விசயநகரம் மலர்ந்தது என்பது வரலாறு. புதிதாக மலர்ந்த இப்பேரரசு இரு நூறு ஆண்டுகளுக்குமதிகமான காலம் முஸ்லிம் அலையெழுச்சியிலிருந்து தென்னாட்டைக் காத்தது. அதன்பிறகு தலைக்கோட்டைப் போரில் *(ஜனவரி 22, 1565)* விசயநகரப் பேரரசை, ஐந்து முஸ்லிம் அரசுகள் ஒன்றுகூடி அழித்துவிட்ட போதிலும், பல்வேறு சிறுநாடுகள் தப்பிப் பிழைத்தன. அவற்றை முற்றிலும் நசுக்கிவிட முடியவில்லை.

சிவாஜியும், விசயநகரப் பேரரசும்

இருப்பினும் விசயநகரப் பேரரசு என்ற சோதனை முயற்சி, வரலாற்று அடிப்படையில் சிவாஜிக்கு மிகுந்த அகத்தூண்டுதலைத் தந்தது. அரிகரனும், புக்கனும் வாழ்ந்து காட்டிய முன்னுதாரணத்தைச் சிவாஜி வழிகாட்டியாகக் கொண்டு வீரம் புரிந்தார் என்பது சிலரின் கருத்தாகும்.

அவர் தன் குருக்களான துக்காராமையும், இராமதாசரையும் பணிந்தார். முகமது துக்ளக்கிற்கு எதிராகத் தக்காணத்தில் நடந்த புரட்சியைத்தான், சிவாஜி பின்னாளில் ஔரங்கசீபிற்கு எதிராக நடத்தினார். இது அரசியலைச் சார்ந்தது என்பதைவிடப் பண்பாட்டை ஒட்டிய புரட்சி என்றே கூறலாம். இந்து சமய எழுச்சிப் புரட்சியின் காரணமாக விசயநகரப் பேரரசு எழுந்தது. அதில்தான் மராட்டியர் வரலாற்றுத் தொடக்க காலத்தின் முக்கியத்துவம் அடங்கியுள்ளது என்பார்.

இந்துப் புரட்சியில் புதுத் திருப்பம்

இந்தியாமீது நடந்த முஸ்லிம் ஆக்கிரமிப்பை எதிர்த்து நாடெங்கும் கிளர்ச்சி நடந்தது. அது முகமது துக்ளக்கின் ஆற்றல் அனைத்தையும் மழுங்க வைத்தது. தென்னிந்தியாவில் எழுந்த எதிர்ப்பை அடக்குவதற்காக முகமது துக்ளக்கு தன் நம்பிக்கைக்குரியவர் என்று அனுப்பி வைத்த உசேன் ஃஸ்பர்கான் கிளர்ச்சிக்காரர்களுக்குத் தலைமை ஏற்றார். அவர் குல்பர்காவில் விடுதலையைச் சாற்றிவிட்டு, அலாவுதீன் பாமன் ஷா என்ற பெயரில் *1347* இல் தன்னரசு நிறுவினார். அதுவே வரலாற்றில் பாமினி அரசு என்று அறியப்படுவதாகும்.

இந்துக்களின் சமயத்தில் தலையிடுவது, அவர்களுக்குத் துன்பம் தரும் என்பதை இப்புது மன்னர் உணர்ந்தார். மன்னர் புறச் சமயத்தவராயிருந்தாலும், மக்கள் அவரைப் பொறையுடையவர் என்று ஆதரித்தனர். இந்தப் பாமினி அரசு அடுத்த இரு நூறாண்டுக் காலத்தில், தன் அண்டையிலிருந்த விசயநகரத்தைப் போலவே சமயப் பொறையுடையதாய் விளங்கிற்று. இக்காலத்தில் அவற்றுக்கிடையே பகைமையும், பூசலும் இருந்து வந்த போதிலும், சமயத்தின் பெயரால் கொடுமைகள் நிகழவில்லை.

பாமினி அரசு சிதறுதல்

பாமினி அரசு பதினைந்தாம் நூற்றாண்டின் இறுதியில் ஐந்து தனி அரசுகளாகச் சிதறிற்று. பிஜப்பூர், அகமதுநகர், கோல்கொண்டா என்ற மூன்று அரசுகளும், பிதர், பேரார் என்ற ஏனைய இரண்டு அரசுகளைக் கவர்ந்து கொண்டபிறகு, ஆற்றல் மிக்குடையனவாயின. இம்மூன்றும் அவற்றை நிறுவியவர்களின் பெயரால் அதில் ஷா, நிசாம் ஷாகி, குதுப் ஷாகி என்று பெயர் பெற்றன.

மராட்டிய அரசு தோற்றம்

மராட்டிய அரசை நிறுவியவரின் பிறப்பிடம் மேற்கு மலையருகே இருந்தமையால், பிஜப்பூரின் அதில்ஷா குடியுடனும் அகமது நகரின் நிசாம் ஷாகி குடியுடனும் அவருக்கு நெருங்கிய தொடர்பு இருந்தது. ஐந்து முஸ்லிம் அரசுகளும் சேர்ந்து விசய நகர அரசிற்குச் சாவுமணி அடித்துவிட்ட போதிலும், இந்து ஆட்சி நிலவிய தென்பகுதியை அவர்களால் அடக்க முடியவில்லை.

1749

ஷாஜி பான்ஸ்லே (1594-1664)

ஷாஜி பான்ஸ்லே மிகவும் எளிய குடும்பத்தில் *1594* மார்ச்சு *15* அன்று பிறந்தார். ஷாஜியின் தந்தை பெயர் மலோஜி. தக்காணத்துச் சுல்தான்களுக்கு வேண்டிய கூலிப் படைகளை அளிக்கும் பணியில் அவர் ஈடுபட்டிருந்தார். அவர் அகமது நகரில் அமைந்திருந்த நிசாம் ஷாகி அரசில் சர்தார் என்ற சிறு தரப் படைப் பதவியில் இருந்தார். அவர் அந்த அரசின் தலைமை அமைச்சரான மாலிக்கு ஆம்பர் என்ற அபிசீனியரிடம் பணிபுரிய விரும்பாது, பிஜப்பூர்ச் சுல்தானின் படையில் சேர்ந்தார். பீஜப்பூர் முகலாயரால் கவரப்பட்டதும் ஷாஜி முகலாயர் படையில் சேர்ந்தார். அங்கு முகலாயர் படைத் தளபதிகளிடையே காணப்பட்ட சூழ்ச்சி, பொறாமை, பேராசை இவற்றைப் பொறாது, அவர்களுக்கு எதிராகக் கிளர்ச்சி செய்தார்.

அவருக்கும் முகலாயர் படைத்தலைவர் ரணதுல்லா கானுக்கும் நட்பு ஏற்பட்டது. அவரது அறிவுரைப்படி ஷாஜி மீண்டும் பிஜப்பூர்ப் படையில் சேர்ந்து கொண்டார். அதன்பிறகு அவர் பிஜப்பூர்ப் படைகளுடன் கர்நாடகத்தில் பல வீரச்செயல்களை நிகழ்த்தினார். அவர் பிஜப்பூருக்காகக் கடந்த காலத்தில் ஆற்றிய அரும்பணிகளை மெச்சி, அவருக்குப் பூனா பகுதி ஜாகீராக அளிக்கப்பட்டது. அவருக்கு 'மகாராஜா ஃபர்சந்து ஷாஜி பான்ஸ்லே' என்ற பட்டமும் தரப்பட்டது. பிஜப்பூர்ச் சுல்தான் *1646* இல் பெங்களூரையும் ஜாகீராக அளித்தார். (இ.ச.க. தொகுதி-1 காண்க) ஷாஜி வாணாள் முழுவதும் போரில் ஈடுபட்டுக் கொண்டே இருந்தார். அவர் *1664* ஆம் ஆண்டு குதிரையால் தூக்கியெறியப்பட்டுக் கீழே விழுந்து உயிர் துறந்தார்.

மராட்டியர் அரசின் எளிமையான தோற்றுவாய் ஷாஜி பான்ஸ்லேயிடமிருந்து தொடங்குகின்றது.

சிவாஜி (1627-1680)

அதை வலுப்படுத்தியவர் ஷாஜியின் முதல் மனைவியான ஜீஜா பாய்க்குப் பிறந்த சிவாஜி. இரண்டாம் மனைவி மகன் ஏகோசி. இவர் தஞ்சை மராட்டியர் குடியை நிறுவியவர். சிவாஜிக்குப் பூனா ஜாகீரும், ஏகோசிக்குப் பெங்களூரும் கிடைத்தன.

முகலாயர் எதிர்ப்பில் சிவாஜி குடும்பத்தின் மூன்று தலை முறையினரும் ஈடுபட்டிருந்தனர். ஜகாங்கீர், ஷாஜகான், ஔரங்கசீபு என்ற மூன்று பேரரசர்களும் தக்காணத்தை அடிமைப்படுத்த முயன்றனர். அதனை மலோஜி, ஷாஜி, சிவாஜி ஆகிய மராட்டியர் தலைவர் மூவரும் எதிர்த்துப் போராடினர்.

சிவாஜியின் தாய் ஜீஜாபாய் ஆறு ஆண் மக்களைப் பெற்றாள். ஆறாவது மகனான சிவாஜி 1627 ஏப்ரல் 6 அன்று சிவனெ என்ற கோட்டையில் பிறந்தார். ஷாஜகானின் நெருக்குதலால் 1636 இல் உயிருக்கு அஞ்சி ஓட நேர்ந்த ஷாஜி தன் ஜாகீரான பூனாவிற்கு ஜீஜாபாயையும், குடும்பத்தையும், அவர்களுக்குத் துணையாகக் கெட்டிக்காரரான தாதாஜி கொண்ட தேவனையும் அனுப்பினார்.

சிவாஜி பூனாவில் தான் கல்வி கற்றார். வளர்ந்தார். (பூனா நகர வரலாறு இ.ச.க தொகுதி-3 காண்க) சிவாஜி புறச் சமயத்தவரின் பொறையற்ற தீச்செயல்களை நேரில் கண்டும், அவை பற்றிக் கேட்டறிந்தும், தன் சமயத்தின் மீது ஆழ்ந்த பற்றுக் கொள்ளலாயினர். முஸ்லிம் மன்னர்களிடமிருந்து தன் நாட்டை விடுவிக்க வேண்டுமென்ற விடுதலை வேட்கை சிறு வயதிலிருந்தே அவருக்கு உண்டானது. அவர் 1648 ஆம் ஆண்டு முகலாயருக்கு எதிராக முதன்முதலில் போர்க் கொடியை உயர்த்தினார். அவர் அன்றிலிருந்து இறுதி மூச்சு வரையும் போராடிக் கொண்டேயிருந்தார். ஷாஜி, சிவாஜி இருவரின் வரலாறும் இக்களஞ்சியத்தின் முதற் தொகுதியில் விரித்துக் கூறப்பட்டிருந்தன.

1749

சாகு

சிவாஜியின் மகன் சாம்பாஜியிடம் தந்தையிடம் காணப்பட்ட வீரமோ, இலட்சிய உரமோ சிறிதும் இருக்கவில்லை. அவர் மிதமிஞ்சிய சிற்றின்பப் பிரியராயிருந்தார். அவர் ஔரங்கசீபிடம் தோற்று, இழிவான முறையில் கொல்லப்பட்டார். அவர் மனைவியும், ஏழு வயதான மகன் சாகுவும் ஔரங்கசீபினால் சிறைப்படுத்தப்பட்டனர். ஔரங்கசீபு மராட்டியரிடையே குலப்பகையை உண்டாக்கும் நோக்கத்துதுடன் சாகுவை அரச குமாரனுக்குரிய எல்லா வசதிகளுடனும் தன் மாளிகையில் வளர்த்தார். சாகுவிற்கு இரண்டு பெண்களையும் மணம் செய்து வைத்தார்.

சாகு - எழுச்சி: வீழ்ச்சி

சாகு 1707 இல் 25 வயது இளைஞராக ஆட்சி அனுபவமோ, அதற்குரிய திறனோ இல்லாதவராக மராட்டிய மக்களிடையே வந்தார். ஆனால் தக்கோரின் துணையை நாடி, ஆட்சி நிர்வாகத்தை நடத்தும் திறமை காலப் போக்கில் அவருக்கு வந்து விட்டது. அவரது ஆட்சிக் காலம் மராட்டியர் வரலாற்றில் வெகு சிறப்பு வாய்ந்தது: அது இந்திய வரலாற்றில் தன் முத்திரையை ஆழமாகப் பதித்துச் சென்றுள்ளது.

சாகு 1743 முதல் உடல் நலம் குன்றி வந்தார். அவர் அப்போது பெரிதும் மனவாட்டமடையவே, வடக்கில் முக்கியமான பணியிலிருந்த பேஷ்வா அதை விடுத்து மன்னரைக் காணச் சதாரா வந்தார். அவர் சிறிது உடல் நலம் தேறிய போதிலும், நோய் வலுத்தது. அவரது கடைசிக் காலத்தில் பல துன்ப நிகழ்ச்சிகள் நடந்தன. அவரது இரண்டு அரசியரும், மூத்தவரான சாக்குவார் பாய், இளையவரான சகுண பாய் இருவரும், ஆட்சி நிர்வாகத்தில் அடிக்கடி தலையிட்டு, விடாது பல சூழ்ச்சிகளில் ஈடுபட்டு வந்தமையால் மன்னர் கவலைப்பட்டே செத்தார் என்பர்.

சாகு இரண்டாம் மனைவி மீது மிகுந்த காதல் கொண்டிருந்தார். அதற்கு அத்தேவி மென்மையான உள்ளத்தினளாயும், வெளிப்படையாக வன்மையான பண்பில்லா தவராயும் இருந்தமை காரணமாகும். சாகுவின் இல்லம் வெகு காலமாகவே, அவரின் காமக் கிழத்தியான வீரு பாயினால் நல்ல முறையில் நடந்து வந்தது. அவர் இரு தேவியரையும் நல்ல முறையில் கட்டுப்படுத்தி வைத்திருந்தார். வீரு பாய் 1740 டிசம்பர் 24 இல் இறக்கவே, கோயில்லம் வெகு விரைவில் குழப்பம் மிகுந்ததாய் விட்டது. ஆதலால் சாகுவின் உடல் நலம் வெகு வேகமாக மோசமடைந்தது. அதனால் அவர் தனக்கு இன்னல் நேருமென்று அஞ்சிப் பேஷ்வாவை எப்போதும் தன்னருகில் இருக்குமாறு செய்தார்.

சாகுவின் நெடுங்காலத்து நெருங்கிய நண்பரான பிரதிநிதி ஸ்ரீபத்ராவ் 1746 நவம்பர் 25 அன்று இறந்து போனார். அரசியலில் அவருக்கு எந்த இடமும் இல்லையென்றாலும், மன்னருக்கு முப்பது ஆண்டுகளாக நெருங்கிய நண்பராய் இருந்தார். எனவே அவர் செத்ததும், தானும் நண்பனுடன் போய்விடலாம் என்று சாகு கருதினார். சாகுவின் பரம்பரைச் செயலாளரான ஜீவாஜி கண்டேராவ் சிட்னிஸ் 1743 ஜனவரி 6 அன்று இறந்தார். இச்சாவுகள் மன்னரின் மனத்தில் மருட்சியைத் தோற்றுவித்தன.

1749

மராட்டிய அரசில் நெருக்கடி

சாகுவிற்குப் பிறகு யாரை அரியணையில் அமர்த்துவது என்று தேடலாயினர். மன்னர் சாகு பேஷ்வா மீது மனம் கசந்திருந்தார். அதனால் அரசு விவகாரங்களில் குழப்பம் ஏற்பட்டது. ஆங்கிரிய சகோதரர்கள் கொங்கணத்தில் புதிதாகத் தொல்லை கொடுத்தனர். கோலாப்பூர் மன்னர் சாம்பாஜியும், அவருடைய அரசி ஜீஜா பாயும் சாகுவின் ஆட்சிப் பரப்பைத் தாக்குவதற்கு ஆயத்தமாயினர். நிலைமை இங்ஙனம் சீர்கெட்டு வந்தபோது, நிசாமும், அவருடைய ஆண் மக்களும் இதைத் தமக்கு வாய்ப்பாக்கிக் கொள்ளத் தவறவில்லை. இந்த நேரத்தில் அப்தாலி டெல்லி மீது படையெடுத்திருந்ததால், பேஷ்வாவின் கவனம் அந்தப் பக்கம் திரும்ப நேர்ந்தது. மராட்டிய அரசில் பெரிய நெருக்கடி தோன்றிவிட்டது என்பது தெள்ளிதின் புலப்பட்டது.

மன்னரின் இளைய அரசி சகுண பாய் உடல் நலங்கெட்டு 1748 ஆகஸ்டு 25 அன்று இறந்தார். மறுநாளன்று பிணத்தோடு சாகு மன்னர் சுடுகாடு வரை சென்றார். சாகு இவ்வுலக வாழ்வுடன் கொண்டிருந்த கடைசிப் பந்தம் இவ்வாறு அறுந்து போகவே, பெரிதும் மனவாட்டமுற்றார். ஒருபுறம் அன்பிற்குரியவர்களின் சாவும், மறுபுறம் அரசியல் சூழ்ச்சிகளும் நோயுற்ற சாகுவை வாட்டித் துன்புறுத்தின.

வாரிசு தேடுதல்

சாகுவிற்குச் சகுண பாயிடம் 1727 இல் ஒரு மகன் பிறந்து மூன்று வயதில் இறந்தான். அதன் பிறகு அவருக்குப் பெண் மக்கள் பலர் பிறந்தனர். அவர் ஒரு பையனை வடக்கத்தி இரசபுத்திரக் குடும்பங்களிலிருந்து மகன்மை கொள்ள விரும்பினர். உதயபுரி மன்னர் ராணா ஜகத்சிங்கின் சகோதரரான நாத்தாஜி என்பவர் சதாராவிற்குக் கொண்டுவரப்பட்டார். எனினும் நாத்தாஜி, பாகோர் என்ற ஜாகீரின் ஆட்சிப் பொறுப்பை ஏற்கத் தேர்ந்தெடுக்கப்பட்டதால், சாகுவின் திட்டம் நிறைவேறவில்லை. இன்னொரு இரசபுத்திரரைச் சுவீகரிக்கவும் சாகு முயன்றார் என்று தெரிகின்றது.

அவர் கோலாப்பூர் சாம்பாஜி சதாரா அரசிருக்கையில் அமர்வதையும் விரும்பவில்லை. ஏனெனில் அவருக்கு வயது மிகுந்து விட்டது. ஆண் மக்களும் அவருக்கு இல்லை. எனவே சில ஆண்டுகளுக்குப் பிறகு அவருக்கும் ஒரு வாரிசைத் தேட வேண்டி வரும்.

சாகு உடல் நலம் குன்றியிருந்த போதிலும், கடைசி வரையிலும், அவர் அறிவுத் திறனோடு இருந்தார். அவர் ஒரு பையனைத் தத்தெடுக்க முயலுகிறார் என்கிற செய்தி, சதாரா அரண்மனையில் பெயரளவில் சிறைப்பட்டு வாழ்ந்த தாராபாய் காதுக்கு எட்டியது. அவர் தனக்கு ஒரு பேரன் இருக்கின்றான் என்ற செய்தியைச் சாகுவிடம் சொல்லி அனுப்பினார். அப்பையன் தன் மகன் சிவாஜிக்குப் பிறந்தவன் என்றும், கோலாப்பூர் சாம்பாஜிக்கு அஞ்சி இரகசியமாகப் பங்காம் என்ற இடத்தில் வாழ்வதாகவும் தாரா பாய் தெரிவித்தார். அப்படிப்பட்ட ஒரு மகன் கிடைப்பானாயின், அவன் உரிமையுடைய வாரிசாக முடியும்; ஏனெனில் அவன் சாகுவிற்கு ஏனையோரை விட நெருங்கிய உறவினனாவான். இராஜாராமின் மகனான சிவாஜி இறந்த பிறகு பிறந்த இராம ராஜன் என்ற அச்சிறுவனைச் சாகு அழைத்து வரச் செய்தார். (அச்சிறுவனின் பெயர் இராஜாராம்). ஆனால் அவனது பாட்டியாகிய தாரா பாய் தன் கணவன் பெயரைச் செல்லக் கூடாது என்று பேரனின் பெயரை இராமராஜன் என்று ஆக்கினார்) சாகு தனக்குப் பின் பட்டத்திற்கு வருவதற்கு இராமராஜனை வரித்து விட்டார்.

சாகு மரணம்

சாகு 1749 டிசம்பர் 15 அன்று சாகு நகரிலுள்ள ரங்கமகால் அரண்மனையில் இறந்தார். சாகுவின் தாய் ஏசு பாய் சாம்பாஜிக்கு இரண்டு மக்களைப் பெற்றார். மூத்த மகள் பவானி பாய், தர்லா என்ற இடத்தைச் சேர்ந்த சங்கராஜி மகாதிக்கு என்பவருக்கு மணமுடித்துத் தரப்பட்டார். அப்பெண் கணவன் இறந்ததும் உடன்கட்டை ஏறினார்.

சாகு மொத்தத்தில் நான்கு பெண்களைக் காமக்கிழத்தியராகக் கொண்டிருந்தார். வீரு பாய் என்ற பெண்மணி தான் அவரது குடும்ப விவகாரங்களை நிர்வகித்து வந்தார். சாகு ஔரங்கசீபிடம் சிறையிருந்த போது மணந்து கொண்ட அம்பிகா பாய் சிறை மீண்ட சிறிது காலத்தில் இறந்தார். மற்றொரு மனைவி டெல்லிக்கு அழைத்துச் செல்லப்பட்டு 1719 இல் தான் தக்காணத்திற்குத் திரும்பினார். சாகு சிறையிலிருந்து தாயகம் திரும்பியதும் சக்கவார் பாய், சகுண பாய் என்ற இருவரை மணந்தார். நாம் முன்னர் குறிப்பிட்டவாறு சகுண பாய்க்கு 1727 இல் ஒரு மகன் பிறந்து மூன்று வயதில் இறந்தான். இவ்விரு மனைவியரையன்றி இலட்சுமிபாய், இளைய சக்கு என்று இரண்டு காமக் கிழத்தியர் இருந்தனர்.

சக்கவார் பாய்க்கு கஜராபாய் என்று ஒரு மகள் இருந்தார். அவர் வடகாமைச் சேர்ந்த மல்ஹர்ராவ் பண்டே என்றவருக்கு மணமுடித்துக் கொடுக்கப்பட்டார். சகுண பாய்க்கும், ரஜஸ்பாய் என்று ஒரு மகள் உண்டு: அவரை நிம்பல்கர் குடும்பத்தில் கொடுத்தனர். காமக்கிழத்தி இலட்சுமி பாய்க்கு ஏசாஜி, குசாஜி என்று இரண்டு ஆண்மக்கள் இருந்தனர். அவர்களுக்குச் சிரோல் ஜாகீர் தரப்பட்டது. ஏசாஜிக்குப் பாலகோபால்ஜி என்றொரு மகன் இருந்தார். இராமராஜன் ஆட்சிக்கு வந்ததும் சாகுவின் பெண் மக்கள் என்று அரண்மனையில் சாந்து பாய், கஜரா பாய், இலட்சுமி பாய், குணவதி பாய் என்று நால்வர் இருக்கக் கண்டு அவர்களை 1750 ஜூனில் வெளியேற்றினார்.

1749

சாகு இந்து சாஸ்திர சம்பிரதாயங்களில் பற்று மிக்கவர். பிராமணர்களைப் போற்றி வந்தார். மக்களின் குறைகளை உயர்ந்தவர் தாழ்ந்தவர் என்று பாராமல் தீர்த்து வைத்தார். சாகு சரியான ஆள்களைச் சரியான வேலைக்குத் தேர்ந்தெடுத்தார். அவர் தம் படைவீரர்களை ஊக்குவித்து, அவர்களின் வீரத்தைப் பெருக்கியமையால்தான் அவர் காலத்தில் மராட்டியர் இந்தியா முழுமையிலும் விரிந்து பரவி வெற்றி கண்டனர். சாகு எப்போதும் தம்மை மக்களில் ஒருவர் என்று எண்ணி வந்தார். விழாக்கள், கொண்டாட்டங்கள், விருந்துகள், மண விழாக்கள் இவற்றிலெல்லாம் அயலாருடன் கலந்து கொண்டு அவர்களைப் பெரிதும் கவனித்தார். அவரை ஏழையரும், செல்வரும் தம் வீட்டுத் திருமணங்களுக்கு அழைத்தனர். அவர் மனமுவந்து அவற்றில் கலந்து கொண்டு, அவர்கள் உதவி வேண்டும் போது தாராளமாகக் கொடுத்தார்.

சதாரா - சாகுநகர்

சதாரா என்பது சாகுவின் கோநகரக் கோட்டையின் பெயராகும்; நகரின் பெயரன்று. சதாரா கோட்டை இன்று ஒரு குன்றின் அடிவாரத்தில் உள்ளது. சாகு *1721* ஆம் ஆண்டு முதன் முதலாகக் கோட்டையை விட்டு வெளியேறி, அதன் கீழே குடியிருந்தார். அதனால் அவரது அவையினரும், ஊழியரும் அதையடுத்துத் தனித்தனியே வீடுகளைக் கட்டிக் கொண்டனர். அவ்வாறு எழுந்த ஊருக்குச் சாகுநகர் என்று பெயர். அவர் *1708* இல் கோட்டையில் முடி சூடிக் கொண்டார். அவர் அந்த அரியணையைத் தன் ரங்கமகால் என்ற அரண்மனைக்குச் சுமார் *1721* வாக்கில் மாற்றினார். சாகு கட்டிய அரண்மனை *1874* இல் தீப்பற்றி அழிந்தது. அந்த இடத்தில் இப்போது ஒரு கிணறு மட்டுமே உண்டு. அதற்கு 'அரியணைக் கிணறு' என்று பெயர். இன்று அங்கு காணப்படும் பழைய கட்டடங்கள் சாகு இறந்த நூறு ஆண்டுகளுக்குப் பிறகு எழுப்பப் பெற்றன.

2. சந்தா சாகிபின் புத்தெழுச்சி: ஆம்பூர்ச் சண்டையில் வெற்றி

சதாராவிலிருந்து *1748* ஜூன் மாதத் தொடக்கத்தில் சிறை மீண்டுவந்த சந்தா சாகிபு அரசியல் பேராசைகளை நெஞ்சில் தேக்கிக் கொண்டு, அதற்கிணங்கப் படைகளைத் திரட்டியவாறு தென்னகம் நுழைந்தார்.

ஐதராபாது நிசாம் அசஃபு ஷா *1748* மே மாதம் இறக்கவும், அங்கு பதவிப் போராட்டம் மறைமுகமாகக் கனன்று கொண்டிருக்கின்றது. நிசாமின் மகன் நசீர் ஜங்கு ஆட்சிக்கு வந்ததை, நிசாமின் பேரனான முசஃபர் ஜங்கு எதிர்த்தார். அவர் நசீர் ஜங்கைத் தள்ளிவிட்டுத் தான் ஆட்சிக்கு வரவேண்டுமென்று சதி செய்து வந்தார். இத்தகைய வாய்ப்பைத் தான் பிரஞ்சுக்காரரும் எதிர்பார்த்துக் கொக்குப் போல் காத்திருந்தனர்.

பிரஞ்சுக்காரர் ஒருபுறமும், பிரிட்டிசார் இன்னொரு புறமும் அரசியல் ஆதாயம் பெறத்தக்க வேளைக்காகக் காத்திருந்த நேரத்தில் சந்தா சாகிபு தமிழ்நாட்டு அரசியல் அரங்கத்திற்கு வந்து சேர்ந்தார். சந்தாசாகிபு ஐதராபாதில் நசீர் ஜங்கை நீக்கி விட்டு முசஃபர் ஜங்கை அங்கு அரசிருக்கையில் இருத்துவதற்காக மறைமுகமாகப் பின்னவருடன் தொடர்பு கொண்டிருந்தார்.

அதே நேரத்தில் கர்நாடக நவாபான அன்வருதீனை இறக்கி விட்டு தான் அந்தப் பதவியில் ஏறுவதற்காகச் சந்தா சாகிபு பிரஞ்சுக்காரரின் உதவியையும் நாடினார்.

தூய்ப்பிளேயின் அரசியல் சதுரங்க ஆட்டத்திற்கு நல்ல வாய்ப்பாகச் சந்தாசாகிபு வந்து சேர்ந்தார். சந்தாசாகிபு, தூய்ப்பிளே, முசஃபர் ஜங்கு என்ற முக்காலிக் கூட்டு கள பலி ஒன்றுக்காக இங்ஙனம் அணிதிரண்டு நின்றது.

ஆம்பூர்ச்சண்டை

சந்தா சாகிபும், முசஃபர் ஜங்கும் சேர்ந்து 14,000 குதிரை வீரரும், 15,000 காலாள் படையினரும் சேர்ந்த பெரும்படையுடன் தமிழ்நாட்டின் மீது பாய்ந்தனர். அவர்களுக்குத் துணையாகச் சில நாளைக்குள் 2,300 பேரடங்கிய பிரஞ்சுப் படையும் சந்தாசாகிபுடன் சேர்ந்து கொண்டது.

கர்நாடக நவாபு அன்வருதீன் எதிரிகள் வரப்போவதை உணர்ந்து, ஆர்க்காட்டைக் காப்பாற்றுவதற்காகத் தம் மக்கள் இருவருடனும் திருச்சிராப்பள்ளியை விட்டு விரைந்தார்.

ஆர்க்காட்டுப் படையும், முக்காலிக் கூட்டுப் படைகளும் 1749 ஜூலை 29 அன்று ஆம்பூரில் நடந்த சண்டையில் பெருகின. அந்தச் சண்டையில் காலஞ்சென்ற நிசாம்-உல் -முல்கின் நண்பரும், அவரால் கர்நாடக நவாபாக்கப்பட்டவருமான அன்வருதீன் களத்தில் கொல்லப்பட்டார். அன்வருதீனுக்கு 102 வயது என்று சொல்லப்பட்டது. ஆனால் கிழக்கிந்தியக் கம்பெனியின் ஆவணங்களில் அவருக்கு வயது 90 தான் என்று குறிக்கப்பட்டுள்ளது. வாலாசா குடியின் முதல் நவாபான அன்வருதீன் ஆம்பூர்க் களத்தில் உயிர் துறக்கவே, அவரது மூத்த மகன் மகஃபூஸ் கான் சிறைப்பிடிக்கப்பட்டார். இரண்டாவது மகன் முகமதலி திருச்சிராப்பள்ளிக் கோட்டைக்குத் தப்பி ஓடினார்.

1749

ஆர்க்காட்டு நவாபு சந்தா சாகிபு

சந்தா சாகிபு ஆர்க்காட்டைப் பிடித்துக் கொண்டார். அதன் பிறகு முசஃபர் ஜங்கு சந்தா சாகிபைக் கர்நாடகத்தின் நவாபு என்று சாற்றினார்.

தென்னகத்தில் இக்காலகட்டத்தில் மூன்று முனைகளில் உரிமை வேண்டி உள்பகையும் பூசல்களும் தோன்றின. அவை தஞ்சை, ஆர்க்காடு, ஐதராபாது ஆகும்.

தஞ்சையில் பிரதாப சிங்கன், சாயாஜி பதவிப் போட்டியில்:

ஆங்கிலேயர் பிரதாப சிங்கனையும்,

பிரஞ்சுக்காரர் சாயாஜியையும்,

ஆர்க்காட்டில் முகமதலிக்கும், சந்தா சாகிபிற்கும் ஏற்பட்ட பூசலில்

ஆங்கிலேயர் முகமதலியையும்

பிரஞ்சுக்காரர் சந்தா சாகிபையும்

ஐதராபாதில் நசீர் ஜங்கிற்கும், முசஃபர் ஜங்கிற்கும் ஏற்பட்ட சச்சரவில்;

ஆங்கிலேயர் நசீர் ஜங்கையும்,

பிரஞ்சுக்காரர் முசஃபர் ஜங்கையும் ஆதரித்து நின்றனர். ஐரோப்பியர் ஆடிய இந்த அரசியல் பகடை ஆட்டத்தில் அமைந்திருந்த காய்களாக இவர்கள் விளங்கினர்.

1749

தூய்ப்பிளே அமர்த்திய புதிய நிசாம் முசஃபர் ஜங்கு

புதிய நிசாமை அரியணையில் அமர்த்தும் மிக நேர்த்தியான விழா புதுச்சேரியில் இந்த ஆண்டு நடந்தது. இந்த விழாவில் ஐயத்திற்கு இடமின்றி நட்சத்திரமாகச் சொலித்தவர் தூய்ப்பிளே தான் என்பதில் ஐயமில்லை. தூய்ப்பிளே முகமதியப் பிரபுவான நவாபைப் போல் உடையணிந்து நவாபுத் தனமாகச் சிறப்பு மிக்க ஓர் இருக்கையில் அமர்ந்திருந்தார். அயல் நாட்டுக்காரர் ஒருவர் இதுவரை இதைப்போல் சிறப்பிக்கப்பட்டதில்லை.

புதிய நிசாம் பெருந்தன்மை மிகக் கொண்டு - தூய்ப்பிளே சொல்லிக் கொடுத்துத் தான் என்பதில் ஐயமில்லை-கிருஷ்னை ஆற்றின் தெற்கே, தென்வடலாகச் சுமார் 800 கிலோமீட்டர் விரிந்த நிரப்பரப்பு முழுவதையும் பிரஞ்சுக்காரரின் கட்டுப்பாட்டில் விடுவதாகப் பெருமிதத்தோடு, இந்தப் பட்டமேற்பு விழாவில் அறிவித்தார். அந்நிலப்பரப்புக் கிட்டத்தட்டப் பிரான்சின் அளவானது. இந்நிலப்பரப்பில் ஏராளமான மக்கள் வாழ்ந்திருந்தனர்.

இவ்வாறு புதிதாகப் பிரஞ்சுக்காரரால் அமர்த்தப்பட்ட நிசாம், இதற்குச் சில வாரங்களுக்குப் பிறகு ஐதராபாது திரும்பிய வழியில் கொல்லப்பட்டார். ஆனால் அருந்திறன் வாய்ந்த பிரஞ்சுத் தளபதியான தெ பூசி உடனே மற்றொரு நிசாமை ஐதராபாதின் அரியணையில் ஏற்றிப் பிரஞ்சுச் செல்வாக்கு மங்காமல் பார்த்துக் கொண்டார்.

சந்தாசாகிபின் வெற்றிகள்

சந்தாசாகிபின் இயற்பெயர் உசேன் தோஸ்து கான். சந்தாசாகிபு என்பது அவருடைய எதிரிகள் அவருக்கு அளித்த ஏளனப் பெயர். சந்தா என்றால் வேலைக்காரன் அல்லது ஏவலாள் என்று பொருள்.

சந்தாசாகிபு ஆம்பூர்ச் சண்டையில் வெற்றி கண்ட பெருமிதத்தில், ஆர்க்காட்டு நவாபு என்று சாற்றிக் கொண்ட பின்னர், திருச்சிராப்பள்ளிக் கோட்டையைத் தாக்கச் சென்றார். அங்குதான் அன்வருதீனின் இரண்டாவது மகனான முகமதலி இருந்தார். திருச்சிராப்பள்ளிக் கோட்டை இயற்கை அரணானதால் அது எளிதில் அவர் வசமாகவில்லை.

எனவே, தஞ்சாவூரில் பெருஞ்செல்வம் குவிந்துள்ளது என்று கற்பனை செய்து கொண்டு, சந்தா சாகிபின் கூட்டணிப் படை அதன் மீது பாய்ந்தது. திருச்சிராப்பள்ளிக் கோட்டையைப் பிடிப்பதற்கு வேண்டிய பணத்தையும், ஆள் பலத்தையும் தருமாறு பிரதாப சிங்கனைச் சந்தா சாகிபு நெருக்கினார். பிரதாப சிங்கன் இதற்கு நேரிடையாக மறுமொழி கூறவில்லை.

உடனே ஒரு கோடி ரூபாய் தர வேண்டும்;காரைக்காலையும் அதற்கு அருகிலுள்ள ஊர்களையும் பிரஞ்சுக்காரருக்குத் தர வேண்டும் என்று சந்தா சாகிபு பிரதாப சிங்கனை நெருக்கினார்.

எனவே, பிரதாப சிங்கன் 4,000 குதிரைப் படையினரும் 30,000 காலாள் படையினரும் அடங்கிய ஒரு படையைத் திரட்டி கொண்டு, 500 ஆங்கில, டச்சு வீரர்களின் உதவியோடு போருக்கு ஆயத்தமானார். ஆனால் சந்தாசாகிபின் படையை விரட்டிவிட முடியும் என்று அவர் நம்பவில்லை. ஏனெனில், சந்தாசாகிபு தஞ்சாவூர்க்

கோட்டையிலிருந்து யாரும் வெளியேறாதபடி தடுத்து விட்டார். வீடுகளுக்குத் தீவைத்தார். நாட்டுப்புறங்களில் கொள்ளையடித்தார். பாசன வாய்க்கால்களை உடைத்தெறிந்தார்.

பிரதாப சிங்கன் மூன்று மாதம் எதிர்த்து நின்றார். இறுதியில் எழுபது லட்ச ரூபாயைச் சந்தா சாகிபிற்குத் தர முன் வந்தார். இத்தொகையில் ஐம்பது இலட்சத்திற்குக் கடன்பத்திரம் எழுதித் தரப்படும்; எஞ்சிய தொகை பணமாகத் தரப்படும்; தஞ்சை மன்னர் பிரஞ்சுக்காரரின் நாட்டுப் படைக்கு 6,60,000 ரூபாயை நன்கொடையாக அளித்தார். அப்படைக்கு அப்துல் ரகுமான் தலைவராயிருந்தார்.

பிரஞ்சுக்காரருக்குக் காரைக்காலும், அதைச் சுற்றியுள்ள 250 ஊர்களும் தரப்பட்டன. அவற்றோடு சாயாஜி பிரஞ்சுக்காரருக்குத் தருவதாக ஏற்கெனவே வாக்களித்திருந்த எழுபது ஊர்களையும் சேர்த்துக் கொடுத்தார்.

சந்தாசாகிபு கையில் மதுரைச் சீமை

சந்தாசாகிபு தஞ்சைத் தரணியிலிருந்து கிளம்பு முன்னர் ஆலன் கானின் தலைமையில் தென் தமிழ்நாட்டை நோக்கி நெவாயத்துகளின் படையொன்றை அனுப்பினார். அப்படை அங்கிருந்த வாலாசா ஆளுநரை நீக்கி விட்டு மதுரையைக் கைப்பற்றியது. இது சந்தா சாகிபிற்குக் கிடைத்த பெரிய வெற்றி.

ஏனெனில் மிகவும் செழிப்பான மதுரை, நெல்லைச் சீமைகள் இப்போது அவர் வசமாயின. முகமதலி இதனால் தன் வருவாயில் பாதியை இழந்தார். முகமதலியின் அதிகாரம் திருச்சிக் கோட்டைக்குள் அடங்கி விட்டது.

ஆம்பூர்

சந்தா சாகிபின் இவ்வெற்றிகளுக்கெல்லாம் காரணமாக அமைந்த ஆம்பூரைப் பற்றிச் சொல்லாமல் இருக்க முடியுமா?

பதினெட்டாம் நூற்றாண்டின் தமிழ்நாட்டுப் போர்க்களங்களில் ஒன்றான ஆம்பூரைக் கடைசியாகவேனும் குறிப்பிட்டாக வேண்டும்.

ஆமூர் என்ற பெயர் திரிந்து ஆம்பூர் ஆனது என்பர். ஆமை+ஊர் =ஆமூர், ஆம்பூர் என்றாயிற்று. இதைச் சம்ஸ்கிருதத்தில் மொழிபெயர்த்துக் கூர்மபுரி என்றும் கூறிக் கொண்டனர். இதைப் பழமையான ஊர் என்றும் கூறுவர். இங்கு குறும்பர் என்ற பண்டை மக்கள் வாழ்ந்திருந்த கோட்டை ஒன்றும் இருந்தது.

இவ்வூர் சித்தூரிலிருந்து தென்மேற்கில் சுமார் 64 கிலோமீட்டர்; வேலூரிலிருந்து மேற்கே தென்மேற்கில் சுமார் 48 கிலோமீட்டர்; இது பாலாற்றின் தென்கரையில் கடப்பனூட்டம் கணவாயின் அடிவாரத்தில் உள்ளது. இங்கு மிகவும் வலிமை வாய்ந்த ஒரு கோட்டை இருந்தது. இந்தியர்களுக்கிடையில் இருந்த பூசலில், ஆம்பூரில்தான் ஐரோப்பியர் முதன் முதலாக உலகறியக் கலந்து கொண்டனர் என்பது குறிப்பிடத்தக்கது.

ஆம்பூர் பதினெட்டாம் நூற்றாண்டின் இனிவரும் ஆண்டுகளிலும் பல களங்களைக் காணப்போகின்றது.

1749

3. தேவிகோட்டை பிரிட்டிசார் பிடித்தனர்

தஞ்சை அரியணை மீது உரிமை கொண்டாடி வரும் சாயாஜி என்ற மராட்டியர் சிறிது காலமாகப் பிரிட்டிசாரின் பாதுகாப்பில் இருந்து வருகின்றார். தஞ்சையை ஆண்டுவரும் பிரதாப சிங்கன் (இ.ச.க.தொகுதி-4) மக்களால் விரும்பப் படவில்லையென்றும், தஞ்சைத் தரணியின் மக்கள் தனக்கு ஆதரவாயிருக்கின்றனர் என்றும் சாயாஜி பிரிட்டிசாரிடம் கூறினார். எனவே தனக்குப் பிரிட்டிசார் உதவினால் டேவிடு கோட்டையுடன் தெற்கே சுமார் முப்பது கிலோமீட்டர் தொலைவிலுள்ள தேவிகோட்டையைப் பிரிட்டிசாருக்குத் தந்து விடுவதாகவும் சாயாஜி பேரம் பேசினார்.

பிரிட்டிசார் அதற்கு இணங்கி நானூற்று முப்பது ஐரோப்பியரும், நாட்டுப் படைவீரர் ஆயிரவரும் அடங்கிய படையோடு காப்டன் ஜேம்ஸ் கோப்பு (*Cope*) என்பவரின் தலைமையில் *1749* மார்ச்சில் தேவிகோட்டை மீது படையெடுத்தனர். ஆனால் போதிய பண்டங்கள் இல்லாமையால் இப்படை டேவிடு கோட்டைக்கு உடனே திரும்பியது.

சாயாஜி உரிமை கொண்டாடியதைப் போன்று அவருக்குத் தஞ்சைத் தரணியில் அவ்வுறவு செல்வாக்கு இல்லை. ஏனெனில் அவரை ஆதரித்து அங்கு எவரும் கிளர்ச்சி செய்யவில்லை.

அடுத்து இரண்டாவது தடவையாக மேஜர் ஸ்டிரிங்கர் லாரன்சின் தலைமையில் இன்னொரு படை தேவிகோட்டைக்கு அனுப்பப்பட்டது. இப்போது லெப்டினண்ட் ஆகிவிட்ட இராபட் கிளைவும் அந்தப் படையில் இருந்தார்.

ஸ்டிரிங்கர் லாரன்சின் பீரங்கிகள் தேவிகோட்டையின் மதில்களைத் தகர்த்ததும், கோட்டைக்குள் முன்னேறித் தாக்கும் படைக்குத் தலைமை தாங்கிச் செல்லக் கிளைவு முன்வந்தார். உடனே கிளைவு முப்பத்தைந்து ஆங்கிலேயரையும், எழுநூறு நாட்டு வீரரையும் அழைத்துக் கொண்டு முன்னே சென்று தாக்கினார். இவ்வாறு அவர் சென்றபோது நாட்டுப் படை வீரர் ஆங்கிலேயருக்குத் தெரியாமல் களத்திலிருந்து பின் வாங்கவே, ஆங்கிலேயர் மட்டும் தனியே நின்றனர்.

அப்போது தஞ்சைக் குதிரைப் படையினர் ஆங்கிலேயரைச் சூழ்ந்து கொண்டு தாக்கினர். சில நிமிடங்களில் நால்வரைத் தவிர, ஆங்கிலேயர் அனைவரும் கொல்லப்பட்டனர். கிளைவை நோக்கி ஒரு குதிரை வீரர் பாய்ந்து வந்தபோது, அவர் பக்கமாக ஒதுங்கி மயிரிழையில் உயிர் தப்பினார். எஞ்சியிருந்த மூன்று ஆங்கிலேயரையும் சேர்த்துக் கொண்டு, கிளைவு தன் படையணியில் சேர்ந்து கொண்டார். அதன் பிறகு நடந்த இறுதித் தாக்குதலிலும் கிளைவு கலந்து கொண்டார். இந்தத் தாக்குதலில் தேவிகோட்டை விழுந்தது. (தேவிகோட்டை கொள்ளிடத்தின் கழிமுகத்தில் உள்ளது)

தேவிகோட்டை விழுந்ததும் தஞ்சை மராட்டிய மன்னர் மனமுவந்து பிரிட்டிசாருடன் சந்து செய்து கொண்டு, தேவி கோட்டையைப் பிரிட்டிசாருக்கே கொடுத்து விட்டார்.

இந்திய வரலாற்றில் பதினெட்டாம் நூற்றாண்டில் ஓர் அயல்நாட்டுப் படை துணிந்து இந்தியக் கோட்டையை வென்றது இந்நிகழ்ச்சியேயாகும்.

இவ்வகையில் இந்தப் பத்தாண்டு இத்தகைய பல நிகழ்ச்சிகளைத் தமிழ்நாட்டில் நமக்குக் காட்டுகின்றது.

கிளைவின் நிலை

கிளைவு தேவிகோட்டைப் போரில் கலந்து கொண்டு புரிந்த சண்டையினால் மிகுந்த முக்கியமான புள்ளியானார். ஆனால் ஆபத்துடன் விளையாடினாலன்றி அமைதியையும், மன உறுதியையும் காண முடியாதவராயிருந்த கிளைவு சென்னைக் கோட்டைக்குத் திரும்பியதும், சுகவாசி போல் அமர்ந்து செய்யும் வேலையில் ஈடுபட நேர்ந்ததால் அவருக்கு மிகுந்த மனச்சோர்வும் வாட்டமும் ஏற்பட்டன.

ஸ்டிரிங்கர் லாரன்ஸ் கிளைவின் வீரத்தையும், அவர் இராணுவ மேதையாக வரக்கூடியவர் என்பதையும் இலண்டனிலிருந்த கிழக்கிந்தியக் கம்பெனி நெறியாளர்களுக்கு எழுதினார். அவரது பரிந்துரைப்படி ஐரோப்பியப் படையினருக்குப் பண்டங்கள் வழங்கும் பொறுப்பு கிளைவிடம் தரப்பட்டது. இதனால் அவரது பொருளாதார நிலை குறிப்பிடத்தக்க அளவில் உயர்ந்தாலும், மனவாட்டம் அவரைத் துன்புறுத்தியது.

இதனால் அவருக்கு நரம்புக் காய்ச்சல் வந்தது: வயிறு கல் போல் ஆனது. சிறு வயதில் வந்த நோயினால் நலங்கெட்ட கிளைவின் நுரையீரல் சரியாக வேலை செய்யவில்லை. அவருக்கு அடிக்கடி வயிற்றுவலி வந்து எரிச்சலைக் கொடுத்தது. மிகவும் சோர்ந்து போனார்.

மேலும் இந்தச் சிறு வயதிலேயே அவருக்குச் சிறு நீர்ப்பையில் கற்கள் அடைத்துக் கொண்டன. இதனால் அவர் பிற்காலத்தில் பெரிதும் வருந்த நேர்ந்தது. எனவே இப்படிப்பட்ட வலிகளைப் போக்குவதற்கு அபினிதான் அவருக்குச் சிறந்த மருந்தாக இருந்தது. அவர் அபினியை மேலும் மேலும் உட் கொள்ளலானார்.

அவர் இறுதியாக விடுமுறை எடுத்துக் கொண்டு, வெப்பம் குறைந்த பருவகாலத்தில் கல்கத்தாவைக் காண்பதற்காக அங்கு 1750 இல் சென்றார்.

1749

4. சென்னை ஆங்கிலேயருக்குக் கிடைத்தது

சென்னையின் ஜார்ஜ் கோட்டை 1746 செப்டம்பர் 14 முதல் 1749 செப்டம்பர் 20 வரை பிரஞ்சுக்காரர் வசமிருந்து மூன்றாண்டுகளுக்குப் பிறகு மீண்டும் கிழக்கிந்தியக் கம்பெனியின் வசமானது. புதுச்சேரியை 1748 இல் முற்றுகையிட்ட அட்மிரல் பாஸ்கவன், இந்த ஆண்டு ஜார்ஜ் கோட்டை பிரஞ்சுக்காரர் பிடியிலிருந்து மீண்டதும், சென்னையின் கவர்னராகி அக்டோபர் மாதம் வரை மிகக் குறுகிய காலம் பொறுப்பில் இருந்தார்.

பாஸ்கவன் 1726 ஆம் ஆண்டு பிரிட்டிஷ் கப்பற்படையில் சேர்ந்தார். அவருக்குக் கிழக்கிந்தியக் கம்பெனியின் தரை, கடற்படைகளின் தலைமை 1747 இல் தரப்பட்டது. அவர் இப்பொறுப்பை ஏற்ற காலத்தில் தான் புதுச்சேரியை முற்றுகையிட்டுத் தோற்றார்.

பாஸ்கவன் கிட்டத்தட்ட இரண்டு மாதம் சென்னைக் கவர்னராயிருந்த பிறகு, மேலும் ஸ்டிரிங்கர் லாரன்ஸ் 1749 அக்டோபர் முதல் டிசம்பர் வரை மூன்று மாதகாலம் மட்டுமே சென்னைக் கவர்னராயிருந்தார். அவர் பின்னர் தலைமைத் தளபதி என்ற பதவி நிலையை அடைந்து 1766 ஆம் ஆண்டு ஓய்வு பெற்றார்.

ஸ்டிரிங்கர் லாரன்சையடுத்து ரிச்சர்டு பிரின்ஸ் 1749 கடைசியிலிருந்து, 1752 வரை சென்னையின் கவர்னராயிருந்தார்.

5. பஃபனின் இயற்கை வரலாற்றுக் களஞ்சியம்

பதினெட்டாம் நூற்றாண்டின் அறிவியல் ஆராய்ச்சி வளர்ச்சியில் நிலைபேறான இடம்பெற்ற பேரறிவாளர்களுள் ஜார்ஜஸ் பஃபன் *(Georges Louis Buffon;1707-1788;பிரெஞ்சுக்காரர்)* தலைசிறந்தவராவார். அவரது இயற்கை வரலாறு *(Histoire Naturelle)* என்ற இயற்கை வரலாற்றுக் களஞ்சியத் தொகுப்புப் பணி இந்த **1749** ஆண்டு தொடங்கிற்று. அது மொத்தம் *36* தொகுதிகளையுடையது. இவ்வாண்டு தொடங்கிய இப்பெரும்பணி, பஃபன் இறந்த ஓராண்டு கழித்து, *1789* இல், அவருடைய உதவியாளரான டாபெண்டன் *(Daubendon)* என்பரால் நிறைவு செய்யப்பட்டது.

பஃபன்

அசுரத்தனமான இக்களஞ்சியத் தொகுப்பில் நூற்றுக்கணக்கான அழகிய வண்ணப்படங்கள் அச்சிடப் பெற்றிருந்தன. அது பதினெட்டாம் நூற்றாண்டின் உயிரியல் துறை கண்டிருந்த வளர்ச்சியைக் காட்டுகின்றது. பதினெட்டாம் நூற்றாண்டானது தன் சிந்தனைகளை யெல்லாம் ஒருங்கு கூட்டி ஒழுங்குமுறைப்படுத்திய அருமுயற்சியாக இக்களஞ்சியம் விளங்குகின்றது எனலாம். அறிவியல் நோக்கில் பார்த்தால், அது மேலோட்ட மானது: ஆழமில்லாதது: விலங்குகளைப் பற்றி அறிவுபூர்வமாக இல்லாமல், உணர்ச்சி பூர்வமாக விளக்கப்பட்டிருத்தலை இதில் காணலாம்.

அதாவது, சிங்கம் என்பது ஆண்மை மிக்கது: குதிரை மனிதனின் மேலான கண்டுபிடிப்பு: இவ்வாறெல்லாம் உணர்ச்சிக்கு இடம் தந்து இதில் எழுதப் பட்டிருந்தாலும், உடற்கூறுகள் பற்றிய மிகச்சிறந்த பிற்சேர்க்கையைப் பஃபனின் உதவியாளரான டாபெண்டன் இக் களஞ்சியத்தில் கோத்திருந்தார்.

இப்பதினெட்டாம் நூற்றாண்டில் சமுதாயத்தின் மதிப்புப் பெற்றவர்களின் வீடுகளிலெல்லாம் பிரான்சிலும், இங்கிலாந்திலும் இக்களஞ்சியம் இடம் பெற்றிருந்தது. பிரஞ்சு அறிவு மலர்ச்சிக் காலத்தின் மேதைகளில் ஒருவரான பஃபன் எதையுமே நேர்த்தியாகச் செய்து முடிப்பவர்: பிரபுக் குடியில் பிறந்தவர்.

பஃபன் விடியற் காலையில் சரியாக ஆறுமணிக்கு எழுந்து, அரசவை செல்வோர் அணிகின்ற முழு ஆடையைப் பூண்டு தன் ஆய்வு மேசைக்கு வந்து நின்று, ஒருநாளில் எட்டு மணிநேரம் கருத்தூன்றி எழுதிக் கொண்டிருப்பார்.

பதினைந்தாம் லூயி மன்னர் *(1710-1774:* பிரஞ்சு மன்னராய் ஆண்ட காலம் *1715-1774)* அறிவியலுக்கு ஆதரவு தரவேண்டும் என்பதற்காகப் பஃபன் அவருக்கு

அறிவியல் மீது ஆர்வத்தை உண்டாக்கினார். அவர் தன் முப்பத்து நான்காம் வயதில் ஜார்டின் டு ரோயி என்ற இயற்கை அருங்காட்சியகத்தின் காப்பாளரானார். பஃபன் ஆங்கிலத்திலிருந்து ஐசக் நியூட்டன், ஸ்டீஃபன் ஹேல்ஸ் பாதிரியார் ஆகியோரின் நூல்களைப் பிரஞ்சில் மொழி பெயர்த்தார்.

அவர் ஆற்றொழுக்குப் போன்ற அருமையான நடையில் எழுதியிருந்த இயற்கை வரலாற்றுக் களஞ்சியம் நல்ல வெற்றி கண்டது. அவர் அடைமொழி கொண்டு பாராட்டப்படும் காலத்தில் வாழ்ந்திருந்தவராகையால், 'கடுமையாக உழைக்கும் வரம்பில்லாத் திறன்வாய்ந்த மேதை' என்று பலவாறாகப் பாராட்டப்பட்டார். மெய்ப்பொருளியலின் குறிக்கோள், ஏன் என்பதை அறிந்து கொள்வது மட்டுமாகாது. உலகப் பொருள்கள் யாவும் எவ்வாறு அமைந்திருக்கின்றன என்பதைக் கண்டுணர்வதேயாகும் என்ற மெய்ப்பொருளை உணர்த்தினார் என்று பஃபன் புகழப்பட்டார்.

1749

அவருக்கு புகழ் மாலைகள் மட்டும் சூட்டப்பெறவில்லை. அவர் மீது குற்றச்சாட்டுகளும் கூறப்பெற்றன. அவர் தனது 'பூமியின் வரலாறு' *(History of the Earth)* என்ற நூலில் கூறியிருந்த கருத்துகளுக்காக அவர் மீது பதினான்கு குற்றங்கள் சாட்டப்பட்டன. அவர் சொன்னார்: 'உலகம் ஆறாயிரம் ஆண்டுகளுக்கு முற்பட்டது என்று வைத்துக் கொள்வோம்;அது ஒளிவடிவான வால்மீன் ஒன்று போகின்ற போக்கில் சூரியனை அடித்துப் பிய்த்ததால் உண்டானது என்று வைத்துக்கொள்வோம்;அது எரிமலைக் குமுறல்கள், மலைகளின் ஏற்ற இறக்கங்களைக் கடந்து குளிர்ச்சியடைந்தது என்று வைத்துக்கொள்வோம்; இன்று வெப்ப மண்டலத்தில் வாழும் விலங்குகள், ஒரு காலத்தில் குளிர்ந்திருந்த நிலப்பரப்பின் மீது திரிந்தன என்று வைத்துக்கொள்வோம்; இறுதியாக இன்று காணப்படும் உயிரினங்களும், மனிதனும் தோன்றின என்று கொள்வோம்'. இவ்வாறு அவர் மண்ணுலகின் தோற்றமும் வளர்ச்சியும் குறித்துக் காலத்தைக் கடந்து சிந்தனை செய்தார்.

'மனிதனும் குரங்கும் ஒரே தோற்றுவாயை உடையன. விலங்குகளின் ஒவ்வொரு குடும்பமும், ஒரேயொரு விலங்கிலிருந்து வந்தன என்று வைத்துக் கொள்வோம்', என்று உயிரினங்களின் தோற்றம் குறித்தும், அவற்றின் பரிணாம வளர்ச்சி பற்றியும் பஃபன் சிந்தித்தார். குரங்கு மனிதக் குடும்பத்தைச் சேர்ந்தது; அது தாழ்நிலைக்குப் போய்விட்ட மனிதன்' என்று கூட அவர் வலிதின் மேற்கொண்டு கூறினார்.

இருந்த போதிலும், ஒவ்வொரு விலங்கும் கடவுளின் கையிலிருந்து தோன்றியது என்பதைக் கிறித்தவத் திருச்செய்தி நமக்கு உணர்த்துகின்றது; பூமி சூரியனிலிருந்து தோன்றியது என்பது வெறும் கொள்கையேயாகும் என்றும் பஃபன் கால நிலையைக் கருதிக் கூறத் தவறவில்லை.

அவர் இத்தனை எச்சரிக்கையோடு தன் அறிவியல் கருத்துகளை வெளிப்படுத்திய போதிலும், கிறித்தவ மதபீடம் அவரைப் பெரிதும் நெருக்கிய காரணத்தினால், பஃபன் வளைந்து கொடுத்தார். அவர் தன் இயற்கை வரலாற்றுக் களஞ்சியத்தின் அடுத்த தொகுதியில் இங்ஙனம் எழுதியிருந்தார்; 'எனக்குத் திருமறை நூல்களுக்கு மாறான கருத்தைக் கூறும் நோக்கம் இல்லை; அதில் படைப்பைப் பற்றிக் கூறப்பட்டுள்ள வற்றையெல்லாம் நான் உறுதியாக நம்புகிறேன். உலகம் உண்டானது பற்றிக் கூறிய கருத்துகளையும், மோசஸ் கூறியவற்றுக்கு முரணாக இருக்கக் கூடியன அனைத்தையும் நான் கைவிடுகின்றேன்'.

அவர் அதற்கடுத்த ஆண்டு அறிஞர்களின் ஆதரவைத் தேடாமலேயே, பிரஞ்சு அறிவியல் அகாதெமிக்கு உறுப்பினராய்த் தேர்ந்தெடுக்கப்பட்டார். இது பிரான்சில் ஓர் அறிவாளிக்குக் கிடைத்தற்கரிய சிறப்பாகும். பஃபன் பெருஞ்செல்வத்திற்கு வாரிசான ஒரு பெண்மணியை மணந்திருந்தார்.

கிறித்துவ மதபீடம் பஃபனின் அறிவியல் கருத்துகளைக் கண்டித்துப் பழித்த நேரத்தில், நாத்திகரான வால்டயர் கூட மதவாதிகளுடன் சேர்ந்து கொண்டார் என்பது நம்பமுடியாததாயிருக்கின்றது. இது வெறும் அறிவுக் காய்ச்சலாகவன்றி வேறெதுவுமாக இருக்க முடியாது.

மலைகளின் உச்சியில் சிப்பிகள் கிடைப்பதிலிருந்து, மலைகள் தாழ்ந்தும் உயர்ந்தும் குமுறியமை காரணம் என்று பஃபன் உரைக்க, அச்சிப்பிகள் பயணிகள் விட்டுச் சென்றன என்றும், மீன் எலும்புகள் மலை விருந்து உண்ண வந்தவர்களால் எறியப்பட்டன என்றும் வால்டயர் ஏளனம் பேசினார். எவர் என்ன சொன்ன போதும், பஃபன் நெடி துயர்ந்து நிற்கும் பேருருப் போல் மேலேறி நின்றார்.

ரூசோ *(1712-1778)* மாண்ட்பார்டு என்ற இடத்திலிருந்த பஃபனின் நாட்டுப்புற மாளிகையினுள் அடியெடுத்து வைக்கு முன்னர், அதன் வாயிற்படியைத் தொட்டு முத்தமிட்டார். குவியர் *(Cuvier)* என்ற அறிவியலார் பஃபனை ஒரு கடவுள் என்றே போற்றினார். பிரஞ்சுப் புரட்சியின்போது அரசியல் தலைவராக விளங்கிய மிராபோ *(1749-1791)* பஃபனைப் பதினெட்டாம் நூற்றாண்டின் மா மனிதர் என்று புகழ்ந்தார். வால்டயர் கூட பஃபனை இரண்டாவது ஆர்க்கிமிடீஸ் (கிரேக்கக் கணித வல்லுநர்: இயற்பியலார்: ஜியோமிதி ஆராய்ச்சிக்காகப் புகழ்பெற்றவர் காலம் கி.மு. 287-212) என்று ஏற்றிக் கூறினார். ''மெய்யாகவே உலகில் ஐந்து மா மனிதர்கள் உண்டு. அவர்கள்; நியூட்டன், பேக்கன், லைபினிஸ், மாண்டெஸ்கு, நான்'' என்று பஃபனே சொல்லிக்கொண்டார்.

பஃபன் தன்னைக் கவின்கலை ஆர்வலர் என்றும் கூறிக் கொள்வார். அவரைச் சுற்றி எப்போதும் அறிவியலாரும் ஆர்வலரும் சூழ்ந்திருப்பர். அவர் வாணாளில் தொடங்கி வைத்த சிந்தனை யோட்டங்கள், அவர் மறைந்து பல காலமான பின்னரும் நீடித்திருந்தன. குவியர் அவருடைய பல கருத்துகளை எடுத்தாண்டார். எராஸ்மஸ், டார்வின், கதே, செயிண்ட் ஹிலைர், ஏன் பிஷ்டாட் என்பவர் கூடப் பஃபனின் கருத்துகளால் அகத்தூண்டுதல் பெற்றனர் என்பது குறிப்பிடத்தக்கது.

பஃபனின் பங்கு பணி பற்றிய சுருக்க உரையை, இந்திய சரித்திரக் களஞ்சியம் இரண்டாம் தொகுதி, முதற் பகுதியில் காணலாம்.

தாவரங்களும் விலங்கினங்களும் இறையாணையால் படைக்கப்பட்டன என்பதை பஃபன் மறுத்தார். உயிரினங்களில் தாவரங்களுக்கும், விலங்குகளுக்குமிடையே வேறுபாடு இல்லை என்பது அவரது கருத்து. உடல் வேறுபட்டிருப்பினும் உடலமைப்பில் மனிதர் அனைவரும் ஒத்தவரேயாவர். இக்கருத்துகளனைத்தும் தனி முதன்மை பெற்ற உயர் சிறப்பு வாய்ந்தனவாம். அவை உயிர்களின் தோற்றம் பற்றிய பரிணாம வளர்ச்சிக் கொள்கை தோன்றுவதற்கு வழிகோலின. இயற்கை முழுமையும், எதிர்பாராமலே ஒன்றோடொன்று ஒட்டியுள்ளது என்று பஃபன் கூறினார்.

பஃபன் உயிரியலராய் விளங்கியதுடன், மானுடவியல் துறையைத் தோற்றுவித்தவருமாவார்.

பிரஞ்சுப் புரட்சிக்காரர்கள் பஃபன் இறந்த பிறகு, அவரது கல்லறையைத் தோண்டி, அவரது எலும்புத் துண்டுகளை சிதறி எறிந்தனர். அவரது சிலையைக் கீழே தள்ளினர். பஃபனுடைய மகனின் தலையை வெட்டிக் கொன்றனர். இத்தகைய முன்னோக்கற்ற செயல்கள் எவ்விடத்தும், அது பாரிசாயினும், மாஸ்கோவாயினும் எக்காலத்தும், பதினெட்டாம் நூற்றாண்டாயினும் இருபதாம் நூற்றாண்டாயினும் உலகில் நடந்து கொண்டுதான் இருக்கும் போலும்!

6. வட இந்திய அரசியல், பொருளியலில் கஞ்சுகளின் பங்கு

பதினெட்டாம் நூற்றாண்டு வட இந்தியாவில் இடைநிலைப் பொருளாதாரம் என்று அழைக்கத்தக்க முறை ஒன்று நிலவிற்று. அது பெரிய நகரங்களின் கடைத் தெரு என்ற மட்டத்திலோ, உழவர்கள் அப்போதைக்கப்போது கூடித் தம்மிடையே பண்டங்களை மாற்றிக் கொள்ளும் நாட்டுப்புறச் சந்தைகளாகவோ செயல்படாது, மேட்டுக் குடியினரும், அரசின் வருவாய் அலுவலரும் வாழ்கின்ற நாட்டுப்புற நகரங்களான கஸ்பா என்ற நிர்வாக ஊர்களில் அமைந்த, ஒழுங்குபடுத்தப்பட்ட கஞ்சு என்று அழைக்கப்படும் சிறு அங்காடிகளில் இயங்கி வந்தது.

1749 இத்தகைய அங்காடிகளில் வாணிபப் பொருள்கள் இடைத்தரத் துணிகள், பழங்கள், காய்கறிகள், பால் பொருள்கள் முதலிய விற்பனைப் பண்டங்களாயிருந்தன. அந்தந்த இடங்களிலுள்ள பெரும்புள்ளிகளுக்கும், புடையெழுந்து பெயர்ந்து செல்லும் படையினருக்கும் வேண்டிய ஊழியங்களைச் செய்தும், உணவுப் பண்டங்களை அத்தகைய கஞ்சுகள் அளித்தும் வந்தன. அந்தந்த இடத்தின் அரசியல் அதிகாரம், வரி வருவாய் திரட்டும் உரிமைகளாகப் பகிர்ந்து கொள்ளப்படுவதே இந்தக் கஞ்சு அமைப்பு முறையின் உந்து விசையாக இருந்தது.

நிலைபெற்ற அங்காடி அல்லது கஞ்சு என்பது உழவர்கள் வாரம் இருமுறை கூடுகின்ற சந்தை அல்லது ஹத்துகளைவிட உயர்ந்த நிலையில் செயல்படும் பொருளியல் நடவடிக்கையாகும். ஒரு கஞ்சை நிறுவுவதற்குச் சில மொத்த வணிகர்கள், பல தரகர்கள், நிரந்தரமான வட்டிக் கடைக்காரர்கள், நிலையாகக் கட்டப் பெற்ற கட்டடங்கள் முதலிய இவை தாம் வேண்டும்.

கஞ்சு அல்லது சந்தைப் பேட்டையைக் கட்டி விட்டால் மட்டும் வாணிபம் உண்டாகி விடாது. அந்த இடத்திற்கு வரி விதிக்க விரும்பும் பெரும்புள்ளி ஒருவரும், அதைக் கட்டிக்காக்கப் போதிய அளவில் அங்கு வாணிபம் நடக்கின்றது என்பதை எல்லாரும் ஏற்பதும் வேண்டும். கஞ்சு ஆகிய சந்தைப்பேட்டையை நிறுவுவது அரசியல்-பொருளாதார முறையில் மிக முக்கியமான நடவடிக்கையாகும். அந்த அரசியல்-பொருளாதார நடவடிக்கையானது கஞ்சை நிறுவவும், வணிகரிடையே ஏற்படும் தாவாக்களைத் தீர்த்து வைக்கவும், தலையாரிகளை அமர்த்தவும் ஒருவருக்கு உரிமையளிக்கிறது. சுருக்கமாகச் சொல்வதாயின், ஒரு கஞ்சை நிறுவுபவர், சிறு அரசனைப்போல் நடந்து கொள்ளும் உரிமையை அது தருகின்றது. தனிச் சுதந்திரமாக வரி தண்டவும், வேளாண்மைச் செல்வம் மைய ஆட்சியிலுள்ள அரசரின் இடையாள்கள் கையில் செல்லாதவாறு ஆண்டு முழுவதும் அச்செல்வத்தை வாணிப அல்லது இராணுவ ஆதார வளமாக மாற்றிக் கொள்ளக்கூடிய தகுதியைக் கஞ்சு அமைத்தவர் பெற்று விடுகின்றார்.

ஔது வரலாற்றின் இரண்டு கட்டங்களில் (ஔது வரலாறு; இ.ச.க.தொகுதி -2,

இரண்டாம் பகுதி) கஞ்சுகளின் மலர்ச்சி தெளிவாகத் தெரிகின்றது. முதலாவதாக, ஔதின் முதலிரு நவாபுகளான பர்கானூன் முல்க் முகமது சாதத்கான் (1722-1739), முகமது சஃப்தர் ஜங்கு (1739-1754) ஆகியோரின் கீழ் அமைந்த மைய ஆட்சி கஞ்சுகளினால் வலுப்பட்டதைக் காட்டுகின்றது. இவ்விரு நவாபுகளும் 1739 முதல் 1754 வரையிலும் நெடுஞ்சாலைகள் நெடுகிலும் சந்தைப்பேட்டைகளான கஞ்சுகளை நிறுவினர். ஔதின் நான்காவது நவாபான அசஃபுத்தௌலா (1754-1775) காலத்தில் கஞ்சுகளின் நிர்வாகம் பரவலாக்கப்பட்டது: இது இரண்டாவது கட்டமாகும்.

பிரிட்டிசார் ஔது நாட்டின் கப்பத் தொகையை உயர்த்தியதால், அதைக் கட்டுவதற்கு வசதியாக, இச்சந்தைப் பேட்டைகளின் வருவாயை மேலும் கூடுதலாகப் பெருக்க வேண்டுமென்று அசஃபுத்தௌலா, தன்னிடம் கஞ்சுகளைக் குத்தகைக்கு எடுத்தவர்களை வேண்டுமென்றே முடுக்கினார். (அரசின் வருவாயைத் தண்டும் பணி குறிப்பிட்ட ஒரு தொகைக்குக் குத்தகைக்கு விடப்படும். அதைக் குத்தகை எடுப்பவர்கள், குத்தகை எடுத்த தொகையை அரசிடம் செலுத்திவிட்டு, எஞ்சும் தொகையைத் தமக்கென்று எடுத்துக் கொள்வர். பேராசைக்காரர்களான இத்தகைய இடையாளர்கள் தம் தனி நல ஆதாயங்கருதி மக்களிடம் அநியாயமாக வரி தண்டினர்.)

மேற்சொன்னவாறு வருவாய் தண்டும் முறை பரவலாக்கப்பட்டதால், நிலைபெற்றுவிட்ட அங்காடிகளான கஞ்சுகளைச் சுற்றிலும் நிலவிய இடைநிலைப் பொருளாதாரமானது, அதன் எல்லைகளையும் தாண்டி விரிந்தது.

அமைதி நிலவிய இடங்களில் அமைந்த புதிய கஞ்சுகளில் வாணிபம் ஒருமுகமாக வந்து குவிந்தது. அத்துடன், அங்கிருந்த வணிகர்களின் பொருளாதார வளர்ச்சியைத் தாண்டி, அதன் பலனாக உழவர்களுக்குக் கடன் வசதி எளிதாகக் கிடைத்தது. ஓரப் பகுதிகளில் அமைந்த கஞ்சுகளில் மிகவும் குறிப்பிடத்தக்க விளைவு உண்டானது.

உழவர்கள் அங்காடிகளில் இரவில் தங்குவது அரிது. பதினெட்டாம் நூற்றாண்டில் நிலவிய நிலையில், ஓர் உழவர் தனது தானியத்தைப் பொதிமாட்டின் மேல் ஏற்றிக் கொண்டு பன்னிரண்டு கிலோமீட்டர் தொலைவு மட்டும்தான் செல்வதற்கு ஆயத்தமாயிருந்தார்.

நாம் அக்காலத்து நிலவரப்படி, ஒரு மையத்திலிருந்து சுமார் பன்னிரண்டு கிலோ மீட்டர் சுற்றளவில் எல்லாத் திக்குகளிலும் வாழ்ந்த மக்கள் அடர்த்தி சதுர மைலுக்கு 200 என்று குறைத்துக் கணக்கிட்டால் கூட, புதிதாக ஒரு கஞ்சை நிறுவுவதால் பதினையாயிரம் பேர் வரையிலும், தமது விளை பொருள்களை விற்பதற்கு வேண்டிய வசதிகள் ஏற்படும், அல்லது அந்த அளவிற்கு விற்பனை வாய்ப்புச் சீர்படும்.

அவ்வப்போது நடைபெறும் ஹத் என்ற சந்தைகளைப் போலன்றி நிலைத்த அங்காடிகளில் வணிகர்கள் சரக்குகளை இருப்பு வைத்துக் கொள்வதற்கு ஊக்குதல் பெற்றனர். மேலும் வணிகரும், உழவரும் விலைகளின் ஏறுகால், இறங்குகாலைத் துல்லியமாக முன்கூட்டியே அங்கு அறிந்து கொள்ளமுடியும். பெரும்பாலான புதிய கஞ்சுகளில் வணிகர்கள் தங்கவும், சரக்குகளை இருப்பு வைத்துக்கொள்ளவும் கூடிய சராய் என்ற சத்திரங்கள் இருந்தன.

இவ்வாறு புதிதாய் அமைந்த கஞ்சுகள் என்ற சந்தைப் பேட்டைகள், சில இடங்களில் சிறு நகரங்களாயின. வட இந்தியப் பொருளாதாரத்தில், கஞ்சுகள் என்ற சந்தைப் பேட்டைகள் இத்தகைய புதிய நிலைய உருவாக்கியதையும், பல்வேறு

படிநிலைகளிலிருந்த சமூகங்கள் இப்படிப்பட்ட பொருளாதாரச் சூழலினால் ஏற்றம் பெற்றன என்பதையும், இந்துஸ்தானத்தில் (வட இந்தியாவில்) புதிய ஊர்கள் உண்டாயின என்பதையும் சந்தைப்பேட்டைக்களான கஞ்சுகளின், தோற்றமும் வளர்ச்சியும் உணர்த்துகின்றன.

தமிழ்நாட்டு வண்டிப்பேட்டைகள்

தமிழ்நாட்டில் திருநெல்வேலி, தூத்துக்குடி, சாத்தூர், சிவகாசி, விருதுநகர், மதுரை, சோழவந்தான் போன்ற ஊர்களில், இந்துஸ்தானத்தின் கஞ்சுகளையொத்த வண்டிப்பேட்டைகள் பதினெட்டாம் நூற்றாண்டிற்கு முன்னரே சிறு அளவில் இயங்கி வந்திருக்கின்றன. வணிக வகுப்பினர் என்று ஏற்றம் பெற்ற நாடார்கள் தொடக்கத்தில் பொதிமாடுகளில் ஊர் ஊராகச் சென்று வாணிபம் செய்து வந்தனர். சந்தைப் பேட்டைகள் போன்று வாணிப வசதிகளை அளித்த இடங்களில் இவ்வணிகர் பேட்டைகளை அமைத்தனர்.

இப்பேட்டைகள் பெரிய கோட்டை போன்ற சுவர்களையும் கோட்டை வாசல் போன்ற பெரிய கதவுகளையும் கொண்டிருக்கும். பொதி மாட்டு வணிகர்களும், மாட்டு வண்டிகளில் சரக்குகளைக் கொண்டு வந்தவர்களும், இரவில் தம் சரக்குகளுடன் கள்ளர் பயமின்றித் தங்குவதற்கு இப்பேட்டைகள் வசதியாக இருந்தன. இவை பற்றி விரிந்த அளவில் ஆராய்ச்சி வேண்டும்.

1749

7. தேவனள்ளிப் போர்: ஐதரின் எழுச்சி

ஐதரலியை இந்திய அரசியல் வானில் தோன்றிய புதிய வால் நட்சத்திரம் என்று இ.ச.க மூன்றாம் தொகுதியில் குறிப்பிட்டிருந்தோம்.அதில் சுருக்கமாக அவரது வாழ்க்கை வரலாறு சொல்லப்பட்டிருந்தது. இங்கு அவர் இந்த 1749 ஆம் ஆண்டு நடந்த தேவனள்ளிப் போரில் எழுச்சி பெற்ற செய்தி சொல்லப்படுகின்றது.

மைசூர் ஒடயரு அல்லது உடையார் அரச குடியைச் சேர்ந்த சிக்கதேவராய உடையார் (1672-1704 : இவர் காவிரி தமிழ்நாட்டிற்குப் பாயாது தடுத்த எருமை நாட்டு மன்னர்களுள் கடைசியானவர். இச்செய்தி இ.ச.க.தொகுதி-1 இல் விவரிக்கப்பட்டது) ஔரங்கசீபு காலத்தவர். கன்னட இலக்கியத்தைப் புரந்தவர். அவர் கொண்டு வந்த பல சீர்திருத்தங்கள் 150 ஆண்டுகள் அப்படியே மாறாமலிருந்தன.

எனினும் அவருக்குப் பிறகு ஆட்சிக்கு வந்த மன்னர் வரிசையாகத் திறமையும் ஆற்றலும் அற்றவர்களாயிருந்தனர். அதனால் ஆட்சியதிகாரம் அமைச்சர்களின் கைக்குப் போய் விட்டது. அவர்கள் பெயருக்குத்தான் அரசர்களாயிருக்க நேர்ந்தது.

மைசூர் மன்னரின் தாயாதியான தானைத் தலைவர் தேவராசனும், மற்றொருவரான நஞ்சராசனும் அப்போது அரசின் அதிகாரங்களைத் கைகளில் எடுத்துக் கொண்டனர். நஞ்சராசன் செத்ததும் தேவராசனின் தம்பியான காரச்சூரி நஞ்ச நரசய்யன் நஞ்சராசரின் இடத்தைப் பிடித்துக் கொண்டார். அவர் தன்னை மைசூரின் சர்வாதிகாரியாக்கிக் கொண்டார்.

காரச்சூரி நஞ்சராசய்ய இந்த 1749 இல் தேவனள்ளி என்ற இடத்தை முற்றுகையிட்டார். அந்தப் போரில் ஐதரலி தன் அண்ணன் இருந்த படைப்பிரிவில் சாதாரணக் குதிரை வீரனாகச் சேர்ந்து போரிட்டார். அவர் இப்போரில் காட்டிய பெரு

வீரம் மைசூர் சர்வாதிகாரியின் கவனத்தை ஈர்த்ததால் ஐதரலியின் எழுச்சி இந்த 1749 இல் தான் தொடங்குகின்றது.

ஐதரலியின் எழுச்சி குறித்துத் தற்கால வரலாற்றாசிரியர் ஒருவர் இங்ஙனம் கூறுகின்றார்;

''ஐதரலியின் வாழ்க்கையை 1760 முதல் 1780 வரை நுணுகி ஆராயும்போது, அவர் அருமையான முறையில் திட்டமிட்டுச் செயல்பட்டார் என்றும், அது கட்டங் கட்டமாக நிறைவேறியது என்றும் நாம் எளிதில் நிலைநாட்டத்தக்க முடிவிற்கு வர முடிகின்றது.''

'ஐதரலி' என்ற ஆங்கில நூலின் ஆசிரியரான நரேந்திர கிருஷ்ண சிங்க இவ்வாறு குறிப்பிடுகின்றார்;

ஐதரலியின் குடும்பத்திற்கு ஏற்பட்ட இடர்ப்பாடுகளின் காரணமாக அவர் எழுத்தறிவற்றவரானார் என்பார் வரலாற்றாசிரியர். அவர் பத்தாண்டுக் காலமாக ஊர்விட்டு ஊர் சென்று தம் உறவினரோடு தங்கி வாழ நேர்ந்தது. எனினும் அவரது அறிவுக் கூர்மை, போர்த்தந்திரம், அரசியல் விவேகம் முதலியன எண்ணி வியக்கத்தக்கன என்பதை நாம் போகப் போகக் காணலாம்.

எளியவர்களாயும், வேளாண்மையையும், போர்த்தொழிலையும் மேற்கொண்டிருந்தவர்களாயும் இருந்த குடியில் பிறந்து சாதாரணக் குதிரை வீரனாகக் களத்தில் இவ்வாண்டு எழுந்த ஐதரலி, குடிச்சிறப்பும், வரலாற்றுப் பெருமையும் கொண்டிருந்த இந்திய மன்னரனைவரையும் ஆண்மையிலும் போர்த்திறத்திலும் மிஞ்சி நிற்கின்றார்.

8. சாந்தோம், மயிலாப்பூர் கம்பெனி வசமாதல்

திருவள்ளுவர் பிறந்த இடமென்றும், கபாலீச்சுரம் என்று சைவர்க்கும், பேயாழ்வார் பிறந்த இடமென்று வைணவர்க்கும், தீர்த்தங்கரர் நேமிநாதர் கோயில் ஒரு காலத்தில் இங்கு இருந்தமையால் சமணர்க்கும், புனித தாமஸ் அடக்கமான இடமென்று கிறித்தவர்க்கும் புனிதத்தலமாக விளங்கும் மயிலாப்பூர் என்ற திருமயிலையே, சென்னை மாநகரிலேயே தொன்மைச் சிறப்பு வாய்ந்த இடமாகும்.

பல்லவர் (கி.பி.250-900) காலத்தில் கடல் மல்லையான மாமல்லபுரத்தையடுத்துச் சிறப்பு வாய்ந்த துறைமுகமாக மயிலாப்பூர் விளங்கியது. முன்னம் நந்திவர்மப் பல்லவன் (780-830) 'மயிலைக் காவலன்' என்று அழைக்கப்பட்டார்.

மயிலையும் போர்த்துக்கீசரும்

எனினும் தற்கால வரலாற்றில் பதினாறாம் நூற்றாண்டில் போர்த்துக்கீசர் சாந்தோமை உண்டாக்கிய பிறகு தான் நாம் மயிலாப்பூரைப் பற்றி அறிய நேரிடுகின்றது. சாந்தோம் உண்டானதில் கிறித்தவ சமயத்திற்கும் பெரும் பங்குண்டு.

வாஸ்கோடகாமா (1469 - 1524) என்ற போர்த்துக்கீசக் கடலோடி இந்தியாவிற்குக் கடல் வழி தேடி ஆப்பிரிக்காவின் நன்னம்பிக்கை முனையைச் சுற்றிக் கொண்டு 1498 மே 17 அன்று கள்ளிக்கோட்டையினருகே கரையிறங்கினார். அதன்பிறகு போர்த்துக்கீசர் கேரளத்தில் சிறுகச் சிறுகக் காலூன்றினர்.

போர்த்துக்கீசர் இந்தியாவிற்கு முதலில் அனுப்பிய வைசிராயின் பெயர் டான் ஃபிரான்சிஸ்கோ ஆல்மெய்டா. அவர் 1505 இல் இந்தியாவிற்கு வந்து 1509 வரை

நான்காண்டுகள் வரை பணிபுரிந்தார். அவர்கள் மேற்குக் கரையிலேயே கவனஞ் செலுத்தி, அங்கு கொச்சி, கண்ணனூர், அஞ்சத்தீவு முதலிய இடங்களில் கோட்டைகளைக் கட்டிக் கொண்டனர்.

அதனால் அவர்கள் கிழக்குக் கரைப்பகுதிகளை அறியாதிருந்தனர். சோழர் கடற்கரையில் புனித தாமசின் சிறு கோயில் உள்ளது என்று சேர நாட்டின் கிறித்தவர்கள் ஆல்மெய்டாவிடம் கூறினர். அவர் இதைக் கேட்டதும், அக்கோயிலைக் கண்டறிந்து வருமாறு கட்டளை பிறப்பித்தார். அதற்கிணங்கத் தாமசின் கல்லறை என்று கருதத்தக்க ஓர் இடமும், பண்டைக்காலத்தில் கட்டப் பெற்ற ஒரு கிறித்தவக் கோயிலும் சோழர் கரையில் கண்டுபிடிக்கப்பட்டன.

போர்த்துக்கீச வரலாற்றாசிரியரான காஸ்பர் கோரியார் அக்கோயிலைக் காண 1521 ஆம் ஆண்டு வந்திருந்தார். அப்போது தாமசின் கல்லறை என்று நம்பப்பட்ட இடத்தை அவர் செப்பனிட்டார். போர்த்துக்கீசர் அதற்கடுத்த ஆண்டு (1522) சாந்தோமில் குடியேறி விட்டனர்.

சாந்தோம் உண்டாதல்

மயிலாப்பூர் லஸ் சர்ச்சு சாலையிலுள்ள பிரான்சிஸ்கன் மாதா கோயிலில் காணப்படும் ஒரு கல்வெட்டிலிருந்து, அது கி.பி. 1516 இல் கட்டப் பெற்றது என்பது தெரிகின்றது. எனவே போர்த்துக்கீசர் சாந்தோமில் அதற்கு முன்னர் குடியேறிருக்க முடியாது எனலாம்.

தாமஸ் சாமியின் கல்லறையோடு கூடிய சிறு மாதா கோயிலை மையமாக வைத்து 1893 ஆம் ஆண்டு புதிதாகக் கோயில் கட்டப்பட்டது வரை பழைய கோயில் அப்படியே சாந்தோமில் கடற்கரையருகே இருந்து வந்தது. இன்று நாம் காணும் சாந்தோம் சர்ச்ச 1893 இல் தான் கட்டப் பெற்றது.

மயிலாப்பூரின் அருகே சாந்தோமில் அமைந்திருந்த போர்த்துக்கீசர் குடியேற்றம், இந்தியாவிலிருந்த அவர்களின் பிற குடியேற்றங்களிலிருந்து வேறானது. ஏனெனில் அங்கு போர்த்துக்கீசர் படைகளில் பணிபுரிந்து களம் பல கண்ட வீரர்களே பெரிதும் குடியேறியிருந்தனர்.

போர்த்துக்கீச வீர காவியத்தில் மயிலாப்பூர்

லூரவிஷ் வாஷ் தெ காமோயென்ஸ் (*Luis vaz de camoens: 1524-1580*) என்ற போர்த்துக்கீச வீரகாவியப் புலவர் வாஸ்கோட காமாவின் வீரச் செயல்களை அடிப்படையாக வைத்து ''லூசியட்ஸ்'' என்ற வீரகாவியத்தை 1572 ஆம் ஆண்டு புனைந்தார். அதில் போர்த்துக்கீசருக்குப் புகலிடமாக விளங்கிய மயிலாப்பூரைப் பற்றி ஒரு பாடல் வருகின்றது. அதன் தமிழ் வடிவம்;

விண்ணுயர் சிறப்புள நன்னகர் மயிலப்போர்

பண்டைச் செழிப்பும் பரவு மேன்மை யொடிலங்கும்:

தொன்முது படிமங்கள் தொழுது வணங்கியும்

இன்னுமக் கொடும் இறைக் கூட்டம் பணிவரே மாந்தர்:

முந்நாளில் அவ்வூர் ஆழியருகிருக்க – அங்கு
நன்னாள் வருமென்ற நற்செய்தி யுணர்ந்திடவே
பன்னாடு திரிந் திறையைக் கற்றபின்னர்
இந்நாடு போந்த தோமர் திருச்செய்தி மொழிய வந்தார்.

சாந்தோமில் குடியமர்ந்த போர்த்துக்கீசர் தமது கடைசி நாள்களில் ஓய்வு காணவும், அதைச் சுற்றியுள்ள பகுதிகளில் வாணிகம் புரியவும் செய்தனர். அங்கு மேலைக் கரையைவிட இதமான தட்ப வெப்ப நிலையிருந்தது. வடகிழக்குப் பருவமழை அங்கு அதிகம் பெய்வதுமில்லை. அங்கு அருமையான பல கட்டடங்கள் இருந்தன. கிறித்தவர்களுக்கும், பாதிரிமார்களுக்கும் பஞ்சமில்லை. மயிலாப்பூர் உடல் நலத்திற்கு உகந்த இடமாக இருந்தமையால் அங்கு மேலைநாட்டுப் பாதிரிமார் நிறைந்திருந்தனர். இன்றும் மயிலாப்பூரில் தமிழ்நாட்டின் கத்தோலிக்கத் தலைமைக் கிறித்தவப் பேராயர் இருந்து வருகின்றார்.

புனித தாமஸ்

ஏசுநாதரின் திருச்செய்திகளைப் பரப்புவதற்காக வந்திருந்த புனித தாமஸ் பற்றி இ.ச.க.இரண்டாம் தொகுதி இரண்டாம் பகுதியிலும், மூன்றாம் தொகுதியிலும் விரித்துரைத்துள்ளோம். ஈட்டியினால் அல்லது அம்பினால் இறந்தார் என்பது வழிவழிச் செய்தியாகும். ஒரு வெறியன் தாமஸ் சாமியார் தொழுது கொண்டிருந்தபோது ஈட்டியால் குத்தவும் அவர் அருகிலிருந்த சிலுவை போட்ட பாறையைத் தழுவியவாறு உயிர் துறந்தார் என்றும் *1665-1666* காலத்தில் ஸ்பெயின் நாட்டில் போர்த்துக்கீச மொழியில் வெளியான 'மேனுவல் செளசா ஆசியா போர்த்துக்கீஸ்' என்ற நூலில் குறிப்பிடப்பட்டது என்பது தெரிகின்றது. இந்நூலை ஸ்டீவன்ஸ் என்பவர் ஆங்கிலத்தில் மொழி பெயர்த்திருக்கின்றார்.

வெனிசு நகர நாடோடியான மார்க்கோபோலோவும் *(1254-1324)* இது குறித்து எழுதி வைத்திருக்கின்றார். வேட்டைக்காரன் ஒருவனின் வில்லிலிருந்து பாய்ந்த அம்பினால் தாமஸ் இறந்ததாக *13* ஆம் நூற்றாண்டில் இந்தியா வந்திருந்த போலோ கூறியுள்ளார்.

மேல்நாட்டார் தாமஸ் பற்றிய இக்கதைகளைப் பெரிதும் நம்பினர் என்பது சுமார் *1673* இல் சென்னைக்கு வந்திருந்த ஃபிரையர் என்பவரின் குறிப்பிலிருந்து தெரிகின்றது.

'இக்குன்றுகளினருகில் யானையைப் போன்ற பெரிய கால்களையுடைய ஒரு சாதியார் வாழ்கின்றனர் என்பதிலிருந்து, அவர்கள் அருள்பெற்ற தாமஸ் சாமியைக் கொலை செய்தவர்களின் பரம்பரை என்று கூறுவதற்கு இடம் ஏற்படுகின்றது' என்று ஃபிரையர் கூறுகின்றார்.

அவரது இக்கூற்றிலிருந்து சைதாப்பேட்டை, பரங்கிமலை ஆகிய இடங்களில் வாழ்ந்த மக்களிடையே யானைக் கால் நோய் இருந்தது என்பது தெரிகின்றது. இவ்வாறு மயிலாப்பூரின் அருகே தோன்றிய போர்த்துக்கீசர் குடியிருப்பான சாந்தோமைப் பற்றி இத்தனை கதைகள் உள்ளன. எனினும் *1520* ஆம் ஆண்டுகளில் கிறித்தவத் துறவியர்களோடு தொடங்கிய சாந்தோம் பின்னர் செழிப்பும், மக்கள் தொகைப்பெருக்கமும் நிறைந்த ஊராயிற்று.

போர்த்துக்கீசர் அங்கு குடியேறிய இக்காலத்தில், சாந்தோம் விசயநகரப் பேரரசின் ஒரு பகுதியாக இருந்தது. போர்த்துக்கீசர் அக்காலத்தில் வரைந்த நிலப்படத்தின்படி, விசயநகர அரசு கிருஷ்ணை ஆற்றிலிருந்து தெற்கே கொள்ளிடம் வரை விரிந்திருந்தது என்பது தெரிகின்றது.

சாந்தோம் மேற்குப் பார்த்த ஊர்.கடற்கரைக்குப் பக்கத்தில் அதற்குப் பாதுகாப்பாகப் பல பெரிய கட்டடங்கள் இருந்தன. அவ்வீடுகள் ஒன்றையடுத்து ஒன்று நெருக்கமாகக் கட்டப்பட்டிருந்தன என்று, 1582 இல் சாந்தோமிற்கு வந்திருந்த வெனீசிய இரத்தின வணிகரான காஸ்பரோ பாஸ்டி கூறுகின்றார்.

போர்த்துக்கீசர் ஊரான சாந்தோமின் அருகிலிருந்த இந்தியரான மயிலாப்பூர் மண் கோட்டைகளால் சூழப்பெற்று, ஓர் அதிகாரியின் நிர்வாகத்தில் இருந்தது என்று அவர் குறிப்பிடுகின்றார்.

ஆங்கிலேயர் சென்னையில் 1640 ஆம் ஆண்டு குடியேறியதும், போர்த்துக்கீசரில் பலர் அங்கு சென்று வாழலாயினர். சென்னை அமைந்த வேளை, சாந்தோமின் செழிப்புக் குன்றிய நேரம் எனலாம்.

1749

சென்னை - சாந்தோம்

ஐரோப்பியரின் இவ்விரு குடியேற்றங்களுக்குமிடையே அடிக்கடி சச்சரவுகள் நடந்தன. அதனால் சாந்தோம் வலுக்குன்றியது. போர்த்துக்கீசர் சென்னை சென்று குடியேறலாயினர். டச்சுக்காரரும், கோல்கொண்டாச் சுல்தானும் அதைத் தாக்கினர். இவற்றால் சாந்தோம் பல இன்னல்களுக்குட்பட்டு, 1662 ஆம் ஆண்டு கோல்கொண்டாச் சுல்தானின் கைக்குப் போய் விட்டது. மெய்யாகவே போர்த்துக்கீசரின் இறங்குகால் கிழக்குக் கரையில் பதினேழாம் நூற்றாண்டின் பிற்பகுதியில் உண்டானது என்பதற்கு இது சான்றாகும்.

கோல்கொண்டாச் சுல்தான் கையிலும் சாந்தோம் நெடுநாள் இருக்கவில்லை. அது 1672 வாக்கில் பிரஞ்சுக்காரர் கைக்குப் போனது. இதற்கிடையே சாந்தோம் மிகவும் விரிந்தது என்று தோன்றுகின்றது. குறிப்பாக, அது மேற்குப் பக்கம் விரிந்தது. அதன் மேற்கு வாசல் இன்று கச்சேரி சாலையும், அருண்டேல் தெருவும் சந்திக்கின்ற இடத்தில் எங்கோ இருந்திருக்கலாம். சாந்தோம், ஜார்ஜ் கோட்டையிலிருந்த நகரத்தைப் போல் இரண்டு மடங்கு பெரியது.

சாந்தோமில் முஸ்லிம் ஆட்சி

சாந்தோம் பிரஞ்சுக்காரர் கையில் இரண்டே ஆண்டுகள் தான் இருந்தது. இக்காலத்தில் கோல்கொண்டா முஸ்லிம்களும் டச்சுக்காரரும் சாந்தோமை அடிக்கடி தாக்கினர். டச்சுக்காரர் 1674ஆம் ஆண்டு கோல்கொண்டாச் சுல்தானுக்கு உதவி செய்து, சாந்தோமை அவருக்குப் பிடித்துக் கொடுத்து விட்டனர்.

சாந்தோமை டச்சுக்காரரோ, பிரஞ்சுக்காரரோ இனிமேல் கைப்பற்றா மலிருப்பதற்காக அதை இடித்துத் தகர்த்து விடுமாறு ஜார்ஜ் கோட்டையிலிருந்த கவர்னர் வாங்ஹான் கோல்கொண்டாச் சுல்தானுக்கு அறிவுரை கூறினார். சுல்தானும் அதற்கு ஒப்பி விட்டார். ஆனால் சாந்தோமின் முஸ்லிம் ஆளுநர் தக்க வேளையில் தலையிட்டதால், அது தரைமட்டமாகாது தப்பிற்று. டச்சு, ஆங்கிலேயரின் உதவி

கொண்டு கோட்டைகளை மட்டும் இடித்து விட்டு ஏனைய கட்டடங்களை விட்டுவிட்டனர்.

ஆங்கிலேயர் கையில்

கோல்கொண்டாச் சுல்தானின் அலுவலர் சாந்தோமை ஆண்டிற்கு 1300 வராகன் குத்தகைக்குக் கம்பெனி வணிகரான காசி வீரண்ணவிற்கு விட்டார்.

ஜார்ஜ் கோட்டையில் கவர்னராயிருந்த மாஸ்டர் என்பவர் திருவொற்றியூர், எழும்பூர் ஆகியவற்றுடன், சாந்தோமையும் குத்தகைக்கு எடுக்க 1678 இல் முயன்றார். அப்போது சாந்தோம் பூவிருந்தவல்லியின் ஆளுநராயிருந்த பொதிலி லிங்கப்ப என்பவரின் கையிலிருந்தது.

சாந்தோமும், மயிலாப்பூரும் சோழர் கடற்கரைப் பகுதியில் ஆங்கில, டச்சு, முஸ்லிம்களின் அரசியல் போட்டி என்னும் பகடை ஆட்டத்தில் நெடுங்காலமாகக் காய்களாக இருந்து வந்திருக்கின்றன.

பின்னர் ஆங்கிலேயருக்கும், பிரஞ்சுக்காரருக்கும் இடையில் பல நூற்றாண்டுகளாக இருந்து வரும் பகைமையின் நீட்டிப்பாக இந்தியத் துணைக் கண்டத்திலும் மோதல்கள் ஏற்பட்டு, இறுதியாய் 1749 ஆகஸ்டில் அவற்றிடையே அமைதி உடன்பாடு ஐரோப்பாவில் ஏற்பட்டது. அடுத்து ஆர்க்காட்டு நவாபை ஆம்பூர்ப் போரில் சந்தா சாகிபு கொன்று விட்டு நவாபானதும், திருச்சிக் கோட்டையில் புகலடைந்த அன்வருதீனின் மகன் முகமதலி பிரிட்டிசாரின் உதவியை நாடினார். அவர் தனது புதிய நேசர்களான பிரிட்டிஷாரை மகிழ்விக்க 1749 அக்டோபர் 22இல் வெளியிட்ட ஃபர்மன் என்ற அரசாணையில், சாந்தோமையும், மயிலாப்பூரையும் அவர்களுக்குக் கொடுத்து விட்டார்.

1749

பண்டைத் தலமான மயிலாப்பூரும் அதனருகே பதினாறாம் நூற்றாண்டில் அமைந்த சாந்தோமும், இங்ஙனம் பதினெட்டாம் நூற்றாண்டில் பிரிட்டிசாரின் கைக்கு வந்து சேர்ந்தன.

பிரிட்டிசார் மயிலாப்பூரையும், சாந்தோமையும் பெற்ற பிறகு, அங்கு ஆங்கிலக் கொடியை ஏற்றினர். அன்றிலிருந்து இவ்வூர்கள் இரண்டும் பிரிட்டிசாரின் ஆட்சிப் பகுதியாயின.

பிரஞ்சுக் கவர்னர் ஜெனரலான தூய்ப்பிளே அவற்றைப் பெறுவதற்காகப் பெரும் பாடுபட்டார் என்பது, ஆனந்தரங்கம் பிள்ளையின் தினப்படி சேதிக் குறிப்புக்களிலிருந்து தெரிகின்றது.

சாந்தோமில் பிரிட்டிஷ் அரண்

சாந்தோம் பிரிட்டிசார் கைக்கு வந்ததும் அங்கு சாந்தோம் அரண் என்று ஒரு கோட்டையைக் கட்டினர். அது பின்னாளில் மூர் பங்களா என்றழைக்கப்பட்டது.

பிரஞ்சுப் படைத்தலைவர் லாலி பிரபு 1759 இல் சென்னையை முற்றுகையிட்ட நேரத்தில் இந்த அரண் மிகவும் பயனுள்ளதாயிருந்தது. இந்த அரண் பிறகு சரிந்து விழுந்தது. கர்னல் பிராத்வெயிட்டு என்பவர் அந்த இடத்தில் பதினெட்டாம் நூற்றாண்டின் பிற்பகுதியில் ஒரு பங்களாவைக் கட்டினார். அது மேஜர் ஜெனரல்

ஜேம்ஸ் லெயித்து என்பவரின் பெயரில்‘லெயித்து கேசில்’ என்றழைக்கப்பட்டது. இக்கட்டடம் பின்னர், பாரி அன்கோவை நிறுவிய தாமஸ் பாரியின் கைக்குச் சென்றது.

மயிலாப்பூரின் சாலைகளும் இடங்களும்

ஆங்கிலேயர் முன்னரும், *1749* ஆம் ஆண்டிற்குப் பின்னரும் சென்னையைச் சுற்றித் தம் கைக்குள் கொண்டு வந்த இடங்களில் தோட்டங்கள் சூழ்ந்த தோட்ட மாளிகைகளை எழுப்பினர். வெம்மை மிகுந்த செனனையில் இளைப்பாறிக் கொள்ளும் குளிர் தரும் மரங்கள் சூழ்ந்த மாளிகைகளை அமைப்பதைக் குளிர் மிகுந்த நாடுகளிலிருந்து வந்த ஆங்கிலேயர் பெரிதும் விரும்பினர். அதற்கேற்ப அவர்கள் மயிலாப்பூரிலும் சாந்தோமிலும் தோட்ட மாளிகைகளை அமைத்தனர் என்பது தெரிகின்றது.

டீசில்வா சாலை

லஸ் முனைக்கு அருகிலுள்ள டீசில்வா சாலை *1798* ஆம் ஆண்டு ஆறு ஏக்கர் நிலப் பரப்பைப் பெற்ற பிரான்சிஸ் டீசில்வா என்றவரின் பெயரைத் தாங்கியுள்ளது.

மௌபரீஸ் சாலை

இதன் இன்றைய பெயர் டிடிகே சாலை. இது *1798* ஆம் ஆண்டில் வெறும் வண்டிப் பாதையாகத்தானிருந்தது.அந்தப் பாதை இராயப்பேட்டையிலிருந்து அடையாற்றிலிருந்த மௌபரீஸ் தோட்டத்திற்குச் சென்றது. அத்தோட்டம் ஜார்ஜ் மௌபரீஸ் என்ற ஆங்கிலேயருக்குச் சொந்தமாயிருந்தது. அவர் *1791* ஆம் ஆண்டு வருவாய் வாரியத்தின் *(Revenue board)* உறுப்பினரானார். இன்று மௌபரியின் தோட்டம் இருந்த இடத்தில் அடையாறு கிளப்பு அடங்கியுள்ளது.

கச்சேரிச் சாலை

இங்கு முகமதியரின் நீதிமன்றம் அல்லது கச்சேரி இருந்ததால் இச்சாலை இப்பெயர் பெற்றது.

சல்லிவன் தோட்டச் சாலை

சல்லிவன் தோட்டம் *1798* ஆம் ஆண்டு நிலப்படத்திலேயே காணப்படுகின்றது. இது அட்வகேட் ஜெனரலாயிருந்து, பின்னர் சுப்ரீம் நீதிமன்ற நீதிமானான சர்.பெஞ்சமின் சல்லிவன் பெயரால் சல்லிவன் தோட்டச் சாலை என்று அழைக்கப் படலாயிற்று.

எலியட்டுக் கடற்கரை : எட்வர்டு எலியட்டுச் சாலை

சென்னைக் கவர்னரின் மகனும் *1822* இல் செசன்ஸ் நீதிபதியாயிருந்தவருமான எட்வர்டு எலியட்டு, அடையாற்றின் தென் பாலில் குடியிருந்தார். அவர் பெயரால் எலியட்டுக் கடற்கரையும், எட்வர்டு எலியட்டுச் சாலையும் அழைக்கப்படுகின்றன.

இங்கும் சாதிச் சழக்குகள்

கறுப்பர் பட்டணத்தில் போலவே மயிலாப்பூரிலும், சாந்தோமிலும் வலங்கை,

இடங்கை சாதியினரிடையே அடிக்கடி சச்சரவுகள் நடந்தன.

விழாக்காலத்தில் எந்தக் கொடியை ஏற்றுவது என்பது குறித்து இவ்விரு பிரிவினருக்குமிடையே வழக்கு எழுந்தது.

இடங்கையர் ஐந்து வண்ணக் கொடியைப் பயன்படுத்த விரும்பினர். வலங்கையரோ வெள்ளைக் கொடியைத் தான் தூக்க வேண்டும் என்றனர்.

இதனால் 1790 இல் பெரிய கலகம் மூண்டு இரு பிரிவினருக்கும் மிகுந்த சேதம் உண்டாயிற்று. அதனால் கவர்னர் தூப்பரோ (*Dufre*) இதில் தலையிட்டு, எந்த விழாவாயினும், விருந்தாயினும், கொண்டாட்டமாயினும் யூனியன் ஜாக்கு என்ற அரசின் கொடியைத் தவிர வேறு எந்தக் கொடியையும் தூக்கலாகாது என்று ஆணை பிறப்பித்தார். இந்த ஆணையை மீறுபவர் எவராயினும் தண்டிக்கப்படுவார்.

1749

1749

வரலாற்றுப் புள்ளிகள்

சிப்பண்டேலின் முதல் தச்சுப் பட்டறை

இலண்டனின் புகழ் பெற்ற மரத் தச்சரான தாமஸ் சிப்பண்டேல் (வயது 31) இவ்வாண்டு தன் தச்சுப்பட்டறையைத் திறந்தார். அது வெகு விரைவிலேயே நேர்த்தியான மர இருக்கைகளையும், பிற மரப் பொருள்களையும் செய்து, உலகப் புகழ் பெறவிருக்கின்றது. எனினும் இதே காலத்தில் வாழ்ந்த மக்கள், 23 வயதான ஜார்ஜ், ஹெப்பிள்வொயிட் என்ற இன்னொரு தச்சரின் மரப் பொருள்களையே அப்போது மிகவும் விரும்பி வாங்கினர்.

சீன மக்கள் தொகை 225 மில்லியனை எட்டியது

சீன மக்கள் தொகை இவ்வாண்டு (1749) 225 மில்லியனை எட்டியது.

புதிய சேதுபதி

சேது நாடு என்ற பெரிய மறவர் நாடாகிய இராமநாதபுரத்தில் ஒரே ஆண்டு ஆட்சி புரிந்த இராக்கத் தேவர் சேதுபதிக்குப் பின், செல்லத் தேவர் இந்த 1749 இல் பட்டத்திற்கு வந்து 1762 வரை ஆண்டார்.

இவர் 1754 இல் டச்சுக்காரர் கீழக்கரையில் ஒரு பண்டசாலை அமைக்க ஒப்புதலளித்தார்.

1750

அரசியல்

காயாங்குளம் திருவிதாங்கூருடன் இணைதல்:

டச்சு வாணிப நகரம்: கடற் கொள்ளையன் காப்டன் கிடு தொடர்பு

செஞ்சிக் கோட்டை பிரஞ்சுக்காரர் வசமாதல்: திருவதிகை:

விழுப்புரம்

ஐதராபாது அரசிருக்கைக்காகக் கொலை பழிகள்- ரோகில்லாக்கள்

எழுச்சி:

இராம்பூர் நாட்டரசின் வரலாறு: கண்டகார்.

சென்னைக்குப் புதுக் கவர்னர்

வாரன்ஹேஸ்டிங்ஸ் கல்கத்தாவை அடைதல்

கவ்வாயில் பிரிட்டிஷ் பண்டசாலை.

சமுதாயம்

பத்மநாப சுவாமிக்கு வேணாடு காணிக்கை:

பப்ப ரவால் - மார்த்தாண்ட வர்மன் ஒற்றுமை:

பத்மநாபசுவாமியும், ஏகலிங்கமும்

சென்னைக் கறுப்பர் நகர வளர்ச்சி:

பதினெட்டில் பம்பாய்: தென்னைக்கு மீன் உரம்: கடல் வாணிபப் பெருக்கம்.

வட இந்திய வணிகச் சாதியார்: பொதிமாட்டு வணிகர் பஞ்சாரர் முதலானோர் பிரான்சில் கொடிய பஞ்சம்.

ஆண்டு முழுவதும் ஐஸ்கிரீம் பாரிசில்

தூத்துக்குடியில் புராட்டஸ்டண்டுச் சர்ச்சு

இறப்பு

சோகான் செபாஸ்தியன் பாக் (1685-1750)

1750

1. பத்மநாபசாமிக்கு வேணாட்டு உரிமை

இரசபுத்திரர் குடியின் தொன்மையான மேவார் மன்னர்களான குகில்ல ராணாக்களின் முதல்வர் என்று கருதப்படும் கொம்மண பப்பனுக்கும், வேணாட்டு வேந்தரான மார்த்தாண்டவர்மனுக்கும் காலத்தையும், இடவெளியையும் தாண்டி ஒப்பற்ற ஒரு தொடர்பு உள்ளது என்பதை வரலாறு காட்டுகின்றது. இதற்கு இணையான இத்தகைய ஒற்றுமை இந்திய வரலாற்றில் வேறெங்கும் இருப்பதாக எமக்குத் தெரியவில்லை.

குலசேகரர் என்ற வைணவ ஆழ்வாரின் வழித் தோன்றலான மார்த்தாண்ட வர்மன் பதினெட்டாம் நூற்றாண்டினர்; பப்பரவாலோ எட்டாம் நூற்றறாண்டினர். இருவருக்குமிடையே ஏறத்தாழ ஆயிரம் ஆண்டுகளும், ஆயிரக்கணக்கான மைல் தொலைவும் உள்ளன. இருப்பினும் இவ்விரு மன்னர்களும் இறைப்பற்று, அரசாட்சி என்ற ஊடும் பாவுமான இந்தியப் பண்பாட்டு இழைகளால் நெய்ந்தெடுத்த அழகிய கோலங்களாக விளங்குகின்றனர்.

பப்பன் முகமது கோரியிடமிருந்து தொன்மையானதும், போர்த் தந்திரச் சிறப்பு வாய்ந்ததுமான சித்தூர்க் கோட்டையைக் கைப்பற்றி அதைத் தன் கோநகராக்கியவர். சித்தூர்க் கோட்டை பாண்டவர் காலத்தில் தோன்றியது என்பர். பப்பரவால் தன் அருஞ்செயல்களால் மேவாருக்கு இந்திய வரலாற்றில் தனிச் சிறப்பைத் தேடித் தந்தார்.

ஏகலிங்கர் கோயில்

அவர் சிறுவனாக அரவல்லி மலைகளில் பில்லர் குடிச் சிறுவர்களுடன் மாடு மேய்த்துக் கொண்டிருந்த போது, அரிதர் என்ற சிவனடியாரைக் கண்டார். அரிதர் சிறுவனான பப்பனிடம் காணப்பட்ட அருந்திறன்களை நோக்கி, அவன் எதிர்காலத்தில் மேன்மையடைவான் என்பதை உணர்ந்து, அவனுக்குத் தீக்கையளித்துச் சைவத்தில் அணைந்தார். அவர் பப்பனுக்கு ஏகலிங்கம் ஒன்றைத் தந்தார். பப்பன் அதைப் பேணித் தொழுது, நாளும் வழிபட்டார். அவர் பின்னர் மன்னரானதும் ஏகலிங்கத்திற்குப் புதிய கோயில் ஒன்றை எழுப்பினார்.

பப்பன் ஏகலிங்கர் மீது ஆழ்ந்த பக்தி கொண்டிருந்ததால் அவர் தன் அரசு முழுவதையும் இலிங்கமூர்த்தியின் காலடியில் படைத்து விட்டார். ஏகலிங்கரே இனித் தன் அரசின் மெய் வேந்தர் என்றும், தான் அதன் திவானி அல்லது அரச காவலன் என்றும் சாற்றி விட்டார். அன்றிலிருந்து மேவார் அரசகுடிக்கும் அதன் அண்டையிலுள்ள அரசுகளுக்கும் ஏகலிங்கமே குடியிறை ஆனது.

ஏகலிங்கஜி

உதயபுரியிலிருந்து சுமார் 22 கிலோமீட்டரில், ஒரு கணவாயில் ஏகலிங்கரின் கோயில் உள்ளது. அதைச் சுற்றியமைந்த ஊரும், அத்தலத்து இறைவனின் பெயரால் ஏகலிங்கர் என்று பெயர் பெற்றுள்ளது. இக்கோயிலின் தலைமைக் குருக்கள் மேவாரின் ராணாவேயாவார்.

பப்பரவால் எழுப்பிய இக்கோயில் பஞ்சாயதன முறையில் கட்டப்பட்டது. சலவைக் கல்லால் ஆனது. இங்கு சிற்ப வேலைப்பாடுகள் மிகுதி. கருவறையின் வாசலில் வெள்ளித் தகடுகளால் பூவேலை செய்யப்பட்டுள்ளது. அதன் பக்கவாட்டில் இராவணன் பத்துத் தலைகளுடன் சிவபிரானுக்குக் கவரி வீசும் ஓவியம் எழில் நிறைந்தது. இங்குள்ள இலிங்கம் வெள்ளி, பொன், கவசம் பூண்டு, மேலே நாகாபரணத்தையும், தங்கக் குடையையும், அணிமணிகள் அனைத்தையும் அணிந்து அருள்புரிகின்றது.

இது இரசபுதனமோ என்று வியக்கும் வண்ணம், ஏகலிங்கம் உறையும் ஏகலிங்கஜி என்ற ஊர் செழுமையான இடமாக உள்ளது.

பப்பன் அங்கு மேவாரில் சிவனடியானார். இங்கு வேணாட்டில் மார்த் தாண்டவர்மன் பத்மநாப தாசரானார். இ.ச.க.நான்காம் தொகுதியில் அனந்தபுரத்தில் அமைந்திருக்கும் பத்மநாபசுவாமி கோயிலுக்கு மார்த்தாண்டவர்மன் திருப்பணி செய்ததையும், இந்தப்பத்தில் 1744 ஆம் ஆண்டு பன்னிரு ஆண்டுகள் நீடித்த பத்ரதீபம், முறை ஜெபம் என்ற வழிபாடுகளைத் தொடங்கச் செய்ததையும் கண்டோம். மார்த்தாண்டவர்மன் இந்த 1750 இல் மெய்யாகவே இறையடிமையாகித் தன்னையும், தன் நாட்டையும், பத்மநாபனுக்குக் காணிக்கையாக்கியதைக் காண்கின்றோம்.

திருவிதாங்கூர் மன்னர் மார்த்தாண்டவர்மன் பட்டத்து இளவரசருடனும், தம் குடும்பத்தின் ஆடவர், பெண்டிர் அடங்கலோடும், தளவாய் இராமய்யனும் புடைசூழத் திருவனந்தபுரத்து அனந்தபத்மநாபசுவாமி கோயிலுக்கு விடிந்ததும் வந்து சேர்ந்தார். அங்கு கோயிலைச் சேர்ந்த அறங்காவலர்களான யோகக்காரர்களையும், பிராமணர் பிறரையும் தன்னுடன் சேர்த்துக் கொண்டார்.

பின்னர் மன்னர் பெரும் பயபக்தியுடன் தன் உடைவாளை எடுத்து ஒற்றைக்கல் மண்டபத்தில் பத்மநாபசுவாமி முன்னர் வைத்தார். அவர் தன் அரசு அடங்கலையும் தேவசுவம் எனப்படும் திருக்கோயில் மன்றுக்குத் தத்தம் செய்து கொடுத்தார். 'இன்று முதல் நான் பத்மநாபசுவாமிக்குச் சிற்றரசன்' என்று சாற்றினார். இனிமேல் திருக்கோயில் மன்றின் கீழ் இருந்து ஓர் அறங்காவலனாக ஆட்சி புரியப் போவதாக அறிவித்தார்.

அதனால் அன்று முதல் வேணாட்டு மன்னர்களுக்கு ''ஸ்ரீபத்மநாப தாசர்'' என்ற பெயர் இன்றளவும் வழங்கி வருகின்றது.

இரண்டாம் சேரப் பேரரசான குலசேகரர் குடியின் ஆட்சி (சு.800-1102) முடிந்த பிறகு, அவர் வழி வந்ததாக உரிமை கொண்டாடிய வேணாட்டு மன்னர்களுள் மார்த்தாண்டவர்மனைப் போல் சிறந்த மன்னர், அவருக்கு முன்னரும், பின்னரும் தோன்றவில்லை என்பது நினைவிற் கொள்ளத்தக்கதாகும். கொல்லம் பற்றிய 1745 ஆம் ஆண்டுக் கட்டுரையில் மார்த்தாண்டவர்மன் கௌரவத்தை ஒன்றுபடுத்தியதும், மிளகு வாணிபத்தை ஏகபோகமாக்கியதும் சொல்லப்பட்டுள்ளன.

2. காயாங்குளம் திருவிதாங்கூருடன் இணைதல்

இன்று கேரளத்தின் சிறந்த ஊர்களில் ஒன்றாக விளங்கும் காயாங்குளத்திற்குப் பல வரலாற்றுச் சிறப்புகள் உண்டு. இங்கு கி.பி.829 ஆம் சிரியன் கிறித்தவத் திருச்சபை அமைக்கப்பட்டது.

காயல் + கோவிலகம் என்பது காயாங்குளம் எனத் திரிந்தது என்பர். கோவிலகம் என்றால் கோவின் அகம் = மன்னனின் இல்லம், அதாவது அரண்மனை. இதைக் கல்லி கொல்லம் என்றும் உரைப்பர். அதற்குக் கல் நிறைந்த கொல்லம் என்பது பொருள்.

டச்சு வாணிப நகரம்

டச்சுக்காரர் காயாங்குளத்தை 1661 ஆம் ஆண்டு பிடித்தனர். இது இக்கால முதல் டச்சு வாணிப நகராக விளங்கிற்று. காப்டன் கிடு (Captain Kidd) என்று அனைவராலும் அறியப்பட்டிருந்த வில்லியம் கிட் (1645-1701) என்ற கடற்கொள்ளைக்காரரான ஸ்காத்லாந்தியர், 1690 ஆம் ஆண்டு காயாங்குளம் மன்னருடன் வாணிபம் செய்து வந்தார். (காப்டன் கிடு கடற் கொள்ளையர் என்ற குற்றத்திற்காக 1701 ஆம் ஆண்டு இங்கிலாந்தில் தூக்கிலிடப்பட்டார்).

போர்த்துக்கீசருக்கு மிளகு அளித்து வந்த மத்தியாஸ், பிரகைத் தக்குவர்த்தோம் போன்ற பெரிய வணிகர்கள் காயாங்குளத்தில் இருந்தனர்.

ஆலப்புழைக்கும், கொல்லத்திற்கும் இடையிலுள்ள காயாங்குளம் என்ற பெயருடைய காயலிலிருந்து கிட்டத்தட்ட இரண்டு கிலோ மீட்டர் உள்ளே தள்ளிக் காயாங்குளம் ஊர் உள்ளது. இவ்வூருக்கு இணையாக அரபுக்கடல் கால்வாய் ஒன்றும் உள்ளது. அதன் வழியே சிறு படகுகள் செல்லலாம். எனினும் ஊரின் வடக்கே கொச்சியுடனும், தெற்கே கொல்லத்துடனும் தொடர்பு கொள்வதற்கு உப்பங்கழி-காயல்-ஒன்றும் உள்ளது.

அச்சங்கோயில் கணவாய் வழியே மதுரையை இணைக்கும் சாலையும் செல்கின்றது. கொல்லத்திலிருந்து இவ்வூரின் வழியே வரும் மற்றொரு சாலையும் செங்கோட்டையைக் காயாங்குளத்துடன் இணைக்கின்றது. இவ்விரு சாலைகளின் வழியே மதுரை, திருநெல்வேலி மாவட்டங்களிலுள்ள ஊர்களுடன் வாணிபம் நடக்கின்றது.

காயாங்குளம் நாடு வாழி என்ற சிற்றரசர் 1745 ஆம் ஆண்டு திருவிதாங்கூர் மன்னரிடம் பணிந்தார். அதற்கு ஐந்தாண்டுகளுக்குப் பிறகு இந்த 1750 ஆம் ஆண்டு, காயாங்குளம் வேணாடு என்ற திருவிதாங்கூருடன் இணைந்து விட்டது.

காயாங்குளம் ஆலப்புழையிலிருந்து தெற்கே தென்கிழக்கில் 15 கிலோமீட்டர்: பம்பாயிலிருந்து தெற்கே தென்கிழக்கில் சுமார் 444 கிலோமீட்டர்: திருவனந்த புரத்திலிருந்து வடக்கே வடமேற்கில் சுமார் 36 கிலோமீட்டர்.

3. சென்னைக் கறுப்பர் நகர வளர்ச்சி

தாமர்ல வெங்கடப்ப நாயக்கன், ஐயப்ப நாயக்கன் ஆகியோரின் தந்தையான சென்னப்ப நாயக்கனின் பெயரால் ஒரு நகரத்தை அமைக்க வேண்டும் என்ற ஒப்புதலின் பேரில்தான் கிழக்கிந்தியக் கம்பெனிக்கு நில மானியமும், வெகு தாராளமான பிற சலுகைகளும் தரப்பட்டன.

காளத்திச் சமீன்

இவ்வாறு ஆங்கிலேயர்க்குச் சென்னை நகரை அமைக்க இடம் தந்த தாமர்ல என்ற குடும்பம் பின்னாளில் காளத்திச் சமீந்தார் குடியாக விளங்கிற்று. இருபதாம்

நூற்றாண்டின் முற்பாதியில் சென்னை மாகாணத்தின் முதலமைச்சராயிருந்த இராமராய நிங்காரு என்ற பனகல் அரசர் என்பவர் இந்தக் காளத்திச் சமீன் குடியில் பிறந்தவர் என்பது குறிப்பிடத்தக்கது. அவர் பெயரால் சென்னைத் தியாகராய நகரில் பனகல் பூங்கா என்ற பூங்கா உள்ளது. காளத்திச் சமீந்தார் குடியினர் இன்றும் வாழ்கின்றனர்.

முன்னாள் காளத்திச் சமீனின் ஒரு சிறு பகுதி மட்டும்தான் வடார்க்காட்டில் இருந்தது. எஞ்சிய பகுதி நெல்லூரில் அடங்கியிருந்தது. இது தெலுங்கு வழங்கும் பகுதியாகும். வரலாற்றில் இக்குடிக்கு இருக்கும் இடம் கருதி இச்செய்தி இங்கு தரப்படுகின்றது.

காளத்தி

முன்னர் இச்சமீனின் தலைநகராயிருந்த காளத்தி பஞ்ச பூதத்தலங்களில் ஒன்றான வாயுத்தலமாகும். இங்கு ஈசன் காற்றாக இருக்கின்றான். அதனால் இங்குள்ள இலிங்கம் வாயுலிங்கம் எனப்படும்.

காளம்=பாம்பு, ஹஸ்திஸ்ரீ= யானை: இங்கு ஒரு நல்ல பாம்பும் யானையும் சிவனை வழிபட்டமையால் இவ்வூர் காளத்தி என்று பெயர் பெற்றது என்பது மரபு. தெலுங்கில் இதற்குப் பொட்டப்பி நாடு என்று பெயர். பொட்டப்பி நாயக்கன் ஆண்டதால் இப்பெயர் வந்தது. இங்கு ஒரு சிலந்தியும் சிவநாதனை வணங்கியமையால் இதற்கு சிலந்தியூர் என்ற பெயரும் உண்டு. சமஸ் கிருதத்தில் இதைத் தட்சிண கைலாயம் என்றும், ஸ்ரீபுரம் என்றும் அழைப்பர். வைணவர் நாராயணவனம் என்பர்.

கறுப்பர் நகர்

காளத்தி விட்டுக் கறுப்பர் நகர் தொடர்வோம். சென்னைப் பட்டணம் என்பது தற்போது ஜார்ஜ் கோட்டை அமைந்துள்ளதும், அதைச் சுற்றியமைந்ததுமான நிலப்பரப்பைச் சுட்டும். இக்கோட்டையின் வடக்கே மதிராஸ் பட்டணம் என்ற சிற்றூர் அல்லது குப்பம் ஒன்று இருந்திருக்கலாம்.

சதுரமான ஜார்ஜ்கோட்டையின் சுவர்களுக்குள் ஐரோப்பியர் வாழ்ந்த பகுதி வெள்ளையர் நகர் என்றும், கோட்டையின் புறத்தே இந்தியர் புதிதாகக் குடியேறி வாழ்ந்த இடம் கறுப்பர் நகரம் என்றும் பெயர் பெற்றன. வெள்ளையர் நகரத்திற்குக் கிறித்தவர் நகரம் என்றொரு பெயரும் இருந்தது.

வளர்ச்சி

வெள்ளையர் நகரத்தில் 1674 ஆம் ஆண்டு 118 வீடுகளும், கறுப்பர் நகரத்தில் 75 வீடுகளும் மட்டுமே இருந்தன. இந்த எண்ணிக்கை கறுப்பர் நகரில் 1750 ஆம் ஆண்டு கிட்டத்தட்ட முக்கால் நூற்றாண்டிற்குள் 8,700 வீடுகளாகப் பெருகியதிலிருந்து, அதன் வேகமான பெரு வளர்ச்சியை உணர்ந்து கொள்ளலாம்.

கறுப்பர் நகரில் "ஜெண்டு" (இந்து) என்று ஆங்கிலேயர்களால் அழைக்கப்பட்ட தெலுங்கரும், 'மலபாரி' என்று சுட்டப் பெற்ற தமிழரும், ஏராளமான யூதரும், வெகு சில முஸ்லிம்களும் வாழ்ந்தனர்.

சாதிப் பாகுபாடு

கறுப்பர் நகரத்தில் இடங்கை, வலங்கைச் சாதியார் என்று இரு பிரிவினரான சூத்திரர் வாழ்ந்து வந்தனர்.

இடங்கையர் நிலவுடைமையாளராயும், ஊர்க் கணக்குப் பிள்ளைகளாயும் இருந்தனர். வலங்கையரில் வணிகம் செய்வோர், கை வினைஞர், நெசவாளர் முதலானோர் இருந்தனர்: சூத்திரர்களான வலங்கையர் பற்றிய பல செய்திகள் இ.ச.க.முதற் தொகுதியிலும் நான்காம் தொகுதி யிலும் சொல்லப்பட்டுள்ளன. இவ்விரு பிரிவினருக்குமிடையே அடிக்கடிச் சச்சரவுகள் மூண்டு, சமூக உறவுகள் கெட்டு வந்தன.

இடங்கையினர் பெத்துநாயக்கன் பேட்டையிலும், வலங்கையர் முத்தியாலுப் பேட்டையிலும் வாழ்ந்து வருவதென்று 1652 ஆம் ஆண்டில் ஏற்பட்ட சச்சரவிற்குப் பிறகு, சென்னைக் கோட்டைத் தலைவர் பேக்கரும், பிறரும் தீர்த்து வைத்தனர். இவ்விரு பேட்டைகளும் கறுப்பர் நகரின் துணை நகரங்களாயிருந்தன. படகுக்காரர்களும், மீனவரும், மாலுமியரும் எப்போதும் போல் கடற்கரையில் வாழ்ந்து வருவதென்றும் அப்போது முடிவானது.

சாதிச் சண்டை மீண்டும் 1717 இல் தோன்றியபோது, தேவராஜ முதலி தெருவிலுள்ள சென்ன கேசவப் பெருமாள் கோயில், சென்ன மல்லீசுவரர் கோயில் ஆகியவற்றின் அருகிருந்த சிந்தாதிரிப் பிள்ளையார் கோயில் பற்றித் தாவா எழுந்தது. தமிழ்நாட்டில் சாதிக் கலவரங்களும், பூசல்களும் தாவாக்களும், வெட்டுப் பழி, குத்துப் பழிகளும், கருத்து வேறுபாடுகளும் கோயிலை மையமாக வைத்துப் பல நூற்றாண்டுகளாக இன்று வரை நடந்து வருகின்றன என்பதை நினைவிற் கொள்ள வேண்டும். இறைவழிபாட்டில் ஒருமையும், பொறையும் அற்ற நிலை நீடிப்பதைத் தமிழர் உள்ளூர வரவேற்கின்றனர் என்று கொள்வது சாலப் பொருந்தும்.

கறுப்பர் நகர ஆட்சி முறை

கறுப்பர் நகரில் மூன்று நாட்டு அலுவலர் இருந்தனர். அவர்கள் அதிகாரி அல்லது தலைமை அலுவலர்: கணக்குப் பிள்ளை: பெத்து நாயக்கன் அல்லது தலைமைக் காவலர்.

அதிகாரி என்ற தலைமை அலுவலர் மக்களிடமிருந்து வரி தண்டினார்: அவரது அலுவலகம் சத்திரத்தில் இருந்தது: அவர் ஊர்ப் பணிகள் பலவற்றைச் செய்தார்.

அவருக்குக் கணக்குப் பிள்ளை உதவியாக இருந்தார். ஆங்கிலேயர் 1776 ஆம் ஆண்டிலேயே வரி தண்டும் பணியை மேற்கொண்டு விட்டதால், அந்த ஆண்டிலிருந்து கணக்குப் பிள்ளை வேலை எடுக்கப்பட்டுவிட்டது. பெத்து நாயக்கனிடம் நகரின் போலீஸ் பணிகள் ஒப்புவிக்கப்பட்டிருந்தன.

பெத்து நாயக்கனின் கீழ் தலையாரிகள் அல்லது காவற்காரர்கள் இருந்தனர். நகரத்தின் பாதுகாப்புப் பணி அவர்களிடம் ஒப்புவிக்கப்பட்டிருந்தது. அவர்கள் திருடர்களையும், குற்றவாளிகளையும் பிடித்து நீதிமன்றத்திற்குக் கொண்டு சென்றனர்.

ஒரு கொள்ளை நடந்து, பாளையக்காரன் என்ற பெத்து நாயக்கன் அதில் ஈடுபட்ட குற்றவாளிகளைக் கண்டுபிடிக்க முடியாவிடில் கொள்ளையில் பொருளை இழந்தவருக்கு, அதைக் கொடுக்க வேண்டிய பொறுப்பு அவரைச் சேரும். சென்னையில் முறையான

போலீஸ் படை 1806 ஆம் ஆண்டு அமைந்து வரையிலும், பெத்து நாயக்கன் பதவி நீடித்தது.

4. செஞ்சிக்கோட்டை: பிரஞ்சுக்காரர் பிடித்தனர்

முதல் கர்நாடகப் போரின் போது (1746-1748) ஆங்கிலேயரும், பிரஞ்சுக்காரரும் ஐதராபாதில் நிசாமின் அவையில் தமக்கென்று செல்வாக்கு இருப்பது, அரசியல் ஆதாயம் பெறுவதற்கு இன்றிமையாதது என்பதை உணர்ந்தனர். அதனால் பிரஞ்சுக்காரர் தம் ஆளாகக் குலாம் இமாம் ஹசன் என்பவரை அங்கு அனுப்பித் தமக்குச் செல்வாக்குத் தேட முயன்றனர். ஆங்கிலேயரும் முத்தியாலு நாயக்கன் என்றவரைக் கொண்டு நிசாமின் ஆதரவைப் பெற முயன்றனர். ஆனால் முதல் நிசாமான அசஃபு ஷா 1748 இல் சாகவே, ஐரோப்பியரின் அரசியல் தந்திரம் பலன் தராது போனது.

நிசாமின் மகன் நசீர் ஜங்கு பட்டத்திற்கு வந்ததும் அவர் ஒரு புறமும், அவரை ஒழித்து விட்டு நிசாம் ஆக விரும்பிய அசஃபு ஷா பேரரனான ஃமுசபர் ஜங்கு ஒரு புறமும் வக்கரித்து நின்று அரசிருக்கைக்காகப் போராடினர். இந்நிலையில் ஆங்கிலேயர் புதிய நிசாமான நசீர் ஜங்கையும், பிரஞ்சுக்காரர் முசபர் ஜங்கையும் ஆதரித்தனர். ஒரு நூற்றாண்டிற்கு மேல் பகைமை கொண்டிருந்த ஆங்கிலேயருக்கும் பிரஞ்சுக்காரருக்கும் 1748இல் ஆஸ்திரிய வாரிசுரிமைப் போர் முடிந்தபின் உடன்பாடு ஏற்பட்டு விட்டதால், அவர்கள் களத்தில் நேரடியாக மோதாமல், இந்தியர்களை வைத்துப் பாவைக் கூத்து நடத்தலாயினர்.

1750

புதிய நிசாமான நசீர் ஜங்கு இக்காலகட்டத்தில் பெரும் படையுடன் தமிழ்நாடு வந்தார். கேப்டன் கோப்பு என்ற ஆங்கிலப் படைத்தலைவரின் கீழ் இருந்த ஒரு படை 1750 மார்ச்சு மாத வாக்கில் நிசாமின் படையுடன் சேர்ந்து கொண்டது. இப்படை செஞ்சி ஆற்றின் கரையில், பிரஞ்சுக்காரரையும், அவர்களின் ஆதரவில் இருந்த முசஃபர் ஜங்கையும் எதிர்ப்பட்டது. நிசாமின் பெரும்படையைக் கண்ட பிரஞ்சுப் படை அதிகாரிகளில் 13பேர் அஞ்சிப் புதுச்சேரிக்கு ஓடி விட்டனர். இது 1750 மார்ச்சு 4 அன்று இரவில் நடந்தது. முசஃபர் ஜங்கு இப்போது தன் தாய் மாமன் நசீர் ஜங்கிடம் சிறைப்பட்டார். இதனுடன் மன நிறைவடைந்த நசீர் ஜங்கு ஆர்க்காடு சென்று, அங்கு ஆறுமாத காலம் சும்மாயிருந்தார்.

ஆனால் தூய்ப்பிளேயினால் இந்த அவமானத்தைப் பொறுத்துக் கொள்ள முடியவில்லை. அவர் தன் படைகளையெல்லாம் ஒருங்கு கூட்டி வளமும் சேர்த்தார். அவர் நடுநாட்டிலுள்ள திருவதிகையையும், விழுப்புரத்தையும் கைப்பற்றினார்.

(திருவதிகை: இது கெடில ஆற்றின் வட கரையிலுள்ள தொன்மையான சிவத்தலமாகும். அட்டவீரட்டானங்களுள் ஒன்று. மருள் நீக்கியார் என்ற பெயருடைய நாவுக்கரசரின் (கி.பி.570-655) தமக்கை திலகவதியார் திருவதிகையிலிருந்த ஒரு திருமடத்தில் வாழ்ந்திருந்தார். திருநாவுக்கரசருக்குத் திருவதிகையில் தான் சூலை நோய் நீங்கிற்று. அதனால்தான் அவர் சமணம் விடுத்துச் சைவம் மீண்டார். மேலும் சமணர் தூண்டுதலால் நாவுக்கரசரைப் பல வழிகளில் துன்புறுத்திய மகேந்திரவர்மப் பல்லவன் (கி.பி.615-630) மனந்திருந்திச் சைவனாகித் திருவதிகையில் ஈசனுக்குக் கோயில் எடுத்தார். இவர் திருவதிகையில் எடுப்பித்த கோயில் குணபரன் என்று அழைக்கப்படுகின்றது. சைவ சித்தாந்த சாஸ்திரத்தில் ஒன்றான ‘உண்மை விளக்கம்’ எழுதிய மனவாசகம் கடந்தார் திருவதிகையைச் சேர்ந்தவர் என்பர். பதினெட்டாம் நூற்றாண்டில் முஸ்லிம்கள்,

பிரஞ்சுக்காரர், மராட்டியர், ஆங்கிலேயர் மாறிமாறித் திருவதிகைக் கோயிலைக் கோட்டையாகப் பயன்படுத்தினர்.

(விழுப்புரம்: வில்லுப்புரம் விழுப்புரம் ஆனது என்பர். இதுவும் பதினெட்டாம் நூற்றாண்டுப் போர்களுக்குக் களமாய் இருந்தது. இங்கும் முன்னர் ஒரு கோட்டை இருந்தது. இவ்வூர் சென்னையிலிருந்து தெற்கே தென்மேற்கில் சுமார் 160 கிலோ மீட்டரில் உள்ளது. தூய்ப்பிளே இந்த 1750 இல் விழுப்புரம் கோட்டையைப் பிடித்து, 1752 இல் அதை ஆங்கிலேயரிடம் இழந்தார்.)

பிரஞ்சுப்படை தெ பூசியின் தலைமையில் சென்று, முகமதலி என்பவரிடமிருந்து 1750 செப்டம்பர் 12 அன்று செஞ்சிக் கோட்டையையும் பிடித்தது. இதற்கு நான்காண்டுகளுக்கு முன்னர் (1746) நடந்த அடையாற்றுச் சண்டைக்குப் பிறகு, இந்தியப்படை பெரியதாயினும், அதை எளிதில் வெகு சிலரடங்கிய ஐரோப்பியப் படைகொண்டு வென்று விடமுடியும் என்பதை உணர்ந்த பிறகு ஐரோப்பியர் துணிந்து இந்திய நிலப்பரப்பைத் தம் சிறுபடை கொண்டு வெல்லத் தொடங்கினர். அதற்குத் தேவி கோட்டையை ஆங்கிலேயர் மராட்டியரிடமிருந்து 1749 ஆம் ஆண்டு கைப்பற்றியது தொடக்கம் எனில், தூய்ப்பிளே இந்த ஆண்டு திருவதிகை, விழுப்புரம் ஆகிய ஊர்களைப் பிடித்துக்கொண்டு, வரலாற்றுப் புகழ்மிக்க செஞ்சிக் கோட்டையைப் பிடித்தது அதன் தொடர்ச்சி எனலாம்.

செஞ்சிக் கோட்டை பற்றி இ.ச.க. முதற்தொகுதி, நான்காம் தொகுதி ஆகியவற்றில் சொல்லப்பட்டுள்ளது.

சிரிங்கி என்பது திரிந்து செஞ்சியானது என்பர். ஔரங்கசீபின் படைத் தலைவரான சுல்ஃபிகர் கானின் பட்டப் பெயராகிய நசரத்து ஜங்கு என்ற பெயரால், முஸ்லிம்கள் செஞ்சிக் கோட்டைக்கு நசரத்துகடு என்றும் பெயரிட்டனர். அதற்கு வெற்றிக் கோட்டை என்பது பொருள்.

செஞ்சி சிதம்பரத்திலிருந்து வடக்கே, வடமேற்கில் சுமார் 96 கிலோமீட்டர்: கடலூரிலிருந்து வடக்கே வடமேற்கில் சுமார் 70 கிலோமீட்டர்: சென்னையிலிருந்து தென்மேற்கில் சுமார் 131 கிலோமீட்டர்: திண்டிவனத்திலிருந்து மேற்கில் சுமார் 27 கிலோமீட்டர்: திருக்கோயிலூரிலிருந்து வடக்கில் சுமார் 38 கிலோமீட்டர்: விருத்தாசலத்திலிருந்து வடக்கே, வடகிழக்கில் சுமார் 78 கிலோமீட்டர்: கடலிலிருந்து மேற்கில் சுமார் 61 கிலோமீட்டர்.

இங்குள்ள மலைக் கோட்டை குறைந்தது அறுநூற்றாண்டுப் பழமை வாய்ந்தது. இது ஒரு காலத்தில் மாநிலமாயிருந்தது. பிஜப்பூர்ப் படைத் தலைவர் பண்டூலா கான், ஏற்கெனவே செஞ்சிக் கோட்டையை முற்றுகையிட்டுக் கொண்டிருந்த கோல்கொண்டாப் படையுடன் சேர்ந்து 1638 இல் அதைப் பிடித்தார். இந்த வெற்றியை அடைந்த பிஜப்பூர்ப் படைப் பிரிவிற்குச் சிவாஜியின் தந்தையான ஷாஜி பான்ஸ்லே (1594-1664) தலைமை ஏற்றிருந்தார்.

சிவாஜி (1627-1680) தன் ஐம்பதாவது வயதில் செஞ்சிக் கோட்டையை மிகவும் தந்திரமாகப் பிடித்தார். அதன்பிறகு அது 21 ஆண்டுகள் மராட்டியரிடம் இருந்தது. மராட்டியர் வலிமையை ஒடுக்குவதற்காக ஔரங்கசீபு (1618-1707), சுல்பிகர் கானின் தலைமையில் அனுப்பிய முகலாயர் படை செஞ்சிக் கோட்டையை 1690 தொடங்கி 1698 வரை எட்டாண்டுக் காலம் நீண்ட முற்றுகை நடத்திப் பிடித்தது.

அதற்கு ஐம்பத்திரண்டாண்டுகள் கழித்துப் பிரஞ்சுக்காரர் பூசியின் தலைமையில், திடீரென்று இரவில் தாக்கிச் செஞ்சிக் கோட்டையை இந்த ஆண்டில் பிடித்தனர். அதன்பிறகு செஞ்சிக் கோட்டை பதினோரு ஆண்டுக் காலம் பிரஞ்சுக்காரரிடமே இருந்தது. அப்போது பிரிட்டிசார் ஒருமுறை செஞ்சியைத் தாக்கிப் பிரஞ்சுக்காரரிடம் தோற்றனர்.

எனினும் காம்டன் ஸ்டீபன் ஸ்மித்து ஐந்து வாரகாலம் அதைச் சூழ்ந்து தாக்கி 1761இல் கைப்பற்றினார். அது 1780 இல் ஐதரிடம் சரணடைந்தது. அதன்பிறகு தென்னிந்தியாவில் நடந்த போர்களில் செஞ்சிக் கோட்டையின் பங்கு எதுவுமேயில்லை.

செஞ்சி தமிழ்நாட்டிலேயே உடல் நலத்திற்குக் கேடான இடம் என்று ஐரோப்பியர் கருதினர். பிரஞ்சுக்காரர் அதைப் பதினோராண்டுக் காலம் வைத்திருந்த போது, அங்கு 1,200 ஐரோப்பிய வீரர்கள் நோயுற்றுச் செத்தனர் என்று பதினெட்டாம் நூற்றாண்டில் வாழ்ந்த இந்திய வரலாற்றராசிரியரான இராபட் ஓர்மி (1728-1801) கூறுகின்றார். இவர் கேரளத்திலுள்ள அச்சங்கோவிலில் பிறந்தவர். 'இந்துஸ்தான வரலாறு' என்ற இந்திய வரலாற்று நூலை எழுதியவர்.

5. ஐதராபாது அரசிருக்கைக்காகக் கொலைப்பழிகள்

தூய்ப்பிளே அரசியல் தந்திரத்தினால் கடப்பை, கர்னூல், சாவனூர் ஆகிய இடங்களில் நவாபுகள் உள்பட நிசாமின் பிரபுக்களில் பலரோடும் மறைமுகத் தொடர்பு கொண்டு தனக்கு ஆதரவு தேடிவைத்திருந்தார். அதனால் கடப்பை நவாபு, ஐதராபாது நிசாமாகிய நசீர் ஜங்கைப் போரின் போது தாக்கிக் கொன்றுவிட்டார். அதனால் அவரிடம் சிறைப்பட்டிருந்த முசாபர் ஜங்கு விடுவிக்கப்பட்டார்.

தூய்ப்பிளே இவரைத் தக்காணத்தின் நிசாமாகப் புதுச்சேரியில் அரியணை ஏற்றிய செய்தியை முன்னர் கண்டோம். இது தூய்ப்பிளேயின் அரசியல் தந்திரத்திற்குக் கிடைத்த மாபெரும் வெற்றியாகும்.

ஆனால் முசாபர் ஜங்கு நெடுங்காலம் வாழவில்லை. அவரை அரியணையில் ஏற்றுவதற்காக நசீர் ஜங்கைக் கொன்றவர்களே முசாபர் ஜங்கைக் கொன்று விட்டனர்.

பிரஞ்சுப் படைத்தலைவரான பூசி உடனே நசீர் ஜங்கின் தம்பியான சலாபத்து ஜங்கை ஐதராபாதின் நிசாமாக அமர்த்திவிட்டார். சலாபத்து ஜங்கு புதிய நிசாமாக 1751 பிப்ரவரி 14 அன்று பட்டம் ஏற்றார். தக்காணத்தின் இந்தப் பத்தாண்டு வரலாறு சூழ்ச்சிகள், துரோகங்கள், நம்பிக்கைத் துரோகம், இரண்டகம் முதலிய கீழ்த்தரமான அழிவுச் செயல்கள் நிறைந்ததாக உள்ளதைக் காணலாம்.

6. பதினெட்டில் பம்பாய்

இந்தியாவில் பிரிட்டிசார் அமைத்த குடியேற்றங்களுள் நலக்கேடுகள் மட்டுமன்றி, ஒழுக்கக் கேடுகளும், ஊழலும் பம்பாய்க் குடியேற்றத்தில் மலிந்திருந்தன.

மைய இலண்டன் நகரம் ஆற்றுப்படுகை மீது கல்லும் மணலுங் கலந்த கலவைமேல் நிற்கின்றது.

நியூயார்க்கு நகரத்தைப் பாறை தாங்கிக் கொண்டிருக்கின்றது.

லெனின்கிராடு சதுப்பு நிலத்தின் மேல் எழும்பியது.

கல்கத்தாவோ அலையெழும்பி அடித்து வரும் கழிமுகத்தில், இடம் பெயரக்கூடிய களிமண் சேற்றின்மேல் நிலைத்துள்ளது.

பம்பாயோ அழுகிப்போன மீன்கள், மட்கிப் போன தென்னை மட்டைகள் இவற்றின் மீது பெரிதும் கட்டப்பட்டுள்ளது என்பர். பம்பாயில் முதன்முதலில் குடியேறிய ஐரோப்பியர் போர்த்துக்கீசரே யாவர். அவர்கள் 1509 ஆம் ஆண்டு பம்பாயை அடைந்தனர்.

பம்பாய் நகரத் தோற்றம்

பம்பாய் நகரத்தின் தோற்றுவாய் இ.ச.க.இரண்டாம் தொகுதி இரண்டாம் பகுதியில் சிறிதளவு சொல்லப்பட்டிருந்தது. பம்பாய் 1665 ஆம் ஆண்டு பிரிட்டனின் முடியரசிற்கு உடைமையான காலனியானதிலிருந்து, அதன் வளர்ச்சி பிற குடியேற்றங்களான சென்னை, கல்கத்தா ஆகியவற்றுடன் ஒப்பிடும்படியாக இல்லை. ஜெரால்டு ஆங்கியர் கிழக்கிந்தியக் கம்பெனியின் மேற்குக் கரை மையத்தைச் சீர்கெட்டு வந்த சூரத்திலிருந்து பம்பாய்க்கு மாற்றிய பிறகுதான் இந்நகரத்தின் வளர்ச்சி தொடங்குகின்றது. அதனாலேயே ஆங்கியர் பம்பாயை நிறுவியவர் என்ற பெருமையைப் பெறுகின்றார்.

ஆங்கியர் பிரிட்டிஷ் சட்டத்தின் கீழ் நீதிமன்றங்களை நிறுவினார். அவர் அக்காலத்தே அமைத்த நீதிமன்றக் கட்டடங்கள் 1930 ஆம் ஆண்டு வரை நிலைத்திருந்தன. அவர் புதிய கப்பல் துறைகளைக் கட்டினார்; அச்சகங்கள் அமைத்தார். இன்று இறுதியாக இந்திய இராணுவமாகத் திகழும் கிழக்கிந்தியக் கம்பெனிப் படையின் முன்னோடியாகக் கம்பெனிப் படை (Militia) ஒன்றையும் அமைத்தார். அப்படை மேனாட்டு நிலப்பிரபுத்துவ (Feudal) முறைப்படி அமைந்தது. அம்முறைப்படி மக்கள் அந்தப் படையில் ஊழியம் செய்ய வேண்டும்.

1750

ஆங்கியரின் காலத்தில் மசகாம், பரேல் ஆகிய அண்டை மாவட்டங்களும் சேர்ந்து, பம்பாயின் மக்கள் தொகை மிகுந்தது என்று கணிக்கின்றனர்.

கடல் வாணிபப் பெருக்கம்

பம்பாய் பதினெட்டாம் நூற்றாண்டின் பிற்பகுதியில், சீனத்தை நோக்கிச் சென்ற கடல் வாணிபத்தில் மேற்குக்கரையின் மிகப் பெரிய துறைமுகமாக இருந்து வந்ததெனினும், அது பிரிட்டிஷ் மாநிலங்களிலேயே, இக்காலத்தில் மிகவும் பின்தங்கியிருந்தது என்ற உண்மையை மறுக்க முடியாது என்று ஆசீன் தாஸ் குப்தா இந்துமாக்கடல் பற்றிய நூலில் கூறுகின்றார். சூரத்திலிருந்து *1730* -ஆம் ஆண்டுகளில் பம்பாயில் குடியேறிய பார்சிக்காரரான நசர்வாஞ்சி பம்பாய்த் துறையில் கட்டிவந்த கப்பல்களைக் கொண்டு, பிரிட்டிசார் ஒரு கப்பற் படையையே அமைத்தனர். (இச்செய்தி இ.ச.க. நான்காம் தொகுதியில்சொல்லப்பட்டிருந்தது). பம்பாய் மரைன் என்ற இந்தக் கப்பற்படை இந்நூற்றாண்டின் நடுப்பகுதியில் ஆங்கியர் விடுத்த அறை கூவலை எதிர்த்து முறியடித்தது. பாசீனிலிருந்த மராட்டியரும், வாடி என்ற இடத்திலிருந்த சவந்துகளும் *(Sawants)* கடலில் ஆதிக்கம் பெற முயன்றதையும், இதே கப்பற்படைதான் ஒடுக்கியது.

நலக் கேடுகள்

எனினும் நாம் முதலில் கூறியவாறு, இக்குடியேற்றம் நலக்கேடுகளும், ஒழுக்கக்கேடுகளும் மலிந்த குடியேற்றம் என்ற இழிபெயரைப் பெற்றிருந்தது. கிழக்கிந்தியக் கம்பெனி அங்கு கூடுதலாகப் பணியாள்களை அனுப்பி வந்த போதும், அங்கு *1798* வாக்கில் வாழ்ந்திருந்த மொத்த ஐரோப்பியரின் எண்ணிக்கை ஆயிரத்திற்கு மேல் போனதில்லை. அவர்களில் படைவீரரும், மாலுமியரும் இருந்தனர்.

அங்கு ஐரோப்பியரின் வாணாள் 'இரண்டு பருவ மழைகளுக்குள் முடிந்துவிடும்' என்றும் வழக்கமாகக் கூறுவார். அவர்கள் சதுப்பு நிலங்கள் நிறைந்து கிடந்த தீவக்குறையினுள் சிக்கிக் கொண்டிருந்தனர். அவர்கள் வாழ்ந்த பம்பாய் நகரம் சுமார் இரண்டு கிலோ மீட்டர் நீளமும், கிட்டத்தட்ட ஒரு கிலோமீட்டர் அகலமும் இருந்தது. இச்சின்னஞ்சிறு பம்பாயில் மந்தமானதும், ஒழுக்கம் குன்றியதுமான வாழ்க்கை பதினெட்டாம் நூற்றாண்டு முழுமையும் நீடித்தது.

தென்னைக்கு மீன் உரம்

பம்பாயில் செத்த மீன்களைத் தென்னைக்கு உரமாக இடும் வழக்கம் இருந்தது. இதனால் தமது உடல் நலத்திற்குத் தீங்கு ஏற்படுவதாகப் பிரிட்டிசார் கருதினர். எனவே இவ்வழக்கத்தை நிறுத்துவதற்குக் கடுமையாக முயன்ற போதிலும், அவ்வழக்கம் முற்றிலும் நின்று விடவில்லை.

மீனை உரமாக இட்டால்தான், தெங்கு செழித்து வளர்ந்து ஏராளமாகக் குலை தள்ளும் என்று பம்பாய்த் தீவு மக்கள் நம்பினர். எனவே கம்பெனி அதற்கு விதித்துள்ள தடையை நீக்கவேண்டுமென்று அவர்கள் முறையிட்டனர். அவ்விண்ணப்பம் போர்த்துக்கீச மொழியில் எழுதப்பட்டிருந்தது. ஏனெனில் அம்மொழிதான் *1700* வரையிலும் நடைமுறை வழக்கில் இருந்தது. *(1745* ஆம் ஆண்டுக் கட்டுரை *2*-காண்க) அதன் பிறகுதான் சிறுகச் சிறுகப் பம்பாயில் ஆங்கில மொழிக்கு மக்கள் மாறினர்.

பெரும்பாலான தோட்டங்கள், சொல்லப்போனால் பெரும் பகுதி நிலங்கள் போர்த்துக்கீசரிடம் அல்லது போர்த்துக்கீசக் கலப்பில் பிறந்தவர்களிடம் இருந்து வந்தன.

எனவே, மீன் உரம் போடுவதை அனுமதிக்க வேண்டும்; அதைப் போடுபவர்களைத் தடுத்து, அவர்களுக்கு இடைஞ்சல் செய்யலாகாது என்றெல்லாம் அவர்கள் அடிக்கடி முறையிட்டு வந்தனர், ஆனால் மீன் உரம் இடுபவர்களுக்கு, அது முதற்குற்றமாயின் 50 ரூபாயும், இரண்டாம் குற்றமாயின் 100 ரூபாயும், 1770 இல் அபராதமாக விதிக்கப்பட்டன. இத்தொகையில் ஒரு பாதி கம்பெனிக்கும், மறுபாதி இது குறித்து உளவு சொன்னவர்களுக்குமாகச் சென்றது.

மக்கள் இந்த அபராதத்தைக் கண்டும் அஞ்சிடவில்லை. ஏனெனில் 1787 இல் கூடத் தென்னைக்குக் கருவாடு உரமாக இடப்பட்டு வந்தது. இச்செய்தியைப் போலந்து நாடோடியான டாக்டர் ஹோவ் (Hove) தன் பயணக் குறிப்பில் எழுதுகின்றார்.

பம்பாய் பதினெட்டாம் நூற்றாண்டு முழுமையிலும், இந்தியாவின் பிற பிரிட்டிஷ் குடியேற்றங்களிலிருந்து தனித்து ஒதுங்கியே இருந்து வந்தது. கிளைவு, தூய்ப்பிளே, கல்கத்தா இருட்டுக் குழி, வாரன் ஹேஸ்டிங்ஸ், ஒழுங்கு முறைச் சட்டம் பற்றிய செய்திகள் எல்லாம் எங்கோ இடித்த இடியோசைகள் போன்று மெல்லத்தான் பம்பாயை அடைந்தன.

7. ரோகில்லாக்கள் எழுச்சி: இராம்பூர் நாட்டரசு வரலாறு

டெல்லிக்குக் கிழக்கிலிருந்த பகுதி பதினைந்தாம் நூற்றாண்டு வரையிலும் அடர்ந்த காடுகளால் சூழப்பட்டிருந்தது. அங்கு தலைநகரான டெல்லியையும், கங்கைச் சமவெளி வழியே சென்ற வாணிபத் தடங்களையும் கொள்ளையடிக்கின்ற கொள்ளைக்காரர்கள் மொய்த்திருந்தனர்.

அந்தப் பகுதியைச் சீர் செய்ய வேண்டுமென்று முகலாய அரசர்கள் உறுதி பூண்டனர். ஒரே கல்லில் இரண்டு மாங்காய்களை அடிப்பதைப் போன்று, முகலாயர் படைகளில் பணி புரிந்தமைக்குப் பரிசாக ஆப்கானியக் கொள்ளையரும், கூலிப் படையினருமான ரோகில்லாக்களுக்கு, அந்நிலத்தில் பெரும் பகுதியைக் கொடுத்தனர். இது மிகவும் கெட்டிக்காரத் தனமான செயல்தான் என்ற போதிலும், ஆப்கானியர் இதற்கு முன்னரே கேளாமல் கொள்ளாமல், அங்கு பெரும் பகுதியைப் பிடித்து வைத்துக் கொண்டிருந்தனர்.

கண்டகார்

பதினெட்டாம் நூற்றாண்டு விடிந்ததும் முகலாயர் வலுக்குன்றத் தொடங்கிய நேரத்தில், ஆப்கானியப் படை வீரரில் ஒருவரான சையது அலி முகமது அங்கு ஆற்றல் வாய்ந்த தலைவராக எழுச்சியடைந்தார். அவர் தென் ஆப்கானித்தானத்திலுள்ள கண்டகாரிலிருந்து வந்தவர். (கண்டகார் பல நகரங்களைக் கண்ட இடமாகும். அது மிகவும் முக்கியமான வாணிப மையமாக விளங்கியது. இன்று கண்டகார் ஆப்கானித்தானத்தின் இரண்டாவது பெரிய நகராகும். அது கண்டகார் மாநிலத்தின் தலைநகரமாகும். அது காபூலுக்குத் தென் மேற்கில் சுமார் 470 கிலோமீட்டரில் உள்ளது. காபூலுக்கும் ஹெராட்டிற்குமிடையே தங்குவதற்குரிய ஒரே இடம் கண்டகாரேயாகும். ஹெராட்டு காபூலின் வடமேற்கில் சுமார் 440 கிலோமீட்டரில் அமைந்துள்ளது.

1750

(கண்டகார் நகரத்தை அலெக்சாந்தர் கி.மு. நான்காம் நூற்றாண்டில் கட்டினார் என்பர். அது பல முறை கை மாறி வந்திருக்கின்றது. இந்தியாவில் முகலாயர் குடியைத் தோற்றுவித்த பாபர் (சுமார் 1482-1530) பதினாறாம் நூற்றாண்டில் கண்டகாரை வென்றார். அகமது ஷா துரானி (1724-1773) அங்கு ஆப்கானித்தானத்தின் முதல் கோநகரை 1748 இல் நிறுவினார். அவர் தான் 1747 இல் ஆப்கானியக் கூட்டு அமைப்பை உண்டாக்கினார். அவரது கல்லறையும், ஒரு பள்ளி வாசலும் பழைய கண்டகார் நகரில் உள்ளன.

(பேரரசர் பாபரின் அரியணை ஒரு பாறையில் குடைந்தெடுக்கப்பட்டுள்ளது. அதில் அமர்வதற்கு 42 படிகள் ஏறிச் செல்ல வேண்டும். கண்டகாரில் இப்போது நெசவும், பழங்களைப் பதப்படுத்தித் தகரத்தில் அடைக்கும் தொழில்களும் நடக்கின்றன)

ரோகில்லா தன்னாடு

சையது அலி முகமது கான் 1719 வாக்கில் தனக்கென்று ஒரு நாட்டை உண்டாக்கிக் கொண்டார். அதற்கு அங்கீகாரம் தருமாறு, அவர் முகலாயர்களைக் கட்டாயப்படுத்தி வந்தார்.

இந்தியச் சமவெளியில் வாழ்ந்த மக்கள் இவர்களை ரோகில்லாக்கள் என்று அழைத்தனர். அதற்கு 'மலைவாழ் மக்கள்' என்பது பொருள். அவர்கள் மேற்சொன்னவாறு உண்டாக்கிய நாட்டிற்கு ரோகில்கண்டு என்று பெயர்.

இங்ஙனம் உருவான இந்நாடு, 1750 வரை விரிவடைந்து கொண்டே வந்தது. அதன் புதிய குடிக்கு 'நவாபு' என்ற பட்டத்தை அளிக்குமாறு ரோகில்லாக்கள் முகலாயரை வற்புறுத்தி வந்ததில் இப்போது வெற்றி கண்டனர். (தூய்ப்பிளே எப்படித்தான் எளிதாக நவாபுப் பட்டம் பெற்றாரோ?)

ஔது நவாபின் மன உளைச்சல்

ஆனால் ரோகில்லாக்கள் இவ்வாறு இத்தனை வேகத்தில் அதிகாரத்தையும், பெருமையையும் அடைந்தது குறித்து, ஏற்கெனவே நன்கு நிலைபெற்றிருந்த (பாரசீக நாட்டவரான) அண்டை ஔது நவாபிற்கு மன உளைச்சல் ஏற்பட்டு அமைதியிழந்தார். இக்கால கட்டத்தில் தமக்கென்று ஒரு பேரரசை உண்டாக்குவதென்று முண்டிக் கொண்டிருந்த பிரிட்டிசாருக்கும், இந்துத்தானத்தை வென்றடக்கும் வெறி கொண்டிருந்த மராட்டியருக்கும் கூட, ரோகில்லாக்கள் மீது பொறாமை உண்டானது.

ஔது நவாபு கடைசியாகக் கிழக்கிந்தியக் கம்பெனியுடன் பேராசை காரணமாகத் தனக்கே தீங்கு தரும் வேண்டாத உறவை வைத்துக் கொண்டு, புதிதாய்த் தோன்றிய ரோகில்லாக்களின் நாட்டை நசுக்குவதற்குக் கூலியாக ஐந்து மில்லியன் ரூபாயைத் தருவதாகக் கம்பெனியிடம் ஒப்பந்தம் பேசினார். அந்த ஒப்பந்தமும் கையெழுத்தானது. அதன்படி ரோகில்லாக்கள் சிதறியடிக்கப்பட்டனர். கம்பெனிக்கு ஒப்பந்தக்கூலியும் கிடைத்தது.

(இந்தியாவின் கவர்னர் ஜெனரலாயிருந்த வாரன் ஹேஸ்டிங்ஸ் (1732-1818) முதல் வங்கக் கவர்னராயிருந்த காலம் 1773-1785) மீது பிரிட்டிஷ் பாராளுமன்றத்தில் 1788 ஆம் ஆண்டு குற்றச்சாட்டுகள் எழுந்த நேரத்தில் மேற்சொன்ன ஒப்பந்தம் முக்கிய இடம் பெற்றிருந்தது. அவர் இறுதியில் 1705இல் குற்றமற்றவர் என்று அறிவிக்கப்பட்டார்.)

ரோகில்லாக்கள் அழிக்கப்பட்டனர்

ரோகில்லாத் தலைவர்களில் ஒருவரைத் தவிர அனைவரும் கொல்லப்பட்டனர் அல்லது தம் உடைமைகளைச் சரணமடையச் செய்தனர். சையது பைசுல்லா கான் மட்டும் மலைகளுக்குத் தப்பி ஓடி விட்டுப் பின்னர் திரும்பி வந்து, தன் பழைய அண்டையருடன் சந்து செய்து கொண்டார். அவர் 1801 ஆம் ஆண்டு வரை லக்னோவிலிருந்து ஔது அரசிற்குத் திரை செலுத்தி வந்தார். ரோகில்கண்டைக் கம்பெனியிடம் ஒப்படைத்துவிட வேண்டுமென்று கிழக்கிந்தியக் கம்பெனி அப்போது வந்த நவாபைக் கட்டாயப்படுத்தியது.

இராம்பூர்

ரோகில்லாக்களுக்கு இராம்பூர் இக்காலத்தில் கடைசிப் புகலிடமாயிற்று. ரோகில்லர் அதிகாரத்தை விரிக்க வேண்டுமென்று முனைந்திருந்து சிதறியவர்களில் எஞ்சி நின்றோர் அனைவரும் விரிந்து சென்று கொண்டிருந்த புதிய நகரான இராம்பூரில் ஒன்று கூடினர். ஆப்கானிய ஆண்மையின் சிறுதீவு போலிருந்த இராம்பூரைச் சுற்றிலும் சையது பைசுல்லா கான் மூங்கிலில் பெரிய வேலி அரணைக் கட்டினார்.

மூங்கில் அரண்

படைவீரர் புரட்சிக் காலமான 1857 இல் புரட்சி வீரர்கள் ரோகில்லா நாட்டைச் சுற்றிலும் இயங்கிக் கொண்டிருந்த வேளையில், ரோகில்கண்டு மட்டும் அமைதியாயிருந்தது. ரோகில்லர் கிளர்ச்சியில் சிக்கி ஓடிவந்த பிரிட்டிஷ் ஏதிலியருக்குப் புகலிடம் தந்தனர். கலகம் நடந்த பகுதிகளில் எல்லாம் அஞ்சல் பணியைத் தொடர்ந்து நடத்தினர்.

முஸ்லிம்கள் படைக்கலன் ஏந்திக் கொண்டு கொள்ளையடித்தும், ஐரோப்பியரை இன்னலுக்குள்ளாக்கியும் வந்த இந்த நேரத்தில் ரோகில்கண்டு நடந்து கொண்ட முறை, மிகவும் குறிப்பிடத்தக்க செயல் என்று ஆங்கிலேயர் புரட்சிக்குப் பிறகு கூறினர்.

பரிசும், பட்டமும்

இதற்காக ரோகில்கண்டு நவாபிற்குப் பட்டங்களும், நிலப்பரப்பும், பரிசுகளும் அளிக்கப்பட்டன. ஆப்கானியப் போர்கள் நடந்த காலத்திலும் இராம்பூர் நவாபுகள், கிழக்கிந்தியக் கம்பெனிக்கு மாறாத விசுவாசமுள்ளவர்களாக இருந்தமையால், மேலும் வரிசையாகப் பல பட்டங்கள் அவர்களுக்கு அளிக்கப்பட்டன. இவ்வாறு அவர்கள் 1909 ஆம் ஆண்டு வரை பெற்ற (பாரசீக மொழிப்) பட்டங்கள், பெரும் பாராட்டுகளாக இருந்தன.

அறிவாளிகள் போக்கிடம்

எனினும், ரோகில்கண்டு நவாபை இங்ஙனம் மேலும் மேலும் புகழ்ந்துரைத்துப் பாராட்ட வேண்டியதில்லை என்பதைப் பிரிட்டிசார் கண்டனர். ஏனெனில் அவர் போர்க் கலையைத் துறந்து அருங்கலையில் ஈடுபடலானார். ரோகில்லரின் ஆட்சியாண்மை பதினெட்டாம் நூற்றாண்டின் பிற்பகுதியில் சுருங்கத் தொடங்கியதும், இராம்பூர் ஆப்கானியப் படைக்கலன்களின் கோட்டையாக மட்டுமன்றி, ஆப்கானிய அறிவாளர்களின் போக்கிடமாகவும் சிறந்தது.

இந்திய சரித்திரக் களஞ்சியம் | 231

ரோகில்கண்டை 1857 இல் கட்டுக்குள்ளடக்கி அமைதியாக வைத்திருந்த யூசுப் அலிகான் அரபு மொழியிலும், பாரசீக மொழியிலும் விற்பன்னராக விளங்கினார். கலைகளின் புரவலராயுமிருந்தார்.

அவரையடுத்து 1896 இல் பட்டம் ஏற்ற ஹமீது அலி கான் மணிக்கணக்கில் உருதுக் கவிதை இயம்புவார். பல மொழிகளில் பாடல் புனைவார்.

இசைவாணர்

அவருக்குப் பின்னர் ஆட்சிக்கு வந்த சையது ரசா அலி அருந்திறமை வாய்ந்த இசைப்பாடகர்; பெருஞ்சிறப்புடைய சாகித்திய கர்த்தர். இந்திய சாஸ்திரிய இசைக் காவலர். அவர் இராம்பூர் அரசவைக்கு இந்தியாவெங்கிலுமிருந்து இசைக் கலைஞர்களை அழைத்து வந்தார்.

இசைக் கருவி, நூல், ஓவியச் சேகரம்

அவர் இசைக் கருவிகளையெல்லாம் சேகரித்துத் திரட்டினார். அவற்றுள் பெரும்பாலானவை, மிகவும் பழமையானவை. அழகிய வேலைப்பாடு உள்ளவை. அவர் தனக்கு முந்திய நவாபு எழுதிய நூலை முற்றுப்பெறச் செய்தார். அவர் கீழை நாடுகளின் கையெழுத்துப் படிகளில் பதினையாயிரத்தைச் சேகரித்துவிட்டார். அவற்றுள் பேரரசர் பாபரும், ஷாஜகானும் தம் கைப்பட ஓரத்தில் குறிப்புகள் எழுதிய பாரசீக மொழிக் கவிதை நூல் ஒன்றும் அங்கிருந்தது.

இந்நூல்களின் சேகரமும் பதினைந்து முதல் பதினெட்டாம் நூற்றாண்டு வரையிலுள்ள காலகட்டத்தைச் சேர்ந்த சிற்றோவியங்களின் (Miniatures) சேகரமும், ஒரு நூலகத்தில் வைக்கப்பட்டிருந்தன. இந்திய நாட்டு விடுதலைக்குப் பிறகு ரசா நூலகம் என்ற இக்களஞ்சியம் நாட்டு மக்களுக்குப் படைக்கப்பட்டது. அங்கு உலகெங்கிலுமிருந்து வந்து ஆராய்ச்சியாளர் குழுமுகின்றனர்.

நொடிக் கதை

இந்நூற்றாண்டின் (20) தொடக்கத்தில் நவாபாயிருந்த ஹமீது அலி கான் கற்றறிந்த விற்பன்னரிலும் மேலானவர். அவர் நொடிக் கதைகள் போடுவார். நாச்சுவை பார்ப்பவர். அருந்திறன் வாய்ந்த ஆட்சி நிர்வாகி. அவரும் அவரையடுத்து வந்த நவாபுகளும் இராம்பூரைக் கல்வியின் இருப்பிடம் ஆக்கும் வகையில் அடித்தளம் அமைத்த பெருமை ஹமீது அலி கானையே சேரும்.

இராம்பூர் வடக்கு உத்தரப்பிரதேசத்தில் உள்ளது. டெல்லியிலிருந்து கிழக்கே வடகிழக்கே சுமார் 63 கிலோமீட்டர்.

மேல்நிலை எய்த உதவிய உந்து விசை

ரோகில்லர் பற்றிக் கடைசியாக இச்செய்தியைச் சொல்வது, பதினெட்டாம் நூற்றாண்டுச் சமூக வாழ்க்கை பற்றி அறிவதற்கு உதவியாக அமையும். கொள்ளைக்காரர், கூலிப் படையினர் என்று அடிநிலையிலிருந்த எளிய தோற்று வாயையுடைய ரோகில்லர், கல்வியிலும், கலையிலும் சிறந்து விளங்கி மேன்மையுற்ற தற்குத் தூண்டுகோலாயிருந்த உந்துவிசை எது என்பதை உய்த்துணரவும் கீழ்க்காணும் செய்தி துணை புரியும்.

இந்துத்தானத்தின் கங்கைச் சமவெளியின் கீழ்ப் பகுதியில் அமைந்த இந்து அரசுகளைப் போல், ஆப்கானிய முஸ்லிம்களான ரோகில்லர்களின் அரசிற்கு வலுவான ஆதரவு ஏதும் இல்லை. எனவே அவர்கள் வலுக்குன்றிய தம் அரசியல் நிலைக்கு உரமேற்றப் பல வழிகளில் முனைந்தனர்.

ரோகில்லர் முதற்கண், வடஇந்திய முஸ்லிம் சமூக வாழ்க்கையிலும், முகலாய அரசியல் செயலாட்சி முறையிலும் தமது சமூகத் தகுதி நிலையை ஏற்றிக் காட்டுவதற்கு முயன்றனர். அவர்கள் அரேபிய, எபிரேய இனங்களின் குல முதல்வரான ஆபிரகாம் என்ற இபுராகின் வழி வந்தவர்கள் என்று, ரோகில்லர் மன்னர்களின் பிற்கால வரலாறுகளில் ஏற்றி நிறுவ முயன்றனர். அவர்கள் தாழ்ந்த குடியினர் என்ற குறையைப் போக்குவதற்காகப் பட்டாணியரில் மேட்டுக் குடியினரிடமிருந்து பெண் கொண்டனர். இது போன்ற மண உறவின் மூலம் தம்மைப் பட்டாணிய உயர் குடியாளர் என்று தகுதி நிலையை உயர்த்திக் காட்ட முயன்றனர்.

இந்தியாவின் இந்து மன்னர்கள் தம் குடிவழியைச் சூரிய, சந்திரரிலிருந்து கொண்டுவந்து வலிந்து காட்டினர் என்றால், இந்நாட்டு முஸ்லிம்கள் அவர்களைவிடச் சற்று வேறுபட்ட முறையில் இதில் போலி செய்யப் பார்த்தனர் என்பதை இதனால் அறிகின்றோம்.

8. வட இந்திய வணிக வகுப்பினர்

வட இந்தியாவில் பதினெட்டாம் நூற்றாண்டின் இக்கால கட்டத்தில் இந்திய வாணிபத்தின் கோலம் மாறுகின்றது. உலகிற்கு வேண்டிய பலவகையான வேளாண் பொருள்களையும், பிற மூலப்பொருள்களையும், தொழில் ஆக்கப்பண்டமான துணி வகைகளையும் தருகின்ற பரந்த இந்நாடு, அயலார் தேடிவந்து இப்பண்டங்களை ஏற்றிச் செல்லும் ஏக போகமான பேரங்காடியாக இருந்து வருகின்ற நிலையில் புதிய கூறுகள் இப்போது இடம் பெற்று வருகின்றன.

உள்நாட்டு வாணிபத்திலும் இதுவரை இருந்துவரும் வழிவழியான வாணிப மரபுகள், நடைமுறைகள் இவற்றிலெல்லாம் மாறுதல்கள் தென்படுகின்றன. ஏற்கெனவே நிலை பெற்றுவிட்ட சாஸ்திர, சம்பிரதாய மரபுகளின்படி வாணிகம் புரிந்து வரும் வகுப்பினரோடு, புதிய வகுப்பினரும் வியாபாரத்தைத் தொழிலாகக் கொள்ளத் தொடங்குகின்றனர்.

வட இந்தியாவில் வாணிபத்திலும், தொழிலிலும் ஈடுபட்டிருந்தவர்களில் பெரும்பாலர் 1750 வாக்கில் ஒரே சீரான வணிகப் பண்பாட்டின் ஒரு பகுதியாக விளங்கினர். எடுத்துக்காட்டாக வணிகர்கள் தாம் சார்ந்த சாதி, (இந்து அல்லது சமண) சமயங்களின் கோட்பாடுகளால் வலுப்படுத்தப்பட்ட வணிக அமைப்பில் வணிகக் கூட்டுறவாகச் செயல்பட்டனர்.

கங்கைச் சமவெளிப் பகுதியில் 1750 ஆம் ஆண்டு முஸ்லிம் வணிக சமூகத்தவர் சிலர் இருந்தனர். எனினும் அம் முகலாய, ''ஆப்கானிய'' சமூகத்தவரின் வாணிபக் கட்டமைப்புகள் இந்நூற்றாண்டின் இறுதி வாக்கில் வலுவிழந்து போயின. ஆண்டுதோறும் கங்கைச் சமவெளிக்குத் திரண்டு வரும் காபூலி ஆப்கானிய வட்டிக்காரர்கள் மட்டுமே முஸ்லிம் வணிக சக்தியாக விளங்கினர். அவர்கள் மிக உயர்ந்த வட்டிக்குக் கடன் கொடுத்தனர்.

விற்பனைச் சந்தைகளும், வாணிப நடை முறைகளும் மிகவும்

சிக்கலானவையாகவும், புதிதாக வரும் எவரும் புரிந்து கொள்ளக் கடினமான நுட்பமானவையாகவும் இருந்ததோடு, இரகசியமான மறைபொருளாகவும் நடத்தப்பட்டு வந்தமையால், குறிப்பிட்ட சில சாதியினரும், இச்சாதிக் கூட்டத்தாருள் விரிந்த குடும்பங்களின் குழுக்களும் மட்டுமே வாணிபத்திலும், பணம் கொடுக்கல், வாங்கலிலும், வட்டித் தொழிலிலும் மிகுந்த ஆதாயந் தரத்தக்க வழிகளில் மேலோங்கி நிற்க முடிந்தது.

வட இந்தியாவில் வாணிபம் புரிந்து வந்த பெரும்புள்ளிகளில் குறிப்பிட்ட சாதியாரை மட்டும் இங்கு கூறுகின்றோம். முதலில் பஞ்சாபிலிருந்து இந்தியாவிலும், அதன் எல்லை கடந்து நடு ஆசியா வரையிலும் விரிந்திருந்த வணிக வகுப்பினரான கத்திரி என்ற சாதியாரைக் கவனிப்போம்.

கத்திரி

இது சத்திரிய என்ற சம்ஸ்கிருதச் சொல்லின் திரிபாகக் கத்திரி என்று வழங்குகின்றது. கத்திரி என்போர் பாஞ்சாலத்தைத் தாயகமாகக் கொண்டோர். எனினும் அவர்கள் வடமேற்கு இந்தியாவில் குறிப்பிடத்தக்க எண்ணிக்கையில் காணப்படுகின்றனர்.

1750

சர்.ஜி. காம்பல் (*Sir.G .Compbell*) என்பார் 'இந்திய இனவியல்' என்ற தலைப்பில் எழுதியிருந்த ஆராய்ச்சிக் கட்டுரையை வங்க ஆசியவியல் சங்கத்தின் இதழ் *1866* வெளியிட்டிருந்தது. அவர் கத்திரி சாதியாரைப் பற்றிக் கூறிய கருத்துக்களை, டபிள்யூ.குருக்கு (*W.Crooke*) மேற்கிந்திய மாகாணத்துக் குலங்களையும், வகுப்புக்களையும் பற்றித் தொகுத்துள்ள நூலில் எடுத்துரைக்கின்றார்.

''வாணிபம் இவர்களின் (கத்திரி சாதியாரின்) முக்கியமான தொழிலாயினும், அதைவிட விரிந்ததும், பரந்ததுமான பல துறைகளில் ஈடுபட்டுள்ளனர். அவர்கள் பஞ்சாபின் வாணிபம் முழுவதையும் ஏகபோகமாக்கி வைத்திருப்பதோடு, (அண்டையிலுள்ள) ஆப்கானித்தானத்தின் பெரும் பகுதியிலும், இவ்வெல்லைகளைத் தாண்டியும் வாணிபம் புரிகின்றனர். மேலும் அவர்கள் பஞ்சாபில் தலையாய பொது அரசு ஊழியராயும், படித்தவர்கள் செய்யும் தொழில்கள் கிட்டத்தட்ட அனைத்திலும் ஈடுபட்டுள்ளனர். சீக்கியர்களிடையே குருமார் அமைப்பு இருப்பதால், கத்திரியினர் சீக்கியர்களின் குருக்களாயும் இருக்கின்றனர். சீக்கியர்களின் மூத்த குருவான குரு நானக்கும் (*1462-1539*), கடைசி குருவான கோவிந்தரும் (*1675-1708*) இக்காலத்துச் சோடி (*Sodi*) பேடி (*Bedi*) என்ற பிரிவினரும் கத்திரி சாதியினரேயாவர்.

''எனவே மராட்டியர் நாட்டில் மராட்டியப் பிராமணர் விளங்குவதைப் போன்று ஆற்றல் மிக்க கத்திரி சாதியார் பாஞ்சாலத்தில் மேலோங்கி நிற்கின்றனர். மேலும் இவர்கள் மராட்டியப் பிராமணரைப் போலன்றி, வணிகத்திலும் ஈடுபட்டுள்ளனர். அவர்கள் மறக்குணம் படைத்தோரல்லரெனினும், வேளை வரும் போது வாளை எடுக்கும் திறன் படைத்தவர்களாயும் உள்ளனர்.

மூல்தான் (மூலஸ்தானம்) ஆளுநரான திவான் சாவன் மல், அவருக்குப் பிறகு அப்பதவியை ஏற்று இழிபெயர் பெற்ற மூல்ராஜ், இரஞ்சித்து சிங்கின் தலையாய அலுவலர் எல்லாம் கத்திரியரே. மேற்கே முஸ்லிம்களின் ஆட்சி நடந்த காலத்திலும், கத்திரித் திவானான பாதுஷாகான் அல்லது குண்டுஸ் என்றவரைப் பற்றிய செய்தி

எழுதி வைக்கப்பட்டிருக்கின்றது. அவர் ஆப்கானியரின் கீழ் பெஷாவரிலிருந்த (புருஷபுரம்) கத்திரிக் கவர்னர் என்று நாம் நம்புகின்றேன்.

பேரரசர் அக்பரின் (1542-1605) புகழ் வாய்ந்த அமைச்சர் தோடர்மல் ஒரு கத்திரி. ஆக்ராவிலுள்ள ஜோதிப் பிரசாது என்ற இராணுவப் பொருள் வழங்க ஒப்பந்தக்காரர் கூட, தான் ஒரு கத்திரி என்று என்னிடம் கூறினார்.

கத்திரியர் இந்து சமயத்தில் வலுவான பற்றுடையவர்கள். சீக்கியருக்கு ஒரு சமயத்தையும், குருக்களையும் அளித்த ஒரு சாதியார், ஒப்புநோக்குகையில் அரிதாகவே சீக்கிய சமயத்தவராயிருக்கின்றனர் என்பது குறிப்பிடத்தக்கது. கத்திரியர் நல்ல நிறமுடைய அழகிய இனத்தார். நான் ஏற்கெனவே கூறியதைப் போன்று நன்கு கல்வி கற்றவர்களாயுமிருக்கின்றனர்.

''கத்திரிகளில் சற்றுக் கீழான பெரிய சாதி ஒன்றுள்ளது. அது கத்திரியரைப் போலவே வாணிபத்தில் வெகு முனைப்புடையது. அந்தச் சாதி ரோர் (*Ror*) அல்லது ரோரா (*Rora*) என்று அழைக்கப்படுகின்றது. மேல் மட்டத்திலுள்ள கத்திரியர், இச்சாதியினருடன் தமக்குத் தொடர்பே இல்லையென்ற அல்லது இவர்கள் கத்திரிக்குப் பிறந்த இழி மக்கள் என்று கூறுவர். எனினும் அவர்கள் இனவழியில் ஒரே சாதியார் என்பதில் எனக்கு ஐயமில்லை. அவர்கள் கத்திரியருடன் தொழிலில் கலந்து போயிருக்கின்றனர் என்பது நிச்சயமாகும். அவர்கள் அனைவரையும் கத்திரியர் என்றே நான் கொள்வேன்.

'' கத்திரியர் நடு ஆசியா வரையிலும் காணப்படுகின்றனர். ஆனால் அவர்கள் வெகு தொலைவு செல்லச் செல்ல மனவாட்டமுற்றுத் தொழிலில் தாழ்வான நிலையை அடைகின்றனர். துருக்கித் தானத்தில் அவர்களை மஞ்சள்முக இந்துக்கள் என்றும்,கோழையர் என்றும், திருட்டுத்தனமானவர்கள் என்றும் வருணிக்கின்றனர். நடு ஆசியாவில் அறியப்பட்ட இந்துக்கள் கத்திரியரேயாவர். பஞ்சாப்பில் அவர்கள் பேரெண்ணிக்கையில் உள்ளனர். எனவே அவர்களனைவரும் வணிகராயும், பணக்காரராயும் இருக்க முடியாது. பலர் நிலம் வைத்து வேளாண்மை செய்கின்றனர். பிறரிடம் ஊழியமும் புரிகின்றனர். பல வேலைகளைச் செய்கின்றனர்.''

1750

சாதி மூலம் கூறும் கதை

இந்தியாவில் ஒவ்வொரு சாதியாரும் தமது தோற்றுவாய் அல்லது மூலம் பற்றி ஒன்று அல்லது அதற்கு மேற்பட்ட புராணக் கதைகளைக் கூறுவது இந்தியாவெங்கிலும் மரபாக இருந்து வருகின்றது. ஆங்கிலேயர் பத்தொன்பதாம் நூற்றாண்டின் பிற்பகுதியில் இந்தியாவின் பல்வேறு பகுதிகளைச் சேர்ந்த குலங்களையும் குடிமரபுளையும் பற்றித் தொகுத்துள்ள இனமரபியல் நூல்களில் கிட்டத்தட்ட ஒவ்வொரு சாதியின் தோற்றுவாய்க்கும் புராணக்கதை உள்ளது.

சாதிப் பாகுபாட்டு அமைப்பில் உயர்வு, தாழ்வு என்ற எண்ணம் அழுத்தமாக மேலோங்கி, ஒரு சாதி இன்னொரு சாதியைத் தனி நலனுக்காக அடிமைப்படுத்த அல்லது ஏவலாக்கப் பல கதைகள் உண்டாக்கிச் செயல்பட்டதைப் போன்று தம்மைப் புராண புருஷரோடு தொடர்பு படுத்தி அல்லது தம் குல முதல்வரின் தனிச் சிறப்பை எடுத்துக் காட்டி மேலேற முயன்றதாலேயே இக்கதைகள் பிறந்தன எனலாம்.

கத்திரியர் கதை

திருமாலின் அம்சாவதாரமான பரசுராமர் பிராமணர் நலங்கருதி ஷத்திரியரை, வென்றடக்கி வந்தபோது, ஷத்திரிய மகளிரின் கருவையெல்லாம் அழித்தார். இதைக் கண்டஞ்சிய அக்குலத்துக் கர்ப்பிணிப் பெண்டிர் பலர் பிராமணரைப் புகலடைந்தனர். ஆனால் பரசுராமர் அவர்களைக் கண்டுபிடித்து விட்டார். ஆனால் பிராமணர் அப்பெண்டிரைத் தம் அகமுடையார் என்று சொல்லி காத்தனர். அதை நிலை நாட்டுவதற்காக, அப்பெண்கள் தம் கையால் படைத்த உணவை உண்டு காட்டினர். அப்பெண்களுக்குப் பிறந்தவர்களே கத்திரியரின் முன்னோர்.

இங்ஙனம் அவர்களைக் காத்தவர்கள் சரசுவதிப் பிராமணர். கத்திரியர் இக்கதையை மெய்ப்பிக்கும் வகையில் சரசுவதிப் பிராமணர் இன்றும் தம் வீட்டில் உணவு கொள்வதை ஆதாரமாக எடுத்துக் காட்டுகின்றனர். (சரசுவதிப் பிராமணர் என்போர் இரசபுதனத்துப் பாலைவனத்தினுள் மறைந்து விட்ட சரஸ்வதி ஆற்றின் கரையில் செழித்திருந்தமையால் அப்பெயரை பெற்றனர். அந்த ஆறு இரசபுதனத்தில் பத்தனர் (*Bhatner*) என்ற இடத்தில் மண்ணுள் மறைகின்றது. அது நிலத்தடியிலேயே ஓடிப் பிரயாகையில் கங்கையுடன், யமுனையுடன் திரிவேணியில் கலக்கின்றது என்பது நம்பிக்கை.திரிவேணி என்றால் மூவாறு என்று பொருள். வேணி என்பது ஆறு.)

ஆலம்கீர் கதை

கத்திரியர் முதலாம் ஆலம்கீர் என்ற ஔரங்கசீபின் காலத்திலும் (*1658-1707*) போர்த் தொழிலைக் கைவிடவில்லை.

அவர்களில் ஏராளமானவர்கள் தக்காணப் போரில் கொல்லப்பட்டதும், அவர்களின் விதவைகள் மீது இரக்கம் கொண்ட முகலாய மன்னர், அவர்களுக்கு மறுமணம் செய்விக்க வேண்டும் என்றார். அவர் அதற்காக டெல்லியிலிருந்த மதிப்பு வாய்ந்த சத்திரியரின் கூட்டத்தைக் கூட்டினார். அப்போது அக்குடியின் தலையாளர்களான லாலு, ஜகதர் என்ற இருவரும் மன்னரின் கருத்தை எதிர்க்கவே, எம்முடிவும் இன்றிக் கூட்டம் கலைந்து விட்டது. இன்றுங்கூட முடிவு காணப்படாத எந்தக் கூட்டமாயினும் அதற்கு லாலு ஜகதர் என்றே பெயர். பேரரசர் உடனே இத்திட்டத்தைக் கைவிட்டுத் தன் படையிலிருந்த கத்திரியர் அனைவரையும் நீக்கி விட்டு, அவர்களைத் தரகுத் தொழிலில் ஈடுபடச் செய்தார். இச்சாதியார் இன்றும் இத்தொழிலில் சிறந்து விளங்குகின்றனர்.

கத்திரியர் பொதுவாக வைணவராகவும் அல்லது நானக்குப் பந்தியராகவும் உள்ளவர். அவர்களின் குடும்பப் புரோகிதர்களாகச் சரசுவதிப் பிராமணர் உள்ளனர். கத்திரியர் இந்துக்களில் மேலான சாதியராகக் கருதப்படுகின்றனர்.

1750

அகர்வாலர்

வட நாட்டின் மற்றொரு வணிகச் சாதியரான அகர்வாலர், பனியா என்ற பெரிய சாதிப் பிரிவில் அடங்கிய உள் பிரிவினர் ஆவர். இவர்கள் மேற்கு இந்தியாவில் பெருஞ்செல்வம் படைத்த வணிகச் சாதியினராவர். அகர்வாலர் என்ற பெயருக்குப் பல விளக்கங்கள் உள. இவர்கள் அகர் என்ற அகில் மர வாணிபம் செய்ததால் இப்பெயர் பெற்றனர் என்று ஒரு கதை கூறுகின்றது. அகர் என்பது சம்ஸ்கிருதத்தில் அகரு

எனப்படும் (அகில் பற்றிய செய்திகள் இ.ச.க.இரண்டாம் தொகுதி, முதற் பகுதி காண்க) அதன் தாவரவியல் பெயர் *Aquitaria agallocha:* அதைக் கழுகு மரம் என்றும் கூறுவர். எனினும் இச்சாதியினர் அகிலை விற்றனர் என்பதற்கோ,அது அகர்வாலின் சிறப்புத் தொழில் என்பதற்கோ ஆதாரமில்லை.

அக்கினிஹோத்திரிப் பிராமணரில் ஓராயிரம் குடும்பத்தினர் காசுமீரத்தில் குடியேறினர் என்றும், வைசியர் என்ற தனிக் குலத்தார் அப்பிராமணரின் வேள்வித் தீயில் இடுவதற்காக அகர் (அகில்) மரத்தை அளித்தனர் என்பதால், அவ்வைசிய வகுப்பினர் இப்பெயர் பெற்றனர் என்றும் ஒரு கதை கூறுகின்றது. அலெக்சாந்தர் (கி.மு.356-323) இந்தியா மீது படையெடுத்த போது, அப்பிராமணரின் வேள்விக் குண்டங்களை அழித்தார்.

அப்போது மேற்சொன்ன வைசியர் சிதறிப் பரவி ஆக்ராவினருகே குடியமர்ந்ததால் அவர்களுக்கு அப்பெயர் ஏற்பட்டதாம்.

மூன்றாவது ஒரு கதையும் உள்ளது. பஞ்சாபின் ஹிசார் மாவட்டத்திலுள்ள அக்ரோக என்ற பண்டை நகரத்தின் பெயரோடு அகர்வாலரைத் தொடர்பு படுத்துகின்றது. அங்கு அகரசேனர் என்ற மன்னர் ஓரிலட்சம் வைசியரைக் குடியமர்த்த, அவர்கள் அவ்வூரின் பெயரால் அகர்வாலர் எனப்பட்டனர் என்பது இக்கதை கூறும் செய்தியாகும். இம்மன்னர் அகரசேனரைப் பற்றிக் கணக்கு வழக்கில்லாத கதைகள் உள.

அகர்வாலரில் பெரும்பாலர் வைணவர்; சமணர் சிலரும் உளர். சைவர் மிகச் சிறுபான்மையராக உள்ளனர்.

அகர்வாலர் உணவில் வெங்காயம், பூண்டு, காரட்டு, டர்னிப்பு முதலியவற்றைச் சேர்த்துக் கொள்வதில்லை. அவர்கள் இந்தியாவின் வடமேற்குப் பகுதிகளில் மரியாதைக்குரியவர்களாயும், வாணிப முனைப்புடையவர்களாயும் விளங்குகின்றனர். அவர்கள் தமிழ்நாட்டிலும் பல காலமாகத் தொழில் புரிந்து வருகின்றனர். அகர்வாலர் பணம் கொடுக்கல் வாங்கல், வட்டித் தொழில், நிலவுடைமை போன்ற வாணிபத் தொழில்களைப் புரிந்துவருகின்றனர்.

1750

ஓஸ்வால்

இச்சாதியினரும் பனியா என்ற வாணிபச் சாதியின் உட்பிரிவில் அடங்குவர். ஓஸ்வாலார் இரசபுதனத்தின் மார்வார் என்னும் பகுதியிலுள்ள ஓஸ்வா, ஓசா, ஓசியா, அல்லது ஓசநகர் என்ற ஊரின் பெயரிலிருந்து ஓஸ்வால் என்று அழைக்கப்படுகின்றனர். ஓஸ்வாலர் மார்வாரி என்ற பிரிவில் அடங்கும் வணிகச் சாதியாவார். இக்குலத்திற்கும் ஒரு கதை உண்டு. ஆனால் அது சமண சமயந் தழுவிய கதையாகும்.

ஓஸ்வால் குலக் கதை

சுமார் சம்பாத்து ஆண்டு 222 இல் (கி.பி. 165) ஓசா நகரில் ஒரு மன்னர் இருந்தார். அவருக்குப் பிள்ளை இல்லை. இரத்தின சூரி என்ற சமணத் துறவியைப் பற்றிக் கேள்விப்பட்டு, அவரைக்காண நகருக்கு வெளியிலிருந்து காட்டிற்குச் சென்றார். சமணத்துறவி மன்னருக்கு ஓராண்டில் குழந்தை பிறக்கும் என்று அருளினார். அவ்வாறே ஓராண்டு கழித்து மன்னருக்கு ஓர் ஆண் மகவு பிறந்தது. துறவியின் கூற்றுப் பலித்து விட்டதால் மன்னர் சமணந் தழுவிவிடுவார் என்று அஞ்சிய ஊர் மக்கள்

இரத்தின சூரியன் ஆதரவாளர்களை நகரை விட்டு வெளியேற்றினர். அப்போது அந்நகரின் காவல் தெய்வமான ஓசா தேவி இரத்தின சூரி முன் தோன்றி, மன்னன் ஏற்கும்படி ஓர் அற்புதத்தை நிகழ்த்த வேண்டும் என்று சொன்னாள். அவள் சிறு பஞ்சை எடுத்துத் துறவியின் முதுகுப் பக்கமாகத் தந்தாள். அது பாம்புருப் பெற்று இளவரசன் ஜெயச்சந்து தன் மனைவியுடன் உறங்கிக் கொண்டிருந்த பள்ளியறைக்குச் சென்று, அவனது காற் பெருவிரலைத் தீண்டவே அவன் இறந்தனன். அவனைப் பிழைக்க வைக்கப் பல வழிகளில் முயன்றும் பயனறவே, உடலை எடுத்துக் கொண்டு சுடலை சென்றனர்.

அப்போது இரத்தின சூரி தன் சீடரில் ஒருவரையனுப்பி உடலுக்கு எரியூட்டுவதை நிறுத்தச் செய்தார்.மன்னன் அதன் பிறகு தன் மகனின் சடலத்தோடு துறவியின் முன் வந்து, கை கட்டிப் பணிந்து நின்றான். இளவரசனைப் பாம்பு கடித்த இடத்திற்கு எடுத்துச் செல்லுமாறு துறவி சொன்னார். இளவரசியை முன்போலவே இளவரசன் அருகில் படுக்கச் செய்தார். நள்ளிரவில் பாம்பு திரும்பி வந்து, தீண்டிய இடத்தை நக்கிச் செல்லவும் இளவரசன் பிழைத்தான்.

பின்னர் அரசன் அவையோடும், குடும்பத்தாரோடும் சமணம் தழுவினார். அவரும் அவரின் குடும்பத்தாரும் இன்று ஸ்ரீஜீமல் என்று அறியப்பட்டுள்ள கோத்திரத்தவராயினர். அவருடைய ஊழியர்கள் ஸ்ரீமல் ஆயினர். சத்திரியர் ஓஸ்வால் ஆயினர்.

அந்நாட்டுப் பிராமணர் இம்மத மாற்றத்தைக் கேள்வியுற்றதும் சமணத் துறவியிடம் சென்று, தம் ஆதரவாளர் அனைவரும் சமணம் சார்ந்து விட்டதால் இனிப் பிழைப்பிற்கு என்ன செய்வது என்று கேட்டனர். பிராமணர் இப்போது மதம் மாறியவர்களின் புரோகிதர்களாக இனிமேல் இருக்க வேண்டும் என்றும், அவர்கள் இம்மக்களிடம் போஜகர் (உண்போர்) ஆக இருக்க வேண்டும் என்றும் கூறினார்.

இவ்வாறு சமணந் தழுவிய சத்திரியரான ஓஸ்வாலரில் பதினெட்டுக் கோத்திரங்கள் இருந்தன. அதன் பிறகு வேறு சத்திரியரும் சமணம் தழுவினர். அவர்கள் தம்மை ஓஸ்வாலரிடமிருந்து பிரித்துக் காட்டுவதற்காகத் தம்மைக் கர ஓஸ்வால் (*Khara Oswal*) என்று அழைத்துக் கொண்டனர்.

சம்பாத்து ஆண்டு 1167 இல் (கி.பி.1110) ஸ்ரீ ஜியதத்த சூரி (இப்போது சமணரால் தாதாஜி என்று போற்றப்படுபவர்)சுமார் ஓரிலட்சம் பேரை ஓஸ்வாலராக்கினார். அதற்குப் பிறகு இந்தச் சாதியில் புதிதாக எவரும் சேர்க்கப்படவில்லை. ஓஸ்வாலர் பற்றி இன்னொரு கதையும் உள்ளது.

ஓஸ்வாலரில் சிலர் சுவேதம்பரச் சமணராயும், சிலர் திகம்பரச் சமணராயும் உள்ளனர். அவர்கள் ஸ்ரீயுதத்த சூர்ஜி, ஸ்ரீகுசால் சூர்ஜி, ஸ்ரீ சந்த சூர்ஜி என்ற கரத்தர் கச்ச ஆசாரியர் அல்லது உயர் ஆசாரியரை வழிபடுகின்றனர். இவர்களுள் தாதாஜி என்ற ஸ்ரீஜியுதத்த சூரியர் பெரும் புகழ் வாய்ந்தவர். இவ்வாசிரியர்களின் காலடிகள் பொதுவாக வணங்கப்படுகின்றன. அவர்கள் படைக்கின்ற உணவை மேற்சொன்ன 'போஜசர்' என்ற பிராமணர் உண்கின்றனர். போஜகர் இல்லையெனில் வேறு பிராமணர் உண்பார். இங்ஙனம் படைக்கப்படும் உணவில் பழங்கள், இனிப்புகள், அரிசி,பணம் முதலியன இருக்கும்.

ஓஸ்வால்களில் சிலர் இந்துக்களைப் பார்த்துப் பாம்பையும், அரசு மரத்தையும்

வணங்குகின்றனர். அவர்களனைவரும், குறிப்பாகத் திருமண விழாவில் சூரியனையும், சந்திரனையும் வழிபடுவர். ஓஸ்வால்கள் புலால் உண்பதில்லை. தீண்டாமை உண்டு.

மகேசுவரி

இந்தச் சாதியும் பனியா வகுப்பில் அடங்கிய மற்றோர் உள்சாதி.மகேசன் என்பது பேரிறையான சிவனைக் குறிக்கும். இம்மக்கள் ஜெயப்பூர் நாட்டரசில் இருந்து திதுவான *(Diduvana)*என்ற ஊரைத் தம் பூர்வீகம் என்கின்றனர். இக்குலத்தினருக்கும் ஒரு கதையுண்டு.

ஜெயப்பூரின் கண்டேல் அரசனான சுஜாதசேனனுக்குப் பிள்ளை இல்லை. மன்னன் காட்டிற்குள் சென்று குறிப்பிட்ட ஒரு மரத்தின் கீழ் தோண்டினால், மகேசனின் உருவம் கிடைக்குமென்றும், அதன் பின் மன்னனுக்கு மகன் பிறப்பான் என்றும் பண்டிதர் கூறினர். மன்னர் அவ்வாறே செய்து மகாதேவனின் உருவத்தை எடுத்து வழிபட்டு வரவே, ஒரு மகன் பிறந்தான்.இளவரசன் சிறுவனாயிருந்த போது மன்னன் இறந்தான்.

இளவரசன் ஒரு நாள் காட்டிற்கு வேட்டையாடச் செல்ல, அங்குத் தவமிருந்த முனிவர்களைக் கண்டார். அந்த இடத்தில் ஒரு குளம் இருந்தது. இளவரசரும், அவரது பரிவாரமும் அக்குளத்தில் இறங்கிக் குளித்துத் தம் ஆயுதங்களைக் கழுவவே குளம் இரத்தம் போல் செந்நிறமாயிற்று.

அரசனும், அவனுடைய ஆள்களும் அரக்கர் என்று முனிவர்கள் நினைத்து விட்டனர். எனவே அவர்களால் தமக்குத் தீங்கு ஏற்படாவண்ணம் தம்மைச் சுற்றி முனிவர்கள் ஓர் இரும்புக் கோட்டை எழுப்பினர். இந்தக் கோட்டை இன்னும் இருக்கின்றது என்பர். அதற்கு ''லோககடு'' (இரும்புக் கோட்டை) என்று பெயர். உடனே அக்கோட்டைக்குள்ளிருந்து ''அடி! அடி!'' என்ற குரல் கேட்டது. இளவரசர் அது என்னவென்று பார்க்கச் சென்றார். அவரைக் கண்ட முனிவர்கள், அவரையும், அவரைச் சேர்ந்த எழுபத்திரண்டு பேரையும் கல்லாகும்படி சபித்தனர்.

1750

அரசனுக்கு நேர்ந்த கதியைக் கேட்ட அரசியும், பிறரின் மனைவியரும் விரைந்து லோககடு சென்றனர். அவர்கள் சிதை வளர்த்துக் தீப்பாய்வதென்று முடிவெடுத்தனர். ஆனால் அவர்கள் தீப்பாயு முன்னர் சிவனார் தோன்றி, அவர்களைத் தடுத்து விட்டார். பின்னர் கல்லாயிருந்தவர்களுக்கு உயிர் கொடுத்தார்.

அவர்கள் போர்த்தொழிலை விடுத்து வாணிபத்தில் ஈடுபடுமாறு மகேசன் உரைத்தார். அதன்பிறகு அரசன் குலப்புகழ்பாடும் பாட் அல்லது ஜாகா என்ற பாணனானார். அவரைச் சேர்ந்த எழுபத்திரண்டு பேரும் மகேசுவரி சாதியின் 72 கோத்திரத்தவராயினர்.

இது பற்றி இன்னொரு கதையும் உள்ளது.

முனிவர்கள் செய்த வேள்வியைக் காண்பதற்காக அரசன் வலுக்கட்டாயமாக நுழைந்ததால் அவனும், அவனைச் சார்ந்தோரும் கல்லாக்கப்பட்டனர். பிறகு சிவன் பார்வதியின் வேண்டுகோளால் அவர்களை உயிர்ப்பித்தான். மகேசனால் உயிர்ப்பிக்கப்பட்டதால் மகேசுவரியாயினர்.

குஜராத்தியர்

மேற்சொன்ன சாதியினரே நடு இந்தியாவின் தலையாய வணிகச் சாதியினராயிருந்தரெனினும், பிராமண அல்லது வைசிய வகுப்பைச் சேர்ந்த குஜராத்தின் குடும்பத்தினர் சிலரும் வணிகத்தில் மேலோங்கியிருந்தனர். அவர்களின் முன்னோர் பதினாறு, பதினேழாம் நூற்றாண்டுகளில் இந்தியாவின் அயல் வாணிபத்தில் மேலோங்கிருந்தனர். உள்நாட்டு வாணிப வழிகளிலும் அவர்களின் வாணிபம் விரிந்திருந்தது. எனினும் முகலாயப் பேரரசு எழுந்ததும் அவ்வணிகரின் செல்வாக்கு மங்கியது.

பிற சாதியர்

ஆங்காங்கேயிருந்த வட்டாரங்களில், அப்பகுதிகளைச் சேர்ந்த கதம்பமான வணிகச் சாதியினர் இருந்தனர். அவர்கள் கையில் அப்பகுதிகளின் வாணிபம் இருந்தது. அவர்கள் நிலப்பிரபுக்களுடனும், சிற்றரசுகளுடனும் சேர்ந்து வட்டாரச் சந்தைகளை நடத்தி வந்தனர். (கஞ்சுகள்-காண்க) இவ்வணிகக் குடும்பத்தினர் வைசிய வருணத்தவராக இருப்பதுதான் வழக்கம், எனினும் தாழ்ந்த சாதியினராகிய சாராயம் வடிக்கும் கல்வார் வகுப்பினராக அல்லது எண்ணெய் ஆட்டும் வாணியரான தேலி என்ற வகுப்பினராகவும் இருந்தனர். இச்சாதியினர் வாணிபம் செய்து கையில் முதல் சேர்ந்து, சமூகத்தில் அவர்களுக்கு உயர்ந்த நிலை கிடைத்தது.

1750

வாணிபத்தையும், லேவா தேவியையும் தொழிலாகக் கொண்டவர்கள், பதினெட்டாம் நூற்றாண்டில் வட்டிக்குக் கடன் கொடுத்தனர். அல்லது அங்காடிகளுக்கும் விற்பனைக்காகச் சரக்குகளைக் கொண்டு சென்றனர் என்று கூறமுடியாது.

பணமும், ஒரு வண்டியும், மாடும் இருந்தால் போதும் ;ஒருவர் பெரும் புள்ளியாகவும், செல்வச் செழிப்புள்ள வேளாளராகவும் உயர முடியும் என்ற நிலை உண்டாகி விட்டது. எனினும் வேளாண்மையில் மேலோங்கி நின்ற சாதியினர், வியாபார நுணுக்கங்களைப் போதிய அளவில் பெறுவது என்பதோ ,'கடைத் தெருக்காரர்கள்'என்ற வணிகர்களின் ஐயப்பாடுகளைத் தொலைவிலிருந்து வந்து போகக்கூடிய வசதியை அடைவது என்பதோ, இயலாது என்ற நிலையும் இருந்தது.

எனவே வணிகம் என்பது வருணாசிரம தர்ம அமைப்பினுள் அல்லது அதையும் கடந்து விரிந்த சாதிப் பாகுபாடு என்ற கட்ட மைப்பினுள் அடங்காத தொழிலாகச் சிறுகச் சிறுக மாறி வந்ததை உணர முடிகின்றது.

9. பஞ்சாரர் - பொதிமாட்டு வணிகக் கூட்டம்

பதினெட்டாம் நூற்றாண்டின் இக்கால கட்டத்தில், அரசு என்று சொல்லிக் கொள்ளத்தக்க ஆட்சி நிர்வாகக் கூறுகள் சிலவற்றைக் கொண்டிருந்த சிற்றரசுகள் வட இந்தியாவில் இருந்தன. அவை 'ராஜ்' என்று அழைக்கப்பட்டன. அவற்றிடம் எல்லையைச் சுட்டிக்காட்டி அடையாளங் காணத்தக்க ஆட்சிப்பரப்புகள் இருந்தன. இத்தகைய இந்திய மன்னர்களைப் பொருத்தவரையில், தம் ஆட்சியிலுள்ள நிலப்பரப்பிலிருந்து வருகின்ற வருவாயும், தாம் அரசர் என்று ஏற்று மதிக்கப்படுவதும் மட்டுமே பெரியனவாக மதிக்கப்பட்டனவேயல்லாது, ஆட்சிப் பரப்பு ஆக்கமான அம்மன்னர்களின் பிடியில் இருக்கவேண்டுமென்பது முக்கியமாகக் கருதப்படவில்லை.

அம்மன்னர்களிடம் வரி தண்டவும், நீதிப்பரிபாலனம் செய்வதற்கும், ஆட்சிநிர்வாக அமைப்புகள் இருந்தன. எனினும் பதினெட்டாம் நூற்றாண்டு வட இந்தியாவில் பெரிய நிலப்பரப்புகள், அரசமைப்புகள் என்று எளிதில் சொல்லி விடமுடியாத சக்திகளின் கட்டுப்பாட்டில் இருந்து வந்தன என்பது குறிப்பிடத்தக்கது.

முகலாய மேலாண்மை ஔரங்கசீபு (1707) இறந்தபிறகு தளர்ந்து, சீர்கெட்டு விட்டமையால் மந்தைகளை ஓட்டிச் செல்லும் பெரிய கூட்டங்கள், பயங்கரமான கொள்ளையர்கள், மற்றும் பிற நாடோடிக் கும்பல்கள், இந்த அரசியல் வெறுமையைப் பயன்படுத்திப் பேராதயம் பெற்றனர். இக்கூட்டத்தார் சிற்றூர்களிலும், முகாம்கள் அல்லது கிடைகளிலும் சிறுசிறு பிரிவினராய் இருந்து வந்தனர்.

நாடோடிக் கும்பல்கள்

இந்நாடோடிக் கும்பல்கள் டெல்லிக்கு வடக்கிலும், மேற்கிலும் இருந்த பகுதிகளில் வாழ்ந்து வந்தன. அவர்களில் இன்றைய அரியானாவைச் சேர்ந்த பாத்தி என்ற இடையர்களை நல்ல எடுத்துக் காட்டாகக் கொள்ளலாம். இடையர்களும், கொள்ளைக் கூட்டத்தாருமான இக்கூட்டத்தார், தமது வாழ்விடங்களில் ஓடுகின்ற தபதி, பியாஸ் ஆறுகள் நெடுகிலும் வாழ்ந்தனர். அவர்கள் அங்கு செழிப்பான நல்ல விளைநிலங்களில் சிறுசிறு திட்டுகளில் இருந்து வந்தனர். ஆனால் அவர்கள் ஆண்டில் பெரும்பகுதிக் காலத்தைத் தம் பகுதிகளைச் சுற்றியமைந்த இடங்களுக்குச் சென்று, அங்குள்ள மக்களை அச்சுறுத்தி அவர்களிடமிருந்து கால்நடை, தங்கம் முதலியவற்றைப் பறித்து, வெகு தொலைவிலுள்ள சந்தைகளில் அவற்றை விற்று வந்தனர்.

அவர்கள் நிலை பெற்று நடந்து வந்த வேளாண்மைக்கும், அரசுகளுக்கும் எதிரிகள் என்று கருதப்பட்டனர். எனினும் நிலைகொண்டு விட்ட அந்தந்த வட்டாரத்துப் பொருளாதாரத்தில் தமக்குரிய பங்கை ஆற்றி வந்தனர். அவர்கள் அவ்வட்டாரங்களுக்கு வேண்டிய கால்நடைகள், பால், நெய் மற்றும் வனப்பொருள்களை அளித்து வந்தனர்.

1750

பஞ்சாரர்

இத்தகைய கூட்டத்திற்குள் மிகவும் புகழ் படைத்தவர்கள் என்று பஞ்சார என்ற சாதியினரைக் கூறலாம். இம்மக்களைப் பற்றி முகலாயப் பேரரசர்களும், அயல்நாட்டு நாடோடிகளும், பத்தொன்பதாம் நூற்றாண்டின் ஆங்கில மானுடவியலாரும் பலபட எழுதி வைத்துள்ளனர். சமூகவியல் நோக்கில், வரலாற்றில் இடம் பெற்ற இம்மக்களைப் பற்றிய செய்திகள் அறிந்து கொள்ளத் தக்கனவாம்.

முகலாயப் பேரரசர் ஜகாங்கீர் (1605-1628) தன் பதினேழாவது ஆட்சியாண்டில் (1622) கண்டகாருக்குப் படையனுப்பிய போது பஞ்சாரர் பற்றி இவ்விதம் சொன்னார்.

''எனவே கூலவணிகர்களை (அவர்கள் இந்திய மொழியில் பஞ்சாரர் என்று அழைக்கப்படுகின்றனர்.) ஊக்குவித்து, அவர்களுக்குப் பொருளும் தந்து, படைவீரர்களுக்கு வேண்டிய உணவுப் பண்டங்கள் தட்டின்றிக் கிடைப்பதற்காக, வெற்றிப் படையுடன் அனுப்புவதென்று முடிவு செய்யப்பட்டது. பஞ்சாரர் ஒரு குலத்தினர். அவர்களில் சிலரிடம் 1,000 எருதுகள் இருக்கும். வேறு சிலரிடம் சற்றுக் கூடுதலாகவும், குறைவாகவும் இருக்கலாம். இவர்கள் பல்வேறு மாவட்டங்களில் தானியங்களை ஏற்றிக் கொண்டு, நகரங்களில் சென்று விற்பார்கள். படைகளோடும்

செல்வர். அப்படிப் படையினருடன் செல்லும் போது அவர்களிடம் ஓரிலட்சம் அல்லது அதற்கும் அதிகமான பொதிமாடுகள் இருக்கும்.''

நாடோடி வணிகர்

பஞ்சார என்பதும் லபான என்பதும் ஒரே சாதி என்று பொதுவாகக் கூறப்படுகின்றது. தென்னிந்தியாவில் பிரிஞ்சார என்ற சாதி லவான அல்லது லும்பான என்று அழைக்கப்படுகின்றது. லூன் என்ற சமஸ்கிருதச் சொல்லிலிருந்து இது வந்தது. லவன் என்றால் சம்ஸ்கிருதத்தில் உப்பு எனப்படும்.

இச்சாதி வட இந்தியாவின் கிழக்குப் பகுதிகளில் பஞ்சாரா என்றும், பஞ்சாபில் லபான என்றும் அழைக்கப்பட்டது. ஆனால் பஞ்சார என்பது வணிகன் என்று பொருள்தரும் பனிஜ் என்ற சொல்லிலிருந்து வந்தது அல்லது அலைந்து திரியும் வியாபாரியைக் குறிக்கும் வகையில் மேற்குப் பாஞ்சாலத்தில் வழங்கி வந்த பஞ்சி என்ற சொல்லிலிருந்தும் வந்திருக்கலாம். பஞ்சார என்ற சொல்லும் இச்சாதியைக் குறிக்கும் மற்றொரு சொல் என்பதில் ஐயமில்லை.

அவர்கள் மாபெரும் நாடோடி வணிகர்களாக விளங்கி வந்தனர். நடு இந்தியா, தக்காணம், இரசபுதனம் ஆகிய இடங்களின் பண்டங்களைப் பிற இடங்களுக்குக் கொண்டு சென்றனர். அவர்கள் ஆப்கானிய, முகலாயப் பேரரசுகளின் கீழ், பேரரசப் படைகளுக்கு வேண்டிய பண்டங்களை வழங்குபவர்களாயுமிருந்தனர்.

1750

தோற்றுவாய்

அவர்களில் பல்வேறு தோற்றுவாய்களையுடைய பிரிவினர் உள்படப் பல சாதியினர் சேர்ந்திருந்தனர் என்பது சர்.எச்.எலியட்டின் எழுத்திலிருந்து தெரிகின்றது என்று எச்.ஏ.ரோஸ், ஐ.சி.எஸ்.கூறுகின்றார். எனினும் முதல் பஞ்சாரர் சாதி நேபாள எல்லைக்கு அருகிலுள்ள கோரக்பூரிலிருந்து டெல்லிக்கு வடக்கே சுமார் 165 கிலோமீட்டரில் கங்கைக் கரையிலுள்ள அரித்துவாரம் வரையிலுள்ள நிலப்பரப்பை வாழ்விடமாகக் கொண்டிருந்தது என்று சொல்லப்படுகின்றது. ஐக்கிய மாநிலத்தைச் சேர்ந்த (ஐக்கிய மாநிலம் என்பது, உத்தரப் பிரதேசத்தின் பழைய பெயர்.) பஞ்சாரர் குளிர் காலத்தில் ஆண்டுதோறும் யமுனை மாவட்டங்களுக்கும், கிழக்கத்தியப் பகுதிகளுக்கும் செல்வதுண்டு.

அவர்கள் உள்ளூர் வணிகர்களின் பெயர்களுக்கு உண்டியல்களைக் (*Letter of credit*) கொண்டு வந்து, ஏராளமான எண்ணிக்கையில் கால்நடைகளை விலைக்கு வாங்குவார்கள். கோடை காலம் நெருங்கியதும் அவற்றை விற்பதற்காகக் கொண்டு செல்வர். இவர்களும், இரசபுதனத்தைச் சேர்ந்த பொதிமாட்டு வணிகர்களும் இந்துக்களாயிருந்தனர். முஸ்லிம் பஞ்சாரர் அனைவரும் கிட்டத்தட்டச் சுற்றித் திரியும் சிறு வணிகராயிருந்தனர்.

நாயக்

பஞ்சாரர் கூட்டத்தின் தலைவருக்கு நாயக் என்று பெயர். (சமஸ்கிருதத்தில் நாயக் என்பது தலைவனைக் குறிக்கும்.) பஞ்சாரர் பொதுவாக நாயக்கு என்ற பெயரால் அழைக்கப்படுவது வழக்கமாயிருந்தது. பத்தொன்பதாம் நூற்றாண்டில் இருப்புப் பாதை

வந்து, இரயில் போக்குவரத்துத் தொடங்கியதும் இம்மக்களின் வாணிபத்தை இரயில்வே பறித்துக் கொண்டது. அவர்கள் மலைப்பகுதிகளைத் தவிர வேறு இடங்களில் இக்காலத்தே மறையத் தொடங்கினர்.

டேவர்னியர் வருணனை

ஜீன்-பாப்டிஸ்டு டேவர்னியர் 1605 ஆம் ஆண்டு பாரிஸ் நகரில் பிறந்தவர். அவர் 1631 ஆம் ஆண்டு முதற் பயணமாக இந்தியாவிற்கு வந்திருந்தார். அவர் அதன் பிறகு 1638, 1649, 1651, 1657 ஆகிய ஆண்டுகளில் ஐந்து முறை இந்தியாவிற்கு வந்திருந்தார். அவர் எழுதி வைத்த பயணக் குறிப்புகள் 1676 ஆம் ஆண்டு பிரஞ்சு மொழியில் வெளியிடப்பட்டன. அவை பிரஞ்சு மூலத்திலிருந்து வி.பால் என்ற ஐ.சி.எஸ். அலுவலரால் மொழி பெயர்க்கப்பட்டு ஏற்கனவே வந்த நூல். அண்மையில் மறுபதிப்பாக இந்தியாவில் வெளியிடப்பட்டது. இந்நூல் மிகவும் பயனுள்ள வரலாற்று ஆவணமாகும். டேவர்னியர் இந்நூலில் பஞ்சாரர் பற்றி எழுதிய குறிப்புகளின் நயம் கருதி இங்கு தருகின்றோம்:-

பொதி மாடு

ஒவ்வொரு பொதிமாட்டின் மீதும் 160 கிலோ கிராம் எடையுள்ள பொதியை ஏற்றுவர். மொத்தம் 10,000 அல்லது 12,000 பொதி மாடுகள் அடங்கிய கூட்டம் அரிசி, சிறுதானியம், உப்பு இவற்றை ஏற்றிக்கொண்டு, சிறுதானியம் விளையும் இடங்களுக்கு அரிசியையும், அரிசி விளையும் இடங்களுக்குச் சிறுதானியங்களையும், உப்பே இல்லாத இடங்களுக்கு உப்பையும் எடுத்துச் செல்லும் காட்சி பெருவியப்பூட்டுவதாக இருக்கும். அவர்கள் ஒட்டகங்களையும், இப்பொதிமாட்டுக் கூட்டங்களில் சேர்த்தாலும், அது அரிது, அவர்கள் அவற்றைப் பிரபுக்களின் பொதிகளை ஏற்றிச் செல்வதில் ஈடுபடுத்தினர்.

மழைக்காலம் நெருங்கி வருகையில் பண்டங்களைத் தொலைவிற்குக் கொண்டு சென்று கப்பலேற்ற வேண்டுமென்பதற்காக, எருதுகளின் மேல் பொதிகளை ஏற்றுகின்றனர்; வண்டிகளில் ஏற்றுவதில்லை. முகலாயப் பேரரச ஆட்சிப் பகுதிகள் அனைத்திலும் வேளாண்மை நடந்து வந்ததாலும், வயல்களைச் சுற்றி வலைப் பின்னல்கள் போன்று கால்வாய்கள் அமைந்திருந்ததாலும் ஆங்காங்கே குளங்களும், கண்மாய்களும் நிறைந்திருந்தன. இது பயணியருக்கு மிகுந்த இடையூறாக இருந்து வந்தது. ஏனெனில் குறுகலான சாலைகளைக் கடந்து செல்வதற்காக இரண்டு மூன்று நாட்கள் கூடக்காத்திருக்க நேரும். பொதிமாடுகளை ஓட்டிச் செல்லும் இம்மக்கள் தம் வாழ்க்கையில் இதைத் தவிர வேறு தொழில் எதையும் செய்வதில்லை. அவர்கள் வீடுகளில் வாழ்வதில்லை. தம்மோடு தம் பெண்டு பிள்ளைகளையும் கூட்டிச் சென்றனர்.

(அனைவராலும் நன்கு அறியப்பட்ட பஞ்சாரர்தாம் இந்தியாவின் வாணிபப் பண்டங்களில் பெரும்பாலானவற்றை எங்கும் ஏற்றிச்சென்றனர். முகலாயர் தக்காணத்திற்குப் படை கொண்டு வந்தபோது. பஞ்சாரர் தென் பாரதத்திற்கும் வந்திருந்தனர். பத்தொன்பதாம் நூற்றாண்டுக் குடிக்கணக்கில் கூடத் தென்னிந்தியாவில் அவர்கள் காணப்படுகின்றனர். மத்திய மாநிலங்கள், தென்மேற்கு வங்கம், சென்னையின் வட மாவட்டங்கள் இங்கெல்லாம் ஏராளமான எண்ணிக்கையில் டேவர்னியர் நூலின்

மொழிபெயர்ப்பாளரான டாக்டர் பால் அவர்களைக் கண்டிருக்கின்றார். அவர் சம்பகப்பூர் என்ற இடத்தில் பஞ்சாரரின் நிலையான கிடங்குகளையும் பார்த்திருக்கின்றார். அங்கு அவர்கள் நோயாளிகளை விட்டு, ஏனையோர் பொதிமாடுகளுடன் செல்வது வழக்கமாயிருந்தது. இருப்புபாதைகள் வந்த பிறகுதான் பஞ்சாரர், தாம் சென்றுவந்த வழித்தடங்களிலிருந்து விரட்டப்பட்டனர்.)

இவர்களில் சிலரிடம் பொதிமாடுகள் எண்ணிக்கை மிகுந்தும், வேறு சிலரிடம் குறைந்தும் இருந்தது. அனைவர்க்கும் ஒரு தலைவர் இருந்தார். அவர் ஓர் இளவரசர் போல் வாழ்ந்தார். அவர் கழுத்தில் எப்போதும் முத்துமாலை தொங்கியது. அரிசி ஏற்றி வரும் பொதிமாட்டுக் கூட்டமும், சிறுதானியம் ஏற்றிவரும் பொதிமாட்டுக் கூட்டமும் சந்திக்கும் போது, ஒன்றுக்கொன்று வழிவிடாது ஏற்படும் சண்டையில் இரத்தக் களரி ஏற்படும்.

இத்தகைய சச்சரவுகள் வாணிபத்திற்கு ஊறு விளைவிக்கும் என்பதையும், நாட்டிற்குள் உணவுப்பொருள்கள் வந்து சேர்வதற்கு இடையூறு உண்டாக்கும் என்பதையும் முகலாயப் பேரரசர் உணர்ந்து, இரண்டு கூட்டங்களின் தலைவர்களையும் அழைத்துப் பேசினார். அவர்கள் தம் பரஸ்பர நலன் கருதி ஒருவரோடொருவர் மோதலாகாது என்று அறிவுரை கூறி ஆளுக்கு ஓரிலட்சம் ரூபாயும் முத்து மாலைகளும் அன்பளிப்பாகக் கொடுத்தார்.

நாலு கூட்டம்

இத்தொழிலைச் செய்துவந்த இனத்தாரில் நான்கு பிரிவினர் இருந்தனர். (டேவர்னியர் அவர்களை மனரி என்று குறிக்கின்றார்.) இம்மக்களில் சுமார் நூறாயிரம் பேர் இருந்தனர். இந்நான்கு பிரிவினரில் ஒருசாரார் தானியத்தை மட்டுமே ஏற்றிச் சென்றனர். இரண்டாம் பிரிவினர் அரிசியையும், மூன்றாம் பிரிவினர் பருப்பு வகைகளையும், நான்காம் பிரிவினர் உப்பையும் கொண்டு சென்றனர். அவர்கள் உப்பைச் சூரத்திலிருந்துகூட ஏற்றி வருவதுண்டு.

இம்மக்களின் பூசாரி அல்லது குரு நெற்றியில் பசைத்தன்மையுள்ள செந்நிறமான செந்தூரப் பொட்டு வைத்து அதை மூக்கு வரை கிழித்திருப்பர். செந்தூரப் பொட்டில் சில தானியங்களை ஒட்டி வைத்திருப்பர். ரோசாப்பூ வடிவில் சில தானியங்களைச் செந்தூரத்தின் மேல் ஒட்டிக் கொள்வதும் உண்டு.

இரண்டாவது பிரிவினரின் பூசாரி மஞ்சள் நிறமான பசைத்தன்மையுள்ள குங்குமத்தை நெற்றியிலணிந்து, அதில் அரிசியை ஒட்டிக்கொண்டிருப்பர்.

மூன்றாம் வகையினர் பழுப்புநிறப் பசைக் குங்குமம் அணிந்து சிறு தானியங்களை ஒட்டியிருப்பர். இவர்கள் தோள்களிலும் சிறு தானியங்களை ஒட்டி வைத்திருப்பர்.

நான்காம் பிரிவினர் ஓர் உப்புக் கட்டியைக் கயிற்றில் கட்டிக் கழுத்தில் தொங்க விட்டிருப்பர்.

இவர்கள் இவ்வகையான அடையாளங்களைக் கொண்டு நான்கு பிரிவினரையும் இனம் கண்டு கொள்ளலாம்.

பெண்கள்

பெண்கள் வெள்ளை அல்லது வண்ணத்தில் எளிமையான நீண்ட சேலை அணிந்திருப்பர். இடுப்பிற்கு மேலே உடம்பில் பச்சை குத்தியிருப்பர். அது உடம்பில் பூப்போட்ட துணி போர்த்தியிருப்பது போருலிருக்கும்.

ஆடவர் காலையில் பொதி ஏற்றும்போது, பெண்டிர் கூடாரத்தைப் பிரித்து மடக்குவர். அவர்களைப் பின் தொடர்ந்து செல்லும் பூசாரிகள், அம்மக்கள் தங்குகின்ற அழகான சமவெளியின் நடுவே நாக உருவத்தை அமைப்பர் (இது நாக வழிபாட்டைக் குறிக்கின்றது. ஆனால் பஞ்சாரரிடையே பாம்பு வழிபாடு இல்லையென்பது அறியப்பட்டுள்ளது.)

பண்டம் வழங்கும் பெருந்தொழில்

பதினேழாம் நூற்றாண்டில் பஞ்சாரர் வாழ்ந்ததை டேவர்னியர் மேற்சொன்னவாறு படம் பிடித்துக்காட்டியிருந்தார். இம்மக்கள் பெரிய படைகளுக்கு வேண்டிய பண்டங்களை ஓரிடத்திலிருந்து மற்றோரிடத்திற்கு எடுத்துச் செல்லும் பெருந்தொழிலை இந்தப் பதினெட்டாம் நூற்றாண்டிலும் தொடர்ந்து செய்துவந்தனர். எனினும் முகலாயா படைத்தலைவர்களால், பஞ்சாரர் ஐயத்திற்குரியவர்களாகவே கருதப்பட்டனர். எனினும் பஞ்சாரரின் பொதி மாட்டுக் கூட்டத்தை நம்பித்தான் பெரிய இராணுவங்கள் இருந்தன. எனவே, அவர்களின் தீய செயல்களை முகலாயர்கள் பொறுத்துக் கொண்டனர்.

கோசைன் கூட்டம்

பஞ்சாரரைப் போன்று பொதிமாட்டு வாணிபத்தோடு, கொள்ளையடிக்கும் தொழிலையும் செய்துவந்த மற்றொரு கூட்டம் இருந்தது. அதன் பெயர் கோசைன்.இக்கூட்டத்தார் இந்துத் துறவியராவர். அவர்கள் கூலிப் படையினராயும் இருந்து, சண்டைகளில் ஈடுபட்டனர். அவர்கள் இந்நூற்றாண்டில் (18) சில இடங்களில் ஆற்றல் வாய்ந்த வணிகக் கூட்டத்தாராயுமிருந்தனர். அம்மக்கள் தமது மாபெரும் நாடோடி வாழ்க்கைச் சுழற்சியில் ஒரு கட்டத்தின் போது, பெரிய யாத்திரை மேற்கொண்டிருந்த நேரத்தில் ஆங்கிலேயர் அவர்களை வங்க எல்லைப் பகுதிகளில் எதிர்ப்பட நேர்ந்தது. அப்போது அவர்கள் கொள்ளையிலும், திருட்டுத் தொழிலிலும் ஈடுபட்டிருந்தனர்.

ஆனால் அவர்கள் மேற்கிந்தியாவில் நகர்ப்புறப் பொருளியல் நிலைப்படவும், பெருகி வந்த புற வாணிபத்தைப் பெருக்கவும் பேருதவி செய்தனர். நடு இந்தியாவில் மிகவும் பயங்கரமான கொள்ளைக்காரர்களாயிருந்து, பிரிட்டிசாரால் பிண்டாரியார் என்று பின்னாளில் ஒடுக்கப்பட்ட கொடிய கொள்ளைக்காரர்களும், இத்தகைய நாடோடிக் கூட்டத்தினரேயாவர்.

இக்கூட்டத்தாரையன்றிக் கஜார், மேவாத்தி என்ற வேறுசில கூட்டங்களும் இருந்தன.

10. அசோகர் பொறிப்புக் கண்டுபிடிப்பு

அசோகர் (கி.மு.273-231)கி.மு.273 அல்லது 272 ஆம் ஆண்டு அரியணை ஏறியபோதிலும் முறைப்படி கி.மு.269 இல் தான் அவருக்கு முடிசூட்டுவிழா

நடந்தது.அதற்கு அரசுரிமைப் போட்டி காரணமாகலாம். உலக வரலாற்றில் மனிதகுலம் அசோகரைப் போன்ற மா மனிதர்களை அரிதாகவே கண்டு வந்திருக்கின்றது.

அசோகர் இளவயதில பாஞ்சாலத்திலிருந்த புகழ்பெற்ற தட்சசீலத்திலும், மாளவத்திலும், உச்சயினிலும், மௌரியப்பேரரசின் அரசப் பிரதிநிதியாய் இருந்தார் என்று வழிவழிச் செய்திகள் கூறுகின்றன. அவர் தன் உடன்பிறந்தாரில் 99 பேரைக் கொன்றுவிட்டுப் பட்டத்திற்கு வந்தார் என்றும், பதவியேற்றதும் பல கொடுஞ்செயல்களைச் செய்தார் என்றும் அறிவற்ற கட்டுக்கதைகள் வழங்குகின்றன.

அசோகர் பௌத்த மகானுக்குரிய உயர் சிறப்புடைய தகுதிகளைப் பெற்றிருந்தார். ஆனால் அது எந்த ஆண்டில் என்பது தெரியவில்லை. அவர் எப்போது ஒரு பிக்குவாகத் தீக்கை பெற்று மஞ்சளாடை புனைந்தார். அவர் அங்ஙனம் பௌத்த சங்கத்தில் சேர்ந்த போதிலும், முடி துறக்கவில்லை. அசோகர் கடைசிக் காலத்தில் உலகத் தளைகளனைத்திலுமிருந்து தன்னை அறுத்துக் கொண்டார்.

அவர் சரியாக நாற்பதாண்டுகள் ஆட்சி புரிந்த பின்னர் கி.மு.232 அல்லது 231 இல் இறந்தாட. அவர் மகத மன்னர்களுக்குத் தொடக்க காலத்தில் கோநகராயிருந்த இராஜகிருகத்திலுள்ள (தென் பிகார்) சுவர்ணகிரியில் ஒரு பௌத்த மடத்தில் இறந்திருக்கலாம். அவர் உலகிற்கு என்றென்றும் நிலைத்திருக்கும் அறச்சிந்தனைகளைக் கல்லில் பொறித்து இந்தியத் துணைக்கண்டமெங்கும் நிறுவியிருக்கின்றார்.

1750

அசோகர் பொறிப்புகள்

வரலாற்றுக் காலத்தில் இந்தியா பற்றிய தொன்மையான சாசனங்களுள், அசோகரின் பாறைப் பொறிப்புகளும், தூண் பொறிப்புகளும் அடங்கும். அவை மிகவும் அரிய வரலாற்று ஆவணங்களாக உள. அவை அவரது ஆட்சிபற்றிய செய்திகளைக் கால வரிசைப்படி கூறுவதோடு, அவர் காலத்துச் சமூக சமய வாழ்க்கை முறை பற்றிய செய்திகளையும், அவரது பேரரசின் பரப்பு விரிவையும், அவர் அண்டை நாடுகளுடன் கொண்டிருந்த உறவுகளையும், உள்நாட்டு ஆட்சி முறையையும் விரித்துரைக்கின்றன.

இப்பொறிப்புகள் பெரிதும் பாறைகளிலும், கல்தூண்களிலும் வெட்டப்பட்டிருக்கச் சில பொறிப்புகள் கற்பலகைகளிலும் குகைச் சுவர்களிலும் பொறிக்கப்பட்டு இந்தியாவெங்கும் காணப்படுகின்றன.

அவை கி.மு.மூன்றாம் நூற்றாண்டைச் சேர்ந்தவை. சரியாகச் சொல்லுவதாயின் சுமார் கி.மு.272-232 காலத்தவையாகும். அதாவது அசோகரது ஆட்சிக் காலத்தவையாகும். இப்பொறிப்புகள் பெரிதும் பிராகிருத மொழியில், பிராமி எழுத்துகளில் செதுக்கப்பட்டுள்ளன. கரோஷ்டி எழுத்தில் எழுதப்பட்டவை வெகு சிலவேயாம். இன்னுஞ் சில கிரேக்க, அராபிக்கு மொழிகளிலும் உள்ளன.

டெல்லியை ஆண்ட துக்ளக்கு குடியின் பிரூஸ் ஷா *(1351-1388)* அம்பாலாவின் அருகே தோப்பரா என்ற இடத்திலிருந்தும் மீரத்திலிருந்தும் அசோகரின் இரண்டு தூண்களை டெல்லிக்குக் கொண்டு வந்தார். அவற்றுள் டெல்லியில் பரா இந்துராவ் என்ற இடத்தில் அவர் நிறுத்திய மீரத்துத் தூணைத்தான் இந்த ஆண்டு மீண்டும் கண்டுபிடித்தனர். எனவே இது மறுகண்டுபிடிப்பு எனலாம். ஆனால் அது இப்போது இந்தியவியலில் ஆர்வம் கொண்ட மேல் நாட்டினர் கவனத்தில் பட்டது.

எனினும் அசோகர் பொறிப்புகள் அதன் பிறகு 87 ஆண்டுகள், 1837 வரை படித்தறியப்படாமலே இருந்தன. இன்னும் சரியாகச் சொல்வதாயின் கிட்டத்தட்ட இரண்டாயிரமாண்டுகளுக்கு மேலாக, அசோகர் என்ற மா மன்னர் இருந்தார் என்பதையோ, அவர் பாரதமெங்கும் பரவவிட்ட தர்மச் சக்கரத்தின் சுவடுகளாக இப்பொறிப்புகள் நிற்கின்றன என்பதையோ இந்தியா அறியாமலே இருந்து வந்தது.

அசோகர் இங்ஙனம் பல நூற்றாண்டுகளாக இந்திய வரலாற்று மரபு அறிந்து கொள்ளாதவராக இருந்தார் என்ற செய்தி இ.ச.க.முதல் தொகுதியில் சொல்லப்பட்டிருந்தது.

11. இசை வித்தகர் ஜோகான் செபஸ்தியான் பாக் (1685-1750)

மாபெரும் இசை வித்தகரான ஜோகான் செபஸ்தியான் பாக் தான் மேற்கு ஐரோப்பியத்தில் வழக்கிலிருந்த பல்வேறு தேசிய இசை மரபுகளையெல்லாம் வெற்றிகரமாக ஒருங்கிணைத்த முதல் இசை வல்லுநராவார்.

இத்தாலிய, பிரஞ்சு, ஜெர்மானிய இசை மரபுகளில் சிறந்தவற்றை அவர் ஒன்று கூட்டியமையால், அவையனைத்துமே இசையில் செழிக்கச் செய்து விட்டார். பாக் தம் வாணாளில் மிகவும் புகழ் பெற்றவராக விளங்கினாரல்லர்; அவர் இறந்த பிறகு ஐம்பதாண்டுக் காலம் வரையிலும் கிட்டத்தட்டப் பாதி மறக்கப்பட்டு விட்டார் எனலாம். எனினும் இப்போது கடந்த நூற்றைம்பதாண்டுக் காலத்தில், அவரது புகழ் பெருகிக்கொண்டே வருகின்றது. அவர் உலகில் இதுவரை எல்லாக் காலங்களிலும் வாழ்ந்திருந்த இரண்டு மூன்று மாபெரும் இசைச் சித்தர்களில் ஒருவராக இன்றும் மதித்துப் போற்றப்படுகின்றார். அவர்களிலும் இவரே பெரியவர் என்றும் சிலர் கருதுகின்றனர்.

அவர் ஜெர்மனியிலுள்ள ஐசன்பாக் என்ற ஊரில் 1685 ஆம் ஆண்டு பிறந்தார்.அவர் இசைத்திறனை உணர்ந்து பாராட்டுவதும் அதை ஊக்குவிப்பதுமான நல்ல சூழலில் பிறந்தது அவரது நல்லதிருஷ்டமேயாகும். ஜோகான் செபஸ்தியன் பாக் பிறந்ததற்குப் பல ஆண்டுகளுக்கு முன்னரே, பாக்கின் குடும்பம் இசைத் துறையில் மிகச் சிறந்த இடம் பெற்றிருந்தது. அவர் தந்தை சிறந்த வயலின் வித்தகர். அவருடைய தந்தை வழி முன்னோர் இருவர் தேர்ந்த சாகித்திய கர்த்தர்கள். அவருடைய சிற்றப்பன் பெரியப்பன் மக்களும் நன்கு மதிக்கப்பட்ட இசைக் கலைஞர்களாய் விளங்கினர்.

1750

248 | ப. சிவனடி

பாக் ஏழு வயதுச் சிறுவனாயிருந்த போது, அவரின் தாய் இறந்து விட்டார். பத்தாவது வயதில் தந்தையையும் இழந்தார். அவர் குமரப் பருவத்தை அடைந்ததும் லூனிபர்கிலுள்ள புனித மைக்கேல் பள்ளியில் படிப்பதற்கு உதவித் தொகை பெற்றார். அவரது குரல் அதற்குக் காரணமாய் அமைந்தது. அவர் *1720* ஆம் ஆண்டு அப்பள்ளியில் கற்றுத் தேர்ந்தார். அதற்கடுத்த ஆண்டு ஓர் இசைக் குழுவில் வயலின் கலைஞராய்ச் சேர்ந்தார். அவர் அதற்குப் பிறகு இருபதாண்டுக் காலத்தில் பல்வேறு நிலைகளில் இசைப்பணி புரிந்தார்.

பாக் சாகித்திய கர்த்தராக, இசையாசிரியராக, இசை நடத்துனராக இருந்த போதிலும், புகழ்பெற்ற ஆர்கன் இசைக்கருவியை இயம்புபவராகவே மதிக்கப்பட்டார். அவர்கள் முப்பத்தெட்டாவது வயதில், *1723* ஆம் ஆண்டு லீப்சிக்கிலுள்ள புனித தாமஸ் கோயிலின் இசைக்குழுவிற்குத் தலைவரானார். அவர் இத்தலைமைப் பதவியில் எஞ்சிய இருபத்தைந்து ஆண்டுகளும் இருந்து விட்டு, இந்த *1750* ஆம் ஆண்டு இறந்தார்.

பாக் எப்போதும் நல்ல பதவிகளில் இருந்தார். அவர் குடும்பத்தைக் காப்பாற்றிக் கொண்டும், நல்ல நிலையில் வாடாமலும் இருந்த போதிலும், தன் வாணாளில் மொசாட் *(1756-1791)*, பீத்தோவன் *(1770-1827)*, ஃபிரடரிக் ஃபிரான்ஸ்வா ஷொப்பின் *(1810-1849)* ஆகிய இசை வித்தகர்களைப் போன்று புகழடைந்து விளங்கவில்லை.

1750

வரலாற்றுப் புள்ளிகள்:

இலண்டன் வெஸ்ட்மினிஸ்டர் பாலம் முற்றுப் பெற்றது

இலண்டனின் வெஸ்ட்மினிஸ்டர் பாலம் தேம்ஸ் ஆற்றின் குறுக்கே இவ்வாண்டு *(1750)* கட்டி முடிக்கப் பெற்றது. அந்த ஆற்றின் குறுக்கே பத்தாம் நூற்றாண்டில் அமைந்த இலண்டன் பாலத்திற்குப் பிறகு, இதுதான் அதன் மேல் கட்டப்பெற்ற முதல் பாலமாகும்.

பிரான்சில் கொடிய பஞ்சம்

அறிவுப் பசி மிகக் கொண்டு அறிவு மலர்ச்சி இயக்கத்தின் முன்னோடியாக நின்ற பிரான்சில் இவ்வாண்டு *(1750)*அகப்பை நோய் என்னும் வயிற்றுப் பசி மிகுந்து பெரும்பஞ்சம் வாட்டியது.

ஆண்டு முழுவதும் ஐஸ்கீரிம்: பாரிஸ் நகரில்

பிரஞ்சு நாட்டின் தலைநகரான பாரிசில் ஆண்டு முழுவதும் பனிக் கட்டிகளும், ஐஸ்கிரீமும் கிடைப்பதற்கு புயிசன் *(Buissan)* என்ற நிறுவனம் இந்த ஆண்டு விற்பனையைத் தொடங்கிற்று.

சென்னையின் புதுக் கவர்னர்

ஃபிளாயர் என்பவர் சென்னைக் கவர்னர் பதவியிலிருந்து நீக்கப்பட்டார்.

அவருக்குப் பிறகு தாமஸ் சாண்டர்ஸ் செப்டம்பர் 19, 1750 அன்று புதிய கவர்னராகச் சென்னையில் பொறுப்பேற்று 1755 ஜனவரி 15வரை பதவியிலிருந்தார்.

வாரன் ஹேஸ்டிங்ஸ் கல்கத்தா அடைந்தார்

பின்னாளில் இந்தியாவின் முதல் கவர்னர் ஜெனரலாக (1773-1785) வங்கத்தில் வாரன் ஹேஸ்டிங்ஸ் (1732-1818) கம்பெனியில் ஊழியம் புரிவதற்காகத் தனது பதினெட்டாவது வயதில் இந்த ஆண்டு கல்கத்தாவை அடைந்தார். அவருக்கு இப்போது வயது 18.

பிரான்சின் நார்மண்டியிலிருந்து 1066 ஆம் ஆண்டு இங்கிலாந்தின் மீதுபடையெடுத்து வந்து, சாக்சன்களை வென்ற நார்மன் போர் வீரர் ஒருவரின் வழி வந்தவர் வாரன் ஹேஸ்டிங்ஸ் ஆவார். அவர் தந்தை பாலியோல் என்னுமிடத்தில் மதகுருவாக (விக்கார்) இருந்தார். ஹேஸ்டிங்சின் தந்தையுடன் பிறந்தவர் சுங்கத் துறையில் பணிபுரிந்தார். அவர்தான் ஹேஸ்டிங்சை வெஸ்ட்மினிஸ்டர் பள்ளியில் சேர்த்துவிட்டார். கிழக்கிந்தியக் கம்பெனி நெறியாளர் ஒருவர், ஹேஸ்டிங்ஸ் இந்தியா செல்வதற்கு ஏற்பாடு செய்தார்.

தூத்துக்குடியில் புராட்டஸ்டண்டுச் சர்ச்சு

புனித மும்மைக் கோயில் (Holy Trinity Church) என்ற புராட்டஸ்டண்டுக் கோயில் 1750 ஆம் ஆண்டு தூத்துக்குடியில் கட்டப்பட்டது. இந்நகரில் கத்தோலிக்கரே மிகுதி. சீர்திருத்தக் கிறித்தவர்களான புராட்டஸ்டண்டுகளின் எண்ணிக்கை இன்றும் குறைவு.

கவ்வாயில் பிரிட்டிஷ் பண்டசாலை

கவ்=கால் + வாயி =வாய்; கால்வாய் என்பது கவ்வாயியாகத் திரிந்தது. இது மலபாரின் சிரக்கல் வட்டத்திலுள்ள சிற்றூர்த் துறைமுகம். இதே பெயரில் ஓர் உப்பங்கழியும் உண்டு. இவ்வுப்பங்கழியின் மேலே சுமார் 19 கிலோ மீட்டரில் மிகவும் பழமையான துறைமுகப்பட்டினமாகிய நீலேசுவரம் இருக்கின்றது. இங்கு மாப்பிள்ளைமார் வாழ்கின்றனர்.

ஆங்கிலேயர் மிளகுக் கொள்முதலுக்காக இங்கு 1750 இல் ஒரு பண்டசாலை அமைத்தனர். பிரஞ்சுக்காரர் உப்பங்கழியின் தெற்கில் ஒரு கோட்டையைக் கட்டினர். இன்று அது இல்லை.

கவ்வாயி மலபாரின் வடகோடியிலுள்ளது.

இந்திய சரித்திரக் களஞ்சியம்
1751-1760

ஆறாம் தொகுதி

இந்திய சரித்திரக் களஞ்சியம்

ஆறாம் தொகுதி

பதினெட்டாம் நூற்றாண்டு- ஆறாம் பத்து

1751 - 1760

முதல் பதிப்பின் முன்னுரை

நாகரிகம் என்பது நாம் இன்னும் அடையவே செய்யாத ஒன்று; அதை எட்டும் முயற்சி அல்லது வேணவாவின் இலக்கைத் தொடுவதென்பது எப்போதும் நிறைவேறாமலே இருந்து வருகின்றது; இதை நாம் செய்த அட்டூழியங்களையும் இழிவு கொள்ளத் தக்க செயல்களையும் அறிந்ததால் ஏற்பட்ட அனுபவங்களிலிருந்து கண்டுணர்ந்துள்ளோம்; இந்நிலையில், இத்தகைய சமுதாயங்களைச் சேர்ந்தவர்கள் தம்மை ''நாகரிகர்'' என்று நமது காலத்திலேயே இன்னும் அழைத்துக் கொண்டிருக்கின்றனர்.

- ஆர்னால்டு டாயின்பி *(1889-1975)*

உலகில் தம்மை நாகரிகர் என்று அழைத்துக் கொண்டவர்களால் தான் அட்டூழியங்களும் இழிவு கொள்ளத்தக்க செயல்களும் வரலாற்றுக் காலந்தொட்டே நடந்து வருகின்றன. இக்காரணம் பற்றியே மக்கள் சமுதாயம் முழுமையும் அவ்வுயரிய நாகரிக நிலையென்னும் இலக்கை எட்டவே முடியாதிருக்கின்றதென்று மனிதப் பொதுமை உணர்வுடன் டாயின்பி மேற்சொன்னவாறு இடித்துரைக்கின்றார். எனினும் நாகரிகங்களே கலைகள், ஆட்சியியல், சமூக அமைப்பு முறை, கூட்டுறவு, பண்பாடு போன்ற ஏற்றங்களுக்குக் காரணமாயிருந்ததுடன், மெய்யான நாகரிகரையும் அப்போதைக்கப்போது உலகிற்கு அளித்து மானுடத்தை விலங்கு நிலையிலிருந்து வேறுபடுத்தி வந்துகொண்டேயிருக்கின்றன.

இந்நாகரிகர் அழியா நிலை பெற்றுவிட்ட அறிவரும் முனிவரும் மெய்ஞ்ஞானியரும் எனப் பெயர் சொல்லிச் சுட்டும் பெருந்திறத்தராயுமிருக்கலாம்; அல்லது ஊர் பேர் தெரியாதவர்களாய் மண்ணுக்கடியில் மட்கி மறைந்து போனவர்களாயுமிருக்கலாம். தலையெண்ணிப் பார்க்கும் போது அவர்களின் எண்ணம் கிட்டத்தட்ட மூன்று ஸ்தானங்களுக்குள் அடங்கிப் போனாலும், அநாகரிகர்களின் அட்டூழியங்களுக்கு நடுவிலும் அவர்களே இன்றும் மானுட வரலாற்றுச் சகடத்தை நேரிய பாதையில் செலுத்திச் செல்கின்றனர்.

இந்நாகரிகர், வள்ளுவர் காட்டியவாறு நட்பிற்காக நஞ்சையும் உண்ணத் தயங்காதவர்கள்; சாக்ரட்டிஸ் (கி.மு.470-399) போன்று அறிவு கொளுத்தியதற்காகத் தண்டிக்கப்பட்டு மரணத்தை எதிர்நோக்கிய வேளையிலும் சமூக நெறி முறைக்குக் கட்டுப்பட வேண்டுமென்று நஞ்சருந்தியவர்கள்; ஏசுநாதரைப் போன்று ''அறியாது பிழை செய்தவர்களுக்காக ஐயனை இறைஞ்சிச்'' சிலுவை ஏறியவர்கள்; சத்தியத்திற்காகச் சாகும் வரை சிறையிலிருந்த கலீலியோவைப் போன்று (1564-1642) கண்ணிழந்து உழன்றவர்கள் என்று விரித்துக் கூறிச் செல்லலாம். மானுடர் எட்டவே முடியாத நாகரிக இலக்கைத் தொட்டுவிட வேண்டுமென்று பண்டுதொட்டுத் தொடர்ந்து நடந்து வரும் முயற்சி தளர்ந்துவிடவில்லை என்பதற்கு மேற்சொன்ன நாகரிகரின் வாழ்க்கையே சாசுவதமான சான்றாக இலங்குகின்றது.

அழிபோர் நிகழ்த்தும் மறவர் நடுவிலும் நாகரிகரைக் காண்கின்றோம். எண்பதாண்டுப் போரின் போது (1568-1648) நெதர்லாந்திலுள்ள சட்ஃபென் (*Zutphen*) என்ற ஊரை ஸ்பானியர் முற்றுகையிட்டிருந்தனர். அப்போரில் கலந்துகொண்ட ஆங்கிலக் கவிஞரும், படைத் தலைவருமான சர் பிலிப்பு சிட்னி (1554-1586) அங்கு 1586 ஆம் ஆண்டு களத்தில் விழுப்புண் பட்டு இறந்து கொண்டிருந்தார். அப்போது அவரைப் போலவே ஒரு சாதாரணப் படை வீரனும் களம்பட்டு, அவனது உயிர் ஊசலாடிக் கொண்டிருந்தது. அப்போது தளபதி சிட்னி தனக்கு அளிக்கப்பட்ட தண்ணீரை ''என்னினும் பெரிது நின் தேவை'' (*Thy necessity is greater than mine*) என்று அப்படை வீரனுக்கு அளித்து உயிர் நீத்தார். இது மேலைப் போர்க்களம் காட்டித் தந்த நாகரிகர் ஒருவரைப் பற்றிய செய்தியாகும். இராபட் கிளைவுடனும் சுமார் இருநூறு ஐரோப்பியருடனும் 1751 ஆம் ஆண்டு ஆர்க்காட்டுக் கோட்டைக்குள் முற்றுகையிடப் பட்டிருந்த சுமார் முந்நூறு இந்தியப் படை வீரர்கள், அங்கு தானியம் குறைந்து போன போது ''சோறு நீருண்பீர், கஞ்சி யாம் குடிப்போம்'' என்று ஐரோப்பியரிடம் கூறிய நய நாகரிகம் வெளிப்பட்டது. இந்நாகரிகச் செயலைப் பெருமைப்படுத்தும் விதத்தில் இத்தொகுதி ''கஞ்சிப் பத்து'' என்று பெயர் பெறுகின்றது.

கர்நாடகம் என்று இக்காலத்தே அயலாரால் அழைக்கப்பட்ட தமிழகத்தில் திருச்சிராப்பள்ளி, திருவரங்கம், ஆர்க்காடு தொட்டுப் பல ஊர்கள் போர்க்களங்களான செய்திகள் இப்பத்தில் சொல்லப்படுகின்றன. நெடுந்தொன்மையான மதுரை ஆப்கானியர், மைசூரார், மராட்டியர், ஆர்க்காட்டு நவாபு என்ற வல்லாளர்களால் விலை பேசப்படுவதும், தென்பாண்டிச் சீமைப் பாளையக்காரர்களெல்லாம் கிழக்கிந்தியக் கம்பெனிக் கவர்னரிடம் ''மதுரைக்கு மன்னர் தருக'' என்று மன்றாடுவதும், மக்கள் நலனைக் கிஞ்சிற்றும் மனத்திற் கொள்ளாத கொடிய வல்லாளரே இந்துத்தானமெங்கும் நிலவி வந்ததையும் இதில் காண்கின்றோம்.

வரலாற்றின் போக்கையே மாற்றிய பிளாசிச் சண்டை (1757) இப்பத்தில் நிகழ்ந்தது. ஆர்க்காட்டில் தன் சூழ்ச்சித் திறத்தை வெளிப்படுத்திய கிளைவே, பிளாசியின் நெல் வயல்களில் பீரங்கிக் குண்டுகளை விதைத்துச் செழிப்பு மிக்க பெரிய நாடு ஒன்றை அறுவடை செய்யப் போவதைக் காணப் போகின்றோம்.

சண்ட (கொடூர) அசோகனைத் தேவனாம் பிரியனாக்கிய பண்டைக் கலிங்கம் (இன்றைய ஒரிச மாநிலம்) பற்றிய விரிந்த செய்திகளுள் அவற்றுள்ளடங்கிய புவனேசுவரம், கோணர்க்கம், பூரி ஜகநாதர் கோயில்களின் வரலாறுகளும், பாரதத்துடன் பல்லாயிரமாண்டுகளுக்கு முன்னரே தொடர்பு கொண்டிருந்த மகர் என்ற பாரசீகச் சூரிய வழிபாட்டுச் சமயத்தவரான ஜராதுஷ்டிர வழியினர் பற்றிய செய்திகளும், கலிங்கத்துடன்

தமிழகம் கொண்டிருந்த உறவுகளும் விரித்துச் சொல்லப்படுகின்றன. இதிலும், காஞ்சி பற்றிய கட்டுரையிலும் பல புராணச் செய்திகள் வருகின்றன. புராணங்கள் வரலாறாவதில்லை; எனினும் குறிப்பிட்ட ஒரு மக்கள் கூட்டத்தின் வாழ்க்கையில் புராணங்கள் பெற்றுள்ள முக்கியமான இடத்தைச் சுட்டாமல் சுட்டிச் செல்வதால் அச் சமூகத்தின் வரலாற்றுப் பின்புலம் தெள்ளிதில் விளங்கும்.

இங்கு சொல்லப்பட்டுள்ள வரலாற்று முக்கியத்துவம் வாய்ந்த செய்திகள் அங்குமிங்கும் நிகழ்ந்தனவெனினும், அவை ஒன்றுக்கொன்று தொடர்பற்றனவாய்த் தோன்றலாமெனினும், அவற்றினூடே மனிதன் பொதுமை ஊடும் பாவுமாக ஓடி விரிந்திருப்பதைப் படிப்பாளிகள் உய்த்துணர்ந்து ஒக்க நோக்கின், அச்செய்திகள் செப்புகின்ற மனித இன வரலாற்றுத் தொடர்ச்சியென்னும் நெடிய ஆடையைத் தெளிவாகக் காணமுடியும். உலகப் பந்தின் மேலும் கீழும் ஒரு பத்தாண்டுகளில் நிகழ்ந்தவற்றோடு, காலத்தின் முன்னும் பின்னும் சென்று விவரிக்கும் இத் தொகுதி தரும் செய்திகளைப் படிப்பாளிகள் எளதில் தேடியறிந்து படிக்கும் வண்ணம் மிக விரிவான பொருளடக்கமும், ஒரே வீச்சில் பத்தாண்டுக் காலத்துப் பல்துறை நிகழ்ச்சிகளை அறிவியில் பொருளியல், மருத்துவம், கலை - இலக்கியம், இராணுவம் - போர், இயற்கைச் சீற்றம், பஞ்சம், பிறப்பு, இறப்பு என்று வகைப்படுத்திய விரிந்த ஒருமுகப் பட்டியலும் தரப்பட்டுள்ளன. நூலின் இறுதியில் கருவி நூற் பட்டியலும், அகர வரிசைப்படி அமைத்த சொல்லடைவும் உள்ளன.

குறுஞ் சிந்தனான வாமனனைப் போன்று மண் முழுவதையும் இச்சிறு பத்துகளால் அளக்கவியாது; ஆனால் நேற்றோ, அதற்கு முன்னரோ வாழ்ந்து நிலையற்றுப் போன வல்லாளர்கள் மண் மீது கற்பனையாக வரைந்த எல்லைக் கோடுகளை, இனப் பாகுபாடுகளை, சமயக் கோட்பாடுகளை, மொழி பேதங்களைத் திரிவிக்கிரமனைப் போன்று, இவற்றால் தாண்டி ஒருமை காணமுடியும். மனம் என்ற ஒன்றில் மனித நேயத்தைத் தேக்கிக் கொண்டு மூன்று காலங்களையும் உன்னியுணர்ந்து உரைக்க முயலலாம் என்ற ஆர்வமும் உண்டு. எனவே இது பாரதத்தைப் பற்றிய வரலாறு மட்டுமன்று; பரந்த உலகு தழுவிய மனித இதிகாசம் என்பதை மனத்திற் கொண்டு, நானிலமெங்கும் விரவிப் பரவவும், மானுட ஏற்றங்களை எடுத்து இயம்பவும் இவை கருவியாகப் பயன்படும் என்ற ஆழ்ந்த நம்பிக்கையும் உண்டு.

கடந்த ஆறாண்டுகளுக்குள், இந்தப் பத்துடன் ஏழு புத்தகங்கள் ஆறு தொகுதிகளாக வெளிவந்து விட்டன. முப்பது தொகுதிகள் என்ற திட்டத்தில் இன்னும் இருபத்திநான்கு தொகுதிகள் வெளிவர வேண்டும். இம்முயற்சியில் அச்சகத்தாரும், சுமதி லேசர் போன்ற அச்சுக் கோப்பாளர்களும், இன்னும் பிற நண்பர்களும், நூலாசிரியரின் மனைவி மக்களும் பேருதவியாய் நின்று நூலாசிரியருக்கு ஆதரவாயிருந்து வருகின்றரெனினும், இது அடிப்படையில் தனிமனித முயற்சியேயாகும். இம்முயற்சியின் குறிக்கோளை இந்து போன்ற ஆங்கில இதழ் உணர்ந்துள்ளது, என்பது மிகுந்த ஊக்கம் தருகின்றது. படிப்பாளிகள் இன்னும் தெளிவு வேண்டின், தம் கருத்துகளை ஆசிரியருக்குத் தாராளமாய் எழுதலாம். இந்தத் தேரை ஊர் கூடி இழுத்தால் இன்னும் நன்றாக உருளுமன்றோ?

இந்நூலாசிரியரின் பள்ளிப் பருவத்தில் வரலாற்றை இலக்கியமாயும், வாழ்வியலாயும் உயிர்த்துடிப்போடு கற்றுத் தந்து அறிவு வேட்கையைத் தூண்டிய பேராசிரியர் பி.வி. சீனிவாசன் அவர்களுக்குக் காணிக்கையாக இத்தொகுதி மிகுந்த

பணிவுடன் சமர்ப்பிக்கப்படுகின்றது. இங்கிலாந்து வரலாற்றில் நிகழ்ந்த ரோஜாப் பூப் போரில் *(1455-1485)* யார்க்கு குடியின் மன்னரான மூன்றாம் ரிச்சர்டு *(1452-1485)* மார்க்கட்டுப் பாஸ்வர்த்துக் களத்தில், பின்னாளில் ஏழாம் ஹென்றியான டியூடர் ஹென்றியிடம் *(1457-1509)* தோற்றுப் போய் நிலைகுலைந்து நின்றவாறு, ''ஒரு குதிரை, ஒரு குதிரை - குதிரை யொன்று தருவோர் என்னரசைப் பெறுவார்'' *(A horse, a horse - my kingdom for a horse)* என்று கதறிய காட்சியைப் பேராசிரியர் சீனிவாசன் சுமார் ஐம்பதாண்டுகளுக்கு முன்னர் விவரித்தது, இந்நூலாசிரியரின் காதுகளில் இன்னும் ஒலித்துக் கொண்டிருக்கின்றது. அவருடைய குள்ளமான உருவமும், சற்று தடித்த உடலும், உருண்டு பெருத்த தலையும், அகன்ற நெற்றியும், களி துள்ளும் கண்களும், உணர்ச்சியோடு குதித்துக் குதித்துக் கற்பித்த பாங்கும் இன்னும் பசுமையாகக் கண்ணுக்குள் நிற்கின்றன. அவர் பள்ளி ஆசிரியராயிருந்து பின்னாளில் காரைக்குடி அழகப்பர் ஆசிரியர் பயிற்சிக் கல்லூரியின் துணை முதல்வராய் உயர்ந்தவர்; சென்னைப் பல்கலைக் கழகத்தின் ஆட்சிக் குழுக்களில் இடம் பெற்றுக் கல்விப் பணி புரிந்தவர். இலட்சிய ஆசிரியர் வரிசையில் சிறப்பிடம் பெற்று விளங்குபவர்.

நூலாசிரியர் மேற்கொண்டுவரும் இப்பணியில், பேரார்வம் காட்டி ஊக்குவித்து வரும் சலேசியன் திருச்சபையைச் சேர்ந்த அருள்திரு பாலசாமி அடிகளார் அவர்களுக்கு நெஞ்சார்ந்த நன்றியும் அன்பான வணக்கமும் சேர்க. அவரது வழிகாட்டுதலில் இத்தொகுதி சிறப்பான முறையில் சிகா அச்சகத்தில் உருவாகியுள்ளது என்பது குறிப்பிடத்தக்கது.

எழும்பூர் — ப. சிவனடி
8-12-1992

பொருளடக்கம்
1751

1. ஆர்க்காட்டு வெற்றியும் ஆங்கிலர் எழுச்சியும்: கஞ்சிக் கதை   276
   ஆர்க்காடு: கதையிலும் வரலாற்றிலும் -276
   ஆர்க்காடு ஆர் அல்லது ஆத்திமரங்கள் நிறைந்திருந்த இடம் - பெயர் விளக்கம் -277
   பதினெட்டில் ஆர்க்காடு -277
   முதல் ஆர்க்காட்டு நவாபு -277
   ஆர்க்காட்டை மராட்டியர் வெல்லுதல் -277
   தோஸ்து அலி களத்தில் படுதல் -277
   வாலாசாகுடி முதல் நவாபு அன்வருதீனும் களம் படுதல் -277
   திருச்சிராப்பள்ளி முற்றுகை -277
   அதற்கு ஏற்பட்ட நெருக்கடி தணிக்கக் கிளைவு சூழ்ச்சி -278
   கிளைவு செய்தது துணிச்சலா? துடுக்குத் தனமா? -279
   கிளைவு 320 பேரடங்கிய படையுடன் பேய் மழையில் ஆர்க்காடு செல்லுதல் -279
   குருதி சிந்தாமல் கிளைவு ஆர்க்காட்டுக் கோட்டையைப் பிடித்தல் -280
   கிளைவு ஊராரைத் தன்பக்கம் இழுத்தல் -281
   கோட்டையை வலுப்படுத்துதல் -281
   கிளைவின் முந்தடி, முதலடி -281
   திமிரிக் கோட்டைத் தாக்குதல் -282
   இராத் தாக்குதல் -282

   கிளைவின் போர்த் தந்திர வெற்றி -283
   சந்தா சாகிபின் சீற்றம் -283
   கிளைவு கோட்டையைவிட்டு வெளி வந்து தாக்குதல் -284
   கோட்டை முற்றுகை தொடக்கம் -285
   சூழ்ச்சி வல்ல மூர்த்தசா அலி -285
   பீரங்கிப் போர் -286
   கிளைவு அரக்கப் பீரங்கி கொண்டு சுடுதல் -287
   மராட்டியரும் வருதல் -287
   "கஞ்சியைக் குடித்தேனும்" -288
   ஆர்க்காட்டுப் படையின் புனிதப்போர் -288
   ஆர்க்காட்டாரின் வெறி கொண்ட தாக்கு 289

யானைத் தாக்கு -290
ஆர்க்காட்டுக் கோட்டை 50 நாள் முற்றுகை தகர்தல் -291
ஆர்க்காட்டுக் கோட்டை அமைப்பு -291
வாலாசாப்பேட்டை -292
ஆர்க்காட்டின் தாழ்வு -292

2. காஞ்சிபுரம் கம்பெனி வசமாதல்; காஞ்சி வரலாறு
கட்சி, கச்சி, காஞ்சி பெயர் விளக்கம் -293
காஞ்சியின் தொன்மை -294
புராணங்களில் காஞ்சி -294
பிரமாண்டபுராணம் -294
காஞ்சி மகாத்மியம் -297
காஞ்சிப் புராணம் -298
காஞ்சிப் பிருதிவித் தலம் -298
காஞ்சி: பௌத்தம், போதி தர்மன் -299
காஞ்சி பற்றி உவான் சவாங்கு -299
காஞ்சியில் தாரா கோயில் -299
காஞ்சி: சமணம் -299
காஞ்சி: வைணவம் -300
காஞ்சி வடமொழிக் கல்லூரி -300
காஞ்சியில் பயின்ற மயூர சன்மன், தர்மபாலர் -300
காஞ்சியே நகரம் - காளிதாசர் -301
தொண்டை மண்டலத் தனிச் சிறப்பு -301
பிரிட்டிசார் காலூன்றுதல் -301

3. ஒரிசா, மராட்டியர் வசமாதல்: ஒரிசா வரலாறு
ஒரிசத் தொல் வரலாறு கூறும் இலக்கியங்கள் -302
பிராமண இலக்கியம் -302
பிற சமஸ்கிருத நூல்கள் -304
தமிழ் இலக்கியங்கள் -305
முதல் வரலாற்று ஆய்வு செய்த ஆங்கிலேயர் -305
தொல் வரலாறு குறித்து அயல் நாட்டவர் குறிப்புகள் -306
கலிங்க, சாவக, பாலி, இலங்கைத் தொடர்புகள் -306
முதல் கலிங்கப் போர் -307
கலிங்கப் போர் நடந்த களம் தௌலி -308
அசோகர் மனமாற்றமும், அறப் பொறிப்புகளும் -308
காரவேலர் -308
கழுதை ஏரோட்டல் -310
கலிங்க அரச மரபுகள் -310
இரண்டாவது கலிங்கப் போர் -311
செயங்கொண்டாரும், கலிங்கத்துப் பரணியும் -311
புவனேசுவரம் -311
கட்டாக்கு -312
பூரி -313

பூரி ஜகநாதர் கோயில் பற்றிய தொன்மக் கதைகள் -313
பூரி கோயில் அமைப்பு -314
தேர்த்திருவிழா -316
பூரியில் ஆதி சங்கரர் -316
இராமானந்தர் -316
சைத்தன்னியர் -316
ஜகநாத தர்மம் -316
ஒடிசி நடனக் கலையின் தோற்றுவாய் -317
ஒடிசி நடனக் கலை பற்றிய புராணக் கதைகள் -317
ஜெயதேவர், கீத கோவிந்தம் -317
கோணர்க்கம் - சூரியக் கோயில் -318
கோணர்க்கக் கோயில் - மகர் தொடர்பு -318
மகர், மகியர், மேகியர் - விரிந்த செய்திகள் -318
பௌத்தத்தில் ஜராதுஷ்டிரச் செல்வாக்கு? - விளக்கம் -319
கோணர்க்கக் கோயில் பற்றிய தொன்மக்கதை -319
கோயில் அமைப்பு -319
மைதுனச் சிற்பங்கள் -326
ஒரிசம் ஆப்கானிய நவாபு, முகலாயர் ஆளுகையில் -327
மராட்டியர் கையில் -327
ஆங்கிலேயர் ஆளுகை -328
ஒரிச - ஆங்கிலேயர் தொடர்பு -328
ஒரிய மொழி, இலக்கியம் -329

4. நிலத்தியல் துறை தோற்றம்:
"கல் பழங்கள்" -329
குவட்டார்டின் மண்ணாய்வு - முன்னோடிப் பணி தொடக்கம் -330
வாழ்க்கை வரலாறு -330
முதல் நிலத்தியலாராதல் -331
பிரஞ்சு அறிவியல் கழகத்தில் இடம் -332
பிரான்சில் எரிமலையா? -333
இயற்கை ஆராய்ச்சியில் புது முடுக்கம் -334

5. ஆங்கிலேயரின் முதல் பெருக்கும் முயற்சிகள்
ஆங்கிலேயரின் பம்பாய்க் குடியேற்ற இழிநிலை -334
பம்பாயில் முதல் பெருக்கும் முயற்சிகள் -334

6. பிரஞ்சுக் கலைக் களஞ்சியத் தொகுப்புப் பணி
அறிவு, கலைக்களஞ்சியத் தொகுப்புப் பணியில் பிளினி, பஃபன், சீனப் பேரரசர், டிடரோ -336
அறிவு கொளுத்து இயக்கம் -336
அறிவியல் துறைகளில் ஐரோப்பியர் -336
பிரஞ்சுக் கலைக் களஞ்சியப் பணி -338

7. பெதலம் - இலண்டன் மனநல மருத்துவமனை வரலாறு
மனித இனம் முதிர்ச்சியடைந்து வருவதன் அறிகுறிகள் தோற்றம் -339

உடல், மன ஊனமுற்றோர் மீது பரிவு -341
இலண்டனைச் சுற்றியமைந்த கிறித்தவ மடத்து மருத்துவமனைகள் -341
உலகின் முதல் மன நலமருத்துவ மனை பெதலம் -345
இந்தியத்தில் மனநோயாளிகள் -349

புள்ளிகள்

1. ஃபிராங்கிளின் மின்னாராய்ச்சி (அமெரிக்கா) -350
2. தாமஸ் கிரேயின் ''எலிஜி'' எழுதப்படுதல் -350
3. அமெரிக்கக் கப்பல்களின் திமிங்கில வேட்டை; திமிங்கிலக் கொழுப்பின் பலன் -351
4. நிக்கல் கண்டுபிடிப்பு (ஜெர்மனி) -351
5. பூலித் தேவர் சீவில்லிபுத்தூர்க் கோட்டையைப் பிடித்தல் -352
6. சருகணியில் மாதா கோயில் -352
7. மர்மலாங்குப் பாலம் கட்டியவர் மரணம் -352
8. கிரிகோரியன் ஆண்டுக் கணக்கு; பிரிட்டனில் சட்டப்படி ஏற்பு -352
9. இந்திய மக்கள் தொகை 1700-1750 -353

1752

1. காலண்டரின் நெடிய வரலாறு:
கிரிகோரியன் ஆண்டுமுறை வழக்கிற்கு வருதல். 355

காலண்டரின் கதையும், சூரிய வழிபாட்டுக் கதையும் -355
சூரியனிலிருந்து தோன்றிய சுமேரியர் -355
துருக்கியில் சூரிய வழிபாடு -355
தென்னமெரிக்கத்தில் -355
இந்தியத்தில் -356
கோணர்க்கக் கோயில் - சூரியக் கோயில் -357
சூரிய தேவதை -357
காலண்டர் பற்றிய எகிப்தியக் கல்வெட்டு -357
காலண்டரின் தோற்றுவாய் -358
வானத்துத் திங்களும், மனிதத் திங்களும் -358
பாபிலோனியரின் சந்திர ஆண்டு முறை -358
எகிப்தியர் ஆண்டுக் கணிப்பு முறை -359
மாயன் காலண்டர் -360
மாயன் காலண்டரின் துல்லியம் -361
ஜூலியஸ் சீசரும் காணாமற் போன மணிகளும் -362
கிரிகோரியன் காலண்டர் -363

இந்திய சரித்திரக் களஞ்சியம் 259

மனிதனின் மாபெருஞ் சாதனை -364
இந்தியாவின் காலக் கணிப்பு முறை -365
இந்தியாவில் இன்று காலண்டர் முறைகள் -365
பஞ்சாங்கம் -366
தமிழர் ஆண்டுக் கணிப்பு -367
தமிழ் ஆண்டுப் பெயர்கள் -368
காலண்டர் பற்றிய பிற செய்திகள் -368

2. தென் தமிழ் நாட்டில் அட்டூழியங்கள்: திருச்சிராப்பள்ளி: திருவரங்க வரலாறுகள்.

பிரஞ்சுக்காரர், ஆங்கிலேயர் சூழ்ச்சிகள் -369
காவேரிப்பாக்கச் சண்டை -370
தூய்ப்பிளேயின் "வெற்றியூர்" -371
திருச்சிராப்பள்ளியும் கோட்டையும் -371
குன்றில் மகேந்திரவர்மப் பல்லவர் குடைவரை -373
சிற்றம்பர் -374
திருச்சிராப்பள்ளி முற்றுகை தகர்தல் -375
திருச்சிராப்பள்ளி முற்றுகையில் திருவரங்கம் -375
திருவரங்கத் தொன்மை -375
துருத்தி -376
திருவரங்கக் கோயில் -377
மொட்டைக் கோபுரம் -378
திருச்சிராப்பள்ளி மீது மைசூராரின் தீராத ஆசை -378
மீண்டும் மூக்கறுப்புச் சண்டை -379
மதுரை மைசூரார் வசமாதல் -380

3. பாகூரிலிருந்து பிரஞ்சுப் படை விரட்டப்படுதல் ;
பாகூரின் தொன்மை -381
பாகூர், வாகூர் பதினெட்டில் போர்க்களமாதல் -381
வாகூர்ச் சமஸ்கிருதக் கல்லூரி - பல்லவர் காலம் -381

4. கள்ளர் துணிச்சல்
கிளைவு, ஸ்டிரிங்கர் லாரன்ஸ் பாராட்டு -382

5. சந்தா சாகிபு கொலை
இறைத் தண்டனை -382

6. கோவளம்: சிறு வரலாறு
கோவளம் பெயர் விளக்கம் -384
ஆர்க்காட்டு நவாபு கோவளத்தில் கோட்டை கட்டுதல் -384
கோவளம் ஐரோப்பியரின் முதல் குடியேற்றங்களுள் ஒன்று -385
அன்சாரி தர்கா -385
கிறித்தவர் கோயில் -385

7. ஜம்மு - காசுமீர வரலாறு
காசுமீரத்தின் நெடிய வரலாறு -386

தாழ்நில நாடான ஜம்மு -386
முஸ்லிம் படையெடுப்பு -386
காசுமீரி மொழி -387
ஆப்கானியர் படையெடுப்பு -387

8. பாட்டியால நாட்டரசு வரலாறு
பாட்டியால அரசகுடி முன்னோர் முகலாய ஊழியத்தில் -390
கசனி -390
பாட்டியாலாவைத் தோற்றுவித்த பாபா ஆலா சிங்கு -390
பாட்டியாலா பிரிட்டிசாருக்குத் துணை நிற்றல் -391
பூபேந்திர சிங்கு -391

9. பதினெட்டாம் நூற்றாண்டில் செங்கற்பட்டு
பிரிட்டிசாரிடம் செங்கற்பட்டுக் கோட்டை -393
செங்கழுநீர்ப்பட்டு செங்கற்பட்டாதல் -393

10. மின்னலில் மின்சாரம்! ஃபிராங்கிளின் கண்டுபிடிப்பு
இடி, மின்னல் விளக்கம்.

இடியிலும், மின்னலிலும் மின்னோட்டம் ஃபிராங்கிளின் ஆய்வு -394
மின்னல் கொடுப்பதும் வாங்குவதும் -396
திருக்கழுக்குன்றத்து இடி - மின்னல் -396
இடி, மின்னல் உண்டாவது எப்படி? -397
இடியும், மின்னலும் ஒன்றே -398

புள்ளிகள்:

1. இடிதாங்கி கண்டுபிடிப்பு -399
2. வயிறு உணவை என்ன செய்கின்றது? -399
3. மாஸ்கோவில் 18000 மர வீடுகள் தீக்கிரை -399
4. பஞ்சத்தைத் தடுக்க முயன்றதால் வந்த பஞ்சம்: பிரான்ஸ் -399
5. சென்னைக் கவர்னர் சாண்டர்ஸ் -400
6. வங்கக் கவர்னர் டிரேக்கு -400
7. வாசிங்டனின் மா அரைவை ஆலை -400
8. ஃபிலடெல்ஃபியத்தில் தெரு விளக்குகள் -400

1753

1. ஆப்கானியப் பட்டாணியர் ஆட்சியில் மதுரை　　402

ஆப்கானியர் நாடு -402
"இந்திய வாயில்" ஆப்கானிஸ்தானம் -402
கைபர்க் கணவாய் -402
ஆப்கானிஸ்தானப் பண்டை வரலாறு -402
தென் பாரதத்தில் ஆப்கானியர் -403
ஆப்கானியர் தமிழகத் தொடர்பு -403
பட்டாணியர் தலைவர் மியானா மதுரை ஆளுநராதல் -403

மதுரை -404
மதுரை விலை கூறப்படுதல் -404

2. கிழக்கிந்தியக் கம்பெனியின் நீதி பரிபாலன முறை

கம்பெனி ஆட்சிக்குழு 1642 இல் நடத்திய கொலை வழக்கு -404
இன்னொரு கொலை வழக்கு 1644 இல் -404
முதல் கவர்னர் (ஆளுநர்) -405
சத்திர நீதிமன்றம் -406
மேயர் முறை மன்றம் -406

3. சிஃபிலிஸ் என்னும் பால்வினை நோய்

புதிய நோய்
"கறுங்கொள்ளை நோய்" -407
வரலாற்றை மாற்றிய சிஃபிலிஸ் -408
கொலம்பஸ் ஐரோப்பியம் கொண்டு சென்றார் -409
ஆப்பிரிக்கத்திலிருந்து சென்றது? -410
சிஃபிலிஸ் கிருமி -410
நோயின் பல்வேறு நிலைகள் -410
சிஃபிலிஸ் பெயர் வந்த கதை -413
இந்தியத்திற்குச் சிஃபிலிஸ் எப்போது வந்தது? -414
இன்று இந்தியத்தில் சிஃபிலிஸ்
எய்ட்ஸ் -415

4. பதினெட்டாம் நூற்றாண்டில் திருவண்ணாமலை

பல்குன்ற நாட்டுத் திருவண்ணாமலை -416
பஞ்சபூதத் தலத்தில் ஒன்றான நெருப்புத்தலம் -416
மூவரும், சேக்கிழாரும் பாடிப் பரவிய தலம் -416
பிரமனும், திருமாலும் சிவனின் அடிமுடிகாண முயன்று தோற்ற தலம் -416
இறைவன் அண்ணாமலையாய் நிற்கும் தலம் -417
திப்பு சுல்தான் கையில் -417
திருவண்ணாமலையில் இரும்பை உருக்கும் உலோக வேலைகள் -417

5. தக்காணத்தில் ஐரோப்பியர் அரசியல் சூதாட்டம்;
நிசாமின் தாராளக் கொடை

ஐதராபாத்தில் அரசுரிமைச் சண்டை -417
சலாபத்து ஜங்கைப் பிரஞ்சுக்காரர் நிசாமாக்குதல் -418
நன்றிக் கடனாகப் புதிய நிசாம் 26 இலட்ச ரூபாயும், மாவட்டங்களும்
பிரஞ்சுக்காரருக்குத் தருதல் -418
சலாபத்து ஆங்கிலேயருக்கும் மாவட்டங்கள் அளித்தல் -418

6. சென்னையில் அரசினர் மாளிகை அமைதல்

கூவத்தின் கரையருகே அண்ணாசாலையை ஒட்டி அமைந்த
அரசினர் இல்லம் -418
இங்கு வாழ்ந்த கவர்னர்கள் -419

ஆங்கிலேயர் இந்தியத்தில் முதன் முதலாக அமைத்த கோட்டை, கட்டிய கோயில், கவர்னர் இல்லம் மூன்றும் சென்னையில் -420

புள்ளிகள்

1. கிளைவு திருமணம் -422
2. யூதருக்குச் சமூக உரிமையளிக்க எதிர்ப்பு -423
3. பூர்தோனைசிற்கு நேர்ந்த கதி -424
4. திப்பு சுல்தான் பிறப்பு -424
5. ''ஐரோப்பியர் பயனற்றோர்'' - முராரி ராவ் -424

1754

1. பாரசீக மொழி கற்கப் புதுச்சேரி வந்த ஆங்குவடில் - துப்பரோன்   420

   ஐரோப்பிய அறிஞர் கீழையுல அறிவுச் செல்வத்தில் நாட்டம் கொள்ளுதல் -426
   ஜராதுஷ்டிரரின் நூல் தூண்டிய ஆர்வம் -426
   துப்பரோன் வாழ்க்கை வரலாறு -426
   துப்பரோன் புதுச்சேரி நோக்கி நெடிய கடற் பயணம் -427
   புதுச்சேரியிலிருந்து வடநாடு செல்லுதல் -427
   கேரளக் கிறித்தவர் பற்றிய ஆய்வு -428
   சூரத்தில் பார்சிகளிடமிருந்து பண்டைப் பாரசீக மொழி கற்றல் -429
   ஜராதுஷ்டிரர் - விரித்த செய்தி -429
   பாரசீகம் - சொல் விளக்கம் -431
   இந்திய, ஈரானிய நெருக்க உறவு -431
   மீடியர் அல்லது மீடுகள் -432
   பாரசீகரும், ஜராதுஷ்டிர சமயமும் -432
   ஜராதுஷ்டிரச் சமயச் சரிவு -433
   சாசனிடு அல்லது இரண்டாவது பாரசீகப் பேரரசு -434
   பாரசீகத்தை அரபுகள் வெல்லுதல் -434
   பார்சிகள் இந்தியாவில் புகலடைதல் -435

2. இரண்டாம் ஆலம் கீர் முகலாயப் பேரரசராதல்

   முகலாய மன்னர் அகமது ஷா கண்ணைப் பிடுங்குதல் -436
   ஆலம் கீர் அரியணை ஏறுதல் -436

3. ஹெரான் படையைக் கள்ளர் தாக்குதல்

   நத்தம் கணவாயும், மலைத் தொடரும் -437
   நத்தம் - பெயர் விளக்கம் -437
   கோயில் குடிக்கோயிலைக் கம்பெனிப் படை கொள்ளையடித்தல் -438
   கள்ளர் ஹெரான் படையைச் சுற்றி வளைத்துத் தாக்குதல் -438
   சூரை முள்ளும், இண்டம் புதரும் -439

4. மதுரைச் சீமைக்கு மன்னர்; கம்பெனியிடம் பாளையக்காரர் வேண்டுதல்.

   பாளையக்காரர் மதுரைச் சீமைக்கு மன்னர் வேண்டும் என்று கவர்னருக்குக் கடிதம் எழுதுதல் -439

மதுரையில் மீண்டும் நாயக்கராட்சியை நிறுவ முயற்சி -439
மதுரைச் சீமையில் அரசியல் சூழ்ச்சிகள் -439

5. மார்த்தாண்ட வர்மன் ஐதரலியிடம் உதவிகோருதல்

மார்த்தாண்ட வர்மனின் ஆதிக்க விரிவு -440
பணியாதோரை அடக்க ஐதரின் உதவி நாடுதல் -440

6. வேணாட்டில் செத்தவருக்கும் வரி

பெருகி வந்த படைச் செலவை ஈடுகட்டச் செத்தவருக்கும் வரி -440
முத்துக்குட்டி சுவாமிகளின் பாட்டு -441

7. ஜாட்டுகள் எழுச்சி; பரத்பூர் நாட்டரசு வரலாறு

ஜாட்டுகள் யார் -441
ஔரங்கசீபு இறந்தபின் உண்டான அமைதியின்மை -442
பதன் சிங்கு -443
பரத்பூர் -444
தாஜ்மகாலில் பாரசீக மன்னர் மனைவியுடன் கலவி -445
தற்காலத்துப் பரத்பூர் -446

8. பிரிட்டனின் நான்காவது பிரதமர் நியூகேசில் பிரபு

பணம் படைத்த நிலப் பிரபு -446
பிரிட்டனின் உலகு தழுவிய அரசியல் தந்திரம் -447

9. கலை, தொழிலாக்கங்கள்: ஊக்குவிக்கப் பிரிட்டனின் உதவி

இராயல் சங்கம் -449
கலை, தொழிலாக்க ஊக்குதல் சங்கம் -449

10. கீழக்கரையில் டச்சுப் பண்ட சாலை: கீழக்கரை முஸ்லிம்கள்

தமிழ்நாட்டில் இஸ்லாம் -450
இலப்பை விளக்கம் -451
கடல் வாணிபத்தில் மரைக்காயர்கள் -451
டச்சுப் பண்ட சாலை -452

புள்ளிகள்

1. பிரிட்டனில் முதல் உருட்டாலை -451
2. பாரிசில் 56 காப்பிக் கடைகள் -452
3. பிரிட்டனில் ஓய்வு நிறைந்த வாழ்க்கை -453
4. கிளைவு வைர வாளை ஏற்க மறுப்பு -453
5. தூய்ப்பிளே பிரான்சிற்கு அழைக்கப்படுதல் -453
6. புதுச்சேரியில் புது ஆளுநர் கோடேயூ -454
7. கம்பெனியின் புதிய படைத் தலைவர் -454
8. இந்தியாவில் முதலில் இறங்கிய பிரிட்டிஷ் பட்டாளம் -454
9. கான் சாகிபை எதிர்த்தவர் பீரங்கி வாயில் சுடப்படுதல் -455

10. டெல்லியில் மராட்டியர் கொள்ளை -455
11. இந்தியத்தை அடிமை கொள்ள ஏற்ற இடம் எது? -455

1755

1. கான் சாகிபிற்குப் பிரிட்டிசாரின் தங்கப்பதக்கம்   457

   கான் சாகிபின் வீரத்திற்குத் தங்கப் பதக்கம் -457
   கான் சாகிபின் படைப் பயிற்சி -457

2. மதுரைச் சீமையை நோக்கி ஆர்க்காட்டுப் படை

   வாலாசா ஆட்சியைத் தென் தமிழ் நாட்டில் நிலை நாட்ட ஆர்க்காட்டுப் படை புறப்படுதல் -458
   பாளையக்காரர் கப்பம் கட்ட மறுத்தல் -458

   மதுரை எளிதாக வீழ்தல் -458
   நெல்லைச் சீமைக்குள் நவாபு - கம்பெனிப் படைகள் -459
   பூலித் தேவருடன் மோதல் -460
   ஹெரானின் அடங்காப் பிடாரித்தனம் -461
   திருச்சிராப்பள்ளியில் சண்டை நிற்றல் -462
   திண்டுக்கல் கோட்டை ஐதரலி வசமாதல் -463
   திண்டுக்கல் நகரம் -464
   துறையூர் சிறு வரலாறு -464

3. மறவர், மராட்டியர் சண்டை   239-240

   தஞ்சை மராட்டியரும், புதுக்கோட்டைத் தொண்டைமானும் மறவரைத் தாக்குதல் -466
   சேதுபதியும், சிவகங்கை மன்னரும் ஆர்க்காட்டு நவாபுடன் கூட்டுச் சேர முயற்சி -467

4. சாமூதிரி நடத்திய கடைசி மாமாங்கம்   240-245

   உலகின் மிகப் பெரிய கள்ளிக் கோட்டைத் துறைமுகம் -467
   சாமூதிரியர் தோற்றுவாய் -467
   சாமூதிரி - பொருள் விளக்கம் -467
   மாமாங்கம் என்பது என்ன? -468
   மாமாங்கம் பற்றி ஆங்கில மானுடவியலார் -470
   சாவார் படை -470
   பொன்னாணி -471

5. மேவாரின் தொன்மையும் அவல நிலையும்;
   உதயபுரி ராணாக்களின் வரலாறு   245-256

   மேவாரின் தொன்மை -471
   சிசோடியர் பெரும் பழமை -472
   முதல் முஸ்லிம் படையெடுப்பை எதிர்த்து நின்ற பப்ப ரவால் -472
   அரபுப் படையை மேவார் வெல்லுதல் -473

பிருதிவி ராஜ் சௌகான் -474
களத்தில் போரிட்ட அரசி காருண்ய குமாரி -474
அலாவுதீன் கில்ஜி பத்மினி மீது காதல் கொள்ளுதல் -474
பத்மினி கில்ஜிக்குப் புகட்டிய பாடம் -475
அலாவுதீன் வெற்றி -476
பத்மினியும் ஆயிரம் பெண்டிரும் தீப்பாய்தல் -476
ரவால் பட்டம் ராணாவாதல் -477
கும்பன் -477
சங்க ராணா -477
மீரா -480
மேவாரின் தாழ்ச்சி -481

7. ஐரோப்பாவில் பீங்கான் தொழில்: அரச குடியினரின் பீங்கான் பித்து

ஐரோப்பிய அரச குடியினரின் பீங்கான் பித்து -481
ஐரோப்பிய நாடுகளில் பீங்கான் தொழிற்சாலைகள் -482
பீங்கான் தாயகம் சீனத்திலிருந்து ஐரோப்பியத்தை அடைந்தமை -483
செல்வர்களுக்கும் உண்டான பீங்கான பித்து -483
வல்லவர் அகஸ்டஸ் -485
பீங்கான் தொழில் அருங்கலையாதல் -489
பீங்கான் இரகசியம் -489
பிரஞ்சு மன்னர் பீங்கான் தொழில் நிறுவி, விற்பனையும் செய்தல் -489
பிரஞ்சு பீங்கான்களின் சிறப்பு -489
பீங்கான்களில் வண்ணங்கள் -491

புள்ளிகள்

1. கிளைவு தேர்தலில் செல்வமிழத்தல் -492
2. கிளைவு மனைவியுடன் இந்தியம் திரும்புதல் -492
3. ஐதராபாதிலிருந்து பூசியைக் கிளப்பக் கிளைவு திட்டம். -493
4. சென்னைக் கவர்னர் பிகாட்டுப் பிரபு -495
5. புதுச்சேரியில் இரகசியக் குழு ஆட்சி -495
6. கோவாவில் ஏசு சபைச் சாமியார் சிறை -495
7. ஜான்சன் அகராதி இரண்டு தொகுதிகள் வெளியீடு -495
8. கம்பெனிப் படையில் இந்திய வீரர் ஊதியம் -495
9. இரங்கூன் நகரத் தோற்றம் -496
10. வர்ஜீனியத்தில் பிரிட்டிஷ் படை தோல்வி -497
11. மக்னீசியம் பற்றிய ஆய்வு -497
12. மாஸ்கோவில் அரசினர் பல்கலைக் கழகம் -497
13. காசனோவாவிற்குச் சிறை -497
14. பாரசீகத்திலும், லிஸ்பனிலும் நிலநடுக்கம் -498

1756

1. நெல்லைச் சீமை வரித் தண்டல்: தீத்தராப்பனுக்குக் குத்தகை   500

மகஃபூஸ் கான் மதுரை திரும்புதல் -500
மகஃபூஸ் கான் வரி தண்டும் உரிமையைத் தீத்தாரப்ப முதலிக்கு
மறு குத்தகைக்கு விடுதல் -500
மதுரைச் சீமை வருவாயில் நவாபிற்கும், கம்பெனிக்கும் சம பங்கு -500
கான் சாகிபு தீத்தாரப்ப முதலிக்கு உதவி ஆளாதல் -502
பூலித் தேவர் ஆள்களைக் கான் சாகிபு தூக்கிலிடுதல் -502
கான் சாகிபு சீவில்லிப்புத்தூரை பிடித்தல் -502
சீவில்லிபுத்தூர் -502
நாச்சியார் கோயில் -503
மடவார் வளாகம் -504
வைத்தியநாத சாமி கோயில் -504
திருமலை நாயக்கன் திருப்பணி -504
முஸ்லிம் ஆட்சி -505

2. வங்க அரசியல் மேடையில் சிராசுத்தௌலா:
கல்கத்தாவைப் பிடித்தார்   505

பண்டை வங்கம் -505
வங்க அரசியல் வரலாறு -506
வங்க அரச குடியினர் -506
வங்கச் சுல்தான்கள் -507
சிராகத் தௌலா -507
மார்வாரிப் பனியாக்கள் -508
ஜசத் சேட்டு, அமீர்ச்சந்து -508
கல்கத்தாவை நவாபு பிடித்தல் -509
கல்கத்தா "இருட்டறை" -509
கல்கத்தாவை மீட்கச் சென்னையிலிருந்து படை -510
அயர் கூட்டே கல்கத்தாவைப் பிடித்தல் -511

3. மேற்குக் கரையில் கடற்கொள்ளை ஒழிப்பு   -511

ஐரோப்பியரின் பிரித்தாளும் சூழ்ச்சி -511
ஆங்கிரியரும், சிதியரும் பகைகொண்டு அழிதல் -511
பம்பாயில் இராபட் கிளைவு -512
கிளைவும், வாட்சனும் கடற்கொள்ளையரை ஒழித்தல் -512

4. அந்தமான், நிக்கோபர் தீவுகள் வரலாறு   -512

பதினெட்டில் மேலையுலகத் தொடர்பு பெறுதல் -512
அந்தமான் தீவுக் கூட்டம் -512
ஆறுகள் இல -513
துறைமுகங்கள் -513
பிளேர் துறைமுகம் -513
நிக்கோபர் தீவுகள் -513
மர்மமான கடந்த காலம் -514
அந்தமான் பெயர்க் காரணம் -515

தன்னினந் தின்னியர் -515
தங்கத் தீவா? -515
"நிர்வாணத் தீவு" -516
நக்கவரம் -516
ஐரோப்பியர் வருகை -517
டேம்பியர் வருகை -518
அந்தமான் மீது ஆங்கிலேயர் நோக்கம் -518
பிரஞ்சுக்காரர் -518
டேனியர் ஆசை -519

5. புதிய பிரிட்டிஷ் பிரதமர் வில்லியம் காவண்டிஷ் — 520

பெருங்குடிப் பிறந்தவர் -520
"பெரும்புகழ் வாய்ந்த புரட்சி" -520
பிரதமர் பதவிக்குத் தகுதியில்லாதவர் -521
மூத்த பிட் -521

புள்ளிகள்

1. மதுரை பத்திரகாளியம்மன் கண்ணொளி -522
2. கல்கத்தா மாதா கோயில் தீக்கிரை -522
3. பிரஞ்சுப் பகுதி 1756 இல் இருந்த நிலை -522
4. எகிப்தியவியல் தோற்றம் -523
5. ஏழாண்டுப் போர் (1756-1763) -524
6. மயோன்னைஸ் கண்டுபிடிப்பு -524
7. போர்க் கொள்ளையில் பங்கு -525
8. இந்தியவியல் முன்னோடிகள் -525
9. இராபட் கிளைவு தலைமைத் தளபதி -526
10. கௌண்ட் லாலி பிரஞ்சு மன்னரின் அரசப் பிரதிநிதியானார் -526

1757

1. நெல்லைச் சீமையில் பாளையக்காரர் கிளர்ச்சி — 528

மகஃபஸ் கான் பாளையக்காரருடன் சேர்தல் -528
பாளையக்காரரின் கிளர்ச்சி வெடித்தல் -528
மதுரைக் கோட்டை வீழ்ச்சி -529
மதுரைக் கோட்டை -529
மதுரை மீது ஐதரலி படையெடுப்புத் தோல்வி -531

2. பிரிட்டிசார் வலையில் வங்கம்: பிளாசிக் களத்தில் வெற்றி — 531

கல்கத்தா வீழ்ச்சியும், சிராசுத்தௌலா அச்சமும் -531
நவாபு படை திரட்டுதல் -531
கிளைவு, நவாபு மோதலில் இருதரப்பிற்கும் பெருஞ் சேதம் -532
உடன் படிக்கை ஏற்படுதல் -533
கிளைவு சந்திர நாகூரைத் தாக்குதல் -533

சென்னை, பம்பாயிலிருந்தும் உதவிப் படைகள் வந்து சேர்தல் -533
சந்திரநாகூரில் பிரஞ்சுக்காரர் பெருவீரம் -534
கிளைவு சென்னை திரும்ப விரும்பாமை -534
நவாபிற்கு எதிரான உள் சதி -535
அமீர்சந்தின் பண மோகம் -535
அபினி வாணிபமும், பேராதாயமும் -536
மீர் ஜாஃபர் -536
சல்லடையும், உறிஞ்சியும் -537
அமீர்ச் சந்தின் சூழ்ச்சி -537
சதி உடன்படிக்கை -538
கள்ள உடன்படிக்கைப் பத்திரம் -538
கிளைவின் கள்ளத்தனம் -538
பிளாசியை நோக்கி -539
கிளைவின் கவலை -541
மழையால் போர்க்களம் சேறும், சகதியுமாதல்; -541
மாந்தோப்பு -542
நவாபின் பெரும் படை -542
கிளைவின் சிறு படை -542
பீரங்கிப் போர் -542
நவாபு பீரங்கிகள் வெடிமருந்து நனைந்ததால் செயலறுதல் -543
ஆங்கிலேயர் வெற்றி முகம் -543
பிளாசி வெற்றி -545
பிளாசி வெற்றியால் கிளைவிற்குக் கிடைத்ததென்ன? -545
ஜகத் சேட்டு -545
நவாபின் செல்வம் -546
சிராசுத் தௌலா தலை வெட்டப்படுதல் -548
கிளைவு பெருஞ் செல்வராதல் -548
வங்கத்தில் கொள்ளையோ, கொள்ளை -548
கிழக்கிந்தியக் கம்பெனியின் புதிய ரூபாய் -549

3. அனந்தப்பூர் வரலாறு 550

அனந்தப்பூர் பெயர் விளக்கம் -550

புள்ளிகள்:

1. கிளைவு - கூட்டே பூசல் -551
2. இலண்டன் நூலகம் பிரிட்டிஷ் மியூசியத்திற்கு மாற்றப்படுதல் -552
3. வட ஐரோப்பியத்தில் உருளைக் கிழங்கு -552
4. டெல்லியில் நில நடுக்கம் -552
5. பொப்பிலிப் போர்: பிரஞ்சுக்காரர் வெற்றி -552
6. காவேரிப் பாக்கம்: பிரஞ்சுக்காரர் பிடித்தல் -553
7. லென்னாய் ஜெனரலாக உயர்வு -553
8. இந்தியாவில் உள்நாட்டு வாணிபம் -554

இந்திய சரித்திரக் களஞ்சியம் 269

1. தஞ்சைத் தரணி: சமூக நிலை,வாணிப நெறிகள் ... 556
   மராட்டியரும், மண உறவும் -556
   பெண்ணடிமை வாணிபம் -556
   வாணிபம், தொழில் -557
   மகமை -557
   வாணிபப் பண்டங்கள் -557
   பதினெட்டுப் பட்டடைகள் -557
   நாணயங்கள் -558
   பெரிய பணம், சின்னப்பணம், அரைப்பணம் -559
   மோகராக்கள், தங்க ரூபாய் -559
   வட புலத்து மோகராக்கள் -559
   மதுரைச் சக்கரங்கள் -559
   சக்கரத்தின் ரூபாய் மதிப்பு -559
   ரூபாயின் பகுதிகள் -560
   ஹோன்னம், ஹென்னம் -560
   சில காசுகள் -560
   சாணார் காசு என்பது எது? -561
   அக்கசாலைகள் -561
   அளவைகள் -561
   மோடி எழுத்து -562

2. கிழக்கிந்தியக் கம்பெனி ஆந்திரத்தை வெல்லுதல் ... 563
   ஆந்திரத்தின் தொன்மை -563
   இச்சவாகு -564
   சாலங்காயனர், விஷ்ணு குண்டினர் -564
   சாளுக்கியர் -564
   காகதியர் -564
   ரெட்டி மன்னர்குடி -564
   கோல்கொண்டச் சுல்தான் -564
   நிசாம் குடி -565
   ஆந்திர நவாபுகள் -565
   பாளையக்காரர்கள் -565
   ஆங்கிலேயர் வருகை -565
   ஆங்கில, பிரஞ்சுப் போட்டிகள் -566
   பொப்பிலிப் போர் -567
   சந்தூர்த்திச் சண்டை -567
   ஆந்திரத்தில் பிரஞ்சுக்காரர் நிலை தளர்தல் -568
   கம்பெனி ஆட்சியில் ஆந்திரம் -569
   பாளையக்காரர் கிளர்ச்சி -569

3. சென்னை ரெஜிமெண்டு: வரலாறு ... 571
   சென்னைக் கோட்டைத் தோற்றுவாய் -571

கிளைவு அமைத்த சென்னைப் பட்டாளம் -571
கரையோரச் சிப்பாய்ப் பட்டாளம் -573
சர்க்கார், கர்நாடகப் பட்டாளங்கள் -574
சென்னைப் படை கண்ட களங்கள் -574

4. சென்னைக் கோட்டை: லாலி முற்றுகை 575

லாலி பிரபு -575
பிரஞ்சுச் செல்வாக்குக் குன்றிய நிலையில் இந்தியா வருதல் -576
லாலியின் சென்னை முற்றுகை -576

5. போர்க் கொள்ளை: பங்கிடுவது குறித்துக் கம்பெனி அறிவிப்பு 577

பங்கிடுவதில் கிளைவிற்கும், அட்மிரலுக்கும் போட்டி -577
போர்க் கொள்ளையில் பங்கு வைத்த பதினெட்டுப் போர்கள் -578

6. சிந்தில் கம்பெனிப் பண்ட சாலை 578

சிந்து -578
மூலஸ்தானம் - மூல்தான் -579
பிரிட்டிசார் சிந்தை ஆப்கானியரிடமிருந்து
19 ஆம் நூற்றாண்டில் கவர்தல் -579

புள்ளிகள்

1. தென் பாண்டிச் சீமை: நவாபு - கம்பெனி ஏற்பாடு நீட்டிப்பு -579
2. மார்த்தாண்ட வர்மன் மரணம் -580
3. இராமய்யன் காதலி -580
4. புதிய வேணாட்டு மன்னர் தர்மராசா -581
5. மீனாட்சி கோயிலில் மீண்டும் வழிபாட்டிற்கு ஏற்பாடு -581
6. கிளைவு வங்க ஆளுநராதல் -581
7. பிரிட்டனின் இந்திய வாணிபப் பெருக்கம் -581
8. இராச மகேந்திரவரத்தில் பிரஞ்சுக்காரர் தோல்வி -582
9. ஏழாண்டு போரில் பிரஞ்சுக்காரர் பின்னடைவு -583

1759

1. ஷா ஆலம் முகலாயப் பேரரசராதல் 585

நிசாமின் மூத்த மகன் இமது-உல்-முல்கு -585
இரண்டாம் ஆலம் கீர் கொடூரச் சாவு -586
ஷா ஆலம் மன்னராதல் -586

2. போரும் வட இந்திய சமூக வாழ்க்கையும் 586

போர்களும், அரசியல் நிகழ்வுகளும் வாழ்க்கையைப் பாதித்தல் -586
அகமது ஷா அப்தாலி படையெடுப்பு -587
இந்தியம் தழுவிய வணிக நிறுவனம் -587

புள்ளிகள்

பிரிட்டிஷ் மியூசியம் திறப்பு -587
தஞ்சை, மராட்டியர் காரைக்காலை இழத்தல் -589
பெங்களூர் ஐதரலியின் ஜாகீரதால் -589
கான் சாகிபு எழுச்சி -589
மதுரை ஆளுநராதல் -589
கான் சாகிபும் கள்ளரும் -590
கான் சாகிபு பாளையக்காரர் சண்டை -590
பாளையக்காரரின் தமிழ், தெலுங்கு எதிர்ப்பணிகள் -591
பிரஞ்சுக்காரருக்கு எங்கும் தோல்வி -591
போர்த்துக்கீசர் தலைநகரம் பஞ்மிற்கு மாறுதல் -592
'' ஜான்'' கல்லறை எங்கே? -592
ஏசு சபையினர் போர்ச்சுக்கல்லிருந்து வெளியேற்றம் -593
பீங்கான் கோப்பைக்குக் கைபிடி -593
கின்னஸ் மதுவடி சாலை தொடக்கம் -593
இசையமைப்பாளர் ஹெண்டல் மரணம் -593
தியாகதுருக்கப் போர்க் களங்கள் -594

1760

1. கான் சாகிபு மதுரை ஆளுநர் பதவி நீட்டிப்பு 596

   கான் சாகிபிற்குக் கம்பெனி ஆதரவு -596
   மதுரை, நெல்லைச் சீமை வருவாய்கள் -596
   மேற்கத்தியப் பாளையக்காரர் மீது கான் சாகிபு தாக்குதல் -596

2. வந்தவாசிச் சண்டை, பிரஞ்சுக்காரர் தோல்வி 597

   வந்தவாசி பெயர் விளக்கம் -597
   வந்தவாசியில் போர் -597
   புதுச்சேரியில் இன்னல்கள் -599
   வானூர் -599
   வழுதியூர் -599
   விழுப்புரம் -599
   புதுச்சேரி -600

3. கரூர் ஆங்கிலேயர் வசமாதல்: கரூர் வரலாறு 600
   சேரப் பேரரசின் கோ நகரம் -600
   கரூர் சங்க காலத்து வஞ்சியா? -600
   பெயர்க் காரணம் -601
   பொறையர் குடி -601
   நாயக்கராட்சியில் கரூர் -601
   ஆங்கிலேயர் வெற்றி -601

4. பதினெட்டாம் நூற்றாண்டுச் செங்கம் 602

   பல்குன்ற நாடு எது? -602

நடு கற்கள் -602
செங்கத்தில் பழங் கோயில்கள் -604

5. பிரிட்டன் 1760 ஆம் ஆண்டுகளில் 604

நகரங்கள் -604
வேளாண்மை, தொழில் -605
அரசியல் நிலை -606
உயர்குடிப் பெருமக்கள் -606
பாராளுமன்றம் -607
காமன் சபை -608
அரசியல் கட்சிகள் -609
இலண்டன் -609
கட்டடங்கள் -609
புதிய சர்ச்சுகள் -610
நயநாகரிகத்தை நோக்கி -610
மிடாய்க் குடியர் -610
ஒழுக்கமின்மை -610

7. லாயிடு கப்பல் போக்குவரவு அடங்கல் 611

லாயிடு இன்சூரன்சு நிறுவனமும், கப்பல் போக்குவரவு அடங்கலும் -611
காப்பிக் கடையில் தோற்றம் -611
லாயிடின் தனித் திறமை -612
லாயிடு அடங்கல் -613

புள்ளிகள்

1. கிளைவு கோடீசுவரராகத் தாயகம் திரும்புதல் -614
2. வங்கத்தின் புதிய கவர்னர் -614
3. மீர் காசிம் வங்க நவாபாதல் -614
4. நில நடுக்கம் ஏன்? ஆங்கில நிலவியலார் கருத்து -615
5. ஆல்ப்ஸ் மலையுச்சிக்கு ஏற முயற்சி -615
6. ஜப்பானில் புதிய ஷோகன் -617
7. நோய் நாடுவதில் உடற்கூறுக் கோட்பாடு -618
8. இலண்டன் தாவரவியல் பூங்கா -618
9. கிராம்பு, சாதிக்காய்க்குத் தீயிடுதல் -618
10. அமெரிக்கக் குடியேற்றங்களில் மக்கள் தொகை -618
11. அமெரிக்கத்தில் மூக்குப் பொடி -618

8

கஞ்சிப் பத்து

(1751-1760)

"என்னினும் பெரிது நின் தேவை" என்று களம் பட்டுத் தன்னைப் போல் உயிர் ஊசலாடிக் கொண்டிருந்த படை வீரனிடம் தனக்களித்த தண்ணீரைத் தந்த பின் அங்கேயே இறந்த படைத் தலைவர் ஒருவரின் பெருந்தகைமை மேலைக் களமொன்றில் 16 ஆம் நூற்றாண்டில் வெளிப்பட்டது. இங்கு இந்தப் பத்தில் "சோறு நீருண்பீர், கஞ்சி யாம் குடிப்போம்" என்று ஆர்க்காட்டில் ஐரோப்பியர்க்குச் சோறளித்த இந்தியப் படை வீரரைக் காண்கின்றோமாதலின், இப்பத்தைக் கஞ்சிப் பத்தென்றோம். செஞ்சோறளித்த இந்தியர் சிறப்பினைப் பிரிட்டீசாரின் உயர் மேன்மை மீது மாறாத பெருமை கொண்டிருந்த மெக்காலேயும் (1800-1859) பின்னாளில் பத்தொன்பதாம் நூற்றாண்டில் வியந்து வெகுவாய்ப் பாராட்டுகின்றார். இந்தக் கஞ்சிப் பத்தில் இராபட் கிளைவு ஆர்க்காட்டுக் கோட்டை வெற்றியால் பெரு வீரரென உயர்ந்து பிளாசிக் களம் நோக்கியும் புறப்படுகின்றார் என்பது குறிப்படத்தக்கது.

- ப.சிவனடி

1751

அரசியல்

ஆர்க்காடு, காஞ்சி ஆங்கிலேயர் வசமாதல்

அறிவியல்

நிலத்தியல் துறை தோற்றம் - முதல் நிலத்தியலார் குவட்டார்டு

மின்னலராய்ச்சி - பெஞ்சமின் ஃபிராங்கிளின்

நிக்கல் கண்டுபிடிப்பு

கலை இலக்கியம்

பிரஞ்சுக் கலைக் களஞ்சியத் தொகுப்புப் பணி தொடக்கம்

தாமஸ் கிரே - எலிஜி (புலம்பற் பாட்டு)

பொருளியல்

ஆங்கிலேயரின் முதல் பெருக்கும் முயற்சி

மருத்துவம்

இலண்டன் மனநல மருத்துவமனை - பெதலம்

இராணுவம் போர்

ஒரிசத்தை மராட்டியர் வெல்லுதல்

பூலித்தேவர் சீவில்லிபுத்தூர்க் கோட்டையைப் பிடித்தல்

வரலாறு

காஞ்சி வரலாறு

ஒரிச வரலாறு

பொது

அமெரிக்கரின் திமிங்கில வேட்டை

சருகணியில் மாதா கோயில்

கிரிகோரியன் ஆண்டுக் கணக்கு - பிரிட்டனில் சட்டம்

பிறப்பு

ரிச்சர்டு ஷெரிடன் (1751-1816)

இறப்பு

மர்மலாங்குப் பாலம் கட்டிய அர்மீனியர்

இந்திய சரித்திரக் களஞ்சியம் 275

1751

1. ஆர்க்காட்டு வெற்றியும் ஆங்கிலர் எழுச்சியும்: கஞ்சிக் கதை

கஞ்சி குடிப்பதற் கில்லார்

ஊர் மறையாவிடினும் பேர் மறைந்து மக்களால் மறக்கப்பட்டு வரும் ஊர்களுள் பண்டைக் காலந்தொட்டு நிலவி வருவது என்று சொல்லப்படும் ஆர்க்காடும் ஒன்றெனலாம். ஆர்க்காட்டின் தொன்மை இ.ச.க.தொகுதி-2 இல் பதியப்பட்டிருந்தது.

ஆர்க்காடு: கதையிலும் வரலாற்றிலும்

ஆர்க்காடு பாலாற்றின் வலக்கரை மீது அமைந்துள்ளது. தேசிங்கு ராசனின் அரசி நினைவாக அமைந்த இராணிப்பேட்டையிலிருந்து (இ.ச.க.தொகுதி-2 பகுதி 2) பிரித்து அறிவதற்காக ஆர்க்காடு முன்னர் பழைய ஆர்க்காடு என்று அழைக்கப்பட்டது. இதன் தெற்கே தென்மேற்கில் சுமார் ஒன்றரைக் கிலோ மீட்டரிலுள்ள இராணிப்பேட்டை தான் மக்களால் ஆர்க்காடு என்று அக்காலத்தில் அறியப்பட்டது.

தொண்டை நாட்டைத் தோற்றுவித்தவர் என்று கதைகளில் வழங்கும் ஆதொண்டை என்ற அரசர் காஞ்சிபுரத்திலும், வேறு ஐந்து இடங்களிலும் கோயில்களைக் கட்டினார் என்றும், தொண்டை நாட்டில் வேளாண்மையை அறிமுகம் செய்தாரென்றும், அவை ஆறுகாடுகள் என்று அழைக்கப்பட்டதால் ஆற்காடு என்று பெயர் பெற்றதென்றும் ஒரு கதை உண்டு. ஆனால், இங்கு ஆர் அல்லது ஆத்திமரங்கள் நிறைந்திருந்தமையால் இந்த இடம் ஆர்க்காடு என்று பெயர் பெற்றதென்பதே சரியாகும்.

ஆர்க்காடு பற்றி இன்னொரு கதையும் உண்டு: நல்ல பொம்ம நாயுடும், திம்மநாயுடும் பெனுகொண்டவிலிருந்து (பெனு கொண்ட என்றால் பெரிய மலை என்று பொருள். விசயநகர மன்னர்கள் 1564 ஆம் ஆண்டு தலைக் கோட்டைப் போரில் தோற்றதும் பெனுகொண்டவிற்குப் பின்னாளில் ஓடிவந்தனர். இந்த ஊர் சென்னையிலிருந்து மேற்கே வடமேற்கில் சுமார் 292 கிலோ மீட்டரில் உள்ளது.) வேட்டைக்கு வந்தனர். அவர்கள் ஆர்க்காடு அமைந்துள்ள இடத்தில் ஒரு முயல் புலியின் தொண்டையைப் பற்றிக் கவ்வியதைக் கண்டு, இந்த அதிசயத்தை நற்சகுனமெனக் கொண்டு, அங்கிருந்த காட்டை அழித்து, ஒரு கற்கோட்டையை எழுப்பினர் என்பதே அக்கதையாகும். இது இடத்திற்கு இடம், ஆளுக்கு ஆள் மாறிவருகின்ற தேய்ந்து கிழிந்த பழங் கதையேயாகும்.

1751

பதினெட்டில் ஆர்க்காடு

ஆர்க்காடு பதினெட்டாம் நூற்றாண்டில் தான் முதன்முதலாகச் சரியான வரலாற்று ஏடுகளில் குறிக்கப்படுகின்றது. அப்போது 1716இல் முகலாயர் படைத்தலைவரான சுல்ஃபிகர்கான் செஞ்சியை விடுத்து ஆர்க்காட்டில் கர்நாடக அரசின் தலைமையகத்தை அமைத்த செய்தி இ.ச.க.தொகுதி-2 இல் சொல்லப்பட்டது. தாவூது கான் (1703-1710) ஆர்க்காட்டுக் கோட்டையைச் சீர்செய்து, ஊரில் பதினெட்டு வீதிகளை அமைத்து, அவற்றுக்குப் புகழ்பெற்ற வீரர்களின் பெயர்களை வைத்தார். அத்தெருக்களில் சில இன்னும் உள்ளன.

நெவாயத்து குடியின் முதல் ஆர்க்காட்டு நவாபு என்று கருதப்படும் சாதத்துல்லா கான் (1710-1732) (இ.ச.க.தொகுதி-1) மைசூரைத் தாக்குவதற்கு வசதியாக ஆர்க்காட்டிற்கு தலைமையகத்தை மாற்றினார்.

மராட்டியர் படை 1740 இல் ஆர்க்காட்டு நாட்டை வெற்றி கொண்டது. (இ.ச.க.தொகுதி-4). தோஸ்து அலி (1732-1740) தாமல் செருவுப் போர்க்களத்தில் மராட்டியரால் கொல்லப்பட்டதும், அடுத்த நவாபான சஃப்தர் அலிகானும் (1740-1742) கொல்லப்பட்டார். அவரையடுத்து வாலாசா குடியின் முதல் ஆர்க்காட்டு நவாபான அன்வருதீன் கானும் (1744-1749) 1749 இல் களத்தில் கொல்லப்பட்டார். இப்படி இந்த ஒன்பதாண்டுக்காலத்தில் ஆர்க்காடு பதவிச் சண்டைகளாலும் பிற சண்டைகளாலும் குருதியில் குளித்துக் கொண்டிருந்தது.

இந்திய வரலாறு இதுவரை கண்டிராத புதிய வெற்றி வீரர் ஒருவர் இந்த 1751 இல் ஆர்க்காட்டின் கிழக்கே சுமார் 100 கிலோ மீட்டரிலிருந்து சென்னையிலிருந்து இங்கு கடுகிவரப் போவதைக் காணப்போகின்றோம்.

1751

திருச்சிராப்பள்ளி முற்றுகை

ஆர்க்காட்டு நவாபான அன்வருதீன் கான் ஆம்பூர்ச் சண்டையில் செத்ததும், அவர் மகன் மகஃபூஸ் கானைச் சந்தா சாகிபு அதே களத்தில் சிறைப்பிடித்தார். இன்னொரு மகனான முகமதலி திருச்சிராப்பள்ளிக் கோட்டைக்குள் புகலடைந்து விட்டார். சந்தா சாகிபும் விடாது முகமதலியைப் பின் தொடர்ந்து சென்று திருச்சிராப்பள்ளிக் கோட்டையை முற்றுகையிட்டுவிட்டார். இது முகமதலியின் நேசர்களான ஆங்கிலேயருக்கு மனவருத்தம் தந்தது.

இக்காலத்தே டேவிடு கோட்டையின் ஆளுநராய்த் தாமஸ் சாண்டர்ஸ் இருந்தார். அவர் கம்பெனியின் ஆட்சிக்குழு உறுப்பினருள் ஒருவரான ஜார்ஜ் பிகாட்டை முகமதலிக்கு உதவும் பொருட்டு திருச்சிராப்பள்ளிக்கு அனுப்பினார். பிகாட்டு திருச்சிராப்பள்ளிக் கோட்டைக்குள் முற்றுகையிடப்பட்டிருந்த முகமதலிக்கு உதவும் பொருட்டு படையினரையும், பண்டங்களையும் எடுத்துக்கொண்டு 1751 ஜனவரியில் புறப்பட்டார். அவருடன் செல்வதற்கு இராபட் கிளைவு முன்வந்தார்.

காவற்படையினருக்கு வேண்டிய பண்டங்கள் அனைத்தையும் அளிக்கும் பொறுப்பு இராபட் கிளைவிடம் தரப்பட்டிருந்தமையால் அவர் தானும் திருச்சிராப்பள்ளி செல்ல வேண்டுமென்று கேட்டதற்கு சாண்டார்ஸ் ஒப்புதல் அளித்துவிட்டார். கிளைவு திருச்சிராப்பள்ளி சென்று மலைக் கோட்டையைப் பார்த்தார். அக்கோட்டைக்குள் இருந்தவர்களுக்கு வேண்டிய பண்டங்கள் அளிக்கப்படுமாயின், அவர்களால் இன்னும்

சிறிது காலம் தாக்குப்பிடித்து நிற்க முடியும்; நெடுங்காலம் நிற்கவியலாது. ஜார்ஜ் கோட்டை திருச்சிராப்பள்ளியிலிருந்து வெகு தொலைவில் இருந்ததாலும், சந்தா சாகிபின் படை வலிவோடும், கம்பெனிப்படை வலுக் குன்றியும் இருந்ததாலும் தற்போதைக்குச் சந்தா சாகிபின் முற்றுகையைத் தகர்க்க முடியாது என்ற இரண்டு போர்த் தந்திரக் கூறுகளைக் கிளைவு உய்த்துணர்ந்தார்.

கிளைவின் தந்திரம்

எனவே இதற்கு வேறு என்ன வழி? திருச்சிராப்பள்ளி சந்தா சாகிபிடம் விழுந்து விடுமாயின், கிழக்கிந்தியக் கம்பெனி சோழ மண்டலக் கரையில் நிலைக்க முடியாது. ஏனெனில் சந்தா சாகிபு தூய்ப்பிளேயினால் ஊக்குவிக்கப்பட்டும், வழிகாட்டப்பட்டும் வருவதால், இதையே சாக்காக வைத்து, அவர் ஆங்கிலேயரை ஒரேயடியாக டேவிடு, ஜார்ஜ் கோட்டைகளிலிருந்து விரட்டிவிடுவார்.

ஆதலால் முற்றுகையினால் முடங்கிக் கிடக்கும் முகமதலியைத் திருச்சிராப்பள்ளிக் கோட்டையிலிருந்து விடுவித்து, அவரைக் கர்நாடக நவாபாக்கினால்தான், இந்த இடுக்கண்ணிலிருந்து மீள முடியும் என்பதைக் கிளைவு உணர்ந்தார். அவர் உடனே டேவிடு கோட்டைக்கு நேரே திரும்பிச் சென்று சாண்டர்சிடம் தன் தந்திரத் திட்டத்தை எடுத்துரைத்தார்.

திருச்சிராப்பள்ளிக் கோட்டையை முற்றுகையிலிருந்து விடுவிப்பதற்குப் போதிய ஆள் பலமும் பிற வசதிகளும் இல்லாதிருப்பதால், சந்தா சாகிபு திருச்சிராப்பள்ளி முற்றுகையில் ஈடுபட்டுள்ள தன் படையைத் திருப்பி வேறு இடத்திற்கு

அனுப்புமளவிற்கு, அவருக்கு முக்கியமான வேறோர் இடத்தைத் தாக்கினால் முற்றுகையினால் முடங்கியிருந்த திருச்சிராப்பள்ளிக் கோட்டையின் நெருக்கடியைத் தணிக்கலாம் என்பது தான் கிளைவின் தந்திரம்.

இது நடக்கலாம்? ஆனால் எந்த இடத்தைத் தாக்குவது?

சந்தா சாகிபு புதிதாக அரண்மனை கட்டியிருந்த கர்நாடகத் தலைநகரான ஆர்க்காட்டைத் தாக்கலாம் என்று கிளைவு கூறினார். ஆர்காடு சென்னையிலிருந்து மேற்கில் சுமார் 100 கிலோ மீட்டரில் இருந்தது. திருச்சிராப்பள்ளியோ சென்னையிலிருந்து தெற்கே கிட்டத் தட்ட 300 கிலோ மீட்டரில் அமைந்திருந்தது.

சந்தா சாகிபின் பெரும்படை இவ்வாறு இவ்விரு இடங்களில் இருந்து வெகு தொலைவில் திருச்சிராப்பள்ளியில் இருப்பதால், இந்த இக்கட்டிலிருந்து மீள்வதற்கு ஆர்க்காடு போர்த்தந்திர முக்கியத்துவம் வாய்ந்ததாக இருந்தது.

சாண்டர்சும், கிளைவும் இது குறித்து மறைவடக்கமாக வெளியில் தெரிந்து விடாதவாறு தனிமையில் கலந்து பேசினர். இது குறித்துப் பேசுவதற்குக் கிளைவையே சாண்டர்ஸ் ஜார்ஜ் கோட்டைக்கு அனுப்பி வைத்தார்.

துணிச்சலா? துடுக்குத்தனமா?

1751

கிளைவு 130 ஐரோப்பியரை அழைத்துக் கொண்டு டேவிடு கோட்டையை விட்டு ''வேஜர்'' என்ற கப்பலில் ஏறி 1751 ஆகஸ்டு 22 அன்று சென்னையை அடைந்தார். அவர் அங்கு ஆளுநர், துணை ஆளுநர் ஆகியோரோடு இரகசியமாகப் பேசியபிறகு, ஒரு சிறுபடையுடன் ஆகஸ்டு 27 அன்று ஆர்க்காட்டை நோக்கிப் புறப்பட்டார். அப்படையில் 200 ஐரோப்பியரும், 300 இந்தியரும் இருந்தனர். எட்டுப் படையதிகாரிகளில் அறுவர் இதுவரை எந்தப் போர்க்களத்தையும் கண்டதேயில்லை. அவர்கள் கிளைவை முன்னுதாரணமாகக் கொண்டு எழுத்தராயிருந்து படையில் பணிபுரிய வந்திருந்தனர். கிளைவிடம் மூன்றே மூன்று களப் பீரங்கிகள் தாம் இருந்தன.

அப்போது டேவிடு கோட்டையைக் காக்க நூறு பேரும், ஜார்ஜ் கோட்டைக் காவலுக்கு ஐம்பது பேரும் மட்டுமே எஞ்சியிருந்தார்கள். இந்திய அரசியல், சமூக, போர்த்திற நிலைகளைத் தெளிவாக உணர்ந்து கொண்ட அறிவுக் கூர்மைமிக்க ஒரு படைத்தலைவனின் போர்த் தந்திர நுட்பத்தையே இது எடுத்துக் காட்டுகின்றது. இது மடத் துணிச்சல் போல் தோன்றினாலும், துடுக்குத்தனமாகப் பட்டாலும், இதற்கு மெய்யாகவே பெருந்துணிச்சல் வேண்டும். அதனால்தான் பத்தொன்பதாம் நூற்றாண்டைச் சேர்ந்த வரலாற்று ஆசிரியரான மெக்காலே பிரபு (1800-1859) கிளைவைத் தலையில் தூக்கி வைத்துக் கொண்டு கொண்டாடினார்.

ஏனெனில் தூய்ப்பிளேயின் புதுச்சேரிக்கும் கடலூரிலிருந்த பிரிட்டிசாரின் டேவிடு கோட்டைக்குமிடையே சுமார் 18 கிலோ மீட்டர் தொலைவே இருந்தது. தூய்ப்பிளே நினைத்தால் கடலூருக்கும் சென்னைக்குமிடையே போக்குவரவேயில்லாமல் துண்டித்திருக்க முடியும்.

கர்நாடகம் என்ற தமிழ்நாடு இங்கிலாந்தின் அளவு பெரியது எனலாம். அதன் தலைநகரான ஆர்க்காடு பாலாற்றின் கரைமீதிருந்தது. அது சென்னையிலிருந்து சுமார் 160 கிலோ மீட்டரிலிருந்தாலும் கிளைவு தென்மேற்காக அங்கு படை நடத்திச்

சென்றதால், அத்தொலைவு சுமார் 100 கிலோ மீட்டராகக் குறைந்தது. அது காடு அடர்ந்த பகுதி. ஆங்கிலப்படை எந்தப் பக்கமிருந்து வேண்டுமானாலும் தாக்கப்படலாம்.

காலநிலை வெப்பமாகவும், புழுக்கமாகவும் இருந்தது. இரண்டு பருவ மழைகளும் பொழிவதற்கு இடைப்பட்ட காலம். வானில் இடி முழக்கம் குமுறிக் கொண்டிருந்தது. இந்தப் படை நடந்தே காஞ்சிபுரத்தை அடைய மூன்று நாளானது. ஆர்க்காட்டையடைய இன்னும் சுமார் 45 கிலோ மீட்டர் செல்ல வேண்டும்.

பேய்த்தனமான முன்னேற்றம்

ஆர்க்காட்டுக் காவலில் ஈடுபட்டிருந்த சந்தா சாகிபின் படைபலம் பற்றிய செய்திகள் காஞ்சிபுரத்தில் தான் உறுதியாகக் கிடைத்தன. அங்கு 11,110 பேர் இருந்தனர். ஆர்க்காட்டுக் கோட்டையைத் தகர்க்கத் தன் சிறு பீரங்கிகளுக்குத் துணையாக இரண்டு 18 இராத்தல் பீரங்கிகளை அனுப்பி வைக்குமாறு கிளைவு சென்னைக்குச் செய்தி அனுப்பினார். ஆனால், அவர் பீரங்கிகள் சென்னையிலிருந்து வருவதற்காகக் காத்திராமல் ஆர்க்காட்டை நோக்கிப் புறப்பட்டுவிட்டார்.

அப்போது பேய்க்காற்றோடு கூடிய மழை பெய்தது. தொடர்ந்து இடியும், மின்னலுமாயிருந்தன. கண்மூடித்தனமான முரட்டுத் துணிச்சல் மிக்க எவனும் இந்தப் பேய் மழையில், இடிஇடித்து மின்னல் வெட்டும் போது வெளியில் தலை காட்டுவதற்கே அஞ்சுவான்.

ஆனால் சந்தா சாகிபிற்கு முன்னால் ஆர்க்காட்டை அடைந்து விட வேண்டும் என்பதைக் கிளைவு எப்போதும் நினைவில் வைத்துக் கொண்டு வெறி கொண்டவரைப் போல் விரைந்து ஏகினார். வானமே தலையில் விழுந்தாலும் சரி என்று முன்னேறினார்.

மனிதப் பேயும் மழைப் பேயும்

அவருடன் சென்று கொண்டிருந்த இந்தியப் படை வீரர்கள் ஐரோப்பியரின் இத்தகைய துணிச்சலையும், மனஉறுதியையும் கண்டிராததால் அவர்கள் கிளைவைச் சாதாரண மனிதர் என்று கருதவில்லை. இயற்கையின் சீற்றத்தை இயல்பு கடந்த ஒருவரால்தான் இவ்வாறு எதிர்த்து நிற்க முடியும் என்று எண்ணினர்.

வழி நெடுகிலுமிருந்த ஊர் மக்கள் பேய் மழைக்கும், கொடுங்காற்றுக்கும் அஞ்சித் தம் குடிசைகளுக்குள் ஒதுங்கியிருந்தவாறு, பேய் போல் அந்தப் பேய்மழையில் சென்று கொண்டிருந்த வெள்ளைக்காரரை வியப்புடன் பார்த்தனர்.

கம்பெனிப் படை வருகின்றது என்ற செய்தி ஆர்க்காட்டிற்கு முன்னதாகச் சென்று விட்டது. ஏதோ ஒரு பேய்தான் தம்மை நோக்கி விரைந்து வருகின்றது என்று ஆர்க்காட்டைக் காத்து நின்ற 11,100 சோம்பேறிப் படை வீரர்களும் நினைத்தனர். கடவுளரின் இடிமுழக்கம் கூட இப்படையின் முன்னேற்றத்தைத் தடுத்து நிறுத்த முடியவில்லையே என்று அவர்கள் எண்ணினர்.

குருதி சிந்தா வெற்றி

கிளைவு ஆர்க்காட்டினுள் செப்டம்பர் முதல் தேதியன்று நுழைந்த போது அங்கிருந்த காவல்படை கெட்டிக்காரத்தனமாகக் கண்ணுக்குத் தெரியாமல்

மறைந்துவிட்டது. ஆர்க்காட்டைக் காக்க ஆளில்லை. வீடுகள் சூழ்ந்திருந்த ஆர்க்காட்டுக் கோட்டை தன்னந்தனியாக நின்றது.

ஆர்க்காட்டுத் தெருக்கள் வழியே வந்த இந்தச் சின்னஞ்சிறு படையைக் காண - சுமார் 500 பேர் - ஒரு பெரிய கூட்டமே திரண்டு விட்டது. அது ஓரிலட்சம் இருக்கலாம் என்பது ஆங்கிலரின் கணிப்பு. கிளைவு ஆர்க்காட்டை அடைந்த சில மணிநேரத்தில், ஒரு குண்டைக் கூட வெடிக்காமல், ஓர் ஆள் கூடச் சாகாமல், ஆர்க்காட்டுக் கோட்டை அவர் கையில் சிக்கியது.

கிளைவு நேரத்தை வீணாக்கவில்லை. அவர் மின்னல் வேகத்தில் முன்னேறி வந்ததால் சந்தா சாகிபோ, அக்கோட்டையைக் காத்து நின்றோரோ வந்து சேருமுன்னரே ஆர்க்காட்டை எட்டிவிட்டார்.

அவர் முதலில் ஊர் மக்களைத் தன் பக்கம் இழுக்க முயன்றார். அவர்கள் நடுநிலையாக இருந்தாலே போதும் என்று, அவர் அவர்களிடம் பக்குவமாய் நடந்து கொண்டார். ஆர்க்காட்டு வணிகர்கள் போர்க்காலப் பாதுகாப்பிற்காக ஐம்பதாயிரம் பவுன் மதிப்புள்ள (இக்காலத்தில் 1 பவுனின் மதிப்புச் சுமார் 10 ரூபாய்) பண்டங்களைக் கோட்டைக்குள் வைத்திருந்தனர். அவை உடனே உரியவர்களிடம் திருப்பித் தரப்பட்டன.

1751

மறப் போரா? அறப் போரா?

கோட்டைக்குள் நாலாயிரம் பேர் வாழ்ந்திருந்தனர். அவர்கள் அங்கேயே இருப்பதற்குக் கிளைவினால் அனுமதிக்கப்பட்டனர். கம்பெனிப்-படை வீரர் எவரும் கொள்ளை, கற்பழிப்புப் போன்ற செயல்களில் ஈடுபடலாகாது என்று கண்டிப்பான கட்டளை பிறப்பிக்கப்பட்டது. அம்மக்கள் இத்தகைய கட்டளையை எதிரிப்படைத் தலைவரிடமிருந்து இதுவரை கேள்விப்பட்டதேயில்லை. போர் என்றால் கொள்ளையும், கொள்ளியும், கற்பழிப்பும் நிறைந்த கொடுமை என்பதைத்தான் அவர்கள் இதுவரை கண்டிருந்தனர். முன்பே ஊர்ப் பெரியவர்கள் கிளைவின் பக்கம் வந்துவிட்டனர். இனிமேல் மக்களிடமிருந்து கிளைவிற்கு இன்னலோ இடுக்கண்ணோ இராது.

கிளைவு அடுத்தபடியாகக் கோட்டையை வலுப்படுத்தினார். மைல் கணக்கில் நெடுந்தொலைவிற்கு மதிற் சுவர்கள் நீண்டிருந்தன. அவற்றைப் பல இடங்களில் பழுது பார்க்க வேண்டி வந்தது. கொத்தளங்கள் குறுகலாயும், பீரங்கிகளை நிறுத்துவதற்குப் பொருத்தமின்றியும் இருந்தன. கிளைவு அவற்றையெல்லாம் செப்பனிட்டார்.

அகழிகளைச் சீர் செய்தார். வடமேற்கிலும், கிழக்கிலுமிருந்த இரு கோட்டை வாயில்களுக்கும் இழுவைப் பாலங்கள் இல்லாமலிருந்தன. கிளைவு கோட்டையைச் சீர் செய்து செப்பனிடும் பணியில் முனைந்திருந்தாலும், அக்கோட்டைக் காவலுக்கென்று சந்தா சாகிபினால் நிறுத்தி வைக்கப்பட்டிருந்தவர்கள் கிளைவின் தலையைக் கண்டதும் தலைமறைவாகிப் போன ஆயிரம் படை வீரர்களையும் கிளைவு மறந்து விடவில்லை. அவர்கள் மூட நம்பிக்கையால் கிளைவின் மீது கொண்ட அச்சம் தெளிந்து, விரைவிலேயே தன்னைத் தாக்கத் திரும்பிவரலாம் என்பதைக் கிளைவு உணர்ந்திருந்தார்.

முந்தினவர் கைப் பணியாரம்

எனவே அவர் ஒரு படையை அனுப்பி ஓடிப் போனவர்களைத் தேடச் செய்தார்.

இது கெட்டிக்காரத்தனமான செயல் என்று சொல்ல வேண்டியதில்லை. முந்தினவர் கைப்பணியாரம் என்ற மொழிக்கேற்ப எதிரியை முதலில் தாக்குவதுதான் மிகச் சிறந்த தற்காப்பு ஏற்பாடாகும்.

அவர் கோட்டையை விட்டுத் தன் படையிலிருந்த ஐநூறு வீரரில் பெரும்பாலரொடும், நான்கு பீரங்கிகளொடும் வெளியேறினார். அவர் ஆர்க்காட்டின் தென் மேற்கிலுள்ள திமிரி என்ற ஊரின் கோட்டைக்குள் அறுநூறு குதிரைப் படையினரும், ஐநூறு காலாள் படையினரும் இருக்கக் கண்டார்.

திமிரிக் கோட்டை

திமிர் திமிரியானது. இத்தமிழ்ச் சொல்லுக்கு விறைப்பு என்று பொருள். இது வடார்க்காட்டு அம்பேத்கார் மாவட்டத்தில் இன்றுள்ளது. ஆர்க்காட்டிலிருந்து தெற்கே தென்மேற்கில் சமார் 9 கிலே - மீட்டர்; சித்தூரிலிருந்து தெற்கே தென் கிழக்கில் சுமார் 45 கிலோ மீட்டர் ஆரணிச் சாலையில் உள்ளது. இங்கு வேலூர்க் கோட்டையைக் கட்டிய பொம்மி ரெட்டியின் உடன்பிறந்தவளான பொம்மக்காள் ஒரு கோட்டையைக் கட்டியிருந்தார். அதை முஸ்லிம்கள் பிடித்துக் கொண்டனர். அதன் பிறகு ஆர்க்காட்டு நவாபான முகமதலியின் கைக்கு வந்தது. இப்போது சந்த சாகிபின் கையில் இருந்தது.

சந்தா சாகிபின் படையினர் கோட்டைக்குள்ளிருந்தபோது, வெகுதொலைவில் வந்து கொண்டிருந்த கம்பெனிப் படையை நோக்கிச் சுட்டனர். அதனால் ஓர் ஒட்டகம் மட்டும் செத்தது. அவர்கள் அதன் பிறகு கோட்டையை விட்டு வெளியேறி அதைச் சுற்றியிருந்த வெப்பமான சிறு குன்றுகளுக்குள் ஓடிவிட்டனர். கிளைவு புறமுதுகிட்டு ஓடிய அவர்களை விட்டுவிடவில்லை. அவர்களைத் தேடி மீண்டும் கிளம்பினார். அப்போது சந்தா சாகிபின் படைவீரர் எண்ணிக்கை இரண்டாயிரமாக உயர்ந்தது. அவர்களிடம் இரண்டு களப் பீரங்கிகள் இருந்தன.

இப்போது திமிரிக்கு வெளியே நடந்த குறுகிய காலச் சிறு சண்டையில் கிளைவு சிலரை இழக்க நேரிட்டது. ஆனால் ஆர்க்காட்டார் படை மீண்டும் சிதறி ஓடியது. கிளைவிடம் திமிரிக் கோட்டையைக் கைப்பற்றும் எண்ணிக்கையில் பீரங்கி இருந்தது. எனினும் கிளைவு அதைச் செய்யாது ஆர்க்காட்டிற்குத் திரும்பினார். அவரைப் பின் தொடர்ந்து ஆர்காட்டுக் குதிரைப் படை வந்தது.

ஆர்க்காட்டுப் படையின் எண்ணிக்கை இப்போது மூவாயிரமானது. அதனால் அவர்கள் துணிச்சல் மிகக் கொண்டு ஆர்க்காட்டை நெருக்கி வந்து, கோட்டைக்குச் சுமார் ஐந்து கிலோ மீட்டரில் தண்டு இறங்கினர். அவர்கள் கிளைவை முற்றுகையிட வந்ததாகக் கூறிக் கொண்டனர். எனினும் அவர்கள் தாம் தண்டு இறங்கியிருந்த இடத்தைச் சுற்றிப் போதிய எண்ணிக்கையில் காவலரை நிறுத்தவில்லை.

இராத் தாக்குதல்

கிளைவு *(1751 செப்டம்பர் 12)* இரவு இரண்டு மணிக்குத் தன் படையில் பெரும்பாலரொடு கோட்டையை விட்டு வெளியேறி வந்து நன்கு உறங்கிக் கொண்டிருந்த ஆர்க்காட்டு வீரர்களைத் தாக்கினார். இத் திடீர்த் தாக்குதலினால் அவர்களிடையே குழப்பம் மிகுந்தது. மூவாயிரம் பேரும் வந்த வேகத்தை மிஞ்சும் வேகத்தில் ஓடி மறைந்தனர். விடிந்து பார்த்தால் அந்த இடத்தில் அவர்களில் ஒருவரைக் கூடக் காணோம்.

இதற்கிடையில், சென்னையிலிருந்து அனுப்பி வைத்த இரண்டு பீரங்கிகளை இழுத்துக் கொண்டு வெகு சில சிப்பாய்களே ஆர்க்காட்டிற்கு வந்தனர். சென்னையிலிருந்து போதிய எண்ணிக்கையில் ஆள் வரவில்லை. சந்தா சாகிபின் ஆள்கள் உயிர்நாடியான இவ்விரு பீரங்கிகளையும் பிடித்துக் காஞ்சிபுரம் கோயிலுக்குள் வைத்து விட்டனர் என்ற செய்தி கிளைவை எட்டியது. அவர் உடனே முப்பது ஐரோப்பிய வீரரையும், ஐம்பது சிப்பாய்களையும் காஞ்சிபுரத்திற்கு அனுப்பினர். சந்தா சாகிபின் ஆள்கள் அவர்களைக் கண்டதும், அருகிலிருந்த காவல் மிகுந்த ஒரு கோட்டைக்குள் ஓடி ஒளிந்தனர்.

பீரங்கிகள் இங்ஙனம் காப்பாற்றப்பட்ட போதிலும், அவற்றை நகர்த்தி உருட்ட முடியவில்லை. அவை எப்படியும் ஆர்க்காட்டை அடைந்தாக வேண்டும். கிளைவு வரவிருந்த இடுக்கண்களை எண்ணிப் பார்த்துத் துணிந்து தன் படையினரில் எண்பது பேரை நிறுத்திக் கொண்டு, எஞ்சிய அனைவரையும் பீரங்கியைக் கொண்டு வருவதற்காகக் காஞ்சிபுரத்திற்கு அனுப்பி விட்டார். அவர்கள் வழியில் என்ன நடந்தாலும் பீரங்கிகளுடன் ஆர்க்காட்டிற்கு வந்து சேர வேண்டும் என்பது கிளைவின் கட்டளை.

ஆனால் கிளைவை எதிர்த்து நின்ற படைத்தலைவர், தன் படை கிளை வினுடையதையும் விட மிகுந்த வலிமை வாய்ந்தது என்பதை உணரலானார். அவரிடம் 3000 பேர் இருந்தனர். கிளைவின் படையினால் பெரும்பாலர் பீரங்கிகளை இழுத்து வரக் காஞ்சிபுரம் சென்று விட்டனர். எனவே கிளைவைத் தாக்க இதுவே தக்க வேளையென்று அவர் எண்ணினார். கிளைவை இந்நிலையில் தாக்கினால், ஊர் மக்கள் தனக்கு ஆதரவாக எழுவர் என்றும் கருதினார்.

1751

தப்புக் கணக்கு

அவர் இருட்டியதும் தன் முழுப்படை பலத்தையும் கோட்டை மீது ஏவினார். எக்காளம் முழங்கிற்று; துப்பாக்கிகளின் வெடியோசையையும், தாக்க வந்தவர்களின் கூப்பாடும் இரவில் அதிர்ந்தன. அவை துணிச்சல் மிக்க மாவீரனைக் கூடக் கிலி கொண்டு பேடிக்கச் செய்துவிடும்.

ஆனால் கோட்டையைக் காத்து நின்றவர்களோ கலங்காதிருந்தனர். அவர்கள் தாக்கவந்தோர் மீது கைக்குண்டுகளை வீசினர். அவை குதிரைகளை மிரளச் செய்தன. அதனால் குதிரைகள் காலால் படையினரைச் சவட்டி மிதிக்கச் தொடங்கின. கோட்டையின் இரு வாயில்களும் தாக்கபட்டபோதிலும், அவை தகரவில்லை.

விடிந்ததும் காஞ்சிபுரத்திலிருந்து இரண்டு பீரங்கிகளுடன் ஆள்கள் வந்து சேர்ந்தனர். தாக்க வந்தவர்கள் மீண்டும் ஓசைப்படாமல் ஓடி ஒளிந்தனர். ஊர்மக்களில் ஒருவர்கூடக் கிளைவிற்கு எதிராகக் கிளம்பவில்லை. இது எதனால்? அடிமைப் புத்தியா? சமயோசிதமா? கெட்டிக்காரத்தனமா? கால தேச வர்த்தமானங்களையொட்டிப் பொருள் கொள்ளவேண்டும்.

சந்தா சாகிபின் சீற்றம்

இதையறிந்த சந்தா சாகிபின் சீற்றத்திற்கு அளவேயில்லை. எழுத்தராய் வந்து, காப்டனான இந்த வெள்ளைக்காரர் சிலநூறு வீரர்களை வைத்துக் கொண்டு, தான்

அண்மையில் அமைத்த தலைநகரில் உட்கார்ந்திருப்பதை விட்டு வைப்பது பொறுக்க முடியாது என்று சந்தா சாகிபு பொறுமினார்.

உடனே தன் தேர்ந்த குதிரைப்படையிலும், காலாள் படையிலுமிருந்து நாலாயிரம் பேரையும், புதுச்சேரியிலிருந்து பிரஞ்சுப்படைப் பிரிவில் 150 பேரையும் சேர்த்து அவர்கள் அனைவரையும் தன் மகன் இராஜா சாகிபின் தலைமையில் ஆர்க்காட்டிற்கு அனுப்பினார். அப்படை ஆர்க்காட்டை அடைந்ததும் அங்கு ஏற்கெனவே இருந்த மூவாயிரம் பேரும் அதனுடன் சேர்ந்து கொண்டனர். இப்போது ஏழாயிரமாய் விட்ட இப்பெரும்படை 1751 செப்டம்பர் 23 அன்று ஆர்க்காட்டினுள் நுழைந்து கோட்டையைச் சூழ்ந்தது. இராஜா சாகிபு தன் தந்தை புதிதாய்க் கட்டிய அரண்மனையைத் தலைமையகமாகக் கொண்டார்.

மீண்டும் முன்னடி, முதலடி

கிளைவின் திட்டமோ, அவர் கருதிய பலனைத் தந்தது. திருச்சிராப்பள்ளி மீதிருந்த நெருக்கடி தணிந்தது. ஆனால், இராஜா சாகிபு ஆர்க்காட்டுக் கோட்டையைக் கையகப்படுத்தித் தந்தையிடம் வெற்றி களிப்புடன் திரும்புவாரேயாகில், திருச்சிராப்பள்ளிக் கோட்டைக்குள்ளிருக்கும் படையின் நிலை மிக மோசமாய்விடும். எனவே கிளைவு ஆர்க்காட்டுக் கோட்டையை எப்பாடுபட்டாகிலும் உறுதியாகப் பிடித்து வைத்திருக்க வேண்டும்.

கிளைவு வழக்கம் போல் முன். தாக்குதலே மிகச் சிறந்த காப்பு என்று முடிவெடுத்துச் செப்படம்பர் 24 அன்று தன் படையில் பெரும்பாலருடன், நான்கு பீரங்கிகளையும் இழுத்துக் கொண்டு கோட்டையை விட்டு வெளியே பாய்ந்தார்.

கிளைவு தன் படையில் ஒரு பிரிவினரை நேரே அரண்மனை வாசலுக்குக் கொண்டு சென்றார். அங்கு பிரஞ்சுக்காரர் நான்கு பீரங்கிகளுடன் காவல் இருந்தனர். கிட்டத்தட்ட இருவருக்குமிடையே நேருக்கு நேர் பீரங்கித் தாக்குதல் தொடங்கியது. பிரஞ்சுக்காரர் பின்வாங்கி அரண்மனைக்குள் சென்றனர். ஆனால், தன் தலைமையகத்தின் தலைவாசலிலேயே சண்டை நடந்ததைக் கண்டு அஞ்சிய இராஜா சாகிபு மேலும் மேலும் பலரைச் சண்டைக்கு அனுப்பினார்.

பிரஞ்சுக்காரர் கைவிட்டோடிய நான்கு பீரங்கிகளையும் இழுக்க முன்சென்ற நால்வரைக் கிளைவு இழந்தார். பீரங்கிகளைக் கைப்பற்ற முடியாது என்பதை இறுதியாக உணர்ந்த கிளைவு திரும்பி, மறைவாக இருந்தபடி தன் பீரங்கிகளால் தாக்கலானார். அரண்மனையை மூன்று பக்கங்களிலும் தாக்கும்படி, பீரங்கிகள் ஒரு சத்திரத்தில் நிறுத்தி வைக்கப்பட்டிருந்தன. கிளைவு திரும்பி வந்த போது, இராஜா சாகிபின் படை வீரரில் ஒருவர் அருகிலிருந்த வீட்டுச் சன்னலிருந்து கிளைவை நோக்கித் துப்பாக்கியால் குறி பார்த்தார். அப்போது கிளைவின் இளம் அதிகாரியான லெப்டினண்டு டிரன்வித்து கிளைவைச் சட்டென்று இழுத்துத் துப்பாக்கிச் சூட்டிலிருந்து காப்பாற்றினார். அப்போது அவர் அந்தக் குண்டிற்குப் பலியானார்.

இந்தச் சண்டை மிகுந்த இடர்ப்பாடு மிக்கதாயிருந்த போதிலும், இராஜா சாகிபின் திட்டங்கள் நிலைகுலைந்தன. மறுநாளன்று வேலூரிலிருந்து மூர்த்தசா அலியின் தலைமையில் இரண்டாயிரம் பேரடங்கிய ஒரு படை ஆர்க்காட்டிற்கு வந்து, இராஜா சாகிபின் படையுடன் சேர்ந்து கொண்டது. இப்போது அவரிடம் பத்தாயிரம் பேரடங்கிய படை சேர்ந்து விட்டது.

கிளைவின் படை எண்ணிக்கையோ, முந்நூற்றிருபதிற்குக் குறைந்து போயிற்று. அதில் ஐரோப்பியர் 120 பேரும், இந்தியர் 200 பேர் மட்டுமே எஞ்சியிருந்தனர். முதலில் படையுடன் வந்த எட்டு அதிகாரிகளில் நால்வர் மட்டுமே போர் செய்யும் நிலையில் இருந்தனர்.

கோட்டை முற்றுகை தொடக்கம்

ஆர்க்காட்டுக் கோட்டை முற்றுகை இப்போது முறையாகத் தொடங்கியது. உள்ளே 320 பேர், வெளியே பத்தாயிரம் பேர், வெற்றி வாய்ப்புப் பத்திற்கு ஒன்றானது.

கோட்டைக்குள் இரண்டு மாதத்திற்கு வேண்டிய உணவுப் பொருள் மட்டுமே இருந்தது. தண்ணீர் தட்டின்றி ஏராளமாகக் கிடைக்க வழி இருந்தது. கோட்டைக்குள்ளிருந்து பொதுமக்கள் அனைவரும் வெளியேறிய பின்னர், எஞ்சிய ஒரு கொத்தனார் பேருதவி செய்தார். கோட்டைக்குள்ளிருந்த நீர்நிலையில் தண்ணீரை, உள்ளிருந்து செல்லும் குழாய் வழியாக வெளியே அடித்து எடுத்து விடமுடியும் என்று அந்தக் கொத்தனார் கூறியதைக் கேட்டு, அந்தக் குழாய் தக்க வேளையில் அடைக்கப்பட்டது. இவ்வாறு ஆர்க்காட்டு மக்கள் கிளைவிற்கு இப்போரில் பேருதவியாயிருந்தனர்.

இராஜா சாகிபு கோட்டையைச் சுற்றி உட்கார்ந்து விட்டார். அவர் கனத்த பெரும் பீரங்கிகள் வருவதற்காகக் காத்திருந்தார். அவற்றைக் கொண்டு கோட்டை மதில்களைத் தகர்த்து உள்புகுந்துவிட, அவர் திட்டமிட்டிருந்தார். கோட்டையைக் காத்து நிற்பவரையெல்லாம் சுட்டுத் தள்ளுமாறு, குறிபார்த்துச் சுடத் தெரிந்தவர்களுக்கு அவர் கட்டளையிட்டிருந்தார்.

யாரும் வெளியே தலை காட்டக் கூடாது என்று கிளைவு தன் ஆள்களுக்குக் கட்டளை பிறப்பித்தார். ஆனால், காவல் நின்று எதிரியைக் கவனித்துக் கண்காணிக்க வேண்டும். கோட்டையைப் பார்க்க அமைந்திருந்த வீடுகள் மிகவும் அருகில் இருந்தமையால், கிளைவுடன் கோட்டையைச் சுற்றிப் பார்த்து வந்த சார்ஜண்டுகளில் மூவர் சுடப்பட்டு இறந்தனர். எனவே கிளைவே தன் கட்டளையைப் புறக்கணித்து விட்டுக் கொத்தளங்களின் மீது இங்குமங்குமாய்த் திரிந்தார். கிளைவு இப்படி நடமாடியது, துணிவிருந்தால் எவரும் என்னைச் சுடட்டுமென்பது போல் இருந்தது. எனவே இராஜா சாகிபிற்கும், அவருடைய படையினருக்கும் எவராலும் வெல்ல முடியாதவராகக் கிளைவு தோன்றினார்.

சூழ்ச்சி வல்ல மூர்த்தசா அலி

மூர்த்தசா அலி இரண்டாயிரம் பேருடன் ஆர்க்காட்டினுள் நுழைந்த மறுநாளன்று, ஐயத்திற்கிடமான அவரிடமிருந்து கிளைவிற்கு ஒரு செய்தி வந்தது. அவர் இரண்டகம் செய்வதில் கைதேர்ந்தவர். இவர் கர்நாடக நவாபு தோஸ்து அலியின் மகளை மணந்திருந்த மருமகன். இன்னொரு பெண்ணைச் சந்தா சாகிபு கைப்பிடித்திருந்தார். மூர்த்தசா அலி வேலூர்க் கோட்டையின் காவல் தலைவர்.

அவரும் சந்தா சாகிபைப் போன்று ஆர்க்காட்டு அரசிருக்கை மீது அவாக் கொண்டு தன் மைத்துனர் சஃப்தர் அலியை 1742 இல் கொல்லச் செய்ததை இ.ச.க.தொகுதி-5 இல் கண்டோம். பின்னர் சஃப்தர் அலியின் மகன் இரண்டாம் சாதத்துல்லா கான் என்ற குழந்தை நவாபையும் 1744 இல் மூர்த்தசா அலியின்

கைக்கூலிகள் கொன்றனர் என்பதும் அதே தொகுதியில் சொல்லப்பட்டது. சந்தா சாகிபைப் போன்று சூழ்ச்சி வல்லவரான மூர்த்தசா அலி, இப்போது இன்னொரு சூழ்ச்சி வலையை மீண்டும் வீச முயன்றார்.

கிளைவு கோட்டையை விட்டு வெளியே வந்து இராஜா சாகிபைத் தாக்கினால், தான் கிளைவின் பக்கம் வந்துவிடுவதாக மூர்த்தசா அலி செய்தி அனுப்பினார். அவர் தன் வாக்கின் உண்மையைக் காட்டுவதற்காகத் தன் ஆள்களை நகரின் வேறு பகுதிக்கு மாற்றினார். ஆனால், கிளைவு மூர்த்தசா அலியை ஒரு கணமும் நம்பவில்லை. இந்தியர்களிடையே பொதுவாகக் காணப்பட்ட பொறாமை உணர்ச்சியினால் மூர்த்தசா அலியும், இராஜா சாகிபும் நெருங்கிய உறவினராயிருந்தும், ஒருவரையொருவர் கடுமையாக வெறுத்தனர் என்ற போதிலும் கிளைவு வேலூராரை நம்புவதற்கு ஆயத்தமாயில்லை.

எனினும் கோட்டையைத் தாக்க வந்த படையில் ஒரு பகுதியைச் சிறிது காலம் இவ்வாறு செயலறச் செய்வதற்கு இதை நல்ல வாய்ப்பாகக் கிளைவு கருதினார். அதனால் மூர்த்தசா அலியின் அறிவுரையைக் கருத்தூன்றி ஆராய்வதாகக் கிளைவு நடித்தார். இங்குமங்குமாக இருவர்க்குமிடையே செய்திகள் பறந்தன. அப்போது கிளைவு எதிரிப் படைத் தலைவர்களுடனும், சென்னையிலிருந்த துணை ஆளுநருடனும், தாம் விரும்பியவர்களுடனும் தொடர்பு கொண்டார்.

கிளைவு தன்னைப் போலவே ஏமாற்று வித்தை செய்கின்றார் என்பதை மூர்த்தசா அலி கடைசியாக உணர்ந்ததும், கடுஞ்சினத்தோடு இராஜா சாகிபின் அணியில் சேர்ந்து கொண்டார்.

பீரங்கித் தாக்குதல்

இதற்கு இரண்டு வாரங்களுக்குப் பிறகு புதுச்சேரியிலிருந்து பிரஞ்சுப் படையினருக்காகப் பதினெட்டு இராத்தல் பீரங்கிகள் இரண்டும், ஏழு கள பீரங்கிகளும் ஆர்க்காடு வந்து சேர்ந்தன. இப்பீரங்கிகள் அக்டோபர் 24 அன்று வடமேற்கு வாயிலின் பக்கம் கோட்டை மதில்கள் மீது குண்டு வீசத் தொடங்கின. பிரஞ்சுக்காரர் துல்லியமாகச் சுட்டதால், கம்பெனியின் பதினெட்டு இராத்தல் பீரங்கி ஒன்று செயலற்றுப் போனது. கிளைவு உடனே பீரங்கிகளையெல்லாம் பாதுகாப்பான இடத்திற்கு மாற்றிவிட்டார். பிரஞ்சுப் பீரங்கிகள் கோட்டை மீது விடாது குண்டு வீசின. ஆறு நாளைக்குள் மதிலில் ஐம்பதடிப் பிளவை உண்டாக்கி விட்டனர்.

எனினும் கிளைவு கிலி கொள்ளவில்லை. கிளைவே தன் கையில் மண்வெட்டியை எடுத்துக் கொண்டு, எஞ்சியிருந்த சில அதிகாரிகளையும், கோட்டைக் காவலிருந்த வீரர்களையும் சேர்த்துத் தரையில் பதுங்கு குழிகளை வெட்டத் தொடங்கினார். அங்கு தற்காலிகமாக மண் சுவர்களை எழுப்பினார். பீரங்கிகள் மதிலை இறுதியாகத் தகர்த்த பின்னர், கோட்டைக்குள் வெட்டப்பட்டிருந்த பதுங்கு குழிகளை இராஜா சாகிபு கண்டார். அவை கோட்டைக்குள் புகுந்து தாண்டுவதை மிகவும் கடினமாக்கும் வகையில் வெட்டப்பட்டிருந்தன. எனவே இறுதித் தாக்குதலுக்கு முன்னர் தென்மேற்கு மதிலும் தகரட்டும் என்று அவர் காத்திருந்தார்.

இதற்கிடையே நெஞ்சத்தில் பேரச்சத்தை உண்டாக்கும் புதுவகையான போர் முறை ஒன்றைக் கிளைவு கையாண்டார். அது ஒரு வகையில் வேடிக்கையாகவும் இருந்தது.

அரக்கப் பீரங்கி

அவர் கொத்தளங்கள் மீதிருந்த உயர்ந்த கோபுரத்தை மண்ணைக் குழைத்துப் பூசி வலுப்படுத்தினார். கோட்டையில் கிடந்த ஒரு பெரிய பீரங்கியை அந்த உயரக் கோபுரத்தில் ஏற்றி நிறுத்தினார். அந்தப் பீரங்கி அதற்கு ஐம்பதாண்டுகளுக்கு முன்னர் ஔரங்கசீபினால் ஆர்க்காட்டிற்குப் பரிசாகத் தரப்பட்டது என்றனர். அதை ஆயிரம் எருதுகள் டெல்லியிலிருந்து ஆயிரம் மைல் இழுத்து வந்தன என்பர்.

அந்தப் பீரங்கி சுடுமானால், 72 இராத்தல் கனமான பெரிய குண்டுகளை வீச வல்லது. கிளைவு அதில் முப்பது இராத்தல் வெடிமருந்துகளைக் கெட்டித்து எழுபது இராத்தல் கனமுள்ள குண்டை உள் செலுத்தினார். அந்தப் பெரிய பீரங்கியை இராஜா சாகிபின் அரண்மனை இருந்த திக்கை நோக்கித் திருப்பி வைத்துத் திரியில் தீ வைத்தார்.

உடனே பயங்கரமான வெடியோசை; அப்பீரங்கியிலிருந்த அரக்கக் குண்டு கிளம்பி, இராஜா சாகிபு தன் படைத் தலைவர்களுடன் பேசிக் கொண்டிருந்த வேளையில் அரண்மனையின் நடுவே சென்று விழுந்தது. கூட்டம் கலைந்து சிதறியது. இராஜா சாகிபு கிலியினால் விறைத்துப் போனார். அரண்மனையில் பாதுகாப்பான இடத்திற்குச் சென்று விட்டார்.

அந்த அரக்கப் பீரங்கி அடுத்த மூன்று நாளும், நாளைக்கு ஒரு குண்டை வீசிவிட்டு நான்காம் நாள் தானே வெடித்துச் சிதறியது.

இது இவ்வாறிருக்க, நூறு ஆங்கிலேயரும், இரு நூறு சிப்பாய்களும் அடங்கிய கம்பெனிப் படை கிளைவிற்கு உதவுவதற்காக ஆர்க்காட்டிற்கு வந்தது. அதை இராஜா சாகிபின் இரண்டாயிரம் பேரடங்கிய படை இடையில் தடுத்து நிறுத்தியது.

மராட்டியரும் வந்தனர்

இந்தக் கட்டத்தில் சூழ்ச்சி வல்லவரும் ஈவிரக்கமற்றவருமான மராட்டியர் படைத் தலைவராகிய முராரி ராவ் கோர்ப்பாடே ஆறாயிரம் பேரடங்கிய படையுடன் வந்து ஆர்க்காட்டிற்குப் பதினைந்து கிலோ மீட்டர் தொலைவில் தண்டு இறங்கி, என்ன நடக்கப் போகின்றது என்பதைக் கவனிப்பதற்காகக் காத்திருந்தார். (முராரி ராவ் பற்றி இ.ச.க.தொகுதி-5 காண்க) ஆங்கிலேயரின் உதவியால் ஆர்க்காட்டு நவாபான முகமதலியுடன் செய்து கொண்ட உடன்படிக்கைப்படி, அவரது உதவிக்காக முராரி ராவ் முறைப்படி வந்திருக்க வேண்டும். ஆனால் முகமதலி திருச்சிராப்பள்ளிக் கோட்டையில் சந்தா சாகிபிடம் பிடிபட்டு விடுவார் என்று தோன்றியதால் நடுநிலை வகிப்பது கெட்டிக்காரத்தனம் என்று முராரி ராவ் கருதினார்.

ஆனால் கிளைவு இந்தப் போர்த் தந்திரத்தை நன்கு புரிந்து கொண்டிருந்தார். முராரி ராவ் முகமதலிக்குக் கொடுத்த வாக்குறுதியைக் கிளைவு நினைவுபடுத்தி அவருக்கு ஆள் மூலம் செய்தியனுப்பினார். துணிச்சலையும், தீரத்தையும் பாராட்டக்கூடிய முராரி ராவ், முகமதலிக்குக் கிளைவு நல்ல கூட்டாளி என்பதை உணர்ந்து கிளைவின் உதவிக்குத் தன் குதிரைப் படையில் ஒரு பிரிவை அனுப்புவதாக வாக்களித்தார்.

இதைக் கேள்வியுற்ற இராஜா சாகிபு அஞ்சிக் கிலி கொண்டார். இந்து, முஸ்லீம் எவராயிருந்தாலும் சரி, அவர் அரசனேயாயினுஞ்சரி, ஆண்டியாயினுஞ்சரி, இரக்கமற்ற கொடிய மராட்டிக் குதிரைப்படை என்றால் குலை நடுங்கினர் என்பது குறிப்பிடத்தக்கது.

கிளைவின் ஏளனப் பேச்சு

இராஜா சாகிபு அக்டோபர் 30 அன்று அமைதி வேண்டி வெள்ளைக் கொடியுடன் கிளைவிற்குத் தூது அனுப்பினார். கிளைவு கோட்டையைச் சரணடையச் செய்ய வேண்டும். இராஜா சாகிபு அதற்கு மாற்றாகக் கிளைவும் அவருடைய படையினரும் சென்னைக்குப் பத்திரமாய்த் திரும்பிச் செல்வதற்கு வகை செய்வர். கிளைவிற்குத் தனிப்பட்ட முறையில் கையூட்டாகப் பெருந் தொகை பணமும் தரப்படும்.

கிளைவு இதை ஏற்காததோடு, இராஜா சாகிபு கோட்டையை முற்றுகையிடத் துணியமாட்டார் என்று கேலியும் பேசி விட்டார். ஆனால், கிளைவு இங்ஙனம் துணிச்சலோடு இராஜா சாகிபிற்குச் செய்தியனுப்பி விட்டபோதிலும், அவரது நிலை மிகுந்த இடுக்கண் நிறைந்ததாயிருந்தது. அவரது படையின் எண்ணிக்கை நோயினாலும், காயம்பட்டதாலும், சாவினாலும் சிறுத்துக் கொண்டே வந்தது.

கஞ்சியைக் குடித்தேனும்...

கோட்டைச் சுவர் இரண்டு இடங்களில் தகர்க்கப்பட்டு விட்டது. சென்னையிலிருந்த உதவிக்கு வந்த கம்பெனிப் படை இன்னும் காஞ்சிபுரத்திலேயே தடுத்து நிறுத்தி வைக்கப்பட்டிருந்தது. ஆனால் கிளைவின் படை வீரர்கள் அவருக்காக எதையும் செய்யக் காத்திருந்தனர். ''எங்களுக்கு இந்தக் கஞ்சியே போதும். வெள்ளைக்காரர்களுக்குத் தானிய உணவு கிடைக்கட்டும்'' என்று இந்தியப் படை வீரரில் ஒருவர் கூறிவிட்டார்.

ஜார்ஜ் கோட்டையில் கிழக்கிந்தியக் கம்பெனியார் மிகுந்த கவலை கொண்டிருந்தனர். காப்டன் கில்பாட்ரிக்கு தலைமையில் மேலும் 150 ஆங்கிலப் படைவீரரையும், நான்கு களபீரங்கிகளையும், சில நாள்களில் துணை ஆளுநர் ஆர்க்காட்டிற்கு அனுப்பினார்.

அதேவேளையில், மராட்டியர் கிளைவின் உதவிக்கு வராவிடினும், தமக்கு மிகவும் விருப்பமான பொழுது போக்காகிய கொள்ளையிலும், வீடுகளுக்குக் கொள்ளி வைப்பதிலும் ஈடுபட்டு, ஆர்க்காட்டைச் சுற்றியிருந்த ஊர்களைக் கலக்கிக் கொண்டிருந்தனர். ''ஹர ஹர மகாதேவ'' என்று மராட்டியர் எழுப்பிய பேரொலி எங்கும் கேட்டது.

இராஜா சாகிபு நவம்பர் 14 அன்று கோட்டையைத் தாக்குவது என்று முடிவெடுத்தார். இப்போது கோட்டைக்குள்ளிருந்த படையின் எண்ணிக்கை இருநூறை விடச் சற்று மிகுதி என்பதை அவர் ஒற்றர் மூலம் அறிந்தார். கிளைவின் உதவிக்கு வந்த கம்பெனிப் படையைக் காஞ்சிபுரத்தில் தடுத்து நிறுத்துவதற்காக அங்கு இரண்டாயிரம் பேரை அனுப்பியிருந்த போதிலும் இராஜா சாகிபிடம் இன்னும் பத்தாயிரம் பேர் இருந்தனர். இப்போது அவரது படைபலம் ஒன்றுக்கு ஐம்பது என்றானது.

புனிதப் போர்

அவரிடம் யானைகளும் இருந்தன. அவை கோட்டைக் கதவுகளை இடிக்குமாயின், அவற்றை எதனாலும் தடுத்து நிறுத்த முடியாது. மேலும் அது

முஸ்லீம்களுக்கு விழாக் காலம். இந்நன்னாளில் நடக்கும் புனிதப் போரில் இறக்கும் எவராயினும், பல்வேறு நரகங்களைத் தாண்டி நேரே சொர்க்கத்திற்குச் சென்று விடுவர் என்ற நம்பிக்கையும் இருந்தது. இராஜா சாகிபின் படையினர் இங்ஙனம் உள்ளத்தாலும் போருக்கு ஆயத்தம் செய்யப்பட்டனர்.

படை வீரர்களை மெய்மறக்கச் செய்வதற்காகப் பங்கு எனப்படும் போதைப் பானத்தை அவர்களுக்கு நிரம்பக் கொடுத்தனர். விடிந்ததும் கருக்கலில் தாக்குவதற்காக இரவெல்லாம் பேரிரைச்சலோடு கோட்டைக்கு வெளியே ஆயத்தங்கள் செய்யப்பட்டன.

கோட்டைக்குள் எங்கும் அமைதியாக இருந்தது. இராஜா சாகிபின் திட்டங்கள் ஒற்றர் வழியே உடனுக்குடன் கிளைவிற்கு வந்து கொண்டிருந்தன.

இராஜா சாகிபின் படையில் பாதி, யானையின் தலைமையில் வந்து இரண்டு கோட்டை வாயில்களையும் தாக்கும். ஏனையோர் கோட்டைச் சுவர் தகர்ந்து பிளந்துள்ள இரண்டு இடங்களையும் தாக்குவர் என்பதைக் கிளைவு அறிந்தார்.

எனவே கிளைவு ஒரே நேரத்தில் நான்கு தாக்குதல்களை எதிர்த்து நிற்க வேண்டும். ஆதலால் குறைந்த படை எண்ணிக்கையாகிய குறைபாட்டைச் சமாளிப்பதற்காக மதியூகத்தோடு வேலை செய்ய வேண்டும்.

கோட்டைக்கு வெளியே தாரை, தப்பட்டைகள் முழங்கின. பங்கின் இனிய போதை ஏறிய படை வீரர் வெறிக் கூச்சலிட்டனர்.

கோட்டைக்குள் கிளைவும், இருநூறு பேரும் சேர்ந்து அமைதியாகவும், முறையாகவும் பொழுது விடிவதற்கு ஒரு மணி நேரம் வரையிலும் செய்ய வேண்டிய கடைசி ஏற்பாடுகளையெல்லாம் நிறைவேற்றினர். பிறகு சிறிது நேரம் ஓய்வு. கிளைவு தன் அறைக்குச் சென்று உடுப்புகளுடனேயே படுக்கையில் சாய்ந்ததும் உறங்கிப் போனார்.

வெறி கொண்ட தாக்கு

பொழுது புலர்ந்ததும் வெறி கொண்ட வீரர்கள் கோட்டையை நோக்கி முன்னேறினர். ஆயிரம் பேருக்கு அதிகமான ஒரு கூட்டம் முதலில் கோட்டையைப் பிளந்த இடத்திற்கு முன்னாலிருந்த வறண்ட அகழியைத் தாண்டி முன்னேறியது. அவர்கள் அறிவுடன் செயல்படுவதாகத் தெரியவில்லை. அவர்களில் பலர் வறண்ட அகழிக்கும், பிளந்த மதிலுக்குமிடையே இருந்த பாதுகாப்பற்ற இடத்தில் அப்படியே உட்கார்ந்து விட்டனர். ஏனையோர் கூக்குரலிட்டவாறு தலைதெறிக்க விரிந்திருந்த மதிலை நோக்கி ஓடினர்.

கோட்டைச் சுவருக்கப்பால் தோண்டப்பட்டிருந்த குழிகளுக்குள் கிளைவின் ஆள்கள் பதுங்கியிருந்தனர். பிளந்த மதில் வழியே கோட்டைக்குள் புகுந்தவர்கள் தமக்கு அருகில் வரட்டுமென்று குழிகளுக்குள் பதுங்கியிருந்தவர்கள் காத்திருந்தனர். நுழைந்தவர்கள் அருகே வந்ததும் துப்பாக்கிகள் நெருப்பு மழை பொழிந்தன. ஏற்கெனவே ஆயத்தமாய் வைக்கப்பட்டிருந்த மஸ்கட்டுத் துப்பாக்கிகள் குழிக் குள்ளிலிருந்த சுட்டவர்களுக்கு மாறி மாறிப் பின்னாலிருந்தவர்களால் தரப்பட்டன. பதுங்கியிருந்தவர்கள் அவற்றை அடுத்தடுத்து வாங்கி அயராது சுட்டனர். அதே நேரத்தில் கோட்டையிலிருந்து இரண்டு பீரங்கிகள் தாக்க வந்தவர்களை நோக்கிக் குறி பார்த்துச் சுட்டன.

தாக்க வந்தவர்கள் காயம் பட்டும், செத்தும் விழுந்தனர். முன்னேறி வந்த அணி சற்று தயங்கி விட்டு மீண்டும் முன்வந்தது. அதன் மீது மஸ்கட்டுத் துப்பாக்கிகள் இடையறாது சுட்டுக் கொண்டேயிருந்தன. அவர்களில் ஒருவர் கூடப் பதுங்கு குழியை எட்டவேயில்லை. கோட்டை மீதிருந்து திரிவைத்த வெடி குண்டுகள் வெளியே வீசப்பட்டன. தாக்க வந்தோரனைவரும் ஓடிவிட்டனர்.

யானைத் தாக்கு

அந்நேரம் யானைகளுடன் இரண்டு கூட்டங்கள், இரண்டு கோட்டை வாயில்களையும் நோக்கி விரைந்தன. கிளைவின் ஆள்கள் அப்போதும் பதறாமலும், கணக்காவும், பீரங்கிகளால் சுட்டு அறுதியான வெற்றி பெற்றனர். யானைகளின் உடலில் போர்த்திருந்த இரும்புத் தகடுகளின் இடுக்குகள் வழியே குண்டுகள் பாய்ந்ததால், அவை மிரண்டு வேதனையால் கிலி கொண்டு தறிகெட்டு ஓடி, வழியில் அகப்பட்டவர்களை எல்லாம் மிதித்துத் துவைத்தன. இரண்டு கோட்டைக் கதவுகளையும் தாக்க வந்தவர்கள் இவ்வாறு யானைகளின் பிளிறலாலும், அலறலாலும் அஞ்சி நடுங்கி உயிரைக் கையில் பிடித்துக் கொண்டு ஓடலாயினர்.

தென்மேற்குப் பக்கத்திலிருந்த மதிலின் பிளவைத் தாக்க வந்தவர்கள் மட்டுமே முன்னேறியதாகத் தோன்றியது. இங்கு அகழியில் நீர் நிறைந்திருந்தது. அதை அவர்களால் கடக்க முடியவில்லை. எழுபது பேருக்கு மேல் ஏறியிருந்த மிதவை ஒன்று மெதுவாக அகழியைக் கடந்து வந்து கொண்டிருந்தது.

கிளைவு அந்த அகழியைத் தாக்குவதற்காகத் தனித்தனியான கோபுரங்கள் மீது இரண்டு பீரங்கிகளை நிறுத்தியிருந்தார். ஆனால் அப்பீரங்கிகளைச் சுட்டவர்களின் அவசரம் அல்லது நடுக்கத்தினால் குறி தவறியது.

இங்குமங்குமாகக் கோட்டையில் ஓடிச் சாடிக் கொண்டிருந்த கிளைவு, மிதவை கோட்டைச் சுவரை நோக்கி வந்ததைக் கண்டார். இந்த இடம்தான் அவருடைய ஆள்கள் குறைவாக இருந்த முனையாகும். அவருடைய வீரர்கள் பெரிதும் கோட்டை வாயில்களிலும், மதில்களின் விரிசல்களிலும் மொய்த்திருந்தனர். இந்நிலையில் தாக்குவோரில் எழுபது பேர் இங்கு வந்து இறங்கிவிட்டால், இங்கிருந்த பன்னிருவர்களை அவர்கள் எளிதாக மடக்கி விடுவர். எனவே பீரங்கிகள் குறி தவறாது மிதவையை நோக்கிச் சுட வேண்டும்.

கிளைவு பீரங்கி சுடுதல்

கிளைவு ஒரு பீரங்கியைத் தானே சுடலானார். அவர் நிதானமாக மிதவையைக் குறி பார்த்தார். பீரங்கிக் குண்டு மிதவை மீது விழுந்ததும், அது உடைந்து சிதறியது. அதிலிருந்த வீரர்கள் அகழிக்குள் விழுந்தனர். சாகாதவர்களும், அகழிக்குள் மூழ்காதவர்களும் நீந்திச் சென்று தாம் புறப்பட்ட இடத்தை அடைந்தனர்.

ஒரு மணி நேரம் சண்டை நடந்தது.

இக்காலத்தில், கோட்டையில் இருந்தவர்கள் ஆயிரம் முறை துப்பாக்கியால் சுட்டனர். அவர்களில் நால்வர் இறந்தனர். இருவர் காயமுற்றனர்.

இராஜா சாகிபின் தரப்பில் நானூறு பேர் செத்தும், அவரால் கோட்டையைக் கைப்பற்ற முடியவில்லை.

இம்முற்றுகையில் பிரஞ்சுப் பீரங்கிப் படையினர் கலந்து கொள்ளவில்லை. ஏனெனில் அவர்களின் வேலை கோட்டை மதில்களைத் தகர்த்ததோடு தீர்ந்து போயிற்று என்பது அதற்கு ஒரு காரணம். இங்கிலாந்தும், பிரான்சும் ஐரோப்பாவில் உடன்பாடு செய்து கொண்டது இரண்டாவது காரணம்.

இரவு இரண்டு மணிக்கு எங்கும் சாக்காட்டு அமைதி.

விடிந்ததும் இராஜா சாகிபும் அவருடைய படையினரும் எங்கோ மறைந்தனர். அவர்கள் பின் வாங்கிய அவசரத்தில் நான்கு பீரங்கிகளையும், நான்கு மார்டார் பீரங்கிகளையும், ஏராளமான வெடிமருந்துகளையும் விட்டுச் சென்றனர்.

ஆர்க்காட்டுக் கோட்டை முற்றுகை இவ்வாறாகச் செப்டம்பர் 29 இல் தொடங்கி நவம்பர் 14 அன்று முடிந்தது. அது ஐம்பது நாள் நீடித்தது.

ஆர்க்காட்டுக் கோட்டை

ஆர்க்காட்டுக் கோட்டை பாலாற்றங்கரையில் இருந்தது. அது ஆர்க்காட்டைச் சுற்றிலும் 7.5 கிலோமீட்டர் சுற்றளவில் அகன்று உயர்ந்து இருந்தது. அதற்கு ஐந்து வாயில்கள் இருந்தன. வலிமை வாய்ந்த இக்கோட்டையின் காவலுக்கென்று ஆயிரத்து நூறு பேர் இருந்தனர்.

ஊரின் மக்கள் தொகை ஓரிலட்சத்திற்கு மேலிருந்தது. இங்கு பளபளப்பான அச்சடித் துணியாகிய சிண்ட்ஸ் நெய்யப்பட்டது. தங்கச் சரிகையும் செய்யப்பட்டது. நவாபின் அரண்மனை கோட்டைக்கு வெளியே இருந்தது.

கிளைவு ஆர்க்காட்டை இந்த 1751 நவம்பரில் வென்றதும், அது கம்பெனிப் படையின் படைவீடானது. அதைப் பிரஞ்சுப் படைத் தலைவரான லாலி 1758 இல் பிடித்தார். ஆங்கிலேயர் அதைப்பிடிப்பதற்காக 1759 இல் இருமுறை முயன்றும் தோற்றனர். பின்னர் கர்னல் அயர் கூட்டே 1760 ஆம் ஆண்டு பீரங்கியால் தாக்கி ஆர்க்காட்டைப் பிடித்தார். அதற்கடுத்த இருபதாண்டுக் காலமும் பிரிட்டிசாரின் நேசரான ஆர்க்காட்டு நவாபு முகமதலியின் கையில் ஆர்க்காடு இருந்தது.

ஐதரலி 1780 ஆம் ஆண்டு ஆர்க்காட்டைக் கைப்பற்றி 1783 வரை வைத்திருந்தார். திப்பு சுல்தான் தன் தந்தைக்குப்பிறகு அதைத் தானும் வெற்றி கொண்டார். அவர் கோட்டைச் சுவர்களைத் தகர்த்தெறிந்த பின்னர் அதைக் கைவிட்டுச் சென்றார்.

கர்நாடகம் என்ற தமிழ்நாடு 1801 ஆம் ஆண்டு பிரிட்டிசாரின் உடைமையானது. கர்நாடக நவாபுகள் முகமதலியின் காலம் வரையிலும் ஆர்க்காட்டில் வாழ்ந்து வந்தனர். முகமதலி 1767 இல் சென்னை சேப்பாக்கத்தில் புதிதாகக் கட்டிய அரண்மனைக்குச் சென்றதும், ஆர்க்காடு பொலிவிழக்கலாயிற்று.

வாலாசாப் பேட்டை

ஆர்க்காட்டு நவாபின் தலைமை அமைச்சரான போயாஜி பதினெட்டாம் நூற்றாண்டின் இறுதியில் வாலாசா குடியின் பெயரால் வாலாசாப்பேட்டையை நிறுவினர். அவர் அப்போது வணிகர்களின் வசதிக்காத அங்கு பதினெட்டுப் பேட்டைகளைக் கட்டினார். நடுவில் இருந்த கோயிலைச் சுற்றிலும் அங்கு கடைகள் இருந்தன. அருகிலிருந்த ஆர்க்காட்டின் சிறப்பைப் புதிய நகரான வாலாசாப்பேட்டை மிகக் குறுகிய காலத்தில் பெற்றுத் தென்னிந்தியாவின் சுறுசுறுப்பான அங்காடிகளில் ஒன்றென விளங்கிற்று.

சென்னையிலிருந்து மேற்கில் சுமார் 96 கிலோ மீட்டரில் உள்ள இவ்வூரிலிருந்து சென்னை, மைசூர், ஆந்திரத்தின் கரையோரப் பகுதிகள் ஆகியவற்றுடன் பருத்தி, தானிய வியாபாரம் நடந்தது. ஆர்க்காட்டின் நெசவுத் தொழில் இதன் பிறகு வாலாசாவில் செழிக்கலானது.

ஆர்க்காட்டின் தாழ்வு

ஆர்க்காடு அதன் பிறகு பல ஆண்டுகளாவே தாழ்வுற்றுப் போனது. அங்கு ஒரு காலத்தில் 350 மக்கான்கள் அல்லது முஸ்லிம் அறச்சாலைகள் இருந்தன என்பதும், அங்கு நவாபின் செலவிலும், அவருடைய பிரபுக்களின் செலவிலும் பக்கிரிகளுக்கு உணவளிக்கப்பட்டது என்பதும் ஆர்க்காட்டின் பழஞ்சிறப்பிற்குச் சான்றாகும்.

ஆர்க்காட்டின் ஐந்து கோட்டை வாயில்களில் டெல்லி வாயிலும், முதல் நவாபான சாதத்துல்லா கானின் கல்லறையும் பழைய வரலாற்றுச் சின்னங்களாக எஞ்சியிருக்கின்றன. நவாபுகளின் அரண்மனை இடிபாடுகள் ஒரு குளத்தினருகே உள்ளன. அதனருகே ஒரு கல்லறையில் ஐதராபாது நிசாம் நசீர் ஜங்கு அடக்கமாகியிருக்கின்றார். அதற்கும் அருகில் இன்னொரு கல்லறை உள்ளது. அது திப்பு ஒளலியா என்ற முஸ்லிம் மறைஞானி அடக்கமான இடமாகும். இம்மகானின் பெயரைத்தான் ஐதர் தன் மகன் திப்புவிற்குச் சூட்டினார். திப்புவின் தந்தையான ஐதரலிக்கும் ஆர்காட்டிற்குப் பக்கத்தில் அடக்கமான இன்னொரு முஸ்லிம் ஞானியின் பெயரால் ஐதர் என்று பெயர் சூட்டப்பட்டது என்பதும் குறிப்பிடத்தக்கது.

2. காஞ்சிபுரம் கம்பெனி வசமாதல்: காஞ்சி வரலாறு

மயில்கள் வாழ்ந்த இடம்

தமிழுலகில் தொண்டை நாடு தொன்மைச் சிறப்பு வாய்ந்தது. எண்ணிறந்த புராணங்களில் இடம் பெற்றது. அதன்கண் காஞ்சி மாநகரம் மயில் வடிவிலமைந்திருந்தது.

இந்தியாவின் ஏழு புனித நகரங்களில் ஒன்றான காஞ்சி நகரின் பெயர் பற்றிப் பல விளக்கங்கள் உள்ளன. சேரர் தலைநகரான வஞ்சி மரத்தின் பெயரால் வழங்கியதைப் போன்று காஞ்சியும் ஒரு மரத்தின் பெயரையே பெற்றது என்பர். ஆனால் கச்சி என்ற பெயரே சங்க இலக்கியங்களில் இந்நகரைச் சுட்டக் காண்கின்றோம். பெரும்பாணாற்றுப்படை இந்நகரைக் கச்சி என்றே கூறும்.

'கட்சி' என்ற சொல்லும் 'கச்சி' என்ற சொல்லும் ஒலிப்பில் சிறு மாற்றமே உடையனவாகும். முதலெழுத்தான கரத்திற்கும், ஈற்றெழுத்தான சிகரத்திற்கும் நடுவில் டகர ஒற்றும், சகர ஒற்றுமே மாற்றமாக உள்ளன. இச்சொல் ஒலியமைப்பில் சிறு மாறுதல் மட்டுமே உடையதாகையால், ஒலிப்பவர் வாயில் கட்சி என்ற சொல் கச்சி என்றே வழங்கி வந்தது.

கட்சி என்ற சொல்லின் பொருள் என்ன? அச்சொல் மயில் வாழும் காட்டைக் குறிப்பதாகும். மேலும் கட்சி என்ற சொல்லுக்குக் காடு, கூடு புகலிடம், ஒதுக்கிடம் என்று பல பொருள்கள் உண்டு. சங்கச் செய்யுள்களில் மயில்கள் வாழும் காட்டுப் பகுதிகளைக் குறிக்கப் பெரிதும் கட்சி என்ற சொல்லே வருகின்றது. நற்றிணை *(13,276)*, அகநானூறு *(392)*, ஐங்குநுறூறு *(250)*, புறநானூறு *(60)*, முதலியவற்றில் வரும் பாடல்களிலிருந்து இதை அறியலாம்.

ஆதலால் காட்டை அழித்து நாடாக வளப்படுத்தியதற்கு முன்னர் மயில்கள் வாழ்ந்த அழகிய இடமாகக் காஞ்சி இருந்தது என்று கூறலாம். இங்ஙனம் மயில்கள் வாழ்ந்த இடங்கள் ஊராக உருப்பெரும் போது, அவை மயில்களின் பெயரால் அழைக்கப்படுவதை மயிலாப்பூர், மயிலம், மயிலாடுதுறை, மயிலாடும்பாறை போன்ற ஊர்களின் பெயர்களால் அமைந்திருப் பதை இன்றும் காணலாம்.

காஞ்சி நகரை நிறுவியவர்கள், மயிலை நினைவுபடுத்துவது போன்று, அதை மயில் வடிவில் அமைத்திருந்தனர் என்பதை ஒரு பழம்

பாடலிருந்து அறிகின்றோம். பெயர்தெரியாத அப்புலவரின் பாடல் தண்டியலங்காரம் (12 ஆம் நூற்றாண்டு) என்ற இலக்கண நூலில் மேற்கோள் பாடலாக வருகின்றது.

ஏரியிரண்டும் சிறகா வெயில் வயிறாக
காருடைய பீலி கடிகாவா - நீர் வண்ணன்
அத்தியூர் வாயா வணிமயிலே போன்றதே
பொற்றே ரான் கச்சிப் பொலிவு

தொன்மை

சோழர் குடியின் பெருஞ்சிறப்பு வாய்ந்த கரிகாற் பெருவளத்தான் சோழ நாட்டிலிருந்து வேளாளரைக் காஞ்சியில் குடியமர்த்தினான் என்பதும், காஞ்சி சோழரின் வடபால் தலைநகராயிருந்தது என்பதும் வரலாற்றுச் செய்திகளாகும். திரையர் என்போர் பல்லவர்க்கு முன்னர் காஞ்சியில் இருந்து ஆண்டனர். பல்லவர் கி.பி.250 முதல் 900 வரை காஞ்சியைக் கோநகரமாகக் கொண்டு ஆட்சிபுரிந்தனர்.

புராணங்களில் காஞ்சி: பிரமாண்ட புராணம்

காண்போரைக் கவரும் கொள்ளை அழகுடையவளாகத் தேவியைப் புராணங்கள் வருணிக்கின்றன. அவை காஞ்சிபுர வழிபாட்டுக் கதைகளைக் கூறும். காஞ்சியில் தேவிக்குக் காமாட்சி - காமக் கண்ணாள் என்று பெயர். தேவிக்கும் காமனுக்கும் உள்ள தொடர்பைக் குறித்துப் பல புராணங்கள் பேசுகின்றன. சிவன் காமனை எரித்த பிறகு, காஞ்சி இறைவி (இங்கு லலிதா என்று குறிப்பிடப்படுகின்றாள்.) அவனுக்குப் புத்துயிர் தருவதாகப் பிரமாண்ட புராணம் கூறும் (இ.ச.க. தொகுதி-1):

காமனின் சாம்பலிலிருந்து தோன்றிய பண்டாசுரன் பிறந்த பிறகு, தேவர்கள் லலிதாவிடம் கூறுவர்; ''சதி இறந்து போனதிலிருந்து சிவமூர்த்தி தாணவாசிரமத்தில் தவமியற்றியிருந்தார். நாங்கள் அவருக்குப் பார்வதி மீது இச்சையுண்டாக்குவதற்காகக் காமனை அவரிடம் அனுப்பினோம். அவர் மன்மதனை எரித்துச் சாம்பலாக்கிவிட்டார். தாரகாசுரனை எதிர்த்துப் போரிடுவதற்கு இப்போது எங்களுக்குத் தானைத் தலைவர் வேண்டும். எனவே காமனுக்குப் புத்துயிர் தருவதில் எங்களுக்குத் தேவியே நீ உதவ வேண்டும்.

காமனின் விதவையான இரதியும் லலிதாவிடம் வந்து நின்றனள். அவள் அலங்கோலமாயிருந்தாள். தேவி அவள்பால் கருணைமிகக் கொண்டு அருள்பாலித்ததும், மதன் மறுபிறவி எடுத்தான். லலிதா அவனிடம் சொன்னாள். ''நீ இனி எவர் கண்ணுக்கும் தெரியாமற் போவாய். சிவனாரால் இனி உன்னை எரிக்க முடியாது''.

காமன் உடனே ஆசிரமம் சென்று சிவபெருமான் மீது மலர்க் கணைகளைத் தொடுத்தான். இறைவன் தவத்தை விடுத்துப் பார்வதி மீது மட்டுமே சிந்தை செலுத்தினார். அவருக்குத் தேவியின் தவம் விருப்பமுடையதாக அமையவே, அவர் அவளை மணந்து கொண்டார். அவர் குமரனைப் படைத்துத் தாரகாசுரனுக்கு எதிராகத் தேவர்களுக்குத் தலைமை ஏற்றுச் செல்லுமாறு செய்தார்.

பார்வதி காமனுக்கு மறு உயிர் தருவதற்காகச் சிவநாதருடன் தலையிடுவதாகப் பல புராணங்கள் புகல்கின்றன. ஆனால் பிரமாண்ட புராணத்திலோ அவளே

காமனுக்குப் புத்துயிர் கொடுக்கின்றாள் என்பதை மேலே கண்டோம். அவள் காமனைக் கண்ணுக்குத் தெரியாதவனாக்குகின்றாள். தேவி காமனைச் சிவமூர்த்தியிடமிருந்து காப்பதற்காகவே அவனுக்கு இவ்வரத்தைக் கொடுக்கின்றாள்.

காமாட்சி விலாசம்

சிவன் தாணாசிரமத்தில் தவமியற்றிக் கொண்டிருக்கிறார். சுசீந்திரம் கோயிலிலுள்ள காம மறுப்பு வடிவமான ஸ்தாணு பெயரில் அந்த ஆசிரமம் தாணாசிரமம் என்றழைக்கப்பட்டது. அதாவது பெருமான் அங்கு காமத்தை மறுத்துத் தவமியற்றுகின்றார். ஆனால் இக்கதைகளில் அடிக்கடி நிகழ்வது போன்று புத்துயிர் பெற்றுக் கண்ணுக்குத் தெரியாதவனாகிப் போன காமன் முன்னிலும் அதிகமான வெற்றியை இங்கு காண்கின்றான். சிவன் மன்மதனின் இரண்டாம் தாக்குதலுக்கும் ஆளாகின்றார். இதன் விளைவாக ஈசன் பார்வதியை மணக்கின்றார்.

காஞ்சிபுரம் பற்றிய பிற்காலப் புராணம் ஒன்றில், காமன் சிவனார் மீது பல தாக்குதல்களை நடத்துகின்றான். தேவி மன்மதனுடன் அதற்கு உடன்பட்டு நிற்கின்றாள். அப்புராணம் கூறுவது:

சிவனால் எரிக்கப்பட்ட மன்மதன் காமாட்சியைக் காமகோட்டத்தில் பூசிக்கின்றான். (காஞ்சியிலுள்ள காமாட்சி கோயில், காமகோட்டம் அல்லது காமகோடி என்றெல்லாம் பெயர் பெறும்) தேவி மன்மதனுக்கு உயர் கொடுத்ததுடன், அவன் சிவனுக்கு எதிராக நடத்தும் தாக்குதலில் அவனுக்கு உதவியும் வருகின்றாள்.

காமன் மீண்டும் சிவன் மீது மலர்க் கணையைத் தொடுக்கின்றான். சிவன் நெற்றிக் கண்ணைத் திறந்தும் அவனை எரிக்கப் பயனில்லாது போயிற்று.

திரிசூலத்தாலோ, பாசுபதக் கணையாலோ எதுவும் செய்ய முடியாது போயிற்று. அவையனைத்தும் காமதேவனின் அணிகலன்காளயின. தோற்றுவிட்ட சிவநாதர் இருக்கை விட்டெழுந்து உவளகத்தின் - அந்தப்புரத்தின் கதவை அடைத்துக் கொண்டார். காஞ்சியின் காமாட்சி மன்மதனுக்குக் கொடுத்த வரத்தை நிறைவேற்றவும், அவனுக்கு வெற்றி பெற்றுத் தரவும், தன் அம்சங்கள் அனைத்தையும், கயிலாயத்திலிருந்தும், எல்லாக் கோயில்களிலிருந்தும் ஒன்று கூட்டினாள்.

சிவன் தேவியை எல்லா இடங்களிலும் தேடி விட்டுக் காஞ்சிக்கு வந்த போது, அவள் அங்கு கண்டோரைப் பிணிக்கும் அழகுடன் தவமிருந்தாள். அவள் ''நீவிர் யாவர்?'' என்று சிவனை வினவினார். ''யாது மொழிந்தனை அன்பே'' என்றனர் சிவநாதர். அவர் தேவியுடன் காதல் புரியும் ஆர்வங்கொண்டிருந்தார். ''என்னைக் காமத்திலிருந்து விடுவிக்கும் என் மனையாளை எங்கே? நீ எமக்கு விருப்பமான இடங்களை எல்லாம் விடுத்து இங்கு வந்தது ஏன்? அதைச் சொல்லிட்டு என் இச்சையைத் தணிப்பாயாக!''

''யான் கௌரியல்லாள். நீவிர் கௌரியைத் தவத்தின் வழியே தான் அடைய முடியும். அவளிடம் (வினாக்களை) எழுப்ப முடியும். இல்லையெனில் காமனைப் புகலடைவீர்,'' என்றாள்.

இதைக் கேட்ட சிவமூர்த்தி நினைத்தார்: ''இவள் மன்மதனுக்கு உதவுவதற்காக எம் மனத்தை வருத்தி இன்பம் காண்கின்றாள்''. அவரது சினம் கனன்று வீசியது. அவர் காமாட்சியை வலிந்து அடைய முயன்றார். இறைவி அப்போது கோடி காமதேவர்களை உண்டாக்கினாள். அவர்களைச் சிவனுடன் போரிட அனுப்பினாள். சிவமூர்த்தியும் கோடி உருத்திரரைப் படைத்தார். அவர்கள் காமதேவர்களை எரித்துச் சாம்பலாக்கினார்.

1751

தேவி அவர்களுக்குப் புத்துயிரூட்டினாள். சிவனாரின் உருத்தரப் படைகள் தோற்கும் வரை சண்டை நீண்டது. சிவனாரின் படைகள் அழிந்த பின்னர், அவர் தனித்து நின்றதைக் கண்ட காமன் தன் மலரம்புகளால் அவரை அடித்தனன். பிறகு அவன் சிவனின் கையில் திருவோட்டைக் கொடுத்துத் தேவியிடம் கூட்டிச் சென்று, ''இரப்பீராக'' என்றனன். இறைவன் இங்ஙனம் அவமானப்பட்டதைக் கண்ட இறைவி புகல்வார்:

''நீர் இன்று காமவேளால் வெல்லப்பட்டீர். இனி என்னுடைய மன்மதர்களிடம் தஞ்சமடைந்து, என்னையே எப்போதும் தியானிப்பீராக. உம்மிடம் எனக்கு மகிழ்ச்சியே. உமது மனைவி பிறந்திருக்கின்றனள். அவள் உம் இச்சையைத் தீர்ப்பாள்''.

அவள் ஒளி சிந்தும் காமக் கண்ணினளான காமாட்சி வடிவை எடுத்தனள். சிவமூர்த்தி அவளிடம் தலை தாழ்த்திய பிறகு காமகோடியைச் சுற்றி வந்தார். தேவியின் கட்டளைப்படி, காமன் விண்ணில் மீனானான். அவன் வானில் தவம் நோற்கின்றனன்.

- இவ்வாறு காமாட்சி விலாசம் என்ற புராணம் கூறுகின்றது. இக்கதை பிரமாண்ட புராணத்திலிருந்து விரித்துச் சொல்லபட்டதாக இருக்கலாம். காமாட்சி விலாசம் எழுதப் பெற்ற காலம் புலனாகவில்லை. அது காமாட்சியைப் பற்றி மிக பழமையான, மிகுந்த முதிர்ச்சி வாய்ந்த கதையை நமக்குக் கூறுகின்றது.

சிவன் பிறர்க்குப் பாடம் புகட்டுவது வழக்கம். இங்கோ அவரே பாடங் கற்க வேண்டி வந்தது.

காஞ்சி மகாத்மியம்

சொக்காட்டான் ஆட்டத்தில் சிவனுக்கும், தேவிக்கும் சண்டை வந்து விடுகின்றது. சிவன் சினந்து தேவியைக் கறுப்பாகக் கடவது என்று சபிக்கவே, அவள் பயங்கர வடிவினள் ஆனாள். அவள் கண்கள் உருமாறிப் போயிருந்தன. அல்லது விரூப நயனபவன - முக்கண்கள் ஆயின. அவள் தன் அண்ணான வாமனனை வேண்டிக் காஞ்சியில் தவமிருந்தனள். வாமனன் அவள் கண்களை அழகாக்கினன். அவளுக்குக் காமாட்சி என்ற பெயரையும் கொடுத்தனன். அவள் மணலால் ஓர் இலிங்கம் செய்து சிவன் வந்து தன்னை மணக்க வேண்டுமென்று அதை வழிபட்டு வர வேண்டுமென்று வாமனன் அவளுக்குக் கூறினன்.

அவள் சிவனைத் தொழுது தவமிருந்த வேளையில், சிவனார் அவளைக் காண வந்தார். அவர் வெய்யோனின் கொடிய வெப்பத்தால் அவளை எரிக்க முயன்றார். அவள் வாமனனை மீண்டும் உதவிக்கு அழைத்தனள். வாமனன் அவளுக்கு நிழல் தருவான் வேண்டி, ஒரு மாமரத்தை உண்டாக்கினன். சிவனார் தன் பார்வையால் மாமரத்தையும், மாதேவியையும் எரித்தனர். வாமனன் விரைந்து தன் தலையிலிருந்த பூரணச் சந்திரக் கிரீடத்திலிருந்து, அமிர்த கிரணங்களைச் செலுத்தித் தேவியைக் குளிர்வித்தார். அவர் ஒரு குளம் நிரம்ப அமிர்தத்தை நிரப்பினார். அதில் தேவியைக் குளிக்கச் செய்து வெம்மை தணித்தார். மாமரம் எரிந்து போனாலும் மீண்டும் தழைத்து அமிர்தக் குளத்தின் பலனாய்க் காய்க்கலாயிற்று. தேவி அம்மரத்தினடியில் மணல் இலிங்கத்தை உண்டாக்கினள்.

இதில் வரும் மாமரம் சிவனால் எரிக்கப்பட்ட காமவேளேயாகும். இந்த இடத்தில் சிவனுக்கும் அனங்கனுக்கும் மீண்டும் நெருக்கடி ஏற்படுகின்றது. இருப்பினும் சிவமூர்த்தி இறுதியில் வென்று, இத்தலத்தில் தேவியின் தவத்தைச் சோதித்தறிந்த பின்னர் அவளை மணக்கின்றார்.

இக்கதையில் நெருப்புச் சோதனையும், நீர்ச்சோதனையும் அடுத்தடுத்து நிகழ்கின்றன. இக்கதையில் வரும் வாமன - திருமாலிடம் சிவனுக்குரிய குணநலன்கள் கூறப்படுகின்றன. திருமாலிடமிருந்த சோமப் பார்வை, காமனை (எரிந்த மாமரத்தை) உயிர்ப்பிக்கின்றது. திருமால் சந்திரகாந்தன் என்று பெயர் பெறுகின்றார். அவர் நிலாவைக் கொண்டு வந்து வெப்பத்தைத் தணித்தார் என்றும் அது கூறுகின்றது. இந்த அடைமொழி சிவனுக்கும் பொருந்துகின்றது. ஏனெனில் அவர் தன் முடி மீது பிறை சூடியிருக்கின்றார்.

சந்திரகாந்தத் திருமாலைத் தமிழில் நிலா தந்த பெருமாள் என்பர். அவருக்கு ஏகாம்பரேசுவரர் கோயிலிலில் சிறு கோவில் உள்ளது. அது கருவறைக்கு வடகிழக்கில் களக்கம்பன் என்ற பெயருடைய இலிங்கத்தினருகே அமைந்துள்ளது. இறைவர் இருவரும் இங்கே அருகருகே அமர்ந்துள்ளார்.

இன்னொரு கதை

உமை சிவனாரின் கண்களைப் பொத்திய பாவத்திற்குக் கழுவாய் தேடி மண்ணுலகிற்கு வந்தாள். அவள் காஞ்சி இறைவனை இலிங்க வடிவில் வழிபட்டாள். சிவனார் அவளைச் சோதிக்க எண்ணி ஆறுகள் அனைத்தையும் கம்பையில் வந்து பாயச் செய்து பெரிய வெள்ளத்தைக் காஞ்சியில் உண்டாக்கினார். உமை இலிங்கத்தை

வெள்ளத்திலிருந்து காப்பதற்காக அதை ஆரத் தழுவினாள். அது மண்ணாலான இலிங்கமாதலால் அவளது அணைப்பால் மென்மையானது. அப்போது சிவபெருமான் வெள்ளத்தை நிறுத்தினார். அன்றிலிருந்து காஞ்சி இலிங்கத்தில் பார்வதியின் முலைக் குறிகளும், அவள் கையில் அணிந்திருந்த வளைக் குறிகளும் பதிந்துள்ளன என்பர்.

காஞ்சிப் புராணம்

இப்பதினெட்டாம் நூற்றாண்டில் சிவஞானயோகி என்பவர் காஞ்சிப் புராணம் பாடினார் என்பது குறிப்பிடத்தக்கது. (இதற்குச் சுமார் நான்கு நூற்றாண்டுகளுக்கு முன்னர் கச்சியப்ப சிவாசாரியர் காஞ்சிக் குமர கோட்டத்தில் கந்தபுராணம் பாடியருளினார் என்பது வரலாறு. இ.ச.க. தொகுதி-4) காஞ்சிப்புராணம் அரங்கேறியது பற்றி ஒரு கதை வழங்கி வருகின்றது.

காஞ்சிப் புராணம் அரங்கேற்றப்பட்ட போது, அவையில் கூடியிருந்தோரில் பொறாமை கொண்ட சிலர், சிவஞான யோகியாருக்குத் தொல்லை கொடுத்தனர். அவர்களால் தூண்டப் பெற்ற ஓதுவார் (தேவாரம் பாடுபவர்), நடராசனைப் பற்றிச் சிவஞான யோகியார் பாடிய மூன்றாவது கடவுள் வாழ்த்துப் பா குறித்து மறுப்புத் தெரிவித்தார்.

காஞ்சியைப் பற்றி புராணம் ஏகாம்பரநாதரைத் தொழுது தொடங்க வேண்டுமேயன்றிச் சிதம்பரத்து நடராசரை வாழ்த்தித் தொடங்கலாகாது என்பது ஓதுவாரின் மறுப்பாகும். அவர் இதை மிகுந்த வெறுப்புடன் கூறினார்.

உடனே சிவஞான யோகியின் மாணாக்கரான கச்சியப்பர், காஞ்சிபுரம் பற்றிய தேவாரத்தைப் பாடுமாறு ஓதுவாரைக் கேட்டுக் கொண்டார். ஓதுவாரும் அதற்கு உடனே ஒப்பினார். அவர் பயபக்தியுடன் அதைப் பாடலானார். அவர் வழக்கம் போல் ''திருச்சிற்றம்பலம்'' என்று பாடித் தேவாரப் பண்ணைத் தொடங்கு முன்னர், கச்சியப்பர் அவரை நிறுத்தினார்.

''தாங்கள் காஞ்சி பற்றிய தேவாரப் பண்ணைப் பாடுவதாயின் பிருதிவியம்பலம் என்றல்லவா தொடங்க வேண்டும் என்று வினவினார்.'' (காஞ்சிபுரம் பஞ்சபூதத் தலங்களுள் ஒன்றான பிருதிவித் தலம் எனப்படும் நிலத் தலமாகும்)

''புனிதப் பண்கள் அனைத்தையும் பாடு முன்னர் திருச்சிற்றம்பலம் கூறுவது மரபாகும்'' என்று ஓதுவார் விளக்கினார்.

''ஆம், சிவனைப் பற்றிய பாடல்கள் அனைத்தின் தொடக்கத்திலும் தில்லை நடேசனைத் தொழுது தொடங்குவது மரபு என்பதனை நீவிர் படித்திருந்தால் அறிந்திருப்பீர்'' என்று கச்சியப்பர் கூறிவிட்டார்.

புனிதத் தலம்

காஞ்சி பஞ்ச பூதத் தலங்களுள் ஒன்றாகும். அது நிலம் என்னும் பிருதிவித்தலமாகும். ஏனைய பஞ்சபூதத் தலங்கள்:

காளத்தி	-	காற்று, வாயு
திருவண்ணாமலை	-	நெருப்பு, தேயு

திருவானைக்கா - நீர், அப்பு

சிதம்பரம் - வானம், ஆகாயம்

இந்தியாவின் ஏழு புனித நகரங்களுள் ஒன்றாகவும், சைவம், வைணவம், பௌத்தம், சமணம் என்று இந்தியச் சமயங்கள் அனைத்திற்கும் சிறப்புத் தந்த இடமாகவும் காஞ்சிபுரம் விளங்கிற்று.

பௌத்தம், போதிதர்மன்

போதிதர்மன் *(கி.பி.450-535)* காஞ்சியிலிருந்து சீனம் சென்று அங்கு தியான பௌத்தமாகிய சென் பௌத்தத்தைத் தோற்றுவித்தார் என்பது வரலாறு.

''காஞ்சியில் அசோகர் எழுப்பித்த ஒரு தூபி இருந்தது. அது சுமார் நூறடி உயரத்திற்கு மேலிருந்தது. புத்தர் அங்கு தீர்த்தங்கரை வாதில்வென்று, நூற்றுக்கணக்கானவர்களைப் பௌத்தத்திற்கு மாற்றினார். கௌதமர்க்கு முன் தோன்றிய நான்கு புத்தர்களும் நடமாடிய இடங்களும், அமர்ந்திருந்த ஊர்களும் காஞ்சியில் இருந்தன. அவற்றில் பௌத்த ஸ்தவரப் பிரிவைச் சேர்ந்த ஆயிரக்கணக்கான பிக்குகள் வாழ்ந்தனர்'' என்று சீன நாடோடியான உவான் சவாங்கு *(602-647)* குறிப்பிடுகின்றார்.

காஞ்சியில் கி.பி. ஏழாம் நூற்றாண்டளவில் பௌத்தம் செழித்திருந்தது என்பதை இதனால் அறிகின்றோம். காஞ்சியில் வசுந்தரா என்ற பௌத்த இறைவியான தாரா தேவிக்கு ஒரு கோயில் இருந்தது.

சமணம்

காஞ்சியில் சமணமும் செழித்திருந்தமை வரலாற்றில் அறியப்பட்டுள்ளது. அதற்குக் காஞ்சியின் அருகிலுள்ள திருப்பருத்திக் குன்றம் சான்றாகும். இதைச் சமணக் காஞ்சி என்றழைக்கும் மரபும் உள்ளது. இங்கு இராசசிம்மன் காலத்தில் *(685-705)* எடுக்கப்பெற்ற சமணக் கோயில் ஒன்று இருந்து வருகின்றது.

சோழர் காலத்தில் சிறப்புற்று விளங்கியதாகச் சொல்லப்படும் காடவர்கோன் கழற்சிங்கன் என்ற பல்லவ வேந்தன் கட்டியதாக நம்பப்படும் மற்றொரு சமணக் கோயிலும் திருப்பருத்திக் குன்றத்தில் உள்ளது. இக்கோயில் *13* ஆம் நூற்றாண்டில் எழுந்ததென்று நம்பப்படுகின்றது. இக்கோயிலில் விசய நகரப் பேரரசன் முதலாம் புக்கராயரின் *(1344-1377)* அமைச்சரான இருசப்பன் எடுத்த சங்கீத மண்டபம் உள்ளது.

அதில் பண்டை ஓவியங்கள் காணப்படுகின்றன. அங்கு சமணத் துறவியர் பலர் வாழ்ந்து இலக்கியத் தொண்டும், சமயத் தொண்டும் புரிந்து வந்தனர்.

வைணவம்

காஞ்சி வைணவத்தின் இருக்கையாக விளங்கி வந்தது. காஞ்சியின் அருகே தூப்புல் என்ற இடத்தில் வடகலைப் பிரிவைத் தோற்றுவித்த வேதாந்த தேசிகர் பிறந்தார். இவர் பதின்மூன்றாம் நூற்றாண்டிலும், பதினான்காம் நூற்றாண்டிலும் வாழும் பேறு பெற்றவர். அவர் 102 ஆண்டுகள் வாழ்ந்தார் என்பர். (இ.ச.க.தொகுதி-4.)

காஞ்சிபுரத்தில் புகழ்மிக்க வைணவக் கோயில்கள் பல உள்ளன. கட்சி அட்டபுயகரம் பெரும்புகழ் வாய்ந்தது. உலகளந்த பெருமாள் கோயில், பரமேச்சுர விண்ணகரம் என்னும் வைகுந்தப் பெருமாள் கோயில் முதலியன புகழ் நிறைந்தவையாகும். அருளாளப் பெருமாள் கோயில் என்னும் வரதராசப் பெருமாள் கோயில் வைணவப் பெரியார் இராமானுசரின் (சு.1028-1137) வாழ்க்கையில் சிறப்பான இடம் பெற்றது.

1751

காஞ்சி வடமொழிக் கல்லூரி: கடிகை

கி.பி. மூன்றாம் நூற்றாண்டின் இடைப்பகுதியில் (சு.கி.பி. 250) பல்லவர்கள் தமிழகத்தின் வட பகுதிகளாகிய தொண்டை நாட்டையும், நடுநாட்டையும் கைப்பற்றி அரசாண்டு வந்தனர். அவர்களுடைய செப்பேடுகள் முதற் காலப் பகுதியில் பிராகிருத மொழியிலும், கி.பி. ஏழாம் நூற்றாண்டிலிருந்து தொடங்கும் பிற்காலப் பகுதியில் சம்ஸ்கிருதம், தமிழ் ஆகிய இருமொழிகளிலும் வரையப் பெற்றுள்ளன.

பல்லவர்கள் முற்கால, இடைக்காலப் பகுதிகளில் பிராகிருதத்தை ஆட்சி மொழியாகக் கொண்டு, சம்ஸ்கிருதத்தைப் பெரிதும் ஆதரித்தும், அம்மொழி வளர்ச்சியில் கருத்துச் செலுத்தியும் வந்தனர் எனலாம். அவர்கள் தலைநகரான காஞ்சியில் சம்ஸ்கிருத மொழியிலுள்ள காலை நூல்களையும், பலவகைப்பட்ட சமய நூல்களையும் வடபுல மக்களும் வந்து கற்குமாறு பெரிய கல்லூரியை நிறுவி, அதை நன்கு புரந்து வந்தனர். காஞ்சியிலமைந்த அக்கல்லூரி பெரிய பல்கலைக் கழகம் போல் விளங்கியது. அதற்குக் கடிகை என்று பெயர்.

அங்கு மாணவரனைருக்கும், உணவும், உரையுளும் செலவின்றித் தரப்பட்டன. அவர்கள் எவ்விதக் கவலையுமின்றி வடமொழியில் தாம் விரும்பிய கலை நூல்களைப் பயின்றனர். அக்கல்லூரியின் பெருமை வடநாடு முழவதும் பரவியது என்பதில் ஐயமில்லை.

கடம்பர் குல முதல்வனும், வேதங்களை நன்கு பயின்றவனும் கி.பி. 345 முதல் 370 வரை இருந்தவனுமான மயூரசன்மன் காஞ்சியிலிருந்த சம்ஸ்கிருதக் கல்லூரியில் பயில்வதற்காகத் தன் ஆசான் வீரசன்மனோடு காஞ்சி வந்தான் என்ற செய்தி தாளகுண்டவிலுள்ள கல்வெட்டொன்றால் தெரிய வருகிறது.

பௌத்தரின் நாலந்தாப் பல்கலைக் கழகத்தில் பேராசிரியராக விளங்கிய தர்மபாலர், காஞ்சியிலிருந்த வடமொழிக் கல்லூரியில் முதலில் கல்வி பயின்று, பின்னர் நாலந்தா சென்று அங்கும் கற்று அந்தப் பௌத்தப் பல்கலைக் கழகத்தின் தலைவரானார். ஆசாரியர் அதிசயில் அல்லது திபேத்தில் அதிச என்றறியப்பட்ட தீபங்கர ஜீனரும் தருமபாலரிடம் கல்வி கற்றவர் ஆவார்.

சம்ஸ்கிருதப் பெரும்புலவரான காளிதாசர் (கி.பி.5 நூ.) நகரங்களில் சிறந்தது காஞ்சி (நகரேஷர காஞ்சி) என்று கூறியது, அந்நகரில் நிலவிய வடமொழிக் கல்லூரியின் சிறப்புப் பற்றியேயாம். வைதிகர், சைவர், வைணவர், சமணர், பௌத்தர் ஆகிய பல்வகைச் சமயத்தவரும் காஞ்சி நகரிலிருந்த சம்ஸ்கிருதக் கல்லூரியில் தத்தம் சமய நூல்களையும், அளவை நூல்களையும், பிற வடமொழி நூல்களையும் நன்கு பயின்று சமய வாதம் புரிவதில் ஆற்றல் மிக்கவர்களாக விளங்கி வந்தமையால், கி.பி. ஏழாம் நூற்றாண்டின் முற்பகுதியில் வாழ்ந்த சைவ, சமய குரவரான திருநாவுக்கரசர் ''கல்வியைக் கரையிலாத காஞ்சிமாநகர்'' என்று தம் கச்சித் திருமேற்றளிப் பதிகத்தில் பாடினார். பல்லவர்களின் காலத்தில் சம்ஸ்கிருதம் இவ்வாறு பேராதரவு பெற்றமையால் நாட்டு மொழியான தமிழ் புறக்கணிக்கப்பட்டது என்றும், இக்கால கட்டத்தில் - அதாவது கிட்டத்தட்ட ஆறு நூற்றாண்டுகளில் (கி.பி 250-900) சிறந்த நூல்கள் தமிழ் மொழியில் தோன்றுவதற்கு இடமில்லாது போயிற்று என்றும் அறிஞர் கூறுவர்.

தனிப் பெருமை

பெரியபுராணம் அருளிய சேக்கிழார் (12 நூ.) காஞ்சி அமைந்துள்ள தொண்டை நாட்டைப் பலவாறாகச் சிறப்பித்துப் பாடியிருக்கின்றார்.

''முதலாழ்வார் மூவரையும் ஈன்ற பெருமையுடையதும், தொண்டர் சீர்பரவிய குன்றை முனிவராகிய சேக்கிழாரைத் தந்ததும் இந்நாடே'' என்று ரா.பி. சேதுப்பிள்ளையும் தொண்டை நாட்டைச் சிறப்பிக்கின்றார்.

''இத்தொண்டை நாட்டில் நெடியோன் குன்றமாகிய திருவேங்கடமும் உண்டு; கண்ணப்பன் பணி செய்த காளத்தி மலையும் உண்டு; களிறும் பிடியும் (ஆண், பெண் யானைகள்) வலஞ் செய்து வணங்கும் கழுக்குன்றமும் உண்டு. மாநிலங்கண்டு மகிழும் கலைக் கோயில்களையுடைய மாமல்லபுரமும் உண்டு. வாய்மையும், மரபும் காத்து மன்னுயிர் துறந்த பெருமக்கள் வாழ்ந்த பழையனூரும் உண்டு''.

பிரிட்டிசார் காலூன்றுதல்

இத்தொண்டை நாட்டில்தான் பதினேழாம் நூற்றாண்டில் பிரிட்டிசார் வந்து காலூன்றிக் கோட்டை கட்டினர். அவர்கள் அக்கடற்கரைக் கோட்டையில் இருந்துக் கொண்டு இந்தியப் பெருவெளி எங்கும் கால் பரப்பியதை இந்தக் கால கட்டத்து வரலாறு சொல்லும்.

கிறித்தவ அப்தத்திற்கு முன்னரே, கி.மு. முதல் நூற்றாண்டின் தொடக்கத்தில் சீனத்தின் தென் அரசகுடியைச் சேர்ந்த ஒரு மன்னர் சோழ மண்டலக் கரையிலிருந்த காஞ்சிக்குத் தூதுவர்களை அனுப்பியிருந்தார். இதற்குக் கிட்டத்தட்டப் பதினேழு நூற்றாண்டுகளுக்குப் பிறகு, வாணிபத்திற்கென்று வந்த ஐரோப்பிய நாடுகளைச் சேர்ந்த மக்கள், இதே சோழ மண்டலக் கரையைத் தளமாகக் கொண்டு (சென்னை, புதுச்சேரி) வாணிப வளத்தோடு அரசியல் எழுச்சியும் கண்டனர்.

அப்போது. தொண்டை மண்டலத்தின் தொன்மை வாய்ந்த காஞ்சி, ஐரோப்பியரின் வெற்றிப் பயணத்தில் ஓர் இடமாக விளங்குகின்றது. இராபட் கிளைவு இந்த 1751 இல் காஞ்சியைத் தாண்டிச் சென்றுதான் ஆர்க்காட்டை வென்றார். அவர் ஆர்க்காட்டை வென்ற பிறகு, தொண்டை மண்டலத்தில் ஒரு பகுதி, காஞ்சிபுரம்

1751

உள்படக் கிழக்கிந்தியக் கம்பெனியின் ஆட்சிக்கு வந்தது.

3. ஒரிசம் மராட்டியர் வசமாதல்: ஒரிசாவின் வரலாறு

இந்தியத்தின் வெகு தொன்மையான ஒரு மண்ணிற்குள் அடியெடுத்து வைக்கின்றோம். வெறும் சாம்ராட்டு என்ற பேரரசராயிருந்து அசோகரைத் தேவனாம்பிரியனாக்கிய தேயத்தினுள் நுழையப் போகின்றோம். கலிங்கம் என்ற இந்நாடு பல்வேறு காலங்களில் உத்கலம், தோசலி, கங்கோட, ஓதர, தஸ்ரண, கோசலம், ஒட்டார தேசம் என்றெல்லாம் அழைக்கப் பெற்றுப் பதினோரு, பதினாறாம் நூற்றாண்டு களுக்கு இடைப்பட்ட காலத்தில் கலிங்கம் என்ற பெயர் மறைந்து ஒதிர, ஒதிச என்ற பெயர்கள் அமைந்தன.

தொல் வரலாறு - இலக்கியங்களில்

''பண்டை இந்திய இலக்கியங்களில் ஒரிசம் பற்றிய குறிப்புகள் ஏராளமாகக் காணப்படுகின்றன. அவற்றைக் கொண்டு இந்நாட்டின் வரலாற்றைக் கட்டியெழுப்ப முடிகின்றது'' என்று இந்திய வரலாற்றுத் தோற்றுவாய்கள்'' என்ற தொகுப்பு நூலில் ஒரிசத்தின் சம்பல்பூர்ப் பல்கலைக் கழகத்தைச் சேர்ந்த டாக்டர் ஜே.கே. சாகு எழுதியுள்ள ''பண்டை ஒரிச வரலாற்றின் இலக்கிய ஆதாரங்கள்'' என்ற கட்டுரையில் கூறத் தொடங்குகின்றார். அவ்வாதாரங்கள் பிராமண இலக்கியம், பௌத்த இலக்கியம், சமண இலக்கியம், தமிழ் இலக்கியம், அயல் நாட்டார் குறிப்புகள் என்று பல வழிகளில் கிடைக்கின்றன.

பிராமண இலக்கியம்

வேதங்களில் கலிங்கம், உத்கலம் அல்லது ஓதர நாடு நேரடியாகக் குறிக்கப்படவில்லை. ஒரிசா புராண காலங்களில் ஆரிய நாகரிக வரம்பினுள் அடைபட்டிருக்கவில்லை என்பதைப் புராணங்களும், மகாபாரதமும்

காட்டுகின்றன. தர்ம சூத்திரங்கள் எழுதப் பெற்ற காலங்கள் வரையிலும் கூட இப்பகுதியில் ஆரியம் அமையவில்லை. மகாபாரதம் கலிங்க மக்களைத் துர்தர்மர் என்றே சுட்டுகின்றது; அவர்களை விலக்க வேண்டும் என்று விதிக்கின்றது. அவர்கள் மறைகளற்றோர்; அறிவற்றோர்; கலிங்கத்தில் தாழ்ந்த பிராமணரே பண்டைக் காலத்தில் வாழ்ந்தனர். அவர்கள் அளிக்கும் கொடை களைத் தேவர்கள் பெற்றுக் கொள்வதில்லை என்று பாரதத்தின் கர்ண பருவத்தில் சொல்லப்பட்டது. ஆரியர் கலிங்கத்துள் செல்வது அரிதெனினும், அது தூய்மையற்ற நாடு என்று பௌதாயன தர்மசூத்திரத்திலும் சொல்லப் பட்டுள்ளது.

அதே மகாபாரத்திலும், புராணங்களிலும் கலிங்க மக்களைப் புகழ்ந்துரைக்கும் கருத்தும் சொல்லப்பட்டுள்ளது. கலிங்கத்தில் புனிதத் தலங்கள் பலவுள; அங்குள்ள வைதரணி ஆற்றில் தீர்த்தமாடாத யாத்திரை எதுவும் முழுமையானதென்று கருத முடியாது என்றும் அவை கூறுகின்றன. யுதிஷ்டிரன் கலிங்கத்திற்கு யாத்திரை சென்றதை வன பருவம் விவரிக்கின்றது. புராணங்கள் கலிங்கத்தை மிலேச்சர் நாடென்று தள்ளிய போதிலும், கலிங்கம், ஓதரம், உத்கலம் ஆகியன ஆரியத் தோற்றுவாயுடையன என்றும் கூறுகின்றன. எடுத்துக்காட்டாக, அணு வமிசத்தில் பிறந்த சிபியின் மகனான பலியின் மனைவி சுதேட்சணைக்குப் பிறந்த மக்கள் கலிங்கனும், ஓதரனும் ஆவர் என்று வாயு, பிரமாண்ட, மச்ச, பிரம்ம, விஷ்ணு, பாகவத புராணங்கள் கூறுகின்றன. கலிங்க, ஓதர நாட்டு மன்னர்கள் தருமன் நடத்திய இராசசூய வேள்வியில் கலந்து கொண்டனர் என்று பாரதத்தின் சபா பருவம் சொல்லும்.

ஒரிசத்தில் பண்டைக் காலத்தில் பெரும்பாலும் பழங்குடியினரே வாழ்ந்தனர். அவர்கள் பிராமண சமயத்தினால் சூத்திரர் என்று இழிவுபடுத்தப்பட்டதால் சமண, பௌத்த சமயங்களையே நாடினர். அதனால்தான் இச்சமயங்களிரண்டும் தோன்றிய

காலத்திலிருந்து அங்கு மிகுந்த செல்வாக்குப் பெற்றிருந்தன. சமண, பௌத்த சமயங்கள் இம்மக்கள்பால் பேரன்பை வெளிப்படுத்தியதற்கும் இதுவே காரணமாகும்.

இராமாயணத்தில் கலிங்க நகரம் கோமதி ஆற்றின் மேற்கில் இருந்தது என்றும், உத்கலம் ஒரு காலத்தில் மேகல, தஸ்ரண நாடுகளுடன் தொடர்பு கொண்டிருந்தது என்றும் ஒரே குறிப்பை மட்டும் காட்டுகின்றது. மேற்கு ஒரிசத்தில் மகாநதியும், தேல் ஆறும் சங்கமிக்கின்ற இடத்தில் (சோனேப்பூரின் அருகிலிருக்கும் அசூர்கடு இடிபாடுகளான) சுவர்ணபரமே, இராமாயணத்தில் வருகின்ற இலங்கை என்று, பூனாவின் தக்காணப் பல்கலைக்கழகத்தைச் சேர்ந்த பேராசரியர் எச்.டி. சங்காலியா, ஒரிசத்தின் சம்பல்பூர்ப் பல்கலைக் கழகத்தின் பேராசிரியர் கெ. என். சாகு போன்ற விற்பன்னர்கள் அவ்விடத்தில் ஆய்வு செய்து கருத்துக் கூறினர் என்பது இங்கு கவனிக்கத்தக்கது. பஸ்தர் - கோரப்புட்டுப் பகுதியே தண்டகாரணியம் என்றும், பிலாஸ்பூர் வட்டாரம், கிஷ்கிந்தை என்றும் நிறுவ முயன்றனர். சம்பல்பூர், பலாங்கீர் மாவட்டங்களின் எல்லையிலுள்ள கண்ட கிரியே கந்தமாதனம் என்றும் கருதினர். இதுகுறித்து மிகுந்த கருத்து வேறுபாடுகள் உள.

இராமர் இறக்கு முன்னர் தம் மக்களான இலவ, குசருக்குத் தன் நாட்டைப் பிரித்துக் கொடுத்ததாக இராமாயணம் கூறும். குசனுக்கு விந்தியத்தின் தென் பகுதிகள் கிடைத்தன. அதில் இன்றைய மத்தியப் பிரதேசத்தின் கிழக்குப் பகுதியும், ஒரிசத்தின் மேற்குப் பகுதியும் அடங்கியிருந்தன. குசனுடைய அசரகுடி இப்பகுதியில் ஆண்ட நாட்டிற்குக் கோசல தேசம் அல்லது தென் கோசலம் என்று பெயர். இலவன் ஆண்ட வட கோசலம் அல்லது சிராவஸ்தி நாட்டிலிருந்து பிரித்தறிவதற்காகக் குசனின் நாடு பெயர் பெற்றது. இலவனுக்குப் பிறகு வடகோசலம் தாழ்வுற்றது என்று தோன்றுகின்றது.

பிற சம்ஸ்கிருத நூல்கள்

ஒரிசத்தின் வரலாற்றில் தெளிவுண்டாக்கும் பிற பிராமண இலக்கியங்களுள் பாணினியின் அஷ்டத்தியாமா என்பதும் அடங்கும். இது கி.மு. ஐந்தாம் நூற்றாண்டினது என்று பொதுவாகக் கணிக்கப்படுகின்றது. பாணினி கலிங்கத்தை அங்கம், வங்கம், புண்டரம் என்று பல நாடுகளாகப் பிரித்துக் கூறுகின்றார். அவர் கலிங்கத்தைச் சேர்ந்ததாயிருக்கக் கூடிய தைத்தில ஜனபாதத்தின் செழிப்பான வாணிபத்தைப் பற்றிக் குறிப்பிடுகின்றார். ஒரிசத்தின் தைத்தில பகுதியே பாணினி குறிக்கும் தைத்திலை என்பது சில அறிஞர் கருத்தாகும். தைத்திலை என்ற நகரம் கதரு *(KADRU)* எனப்படும் பழுப்பு மஞ்சள் நிறமான பருத்தித் துணிக்குப் பெயர் போனது என்று அஷ்டத்தியாமா கூறும்.

கலிங்கத்தில் அருமையான யானைகள் கிடைத்தன. பச்சை நிறமான சிறந்த வகைக் காந்தக் கற்கள் அகப்பட்டன, மிகுந்த நயமான பருத்தித் துணிகள் அங்கு நெய்யப் பெற்றன என்றெல்லாம் கௌடில்லியரின் அர்த்த சாஸ்திரம் (கி.மு. 3-4 நூற்றாண்டு) கூறும். கலிங்கம் என்ற தமிழ்ச் சொல் நேர்த்தியான பருத்தித் துணியைக் குறிக்கும் என்பது அர்த்த சாஸ்திரத்தின் கூற்றை மெய்ப்பிக்கின்றது.

கி.பி. இரண்டு - மூன்றாம் நூற்றாண்டுகளைச் சேர்ந்ததெனக் கருதப்படும் பரதரின் நாட்டிய சாஸ்திரம் தென்னாடுகளை விவரிக்கும் போது கோசலம், தோசலம், கலிங்கம், என்றெல்லாம் குறிக்கின்றது. கி.பி. மூன்றாம் நூற்றாண்டின் இறுதிவாக்கில் எழுந்ததென்று கருதப்படும் வாத்சியாயனரின் காம சூத்திரத்தில் கோசலம்

சுட்டப்பட்டுள்ளது. காளிதாசனின் இரகு வம்சம் என்ற காப்பியத்தில் மன்னன் இரகு கபிச ஆற்றைக் கடந்து (மிதனாப்பூரில் ஓடும் கசை ஆறு) உத்கலத்தினுள் நுழைந்த பிறகு, கலிங்கத்தை நோக்கிச் சென்றான் என்கின்றது. இதிலிருந்து கி.பி. ஐந்தாம் நூற்றாண்டில் உத்கலம் கலிங்கத்தின் வடக்கே இருந்ததை அறிகின்றோம்.

ஏழாம் நூற்றாண்டைச் சேர்ந்த, ஹர்ஷனின் இரத்தினாவளி, இலங்கை இளவரசியொருத்தி கலமுடைந்து ஒரிசக்கரையில் சேர்ந்ததைக் கூறுகின்றது. பாணபட்டனின் ஹர்ஷ சரிதம் (சு. கி.பி. 650) கலிங்க மன்னனின் பெயர் பத்திரசேனன் என்று சொல்லுகின்றது. அம்மன்னன் தன் மனைவி மீது மிகுந்த காதல் கொண்டிருந்தனன். அவன் தம்பி வீரசேனன் அவளைப் பாதாள அறையில் அடைத்து வைத்ததால் பிரிவாற்றாமையால் பத்திரசேனன் இறந்தனன்.

தமிழ் இலக்கியம்

சங்கம் மருவிய இலக்கியங்களான சிலப்பதிகாரம், மணிமேகலை என்ற காப்பியங்கள் இரண்டாம் நூற்றாண்டின் பிற்பகுதியில் எழுந்தன என்பர். அவை கலிங்க வரலாற்றை அறிந்து கொள்ள உதவுகின்றன. மணிமேகலையில் வசு, குமரன் என்ற தாயாதியரான இளவரசர் இருவருக்குமிடையே நடந்த சோதரச் சண்டை விவரிக்கப்படுகின்றது. வசு சிம்மபரத்தையும், குமரன் கபில நாட்டையும் ஆண்டு வந்தனர். இவ்விருக்குமிடையே நடந்த போரில் செழிப்பான நாடு சீரழிந்தது. இவ்விரு மன்னர்களும் கி.பி முதல் நூற்றாண்டின் பிற்பகுதியில் கலிங்கத்தை ஆண்ட சேதி மரபின் கடைசி மன்னர்கள் என்று அடையாளங் காணப்படுகின்றனர்.

முதல் ஆய்வு

இருப்பினும் நெடுந் தொன்மை வாய்ந்த ஒரிசத்தின் வரலாற்றை முதலில் முறைப்படி ஆராய்ந்து வெளிப்படுத்திய சிறப்பு ஆண்ரூ ஸ்டிர்லிங்கு என்ற ஆசியவியலாரைச் சேரும். அவர்தான் அகல்விரிவான ஆய்வைச் செய்து வங்க ஆசியவியல் சங்கத்தில் 1823 மார்ச்சு 8 அன்று நடந்த கூட்டத்தில் அறிக்கை செய்தார். அவர் இந்த ஆய்வில் ஒரிசத்தின் இயற்கையமைப்பு, மண் வகை, விளை பொருள்கள், ஆறுகள், நகரங்கள் முதலியன பற்றிய விரிந்த செய்திகளையும், மக்கள், அவர்களின் சாதிப்பாகுபாடுகள், பழக்க வழக்கங்கள், அரசியலமைப்புகள், நிலவுடைமை முறை ஆகியன குறித்தும் விரித்துரைத்திருந்தார்.

ஸ்டிர்லிங்கு அதில் ஒரிசத்தின் வரலாறும், தொன்மையும் பற்றிக் கூறியிருந்தனவே நம் ஆர்வத்தைப் பெரிதும் தூண்டுகின்றன. அவர் புவனேசுவரம், கோணர்க்கக் கோயில்களையும், பிற கோயில்களையும் சரி நுட்பத்துடன் எடுத்துரைத்திருந்தாலும், அப்பகுதியின் வரலாற்றைச் சரியான முறையில் கூறவில்லை. இது வியப்பன்று. ஏனெனில் அவர் அந்த ஆராய்ச்சி அறிக்கையை எழுதிய காலத்தில் ஒரிச வரலாற்றில் பெரும் பங்காற்றிய மௌரிய அரசு (கி.மு. 386-184) பற்றிய அறிவு தொகுத்தறியப்படவில்லை. (அசோகரே அப்போது அறியப்படாதிருந்தார்.)

வரலாற்றுச் செய்திகள் இல்லாமையால், ஸ்டிர்லிங்கு புராணங்களையும், புனை கதைகளையும் (மேலே காண்க) நாட நேர்ந்தது. மகாபாரத வீரர்களே ஸ்டிர்லிங்கின் வரலாற்று நாயகராயினர். அவரது ஆய்வில் இரண்டு, மூன்று, ஐந்து, ஏழு என்ற நூற்றாண்டுகளில் ஆட்சி புரிந்த மன்னர்களைக் காண்கின்றோம்.

அக்பரின் நண்பரும் அவரின் வரலாற்றை எழுதியவருமான அபுல் ஃபசலுக்குப் பிறகு *(16 நூ.)* கோணர்க்கக் கோயிலைக் கண்டு விவிரித்த முதல் எழுத்தாளர் ஸ்டிர்லிங்கேயாவார். அவர் அபுல் ஃபசலின் குறிப்புகளில் காணப்படும் பிழைகளை எடுத்துக் காட்டினார். காரவேலரை *(சுமார் கி.மு.176-163)* இந்திய வரலாற்றுக்குக் காட்டித் தந்த கண்டகிரி, உதயகிரிக் கல்வெட்டுகளை, குறிப்பாக உதயகிரியிலுள்ள ஹாத்திக் கும்பக் கல்வெட்டை முதன்முதலில் *1823* இல் கண்டுபிடித்த பெருமையும் ஸ்டிர்லிங்கிற்கு உண்டு.

ஸ்டிர்லிங்கினால் கண்டகிரி, உதயகிரிக் கோட்டைக் கல்வெட்டுக்களைப் படிக்க முடியவில்லையெனினும், அவற்றிலிருந்த எழுத்துக்களுக்கும், பண்டைப் பிராகிருதத்திற்கும் *(இ.ச.க. தொகுதி-5)* ஏதோ தொடர்பு உள்ளது என்று சரியாகக் கூறிவிட்டார். சுல்தான் ஃபிரூஸ் ஷா *(1290-1296)* அசோகர் தூணென்று அறியாது டெல்லிக்கு கொண்டு சென்ற அசோகர் தூணிலும், அலகாபாதிலிருந்த அசோகர் தூணிலும் காணப்பட்டதைப் போன்ற பொறிப்புகளை அவை ஒத்திருக்கக் கண்டார். அவர் வலுவான சான்றுகளின்றி, வெறும் ஊகத்தினடிப்படையில் இதைக் கூறிய போதிலும், அது கிட்டத்தட்டச் சரியாகவே இருந்தது. இங்கும் இந்திய வரலாற்றுக்கு அடியெடுத்துக் கொடுத்த சிறப்பு ஐரோப்பியருக்கே கிடைக்கக் காண்கின்றோம்.

தொல் வரலாறு

பிளினி *(கி.பி.23-79)* இந்நாட்டைக் கலிங்கம் என்றும், இங்கு வாழ்ந்த மக்கள் மல்லர் என்றும் கூறுவார். ''தசரீன் பகுதியில் மிகப்பெரிய அளவில் தசரீனிய என்ற தந்தம் கிடைக்கின்றது'' என்று முதல் நூற்றாண்டில் எழுதப்பட்டதாகக் கருதப்படும் பெரிப்புளூஸ் என்னும் நூல் ஒரிசத்தைக் குறிப்பிடுவதாக அறிஞர் கருதுவர். தசரீன் என்பது ஒதர என்ற சொல்லை ஒத்திருப்பதும், இப்பகுதியில் தந்தம் பேரளவில் கிடைத்ததைப் பண்டை இந்திய நூல்கள் கூறுவதும் இக்கருத்திற்கு அரணாக அமைகின்றன. தாலமி *(கி.பி. 87-150)* இரண்டாம் நூற்றாண்டின் நடுப்பகுதியில் எழுதிய நிலநூலில் கலிங்கத்தின் பல நகரங்கள், இடங்களின் பெயர்களைக் குறிக்கின்றார். தற்காலத்தில் ஹீராக்குடின் அருகே மகாநதியுடன் கலக்கும் இபு என்ற ஆறு என்று கருதப்படும் அதமஸ் ஆற்றின் முகத்துவாரத்தில் இருந்த காச என்ற நகருக்கு அருகில் வைரச் சுரங்கங்கள் இருந்ததாகத் தாலமி குறிக்கின்றார். இந்திய வரலாற்றை எழுப்புவதற்கு மிக முக்கியமான ஆதாரங்களைச் சீன நாடோடியான ஃபாகியான் *(401-410)*, உவான் சவாங்கு *(629-649)* ஆகியோரின் இந்தியப் பயணக் குறிப்புகள் அளிக்கின்றன. இவர்களில் ஃபாகியான் ஒரிசத்திற்கு வராததால் அதைப் பற்றிக் குறிப்பிடவில்லை. ஆனால் உவான் சவாங்கு தன் பயணக் குறிப்பில் ஒதர, கலிங்க, கோங்கோட, கோச நாடுகளைப் பற்றிக் கூறியிருக்கின்றார். தாரநாதரின் நூல்களைப் போன்ற 16 ஆம் நூற்றாண்டுத் திபேத்திய ஆவணங்களிலும் ஒரிசத்தைப் பற்றிய குறிப்புகள் உள.

மகாகோவிந்த சுத்தாந்த என்ற பௌத்த இலக்கியத்தில் அக்காலத்திலிருந்த ஏழு நாட்டுப் பிரிவுகளில் கலிங்கராட்டம் ஒன்று சொல்லப்பட்டுள்ளது. அவ்வேழு நாடுகள்: கலிங்கம், அஸ்ஸக்கன், அவந்தி, சோவீரம், விதேகம், அங்கம், காசி. கலிங்கத்தின் முதல் கோ நகரம் தண்டபுரம்; அதை ஆண்ட மன்னன் பெயர் சத்தபு; அவன் காலத்தில் அஸ்ஸக்கத்தில் பிரம்மதத்தனும், அவந்தியில் வேசபுவும், சோவீரத்தில்

பரதனும், விதேகத்தில் ரேணுவும், அங்கத்தில் தத்தரதனும், காசியில் தத்தரதனும் அரசாராயிருந்தனர்.

கலிங்கநாடு இலங்கையுடனும், சாவகத்திலிருந்த (ஜாவா) சீவிசயப் பேரரசுடனும் வாணிபம் புரிந்தது. சாவகத்தில் கலிங்க என்ற மற்றொரு நாடு உருவானது என்பர். அதில் ஒரிசக் கரையின் பண்டைக் கலிங்க மக்கள் வாழ்ந்தனர். பண்டைக் கலிங்கத்திற்கும் இன்று இந்தோனேசியத்தின் ஜாவாவின் கிழக்கேயுள்ள பாலித் தீவிற்கும், சுமத்திரத்திற்கும் பண்பாட்டுத் தொடர்பைக் கலிங்கம் ஏற்படுத்தியதன் நினைவாக ஒரிசத்தின் பாரதீபத் துறைமுகத்திலிருந்து இந்தியக் கப்பற்படையின் ஒரு பாய் மரக்கப்பல் பாலித் தீவிற்கு 6000 கடல் மைல் பயணத்தை 1992 நவம்பர் மாதக் கடைசியில் தொடங்கியது. இது தார் ஹெயர்தால் (பிறப்பு 1914) பசிபிக்கில் 1947 இல் மேற்கொண்ட பயணத்தை நினைவூட்டுகின்றது.

இலங்கையின் முதல் மன்னன் என்று கருதப்படும் விசயன் கலிங்கத்திலிருந்து விரட்டப்பட்டவன் என்பது வரலாறு. கலிங்க நாட்டைப் பற்றி இலங்கையின் பௌத்த நூல்களான தீபவம்சம், மகாவம்சம் முதலிய நூல்கள் இலங்கை அரசர்களுக்கும், கலிங்க அரசர்களுக்குமிடையே மண உறவுகள் இருந்ததைக் குறிக்கின்றன. மகத நாட்டை (தென் பிகார்) ஆண்ட நந்தர்கள் கலிங்கத்தைத் தம் ஆளுகைக்குள் கொண்டு வந்ததாய்ப் புராணங்கள் புகலும். மௌரியப் பேரரசர் அசோகர் (கி.மு.273-232) கலிங்கத்தின் மீது படையெடுத்து அதைத் தன் பேரரசுடன் இணைத்தார்.

1751

கலிங்கப் போர்

அசோகர் மௌரிய மணி முடியைச் சுமார் கி.மு. 273 ஆம் ஆண்டு சூடிக் கொண்டதும், பெருவலி கொண்டு தன் ஆட்சிப் பரப்பை விரிக்கலானார். அசோகரின் பதின்மூன்றாம் ஆட்சியாண்டின் (கி.மு. 256) பதின்மூன்றாம் கல்வெட்டு கலிங்கப் போரைப் பற்றிய செய்திகளைத் தருகின்றது. அசோகர் மகதத்தின் தெற்கில் அதுவரை எவராலும் வெல்லப்படாதிருந்த கலிங்க நாட்டின் மீது (அது கிட்டத்தட்ட இன்றைய ஒரிச மாநிலமாகும்) படையெடுத்தார். கலிங்கத்தில் அவரடைந்த வெற்றிகள் அனைத்திலும் மேலாக அமைந்தன. இப்போரில் பல்லாயிரவர் உயிரிழந்தனர். ஏறத்தாழ 1,50,000 பேர் சிறைப் பிடிக்கப்பட்டனர்.

அங்கு நடந்த குருதிக் குளிப்பு கலிங்கத்தில் மட்டும் பெருங் குமுறலை உண்டாக்கவில்லை. சோகமற்றவர் என்ற பெயரைத் தாங்கிய அசோகரின் நெஞ்சத்தையே இப்போர் குமுறிக் கலங்கச் செய்தது. இப்போரால் விளைந்த கொடூரங்களைக் கண்டு மனங் கனிந்த சண்ட (கொடூர) அசோகர், தர்ம அசோகரானார்.

மெய்யான வெற்றி மெய் கடந்த உள்ளத்தை ஆண்டு கொள்வதேயாகும் என்பதை இங்கு உணர்ந்து விட்ட அசோகர், இறைப் பற்றையும் கொல்லாமையையும் நல்லறமெனக் கொண்டார். அவர் கல்லில் கொல்லாமையை வலியுறுத்தி, நாடெங்கும் நல்லறத்தை விதைக்கச் செய்ததற்குக் கலிங்கப் போரே காரணமாய் அமைந்தது. அவருடைய புகழ் வாய்ந்த கல் பொறிப்புகளில் உயிர்க் கொலை விட்டொழிக்கப்பட வேண்டும் என்று மக்களுக்குச் சொல்லப்பட்டது. உயிர்கள் அனைத்திற்கும் பாதுகாப்பும், தன்னுரிமையும், மன அமைதியும், மகிழ்ச்சியும் வேண்டும் என்று தேவனாம்பிரியரான அசோகரின் கல்வெட்டுகள் கற்பித்தன.

வரலாற்றில் நிகழ்ந்த இம்மனமாற்றம், அசோகர் தொடக்க காலத்தில் நிறுவிய குடைவரை உருவங்களில் ஒன்றில் இறவாநிலை எய்தி நிற்கின்றது. மாபெரும் கலிங்கப் போர் நிகழ்ந்த களமான தௌலி *(Dhauli)* என்ற இடத்தில், அசோகர் மாண்புடைய ஒரு யானை உருவத்தைக் கல்லில் குடைந்து, அதன் உச்சியில் அறச் செய்திகளைப் பொறிக்கச் செய்தார்.

தௌலி என்ற கலிங்கப் போர்க்களம், இன்று நெல்வயல்கள் சூழ்ந்த இடத்தின் நடுவிலுள்ளது. ஒரிசத்தின் (இன்றைய) தலைநகரான புவனேசுவரத்தின் தென் கிழக்கில் சுமார் எட்டுக் கிலோ மீட்டரிலுள்ள தௌலியில் பல சிறு குன்றுகள் உள. இக்குன்றுகளின் அடிவாரத்தில் தயை என்று பொருத்தமான பெயர் பெற்றுள்ள ஆறு ஓடுகின்றது. அதன் பக்கம் வீர மறவர்களான கலிங்கர், அசோகரின் பெரும்படையை எதிர்த்துச் சுமார் கி.மு.256 ஆம் ஆண்டு பொருதினர். கருணையைக் குறிக்கும் தயை என்ற அந்த ஆற்றில், அப்போது நடந்த இரக்கமற்ற கொடும்போரின் காரணமாக, மனிதரின் குருதி கலந்த செந்நீர் ஓடிற்று, தௌலி குன்றின் மீதிருந்து பார்த்தால் தயை ஆற்றின் மருங்கேயுள்ள பெரிய வெட்டவெளியும், தொலைவில் புவனேசுவரத்தின் உயர்ந்த கட்டடங்களும் தெரியும்.

காரவேலர் (கி.மு.191 - 163)

அசோகர் படையெடுப்பிற்குப் பிறகு ஒரிச வரலாற்றில் இருள் கவிழ்ந்தது. எனினும் சுமார் எண்பதாண்டுகளுக்குப் பின்னர் கி.மு. இரண்டாம் நூற்றாண்டின் கால் பகுதியில் புத்தெழுச்சி கண்டது. அந்த இருளிலிருந்து ஒளிஞாயிறென வெற்றி வீரராகிய காரவேலர் எழுந்து கலிங்கப் பேரரசைப் பரந்து விரியச் செய்தார். காரவேலர் சங்க காலத்தில் நிலவிய பாண்டியன் மதிவாணன், பொற்கைப் பாண்டிய்ன், முல்லையூர் தந்த பூதப் பாண்டியன், பசும் பூண் பாண்டியன், மகனை முறை செய்த வளவன், முதற் கரிகாலன், சேரமான் பெருஞ்சேரலாதன் முதலிய தமிழ் வேந்தர்களின் காலத்தவர் என்பர்.

புவனேசுவரத்தின் அருகிலுள்ள தாழ்ந்த உதயகிரிக் குன்றில் ஹாத்தி கும்ப எனப்படும் யானைக் குகை புகழ் மிக்கது. (ஹாத்தி - யானை) இது குடைவரைக் கலையில் குறிப்பிடத்தக்கதல்லவெனினும், இங்கு காரவேலரின் பதின்மூன்றாண்டுக் கால ஆட்சி பற்றிய செய்திகள் கால வரிசைப்படி கல்லில் செதுக்கி வைக்கப்பட்டுள்ளமையால் புகழ் பெற்றுவிட்டது. இதுவே காரவேலரின் மெய்க்கீர்த்தி கூறும் ஹாத்தி கும்பக் கல்வெட்டு என்ற யானைக்குகைக் கல்வெட்டாகும்.அது இந்தியாவில் இதுவரை கண்டறியப்பட்டுள்ள வெகு தொன்மையானதும், சிறப்புடைதுமான பாலி மொழி ஆவணங்களுள் ஒன்றாகும்.

காரவேலர் செதி அல்லது சேதி என்ற அரசகுடியினர். அது உதயகிரிப் பொறிப்பில் மகாராஜா என்றும், மகா மேகவாகனர் என்றும் குறிக்கப்படுகின்றார். அவர் கலிங்க ஆதிபத்தியர் என்றும் அழைக்கப்படுகின்றார். அவர் பதினைந்தாம் வயதில் பட்டத்து இளவரசரானார். அதன் பிறகு ஆட்சியியல், கணக்கியல், பொதுச் சட்டங்கள், சட்ட விதிமுறைகள் முதலியவற்றைப் பயின்றார்.

இருபத்தி நான்காவது வயதில் முடிசூடி மன்னரானார். அதிலிருந்து அவரது ஆட்சி பற்றிய செய்திகள் ஹாத்தி கும்பக் கல்வெட்டில் பொறித்து வைக்கப்பட்டுள்ளன.

காரவேலர் தனது இரண்டாவது ஆட்சியாண்டில் காலாள்படை, தேர்ப்படை, குதிரைப்படை, யானைப்படை என்ற நால்வகை படைகளடங்கிய பெரும்படையை அனுப்பினார். அப்படை கிருஷ்ணவேணி ஆற்றையடைந்து, மூசிகர்களின் நகரை அஞ்சி நடுங்க வைத்தது. அவர் அவநாசர்களால் ஆளப்பட்ட பிதுண்டம் என்ற நகரை அழித்து அங்கு கழுதையைக் கொண்டு ஏரோட்டினார்.

கழுதை ஏரோட்டல்

(கழுதை ஏரோட்டல் என்பது, போரில் தோற்ற மன்னர்கள் நகரத்தை இடித்துத் தரைமட்டமாக்கிக் கழுதையை ஏரில் பூட்டி உழுவதாகும். சோன் ஆற்றின் கரை மீது பாடலிபுத்திரமான பாடலிக் கோட்டையைக் கட்டிய கூனிகன் என்ற அசாதசத்துரு (கி.மு. *494-467*) வைசாலியை வென்று, அங்கு கழுதை ஏரோட்டினான் என்ற செய்தியைச் சமண நூல்கள் கூறும். சங்க காலத்தில் பல்யாகசாலை முதுகுடுமிப் பெருவழுதி, அதியமான் மகன் பொருட்ெழனி, பின்னர் குலோத்துங்கன், மாறவர்மன் சுந்தரபாண்டியன் முதலியோரும் கழுதை ஏரோட்டினர் என்று அறிகின்றோம்.)

காரவேலரின் மூன்றாவது ஆட்சியாண்டில் கலிங்கர் கோநகர் பெரிய வெற்றி விழா நடந்தது. நான்காவது ஆண்டில் இராட்டிக போசகரும் காரவேலரை அடிபணிந்தனர். நந்தர் குடிமன்னர் ஒருவர் வெட்டிய கால்வாய் கலிங்கர் கோநகர் வரை நீட்டிக் கட்டப்பட்ட ஆறாமாண்டில் காரவேலர் இராசசூய வேள்வி நடத்தினார். வீரர்களான வேந்தர்கள் இராசசூயம் வேட்டுவர்.

ஏழாமாண்டில் காரவேலருக்கு ஒரு மகன் பிறந்தான். அவர் எட்டாமாண்டில் வடநாட்டிற்கு எதிராக முதன் முதலில் எடுத்த படையெடுப்பு மிக முக்கியமானதாகும். அவர் அப்போது பெரும்படையுடன் மகதத்தை (தென் பிகார்) நெருங்கினார். பாடலிபுத்திரம் அவரடி பணிந்தது. காரவேலர் முன்னேறி வந்த செய்தியைக் கேட்ட கிரேக்க மன்னர் டிமீட்ரியஸ் மதுரா நகருக்குப் பின்வாங்கிச் சென்றார். அது ஒருவேளை அவரது தளமாயுமிருக்கலாம்.

1751

எட்டாம் ஆட்சியாண்டில் யானைகள், தேர்கள், பரிகள் முதலியவற்றையும், மேலும் பல கொடைகளையும் காரவேலர் அந்தணர்க்குத் தானமாகக் கொடுத்தார். அவர் அந்த ஆண்டு *38* இலட்சம் செலவில் ''மாபெரும் வெற்றி அரண்மனை'' ஒன்றைக் கட்டினார்.

காரவேலர் இசையில் சிறந்து விளங்கினார். அவருடைய மூத்த தேவி கலைகளைப் புரந்தார்.

இவ்வாறு காரவேலரின் புகழ்பாடும் பிரசஸ்தி என்ற மெய்க்கீர்த்தியாகிய ஹாத்தி கும்பக் கல்வெட்டுக் கூறுகின்றது.

அசோகருக்கு அடுத்தபடியாக இந்தியத்தை ஒரு குடைக்கீழ் கொண்டுவர முயன்று, அதில் ஓரளவு வெற்றியும் கண்டவர் காரவேலர் என்பது வரலாற்றாசிரியர் சிலரின் கணிப்பாகும்.

அரச மரபுகள்

காரவேலருக்குப் பிறகு ஒரிசம் முழுமையிலும் குசாணரின் (இ.ச.க.தொகுதி-1 காண்க) செல்வாக்கு மேலோங்கியிருந்தது என்று அறிகின்றோம்.

கலிங்க வரலாறு பல்வேறு அரச குடிகளின் ஆட்சியைக் கண்டதாகும். சேதி, சைலோத்பரர், நந்தர், துஞ்சர், சோமவம்சி அல்லது கேசரி, காலச்சூரியர், ஹரிஹயர் என்று பல்வேறு அரசமரபினர் கலிங்கத்தின் பல்வேறு பகுதிகளை ஆண்டு வந்திருக்கின்றனர் என்பதைக் காட்டும் வரலாற்றுச் சான்றுகள் உள. அவற்றுள் குறிப்பிடத்தக்க மரபுகள்:

கேசரி குடியினர்; கங்கர் குடியினர்; கசபதி குடியினர் முதலானோராவர். கங்கர் மரபுதான் (சு.118-1434) கலிங்கத்தை ஒன்றுபடுத்தியது. அக்குடியைத் தோற்றுவித்த அனந்தவர்ம சோழ கங்க தேவன் (1078-1148) மிகச்சிறந்த ஆட்சியாளராயும், சமய நிறுவனங்கள், கலைகள் இவற்றின் புரவலராயும் சிறந்து விளங்குகின்றார். இம்மன்னரே பூரியிலுள்ள ஜகநாதர் கோயிலைக் கட்டுவித்தவர் என்பர்.

இரண்டாவது கலிங்கப் போர்

கங்கர்குடி மன்னரான அனந்த வர்மன், முதற் குலோத்துங்க சோழனுக்கு (1078-1118) இரண்டு முறை திறை செலுத்தத் தவறினார். எனவே சோழ மன்னர் தன் படைத் தலைவரான வண்டையர் கோன் கருணாகரத் தொண்டைமானைக் கலிங்கத்தின் மீது படையெடுத்துச் செல்லுமாறு பணித்தார். கருணாகரன் நால்வகைப் படைகளை நடத்திச் சென்று வலிய மலையரணைக் கொண்ட கலிங்கத்தைத் தாக்கி வெற்றி கண்டார். அவர் அங்கு பெரும் பொருள்களைக் கவர்ந்தார்.

சோழரின் இந்தக் கலிங்க வெற்றியைச் சிறப்பித்துக் குலோத்துங்கனின் அவைப் புலவராயிருந்த செயங்கொண்டார் (12 நூ.) பரணி பாடினார். அப்பெரும் புலவர் இவ்வரலாற்று நிகழ்ச்சியை மையமாக வைத்துப் பன்னிரண்டாம் நூற்றாண்டின் முற்பகுதியில் பாடியது கலிங்கத்துப் பரணி என்னும் தலையாய இலக்கியமாகும். தோற்றவர் மீது பாடப்படுவது பரணி என்ற இலக்கிய வகையாகும். இதில் சந்தம் நிறைந்த 594 பாடல்கள் உள. செயங்கொண்டார் பத்தாம் நூற்றாண்டினரான கம்பரைப் போன்று கவிச் சக்கரவர்த்தி என்ற பெருமையைப் பெற்றிருக்கின்றார்.

1751

கலைகள், கோயில்கள்

கலிங்கத்தை ஆண்ட மன்னர்கள் பல கோயில்களை எழுப்பித்திருக்கின்றனர். பௌமகார மன்னர் குடியினர் சிவன் கோயில்களை கட்டினர். கேசரி குடி மன்னர்கள் புவனேசுவரத்தில் அமைந்திருக்கும் முக்தேசுவரர், இலிங்கேசுவரர் கோயில்களையும், இன்னும் பல கோயில்களையும் எழுப்பினர். அவர்கள் கலைகளின் புரவலராயும் விளங்கி, இசை, நடனம் போன்ற நுண்கலைகளையும் வளர்த்தனர்.

புவனேசுவரம்

புவனேசுவரம் பண்டைக் காலத்தில் ஏகாம்ருத தீர்த்தம் என்ற பெயர் பெற்றிருந்தது. இது புவனங்களுக்கெல்லாம் ஈசனான சிவபெருமான் உறையும் சிவத்தலமாகும். முதலாம் யயாதி சிவகுப்த கேசரி (சு.970-1000) புவனேசுவரத்தில் இலிங்கேசுவரர் கோயிலைக் கட்டினார். புவனேசுவரம் கேசரி குடியின் கோநராயிருந்தது. இந்த ஏகாம்பர கானகம் சிவனுக்கு விருப்பமான இடமென்பர். இங்கு ஏழாம் நூற்றாண்டிற்கும், பத்தாம் நூற்றாண்டிற்கும் இடைப்பட்ட காலத்தில் பல கோயில்கள் கட்டப் பெற்றன.

இங்குள்ள பிந்துசாகரக் குளம் மிகப் பெரியது. அது 1400 அடிக்கு 1100 அடி அளவினது. இலிங்கராசர் கோயிலில் ஆகம, மந்திர விதிகளின்படி பூசை செய்கின்றனர். இங்கு சாதி, மத வேறுபாடு இல்லை. இந்தச் சிவமூர்த்தி அரி, அரன் என்ற இரண்டு அம்சங்களையும் உடையவர். இக்கோயில் பெரிய திறந்த வெளியில் 520 X 465 அடி பரப்பில் நெடிதுயர்ந்து நிற்கின்றது. இலிங்கம் எட்டடிக் குறுக்களவுடையது. உயரம்

ஒன்பதடி, தரை மட்டத்திலிருந்து எட்டங்குல உயரத்தில் அமர்ந்துள்ளது. உப்பு மடிப்புப் பாறையில் வடித்த ஆவுடை வடக்கு நோக்கி இருக்கின்றது. இக்கோயில் முற்றிலும் இந்துக் கலை பாணியில் உருவானது. கட்டடக் கலையில் உண்டான புதுமலர்ச்சிக்கு எடுத்துக்காட்டாக இலிங்கராசர் கோயில் உள்ளது.

இன்று ஒரிச மாநிலத்தின் தலைநகராய் விளங்கும் புவனேசுவரம் கல்கத்தாவின் தென் கிழக்கே சுமார் 300 கிலோ மீட்டரில் இருக்கின்றது. இங்கு புகழ்வாய்ந்த இலிங்கராசர் கோயிலொடு சுமார் ஐநூறு கோயில்களும் உண்டு.

கட்டாக்கு

கட்டாக்கு 1948 வரையிலும் ஒரிச மாநிலத்தின் தலைநகராயிருந்தது. மகாநதியும், கத்ஜோடி ஆறும் கிளைக்கின்ற இடத்தில் அமைந்துள்ள கட்டாக்கு நகரம், கல்கத்தாவிலிருந்து தென் மேற்கில் சுமார் 325 கிலோ மீட்டரில் உள்ளது. இது ஒரிசத்தின் தொன்மையான நகரங்களுள் ஒன்றாகும். படைவீடு என்று பொருள்படும் கடக என்னும் சம்ஸ்கிருதம் சொல்லிலிருந்து கட்டாக்கு என்ற பெயர் பிறந்தது. வரலாற்றுச் சிறப்புமிக்க இந்நகரம் சென்ற 1989 ஆம் ஆண்டில் ஆயிரமாவது ஆண்டு விழாவைக் கொண்டாடியது.

1751

நிருப கேசரி என்ற மன்னர் 989 ஆம் ஆண்டு கட்டாக்கு நகரை நிறுவினார் என்று பூரி ஜகநாதர் வரலாறு கூறும் மதல பஞ்சி சொல்வதை வைத்து கட்டாக்கு நகரம் எழுந்து காலத்ததை வரை செய்தனர். மேற்சொன்ன மன்னரையடுத்து ஆட்சிக்கு வந்த மார்க்கட கேசரி கட்டாக்கு நகரை மேம்படுத்தும் பல பணிகளை வரிசையாய் மேற்கொண்டார். அவற்றுள் அவர் கத்ஜோடி ஆற்றின் கரைமீது கட்டியுள்ள அருமையான கல்கரை மிகவும் சிறந்தது. நகருக்குள் வெள்ளம் வருவதைத் தடுக்கும் நோக்கத்துடன் 1006 ஆம் ஆண்டு அக்கரை எழுப்பப்பட்டது.

எனினும் பேரரசாட்சி புரிந்த கங்கர் குடி ஆட்சிக் காலத்தில் தான் (சு.1118-1434) கட்டாக்கு நகரம் மெய்யாகவே முதன்மை பெற்றது. அக்குடியை நிறுவிய அனந்த வர்ம சோழ கங்கதேவர், தன் கோ நகரைக் காளிங்க நகரிலிருந்து கட்டாக்கிற்குப் பன்னிரண்டாம் நூற்றாண்டின் தொடக்கத்தில் மாற்றினார்.

கட்டாக்கு நகரம் மகாநதியும், கத்ஜோடியும் வடிகின்ற நிலப்பகுதியில் அமைந்திருந்தமையால், போர்த்தந்திரச் சாதகங்கள் பல அங்கு இருந்தன. நீர் வழிகளும், சாலைகளும் கட்டாக்கைத் தென், வட, மைய இந்தியாவுடன் இணைக்கின்றன. அதனால் அந்நகரம் வாணிபத்திலும், தொழிலிலும் சிறந்து விளங்குகின்றது.

கட்டாக்கு விரிந்து பரந்திருந்த கங்கப் பேரரசின் கோநகராயிருந்தது. மூன்றாம் அனங்க பீம தேவர் அந்நகரைச் சுற்றி மேலும் பல மதில்களை எழுப்பி, அதை வலுப்படுத்தினார். அவரது ஆட்சிக் காலத்தில் 1229 ஆம் ஆண்டு புகழ்பெற்ற பராபதிக்கோட்டை கட்டாக்கில் கட்டப் பெற்றது.

''இந்துக்களால் பெரிதும் போற்றப்படும் மகாநதியும், கத்ஜோடியும் கிளைக்கின்ற இடத்தில் அமைந்திருக்கும் கட்டாக்கு நகரில் கற்கோட்டை ஒன்றுள்ளது.மன்னர் முகந்த தேவர் இங்கு உயரமான ஒன்பது மாடி அரண்மனையைக் கட்டினார். முதல் தளத்தில் யானைக் கொட்டடிகளும், குதிரை கட்டும் இடங்களும் இருந்தன; இரண்டாம் தளத்தில் பீரங்கிப்படை; மூன்றாம் தளத்தில் சுற்றுக் காவல் வீரரும், வாயிற் காப்போரும்

இருந்தனர்; நான்காம் மாடியில் தொழிற் கூடங்கள்; ஐந்தாம் மாடத்தில் சமையற்கூடம்; ஆறாம் தளத்தில் பொது வரவேற்பிடங்கள்; ஏழாம் மாடியில் தனியறைகள்; எட்டாம் மாடத்தில் பெண்டிர் தங்கும் அறைகள்; ஒன்பதாம் தளம் ஆளுநர் துயிலும் மாடமாயிருந்தது.''

அக்பரின் (1542-1605; ஆட்சிக்காலம் 1536-1605) வரலாற்றை எழுதிய அபுல் ஃபசல் பராபதிக் கோட்டைக்குள்ளிருந்த வெகு நேர்த்தியான ஒன்பது மாட அரண்மனையை மேற்கண்டவாறு விவரித் திருக்கின்றார். அக்கோட்டை ஆறு நூற்றாண்டுகளுக்கு மேல், கலிங்கத்தின் தலைநகரான கட்டாக்கின் உயிர்நிலையாக விளங்கிற்று.

கட்டாக்கிலிருந்த தலைநகரம் 1948 இல் புவனேசுவரத்திற்கு மாற்றப்பட்ட போதிலும், இந்நாற்பத்திநான்காண்டுக் காலத்தில், அதன் வளர்ச்சி சிறிதும் குன்றிவிடவில்லை. அது கிழக்கிந்தியத்தின் தலையாய நகராய்ச் செழித்து வளர்ந்து வருகின்றது. காலத்தின் உருட்டல், புரட்டல்களையெல்லாம் தாங்கியவாறு அரசியலிலும், ஆட்சியியலிலும் நடுநாயகமாய் விளங்கி வந்த கட்டாக்கு, இப்போது சுறுசுறுப்பான வாணிப மையமாய்ப் பரிணாம வளர்ச்சி பெற்றுள்ளது. அதன் பழம் பெருமை இன்னும் அங்கு உயிர்த்துடிப்பாக அடித்துக் கொண்டிருக்கின்றது.

பூரி

அசோகரின் கலிங்க வெற்றிக்குப் பிறகு, இந்நாட்டில் பௌத்தம் ஓங்கியிருந்தது. கலிங்க மன்னர் காரவேலரின் காலத்தில் சமணம் சிறப்புற்றது. அதன்பிறகு கி.பி. நான்காம் நூற்றாண்டில் பௌத்தம் மீண்டும் கலிங்கத்தில் தலைதூக்கியது. ஏழாம் நூற்றாண்டு முதல் இந்து சமயம் கலிங்கத்தில் தலையெடுக்கலானது. அக்காலத்திலிருந்து தான் முழுமையான நடனப் பாணி ஒன்றும் தோன்றியது. இந்து சமயப் புத்துயிர்ப்புடன் இசை நடனம் போன்ற கலைகள் மேன்மை பெறத் தொடங்குகின்றன. இச்சிறப்புக் கேசரி மன்னர்களின் காலத்தில் தான் (சு.915-1118) மலர்ந்தது.

யயாதி கேசரி (சு.970-1000) என்ற மன்னர் தன்னை நிருத்திய கேசரி என்றும், கந்தருவ சேகரி என்றும் பெருமையுடன் அழைத்துக் கொண்டார். அவரது ஆட்சிக் காலத்தில் பிராமணியம் மேலோங்கி, ஜகநாதர் வழிபாடு பிறந்தது. இக்காலத்தில் தான் நடன நங்கையரைத் தேவரடியாராகக் கோயிலுக்கு அளிக்கும் வழக்கம் உண்டானது.

பூரி ஜகநாதர் கோயில்

பூரியிலுள்ள ஜகநாதர் கோயில் ஒரிசத்தின் கோயில்கள் அனைத்தையும் ஒத்திருக்கின்றது. ஜகநாதர் முழுமுதற் கடவுளின் வெளிப்பாடே என்று நம்புகின்றனர்.

1751

பௌத்தம், சமணம், சைவம், வைணவம் ஆகிய சமயங்கள் இம்மக்களின் வாழ்க்கையில் மிகவும் வலுவான செல்வாக்கைப் பெற்றுள்ளன. ஜகநாதரின் பெயருக்கும், பூரியில் உறையும் இறைக்குழுவிலுள்ள ஜகநாதருடன் பாலபத்திரர், சுபத்திரை ஆகியோருக்கும் அறிஞர் பலர் பலப்பல விளக்கங்கள் தந்துள்ளனர்.

ஜகநாதரின் தோற்றுவாய் குறித்துப் பல்வேறு மரபுகள் நிலவுகின்றன. கண்ணன் இவ்வுலக வாழ்வை நீத்ததும், அவரது உடலுக்கு எரியூட்டினர். அப்போது அவரது கொப்பூழ் மட்டும் வேகவில்லை. அது கடலில் மிதந்து சென்று, நீலாசலம் என்ற இடத்தை அடைந்தது. அங்கு இந்திரத்யும்நன் என்ற அரசன் திருமாலைக் காண வேண்டித் தவமிருந்தனன். திருமால் அவனது கனவில் தோன்றிக் கொப்பூழை ஒரு மர உருவத்தினுள் வைத்து, அதைத் திருமாலாக வழிபட்டு வருமாறு சொன்னார் என்பது ஒரு கதை.

மற்றொரு கதை: அது நீலாம்பர தாசர் கோயில் கட்டப்பட்டது குறித்து தேவுல் தோல என்ற நூலில் கூறப்பட்டுள்ள செய்தியாகும். நாரத முனிவர் மாளவ மன்னனான இந்திரத்யும்நனிடம் சென்று, நீலமாதவன் உருவம் கிழக்குக் கடற்கரையில் உள்ளதென்று சொன்னார். இந்திரத்யும்நன் தன் அமைச்சர் வித்தியாபதியை நீலாசலத்திற்கு அனுப்பினார். அங்கு சவரர் என்ற பழங்குடி அரசரான விசுவ வசு என்றவர் நீலமாதவனைக் கண்டுபிடித்து வைத்திருந்ததை வித்தியாபதி அறிந்தார். விசுவ வசு அத்திருவுருவைப் பிறர்க்குக் காட்டாது மறைத்து வைத்திருந்தார். வித்தியாபதி நீலமாதவர் உருவம் இருந்த இடத்தைக் கண்டறிந்ததும், அச்செய்தியை மன்னர்க்குத் தெரிவித்தார். இந்திரத்யும்நன் உடனே பெரும்படையுடன் வந்து விசுவ வசுவை அடிபணியச் செய்தார். எனினும் இருவரும் நெருங்கிய நண்பராயினர். இதனிடையே நீலமாதவர் உருவம் மறைந்துவிட்டது. இந்திரத்யும்நன் பல நாள் தவமிருந்த பின்னர் நீலமாதவரின் உருவம் ஒரு தருவின் மரக்கட்டையின் - வடிவத்தைப் பெற்றுக் கடலில் மிதப்பதாய் அசரீரி கூறியது. இந்திரத்யும்நன் அம்மரக்கட்டையிலிருந்து நீலமாதவரின் உருவைச் செதுக்க வேண்டுமென்றும் அந்தத் தெய்வக் குரல் பணித்தது.

பிறகு தேவ தச்சனான விசுவகர்மன் ஒரு கிழட்டுத் தச்சன் உருவில் இந்திரத்யும்நனிடம் வந்தான். விசுவகர்மன் ஒரு நிபந்தனையுடன் மரக்கட்டையை இறையுருவாய்ச் செதுக்கித் தர இசைந்தான்: விசுவகர்மன் குறிப்பிட்ட ஒரு காலம் வரையிலும் அறையைச் சாத்திக் கொண்டு உருவத்தைச் செதுக்குவான். அப்போது அவன் என்ன செய்கின்றான் என்பதை எவரும் பார்க்கலாகாது. ஆனால் வேலை நடந்து கொண்டிருந்தபோது இந்திரத்யும்நனின் தேவியான குந்திசை உள்ளே என்ன நடக்கின்றது என்பதைக் காணும் ஆவலில் மூடியிருந்த அறைக் கதவைத் திறந்ததும், அங்கே கிழட்டுத் தச்சனைக் காணோம். அங்கு முற்றுப் பெறாத நிலையில் மூன்று உருவங்கள் மட்டுமே இருந்தன. அவ்வுருவங்களே இன்றும் ஜகநாதர், பாலபத்திரர், சுபத்திரை ஆகியோராக வழிபடப்பட்டு வருகின்றன என்பது மரபு.

பூரி கோயில் அமைப்பு

பூரி ஜகநாதர் கோயிலின் ஜகமோகன் எனப்படும் புகுமுக மண்டபத்திலுள்ள இரண்டு பிரகாரங்கள் உள்ளன. கருவறையுடைய தலைக்கோயில் பெரிய மேடையில் சிறந்த வேலைப்பாடுகளுடன் அமைந்துள்ளது. இதைப் பன்னிரண்டாம் நூற்றாண்டில் அரசோச்சிய அனந்த வர்ம சோழ கங்கர் கட்டுவித்தார். மேற்சொன்ன இரு

திருச்சுற்றுகளில் பல கடவுளரின் சன்னதிகள் உள. இக்கடவுளரைச் சிறுசிறு பிறைகளினுள் காண்கின்றோம்.

இவற்றின் நடுவே மோகன ஜகநாதர் காட்சி தருகின்றார். கருவறையின் மேலேயுள்ள உயர் விமானமும், கோயிலைச் சுற்றியுள்ள சிற்ப, செதுக்கு வேலைகளும் பிரமிப்பூட்டும். விமானத்தில் திருமாலின் கொடியும், சக்கரமும் பறக்கின்றன. கருவறையில் ஜகநாத, பாலபத்திர, சுபத்திரையர் மூவரும் பெரிய கல்; மேடை மீது எழுந்தருளியுள்ளனர். இங்கு 1500 புரோகிதர்கள் ஆகம விதிப்படி பூசை செய்கின்றனர். இக்கோயிலின் மடைப்பள்ளியில் நாளும் பத்தாயிரம் பேருக்குச் சமையல் நடக்கின்றது.

பூரி ஜகநாதர் கோயிலினுள் இந்து சமயத்தவர் மட்டுமே செல்ல முடியும்: இந்துக்களில் எந்தச் சாதியாரும் புகலாம். இதன் பிரகாரம் 200 மீட்டர் நீளமானது. இதைச் சுற்றிய வளாகத்தின் சுவர்கள் நூறு மீட்டர் உயரம். இதன் அடுத்த திருச்சுற்றினுள் கோயில் அமைந்துள்ளது. தலைவாயிலின் முன்னே அழகிய தூண்கள் நிற்கின்றன. எதிரே கருடன் வீற்றிருக்கின்றான். இந்தக் கருடச்சிலை கோணர்க்கத்திலிருந்து கொண்டு வரப்பட்டதாம். தலைவாயிலை இரண்டு சிங்கங்கள் காத்து நிற்பதால், அதைச் சிங்கவாயில் என்கின்றனர். இக்கோயிலை அண்டி 20,000 பேர் வாழ்கின்றனர். அன்றாடக் கோயில் பணிகளில் ஈடுபடுவோர் 36 மரபினராயும், 97 வகுப்பினராயும் பிரிக்கப்பட்டுள்ளனர்.

தேர்த் திருவிழா

இங்கு ஜூன் - ஜூலையில் நடைபெறும் தேர்த்திருவிழா உலகப் புகழ் பெற்றது. இதைக் குறிக்க *Juggernaut* என்ற சொல்லே ஆங்கில மொழியில் வழக்கிலுள்ளது. இவ்விழாவைக் காண இந்தியத்தின் பல பகுதிகளிலிருந்தும், உலகின் பல இடங்களிலிருந்தும் மக்கள் இங்கு வந்த கூடுகின்றனர். இங்கு ஆண்டு முழுவதும் நடக்கும் திருவிழாக்களில் தேரோட்டமே சிறப்பு மிக்கதாகும். மூன்று இறைகளும், மூன்று பெரிய மரத்தேர்களில் ஏறிப் பட்டணம் பார்க்கின்றர். இவற்றுள் ஜகநாதரின் தேரே மிகப்பெரியது.

1751

ஒவ்வோர் ஆண்டும் புதுத்தேர்கள் செய்யப்படுகின்றன. ஜகநாதரின் தேர் 14 மீட்டர் உயரம். அதற்குப் பதினாறு சகடங்கள்; ஒவ்வொரு சகடமும் இரண்டு மீட்டர் விட்டமுடையது. இதை இழுக்க நாலாயிரம் பேர் வேண்டும். இத்தேர்கள் வீதி முனையிலிருந்து தோட்ட வீடு வரை இழுத்துச் செல்லப்படுகின்றன. பின்னர் தேர்கள் அங்கு ஒரு கிழமை விழாக்கண்ட பின்னர், கடவுளர் கோயில் திரும்புவர்.

அதன்பிறகு மூன்று தேர்களையும் உடைத்துப் பக்தர்கள் பிரசாதமாகக் கொண்டு செல்கின்றனர். எட்டு, பதினொன்று அல்லது பத்தொன்பதாண்டுகளுக்கு ஒருமுறை கோள்களின் சேர்க்கைச் சிறப்பால் இறைத் திருமேனிகளும் புதிதாய்ச் செய்யப்படுகின்றன. அவை 1863, 1893, 1931, 1950, 1969, 1977 ஆண்டுகளில் புதிதாய்ச் சமைக்கப் பெற்றன.

ஆதி சங்கரர்

ஆதி சங்கரர் (788-820) பூரிக்கு முதலில் வந்தவர். அவரே இங்குள்ள கோவர்த்தன பீடத்தை நிறுவினார். இராமானுசரின் (சுமார் 1028-1137; இராமானுசரும் நூறாண்டுகளுக்கு மேல் வாழ்ந்தவர்) வழி வந்த சீடரும், கபீரின் குருவுமான இராமானந்தர் (1299-1411) பூரியிலிருந்து தான் பக்தி மார்க்கத்தைத் தொடங்கினார். கிருஷ்ண சைத்தன்னியர் (1484-1534) பூரியில் தங்கிக் கௌடிய சம்பிரதாயத்தை பரப்பினார்.

ஜகநாத தர்மம்

ஜகநாத தர்மம் என்ற சமயக் கோட்பாடு ஒரிசத்தில் மிகுந்த செல்வாக்குப் பெற்றிருந்தது. ஆதலால் சைத்தன்னியரும், அவருடைய ஆதரவாளர்களும், பதினாறாம் நூற்றாண்டில் புதிய வைணவ கோட்பாட்டை உருப்படுத்திய போது, அதில் ஜகநாதர்

தலையாய இறைவராக மதிக்கப்படும் வகையில், இப்புதிய வைணவ தர்மத்துடன் ஒன்றிக் கலந்து விட்டார்.

ஒடிசி நடனக் கலை

ஜகநாதர் கோயில் மக்கள் வாழ்க்கையில் நடுநாயகமாகியதும், மகரியர் என்ற தேவரடியாரின் நடன வழிபாட்டு முறை மிகுந்த முக்கியத்துவம் பெற்றது. இதுவே ஒடிசி என்ற நடன வடிவத்தின் புறப்பாடாகும். இவ்வகை நடனக்காரிகள் தாம் ஒரிசத்தின் நடன மரபைக் கட்டிக் காத்து வந்தனர். இந்நடன மரபு பத்தொன்பதாம் நூற்றாண்டின் இறுதியிலும், இருபதாம் நூற்றண்டின் தொடக்கத்திலும் தாழ்ச்சியுற்றது. அதற்குப் பல்வேறு வரலாற்று, சமூகக் கூறுகள் காரணமாய் அமைந்தன எனலாம். இன்று ஒடிசி நடனம் உயர்ந்த நிலையை எட்டி நிற்கின்றது.

மாளவ மன்னன் இந்திரத்யும்நன் பிரமனை அழைத்துப் பூரியில் ஒரு கோயில் கட்டித் தருமாறு வேண்டினான் என்று புராணம் புகலும். பிரமன் தன்னுடன் விசுவகர்மன், சங்கநிதி, பதுமநிதி, ஹா ஹா, ஹா ஹூ, பிற கந்தருவர் முதலானோரை அழைத்துக் கொண்டு வந்தான். அவனொடு தேவலோகத்து நடனநங்கையரான ஊர்வசியும், அரம்பையும் வந்திருந்தனர். ஜகநாதர், பாலபத்திரர், அவர்தம் தங்கையான சுபத்திரை மூவரையும் தேரில் ஏற்றிக் கோயிலுக்குக் கூட்டிச் சென்றனர். அப்போது ஊர்வசியும், அரம்பையும் நடனமாட, தேவருலகத்துப் பாடகியர் வழியெல்லாம் பாடிச் சென்றனர்.

சிவநாதர் தன் மகன் பிள்ளையாருக்கு நடனம் கற்பிக்க, கணேசர் அப்சரசான மணியரம்பைக்கு அக்கலையைக் கற்றுத் தந்தார் என்று கதைகள் கூறும். மணியரம்பை பரத முனிவர்க்கு நாட்டியம் கற்பித்தாள். இந்நடன மரபைக் கர்க்காச்சாரியார், பகவாச்சாரியார், குமராச்சாரியார், நந்திதேவர், அட்டகாசர் முதலானோர் தொடர்ந்து பேணி, ஒரிசத்தின் கோயில்களைச் சேர்ந்த தளிப் பெண்டிரான தேவரடியர்க்குக் கற்பித்தனர். இவ்வாறாக ஒரிசத்தில் நடனக்கலை நிலை பெறலாயிற்று என்று நடனக்கலையின் தோற்றுவாயைப் புராணத்தில் பொதிந்து கூறுவர்.

ஒடிசி என்ற இந்நடனக் கலை ஒரிசத்தின் சிற்பங்களில் உயிர்த்துடிப்புடன் அதிர்கின்றன. புகழ்பெற்ற ஜகநாதர் கோயிலை மையமாய்க் கொண்டு சுற்றிச் சுழல்கின்ற இந்நடன மரபு வழக்குகளும், செயற்பாடுகளும் பெரிய அளவில் தென்னிந்திய அல்லது தமிழ்ப் பண்புகளை உடையனவாகவே இன்றும் இருக்கின்றன.

ஒரிசத்தில் பண்டைக் காலத்திலிருந்தே கலைகள் செழித்து வந்திருக்கின்றன. கட்டுமானங்கள், சிற்பங்கள், கோயில்கள் முதலியன இசை, நடனம், ஓவியம் ஆகிய கலைகளின் உயிருள்ள மரபு வழக்குகளாக இருந்து வருகின்றன். சுமார் ஐம்பதாண்டுகளுக்கு முன்னர் புத்துயிர் பெற்ற ஒடிசி நடனம், இவ்வாறாக நெடிய வரலாற்றை உடையது.

ஜெயதேவர், கீத கோவிந்தம்

ஒரிசத்தில் நடனக் கலையைப் பற்றிக் குறிப்பிடும் போது, பன்னிரண்டாம் நூற்றாண்டில் வாழ்ந்த ஜயதேவரும், அவர் படைத்த கீத கோவிந்தமும் கட்டாயம் பேசப்படும்.

கங்கர்குடியின் அனங்க பீம தேவரின் ஆட்சிக் காலத்தில் (1192-1205) ஜெயதேவர் கீத கோவிந்தம் என்ற சம்ஸ்கிருதக் காவியத்தை இயற்றினார். அவர் அந்நூலின் தொடக்கத்திலேயே, ''பத்மாவதீ சரண சாரண சக்ரவர்த்தீ'' என்று கூறிக் கொள்கின்றார். அதாவது பத்மாவதி ஜெயதேவரின் மனைவி என்றும், அவளை நாட்டியமாடச் செய்து மகிழ்ந்தவர் ஜெயதேவர் என்றும் அறிஞர் அதற்குப் பொருள் கொள்கின்றனர்.

கீத கோவிந்தம் மிகச்சிறந்த நூலாக இருந்தமையால், மன்னர்களும் அடியார் திருக்கூட்டமும் கோயில்களில் அதைத் தொடர்ந்து பாடிவருமாறு செய்தனர். அப்பழக்கம் இன்றும் தொடர்கின்றது. இதிற்காணும் பாடல்கள் பொதுவாக நாட்டியத்திற்கும், குறிப்பாக அபிநயத்திற்கும் மிகவும் ஏற்றவை. (கீத கோவிந்தம்: இ.ச.க. தொகுதி-4)

கோணர்க்கம் - சூரியக் கோயில்

இந்தியத்தின் கிழக்குக் கரையில் மகாநதியின் தெற்கில் அமைந்துள்ள கோணர்க்கின் சூரியக் கோயிலை ஐரோப்பியர் கறுப்புக் கோயில் என்கின்றனர். ஆனால், கோணம் - மூலை; அர்க்கம் - சூரியன் என்று பொருள் கொண்டு, இக்கோயில் தென்கிழக்கு மூலையில் சக்கர ஷேத்திரத்தில் இருப்பதால் இப்பெயர் வந்திருக்கலாம் என்பாருமுளர். அர்க்க அல்லது பத்ம ஷேத்திரம் என்றொரு பெயரும் இதற்குண்டு. சூரியனைத் தாமரை மலர் மேல் இருப்பதாய்ப் பாவித்து இப்பெயர் வந்திருக்க வேண்டுமென்றும் கூறுவர்.

கோணர்க்க என்ற சொல் நாடு என்ற பொருளைத் தரும் என்றும், கோன் என்ற சொல்லிலிருந்தும், பூங்கா அல்லது கோட்டை என்னும் பொருள்படும் அர்க்க என்ற பாரசீக மொழிச் சொல்லிலிருந்தும் இப்பெயர் பிறந்ததென்றும் கூறுவாருளர். சம்ஸ்கிருதத்தில் இச்சொல்லுக்குச் சூரியன் அல்லது சனி என்றும் பொருள் கூறுவர்.

ஒரிசத்தின் கங்கர் குடியைச் சேர்ந்த நரசிம்மனின் ஆட்சிக் காலத்தில் (1279-1306) சூரிய தேவனுக்காகக் கோயில் கட்டும் பணி இங்கு தொடங்கிற்று. இம்மன்னர் வாலோடு பிறந்தவர் என்பர். மகாநதியின் கழிமுகத்தைச் சேர்ந்த பெரும் பகுதிகளைப் போலவே, இக்கோயிலைக் கட்டுவதற்கும் தேர்ந்தெடுக்கப்பட்ட இடம் வரலாற்றுக்கு முந்திய காலத்திலிருந்தே புனிதமானதாய்க் கருதப்பட்டு வருகின்றது. அந்த இடம் அப்பகுதியில் முதலில் நிலவிய வழிபாடுகளுடனும், பின்னர் மகர், பௌத்தர் வழிபாடுகளுடனும் தொடர்புடையதாகும்.

(மகாநதி: இது கிழக்கிந்தியப் பேராறு, இவ்வாறு தென் மத்தியப் பிரதேசத்தில் தோன்றி வடக்கே பாய்ந்து, பின்னர் தெற்கிலும் கிழக்கிலும் திரும்பி வங்கக் கடலில் கலக்கின்றது. இதன் நீளம் 885 கிலோமீட்டர்)

கோணர்க்கம் சூரியனுக்காக எழுப்பப் பெற்ற கோயிலாகும். இது பண்டைக் காலத்தில் சூரியனை வழிபட்ட ஜராதுஷ்டிர சமயத்தவரான மகர் அல்லது மேகியர் என்ற பண்டைப் பாரசீக நாட்டவருடன் தொடர்புடையதாக இருக்கலாம் என்று நம்பப்படும் மகர் என்ற இம்மக்களைப் பற்றிச் சிறிது தெரிந்து கொள்ளலாம்.

மகர், மேகியர், ஜராதுஷ்டிரர்

மகர் என்பது பண்டைக்காலத்தில் சூரியனை வழிப்பட்ட மக்களைக் குறிக்கும். அது வேதக் கதையில் கூறப்படும். சகத்துவீபத்துடன் தொடர்புடையதாகும் என்பர்.

அம்மக்கள் ஒருவகைக் குருமாரால் ஆளப்பட்டனர். அவர்களின் தோற்றுவாய் குறித்தும், அவர்களுக்கு இந்தியத்துடன் ஏற்பட்ட தொடர்பு குறித்தும் பல கொள்கைகள் உள. அவர்கள் ஏறத்தாழக் கி.மு. 3000 ம் ஆண்டு வாக்கில் பாரசீக வளைகுடாவில் அமைந்திருந்த ஏலம் என்ற பண்டை நாட்டில் வாழ்ந்த மக்களைச் சேர்ந்தவர்களாக இருக்கலாம் என்று தோன்றுகிறது.

(ஏலம் பற்றிய செய்திகளை இ.ச.க தொகுதி-2 காணலாம்) ஏலமியர் என்போர் இன்னார் என்று வரையறுத்துக் கூறிவிட முடியாத ஒருவகை மக்களினத்தவராவார். அவர்களுள் மைசீனியர், பெலாஸ்ஜியன்கள், ஃபிர்ஜியன்கள், எட்ரூஸ்கர் முதலான பலர் அடங்குவர். எனினும் அவர்கள் ஒருவருடனொருவர் உறவுடையோராயிருக்க வேண்டுமென்பதில்லை.

மகர் இனத்தார், அக்காதியர், மங்கோலியர் அல்லது நீகிரோக்களை மூலமாய் கொண்டோர் என்றும் அறிஞர் கூறுவர். ஏலத்தின் தலைநகரம் சூசா. இது பாரசீக வளைகுடாவின் வடக்கேயிருந்த பண்டை நகரம்; இது பாரசீகப் பேரரசின் கோநகராயுமிருந்தது. அங்கு சுமார் கி.மு. 4500 ஆம் ஆண்டிலேயே முதிர்ந்த நாகரிகம் நிலவிற்று. அம்மக்கள் தானியங்கள் பயிரிட்டனர். வீடுகளில் விலங்குகளை வளர்த்தனர். அவர்கள் மறைபொருள் குறியீடுகள் எனப்படும் ஹீரோகிளிஃபு எழுத்து முறையைக் கைக்கொண்டிருந்தனர். அவர்கள் சக்கரச் சின்னத்தைப் பயன்படுத்தினர்.

அவர்களின் சமயத் தலைவர்களுக்கு மேகி என்று பெயர். மேகி என்ற சொல்லிலிருந்துதான் *Magic* என்ற ஆங்கிலச் சொல் பிறந்தது. இந்த மேகி (*Magi*) என்பார் மகர் மக்களை ஆட்சி புரிந்த குருமார் ஆவர். அவர்கள் பாபிலோனியத்திற்கு (பாபிலோனியம் என்பது பண்டை மெசபடோமியப் பகுதியின் தென் பகுதி முடியரசாகும். அது சுமார் கி.மு.2200 முதல் 538 வரை மாபெரும் பேரரசாக விளங்கியது. பாரசீகர் அதை கி.மு. 538ல் வெற்றி கொண்டனர். இப்பேரரசின் தலைமையான நகரம் பாபிலோன். மக்கள் அங்கு சுமார் கி.மு. 3000 வாக்கிலேயே குடியமர்ந்திருந்தனர். இங்கு தான் உலக அதிசயங்களில் ஒன்றான தொங்கு தோட்டம் இருந்தது.) அருகில் இருந்தமையால், அப்பேரரசரின் மன்னரான நெபுசாட்சனருடன் (கி.மு.605-562) தொடர்பு கொள்ள முடிந்தது. மகர்கள் சில வேளைகளில் சால்டியர் என்று அடையாளங் காட்டப்பட்டிருக்கின்றனர். சால்டியர் என்போர் கி.மு. எட்டாம் நூற்றாண்டு முதல், ஏழாம் நூற்றாண்டு வரையில் தென் பாபிலோனியத்தைப் பிடித்து வைத்திருந்த பண்டைச் செமித்திய இனத்தோராவர். மகர்கள் ஒரு வேளை சுமேரியருடன் (சுமேரியர்: இ.ச.க. தொகுதி-2 காண்க) உறவு கொண்டவர்களாயுமிருக்கலாம். சுமேரிய முடியரசின் அழிவிலிருந்துதான் மெசபடோமியத்தில் பாபிலோனியப் பேரரசு எழுந்தது.

மகர் தொன்மை

மேகியர் என்ற மகர்கள் எகிப்தியரினும் பழமையான மக்கள் என்று அரிஸ்டாட்டில் (கி.மு.384-322) கூறுவது ஏற்கத் தக்கது என்பர். இம் மகர்களின் சமயமானது,பெருங்கல் நினைவுச் சின்னங்களை எழுப்புவது, மந்திர தந்திரங்களைக் கையாள்வது, வானத்து அறிகுறிகளைப் பார்த்து அவற்றுக்கு விளக்கம் கூறுவது, பாம்பையும் பகலவனையும் வழிபடுதல், நெருப்பை வணங்குதல், பூமித்தாய் மீது பக்தி செலுத்துதல் இவற்றோடு தொடர்புடையதாகும். காமக் களியாட்டச் சடங்குகளும்

இவர்களின் சமயத்தோடு இணைந்திருந்தன. பண்டை நடுக்கிழக்கிலும், சிந்து வெளியிலும் நிலவிய சிற்றின்ப உணர்ச்சி மிக்க வழிபாடுகளும், கடுந்துறவு முறைகளும் மகர் சமயத்திலிருந்து தூண்டுதல் பெற்றிருக்கலாம்.

மகியர் (*Magi*) மந்திர, சூனிய வித்தைகளில் ஆழ்ந்த அறிவுடையவர் களாயிருந்தனர். அவர்கள் பாபிலோனியருடனன்றி, அசிரியரிடமும் உயர்ந்த புரோகிதக் குருமார்களாயிருந்ததற்கு இம்மந்திர வித்தைகளே பெரிதும் உதவின.

ஆரியருக்கு முன் வந்த மகர்

ஆரியர் தென் ஈரானியச் சமவெளிப் பகுதிக்குள் முதலில் குடியேறியதும் அங்கிருந்த மேகியர் இனத்தர் கரையோரமாக ஜெடரோசியா (*Gedrosia*) வழியாகக் கிழக்கே சென்று இந்தியாவில் நுழைந்தனர். அவர்கள் ஆரியர் படையெடுப்பிற்கு முன்னரே இந்தியத்தில் வந்து சேர்ந்தனர். எனவே, சிந்துவெளி நாகரிகம் உச்ச நிலையில் இருந்ததை, அவர்கள் கண்டிருக்க வேண்டும்.

மகியர் கட்டடக் கலை, மருத்துவம், சோதிடம், சூனிய வித்தைகள் ஆகியவற்றில் கைதேர்ந்தவர்களாயிருந்தமையால், அவர்களால் இந்தியத்திலும் சிறந்த பதவிகளைப் பெற முடிந்தது. அவர்கள் மயார் அல்லது மகர் என்று இந்தியத்தில் அறியப்பட்டனர். அவர்கள் பல்வேறு இந்திய இனத்தாரிடையே மேல்நிலைக் குருமாராயினர். ஆரியர் இந்தியச் சமவெளியில் நுழைந்தபோது. அவர்கள் மகர்களை எதிர்த்துப் போராட வேண்டியிருந்தது. மேகியரான மகர்களுக்கும், வேத காலத்திற்கு முற்பட்ட இந்தியக் குருமார்களுக்குமிடையே நெருங்கிய தொடர்பு இருந்ததென்று பேராசிரியர் என். கோஸ் கூறுகின்றார்.

சிந்து, ஏல எழுத்து ஒற்றுமை

வடமேற்கிந்தியச் சிந்துவெளியிலும், பாரசீக வளைகுடாவிலும் நிலவிய எழுத்துக்களிடையே சிறு ஒற்றுமைகள் உள்ளன என்பதையும் அறிஞர் கண்டுள்ளனர். ''இந்தியத்தின் மகர்கள் பண்டை ஈரானில் குருமார் வகுப்பைச் சேர்ந்த மேகி ஆவர்'' என்று பேராசிரியர் ஜே.என்.பானர்ஜி கூறுவார்.

இராமாயண, மகாபாரதத்திலும் புராணங்களிலும் மகர் பற்றிய குறிப்புகள் வருகின்றன. அரக்கர்களான தானவ மாயன், அசுரமாயன் என்ற இருவரும் தம் மாய மந்திர ஆற்றலினால் மிகப்பெரிய கல் கட்டங்களையும், வளைவுகள், ஆயிரங் கால்கள் ஆகியவற்றால் தாங்கப்பட்டும், மேற்கூரைகளோடும் கூடிய பெரிய அரண்மனை களையும் கட்டினர் என்று வியாச பாரதம் கூறும். அது மகியரைக் குறிப்பது என்று ஸ்பூனர் அறிஞர் நம்புகின்றார்.

பல்வேறு சம்ஸ்கிருத நூல்களில் மாயன் என்னுஞ்சொல் அசுரரைக் குறிக்கும் பெயராயும், நுட்பத் திறன் வாய்ந்த வினைஞர், மந்திரவாதி, வானியல் ஆசான் முதலியோரைச் சுட்டும் பொருளிலும் வருகின்றது.

மயன் என்பவன் இலங்கையை நிறுவினான் என்று வான்மீகி இராமாயணம் கூறும். இலங்கை புராண காலத்தில் பெரிய நகரமாய் விளங்கிற்று. இதே மயன்தான் இலங்கைத் தீவின் பாதுகாப்பிற்கென்று எந்திரக் கருவிகளை மிகுந்த நுட்பத்துடன் அமைத்தான். இராவணனைத் துரத்திக் கொண்டு இலங்கைக்கு வந்தவர்கள்,

இவ்வெந்திரக் கருவிகளைக் கண்டு பெருவியப்படைந்தனர். மயன் என்பவன் இராவணன் தேவி மண்டோதரியின் தந்தையாவான். விசுவகர்மன் மயனின் தந்தையென்றும் கூறப்படுவான்.

''மாயர்கள் அசுரருடன் கொண்டிருந்த உறவையும், அசுரர்க்கு ஈரானுடனும், அண்மை, மேற்குப் பகுதிகளுடனும் இருந்து வந்த தொடர்பையும், பண்டை இந்தியம் இப்பண்டை நாடுகளுடனும், மேற்கிலிருந்த உறவுமுறையுடைய நாகரிகங்களுடனும் இடையறாத தொடர்பு கொண்டிருந்தது என்பதையும் மனத்திற்கொள்ளும் போது, அது சற்று முக்கியத்துவம் பெறுகின்றது'' என்று வி. இராகவன் எழுதுகின்றார்.

மகரும், இந்தியமும்

இந்திய மரபுகளில் மகர் பற்றிய குறிப்புகள் ஏராளமாய்க காணக் கிடைப்பதால் அவர்கள் ஆதியில் இந்தியத்தைச் சேர்ந்தவர்கள் என்று இந்தியவியலறிஞரான மாக்ஸ் முல்லர் *(1823-1900)* எண்ணி விட்டார். ''ஜராதுஷ்டிர சமயத்தவர் பாரசீகத்தில் குடியேறிதற்கு முன்னரே இந்தியத்தில் குடிபுகுந்திருந்தனர் என்பதை நிலநூல் அடிப்படையில் கூட நிறுவ முடியும்'' என்று அவர் கூறினர். நமக்கு அது பற்றிய அகச் சான்றுகள் தெரியவில்லை என்பர். எனினும் மகர் இந்நாட்டில் இருந்தனர் என்பதைக் காட்டும் வாக்கு மூலங்கள் இருந்தமையால், இத்தனை பெரிய அறிஞரை அங்ஙனம் கூறுமாறு செய்திருக்கலாம்.

இந்திய யோகியர் மகியரின் வழிவந்தோர் என்று அரிஸ்டாட்டலின் (கி.மு.*384-322*) மாணாக்கரான சோலி கிளியார்க்கல் கூறினார். கிருஷ்ணனின் மகனான சாம்பன் செனாபு ஆற்றின் கரை மீது (இமயத்தில் தோன்றித் தென்மேற்கே பாய்ந்து பாகிஸ்தானத்தில் சட்லெஜ் ஆற்றுடன் கலக்கும் ஆறு செனாபு ஆகும். இதன் நீளம் *1087* கிலோ மீட்டர்) சூரியனுக்கு எவ்வாறு கோயில் எழுப்பினான் என்பதையும், அவன் பாரசீகத்தின் சக தீவத்திலிருந்து குறிப்பிட்ட சில மதக் குருமார்களை எங்ஙனம் கொண்டு வந்தான் என்பதையும் கூறுகின்ற பண்டைக் கதையொன்று உண்டு. சூரியனின் மைந்தனும், மகர் அனைவர்க்கும் மூதாதையுமான ஜராதுஷ்டிரரின் (கி.மு. *628- 551)* வாழ்ந்தவர்களே மேற்சொன்ன மேகியர் என்போராவர்.

1751

மகர் இந்தியத்தில் குடியேற வந்த வழி தற்காலிகமாகக் கண்டறியப்பட்டுள்ளது. அவர்கள் சிந்துவெளி வழியாக இங்கு வந்திருக்கலாம். அவர்களுக்கு விராடியருடன் உறவு இருந்தது என்பதை ஒப்புக்கொள்வோமாயின், அவர்கள் இங்கு தம் பண்பாட்டுத் தடங்கள் சிலவற்றை விட்டுச் சென்றனர் என்பதையும் ஒப்புக் கொள்ள முடியும். ''பிற்காலத்தில் சைவமாக மலர்ந்த விராடிய வழிபாடு, இந்தியத்தின் புறத்தேயிருந்து வந்த மகரின் குடிப்பெயர்ச்சியுடன் சிந்துவெளிக்குள் நுழைந்தது'' என்று டி.ஆர். பண்டார்க்கர் கூறுவார்.

மகதர்

இம்மக்களை மகதர் என்று குறிப்பிடுவதில் சற்று முக்கியத்துவம் உண்டு. ஏனெனில் அவர்களின் பெயரால் மகதம் என்றறியப்பட்டதும், விராடியப் பண்பாட்டின் தலையாய குவிமையமாக இருந்ததுமான தென் பீகார்ப் பகுதியில் மகதர் குடியேறினர் என்பதை அது சுட்டிக்காட்டுகின்றது என்பர். வடமேற்கிலிருந்து கங்கைச் சமவெளி வழியாகக் காம்போசர், மதரர், அம்பாஷ்டர் போன்ற பல்வேறு மக்கள் கூட்டம் இதே வழியில் வந்து வங்கத்தில் குடியேறிற்று.

பண்டை இந்தியத்தில் நாமறிந்த தொன்மையான பண்பாட்டு மையங்கள் சிந்துவெளியிலும், கங்கை வெளியின் கீழ்ப்பகுதியிலும் அமைந்திருந்தன. இவ்விரு பகுதிகளிலும் சமய, பண்பாட்டுப் பரிணாம வளர்ச்சியானது ஒத்த முறையில் ஒரே வழியில் சென்றது என்று தோன்றுகின்றது. சிந்துவெளிப் பொம்மைகளை ஆராய்ந்ததில், அவை இன்று வங்கத்தில் செய்யப்படும் பொம்மைகளை ஒத்திருக்கின்றன என்று தற்காலத்துத் தொல்லியலார் கருதுகின்றனர். ''வங்கத்தில் உயிர் பிழைத்து இருக்கும் நாட்டுப்புறக் கலைகள் சிந்துவெளியிலிருந்து நேரடியாய் வழிவழியாக வந்தனவாகும்'' என்று ஆனந்த குமாரசாமி எழுதினார்.

மகரும், மகதமும்

மகர் மகதத்திற்குப் புதுமையான பழக்க வழக்கங்களையும், சமய, சமூக நடையுடை பாவனைகளையும் கொண்டு வந்தனர். அவர்களைத் தனி வகுப்பினர் என்று காட்டும் முத்திரைகளாக அவை அமைந்தன. அவர்கள் வங்கத்தில் தேர்ந்த சோதிடராயிருந்தனர். பிகாரில் மருத்துவத்தில் சிறந்திருந்தனர். இவ்விரு கலைகளும் அவர்களுடன் நெருங்கிய தொடர்பு கொண்டிருந்தன.

மகதம் என்ற இன்றைய பிகார் மாநிலம் முதலில் ஆரியரின், அதாவது ஆரியக் கூட்டத்தில் முன்னதாக வந்தெய்திய முன்னோடிகளின் இருப்பிடமானது என்று ஓல்டன்பர்கு கருதுகின்றார். அவர்களுக்குப் பின்னர் வந்த ஆரியர் அவர்களை அப்படித்தான் கருதினர். அவர்கள் அதன்பிறகு மகதப் பிராமணர் என்று தனி வகுப்பினராய்ப் பிரிக்கப்பட்டனர். மகர்கள் வேத சமயச் சடங்குகளைப் புறக்கணித்ததாலும், அவைதிகச் சடங்குகளைச் செய்து வந்தமையாலும், சாதியிலிருந்து நீக்கப்பட்டனர். எனினும் இருபிறவியாளருள் தனிப் பிரிவினராக ஏற்கப்பட்டனர்.

இந்தியத்தில் சூரிய வழிபாடு

சூரியனை நெருப்பு வடிவில் தொழுவது மகர் வழிபாட்டின் தலையாய கூறு ஆகும். அவர்கள் சூரியனுடன் பிற கோள்களையும் நட்சத்திரங்களையும் வழிபட்டனர். குறிப்பாகச் சனியை அவர்கள் வணங்கினர். மகியர் இந்தியாவில் முதன்முதலில் கட்டிய கோயில்கள் சனி அல்லது சூரியனுக்காகவே படைக்கப்பட்டன. சூரியனுக்கும் பிற கோள்களுக்கும் கோயில்களை எழுப்பும் மகியர் மரபு மிகவும் அண்மைக்காலம் வரையிலும் இந்தியத்தில் இருந்தது. இப்பண்டைத் தொடர்பின் சில சான்றுகள் இன்றும் காத்து வைக்கப்பட்டுள்ளன.

கி.பி பதினோராம் நூற்றாண்டில் மோடரா *(Modera)* என்ற இடத்தில் கட்டப்பெற்ற சூரியக் கோயில் சுவர்களில், நடு ஆசியக் காலணியையும், இடுப்புப்பட்டியையும் சூரியக் கடவுள் அணிந்திருப்பதாய்க் காட்டப்பட்டது.

கயை அருகில் கி.பி. பன்னிரண்டாம் நூற்றாண்டுப் பொறிப்பு ஒன்றுண்டு. அதில் மகியர் அல்லது பாரசீகர் சூரியக் கோயிலைக் கட்டினர் என்று குறிக்கப்பட்டுள்ளது. இந்துக்களின் புனித நகரங்களில் எத்தனை நகரங்கள் ஜராதுஷ்டிர அல்லது மகர் அஸ்திவாரங்களை உடையன என்பது மெய்யாகவே ஆர்வத்தைத் தூண்டும் கருத்தாகும். அந்நகரங்களுள் மதுரா, கயை, கோணர்க்கம் ஆகியனவும் அடங்கும்.

பௌத்தத்தில் ஜராதுஷ்டிரச் செல்வாக்கு?

ஜராதுஷ்டிரரின் காலம் சுமார் கி.மு.628 - 551; புத்தரின் காலம் சுமார் கி.மு. 567-487 என்பர். இருவரும் ஏறத்தாழ ஒரே காலத்தில் ஒருவரையொருவர் அறியாது நிலவினர். மூத்தவரான ஜராதுஷ்டிரர் பிறந்த ஆண்டும், நாடும், இடமும் உறுதியாகத் தெரியவில்லை என்று ஆர்னால்டு டாயின்பீ (1889-1975) கூறுவார். அவர் ஆக்சஸ் - ஜாக்சார்டஸ் ஆறுகளின் வடிநிலப் பகுதிகளில் இருந்த யூரேசியப் புல்வெளிகளில் வாழ்ந்து பணிபுரிந்திருக்கலாம் என்பார். ஆனால் இளையவரான புத்தரின் காலம் ஜராதுஷ்டிரரைப் போன்று தெரியவில்லை யெனினும், அவர் தற்காலத்து நேபாளத்தின் எல்லைக்குள்ளிருந்த சிறு நகர அரசான கபிலவஸ்தில் பிறந்து, இன்றைய பிகார் மாநிலத்தில் நிலவினார் என்பது உறுதியாக அறியப்பட்டுள்ளது. இவ்விருவரும் கி.மு. ஆறாம் நூற்றாண்டின் ஒரு கட்டத்தில் ஒரே நேரத்தில் உயிர் வாழ்ந்திருக்கலாம். எனினும் அவர்களில் எவரும் ஒருவரையொருவர் சந்தித்திருக்க முடியாது. ஒருவர் இருப்பதை மற்றவர் அறிந்துமிரார்.

ஆயினும் புத்தரின் வாழ்க்கையிலும், போதனைகளிலும் ஜராதுஷ்டிரரின் செல்வாக்கு ஏறியுள்ளதாகச் சில அறிஞர்கள் எடுத்துக் காட்டுகின்றனர். அது பற்றிய சான்றுகள், குறிப்பிட்ட எந்த முடிவிற்கும் வந்துவிடக் கூடியனவாக இல்லையெனினும், இது மேலும் ஆராயத்தகுந்த துறையே என்று தோன்றுகின்றது.

பண்பாடுகளின் ஒப்பியல் ஆய்வு களிலிருந்து கண்டறியப்பட்ட இச்செய்திகளைப் பின்புலமாக வைத்து நோக்குகையில், மகர் நிழல் போலத் தோன்றுகின்றனர். எனினும் அவர்கள் தனித்தன்மை வாய்ந்த இனத்தவராகவே காணப்படுகின்றனர். அவர்கள் யாவர்? அவர்கள் இந்திய நாகரிகத்திற்கு அளித்த பங்கு யாது? இவை இன்னும் நமக்குப் புலனாகவில்லை. அத்தகைய மக்கள் கோணர்க்கக் கோயிலின் மூலகர்த்தராய் இருக்கலாம் என்பது சிந்தித்துப் பார்க்க வேண்டிய வரலாற்றுச் செய்தி என்பதில் ஐயமில்லை.

எனினும் பூரி, புவனேசுவரம் போன்று பண்டைக்காலத்திலிருந்து கோணர்க்கம், ஒரு புனிதத் தலம் என்றே நம்பப்படுகின்றது. கங்க மன்னர் 1278 இல் அந்த இடத்தில் சூரிக் கோயிலைக் கட்டி அந்நம்பிக்கையை நிலைநாட்டினார்.

மனிதனின் அசாதராணக் கட்டுமானம்

மனிதன் இதுவரை எழுப்பியிருக்கும் கட்டுமானங்களிலெல்லாம் கறுப்புப் பகோடா என்ற கோணர்க்கக் கோயில் மிகவும் அசாதாரணமானது என்று கட்டுமான வல்லுநர் கூறுகின்றனர். அது அளவில் பெரிதெனினும், இந்தியாவிலுள்ள இந்துக் கட்டுமானங்களிலேயே மிகச் சரியான முறையில் அளவோடு அமைந்தது என்பது அவர்களின் கருத்தாகும். அக்கோயில் சூரியனின் குதிரைகளால் இழுக்கப்படும் தேரின் வடிவத்தில் கட்டப்பட்டுள்ளது. அங்கு ஒவ்வொன்றும் சுமார் பத்தடி விட்டமுள்ள பன்னிரண்டு பெருஞ் சகடங்கள் உள.

தொன்மக் கதை

கோயில்கள் அனைத்திற்கும் போலவே கோணர்க்கத்திற்கும் தொன்மக் கதையொன்று உண்டு. இக்கோயில் மைத்திரேய வனத்தில் இருப்பதாய்க் கபில சங்கிதை கூறும். சாம்பாவதியின் மகன் சாம்பன் நாரதருடன் சொல்லாட, நாரதர் அவனை ஓரிடத்திற்கு அழைத்துச் சென்றார். அங்கு கண்ணனின் மனைவியர் குளிப்பதைச் சாம்பன் காணவும், அவனைத் தொழு நோய்ப் பற்றிவிடுகின்றது. சாம்பன் தனக்கு இந்நிலை ஏற்படுமாறு சபித்த கண்ணனை இறைஞ்சி மன்றாட அவர் அவனை மைத்திரேய வனம் சென்று அங்கு சூரியனை நோக்கி தவமிருக்கச் சொன்னார். சாம்பன் நாளும் சூரியனின் இருபத்தோரு பெயர்களைச் சொல்லிச் சந்திரபாக ஆற்றில் குளித்துவரச் சூரியன் தன்னைத் தாமரை மலர் போல் சந்திரபாக ஆற்றில் காட்டுகின்றான். அதனால் சாம்பனின் தொழு நோய் மறையவே, அது தொழுநோய் தீர்க்கும் சூரிய வழிபாட்டுத் தலமாயிற்று.

1751

இதன் கடைகாலில் சிறுகுறை இருந்ததாலும், சிகர விமானத்தில் கவிகை பெரும் பளுவாயிருந்ததாலும், இக்கோயில் காலவரையறைக்குள் முற்றுப் பெறவில்லை என்பர். அத்துடன் அது கடற்கரையோரத்தில் இருந்ததால், அதனருகே பல கப்பல்கள் கரைதட்டிச் சேதமாயின. கோயில் மேலிருந்த கவிகையில் காந்தக்கல் இருப்பதால், கப்பல்கள் அதனால் ஈர்க்கப்பட்டுத் தரைதட்டுவதாய்க் கருதிய முஸ்லிம் கடலோடிகள், அக்காந்தக் கல்லை நீக்கி விடவே, உள்ளேயிருந்த மூர்த்தத்தை இந்துக்கள் பூரிக்குக் கொண்டு சென்றனர். இங்கிருந்த சூரியத் தூண் ஒன்று இன்றும் பூரியில் உள்ளது. அபுல் ஃபசல் இதுபற்றியும் தன் நூலில் குறிப்பிடுகின்றார்.

காலா பசார் என்ற முஸ்லிம் மன்னர் பதினாறாம் நூற்றாண்டில் இக்கோயிலை மேலும் அழித்தார். எனினும் அவரால் கோபுரத்தின் மேலிருந்த தாமிரக் கலசத்தை மட்டுமே அழிக்க முடிந்தது. இவர் இந்துவாயிருந்து வலுக்கட்டாயமாய் இஸ்லாம் தழுவுமாறு செய்யபட்டவர் என்றும், பின்னர் மனம்மாறி இந்துவாக விரும்பிப் பூரி ஜகநாதர் கோயிலுக்கு வந்தபோது, கோயில் குருமார் அவரை உள்ளே நுழையவிடவில்லை என்றும், அதனால் ஜகநாதரே காலா பசாரைப் பூரிக் கோயிலை அழிக்குமாறு சொன்னார் என்றும் ஒரு கதை இருப்பதாக ஏ.எஸ்.பி. ஐயர் எழுதுகின்றார். காலா பசார் அதன்படி பூரிக் கோயிலை அழித்தார் என்றும், அதன் பிறகு அது புதுப்பித்துக் கட்டப்பட்டதென்றும், அவர் கூறுகின்றார்.

கோயில் அமைப்பு

கோணர்க்கக் கோயிலில் ''தேவுள்'' (கோபுரம்), ஜகன்மோகன் (மண்டபம்) முதலியன உயர்ந்த மேடை மீது அமைந்துள்ளன. பெரிய ஒற்றைக்கல் பாளங்கள்

கோயில் கட்டப்பட்ட இடத்திற்கு அப்பாலிருந்த சதுப்பு நிலங்களையும், ஆறுகளையும் தாண்டிச் சுமார் 120 கிலோ மீட்டரிலிருந்து கொண்டுவரப்பட்டன.

நாம் மேலே கூறியவாறு காலதேவனான சூரியன் ஏறிச் செல்லும் இத்தேருக்கு 24 பெரிய சகடங்கள் உண்டு. கோயிலின் அடிப்பகுதி பன்னிரு பெரிய சகடங்களால் தாங்கப்படுகின்றது. இந்த மேடையில் இணைக்கப்பட்ட இருபாகங்களாக ஜகன்மோகனும், பாதாளக் கோயிலும் உள்ளன. நட மந்திரமும், பாக மந்திரமும் இவற்றிலிருந்து விலகி, ஆனால் அதே முற்றத்தில் *865 x460* அடிப் பரப்பில் கட்டப் பட்டுள்ளன.

இந்த அரிய தேர் அணிமணிகள் பூட்டிய ஏழு குதிரைகளால் இழுக்கப்படுகின்றது. கழுத்தை நெறித்துக் கொண்டு ஓடப்பார்க்கும் இக்குதிரைகளின் விரைவாற்றல் காண்போரை மெய்மறக்கச் செய்யும். கூம்புருவிலுள்ள விமானம் மூன்று மாடங்களையுடையது.

கோயிலின் புறப்பகுதியில் மறைபொருளான சிற்ப உருவங்கள், சிற்பி அன்றாட வாழ்க்கையில் காணும் இயற்கைப் பொருள்களைப் பல கோணங்களில் கல்லில் வடித்திருக்கின்றான். பாய்ந்து வரும் அரிமாக்களைக் கண்டஞ்சும் யானைகளும், யானையின் காலடியில் மிதிபடும் மனிதரும், தண்டேந்திய குதிரை வீரர்களும், சிங்க உடலும் கழுகின் தலையும் கொண்ட விலங்குகளும், கடலின் அலையோசை நடுவே பேசா நோன்பு பூண்டனபோல், இருமுனை வேறுபாடுகளை அவை காட்டி நிற்கின்றன.

இக்கோயில் முற்றுப்பெறவில்லை என்று மேலே கூறினோம். இன்று அரைகுறையான இக்கோயில் இடிபாடடைந்து கிடக்கின்றது. முஸ்லிம்களின் அழிவு

வேலை இங்கும் நிகழ்ந்துள்ளது. இது சபிக்கப்பட்ட இடம் என்று முஸ்லிம் வரலாற்று ஏடுகள் கூறும் என்பர். வெகு தீய வழிபாட்டின் இழிந்த மையமாய்க் கோணர்க்கக் கோயில் விளங்கியதென்றும் அவை காய்கின்றன. அங்கு நடந்த சாத்தானியச் சடங்குகளுக்காக அங்கு வாழ்ந்த மக்களைப் பழிவாங்கும் விதத்தில் கொடிய கொள்ளை நோய்ப் பரவிற்றென்றும் அவை விவரிக்கின்றன். அதன் பிறகு அந்த இடமும் கோயிலும் கைவிடப்பட்டன. அவை பல நூற்றாண்டுக் காலம் மணலுள் மறைந்திருந்த பின்னர், 1823 ஆம் ஆண்டு கண்டுபிடிக்கப்பட்டன.

மைதுனச் சிற்பங்கள்

கறுப்புக் கோயிலில் சட்டென்று கவனத்தை ஈர்க்கும் வண்ணம் அதன் சுவர்களில் உயரமாகப் புடைப்புச் சிற்பங்கள் அமைந்துள்ளன. அவற்றின் சில கூறுகளைப் புவனேசுவரக் கோயில்களிலும், பூரி ஜகநாதர் கோயிலும் காணமுடிகின்றது. இவ்வேலைப்பாடு பெரிய இச்சிற்பங்களைச் செதுக்கியவர்களின் கைவண்ணம் மட்டுமே என்று தோன்றவில்லை. ஏனெனில் காமக்கலையில் வல்லவர்கள் அதைச் செதுக்கியுள்ளனர் என்பது கண்கூடு. வாத்சியாயனரின் (சுமார் கி.பி. இரண்டாம் நூற்றாண்டு) காமசூத்திரம் இம்மைதுனச் சிற்பங்களுக்கு அகத்தூண்டுதலாய் விளங்கின என்பர் அறிஞர்.

கோயிலின் மேற்புறத்தில் ஆடவர், பெண்டிர், விலங்குகள், மனித-விலங்கு-தாவரங்களின் முரண்பாடான கலவை, பூ - இலை அலங்கார வேலைகள் முதலியன படைப்புச் சிற்பங்களாவும், செதுக்கு வேலைப்பாடுகளாகவும் நிறைந்து காண்கின்றன.

இங்கு காதல் விளையாட்டுகளும், கலவிக் காட்சிகளும் மனங் கொண்ட மட்டும், தங்கு தடையின்றிச் செதுக்கி வைக்கப்பட்டுள்ளன. அவற்றுள் பெரும்பாலானவை காலத்தால் அழிந்து மறைந்தன. அவ்வுருவங்களில் வடிக்கப்பட்டுள்ள ஆணும், பெண்ணும் மிகுந்த உணர்ச்சி நிறைந்த சிற்றின்ப நிலைகளில், இயல்பான, வக்கிரமான விலங்குத்தனமான பல்வேறு கோலங்களில் கலவியல் ஈடுபட்டுள்ளதைக் காண்கின்றோம்.

''அவர்கள் இழிவான செயல் நடக்கின்றது; அல்லது வெட்கப்படத் தக்க வேலை நிகழ்கின்றது என்ற உணர்வே இல்லாதவாறு மிக எளிதாயும், எதையும் பொருள் படுத்தாதவர்களாயும் காணப் படுகின்றனர்'' என்று இச்சிற்(றின்)ப நாடகங்களில் வரும் மாந்தரை ஒருவர் காண்கின்றார்.

இச்சிற்பங்கள் அருவருப்பூட்டும் கருத்தைக் கொண்டு, செப்பமற்ற முறையில் செதுக்கப்பட்டுள்ளன; அவற்றில் அழகுணர்ச்சி எதுவுமே இல்லை என்று கூறுவாருமுளர். ''இங்குள்ள படைப்புச்

சிற்பங்கள் கலைத்திறனின் முற்றான சீரழிவிற்கு எடுத்துக்காட்டாகக் கலையுலகில் இடம்பெற்றுள்ளன'' என்றும் பழிப்பர்.

எனினும் இயல்ப மீறிய அசாதாரணமான இக்காட்சிக் கோலத்திற்கு இணையாகச் சமயச் சார்போ, பொதுநிலையானதோ உடைய எந்தக் கலைப்படைப்பும் உலகில் இல்லை என்று வியந்து பாராட்டுவோரும் உளர்.

எனினும் ஜெயந்த மகாபத்திர என்பவர் தனது ''ஒரிசா'' என்ற ஆங்கில நூலில் வருத்தத்துடன் இவ்வாறு குறிப்பிடுகின்றார்.

''கருவறையைச் சுற்றிலும் தேய்ந்துபோன கற்களே இன்று காவலாக நிற்கின்றன. சூரியனில் - காலை, நண்பகல், மாலை என்ற முக்கால நிலைகாட்டும் - மூன்று உருவங்களும், நான்கு சுவர்களுக்குள் இருந்தவாறு மூன்று திக்குகளிலும் உள்ள வெறுமையைப் பார்த்துக் கொண்டிருக்கின்றன. இடிபாடடைந்த நாட்டிய மந்திரமும் கூரையின்றி மொட்டையாக நிற்கின்றது.''

ஒரிசத்தின் தாழ்ச்சி

ஒரிசத்தைக் கடைசியில் ஆண்ட மன்னர் குடியின் ஆட்சி *1541* இல் தொடங்கி *1568* இல் முடிவுற்றது. வங்கத்தையும், பிகாரையும் ஆண்டு வந்த ஆப்கானிய நவாபான சுலைமான் கான் கரரணியின் படைத்தலைவரான இளவரசர் பாயாசிது *1568* ஆம் ஆண்டு பூரி, கட்டாக்கு, பாலசோர் என்ற ஒரிசத்தின் செழிப்பு வாய்ந்த மூன்று மாநிலங்களையும் வெற்றி கொண்டார். அதனால் முகுந்த சேகர அரிச்சந்தன *(1560-1568)* என்ற மன்னருடன் அந்த ஒரிச அரச குடியின் ஆட்சி முடிவுற்றது.

1751

வங்க நவாபான சுலைமான் *1572* ஆம் ஆண்டு ஒரிசத்தின் மேலாண்மையை முகலாயப் பேரரசர் அக்பரிடம் அளித்துவிட்டு, அவருக்கு கீழே அடங்கி ஆண்டார். ஒரிசத்தில் முகலாயரின் மேலாண்மை *1751* வரை நீடித்தது. நாகபுரியின் இரகுஜி போஸ்லே *1751* ஆம் ஆண்டு ஒரிசத்தின் ஒரு பகுதியைக் கைப்பற்றினார். அப்போது வங்க நவாபாயிருந்த அலிவர்திகான் ஒரிசத்தின் பெரும் பகுதிகளை மராட்டியர்க்கு அளித்து விட்டுத் தம் கையில் சில பகுதிகளை வைத்துக் கொண்டார். அதனால் அங்கு பெரும்பகுதியில் இந்த ஆண்டு முதல் மராட்டியர் ஆட்சி நிலவிற்று.

அதன் பிறகு பிரிட்டிசார் முகலாயரால் ஆளப்பட்டு வந்த முகல்பந்தி என்றறியப்பட்ட மூன்று ஒரிச மாவட்டங்களை வென்றுவிட்டனரெனினும், தென்கிழக்கில் கஞ்சத்திலிருந்து மேற்கு ஒரிசத்திலுள்ள சதீஷ்கடு டிவிசன் வரையிலுமிருந்த பரந்த நிலப்பரப்பை ஒரிசத்தின் பாளையக்காரர்கள் *1568* முதல் *1803* வரை அரசியல் விடுதலையோடு ஆண்டுவந்தனர். அவர்கள் இக்காலத்தில் முதலில் முகலாயருக்கும், பின்னர் மராட்டியர்க்கும் பேஷ்கஷ் என்ற கப்பத் தொகையைக் கட்டிவந்தனர்.

ஆங்கிலேயர் - ஒரிசம் தொடர்பு

ஆங்கிலேயர் ஒரிசத்தை *1803* இல் வென்ற போதிலும், அதனுடன் பதினேழாம் நூற்றாண்டின் முற்பகுதியிலேயே தொடர்பு கொண்டிருந்தனர். ஆங்கிலேயர் ஒரிசத்தை எப்போது அடைந்தனர் என்பதை சி.ஆர்.வில்சன் என்பவர் *1895* இல் எழுதிய ஒரு நூலில் கூறத் தொடங்குகின்றார்.

''இரஷியர் அண்மையில் ஆசியத்தில் முன்னேறி நுழைந்ததைப் போன்று சோழ மண்டலக் கரையிலிருந்த ஆங்கிலேயர் வங்கக் கடலின் மேலே முன்னோக்கிச் சென்றனர்'' என்று பத்தொன்பதாம் நூற்றாண்டில் இரஷியர் நடு ஆசியத்தைக் கவரத் தொடங்கியதுடன், பதினேழாம் நூற்றாண்டில் ஆங்கிலேயர் இந்தியத்தில் முண்டி முன்னேறியதைச் சுட்டிக் காட்டுகின்றார். அவர் மேலும் தொடர்கின்றார்.

''இது முற்றிலும் அங்கு பணிபுரிந்த அலுவலர்களையே சாரும். மச்சிலிப்பட்டினத்தில் (மச்சிலிப்பட்டினம்: இ.ச.க.தொகுதி-3 காண்க.) துணிக்குப் பஞ்சம் மிகுந்து விடவே, அங்கிருந்த கம்பெனி ஏஜண்டு கங்கையின் முகத்துவாரத்திலிருந்த செழிப்பான (வங்க) மாநிலத்துடன் வாணிபத்தை ஏற்படுத்தலாமென்று ஒரு தேட்டக் குழுவை அங்கு 1633 மார்ச்சில் அனுப்பினார். இக்குழுவில் எட்டு ஆங்கிலேயர் இருந்தனர். இன்றும் இக்கரை நெடுகிலும் காணப்படுகின்ற ஒரு நாட்டு மரக்கலத்தில் அவர்கள் ஏறிப் பாய் விரித்துப் புறப்பட்டனர். இம்மரக்கலம் பார்ப்பதற்கு விசித்திரமாயிருக்கும். அதன் பின்கோடி மேடை உயரமானது; அதன்மேல் கூரை வேய்ந்து ஒரு குடிசையும் போடப்பட்டிருக்கும்.''

''அவர்கள் ஒரிசத்தின் கட்டாக்கிலிருந்து சுமார் இருபத்தைந்து மைலில் (சுமார் 40 கிலோ மீட்டர்) பாடலி ஆற்றின் கரை மீதிருந்த ஹரிஹரப்பூரை அடைந்தனர். பிறகு தம் பொருள்களைச் சிறு படகுகளில் மாற்றிக் கொண்டு பாடலி ஆற்றின் மேலே சுமார் எட்டு மைல் (சுமார் 12 கிலோ மீட்டர்) சென்று கோர்கிடா என்ற இடத்தை அடைந்தனர். அங்கிருந்த நெடுஞ்சாலை வழியாகக் கட்டாக்கை நோக்கிப் புறப்பட்டனர்.''

கிழக்கிந்தியக் கம்பெனியின் அலுவலர், தாம் பணிபுரிந்து வந்த இடங்களில் நிலவிய வாணிப நிலைமைக்கு ஏற்பத் தாமே முனைந்து, கம்பெனியின் பணிப் பரப்பை இங்ஙனம் விரித்தனர் என்பதை இதிலிருந்து காணலாம்.

1751

ஒரிய மொழி

ஒரியம் இந்திய - ஐரோப்பிய மொழிக் குடும்பத்தைச் சேர்ந்தது. ஒரிய மொழி எழுதுவதில் ஒரே தன்மையுடையதாயிருப்பினும், பேச்சு வழக்கில் பல பிரிவுகளைக் கொண்டது. தூய ஒரிய மொழி கட்டாக்கு பூரி மாவட்டங்களில் மட்டுமே பேசப்படுகின்றது. இன்றைய ஒரிச மாநிலத்தில் 97 சதத்தினர் இந்து சமயத்தவர். ஒரிய மொழி 2,13,200 சதுர கிலோ மீட்டர்ப் பரப்பில் 76 சதத்தினரால் பேசப்படுகின்றது.

இம்மொழி ஒரியா, ஒடிரி, உத்கலி என்றெல்லாம் அழைக்கப்படுகின்றது. உத்கல, அல்லது ஒட்ர மக்களின் மொழி முறையே உத்கலி, ஒடிரி என்றும் பெயர் பெற்றுள்ளன. இரண்டாம் நரசிம்மனின் ஆட்சிக் காலத்தில் (கி.பி.1296) பொறிக்கப் பெற்ற கல்வெட்டுகளில் பழைய ஒரிய மொழிச் சொற்கள் காணப்படுகின்றன.

நான்காம் நரசிம்மன் ஆட்சிக் காலத்தில் 1395 ஆம் ஆண்டு பொறிக்கப்பட்ட கல்வெட்டுகளில், இம்மொழியின் முக்கியமான சொற்றொடர்களைக் காண முடிகின்றது. இக்காலத்தில்தான் (14 நூ.) ஒரியமொழி முழு வளர்ச்சி பெற்றது. இருப்பினும் இக்கல்வெட்டு மொழிக்கும், இன்று பேசப்படும் மொழிக்கும் வேறுபாடுகள் உள.

வங்கமொழி ஆதிக்கம்

ஒரிய மொழியின் சொற்றொடர் அமைப்புகள் பெரிதும் வங்க மொழியை ஒத்திருக்கின்றன. அதனால் ஒரிச அரசில் பணிபுரிந்து வந்த வங்காளியர், ஒரிய மொழியைப் பள்ளிகளிலிருந்து நீக்குவதற்கு 1866 இல் முயன்றனர். ஒரியம் தனிமொழி அல்ல என்ற கருத்தை வங்காளியர் கூறினார். அதனால் ஒரிய மக்கள் மொழியுணர்வு கொள்ள நேர்ந்தது. அவர்கள் ஒரிய சமிதிகள் பலவற்றைத் தோற்றுவித்துத் தம்மொழியை வலுப்படுத்தத் தொடங்கினர்.

ஒரிச மாநிலம் 800 ஆண்டுகள் தெலுங்கரின் ஆட்சியிலும், கிட்டத்தட்ட ஐம்பதாண்டுகள் மராட்டியர் ஆளுகையின் கீழும் அடிமைப்பட்டிருந்தது. அதனால் ஒரிய மொழியில் ஏராளமான தெலுங்கு, மராட்டியச் சொற்கள் கலந்து, அவை இன்னும் வழக்கிலுள்ளன.

ஒரிய இலக்கியம்

ஒரிய இலக்கியம் உபேந்திரா பாஞ்சா (1670-1720) என்பவருடன் இந்தப் பதினெட்டாம் நூற்றாண்டில் தொடங்குகின்றது. அவர் கவி சாம்ராட் என்றழைக்கப் படுகின்றார். அவர் பல காவியங்களை இயற்றினார். ''சித்திர காவிய பந்ததோதயம்'', ''இலவணிய இரதி'' போன்றவை அவர் இயற்றியவற்றுள் குறிப்பிடத்தக்கனவாம்... அவர் உணர்ச்சிப் பாடல் வகையில், புதிய போக்கை உண்டாக்கினார். பாஞ்சாவின் படைப்புகளைத் தவிர, ஒரிய மொழியில் வேறு இலக்கியங்கள் இல்லாமையால், ஒரிய மொழி கிழடு தட்டிப் போய்விட்டது என்ற எண்ணம் தோன்றியது.

ஒரிய மக்கள் பதினெட்டாம் நூற்றாண்டில் வங்க மொழி ஆதிக்கத்தை எதிர்த்துக் கிளர்ந்தனர். அதன்பிறகு ஒரிய மொழியில் இலக்கியப் பணிகள் விரைந்து நடக்கத் தொடங்கின. இம்மொழியில் 1891 ஆம் ஆண்டு ''விபாஷினி'' என்ற முதல் நாவல் வெளிவந்தது.

ஆங்கில ஆட்சி முடிந்து, நாடு விடுதலை பெற்ற பிறகு, இன்று ஒரிய மொழியில் கவிதை, உரை நடை, நாடகம் முதலிய இலக்கிய வடிவங்கள் நல்ல வளர்ச்சி கண்டு வருகின்றன.

இரகுஜி பான்ஸ்லே தென்னாட்டு வரலாற்றில் நன்கறியப்பட்டவர். அவரைப் பற்றி இ.ச.க. தொகுதியில்-4 இல் நாம் ஏற்கெனவே கண்டிருக்கின்றோம். அவர் தென் பாரதத்திலும், கிழக்கிந்தியத்திலும் மராட்டியருக்காகப் பல களங்களைக் கண்டு வெற்றிக் கொடி நாட்டியவர். அவர் இந்த 1751 இல் ஒரிசத்தையும் வென்றார் என்ற செய்தியைக் கூறவந்த இடத்தில், இந்திய வரலாற்றில் தனிச்சிறப்பு வாய்ந்த ஒரிசத்தைப் பற்றி விரித்துரைக்க வாய்ப்பு ஏற்பட்டது.

4. நிலத்தியல் துறை தோற்றம் முதல் நிலத்தியலார் குவட்டார்டு

முரட்டு ஆடைகளை அணிந்திருந்த பிரஞ்சு இளைஞர் ஒருவர் தன் கை நிறைய வைத்திருந்த கல் ''ஆப்பிள்களையும்'' ''பேரிப்பழங்களையும்'' காட்டியதும் கனத்த சிரிப்பு எழுந்தது. அவர் அவற்றைத் தன் பை நிறையவும் வைத்திருந்தார். அவர் தன்னைச் சூழ்ந்து நின்ற நார்மண்டிக் கிராம மக்களிடம் ''கல் பழங்களைக்'' காட்டி அவை கற் பழங்களன்று; நார்மண்டிப் பகுதி மண் ஒரு காலத்தில் கடலில் மூழ்கிக்

கிடந்த போது, அங்கு வாழ்ந்த உயிரினங்களின் புதை தடமே அவை என்று சொன்னார். (நார்மண்டி: வட பிரான்சின் பழைய மாநிலம். அது ஆங்கிலக் கால்வாய்க் கரையிலுள்ளது.) அதைக் கேட்டதும் அவரைச் சுற்றியிருந்த மக்கள் இந்த இளைஞனுக்குக் கிறுக்குப் பிடித்து விட்டது என்று கையால் சைகை செய்து பேசிக் கொண்டனர்.

அக்கற்கள் மரங்களிலிருந்து மண்ணில் விழுந்து கல்லாக மாறிய கனிகள் என்று அவர்கள் அனைவருமே அறிந்திருந்தனர். நார்மண்டி கடலில் மூழ்கியிருந்தது என்பது, அதைச் சொன்னவருக்கும் பைத்தியம் எவ்வளவு முற்றி விட்டது என்பதையே காட்டுகின்றது என்று நினைத்தனர்.

ஜீன் எட்டியன் குவட்டார்டு (*Jean Etiene Guettard; 1715-1786*) என்ற அந்த இளைஞர் இந்த வேளையில் அவர்களுடன் வாக்குவாதம் செய்யவில்லை. அவர் தன் வழியே சென்று விட்டார். அவர் எதற்காக நார்மண்டிக்கு வந்தாரோ, அந்தப் பணியில் ஈடுபட்டார். அவர் இங்கு மண்ணை ஆய்வதற்கு வந்திருந்தார். இந்த ஆராய்ச்சிதான் அவரை உலகின் முதல் நிலத்தியலார் (*Geologist*) என்று இறுதியில் சிறப்புறச் செய்தது.

1751

குவட்டார்டு கற்பனையில் ஈடுபடாது அரிதின் முயன்று நிலத்தை ஆராய்ந்தார். மண்ணைப் பற்றி இருந்து வந்த பழைய நம்பிக்கைகளையெல்லாம் தலைகுப்புறக் கவிழ்த்து விட்டார். மண்ணுலகின் புற வடிவத்தையும், அதன் பாறைகளையும், அதில் கண்டெடுத்த புதையுயிர்த் தடங்களையும், மண்ணுலகின் எரிமலைகளையும் பற்றி மனிதன் எழுப்பி வந்த மயக்கமூட்டும் வினாக்களுக்கெல்லாம் விடைகாணும் புதுவழியைக் குவட்டார்டு உலகிற்குக் காண்பித்தார்.

பிறப்பு

அவர் பாரிசின் தென்மேற்கிலுள்ள எட்டம்பஸ் என்ற சிற்றூரில் 1715 செப்டம்பர் 22 அன்று பிறந்தார். அவர் சிறுவனாயிருந்த போது, அவ்வூரின் நாட்டு மருந்துக் கடைக்காராயிருந்த அவருடைய பாட்டனார் பேரனையும் உடன் அழைத்துக் கொண்டு மூலிகை தேடச் செல்வார். குழந்தையும் ஆர்வத்துடன் பாட்டனுடன் சென்று செடிகளை இனம் பார்த்து அறியத் தெரிந்து கொண்டது. செடிகளின் பல்வேறு உறுப்புகளைப் பற்றியும் அறிந்து கொண்டது. இக்குழந்தைக்கு இதைத் தவிர வேறு விளையாட்டு இல்லை.

அவருடைய தந்தை தன் மகனும் உள்ளூரில் மருந்துக் கடை வைக்க வேண்டுமென்று விரும்பினார். அது பற்றி முடிவெடுக்கும் வேளை வந்தது. குவட்டார்டு செடியினங்களைப் பற்றி நன்றாக அறிந்திருந்தார் என்ற செய்தி பாரிசிலிருந்த செடியினச் சங்க இயக்குநர்களின் கவனத்திற்குச் சென்றது. குவட்டார்டு தொடர்ந்து இந்த ஆராய்ச்சியில் ஈடுபடவேண்டுமென்று புகழ் பெற்ற அக்கனவான்கள் வலியுறுத்தினர். குவட்டார்டு மருத்துவத்துறை மீது ஆர்வங்கொண்டு, அதைக் கற்று மருத்துவரானார்.

குடும்பத் தொடர்புகளோ, பணவசதிகளோ எதுவுமில்லாத குவட்டார்டு, இயற்கை ஆராய்ச்சியில் ஆர்வங் கொண்டிருந்த ஆர்லியன்ஸ் கோமகனின் கூட்டத்தோடு சேர்ந்து விட்டார். அவர் அக்கோமகனுடன் பல இடங்களுக்குப் பயணம் சென்று, அவருடைய இயற்கை வரலாற்றுச் சேகரங்களை மேற்பார்வை செய்து வந்தார்.

அக்கோமகன் மிகுந்த செல்வாக்கும், வல்லமையும் பெற்றவர். குவட்டார்டு அறிவியல் மீது கொண்டிருந்த பற்றையும், அவருக்கு அதைத் தவிர வேறு எதிலும் நாட்டமில்லை என்பதையும், அவர் எதையும் ஒளிவு மறைவின்றிப் பேசியதையும் கோமகன் கண்டு, அவர் மீது மிகுந்த பிடிப்புக் கொண்டார். குவட்டார்டு ஆர்லியன்ஸ் கோமகனுடன் பணிசெய்யும் வாய்ப்பைப் பெற்றிருந்ததால், தொடர்ந்து ஆராய்ச்சியில் ஈடுபடும் வசதி அவருக்குக் கிடைத்தது.

கோமகன் இறந்ததும், அவருடைய மகன் தன் தந்தையின் சேகரங்களுக்குக் குவட்டார்டு தொடர்ந்து பொறுப்பாயிருந்து வருமாறு செய்தார். அவருக்குச் சிறு தொகையை ஊதியமாயும் அவர் கொடுத்தார். தங்குவதற்கு ஓர் இடமும் அளித்தார். இவை அவரது எளிமையான வாழ்க்கைக்குப் போதுமானவையாயிருந்தன.

குவட்டார்டு

குவட்டார்டு சிறுவயதிலிருந்தே ஒட்டுண்ணிச் செடிகள் பற்றிய ஆராய்ச்சியில் ஈடுபட்டிருந்தார். அவர் கோமகனுடன் சேர்ந்து ஆய்வு செய்து ஒட்டுண்ணிச் செடிகளை வகைப்படுத்தியிருந்தார். அவற்றின் மெய்யான தன்மைகளை வெளிப்படுத்தியிருந்தார்.

ஆனால் குவட்டார்டுக்கு முந்திய தாவரவியலாரோ, இச்செடிகளைச் ''சும்மா நோக்கியதோடு'' மனநிறைவு கொண்டு விட்டனர். எனவே, அவர் இத்துறையில் மேற்கொண்ட பணி காரணமாக அவருக்கு 1743 ஆம் ஆண்டு பிரஞ்சு இராயல் அறிவியல் கழகத்தில் இடம் கிடைத்தது.

அவர் ஆராய்ச்சிக்காகப் பிரான்ஸ் எங்கணும் சுற்றித்திரிந்த காலையில், சிலவகைக் கனிமங்களும், பாறைகளும் அமைந்ததைப் பொருத்துச் செடியினங்கள் பரவியிருந்ததைக் கண்டார். அவை இங்ஙனம் ஒன்றையொன்று சார்ந்திருப்பது ஒரு மாவட்டத்திலிருந்து மற்றொரு மாவட்டத்திற்கும் செல்வதைக் கண்டார்.

முதல் நிலத்தியலார்

அவருக்கு அக்காலத்தில் கனிமவியல் (Mineralogy) என்று அழைக்கப்பட்ட துறை மீது ஆர்வம் மிகுந்தது. இன்னும் ஐம்பதாண்டுகளுக்குப் பிறகு தான் நிலத்தியல் (Geology) நிலத்தியலார்; (Geologist) என்ற சொற்கள் ஆக்கப்படவிருந்தன என்றாலும் குவட்டார்டை அதற்கு முன்னரே, அதன் மெய்யான பெயரில் நிலத்தியலார் என்றழைக்கலாம்.

அவர் ஐரோப்பாவெங்கிலும் பாறைகளும், கனிமங்களும் பரந்து கிடந்ததை மட்டும் ஆராயவில்லை. அவர் தான் கண்டவற்றை விளக்கிக் கூறத்தக்க இயற்கை

இந்திய சரித்திரக் களஞ்சியம் 331

விதிகளை வகுக்கும் பணியிலும் இறங்கினார். அவர் தனக்கு முன் பூமியைப் பற்றி ஆராய்ந்தவர்களிலிருந்து நேர்மாறானவராக விளங்கினார். ஏனெனில் இவர் அவர்களைப் போன்று வெறும் ஊகத்தின் துணையைத் தன் ஆராய்ச்சிக்கு நாடுவதில்லை; அவர் ஊகம் என்பதை வெறுத்து ஒதுக்கினார். அவருக்குக் கண்கூடான மெய்ச்சான்று மட்டுமே வேண்டும்.

குவட்டார்டு ஆராய்ந்து வந்த சிலவகைப் பாறைகள் சில பகுதிகளில் மிகுந்தும், அவற்றையடுத்த பகுதிகளில் அறவே இல்லாமலும் போய், வேறு இடங்களில் மீண்டும் தோன்றியதைக் கண்டார். பாறைகள் கண்டமேனிக்கு இங்குமங்கும் காணப்படா தவையாக இருக்கலாம். பாறைகள் காணப்படுவதில் ஏதேனும் ஓர் ஒழுங்கு முறை இருக்குமாயின், ஏதேனுமொரு பாறைப் பட்டையின் அகல அளவு தெரியுமாயின், ஒரு பாறைப் பட்டையின் போக்கில் அது மற்றொரு நாட்டின் எல்லைக்குள் செல்லுமாயின், அது என்ன வகைப்பாறை என்பதைக் குறிப்பிட்டு விட முடியும் என்பதைக் குவட்டார்டு உணர்ந்தார்.

இது குவட்டார்டைப் பொருத்தவரையில் வெறும் தொடக்கம் தான். அவரது இந்த உள்ளுணர்வு அவரை இத்துறையில் வெகு தொலைவு வரையில் முன்னேறச் செய்யவிருக்கின்றது. அவர் பாறைகள், கனிமங்கள், புதைபடிவுச் சிப்பிகள் ஆகியவற்றைப் பல இடங்களில் கண்டார். அவை எங்கெங்கு காணப்படுகின்றன என்பதை நிலப்படங்களில் வரையத் தொடங்கினார்.

1751

பிரஞ்சு அறிவியல் கழகம்

குவட்டார்டு நிலத்தியல் துறையில் நடத்தி வந்த புத்தாய்வுகள் அடங்கிய ஓர் அறிக்கையைப் பிரஞ்சு இராயல் அறிவியல் கழகத்திடம் அளித்தார். அவ்வறிக்கையும், அவர் தொகுத்திருந்த புதுமையான நிலப்படமும், இந்த 1751 ஆம் ஆண்டு மேற்சொன்ன கழகத்தின் *(Academy)* நடவடிக்கைக் குறிப்புகளில் அச்சிடப் பெற்றன. குவட்டார்டின் ஆராய்ச்சியை *1751* ஆம் ஆண்டில் நடந்த முக்கியமான ஆராய்ச்சிப் பணியாக அக்கழகம் மதித்தது.

அது நிலத்தியல் ஆய்வில் புதிய வழிமுறைகளைக் கைக் கொள்வதற்குப் பெருந்துணையாக அமைந்தது. அவ்வாராய்ச்சி அரசியல் எல்லைகளையெல்லாம் தாண்டி, மண்ணுக்கடியிலிருக்கும் பொருள்களின் தன்மையை வைத்துப் பல்வேறு பகுதிகளை வகைப்படுத்துவதற்கு வழிவகுத்தது.

''குவட்டார்டின் ஆராய்ச்சி மண்ணியலாருக்கும் இயற்கை ஆராய்ச்சியாளருக்கும் புதிய துறை ஒன்றைக் காட்டித் தந்தது. இதுவரையிலும் இருவேறானவை என்று கருதப் பெற்று வந்த இவ்விரு துறைகளுக்குமிடையே தொடர்பு உள்ளது என்பதையும் நிறுவியுள்ளது'' என்று பிரஞ்சு அறிவியல் கழகத்தின் குறிப்பு எடுத்துரைக்கின்றது.

பிரஞ்சு நாடு முழுமையிலும் அமைந்துள்ள கனிமங்களின் தொகுதிகளை நிலப்படமாகத் தொகுக்கும் பணியில் குவட்டார்டு முனைந்து செயல்பட்டார். ஐரோப்பியம் முழுமைக்கும் அதைப் போன்ற நிலப் படம் தொகுக்கப்பட வேண்டுமென்று குவட்டார்டு பிரஞ்சு அறிவியல் கழகத்தைக் கேட்டுக் கொண்டார்.

அவர் புகழ் பெற்ற வேதியியலாரான அண்டயின் லாரண்ட் லவோசியரைத் *(1743-1794)* துணைக்கு வைத்துக் கொண்டு சுமார் *7200* கிலோ மீட்டருக்கும் அதிகமான

தொலைவு பயணம் செய்தார். அதைக் கொண்டு திட்டமிட்ட நிலத்தியல் பிரஞ்சு நிலப் படத்தைத் தொகுப்பதற்கு வேண்டிய தகவல்களை எல்லாம் திரட்டினார். அது தனி மனித ஆற்றலையெல்லாம் மீறிய பெரும் பணியாகும். அது தனி மனிதர் ஒருவர் நடத்தி முடிக்கக் கூடிய செயலன்று. அதனால் குவட்டார்டு தன்னிடம் வந்தவர்களிடமெல்லாம் அப்பணியை ஒப்படைத்தார். கள ஆய்வுகள் முற்றுப் பெற்றதும், அவர் நிலப்படங்களை வெளியிட்டார்.

பதினெட்டாம் நூற்றாண்டில் மண்ணுலகம் பற்றிய மனித அறிவை விரிவுபடுத்துவதற்காக நடந்த அறிவியல் பணியில், குவட்டார்டையும் ஒரு முன்னோடி எனக் கொள்ளலாம். அவர் எரிமலை பற்றிய அறிவை உலகிற்கு உணர்த்திய பெருமையையும் பெறுகின்றார்.

பிரான்சில் எரிமலை

குவட்டார்டு 1752 ஆம் ஆண்டு மாலேஷெர்பஸ் (*Malesherbes*) என்ற இயற்கை ஆராய்ச்சியாளரின் பிரஞ்சு நிலப்படத்தைத் தொகுப்பதற்காகக் கனிமங்கள் பற்றி மேலும் தகவல்களைத் தேடித் தெற்கே சென்றார். அங்கு நடுப் பிரான்சிலுள்ள அங்காடி நகரான மௌலின்ஸ் என்ற இடத்தில் கருங்கல்லாலான மைல் கற்களைக் கண்டார்.

அவர் அக்கருங்கல்லை நுணுகி ஆராய்ந்து அது எரிமலையிலிருந்து தோன்றியது என்று கருதினார். பிரான்சின் இப்பகுதியில் எரிமலை இருந்ததாக எவரும் அறிந்திலர் என்பதால், அவர் வியப்புற்று இக்கல் எங்கிருந்து வந்தது என்று உடனே கேட்டறியலானார். ''ஒல்விக்கு என்ற இடத்திலிருந்தது இக்கல் வந்தது'' என்று சொல்லப்பட்டது.

''அப்படியானால் அங்கு ஓர் எரிமலை இருந்திருக்க வேண்டும். ஏனெனில் அதன் பெயரிலிருந்தே அது தெரிகின்றது. ஒல்விக்கு என்பது எரிமலையைத்தான் குறிக்கும்.''

குவட்டார்டு இதை உள்ளூர உணர்ந்தவாறே அப்பகுதியில் பன்னெடுங் காலத்திற்கு முன்னர் எரிமலைகள் இருந்து அவிந்து போயின என்பதைக் கண்டறிந்து உலகிற்குக் கூறினார். அங்கு கி.பி.480 ஆம் ஆண்டிற்கு முன்னர் எரிமலைகள் வெடித்தன என்று அவர் முடிவு செய்தார்.

அவர் பாரிஸ் சென்றதும் அனைவரையும் திகைக்க வைக்கும் இச்செய்தியை அறிவியற் கழகத்தில் தெரிவித்தார். பிரான்சின் அமைதியான ஒரு பகுதி, பேரழிவை விளைவிக்கக் கூடிய எரிமலைகள் வெடிக்கும் இடமாக இருந்தது என்பதையும், புகழ் பெற்ற அவரன் மலைகள் எரிமலைகளாக இருந்தன என்பதையும் அறிவியற் கழகத்து அறிஞர்கள் நம்புவது எளிதாக இருக்கலாம்; ஆனால், உலகம் நம்ப வேண்டுமே? (அவரன் மலைகள் தென் மேற்குப் பிரான்சின் நடுப்பகுதியில் உள்ளன. இப்பகுதி பெரிதும் மலைப் பாங்கானது. இம்மலைகள் 1800 மீட்டர் உயரம் வரை எழும்பி நிற்கின்றன.)

குவட்டார்டின் அறிவியல் அறிக்கை பிரான்சிலிருந்து அறிவியலாளரை மட்டுமின்றி, உலகெங்கிலுமிருந்த அறிவியலாரையும் திகைக்க வைத்தது. ஏனெனில் அவர்கள் தம் நாட்டு மலைகளையும், புவியின் இதர கூறுகளையும் ஆராய்வதன் மூலம், முற்றிலும் எண்ணிப் பார்த்திராத ஒரு வரலாறு தென்படுவதைக் காணக் கூடும். அவர்கள் வாழ்கின்ற மண்ணுலகம் பற்றிய புத்தறிவையும் பெறக் கூடும்.

1751

இயற்கை ஆராய்ச்சியில் புது முடுக்கம்

குவட்டார்டின் முன்னோடி ஆராய்ச்சியின் விளைவாக இயற்கை ஆராய்ச்சியாளர் எல்லா இடங்களிலும் புதிய ஆய்வுகளில் ஈடுபடத் தொடங்கினர். குவட்டார்டு இவ்வாறு இம்மண்ணுலகம் பற்றிய ஆராய்ச்சிக்குப் புதியதொரு முடுக்கத்தைக் கிளப்பிவிட்டார்.

அவர் 1780 ஆண்டுகளிலேயே நோய் வாய்ப்படலானார். இருப்பினும் அறிவியற் கழகத்தில் தொடர்ந்து பணி செய்து வந்தார். நோய் முற்றவே, அவர் நண்பர்களுடன் விருந்து கொள்வதற்கும் மறுத்து விட்டார். அவர் 1786 ஜனவரி 7 அன்று, 71 ஆவது வயதில் காலமானார்.

குவட்டார்டின் ஆராய்ச்சியிலிருந்து, இம்மண்ணுலகம் பற்றிய புவியியல் ஆய்வு புதுத் திக்கில் செல்லலாயிற்று. புது வழியில் சென்று உண்மையைக் கண்டறிய முடியும் என்பதை அவர் மெய்ப்பித்துக் காட்டிவிட்டார்.

இம்மண்ணுலகிற்கும் கடந்த காலம் என்று ஒன்றிருந்தது. அக்கடந்த காலம் மிகக் கொடியதாயுமிருந்தது. அது நிகழ்காலத்தை மிகவும் அணுக்கமாய்ப் பாதித்தது என்பதை நாம் புறக்கணித்து விடலாகாது. எனவே அந்தக் கடந்த காலம் எப்படி இருந்தது என்பதை ஆராய்ந்தே கண்டாக வேண்டும் என்று புத்தூக்கம் பிறக்கக் குவட்டார்டு காரணமாயிருந்தார்.

5. ஆங்கிலேயரின் முதல்பெருக்கும் முயற்சிகள்

பிரிட்டிசாரின் மூன்று குடியேற்றங்களில் வங்கமும், சென்னையும், வாணிபத்திலும், செல்வத்திலும் செழித்தோங்கியிருக்கப் பம்பாய் மட்டும் அவற்றில் தாழ்ந்து கிடந்தது. அங்கு முறைகேடுகளும், ஊழல்களும், நலக்கேடுகளும் சூழந்திருந்தன. (இ.ச.க. தொகுதி- 4 காண்க) இந்நிலை சிறிது சிறிதாக மாறி வரலானது.

அது மேற்குக் கரையின் மிகப் பெரிய துறைமுகம் என்ற எழுச்சியை 1730 ஆம் ஆண்டுகளில் அடையத் தொடங்கியது. இங்கு கப்பற் கட்டும் தொழிலும் அக்காலத்திலிருந்து ஓங்கலானது. இருப்பினும் கம்பெனி ஊழியர்கள் தனிமுறை வாணிகம் புரிந்து பொருளீட்டுவது கடினமாயிருந்தது. அவர்களின் ஊதியம் அவர்கள் உயிர் வாழ்வதற்குக் கூடப் போதியதாயில்லை. இந்நிலையில் அவர்கள் எவ்வாறு முதல் போட்டு வாணிகம் செய்ய முடியும்? அப்படியே ஒருவரால் முதல் போட முடிந்தாலும், அங்கு நெடுங்காலமாக நிலை பெற்றிருந்த பார்சிகள், பிற இந்திய வணிகச் சாதியர் ஆகியோரின் போட்டிகளிலிருந்து மீள முடியாத நிலை இருந்தது. அத்துடன் அங்கு ஐரோப்பியரின் போட்டியும் கடுமையாக நிலவியது.

இத்தனை இடுக்கண்கள் இருந்த போதிலும் பிரிட்டிசார் வாணிபத்தில் துணிந்து இறங்கினர். அதனால் அங்கு 1780 ஆம் ஆண்டுகளுக்குள் பேராற்றல் வாய்ந்த பிரிட்டிஷ் நிறுவனங்கள் (அவை ஏஜன்சி நிறுவனங்கள் என்றழைக்கப்பட்டன) பம்பாயில் தோன்றிப் பெருஞ்செல்வத்தைக் குவித்தன. அவை எப்போது தோன்றி வளர்ந்தன என்பது குறித்து நமக்குத் தெளிவாக எதுவும் தெரியவில்லை. ஆனால் அவை மேற்கிந்தியத்தில் ஆங்கில ஆதிக்கத்தை விரிப்பதில் உயிர்நாடியாக பங்காற்றின.

அதற்கு எடுத்துக்காட்டாக பைம் (*Pym*) என்ற ஆங்கிலேயரின் கணக்குகளைப் பேமலா நைட்டிங்கேல் என்ற பெண்மணி ஆராய்ந்து தனது ''மேற்கிந்தியத்தில்

வாணிகமும், பேரரசும்'' என்ற (*Trade and Empire in Western India 1784-1806*) நூலில் கூறியுள்ளார்.

பைம் பம்பாயின் கிழக்கிந்தியக் கம்பெனி ஊழியராகப் பணியாற்றியவர். அவருடைய கணக்குகள் 1746 மார்ச்சு முதல் 1751 மார்ச்சு வரையிலும் கிடைத்துள்ளன. இக்காலத்திற்கு முந்திய கணக்குகள் தவறிப் போயிருக்கலாம் என்பது தெளிவு. சிதியர் என்ற கடற்கொள்ளையர் சூரத்தைத் தாக்கியதும் பைம்மின் நூலகங்கள் சீர்குலையவே, அவரின் கணக்குகளும் திடீரென்று முடிந்து விடுகின்றன.

அவரது கணக்கில் 1746 மே மாதம் இரண்டு குறிப்புகள் முதன்முதலில் காணப்படுகின்றன. அவற்றைக் கொண்டு பைம்மிடம் 1914 ரூபாய் கையிருப்பு இருந்ததென்பதைக் காண்கிறோம். அவருக்குக் கம்பெனியிலிருந்து ஊதியமாகவும், உணவுப் பணமாகவும் மாதம் முப்பது ரூபாய் கிடைத்தது என்பதும் தெரிகின்றது. அவர் கம்பெனியில் துணை நிலைக் கணக்கராய்ப் பணிபுரிந்தார்.

பைம் மிகவும் துல்லியமாகக் கணக்கு வைத்திருக்கின்றார். நாவிதர்க்கு ஒரு ரூபாய் கொடுத்ததைக் கூடக் கணக்கு எழுதியிருக்கின்றார். பணத்திற்கு மிகுந்த நெருக்கடி இருந்ததென்பது தெளிவாகத் தெரிகின்றது. மிக எச்சரிக்கையுடையவரால் தான் கை முதலைப் பெருக்க முடியும். பைம்மின் கணக்கில் இருந்த இருப்புத் தொகை 1914 ரூபாயுடன் ஃபௌக்கு என்பவர் கொடுத்த கடன் தொகை 1372 ரூபாயும் சேர்ந்துக் கொண்டது. பைம்மிடம் முதலில் கையிருப்பாக இருந்த 1914 ரூபாயும் இதே ஆளிடமிருந்துதான் கிடைத்திருக்க வேண்டும்.

பைம் இப்பணத்தை வைத்து ஜூலை மாதம் 1600 ரூபாயை மூன்று இந்தியர்களுக்கு முதலில் கடனாகக் கொடுத்தார். அவர் 1748 அக்டோபர் வாக்கில் தன் கைமுதலை 3793 ரூபாயாகப் பெருக்கிவிட்டார். அவர் புத்தகங்கள் முதலியவற்றை விற்றும், சீட்டாட்டத்தில் கெலித்தும் பலவாறு முதலைப் பெருக்கினார்.

அவர் வட்டிக்குக் கடன் கொடுத்திருந்த ஓர் இந்தியரிடமிருந்து ஆயிரம் ரூபாய் வரை அவருக்குப் பணம் கிடைத்தது. அத்துடன் அவர் 1746 இல் 1600 ரூபாய் கடன் கொடுத்த மூன்று இந்தியரிடமிருந்து 443 ரூபாய் கிடைத்தது. அவர் வட்டித் தொழிலில் கிடைத்த ஆதாயத்தைக் கொண்டு, வாணிபத்தில் பெரிய அளவில் முதல் போடுவதென்று முடிவெடுத்ததார்.

பைம் 1748 இல் பார்சிக்காரர் ஒருவருடன் சேர்ந்து செவ்வீயம் கொள்முதல் செய்தார். பார்சிக்காரர் தம் பங்காக இட்ட முதல்தொகையைப் பைம் மாதம் முக்கால் சத வட்டிக்குக் கடனாகக் கொடுத்தார். அவர் தொடக்கத்தில் அதற்குப் போட்ட முதல் 3000 ரூபாயாகும். அவருக்கு விற்பனையில் ஆதாயம் கிடைத்ததும், மேசை, சீனப் பீங்கான்கள், மெடீரா ஒயின், தேயிலை, இருக்கைகள் போன்ற பொருள்களின் விற்பனை வாயிலாவும் சிறுகச் சிறுக ஆதாயம் குவிந்தது.

பைம் இவற்றோடு கூட ஜேம்ஸ் ஃபிரேசர் என்ற கப்பல் தலைவரின் ஏஜண்டாகவும் இருந்தார். பைம் 1749 பிப்ரவரியில் மற்றொரு வகையான முதலீட்டிலும் இறங்கினார். அவர் பாரசீகத்திற்குப் பயணப்பட்ட முஸ்லிம் பயணிகளுக்குப் பண உதவி செய்தார். அத்தொகைக்குக் கூடுதலான வட்டி, அதாவது ஆண்டிற்கு 30 சத வட்டி கிடைத்தது.

அவர் இவ்வாறாகப் பல வழிகளில் தன் கைமுதலைப் பெருக்கினார் என்பதை அவருடைய கணக்குப் புத்தகங்களிலிருந்து அறிகின்றோம்.

6. பிரஞ்சுக் கலைக் களஞ்சியத் தொகுப்புப் பணி தொடக்கம்

இந்த *1751* ஆம் ஆண்டு பிரஞ்சுக் கலைக்களஞ்சியம் தொகுக்கும் பணி தொடங்குகின்றது. இதைப்பற்றி இ.ச.க தொகுதி-*1* ல் அறிவு கொளுத்து இயக்கப் பின்புலத்தில் இக்கலைக்களஞ்சியம் எழுந்ததைத் தொட்டுக் காட்டியிருந்தோம். பிளினியின் (கி.பி*23-76*) முப்பத்தேழு தொகுதிகளைக் கொண்ட இயற்கை வரலாற்றுக் களஞ்சியத்தையடுத்துப் பஃபனின் *(1707-1788)* இயற்கை வரலாற்றுக் களஞ்சியம் இந்த *1749* இலும் வெளிவந்தன; டிடரோவின் *(1713-1784)* பிரஞ்சுக் கலைக்களஞ்சியம் இந்த *1751* இலும் தொகுக்கப்படும் பணி தொடங்கிற்று என்பது குறிப்பிடத்தக்கது. சீனத்திலும் கலைக்களஞ்சியம் காங்குஷி *(1662-1722)* என்ற பேரரசரின் ஆதரவில் இதே நூற்றாண்டில் *5020* தொகுதிகளாகத் தொடுக்கப் பெற்றது என்பதும் நினைவிற் கொள்ளத்தக்கதாகும். எனவே இப்பணியில் இன்னும் பல துறைகளில் போன்று சீனமே முன்னனியில் நிற்கின்றது என்பது குறிப்பிடத்தக்கது.

எனினும் பிரஞ்சுக்கலைக் களஞ்சியம் மாபெரும் அறிவு கொளுத்து இயக்கம் ஒன்றின் உந்துதலால் பிறந்தது என்பதும், உலக வரலாற்றின் போக்கில் ஆழ்ந்தனவும் நெடிது சென்று எதிர்கால வெளியில் நீண்டனவுமான விளைவுகளை அந்த இயக்கம் ஏற்படுத்தியது என்பதும் இங்கு நினைவு கொள்ளத்தக்கனவாகும்.

அறிவு கொளுத்து இயக்கம்

உயர் கருத்துக்களின் வரலாற்றில் இந்தப் பதினெட்டாம் நூற்றாண்டு மிகச் சிறந்த சாதனைகளைக் கண்ட காலப்பரப்பாகும். அது அறிவுத் திறனும் செழித்திருந்த தனிச் சிறப்பு வாய்ந்த காலகட்டமாகும். அறிவு கொளுத்திய அந்த இயக்கம் ஐரோப்பியத்தின் பெரும்பகுதியில் பரவியிருந்தது.

பிரஞ்சுக்காரர் அதை *le siecle des lumieres* என்றும், ஜெர்மானியர் *die Aufklarung* என்றும் ஸ்பானியர் *el siglo de las lucas* என்றும், இத்தாலியர் *i lumi* என்றும், ஆங்கிலத்தில் *Age of Enlightenment* என்றும் அழைத்தனர். ஐரோப்பியரின் பூகோள அறிவும், அயல் உலகின் தொடர்பினால் தோன்றிய செல்வ வளமும், அறிவுச் செருக்கை வெளிப்படுத்திய இந்த அறிவியக்கத்தை இந்நூற்றாண்டில் தோற்றுவித்தது.

இந்த இயக்கம் அறிவின் துறைகள் ஒவ்வொன்றிலும் பரவிப் பரந்தது. அதில் மெய்ப் பொருளியல், இயற்கை - இயற்பியல் - சமூக, அறிவியல் துறைகள், தொழில் நுட்பம், கல்வி, குற்றவியல், ஆட்சி இயல், பன்னாட்டுச் சட்டம் ஆகியவற்றிலெல்லாம் அறிவுகொளுத்தித் தண்ணொளி வீசிற்று.

இயற்பியல்: சுவிட்சர்லாந்தைச் சேர்ந்த கணிதவியலாரான லியோனார்டு ஆயிலர் *(Leonard Euler 1707-1789)*; இரஷியத்தின் கவிஞருமான ஜெமோனோசோவ் *(Jemonosov)*; அமெரிக்கத்தின் பெஞ்சமின் ஃபிராங்கிளின்; சர் ஐசக் நியூட்டனின் *(1643-1727) Principia* விற்கு அடுத்தபடியாகச் சொல்லத்தக்க *Mecanique analytique* என்ற நூலை எழுதிய ஜோசஃபு லூயி லாகிராஞ்சு *(Comte Joseph Louis Lagrange, 1736-1813;* பிரஞ்சுக் கணிதவியலார், வானியலார்); இதற்குச் சில ஆண்டுகளுக்குப் பிறகு

மின்சாரத்தைக் கண்டுபிடிக்க வழிவகுத்த இத்தாலியரான லூகி கால்வினி (*Luigi Galvini 1737-1798*); இத்தாலிய இயற்பியலாரான அலசாண்டரோ ஒல்டா (*Count Alessandro Volta, 1745-1827*).

1751

வேதியியல்: ஜோசப் பிளாக்கு வெப்பம் பற்றி நடத்திய ஆய்வின் பலனாக ஜேம்ஸ் வாட் (1736-1819) தனியாகக் கண்டென்சர் கண்டுபிடித்து வடிகலத்தைச் செலுத்தும் வழி ஏற்படுதல்; காவண்டிஷ்; 1760 இல் ஹைடிரஜனையும், ஜோசப் பிரீஸ்ட்லி (ஆங்கில வேதியியலார் 1733-1804) 1774 இல் ஆக்சிஜனையும் கண்டுபிடித்தனர். ஆண்டயின் லாரண்ட் லாவாசியே (பிரஞ்சு வேதியியலார்; 1743-1794) இவ்விரு கண்டுபிடிப்புகளையும் இணைத்துக் காற்றிலும் நீரிலும் அடங்கியுள்ள சேர்மங்கள் எவை என்பதை வெளிப்படுத்தினார்;.

தாவரவியலில் லினீயஸ் 1735 இல் தாவர வகைப் பாட்டியல் நூலை வெளியிட்டார்.

நிலத்தியல் துறைக்குக் குவட்டார்டு என்ற பிரஞ்சு அறிவியலார் 1751 இல் வழி வகுத்தார்.

அண்டாயின் ஃபெர்ச்சால்ட் தெ ரீய்மர் (1683-1757) 1732-1742 காலகட்டத்தில் பூச்சியியல் பற்றிய *Histoire naturelle des insects* என்ற நூலை எழுதினார். ஜார்ஜஸ் லூ பஃபனின் (1707-1788) இயற்கை வரலாற்றுக் களஞ்சியம் 1788 இல் தொகுத்து முடிக்கப் பெற்றது.

உளவியல் குறித்துப் பரபரப்பூட்டும் நூல்களும் இக்காலகட்டத்தில் பிரஞ்சு மொழியில் எழுதப் பெற்றன.

ஸ்காத்திய மெய்ப் பொருளியலாரும், வரலாற்றாசிரியருமான டேவிடு ஹியூம் *(1711-1776)* ''மனித இயல்பு'' *(Tresatise on Human Nature)* என்ற ஆராய்ச்சி நூலை *1740* இல் எழுதினார். பிரஞ்சு மெய்ப்பொருளியலாரான வால்டயர் *(1694-1778)* ''மெய்ப்பொருளியல் அகராதி'' *(Dictionnaire Philosophique)* என்ற நூலை *1764* இல் எழுதினார். பிரஷியத்தின் கோனிஸ்பர்கிலிருந்து இம்மானுவல் காண்ட் (ஜெர்மன் மெய்ப் பொருளியலார், *1724-1804*) *1775* இல் ''ஒழுக்கஞ் சார்ந்த நுண் பொருள் கோட்பாடுகள்'' என்ற நூலையும், *1781* இல் ''சுத்த அறிவு பற்றிய திறனாய்வு'' என்ற நூலையும், *1788* இல் ''செயல்முறை பற்றிய திறனாய்வு'' என்ற நூலையும் எழுதினார்.

இக்கால கட்டத்தில் சமூகவியல் குறித்த கருத்துகளைத் தாங்கிய பல நூல்கள் வெளிவரலாயின. கியோவன்னி விக்கோ பட்டிஸ்டா என்ற இத்தாலியர் எழுதிய சயின்சா நூவா *(Scienza Nuova)* *(1688-1744)* என்ற வரலாற்று மெய்ப் பொருளியல் நூல் *1725* இல் வெளிவந்ததிலிருந்து இத்துறை குறித்த சிறந்த பல நூல்கள் வெளிவந்தன. அதைத் தொடர்ந்து பிரான்சிலிருந்து வால்டயரும், பிரிட்டனிலிருந்து ஹியூம், கிப்பன், இராபட்சன் முதலானோரும் வரலாற்றுத் தொடர்பான நூல்களை எழுதலாயினர். குற்றவியல் குறித்து பெக்காரியா *(Beccaria)* *1764* இல் ''குற்றமும் தண்டனையும்'' என்ற நூலை எழுதினார். புதிய அறிவியல் துறையாக மலர்ந்த பொருளியலில் கெஸ்னே *(1694-1774)* எழுதிய ''பொருளியல் ஓவியம்'' *1758* இல் வெளிவந்தது. அதில் நிலத்திற்கு ஒரே வரி வாங்க வேண்டுமென்பது வலியுறுத்தப்பட்டது. ஆடம் ஸ்மிது *(1723-1790)* ''நாடுகளின் செல்வம்'' *(The Wealth of Nations)* என்ற நூலை *1762* இல் எழுதினார். அதில் தடையற்ற சுதந்திர வாணிபம் வேண்டுமென்று கூறியிருந்தார்.

பிரஞ்சு மெய்ப் பொருளியிலாரான ரூசோவின் ''எமிலி'' *1762* இல் வெளிவந்தது. லா ஷாலடை *("La Chalotais'')* *1763* இல் ''தேசியக் கல்வி'' என்ற நூலை எழுதினார். ஜோகான் காட்ஃபிரீடு ஃபான் ஹெர்டர் *(1744-1803)* என்ற ஜெர்மன் மெய்ப் பொருளியலார் ''வரலாறு, பண்பாடு ஆகியவற்றில் மெய்ப்பொருள்'' என்ற நூலை *1775* இல் எழுதினார். ஆட்சியியல், அரசியல் கருத்துகளை மாண்டெஸ்கு *(1689-1755)* என்ற பிரஞ்சு மெய்ப்பொருளியலார், *1748* இல் எழுதியிருந்த தனது *De l' esprit des lois* என்ற நூலில் விளக்கியிருந்தார்.

அறிவு கொளுத்திய இக்காலகட்டத்தில் எழுத்தாளர், சிந்தனையாளர் ஆகியோரின் இப்பட்டியல் முழுமையானதன்று. எனினும் அம்மனிதர்கள் தம் அறிவுத் திறனால் எட்டாத உயரத்தையெல்லாம் தொட்டு, உலகிற்கு அறிவின் பெரும் பயன்களைத் தெரியக் காட்டினர். அவர்கள் இந்த அறிவு கொளுத்திய காலத்தில் *Philosophe,* அதாவது மெய்ப்பொருளியலார் என்றழைக்கப்பட்டனர். அவர்கள் பல்வேறு துறைகளில் ஈடுபட்டு முனைந்து செயலாற்றினர். அவர்களுள் மாண்டெஸ்கு, வால்டயர், ரூசோ, டிடரோ, அலம்பட், ஹால்பாக், பஃபன், ஹைல்வெட்டியஸ், கெண்டில்லாக்கு, ரேனல், தர்காட்டு போன்ற பிரஞ்சுக்காரரே மிகுந்திருந்தனர்.

இருப்பினும் மெய்ப்பொருளியலார் என்ற இப்பட்டத்தைப் பெற்றவர்கள் ஐரோப்பிய நாடுகள் பலவற்றில் இருந்தனர் என்பதை மேற்சொன்ன பட்டியலிலிருந்து அறியலாம்.

அவர்களிடையே பல்வேறு பொருள் குறித்துக் கருத்து வேறுபாடுகள் இருந்த போதிலும், தனித்தன்மைகளையுடைய பொதுவான சிந்தனைப் போக்கே அவர்களிடம் காணப்பட்டது. அவர்கள் அனைவருமே, கடந்த காலத்திலிருந்து வழிவழியாக நீடித்து

வந்த அடிப்படை ஊகக் கருத்துகளை எதிர்த்து, அவை மெய்ப்பொருளாயினும், சமயவியல் அல்லது அரசியல் என்று எத்துறை சார்ந்ததாயினும், அவை குறித்து ஐயம் கொண்டு வினாக்கள் எழுப்பியதில் ஒன்றுபட்டிருந்தனர்.

அவர்கள் தன்னையறிந்த மேன்மக்களாக, அறிவுக் கொழுந்துகளாக மனத் தெளிவு கொண்டு தம் பணியில் தம்மை முற்றிலும் ஈடுபடுத்தி வந்தனர். அவர்கள் தம் கருத்துக்களாலும் செயல் வேகத்தினாலும், பிறரைத் தம் கருத்துச் சார்பு உடையவர்களாக மாற்ற முயன்றனர்.

ஆனால், அவர்கள் அறிவுக் கொழுந்துகளாக அமைந்து, உயர்ந்தோராக விளங்கியமையால், அவர்கள் விடுத்த செய்திகள் ஏழைகளுக்கு ஆறுதல் தருவனவாக இல்லை. பின்னாளில் பிரஞ்சுப் புரட்சியின் பெருந்தலைவர்களில் ஒருவராக விளங்கிய ரோபஸ்பியர் *(1758-1794)* போன்றவர்கள் இப்பேரறிஞர்களைக் குறிப்பிட்ட போது, ''(அவர்கள்) மக்களின் உரிமை பற்றிக் கவலைப்படவேயில்லை'' என்று கூறினார்.

''தொழிலாளிக்குப் படிப்பினை கற்றுத் தரமுடியாது; ஆனால் நல்ல பூர்சுவா, வியாபாரி ஆகியோருக்குக் கற்றுத் தர முடியும் என்று வால்டயர் சொன்னார். ஹால்பாக்கு, டிடரோ போன்றோரும் தாம் கற்றறிந்தவர்களுக்காவே எழுதியதாய்க் கூறினர். இப்பேரறிவாளர்களுக்கு ஐரோப்பிய மன்னர்களும், பேரரசியரும் நெருங்கிய நண்பராயிருந்தனர் என்பதும் குறிப்பிடத்தக்கது.

இத்தகைய காலச்சூழலில், ஐரோப்பிய ஆதிக்கப் பரப்பு ஐந்து கண்டங்களையும் உள்ளடக்கி விரிந்த வேளையில், அறிவொளி பிறங்கி நின்ற பொழுதில் பிரஞ்சுக் கலைக்களஞ்சியம் என்ற அறிவு களஞ்சியம் தொகுக்கும் பணி தொடங்கியது.

தமிழ் மொழியிலும், பிற இந்திய மொழிகளிலும் கலை களஞ்சியங்கள் என்னும் அறிவுத் தேனடைகள் இருபதாம் நூற்றாண்டில் தான் எழுந்தன. தமிழில் நாட்டு விடுதலைக்கு முன்னர் தோன்றிய அபிதான சிந்தாமணியின் வீச்செல்லை சிறிது; விடுதலை பெற்றபின் எழுந்த தமிழ்க்கலைக் களஞ்சியத்தின் விரிவெல்லையைக் காட்டிலும் அண்மையில் வெளியான தமிழ்ப் பல்கலைக் கழகத்து வாழ்வியற் களஞ்சியம் பரந்து விரிந்து விளங்குகின்றது. குழந்தைகள் கலைக்களஞ்சியம், இந்திய சரித்திரக் களஞ்சியம், போன்று தனித்துறைக்கென்றே சில களஞ்சியங்கள் தமிழில் அவ்வப்போது வந்து கொண்டிருக்கின்றன. எனினும் நாம் ஐரோப்பியரைவிட அறிவுத்தோட்டத் துறையில் கிட்டத்தட்ட இரண்டரை நூற்றாண்டுகள் பின் தங்கியிருக்கின்றோம்.

7. பெதலம் - பெதலேம் புனிதமேரி மருத்துவமனை: இலண்டன் மனநல மருத்துவமனை வரலாறு

உலகில் மனித இனம் முதிர்ச்சியடையத் தொடங்குகின்ற அறிகுறிகள், இந்தப் பதினெட்டாம் நூற்றாண்டில் பல்வேறு களங்களில் தோன்றலாயின என்பதை எடுத்துக்காட்டுவது இக்கட்டுரையின் நோக்கமாகும்.

மனித இனம் முதிர்ச்சி அடைகிறது

மூடர், குள்ளர், முடவர், கிறுக்கர் போன்ற ஊனமுற்றோரும், சில இடங்களில் இரட்டைக் குழந்தைகளும் தீய சக்திகளின் வெளிப்பாடுகள் என்றும், சாத்தானின்

வேலை என்றும் கருதப்பட்டமையால், அப்படிப்பட்டவர்களைப் பிறந்தவுடனேயே கொன்றுவிடும் வழக்கம் ஐரோப்பியத்தின் சில சமூகங்களில் இருந்தது. இரசபுதனத்தில் பெண் குழந்தைகள் பிறந்தால், அவர்களை முட்டு வீட்டினுள்ளேயே கொன்று புதைக்கும் வழக்கம் இருந்தது. இது அறிவிற்குப் புறம்பான மடத்தமான செயல் என்ற போதிலும், இதனால் உண்டான உயிரியல் விளைவுகள் நன்றாக அமைந்தன; அதாவது மீண்டும் இத்தகைய பிறப்புகள் நேர்வதை இது தடுத்து விட்டது. ஒரு சமூகம் எவ்வளவு முதிர்ச்சியடையாத தொடக்க நிலையில் இருக்கின்றதோ, பிறப்பிலிருந்து சமூகத்திற்குச் சுமையாக இருப்பவர்களின் மீது அச்சமூகத்தின் கொடிய சட்டங்கள் அந்த அளவிற்குச் செலுத்தப்படும். அத்தகைய இரங்கத்தக்க நிலையிலிருப்போரைப் பேண வேண்டும்; உணவளிக்க வேண்டும்; பாதுகாக்க வேண்டும் என்பனவெல்லாம் உணவைச் சேகரித்து வாழ்பவர்களாயும், வேட்டைக்காரர்களாயும், உழவர்களாயும் இருந்த அம்மக்களுக்குப் பெருஞ்செலவாகக் கூடிய சுமையான வேலைகளாகும்.

உள்ள, உடல் ஊனமுற்றவர்களை இறக்கும்படி விட்டுவிடும் வழக்கம் எங்கும் இருந்து வந்திருக்கின்றது. இன்னுங்கூட, அது மிகவும் மறைமுகமான முறையில் கடைப்பிடிக்கப்பட்டு வருகின்றது. மேற்காப்பிரிக்கத்தின் கீழை நைஜர்ப் பகுதியில் வாழ்ந்த பழங்குடி மக்கள், மிக அண்மைக்காலம் வரையிலும், இரட்டைக் குழந்தைகளைக் கொன்று வந்தனர். நமது சமூகங்களில் கூட இன்றும் வெறுக்கத்தக்க பேய்த்தனமான பிறவிகள் பிறக்கின்றன. அவை உயிரோடிருப்பதற்கு விடப்படுவதில்லை; இது மிகச் சிறந்த வசதிகளையுடைய மருத்துவமனைகளிலேயே நடக்கின்றது. பழங்கற்கால மனிதன் கூட, இதை விட மிக மென்மையாக நடந்து கொண்டிருக்கின்றான்.

1751

குழந்தைகளுக்கு மங்கோலியம் என்ற உளநோய் உள்ளது என்பது பிறந்த சில வாரங்கள் வரையிலும் தெரியாது. சிசோஃபிரினியா என்ற முரண் மூளை நோய்,

340 ப. சிவனடி

ஹிஸ்டீரியா என்ற இசிவு நோய், மருட்சி போன்ற மனக்கோளாறுகள் முதலியன பெரிதும் குமரப் பருவத்தில் தான் வெளிப்படுகின்றன. குழந்தப் பருவத்தில் அறிவு கெட்ட மூடக் குழந்தையின் பிதற்றலையும், அறிவுள்ள குழந்தையின் உளறலையும் பிரித்தறிய இயலாது.

ஆடவரும் பெண்டிருமான இருபாலினர், அறிவுள்ளவர்களும், கிறுக்கர்களும் இருவேறு உலகங்களில் வாழ்ந்து இருளுக்குள் சென்றும், ஒளிக்குத் தாவியும் வருகின்றனர். நமது பண்டைச் சமூகத்தில் மாதவிடாய் நிற்பது என்பது பெண்ணுக்கு மிகவும் கடுமையான சோதனையாய், இன்றைப் போலவே அன்றும் இருந்தது. இத்துடன் கைம்மையும், தனிமையும், வறுமையும் சேர்ந்து கொண்டு ஊர்க் கிழவிகளில் பலரை மனநலக் கேட்டின் எல்லைக்கே கொண்டு சென்று விடுகின்றன.

மனநோயும், சமூகச் சுமையும்

சமூகங்கள் அனைத்திலும், அவை எத்தனை சிறியனவாயிருந்தாலும், நிரந்தரமாக மனநலம் கெட்டவர்களைக் கொண்டிருந்தாலும், அப்போதைக்கப்போது கிறுக்குப் பிடிப்பவர்களைக் கொண்டிருந்தாலும், பைத்தியக்காரர்களை என்ன செய்வது என்ற சிக்கலை எதிர்ப்பட நேர்ந்தது. அவர்களைப் பிடித்துள்ள ஆவிகளை எவ்வாறு விரட்டுவது என்ற வினா எழுந்து வந்தது.

இதற்குப் பல விதமான விடைகள் காணப்பட்டன. இசிவினால் பாதிக்கப்பட்டோர் அல்லது வலிப்பினால் வாடியோர், தெய்வங்களின் குரல்கள் என்று சைபீரியத்தில் சிலரும், அமெரிக்க இந்தியக் குலத்தில் சிலரும் கருதினார். ஐரோப்பியத்தில் வரலாற்று இடைக்காலத்திலும் (சுமார் கி.பி. 400-1200), ஏன் அதற்குப் பின்னரும், அறிவற்ற பேதையரை ஒருவகையான கரவற்றவர்களாக, குழந்தகைளுக்கேயுரிய கபடமற்ற தன்மையுடையர்களாகக் கருதினர். ஆதலால் அவர்கள் ஆண்டவனுக்கு அருகே இருப்பவர்கள் என்று மதிக்கப்பட்டனர். அவர்கள் அதிர்ஷ்டசாலிகளாயிருப்பரேல், தம் நிலையைச் சாதகமாக்கிக் கொள்ள முடிந்தவராயிருப்பரேல், மேட்டுக்குடியினரின் மாளிகையில் குழந்தைகளுக்கு வேடிக்கை காட்டுவதற்காக வைக்கப்பட்டிருந்த குள்ளரோடும், இரட்டைத் தலைக் கன்றோடும் சேர்ந்து தம் ஆண்டையரின் குடும்பத்தார்க்கு வேடிக்கைக் காட்டிக் கொண்டு காலத்தை தள்ளிவிட முடியும். ஆனால், அத்தகைய பேதையர்களில் பெரும்பாலர் கொடுமையான விதிக்கு ஆளாகித் தவித்தனர்.

ஐரோப்பியக் கிராமங்களிலிருந்த பைத்தியக்காரக் கிழவரும் கிழவியரும் தீய சக்திகளை வெளிப்படுத்தும் சூனியக்காரர்கள் என்று கருதப்பட்டனர். அவர்கள் கால்நடைகளுக்கு நோயுண்டாகும் படியும் பயிர்களை வாடிப் போகும்படியும், பெண்களை மலடாகும்படியும் செய்வர் என்று நம்பப்பட்டதால், அவர்களைச் சும்மா விட்டு விட்டனர். இக்கிழட்டுப் பைத்தியங்கள் பொறுத்துக் கொள்ளப்பட்டனர். எனினும், மக்கள் சில வேளைகளில் வெறிகொண்டு இப்பைத்தியங்களை பழிவாங்க வேண்டுமென்பதற்காக நல்ல மனநிலையுள்ள ஆடவர், பெண்டிர், சிறார் அனைவரையும் சேர்த்துத் தூக்கிலிடும் நிகழ்ச்சிகளும் நடந்தன.

நாட்டுப்புற மக்களின் வாழ்வில் பைத்தியம் என்பது அச்சம், பயங்கரம் என்று உள்ளத்தை உலுக்குவதாய் ஆண்டாண்டுக் காலமாய் இருந்து வந்தது. பைத்தியங்கள் சில வேளைகளில் மிகுந்த கொடுமைக்குள்ளாயினர். ஆனால் பெரும்பாலான

சமூகங்கள் கிறுக்கரைப் பொறுத்துக் கொண்டு காலந்தள்ளி வந்தன. அறிவற்ற பேதையின் உளறலும், சங்கிலியால் பிணைத்த கிறுக்கனின் பயங்கரக் கூக்குரலும் உலகெங்கிலும் அன்றாடம் நூற்றுக்கணக்கான ஆண்டுகளாகக் கேட்டு வந்தன. மிகச்சிறிய பிள்ளைப் பருவத்திலிருந்தே முற்றிய கிறுக்கு என்ன என்பதைக் குழந்தைகள் அறிந்திருந்தனர்.

பெரிய ஊர்களிலும், நகரங்களிலும் இச்சிக்கல் மிகவும் கடுமையாக இருந்தது. கிராமங்களைப் போன்று குடும்ப உறவு நகரங்களில் அவ்வளவு நெருக்கமாக இருக்கவில்லை. தனித்து ஒதுங்கிப் போன தனிமனிதர்கள் இலண்டன், பாரிஸ் அல்லது மிலான் போன்ற பெரு நகரங்களுக்குள் ஒட்டோ, உறவோ, நண்பரோ இன்றி வந்து சேர்ந்தனர். நோய்கள் நகர மாந்தரை அழித்து வந்தன. அங்கு கொள்ளை நோய்கள் சூறாவளி போல் சுற்றித் திரிந்தன. அவை நகர மாந்தரை ஈசல்கள் போன்று மடியச் செய்தன. பல குடும்பங்களில் ஒரேயொருவர் மட்டுமே எஞ்சியதுண்டு. அவர்கள் தம்மைத் தாமே காத்துக் கொள்ள வேண்டும். உயிர்பிழைத்து நிற்பதற்கு ஏலாதவர்களைச் சாவு எப்போதும் கொண்டு செல்வதில்லை.

திருமடங்களின் தொண்டு

1751

ஆதலால் கிறுக்குத்தனம் பற்றிய சுமை சில வேளைகளில் சமூகத்தின் பொறுப்பாகி விடுவதுண்டு. இதில் குடும்பப் பொறுப்புக் குறைந்து போவதுண்டு. பெரும்பாலான பெரிய நகரங்களில் பைத்தியக்காரர்களை, அவ்வக்குடும்பத்தினரே வைத்துக் கொண்டனர். அவர்களைத் தவிர ஏனையோரைக் காப்பாற்றும் சுமை, வரலாற்று இடைக்காலத்தில் கிறித்துவ திருச்சபையின் தலையில் விழுந்தது. குறிப்பாகத் துறவியர் மடங்கள் அப்பொறுப்பை ஏற்றன. கிறித்தவத் திருச்சபை நோயுற்றோர், முதியோர் முதலானோரைக் காக்கும் பொறுப்பை ஏற்றது போலவே, மனம் பேதலித்த பேதையரான பைத்தியங்களைப் பேணும் சுமையையும் தாங்கியது. இங்கிலாந்தில் சமய குருமார் மனநோயாளிகளைப் பேணும் பணியை மேற்கொள்ளுமாறு மன்னராலும், இலண்டன் மாநகர மூப்பர்களாலும் கேட்டுக் கொள்ளப்பட்டனர்.

இலண்டனைச் சுற்றிலும் கிறித்துவ மடத்து மருத்துவமனைகள் இருந்தன. அவற்றில் அற்புதங்களை நிகழ்த்தும் புனிதச் சின்னங்கள் இருந்தன. அவை குறிப்பிட்ட சில நோய்களைக் குணப்படுத்த வல்லவை. மனநோயாளிகளைச் சுருட்டிக் கட்டிக் கோயிலின் பலிபீடத்தினருகே ஓர் இரவு முழுவதும் விட்டு வைப்பது, அங்கு ஒரு பண்டுவ முறையாயிருந்தது. அத்துடன் கசையாலடித்தல், அதிர்ச்சிக்காகக் குளிர்ந்த நீரில் முக்கி எடுத்தல் போன்ற முறையிலும் சிகிச்சை செய்யப்பட்டது. எனினும் இன்று போலவே, அன்றும் இந்நோய் தணிந்தவரும், தீராதவரும் இருந்தனர்.

பெதலம்

இலண்டனில் மனநோயாளிகளுக்கென்று அமைந்துள்ள பெரும் புகழ் வாய்ந்த பெதலம் என்ற பெதலேம் புனித மேரியன்னை மருத்துவமனை *1403* ஆம் ஆண்டுவாக்கில் வரலாற்றின் முழு ஒளியில் துலக்கமாகத் தோன்றியது. அப்போது மனநோயாளிகள் பற்றிய அச்சம் தரும் உண்மைகள் வெளிப்பட்டன. அம்மருத்துவமனை இலண்டன் நகரத்தின் அதிருஷ்டக்காரர்களான மனநோயாளிகளுக்கு மருத்துவம் பார்க்கும் தலையாய மருத்துவமனையாக இதற்கு முன்னரே விளங்கி

வந்தது. இலண்டன் மனநோயாளிகளை அதிர்ஷ்டக்காரர்கள் என்று சொன்னதற்கு காரணம் உண்டு. ஏனெனில் ஒரு சிறு அறைக்குள் அங்கு மனநோயாளியை ஒரு கம்பத்தில் கட்டி வைத்திருந்தனரெனினும் அவர்களுக்கு வேளை தவறாது உணவு தரப்பட்டது. அவர்களின் சொந்தத் தேவைகள் நிறைவேற்றப்பட்டன.

கொடியதும், விலங்குத்தனம் வாய்ந்ததுமாயிருந்த வரலாற்று இடைக்காலத்து *(400-1200)* உலகில், பெரும்பாலருக்கு மறுக்கப்பட்டிருந்த அடிப்படை வசதிகள், அதாவது உணவும், உறைவிடமும் பெதலத்தில் மனநோயாளிகளுக்குக் கிடைத்தன. நூற்றாண்டுகள் மறைந்து செல்லச் செல்லப் பெதலம் மிகப் பெரியதும், மேன்மைமிக்கதுமான மருத்துவமனையாக வளர்ந்து வந்த போதிலும், அங்கிருந்த மனநோயாளிகளின் எண்ணிக்கை பெருத்து விடவில்லை. மனநோயாளிகளில் பலர், அதற்குள் நுழையும் அதிருஷ்டத்தைப் பெறவேயில்லை. அவர்கள் தம் குடும்பங்களின் பொறுப்பில் இருந்து வந்தனர். குடும்பத்தினர் தம் உறவினரான மனநோயாளியைப் பேணி வந்தனர். வசதியற்ற ஏழைக் குடும்பமாயிருந்தால், உற்றார், உறவினர் புறக்கணித்த ஆதரவற்ற இம்மூடர்கள் தம்மைத்தாமே காத்துக் கொள்ள வேண்டி வந்தது; அவர்கள் ஏதேனுமொரு தொழிற்கூடத்தில் சேர்ந்தனர்.

தொழிற்கூட நரகம்

இலண்டன் மாநகரின் வட்டாரங்களிலிருந்த தொழிற்கூடங்களின் நிலவறைகள் அல்லது மேன்மாட அறைகளுக்குள், அவர்கள் சங்கிலிகளால் பிணைக்கப்பட்டும், புற வீடுகளில் மேசைக் காலிலோ, கம்பத்திலோ சங்கிலியால் கட்டப்பட்டும், மனிதர் வாழாத இடிபாடு அடைந்த வீடுகளுக்குள் அடைக்கப்பட்டும், சில வேளைகளில் அரை நிர்வாணமாக ஊரெல்லாம் அலைந்து திரிந்து, கேடு கெட்டவர்கள், ஆதரவற்றவர்கள், உணர்ச்சியற்றவர்கள் ஆகியோரின் ஏளனத்திற்கும், இழிச்சொல்லுக்கும் ஆளாகி வாழ்ந்தவர்களைப் பத்தொன்பதாம் நூற்றாண்டிலும் காண முடிந்தது என்பது பிரிட்டிஷ் உள் துறையமைச்சர் *1807* ஆம் ஆண்டு எழுதியுள்ளதிலிருந்து தெரிகின்றது,

இரண்டு நூற்றாண்டுக்காலமாக மனநோயாளிகளிடம் மனிதாபிமானம் காட்டப்பட்டு வந்த பின்னரும் இந்நிலை இருந்தது. தப்பெண்ணமும் ஆழ்ந்த அச்சமும் சேர்ந்து கொண்டு இரக்க உணர்ச்சியோடு போராடி வந்தமையால் மனிதநேயம் மிக மெதுவாகவே வளர்ந்தது. இருப்பினும் இரக்க உணர்வு அறவே அற்றுப் போய் விடவில்லை. அவ்வுணர்ச்சி பெரும்பாலும் தற்செயலாகவோ, அரைகுறையான மூடநம்பிக்கையாலோ, ஒரு சல்லி தர்மமாக அளிக்கப்படுவதாகவும், தீமையை விரட்டும் நோக்கத்துடன் ஏதோ சிறு தியாகத்தைச் செய்வதாகவும் எண்ணிக் கொண்டு தான் வெளிப்பட்டது.

இலண்டன் நகரமாந்தர் ஞாயிற்றுக்கிழமைகளிலும், விழா நாள்களிலும் பிஷப்ஸ் கேட்டையும் தாண்டிப் பெதலம், ஸ்பிட்டல்ஃபீல்ஸ், பினாடுவல் என்ற இடங்களிலிருந்த மருத்துவ மனைகளின் மனநோயாளிகளை வேடிக்கை பார்க்கவும், அவர்களைப் பார்த்து அஞ்சி நடுங்கவும், பதினான்காம் நூற்றாண்டிலேயே திரிந்து வந்தனர். அவர்களில் ஓரிருவர் மனநோயின் பயங்கரங்களை நேரில் கண்டு மனமிரங்கித் தம்சொத்து முழுவதையும் அம்மன நோயாளிகளின் நன்மைக்காக எழுதி வைத்தும் சென்றனர். மனநோயாற்றும் பெதலம் என்று சுருக்கமாய் அழைக்கப்படும் இந்த இலண்டன் மருத்துவமனை 1550 வாக்கிலேயே உலகெங்கும் பெயர் பெற்ற நிலையான ஓர் அமைப்பாக வளர்ந்து விட்டது,

பதினாறாம் நூற்றாண்டின் முற்றிப் போன பணவீக்கத்தினாலும், மக்கள் பெருக்கத்தினாலும், ஏழையர் பலர் மனக்கசப்புற்றுக் கெட்ட செயல்களில் இறங்கிப் ''பெத்தலத்துப் பிச்சாண்டி'' (*Tom O' Bedlam*) என்று பெயர் பெற்று நாடெங்கும் திரிந்தனர். அவர்கள் கந்தலை உடுத்தும், சிலவேளைகளில் துணியிலும், உடம்பிலும் இரத்தத்தைத் தடவிக் கொண்டும் பைத்தியக்காரன் போல் நடித்து மக்களை அச்சுறுத்திக் குடியும், தீனியும் பெற்றனர். அவர்கள் நகரங்களிலும், சிற்றூர்களிலும் இலண்டன் மாநகரிலும் இருந்த அப்பாவி மக்களை அச்சுறுத்திக் காலந் தள்ளினர். அவர்கள் வெகு விரைவிலேயே நாட்டார் கதைகளிலும், இலக்கியங்களிலும் இடம் பெறலாயினர். ஷேக்ஸ்பியர் (*1564-1616*), பென் ஜான்சன் (*1512-1637*) என்ற ஆங்கில நாடகாசிரியர்களின் காலத்தில் பெத்தலத்துப் பிச்சாண்டி (*Tom o' Bedlam*) என்ற பாட்டு மக்களிடையே மிகுந்த செல்வாக்குப் பெற்றிருந்தது. அண்மைக் காலம் வரையிலும் இவர்களைத் தமிழ்நாட்டில் காணப்பட்ட கல்லுளி மங்கன் என்ற ஒருவகை இரவலருடன் சற்று ஒப்பிடலாம்.

ஷேக்ஸ்பியர் காலத்தில்

1751

பெதலம் ஷேக்ஸ்பியரின் காலத்தில் ஐரோப்பியச் சீர்திருத்த இயக்கத்தின் பாதிப்புகளுக்கு உள்ளாயிற்று. பேய் பிடித்தவர்கள் போல் தோன்றியவர்களின் துன்பத்தைப் போக்கும் பொறுப்பேற்றிருந்த பேயோட்டிகள் உள்படக் கிறித்தவத் துறவியரெல்லாம் மடத்து மருத்துவ மனைகளிலிருந்து நீக்கப்பட்டனர். தற்காலிக மாகவேனும் குணமளித்தனவென்று நம்பப்பட்ட புனிதச் சின்னங்கள் அழிக்கப்பட்டன; பலிபீடங்கள் வெட்டித்தள்ளப்பட்டன. எனினும் மருத்துவமனைக் கட்டடங்களும், அவற்றைப் பராமரிக்க அமைத்த அறக்கட்டளைகளும் எஞ்சி நின்றன.

அறக்கட்டளைகளின் அரும்பணி

சொல்லப்போனால் அறக்கட்டளைகள் பெருகின. பெதலம் முன்னைப் போலல்லாது, முற்றிலும் மனநோயாளிகளுக்கு மட்டுமே பண்டுவம் பார்க்கும் மருத்துவமனையாகச் சிறுக சிறுக வளர்ந்தது. நூறு ஆண்டுகளுக்குள், அதாவது பதினெட்டாவது நூற்றாண்டில், அது இலண்டனின் மிகச் சிறந்த காட்சியகங்களுள் ஒன்றென மாறியதுடன், அயல் நாட்டுப் பயணிகள் கட்டாயம் பார்க்க வேண்டிய இடமாகவும் மாறியது.

அதன் அறைகளிலும், தாழ்வாரங்களிலும் பைத்தியக்காரர்களைக் காணும் ஆர்வத்துடன், ஒவ்வொரு நாளும் வந்த மக்கள் குழுமியிருந்தனர். ஞாயிற்றுக் கிழமைகளிலும், பிற விடுமுறை நாள்களிலும் ஏராளமான கூட்டம் அங்கு கூடிற்று. பதினெட்டாம் நூற்றாண்டில் பொதுமக்கள் முன்னிலையில் நடத்தப்பெற்ற கொலைத் தண்டனையையும், சித்திரவதையையும் காண்பதற்கென்று கூடிய மக்களிடையே உண்டானதைப் போன்ற பயங்கரமான, பேய்த்தனமான வெறுக்கத்தக்க ஆர்வத்தைப் போலவே, மனநலமில்லாத நோயாளிகளைக் காண்பதற்கும் பெருங்கூட்டம் அங்கு கூடியது.

பெதலம் மருத்துவமனையைக் காண்பதற்கு வெட்டிக் கூட்டம் செல்லவில்லை. நயநாகரிகமுள்ள நடுத்தர வகுப்பினர் தாம் சென்றனர். பிரஞ்சு மன்னர் பதினைந்தாம் லூயியைக் (*1630-1685*); ஆட்சிக்காலம் *1660-1685*) கொலை செய்ய முயன்ற டேமியன்ஸ் என்பவரை வண்டிச் சக்கரத்தில் கட்டி, அவரது உடம்பை நொறுக்கிய பின்னர், இரண்டு

குதிரைகளில் இரண்டு கால்களையும் கட்டி, அவரது உடலை இரண்டு கூறுகளாகப் பிளக்கச் செய்த காட்சியைக் காண்பதற்காகப் பணம் கொடுத்துச் சீட்டு வாங்கிச் செல்வதற்காகச் சண்டையிட்டுக் கொண்ட பாரிஸ் நகரத்து மக்களின் அதே வகுப்பினர்தாம் இலண்டனில் பெதலம் காணச் சென்றனர்.

பெதலம் பதினெட்டாம் நூற்றாண்டின் நடுப்பகுதிலேயே ஐரோப்பாவின் மிகச் சிறந்த காட்சிப் பொருள்களில் ஒன்றாக விளங்கிற்று. இலண்டனின் பெருஞ்சிறப்பு வாய்ந்த கட்டடங்களுள் பெதலமும் ஒன்றாகும். இரண்டாம் சார்லசின் காலத்தில் *(1630-1685;* இங்கிலாந்து, ஸ்காத்லாந்து, அயர்லாந்து மன்னராயிருந்த காலம் *1660-1685)* இந்தக் கட்டம் அமைந்திருந்த வரலாற்று இடைக்கால இடத்திலிருந்து சற்று மேற்கே தள்ளி மூர்ஃபீல்ஸ் என்ற புதிய இடத்திற்கு மாறியது. இங்கு மனநோயாளிகளை வைப்பதற்கென்றே தனியாக ஒரு கட்டடத்தை எழுப்பினர்.

உலகின் முதல் மனநல மருத்துவமனை

உலகில் முதன்முதலாக அமைந்த மனநல மருத்துவமனை இதுவேயாகும். இப்புதிய கட்டடத்திற்கு வடிவமைக்கும் பொறுப்புப் புதிதாக நிறுவப்பட்ட இராயல் சங்கத்தின் செயலாளரான இராபட் ஹூக்கிடம்(இவர் ஆங்கில இயற்பியலார், வேதியியலார்; கண்டுபிடிப்பாளர்; *1635-1703)* விடப்பட்டது. அவர் இங்கிலாந்தின் புகழ் பெற்ற அறிவியலாரில் ஒருவர்.கட்டடக்கலை வல்லுநரான கிறிஸ்தபர்ரென்னுக்கு *(1632-1723)* நெருங்கிய நண்பர். அக்கட்டடத்தைப் பிரஞ்சுக் கட்டுமானக் கூறுகளுடன் மிக உயரமாகக் கட்டும்படி ரென் தான் அவருக்குக் கூறியிருப்பார் என்று கருதப்படுகின்றது.

எது எவ்வாறாயினும், அதன் வடிவமைப்பு வெகு நேர்த்தியான வகையில் பயன்படக்கூடியதாய் அமைந்தது. அங்கு மனநலமறறவர்களில் ஆடவர்க்கும், பெண்டிற்கும் தனித்தனியே சிறகங்களும், பயங்கரமான கிறுக்கர்களுக்கென்று கம்பிகள் பொருத்திய அறைகளும், அமைதியான நோயாளிகளுக்குப் பெரிய கூடங்களும் இருந்தன. நோயாளிகள் இக்கூடங்களில் தடையின்றி நடந்து திரியலாம். காண வருவோருடன் உரையாடலாம். பெரிய மதில்களையுடைய முற்றங்களுக்குள் உடற்பயிற்சி செய்யலாம். இங்கு வந்த அயல் நாட்டினர் அனைவரும், மருத்துவமனையின் சீரான செயல்பாட்டையும், திறமையையும், துப்புரவையும் கண்டு வியந்தனர். நன்கு திட்டமிட்டுக் கட்டப்பெற்ற இதைப் போன்ற மனநோய் மருத்துவமனை ஐரோப்பாவில் வேறு எங்கும் இப்போது இருந்ததில்லை.

பெதலம் மருத்துவமனையையும், அங்கிருந்த மனநோயாளியையும் காண்பதற்கு ஏராளமான கூட்டம் வந்ததென்பது மிகவும் கொடூரமேயெனினும், அவர்களின் வரவால் மருத்துவமனயில் இருந்தவர்களுக்கும், நோயாளியர்க்கும் மிகுந்த பயன் விளைந்தது. பெதலத்துள் நுழைவதற்கு ஒவ்வொருவரும் குறைந்தது ஒரு பென்னிக் காசு செலுத்த வேண்டும். மேலும் அங்கு பல உண்டியல்களும் இருந்தன. அங்கு வந்தவர்கள் தாம் கண்ட துன்பக் காட்சிகளினால் மனமிளகி மிகத் தாராளமாக நன்கொடை கொடுப்பதும் உண்டு. மருத்துவர்கள் இங்கு வருபவர்களைக் களிப்பிப்பதற்காக, மக்களுடன் சேர்ந்து உரையாடியும், சிரித்துக் களித்தும் கூச்சலுண்டாக்கியதால் மனநோயாளி உற்சாகம் பெறவும், அவர்களின் நோய் தணியவும் வழிவகுத்தனர்.

ஹோகார்த்தின் ஓவியங்கள்

இரக்கவுணர்வும், நல்லொழுக்க நாட்டமும் கொண்டிருந்த புகழ் பெற்ற அங்கத ஓவியரான வில்லியம் ஹோகார்த்து *(1697-1764)* பெதலத்தில் கண்ட காட்சிகளை ஓவியங்களாக்கியும், அவற்றைச் செதுக்கி அச்சிட்டும் விற்றது வியப்பன்று. அவர் இவ்வாறு தீட்டி வெளியிட்ட ஓவியங்களில் ''பரத்தனின் முன்னேற்றம் *(The Rake's Progress)* என்ற வரிசை மக்களிடம் மிகுந்த செல்வாக்குப் பெற்றது. இவர் தன் காலத்துச் சமூக வாழ்க்கைக் கோலங்களையும், அரசியல் கோணங்கித்தனங்களையும், ஓவியங்களாய்த் தீட்டி, அக்காலத்தை நம் கண்முன் கொண்டு வந்து நிறுத்தும்படி செய்து சென்றுள்ளார்.

தாமஸ் ரேக்குவல் என்பவர் பெருஞ்செல்வத்திற்கு வாரிசான இளைஞர். அவருடைய அறிவற்ற செயல்களாலும், ஒழுக்கங்கெட்ட வாழ்க்கையினாலும் சீரழிந்து போகின்றார். இலண்டனைச் சேர்ந்த கொலை பாதகர்களான போக்கிரிகள் அவரை ஏமாற்றுகின்றனர். ஹோகார்த்து இக்காட்சிகளைப் படக்கதையாக வரிசையாகச் சித்தரித்து வந்தார். இச்சித்திரக் கதையின் கடைசிப் படத்தில் ரேக்குவல் சங்கிலியால் பிணைக்கப்பட்டுப் பெதலத்தில் அடைக்கப்படும் காட்சி சித்தரிக்கப்பட்டது. ரேக்குவலின் கண்களில் வெறித்த பார்வையும் குமுறுகின்ற வன்செயல் வேகமும் தெளிவாகத் தீட்டப்பட்டிருந்தன.

ஹோகார்த்து கற்பனையில் இச்சித்திர வரிசையைத் தீட்டவில்லை. அவர் பெதலத்திற்கு அடிக்கடி சென்றிருக்க வேண்டும். ஏனெனில் தீராத கிறுக்குப் பிடித்த மனநோயாளியரில் பலர், அவரது ஓவியர் சீலையில் இடம் பெற்றுள்ளனர். தன்னைப் போப்பரசர் என்று கற்பனை செய்து கொண்ட மடையன், சித்தங் கலங்கிப் போன வானியலார், தன்னை (விவிலியத்தில் கூறப்படும் பாபிலோனிய மன்னர்; கி.மு. 606 இவர் எருசேலத்தை அழித்து யூதரை நாடு கடத்தியவர் ஆகிய) நெபுசாட்னசர் என்று கூறிக் கொண்டவர், அடக்கவியலாத வெறியோடு வாழ்ந்து வந்த இன்னொரு பித்தர், இவர்களை எல்லாம் ஹோகார்த்து தன் ஓவியங்களில் சாகாச் சித்திரங்களாக்கி விட்டார்.

ஹோகார்த்தின் ஓவியம்

இப்பதினெட்டில் அறிவு கொளுத்து இயக்கம் அலையென எழுந்ததைப் பிறிதோரிடத்தில் சொல்லியிருக்கின்றோம். அந்த அறிவு எழுச்சியின் விளைவாக மனக்கோளாறு, குற்றம், தண்டனை, கல்வி, மெய்ப்பொருளியல், அரசியல், ஆட்சியியல் ஆகிய துறைகளின் சிக்கல்களை மக்கள் எண்ணி உணரலாயினர். இதற்கு ஒரு தலைமுறைக்கு முன்னர் *The World* என்ற இதழ், மனநலமருத்துவ மனைக்கு வேடிக்கை பார்க்கச் சென்றவர்கள் நோயாளிகளிடம் மனிதத் தன்மையின்றி நடந்துகொண்டதைக் கண்டித்து எழுதியது. இந்த எதிர்ப்பும் கண்டனமும் வலுக்கவே, பெண் நோயாளிகளைப் பார்ப்பதற்கு மிகவும் கண்டிப்பான நிபந்தனைகளுடன் பார்வையாளர் அனுமதிக்கப் பட்டனர். பெதலத்தினுள் அனுமதிச் சீட்டுப் பெற்றவர்கள் மட்டுமே விடப்படுவர் என்று 1770 இல் கட்டாயமான நிபந்தனை விதிக்கப்பட்டது. பார்வையாளர்களுடன் கூடவே ஒரு பாதுகாவரும் செல்வார். இதனால் மனநல மருத்துவமனைக்கு வந்த திருவிழாக் கூட்டம் நிச்சயமாகக் குறைந்தது. இதற்கு முன்னர் ஒரு பென்னிக்காசைக் கொடுத்துவிட்டு வேடிக்கையிலும், விளையாட்டிலும் ஈடுபட்ட வேலைக்காரர்களின் கூட்டம் மட்டுப்பட்டது. எனினும் நல்லாடை புனைந்த நடுத்தர வகுப்பினர் உயர்ந்த கட்டணம் செலுத்தி அங்கு சென்று பயங்கரமான பேய்ச் செயலில் ஈடுபட்டனர்.

மனப்போக்கு மாறுதல்

எனினும் பைத்தியம் பற்றிய சமூக மனப் போக்குகளில் ஆழ்ந்த மாறுதல் இக்காலத்தில் ஏற்படத் தொடங்கிற்று. இம்மனப் போக்கினால் கிறுக்கர்பால் மிகுந்த இரக்கவுணர்வு காட்டப்பட்டது. அவர்களை நன்முறையில் நடத்துவதற்கு வழி ஏற்பட்டது.

ஐரோப்பாவில் கிறித்தவ சமயச் சீர்திருத்த இயக்கம் பதினாறாம் நூற்றாண்டில் தோன்றியதும் பேயோட்டிகள் மறைந்த பிறகு, ஏடாகூடமானவர்களும், நோயைக் கண்டு என்ன செய்வதென்றறியாது திகைத்தவர்களுமான திறமையற்ற மருத்துவர்கள் பேயோட்டிகளின் இடத்தைப் பிடித்துக் கொண்டனர். அவர்கள் பைத்தியக்காரர்களுக்கு முதலில் செய்த பண்டுவ முறையில், கிறுக்கர்களைக் கசையாலடிப்பது முரட்டுத்தனமாய் அடக்கி வைப்பது, அதிர்ச்சியுறச் செய்வது, குறைந்த உணவைத் தந்து குருதி கொட்டச் செய்வது போன்ற மிகக் கொடிய செயல்களே அடங்கியிருந்தன.

மனக் கோளாறும், பேய்பிடித்தலும், நெருக்கமான தொடர்புள்ளவை என்ற நம்பிக்கை இன்னும் அக்காலத்தில் இருந்து வந்தது. அவர்களுக்கு இதை உண்டாக்கிய அவனே அவர்களின் இத்துன்பத்தைப் போக்க வேண்டுமென்று கருதப்பட்டது.

எனினும் காலம் பத்தாண்டுகளாயும், நூறாண்டுகளாயும் உருண்டு கொண்டே வந்த போது, அறிவியலும், மனிதநேயமும், மெல்ல மெல்ல, நொய்தாயினும், நலம் பயக்கும் வெற்றியைக் காணத் தொடங்கின. இங்கிலாந்தில் 1660 ஆம் ஆண்டிற்குப் பிறகு பிரபுக் குடியினரும், நடுத்தர வகுப்பினரும் மிதமிஞ்சிய செல்வ செழிப்பைக் கண்டனர். அவர்கள் தம் குடும்பங்களுக்குப் பெரும் சுமையாய் வந்து வாய்த்து விட்ட பயங்கரமான மனநோயாளிகளைத் தனிப்பட்ட பித்தர் காப்பு மருத்துவ மனைகளுக்கு அனுப்பும் வசதியை அப்போது பெற்றிருந்தனர். இத்தகைய பித்தர் காப்பு மனைகள் டேனியல் டீஃபோ (1660-1731) காலத்து இலண்டனைச் சுற்றிலும் ஏராளமாக இருந்தன என்பதை, அவரது கூற்றிலிருந்து அறிகின்றோம். அங்கிருந்த நோயாளிகளைப் பார்வையிடுவதற்கு அனுமதிக்கப்பட வேண்டுமென்று மதிக் கூர்மையுடன் டீஃபோ

1751

வலியுறுத்தினார். ஏனெனில் அங்கு நோயாளிகள் எவ்வாறு நடத்தப்பட்டனர் என்பது தெரியாதிருந்தது. எனினும் அதை நிறைவேற்றுவதற்கு மேலும் ஒரு நூற்றாண்டானது. எனவே கட்டுப்பாடு இல்லாமையால், அவை பலதரப்பட்டவையாக இருந்து வந்தன.

பித்தர் காப்பு மனைகள்

பித்தரின் இப்புகலிடங்கள் பெதலத்தை விடப் பெரிதும் பயங்கரமானவையாக இருந்தன. அங்கு வருகையாளர் ஏராளமான எண்ணிக்கையில் வந்து போயினர். அங்கு பைத்தியக்காரர்கள் சில வேளைகளில் விலங்குத்தனமாக நடத்தப்பட்டும், பட்டினி போட்டும் கொல்லப்பட்டனர். பெருஞ் சொத்துக்களின் வாரிசுகளான ஆடவரும், பெண்டிரும் சித்தம் தெளிந்த பின்னரும், அங்கு வலுக்கட்டாயமாக அடைத்து வைக்கப்பட்டிருந்தனர்.

இருப்பினும் சில புகலிடங்கள் மிகுந்த அறிவுகூர்மை உடையவர்களாலும், நன்கு பயிற்சி பெற்ற தகுதியுள்ள மருத்துவர்களாலும் நடத்தப் பெற்றன. அவர்களுள் டாக்டர் வில்லிஸ் ஒருவராவார். அவர் மூன்றாம் ஜார்ஜ் (*1738-1820; ஆட்சிக் காலம் 1760-1820*) மன்னருக்குப் பண்டுவம் பார்ப்பதற்கு அழைக்கப்பட்டார். இம்மன்னர் ஒருவிதமான சிறுநீரகக் கோளாறினால் துன்புற்றிருந்தார் என்றும், அந்நோயின் அறிகுறிகள் அடிக்கடி வெறியை உண்டாக்கும் மனவாட்டத்துடன் ஒத்திருந்தன என்றும் இப்போது வாதிடுகின்றனர். ஆனால், அது மெய்யோ, பொய்யோ தெரியவில்லை. அவர் சிஃபிலிஸ் என்ற பால்வினை நோய் முற்றிய நிலையில் வருந்தினார் என்பது இன்னொரு சாரார் கருத்தாகும். ஆனால் அம்மன்னர் தன் மனைவிக்கும், அரசவையினருக்கும், அமைச்சர்களுக்கும் பைத்தியக்காரர் போலவே தோன்றினார். அவ்வாறு நினைத்துக் கொண்டுதான் அவருக்குப் பண்டுவம் பார்க்கப்பட்டது.

1751

டாக்டர் வில்லிஸ் கிழக்கு இங்கிலாந்தில் வட கடலுக்கும், வால் என்ற துறைமுகத்திற்கும் இடையில் கரைமீதமைந்த லிங்கன்சயர் என்ற இடத்தில் தனிப்பட்ட தனது பித்தர் புகலிடத்தை நடத்தி வந்தார். அங்கு சீர்திருத்த எதிர்ப்பும், பகுத்தறிவுப் போக்கும் கலந்து இருந்தன. அப்புகலிடத்தில் கிறுக்கரின் அடிக்கு அடி தரப்பட்டது. தேவை ஏற்படும் போது நோயாளியை ஆடாமல், அசையாமல் இறுக்கமாக அறைக்குள் வைத்துக் கட்டிப் போட்டுவிடுவர்.

இக்காலத்துக் கிறுக்கருக்கு மருத்துவ முறைப்படி குருதி கொட்டச் செய்வது, சூடு போடுவது, சாப்பாட்டைக் குறைப்பது போன்ற செயல்கள் அங்கும் நடந்தன. எனினும் அங்கு நோயாளி அடைத்து வைக்கப்படவில்லை. அவர்கள் இருவர் இருவராகக் காப்பாளர் ஒருவருடன் வாழ்ந்து வந்தனர். திறந்த வெளியில் உடற்பயிற்சி செய்யுமாறு ஊக்குவிக்கபட்டனர். வில்லிஸ் தன்னால் இயன்ற மட்டும் களிப்பும், மகிழ்ச்சியும் நிறைந்த சூழலை அங்கு உண்டாக்க முயன்றனர். உடல் நலத்துடன், மகிழ்ச்சியான சூழ்நிலையும் சேர்ந்தால் மனநோயைக் குணப்படுத்தி விட முடியும் என்று வில்லிஸ் வலியுறுத்தி வந்தார். அவரது இப்பண்டுவ முறைகளினால் மூன்றாம் ஜார்ஜ் மன்னர் *1789* இல் குணமடைந்தார். அவருக்கு நோய் தீரவே தீராது என்று அக்காலத்தில் கருதப்பட்டது. எனினும் வில்லிசின் பண்டுவம் வெற்றி பெற்றது. கிறுக்கர்களை மிகுந்த இரக்கத்துடன் நடத்த வேண்டும் என்ற கருத்து மேலும் தூண்டுதல் பெற்றது.

பதினெட்டாம் நூற்றாண்டு பையப் பையப் பத்தொன்பதானதும், இங்கிலாந்து, பிரான்ஸ், இத்தாலி முதலிய நாடுகளில் மன நோயாளிகளின் சார்பில் பொதுப்

பணிக்கென்று தம்மை அர்ப்பணித்து விட்ட ஒரு கூட்டத்தார் மக்கள் இயக்கம் ஒன்றைத் தொடங்கினர். பிரான்சில் பெதலம் எனத் தக்க சால்பிட்ரீர் (*Salpetriere*) என்ற இடத்தில் இரு மனநோயாளியர் அனைவரின் விலங்குகளையும் நீக்குமாறு டாக்பினர் **1795** இல் கட்டளையிட்டார்.

அதற்குச் சுமார் இருபதாண்டுகளுக்குப் பிறகு கிப்பன் வேக் ஃபீல்டு, ஷாஃப்ட்ஸ்பரிப் பிரபு என்ற இங்கிலாந்து நாட்டு சீர்திருத்தக்காரர் இருவரும் சேர்ந்து பெதலத்தில் பல்லாண்டுகளாக சங்கிலியால் பிணைக்கப்பட்டிருந்த புகழ் பெற்ற கிறுக்கராகிய நோரிஸ் குறித்துப் பெரிய சர்ச்சையைக் கிளப்பினர்.

அவர்கள் சிற்றூர்களில் திரிந்த கிறுக்கரையும், பணியிடங்கள் விடுதிகளில் நடந்த பயங்கரங்களையும், வயது முதிர்ந்த தளர்ச்சியுற்ற முதியவர்களையும் கைவிடவில்லை. அவ்விருவரும் அத்தகையவர்களுக்குத் தகுந்த புகலிடங்கள் வேண்டுமென்று கோரினர்.

பதினெட்டாம் நூற்றாண்டில் ஏற்பட்ட மாபெரும் மாறுதல் சில வேளைகளில் குறைத்து மதிப்பிடப்பட்டு விடுகின்றன. பதினெட்டாம் நூற்றாண்டில் அறிவெழுச்சி மேலோட்டமானது என்று அடிக்கடி தள்ளப்பட்டும் போகின்றது. எனினும் ஐரோப்பிய நயநாகரிக வளர்ச்சியில், ஒரு திருப்பு முனையைப் பதினெட்டாம் நூற்றாண்டு குறித்து நிற்கின்றது. இக்காலத்தில்தான் பெண்டிர், சிறார், குற்றவாளிகள், கிறுக்கர்கள் முதலியோர் மீது அன்பும், பரிவும் காட்ட வேண்டும் என்ற உணர்வு பரவியது. அதற்கு முந்திய காலங்களின் வெறுக்கத்தக்க செயல்களும், விலங்குத் தனங்களும் செத்தொழிவதற்குப் பலகாலமாகியிருக்கலாம். அவை இன்னும் நம்மிடையே உள்ளன. எனினும் வாழ்க்கையின் பல கூறுகளில் நயநாகரிக வளர்ச்சி நீடித்து இருந்து வருகின்றது.

ஒரு பைத்தியக்காரனின் செயல்களைக் கண்டு, வெகு சிலர் மட்டுமே இன்று மகிழ்ச்சியடைவர். நாட்டுப்புறங்களில் பித்தர்கள் கரடியைப் போன்று கண்ணி வைத்துப் பிடிக்கப்பட்ட செயல் இன்றில்லை. பட்டிக்காட்டானின் தீய செப்பமற்ற உலகத்தை ஐரோப்பிய ஓவியர்கள் தீட்டிக்காட்டியிருந்த நிலை இன்றில்லை. அதைப் போன்று ஹோகார்த்து தீட்டிக் காட்டியிருந்த அந்த பெதலமும் மறைந்து விட்டது.

இந்தியத்தில்

இந்தியத்தில் மனநோய், மனநோயாளிகள் ஆகிய பொருள்கள் பற்றிய வரலாற்றுச் செய்திகள் நமக்குப் புலனாகவில்லை. சென்னையில் **1871** ஆம் ஆண்டுதான் மனநல மருத்துவமனை அமைந்தது. இதை இந்தியாவின் முதல் மனநல மருத்துவமனை எனலாம்.

இக்காலத்திற்கு முன்னர் மனநோயாளிகளின் நிலை என்ன? அவர்கள் எவ்வாறு நடத்தப்பட்டனர் என்பது குறித்துத் தெளிவாக நமக்குப் புலனாகவில்லை. எனினும் ஐரோப்பாவைப் போலவே மனநோயாளிகளை இங்கும் பேயோட்டிகளே மிகவும் கொடிய முறைகளில் கையாண்டு வந்தனர் என்பது நமக்குத் தெரியும். இசிவு என்ற ஹிஸ்டீரியா வந்த பெண்கள் உடுக்கடித்துப் பேயோட்டப்பட்ட கொடுமைகளை இந்நூலாசிரியர், சிறுவனாயிருந்த போது கண்டிருக்கின்றார். தமிழ்நாட்டில் இந்நிலை இன்றும் பல இடங்களில் உள்ளது என்று அறிகின்றோம். அதைப் போலவே தீங்கில்லாத பித்தர்கள் தெருவில் திரியவிடப்பட்டதையும், வன்செயலில் ஈடுபட்டவர்கள்

பாழடைந்த வீடுகளில் அடைத்து வைக்கப்பட்டதையும் அறிவோம். அவர்களின் கால்களிலும், கைகளிலும் விலங்கு பூட்டப்பட்டு, அவர்கள் விலங்குகளைப் போல் வாழ்ந்திருந்த காட்சி இன்னும் மனத்தை விட்டு அகலவில்லை.

1751

வரலாற்றுப் புள்ளிகள்

1. ஃபிராங்கிளின் மின்னாராய்ச்சி

பெஞ்சமின் ஃபிராங்கிளின் *(1706-1790)* இடியும், மின்னலும் குமுறிய வேளையில், அவற்றின் மின்னாற்றல் தன்மையைக் கண்டுபிடிப்பதற்காக, ஒரு பட்டத்தை வானில் பறக்க விட்டார். அந்த பட்டத்துடன் மின் கடத்தும் கம்பி ஒன்றும் இருந்தது. பட்டத்தில் ஈரக்கயிற்று முனையில் ஒரு திறவு கோல் வைக்கப்பட்டது. ஃபிராங்களின் மின் கடத்தாத ஒரு பட்டுத் துணியை ஈரம்படாதவாறு படியில் வைத்து அங்கு நின்று கொண்டார். அவர் இந்த ஆய்வு குறித்து இங்கிலாந்திலிருந்த தன் நண்பர்களுக்கு ஓர் ஆராய்ச்சி கட்டுரையை, ஃபிலடெல்ஃபியாவில் மின்னாக்கம் பற்றி நடந்த ஆய்வும், தேர்முறையும்'' என்ற தலைப்பில் எழுதியனுப்பினார். அவர் இந்த ஆராய்ச்சியின் பயனாக ஓர் இடிதாங்கிக் கம்பியைக் கண்டுபிடிக்க நேர்ந்தது. அதனால் இடியும், மின்னலும் ஏற்படுங் காலங்களில் வீடுகள் தீக்கிரையாவது நின்றது.

2. தாமஸ் கிரேயின் ''எலிஜி''

தாமஸ் கிரே (1716-1771) பதினெட்டாம் நூற்றாண்டின் சிறந்த ஆங்கிலப் புலவருள் ஒருவராவார். *''கல்லறைத் தோட்டத்தில் புலம்பல் பாடல்'' (Elegy written in a Country Churchyard)* அவரால் இது 1751 இல் எழுதப் பெற்றது.

வினைமு டித்தபகல் மாலைமணி யடித்துவிடை பெறவே
களைத் தசைந்து மந்தைபுல் வெளி கடந்து செல
அலுத்து மிக நடைமெலிந்து தடம்பார்த்து உழவன்ஏக
வலுத்த இருள்தனக்கும் என்றனுக்கும் வாழுலகை விட்டுப்போக...

கருங்கடலில் இருள்சூழந்த குகை நடுவில்
அருந்தூய நன்மணிகள் பெரும்பலவாய் நிறைந்திருக்கும்
வெப்பு நிறை வளிவீசும் வெம்பாலை வெளிதனிலே
எப்பாலும் காணாது பூத்து மணம் பரப்பும் பூக்களுண்டு.

3. அமெரிக்கக் கப்பல்களின் திமிங்கில வேட்டை

மேலை மனிதன் அலை கடலை அடக்குவதில் வெற்றி கண்ட காலமிது. அதனால் அவனது வேட்டை கடலிலும் நடக்கலாயிற்று.

அமெரிக்கக் குடியேற்றத்தின் நியூ இங்கிலாந்தைச் சேர்ந்த (அமெரிக்கத்தின் வட கிழக்குப் பகுதி) சுமார் அறுபது கப்பல்கள் திமிங்கில வேட்டையில் ஈடுபட்டிருந்தன. தென் கிழக்கு மசாச்சூசட்சிற்கு அப்பாலிருந்த நான்டக்கட்டு என்ற சுமார் 24 கி.மீ நீளமுள்ள தீவில் குடியேறியவர்கள், கரைக்கப்பால் திமிலங்களைப் பிடிக்கும் தொழிலில் 1690 ஆம் ஆண்டே ஈடுபட்டு விட்டனர் என்பது குறிப்பிடத்தக்கது. நான்டக்கட்டைச் சேர்ந்த திமிங்கிலம் பிடிக்கும் கப்பல் தலைவரான கிறிஸ்தபர் ஹசே என்பவர் 1712 ஆம் ஆண்டு ஒரு திறந்த படகிலிருந்தவாறு எறிபடை (Harpoon) ஈட்டியால் தலையில் கொழுப்புடைய ஸ்பெர்ம் திமிங்கிலத்தைக் கொன்றார். பினீசியர் (சுமார் கி.மு. 1000-1200 ஆண்டுகளுக்கிடைப்பட்ட காலத்தில் பண்டை உலகின் மேலோங்கிய வணிக மக்கள்) காலத்திற்குப் பிறகு மனிதன் முதன்முதலில் இத்தகைய தலைக் கொழுப்புத் திமிங்கிலத்தைக் கொன்றது இதுவே முதற் தடவையாகும். திமிங்கிலத்தில் *Physter Catoden* என்ற சிற்றினஞ் சேர்ந்த, இந்தத் தலைக் கொழுப்புத் திமிங்கிலத்திலிருந்து 65 முதல் 80 பீப்பாய் வரை எண்ணெய் எடுக்கலாம். இது பிறவகைத் திமிங்கிலங்களிலிருந்து எடுக்கப்படுவதை விட மிகுந்த அளவாகும். ஹசே செய்த இந்தத் திமங்கிலக் கொலையிலிருந்து திமிங்கிலம் பிடி தொழிலில் புதிய யுகம் தோன்றுகின்றது.

1751

ஏனெனில் தலைக் கொழுப்புத் திமிங்கிலத்திலிருந்து எடுக்கப்படும் கொழுப்பிலிருந்து பல மில்லியன் மெழுகு திரிகளைச் செய்யலாம். அதன் பற்கள் மிக நேர்த்தியான தந்தங்களாகும். இத் திமிங்கிலத்தின் தோலிலிருந்து கிளிசரின் எனப்படும் வேதிப் பொருள் கிடைத்தது. இந்த ஒரே திமிங்கில வகையிலிருந்துதான் ஆம்பர்கிரிஸ் என்ற மிகச்சிறந்த மணக் கொழுப்பும் கிடைக்கின்றது.

4. நிக்கல் கண்டுபிடிப்பு

நிக்கல் அடித்து நீட்டவும், தகடாக்கவும் வல்ல வெள்ளி போன்ற நிறமுள்ள உலோகமாகும். இது பெண்டலண்டைட்டு, நிக்கோலைட்டு என்ற உலோகக் கனிமங்களிலிருந்து பெரிதும் கிடைக்கின்றது.

கலப்பு உலோகங்களை ஆக்குவதற்கு, குறிப்பாக எஃகைக் கடினமாக்குவதற்கு நிக்கலைப் பயன்படுத்துகின்றனர். இது மின்முலாம் பூசுவதிலும் பயனாகின்றது. இதைச் செயலூக்கியாகவும் கொள்கின்றனர்.

ஜெர்மன் சுரங்கத் தொழிலாளர்கள், இதில் செம்பு அடங்கியுள்ளது என்று தவறாக நினைத்துக் கொண்டு செம்புப் பூதம் என்ற பெயரில் குப்ஃபர்நிக்கல் என்று இதைத் தவறாக அழைத்தனர். இதற்கு நிக்கோலைட்டு என்று பொருள்.

இப்பயனுள்ள உலோகம் *1751* ஆம் ஆண்டுதான் கண்டுபிடிக்கப்பட்டது.

5. பூலித்தேவர் சீவில்லிபுத்தூர்க் கோட்டையைப் பிடித்தார்.

நெற்கட்டுஞ்செவ்வல் பாளையக்காரரான பூலித்தேவர் லெப்டினண்டு இன்னிஸ் என்ற கம்பெனித் தளபதியுடன் இந்த *1751* இல் போரிட்டுச் சீவில்லிபுத்தூர்க் கோட்டையையும், அதன் சுற்று வட்டத்தையும் பிடித்துக் கொண்டார். இது இன்னும் ஐந்தாண்டுக்காலம் *1756* வரையிலும், அவர் கையிலேயே இருக்கப் போகின்றது.

நெல்லைச் சீமைக்குள் ஆர்க்காட்டுப் படையுடன் நுழைந்த முதல் ஆங்கிலேயர் லெப்டினண்டு இன்னிஸ் என்பர்.

6. சருகணியில் மாதாகோயில்

சருகணியில் அருகே டீ பிரித்தோ *(1674-16963)* என்ற அருளானந்தர் உயிர்த்தியாகம் புரிந்ததால், பலர் கிறித்தவர்களாக மதம் மாறினர். அவர்களெல்லாம் வெகு தொலைவிலிருந்து ஓரியூரின் அருகிலிருந்த சருகணியில் வந்து குடியேறினர் என்ற செய்தி இ.ச.க தொகுதி-4 இல் சொல்லப்பட்டிருந்தது. ஆதலால் தேவகோட்டை சிவகங்கை, திருவாடனை ஆகிய ஊர்களுக்கும் அருகிலுள்ள சருகணியுடன் கிறித்தவ சமயப்பரப்பிகளுக்குப் பதினேழாம் நூற்றாண்டிலிருந்தே அதாவது அருளானந்தர் காலத்திலிருந்தே தொடர்பு இருந்து வந்தது. போர்ச்சுக்கல் நாட்டுப் பாதிரிமார் இங்கு *1736* இல் வந்தது பற்றிய செய்தியும் இ.ச.க. தொகுதி-4 இல் எடுத்துரைக்கப்பட்டது. பின்னர் சருகணியில் இந்த *1751* ஆம் ஆண்டு ஒரு மாதா கோயில் கட்டப் பெற்றது.

இக்கோயிலின் சுவர்கள் ஐந்தடி கனமுள்ளவை. எனவே கோயில் கட்டடம் மிகவும் உறுதியாயிருந்தது. இங்கு *1929* இல் இன்னொரு மாதா கோயில் கட்டப் பெற்றது.

7. மர்மலாங்குப் பாலம் கட்டியவர் மரணம்

இன்று மறைமலையடிகள் பாலம் என்று பெயர் பெற்றுச் சைதாப் பேட்டையையும் கிண்டியையும் இணைக்கும் சென்னை நகரப் பாலம் முதலில் *1726* ஆம் ஆண்டு அர்மீனியர் ஒருவரால் கட்டப்பெற்றது. அது பல காலமாகவே, கிட்டத்தட்ட இரண்டரை நூற்றாண்டிற்கு மேலாக மர்மலாங்குப் பாலம் என்றே பெயர் பெற்றிருந்தது. இச்செய்தி இ.ச.க.தொகுதி-2 இல் உரைக்கப்பட்டது. அதைக் கட்டியவர் அர்மீனியக் கிறித்தவர். அவரது பெயர் பீட்ராஸ் லுங்கான் கோஜா போகஸ். அவர் தான் பரங்கிமலையின் உச்சியிலுள்ள மாதா கோயிலுக்கும் *160* படிகளை அமைத்தார். (அர்மீனியரின் வாணிபத்திறனும், கொடை வள்ளன்மையும், மேற்சொன்ன தொகுதியில் சொல்லப்பட்டிருந்தன.) அவர் *1751* ஆம் ஆண்டு இறந்தார்.

''கோஜா'' என்றால் சிறப்பு வாய்ந்தவர் என்று பொருள்; போகஸ் என்பது புனித பீட்டரைச் சுட்டும் அர்மீனிய மொழிப் பெயராகும். இன்று அர்மீனியம் சிதறிப் போன சோவியத்து யூனியனில் தனி நாடாகி, அண்மையிலுள்ள அசர்பைசான் மக்களுடன் பல்வேறு தாவாக்களில் ஈடுபட்டு இன்னலுற்றிருக்கின்றது.

8. கிரிகோரியன் ஆண்டுக் கணக்கு: பிரிட்டனில் சட்டப்படி ஏற்பு

கிரிகோரியன் ஆண்டுக் கணக்கை ஏற்றுக் கொள்வதென்று, பிரிட்டீஷ்

பாராளுமன்றத்தில் 1751 மே மாதம் சட்டம் நிறைவேறியது. இந்த ஆண்டு முறை பற்றிய விரிந்த செய்தியை 1752 இல் காணலாம்.

9. இந்திய மக்கள் தொகை 1700-1750

இந்தியாவில் கொள்ளை நோய்களாலும், அப்போதைக்கப்போது மழை பொய்த்து வற்கடம் வந்ததாலும் மக்கள் தொகை பெருகுவது தடைப்பட்டு வந்தது. எனினும் முகலாய இந்தியம் பற்றிய சான்றுகளிலிருந்து, மக்கள் தொகை 1750 ஆம் ஆண்டுவாக்கில் பதினெட்டுக் கோடியைத் தொட்டு விட்டது என்று அறிகின்றோம். இது அப்போது உலக முழுமையின் மக்கள் தொகையில் சுமார் 20 சதம். பதினெட்டாம் நூற்றாண்டின் முதல் அறுபதாண்டுக் காலத்தில் அவ்வளவு பரந்த அளவில் பஞ்சம் தோன்றவில்லை. எனினும் 1709 ஆம் ஆண்டிலும் 1733-35 ஆம் ஆண்டுகளிலும் கடுமையான பஞ்சம் இருந்ததாக ஏசு சபையின் மதுரை மிசன் ஆவணங்களிலிருந்தும் அறிந்தோம். வட இந்தியாவில் அக்காலத்தில் ஆங்காங்கே பஞ்சங்கள் தோன்றின.

பதினெட்டாம் நூற்றாண்டில் உலகெங்கும் மக்கள் தொகை பெருகிவரக் காண்கின்றோம். இது மனித ஏற்றத்தின் தடையா, அல்லது மனித வளமா என்ற சர்ச்சை எழுவதையும், மக்கள் பெருக்கம் என்னும் பெரு வெடிப்பு மனித இனத்தின் பெருஞ்சுமையாகி விட்டது என்று உலக நாடுகள் போர்க்கால நடவடிக்கைகளையொத்த பல்வேறு பணிகளில் ஈடுபடுவதையும் உலகம் இனிக் காணப்போகின்றது. இந்தப் பதினெட்டாம் நூற்றாண்டில் ஆங்காங்கே மக்கள் எண்ணிக்கை பெருகி வருவதை இக்களஞ்சியத்தின் பல்வேறு பக்கங்களில் காணலாம்.

1752

அரசியல்
கிளைவு மேன்மேலும் வெற்றி
ஜம்மு - காசுமீரம்
பாட்டியால நாட்டரசு
சென்னை, வங்கக் கவர்னர்கள்

அறிவியல்
கிரிகோரியன் ஆண்டு முறை - ஆண்டுக் கணிப்பு வரலாறு
மின்னலில் மின்சாரம், இடி, மின்னல்
இடிதாங்கி கண்டுபிடிப்பு
வயிறு உணவை என்ன செய்கின்றது?

வரலாறு
பாகூரின் தொன்மை - சம்ஸ்கிருதக் கல்லூரி
திருச்சிராப்பள்ளி, திருவரங்க வரலாறுகள்
பாட்டியால நாட்டரசு
செங்கற்பட்டு பதினெட்டாம் நூற்றாண்டில்

பொது
கள்ளர் துணிச்சல்
மாஸ்கோவில் 18,000 மர வீடுகள் தீக்கிரை
பிரான்சில் பஞ்சம் தடுக்கப் போய் வந்த பஞ்சம்
ஜார்ஜ் வாசிங்டனின் மா அரைவை ஆலைகள்
ஃபிலடெல்ஃபியாவில் தெரு விளக்குகள்
இந்திய மக்கள் தொகை - 1700 - 1750

இறப்பு
சந்தா சாகிபு

1752

1. காலண்டரின் நெடிய வரலாறு கிரிகோரியன் ஆண்டு வழக்கிற்கு வருதல்

வெகு தொன்மையான மனிதனுக்குக் கூட வானத்து ஒளி பற்றிய சிறிதளவு அறிவேனும் வேண்டியிருந்தது. ஏனென்றால் அவன் காலத்தைக் கணித்தாக வேண்டும். அதற்கு நாள், திங்கள், ஆண்டு என்ற கால அளவுகளை அளக்க உதவும் கருவிகளாகச் சூரியன், சந்திரன் , நட்சத்திரங்கள் முதலியன இருந்தன. பகலவனான சூரியனின் அழகும், பெருமையும், அவன் வாழும் உயிர்கள் மீது உண்டாக்கிய விளைவும் பெரியனவாயிருந்தமையால், உலகில் வாழ்ந்த மக்களினத்தார் அனைவரும், எகிப்தியர், சுமேரியர், பாபிலோனியர், இந்தியர் உள்பட அனைவரும், அவனைக் கடவுளாக அல்லது கடவுளுடன் தொடர்புடையவனாக எண்ணிப் போற்றினர்; வழிபட்டனர். சூரிய வழிபாடு எல்லா நாகரிகங்களிலும் தோன்றியது. காலண்டரின் கதையைச் சூரிய வழிபாட்டுக் கதையுடன் தொடங்குவது சாலச்சிறந்தது.

சூரியனிலிருந்து தோன்றிய சுமேரியர்

தென் பாபிலோனியப் பகுதியே பண்டைச் சுமேரியம் ஆகும். நகர அரசுகள் பலவற்றை உள்ளடக்கிய சுமேரியம் கி.மு. மூன்றாவது மில்லீனியத்தில் நாகரிகத்தின் உச்சியில் இருந்தது. (இ.ச.க. தொகுதி-1,2,3) சுமேரியரின் முன்னோன் என்-கி (இ.ச.க தொகுதி-2) என்ற கடவுளாகப் போற்றப்பட்டான். சுமேரியர் எகிப்திலும், மெச்சிக்கோவிலும், பெரும்பாலும் நிலவிய பண்டைப் பண்பாட்டு மக்களைப் போலவே, தம் அரச குடியினரைச் சூரியனிலிருந்து தோன்றிய தேவர்கள் என்று நம்பினர். (இந்தியாவிலும் மன்னர்கள் சூரிய குலத்தவர், சந்திர குலத்தவர் என்று அழைக்கப்பட்டனர்.) அம்மக்கள் சூரியனையும், தம் முன்னோரையும் வழிபட்டனர். அங்கு மன்னன் உயிரோடிருந்த போதே மனிதக் கடவுள் என்று வணங்கப்பட்டான். அவன் பெயர் தெய்வங்களின் பட்டியலில் உயரிடம் பெற்றிருந்தது.

துருக்கியில் சூரிய வழிபாடு

பழங்காலத்தில் கான்ஸ்டாண்டிநோபிள் என்றழைக்கப்பட்ட இஸ்தாம்புல் என்ற துருக்கத் துறைமுகப்பட்டினத்தில் ஹைப்போடிரோம் என்ற வரலாற்றுச் சிறப்பு மிக்க இடத்தில் ஒரு குவிமாடத்தின் கீழ் அமைந்த அரியணையின் எதிரில் 22 மீட்டர் உயரமான பளிங்குக்கல் இருக்கின்றது. இது சூரியக் கடவுளை வணங்குவதற்காகக் கி.மு. 1500 ஆம் ஆண்டு நிறுவப்பட்டது என்கின்றனர்.

தென்னமெரிக்காவில்

தென்னமெரிக்காவில் மறைந்துபோன ஏதோ ஒரு நாகரிகத்தின் இடிபாடுகள் தொடர்ச்சியாகச் சங்கிலித் தொடர்போல் இருந்த பகுதிகள் எங்கிலும் வாழ்ந்த பல்வேறு இந்தியக் குலத்தினரெல்லாம், சூரியனிலிருந்து இறங்கி வந்தவரைத் தலைவராகக் கொண்ட தாடிக்கார வெள்ளையருக்கும் தமக்கும் இருந்த தொடர்பு பற்றித் தவறாது கூறி வந்தனர்.

அசுடெக்குகள் அத்தலைவனைக் குவட்சலக்கோட்சல் என்றும், மாயர் அவனைக் குகுல்கன் என்றும், இங்கசர் வீரகோசன் என்றும் அழைத்தனர். சூரியவேந்தனும், அவனுடன் வந்திருந்த தாடிக்கார வெள்ளையர்களும் பெருநாட்டின் தென்பகுதிக்கும், மேற்குப் பொலிவியாவிற்கும் இடையே ஆண்டீஸ் மலை மீதுள்ள தித்திக்கதக்க என்ற உலகின் மிக உயரமான ஏரியின் நடுவிலிருந்த ஒரு தீவில்தான், அந்நாட்டுப் பெண்களை மணந்து கொண்டனர் என்று சொல்லப்படுகின்றது. அத்தீவு பின்னாளில் சூரியத் தீவு என்று பெயர் பெற்றது.

இந்தியாவில் சூரிய வழிபாடு

இந்திய மறைகள் ஒளிக் கடவுளான சூரியனின் உயர் புகழை எடுத்தோதுகின்றன. இருக்கு வேதத்தில் பத்துப் பனுவல்கள், அருணாஞ்சலி செய்கின்றன. சூரியன் ஒளி வழங்கி உய்விக்கும் உத்தம தேவன் எனவும், நோய்களைப் போக்கும் மங்கள தேவன் எனவும் வேதங்களும், புராணங்களும் சிறப்பிக்கின்றன. ஆதவனின் பொற்கிரணங்கள் நோய் தீர்க்கும் வல்லமை படைத்தவை என்று காயத்திரி ஸ்துதி சூரியனின் அருஞ்சிறப்பை ஓதுகின்றது.

கி.பி. ஏழாம் நூற்றாண்டில் வாழ்ந்த மயூரன் என்ற புலவரால் இயற்றப்பட்ட சூரிய சதகம் என்ற நூல், வருணன் கண் நோய்களை நீக்கி நல்ல பார்வையை அளிக்க வல்லவன் என்று கூறுகின்றது. இச் சூரிய சதகம் காஞ்சியிலுள்ள கச்சபேசுவரர் கோயில் சுவரில் கல்வெட்டுகளாகக் காட்சியளிக்கின்றது.

சூரிய வழிபாடு பழமையானது மட்டுமன்று; பெருமை மிக்கதுமாகும். அலெக்சாந்தர் (*356-323* கி.மு.) படை கொண்டு வந்தபோது, இந்திய மன்னனான போரஸ் என்ற புருஷோத்தமன் தன் படைகளை அணிவகுக்கு முன்னர் சூரிய வழிபாடு நடத்தினான் என்று அறிகின்றோம்.

வட பாரதத்தில் சகர் என்ற அரச மரபினர் சூரிய வழிபாட்டைச் சிறப்பாக வளர்த்தனர். பர்ஜா என்ற இடத்திலுள்ள சூரியச் சிற்பங்கள், பௌத்தத்திலும் ஒளித்தேவன் வழிபடப் பட்டதை உணர்த்துகின்றது.

சூரிய தேவனை இந்தியா முழுமையிலும் சிற்பக் கோலங்கள் சித்திரிப் பதைக் காண்கின்றோம். சூரியனுக்குக் காசுமீரத்திலுள்ள மார்த்தாண்டம், பாகிஸ்தானத் திலுள்ள மூலஸ்தானம் என்ற மூல்தான, மதுரா, குவாலியர், தமிழ்நாட்டில் சூரியனார் மூலை இங்கெல்லாம் கோயில்கள் உள்ளன. அயோத்தியைச் சுற்றிலும் பல கோயில்களும், குளங்களும், குளிக்கும் படித்துறைகளும்

1752

உள்ளன. அவற்றுள் சோனே கடு, சூரியனுக்குப் படைக்கப்பட்ட சூரிய குண்டம் ஆகியன முக்கியமானவையாகும்.

கோணர்க்கக் கோயில்

எனினும் இன்றைய ஒரிச மாநிலத்தில் சூரியனுக்காவே எழுப்பப் பெற்ற கோணர்க்கக் கோயில் தனிச்சிறப்பு வாய்ந்ததாகும். இது பற்றிய செய்திகள் 1751 ஆம் ஆண்டுக் கட்டுரையில் விரித்துரைக் கப்பட்டுள்ளன. இக்கோயில் பற்றி மேலும் சில செய்திகளைக் கூறுவோம்.

சூரியன் மறைகள் போற்றும் தேவதை; மித்திரன், வருணன், அக்கினி தேவதைகளின் கண்ணாக விளங்குபவன் சூரியன். அவனது ஒளி உலகெங்கும் காணப்படுவது. சந்தியாவந்தனத்தில் மன்யூவுடன் சூரியனும் வணங்கப் பெறுகின்றான். காயத்திரி மந்திரமும் உச்சாடனம் செய்யப்படுகின்றது.

வேதகால ஆரியரைத் தவிரச் சௌரர் என்ற இனத்தாரும் சூரியனைத் தனியாகத் தொழுதனர். சௌரர் என்பது சூரியனை வழிபடுவோரைக் குறிக்கும். திவாகரன் என்ற சௌரரை ஆதி சங்கரர் வென்ற கதை நமக்குத் தெரியும். பிருகத் சங்கிதை எழுதிய வராகமிகிரர் (505-587) மகர் என்ற வைதிக அசுரரைப் பற்றிக் குறிப்பிடுகின்றார். இம்மகர்கள் அவெஸ்தா அருளிய ஜராதுஷ்டிரரின் வழித்தோன்றல்களாவர். இவர்கள் இடுப்பில் அரைஞான் போன்ற கச்சையைக் கட்டியிருப்பர். இதன் பெயர் அவ்யங்கம். அவர்கள் சாகத்விபம் என்ற இடத்தில் இருந்தனர்.

வராகமிகிரின் கூற்றுப்படி சூரியதேவதை முழங்கால் வரை ஆடையணிந்து இடுப்பில் அவ்யங்கமும் பூண்டிருக்கின்றார். முழங்கால் வரை காலணியிட்டு, அவ்யங்கத்தின் ஒரு நுனி கீழே தொங்குகின்றது.

காலண்டர் பற்றி எகிப்துக் கல்வெட்டு

நாம் இன்று அன்றாடம் கவனித்து வரும் காலண்டர் ஆண்டுக் கணிப்பேடு பற்றிய ஒரு கதை, எகிப்தின் தலைநகரான கெய்ரோ அருகிலிருக்கும் எல்-கிளை என்னுமிடத்திலுள்ள ஐயாயிரமாண்டுப் பழமையான கியாப்ஸ் பிரமிடு என்ற பிரமிடில் காணப்படும் ஒரு கல்வெட்டில் பொறிக்கப்பட்டிருக்கின்றது.

வானத்துக் கடவுளான நட் தன் இரட்டைச் சகோதரனான கெப் என்ற கடவுளை மணந்து கொள்கின்றாள். அதனால் படைப்புக் கடவுளான ரா, அவர்கள் மீது சினங் கொண்டு, அவ்விருவரும் பிரிந்து போகவேண்டுமென்றும், அவர்கள் ஆண்டின் எந்த நாளிலும் பிள்ளை பெறலாகாது என்றும் தண்டித்து விடுகின்றார்.

ஆனால் இரக்கமிக்க இரவுக்கடவுளானா தாத்து, நட் என்ற பெண் கடவுளின் உதவிக்கு வந்தது. தாத்து அவர்களுக்கு உதவும் பொருட்டு சந்திரனுடன் சொக்கட்டான் ஆடியது. நிலவின் ஒளியில் எழுபத்திரண்டு பங்கில் ஒரு பகுதிக்காகச் சூதாடியதில், நட்டின் மந்திர சக்தியால் தாத்து என்ற இரவு கடவுள் வெற்றி பெற்றது. தாத்து இந்தச் சூதாட்டத்தில் வெற்றி பெற்றதை ஐந்து நாள்களாக நட்டிற்குக் கொடுத்தது. அவ்வைந்து நாள்களையும், 360 நாள்களைக் கொண்ட எகிப்திய ஆண்டுக் கணிப்புடன் சேர்த்து 365 நாள்களாக்கப்பட்டன. இவ்வைந்து நாள்களும் ரா கடவுளின் வல்லமை வரம்பிற்கு

அப்பாற்பட்டவை. ஆதலால் நட்டும், கெபும் அவ்வைந்து நாள்களுக்குள் ஐசிஸ், ஓசிரிஸ், ஹோரஸ், சேட், நெப்திஸ் என்ற ஐந்து குழந்தைகளைப் பெற்றனர்.

தோற்றுவாய்

மனித அறிவாற்றல் கண்டு வந்த பரிணாம வளர்ச்சிப் படி நிலையில் ஞாயிற்று வழிபாடும் ஒரு கட்டம் என்பதையே இச்செய்திகள் காட்டுகின்றன. கட்டங்கட்டமான இந்த வளர்ச்சியில் வானாய்வு என்பது வழிபாடாக அமைந்து ஆண்டுக் கணக்கைக் கணிக்கவும், வானத்துக் கோள்களின் இயக்கத்தை வைத்து இயற்கை நிகழ்வுகளையும், மனித நிகழ்ச்சிகளையும் முன்கூட்டி வருவதுரைக்கும் சோதிடக் கலையை உருவாக்கவும் காரணமாய் அமைந்தது.

காலண்டர் அன்றாட நடைமுறை வாழ்க்கைக்குப் பயன்படுவதாக இருந்ததுடன், சமய வாழ்க்கையிலும் முக்கிய இடம் பெற்றது. ஏனெனில் விதைப்பு, அறுவடை போன்று ஆண்டுதோறும் நடக்கும் நிகழ்ச்சிகள் எங்கும் சமயச் சார்புள்ளனவாகவே இருக்கின்றன. எகிப்தில் நைல் ஆற்றில் வெள்ளப் பெருக்கெடுக்கும் நாளை வைத்தே அதன் வேளாண்மை முற்றிலும் அமைந்திருந்தது. எனவே கோள்களின் நிலையை வைத்து வெள்ளப் பெருக்கை முன்னதாகக் கூற வேண்டுவது தனி முதன்மை பெற்றது என்பது தெளிவு.

வானத்துத் திங்களும் மனிதத் திங்களும்

சந்திரன் என்ற திங்கள் பிறைகளாக வளர்ந்தும் தேய்ந்தும் மாறாது வருவதைக் கண்ட பண்டை மனிதன், அதன் மீது தன் எண்ணத்தை ஈடுபடுத்தியிருக்க வேண்டும். சான்றாக, பௌர்ணமி என்ற முழு நிலவு கிட்டத்தட்ட முப்பது நாளைக்கு ஒரு முறை வருவது. மனிதன் மேலும் சந்திரனை நோக்கி ஆராய்ந்த போது, அது ஒவ்வொரு நாளும் காலந் தாழ்ந்து எழுவது கண்டறியப்பட்டது. விண்வெளியில் நிலையாக இருந்த நாள் மீன்கள் எனப்படும் நட்சத்திரங்களைப் பின்புலமாக வைத்துக் கொண்டு, சந்திரன் பின்னால் வழுக்கிச் செல்வது போல் தோன்றியது. சந்திரன் கிட்டத்தட்ட ஒரு மாதத்திற்குப் பிறகு வானவெளியில் தன் பழைய இடத்திற்குத் திரும்புகின்றது. எனவே சந்திர மாதத்தைக் கொண்டு காலத்தைக் கணிப்பது வசதியாக இருக்கும் என்பது கண்டறியப்பட்டது. பின்தங்கியுள்ள மக்களில் பலர் உலகில் இன்னும் சந்திர மாதத்தைத்தான் பின்பற்றி வருகின்றனர்.

பாபிலோனியரின் சந்திர ஆண்டுமுறை

தென்மேற்கு ஆசியத்தில் அமைந்திருந்த பண்டை மெசபடோமியத்தில் சுமார் கி.மு. 3000 ஆண்டு வாக்கில் குடியேறி வாழத் தொடங்கிய பாபிலோனிய மக்கள் சந்திர ஆண்டில் தொடங்கி அதையே கைக்கொண்டு வந்தனர். அவர்கள் சந்திரனின் சுழற்சியை வைத்துப் பருவ காலங்களின் சுழற்சியைக் கண்டறிய முயன்று கி.மு. 432 வாக்கில் வெற்றியும் பெற்றனர். அதற்கு மெட்டோன் சுழற்சி என்று பெயர். கி.மு. ஐந்தாம் நூற்றாண்டில் வாழ்ந்த ஏதன்சு நகரத்து வானியலாரான மெட்டோன் (*Meton*) என்பவரின் பெயரால் அது மெட்டோன் சுழற்சி என்று அழைக்கப்படுகின்றது.

பதின்மூன்று மாதங்களைக் கொண்ட ஏழாண்டுகளும், பன்னிரு மாதங்களைக் கொண்ட பன்னிரண்டு ஆண்டுகளுமாகப் பத்தொன்பது ஆண்டுகள் அல்லது 235 சந்திர

மாதங்களைக் கொண்ட காலவட்டம் மெட்டோன் சுழற்சி எனப்பட்டது. கண்ணுக்குத் தெரியக்கூடிய சந்திரனின் இயக்க மாறுபாடுகள் அனைத்தையும் உள்ளடக்கிய சுழற்சியை அடிப்படையாகக் கொண்ட இந்த ஆண்டு முறையைத் தொடர்ந்து பயன்படுத்தி வர முடியும் என்பதைப் பாபிலோனியர் கண்டனர். அவர்கள் இவ்வாறு ஒரு மாதத்தை மிகையாக ''நுழைத்துக் கொண்டதால்'' எந்த மாதத்தில் எந்தப் பருவகாலம் வரும் என்பதை அவர்கள் தெளிவாகக் கண்டுகொண்டனர்.

எகிப்தியர் ஆண்டுக்கணிப்பு முறை

ஆனால் வேளாண்மைப் பொருளியல் செழிப்பதற்குக் காலத்தைச் சந்திரனைக் கொண்டு கணிப்பதை விடப் பயனுள்ள ஓர் ஆண்டுமுறையைக் கணித்துக் கைக்கொள்வது நலம் என்பது உரைக்கப்பட்டது.

எகிப்தியர் கி.மு. 2500 ஆம் ஆண்டுவாக்கில், முப்பது நாள்கள் கொண்ட பன்னிரு மாதங்களடங்கிய ஆண்டு முறையை உருவாக்கிவிட்டனர். சூரிய நிழலையும், நட்சத்திரங்கள் உதிப்பதையும், மறைவதையும் ஆழ்ந்து நோக்கிய பிறகுதான் எகிப்தியர் இத்தனை துல்லியமாக நாள்களை வகுத்தனர்.

சூரியன் குளிர்காலத்தை விடக் கோடை காலத்தில் வானில் உயரத்தில் இருக்கும் என்ற உண்மை நம்மில் அனைவர்க்கும் தெரியும். எனவே பருவ காலங்கள் செல்லச் செல்ல நண்பகல் நிழலின் நீளம் மாறிவரும் என்பதும் தெளிவாகும். சூரியன் கிட்டத்தட்ட உச்சியில் இருக்கும் போது, கோடைக்காலத்தில் நிழல் சிறிதாகவும், குளிர்காலத்தில் நிழல் நீளமாயும் (அப்போது நண்பகல் நிழல் தெற்கு நோக்கிச் சாயும்) இருக்கும். பண்டை மனிதன் இந்நீள வேறுபாடுகளை அளந்து, இரண்டு நாள்கள் ஆண்டுடன் தொடர்புடையன என்று கண்டு கொண்டான்.

அதாவது ஜூன் 21 அன்று ஆண்டின் பகற்பொழுது நீண்டதாயிருக்கும்; அல்லது நண்பகல் நிழல் சிறிதாயிருக்கும்; டிசம்பர் 21 அன்று குறுகிய பகற்பொழுது; அப்போது நிழல் நீண்டிருக்கும்.

முக்கியமான இந்நாள்கள் இரண்டும் சூரியனின் தனிப்பண்புக் கூறு ஒன்றுடன் தொடர்புடையனவாகும். டிசம்பர் 21 அன்று அல்லது கிட்டத்தட்ட டிசம்பர் 22 அன்று *(winter solstice)* சூரியன் வானத்தின் வடகோடி முனையில் எழவும், மறையவும் செய்யும். ஜூன் 21 அல்லது 22 அன்று *(summer solstice)* சூரியன் வானில் தெற்கே வெகு தொலைவு சென்று விடுகின்றது. இவ்விரு நாள்களுக்கும் இடைப்பட்டது சித்திரை விசு ஆகும். இந்நாள் மார்ச்சு 21 அன்று அல்லது கிட்டத்தட்ட அதே நாளன்று வரும். செப்டம்பர் 23 அன்று அல்லது ஏறத்தாழ அன்றும், பகற்பொழுதும், இரவுப் பொழுதும் சரி சமமாக இருக்கும்.

எனவே பண்டை மனிதன் சூரியன் எழுகின்ற அல்லது மறைகின்ற திக்கை வைத்து ஆண்டின் தொடக்கத்தை நிர்ணயித்தான். அதற்கென்று கல்தூண்கள் அல்லது நினைவுச் சின்னங்கள் இணைகளாக வைத்துப் பயன்படுத்தப்பட்டன. பிரிட்டனிலுள்ள ஸ்டோன்ஹெஞ்சு என்ற இடத்தில் சுமார் கி.மு.1500 ஆம் ஆண்டில் இத்தகைய கல்தூண்களைக் கொண்டு, கதிர்த்திருப்பம் என்ற சங்கராந்தியையும் *(solstices)*, பகலிராச் சம நாள்களையும் *(equinoxes)* மிகத் துல்லியமாகக் கணித்தனர்.

பண்டை மனிதன் தன் அன்றாட வாழ்க்கையின் முக்கியமான நாள்களை அமைப்பதற்கு, விண்மீன்கள் என்ற நட்சத்திரங்களையும் துணை கொண்டான்.

ஒவ்வொரு விண்மீனும் ஒவ்வோர் இரவிலும் சற்று முன்னதாக எழுகின்றது என்பது நோக்கி அறியப்பட்டது. ஒரையான் (மிருகசீரிடம் = மான் தலை) என்ற மூன்று விண்மீன்கள் அடங்கிய குழு, நடுக்கோடையில் வானில் வடதொலைவில் வெகு நேரம் கண்ணுக்குத் தெரிகின்றது. அவை சூரியன் எழுந்த சற்று நேரத்தில் உதித்து அது மறைவதற்குச் சற்று முன்னர் மறைந்து விடுகின்றன. அம்மீன்கள் நடுக்கோடை வாக்கில், சூரியன் மறையும் போது மேற்கு அடிவானத்தின் கீழே போய் விடுகின்றன. அதனால் கோடைக்கால வானத்தில் அவை தெரிவதில்லை.

விண்மீன்களின் இந்தப் போக்கினால், ஆண்டின் நீளத்தை நிர்ணயிக்கவும், குறிப்பட்ட நோக்குடைய நாள்களை வரை செய்யவும் இயன்றது. சான்றாகப் பண்டைய வானியலார் ஸ்டோன்ஹெஞ்சு என்ற மேற்சொன்ன இடத்தில் (இ.ச.க தொகுதி-3) துல்லியமாக நிறுத்திய இரண்டு கற்களின் ஊடே ஆகஸ்டு 6 அன்று நோக்கி, இரண்டிணைந்த ஆல்டிபரான் (*Aldebaran*) என்ற ஒளி பொருந்திய நட்சத்திரத்தைக் கண்களால் காணமுடிந்தது. (இந்நட்சத்திரம் மிகப்பெரிய செம்மீன். ஒளி பொருந்தியது. இடப மீன் கூட்டத்தில் உள்ளது. அது பூமியிலிருந்து 55 ஒளியாண்டுகளுக்கு அப்பால் இருக்கின்றது.) அவர்கள் இவ்விண்மீனைக் கற்களின் வழியே முந்திய அல்லது பிந்திய நாள்களில் பார்த்தால் அது மேலே அல்லது கீழே தெரிந்திருக்கும். அவர்கள் சரியான கோணத்தைக் கொண்டு தம் சமய அல்லது வேளாண்மை நடவடிக்கைகளுக்கு என்று முக்கியமான நாள்களை உறுதிசெய்து கொண்டனர்.

இந்த ஆண்டுக் கணிப்பு முறை சாதாரண மனிதனின் தேவைகளுக்காக உண்டானது எனினும் (அதாவது பயிர்களை விதைப்பது அறுப்பது போன்றவற்றுக்கு), அது விரைவிலேயே அனைவர்க்கும் பொதுவான சொத்தாக இருந்து வந்த நிலை மறைந்தது. பயன் விளைவிக்கும் வேளாண்மைப் பொருளியல் வெற்றி பெறுவதற்காகக் காலக் கணிப்புப் பணியைச் செய்யும் ஒரு சாதி பெரும்பாலான மக்களினங்களில் உண்டாகிவிட்டது. இத்தகைய காலக் கணியர்கள், சமூகத்தின் ஆண்டுக் கணியர்களான குருமார்களாயினர். அப்பதவி சமூகத்தில் செல்வாக்கு மிக்கதும், வணக்கத்திற் குரியதுமான பெரும் பதவியானது. எனவே இத்தகைய தனிக் கூட்டத்தார் வானியலறிவை மறைவடக்கமாக வைத்துக் கொண்டது வியப்பன்று. இந்த அறிவு மேலும் வளர்ச்சி பெறவே, ஆதாயம் தருகின்ற ஆண்டுக் கணியர் தொழில் சாதாரண மனிதனை விட்டு வெகு தொலைவு சென்றுவிட்டது. அண்மைக் காலம் வரையிலும் ஆண்டுக் கணிதி குருமார்களின் தனியுடைமையாகவே இருந்து வந்தது.

மாயர் காலண்டர்

இழுத்துச் செல்ல விலங்குகளோ, சகடம் பொருத்திய வண்டிகளோ இல்லாமல் வெகுதொலைவிலிருந்து அடர்ந்த காடுகளுக்குள் கற்களைக் கொண்டு வந்து, கற்கருவிகளாலேயே அவற்றைச் செதுக்கி, அடுக்கடுக்காக அமைந்த மேடைகளின் மேல் எழுப்பப்பட்டிருந்த மாயர் கட்டுமானங்களில் காணப்படும் எந்தப் புடைப்புச் சிற்பமாயினும், அழகிய வேலைப்பாடாயினும், விலங்கு அல்லது மனித உருவாயினும், அது குறிப்பிட்ட ஒரு தேதியுடன் - நாளுடன் நேரடியான தொடர்புடையதாகவே இருக்கும். மாயன் கட்டுமானத்தில் இணைந்துள்ள ஒவ்வொரு துண்டும், கல்லில் வடித்த மாபெரும் காலண்டர் ஒன்றின் பகுதியாகவே இருக்கின்றது. அங்கொன்றும், இங்கொன்றுமாக, முன்பின் தொடர்பின்றி அங்கு எதுவும் அமைக்கவோ, செதுக்கவோ படவில்லை.

மாயரின் சுவைநலஞ் சார்ந்த அழகுக் கலையுணர்வு, கணித அடிப்படையில்தான் நிறுவப்பட்டுள்ளது. ஆண்டுக் கணிப்பில் குறிப்பிட்ட ஓர் எண்ணைச் சுட்டவேண்டிய அவசியத்தினால் அல்லது குறிப்பிட்ட இடை இணைப்பு ஒன்றைக் குறிப்பிட நேர்ந்ததால், வெளிப் பார்வைக்குக் கந்தறு கோலமாகவும், பொருளற்றதாயும், தொடர்பு அறுவது போலவும் காணப்பட்டாலும், பயங்கரமான முகத் தோற்றத்தோடு செதுக்கப்பட்ட உருவத்திற்கு இசைந்த விதத்தில் அவை அமைக்கப்பட்டிருப்பது தனிச் சிறப்பாகும். காலக் கணிப்பிற்கென்றே அவை எழுப்பப் பெற்றன.

தென்னமெரிக்கத்தின் ஹோண்டுராஸ் என்ற நாட்டில் (இந்நாடு இன்று நடு அமெரிக்கத்தில் ஒரு குடியரசாக உள்ளது. இது தொடக்க கால மாயன் நாகரிக மையமாக விளங்கியது.) கோபன் என்ற இடத்தில் இடிபாடடைந்து கிடக்கும் மாயர் கட்டுமானத்தில் புனித எழுத்துப் படிக்கட்டு என்று ஒன்றுள்ளது. அந்தப் படிக்கட்டின் சாய் வளைவு மீது அலங்காரமான சிற்ப வேலைப்பாடுகள் காணப்படுகின்றன.

நாம் அறிந்திருக்கும் ஆண்டுக் குறிப்பேட்டு முறை அனைத்திலிருந்தும் வேறுபட்ட ஒரு காலண்டரை மாயர் அளித்திருக்கின்றனர். அதே நேரத்தில், அது மிகத் துல்லியமாகவும் இருக்கின்றது. அதில் இன்றளவும் விளக்கம் காணப்படாமல் இருந்து வரும் அருமையான பல்வேறு செய்திகளை நீக்கிவிட்டுப் பார்த்தாலும், மாயன் காலண்டர்க் கணிப்புக் கிட்டத்தட்ட இவ்வாறு அமைக்கப்பட்டுள்ளது:

வரிசையாக வெவ்வேறு வடிவான இருபது சித்திர அடையாள எழுத்துகள் உள்ளன. அவற்றுடன் 1 முதல் 13 வரையிலுள்ள எந்த எண்ணையும் முன்னால் சேர்த்துக் கொள்ளலாம். இவ்வெண்களும் சித்திர அடையாளமான நாள் பெயர்களும் சேர்ந்து வரிசையான 260 நாள்களை உண்டாக்குகின்றன. இதற்குச் சோல்கின் (*tzolkin*) என்று பெயர். இந்த ஆண்டு முறையான சோல்கின் புனிதமானது. இது காலண்டர் ஆண்டிலிருந்து வேறானது. சூரியனின் இயக்கத்தோடு இயைந்து அமைக்கப்பட்டுள்ள மெய்யான ஆண்டிற்குப் பதினெட்டு மாதங்கள்; அவை ஒவ்வொன்றுக்கும் சித்திர அடையாளம் தனித் தனியே உண்டு. இம்மாதம் ஒவ்வொன்றுக்கும் 20 நாள்கள். இத்துடன் ஐந்தே நாள்களை மட்டும் கொண்ட பத்தொன்பதாவது மாதம் ஒன்றும் ஒட்டப்படும்.

புனித ஆண்டையும், காலண்டர் ஆண்டையும் (*Laab*) பிணைத்துப் பார்த்தால் ஒரு காலண்டர் வட்டம் அமையும். இவற்றுள் ஓர் ஆண்டு முறையிலுள்ள குறிப்பிட்ட ஒரு தேதியும், மற்றோர் ஆண்டு முறையின் குறிப்பிட்ட இன்னொரு தேதியும், ஒருங்கொத்து வருவதற்கு ஆகின்ற காலமே மேற்சொன்ன காலண்டர் வட்டம் எனப்படும். இந்தக் காலம் 18,980 நாள்கள் அல்லது ஒவ்வொன்றும் 365 நாள்களைக் கொண்ட 52 ஆண்டுகள் அடங்கியதாகும். இந்தக் காலண்டர் வட்டம் மாயர் வாழ்க்கையில் மிக முக்கியமானதாயிருந்தது.

உலகின் மிகச் சிறந்த காலண்டரை உருவாக்கிய மாயர்கள் பகுத்தறிவுடைய வர்களாக இருந்தனரெனினும் தாம் கணித்த காலண்டருக்கே அடிமையாயிருந்தனர்

என்பது கவனத்திற் கொள்ளத்தக்கது. மாயன் ஆண்டுக் கணிப்பு ஏன் மிகச் சிறந்தது என்பதை இந்தப் பட்டியல் விளக்கும்.

ஜூலியன் காலண்டர்	-	*365.250,000*	நாட்கள்
கிரிகோரியன் காலண்டர்	-	*365.262,000*	நாட்கள்
மாயன் காலண்டர்	-	*365.242,129*	நாட்கள்
விண்மீன் அளவைக் காலண்டர்	-	*365.242,198*	நாட்கள்

ஜூலியஸ் சீசரும் காணாமற் போன மணிகளும்

பயன்படு வானியலுக்குச் சிறந்த எடுத்துக்காட்டாக எகிப்தியரின் 365 நாள் ஆண்டு முறை விளங்கிய போதிலும், அதில் ஆறு மணி நேரம் குறைவாயிருந்தது. எனவே பல நூற்றாண்டுகள் ஆன பின்னர், மாதங்கள் பருவ காலங்களிலிருந்து வெகுவாக விலகிச் சென்று விட்டன. பண்டைப் பாபிலோனியர் இந்தச் சிக்கலைத் தீர்ப்பதற்காக நாம் இப்போது நான்காண்டுகளுக்கு ஒருமுறை, ஒருநாளை மிகையாகச் சேர்த்துக் கொண்டு வருவதைப் போன்று, ஒவ்வோர் ஆண்டிலும் ஒரு மாதத்தை மிகையாகச் சேர்த்து வந்தனர்.

(இந்த 1992 ஆம் ஆண்டு 1972 ஆம் ஆண்டிற்குப் பிறகு நீண்ட ஆண்டாக விளங்கும். உள்ளபடி 1992 ஒருநாள் மிகை ஆண்டு (Leap year) ஆகும். எனவே மற்ற ஆண்டுகளில் 365 நாள் என்றால் இந்த 1992ஆம் ஆண்டு 366 நாள்களைக் கொண்டதாக இருக்கும். அதனால் தான் இந்த 1992 இல் பிப்ரவரி மாதத்தில் 29 நாள் வந்தது. ஆனால் 1992 உடன் ஒரு நாளைச் சேர்த்தது போதாதென்று, அறிவியலர் அத்துடன், ஜூன் மாதத்தில் ஒரு விநாடியையும் மிகையாகச் சேர்த்தனர். ஆகவே கடந்த ஆண்டைவிட 1992 ஆம் ஆண்டு 24 மணி ஒரு விநாடி கூடுதலாக இருக்கும். பூமி தன்னைத்தானே ஒருமுறை சுற்றிக் கொள்வதற்கு 24 மணிநேரம் ஆகின்றது என்று கணக்கில் கொள்கின்றோம். எனினும் பூமி உண்மையில் தன்னைத்தானே ஒருமுறை சுற்றிக் கொள்வதற்கு இருபத்து நான்கு மணி நேரத்திற்கும் சற்றுக் குறைந்த நேரமே ஆகின்றது. இதைச் சரிக்கட்டவே ஒருநாள் மிகையாண்டு (Leap year) என்ற ஏற்பாட்டைப் பின்பற்றுகின்றறோம்.

எனினும் பூமி இங்ஙனம் சுற்றுகையில் சில வேளையில் மெதுவாகவும் சுழல்கின்றது. இதையும் சரிக்கட்டுவதற்காக ஒரு விநாடியையும் மிகையாகச் சேர்க்க வேண்டியுள்ளது.

(ஒருநாள் மிகையாண்டான முந்திய 1972 ஆம் ஆண்டில் இவ்விதம் இரண்டு விநாடிகள் கூடுதலாகச் சேர்க்கப்பட்டன. 1992 ஜூன் 30 அன்று நள்ளிரவு 11 மணி 59 நிமிடம், விநாடி ஆனதும், (ஒரு விநாடிக்குப் பின்) இரண்டு விநாடி கழித்துத்தான் நள்ளிரவு பன்னிரண்டு மணி வந்தது. நேரக்கணக்கு முறையைத் துல்லியமாகக் கணக்கிடும் மணிப்பொறிகளில் அவ்விதம் ஒரு விநாடியைச் சேர்த்து நேரத்தைத் திருத்தியதால், கடந்த 1972 ஆம் ஆண்டிற்குப் பிறகு இதுவரை 72 மிகை விநாடிகள் சேர்க்கப்பட்டுள்ளன.)

ரோமன் ஆண்டுக் கணிப்புப் பெருங்குழப்பத்தில் இருந்ததை ஜூலியஸ் சீசர் (கி.மு.100-44) கண்டார். ரோமானிய வெற்றி வீரரும், அரசியல் தந்திரியும், வரலாற்று

ஆசிரியருமான ஜூலியஸ் சீசர், அலெக்சாந்திரியத்தைச் சேர்ந்த சோஜினஸ் என்பவரைக் கலந்து, கி.மு.46 ஆம் ஆண்டு ஒரு காலண்டரைக் கொண்டு வந்தார். இந்த ஆண்டுக் குறிப்பேட்டு முறைக்கு ஜூலியன் காலண்டர் என்று பெயர். அது ஜூலியஸ் சீசரின் பெயரில் அவ்வாறு வழங்குகின்றது. இந்த ஆண்டுக் கணிப்பு முறை சிறு சீரமைவுகளுடன் கிட்டத்தட்ட இரண்டாயிரமாண்டுகள் ஐரோப்பாவில் வழக்கிலிருந்தது. எகிப்தியக் காலண்டர்தான் ஜூலியன் காலண்டருக்கு அடிப்படையாயிருந்தது என்பதும், எகிப்தியக் காலண்டர் கி.மு. 4241 ஆம் ஆண்டிலேயே (அதாவது 6233 ஆண்டுகளுக்கு முன்னரே) வழக்கில் இருந்து வந்தது என்பதும் நினைவிற் கொள்ளத்தக்கன என்போம்.

ஜூலியன் ஆண்டுக் கணிப்பேட்டு முறை, சந்திரக் கணிப்பு அனைத்தையும் தவிர்த்து விட்டு, மெய்யான ஓர் ஆண்டிற்கு 365¼ நாள் என்று வரையறுத்தது. நடைமுறைக் காரணங்களுக்காக மூன்றாண்டுகளுக்கு 365 நாள்களும், நான்காவது ஆண்டிற்கு 366 நாட்களும் வைத்துக் கொள்ளப்பட்டன. ஆண்டுத் தொடக்கம் மார்ச்சு மாதமாக இருந்ததை ஜனவரி முதல் நாள் என்றும் சீசர் மாற்றினார். இந்தப் பணியின் நினைவாகக் குவிண்டிலிஸ் என்ற மாதத்தின் பெயரைத் தன் பெயரால் ஜூலை என்றும் அவர் அழைத்தார். சீசருக்குப் பிறகு ரோமானிய அரசில் ஏற்றம் கண்டவரும், முதல் ரோமானியப் பேரரசரானவருமான அகஸ்டஸ், சீசரைப் பின்பற்றிச் செக்ஸ்டிலிஸ் என்ற மாதத்தைத் தன் பெயரால் ஆகஸ்டு என்றழைத்தார்.

கிரிகோரியன் காலண்டர்

பதினைந்து, பதினாறாம் நூற்றாண்டுகளில் அறிவியல் துறைகள் அனைத்திற்கும், வானியலே அரசி போன்ற மேலானநிலை எய்தியிருந்தது. வானிலுள்ள கோள்கள், நாள்,மீன்கள் ஆகியவற்றின் இயக்கத்தைக் காட்டும் மிகத் துல்லியமான அட்டவணைகள், புத்திடத் தேட்ட யுகமான இக்காலகட்டத்தில் ஓங்கி நின்ற கடலோடிகளுக்கு வேண்டியிருந்தன. அதே நேரத்தில் கிறித்தவ சமய விழாக்களையும், ஈஸ்டர் போன்ற பண்டிகைகளையும் நிர்ணயிக்கச் செப்பம் செய்யப்பட்ட ஓர் ஆண்டுக் கணிப்பேட்டு முறை வேண்டுமென்று திருச்சபை அறிவித்தது.

கிரிகோரி

ஜூலியன் காலண்டர் என்ற சீசரின் ஆண்டுக் கணக்கு முறை இக்காலத்தில் வழக்கில் இருந்தது. அது மெத்தக் கவனத்தோடும், முன்னேற்பாடுகளோடும் உண்டாக்கப்பட்ட காலண்டராயிருந்த போதிலும், சுமார் 11 நிமிடங்கள் மிகையானதாயிருந்தது. இம்மிகை நிமிடங்கள் காலப் போக்கில் சேர்ந்து திரண்டு 1582 வாக்கில் பத்து நாள்களாய் விட்டன. கத்தோலிக்கத் திருச்சபை இது குறித்து ஆராய்ந்து

காலண்டரைச் செப்பனிடுவதற்காக 1514 ஆம் ஆண்டிலேயே தக்க பணியை மேற்கொள்ளத் தொடங்கியது. அது பாப்பரசர் பதின்மூன்றாவது கிரிகோரியின் காலத்தில் 1582 ஆம் ஆண்டுதான் முற்றுப் பெற்றது.

(போப் கிரிகோரியின் இயற்பெயர் கூகோ புவன்கம்பெனி; காலம் 1502-1585; பாப்பரசராக இருந்த காலம் 1572-1585)

கிரிகோரி இக்குறைபாட்டைச் சரி செய்வதற்காக, ஆண்டு முறையிலிருந்து பத்து நாள்களை நீக்கி விடுமாறு ஆணையிட்டார். ஆதலால் 1582 அக்டோபர் 14 ஆம் தேதியை அடுத்து அக்டோபர் 15 வருவதற்கு மாறாக, அக்டோபர் 5 வந்து விட்டது. அது அப்போது இருந்து வந்த சிக்கலைத் தீர்த்து விட்டது. எனவே இந்தச் சிக்கல் மீண்டும் வராமல் தடுப்பதற்கு ஏதாவது செய்ய வேண்டும் என்பது தெளிவானது.

ஜூலியன் ஆண்டுக் கணிப்புப்படி நானூறு ஆண்டுகளுக்கு ஒருமுறை சுமார் மூன்று நாள் மெதுவாகப் போனது. எனவே நான்கில் ஒரு நூற்றாண்டு ஆண்டு மட்டும் (அதாவது 1600 ஆம் 1700 ஆம் ஆண்டு போன்று) ஒருநாள் மிகை ஆண்டாதல் வேண்டும் என்றும் போப் கிரிகோரி ஆணையிட்டார். இதற்கு முன்னர் ஒவ்வொரு நூற்றாண்டு ஆண்டும் ஒருநாள் மிகை ஆண்டாக இருந்தது. ஏனென்றால் அவையனைத்தும் நான்கால் வகுபடக் கூடிய ஆண்டுகளாகும்.

இனிமேல் நானூறால் வகுபடக்கூடிய நூற்றாண்டு ஆண்டுகள் மட்டும் ஒருநாள் மிகை ஆண்டுகளாகக் கொள்ளப்பட்டு விட்டன. போப் கிரிகோரி கொண்டு வந்த இந் நயச் சீர்திருத்தம், ஜூலியன் ஆண்டு முறையைச் சூரியனுக்கு இயைந்தவாறு செல்லும்படி செய்தது. இனி எதிர்காலத்தில் வரக்கூடிய மக்கள் நொடிகள் குறித்து அக்கரை காட்டக்கூடும்.

போப் கிரிகோரியின் இந்தப் புதிய ஆண்டுக் குறிப்பேட்டு முறை கத்தோலிக்கத் திருச்சபையினால் கைக்கொள்ளப்பட்டதெனினும், காலண்டர்ச் சீர்திருத்தப் பணி 1514 தொடங்கி 1582 வரை 68 ஆண்டுகள் நடந்தது என்பது குறிப்பிடத்தக்கது.

மனிதனின் மாபெரும் சாதனை

மனித இனத்தின் மெய்யான மாபெரும் சாதனையில் முதலிடம் பெறுவது ஆண்டுக் கணிப்பேட்டு முறையான காலண்டரேயாகும். ஒரு வானியல் நிகழ்வு அடுத்தடுத்து மீண்டும் நிகழ்வதற்கு இடைப்பட்ட கால வெளியாக, மனிதன் ஆண்டை வரை செய்யக் கற்றுக் கொண்டதால், அடிப்படையான இரண்டு அறிவியல் கருவிகளைப் பெற்று விட்டான்.

அதாவது கண்டு அறிதல்; அளத்தல் என்ற இரு கருவிகள் மனிதனுக்குக் கிடைத்தன.

வெளிப்பார்வைக்குத் தொடர்பற்றவை போல், இங்கொன்றும், அங்கொன்றுமாக நடக்கும் இயற்கையில் ஏற்படும் நிகழ்வுகள், சில வேளைகளில் நுட்பமான உறவுகளினால் ஒன்றோடொன்று தொடர்பு கொண்டிருக்கலாம் என்பதை மனிதன் கற்றுக் கொண்டான். மனிதன் எல்லையற்ற வானப் பெரு வெளியின் புதிர்களைப் பல்லாயிரமாண்டுகளாக உற்று நோக்கி, அதன் பிறகு அவற்றை விடுவிக்கக் கற்றான்.

அவன் அப்புதிர்களைத் துண்டு துண்டாக ஒன்றுபடுத்திக் கற்றதை அறிவியல் செயல்பாடு என்று நாம் அழைக்கலாம். அவனது ஆண்டுக் கணிப்பேட்டு முறை மாயமந்திரக் கதைகளோடும், குருத்துவத்தோடும் கலந்து பின்னியதாக இருந்த போதிலும், அறிவியல் சிந்தனையில் ஓர் எல்லைக் கல்லாக விளங்கும் ஜியோமிதியைக் கிரேக்கர் உருவாக்க அது உதவியது.

மேலே கூறி வந்த செய்திகளிலிருந்து பண்டை எகிப்து, சுமேரியம், பாபிலோனியம் என்ற முதுபழம் நாகரிகங்களைத் தோற்றுவித்த மக்கள் இந்தக் காலக்கணிப்பின் முன்னோடிகள் என்பதை நாம் உணர்கின்றோம். எனினும் உலகெங்கிலும் ஆங்காங்கு எழுந்த பல நாகரிகங்களில் எல்லாம், காலண்டர் கணிக்கும் முறை அந்தந்த இனத்தாரின் வசதிக்கும், தேவைக்கும் ஏற்பத் தோன்றியது. அவற்றை விரிக்கின் பெருகும்.

இந்தியாவில் காலக் கணிப்பு

பண்டை இந்தியாவில் இந்தக் காலக் கணிப்பு முறை வேறு விதமாயிருந்தது. எனினும் அது முற்றிலும் அறிவியல் அடிப்படையில் அமைந்தது என்பதை நாம் உணரலாம். மன்வந்தரம் - யுகம் என்ற பகுதியில் சதுர் யுகக் கணிப்புப் பற்றிய செய்திகள் இ.ச.க.தொகுதி-1 சொல்லப்பட்டிருந்தன.

ஆரிய பட்டர் (கி.பி.476-520), பிரம்மகுப்தர் (கி.பி.7 நூ.) போன்ற இந்தியக் கணிதவியலார் மகாயுகக் கணிப்புகளை அறிவிற்குகந்த முறையில் அறிவியல் அடிப்படையில் வகுத்துச் சென்றிருக்கின்றனர். வான்கோள்கள் ஐந்தும் (புதன், சுக்கிரன், செவ்வாய், வியாழன், சனி) பூமியும் ஒரே கோட்டில் வரும் நேரத்தைப் பூச்சியம் எனக்கொண்டு, அதிலிருந்து நமது இந்திய முறைப்படி காலம் கணிக்கப்படுகின்றது. கிரிகோரியன் காலக் கணக்கில் இந்தத் தொடக்கப் பூச்சிய ஆண்டை இவ்வகையில் இனங்காண இயலாது.

ஆனால் இந்தியக் கணித, வானியலார் வகுத்துள்ள நான்கு யுகங்கள் அடங்கிய மகா யுகத்தை, எப்போது வேண்டுமானாலும் வானிலுள்ள இவ்வேழு கோள்களின் இன்றைய நிலையிலிருந்து கணக்கிட்டுச் சொல்ல இயலும் என்பர். இதுவே காலத்தைக் கணக்கிடச் சரியான முறையாகும். "ஆகவே கி.பி.1992 என்று சொல்வதை விடக் கலி 5903 என்று குறிப்பிடுவதே அறிவியல் முறையில் சாலச் சிறந்தது" என்று தற்கால எழுத்தாளர் ஒருவர் இந்தியக் கணிதி முறை பற்றிக் கூறுகின்றார்.

இந்தியாவில் இன்று

இந்தியாவில் கிரிகோரியன் ஆண்டைப் பிரிட்டிசார் 1752 ஆம் ஆண்டு கொண்டு வந்த போது, இஸ்லாமியப் பண்டிகைகளை உறுதி செய்ய ஹிஜிராப் பஞ்சாங்கமே ஆட்சியாளரால் பயன்படுத்தப்பட்டு வந்தது. எனினும் கி.பி. முதல் நூற்றாண்டு தொட்டு, அதன் நடுப்பகுதி வரையிலும் பல வகைப்பட்ட பஞ்சாங்கங்கள் வழக்கிலிருந்தன என்பதைப் பல்வேறு கல்வெட்டுச் சான்றுகளிலிருந்து அறிகின்றோம். இந்தியாவில் தோன்றிய இந்து, பௌத்த, சமண சமயங்களும் வெவ்வேறான ஆண்டு முறைகளையும், ஆண்டுத் தொடக்கங்களையும் கொண்டிருந்தன. அவை சூரிய, ஆரிய, பிரம்ம என்பன போன்ற பல்வேறு கணித முறைகளைப் பயன்படுத்தி வந்தன.

இந்து சமய ஆண்டுக் குறிப்பேட்டு முறைப்படி, உதய நாள்கள் சூரிய உதய முதலாகக் கணிக்கப்படுகின்றன. கி.பி. நான்காம் நூற்றாண்டில் எழுதப் பெற்ற சூரிய சித்தாந்தத்தில் கூறப்படும் விண்மீன் அளவை (sidereal) அடிப்படையாகக் கொண்டு, ஆண்டின் அளவை அப்படியே கடைப்பிடித்து வந்தது தவறு என்பர். இந்தியா மீது துருக்கர் 1200 ஆம் ஆண்டு படையெடுத்து வந்தபோது இந்திய வானாய்வு நிலையங்கள் அழிக்கப்பட்டன. கணி வல்லுநர் கையில் அதுவரை இருந்து வந்த ஆண்டுக் கணிப்பு முறை அதன் பிறகு சோதிடர் கைக்குச் சென்றுவிட்டது.

சமயச் சார்பற்ற பொதுவான நடைமுறைக்குக் கிரிகோரியன் ஆண்டு முறையை உலகெங்கிலுமுள்ள நாடுகள் ஏற்றுக் கொண்டுள்ளதைப் போன்று இந்தியாவும் கடைப்பிடித்து வருகின்றது. இந்த ஆண்டு முறையே 1752 ஆம் ஆண்டு பிரிட்டிசாரால் இந்தியாவில் கைக்கொள்ளப்பட்டு இன்றளவும் தொடர்ந்து நிற்கின்றது.

பஞ்சாங்கம்

எனினும் இந்து சமய வாழ்க்கையையும், மரபுகளையும் சார்ந்த பஞ்சாங்க முறையும் இந்தியாவில் கடைப்பிடிக்கப்பட்டு வருகின்றது. பஞ்சாங்கம் என்பது என்ன?

பஞ்ச அங்கங்களை, அதாவது ஐந்து உறுப்புகளைக் கொண்டது பஞ்சாங்கம் ஆகும். பஞ்ச + அங்கம் = பஞ்சாங்கம். பஞ்ச என்பது ஐந்தையும், அங்கம் என்பது உறுப்பையும் குறிக்கும். பஞ்சாங்கத்தில் வானியல் அட்டவணைகள், நல்ல நாள்கள், நல்ல நேரம், சமயச் சடங்குகளைச் செய்யும் முறைகள், மாதங்கள், பட்சங்கள் எனப்படும் இரண்டு வாரங்கள், நாள்கள் ஆகியன பற்றிய விவரங்களையும், இனி நடக்க இருப்பனவும் குறித்திருக்கும். பஞ்சாங்கக் கணிப்பில் சுத்த கணிதம் என்றும், வாக்கியப் பஞ்சாங்கம் என்றும் சில வகைகள் உண்டு.

பஞ்சாங்கத்தின் ஐந்து அங்கங்களுள், இரண்டு முக்கியமானவையாகும். அவை சந்திர நாளான திதியும், சூரிய நாளான வாரமும் ஆகும்.

ஓராண்டில் சந்திர மாதங்கள் பன்னிரண்டு. அவை சற்று சுருங்கியனவாக இருக்கும். ஏனெனில் சந்திரன் மாதந்தோறும் சுற்றி வருவதை அப்படியே பின்பற்றுவது அதற்குக் காரணமாகும். ஒவ்வொரு மாதத்திலும் பதினைந்து நாள்களைக் கொண்ட இரண்டு பட்சங்கள் இருக்கும். பட்சம் என்றால் பறவையின் ''இறக்கை'' என்று பொருள்படும். முதல் பட்சம் கிருஷ்ண பட்சம் (இருண்ட பட்சம்) எனவும், இரண்டாம் பட்சம் சுக்கில பட்சம் (ஒளியான பட்சம்) எனவும் பெயர் பெறும். இந்தப் பட்சம் பௌர்ணமியை நோக்கி நகரும்.

ஆனால் சூரிய நாள்களுக்கு ஞாயிறு, திங்கள், செவ்வாய் (பின்னால் காண்க) என்று பெயர்கள் உண்டு. சந்திர நாளான திதி, அது வருகின்ற பட்சத்தில் எந்த இடத்தில் இருக்கின்றதோ, அதை வைத்துச் சுக்கிலபட்சத்து மூன்றாம் நாளென்றோ, கிருஷ்ண பட்சத்து நான்காம் நாள் என்றோ சுட்டப்படும். (திதிகளின் பெயர்கள்: பிரதமை, துவிதியை, திரிதியை, சதுர்த்தி, பஞ்சமி, சஷ்டி, சப்தமி, அட்டமி, நவமி, தசமி, ஏகாதசி, துவாதசி, திரயோதசி, சதுர்த்தசி, பௌர்ணமி அல்லது அமாவாசியை. ஆக 15 திதிகள்.)

நல்ல நாள்களும் காலங்களும், விழாக்களும் சந்திரக் கணிப்பை வைத்தே நிர்ணயிக்கப்படுகின்றன. இக்கணிப்பைச் சூரியக் காலக் கணிப்புடன் இயைந்து வருமாறு செய்வதற்காக இரண்டு, மூன்று ஆண்டுகளுக்கு ஒருமுறை அதனுடன் மிகையாக ஒரு

மாதத்தைச் சேர்ப்பார்கள். அவ்வாறு செய்யவில்லையெனின், சந்திரக் கணிப்புப் பின்தங்க நேரிட்டு விடும்.

இந்தியப் பஞ்சாங்கத்தில் ஆண்டு, மாதம், நாள்களைக் குறிப்பதில் சௌரமானம், சௌர சாந்திரமானம், சாந்திரமானம் ஆகிய மூன்று முறைகள் கையாளப்பட்டு வருகின்றன. இந்திய அரசு ஏற்படுத்தியுள்ள சக ஆண்டு முறை சௌர மானத்தில் மூன்றாவது வகையைச் சேர்ந்ததாகும். இம்முறை கிரிகோரியன் கணக்கைப் பெரிதும் ஒத்திருக்கின்றது. ஆனால் இளவேனில் காலத்தில் பகலிரவு சமமுடைய நாளில் சூரியன் புகும் கால முதல் ஆண்டு தொடங்கும். ஆதலின் மார்ச்சு 22 ஆம் நாள் ஆண்டின் முதல் நாளாக அமையும். ஒரு நாள் மிகையாண்டில் மார்ச்சு 21ஆம் நாளே முதல் நாளாகும்.

தமிழர் கணிப்பு

தமிழ் மாதப் பிரிவுகள், சூரியன், நட்சத்திரக் கூட்டத்திடையே புகும் நிகழ்ச்சியின் அடிப்படையில் அமைக்கப் பெற்றன என்று தமிழ்ப் பல்கலைக்கழகத்தின் வாழ்வியற் களஞ்சியம் கூறுகின்றது. இராசிகள் என்ற இவ்விண்மீன் கூட்டங்களுக்கு ஓரை என்று பெயர். ஒவ்வோர் ஓரையும் அடையாளம் கண்டுகொள்ள, ஒவ்வோர் உருவத்தை அவ்விண்மீன் கூட்டங்களுக்குக் கற்பனையாகப் பொருத்திப் பண்டை வானவியலார் வழங்கியுள்ளனர். பின்னர் அவ்வுருவங்களின் பெயர்கள் அந்தந்த மாதங்களின் பெயர்களாக வழங்கலாயின. பண்டைத் தமிழர் மாதங்களின் பெயர்களை ஓரைப் பெயர்களாகவே வழங்கினர். பின் அத்தமிழ்ப் பெயர்கள் சம்ஸ்கிருதச் சொற்களாகத் திரிந்து வழங்கின என்பர்.

இராசி - மாதப் பெயர்களும், அவற்றுக்கு இணையான சம்ஸ்கிருதத் திரிபுப் பெயர்களும் வருமாறு;

மேடம்	சித்திரை
விடை	வைகாசி
ஆடவை	ஆனி
கடகம்	ஆடி
மடங்கல்	ஆவணி
கன்னி	புரட்டாசி
துலை	ஐப்பசி
நளி	கார்த்திகை
சிலை	மார்கழி
சுறவம்	தை
கும்பம்	மாசி
மீனம்	பங்குனி

தமிழ் ஆண்டுக் குறியீட்டில் கிழமைகளின் பெயர்கள்:

கோள்களுக்கெல்லாம் தலையாயது ஞாயிறு என்பதால், அதுவே கிழமைப் பெயர்களுள் முதலாவதாக வைக்கப்பட்டுள்ளது.

ஞாயிறு
திங்கள்
செவ்வாய்

அறிவன் (இன்று புதன்)
வெள்ளி
காரி (இன்று சனி)

தமிழ் ஆண்டுப் பெயர்கள்

பேராசிரியர் தமிழண்ணல் தமிழ் ஆண்டுப் பெயர்களுக்கும் கீழ்க்கண்ட விளக்கத்தைத் தருகின்றார்:

தமிழ் ஆண்டுப் பெயர்கள் அறுபதும் (இ.ச.க.தொகுதி-1) வடமொழி பெயர்களே. தமிழரின் வான நூற் புலமை இலக்கியம், கல்வெட்டு உலக வழக்குகளில் விரிந்து பரந்து காணப்படுகின்றது. ஏழு கிழமைகளில் புதனும், சனியும் தவிர்த்தவை (மேலே காண்க) தமிழ்ப் பெயர்கள். நாள் மீன் எனப்படும் நட்சத்திரப் பெயர்களில் தமிழ் மூலமுடையனவும் பலவுள. தமிழர்கள் ஒரு பேரரசனின் பிறப்பு, ஆட்சித் தொடக்கத்தை வைத்து ஆண்டு கணக்கிட்டதாகக் கருதுவர். சேரன் செங்குட்டுவன் கங்கைக் கரையில் இருந்தபோது, வானத்துப் பிறை நிலவை நோக்குகின்றான். உடனே பக்கத்திலிருந்த கணி அரசனின் குறிப்பை உணர்ந்து ''எண் நான்கு மதியம் வஞ்சி நீங்கியது'' என்று கூறுகின்றான். முப்பத்திரண்டு மாதம் என்று கூறுகின்றானேயன்றி, ஆண்டுக் கணக்கைக் கூறவில்லை.

பெருங்குன்றூர் கிழார் பதிற்றுப் பத்தில் சேர மன்னனை வாழ்த்தும் போது ''உனக்கு நாள் திங்களாகட்டும்; திங்கள் ஆண்டாகட்டும்; ஆண்டு ஊழியமாகட்டும்; ஊழி வெள்ளப் பேரெண்ணாகட்டும்'' என வாழ்த்துகின்றார். ஆயினும் ஆண்டுக் கணக்கு யாண்டும் இடம்பெறவில்லை.

சாலிவாகன மன்னன் (சாலி - சிங்கம்; சிங்கத்தை வாகனமாக உடையவன்,) காலம் முதல் வந்ததாகக் கூறப்படும் இந்த அறுபதாண்டுக் காலவட்டம், இடைக்காலத்தில் ஏற்கப்பட்டது. (சக ஆண்டு என்றும், சாலிவாகன ஆண்டு என்றும் அழைக்கப்படும் இந்த ஆண்டின் தொடக்கம் கி.பி. 78 ஆகும்.)

திருவள்ளுவராண்டு

கிறித்தவ ஆண்டு போன்ற தொடராண்டே தெளிவாக இருக்கின்றது. திருவள்ளுவராண்டு கி.மு. 31இல் தொடங்கியதாகக் கொண்டு கணக்கிடப்படுகின்றது. அதன்படி தை முதல் நாள் ஆண்டுத் தொடக்கமாகும். அரசு அலுவலங்களில் திருவள்ளுவராண்டை நடைமுறைப்படுத்துமாறு தமிழ்நாட்டு அரசு 1983 இல் ஆணை பிறப்பித்தது.

இன்னும் சில செய்திகள்

ஆண்டு கார் காலம் தொட்டுத் தொடங்கியதால், மழை என்று பொருள்படும் வர்ஷம், வருஷம் என்ற பெயரைப் பெற்றது.

திப்பு சுல்தான் பதினெட்டாம் நூற்றாண்டில் உண்டாக்கிய ஆண்டு முறைக்கு மௌலூதி என்று பெயர். இது நபிகள் பிறந்த நாளிலிருந்து தொடங்குவது. நபிகள் சுமார் கி.பி.570 இல் பிறந்தார். அந்த ஆண்டு யானை ஆண்டு என்றழைக்கப்படுகின்றது. ஏனெனில் தென் அரேபியத்தின் ஆளுநராயிருந்த அபிசீனியர் பயங்கரமான யானைகளுடன் வந்து மெக்காவைத் தாக்கி அதே ஆண்டு தோல்வியும் அடைந்தனர்.

இந்தியாவில் நிலவி வந்த சில ஆண்டுக் கணக்கு முறைகள்:

ஆனந்த விக்கிரம ஆண்டு	(தொடக்கம் கி.பி. 33)
காலச்சூரி ஆண்டு	(தொடக்கம் கி.பி. 248)
குப்தர் ஆண்டு	(தொடக்கம் கி.பி. 320)
கொல்லம் ஆண்டு	(தொடக்கம் கி.பி. 825)
சக (அ) சாலிவாகன ஆண்டு	(தொடக்கம் கி.பி. 78)
சப்தரிஷி ஆண்டு	(தொடக்கம் கி.பி. 76)
சாளுக்கிய விக்கிரம ஆண்டு	(தொடக்கம் கி.பி. 1076)
சேதி ஆண்டு	(தொடக்கம் கி.பி. 248)
விக்கிரம ஆண்டு	(தொடக்கம் கி.பி. 56)
ஹர்ஷர் ஆண்டு	(தொடக்கம் கி.பி. 606)

தமிழரின் பருவ காலங்கள்

அவை கார், கூதிர், முன்பனி, பின்பனி, இளவேனில், முதுவேனில் என்று ஆறு பருவங்களாகும்.

மணி நேரப் பகுப்பு

ஐரோப்பியர் காலத்தை மணி, நிமிடம், நொடி என்று 1346 ஆம் ஆண்டு பகுத்தனர்.

1752

2. தென்தமிழ் நாட்டில் அட்டூழியங்கள் திருச்சிராப்பள்ளி, திருவரங்க வரலாறுகள்

ஆர்க்காட்டில் கிளைவிடம் தோற்று ஓடிய சந்தா சாகிபின் மகன் இராஜா சாகிபுக்கு உதவுவதற்காகத் தூய்ப்பிளே புதுச்சேரியிலருந்து 2000 குதிரைப் படையினையும், 2500 காலாள் படையினையும், 300 ஐரோப்பியரையும், மொத்தம் சுமார் 5000 பேரை அனுப்பினார்.

கிளைவு மராட்டியர் படைத்தலைவர் முராரி ராவுடன் சேர்ந்து சென்று, இந்த உதவிப்படையை இடைமறித்துத் தாக்கினார். இருட்டியதால்தான் பிரஞ்சுப் படை பேரழிவிலிருந்து தப்பியது. அப்படை புதுச்சேரிக்கு தப்பி ஓடிப் போயிற்று. இது கிளைவிற்கு கிடைத்த அடுத்த வெற்றியாகும். இப்போரில் பிரஞ்சுப் படை தோற்றுப் போனதால், இனிமேல் துய்ப்பிளேயின் கை ஓங்காது என்பது தெளிவாயிற்று. மேலும், பிரஞ்சுக்காரரிடம் பயிற்சி பெற்றிருந்த அறுநூறு பேர், தம் படைக் கலன்களுடன் ஆங்கிலேயரோடு சேர்ந்து விட்டனர். கிளைவு இதன் பிறகு காஞ்சிபுரம் சென்று, பிரஞ்சுக்காரர் வசமிருந்த ஏகாம்பரநாதர் கோயிலை விடுவித்தார். அதன்பிறகு அவர் கடலூர் டேவிடு கோட்டைக்குத் திரும்பினார்.

தூய்ப்பிளே சூழ்ச்சி

திருச்சிராப்பள்ளிக் கோட்டையை முற்றுகையிட்டிருப்பவர்களைத் தாக்குவதற்கு வலுவான ஒரு படையை அனுப்பிக் கோட்டைக்குள்ளிருக்கும் முகமதலியை மீட்டு, அவரைக் கர்நாடக நவாபாக்காவிடில், கிழக்கிந்தியக் கம்பெனி வலுவாய்க் காலூன்றி விட்டதாய்க் கருத முடியாதென்பதை ஆளுநர் சாண்டர்ஸ் நன்குணர்ந்தார்.

இக்காலத்தில் தூய்ப்பிளேயும், சும்மாயிருக்கவில்லை. சந்தா சாகிபின் படையினால் ஆர்க்காட்டைப் பிடிக்க முடியாது போயிருக்கலாம். ஆர்க்காட்டுப் படையின் உதவிக்குச் சென்ற பிரஞ்சுப்படை சிதறடிக்கப்பட்டும் இருக்கலாம். காஞ்சிபுரத்தைக் கிளைவு கைப்பற்றியுமிருக்கலாம். இவற்றினாலெல்லாம் தான் தோற்றுப் போனதாய்த் தூய்ப்பிளே நினைக்கவேயில்லை.

கர்நாடக, அதாவது தமிழ்நாட்டுச் சிக்கலுக்குத் திருச்சிராப்பள்ளிக் கோட்டையில்தான் தீர்வு இருக்கின்றது என்பதைக் கிளைவைப் போன்று, தூய்ப்பிளேயும் உணர்ந்தார். கிளைவு அக்கோட்டையை முற்றுகையிலிருந்து விடுவிப்பதற்காக, அங்கு விரைந்து செல்வார் என்பதையும் தூய்ப்பிளே அறிந்திருந்தார். ஆர்க்காட்டில் கிளைவிடம் தோற்றுப் போனதால், சந்தா சாகிபின் படையினர் ஊக்கம் குலைந்து கிளைவின் தலையைக் கண்டதும் ஓடிவிடுவர். எனவே கிளைவைத் திருச்சிராப்பள்ளிக்குச் செல்லவொட்டாமல் திசை திருப்ப வேண்டும் அல்லது சந்தா சாகிபின் படையினருக்கு ஊக்கத்தை உண்டாக்க வேண்டும்.

நாட்டைக் கொள்ளையடிப்பதுதான் அதற்குச் சிறந்த வழி என்று தூய்ப்பிளே நினைத்தார். அவர் சந்தா சாகிபிற்கு வலிமை வாய்ந்த பிரஞ்சுப் படை ஒன்றையும், ஏராளமான பீரங்கிகளையும் கொடுத்து, முகமதலியை ஆதரிக்கும் பகுதிகளைச் சூறையாடும்படி சந்தா சாகிபைக் கேட்டுக் கொண்டார். அவ்வாறு கொள்ளையடிக்கும் போது கிழக்கிந்தயக் கம்பெனியின் உடைமைகளும் சூறையாடப்படலாம்.

அதனால் பூவிருந்தவல்லியிலிருந்த ஆங்கில வணிகரின் வீடுகளும், சாந்தோமில் புதிதாய்க் கட்டப் பெற்ற வீடுகளும் தீயிட்டுத் தகர்க்கப்பட்டன. தூய்ப்பிளேயின் இத்தந்திரம் முதலில் வெற்றி தந்தது. கிளைவு 80 ஐரோப்பியரும், 1300 இந்திய வீரரும் அடங்கிய படையை வைத்துக் கொண்டு, ஆறு பீரங்கிகளுடன் தாக்கினார். கம்பெனி உடைமைகளைச் சூறையாடி வந்த 5000 பேரடங்கிய படையை விரட்டிக் கொண்டே ஓடினார். ஆனால் இராஜா சாகிபு சண்டை செய்வதை விடுத்துப் புறமுதுகிட்டோடினார். அவர் இவ்வாறு போக்குக் காட்டிக் கிளைவை வெகு தொலைவு கொண்டு போய் விட்டார். கிளைவு அவரை வேகமாக விரட்டிக் கொண்டு போனபோது, பொழுது சாய்ந்ததும் காவேரிப்பாக்கம் என்ற சிற்றூரினருகே எதிர்பாராத விதமாய் இராஜா சாகிபைக் கண்டார்.

1752

காவேரிப்பாக்கச் சண்டை

காவேரிப்பாக்கம் வடார்க்காட்டு மாவட்டத்தில் வாலாசா வட்டத்தில் உள்ளது. இது ஆர்க்காட்டிற்கும், காஞ்சிபுரத்திற்கும் இடையே நடுவிலுள்ளது. காவேரிப்பாக்க ஏரி என்று பெயர் பெற்ற பெரிய ஏரியின் தென்பாலில் இச்சிற்றூர் இருந்தது. முற்காலத்தில் இந்த ஏரிக் கரையினருகே பெரிய கோட்டை இருந்தது. இந்த ஏரி இம்மாவட்டத்திலேயே பெரியது. ஏரியின் கரை தென்வடலாகச் சுமார் ஆறு கிலோ மீட்டர் (சுமார் 4 மைல்) நீளம் இருந்தது. இந்த ஏரியில் 1893 வாக்கில் வண்டல் படிந்து விட்டது. பாலாற்றுக் கால்வாய் இந்த ஏரியினுள் பாய்ந்தது. சென்னைக்குக் குடிநீர் வழங்கும் கோர்த்தலை ஆற்றில் இந்த ஏரியின் மிகு நீர் பாயும்.

இந்த ஊரில் 1752 பிப்ரவரி 28 அன்று நடந்த ஒரு சண்டையில் இரு தரப்பிற்கும் பெரிய அளவில் ஆள் சேதம் ஏற்பட்டது. கிளைவு படையில் எழுபதுக் கதிகமானவர்களும், நவாபு படையினரில் 350 பேரும் கொல்லப்பட்டனர். கிளைவு

அறுபது பிரஞ்சுக்காரரைச் சிறை செய்தார். கிளைவு இந்த வெற்றியோடு டேவிடு கோட்டைக்குத் திரும்பினார். வெகு விரைவில் புகழடையப் போகும் கான் சாகிபு, காவேரிப்பாக்கத்துச் சண்டையில் பிரிட்டிஷ் படையுடன் சேர்ந்து போரிட்டார் என்பது குறிப்பிடத்தக்கது.

தூய்ப்பிளேயின் ''வெற்றியூர்''! கிளைவு அழித்தார்

கிளைவு டேவிடு கோட்டை சென்ற வழியில், ஃபதிகாபாது என்ற ஊரின் வழியே தன் படையைக் கொண்டு சென்றார். ''தூய்ப்பிளேயின் - வெற்றியூர்'' என்று பொருள்படும் இந்த ஊரின் வரலாற்றைப் போலவே, அதன் ஆயுளும் மிகமிகச் சுருக்கமானதாகும்.

தூய்ப்பிளே 1750ஆம் ஆண்டு புதுச்சேரியில் வைத்து முசஃபர் ஜங்கிற்கு ஐதராபாது நிசாம் என்று முடி சூட்டினார். (இ.ச.க தொகுதி-5 காண்க). இம்முடிசூட்டு விழாவின் போது முசஃபர் ஜங்கு பிரஞ்சுக்காரருக்குக் கிருஷ்ணை ஆற்றின் தெற்கேயுள்ள விரிந்த நிலப்பரப்பு முழுவதையும் அளித்து, அது பிரஞ்சுக் கட்டுப்பாட்டில் இருக்குமென்றும் சாற்றினார். தூய்ப்பிளே இந்த வெற்றியின் நினைவாகப் பெரிய நினைவுச் சின்னம் ஒன்றை எழுப்பினார். அதில் அவரது வெற்றியை எடுத்தியம்பும் வகையில் பிரஞ்சு, இந்துஸ்தானி, பாரசீகம், தமிழ் ஆகிய நான்கு மொழிகளிலும் கல்வெட்டுகளை நிறுவினார். அதனருகே ''தூய்ப்பிளே - ஃபதிகாபாது'' என்ற வெற்றியூரையும் கட்டினார். கிளைவு இவ்வாண்டு கடலூர் சென்ற வழியில் இந்த ஊரையே அழித்து விட்டார்.

ஸ்டிரிங்கர் லாரன்சு வருகை

கிழக்கிந்தியக் கம்பெனியின் தலைமைப் படைத் தலைவரான ஸ்டிரிங்கர் லாரான்சு (1697-1775) உடல் நலம் தேறித் தாயகத்திலிருந்து 1752 மார்ச்சு 14 அன்று சென்னை வந்தடைந்தார். (ஸ்டிரிங்கர் லாரன்சுடன் கிளைவு ஒத்தும் இணைந்தும் பணிபுரிந்து வந்திருக்கின்றார். ஸ்டிரிங்கர் லாரன்சு இனிமேல் பதவியிலிருந்து ஓய்வு பெற்று இங்கிலாந்து திரும்பியதும், கிளைவு அவருக்குத் தன் கைப் பணத்திலிருந்து ஆண்டுதோறும் 500 பவுனைக் கொடுத்து உதவி வந்தார்.)

கிளைவு இப்போது லாரன்சின் படைத் தலைமையை ஏற்று 1752 மார்ச்சு 17 இல் திருச்சிராப்பள்ளியை நோக்கிப் புறப்பட்டார். அவர்களுடன் சென்ற படையில் 1500 பேரும் எட்டுப் பீரங்கிகளும் இருந்தன. அவர்கள் 21,000 பேரடங்கிய சந்தா சாகிபின் படையுடன் பொருதக் கிளம்பினர்.

திருச்சிராப்பள்ளியும், கோட்டையும்

பதினெட்டின் வெடிப்பத்தான ஐந்தாம் பத்திலும் (1741-1750), கஞ்சிப் பத்தான இந்த ஆறாம் பத்திலும் (1751-1760) தென்னிந்திய வரலாற்றின் மிகப் பெரிய போர்க்களமாயும், அரசியல் தந்திரச் சூழ்ச்சிகளின் மேடையாயும் விளங்கி வந்த திருச்சிராப்பள்ளியையும் மதுரை நாயக்கர் குடியைத் தோற்றுவித்த விசுவநாத நாயக்கன் (1542-1564) கட்டுவித்த திருச்சிராப்பள்ளிக் கோட்டையையும் இங்கு சற்று எடுத்துரைப்போம்.

சோழர் தலைநகரான உறையூருக்கு அருகிலிருக்கும் திருச்சிராப்பள்ளி மதுரை நாயக்கர் குடியின் தோற்றத்திலிருந்தே அத்துடன் தொடர்புடையதெனினும், 1616 இல் முத்து வீரப்ப நாயக்கன் காலத்தில் (1609-1623) திருச்சி நாயக்கரின் தலைநகரானது. அதற்கடுத்த ஆண்டு திருச்சிராப்பள்ளியினருகிலிருந்த தோப்பூரில் விசயநகரப் பேரரசின் மிகப் பெரிய உள்நாட்டுப் போர் நடந்தது. மதுரை மீண்டும் 1634 இல் திருமலை நாயக்கன் காலத்தில் (1623-1659) நாயக்கர் குடியின் தலைநகரானது. எனினும் அவர்களின் கோநகரம் மீண்டும் (சொக்கநாத நாயக்கன் காலத்தில் 1659-1682) 1665 இல் திருச்சிராப்பள்ளிக்கே சென்றது. அதன்பிறகு மீனாட்சி தற்கொலை செய்து தன் வாழ்வையும், நாயக்கர் ஆட்சியையும் முடித்துக் கொண்ட 1736 வரையிலும் திருச்சிராப்பள்ளியே கோநகராய் விளங்கிற்று.

பதினேழாம் நூற்றாண்டின் கடைசிக் கால்பகுதியில் மைசூர் நாட்டினர் பன்முறை திருச்சிராப்பள்ளியைத் தாக்கி வந்தனர். திருச்சிராப்பள்ளி இவ்வாறு முக்கால் நூற்றாண்டாகப் பல போர்க்களங்களைக் கண்டு வந்தது.

திருச்சிராப்பள்ளிக்காகப் போரிட்டவர்களாக ஆர்க்காட்டு நவாபுகள், ஐதராபாது நிசாம், மராட்டியர் ஆகியோருடன, 1739 முதல் 1759 வரை மைசூரைத் தன் கையில் வைத்திருந்த தளவாய் நஞ்சராசாவும் (இவர் ஐதரலியின் முன்னோடி), பிரஞ்சுக்காரரும், ஆங்கிலேயரும் இந்நூற்றாண்டின் இக்கால கட்டத்தில் சேர்ந்து கொண்டனர்.

திருச்சிராப்பள்ளி நகரம் நீள் சதுர வடிவினதாயிருந்தது. அதன் கிழக்கு, மேற்குப் பக்கங்கள் சுமார் 6000 அடி நீளமும், தென் வடலாகச் சுமார் 3600 அடி நீளமும் இருந்தன. இந்நகரையடுத்து இரு மதில்கள் சூழ்ந்திருந்தன. இவை ஒவ்வொன்றின் பக்கத்திலும் வட்டவடிவான கோபுரங்கள் ஒன்றையடுத்து மற்றொன்றாகச் சம தொலைவில் கட்டப்பட்டிருந்தன. வெளிச் சுற்று மதில் 18 அடி உயரமானது; கனம் சுமார் ஐந்தடி இருக்கும். அதில் மாடமோ கொத்தளமோ இல்லை. உள் சுற்று மதில் மிக வலுவானது. முப்பதடி உயரமிருக்கும். தரையிலிருந்து உச்சிவரை செல்லக்கூடின கொத்தளம் அதிலிருந்தது. உச்சியில் அதன் அகலம் பத்தடி இருக்கும். அங்கிருந்த மெல்லிய மாடங்கள் சுமார் பத்தடி உயரமிருந்தன. அவற்றில் சுடுவதற்கு வசதியாக ஓட்டைகள் போடப்பட்டிருந்தன.

1752

நெடுங்குன்றம்

இரு சுற்றுச் சுவர்களுக்கும் இடையே இருபத்தைந்தடி இடைவெளி இருந்தது. வெளிச் சுவருக்கு முன்னால் 30 அடி அகலமும், 12 அடி ஆழமுமான அகழிகள் இருந்தன. பருவகாலத்தையொட்டி, அதில் நீர் நிறைந்திருக்கும். எனினும் அது வறண்டு கிடந்ததேயில்லை. நகரின் வடபாகத்தில் 150 அடி உயரமான கற்குன்று நிற்கின்றது. அதன் உச்சியிலிருந்து பார்த்தால் சுற்று வட்டாரத்தில் பல மைல் தொலைவு வரை தெரியும். திருச்சிராப்பள்ளிக் குன்றைப் பிரிட்டிஷ் ஓவியர் பலர் அன்று ஓவியமாய் வரைந்திருக்கின்றனர். திருச்சிராப்பள்ளி நெடுங்குன்றம் இன்றும் நெடிதுயர்ந்து நிற்கின்றது.

காவிரியாற்றின் தெற்கில் மதில்கள் சூழ்ந்த திருச்சிராப்பள்ளி நகரம் நின்றது. இன்று அங்கு கோட்டையின் எச்ச சொச்சமாக மேற்குப் புறத்தில் ஒருவாயில் மட்டுமே தெப்பக் குளத்தினருகில் எஞ்சி நிற்கின்றது. அந்தக் குன்று முழுமையுமே வரலாற்றுச் சின்னமாகும். அதன் வரலாறு கி.பி. ஐந்து - ஆறாம் நூற்றாண்டுகள் வரை செல்கின்றது.

குன்றில் குடைவரையும் கோயில்களும்

இக்குன்றின் குடைவரைக்குள் இருவேறு மட்டங்களில் இரண்டு கோயில்கள் உள. சாலையிலிருந்து படியேறிச் சென்றதும், அடிமட்டத்தில் பாறையைக் குடைந்து செதுக்கிய சிற்பச் சிறப்புமிக்க பிள்ளையார் கோயில் உள்ளது. அதற்கடுத்த நடு மட்டத்தில் மாத்துரு பூதேசுவரர் என்ற தாயுமானவர் கோயில் அமைந்திருக்கின்றது. இக்கோயில் தற்போது காணப்படும் வடிவத்தில் மிகமிக அண்மைக் காலத்ததே என்று தோன்றினும், முதலில் அமைந்த திருக்கோயில் ஏழாம் நூற்றாண்டுப் பழமையுடைய தாகும். ஏனெனில் அப்பரும் (சு.580-660) சுந்தரரும் (கி.பி.7-8 நூ.) இத்தலத்தைப் பாடியுள்ளனர். மூன்றாம் மட்டத்தில் குன்றின் உச்சிக்கு அணித்தே குடைந்தெடுத்த மற்றொரு கோயிலும் உள்ளது. அதன் அடியில் காணப்படும் கல்வெட்டில் ஏழாம் நூற்றாண்டில் தொண்டை நாட்டை ஆண்ட முதலாம் மகேந்திரவர்மனின் (591-630) பெயர் காணப்படுகின்றது. மகேந்திர வர்மன் சமணராய் இருந்து சைவம் தழுவியவர். அவர் மிக அழகிய சிற்பங்களையும், கல்வெட்டுகளையும் இங்கு செதுக்கச் செய்தார். அவர் வடமொழிப் புலமையும் மிக்கவர்.

மகேந்திர வர்மன் சம்ஸ்கிருதத்தில் எட்டுச் சுலோகங்களை இயற்றித் திருச்சிராப்பள்ளிக் குன்றில் பொறிக்கச் செய்தார். அவர் சைவந் தழுவிய பின்னர், இக்குன்றின் மீது சிவலிங்கத்தை எழுந்தருளச் செய்ததாக அக்கல்வெட்டுகள் கூறுகின்றன. அவரது ஆட்சியின் பிற்காலத்தில்தான் அங்கு கோயில் எழுப்பப் பெற்றது.

1752

சிராப் பள்ளி

திருச்சிராப்பள்ளிக் குன்றின் உச்சியலமைந்திருக்கும் பிள்ளையார் கோயில் அருகே சமண முனிவர் பலர் இருந்ததைக் காட்டும் கற்பலகைகளும், திண்டுகளும் இன்றும் காணப்படுகின்றன. அத்திண்டுகளில், அவற்றைப் பயன்படுத்திய சமண முனிவர்களின் பெயர்கள் செதுக்கப் பெற்றுள்ளன. அவ்வெழுத்துகளிலிருந்து அவற்றின் காலம் கி.பி. ஐந்தாம் நூற்றாண்டென்று ஆராய்ச்சியாளர் கணிக்கின்றனர்.

அச்சமணப் பள்ளியில் கி. பி. ஐந்தாம் நூற்றாண்டில் இருந்த சமண முனிவருள் ஒருவர் பெயர் சிரா என்பதும் அக்கல்வெட்டுகளிலிருந்து தெரிகின்றது. அம்முனிவர் அங்கிருந்த சமணப் பள்ளியின் தலைவராயிருந்தமையால், அது முதலில் சிராப் பள்ளி என்று வழங்கத் தொடங்கி, அவர் காலத்தின் பின்னரும் அப்பெயர் நின்றுவிட்டது.

மகேந்திரவர்மப் பல்லவர் முதலில் அப்பள்ளியை ஆதரித்திருக்க வேண்டும். ஏனெனில் அங்கு அவருடைய சிறப்புப் பெயர்களுள் ஒன்று பொறிக்கப்பட்டுள்ளது. ஆனால் திருநாவுக்கரசருக்குச் சமணர் கொடுமை இழைத்ததைக் கண்டு அவர் மனம் வெறுத்துச் சமணத்தை விடுத்த காலத்திலிருந்து, அவர் சமணப் பள்ளிகளை ஒழித்து அங்கு சிவன் கோயில்களை நிறுவிய வேளையில் பெருங்குன்றின் மீதிருந்த சிராப் பள்ளியை இடித்துவிட்டு அங்கு சிவன் கோயிலை எழுப்பியிருத்தல் வேண்டும். அச்சிவன் கோயிலும் பழைய பெயரால் சிராப்பள்ளி என்றே வழங்கி வந்தது. திருஞான சம்பந்தரும், திருநாவுக்கரசரும் தம் காலத்தில் வழங்கிய சிராப்பள்ளி என்ற பெயராலேயே, அக்கோயிலைக் குறித்துப் பாடிய பதிகங்களிலும் குறிப்பிடுகின்றனர்.

சிற்றம்பர்

முதலாம் இராசராசனின் (985-1014) பதினாறாம் ஆட்சியாண்டாகிய கி. பி. 1000 ஆம் ஆண்டில் வரையப் பெற்ற ஒரு கல்வெட்டுத் திருச்சிராப்பள்ளியில் உள்ளது. அதில் விக்கிரமசிங்க மூவேந்த வேளாண் என்பவர் விளத்தூர் நாட்டு ஆலங்குடியில் விலைக்கு நிலம் வாங்கி, அதை உறையூர்க் கூற்றத்துச் சிற்றம்பர் என்ற ஊரிலுள்ள சிராப்பள்ளிக் கோயிலுக்குக் கொடுத்தார் என்று பொறிக்கப்பட்டுள்ளது. அவர் இவ்வாறு கொடையாக நிலம் வழங்கிய சிவன் கோயில் சிராப்பள்ளி என்ற பெயருடையது என்பதும், அக்கோயில் சிற்றம்பர் என்ற ஊரில் அமைந்தது என்பதும், அக்கோயில் சிற்றம்பர் என்ற ஊரில் அமைந்தது என்பதும், அந்நகரம் உறையூர்க் கூற்றத்தில் உள்ளது என்பதும், இக்கல்வெட்டினால் தெரிய வருகின்றன.

கி. பி. ஒன்பதாம் நூற்றாண்டின் முற்பகுதியில் வரகுண பாண்டியனின் பதின்மூன்றாம் ஆட்சியாண்டில், சிராப்பள்ளிக் கோயிலில் பொறிக்கப் பெற்ற வேறொரு கல்வெட்டும் மேற்சொன்ன உண்மையை உறுதி செய்கின்றது. இக்கல்வெட்டில் அந்த ஊர் சிற்றம்பர் நகர் என்றும், சிற்றம்பர் பகுதி என்றும் குறிக்கப்பட்டுள்ளது.

தமிழ்நாட்டில் அம்பர், இன்னம்பர், நல்லம்பர் என்ற பெயரில் பல ஊர்கள் இருந்தன. அவற்றைப் போன்றே சிற்றம்பர் என்ற ஊரும் இருந்துள்ளது. அப்பெயர் காலத்தால் அழிந்து இன்று திருச்சிராப்பள்ளி என்று வழங்குகின்றது என்று ஆராய்ச்சியாளர் தி. வை. சதாசிவ பண்டாரத்தார் கூறுகின்றார்.

திருச்சிராப்பள்ளியையும் அதன் கோட்டையையும் பற்றி மேலும் சில செய்திகள்;

திருச்சிராப்பள்ளிக் கோட்டை மதிலின் மேலிருந்த பதணம் என்ற மேடைகள் 1845 இல் இடிக்கப்பட்டன. திருச்சிராப்பள்ளிக் குன்றுப் பாறை களிமப் பாறை (Syenite) வகையைச் சேர்ந்தது. அக்குன்று வண்டல் நிலச் சமவெளியில் 600 அடி உயரம் எழும்பியுள்ளது.

நத்தர் அவுலியா

திருச்சிராப்பள்ளியில் நத்தர் அவுலியா என்ற முஸ்லிம் ஞானி அடக்கமாகி இருக்கின்றார். ஆர்க்காட்டு நவாபு அன்வருதீன் கான் (1744-1749) அந்த ஞானியின்

பெயரால் திருச்சிராப்பள்ளியை 1744 ஆம் ஆண்டு நத்தர் நகராக்கிய செய்தியை இ.ச.க.தொகுதி-5 ஆம் பக்கத்தில் கண்டோம். மாலிக்காபூர் 1310 ஆம் ஆண்டு தெற்கே படையெடுத்து வந்த போது நத்தர் அவுலியா தர்க்கா கட்டப்பட்டிருக்கலாம் என்பர். இது ஓர் இந்துக் கோயில் இருந்த இடத்தில் கட்டப்பட்டது என்பர். சந்தா சாகிபு அக்கல்லறைக்குக் கவிகை மாடம் ஒன்றை அமைத்தார்.

திருச்சிராப்பள்ளி அரியலூரிலிருந்து தெற்கே தென்மேற்கில் சுமார் 51 கிலோ மீட்டர் (34 மைல்); சென்னையிலிருந்து தெற்கே தென்மேற்கில்

சுமார் 280 கிலோ மீட்டர் (191 மைல்); திருவரங்கத்திலிருந்து சுமார் 6 கிலோ மீட்டர் (4 மைல்). இது காவிரியின் இடக்கரை மீதுள்ளது.

இந்த ஆண்டு மராட்டியரிடம் தோற்றுப் பின்னர் கொலை செய்யப்பட்ட சந்தா சாகிபின் கல்லறை, மேற்சொன்ன நத்தர் அவுலியா கல்லறைக்குள் உள்ளது. பிஷப்பு ஹீபர் திருச்சிராப்பள்ளியில் ஒரு குளத்தில் மூழ்கிப் பின்னர் இறந்தார்.

பிரிட்டிஷ் வெற்றி

ஸ்டிரிங்கர் லாரன்சும், இராபட் கிளைவும் ஒருவர்க்கொருவர் ஒத்திசைந்து போர் புரிந்தமையால், சந்தா சாகிபின் திருச்சிராப்பள்ளி முற்றுகை தகர்ந்தது. சந்தா சாகிபு திருச்சிராப்பள்ளியிலிருந்து தப்பித் தஞ்சை மராட்டிய மன்னர் பிரதாப சிங்கனிடம் புகலடைந்தார்.

1752

திருச்சிராப்பள்ளி முற்றுகையில் திருவரங்கம்

திருவரங்கம் சம்ஸ்கிருதத்தில் ஆதிரங்கம் எனப்படும். வைணர் அதை நம்பெருமாள் சன்னதி என்பர். கோயிலெனில் வைணவர்க்கு அது திருவரங்கத்தையே குறிக்கும். ஆற்றிடைக் குறையாக நாற்புறமும் நீர் சூழ அமையும் தீவு போல விளங்கும் நிலப்பகுதி அரங்கம் எனப்படும். திருவரங்கம் இவ்வாறே அமைந்ததாகும். இது மக்கள் வழக்கில் ஸ்ரீரங்கம், சீரங்கம் என்றும் வழங்குதல் காண்கின்றோம். பதினெட்டாம் நூற்றாண்டின் பிற்பாதியில் பிரஞ்சுக்காரரும், பிரிட்டிசாரும் 1751 முதல் 1755 வரை திருவரங்கத்தைக் கைப்பற்றுவதற்காக விடாது போரிட்டு வந்தனர். எனினும் இதன் வரலாறு வெகு தொன்மையானது. பல புராணக் கதைகளால் சிறப்பிக்கப்படுவது.

திருவரங்கத் தொன்மை

பன்னெடுங்காலமாகவே பேரும் புகழும் பெற்று விளங்கும் தமிழ்நாட்டுத் திருத்தலங்களுள் திருவரங்கம் சிறப்பிடம் பெற்றுள்ளது.

விரிதிரைக் காவிரி வியன்பெருந் துருத்தித்
திருவமர் மார்பன் கிடந்த வண்ணமே

என்று இளங்கோவடிகள் (சுமார் கி.பி.2 நூ.) திருவரங்கத்தைப் பாடுகின்றார். காவிரித் திருவாற்றில் பள்ளிகொண்ட திருமாலின் கோலம் அடிகளின் உள்ளத்தை அள்ளுவதாயிற்று. திருவரங்கம் துருத்தி என்ற பெயராலும் அழைக்கப்பட்டது என்பதையும் இதனால் அறிகின்றோம்.

அரங்கம், துருத்தி

பழங்காலத்தில் ஆற்றின் இடையே எழுந்த ஊர்கள் துருத்தி என்று பெயர் பெற்றன. (வட இந்தியத்தில் ஆறுகளின் இடைப்பட்ட பகுதியைத் தோ-ஆபு - *Doab*- என்பர்). குடந்தையின் அருகிலுள்ள குற்றாலம் என்ற ஊரின் பழம் பெயர் திருத்துருத்தி ஆகும். இது காவிரியாற்றின் நடுவில் கண்ணுக்கினியதாய் அமைந்திருந்தமையால் இப்பெயர் பெற்றது. திருவரங்கமும் ஆற்றின் நடுவே அமைந்த காரணத்தால் அரங்கம் என்றும், துருத்தி என்றும் பெயர் பெற்றது. திருப்பூந் துருத்தி என்ற பெயரில் பழமையான மற்றோர் ஊரும் இன்றும் அதே பெயரில் வழங்குகின்றது.

திருவரங்கம் சேர மன்னரான குலசேகரரின் (சு.800-820) உள்ளத்தைக் கவர்ந்த தலமாகும். வைணவ ஆழ்வாரான அவர், இத்தலத்தில் தன் மகளையே பள்ளி கொண்ட பரந்தாமனுக்குத் தேவரடியாக்கினார். விப்பிர நாராயணர் (9 நூ.) என்ற தொண்டரடிப் பொடி ஆழ்வார் அரங்கனுக்குத் திருத்தொண்டு செய்த தலமும் இதுவாகும். இராமானுசர் (சு.1028-1137) இக்கோயிலிருந்து வைணவ சமயக் கோட்பாடுகளை வகுத்தார்.

திருவரங்கக் கோயில் பதினான்காம் நூற்றாண்டின் முஸ்லிம் படை யெழுச்சியினால் பல இன்னல்களுக்குள்ளானது. அதன் பிறகு இந்தப் பதினெட்டில் இத்திருத்தலம் மீண்டும் இன்னலுக்குள்ளாக நேர்ந்தது.

1752

புராணங்களில் திருவரங்கம்

திருவரங்கத்தின் தோற்றுவாய் வீடணனிலிருந்து தொடங்குவதாய்ப் புராணங்கள் கூறும். ஸ்ரீரங்க மகாத்மியம் திருவரங்க நாதர் கோயில் பற்றிக் கூறுவது:

திருவரங்கக் கோபுர விமானம் பாற்கடலிலிருந்து வந்தது; அது பிரமனிடத்தில் இருந்தது. இச்சவாகு அதைப் பிரமனிடமிருந்து பூமிக்குக் கொண்டு வருவதற்காகத் தவமிருந்தார். பிரமன் அதை இச்சவாகுவிடம் தந்து விடுமாறு திருமால் பணித்தார். இச்சவாகு அதை அயோத்தி கொண்டு சென்றார். அது அங்கு இராமர் காலம் வரையில் இருந்தது. இராமர் அதை இராவணனின் தம்பியும், இராம பக்தருமான வீடணனின் பொறுப்பில் தந்தார். வீடணன் அதை இலங்கைக்கு எடுத்துச் செல்ல அவாவினார்.

அவர் அதை இலங்கைக்குக் கொண்டு சென்ற வழியில், காவிரியாற்றின் கரை மீதிருந்த சந்திர புஷ்கரணி என்ற தீர்த்தத்தில் சோழ மன்னருடன் சேர்ந்து ஒரு விழா எடுத்தார். அவர் அதன் பிறகு தரையில் வைத்த விமானத்தை எடுக்க முயன்ற போது, அதை அவரால் அசைக்கவும் இயலவில்லை. இக்கோயிலைத் தன் எல்லைக்குள் வைத்துக் கொள்ளக் காவிரி விரும்பித் தவமியற்றியதால், அது அங்கேயே இருக்கட்டுமென்று அரங்கநாதர் தோன்றிக் கூறிவிட்டார். அரங்கன் அதை நல்லோர்க்காகக் காவிரிக் கரை மீதிருக்க விரும்பினார். அது அசுரர்க்கு உரியதாகலாகாது என்பது திருமாலின் விருப்பம். அதனால் அசுரரான வீடணனால் அதை இலங்கைக்குக் கொண்டு செல்வதற்கு இயலவில்லை.

திருவரங்கம் அரியலூரிலிருந்து தென்மேற்கில் சுமார் 48 கிலோ மீட்டர் (32 மைல்); சென்னையிலிருந்து தென்மேற்கில் சுமார் 278 கிலோ மீட்டர் (185 மைல்); முசிரியிலிருந்து கிழக்கே தென்கிழக்கில் சுமார் 27 கிலோ மீட்டர் (18 மைல்); திருச்சிராப்பள்ளியிலிருந்து வடக்கே வடமேற்கில் சுமார் 6 கிலோ மீட்டர் (4 மைல்). திருவரங்கம் காவிரிக்கும் கொள்ளிடத்திற்கும் இடையிலுள்ளது.

திருவரங்கக் கோயில்

1752

திருவரங்கக் கோயிலைத் தென்னிந்தியத்தின் பெரிய கோயில் எனலாம். இக்கோயில் முழுமையையும் ஏழு மதில்கள் சூழ்ந்திருக்கின்றன. புறமதில் 3072 அடிக்கு 2521 அடி இருக்கும். நடு மைய முழுமையில் அரங்கநாதர் பள்ளி கொண்டிருக்கின்றார். இத்திருக்கோயிலைச் சுற்றி 280 அடிக்கு 141 அடி மதில் உள்ளது. இரண்டாவது மதில் 426 அடிக்கு 295 அடி அளவினது. மூன்றாம் மதிலின் அளவு 767 அடிக்கு 503 அடி. இம்மதிலுக்குள் எவரும் நுழைய விடப்படுவதில்லை. நான்காம் மதிலினுள் ஆயிரக்கால் மண்டபம் உள்ளது. இங்கு ஆண்டு தோறும் வைகுண்ட ஏகாதசியன்று மூலவர் கொண்டு வரப்படுவார். இந்நான்காவது மதிலின் அளவு 1235 அடிக்கு 439 அடி. ஆயிரக்கால் மண்டபம் 450 அடிக்கு 130 அடி. இங்கு முன் வரிசையில் பதினாறு தூண்களும், அவற்றுக்குப் பின்னால் 60 கால்களும் அமைந்துள்ளன. ஒரு தூணுக்கும் மறு தூணுக்கும் இடையே பத்தடி இடைவெளி உள்ளது. நான்காம் மதிலின் வாயில்களுக்கு மேல் மூன்று கோபுரங்கள் நிற்கின்றன. இவற்றுள் கிழக்குக் கோபுரம் தான், இக்கோயில் முழுமையிலும் அழகு வாய்ந்தது. இதற்கு வெள்ளைக் கோபுரம் என்று பெயர். உயரம் 146 அடி 6 அங்குலம். புறமதில் முற்றுப் பெறாத ஒரு மொட்டைக் கோபுரம் உள்ளது. (இது பற்றி கட்டுரையின் பிற்பகுதியில் காண்க.) அதைக் கட்டி முடித்திருப்பின் அதன் உயரம் 300 அடி இருக்கும்.

தெற்குக் கோபுரக் குடமுழுக்கு

சென்ற 1987 மார்ச்சு 25 அன்று மணிகள் ஒலிக்க, மக்கள் அரங்கா அரங்கா என்று முழங்க, விடியற்காலையில் தெற்குக் கோபுரத்தில் குடமுழுக்கு நடந்தது. இதுவே தமிழ்நாட்டுக் கோயில்களில் உயரமான கோபுரமாகும்.

இங்கு மொத்தம் பதினைந்து கோபுரங்கள் உள்ளன. அவற்றுள் புறமதில்கள் ஒவ்வொன்றிலும் நான்கு கோபுரங்களும் அவற்றையடுத்து மூன்றும் உள்ளன. முன்னர் இம்மதிலின் மேற்குப் புறத்தில் நுழைவாயில் இருந்தது. அப்பக்கத்தில் வாழ்ந்த ஊர் மக்கள் கோயிலினுள் புகுந்து கொள்ளையடித்தனர் என்பதால் அந்த வாயில்

மூடப்பட்டது. வெள்ளைக் கோபுரத்தின் கீழேயிருக்கும் வாயில் ஆயிரக்கால் மண்டபத்தின் தென்பக்கம் செல்லும் வழியாகின்றது. இங்கு இக்கோயிலின் சிறந்த சிற்பங்களைக் காணலாம். விழாக் காலங்களில் இங்கு ஆண்டுதோறும் பந்தல் போடுவதுண்டு. இக்கோயிலுள்ள பழைய நகைகள் பலவற்றை மதுரை நாயக்க மன்னரான விசயரங்கச் சொக்கநாத நாயக்கன் *(1706-1732)* அளித்தார்.

மொட்டைக் கோபுரம்

காவிரிக் கரை நெடுகிலும், வேறு சில இடங்களிலும் முற்றுப் பெறாத நிலையில் மொட்டைக் கோபுரம் என்றழைக்கப்படும் பல கோபுரங்கள் இன்னும் நிற்கின்றன. திருவரங்கத்தின் தென்வாயிலாக விளங்கும் தெற்குக் கோபுரம் *1979* வரையிலும் மொட்டையாகத் தானிருந்தது. மதுரை நாயக்கர் கட்டிய கடைசிக் கட்டம் இந்த மொட்டைக் கோபுரமாய்த்தான் இருக்க வேண்டும் என்பர். திருச்சிராப்பள்ளியும், திருவரங்கமும் *1751* முதல் *1758* வரை பிரஞ்சு, பிரிட்டிஷ்காரரின் தாக்குதல்களுக்கு உள்ளான நேரத்தில் இக்கோபுரப் பணி நிறுத்தப்பட்டது என்று சொல்லப்படுகின்றது.

1752

சந்தா சாகிபும் பிரஞ்சுக்காரரும் சேர்ந்து ஆர்க்காட்டு முகமதலியுடனும், அவரின் கூட்டாளிகளான ஆங்கிலேயருடனும் இக்காலத்தில் சண்டையிட்டனர். அப்போது திருவரங்கக் கோயிலின் புறமதிலிலிருந்து திருச்சிராப்பள்ளி வரையிலும் கோட்டை முற்றுகை நடந்தது. இம்முற்றுகையின் போது திருச்சிராப்பள்ளியைச் சுற்றியிருந்த பெரும் பரப்பு முழுமையுமே போர்க்களமாயிருந்தது எனலாம். இத்தகைய சூழ்நிலையில் தெற்குக் கோபுரம் மொட்டையாய் நின்றதென்பர்.

இப்போரில் திருவரங்கத்தின் பங்கும் இருந்தது. திருச்சிராப்பள்ளிக் கோட்டைக்குள்ளிருந்த முகமதலியின் உதவிக்காகச் சென்ற பிரிட்டிஷ் படையைச் சேர்ந்த காப்டன் டால்டன் *1751* ஜூலை *13* முதல் *1753* நவம்பர் *14* வரை திருச்சிராப்பள்ளியில் இருந்தார். அப்படையினர் *1751* ஜூலையில் தட்டையான வள்ளத்தில் படைக்கலன்களையும், பீரங்கிகளையும் ஏற்றிக் கொண்டு கொள்ளிடத்தைக் கடந்து திருச்சிராப்பள்ளியை அடைந்தனர். பிரிட்டிசார் *1751* ஜூலை *20* அன்று திருவரங்கத்தைத் தாக்கி, அதைப் பிடித்தனர். இங்கிருந்த பல படையதிகாரிகள் நோயாளிகளாகத் திருச்சிராப்பள்ளிக்கு அனுப்பப்பட்டனர்; எஞ்சிய அதிகாரிகளும் வீரர்களும், திருவரங்கக் கோயிலில் தங்கினர். அவர்கள் முதல் மூன்று மதில்களுக்குள் தங்குவதற்கு பிராமணக் குருக்கள் அனுமதிக்கவில்லை. இக்கால கட்டத்தில் நெடிதுயர்ந்த மதில்களைக் கொண்ட விருத்தாசலம் கோயிலும் அவர்கள் வசமே இருந்தது.

திருச்சிராப்பள்ளி மீது மைசூராரின் தீராத ஆசை

சந்தா சாகிபின் முற்றுகையால் திருச்சிராப்பள்ளிக் கோட்டைக்குள் முடங்கியிருந்த ஆர்க்காட்டு நவாபிற்கு உதவ மைசூர் நாட்டுப் படை முன் வந்தது. மைசூர் மன்னர் குதிரைப்படை, காலாள் படை இரண்டையும் அங்கு அனுப்பியதுடன், பணமாக இரண்டரை இலட்ச ரூபாயும் செலவழித்திருக்கலாம் என்று கணிக்கின்றனர். போர் நின்றதும் திருச்சிராப்பள்ளியை மைசூருக்குத் தந்துவிட வேண்டும் என்ற நிபந்தனையில் இந்த உதவி அளிக்கப்பட்டது. ஆனால் போர் முடிந்த பின்னர் முகமதலி இவ்வாக்குறுதியைக் காக்கவில்லை. அதனால் மைசூராருக்கும், ஆர்க்காட்டாருக்கும் மனத்திற்குள் பகை குறைந்தது.

மீண்டும் மூக்கறுப்புச் சண்டை

தென் தமிழ்நாட்டில் ஒருவரோடொருவர் வக்கரித்து நின்ற முரண்பட்ட வல்லாளர்கள், பல்வேறு காரணங்களுக்காக இக்கால கட்டத்தில் அணி திரண்டிருந்தனர்.

நாயக்கர்கள் ஒரு காலத்தில் *(1736 வரை)* ஆண்ட இந்நாட்டைத் திரும்பப் பெற வேண்டுமென்று, பல்வேறு இந்து வல்லாளர் அவாவினர்:

மைசூராருக்குத் திருச்சிராப்பள்ளியையும், அதைச் சூழ்ந்த செழிப்பான நிலப்பரப்பையும் பெறவேண்டுமென்று நெடுங்காலமாகத் துடிப்பு;

மராட்டியர் படைத் தலைவரான முராரி நராவ் கோர்ப்பாடே, தன் கையில் சிறிது காலம் சிக்கியிருந்த திருச்சிராப்பள்ளியை மீண்டும் பெறவேண்டுமென்ற ஆவல்;

மதுரை நாயக்க மன்னர்களுக்குத் துணை நின்ற மறவர்களும் இதைப் பெற விரும்பினர். இந்துக்களான இச்சக்திகளனைத்தும் ஒன்று திரண்டன.

புதுக்கோட்டைத் தொண்டைமானும், தஞ்சை மராட்டியரும் இந்துக் களாயிருப்பினும், ஆர்க்காட்டு வாலாசாக்களை ஆதரித்தனர். எனவே இந்த அணி இந்து, இந்துக்களல்லாதார் என்ற வக்கரிப்பு அன்று. எரியும் வீட்டில் பிடுங்கியது ஆதாயம் என்ற தனிநல வேட்டை நோக்கம் கொண்ட வல்லாளர் அணியேயாகும்.

இத்தகைய சூழ்நிலையில் இந்த வக்கிர அணியினர் *1751* அக்டோபர் மாதம் களத்தில் இறங்கினர்.

ஆர்க்காட்டு நவாபின் படையினர் முன்னர் அமைத்திருந்த படை நிலைகள் சிலவற்றை மைசூரின் நஞ்சராசா படையினர் கைப்பற்றி நெவாயத்துகளைப் போலவே திருச்சிராப்பள்ளிக் கோட்டைக்குள்ளிருந்த முகமதலியை முற்றுகையிட்டனர். கோட்டைக்குள் படை வீரர்கள் செல்வதைத் தடுப்பதற்காகத் தமக்கு மிகவும் கைவந்த மூக்கறுப்பு வேலையைத் தொடங்கி, மக்களின் மூக்கையறுத்து அனைவரையும் அஞ்சி நடுங்கச் செய்தனர்.

மைசூர்ப் படையும், மதுரை நாயக்கர் படையும் மூக்கறுப்புப் போர் (இ.ச.க தொகுதி-*4* காண்க) என்ற இழிவான இப்போரில் *1656* ஆம் ஆண்டு ஈடுபட்டனர். அப்போது ஏராளமானவர்களின் மூக்கு அறுபட்டது. திருமலை நாயக்கனின் படை பதிலுக்கு மைசூராரின் மூக்குகளை அறுத்தது. இந்த மூக்கறுப்பு நாடகம் *96* ஆண்டுகளுக்குப் பிறகு இந்த *1752* ஆம் ஆண்டு திருச்சிராப்பள்ளியில் மீண்டும் நடந்தது. இதைக் கண்டு அஞ்சிய மக்கள் பண்டச் சுமைகளைத் திருச்சிராப்பள்ளிக் கோட்டைக்குள் எடுத்துச் செல்ல அஞ்சினர்.

எங்கும் அட்டூழியம்

இதே நேரத்தில் மறவர்கள் சிலர் சிவகங்கையிலிருந்து திண்டுக்கல் வரையிலுமிருந்த பகுதிகள் நெடுகிலும் அட்டூழியம் செய்தனர். இந்த *1752* ஆம் ஆண்டிலும் *1753* ஆம் ஆண்டிலும் திருச்சிராப்பள்ளியிலும், அதைச் சுற்றியிருந்த பகுதிகளிலும் மைசூரார், ஆர்க்காட்டார், மறவர், ஆங்கிலேயர், பிரஞ்சுக்கரார், மராட்டியர் முதலானோர் எதன் பெயரிலோ, அவரவர் பங்கிற்கு மக்களின் மூக்கை அறுத்தனர்; ஊர்களைக் கொள்ளையடித்தனர். அவர்களுக்குக் கோயில்கள் படைவீடுகளாயின. மக்களைப் பற்றிக் கவலை கொள்ளாத வல்லாளர்கள், மகேசரின் இல்லத்தை எங்ஙனம் மதிப்பர்?

தென்தமிழ் நாட்டின் இக்காலத்து வரலாற்றில் நடந்த இக்கொடுமைகளைக் கண்டு மக்கள் ஊமையாய்க் கண்ணீர் வடித்தனர். இவற்றை ஏட்டில் எழுதவும், பாடிப் புலம்பவும், ஆன்மநேய உணர்வு கொண்ட அறிவுஜீவி எவரும் இக்காலத்தில் இல்லை என்பது குறிப்பிடத்தக்கது.

1752

மதுரை மைசூரார் வசம்

ஆர்க்காட்டு நவாபான முகமதலியும். மைசூரின் தளவாயான தஞ்சராசாவும் திருச்சிராப்பள்ளிக்காக மோதிக் கொண்டிருந்த வேளையில், ஆர்க்காட்டின் முதல் நவாபு குடியினரான நெவாயத்துகள் மதுரையில் ஆலம் கானைக் கொண்டு தம் ஆட்சியை நிறுவியிருந்தனர். இது நெடுங்காலமாகவே எதிர்ப்பாளரின்றி நடந்து வந்தது. நெவாயத்துகள் மதுரையில் ஆலம் கானைக் கொண்டு தம் ஆட்சியை நிறுவியிருந்தனர். இது நெடுங்காலமாகவே எதிர்ப்பாளரின்றி நடந்து வந்தது. நெவாயத்துகளின் ஆட்சி *1744* ஆம் ஆண்டுடன் ஆர்க்காட்டில் முடிந்து, அன்வருதீன்கான் வாலாசா குடியின் முதல் நவாபாக எழுந்த போதிலும், நெவாயத்துகள் இன்னும் மதுரையில் ஒட்டிக் கொண்டிருந்தனர்.

ஆலம் கான் திருச்சிராப்பள்ளியில் நடந்த சண்டையில் செத்ததும், முதமய்யா என்பவர் மதுரையை ஆண்டு வந்தார். அவரையடுத்து முகமது கான் பார்க்கே என்றறியப்பட்ட பட்டாணித் தலைவரான மியானா மதுரையை ஆண்டு வந்தார்.

நஞ்சராசா இந்த மியானாவைத் தன் பக்கம் இழுத்துக் கொள்ளக் கூடுமென்று அஞ்சிய முகமதலி ஒரு சூழ்ச்சியை செய்தார். அவர் மதுரையை மைசூருக்குத் தருவதற்குத் தயங்கினார்; எனினும் நஞ்சராசாவை மதுரையில் தன் ஆளுநராக வைத்துக் கொள்ள முன் வந்தார். வேளை வரும் போது மதுரையில் தன் நேரடி ஆட்சியை ஊன்றிக் கொள்ள வேண்டுமென்பது முகமதலியின் உள்நோக்கமாக மாயிற்று.

ஆனால் நஞ்சராசா *1752* ஜூலையில் குப் சாகிபு என்ற முஸ்லிம் படைத் தலைவரின் தலைமையில் ஒரு படையை அனுப்பி மதுரையைப் பிடித்துக் கொண்டார். மியானா மதுரையை விட்டு விரட்டப்பட்டார். ஆனால் குப் சாகிபு மைசூரின் ஊழியத்தில் இருந்த போதிலும் பசுக்களைக் கொன்றும், தென்னை மரங்களை வெட்டியும் இந்துக்களின் வெறுப்பிற்கு ஆளானார். குப் சாகிபின் சமயப் பொறையற்ற இச்செயல்களினால் *1752* டிசம்பரில் ஒரு புரட்சி மதுரையில் ஏற்பட்டது.

இராமநாதபுர சேதுபதி விசயரகுநாதனும் *(1748-1760)*, சிவகங்கை மன்னர் உடையத் தேவரும் *(1750-1779)* இப்புரட்சிக்குத் தலைமை தாங்கினர். அவர்கள் மதுரைக் கோட்டையைத் தாக்கி மைசூராரை விரட்டியடித்தனர். அவர்கள் நாயக்கர் அரசைச் சேர்ந்த விசயகுமாரனுக்கு மதுரை மன்னர் என்று பட்டம் சூட்டினர். ஆனால் மதுரைச் சீமையில் சிறிது காலம் மட்டுமே நாயக்கர் ஆட்சி நடந்தது.

மறவர் படை மதுரையை விட்டு வெளியேறியதும், பட்டாணியத் தலைவர்கள், நபி கான் கட்டாக்கு, முதமய்யா ஆகியோரின் துணை கொண்டு மீண்டும் அங்கு மியானா தன் ஆட்சியை நிறுவினார். விசயகுமாரன் மீண்டும் சிவகங்கைக்கே ஓடிப் போனார்.

இராமநாதபுரச் சீமையின் தலைவரான வெள்ளையன் சேர்வை, சிவகங்கையின் தாண்டவராய பிள்ளையுடன் சேர்ந்து மதுரை சென்று மியானாவின் படைகளைத் தோற்கடித்த போதிலும், நாயக்கருக்கு மீண்டும் நாட்டை மீட்டுத்தர முடியவில்லை.

மேலும் அவர்களால் தோற்கடிக்கப்பட்ட பட்டாணியர் தலைவர்கள், இந்நாட்டின் மீது வாலாசர்களுக்குள்ள உரிமையை ஏற்க மறுத்தனர். அவர்கள் மறவரின் கீழ் சிற்றரசர்களாக இருந்து வருவதற்கு அனுமதிக்கப்பட்டனர்.

மறவர் தலைவர்களின் இந்தப் புதிய ஏற்பாடு பாளையக்காரர்களுக்கு ஏற்புடையதாக இருக்கவில்லை. அவர்கள் மதுரையில் புதிய மன்னர் ஒருவரை அமைப்பதற்கு ஆங்கிலேயரின் உதவியை நாடினர். (1754 காண்க.)

3. பாகூரின் தொன்மை

பதினெட்டாம் நூற்றாண்டின் இக்கால கட்டத்தில் முதலில் 1742 ஆம் ஆண்டிலும், இப்போது 1752 ஆம் ஆண்டிலும் பிரஞ்சுக்காரருக்கும், பிரிட்டிசாருக்கும் நடந்த போரில் களமாக விளங்கிய பாகூர் வெகு தொன்மை வாய்ந்ததாகும். இங்கு 1742 இல் நடந்த போர் பாகூர்ப் போர் என்றே பெயர் பெற்றது. இந்த ஆண்டு நடந்த போரில் பிரிட்டிஷ் படையின் முதல் தலைமைத் தளபதியான ஸ்டிரிங்கர் லாரன்சு (1697-1775) பிரஞ்சுக்காரரைப் பாகூரை விட்டே விரட்டியடித்தார்.

(இன்று இவ்வூர் புதுச்சேரி மாநிலத்திலுள்ளது. அங்கிருந்து தெற்கே தென்மேற்கில் சுமார் 17 கிலோ மீட்டர்; இது கடலூரிலிருந்த டேவிடு கோட்டைக்கும், புதுச்சேரிக்கும் இடையில் அமைந்தது.)

பாகூர் என்றும் வாகூர் என்றும் வழங்கும் இச்சிற்றூரில் கண்டுபிடிக்கப்பட்ட முதுமக்கள் தாழிகள் கி.பி.இரண்டாம் நூற்றாண்டைச் சேர்ந்தவை என்று முடிவு செய்துள்ளனர்.

பல்லவ மன்னர் நிருபதுங்க வர்மனின் (855-896) எட்டாம் ஆட்சியாண்டில் வரையப் பெற்ற செப்பேடுகள் 1879 ஆம் ஆண்டு கண்டுபிடிக்கப்பட்டன. அச்செப்பேடுகள் இவ்வூரை வாகூர் என்று குறிக்கின்றன. இங்குள்ள கல்வெட்டுகளும் வாகூர் என்றே கூறுகின்றன. முதலாம் இராசராசன் காலம் முதல் (985-1014) இவ்வூருக்கு அழகிய சோழர் மங்கலம் என்று இன்னொரு பெயரும் இருந்து வந்தது.

இவ்வூர் கி.பி. இரண்டாம் நூற்றாண்டு முதல் பதினெட்டாம் நூற்றாண்டு வரை ஏறத்தாழ 1600 ஆண்டுகள் தென்னிந்திய வரலாற்றில் இடம் பெற்று வந்திருக்கின்றது. வாகூரைப் பற்றிக் குறிப்பிடும் வேறு சில கல்வெட்டுகள் தென்னார்க்காடு, வடார்க்காடு, செங்கற்பட்டு ஆகிய மாவட்டங்களிலும் கிடைத்துள்ளன. இங்கு புதுச்சேரி மாநிலத்திலுள்ள மிகப் பெரிய ஏரி உள்ளது.

பல்லவர் காலத்தில் இங்கு நிலவிய வாகூர்க் கல்லூரியில், வடமொழியிலுள்ள பதினான்கு வித்தைகள் கற்பிக்கப்பட்டு வந்தன என்பதும், அக்கல்விச் சாலையின் ஆண்டுச் செலவிற்காக, அந்நாட்டில் மூன்று ஊர்கள் இறையிலியாக வழங்கப்பட்டுள்ளன என்பதும் பாகூர்ச் செப்பேடுகளிலிருந்து தெரிய வருகின்றன. (E.I.Vol. XVII No.2) காஞ்சியிலும், சோழசிங்கபுரத்திலும் இருந்த சம்ஸ்கிருதக் கல்லூரிகள் என்ற கடிகைகள் பற்றிய செய்தி, காஞ்சி பற்றிய 1751ஆம் ஆண்டுக் கட்டுரையில் சொல்லப்பட்டிருந்தது.

4. கள்ளர் துணிச்சல்

கள்ளர் என்ற முது குடி உயிருக்குத் துணிந்து தமிழக வரலாற்றில் தனி இடம் பெற்றுள்ளது. அதை இச்சிறு நிகழ்ச்சி உறுதி செய்கின்றது. திருச்சிராப்பள்ளிச் சீமையின்

பாளையக்காரர் சிலர், இப்பகுதிக்கு வெளியே பிரிட்டிசாருக்குத் திருச்சிராப்பள்ளிக் கோட்டை முற்றுகையில் உதவினர். அந்நேரத்தில் பிரிட்டிஷ் படைத் தலைவரான ஸ்டிரிங்கர் லாரன்சும், இராபட் கிளைவும் தம் படையிலிருந்த குதிரைகளனைத்தையும் இழந்தனர். அக்குதிரைகளை அண்ணனும் தம்பியுமான இரண்டு கள்ளர்கள் திருடி விட்டனர். அவர்கள் அதை மறுக்கவுமில்லை. இரண்டு நாளில் குதிரை வந்து சேருமென்று அவர்கள் கூறிவிட்டனர்.

அவர்களில் ஒருவரைப் பிரிட்டிசார் பிணையமாகப் பிடித்துவைத்துக் கொள்ள, மற்றொருவரைக் குதிரையைக் கொண்டு வருவதற்கு அனுப்பினர். இரு நாளான பின்னும் குதிரையுடன் மற்றவர் வந்து சேரவில்லை. லாரன்சு ஒரு சகோதரனைத் தன் முன் கொண்டு வரச் செய்தார். அவருடைய சகோதரன் ஏன் இரண்டு நாளாகியும் குதிரையுடன் திரும்பி வரவில்லை; அவனுக்கு என்னவாயிற்று என்று அவரிடம் லாரன்சு கேட்டார். போனவர் வராவிட்டால் அவனைத் தூக்குப் போடப் போவதாக லாரன்சு கடும் எச்சரிக்கை செய்தார்.

அதைக் கேட்டுப் பிணையமாகப் பிடிபட்டிருந்த கள்ளர் கலங்க வில்லை. ''இத்தனை மதிப்புள்ள கொள்ளையுடன் சென்ற என் சகோதரன் திரும்புவான் என்று நீங்கள் எதிர்பார்ப்பது சிறுபிள்ளைத்தனம். அக்குதிரைகள் எங்கள் குடும்பத்தைச் செல்வச் செழிப்படையச் செய்யும். கேடுகெட்ட இந்த உயிருக்காக ஒருவேளை சோற்றுக்கே திண்டாடும் என் உயிரை மதிக்காது, நான் தூக்கில் தொங்குவது எவ்வளவோ மேல்''.

அக்கள்ளரின் துணிச்சலையும், கள்ளமில்லாத வாக்குறுதியையும் கண்டு வியந்த லாரன்சும், கிளைவும் அவரை விடுதலை செய்தனர்.

இக்கள்ளர் குடிபற்றி இ.ச.க தொகுதி-5 ல் சொல்லப்பட்டுள்ளது. இக்குடியினரின் வீரத்தையும், காலமாறுதல்களினால் இக்குடி சீர்கேடடைந்ததையும் உணர்ந்த ஆங்கிலேயர் இருபதாம் நூற்றாண்டில் இக்குடியின் ஏற்றத்திற்கென்றே பல பணிகளை மேற்கொண்டனர். இன்றும் இப்பணிகள் தொடர்ந்து நடந்து வருகின்றன.

5. சந்தா சாகிபு கொலை

ஆர்க்காட்டிலிருந்து கர்நாடகம் என்ற தமிழ்நாட்டை, ஐதராபாது நிசாமின் மேலாணைக்குக் கட்டுப்பட்டு ஆண்டு வந்த நெவாயத்து குடியில் பெண் கொண்டதால் அதன் உறவினராயும், பணியில் அதன் படைத் தலைவராயுமிருந்த சந்தா சாகிபு, ஆர்க்காட்டு நவாபு தோஸ்து அலி *1733* ஆம் ஆண்டு தெற்கில் படையெடுத்துச் சென்றபோது அவருக்குப் பெருந் துணையாக இருந்தார்.

மதுரை நாயக்கர் குடியின் அரசியாக *1732* இல் மீனாட்சி அரியணை ஏறிய வேளையில், அவருக்கும் பங்காரு திருமலைக்கும் ஏற்பட்ட உள்பகையைச் சாக்காக வைத்துக் கொண்டு தென் தமிழ்நாட்டினுள் நுழைந்த இப்படைத்தலைவர், பத்தொன்பதாண்டுக் காலத்திற்குள் தென்னாட்டு அரசியலில் படைத்தலைவராக உயர்ந்து, மராட்டியரிடம் திருச்சிராப்பள்ளியில் *1741* இல் சிறைப்பட்டு, அதற்கு ஏழாண்டுகளுக்குப் பிறகு *(1748)* சிறையிலிருந்து மீண்டு ஒரே ஆண்டிற்குள் ஆர்க்காட்டில் நவாபு என்ற நிலைக்கு உயர்ந்ததை இ.ச.க. ஐந்தாம் தொகுதியின் பல இடங்களில் கண்டோம். சந்தா சாகிபிற்கு அந்நாளிலிருந்து தூய்ப்பிளே பேருதவியாயிருந்து வந்தார்.

சந்தா சாகிபு கடைசி நாயக்க அரசியின் காதலர் என்றும் கருதப்படுகின்றார். அவர் செங்கல்லில் சிவப்புத் துணியைச் சுற்றித் திருக்குரான் என்று ஏமாற்றிக் கள்ளச் சத்தியம் செய்து கொடுத்தவர். அவரால் இங்ஙனம் ஏமாந்த அரசி மீனாட்சி 1736 ஆம் ஆண்டு நஞ்சுண்டு மாண்டு, சுமார் 1529 முதல் நடந்துவந்த இரண்டு நூற்றாண்டுக்கால மதுரை நாயக்கர் ஆட்சியை முடித்து விட்டார்.

பிரிட்டனின் கிழக்கிந்தியக் கம்பெனியும், பிரஞ்சுக்காரரும் தென்னிந்திய அரசியலில் ஈடுபடுவதற்கு வழிகோலியவரும் சந்தா சாகிபே ஆவார்.

ஆந்திரத்துக் குத்தியை ஆள்பவரான மராட்டியர் படைத்தலைவர் முராரி ராவ் கோர்ப்பாடேயும், இராபட் கிளைவும் சேர்ந்து 1752 ஏப்ரலில் பிரஞ்சுக்காரர் காரைக்காலுடன் வைத்திருந்த தொடர்பைத் துண்டித்தனர். சமயபுரத்தில் நெவாயத்துப் படையில் ஒரு பிரிவையும் தோற்கடித்தனர்.

திருவரங்கத்தில் மே 3 அன்று நடந்த சண்டையில் பிரஞ்சுப் படைத் தலைவரான தெ அடூயில் என்றவரைப் பிரிட்டிஷ் காப்டன் டால்டன் தோற்கடித்தார்.

மேஜர் ஸ்டிரிங்கர் லாரன்சு இதன் பிறகு திருவரங்கத்தில் நிறுத்தி வைக்கப்பட்டிருந்த பிரஞ்சு, நெவாயத்துப் படைகளின் தலையாயவற்றைத் தாக்கி முறியடித்தார்.

பிரஞ்சுக்காரரின் எதிர்ப்பும் சந்தா சாகிபின் எதிர்ப்பும் 1752 ஆகஸ்டு வாக்கில் குன்றின. அப்பிரிவினரின் படைகளிலிருந்து வீரர்கள் பிரிந்து ஓடினர். கடுந்தண்டனை கிடைக்குமென்று எச்சரித்தும் படை வீரர்கள் ஓடுவது நிற்கவில்லை.

எனவே பிரஞ்சுக்காரரும், நெவாயத்துகளும் தமது சொந்தப் பாதுகாப்பைக் குறித்துப் பெரிதும் கவலை கொள்ள நேர்ந்தது.

சந்தா சாகிபின் படை வீட்டை மராட்டியர் சூழ்ந்து கொள்ளவே அவரால் தப்பிச் செல்வதற்கு முடியவில்லை. மராட்டியர் படைத்தலைவர்களான மனோஜியிடமும், முராரி ராவிடமும் தன் உயிரைக் காப்பாற்றுவதற்குப் பணம் தருவதாகச் சந்தா சாகிபு பேரம் பேசினார். அவர் தன்னைக் காரைக்காலில் பத்திரமாய்க் கொண்டு சேர்க்குமாறு வேண்டினார். பக்கிரி மாதிரி வேடம் புனைந்த செல்லக் கேட்டார்.

சந்தா சாகிபின் உயிருக்குப் பாதுகாப்புத் தரப்படும் என்று மனோஜி சத்தியம் செய்து தரவேண்டுமென்று பிரஞ்சுப் படைத் தலைவர் ஜேக்கூவா என்பவர் கேட்டார். ஆனால் அவருக்குப் பதிலாகத் தாவூது கான் குரானில் அடித்துச் சத்தியம் செய்து தந்தார்.

சந்தா சாகிபு பத்திரமாய்க் காரைக்காலை அடையும் வரை, மராட்டியருக்காகப் பிரஞ்சுக்காரரிடம் ஒருவர் பிணையமாக இருக்கட்டுமென்று பிரஞ்சுப் படைத் தலைவர் சொன்னதை மனோஜி ஏற்கவில்லை.

மனோஜி அன்றே மேஜர் லாரன்சுடனும் பிறருடனும் இரகசியமாகக் கூடிப் பேசிச் சந்தா சாகிபின் விதியை முடிவு செய்து விட்டார். நெவாயத்துகளின் கடைசித் தலைவரான சந்தா சாகிபு 1758 ஜூன் 17 அன்று துரோகத்தனமாகக் கொல்லப்பட்டார்.

இறைத் தண்டனையா ?

சந்தா சாகிபு பதினாறு ஆண்டுகளுக்கு முன்னர் (1736) திருச்சிராப் பள்ளியில் தளவாய் மண்டபம் என்ற இடத்தில்தான், மீனாட்சிக்கு எந்தத் தீங்கும் செய்ய

மாட்டேன் என்று குரானில் கைவைத்துக் கள்ளச் சத்தியம் செய்து கொடுத்தார். அவர் இந்த ஆண்டு ஜூன் 17 அன்று அதே தளவாய் மண்டபத்தில்தான் தலை வெட்டிக் கொல்லப்பட்டார்.

சந்தா சாகிபு நண்பகல் தொழுகையிலிருந்த போது, அவரது தலை வெட்டப்பட்டு, அதன் பிறகு அவருடைய தலையும். முண்டமும், அவருடைய பரம எதிரியான முகமதலியிடம் தரப்பட்டன.

சந்தா சாகிபின் தலை திருச்சிராப்பள்ளியை விட்டு வெளியில் அனுப்பப் பட்டதென்று கூறுவர். எனினும் இதற்கு ஆதாரமில்லை.அவரது உடல் திருச்சிராப்பள்ளியிலுள்ள நத்தர் அவுலியா தர்க்கா வளைவினுள் அடக்கம் செய்யப்பட்டுள்ளது.

தூய்ப்பிளே சந்தா சாகிபின் மரணத்தைக் கேட்டு மிகவும் கவலைப்பட்டார். அதைக் கேட்ட பின்னர் அவரால் மாதா கோயிலுக்குச் செல்லவோ, உணவு கொள்ளவோ முடியவில்லை என்று ஆனந்த ரங்கர் குறிப்பிடுகின்றார்.

மேஜர் லாரன்சுதான் சந்தா சாகிபின் கொலைக்குப் பொறுப்பு என்று தூய்ப்பிளே கூறுகின்றார். ஆனால் மனோஜிதான் அதற்குப் பொறுப்பு என்று பிரதாப சிங்கன் 1752 இல் நஞ்சராசாவிற்கு எழுதிய கடிதத்திலிருந்து தெரிகின்றது. மனோஜி தனக்குத் தெரிவிக்காது சந்தா சாகிபின் தலையை வெட்டி விட்டார் என்று அவர் அக்கடிதத்தில் குறிப்பிடுகின்றார்.

1752

6. கோவளம் - சிறு வரலாறு

கோவளம் என்றால் நிலமுனை, நிலக்கோடி என்று பொருள் என்பர். இதைச் சம்ஸ்கிருதத்தில் நித்திய கலியாணபுரி என்றனர். இங்கு வழிபடும் இறைவியின் பெயர் கோமளம்மன். இவ்வூர் இஸ்லாமியர், கிறித்தவர் ஆகியோருக்கும் சிறப்பு வாய்ந்த இடமாக விளங்குகின்றது. இங்கு பிரிட்டிசாரின் பங்கு மிகுந்த ஜெர்மன் கம்பெனி கோவளத்தில் 1722 ஆம் ஆண்டு அமைந்து 1752 வரை செயல்பட்டு வந்த செய்தி இ.ச.க தொகுதி-3 ல் சொல்லப்பட்டிருந்தது. கோவளம் பதினோராம் நூற்றாண்டிலேயே சோழ மண்டலக் கரையின் பல துறைமுகங்களுள் ஒன்றாக விளங்கியது.

சென்னை நகரின் மிக அருகில், மாமல்லபுரம் செல்லும் வழியில் அமைந்திருக்கும் இச்சிற்றூருக்கு ஐரோப்பியக் காலனி ஆதிக்கப் போட்டி வரலாற்றில் இடமுள்ளது.

ஆர்க்காட்டு நவாபு இங்கு 1745 இல் ஒரு கோட்டையைக் கட்டினார். இவ்வூர் ஆர்க்காட்டின் கிழக்கே சுமார் 93 கிலோ மீட்டர் (62 மைல்); செங்கற்பட்டிலிருந்து கிழக்கே வடகிழக்கில் சுமார் 30 கிலோ மீட்டர் (19¾ மைல்); கடலூரிலிருந்து வடகிழக்கில் சுமார் 120 கிலோ மீட்டர் (80 மைல்); சென்னையிலிருந்து தெற்கில் சுமார் 30 கிலோமீட்டர் (20 மைல்); சதுரங்கப்பட்டினத்திலிருந்து கிழக்கே வடகிழக்கில் சுமார் 30 கிலோ மீட்டர் (20 மைல்).

கோவளம் ஐரோப்பியர் முதலில் அமர்ந்த குடியிருப்புகளில் ஒன்றாகும். அக்காலத்தில் இவ்வூர் போர்த் தந்திர முக்கியத்துவம் வாய்ந்த இடமாக இருந்தது. அதன் தெற்கிலும், தென் கிழக்கிலுமிருந்தும் எதிரியினால் நெருங்க முடியாது. ஏனெனில் அத்திக்கிலிருந்து சுமார் 1½ கிலோ மீட்டர் நீளத்திற்கு (1 மைல்) கரடுமுரடான பெரிய பாறைத் தொடர் கடலினுள் நீண்டு செல்கின்றது.

இவ்வூர் பண்டைக் காலத்தில் கோவளம், திருவேடம், மாவேலிபுரம் ஆகியன அடங்கிய ஒரு காதப் பரப்புள்ளதாக - அல்லது சுமார் 15 கிலோ மீட்டர் அல்லது பத்து மைல் பரப்புள்ள பெரிய பட்டினமாக இருந்தது என்பர். இது பெரிய பட்டினமாக இருந்தது என்று முஸ்லிம்கள் எழுதி வைத்துள்ள குறிப்புகள் காட்டுகின்றன. அதில் பல புறநகர்கள் அடங்கியிருந்தன என்பர்.

ஹசரத்து தமீம் அன்சாரி தர்கா

ஒரு முஸ்லிம் ஞானியின் உடல் இங்கு கடற்கரையோரமாக ஒதுங்கியது. அதற்கு ஓர் கல்லறை - தர்கா - நிறுவ வேண்டுமென்று அந்த ஞானியின் சடலம் அடங்கியிருந்த பெட்டியில் எழுதப் பெற்றிருந்ததாக முஸ்லிம்கள் கூறுவர். அதன்படி கோவளத்தில் ஒரு தர்கா அமைக்கப்பட்டது. அந்தத் தர்காவிற்கு மேலே ஆர்க்காட்டின் முதல் நவாபான சாதத்துல்லா கான் (1710-1732; இ.ச.க.தொகுதி-1 காண்க) ஒரு பள்ளி வாசலைக் கட்டினார்.

ஐரோப்பியர் குடியேற்றம்

கோவளத்தில் டச்சுக்காரரும் குடியேறியிருந்தனர். இங்கு ஆஸ்டெண்டுக் கிழக்கிந்தியக் கம்பெனி கட்டிய கோட்டை மறைந்து விட்டது. சாதத்துல்லா கான் கட்டிய கோட்டையும் தடமற்றுப் போனது.

பிரஞ்சுக்காரர் கோவளத்தை 1750 இல் தந்திரமாய்க் கவர்ந்தனர். எனினும் இங்கிருந்த பிரஞ்சுக்காரர் படை 1752 இல் இராபட் கிளைவிடம் பணிந்தது. அதன் பிறகு இங்கு இருந்த அரண்கள் தகர்த்தெறியப்பட்டன.

கோவளம் மேற்கூறியவாறு கோமளம்மன் திருக்கோயிலும், ஹசரத்து தமீம் அன்சாரியின் தர்காவும் அமைந்து, இந்து, முஸ்லிம் அடியார்களின் வழிபாட்டு இடமாக அமைந்ததைப் போன்று, கிறித்தவர்களுக்கும் சிறந்த தலமாய் அது விளங்குகின்றது.

கிறித்தவக் கோயில்

இங்கு பல்லாண்டுகளாகப் புகழ் பெற்று விளங்கும் கார்மல் குன்று மாதா கோயில் இருந்து வருகின்றது. (கார்மல் குன்று என்பது வடகிழக்கு இசுரேலில் உள்ளது. சமாரித்தன் குன்றிலிருந்து மத்திய தரைக்கடல் வரையிலும் கார்மல் குன்று நீண்டு செல்கின்றது. அக்குன்றின் பெயர் தாங்கிய கார்மலட்டா என்ற போர்த்துக்கீசர் இம்மாதா கோயிலைக் கட்டியமையால், அதற்குக் கார்மல் குன்று மாதா கோயில் என்று பெயர் வழங்கலாயிற்று.)

சென்னையில் வெகு செழிப்பாக வாணிபம் புரிந்துவந்த கார்ம லட்டா இக்கோயிலை 1788 ஆம் ஆண்டு கட்டத் தொடங்கினார். எனினும் அப்பணி அதற்கு இருபதாண்டுகள் கழித்து 1808 ஆம் ஆண்டுதான் முற்றுப் பெற்றது. ஏனெனில் பணமில்லாததால் கார்மலட்டா கோயிலைக் கட்டி முடிக்காமலே இறந்து போனார்.

எனவே இப்பொறுப்பு ஜான் டிமாண்டி என்ற மற்றொரு வணிகரின் தலையில் விழுந்தது. அவர் தமிழ்நாட்டிலிருந்து பட்டுக் கைக்குட்டைகளை அமெரிக்காவிற்கு ஏற்றுமதி செய்து வந்தார். கன்னிமேரி, டிமாண்டியின் கனவில் வந்து, இக்கோயிலைக் கட்டி முடிக்குமாறு கட்டளை பிறப்பித்ததாகக் கிறித்தவர் நம்புகின்றனர்.

கோவளம் இன்று சின்னஞ் சிறு ஊராக விளங்கினாலும் பல்வேறு சமயத்தவருக்கு, குறிப்பாக முஸ்லிம்களுக்கும், கிறித்தவர்க்கும் புனிதமான இடமாய் விளங்குகின்றது. இங்குள்ள கோமளம்மன் கோவிலில் பூக்குழி இறங்குதல் என்னும் தீமிதி விழா நடக்கின்றது.

7. ஜம்மு - காசுமீர வரலாறு

இந்திய சரித்திரக் களஞ்சியத்தின் ஐந்தாம் தொகுதியில் ஜம்மு - காசுமீரத்தின் சுருக்கமான வரலாறு சொல்லப்பட்டிருந்தது. இங்கும் மேலும் சில செய்திகள் அம்மாநிலத்தைப் பற்றி விளக்கப்படுகின்றன.

காசுமீரத்திற்கு நெடிய வரலாறு உண்டெனினும் முகலாயர் வலிமை குன்றிய பின்னர், அண்டையிலுள்ள ஆப்கானியர் இமயத்திலிருந்து இறங்கி வந்து 1752 முதல் 1819 வரை அதைத் தமது மாநிலமாகக் கொண்டிருந்தமையால், காலநோக்குக் கருதி அது இங்கு இந்த 1752 இல் சேர்க்கப்படுகின்றது.

பின்னர் பத்தொன்பதாம் நூற்றாண்டில் நாட்டரசாக உருவாக காசுமீரம், பல்வேறு சிற்றரசுகள் சேர்ந்த ஒரு தொகுதியேயாகும். காசுமீர மாநிலம் கிட்டத்தட்ட இன்றைய (1992) வடிவத்தை நூறாண்டுகளுக்கும் குறைவான காலத்தில்தான் பெற்றது. எனினும் அதன் வரலாறு அலெக்சாந்தர் காலத்திற்கும், அதற்கப்பாலும் செல்கின்றது.

பதினெட்டாம் நூற்றாண்டின் பிற்பகுதியில்தான் தாழ்நில நாடான ஜம்முவின் வரலாறும் மேல்நிலைப் பள்ளத்தாக்கான காசுமீரத்தின் வரலாறும் ஒன்றோடொன்று சேரலாயின. பத்தொன்பதாம் நூற்றாண்டின் பிற்பகுதியில்தான் இம்மலை நாடுகள் ஒன்றுடனொன்று சேர்ந்தன.

இப்பகுதியின் தொடக்க கால வரலாறு முற்றிலும் காசுமீரப் பள்ளத்தாக்கைப் பற்றியதேயாகும். அங்கு வரிசையாக அடுத்தடுத்துப் பௌத்த, இந்து முடியரசுகள் நிலவி வந்தன.

காசுமீரத்தில் கி.பி. 596 முதல் 1338 வரையிலும் கார்க்கோட மரபு (596-867), உத்பலர் மரபு (857-939) என்று இந்து அரசு குடிகளின் ஆட்சி கிட்டத்தட்ட ஏழரை நூற்றாண்டுகள் நிலவிற்று. கி.பி. பத்தாம் நூற்றாண்டின் இறுதியில் ஏறத்தாழ எழுபது சிவன் கோயில்கள் அங்கு தோன்றி வளர்ந்தன. அக்கோயில்களையடுத்து மடங்களும் அமைந்தன. அவை பெரிதும் தொல்லியல் இடிபாடுகளுக்குள் மறைந்து கிடக்கின்றன.

முஸ்லிம் படையெடுப்பு

முஸ்லிம் படையெடுப்பாளர் 1539ஆம் ஆண்டு காசுமீரத்திற்கு வந்தனர். பாரசீகத்திலும், நடுஆசியத்தில் உள்ள மலை வெளிகளிலிருந்தும் வந்திருந்த இப்படையெடுப்பாளர்களுக்குத் திருக்குரானில் கூறப்பட்டுள்ள சொர்க்கத்து மென்காற்று, மலர்கள், குளுமை, சலசலத்தோடும் நீரோடை ஆகியன தமக்கு இங்கு கிடைத்து விட்டதாகவே தோன்றியது. அங்கு முஸ்லிம்களின் சுவாபு சுல்தான் குடியும் (1339-1561), சக்கு சுல்தான் குடியும் (1561-1589) வரை ஆட்சி புரிந்தன.

அதன்பிறகு காசுமீரம் முகலாயரின் ஆளுகைக்குகீழ் வந்துவிட்டது. முகலாயப் பேரரசர்கள், குறிப்பாக ஜகாங்கீர் (1605-1626) அங்கு வலிமை வாய்ந்த சினார் மரங்களை

நட்டும், அரண்மனைகளைக் கட்டுவித்தும், இன்றும் நின்று நிலவும் பேரழகு வாய்ந்த முகலாயப் பூங்காக்களை நிறுவியும் காசுமீரத்தின் அழகிற்கு அழகு சேர்த்தனர்.

இப்பணிகளினூடே குன்றாத உறுதியுடன் நின்ற பண்டிதர்களான பிராமணர் களைத் தவிரக் கிட்டத்தட்ட மக்களனைவரும் ஏறத்தாழ இரண்டரை நூற்றாண்டுக் காலத்தில் இஸ்லாத்தைத் தழுவி விட்டனர். முகலாயர் அவையிலிருந்த இந்துஸ்தான முஸ்லிம்கள் காசுமீரப் பெண்களை மணந்து கொண்டு தமது அந்தஸ்தை உயர்த்துவதற்கு நினைத்தனர். காசுமீர மங்கையர் தம் நாட்டைப் போன்றே அழகு மிக்கவர்களாயிருந்தனர்.

காசுமீரி மொழி

காசுமீர இலக்கியம் பற்றிப் பத்தாம் நூற்றாண்டிற்கு முன்னர் திட்டவட்டமாக எதுவும் தெரியவில்லை. இங்கொன்றும் அங்கொன்றுமாகக் கிடைக்கின்ற ஐயத்திற்கிடமான பல பாடல்களைத் தவிர, லல்ன திதி (லால் தேதி) எழுதிய பாடல்கள் நவீன காசுமீர வடிவில் நமக்குக் கிடைத்துள்ளன. ஆயினும் பாடல்கள் வாய்வழியாகவே பாடப்பட்டுச் செவி வழிச் செல்வமாக இக்காலத்தில் கிடைக்கின்றன. லல்லா திதியின் குடும்ப வாழ்வில் மகிழ்ச்சி இல்லை. அவர் லல்லா யோகீசுவரி என்ற பெயரில் துறவியாயினார். அவர் சிவனைப் பற்றிய பாடல்களைப் பாடிக் கொண்டு ஊரெங்கும் சுற்றித் திரிந்தார். அவற்றில் நூற்றுக்கு மேற்பட்ட பாடல்களை சர் ஜார்ஜ் ஆயிலிம் கிரியர்சன் என்ற ஆங்கிலேயர் மொழி பெயர்த்துத் தொகுத்திருக்கின்றார்.

எனினும் காசுமீரத்தில் சம்ஸ்கிருத மொழியில் இலக்கியங்கள் தோன்றியுள்ளன. அவற்றுள் பெரிதும் குறிப்பிடத்தக்கது. 1150ஆம் ஆண்டு கல்ஹணரால் எழுதி முடிக்கப்பட்ட ''இராஜ தரங்கிணி'' என்ற நூலாகும். அதுவே இந்திய மொழியில் எழுதப் பெற்ற முதல் வரலாற்று நூலாகவும் விளங்குகின்றது. (இராஜ தரங்கிணி குறித்து இ.ச.க.தொகுதி -2 காண்க.)

ஆப்கானியர் படையெடுப்பு

முகலாயர் வலுக் குன்றியதும், நாம் மேலே கூறியவாறு ஆப்கானியர் 1752 இல் காசுமீரத்தைத் தமதாக்கிக் கொண்டனர். ஆப்கானியர் அங்கு கால் வைத்த காலம் வரையிலும், ஜம்முவின் வரலாறு பாஞ்சாலத்தின் வீரமறவர் வரலாற்றோடுதான் பிணைந்திருந்தது. அங்கு ஒரு காலத்தில் இரசபுத்திரரான டோகராக்கள் ஆட்சி புரிந்தனர். முஸ்லிம் படையெடுப்பாளர்கள் அவர்களை அப்புறப்படுத்தினர்.

முகலாயரின் ஆதிக்கம் மறைந்ததும் டோகராக்கள் தம் நாட்டை அடைய முயன்றனர். எனினும் மன்னர் இரஞ்சித்து சிங்கின் விரிந்து பரந்த சீக்கிய அரசினுள் பாஞ்சாலத்தின் பிற சிற்றரசுகளைப் போன்று டோகராக்களின் ஜம்முவும் சேர்க்கப்பட்டு விட்டது.

இருப்பினும் ஜம்மு டோகராக்கள் தனக்கு மாறாத கனிவுடன் பணிபுரிந் தமையாலும், சமவெளியிலிருந்து கரடுமுரடான மலைப்பாங்கான ஜம்முவை ஆள்வது கடினமென்றதாலும் இரஞ்சித்து சிங்கு ஜம்முவின் குலாபு சிங்கை ஓரளவு தன்னுரிமை பெற்ற அரசராயிருக்கும் படி அனுமதித்தார்.

இரஞ்சித்து சிங்கு 1819 இல் காசுமீரப் பள்ளத்தாக்கை வென்று, அதைத் தன் அரசுடன் சேர்த்துக் கொண்டார். அவர் இறந்ததும், பிரிட்டிசார் சீக்கியரைப் போரில்

தோற்கடித்தனர். அவர்கள் சீக்கியரிடமிருந்து இழப்பீடாகப் பெருந்தொகையைக் கேட்டனர். சீக்கியரால் அத்தொகையைத் தர முடியாது போனமையால் பணத்திற்கு மாற்றாகக் காசுமீர நாட்டையே பிரிட்டிசாருக்குக் கொடுத்து விட்டனர்.

பிரிட்டிசார் வடமேற்கு எல்லைப் புறத்திலுள்ள காசுமீரத்தின் போர்த் தந்திர முக்கியத்துயவத்தையும், அதன் பேரின்பமூட்டும் அழகையும் அப்போது சரியாக உணரவில்லை. ஆதலால் அவர்கள் காசுமீரத்தை ஏற்க மறுத்தனர்.

டோகரா ஆட்சி

குலாபு சிங்கு

ஜம்மு மன்னர் குலாபு சிங்கு இப்பேச்சுகளில் பொது ஆளாகக் கலந்து கொண்டார். அவர் காசுமீரத்தின் எதிர்காலம் பற்றிய சுமையைத் தானே ஏற்றுக் கொள்ள விரும்புவதாக அப்போது பேச்சினிடையே கூறினார். ஆதலால் 1846 ஆம் ஆண்டு ஏற்பட்ட உடன்படிக்கைப்படி குலாபு சிங்கு (1846-1857) ஒன்றுபட்ட ஜம்மு - காசுமீர நாட்டின் தனி மன்னர் என்ற நிலையை அடைந்தார்.

பிரிட்டிசார் இப்போது காசுமீரத்தைச் ''சில வெள்ளிக் காசுகளுக்கு'' விற்று விட்டதைக் குறித்துப் பின்னர் குறை கூறப்பட்டனர். அது ஒரு வகையில் சரிதான். ஏனெனில் டோகரா மன்னர் காசுமீரத்தைப் பெற்றுக் கொண்டதற்காகப் பிரிட்டிசாருக்கு ஆண்டுதோறும், பின்னல் வேலை செய்த ஆறு சால்வைகளையும், ஆறு மலையாடுகளையும் திறையாகச் செலுத்தப் பிரிட்டிசார் ஒப்பினர். அவை மெய்யாகவே ''சில வெள்ளிக்காசுகளே' பெறும்.

பிரிட்டிசார் சீக்கியரை அடக்கியதும் வடமேற்குப் பகுதியின் வாணிப, அரசியல் முக்கியத்துவம் குறித்து ஆழ்ந்த அக்கறை செலுத்தலாயினர். இரஷியா நடு ஆசியத்தினுள் தன் ஆட்சிப் பரப்பை விரித்ததனால், இந்த எல்லைப்புறம் பிரிட்டிஷ் பேரரசாலேயே மிக மிகக் கவனம் செலுத்தப்பட வேண்டிய பகுதி என்று பிரிட்டிஷ் அரசு இலண்டனில் கூறியது. ஆதலால் மிகப்பெரிய அரசியல் தந்திரச் சூழ்ச்சிகள் தொடங்கலாயின.

இமயக் கணவாய்களை நோக்கி அவற்றுக்கு அப்பால் சென்ற இந்தியாவின் மிகத் தொன்மையான வாணிப வழித்தடம் ஒன்று காசுமீரப் பள்ளத்தாக்கின் வழியே சென்றது. அதன் வழியே பெரு மதிப்பு வாய்ந்த வாணிபம் வட ஆசியப் பகுதிகள் அனைத்திலும் நடந்து வந்தது.

குலாபு சிங்கு பிரிட்டிசாரின் ஊக்குதலைப் பெற்றும், பாஞ்சாலச் சீக்கியரின் படை உதவி கொண்டும், ஜம்மு டோகரா வீரர்களின் துணையோடும், மலைத் தொடர்களின் மேடான பள்ளத்தாக்குகளில் சிதறிக் கிடந்த சின்னஞ்சிறு சிற்றரசுகளைத் தன் அரசுடன் சேர்த்துக் கொள்ளும் வேலையில் இறங்கினர். அது ஒரு குழப்பத்தை உண்டாக்கிற்று.

டோகரா குடி ஆட்சி

அதாவது பெரிதும் இந்துப் படை வீரர்களைக் கொண்ட இந்து மன்னரான குலாபு சிங்கும், அவருக்கு மேலேயிருந்த பிரிட்டிசாரும் சேர்ந்து ஒரு பகுதி முஸ்லிம் உழவரும், இன்னொரு பகுதி பௌத்தரும், மலைவாழ் மக்களும், சிறுபான்மையில் பிராமணமும்,

சிற்சில இடங்களில் சீக்கியரும், முன்னர் படையெடுத்து வந்த ஆப்கானியர் விட்டுச் சென்ற ஆப்கானியரும் ஆகிய பல தரப்பட்ட மக்களை ஆள்பவராயினார்.

அதனால் அரச பதவி ஆட்டம் காணவோ, மக்கள் ஒருவரோடொருவர் மோதிக் கொள்ளவோ செய்யவில்லை. குலாபு சிங்கும், அவரையடுத்து ஆட்சிக்கு வந்தவர்களும் (இரணவீர சிங்கு 1857-1885- பிரதாப சிங்கு 1885-1925; ஹரி சிங்கு - 1925-1952) மிக அமைதியான முறையில் வெற்றிகரமாக ஆட்சி செய்தனர்.

காசுமீரம் இந்தியத்தின் வடமேற்கே சீன - திபேத்திய எல்லையில் உள்ளது. இங்கு வாழும் மக்களில் பெரும்பாலர் இஸ்லாமிய சமயத்தவர். இந்திய நாடு விடுதலையடைந்ததும் காசுமீர மன்னர் இந்தியத்துடன் சேர்வது குறித்து முடிவெடுக்க முடியாது தடுமாறிக் கடைசி நேரத்தில் 1947 ஆம் ஆண்டு இணைந்தார்.

பாகிஸ்தானத் தாக்குதல்

பாகிஸ்தானம் அப்போது காசுமீரத்தை முற்றுகையிட்டதுடன், மலைவாழ் மக்களின் பெரிய கூட்டம் ஒன்றைக் காசுமீரத்தினுள் அனுப்பிக் கொலை, கொள்ளைகளில் ஈடுபடச் செய்தது. இத்தகைய தலையீடு 1947 தொடங்கி இந்த 1992 வரை ஏதேனுமொரு வடிவத்தில் நீடித்து வருகின்றது. இன்றுபோல் அன்றும் பாகிஸ்தானப் படை ஊடுருவல்களுக்குத் துணையாயிருந்தது. இந்த வன்முறைக் கொடுமை கண்டுதான் காசுமீர மன்னர் இறுதியில் இந்தியத்துடன் இணைய ஒப்பினார். அதனையடுத்துப் பாகிஸ்தானத்திற்கும் இந்தியத்திற்கும் இடையே போர் மூண்டதும், ஐ.நா. மன்றம் தலையிட்டு 1949 ஆம் ஆண்டு போரை நிறுத்தியது.

இந்தப் போர் நிறுத்த உடன்பாடு ஏற்படுவதற்குள் பாகிஸ்தானியர் காசுமீரத்தில் 2,22,236 சதுர கிலோ மீட்டர் பரப்பைக் கவர்ந்து கொண்டனர். அது ஆசாது காசுமீரம் என்ற பெயரில் சட்டத்திற்குப் புறம்பாகப் பாகிஸ்தானத்தின் கட்டுப்பாட்டில்தான் இருந்து வருகின்றது.

பாகிஸ்தானம் சீன உதவியுடன் கட்டிய காரக்கோரம் உயர் நெடுஞ்சாலை இந்தப் பகுதியின் வழியேதான் செல்கின்றது. (காரக்கோரம் மலைத்தொடர் வட காசுமீரத்திலுள்ளது. அது சீனத்துடன் அமைந்துள்ள எல்லை நெடுகிலும் சுமார் 400 கிலோ மீட்டர் (250 மைல்) நீளம் செல்கின்றது. இது தெற்கிலும், தென்கிழக்கிலும் இமயத்துடன் இணைகின்றது. இதன் வடமேற்கில் பாமிர் மலைத் தொடரும், மேற்கில் இந்துகுஷ் மலையும், கிழக்கில் குன்லுன் ஷான் மலைத் தொடரும் உள்ளன. இந்த மலைத்தொடர் ''உலகின் கூரை'' எனப்படுகின்றது. இங்கு 7000 மீட்டருக்கும் (23,950 அடி) அதிகமான உயரமுள்ள 33 மலை முகடுகள் உள்ளன. அவற்றுள் உலகின் இரண்டாவது உயரமான கே 2 என்ற மலை முகடும் அடங்கும். இம்மலைத் தொடரில் 5500 மீட்டர் (18,050 அடி) உயரத்திற்கு அதிகமான பல கணவாய்கள் உள்ளன. காரகன்கோரம் மலைத் தொடரின் துருவப் பகுதிகளுக்குப் புறத்தேயுள்ள மிக நீண்ட பனிப் பாளங்களுள் ஒன்றான ஹிஸ்பர் (*Hispur*) உள்ளது. இமயத்திலேயே இதுதான் மிக நீண்ட உறைபனிப் பாளமாகும். இதன் நீளம் 50 கிலோ மீட்டர் (30 மைல்) இது ஜம்மு - காசுமீரத்திலுள்ள காரக்கோரம் மலைத் தொடரில் உள்ளது. இத்தகைய உயர்ந்த மலைத் தொடரில் பாகிஸ்தானமும், சீனமும் சேர்ந்து ஜம்மு-காசுமீரப் பகுதிக்குள்ளேயே காரக்கோரச் சாலையை அமைத்துள்ளன.)

காசுமீரம் டெல்லியிலிருந்து வடக்கே வடமேற்கில் 189 கிலோ மீட்டரில் உள்ளது.

8. பாட்டியாலா நாட்டரசு வரலாறு

பாட்டியாலா மன்னர் குடியின் முன்னோர் முகலாயப் பேரரசில் வருவாய் அலுவலிலிருந்தவர் என்றும், ஜெயசாலமர் என்ற பாலைவன இரசபுத்திர அரச குடியைச் சேர்ந்தவர் என்றும், ஆப்கானிய நகரான கசனியை நிறுவியவர் என்றெல்லாம் பலர் கூறுகின்றனர்.

கசனி

(கசனி என்ற நகரம் ஆப்கானித்தானத்தில் உள்ளது. இன்று அது கம்பள மயிர் ஆகிய பொருள்களில் வாணிபம் செய்து வருகின்றது. இது காபூலுக்குத் தெற்கே தென்மேற்கில் சுமார் 120 கிலோ மீட்டர் (74 மைல்) தொலைவிலுள்ளது. இந்நகரம் ஒன்பதாம் நூற்றாண்டில் இஸ்லாம் தழுவிற்று. பின்னர் 977ஆம் ஆண்டு கசனாவிடு குடியின் நகரானது. இங்கிருந்துதான் கசனியின் முகமது என்றழைக்கப்படும் வெற்றி வீரர் இந்தியா மீது பன்முறை படையெடுத்தார். கசனி நகரத்தின் கடைத்தெருக்கள் பெயர் பெற்றவை. அங்கு கைவினைப் பொருள்கள் விற்கப்படுகின்றன. இம்மாவட்டத்தில் விளையும் ஆலுபக்கடா என்ற பழத்திற்கும் கசனி பெயர் பெற்றது.)

பாபா அலா சங்கு

1752

பதினாறாம் நூற்றாண்டில் புதிய சீக்கிய சமயத்தைத் தழுவிய முதல் குடும்பங்களுள், பாட்டியாலா குடியினரும் அடங்குவர். கடைசிக் குருவான கோவிந்தர் *(1675-1708)* பதினேழாம் நூற்றாண்டில் இக்குடும்பத்திற்கு எழுதிய ஒரு கடிதம் இக்குடும்பத்தினரின் அருந்தனமாக விளங்கி வருகின்றது. பதினெட்டாம் நூற்றாண்டில் பாபா அலா சிங்கு சீக்கியரின் பன்னிரண்டு மிசல்களில் ஒன்றுக்குத் தலைமை ஏற்றிருந்தார்.

(மிசல் என்பது முகலாயரைப் பாஞ்சாலத்திலிருந்து விரட்டுவதற்காக அமைக்கப்பட்ட படைக் குழு மொத்தம் பன்னிரு மிசல் கூட்டங்கள் இருந்தன.)

பாபா அலா சிங்குதான் (1752-1762) பாட்டியாலா அரசை 1752 இல் தோற்றுவித்தார்.

பாட்டியாலாக் குடும்பத்தின் சமயத் தொண்டு, போர் ஊழியங்கள் ஆகியன பற்றிய இத் தொடக்க கால வரலாற்றுக்குப் பிறகு, அக்குடியினர் பாஞ்சால மறவர் அனைவரிடமும் காணப்படும் மட்டுமீறிய செயல் ஒன்றுக்குப் பலியாயினர். அதாவது, பாபா அலாவையடுத்து ஆட்சிக்கு வந்த இரண்டு தலைமுறையினரும் குடித்தே குறைந்த வாணாளோடு தம் வாழ்க்கையை முடித்துக் கொண்டனர்.

பாபா அலாவின் பேரன் மட்டுமே இந்தச் சாபக் கேட்டிற்கு ஆளாகவில்லை. அவர் யமுனைக்கும், சட்லஜிற்கும் இடைப்பட்ட நிலப்பரப்பில் தன் நாட்டை வலிமை மிக்க பகுதியாக்கினார். எனினும் பதினெட்டாம் நூற்றாண்டின் இறுதியில் ஏற்பட்ட இடர்ப்பாடுகள் நிறைந்த பெருங் குழப்பத்திலிருந்து பாட்டியாலாவைக் காத்த பெருமை அக்குடியின் பெண் மக்களையே சேரும்; ஆண் மக்களையன்று.

பெண்டிர் பெரு வீரம்

வளமை குன்றிய சாகிபு சிங்கை *(1781-1813)* இந்தக் கடினமான காலத்தில்,

அவருடைய பாட்டியான அரசி ஹக்மன் முதலிலும், அடுத்து சாகிபு சிங்கின் உடன்பிறந்தவர் மகளாகிய அரசி இராஜேந்தர் இரண்டாவதாகவும் ஆட்சியை மிகவும் பாதுகாப்பாகக் கொண்டு சென்றனர். அரசி ஹக்மன் இறந்த பின்னர் ஏற்பட்ட தாவாக்களைத் தீர்ப்பதற்காக அரசி இராஜேந்தர் ஒரு படையைத் திரட்டிக் கொண்டு வந்து பாட்டியாலாவிற்கு உதவினார். அவர் பின்னர் இப்படையைக் கொண்டு. பாட்டியாலாவைத் தாக்க வந்த மராட்டியரைப் போக்குக் காட்டித் திசை திருப்பச் செய்தார்.

மூன்றாவது பெண்மணி சாகிபு சிங்கின் உடன்பிறந்த பீபி சாகிபு கௌர் ஆவார். அவர் பாட்டியாலப் படையைக் கொண்டு சென்று மராட்டியப் படையை *1794* இல் புறமுதுகிட்டோடச் செய்தார். சாகிபு சிங்கையடுத்துப் பதவிக்கு வந்த சாம்சிங்கு *(1813-1845)* அவரை விடச் சற்று நன்றாக இருந்தார். அவர் காலத்தில் ஆட்சிப் பொறுப்பு அவருடைய மனைவியின் கையில் இருந்தது.

பிரிட்டிசாருக்கு உதவி

பிரிட்டிசாருடன் *1848* ஆம் ஆண்டு செய்து கொண்ட உடன்படிக்கையில் அளித்த உத்தரவாதப்படி பாட்டியாலா அரசு அளவில் சுருங்கி விட்டது. பிரிட்டிசார் இவ்வுடன்படிக்கைப்படி அங்கீகரித்த சீக்கியர் நாடுகளில் பாட்டியாலாவும் ஒன்றாகும். எனினும் பாட்டியாலா பத்தொன்பதாம் நூற்றாண்டில் தன் வலிமையையும், புகழையும் மீட்டுக் கொண்டது. இந்நாட்டரசின் படை, படை வீரர் புரட்சியின் போதும், ஆப்கானியச் சண்டைகளிலும் பிரிட்டிசாருக்கு ஆதரவாக நின்று போரிட்டது.

(பாட்டியாலா பிரிட்டிசாருக்கு இங்ஙனம் துணை நின்ற செயல் முதல் உலகப் போர் வரையிலும் நீடித்தது. அப்போது இந்நாட்டரசின் படையினரில் *37,000* பேர் மெசபடோமியம், ஏடன், காலிப்போலி ஆகிய இடங்களுக்குப் போரிடச் சென்றனர்.)

படை வீரர் புரட்சி நடந்த காலத்தில் பாட்டியால மன்னராயிருந்த மகாராஜா சர் தரீந்திர சிங்கு *(1823-1862)* கம்பெனிக்கு மிகவும் விசுவாசமாய் நடந்து கொண்டார். அவர் டெல்லி, குவாலியர், தோல்பூர் இங்கெல்லாம் தன் துணைப் படைகளை அனுப்பிப் பிரிட்டிசாருக்கு உதவினார். அவர் கிராண்டு டிரங்கு சாலை அடைபடாமல் வைத்துக்கொண்டார். பிரிட்டிசார் இதற்குப் பரிசளிக்கும் வகையில் பாட்டியாலாவிற்குக் கூடுதலான நிலப்பரப்பையும், பட்டங்களையம், அதிகாரங்களையும் தந்தனர். மேற்சொன்ன மன்னர் கவர்னர் ஜெனரலின் ஆட்சி மன்றத்தில் *1862* ஆம் ஆண்டு இடம் பெற்றிருந்தார்.

பிரிட்டிசார் *1870* ஆம் ஆண்டுகளில் பாஞ்சாலத்தின் குறுக்கும் நெடுக்குமாக வெட்டுவித்த பாசனக் கால்வாய்களினால் பாட்டியாலா பெரும் பயனடைந்தது. அதன் வருவாய் பெருகியது. அத்துடன் இந்த அரச குடும்பத்தின் சிறப்பும் ஓங்கியது. பூபேந்திர சிங்கின் *(1900-1938)* ஆட்சிக் காலத்தில் நாட்டரசின் வருவாயும், அரச குடியின் சிறப்பும் அசுரத்தனமான அளவிற்கு வளர்ந்து விட்டன.

பூதாகரப் பூபேந்திர சிங்கு

பூபேந்திர சிங்கின் உடலமைப்பு, உணவுப் பழக்கம் ஆகியன குறித்துக் கே.எம். பணிக்கர் எழுதியுள்ள செய்திகள், புராணத்தில் வரும் கடோத்கசனையே நினைவூட்டும்.

இன்றைய பரோடா 'மன்னர்' தனது ''இந்திய அரண்மனைகள்'' என்ற நூலில் இவர் பற்றிக் கூறியிருக்கும் செய்திகளும் சுவை மிகுந்தவை.

பூபேந்திர சிங்கிற்குப் பறவைகளும், விலங்கினங்களும் மிகவும் பிடிக்கும். அவர் தனக்கென்று விலங்குக் காட்சி சாலை ஒன்றை வைத்திருந்தார். அவருக்கு இசையும், கிரிக்கட்டும் விருப்பமான விளையாட்டுகள். ஆதலால் அவர் தனியே இசைக் குழுக்களையும், கிரிக்கட்டு ஆட்டக் குழுக்களையும் வைத்திருந்தார். அவருக்கு நகைகள் என்றால் கொள்ளை ஆசை.

ஆதலால் 1924 ஆம் ஆண்டு டெல்லியில் நடந்த விழாவில் வைசியராய் ஏற்பாடு செய்திருந்த குழு நடனத்திற்கு, முற்றிலும் வைரங்கள் வைத்துப் பின்னிய சரிகைக் கோட்டை அணிந்து வந்திருந்தார். பிரஞ்சு நாட்டுப் பேரரசி யூஜினிக்குச் சொந்தமான ஒரு காதணியை விலைக்கு வாங்கி விட்டார். (பேரரசி யூஜினியா 1826-1920- பிரஞ்சுப் பேரரசர் மூன்றாம் நெப்போலியனின் மனைவி. அவர் 1853 முதல் 1871 வரை பேரரசியாயிருந்தார்.)

பூபேந்திர சிங்கிற்கு உணவு என்றால் உயிர். (1931 காண்க); குறும்புக்காரர்; அவர் வைசிராய் வின்லித்கோவுடன்; (1936-1943) ஓயாமல் சச்சரவு செய்து வந்தார். ஐரோப்பிய விருந்தாளிகளைச் சங்கடப்படுத்த வேண்டுமென்பதற்காகத் தன் அறையில் இட்லரும், முசோலினியும் கையெழுத்திட்ட படங்களை வைத்திருந்தார்.

அவருக்குச் சீக்கிய சமயத்தின்பால் பற்று மிகுதி. ஆதலால் அவர் சீக்கியப் பள்ளிகளுக்கும், சீக்கிய அறிவாளிகளுக்கும் பஞ்சாப் பல்கலைக்கழகத்திற்கும் தாராளமாகப் பொருளுதவி செய்தார்.

மோத்தி பாக் என்ற பழைய அரண்மனை மிகப் பெரியது. பூபேந்திர சிங்கு அங்கு அடிக்கடி விருந்துகள் கொடுப்பார். அவ்வளவு பெரும் அரண்மனையெங்கும் விருந்தினர் கூட்டம் நிறைந்திருக்கும். அவர் இந்தப் பெரிய அரண்மனையை மேலும் விரிக்கவேண்டும் என்று விரும்பினார்.

எண்பத்தேழு மனைவியர்

அவருக்குப் பெண்கள் என்றால் தீராத ஆசை. அவர் 1938 இல் இறந்த வரையிலும் மனைவியரைச் சேகரித்துக் கொண்டே வந்தார். மோத்தி பாகின் பெரும் பகுதியில், அவருடைய மனைவியரும் மக்களும் வாழ்ந்து வந்தனர். அவருக்கு மொத்தம் எண்பத்தேழு மனைவியர் என்று ஒரு கணக்குக் கூறுகின்றது.

இந்திய நாடு விடுதலை பெற்ற பின்னரும் பாட்டியாலா அரச குடும்பத்தினர் முதன்மையாகவே இருந்தனர். மகராஜா யாதவேந்திர சிங்கு (1938-1948) சீக்கிய அறக்கட்டளைக்குத் தலைவராயிருந்தார். அனைத்திந்திய விளையாட்டுக் குழுமத்தின் தலைமைப் பொறுப்பையும் ஏற்றார். அவர் ஐ.நா. மன்றத்தில் இந்தியப் பிரதிநிதியாகப் பணிபுரிந்தார். ரோமிலும், ஹேகிலும் இந்தியத் தூதுவராயிருந்தார்.

அவர் புதிதாக மோத்தி பாக் அரண்மனை ஒன்றையும் கட்டினார். குடும்பத்தின் மதிப்புமிக்க நினைவுப் பொருள்களெல்லாம் இப்புது அரண்மனைக்கு மாற்றப்பட்டன.

பூபேந்திர சிங்கு 1938 இல் இறந்த போது, நூற்றுக்கணக்கான பெண்கள் அழுது அரற்றி முட்டி மோதிய பழைய மோதி பாகில் இப்போது தேசிய விளையாட்டுக் கழகம்

நடந்து வருகின்றது. இந்தியாவின் கள ஆட்டக்காரர்களும், விளையாட்டு வீரர்களும் பயிற்சி பெற்றுத் தேறும் ஆட்டக் கழகமாக அது விளங்குகின்றது.

பாட்டியாலா டெல்லிக்கு வடமேற்கில் சுமார் 94 கிலோ மீட்டர் (150 மைல்) தொலைவில் அரியானா, பஞ்சாபு மாநில எல்லைகளில் உள்ளது.

9. பதினெட்டாம் நூற்றாண்டில் செங்கற்பட்டு

செங்கற்பட்டில் இன்று சிதைந்து எஞ்சி நிற்கின்ற உருத்தெரியாத கோட்டை பதினைந்தாம் நூற்றாண்டின் இறுதியில் கட்டப் பெற்றது. விசய நகர மன்னர்கள் அப்போது இங்கும், சந்திரகிரியிலும் தம் அரசவையை அமைத்திருந்தனர். பின்னர் செங்கற்பட்டுக் கோட்டை 1644 வாக்கில் கோல்கொண்டாச் சுல்தானின் வசமானது. அவர்கள் பின்னர் அதை ஆர்க்காட்டு நவாபிடம் கொடுத்துப் பணிந்தனர். சந்தா சாகிபு இதை 1751 இல் பிடித்தார்.

கிளைவு 1752 இல் இக்கோட்டை மீது பீரங்கித் தாக்குதல் நடத்தினார். அதனால் அங்கிருந்த பிரஞ்சுக் காவற்படை அடிபணிந்தது. கடலூரிலிருந்த டேவிடு கோட்டை பிரஞ்சுக்காரரிடம் சரணடைந்ததும், சென்னை நகரமும் அவர்களால் தாக்கப்படலாம் என்று சென்னை அரசு அஞ்சியதால், எட்ட இருந்த காவற்படைகள், பண்ட சாலைகள் அனைத்தையும் தலைநகரான சென்னைக்கு அழைத்துக் கொண்டது. அப்போது பிரிட்டிசார் செங்கற்பட்டுக் கோட்டையையும் கைவிட்டனர்.

பிரஞ்சுக்காரர்கள் தென்னிந்தியத்தில் எழுச்சி பெறுகின்றனர் என்பதைக் கண்டதும், பிரிட்டிசார் செங்கற்பட்டுக் கோட்டையில் மீண்டும் காவற்படையை நிறுத்தினர். இக்கோட்டையைத் துளைக்க முடியாது என்பதைப் பிரஞ்சுப் படைத் தலைவரான லாலி கண்டதும் அதை விடுத்துச் சென்னை நோக்கி விரைந்தார்.

பிரஞ்சுக்காரரின் இம்முற்றுகையை அடுத்துச் செங்கற்பட்டுக் கோட்டையிலிருந்த பிரிட்டிஷ் காவற் படையினர் பாலாற்றின் வடக்கேயிருந்த நாட்டைப் பிடித்தனர். சென்னை சென்ற பிரஞ்சுப் படைக்குப் பின்னணியிலிருந்து இன்னல் விளைவித்தனர்.

ஜெனரல் பெயிலியின் படையினர் அழிக்கப்பட்ட பிறகு பிரிட்டி சார் 1780 இல் செங்கற்பட்டுக் கோட்டையில்தான் புகலடைந்தனர். மைசூருடன் நடந்த சண்டையில், மைசூர்ப்படை ஒருமுறை செங்கற்பட்டுக் கோட்டையைக் கைப்பற்றியது. எனினும் ஆங்கிலேயர் அதை மீண்டும் கவர்ந்து விட்டனர்.

செங்கழுநீர்ப் பட்டு

பதினெட்டாம் நூற்றாண்டில் இங்ஙனம் பல போர்களைக் கண்ட செங்கற்பட்டு, பண்டை நாளில் செங்கழுநீர் பட்டு என்று பெயர் பெற்றிருந்தது. செங்கழுநீர் மலர் என்பது நீர் வளஞ் செறிந்த இடங்களில் வளரக்கூடிய கொடியில் பூத்தது என்பர். இது செம்மை நிறமும், இனிய மணமும் உடையது.

செங்கழுநீர் மலருக்குச் செவ்வாம்பல், செங்குவளை, செவ்வல்லி என்ற பெயர்கள் உண்டு என்று தமிழ்ப் பேரகராதி கூறுகின்றது. இம்மலரின் பெயரால் அது செங்கழுநீர் நாடாகி, அந்நாட்டார் செங்கழுநீர் நாட்டார் என்றே வழங்கி வந்தது. ''செங்கழு நாட்டுக் குன்றத்தூருடை'', ''செங்கழு நாட்டு ஜம்மாக்கெல்லை'',

''மாயநாட்டாரும் செங்கழு நாட்டாரும்'' என்று பூவின் பெயரிட்டு மக்களையும், ஊரையும் அழைத்தனர் என்பதைக் கல்வெட்டு, செப்பேடு, இலக்கியம் ஆகியவற்றிலிருந்தும் அறிகின்றோம்.

செங்கழுநீர் சிவனுக்குகந்த மலர் என்று தேவாரம் கூறும். சைவர் இதை நினைவிற் கொண்டு செங்கழு நீர் தம் இறைவனான ஈசனுக்கே உரித்தென்று வாது செய்தனர்; அதனால் இவ்வழக்குக் குலோத்துங்க சோழத் திருவேட்டுக் கோட்டை என்ற ஊரின் பொது மன்றத்திற்குக் கொண்டு வரப்பட்டது. சைவர் வீணாக வாக்குவாதம் செய்ததால், அவர்களுக்கு இறையிலியாகத் தரப்பட்ட நிலம் பறிக்கப்பட்டதாகக் கல்வெட்டுச் செய்தியிலிருந்து அறிகின்றோம். இம்மலர் சைவர், வைணர் இருவர்க்கும் உரியது என்று அக்காலத்தவரிடையே பொதுக் கருத்து இருந்தது என்பதை இது காட்டுவதாகலாம்.

செங்கழுநீர்ப்பட்டு என்ற பழம்பெயர் மருவி இன்று செங்கற்பட்டு என்று வழங்கி வருகின்றது. இவ்வூர் கடல்மட்டத்திலிருந்து *36 மீட்டர் (128 அடி)* உயரத்திலுள்ளது. இது ஆர்க்காட்டிலிருந்து கிழக்கே *68* கிலோ மீட்டர் *(45 மைல்)*; பெங்களூரிலிருந்து கிழக்கில் சுமார் *243* கிலோ மீட்டர் *(162 மைல்)*; காஞ்சிபுரத்திலிருந்து கிழக்கே தென் கிழக்கில் சுமார் *34* கி.மீ. *(23 மைல்)*; சென்னையிலிருந்து தென்மேற்கில் சுமார் *51* கி.மீ. *(34 மைல்)*; தஞ்சாவூரிலிருந்து வடக்கில் சுமார் *218* கி.மீ *(145 மைல்)*; கனடலிலிருந்து மேற்கில் சுமார் *25* கிலோ மீட்டர் *(17 மைல்)*.

இது *150* மீட்டர் *(500 அடி)* உயரமான குன்றுகளால் சூழப்பெற்றது. இங்கு பெரிய ஏரியும் இருப்பதால் அழகான இயற்கைக் காட்சிகளைக் காணலாம். ஏரி சுமார் *3* கிலோமீட்டர் *(1½)* மைல் நீளமும், சுமார் *1* கிலோ மீட்டர் *(3/4)* அகலமும் உடையது. இதில் அளவிற்கு மீறி நீர் தேங்கியிருப்பதால், கடுங்கோடையிலும் நீர் இருக்கும்.

10. மின்னலில் மின்சாரம் : ஃபிராங்கிளின் கண்டுபிடிப்பு

இடி, மின்னல் : விளக்கம்

இடியிலும், மின்னலிலும் மின்னோட்டம் உள்ளது என்பதை அமெரிக்க அரசியல் தந்திரியும், அறிவியலாரும், கண்டுபிடிப்பாளரும், எழுத்தாளருமான பெஞ்சமின் ஃபிராங்கிளின் *(1706-1790)* இந்த *1752* ஆம் ஆண்டில்தான் முதன் முதலாகக் கண்டுபிடித்தார். (இ.ச.க தொகுதி-*1* காண்க.)

நாம் இன்று இடி முழக்கம், மின்னல் ஆகியன பற்றி நன்கு அறிந்து கொண்டிருக்கின்றோம்.

வானம் இருண்டு காற்றுச் சில்லென்று வீசுகின்றது. அப்போது எங்கிருந்தோ கண்ணைப் பறிக்கும் வெளிச்சமும், காதைப் பிளக்கும் ஓசையும் தோன்றுகின்றன. வானமும் கிழிந்துவிட்டது போல் பெருமழை கொட்டுகின்றது. இந்த இடிமுழக்கத்தையும், மின்னலையும் கண்டு பண்டைக்கால மனிதன் கடவுள் என்று அஞ்சியதில் வியப்பில்லை.

இங்ஙனம் பேரொலியுடன் வானத்தைக் கிழிக்கும் இடி மின்னலானது ஐந்து செண்டிமீட்டர் குறுக்களவுள்ள மின் குடிப்புப் பாய்கின்ற வழிகளாகும். அவற்றின்

நீளம் குறைவாக 60 மீட்டராயிருக்கலாம்: அல்லது 30 கிலோ மீட்டர் நீளம் கூட இருக்கலாம்.

அவை வானத்தைப் பிளந்து கொண்டு விநாடிக்கு 1,45,000 கிலோ மீட்டர் வேகத்தில் - இது ஒளியின் வேகத்தில் கிட்டத்தட்டப் பாதி-செல்லும். இம்மின்னல் கீற்று மெய்யாகவே மண்ணுல கிலிருந்து முகிலை நோக்கி மேலெழும்புகின்றது என்பதை இந்த நேரத்தில் நம்மால் கண்டுகொள்ள முடியாது. மின்னுகின்ற அந்தக் கண நேரத்திற்குள் மின்னலைச் சூழ்ந்துள்ள காற்றானது 28,000 டிகிரி செண்டிகிரேடு வரை வெப்பமடைகின்றது. இது சூரியனின் மேற்பரப்பி லுள்ள வெப்பத்தைப் போல் ஐந்து மடங்கு அதிகமாகும்.

ஃபிராங்கிளின்

இடியின் பேராற்றல்

இடி மின்னலின் ஆற்றலில் முக்கால்வாசி வெப்பத்தில் தீர்ந்து போயினும் 125 மில்லியன் வோல்ட் மின்சாரத்தைச் செலுத்தக்கூடிய சக்தி அதனிடம் எஞ்சி நிற்கும். இடி ஒரு மரத்தின் மீது விழுமாயின், அதன் உள் சோறு கொதித்து, மரம் உடனே வெடித்துச் சிதறுகின்றது. இடி மண்ணைத் தாக்கித் தரையில் மூன்று மீட்டர் ஆழத்திற்குக் குழியை உண்டாக்குவதுண்டு; அது பெரும் பாறைகளை இரண்டாகப் பிளக்கச் செய்திருக்கின்றது.

நமது உலகில் விநாடிக்கு நூறு இடிகள் விழுகின்றன. எனினும் அவற்றின் இந்த விசையாற்றலைப் பயன்படுத்தக்கூடிய வகையறிந்தவர் உலகில் இன்று எவருமிலர்.

மின்னலும் - உயிரினத் தோற்றமும்

உலகில் உயிர்கள் தோன்றுவதற்கு மின்னல்கள் காரணமாயிருக்கலாம் என்று இயற்பியலார் அனுமானிக்கின்றனர். ஆய்வுக் கூடங்களில் இதுபற்றிய ஆய்வுகளை அவர்கள் நடத்தியுள்ளனர். அப்போது உலகின் தொல்லாதி வளிமண்டலத்தில் உண்டானவை என்று கூறப்படும் நான்கு வாயுக்கள்-மெதேன், அம்மோனியா, ஹைடிரஜன், நீராவி - மீது ஆற்றல் வாய்ந்த மின்சாரத்தைச் செலுத்தினர். அவ்வாறு செலுத்தப்பட்ட போது, உயிரணுக்களின் அடிப்படைப் பொருள்களான அமீனோ அமிலங்கள் உண்டாயின.

இடிமின்னல் பற்றிய அச்சத்தால் ஆதிமனிதன் அதைத் தெய்வம் என்று கொண்டாடிய போதிலும், அதுபற்றி அறிவியல் நோக்கில் ஆராயும் முயற்சிகள் மிகமிக அண்மைக் காலத்தவையாகும்.

ஸ்டீஃபன் கிரே என்ற பிரிட்டிஷ் அறிவியலார் 1730 ஆம் ஆண்டு முதன் முதலில் ஒரு மனிதனின் உடலில் மின்னேற்றிக் காண்பித்தார். அவர் ஒரு சிறுவனைப் பட்டுக் கயிற்றினாலான தூளியில் தொங்க விட்டு, அவன் கால்களில் படும்படி ஒரு காந்த

உருளையைப் பொருத்தி அவ்வுருளையைச் சுழற்றினார். பையனின் உடலில் நிலை மின்சாரம் பரவியது. அதன் தலை மயிர் குத்திட்டு நின்றது. அவனது மூக்கினருகே கையை நீட்டினால், மூக்கிலிருந்து தீப்பொறிகள் பறந்தன.

பெஞ்சமின் ஃப்ராங்கிளின் 1740 முதல் 1750 வரை பல ஆய்வுகளைச் செய்து வானில் தோன்றும் மின்னல், மின்சாரத்தால் உண்டாவதே என்று மெய்ப்பித்தார்.

மின்னலைப் பற்றி ஆராய்ந்து கொண்டிருந்த உலகின் பல அறிவியலாருள் இரஷியத்தின் செயிண்ட் பீட்டர்ஸ்பர்கைச் சேர்ந்த ஜார்ஜ் வில்லியம் ரிஷ்மான் (*George William Richman*) என்ற பேராசியரியர்தான் முதன் முதலாக மின்னலுக்கே பலியானார். அவரது ஆய்வகத்தின் கூரையிலிருந்து தொடங்கிக் கொண்டிருந்த ஓர் உலோகத் தண்டிலிருந்து ஆரஞ்சுப் பழ அளவிற்குப் பெரிய நீல நிற நெருப்புக் கோளம் வெளிப்பட்டுப் பேராசிரியரின் நெற்றியைத் தாக்கியது. அது தாக்கிய இடத்தில் சிவந்த புள்ளி தோன்றி அதிலிருந்து குருதி சிந்தியது. அவரது இடக்காலிலிருந்த காலணி வெடித்துக் கிழிந்தது. அக்காலணி இருந்த இடத்தில் நீளமாகத் தழும்பு தோன்றியது. மின்னல் விழுந்து மின்சாரம் அவரது நெற்றி வழியே புகுந்து இடக்காலின் வழியாகத் தரைக்குப் போயிருந்தது.

இந்த இடி மின்னல்தான் மனிதனுக்கு முதன் முதலில் நெருப்பை அளித்துதவியது. இன்றுங்கூட நமது மண்ணுலகின் எதிர் மின்னேற்றத்திற்கு இடி மின்னல் காரணமாயிருக்கின்றது.

இடி மின்னலினால் சிலவகையான நைட்டிரஜன் கூட்டுப் பொருள்கள் உண்டாகின்றன. அவை செடியின் வாழ்க்கைக்கு இன்றியமையாதவையாகும்.

1752

கொடுப்பதும் வாங்குவதும்

மின்னல் மேற்சொன்னவாறு கொடுக்கவும் செய்கின்றது; எடுத்துக் கொள்ளவும் செய்கின்றது. இடி மின்னல்களினால் ஆண்டுதோறும் காடுகள் தீப்பற்றி அழிகின்றன. பலகோடி ரூபாய் மதிப்புள்ள சொத்துகளும் அழிகின்றன. மின் தடைக்கும் இடியும், மின்னலும் காரணமாயிருக்கின்றன.

இவையனைத்திலும் பேராபத்தாக விளங்குவது ஒன்றுள்ளது: அது இடி விழுந்து மனிதர் சாவதாகும். இடி உடலினுள் மின்சாரத்தைப் பாய்ச்சி இதய ஓட்டம் அல்லது மூச்சு ஓட்டத்தைத் தடுத்து ஆளைக் கொல்லுகின்றது. அதன் வேகம் அத்தனை பயங்கரமாயிருப்பதால், அது ஒரு காலிலுள்ள காலணியையே கிழித்துக் கொண்டு வெளியேறி விடுகின்றது. அத்தனை ஆற்றல் மிக்க மின்சாரம் உடலில் பாய்வதால் தான், இடிவிழுந்து பிழைப்பவர்கள் மிக அரிதாயிருக்கின்றனர். விழுந்த இடி அருகிலுள்ள வீட்டைத் தாக்கி ஆற்றலை இழந்த பின்னர் ஒருவரைத் தாக்கினால், அவர் பிழைத்துக் கொள்ளலாம். இவ்வாறு உயிர் பிழைத்தவர்கள் உள்ளனர்.

திருக்கழுக்குன்றத்து இடி மின்னல்

சென்னைக்கு அருகிலுள்ள தொண்டை நாட்டுத் திருத்தலங்களுள் ஒன்றான திருக்கழுக்குன்றம் பற்றிய இச்செய்தியை அறிகின்றோம். இக்கோயிலில் நீராலும், மலராலும் இறைவன் பூசிக்கப்படுவதில்லை. இங்கு இடி முழக்கமே பூசை என்பர். கோபுரத்தின் மீது விழும் இடி மூலவரை மும்முறை வலம் வந்து விட்டு மண்ணுக்குள்

இறங்கி விடுகின்றது என்கின்றனர். இதனால் கோயிலுக்குள்ளே மூலவருக்கே எவ்விதமான சேதமும் ஏற்படுவதில்லையாம். இந்நிகழ்ச்சி சில ஆண்டுகளுக்கு ஒருமுறை நடக்கின்றது என்று சொல்லப்படுகின்றது. அவ்வாறு *1889*, *1901*, *1930* ஆகிய ஆண்டுகளில் நிகழ்ந்ததாகக் கூறுவர். இது பற்றிச் சொக்கநாதப் புலவர் நிந்தா ஸ்துதியாக ஒரு பாடலையும் பாடியுள்ளார் என்பர்.

பாதாள உலகிலுள்ள நெருப்பு விடும் ''மூச்சு'' என்று அரிஸ்டாட்டில் (கி.மு. *384-322*) இதற்கு விளக்கம் சொல்லியிருந்தார். ஆனால் பெஞ்சமின் ஃபிராங்க்ளின் தான் மின்னல் என்பது மின்சாரமே என்பதை இந்த *1752* இல் கண்டுபிடித்தார். அவர் இதன்பிறகுதான் உயர்ந்த கட்டடங்களின் மேலே இருந்து அமைக்கப்பட்டுள்ள இடிதாங்கிக் கம்பிகளை உருவாக்கினார்.

இடி, மின்னல் உண்டாவது எப்படி ?

இடியில் எங்ஙனம் இத்தனை ஆற்றல் வாய்ந்த மின்சாரம் ஏறுகின்றது? இது மிகவும் சிக்கலான ஒரு செயல்முறையாகவும், விளங்கிக் கொள்ளக் கடினமானதாகவும் உள்ளது.

மேகத்தினுள் சுழன்று கொண்டிருக்கும் பனிக்காற்றுச் சிதறல்களும், ஆலங்கட்டிகளும் மின்னேற்றத்தை உண்டாக்குகின்றன என்பது ஒரு கருத்தாகும். இவ்வாறு ஏற்றப்படும் நேர் மின்சாரம் மேகத்தின் உச்சிக்கும், எதிர் மின்சாரம் அதன் அடிப்பாகத்திற்கும் செல்கின்றன. மேகத்தின் நேர் கீழேயிருக்கும் பூமியின் மேற்பரப்பில் ஆற்றல் வாய்ந்த நேர் மின்சாரப் பெருக்கம் நிகழ்வதால் மேகத்தின் அடிப்பாகத்திலுள்ள எதிர் மின்சாரம் மிகுந்த ஈர்ப்புச் சக்தியைப் பெறுகின்றது.

இறுதியாக மேகத்தின் அடிப்பாகத்தில் *100* மில்லியன் வோல்ட் மின்சாரம் சேர்ந்து, மின்சாரம் வெளியேறக் கூடிய அந்த ஆற்றலைப் பெற்று விடுகின்றது.

இந்தக் கட்டத்தில் இடி மேகத்தில் சேகரிக்கப்பட்டுள்ள மின் சக்தியானது, மேகத்திலிருந்து சிதறுகின்றது. இதை ''ஏணிப்படி'' என்றழைக்கின்றனர். மனிதக் கண்ணிற்குத் தெரியாத வகையில் பின்னல் கட்டம் போன்று அது இருக்கும்.

இத்தகைய ஓர் இடிமேகம் தரைக்கு முப்பது மீட்டருக்குள் வந்து சேரும் போது, பூமியால் அதைத் தாங்க முடியாமல், அது ''எதிர் அடி'' ஒன்றை அவிழ்த்து விடுகின்றது. இடி மேகத்திற்கு வழிவகுத்துக் கொடுத்த ஏணிப்படி வழியே பிரகாசமான ஒளியாகிய மிகப்பெரிய வெடியான அந்த எதிரடி பக்கவாட்டில் பாய்ந்து பல ஒளிக்கற்றைகள் உண்டாகின்றன. இதுதான் நம் கண்களுக்கு மின்னலாகத் தெரிகின்றது.

மின்னலின் வெப்பத்தினால் காற்று விரிவடைந்து மிகப்பெரிய அதிர்ச்சியலை உண்டாகின்றது. அது உருளுவதும், புரளுவதும், முரலுவதும் போன்ற இடிமுழக்கமாக உருவாகின்றது. அதைத்தான் நாம் காதுகளால் கேட்கின்றோம்.

மின்னல் நமது கண்ணுக்குத் தெரிந்து ஒரு விநாடிக்கு *300* மீட்டர் வேகத்தில் செல்லும். இடியின் முழக்கம் கேட்கின்ற வரையில் உள்ள காலத்தைக் கணக்கிட்டால், புயல் நமக்கு எவ்வளவு தொலைவிலுள்ளது என்பதை கண்டுபிடித்து விடலாம்.

திறந்த வெளியிலிருக்கும் போது இடி மின்னல் தோன்றுமாயின் முன்னெச்சரிக்கையாய் இருக்க வேண்டும். இடி எப்போதும் உயர்ந்த பொருளைத்தான் தாக்கும்.

ஏனெனில் அதன் வழியே சுருக்கு வழியில் அது தரையில் இறங்கி விட முடியும். திறந்த வெளியில் நீங்கள் இருந்தால், அங்கு உயரமான பொருளாக நீங்கள் இருப்பீர்கள். எனவே பணிந்தே இருங்கள்.

இடியும், மின்னலும் ஒன்றே

ஆயினும் மின்னல் தாக்குதலிருந்து தப்புவதற்கு மனிதன் பல வழிவகைகளைக் கண்டுபிடித்து விட்டான். அதனால் இடி மின்னல் தாக்குண்டு சாகின்றவர்களின் எண்ணிக்கை வெகுவாகக் குறைந்து விட்டது. இடியென்றாலும், மின்னலென்றாலும் ஒன்றுதான். மின்னல் தாக்குவதைத்தான் நாம் இடி விழுந்தது என்கின்றோம்.

பதினெட்டாம் நூற்றாண்டில் இடி விழுந்து எத்தனை பேர் செத்தனர் என்பது நமக்குப் புலனாகவில்லை. ஆனால் அந்நூற்றாண்டில் இறுதியில் ஆண்டுதோறும் சராசரியாக இருபது பேர் இங்கிலாந்தில் செத்தனர் என்பதை அறிகின்றோம். இப்போது உலகில் இடிதாங்கிச் சாகின்றவர்களின் எண்ணிக்கை வெகுவாய் குறைந்து விட்டது.

1752

ஒரு காலத்தில் வயல்களில் வேலை செய்த உழவர்கள் தாம் இடியின் தாக்குதலுக்கு முக்கியமான இலக்குகளாயிருந்தனர். நகரங்களில் உயரமான கட்டடங்கள் இருக்கின்றமையால், அவை மின்னலை ஈர்த்து மனிதரைக் காத்தன. கட்டடங்கள் மனித உடலைவிட மிக எளிதாக மின்சாரத்தைக் கடத்த வல்லவையாகும்.

இக்காலத்தில் வெட்டவெளியில் நடமாடுபவர்களுக்குத்தான் மின்னல் தாக்கும் ஆபத்து மிகுதி.தண்ணீரில் நீந்துபவர்களுக்கும் மின்னலால் ஆபத்து உண்டு.

பெண்களை விட ஆண்களுக்குத்தான் இடியினால் ஆபத்து அதிகம் என்று ஒரு கணக்குக் கூறுகின்றது. ஆண்கள் பெண்களைவிட அதிகமான எண்ணிக்கையில் திறந்த வெளியில் வேலை செய்வதும், விளையாடுவதும் இதற்குக் காரணமாகும். வளர்முக நாடுகள் சிலவற்றில் பெண்கள் ஆண்களைவிட மிகுந்த எண்ணிக்கையில் பணிபுரிவதால் அங்கெல்லாம் இடி விழுந்து இறப்போரில் பெண்களே அதிகமாயிருக்கின்றனர்.

வானில் பறக்கும் விமானத்திற்கும் முகிலிலிருந்து மின்னிறக்கம் ஏற்படும் போது, ஆபத்து உண்டாகும். மின்னிறக்கம் அல்லது அப்போது உண்டாகும் மிகு வெப்பம்; இதய ஓட்டத்தை நிறுத்தலாம். ஈரலைச் சேதப்படுத்தவும் செய்யலாம். அது மூளையைக் கூடச் சிதைத்து விடக்கூடும். கடுமையான தீக்காயங்கள் உண்டாகும்.

இருப்பினும் இடியால் தாக்கப்படுவோரில் கால்வாசிப் பேர்தான் இறக்கின்றனர். ஏனையோர் கடும் அதிர்ச்சியினாலும், தீக்காயங்களாலும் துன்புற நேர்ந்தாலும் உயிர் பிழைத்திருக்கின்றனர்.

மின்னலின் மின்னோட்டம் உடலின் எவ்வுறுப்பு வழியே பாய்கின்றது என்பதைப் பொருத்தே சாவு உண்டாகும். உடலின் ஏனைய உறுப்புகள் கடுமையாகச் சேதப்படாமல் இதயம் மட்டும் நின்று விட்டாலும், இடி விழுந்தவருக்கு உடனடியாக முதலுதவி செய்து காப்பாற்றி விட முடியும்.

இடி மின்னல் பற்றிய அறிவின்றி நடுங்கிய மனிதனுக்கு, அது புதிராகவே இருந்து வந்திருக்கின்றது. அப்புதிர்களை அறிவுத் தொடர்புள்ள பல மனிதர்கள் பதினெட்டாம் நூற்றாண்டிலிருந்து விடுவித்து வந்திருப்பதால், இடி, மின்னல் பற்றிய நமது அறிவு எத்தனையோ பல உண்மைகளை அறிந்து கொள்வதற்கு வழி ஏற்பட்டது.

398 ப. சிவனடி

இடி மின்னல் பற்றிய அறிவின்றி அஞ்சி நடுங்கிய மனிதனுக்கு அது புதிராகவே இருந்து வந்தது. அந்தப் புதிர்களை அறிவு தொடர்புள்ள பல மனிதர்கள் பதினெட்டாம் நூற்றாண்டிலிருந்து விடுவித்து வந்திருப்பதால், இடி மின்னல் பற்றிய நம் அறிவு எத்தனையோ உண்மைகளைப் புரிந்து கொள்வதற்கு வழி ஏற்பட்டுள்ளது.

1752

வரலாற்று புள்ளிகள்

1. இடிதாங்கி கண்டுபிடிப்பு

அமெரிக்கத்தின் பிலடெல்ஃபியத்தைச் சேர்ந்த பெஞ்சமின் ஃபிராங்கிளின் *(1706-1790)* பட்டங்களை இடிமழையுடன் கூடிய காலத்தில் பறக்கவிட்டு மின்னலின் ஆற்றலை அளந்ததன் பலனாக இடிதாக்கி கண்டுபிடிக்கப்பட்டது. அதனால் மின்னலடிக்கும் காலங்களில் வீடுகள் தீக்கிரையாகும் நிலை மாறியது.

2. வயிறு உணவை என்ன செய்கின்றது? அறிவியல் உண்மை

உணவுச் செரிமானம் என்பது உடலின் வேதிச் செயல் என்பதைப் பிரஞ்சு இயற்கை அறிவியலரான ரெனி தெ ரீமர் *(Rene de Reawmur)* ஓரளவு இவ்வாண்டில் மெய்ப்பித்துக் காட்டினார். அவர் துளையிட்ட சிறு உலோக உருளை ஒன்றினுள் உணவை வைத்துப் பருந்துகளுக்கு உண்ணக் கொடுத்தார். அவர் பின்னர் அவ்வுருளைகளைப் பெற்று, அவற்றிலிருந்த உணவில் பாதியளவு செரிக்கப் பட்டிருந்ததைக் கண்டார். வயிறு உணவை அரைத்துச் செரிக்கின்றது என்ற நம்பிக்கை இதனால் அடிபட்டுப் போனது.

3. மாஸ்கோவில் 18,000 வீடுகள் தீக்கிரை

இரஷியத்தில் பெரும்பாலான ஊர்களில் மரங்களைக் கொண்டே வீடுகள் கட்டப்பட்டன. மாஸ்கோவிலும் மர வீடுகளே மிகுந்திருந்தன. அதனால் அவை எளிதில் தீப்பற்றிக் கொண்டன. இவ்வாண்டு மாஸ்கோவில் பற்றிய தீயினால் *18,000* வீடுகள் வெந்து சாம்பலாயின.

4. பஞ்சத்தைத் தடுக்க முயன்றதால் வந்த பஞ்சம்

பதினைந்தாம் லூயி மன்னர் *(1710-1774)* இவர் பதினான்காம் லூயியின் கொள்ளுப் பேரர்: ஆட்சிக் காலத்தில் *(1715-1774)* பஞ்சகாலத்தில் மக்களுக்கு உதவுவதற்காக உபரித் தானியத்தைச் சேமிக்க வேண்டுமென்று ஆணையிட்டார். அதன்படி அரசு தானியக் கொள்முதலில் இறங்கியது. அதனால் தானியம் கிடைக்காமல் ரொட்டி விலை உயர்ந்தது. பல்லாயிரக்கணக்கான பிரஞ்சுக்காரர்கள் அதனால் பட்டினி கிடக்க நேர்ந்தது. மன்னர் தானிய வாணிப பேரத்தில் கோடானு கோடிப் பிராங்குகளை (பிரஞ்சு நாணயம்) ஈட்டுவதற்கானச் சதி இது என்றும் மக்கள் மன்னர் மீது ஐயுற்றனர்.

5. சென்னைக் கவர்னர் சாண்டர்ஸ்

சென்னையில் கவர்னராக இருந்த ரிச்சர்டு பிரின்ஸ் என்பவருக்கு பிறகு, தாமஸ் சாண்டர்ஸ் இந்த 1752 இல் பொறுப்பேற்று 1755 இப்பதவியில் இருந்தார்.

6. வங்கக் கவர்னர் டிரேக்கு

வங்கத்தில் ரோஜர் டிரேக்கு என்பவர் 1752 முதல் 1758 வரை கவர்னராயிருந்து வந்தார்.

7. வாஷிங்டனின் மா அரைவை ஆலை

ஜார்ஜ் வாஷிங்டன் (1732-1799) தன் பரந்த நிலப்பரப்பின் விதை கோதுமையை அரைத்து மாவாக்கும் ஆலையை அமைத்து, அரைத்த மாவைப் பீப்பாய்களில் அடைத்துக் கப்பலேற்றிப் பிற இடங்களுக்கு அனுப்பினார். அவர் இனிமேல் மேலும் இரு மாவாலைகளை அமைப்பார். அவர் அரைத்த மிக நேர்த்தியான கோதுமை மாவு, வெகு தொலைவிலுள்ள மேற்கிந்தியத் தீவுகள் வரையிலும் பல இடங்களுக்கு விற்பனைக்குச் செல்லவிருக்கின்றது. அவர் அமெரிக்கக் குடியேற்றங்களிலேயே பெரிய அளவில் மாவரைப்பவராக விளங்கினார். அவருக்கு இத்தொழிலில் பெரும் பணம் வந்து இனிமேல் குவியப் போகின்றது. அவர் அதைக் கொண்டு பெரிய சொத்துகளை வாங்கிப் பண வீக்கத்திலிருந்தும் தப்பிக்கப் போகின்றார்.

8. பிலடெல்ஃபியாவில் தெரு விளக்குகள்

பிலடெல்ஃபியா நகரம் அமெரிக்கத்தின் தென்கிழக்குப் பென்சில்வேனியத் திலுள்ள துறைமுகப்பட்டினமாகும்; இதை 1682 ஆம் குவாக்கர்கள் என்ற கிறித்தவத் தொண்டர் அமைத்தனர். இது 1700 முதல் 1800 வரை அமெரிக்கக் கூட்டரசின் தலைநகராயும் விளங்கியது.

இக்காலகட்டத்தில் நியூயார்க்கு, பாஸ்டன் ஆகிய நகரங்களில் ஏழு வீடுகளுக்கு ஒன்றில் தெருவில் விளக்கேற்றி வைக்கும் வழக்கம் தொடர்ந்து கடைப்பிடிக்கப்பட்டு வந்தது. பிலடெல்ஃபிய நகரத்தில் இலண்டனிலிருந்து இறக்குமதி செய்த உருண்டை விளக்குகள் இவ்வாண்டு தெருக்களில் அமைக்கப்பட்டன.

1753

அரசியல்

மதுரையில் ஆப்கானியப் பட்டாணியர் ஆட்சி; தக்காணத்தில் ஐரோப்பியர் - நிசாமின் தாராளக் கொடை; 'ஐரோப்பியர் பயனற்றோர்' × முராரி ராவ் கணிப்பு.

சட்டம், நீதியாட்சி

கிழக்கிந்தியக் கம்பெனியின் நீதியாட்சி முறை

மருத்துவம்

சிஃபிலிஸ் - பால்வினை நோய்

பொது

கிளைவு திருமணம்

யூதருக்குச் சமூக உரிமை மறுப்பு

பூர்தோனைசிற்கு நேர்ந்த கதி

சென்னையில் அரசினர் இல்லம்

பிறப்பு

திப்பு சுல்தான் *(1753-1799)*

1753

26

1753

1. மதுரையில் ஆப்கானியப் பட்டாணியர் ஆட்சி

ஆப்கானியர் என்றும் பட்டாணியர் என்றும் வரலாற்றில் அறியப்பட்டுள்ள மக்களின் ஆதித் தாயகம் இன்றைய சுலைமான் பள்ளத்தாக்கு என்பர். இந்துஸ்தானத்திலும், தென்பாரதத்தின் முஸ்லிம் ஆட்சிப் பகுதிகளிலும் பரவிக் கிடந்த பட்டாணியர், ரோ (*Roh*) என்ற பகுதியைச் சேர்ந்த விலாயத்துச் பட்டாணியரிலும் தாழ்ந்தவர்களாகக் கருதப்பட்டனர். (ரோ என்பது ஆப்கானியரின் நாட்டுப் பெயர் என்று சொல்லப்படுகின்றது. இந்நாடு மேற்கில் இல்மன் ஆறு வரையில் ஹெராட்டு நாடு நெடுகிலும் தொடர்ச்சியாக இருந்தது. அது வடக்கில் குஷ்குவார், தெற்கில் பரோகி பலுச்சிஸ்தானம், கிழக்கில் காசுமீரம் வரையில் நீண்டிருந்தது) ஆப்கானியரில் சிலர் சிந்து ஆற்றுக்கு அப்பாலுள்ள மலைப்பகுதிகளில் வாழ்ந்தனர்.

இந்திய வாயில்

அது பதினெட்டாம் நூற்றாண்டிற்கு முன்னர் வெற்றி வீரர்களும் பேரரசுகளைக் கட்டியெழுப்பியவர்களும் ஊடு கடந்து சென்ற நிலமாகவே இருந்து வந்தது. இங்குள்ள கைபர்க் கணவாய் வழியாய் வந்தவர்களுக்கெல்லாம் ஆப்கானிஸ்தானம் இந்தியத்தின் நுழைவாயிலாக இருந்து வந்திருக்கின்றது. (கைபர்க் கணவாய்: இது இன்று ஆப்கானிஸ்தானத்திற்கும், ஒரு காலத்தில் பிரிவுபடாத இந்தியத்தில் இருந்ததுமான பாகிஸ்தானத்திற்கும் இடையிலுள்ள மிக முக்கிய கணவாயாகும். இப்போது நவீனமான சாலையும், இருப்புப் பாதைகளும் இதன் வழியே செல்கின்றன; பாகிஸ்தானத்திலுள்ள பெஷாவருக்கும், ஆப்கானிஸ்தானத்தின் தலைநகரான காபூலுக்கு இடையிலுள்ள ஸஃபது கோ மலைகளின் குறுக்கே தொன்மையான வாணிப வழியே செல்கின்றது. கைபர் கணவாய் சுமார் 50 கிலோ மீட்டர் நீளம் சுமார் 1070 மீட்டர் உயரம் வரை இருக்கின்றது) பாரசீகத்தின் டேரியஸ் (சுமார் 548-486) மாசிடோனிய வெற்றிவீரர் அலெக்சாந்தர் (கி.மு. 356-486) அரபுகள், செங்கிஸ்கான் (கி.பி.1162-1227); தலைமையில் வந்த தத்தாரியர். முடத் தைமூர் (கி.பி.1336-1406) ஆகியோரனைவரும் ஆப்கானிஸ்தானத்தை ஆக்கிரமித்திருக்கின்றனர்.

பண்டை வரலாறு

ஆப்கானிஸ்தானம் சுமார் கி.மு.500 வரையில் பாரசீகப் பேரரசில் அடங்கியிருந்தது. அலெக்சாந்தர் கண்ட மாபெரும் வெற்றிகளில் ஒரு பகுதியாயிருந்தது. இந்நிலத்தை அயல் ஆண்டையரான பாரசீகர் முகலாயர் போன்றோர் 1747 வரை ஆண்டனர். அந்த ஆண்டில் இம்மண்ணில் பிறந்த அகமது ஷா ஒரு தனியரசை இங்கு நிறுவினார். மலை சூழ்ந்து கரடு முரடானதும், கடும் போக்கினரான மக்கள் வாழ்வதுமான ஆப்கானிய நாட்டார் இந்திய வரலாற்றுடன் பல நூற்றாண்டுகளாகத் தொடர்புக் கொண்டிருந்தனர் என்பதை இதனால் தெளியலாம்.

முரட்டுத்தனமும், போர்க்குணமும் உடைய ஆப்கன் இனத்தார் ஒரு காலத்தில் இந்துஸ்தானம் முழுவதையும் ஆட்டிப் படைத்தனர். அவர்களின் ஆட்சிக்காலம்

குறுகியதெனினும், பெருஞ்சிறப்பு வாய்ந்ததாயிருந்தது. தைமூரிய முகலாயர் குடியின் வெகு நீண்ட கால வரலாற்று ஏடுகளின் ஒளி பிறக்கும் பக்கங்களில், அது சின்னஞ்சிறு அத்தியாயமேயெனினும், வெகு சிறப்பு வாய்ந்ததாகவே விளங்கியது எனலாம். அந்த இனத்தைச் சேர்ந்த சிறுதர வேலைக்காரர்களும், தண்ணீர் சுமப்பவர்களும் கூட உணர்ச்சிமிக்கவர்களாயும், மறக்குணமுடையோரராயும் இருந்ததுதான் அதற்குக் காரணம் எனலாம்.

தென் பாரதத்தில் ஆப்கானியர்

பதினான்காம் நூற்றாண்டின் முதற் பத்தாண்டுக் காலத்தில் ஆப்கானிய ஏகாதிபத்தியம் தென்னிந்தியத்தில் மேலோங்கி நின்றது. டெல்லிச் சுல்தானான அலாவுதீன் கில்ஜியின் *(1296-1316)* படைத் தலைவரான மாலிக்காபூர், பாண்டியர் நடுவே பட்டத்து உரிமை பற்றி எழுந்த பூசலைப் பயன்படுத்திக் கொண்டு *1311* இல் மதுரையையும், இராமேசுவரத்தையும் கைப்பற்றிக் கொள்ளையடித்தார். *(இ.ச.க.தொகுதி-4 காண்க)* மாலிக்காபூர் மதுரையை விட்டு நீங்கிய பின்னர், துக்ளக்கு மரபின் கியாசுத்தின் துக்ளக்கு காலத்தில் *(1320-1326)* ஆப்கானியர் மீண்டும் *1323* இல் மதுரை மீது படையெடுத்து வந்து, அங்கு ஓர் அரசப் பிரதிநிதியை அமர்த்தி, *1334* வரை பத்தாண்டுக் காலம் ஆட்சி புரிந்தனர்.

முகமது பின் துக்ளக்கு மதுரையைத் தலைமையகமாய் கொண்டு மாபார் என்ற புதிய மாநிலத்தை உண்டாக்கினார் *(இ.ச.க தொகுதி-4 காண்க)* இந்நிகழ்ச்சிகளனைத்தும் மதுரையின் தனிச் சிறப்பைத் துடைத்து அழித்ததுடன், அதை டெல்லியின் அடிமை நாடாக்கவும் செய்தது. ஆப்கானியர் அதன் பிறகு முகலாயரிடம் வட பாரதத்தில் தோற்று மீண்டும் நம்பிக்கையை நெஞ்சில் வளர்த்துக் கொண்டேயிருந்தனர். எனினும் அவர்களின் அரசியல் செல்வாக்குப் பதினாறாம் நூற்றாண்டிற்குப் பிறகு ஓங்கவேயில்லை. பாபர் *(1526-1530)* தன் வரலாறான பாபர்நாமா என்ற நூலில் ஆப்கானியரை மிகவும் தாழ்வாகக் குறிப்பிட்டிருக்கின்றார்.

''இந்துஸ்தானத்து மக்கள், குறிப்பாக ஆப்கானியர்: விசித்திரமான வகையில் மடத்தனமும், அறிவின்மையும் உள்ள இனத்தாராயிருக்கின்றனர். அவர்களிடம் சிந்தனை சிறிதளவே உள்ளது; வருவதை உணரும் முன்னறிவும் குறைவு.''

ஆப்கானியர் தமிழ்நாட்டுத் தொடர்பு

சந்தா சாகிபு *1749* ஆம் ஆண்டு மதுரைச் சீமையில் ஆர்க்காட்டு நெவாயத்துகளின் ஆட்சியை நிறுவினார். நெவாயத்துகளின் படைத்தலைவரான ஆலம் கான், ஆர்காட்டு ஆட்சியைப் பிடித்துவிட்ட வாலாசாக்களின் ஆளுநரான அப்துல் ரகீமை மதுரையிலிருந்து துரத்தினார். இது சந்தா சாகிபிற்குக் கிடைத்த மிகப்பெரிய வெற்றியாகும். *(இ.ச.க தொகுதி-5).*

ஆலம் கான் திருச்சிராப்பள்ளி முற்றுகையின் போது இறந்ததும், முதமையா என்றவர் மதுரையில் ஆட்சி செய்தார். அவர் திருநெல்வேலியில் ஆர்க்காட்டு நவாபு முகமதலியுடன் நடந்த சண்டையில் தோற்றுப் போய்ப் பூலித் தேவரிடம் புகலடைந்து விட்ட பிறகு, ஆப்கானியப் பட்டாணியர் தலைவரான மியானா என்ற முகமது கான் பார்க்கே மதுரையை ஆளலானார். ஆர்க்காட்டு நவாபுகளின் ஊழியத்தில் பட்டாணியர் இருந்தனர்; ஆர்க்காட்டு அரசிருக்கைக்காக நடந்த கொலைப் பழிகளில் பட்டாணியர் பங்கேற்றனர் என்பது வரலாறு.

மதுரைச் சீமையைத் தனதாக்க வேண்டுமென்று மைசூர் நாட்டுச் சர்வாதிகாரியான தளவாய் நஞ்சராசா பேரவாக் கொண்டிருந்தார். மியானா மிகுந்த தந்திரசாலி. அந்தப் பட்டாணியர் மதுரையை நஞ்சராசாவிற்கு ஐந்து லட்ச ரூபாய்க்கு விற்பதென்று பேரம் பேசி வந்தார். ஆர்க்காட்டு நவாபு முகமதலி இதை அறிந்ததும், மதுரையைத் தஞ்சை மராட்டியருக்குத் தருவதாய்க் கூறிப் பிரதாப சிங்கனை (1739-1763) நஞ்சராசாவிற்கு எதிராகத் தன் பக்கம் திருப்ப முயன்றார்.

குமரிமுனை வரையிலும் தென்பாண்டிச் சீமையைத் தன் ஆளுகைக்குள் கொண்டு வரத் துடித்த மைசூர் நஞ்சராசாவிற்கும், தஞ்சை மராட்டியரான பிரதாப சிங்கனுக்கும், மதுரையை ஆண்ட பட்டாணியருக்கும் இடையே இவ்வாறு மும்முனைப் போட்டியை முகமதலி உண்டாக்கி விட்டார். இவ்வல்லாளரின் அரசியல் சூதாட்டத்தில் மதுரை பகடைக்காயென உருண்டது. இதில் புதுமை என்னவெனில் இப்போட்டியின் காரணமாக, மதுரை எவர் கைக்கும் போகாமல் பட்டாணியர் பிடியிலேயெ இருந்ததாகும்.

திருச்சிராப்பள்ளி குறித்துப் பிரிட்டிசாருக்கும் நஞ்சராசாவிற்கும் இடையே இணக்கம் ஏற்பட்டு அமைதி உண்டானதும், நவாபு முகமதலி தென் மாநிலங்களில் தன் ஆட்சியை நிலைநாட்டுவதற்காக 1755 இல் தென்பாண்டிச் சீமைக்குப் படையனுப்பியது வரையிலும் மதுரை இதே நிலையில் இருந்தது வந்தது.

மதுரை

தென் பாரதத்தில் பண்டு முதல் நிலவி வந்தது பாண்டியரின் முது குடி; அக்குடியின் தொன்மையே, அதன் கோநகரின் பெரும்பழமையுமாகும். பிற்காலப் பாண்டியர் குடி சிறுகச் சிறுக நலிந்து சுமார் 1542 வாக்கில் வலுவிழந்து தெற்கில் சிதறிச் சீரழிந்து மறைந்த பின்னரும், மதுரை நகரம் நிலைத்தே நின்றது. மதுரையில் அப்போது தம் ஆட்சியை நிறுவிய நாயக்கர் குடிக்கு மதுரையே தொடக்கத்தில் கோநகரமாயிருந்த தெனினும், பதினேழாம் நூற்றாண்டில் (1665), அவர்கள் திருச்சிராப்பள்ளியைத் தலைநகராக்கிக் கொண்டனர். (1752 கட்டுரை 2 காண்க.)

2. கிழக்கிந்தியக் கம்பெனியின் நீதி பரிபாலன முறை

சென்னை ஜார்ஜ் கோட்டைக்குள் ஏஜண்டு என்ற கவர்னரும், கவுன்சில் என்ற ஆட்சிக் குழுவினரும் செயல்பட்டு வந்தனர். அவர்களுக்கு ''நாட்டு'' ஆண்டையர்களான விசயநகரப் பேரரசின் எச்சங்களாகிய அலுவலர்களான தலைவர்கள் என்போரிடமிருந்து பெற்றவையன்றி, வேறு நீதியாட்சி அதிகாரம் எதுவும் இல்லாதிருந்தது. இந்நிலையில்தான் இ.ச.க.தொகுதி-3 ல் குறிப்பிட்டிருந்த கொலை வழக்குக் கம்பெனியின் ஆட்சிக் குழுவினால் ஆராயப்பட்டுக் குற்றவாளிக்குத் தூக்குத் தண்டனை தரப்பட்டது. அது ''நாட்டு'' நாயக்கரின் ஆணையின் பேரில் நடந்தது.

அவ்வழக்கு நடந்த அதே 1642 இல் அந்தோணியோ மிராண்டா என்பவர் பிரிட்டிஷ் படை வீரர் ஒருவரை வெட்டிக் கொன்றார். கம்பெனி ஓர் ஐரோப்பியரை ஆராயாது தண்டிக்க விரும்பவில்லை. எனினும் மிராண்டாவை உடனே தண்டிக்க வேண்டுமென்று நாயக்கர் வலியுறுத்தியதால் குற்றவாளி சுட்டுக் கொல்லப்பட்டார்.

அதற்கு இரண்டாண்டுகளுக்குப் பிறகு 1644 இல் சார்ஜண்ட் பிராட் ஃபோர்டு என்பவர் நாட்டார் ஒருவர் கவனக் குறைவாயிருந்தார் என்று அவரைக் கொன்று

விட்டார். இவ்வழக்குக் கோட்டையின் தலையாய பெரும் புள்ளிகள் முன்னர் ஆய்விற்கு அனுப்பப்பட்டது. அது தற்செயலான சாவு என்று அவர்கள் நாட்டுச் சட்டப்படி தீர்ப்புக் கூறினர். ஐரோப்பியர் செய்த குற்றங்களாயின் அவற்றுக்கு இந்தியருடன் தொடர்பில்லாதிருப்பின், ஆளுநரே ஆட்சிக் குழுவைக் கூட்டி வழக்கை ஆராய்ந்து தீர்ப்புச் சொன்னார். அரசத் துரோகக் குற்றவாளிகளுக்குக் கசையடி தரப்பட்டது.

கிழக்கிந்தியக் கம்பெனி முதலில் சென்னையில் குடியேறிய காலத்தில் இருந்து நாட்டு அலுவலர் அல்லது பெத்து நாயக்கன் என்பவர் சத்திரம் என்ற ஊர் மன்றத்திலிருந்து இந்தியர்களுக்கு நீதியாட்சி நடத்தி வந்தார்.

இரண்டாம் சார்லஸ் மன்னர் (1630-1685; அரசிருந்த காலம் 1660-1685) கிழக்கிந்தியக் கம்பெனியின் ஆட்சித் திறங்களை விரிவுபடுத்தப் புதிய உரிமைச் சாசனத்தை 1661 இல் அளித்தார். பொதுவியல், குற்றவியல் வழக்குகளை ஆராய்வதுடன் அதற்கிணங்கத் தீர்ப்புகளை வழங்கும் அதிகாரங்களைக் கொண்ட ஆளுநர்களையும், ஆட்சிக் குழு உறுப்பினர்களையும் அமர்த்தும் ஆட்சித் திறத்தை இச்சாசனம் கம்பெனிக்குக் கொடுத்தது.

இச்சாசன உரிமைக்குப் பிறகுதான், இதுவரை ஏஜண்டு என்றழைக்கப்பட்டு வந்த செயல் முதல்வர் இதன் பிறகு கவர்னர் - ஆளுநர் என்றழைக்கப்பட்டார். எனவே 1661 ஆம் ஆண்டிற்குப் பிறகுதான் கவர்னர் என்ற சொல் ஆளுநரைக் குறிப்பதாயிற்று. இச்சிறப்பை முதன்முதலில் பெற்றவரின் பெயர் ஜார்ஜ் ஃபிக்ஸ்கிராஃடு. அவர் ஏஜண்டாகப் பதவியேற்று முதன் முறையாக ஜார்ஜ் கோட்டையில் ஆளுநர் என்ற பெயரை ஒரே கொலை வழக்கின் காரணமாக பெற்றார். இந்நிகழ்ச்சி 1655 இல் நடந்தது.

முதல் ஆளுநர் - கவர்னர்

அசந்தியா டாவஸ் (*Ascentio Dawes*) என்ற பெண் 1665 ஆம் ஆண்டு வாக்கில் தன் வேலைக்காரியைக் கொடுமையாகக் கொன்று விட்டார் என்று குற்றஞ் சாட்டப்பட்டது. கோட்டை ஏஜண்டும், ஆட்சிமன்றத்தினரான கவுன்சிலர்களும் இத்தகைய வழக்குகளில் தமக்குள்ள அதிகாரங்கள் யாவை என்பதை நிச்சயமாக அறியாதிருந்தமையால், அவர்கள் கம்பெனியின் வழிகாட்டுதலை எதிர்பார்த்தனர். இலண்டனிலிருந்து கம்பெனி நெறியாளர்கள் இது குறித்துச் சிறிது காலம் ஆராய்ந்து ஜார்ஜ் கோட்டையிலிருந்த ஏஜண்டை இது போன்ற வழக்குகளை ஆராயும் நீதியாட்சி அதிகாரமுடைய கவர்னராக்குவதென்று, அவரை அங்ஙனம் ஆளுநராக்கினர். இதன் பிறகுதான் (சுமார் 1655) கோட்டையிலிருந்த கம்பெனியின் ஏஜண்டு கவர்னரானார்.

அப்போது முதல் ஆளுநர் என்ற நிலைக்கு உயர்த்தப்பட்ட ஃபிக்ஸ்கிராஃப்டு கம்பெனிக்கு அரசாணை அளித்த அதிகாரங்களைக் கொண்டு நகர்மன்றமாயிருந்த சத்திரத்தில் நீதியாட்சி செய்வதற்காக இரண்டு நீதிபதிகளை அமர்த்தினார். நீதிபதிகளில் தலைமையானவர் கம்பெனியின் ஆட்சிமன்றத்தில் (கௌன்சில்) உறுப்பினராயிருந்தார். அவர் சிறு தரமான பொதுவியல், குற்றவியல் குற்றங்களனைத்தையம் ஆராய்ந்தார்.

பின்னர் இந்தச் சத்திர நீதிமன்றத்தை அங்கீகரித்து ஸ்டிரெயின்ஷாம் மாஸ்டர் (*Streynsham Master*) என்றவர் நீதிபதிகளின் எண்ணிக்கையை இரண்டிலிருந்து மூன்றாக உயர்த்தினார். அத்துடன் நிலங்களையும், பிற உடைமைகளையும் அங்கு பதிவு செய்யவும் வழிவகுத்தார்.

சத்திர நீதிமன்றம்

குற்ற நடுவர்களைக் கொண்டு (*Jury*) நீதியாட்சி செலுத்தும் முறைமன்றம் ஒன்றை அமைத்து, அங்கு பொதுவியல், குற்றவியல் வழக்குகளையெல்லாம் ஆராய்தல் வேண்டுமென்பது காலப்போக்கில் உணரப்பட்டது. இரண்டாம் சார்லஸ் மன்னர் 1661 ஏப்ரல் 5 அன்று கம்பெனிக்கும், அதன் நெறியாளர்களுக்கும் அளித்த உரிமைச் சாசனத்தின்படி, கம்பெனியின் ஆளுநர்களும், அவர்களுடைய ஆட்சிமன்ற உறுப்பினர்களும் கம்பெனியைச் சேர்ந்த அல்லது ''அதன் கீழ் வாழ்கின்ற'' அனைவரையும் ஆராய்ந்து நீதியாட்சி செய்யும் உரிமை தரப்பட்டிருந்தது. அதற்கிணங்க நீதி வழங்குவதற்கு உதவியாகவும் அமைதியை உண்டாக்கவும் இருக்கும் பொருட்டுக் குற்ற நடுவர்களை கொண்டு எல்லா வழக்குகளையயும் ஆராய்வதற்காக ஒவ்வொரு புதனும் சனியும், ஆளுநரும், ஆட்சிமன்ற உறுப்பினர்களும் மாதா கோயிலில் கூடினர். அவர்களுக்கு உதவியாக நீதிமன்ற எழுத்தர் ஒருவரையும் (*Clerk of the Court*) தீர்ப்பை நிறைவேற்றுகின்ற மார்ஷல் என்ற தலையாள் ஒருவரையும் அமர்த்தினர். இங்ஙனம் இங்கு நீதியாட்சி செய்த எவருக்கும் சட்ட அறிவு இல்லை என்பது குறிப்பிடத்தக்கது.

சத்திர நீதிமன்றம் (*Choultry Court*) என்று அழைக்கப் பெற்ற இம்மன்றம் முதலில் 1676 மார்ச்சு 27 அன்றும், ஏப்ரல் 10 அன்றும் கூடிக் குற்ற நடுவர்களோடு ஒரு பொதுவியல் வழக்கை ஆராய்ந்தது. அவ்வழக்கில் வாதிக்கு 117.4 பகோடாவும், 22 பணமும் தரப்பட வேண்டும் என்று தீர்ப்பளிக்கப்பட்டது. சத்திர நீதிமன்றத்திற்குத் தனியாக வேறு இடம் இல்லாததால், அது கோட்டைக்குள்ளிருந்த மாதா கோயிலிலேயே செயல்பட்டு வந்தது.

மேயர் முறை மன்றம்

இரண்டாம் ஜேம்ஸ் மன்னர் (1633-1701; ஆட்சிக்காலம் 1685-1688) தன் கடைசி ஆட்சியாண்டான 1688 இல் புது உரிமைச் சாசனம் ஒன்றைக் கிழக்கிந்தியக் கம்பெனிக்கு வழங்கி, ஒரு மேயரோடும் பத்து ஆல்டர்மென்களோடும் (இப்பதின்மரில் மூவர் கம்பெனி ஊழியர்; ஏனைய எழுவர் ''நாட்டார்'' ஆவர்) கூடிய நகராட்சியைச் சென்னையில் அமைப்பதற்கு வழிகோலினார். ஏற்கனவே இயங்கிவந்த நீதிமன்றத்தோடு மேயர் முறை மன்றமும் இப்போது அமைக்கப்பட்டது.

இப்புதிய முறை மன்றத்தில் ஒரு மேயர், ஒரு பகுதிநேர நீதிபதி (*Recorder*) பத்து ஆல்டர்மென்கள் முதலானோர் அடங்கியிருப்பர். ஆல்டர்மென்களில் இருவர், இந்த மேயர் முறை மன்றத்தில் அமர்ந்து, சிறு குற்றங்களை ஆராய்ந்தனர். அவர்களுக்குக் குற்றவியல் நடுவர்களுக்குரிய அதிகாரங்கள் (*Magistrate*) இருந்தன. எனினும் மேயர் முறை மன்றத்தில் தமக்குள் ஒருவர்க்கொருவர் ஒப்புதல் இல்லாது நாட்டார் எவரும் வழக்காட இயலாது. அவர்களின் வழக்குகள் பெரிதும் நடுவர் கூட்டத்தில் தீர்க்கப்பட்டன. எனவே மேயர் முறை மன்றத்தில் தமக்கு இடமில்லாதது குறித்து நாட்டாரிடையே மனக்குறை இருந்து வந்தது.

பின்னர் இம்மேயர் முறை மன்றத்தின் நீதியாட்சித் திறத்தை விரிவாக்கவும், மாநில நகரில் மட்டுமன்றி, ஜார்ஜ் கோட்டை ஆளுநரின் கீழ் அடங்கிய பண்டசாலைகளிலும் ஏற்படும் வழக்குகளில் நீதியாட்சி செலுத்தக் கூடிய அதிகாரம் பெற்ற *Court of Record* என்ற நீதிமன்றங்களை அமைக்கவும் இரண்டாம் ஜார்ஜ் மன்னரின் (1689-1760; ஆட்சிக் காலம் 1727-1760) உரிமைச் சாசனம் 1727 இல் வழி வகுத்தது. (இ.ச.க தொகுதி-3 காண்க.)

பிரஞ்சுக்காரர்கள் 1746 இல் சென்னைக் கோட்டையைக் கைப்பற்றியதும் (இ.ச.க தொகுதி-5) மேயர் முறைமன்றம் வீழ்ந்தது. பின்னர் 1749 இல் ஆங்கிலேயர் கைக்குக் கோட்டை வந்தும், இந்த 1753 இல் தான் மேயர் முறை மன்றம் மீண்டும் நிறுவப்பட்டது. ஆல்டர்மென் சத்திர நீதிமன்றத்திற்கு மாற்றாகச் சிறு தர வழக்குகளுக்கென்று வேண்டுகோள் முறை மன்றங்களை (Court of Requests) அமைத்தனர். இந்நிலை 1797 வரை நீடித்தது.

3. சிஃபிலிஸ் என்னும் பால்வினை நோய்

கிரந்தி, மேகப்புண், கப்பல் நோய் என்று பலவாறாக அழைக்கப்படும் இந்தப் பால்வினை நோய் ஐரோப்பியர் தொடர்பால் இக்கால கட்டத்தில் பேரிந்தியத்தையம் எட்டியதால், அந்நோய்த் தொடர்பான விரிந்த செய்திகள் இங்கு தரப்படுகின்றன.

புதிய நோய்

மறுமலர்ச்சிக் காலத்தில் (14ஆம் நூற்றாண்டு) ஐரோப்பியத்தில் மாபெரும் மருத்துவர்கள் வாழ்ந்ததுடன், புதிய நோய்களும் அக்காலகட்டத்தில் தோன்றின. மறுமலர்ச்சிக் காலத் தொடக்கத்தைப் பதினான்காம் நூற்றாண்டின் நடுப்பகுதி என்று கொண்டோமாயின், அக்காலத்தில் இத்தாலிய இசைப்புலவரும், விற்பன்னருமான பீட்ரார்க்கு (1304-1374), இத்தாலியப் புலவரும் எழுத்தாளருமான ஜியோவன்னி பொக்காச்சியோ (1313-1375, இவர் எழுதிய டெக்கமரான் கதைகள் உலகப் புகழ் பெற்றவை; தமிழிலும் சிலரால் திருத்தமின்றி மொழிபெயர்க்கப்பட்டுள்ளன) போன்றோர் புதிய ஐரோப்பியப் பண்பாட்டுச் சின்னமென விளங்கினர் என்பதோடு, ஐரோப்பாவில் முதன் முதலில் 1348-1352 ஆம் ஆண்டுகளில் தோன்றிய ''கறுஞ் சாவு'' என்ற கொள்ளை நோயும் நினைவு கொள்ளத்தக்கதாகும். இக்கொடிய கொள்ளை நோயினால் மக்களில் கால்வாசிப்பேர் செத்தனர். இன்னொரு கால்வாசிப்பேர் முழுக்க முழுக்க ஒழுக்கம் குலைந்து போயினர். ஐரோப்பிய வரலாற்றில் இக்கொள்ளை நோய்தான் மிகுந்த அச்சமூட்டிய பேரழிவாயிருந்திருக்க வேண்டும்.

இக்கறுஞ் சாவு *1352* ஆம் ஆண்டுடன் நின்று விடவில்லை. அது, பதினான்காம் நூற்றாண்டு முழுமையும், அதற்குப் பின்னரும் திரும்பத் திரும்ப வந்து கொண்டேயிருந்தது. இருப்பினும் மற்றொரு புது நோயும் தோன்றியது. அது பழைய கொள்ளை நோயை விட மிகவும் மோசமானதாயிருந்தது.

சிஃபிலிஸ்

இந்நோய் ஐரோப்பாவில் பதினைந்தாம் நூற்றாண்டு இறுதிவாக்கில் திடீரென்று ஏன், எவ்வாறு பரவியது என்பது மருத்துவ வரலாற்றில் கருத்து வேறுபாடுள்ள மிகப் பெரிய சிக்கல்களுள் ஒன்று உள்ளது.

நேப்பிள்ஸ் நகரம் *1495* ஆம் ஆண்டு முற்றுகையிடப்பட்ட போது திடீரென்று சிஃபிலிஸ் நோய் தோன்றியது. (பிரான்சின் எட்டாம் சார்லஸ் மன்னர் நேப்பிள்ஸ் மணிமுடிமீது உரிமை கொண்டாடி *1494* ஆம் ஆண்டு இலையுதிர் காலத்தில் இத்தாலி மீது படையெடுத்தார். அவர் அப்பட்டினத்தை *1495* பிப்ரவரியில் தாக்கினார். நேப்பிள்ஸ் நகரம் இத்தாலியின் தென்மேற்கிலுள்ள துறைமுகப்பட்டினம், இன்று இத்தாலியின் மூன்றாவது பெரிய நகராய் விளங்குகின்றது. கிரேக்கர் இப்பட்டினத்தைக் கி.மு. *6* ஆம் நூற்றாண்டில் நிறுவினர். இங்கு கி.பி. *1224* ஆம் ஆண்டு பல்கலைக்கழகம் நிறுவப்பட்டது. இதன் பழம் பெயர் நியோப்போலிஸ்; இத்தாலியப் பெயர் நேப்போலி.)

ஐரோப்பிய முழுமையும் ஒரு புதிய நோய் பரவியுள்ளது என்று *1490*ஆம் ஆண்டிலிருந்து, அக்காலத்தில் வாழ்ந்த எழுத்தாளர்களுக்குத் தோன்றியது. அதன்பிறகு அந்நோய் இந்தியம். சீனம், ஜப்பான் முதலிய நாடுகளுக்குப் பரவி இறுதியில் உலகம் முழுவதிலும் இடம் பெற்றுவிட்டது. இந்நோய் மேற்சொன்னவாறு *1495* இல் தோன்றியது அல்லது அந்நகரில் அப்போது தோன்றிப பிரஞ்சுப் படையினரிடையே பரவியது என்பது வரலாற்றாசிரியர் ஏற்றுக் கொண்டதாகும்.

சுமார் *30,000* பேரடங்கிய இப்படை பிரஞ்சுப் படையேயன்று. அதில் பிரஞ்சு, ஜெர்மானிய, சுவிட்சர்லாந்திய, ஆங்கில, அங்கேரிய, போலந்திய, ஸ்பானிய நாடுகளின் கூலிப்படையினர் அடங்கியிருந்தனர். சார்லசின் படையில் நோயுற்றவர்களின் எண்ணிக்கை பெருத்து விட்டதால், அவர் பின்வாங்க வேண்டிய கட்டாய நிலை ஏற்பட்டது. ஆதலால் அவர் வட இத்தாலியை வெற்றி கொள்ளும் நோக்கத்தைக் கைவிட்டார். இச்செய்தி மெய்யானது.

வரலாற்றின் போக்கை மாற்றிய நோய்

ஒரு நோய் வரலாற்றின் போக்கை எவ்வாறு மாற்றவல்லது என்பதற்கு இது சிறந்த எடுத்துக்காட்டாக விளங்குகின்றது.

சார்லசின் எஞ்சிய படையிலிருந்து கலைக்கப்பட்டவர்கள் தம் தாயகம் நோக்கிப் புயலென விரைந்து சென்ற வழியில், ஐரோப்பியத்தின் பெரும் பகுதியில் இந்நோயைப் பரப்பி விட்டனர் என்பதும் ஒப்புக் கொள்ளப்பட்ட செய்தி; அல்லது அது புனை கதையாகவும் இருக்கலாம். அதற்குச் சிறிது காலத்திற்குப் பிறகு அந்நோய் எங்கிருந்து தோன்றியது என்று கருதப்பட்டதோ, அந்நாடுகளின் பெயர்களை எல்லாம் அது தன் மேல் ஏற்றிக் கொண்டது. ''நேப்பிள்ஸ் நோக்காடு'', ''பிரஞ்சுச் சீக்கு'', ''போலந்து

நோய்'' என்றெல்லாம் நாம் பல பெயர்களைக் கேட்கின்றோம். பின்னர் சீனத்தில் அதற்குக் ''காண்டன் (நகரம்) நோய்'' என்றும், ஜப்பானில் அதுவே ''சீன நோய்'' என்றும் பெயர் பெற்றது. ஆங்கிலேயர் அதைப் ''பிரஞ்சு அம்மை'' அல்லது ''பெரிய அம்மை'' என்றழைத்தனர். பிரஞ்சுக்காரரோ, அதை ''ஸ்பானிய நோய்'' என்றனர்.

கிறிஸ்தபர் கொலம்பஸ் (1451-1506) முதன்முதலில் 1492 அக்டோபர் 12 அன்று பகாமாஸ் தீவுகளில் ஒன்றைத் தான் கண்டிருக்க வேண்டும். அவர் அவ்வாண்டு அக்டோபருக்கும், மறு ஆண்டில் ஜனவரிக்கும் இடைப்பட்ட காலத்தில் கியூபத்திற்கும் ஹாயித்திக்கும் சென்றார். அவர் 1493 ஜனவரியில் ஐரோப்பாவிற்குக் கப்பலேறி, பின்னர் தான் புறப்பட்டுச் சென்ற பாலோஸ் என்ற ஸ்பானியத் துறைமுகத்தை மார்ச்சு 15 அன்று அடைந்தார். (பாலோஸ் தென்மேற்கு ஸ்பெயினிலுள்ள சிற்றூர்த் துறைமுகம்; கொலம்பஸ் கீழையுலகிற்கு வழி காண்பதற்காக 1492 இல் இத்துறைமுகத்திலிருந்து புறப்பட்டுத்தான் அமெரிக்கத்தைக் கண்டுபிடித்தார்.)

கப்பலில் வந்து இறங்கியதா ?

கொலம்பஸ் தன்னுடன் மேற்கிந்தியத் தீவுகளிலிருந்து பத்து பேருடனும், மாலுமியர் நாற்பத்தினான்கு பேருடனும் பாலோசில் கரையிறங்கினார். மேற்கிந்தியத் தீவு ஆளில் ஒருவர் கரையிறங்கியதும் செத்தார். மாலுமியர் பணியிலிருந்து கலைக்கப்பட்டனர். அவர்கள் சிலர் எட்டாம் சார்லசுடன் நேப்பிள்ஸ் நகரைத் தாக்கச் சென்ற படையில் சேர்ந்து விட்டனர்.

கொலம்பஸ் மேற்கிந்தியத் தீவுலிருந்து அழைத்து வந்து எஞ்சிய ஒன்பதின்மருடன் தென்மேற்கு ஸ்பெயினில் குவாடல்குயிர் ஆற்றில் கரை மீதுள்ள செவைல் என்ற துறைமுகத்திற்குப் போனார். அங்கு அவர்களில் மூவரை விட்டுவிட்டு, எஞ்சிய அறுவருடன் பார்சிலோன் போனார். இந்த ஆறு இந்தியர்களும் ஆடவர். அவர்கள் ஏப்ரல் மாத இறுதியில் அம்மணமாகவே அரசவையில் காட்டப்பட்டனர். அவர் பழுப்பு நிறத்தவராயும், அழகுடையோராயும் இருந்தனர் என்றும் ஆப்பிரிக்கரைப் போன்று இராது, ஆசிய நாட்டினர் போல் இருந்தனர் என்றும் கூறப்படுகின்றது. அவர்களிடம் எந்த நோயும் இருந்ததாக குறிப்பிடப்படவில்லை.

அதற்கு இருபத்தைந்து ஆண்டுகளுக்குப் பிறகு 1518 ஆம் ஆண்டு அச்சிடப் பெற்ற ஒரு நூலில், கொலம்பஸ் தலைமையில் அமெரிக்கா சென்ற தேட்டக் குழுவிலிருந்தவர்கள், அமெரிக்கத்திலிருந்து அல்லது மேற்கிந்தியத் தீவுகளிலிருந்து இந்நோயை ஐரோப்பியத்திற்கு கொண்டு வந்ததாகச் சொல்லப்பட்டிருந்தது.

எனவே முதற் கூற்றின்படி சிஃபிலிஸ் நோய் மேற்கிந்தியத் தீவுகளிலிருந்து 1493 ஆம் ஆண்டு கப்பலில் ஐரோப்பியம் வந்தது என்றாகின்றது. மருத்துவ வரலாற்றாசிரியர் பலர் இக்கருத்தை ஆதரிக்கின்றனர். கொலம்பஸ் ஐரோப்பியம் திரும்பிய அதே காலத்தில் மிகக் கொடிய புது நோய் ஒன்று அங்கு தோன்றியது என்பது ஐயத்திற்கிடமில்லாத உண்மையாகும். அது மேற்சொன்ன கருத்திற்கு ஆதாரமான ஒன்றாகின்றது. இதில் இன்னொன்றும் உள்ளது. இச்செய்தி மேற்சொன்ன கருத்திற்கு ஆதரவாக அடிக்கடி எடுத்துக் காட்டப்பட்டு வந்தது.

மேற்கிந்தியத் தீவுகளில் வளரும் நிலைப் பசுமையான ''கிவாய்க்கம்'' என்ற ஒருவகை மரத்தின் பழுப்பு நிறக் கட்டைகளிருந்து கிடைக்கும் பிசினைக் கொண்டுதான் முதலில் இந்நோய்க்கு மருந்திடப்பட்டது. கிவாய்க்கம் அஃபிசினேல் (*Guaiacum*

1753

officinale), கிவாய்க்கம் சாங்க்டம் (Guaiacum sanctum) என்ற இருவகை நிலை பசுமைத் தாவரங்களும் தென்னமெரிக்கத்தைத் தாயகமாகக் கொண்டனவாகும்.

கிவாய்க்கம் ஐரோப்பியத்திற்கு 1508 ஆம் ஆண்டு கொண்டு வரப்பட்டது. அதாவது சிஃபிலிஸ் மேற்கிந்தியத் தீவுகளிலிருந்து தோன்றியது என்று கூறப்பட்டதற்குப் பத்தாண்டுகளுக்கு முன்னரே இம்மரம் ஐரோப்பியம் வந்துவிட்டது. இதுவும் மேற்சொன்ன கருத்திற்கு ஆதரவாக உள்ளது.

ஆனால் பயனற்ற கிவாய்க்கம் சிஃபிலிஸ் நோய்க்கு வழிவழியாக மருந்தாகப் பயன்பட்டது என்பதற்காக அல்லவென்றும், அந்நோய் மேற்கிலிருந்துதான் வந்தது என்பதை நிலைநாட்டுவதற்காகத்தான் என்றும் மேற்சொன்ன கருத்தை ஆதரிக்காதவர்கள் கூறினர். மேலும் கொலம்பசுடன் ஐரோப்பியம் வந்த செவ்விந்தியர்களிடமோ, நாற்பத்தினான்கு மாலுமியரிடமோ சிஃபிலிஸ் இருந்தது என்பதைக் காட்டுகின்ற சான்று எதுவுமேயில்லை என்பது இரண்டாவது சாராரின் கூற்று. அவர்கள் உடல் நலத்தோடு நாடு திரும்பினர் என்றே தோன்றுகின்றது.

கொலம்பஸ் நாடு திரும்பியதற்கும், சிஃபிலிஸ் முதன் முதலில் தோன்றியதாகக் கூறப்பட்டதற்கும் பிறகு சுமார் கால் நூற்றாண்டு கழிந்த பின்னரே மேற்சொன்ன இருவிதக் கருத்துகளும் மக்களிடையே பரவின. எனினும் மேற்கிந்தியத் தீவுகளுக்கு இதன்பிறகு மேற்கொண்ட பயணங்களின் போது புதிய உண்மைகள் வெளிப்பட்டிருக்கக் கூடிய வாய்ப்புண்டு.

ஆப்ரிக்கமே தாயகமா ?

சிஃபிலிஸ் ஆப்பிரிக்கத்தில் தோன்றியது; அங்கிருந்து ஐரோப்பியம் கொண்டு செல்லப்பட்ட அடிமைகளின் வழியே ஸ்பெயினிலும், போர்ச்சுக்கல்லிலும் அது அறிமுகமானது என்பது இரண்டாவது சாராரின் கொள்கையாகும். ஆப்பிரிக்கத்தில் யாஸ் (Yaws) என்றொரு தோல் நோய் உள்ளது. அது தொற்றக் கூடியது. அதன் நுண்ணுயிரை ஆராயும் போது, அவற்றைச் சிஃபிலிஸ் நுண்ணுயிரிலிருந்து பிரித்து அடையாளங் காணமுடியாது. எனினும் அது பால்வினைத் தொடர்பில்லாமலே பரவக்கூடிய தனித்தன்மை வாய்ந்த நோயாகும். அது குறிப்பாக அம்மணமாய் விளையாடும் குழந்தைகளிடையே பரவக்கூடியது. அக்காரணம் பற்றியே யாஸ் என்ற இத்தோல் நோய் வெப்பமான பருவநிலையுள்ள பகுதிகளில் மட்டுமே காணப்படுகின்றது. அங்கு அது மிகவும் கொடிய தோல் நோயாக உள்ளது. அந்நோயை உண்டாக்கும் நுண்ணுயிரே சிஃபிலிசையும் தோற்றுவிக்கின்றது.

மக்கள் முற்றிலும் ஆடையணிந்திருக்கும் குளிர்ந்த நிலப்பகுதிகளில் யாஸ் நோய்க் கிருமிகள் சிஃபிலிஸ் கிருமிகளாக அடங்கிப் போய்க் கலவி போன்ற பால்வினைத் தொடர்புகளின் வழியே தொற்றிப் பரவிவிடும். யாஸ், சிஃபிலிஸ் இரண்டுமே ஒரே நோயின் வேறுபட்ட வெளிபாடுகளாக உள்ளன எனலாம். பதினாறாம் நூற்றாண்டின் தொடக்கத்தில் வெளிப்பட்ட சிஃபிலிசை, யாஸ் போன்ற நோயென்று ஏற்றுக் கொள்வோமாயின்-அது அப்படித்தான் தோன்றியது-அந்நோய் ஆப்பிரிக்கத்திலிருந்து ஐரோப்பியத்திற்குக் கொண்டு வரப்பட்டதற்குச் சான்றாகி விடுகின்றது.

"கடலோடி" என்ற சிறப்புப் பெயரைப் பெற்ற போர்த்துக்கீச அரசர் ஹென்றி (1394-1460) ஆதரவில் 1442 ஆம் ஆண்டு சென்ற கப்பல்கள் அட்லாண்டிக்குக் கரையைத் தேடி ஆராய்ந்து விட்டுக் கயானாவிலுள்ள பேனின் வளைகுடாவில்

நங்கூரமிட்டன. (ஆப்பிரிக்கத்தின் இந்த வடமேற்குக் கரையோரப் பகுதிக்கு ஒரு காலத்தில் அடிமைக் கரையோரம் என்று பெயர்.) அக்கப்பல்களின் தலைவருள் ஒருவரான ஆட்டம் காங்கிளேவ்ஸ் (*Autum Gonclaves*) என்பார், மூர்களில் சிலரைப் பிடித்துத் தன் கப்பலில் ஏற்றிக் கொண்டார். அரசர் ஹென்றி அவர்களைத் திருப்பியனுப்புமாறு கட்டளையிடவே, அவர் அவ்வாறு செய்யாது விட்டார். அம்மூர்களின் நண்பர்கள் அக்கப்பல் தலைவருக்குத் தங்கத் தூளையும், பத்து ஆப்பிரிக்க நீகிரோவர்களையும் தந்தனர்.

அந்நீகிரோக்களுக்குப் போர்ச்சுக்கல்லில் நல்ல விலை கிடைத்தது. அதுவே போர்ச்சுக்கல்லும், ஸ்பெயினும் ஆப்பிரிக்கத்திலிருந்து நீகிரோக்களைப் பிடித்துப் பரந்த அளவில் அடிமை வாணிபத்தில் ஈடுபட வழிவகுத்தது. இவ்வடிமைகளின் வழிவந்தோரில் பலர் கிறித்தவராயினர்.

கிறித்தவ அடிமைகளை, குறிப்பாகச் செவைல் (*Seville*) நகரத்தைச் சுற்றியிருந்த அடிமைகளை மேற்கிந்தியத் தீவுகளுக்கு அனுப்ப வேண்டுமென்று ஸ்பானிய மன்னர் ஃபெர்டினாந்து (*1479-1516*; இவர் ஐந்தாம் ஃபெர்டினாந்து என்றும், ''கத்தோலிக்கர்'' என்றும் சிறப்பாகவும் அழைக்கப்பட்டவர்.) விரும்பினார். கரீபியத்திலுள்ள ஹாயித்தியிலிருந்த ஸ்பானிய ஆளுநருக்கு ஏராளமான அடிமைகள் அனுப்பப்படவே, அத்தீவில் நீகிரோக்களின் எண்ணிக்கை மிகுந்துவிட்டது. ஆளுநர் இது கண்டு அஞ்சியதால் இனி அங்கு அடிமைகளை அனுப்ப வேண்டாம் என்று கேட்டுக் கொண்டார்.

இவ்வடிமைகள் ஆப்பிரிக்கத்திலிருந்து தம்முடன் யாஸ் நோயைக் கொண்டு வந்தனர். அது முழுக்க உடையணிந்திருந்த போர்த்துக்கீசரையும், ஸ்பானியரையும் தொற்றிச் சிஃபிலிசாகிவிட்டது என்பது இதன் கருத்தாகும். இது மிகுந்த ஆர்வமூட்டும் கருத்து. இதற்கு முன் நடந்தன பலவற்றுக்கும், இனி நடைபெற இருந்தவற்றுக்கும் விளக்கம் தரவல்ல கருத்து. இத்துடன் கொலம்பஸ் வழியில் அல்லது அமெரிக்கத்திலிருந்து சிஃபிலிஸ் வந்தது என்ற கருத்தும் இத்துடன் இசையக்கூடியது.

ஏனெனில் இந்நோய் அமெரிக்கத்திலிருந்து வந்தது என்ற கருத்து 1518 இல் முதன் முதலில் எழுத்தில் வெளியிடப்பட்டது. அதாவது முதன் முதலாக ஆப்பிரிக்க அடிமைகள் மேற்கிந்தியத் தீவுகளுக்கு அனுப்பப்பட்டதன் பின், பதினாறாண்டுகள் கழித்து இச்செய்தி வெளியானது.

எனினும் தோல் நோய்கள் தொழுநோய்களுடன் தவறாகக் குழப்பிக் கொள்ளப்பட்டதால் அக்காலத்து ஐரோப்பியரிடையே மிகுந்த கோர உணர்ச்சி ஏற்பட்டது. கொலம்பஸ் கொண்டு வந்த ஆறு செவ்விந்தியர்கள் சிஃபிலிஸ் நோயாளிகளாக இருக்க முடியாது என்று அறிவிற்குப் பொருத்தமாக வாதிடப்பட்டது. ஏனெனில் அவர்களை அம்மணமாக அரசவையில் காட்டியபோது, தோலில் வெடிப்பிருந்தால், அது கட்டாயம் தெரிந்திருக்கும். ஆனால் இதே வாதம் ஆப்பிரிக்க அடிமைகளுக்கும் பொருந்தும். தோல் நோய் பற்றி அடிமை வணிகரிடையே பொதுவான அச்சம் இருந்ததால், அவர்கள் யாஸ் தோல் நோயினால் பீடிக்கப்பட்ட ஆப்பிரிக்க அடிமைகளைக் கப்பலேற்றியிருக்க மாட்டார்கள்.

பண்டை நோயே தானா ?

ஆப்பிரிக்கத்தில்தான் தோல் நோய் தோன்றியது என்ற கொள்கையின் நீட்டிப்பாக,

ஐரோப்பியத்தில் மிக முற்பட்ட காலத்திலேயே சிஃபிலிஸ் தோன்றி விட்டது என்னும் கருத்தும் உள்ளது. நில நடுக்கோட்டுப் பகுதியைச் சேர்ந்த ஆப்பிரிக்க நீகிரோக்கள் எகிப்து, அரேபியம், கிரேக்கம், ரோமானிய நாடுகளை முன் காலத்தில் எட்டியிருந்தனர். அவர்கள் தம்முடன் யாஸ் நோயை அங்கெல்லாம் கொண்டு சென்றிருக்கலாம். இதிலிருந்து ஐரோப்பியத்தில் சிஃபிலிஸ் மிகவும் பழைய நோய் என்பது தொக்கி நிற்பது தெரிகின்றது. பதினைந்தாம் நூற்றாண்டின் இறுதி வாக்கில் அதை ஏதோ நாமறியாத ஒன்று வெளிக் கிளம்புமாறு செய்திருக்கலாம்.

சிலுவைப் போர் வீரர்கள்தாம் லெவண்டிலிருந்து (தற்காலத்து லெபனான், சிரியம், இசுரேல் அடங்கிய கிழக்கு மத்தியத் தரைக்கடல் பகுதிக்கு லெவண்ட் என்று பெயர். சூரியன் கிழக்கில் உதிப்பது என்பதை இச்சொல் குறிக்கின்றது. உதிப்பது என்பதைச் சுட்டும் லெவாரே என்ற இலத்தீனச் சொல்லிலிருந்து, இது பிறந்தது.) தொழுநோயைக் கொண்டு வந்தனர் என்று வரலாற்றாசிரியர் சிலர் கருத்துக் கொண்டிருந்தனர். ஆனால் அது உண்மையில் சிஃபிலிசேயாகும். தொழுநோய் ஐரோப்பியத்திலிருந்து அல்லது மருத்துவ நூல்களிலிருந்து மறைந்து விட்டது என்பதும், அதன் இடத்தைச் சிஃபிலிஸ் பிடித்துக் கொண்டது என்பதும் உண்மை. இவ்விரு நோய்களும் தோல் வெடிப்புகளை உண்டாக்குவன என்பதும் மெய்.

1753

சிஃபிலிஸ் பண்டையது என்ற கருத்தை ஒரு காரணத்தினால் ஏற்க முடியவில்லை. சிஃபிலிஸ் அடிக்கடி எலும்பில் நிரந்தரமானவையும் கண்ணுக்குத் தெரிபவையுமான மாறுதல்களை உண்டாக்க வல்லது. இருப்பினும் சிஃபிலிஸ் பதினைந்தாம் நூற்றாண்டிற்கு முற்பட்டது என்று நிறுவத்தக்க வகையில் ஐரோப்பியர் எலும்புகளில் சிஃபிலிஸ் நோய்ச் சான்றுகளைக் காண்பதற்கு முடியவில்லை. இன்னொரு காரணமும் உண்டு. ஐரோப்பியத்தில் வெகுவேகமாகக் கொடியதொரு புது நோய் 1490 ஆம் ஆண்டுகளில் பரவியது என்பது குறித்து அங்கு அக்காலத்து வாழ்ந்த மக்களுக்கு எவ்விதமான ஐயப்பாடும் இல்லை. அந்நோய் எத்தகையது என்று அறியும் தற்காலத்து வசதி எதுவும் அவர்களிடம் இல்லை; அவர்கள் அந்நோய் பற்றி விவரித்திருப்பது; நாம் விரும்புகின்ற மாதிரியில் அவ்வளவு தெளிவாகவும் இல்லை. எனினும் அவர்கள் அதைச் சரியான முறையில் உற்று நோக்கி அது பற்றி எழுதி வைத்திருக்கின்றனர்.

புது நோய் சிஃபிலிஸ்

பதினைந்தாம் நூற்றாண்டில் தோன்றிப் பலப்பல பெயர்களைப் பெற்றிருந்த இந்நோயின் தன்மை எத்தகையது?

கடந்த ஐந்து நூற்றாண்டுகளாகச் சிஃபிலிஸ் பற்றி நடந்த ஆய்வுகளின் பயனாக அந்நோய் எத்தகையது என்பதை நாம் இன்று மிகச் சரியாகவும் தெளிவாகவும் அறிந்து கொண்டிருக்கின்றோம்.

சிஃபிலிஸ் நோயானது டிரபனிமா பாலிடம் (*Trepanema Pallidam*) என்னும் கிருமிகளால் உண்டாகின்றது. இது பெண்களைக் காட்டிலும் ஆண்களையே அதிகம் பாதிக்கின்றது. இந்நோய் தொற்றிய பெண்கள் எவ்வித நோயறிகுறியுமின்றி அல்லது மிகக் குறைந்த அறிகுறிகளுடன் மட்டுமே காணப்படுகின்றனர். ஆனால் கருப்பை வாயிலுள்ள சுரப்பி நீர்களில் இக்கிருமிகள் ஏராளம் இருக்கும். அவர்களுடன் ஓர் ஆடவன் கலவி செய்யும் போது, நோய்க் கிருமிகள் ஆண் குறியிலுள்ள சிறு காயங்கள் வழியே அவனைச் சென்றடைகின்றன. ஆனால் நோயின் அறிகுறி எதுவும் உடனடியாகத்

தெரிவதில்லை. இதுவே இந்நோய் பற்றி மக்களிடையே குழப்பம் உண்டாகக் காரணமாகின்றது.

இந்நோய்க் கிருமிகள் சிலவேளைகளில் இருதயத்திலிருந்து வெளிக்கிளம்பும். மகா தமனியின் அடிப்பாகத்தினுள் அவை சென்று தங்கி, மகா தமனியின் சுவரை வலுவிழக்கச் செய்கின்றன. இது ஏன் என்பதை விளக்குவதற்கு இயலவில்லை. என்றாலும் இது இதய இரத்தக் குழாய் அடைப்புப் போன்ற கோளாறை ஏற்படுத்தக் கூடும். மேலும், மகா தமனியின் சுவர் வலுவிழப்பதால் இரத்தக் குழாய் வெடித்து இரத்தக் கசிவு ஏற்பட்டும் சாவு வரலாம்.

சிஃபிலிஸ் கொடிய தொற்று நோய்

இத்தகைய நோயைப் பற்றி முக்கியமான இன்னொரு செய்தி என்னவெனில், இந்நோய் கலவி தவிர, வேறு உடலுறவுச் செய்கைகளாலும் ஒருவரிடமிருந்து மற்றவருக்குப் பரவக்கூடும். எடுத்துக்காட்டாக முத்தமிடுதல் கூட இந்நோயை உண்டாக்கலாம். சிஃபிலிஸ் நோயாளிகளுடன் பழகும் மருத்துவ ஊழியர்களிடமும் இந்நோய் பரவும் வாய்ப்புள்ளது. நோயாளியின் இரத்தம் போன்ற பொருள்களுடன் ஊழியர்கள் தொடர்பு கொள்ள வாய்ப்பு ஏற்படுவதால், அவர்களுக்கு விரல் நுனியில் பெரும்பாலும் சிஃபிலிஸ் புண் உண்டாகும்.

ஆனால் சுமார் 475 ஆண்டுகளுக்கு முன்னர் இந்நோய் பற்றிய இத்தகைய அறிவு இருக்கவில்லை. எனினும் ஐரோப்பியர்கள் அந்நோய் பற்றித் தெளிவாக எழுதி வைத்திருக்கின்றனர். இந்நோய் ஜெர்மனியில் முதன் முதலில் தோன்றியதும், அருவருப்பூட்டும் புண்கள் உடம்பில் தோன்றின என்று உல்ரிஷ்ஃபான் ஹட்டன் என்பவர் 1519 இல் கூறினார். அந்நோய் சுமார் ஆறாண்டுகளுக்குப் பிறகு ஒரு மாறுதலுக்குள்ளானது என்றும் அவர் குறிப்பிட்டார். தோலில் உண்டான இக்கடுமையான புண்கள் காணப்படுவது குறைந்தது. அதன் விளைவாக இந்நோய் பிறரைத் தொற்றக்கூடிய ஆபத்து மிகப் பெரியதாயிற்று. இந்நோய் பால்வினைத் தொடர்பால் பரவுகின்றது என்ற முக்கியமான நோக்கை ஃபான் ஹட்டன் 1519 இல் எழுதிய போதே வெளியிட்டு விட்டார்.

டயஸ் தெ இஸ்லா இந்நோய் பற்றி 1539 இல் விவரித்தபோது, இன்று நாம் அறிந்துள்ள சிஃபிலிசின் பல நிலைகளை எழுதியிருந்தாரெனினும் அதன் இறுதிக் கட்டத்தில் காய்ச்சல், உடல் மெலிதல், வயிற்றுப் போக்கு, மஞ்சள் காமாலை, வயிற்று உப்புசம், சன்னிப்பிதற்றல், நினைவிழத்தல், சாவு முதலியன உண்டாகுமென்றும் கூறியுள்ளார். இது சுமார் ஒரு நூற்றாண்டிற்கு முன் உண்டான சிஃபிலிஸ் புண் வெடிப்புப் போலவே தோன்றுகின்றது. இதை ருப்பியா (*rupia*) என்பர். இந்த ருப்பியா என்பது சீழ்ப்பிடித்த புண்ணென்றும், அது திசுக்களைப் பரந்த அளவில் அழிக்கின்றது என்றும், அது பொதுவாக முகத்தில் தோன்றிக் குருதியில் நஞ்சேற்றிச் சாவுண்டாக்கும் என்றும் தற்கால ஆசிரியர் ஒருவர் விவரிக்கின்றார்.

சிஃபிலிஸ் பெயர் வந்த கதை

சிஃபிலிசைப் பற்றித் தொடக்க காலத்தில் எழுதப் பெற்ற முக்கியமான ஒரு நூல் 1546 இல் வெளிவந்தது. அதை இத்தாலிய மருத்துவரும், புலவருமான ஜிரோலமோ ஃபிராகேஸ்டோரோ (*Girolomo Fracastoro*) என்பவர் எழுதினார். அவர் இதற்குப்

1753

பதினாறு ஆண்டுகளுக்கு முன்னர் 1531 இல் வெரேனா நகரத்தில் மிக நீண்ட ஒரு பாடலை இலத்தீன மொழியில் எழுதி வெளியிட்டார். இதற்கு *Syphillis sive Morbus Gallicus* என்று நீண்ட பெயர். அவர் பாடலின் வழியே புதிய ஒரு நோய்க்குத் தற்காலப் பெயரைத் தந்து விட்டார். இப்பாடலில் வரும் சிஃபிலிஸ் என்ற கற்பனையான இடையர் நோய்க்கு ஆளாகின்றார். இச்சொல் இங்ஙனம் பதினாறாம் நூற்றாண்டில் தோன்றினாலும், பதினெட்டாம் நூற்றாண்டில்தான் இந்நோயைக் குறிக்கும் பெயரானது.

அவர் 1546 ஆம் ஆண்டு வெனிசில் வெளியிட்ட மிக முக்கியமான நூலின் பெயர் *Contagine et contagious Mobaus* ஆகும். அவர் இந்நூலில் நாம் இன்று தொற்று நோய் என்றழைக்கும் பல நோய்களை ஆராய்ந்திருந்தார். சிஃபிலிஸ் பால் உறுப்பின் மேல் எளிதில் மட்டுப்படாத சீழ்ப்புண்ணாகத் தோன்றுகின்றது என்று அவர் விளக்கினார்.

இக்கொடிய நோய் எலிக்கட்டிப் பிளேக்கைப் போன்று வேகத்தில் பரவவில்லை. ஐரோப்பியத்தில் சிஃபிலிஸ் போன்ற நோய் 1493 இல் தான் முதன் முதலில் தோன்றியது என்று வைத்துக் கொண்டாலும், அது இங்கிலாந்தின் மீது அதற்கு மூன்றாண்டுகளுக்குப் பிறகு 1496 இல் தான் படையெடுத்தது. போலந்தில் 1499 இல் பரவிற்று. இஷியத்திலும், ஸ்காண்டிநேவியத்திலும் 1500 இலும், சீனத்தின் காண்டன் நகரத்தில் 1565 இலும் தோன்றியது. சில நாடுகள் இதற்குப் பல ஆண்டுகள் ஆன பின்னரும் இதிலிருந்து தப்பித்திருந்தன. ஜப்பான் 1569 வரையிலும், ஐசிலாந்து 1753 வரையிலும், ஃபாரோ (*Faroe*) தீவுகள் 1845 வரையிலும் இந்நோயினால் தாக்கப்படவில்லை.

வாஸ்கோடகாமா இந்தியா கொண்டு வந்தார்

இந்தியத்தை 1498 வரையிலும் இந்நோய் தீண்டவில்லை என்பது குறிப்பிடத்தக்க வரலாற்று ஆர்வத்தைத் தூண்டுவதாகும். மேலோட்டமாகப் பார்க்கும் போது இந்நோய் இங்கிலாந்தில் பரவியதற்கு இரண்டாண்டுகளுக்குப் பின்னரும் போலந்தில் தோன்றியதற்கு ஓராண்டு கழித்தும் இந்தியாவில் பரவியது சாத்தியமன்று என்று தோன்றக்கூடும். வாஸ்கோடகாமா தன் மாலுமியருடன் நன்னம்பிக்கை முனையைச் சுற்றிக் கொண்டு கடல் வழியே சென்று கள்ளிக் கோட்டையில் 1498 மே 20 அன்று இறங்கிய போது இந்நோயையும் அங்கு முதன்முதலாக இறக்கினார்.

இந்நோய் பெரும் புகழ் வாய்ந்த மன்னர்களையும், போப்பையும், புலவர்களையும். ஓவியர்களையும், எழுத்தாளர்களையும் தொற்றியது என்பதை வரலாறு கூறுகின்றது.

பிரான்சின் மன்னர்களான எட்டாம் சார்லஸ், முதலாம் ஃபிரான்சிஸ்.

போப் ஆறாம் அலெக்சாந்தர் (1431-1503; போப்பாக இருந்த காலம் 1492-1503; இவர் பற்றி இ.ச.க.தொகுதி-4 காண்க.) அவருடைய உடன் பிறந்தார் மகனான பீட்டர் போர்ஜியா.

பென்வெனுட்டோ செல்லினி (1500-1571); இத்தாலியச் சிற்பி; பொற்கொல்லர்; இவரது தன்வரலாறு சிறப்புப் பெற்றது.

துலூஸ் லாட்ரெக்கு (1864-1901; பிரஞ்சு ஓவியர்)

ஜெர்மன் எழுத்தாளரும் புலவருமான ஹென்றிக்கு அதீன் (1797-1856).

பிரஞ்சு நாவலாசிரியரும் நாடகாசிரியருமான ஜுல்ஸ் தெ கோன்கோர்டு அல்ஃபோன்ச (1840-1897)

414 ப. சிவனடி

புகழ் வாய்ந்த பிரஞ்சுச் சிறுகதை எழுத்தாளரான மாப்பசான் (1850-1893). இப்படி மிக நீண்ட பட்டியல்.

மில்லியன் கணக்கில் எளிய, சாதாரண மக்களும் சிஃபிலிசிற்குப் பலியாயினர். மேலும் பல மில்லியன் மக்கள் மறைமுகமாகத் தாக்கப்பட்டனர்.

இன்றைய இந்தியத்தில்

இந்தியத்தில் நமது பண்பாடு, பழக்க வழக்கங்கள், சமூக அமைப்புகள் காரணமாக சிஃபிலிஸ் பற்றி நமக்குக் கிடைக்கப் பெற்ற புள்ளி விவரங்கள் முழுமையானவையாக இல்லை. எனவே இந்நோயும், பிற பால்வினை நோய்களும் நீரில் அமுங்கிய பனிக்கட்டியாகத் தான் தோற்றமளிக்கின்றன.

மராட்டிய மாநிலத்தின் ஔரங்கபாது மாவட்டத்தின் பேறுகால முன்பேணல் நிலையத்தில் 15752 கர்ப்பிணிகளுக்குச் சிஃபிலிஸ் நோய்த் தொடர்பான பரிசோதனைகள் அண்மையில் செய்யப்பட்டபோது, அவர்களுள் சுமார் 2.4 சதத்தினர் சிஃபிலிசினால் வருந்துவது தெரிய வந்தது. படிப்பறிவு மிகுந்த கேரளத்தில் இது போன்ற ஆய்வு நடந்ததில் 1.4 சதத்தினர் பால்வினை நோயினால் துன்புறுவது கண்டறியப்பட்டது.

உலகில் உயிர்கள் தோன்றிய காலத்திலிருந்து, அவை தாவரமாயினும், பிற பறவை, விலங்கினம் எதுவாயினும் அவையும் அவற்றைப் பீடிக்கும் நோய்களும், காலந்தோறும் இடம் பெயர்வதும், ஓரிடத்தில் தோன்றும் நோய் பல வழிகளில் உலகெங்கும் பரவுவதும் நிகழ்ந்து வருகின்றன.

1753

எய்ட்ஸ்

அவ்வகையில் இன்று உலகையே கிலி கொண்டு நடுங்கச் செய்யும் நோயாக அண்மைக் காலத்தில் கிட்டத்தட்ட ஆறேழு ஆண்டுகளாக எய்ட்ஸ் தோன்றியுள்ளது. சிஃபிலிஸ் சுமார் பதினைந்தாம் நூற்றாண்டு வாக்கில் ஐரோப்பியத்தைப் பெரிதும் பாதித்ததை விட இன்று இருபதாம் நூற்றாண்டில் HIV என்ற வைரஸ் என்னும் நுண்ணுயிரால் உண்டாகும் எய்ட்ஸ்நோய் உலகையே பாதித்துள்ளது. இது எங்கிருந்து வந்தது? எப்படித் திடீரென்று மக்களைப் பற்றிக் கொண்டது? என்ற வினாக்கள் அதன் பிறகு எழுந்து, இன்று உலகமே போர்க்கோலம் பூண்டு மர்மமான இந்நோயைக் கண்டறிந்து போராடக் கச்சையை பரிந்து கட்டிக் கொண்டு நிற்கின்றது. சாடம், சுமாரா என்ற இரு நகரங்களில் வாழ்ந்த மக்களின் தகாத உறவுகளும், ஒழுக்கக் கேடுகளும் மலிந்ததைப் பொறாது கடவுள் அந்நகரங்களை அழித்தார் என்று விவிலியம் கூறும். அவ்விரு நகரங்களில் நிலவிய இழி செயல்களைப் போன்ற நடத்தைக் கேடுகள் உலகில் மலிந்து விட்டதற்கு, இயற்கை எய்ட்சைத் தண்டனையாக அனுப்பியுள்ளது என்று தனி மனித ஒழுக்கப் பண்புகளை ஆதரிப்பதாகச் சொல்பவர்கள் கூறுகின்ற விதத்தில் எய்ட்ஸ் மிகக் கொடிய பால்வினை நோயாக வந்திருக்கின்றது.

எனினும் எந்த இன்னலாயினும், இடுக்கண்ணாயினும், அதிலிருந்து மீளும் திறனறிந்து மனிதன் சிஃபிலிசிற்கு ஆண்டி பயாட்டிக்கு மருந்து கண்டுபிடிக்கக் கிட்டத்தட்ட ஐநூறாண்டுகளாயின. ஆனால் எய்ட்சிற்கு விரைவில் - அது எப்போது என்பது தெரியவில்லை; அறிவியல் முடுக்கம் விரைந்துள்ள இக்காலப் பரப்பில், அது சில ஆண்டுகளிலும் நிகழலாம் - மருந்தை மனிதன் கண்டுவிடுவான் என்று உறுதியாக

1753

நம்பலாம். எனினும் தன்னடக்கம், நெறி தவறாமை என்ற மருந்துகள் மனிதரிடம் பல்லாயிரமாண்டுகளாக இருந்து வருகின்றனவே? அவற்றைவிட எய்ட்ஸ் மருந்து அத்தனை வலிவுடையதா?

4. பதினெட்டாம் நூற்றாண்டில் திருவண்ணாமலை

திருவண்ணாமலை பண்டைக் காலத்தில் பல்குன்ற நாட்டைச் சேர்ந்திருந்தது. அதில் செங்கம் குன்றுகளும் அடங்கியிருந்தன. இங்கு கோயில் கொண்டுள்ள இறைவன் பெயர் அண்ணா மலையர்; இறைவி அபித குசலாம்பாள். இது பஞ்ச பூத தலங்களுள் ஒன்று; தீக்கு இது தலம்.

திருநாவுக்கரசர், திருஞானசம்பந்தர், சேக்கிழார் போன்றோரால் பாராட்டப் பெற்ற பெருஞ்சிறப்புடைய தலமாகும். அன்றும் இன்றும் நெருப்பைத் தெய்வமாய் வழிபட்டு வரும் மரபின் தொடர்ச்சியாகத் திருவண்ணாமலை உள்ளது என்பதை, இன்றும் அங்கு ஆண்டுதோறும் நடந்துவரும் கார்த்திகைப் பெருந்தீபம் சான்றாகும்.

பிரமனும், திருமாலும் அடிமுடி காணமுடியாத நிலையில் ஐயன் அழலுருவாக இங்கு நிற்கின்றான். திருமால் தோல்வியை ஒப்புக் கொண்டதும், அவருக்குச் சிவ மூர்த்தி தன் அடியையும், முடியையும் காட்டுகின்றார். அதற்காக அழலுருவில் இருந்த சிவன் மலையுருவில் குறுகினார். பொங்கழல் உருவிலிருந்த இறைவனே அண்ணாமலையாக நிற்கின்றார் என்றெல்லாம் புராணங்கள் கூறும்.

அண்ணன் உயர்ந்தவர் என்ற நிலையில் உயர்ந்தோனாக இறைவன் இருக்கும் மலை என்றும், அண்ணாந்து பார்க்கும் அளவிற்கு உயர்ந்த மலையென்றும் பொருள் கொள்ளலா மாகையால், இதன் பெயர் திருவண்ணாமலை ஆயிற்று என்று சொல்லலாம். இது சம்ஸ்கிருதத்தில் அருணனின் மலை என்ற பொருளில் அருணாசலம் எனப்படும்.

பதினெட்டாம் நூற்றாண்டில் இங்கு வலிமை வாய்ந்த கோட்டை இருந்தது. திரு வண்ணாமலை *1753,1791* ஆகிய ஆண்டுகளுக்கு

இடைப்பட்ட காலத்தில் பல்வேறு நேரங்களில் பத்து முறை முற்றுகை செய்யப்பட்டது.ஆறுமுறை கைப்பற்றப்பட்டது. மூர்த்தாபு அலிகான் இதை 1753 இல் முற்றுகையிட்டுத் தோற்றார். பிரஞ்சுக்காரர் இதை 1757 இல் கவர்ந்ததும், மராட்டியர் படைத் தலைவர் கிருஷ்ணராவ் 1758 இல் பிடித்தார். பிரஞ்சுக்காரர் அதே ஆண்டு செப்டம்பரில் திருவண்ணாமலையைப் பிடித்து, 1760 இல் பிரிட்டிசாரிடம் தோற்றனர். அது அவ்வாண்டு முதல் பிரிட்டிசாரின் படை நிலையாக இருந்தது.

ஐதரலியும், நிசாமும் செங்கம் கணவாய் வழியாக வந்து தாக்கும் முன்னர் கர்னல் ஸ்மிது என்ற பிரிட்டிஷ் படைத் தலைவர் திருவண்ணாமலைக்குள் பின்வாங்கினார். அவர் அங்கு தனக்கு உதவிக்குப் படை வரும் வரையில் தாக்குப்பிடித்து நின்று தன் எதிரிகளைத் தோற்கடித்தார். திப்பு சுல்தான் கடைசியாக 1791 இல் திருவண்ணாமலையைக் கைப்பற்றினார்.

திருவண்ணாமலை இரும்பை உருக்கி உலோக வேலை செய்வதில் முக்கியமான இடம் பெற்றிருந்தது என்று அறிகின்றோம். செங்கம், போளூர், திருவண்ணாமலை வட்டங்களில் ஒவ்வோர் ஊராகச் சுற்றி வந்தால் பல்வேறு அளவுகளில் உலோகச் சிட்டக் கழிவு மேடுகள் சிதறியிருப்பதை இன்றும் (1992) காணலாம். சிட்டமேடு இல்லாத ஓர் ஊரைக் கூடக் காண இயலாது. இம்மேடுகளைத் தற்காலத்து உருக்காலைகளைச் சுற்றிலும் மலைபோல் குவிந்துள்ள கசட்டுக் கழிவுக் குவியல்களுடன் ஒப்பிட முடியாது. இன்று பீகார் மாநிலத்தில் ஜாம்சட்பூரில் டாட்டா நிறுவனம் அமைத்துள்ள இரும்பு, எஃகாலைகளின் சிட்டக் கழிவுகள் கடந்த சுமார் எண்பதாண்டுகளில் இருபெரிய மலைகள் போல் நெடிதுயர்ந்து நிற்பதைக் காணலாம். அவை இப்போது அங்கு அமைந்த சிமெண்டு ஆலைகளுக்கு மூலப்பொருளாகப் பயன்பட்டு வருகின்றன. எனினும் இம்மலைகள் இரண்டும் கரைய இன்னும் பல ஆண்டுகள் ஆகுமென்று கூறுகின்றனர். எனினும் திருவண்ணாமலையைச் சுற்றிய சில இடங்களிலுள்ள சிட்டமேடுகள் சில கிலோ மீட்டர் பரப்பிற்கு விரிந்துள்ளன. போளூர் வட்டத்தைச் சேர்ந்த கட்டிப்பூண்டி என்ற ஊரில் இயற்கையான ஒரு குன்றின் பக்கத்தில் உருக்கு உலைகளின் சிட்டங்களும், தகடுகளும் அடங்கிய கழிவுகள் சிறு மலைபோல் நிற்கின்றன. இங்கு பல நூற்றாண்டுகளாகவே சிறு சிறு இரும்புப் பட்டரை ஊதுலைகளின் பெருந் தொகுதி ஒன்று இருந்தது போல் தெரிகின்றது.

திருவண்ணாமலை சிதம்பரத்திலிருந்து வடமேற்கில் சுமார் 105 கி.மீ. (170 மைல்); கடலூரிலிருந்து மேற்கு வடமேற்கில் சுமார் 85 கிலோ மீட்டர் (57 மைல்); சென்னையிலிருந்து தென்மேற்கில் சுமார் 150 கி.மீ.(100 மைல்); திருக்கோயிலூரிலிருந்து வடக்கு வடமேற்கில் சுமார் 28 கி.மீ. (19 மைல்); திண்டிவனத்திலிருந்து மேற்கில் சுமார் 57 கி.மீ. (38 மைல்); விருத்தாசலத்திலிருந்து வடக்கு வடமேற்கில் சுமார் 75 கிலோ மீட்டர் (50 மைல்).

5. தக்காணத்தில் அரசியல் சூதாட்டம் : நிசாமின் தாராளக் கொடை

ஐதராபாதின் முதல் நிசாம் அசஃபு ஷா 1748 ஆம் ஆண்டு இறந்ததும் அரசுரிமை குறித்து அவருடைய இரண்டாவது மகன் நசீர் ஜங்கிற்கும், அசஃபு ஷாவின் மகள் வயிற்றுப் பேரனான முசஃபர் ஜங்கிற்குமிடையே நடந்த உள்சண்டையில், முன்னவரைப் பிரிட்டிசாரும், பின்னவரைப் பிரஞ்சுக்காரரும், சந்தா சாகிபும் ஆதரித்தனர். இச் செய்திகள் இ.ச.க.தொகுதி-5 சொல்லப்பட்டன. ஐதராபாது

7

அரசிருக்கைக்காக நடந்த கொலைப் பழிகள் ஐரோப்பிய வல்லாளர்களுக்கு மிகவும் வசதியாய் அமைந்தன.

பட்டாணியர் ஒருவரால் கொலை செய்யப்பட்ட நசீர் ஜங்கின் தம்பியான சலாபத்து ஜங்கைப் பிரஞ்சுப் படைத் தலைவர் தெ பூசி 1751 இல் நிசாமாக்கினார். அவர் தனக்கு இங்ஙனம் எதிர்பாராது கிடைத்த அரச பதவிக்காக இறைவனுக்கு நன்றி செலுத்தியதுடன், தன்னைச் சிம்மாசனத்தில் அமர்த்திய பிரஞ்சுக்காரருக்கும் நன்றிக் கடனைத் தீர்க்க வேண்டி வந்தது. அவர் பிரஞ்சுக்காரருக்கு நன்றிக் கடனாக இருபத்தாறு இலட்ச ரூபாய் தரவேண்டுமென்று கணக்குக் கூறப்பட்டது. இந்தக் கணக்கு எப்படி என்பது தெரியவில்லை. ஆனால் அரசுரிமை தந்து அரியணையில் அமர்த்தியவர்களுக்கு ஓரிரு இலட்சத்தை கூடுதலாகக் கொடுத்தால் யார் வீட்டுச் செல்வம் குறைந்துவிடும்?

அதனால் சலாபத்து ஜங்கு ஆண்டுதோறும் முப்பத்தோரு இலட்ச ரூபாய் வருவாய் தரக்கூடிய முஸ்தாபாநகர், இராசமகேந்திரவரம், சீகாகுளம் ஆகிய ''சர்க்கார்களை'' (மாவட்டங்கள்) இந்த 1753 இல் பிரஞ்சுக்காரருக்குக் கொடையாக அளித்தார்.

சலாபத்து ஜங்கு பிரஞ்சுக்காரரின் பாதுகாவலில் நிலைபெற்று விட்டபோதிலும், ஆங்கிலேயரின் மேல் ஒப்புதலையும் பெற்றால்தான் மன அமைதியோடு அரசிருக்கையில் அமர்ந்திருக்க முடியும் என்று கருதிப் பிரஞ்சுக்காரருக்குத் தெரியாமல் இரகசியமாக அதற்கு வேண்டிய வேலைகளைச் செய்தார்.

பிரஞ்சுக்காரருக்கு என்ன நடக்கின்றது என்பது தெரிந்துதானிருந் தது. தெ பூசி ஐதராபாதிலிருந்த வரையிலும் தன் கைக்குள்ளடங்கிய நிசாம், ஆங்கிலேயருடன் தொடர்பு கொண்டு விடாமல் தடுத்து வந்தார்.

ஆனால் ஆங்கிலேயருக்கும் கொடை கொடுத்தே தீருவேன் என்று கங்கணம் கட்டிவிட்ட சலாபத்து ஜங்கு தன் நாட்டின் பெரும்பகுதியை அவர்களுக்குக் கொடுத்து விட்டார். அவர் 1759 இல் அளித்த இக்கொடையில் நிசாம்பட்டணம், மச்சிலிப்பட்டினம் (இ.ச.க.தொகுதி-4), கொண்ட வீடு, வால்கமன்னார் என்ற சர்க்கார்கள் அடங்கியிருந்தன.

ஆனால் ஆங்கிலேயர் இம்மாவட்டங்களைக் கொடையாகப் பெற்ற மூன்றே ஆண்டுகளுக்குள் சலாபத்தின் தம்பிக்கு உதவி செய்யலாயினர். அவர்கள் சலாபத்தைத் தள்ளிவிட்டு, அவரின் தம்பியும், முதல் நிசாமான அசஃபு ஷாவின் நான்காவது மகனுமான நிசாம் அலி கானை 1762 ஆம் ஆண்டு அரியணையில் ஏற்றினர்.

இவ்வாறாக ஐரோப்பியர்கள் பதினெட்டாம் நூற்றாண்டுத் தக்காண அரசியலில் அரசர்களை ஆள்பவர்களாக விளங்கினர்.

6. சென்னையில் அரசினர் மாளிகை

இன்று சென்னை நகரில் கூவத்தின் கரையை வடக்கு எல்லையாகவும் அண்ணா சாலையெனும் மௌண்ட் ரோடை மேற்கு எல்லையாகவும், வாலாசா சாலையைத் தெற்கு எல்லையாகவும், பல்கலைக்கழகம், தொலைக்காட்சி நிலையம் ஆகியவற்றைக் கிழக்கெல்லையாகவும் கொண்டு அமைந்துள்ள இடத்திற்குக் கவர்ன்மெண்ட் எஸ்டேட்டு என்று பெயர்.

இன்றும் அங்கு அரசினர் நிலமாக விளங்கும் பெரிய நிலப்பரப்பினுள் புகழ் வாய்ந்த இராஜாஜி மண்டபமும், அதையொட்டிய பழைய மாநிலச் சட்டப்பேரவை

உறுப்பினர் விடுதிகளும், கலைவாணர் அரங்கும் உள்ளன. இதனுள் சிறிது காலம் தமிழ்நாட்டுச் சட்டப் பேரவையும் கூடியதுண்டு. இது வரலாற்றுச் சிறப்புமிக்க இடமாக அன்றும், இன்றும் விளங்குகின்றது. இதன் தோற்றுவாய் 1753 ஆகும்.

இந்த இடத்தில் 1746 வாக்கிலேயே ஒரு வீடு இருந்தது என்பது அறியப்பட்டுள்ளது. அந்த இடம் (*Lui's Madera*) லூவிஷ் மாடரா என்ற போர்த்துக்கீச வணிகருக்கு உரிமையாயிருந்தது. பிரஞ்சுக்காரர் 1746 முதல் 1749 வரை சென்னை மீது தாக்குதல் நடத்தியதில் கிழக்கிந்தியக் கம்பெனியின் கவர்னரின் தோட்ட மாளிகையை (*Governor's Garden House*) அழித்து விட்டதால், மாடராவின் விதவையிடமிருந்து கவர்னர் தாமஸ் சாண்டர்ஸ் அந்த இடத்தை 1753 ஆம் ஆண்டு விலைக்கு வாங்கினார்.

ஆங்கிலேயர் வெறும் வணிகர்களாயிருந்த இக்கால கட்டத்திலிருந்து தென்னிந்தியாவில் தலையாய வல்லாளர்களாய் வடிவெடுத்த காலத்திலிருந்து இந்த இடம் சென்னைக் கவர்னர்களின் இல்லமாக இருந்து வந்தது. இந்த இடத்தை விலைக்கு வாங்கி, இங்கு அரசினர் இல்லத்தை அமைத்த ஆளுநர் தாமஸ் சாண்டர்ஸ் தான் கிளைவு ஆர்க்காட்டின் மீது படையெடுத்துச் செல்வதற்கு 1751 இல் வாய்ப்புத் தந்தார்.

இராபட் கிளைவு 1753 ஆம் ஆண்டு இங்கு வந்து திரும்பிச் சென்றதற்குமுன்னர் இந்த அரசினர் இல்லத்தில் சாண்டர்சின் விருந்தினராயிருந்திருக்கலாம். ஏனெனில் சாண்டர்ஸ் அந்த இடத்தை 1752 ஆம் ஆண்டு வாடகைக்கு அமர்த்தியிருந்தார். சாண்டர்சையடுத்து அந்த இரண்டு கவர்னர்களின் விருந்தாளியாகவும் கிளைவு இங்கு தங்கியிருக்கலாம். சாண்டர்சையடுத்துக் கவர்னராக வந்த ஜார்ஜ் பிகாட்டு 1758-1759 ஆம் ஆண்டுகளில் லாலி பிரபு சென்னை மீது நடத்திய முற்றுகைகளை வீரத்தோடு எதிர்த்து நின்றார். இந்த முற்றுகையின்போது பிரஞ்சுக்காரர் கவர்னரின் இந்தத் தோட்ட மாளிகையை இடித்துத் தள்ள முயன்றனர். அங்கிருந்த பெரும்பாலான தூண்களை

இடித்து விட்டனர். எனினும் அவர்கள் மாளிகையை முற்றாக இடித்துத் தள்ளுமுன்னர் விரட்டப்பட்டு விட்டனர்.

லாலி சென்னையை முற்றுகையிட்டதற்கு இரண்டாண்டுகளுக்கு பிறகு கூட்டேயால் தோற்கடிக்கப்பட்டுக் கவர்னர் மாளிகைக்கு போர்க் கைதியாக வந்தார். அப்போது பிரஞ்சுக்காரர் அம்மாளிகையை இடித்திருந்த இடங்கள் இன்னும் செப்பனிடப்படவில்லை. எனினும் அந்தக் காலத்தில் கடைப்பிடிக்கப்பட்ட வீரப்பண்பு மரபுப்படி லாலிக்கும், அவருடன் சிறைப் பிடிக்கப்பட்ட பிரஞ்சுக்காரர்களுக்கும் சேதமடையாதிருந்த அறைகள் தரப்பட்டன. அவர்கள் எந்த மது வகையைக் கேட்டாலும், அது என்ன விலையானாலும் அவர்களுக்குத் தரப்பட்டது. அவர்கள் மட்டுமீறிக் குடித்து, ஆங்கிலேயரை வயிறெரிய வைத்தனர்.

கவர்னரின் தோட்ட மாளிகையென்ற இந்த மாளிகையைக் கவர்னர் பிகாட்டு 1762 இல் செப்பனிட்டார். அவர் பணக்காரப் பிரம்மச்சாரி மனம்போல வாழ்ந்தார்; அவர் கீழை நாட்டு ஆடம்பர வாழ்க்கையில் திளைத்தார். அவர் பல நாய்களும், அயல்திணை விலங்குகளும் அடங்கிய ஒரு கூட்டத்தை இம்மாளிகையில் வளர்த்தார். அவருக்குத் தோட்டக்கலை மீதிருந்த ஆர்வத்தினால் தோட்ட மாளிகையின் பரப்பை விரித்தார். அங்கு ஒரு குளத்தையும் அமைத்தார். அது குறிப்பிடத்தக்கதாக அப்போதும், அதன் பிறகும் விளங்கியது. அவர் தோட்டத்தைக் கவனிக்க ஐரோப்பியத் தோட்டக்காரர் ஒருவரையும், இருபது இந்தியத் தோட்டக்காரர்களையும், களையெடுக்கப் பத்துப் பேரையும் அமர்த்தினார்.

பிகாட்டு பின்னர் இங்கிலாந்து சென்று சில ஆண்டுகள் இருந்தார். அப்போது அங்கு அவருக்குப் பிரபுப் பட்டம் கிடைத்தது. அவர் பண நெருக்கடி ஏற்பட்டதால் மீண்டும் 1775 இல் சென்னைக் கவர்னராயிருந்தார். அவருக்கும் சென்னை ஆட்சிமன்றக் குழுவினருக்குமிடையே கருத்துவேறுபாடு ஏற்பட்டதால், அவரை இந்தத் தோட்ட மாளிகையிலிருந்து சிறை செய்து பரங்கிமலைக்குக் கொண்டு சென்றனர். அவர் அங்கு வெயில் பொறாமல் இறந்தார்.

பிகாட்டையடுத்துக் கவர்னராக வந்தவர், மிகவும் கெட்ட பெயர் பெற்ற ''நவாபு'' சர் தாமஸ் ரம்போல்டு; அவருக்குப் பிறகு ஆர்ச்சி பால்டு காம்பல் என்ற இராணுவப் பொறியர் 1785 முதல் 1788 வரை கவர்னராயிருந்து இந்தத் தோட்ட மாளிகையில் வாழ்ந்தார். இருப்பினும் இம்மாளிகை பத்தொன்பதாம் நூற்றாண்டின் தொடக்க ஆண்டுகளில்தான், நாம் இன்று காண்கின்ற அளவிற்குப் பெரிய கட்டடமானது.

அப்போது இராபட் கிளைவின் மகனான எட்வர்டு கிளைவு கவர்னராக வந்தார். இந்தப் பதவிக்கு வந்த முதல் பணக்காரப் பிரபு அவர்தான். அவர் இந்தியாவிற்கு இதற்கு முன் வந்ததுமில்லை. இங்குள்ள வசதிக் குறைகளை அறிந்ததுமில்லை. கவர்னரின் தோட்ட மாளிகை தனக்கும், தன் குடும்பத்தார்க்கும் இங்கு போதிய வசதியாக இல்லை என்றும்,தன் பதவியோடு இணைந்த பொது நிகழ்ச்சிகளுக்கு வேண்டிய வசதிகள் செய்யப்பட வேண்டுமென்றும் எட்வர்டு கிளைவு கண்டார். அவர் இங்கு வாழ்ந்த காலத்தில் இம்மாளிகையில் வடக்கேயிருந்த கோட்டையிலும், எழும்பூரில் இருந்த பாந்தியனிலும் கேளிக்கை நிகழ்ச்சிகளை வைத்துக் கொண்டார்.

டேவிடு கிளைவு தோட்ட மாளிகையாக இருந்த இந்த இடத்தைக் கவர்னர் மாளிகையாக்கும் திட்டத்தை 1800 ஆம் ஆண்டு செயல்படுத்தினார். அதை மாபெரும் விழாக்களுக்கு ஏற்றதாயும், சென்னை மாநிலக் கவர்னர் குடியிருப்பாயும் மாற்றினார்.

அப்போது சென்னையில் நில அளவையாளராயும், வானியலராயும் பணியாற்றிய ஜான் கோல்டிங்கம் என்பவரை எட்வர்டு கிளைவு பொதுப் பொறியாளராக அமர்த்தி, இந்தப் பணியை ஒப்படைத்தார். அவர் வானியலாராயிருந்ததுதான் எட்வர்டைக் கவர்ந்திருக்க வேண்டும். ஏனெனில் எட்வர்டின் தாய் (இராபட் கிளைவின் மனைவி) வானியல் ஆர்வலர்; எட்வர்டின் தாய் மாமன் நெடில் மஸ்கிலின் பிரிட்டிஷ் அரசின் வானியலார்.

கோல்டிங்கம் இம்மாளிகையின் நீளத்தைக் கிட்டத்தட்ட இரட்டித்து விட்டார். அதன் முன்பக்கம் நெடுகிலும், கட்டடத்தைச் சுற்றியும் மிகப் பெரிய இரண்டடுக்கு வராந்தாவைக் கட்டினார்; மாளிகையின் உள்புறத்தை மாற்றியமைத்தார்.

கிளைவு பிரபும், கோல்டிங்கமும் அரசினர் மாளிகையில் செய்த சீர்திருத்தங்கள் விரிந்து சென்று அழகிய தோற்றமளித்தன. பல்வேறு அலுவலகங்கள் மாளிகையின் புறத்தே கட்டப்பட்டன; ஒரு பண்ணையும் 200 குதிரைகளை நிறுத்தும் லாயமும், கவர்னரின் மெய்காவலர் குடியிருப்பும் அமைந்தன. இம்மாளிகையின் அருகே தனியாக மிகச் சிறப்பான ஒரு கட்டடம் எழுப்பப்பட்டது. அது டஸ்கன் - டோரிக்குக் கோயில் பாணியில் அமைந்தது. அது உயர்ந்த மேடை மீது கட்டப்பட்டது. அதையடைய அகன்ற பல படிக்கட்டுகள் அமைக்கப்பெற்றன. அது பெரிய நிகழ்ச்சிகளுக்குகந்த மண்டபமாயும், இராணுவப் பெருமையை விளம்பும் கோயிலாகவும் நெடிது எழுந்து நின்றது.

இதுதான் இன்று இராஜாஜி மண்டபம் என்று அழைக்கப்படும் பாங்குவட்டிங்கு ஹால் என்ற விருந்து மண்டபம். மண்டபத்தின் இருமுனைகளிலும் பிளாசிச் சண்டையையும், அண்மையில் திப்பு சுல்தானின் மரணத்துடன் முடிவடைந்த சீரங்கப்பட்டணத்துச் சண்டையையும் நினைவுபடுத்தும் படைக்கலன்கள் அழகுற வைக்கப்பட்டிருந்தன. மண்டபத்திற்குள் கூட்டே, கான்வாலிஸ், ஜெனரல் சர் வில்லியம் மெடோஸ், இன்னும் பிற புகழ்பெற்ற மாவீரர்களின் ஆளுயர ஓவியங்கள் அணி செய்தன. நாடு விடுதலை பெற்ற பின்னர் இவையெல்லாம் இம்மண்டபத்திலிருந்து அகற்றப்பட்டன. இந்த விருந்து மண்டபம் 1802 ஆம் ஆண்டு அக்டோபரில் தொடங்கி வைக்கப்பட்டது. வடபிரான்சிலுள்ள அமியன்ஸ் நகரில் அமைதி உடன்படிக்கை கையெழுத்தானதைக் கொண்டாடுவதற்காக அங்கு விருந்து நடந்தது.

பதினெட்டாம் நூற்றாண்டில் 1753 தொடங்கி இன்று வரையிலும் நெடிய வரலாற்றையுடைய இந்த அரசினர் இல்லத்தில் சாவும் நிகழ்ந்தது. பிகாட்டுப் பிரபு கவர்னராக இருந்து அரசினர் இல்லத்தில் இறவாவிடினும், அவர் சென்னை ஆளுநராயிருந்த காலத்தில் இறந்தார். சர் தாமஸ் மன்றோவும் (1827), சர் ஜார்ஜ் வார்டும் (1860) காலராவினால் இறந்தனர். சர் வார்டு பதவியேற்ற சில ஆண்டுகளிலேயே இறந்தார். இவர்களனைவரும் ஜார்ஜ் கோட்டைக்குள்ளிருக்கும் செயிண்ட் மேரி சர்ச்சுக் கல்லறைத் தோட்டத்தில் அடக்கம் செய்யப்பட்டனர். அரசினர் இல்லத்தில் இத்தகைய தொற்று நோய்கள் கவர்னர்களை மட்டுமல்லாது அங்கு பணிபுரிந்த இருநூறுக்கு மேற்பட்ட வேலைக்காரர்களையும் தொற்றியதுண்டு. இவர்கள் அனைவரும் வராந்தாவில் பாய்களை விரித்துப் படுத்துக் கொள்வர். சில வேளைகளில் அவர்களைப் ''பயங்கரமாகச் சச்சரவிடும் கிழங்களைப் போன்றவர்கள்'' என்று இழித்துக் கூறுவதுண்டு.

கன்னிமரா பிரபு என்ற கவர்னர் அயர்லாந்துக்காரர்; மிகவும் கம்பீரமான தோற்றமுடையவர். அவருக்கு முந்தானை மோகம் மிகுதி. ஆதலால் கணவனின்

வண்டுத்தனம் பிடிக்காமல் கன்னிமரா சீமாட்டி அரசினர் மாளிகையிலிருந்து வெளியேறி, இன்று கன்னிமரா ஓட்டல் என்றழைக்கப்படும் இடத்திலிருந்த மாளிகைக்குப் போய் விட்டார். அது கவர்னரின் மனைவிக்கு அடைக்கலம் தந்தது என்பதற்காக அதற்கு கன்னிமாரா என்று பெயரிடப்பட்டது என்பர்.

அரசினர் இல்லம் அமைந்திருந்த இடத்தையடுத்து மௌண்ட் ரோடு இருந்ததால், அங்கு செல்லும் சமய ஊர்வலங்களையும், ஆர்ப்பாட்டங்களையும், கவர்னரின் இல்லத்திலிருந்தவர்களால் தெளிவாகக் கேட்க முடிந்தது. பென்சன் பிரபு என்ற கவர்னரின் இளமனைவி முகாம் ஊர்வலத்தில் கொட்டு அடிக்கப்பட்டதைக் கேட்டு, அந்த இரைச்சலை அவரால் பொறுக்க முடியாமல் போனது. அருகிலுள்ள சாலையின் இரைச்சலைப் பொறுக்க முடியாது சர் வில்லியம் பென்சனும் அவருக்கு அறுபதாண்டுகளுக்குப் பிறகு வில்லிங்டன் பிரபும் அரசினர் இல்லத்தில் அலுவலகத்தை வைத்துக் கொண்டு சில மைலுக்கப்பால், கிண்டியில் நிரந்தரமாகக் குடியேறுவது பற்றி எண்ணினர். எனினும் அவர்கள் பழைய இல்லத்தை விட்டுவிடவில்லை. கவர்னரின் மாளிகை 1946 ஆம் ஆண்டுதான் கிண்டிக்கு மாறியது.

ஆங்கிலேயர் இந்தியாவில் முதன்முதலாகக் கட்டிய கோட்டை செயிண்ட ஜார்ஜ்; முதலில் கட்டிய கோயில் கோட்டைக்குள்ளிருக்கும் செயிண்ட் மேரி சர்ச்சு. முதலில் அமைத்த கவர்னர் மாளிகைத் தோட்டம் அல்லது மாளிகை சேப்பாக்கத்தில் இன்றும் இருக்கின்ற மாளிகை. அவர்கள் அதன் பிறகுதான் கல்கத்தாவில் 1799 ஆம் ஆண்டு கட்டத் தொடங்கி 1803 ஆம் ஆண்டு 63,291 பவுன் செலவில் கவர்னர் மாளிகை முற்றுப் பெற்றது. அடுத்துக் கல்கத்தாவின் பாரக்பூரிலும், பம்பாயில் பரேலிலும், ஐதராபாதில் ரெசிடென்சியிலும், லக்னோ, பூனா, சிம்லா ஆகிய இடங்களிலும் மாளிகைகள் என்ற அரண்மனை போன்ற கட்டடங்களையும் கட்டினர். பின்னர் அலகாபாது, லாகூர், நைனிதால் ஆகிய இடங்களில் மாளிகைகளை எழுப்பினர். கடைசியாக டெல்லியில் இருபதாம் நூற்றாண்டின் தொடக்கத்தில் வைசியராய்க்குப் பெரிய அரண்மனை போன்ற மாளிகையைக் கட்டினர். இதில்தான் நமது நாட்டின் குடியரசுத் தலைவர் இன்று வாழ்கின்றார்.

1753

வரலாற்றுப் புள்ளிகள்

1. கிளைவு திருமணம்

இராபட் கிளைவிற்கும் மார்கரட்டு மஸ்கிலினுக்கும் சென்னை ஜார்ஜ் கோட்டையிலுள்ள புனித மேரி சர்ச்சில் 1753 பிப்ரவரி 18 அன்று திருமணம் நடந்தது. சென்னை ஆளுநரும், கிளைவின் நண்பரும், மணமகளின் அண்ணனும் ஆகிய எட்மண்டு மஸ்கிலினும், கிளைவின் பிற நண்பர்களும், ஆர்வலர்களும் மணமக்களை வாழ்த்தினர்.

இத்திருமணம் நடந்த சர்ச்சுதான் ஆங்கிலேயர் இந்தியத்தில் கட்டிய முதல் கோயிலாகும். அதுவே அவர்கள் கட்டிய மிகப் பழமையான கட்டடமாகவும் இருக்கலாம். அதற்கு ''அன்ன நாள்'' எனப்படும் மார்ச்சு 25 அன்று, 1678 இல்

கடைகாலிட்டனர். ஏசுநாதர் பிறக்கப் போவதை இறைத்தூதர் கன்னி மரியாவிடம் உரைத்த நாளாக இது இருப்பதால், புனிதமானதாயிற்று. அதற்கு இரண்டாண்டுகளுக்குப் பிறகு, 1680 அக்டோபர் 28 அன்று ரிச்சர்டு போட்மன் என்பவர் இக்கோயிலை இறைவனுக்கு அர்ப்பணித்தார்.

கிளைவும் மார்கரட்டும் மணமுடித்துச் சில நாள்கள் சென்னையில் இருந்த பின்னர், 1753 மார்ச்சு 23 அன்று பம்பாய்க் கேசில் என்ற கப்பலில் ஏறித் தென்னாப்பிரிக்கத்தின் கேப் டவுனை அடைந்தனர். (கேப்டவுன் இன்று கேப் மாநிலத்தின் தலைநகராயும், தென்னாப்பிரிக்கத்தின் சட்டப் பேரவைத் தலைநகராயும் உள்ளது. இது டேபிள் வளைகுடாவின் தென்மேற்கில் இருக்கின்றது. இந்நகரம் 1652 இல் நிறுவப்பட்டது. இது தென்னாப்பிரிக்கத்தில் வெள்ளையர் அமைத்த முதல் குடியேற்றமாகும். இது முக்கியமான துறைமுகமாகும்.) அவர்கள் அங்கிருந்து வசதியான பெல்ஹம் என்ற கப்பலில் ஜூன் 10 அன்று ஏறிச் சுமார் ஏழு மாதங்களுக்குப் பிறகு அக்டோபர் 14 அன்று எரித்து என்ற இடத்தில் பிரிட்டனில் கரையிறங்கினர்.

கிளைவு எட்டாண்டுக்காலம் இந்தியத்தில் பணி செய்த பின்னர், இவ்வாண்டு தாயகம் திரும்பிய போது தன் செல்வமான 40 ஆயிரம் பவுன்களையும் வைரக் கற்களாக மாற்றி எடுத்துச் சென்றார். (இக்காலத்தில் ஒரு பவுனின் மதிப்புச் சுமார் பத்து ரூபாய்.) இந்தக் கால கட்டத்தில் செல்வத்தைக் கொண்டு செல்வதற்கு இதுவே பாதுகாப்பான வழியாயிருந்தது. கிளைவு மேலும் வைரங்கள் வாங்குவதற்கு வேண்டிய செல்வத்தையும் இந்தியத்தில் விட்டுச் சென்றிருந்தார்.

கிளைவு இந்தியத்திலிருந்து எடுத்துச் சென்ற பணத்தை வைத்துத் தன் குடும்ப உடைமைகள் மீதிருந்த கடன்களை அடைத்து, அடைமானங்களிலிருந்து மீட்டார். அதனால் அவரின் தந்தை ரிச்சர்டு கிளைவு ''நாட்டுப்புறக் கனவான்'' என்ற உயர்நிலை நிலப்பிரபுவாக வாழ முடிந்தது.

கிளைவு இலண்டனில் புனித ஜேம்ஸ் பூங்காவினருகிலுள்ள அரச சதுக்கம் என்ற நவநாகரிகப் பகுதியில் தனக்கென்று ஒரு மாளிகையை விலைக்கு வாங்கிக் கொண்டார்.

2. யூதருக்குச் சமூக உரிமையளிக்க மறுப்பு

பிரிட்டிஷ் பாராளுமன்றம் ''யூதர் குடியுரிமைச் சட்டம்'' என்ற ஒன்றை நிறைவேற்றிய போதிலும், அதற்கு இங்கிலாந்தில் கடுமையான எதிர்ப்புக் கிளம்பியது. இந்தச் சட்டம் இதற்கடுத்த ஆண்டில் (1754) ஒழிக்கப்பட்டது. யூதர் இனிமேல் 1800 ஆம் ஆண்டில்தான் சமூக உரிமைகளைப் பெறுவர். அதுவரையிலும் அவர்களின் நிலை ஐரோப்பியத்தின் பிறநாடுகளைப் போலவே பிரிட்டனிலும் மிக இழிவானதாகவே இருக்கும்.

3. பூர்தோனைசிற்கு நேர்ந்த கதி

பிரஞ்சு நாட்டிற்காக இந்தியத்தில் பெரும் பேரரசை நிறுவ வேண்டுமென்று கனவு கண்டு, தம் தாயகத்தினாலேயே இழித்துக் கீழே தள்ளப்பட்டவருள் தூய்ப்பிளேக்கு அடுத்த இடம் பெற்றிருப்பவர், மாபெரும் கடற்படைத் தலைவரான லா பூர்தோனஸ் (1699-1753) ஆவார். அவரைப் பற்றி இ.ச.க.தொகுதி -3,4,5 இல் விவரித்திருந்தோம். சென்னையை 1746 இல் வீழ்த்திய சிறப்பையும் இவர் பெற்றார்.

ஆனால் பிரஞ்சு அரசு பூர்தோனைசைத் திடீரென்று திருப்பியழைத்துக் கொண்டது. அவரைப் பல்வேறு விசாரணைக்குள்ளாக்கி, வறிய நிலையில் வாடச் செய்தது. அவர் பாஸ்டிலிச் சிறையில் மூன்றாண்டுகள் கிடந்த பின்னர், தன் குற்றமற்ற செயலை மெய்ப்பித்துக் காட்டிவிட்டு, 1753 ஆம் ஆண்டு இறந்தார்.

4. திப்பு சுல்தான் பிறப்பு

ஐதரலியின் மகனான திப்பு சுல்தான் (1753-1799) கன்னட நாட்டின் தேவனள்ளி என்ற ஊரில் இந்த 1753 இல் பிறந்தார். அவருக்கு ஆர்க்காட்டில் அடக்கமாகியிருக்கும் முஸ்லிம் ஞானியின் பெயரைத் திப்பு என்று ஐதரலி வைத்தார். ஐதரலியும் அதே ஆர்க்காட்டில் அடக்கமாகியிருக்கும் ஒரு ஞானியின் பெயரால்தான் ஐதர் என்று அழைக்கப்பட்டார்.

1753

5. ''ஐரோப்பியர் பயனற்றோர்?'' முராரி ராவ்

முராரி ராவ் கோர்ப்பாடே என்ற மராட்டியப் படைத்தலைவர் தென்னகத்தில் நன்கறியப்பட்டார் என்ற செய்தி இ.ச.க தொகுதி-5 சொல்லப்பட்டது. இந்த ஆறாம் தொகுதியிலும் இதற்கு முன்னர் அவரை ஆர்க்காடு, திருச்சி, காரைக்கால், ஒரிசம் ஆகிய இடங்களில் ஏற்கனவே கண்டோம். அவர் ஐரோப்பியரான பிரஞ்சுக்காரரையும், பிரிட்டிசாரையும் அருகிருந்து கண்டவர்; அவர்களோடு சேர்ந்து தமிழ்நாட்டில் பல ஊர்களைச் சூறையாடிய பெருமையும் அவருக்குண்டு. அவர் 1753 ஜூலையில் தூய்ப்பிளே நடத்திய கொள்ளை பற்றியும், பிரஞ்சுக்காரரின் குணநலன் பற்றியும் இங்ஙனம் எழுதியிருந்தார்.

''நீங்கள் ஓர் அலுவலை ஒரு நேரத்தில் மேற்கொள்ள வேண்டும். ஆனால் நீங்கள் ஆராயாது எல்லா அலுவல்களையும் பல்வேறு இடங்களில் ஒரே நேரத்தில் முடிக்க முற்படுகின்றீர்கள். எதிரி பலமடைந்து வருகையில் இது எப்படிச் சாத்தியமாகும்? நீங்கள் ஓரிடத்திற்குத்தான் படைகளை அனுப்ப வேண்டும்; அங்கு வெற்றி பெற்ற பிறகு, படையை வேறிடத்திற்கு நீங்கள் அனுப்பலாம். ஒரே நேரத்தில் எல்லா இடங்களிலும் ஒரு படையினால் எப்படி வெற்றி கொள்ள முடியும்? நீங்கள் முதலில் ஆர்க்காடு மீது என்னைப் படையெடுக்கச் சொல்கின்றீர்கள். பிறகு திருச்சிராப்பள்ளி மீதும், அப்புறம் தேவி கோட்டை மீதும். பின்னர் சிதம்பரம், விருத்தாசலம் ஆகியன மீதும் தாக்குதல் நடத்தச் சொல்கின்றீர்கள். இவ்வாறு நீங்கள் எழுதினால் அலுவல்கள் எப்படி வெற்றி காண முடியும்? நான் வந்ததால் அவர்களுக்குப் பணச்செலவு; ஆனால் நான் எந்த முனையிலும் வெற்றி காணாது நல்ல சர்தார்களையும், என் இளைய சகோதரர்களையும், மேலும் பலரையும் இழந்து விட்டேன். என் செலவிற்குரிய பணத்தைத் தந்து விட்டால் நான் போய் விடுவேன். ஐரோப்பியராகிய நீங்கள் பயனற்றவர்கள்.''

1754

அரசியல்

இரண்டாம் ஆலம் கீர் முடிசூடுதல்

மதுரைச் சீமைக்கு மன்னர் வேண்டும் - பாளையக்காரர் ஆங்கிலேயரை வேண்டுதல்

மார்த்தாண்ட வர்மன் ஐதரிடம் உதவி கோருதல்

ஜாட்டுகள் எழுச்சி - பரத்பூர் நாட்டரசு அமைதல்

பிரிட்டீசுப் பிரதமர் நியூகேசில் பிரபு

தூய்ப்பிளே பிரான்சிற்கு அழைக்கப்படுதல்

புதுச்சேரி ஆளுநர் கோடேயூ

இந்தியத்தை அடிமை கொள்ள ஏற்ற இடம் எது?

ஆங்குவடில் துப்பரோன்

கலை, இலக்கியம், தொழில்

வேளாண்மை, வாணிபம், கலை, தொழில் ஆக்கங்களுக்குப் பிரிட்டனில் உதவி, பிரிட்டனில் முதல் உருட்டாலை

இராணுவம், போர்

இந்தியத்தில் முதலில் இறங்கிய பிரிட்டீசுப் பட்டாளம் கம்பெனியின் முதல் படைத் தலைவர்.

பொது

கள்ளர் ஹெரானின் படையைத் தாக்குதல்

வேணாட்டில் செத்தாலும் வரி

கீழக்கரை முஸ்லிம்கள்

பாரிசில் 56 காப்பிக் கடைகள்

இங்கிலாந்தில் ஓய்வு நிறைந்த வாழ்க்கை

கிளைவு வைர வாள் ஏற்க மறுப்பு

கான் சாகிபை எதிர்த்தவர் பீரங்கி வாயில் வைத்துச் சுடப்படுதல்

டெல்லியில் மராட்டியர் கொள்ளை

பிறப்பு

பச்சையப்பன்   (1754-1794)

டேவிராண்டு   (1754-1838)

இந்திய சரித்திரக் களஞ்சியம் 425

1754

1. பாரசீக மொழி கற்கப் புதுச்சேரி வந்த ஆங்குவடில் - துப்பரோன்

''பதினெட்டாம் நூற்றாண்டு பாதிக் காலத்தைத் தாண்டு முன்னரே அலுத்துச் சோர்ந்து விட்டது'' என்று ''மங்கோலியரின் இரகசிய வரலாறு'' என்ற நூலின் ஆசிரியரான ஆர்தர் வேலி என்பவர், ஆங்குவடில் - துப்பரோனையும், சர் வில்லியம் ஜோன்சையும் பற்றி எழுதப் புகுகையில் குறிப்பிடுகின்றார்.

பதினெட்டாம் நூற்றாண்டு ஐரோப்பியம் வழிவழியாகப் பின்பற்றி வந்த கிரேக்கப் பண்டை நூல்களும் விவிலிய மரபும் காட்டி வந்த பாதையிலிருந்து விலகித் தன் கனவுகளை டிரூயிடுகள் (கிறித்தவ சமயம் பரவுவதற்கு முந்திய காலத்தில் கால் என்ற பிரஞ்சுப்பகுதி, பிரிட்டன், அயர்லாந்து ஆகிய இடங்களில் வாழ்ந்து வந்த குருமார்கள்), வரலாற்றுக் காலம் எகிப்து, இந்தியம், சீனம் ஆகியவற்றின் பக்கம் திரும்பத் தொடங்கியது.

அது புதிய புராணங்களையும். புதுக்கலைகளையும், இவையனைத்திற்கு மேலாகப் புதிய ஒழுக்கவியல் ஆசான்களையும், தேடித் திரிந்தது. பண்டை நாகரிகங்களைத் தோற்றுவித்தவர்களாக அப்புதிய நெறிமுறைகளை வகுத்த ஆசான்கள் கருதப்பட்டனர்.

அவர்களுள் ஜராதுஷ்டிரரைப் போன்ற (கி.மு.628 - 551) உயர்புகழ் வாய்ந்த பண்டை ஆசான் வேறெவருமிலர்; பிளாட்டோவின் (கி.மு.427 - 347) மாணாக்கரான நாய்டஸ் என்ற இடத்தைச் சேர்ந்த யூடோக்கஸ் (கி.மு.406 - 355; கிரேக்க வானியலாரும் கணித வல்லுநருமான யூடோக்கஸ் சூரிய ஆண்டின் காலத்தை அளந்தவர்) ஜராதுஷ்டிரரின் போதனைகள் ''அறிவு முதிர்ச்சி வாய்ந்தனவும் பயனுள்ளனவுமான'' மெய்ப்பொருள் கருத்துகளாகும் என்று புகழ்ந்துரைத்தார்.

அலெக்சாந்திரிய நூலகத்தில் ஜராதுஷ்டிரர் இரண்டு மில்லியன் அடிகளில் எழுதிய முழு நூல்கள் கருவூலமெனக் காத்து வைக்கப்பட்டிருந்தனவாம். ஆனால் அவர் படைத்த மாபெரும் இலக்கியங்களில் இணுக்குக்கூடப் பதினெட்டாம் நூற்றாண்டில் எஞ்சியிருக்கவில்லை. ஜராதுஷ்டிரரைப் பற்றியும், அவருடைய அறிவுரைகளைப் பற்றியும் முஸ்லிம் எழுத்தாளர்கள் எழுதி வைத்திருந்தவற்றை டாக்டர் ஹெடு என்பார் (1636-1703) திரட்டினார்.

ஆனால் அந்நூல்கள் காலத்தால் பிந்தியவை. அவை நம்பத்தகுந்தவை என்று சொல்ல முடியாதென்பது வெள்ளிடை மலை.

பாரசீக நாட்டில் ஜராதுஷ்டிர சமயத்தவர் சிறுசிறு கூட்டங்களாக இன்னும் இக்கால கட்டத்தில் வாழ்ந்து வருகின்றனர் என்பது அக்காலத்தில் அறியப்பட்டிருந்தது. அந்நாடு அக்காலத்தில் எளிதில் நுழைய முடியாததாயிருந்தது. எனவே ஜராதுஷ்டிரரைப் பற்றி அறிய இந்தியா செல்ல வேண்டுமென்ற நிலை இருந்தது. ஏனெனில் அங்கு பார்சிகள் என்றழைக்கப்படும் ஜராதுஷ்டிர சமயத்தவர் அரபுகளில் கொடுமைகளுக்கஞ்சி ஓடிப் புகலடைந்திருந்தனர்.

ஆக்ஸ்ஃபோர்டைச் சேர்ந்த பாடுலியன் அறியாத எழுத்தில் எழுத பெற்றிருந்த ஒரு நூலை 1723 ஆம் ஆண்டு விலைக்கு வாங்கியிருந்தார். அது ஜராதுஷ்டிரர் எழுதிய

நூலென்று கூறப்பட்டது. எனினும் பெரிய மொழியியல் வல்லுநரால் கூட அந்நூலில் ஒரு சொல்லைக் கூடப் படித்தறிய முடியவில்லை.

அதற்குச் சில ஆண்டுகளுக்குப் பிறகு ஃபிரேசர் என்ற வணிகர் சூரத்திலிருந்த பார்சிக் குருமார்களிடமிருந்து பண்டைப் பாரசீக மொழியைக் கற்க முயன்று தோற்றார். ஏனெனில் அக்குருமார்கள் அதை எவருக்கும் கற்றுக் கொடுக்க முன்வரவில்லை.

பாரிசில் *Bibliotheque du Roi* என்ற மன்னர் நூலகத்தில் 23 வயதான ஓர் இளைஞர் *1754* ஆம் ஆண்டு பணியாற்றி வந்தார். அவர் ஆக்ஸ்ஃபோர்டிலிருந்த மேற்சொன்ன புதிரான ஏட்டின் கையெழுத்துப் படி ஒன்றிலிருந்த தொடக்கச் சொற்றொடரைக் காண நேர்ந்தது. அதனால் ஆர்வமேற்பட்டு இந்தியம் சென்று அம்மொழியைக் கற்று வருவதென்று அவர் முடிவு செய்தார்.

அந்த இளைஞரின் பெயர் ஆபிரகாம் ஹயாஷிந்து ஆங்குவடில் துப்பரோன் *(Abraham Hyacinthe Anquetil - Duperon.)* அவர் பாரிஸ் நகரைச் சேர்ந்த வணிகர் ஒருவரின் மகனாக *1731* இல் பிறந்தார். அவர் பாரிஸ் நகரச் சோர்போன் பல்கலைக்கழகத்தில் இறையியல் பயின்றவர். பின்னர் *1751-1752* ஆம் ஆண்டுக் காலத்தில் நடு நெதர்லாந்தின் மேற்கிலிருக்கும் உட்ரெக்கு என்ற இடத்தின் அருகிலுள்ள கத்தோலிக்க மடங்களில் பயின்றார். அப்போது டச்சுக் கத்தோலிக்கரான ஜான்சனிஸ்டுகள் சமயப் பரப்புப் பணிகளுக்காகவும், விவிலியப் பொருளுரை விளக்கத்திற்காகவும் கீழையியல் ஆராய்ச்சியில் முனைந்திருந்தனர்.

துப்பரோன் தன் பெற்றோருக்குப் பிறந்த ஏழு மக்களின் நாலாமவர். அவருடைய தந்தை பெருத்த வசதிகளில்லாதவர். அவரிடம் மகனை இந்தியத்திற்கு அனுப்புவதற்கு வேண்டிய பணவசதியில்லை. எனவே ஆங்குவடில் - துப்பரோன் புதுச்சேரி செல்லவிருந்த ஒரு படையில் சேர்ந்தார். அது மிகக் கெட்டிக்காரத்தனமான செயலாகும். இது அவரது அறிவு வேட்கையைத் துலக்கமாக எடுத்துக் காட்டுகின்றது.

அவரது உறுதிப்பாட்டைக் கண்டு வியந்த நண்பர்கள் அவருக்கு உதவ வேண்டிய வேலைகளைச் செய்தனர். பிரஞ்சு மன்னர் அவருக்கு உதவித் தொகை வழங்கினார். ஆங்குவடில் படையிலிருந்து விலகுவதற்கு இசைவு பெற்றார். அவர் கட்டணமின்றிக் கப்பலில் இலவசமாய் செல்ல ஏற்பாடு செய்தனர். கப்பல் தலைவருடன் அமர்ந்து உணவு கொள்ளும் சிறப்புத் தகுதியும் அவருக்குத் தரப்பட்டது.

பதினெட்டாம் நூற்றாண்டின் நீண்ட கடற்பயணம் நெடுகிலும் புயல் காற்று, கொள்ளை நோய், அரைப் பட்டினி, கால் பட்டினி என்றுதானிருந்தது. ஆங்குவடில் இந்தப்பாடெல்லாம் பட்டு *1754* ஆம் ஆண்டின் கோடைக்காலத்தில் புதுச்சேரி வந்து இறங்கினார். அவர் அங்கேயே தற்காலத்துப் பாரசீக மொழியைக் கற்க முற்பட்டார். ஏனெனில் பாரசீகம்தான் அக்கால கட்டத்தில் இந்தியத்தில் தொடர்பு மொழியாக இருந்தது. முகலாயரின் ஆட்சி மொழியும் பாரசீகமேயாகும்.

ஆங்குவடில் சிறிதுகாலம் உள்நாட்டில் சுற்றித்திரிந்த பின்னர் கல்கத்தாவின் வடக்கேயிருந்த பிரஞ்சுக் குடியேற்றமான சந்திரநாகூருக்குக் கப்பலேறினார். அங்கு ஜராதுஷ்டிரரின் ஏடுகள் கிடைக்கக் கூடுமென்று அவர் கருதினார். ஆனால் அவை அங்கு கிடைக்கவில்லை. எனினும் அவர் ஜராதுஷ்டிரரின் நூல்களில் மட்டும் ஆர்வம் கொண்டிருக்கவில்லை.

பிராமணர்கள் அறிவுடையர்கள் என்று ஐரோப்பியப் படிப்பாளிகள் வட்டாரத்தில் சமதையான புகழ் பெற்றிருந்தனர். அதனால் அவர் பிராமணர்கள் பெரிதும் குழுமியிருந்த காசிக்குச் செல்வதென்று முடிவு செய்தார். அதன் பிறகு மீண்டும் மேற்கே சென்று சூரத்தை அடையவும் கருதினார். அங்கு பார்சிக் குருமார்கள் எல்லா வகையிலும் தனக்கு உதவ ஆயத்தமாயிருக்கின்றனர் என்பதை அறிந்தார்.

ஆனால் அப்போது பிரிட்டிசாருக்கும், பிரஞ்சுக்காரருக்கும் இடையே சண்டை நடந்து கொண்டிருந்தது. சந்திரநாகூர் 1757 ஆம் ஆண்டுத் தொடக்கத்தில் பிரிட்டிசாரிடம் விழுந்தது. ஆங்குவடில் அப்போது காசிக்குப் புறப்படவில்லை. அவர் சந்திரநாகூரை விட்டு வெளியேறிக் காசிம் பசாரிலிருந்த பிரஞ்சுப் படையின் பாதுகாப்பை நாடினார். பிரஞ்சுப் படையில் சேர்ந்து பணிபுரிந்த பிரிட்டிஷ்காரரான எடின்பரோ நகரத்து லாரிஸ்டன் லா என்ற வீரர் அப்போது பிரஞ்சுக்காரர் பக்கம் இருந்தார்.

ஆங்குவடில் காசி செல்ல முடியாதவாறு பிரிட்டிஷ் படைகள் தடுத்து நின்றன. எனவே அவர் பிரஞ்சுக்காரர் வலிவோடு இருந்த புதுச்சேரிக்குச் செல்வதென்று உறுதி செய்தார். கடல் வழியே அங்கு சென்றால் எதிரியிடம் பிடிபடக் கூடுமாதலால் நடந்தே புதுச்சேரிக்குப் புறப்பட்டார். அவர் சொல்லொணாத் துன்பங்களையும், நோயையும் அனுபவித்த பின்னர், சில இடங்களில் மயிரிழையில் உயிர் தப்பிய பின்னர் புதுச்சேரியை அடைந்தார்.

புதுச்சேரிக் கடற்பகுதியில் ஆங்கிலக் கப்பற்படை நடமாட்டம் குறைவாக இருந்ததால், அங்கிருந்து அவர் கப்பலேறி மேற்குக் கரையிலிருந்த பிரஞ்சுக் குடியேற்றமான மாகியை அடைந்தார் (மாகி பற்றி இ.ச.க.தொகுதி-3 காண்க. இது புகழ் பெற்ற கப்பல் தலைவரான மாகி பூர்தோனைசின் பெயரைப் பெற்றது. மாகிக்கு அருகில்தான் எங்கிருந்து வந்தனர் என்று அறியப்படாதிருந்த இந்திய யூதர்களும், இந்தியக் கிறித்தவர்களும் வாழ்ந்திருந்தனர்.

(யூதர்கள், வட சேரமான் மலபாரிலும், கொச்சியிலும் கி.பி. ஐந்தாம் நூற்றாண்டிலிருந்து குடியேறியதாக வரலாறு கூறுகின்றது. கி.பி. முதல் நூற்றாண்டிலேயே புனித தாமசினால் சேரநாட்டு மக்கள் கிறித்தவம் தழுவினர் என்பதும் வரலாறாகும். ஆனால் பதினெட்டாம் நூற்றாண்டில் இவ்வரலாற்று உண்மைகள் தெளிவாகவில்லை.)

ஆங்குவடில் - துப்பரோன் ஜராதுஷ்டிரர் நூல்களைக் கற்கும் பணியை அப்போதைக்கப்போது நிறுத்திவிட்டுத் தெற்கில் சென்று யூத சமயக் குருமாரைக் கண்டு பேசி, அவர்களின் வரலாற்றுத் தொடர்புடைய பல்வேறு காலத்துச் சாசனங்களையும், பிற சான்றுகளையும் பெற்றுக் கருப்பு யூதரும், வெள்ளை யூதரும் வெவ்வேறானவர் என்பதை நிறுவினர்.

தாமஸ் கிறித்தவர் எனப்படும் இந்தியத்தின் தொன்மையான (சிரியக்) கிறித்தவர்களைப் பற்றிய வரலாற்றில் தெளிவு காண்பது அவருக்கு மிகவும் கடினமாயிருந்தது. தம்மைத் திருத் தொண்டரான தாமஸ் கிறித்தவம் தழுவச் செய்தார் என்று அவர்கள் கூறினர். அவர்களின் திருச்சபையான சிரியத்தைச் சேர்ந்த நெஸ்தோரியக் கிறித்தவ சமயத் தொண்டர்களால் சுமார் ஐந்தாம் நூற்றாண்டுவாக்கில் நிறுவப்பட்டது என்று இப்போது பொதுவாக நம்பப்படுகின்றது. இக்கருத்தை ஆங்குவடில் அறிந்திருந்தார். எனவே அதை ஐயமற நிறுவும் சான்றுகளைத் தேடினார். ஆனால் அவருக்கு அவை கிட்டவில்லை.

கேரளத்தில் தாமஸ் கிறித்தவர் மட்டுமன்றி வேறு பல பிரிவுகளைச் சேர்ந்த கிறித்தவர்களும் இருந்தனர். ஆங்குவடில் போலந்துப் பிஷப்பு ஒருவரின் துணைகொண்டு அவர்களின் கோட்பாட்டு நம்பிக்கைகளை எல்லாம் தனித்தனியே பிரித்து அறிந்து கொண்டார். அவர் அங்கு மிகவும் தாழ்ந்த சாதியைச் சேர்ந்த மீனவக் கிறித்தவக் கூட்டத்தையும் கண்டார்.

அவர் அதன் பிறகு வடக்கே சென்று கோவாவில் சிறிது காலம் தங்கிவிட்டு 1758 மார்ச்சில் மீண்டும் தன் நீண்ட நடைப் பயணத்தைத் தொடங்கினார். அவர் மேற்குத் தொடர்ச்சி மலை மீதே சென்ற சூரத்தை நோக்கிப் போனார். அவர் வழியில் எல்லூராக் குகைகளை கண்டார். அங்கு குகைகளில் காணப்பட்ட அரிய சிற்பங்கள் இந்துப் புராணத்தின் களஞ்சியமாக இருந்தமை துப்பரோனைப் பெரிதும் கவர்ந்தது.

அவர் 1758 மே முதல் நாளன்று சூரத்தை அடைந்தார். அவருடைய சகோதரர் அங்கு பிரஞ்சுக் கிழக்கிந்தியக் கம்பெனியின் அலுவலராயிருந்தார்.

ஆங்குவடில் துப்பரோன் சூரத்தில் தன் கெட்டிக்காரத்தனத்தையும் சூழ்ச்சித் திறனையும் பயன்படுத்திப் பழைய பாரசீக மொழியைக் கற்றுக் கொண்டார். அவர் படியெடுத்துக் கொண்டு செல்வதற்கு விரும்பிய நூல்களையும் பெற்றார்.

ஆங்கிலேயர் சூரத்தை 1759 மார்ச்சில் கைப்பற்றி விட்டனர்.

அவர் 1761 மார்ச்சில் ஜராதுஷ்டிரரின் வேத நூல்களிலிருந்து எடுத்த படிகளுடனும், பிற இந்திய ஏடுகளுடனும் சூரத்திலிருந்து வெளியேறினார். அவர் சூரத்திலிருந்த கடைசி நாள்களில் ஆங்கிலேயருடன் நெருக்கமான உறவு கொண்டார். எனவே ஓர் ஆங்கிலக் கப்பலில் இந்தியாவை விட்டுக் கிளம்புவதற்கு ஆங்கில உயர் அலுவலர்களின் இசைவைப் பெற்று விட்டார். அவர் 1761 நவம்பர் 17 அன்று தென்னிங்கிலாந்தில் ஆங்கிலக் கால்வாய் மீதுள்ள ஹாம்ப்சயரைச் சேர்ந்த போட்ஸ்மத் என்ற துறைமுகப்பட்டினத்தில் வந்து இறங்கினார்.

எவரும் படித்தறிய முடியாதிருந்த ஓர் ஏட்டின் மொழியைக் கற்றுவிட வேண்டுமென்ற உறுதியுடன் 22 வயது இளைஞராக 1754 ஆம் ஆண்டு இந்தியா வந்தடைந்த ஆங்குவடில் - துப்பரோன், முப்பதாவது வயதில் 1761 நவம்பர் மாதம் ஐரோப்பியத்தை அடைந்தார். அறிவு வேட்கை அவரை மாபெரும் வீரதீர சாகசக்காரரைவிட ஆண்மை மிக்கவராக்கி விட்டது.

ஜராதுஷ்டிரர்

கிறிஸ்து நாதருக்கு முன்னர் ஆறாம் நூற்றாண்டு வாக்கில் பல நாடுகளில் ஆன்மிகக் கிளர்ச்சியும், அறிவுக் கொந்தளிப்புகளும் ஏற்பட்டமையால், அதை மனித வரலாற்றில் அறிவொளி தோன்றிய காலம் எனலாம். சீனத்தில் கன்பூசியசும் (கி.மு.551-479), லோட்சேயும் (கி.மு.604-531), கிரேக்கத்தில் பார்மினைட்ஸ் (கி.மு. ஐந்தாம் நூற்றாண்டு), எம்பிடோக்கஸ் (கி.மு. 490-430) ஆகியோரும், ஈரானில் (பாரசீகம்) ஜராதுஷ்டிரரும் (கி.மு.628-551), இந்தியத்தில் மகாவீரரும் (இறப்பு கி.மு.468) கௌதமபுத்தரும் (கி.மு.563-483) இக்காலத்தில்தான் தோன்றினர். மிகச் சிறந்த மனித குலப் பேராசான்களில் பலர் இக்காலத்தில் வழிவழியான தம் அறிவுச் செல்வத்தை நுணுகி ஆராய்ந்தனர்: புதிய கருத்துகளை வெளிப்படுத்தினர்.

இப்பேராசான்களில் ஜராதுஷ்டிரர் செழித்திருந்த காலம் கி.மு. ஏழு, ஆறாம் நூற்றாண்டுகளில் ஈரானிய மக்கள் பாரசீகம், ஆப்கானித்தானம் ஆகிய இடங்களில் மட்டுமன்றி நேற்றுவரை சோவியத்து யூனியனிலிருந்த துருக்குமேனித்தானம், உசுபெக்கித்தானம், தாஜிக்குத் தானம் ஆகிய நடுக்கிழக்கு நாடுகளின் பெரும்பகுதிகளிலும் விரிந்தகன்று பரந்திருந்தனர். அவர்களுள் விவிலியம், கிரேக்க வரலாற்று நூல்கள் முதலியன வழியே மேற்குலகம் நன்கறிந்திருந்த மீடுகள் (*Medes*; மேற்கு ஈரானிய மொழிபேசிய இந்திய - ஐரோப்பிய மக்களான மீடுகள் கி.மு. 7,6 ஆம் நூற்றாண்டுகளில் மேற்காசியத்தில் ஒரு பேரரசை நிறுவியிருந்தனர்.) பாரசீகர் ஆகியோரும் (காஸ்பியன் கடலுக்குத் தென்மேற்கில் ஆசியத்தில் ஒரு பேரரசை நிறுவிய) பார்த்தியர்களும் அடங்கியிருந்தனர். மேலும் அவர்களுக்குக் கிழக்கே வாழ்ந்தவர்களும், நன்கறியப்பட்டவர்களுமான சோராஸ்மியன் (*Chorasmian*), சோகதியன் (*Soghdian*), பாக்டிரியன் (*Bactrian*) ஆகியோரும் இன்னும் பலரும் அங்கு அமைந்திருந்தனர்.

ஜராதுஷ்டிரர்

இவ்வினத்தாரிடையே சோராஸ்மியரின் மேலாண்மைக்குக் கீழே அமைந்திருந்த ஒரு கூட்டரசில் ஜராதுஷ்டிரர் தம் சமயத்தை அறிவித்தார். வெகுவிரைவிலேயே பாரசீகப் பேரரசரான சைரஸ் (மரணம் கி.மு. 529) என்பவரால் அழிக்கப்படவிருந்த விஸ்டாஸ்ஃப் (*Vishtaspha*) என்ற ஆளுங்குடியினரால், இறுதியில் அச்சமயம் அப்போது ஏற்பட்டது.

பால்கு (*Balkh*) அல்லது பால்ஹி (*Balhi*) என்ற இடத்தைச் சுற்றி அமைந்திருந்த பகுதி பாக்டிரியா எனப்பட்டது. அதன் தலைநகரம் பால்கு (*Balkh*). அது ''நகரங்களுக்கெல்லாம் தாய்'' என்று பேசப்படுகின்றது. அது ஜராதுஷ்டிர வழிபாட்டின் மிகத் தொன்மையான இடம். ஜராதுஷ்டிரர் அங்கு சுமார் கி.மு. 541 இல் இறந்தார் என்ற சிறப்பு இந்நகருக்குண்டு. ஜராதுஷ்டிரரின் தீர்க்கதரிசனப் பணி கி.மு. 588இல் தொடங்கிற்று.

இந்தப் பண்டை நகரம் இடிபாடடைந்து வட ஆப்கானித்தானத்தின் பால்கு மாவட்டத்தில் இன்றுள்ளது. அது இம்மாவட்டத்தின் முக்கிய நகரான் மசாரி - ஷரீஃபு என்ற நகரின் மேற்கே சுமார் 20 கி.மீ (12 மைல்) தொலைவில் உள்ளது. கிறித்தவ அப்தத்திற்கு முற்பட்ட காலத்தில் சீனத்திற்கும் ரோமிற்கும் இடையே சென்ற வாணிப வழித்தடத்தில் மிக முக்கியமான இடமாய் அது விளங்கியது. இது ஏழாம் நூற்றாண்டில் இஸ்லாமிய மையமானது. எனினும் மங்கோலியர் தலைவரான செங்கிஸ்கான் அதைப் பதின்மூன்றாம் நூற்றாண்டில் அழித்தார். இதை முடத் தைமூரும் (சுமார் 1335-1405),

அவருடைய மகனும் புதுப்பித்துக் கட்டினர். ஆனால் இந்தப் பதினெட்டாம் நூற்றாண்டில் அது ஆள் அரவமற்ற இடமாகப் போனது.

பாரசீகம் - சொல் விளக்கம்

பாரசீக மொழி, செந்தவஸ்த, ஜராதுஷ்டிரம் ஆகியன குறித்து இ.ச.க தொகுதி-5ல் சில செய்திகள் சொல்லப்பட்டிருந்தன. இக்களஞ்சிய வரிசை முழுமையிலும் பாரசீகம், பாரசீக மன்னர் பற்றிப் பரக்க இதுவரை உரைக்கப்பட்டுள்ளன.

பாரசீகம் என்று நாம் தமிழில் கூறும் பெர்சிய (*Persia*) என்ற சொல் கிரேக்கரிடமிருந்து பிறந்தது. இன்றைய பாரசீகத்தின் (சரியாகச் சொல்வதாயின் அதை ஈரான் என்றுதான் சுட்டவேண்டும். ஈரான் என்பது ஆரியன் என்ற பெயர்ச் சொல்லின் திரிபேயாகும்.) தென் மேற்கு மாநிலத்தைத்தான் பாரசீகம் என்பது குறிக்கும். அது கிட்டத்தட்ட இன்றைய ஃபார்ஸ் அல்லது பார்ஸ் என்ற மாநிலமாகும். ஹீரோடாட்டஸ் (கி.மு. 485-425) இம்மாநிலத்தைத்தான் பெர்சின் என்று சுட்டுகின்றார்.

இம்மாநிலத்தின் வடக்கே ஏகப்பட்டணம் என்ற நகரைத் (இன்றைய ஹமதான்) தலைநகராகக் கொண்ட மீடியா இருந்தது. (மீடியா என்பது நாம் மேலே குறித்த மீடு என்ற மக்களின் நாடு அசிரியப் பேரரசு பாபிலோனுடன் சேர்ந்து இந்நாட்டைக் கி.மு.612 இல் வீழ்த்தியது. பிறகு இதைப் பாரசீகப் பேரரசர் சைரஸ் கி.மு. 550 இல் வென்றார். இது இன்றைய ஈரானின் வடமேற்குப் பகுதியில் இருந்தது. ஏகப்பட்டணம் மீடியரின் தலைநகராயும் பின்னர் பாரசீகர், பார்தியர் ஆகியோரின் குடியிருப்பிடமாயும் விளங்கிற்று.)

மீடுகள் பாரசீகருடன் பெரிதும் குருதித் தொடர்பு கொண்டிருந்தனரெனினும்; பேச்சு வழக்கிலும் நடையுடை பாவனைகளிலும் வேறுபட்டிருந்தனர். மிகவும் மேற்கில் ஒதுங்கிய ஈரானிய இனத்தவரான மீடுகளும், பாரசீகரும் கிரேக்கரால் நன்கறியப்பட்டிருந்தனர்.

ஈரானியர், இந்திய-ஈரானியர் என்ற பரந்த இனக்கூட்டத்துள் அடங்குவர். மிகப்பெரிய இந்த இந்திய, ஐரோப்பிய இனக் குடும்பத்திலிருந்துதான் அங்கேரியரையும் ஃபின் மக்களையும் தவிர்த்த ஏனைய ஐரோப்பிய மக்களினத்தார் அனைவரும் தோன்றினர்.

இந்தியரும் ஈரானியரும் மொழியாலும் பண்பாட்டினாலும் மிக நெருக்கமான உறவினராவர். இந்தியாவின் வெகு தொன்மை வாய்ந்த மறை நூல்களான வேதங்கள் எழுதப் பெற்றுள்ள மொழியும், ஜராதுஷ்டிரரின் புனித நூலான அவஸ்த எழுதப் பெற்றுள்ள மொழியும் நெருங்கிய உறவுடையவையாகும். அத்துடன் வேத மொழியானது தற்காலத்துப் பாரசீக மொழியின் முன்னைப் பழைய பெர்சிஸ் மொழியுடனும் உறவுடையது.

மா டேரியஸ் (கி.மு.550-486) வீசித்தான் என்ற நெடிதுயர்ந்த பாறை மீது தன் வீரச் செயல்களை விவரித்துப் பொறித்துள்ள கல்வெட்டின் மொழிக்கும், வேத மொழிக்கும் ஒத்த தன்மையுள்ளது. இந்தப் பாறையை ஈராக்கின் தலைநகரான பாக்தாதிலிருந்து ஈரானின் தலைநகரான தெகரான் செல்லும் நெடுஞ்சாலையில் இன்னும் காணலாம். (இக்கல்வெட்டுப் பற்றி இ.ச.க.தொகுதி-3 ல் காணலாம்.)

மீடியர் அல்லது மீடுகள்

இந்திய - ஈரானியக் குடும்பத்தின் இந்திய, ஈரானியக் கிளைகள் இரண்டும் தம்மை ஆரியர் என்றழைத்துக் கொண்டன. ஆரிய என்ற இச்சொல்லுக்கு உயர்குடிப் பிறந்தவர், நற்குடியாளர் என்று பொருள். நாம் மேலே கூறியவாறு ஈரான் என்ற சொல் அதற்கு முற்பட்ட ஆரியநாம் என்ற சொல்லிலிருந்து பிறந்தது. ஆரியநாம் என்பது ஆரியர் நாடு என்பதைச் சுட்டும். ஈரானிய மொழி வழக்கு வேறுபட்டிருந்தாலும், தன்னுணர்வுள்ள மொத்த இனத்தில் அடங்கிய ஒருவரே என்று அவர்கள் தம்மைக் கருதி வந்தனர். ஏனெனில் அவர்கள் அநாரிய அல்லது ஈரானியரல்லாத மக்களிடமிருந்து தம்மை வேறுபடுத்திக் காட்டுவதில் மிகுந்த கவனம் கொண்டிருந்தனர். இந்த ஈரானிய மக்கள் கூட்டத்தாரில் மேற்குலகில் முதன்முதலாகத் தம் தாக்கத்தை உண்டாக்கியோர் மீடுகள் ஆவர்.

ஈரானியச் சமவெளியின் வடகிழக்கில் தைகிரிஸ், யூஃபிரிட்டிஸ் வடிநிலப் பகுதிகளில் அமைந்திருந்த பண்டை நாடுகளான அசிரியம், பாபிலோனியம் ஆகியவற்றைப் பார்க்கிலும் ஈரானியர் நன்கு நிலை பெற்றிருந்தனர். இப்பகுதி இன்று ஈராக்கு என்ற நாடாக உள்ளது. மீடுகள் இந்த மெசபடோமியச் சமவெளி மீது பாய்ந்து அசிரிய வல்லாண்மையை அழித்தொழித்தனர். ஈரானியர் இங்ஙனம் மேற்குலகில் தோன்றியதன் துணை விளைவு ஒன்றுண்டு. அசிரியரால் சிறைப்படுத்தப் பட்ட இசுரேலர் மீடுகளின் வெற்றி காரணமாக விடுதலை பெற்றுத் தமது புனித மண்ணுக்குத் திரும்ப முடிந்தது.

இசுரேலர் இதற்கிடையே மீடுகளையும் பாரசீகரையும் எதிர்ப்பட்ட போது, தீர்க்கதரிசியான, ஜராதுஷ்டிரரின் சமயத்திலடங்கிய ஒரு கடவுள் கோட்பாட்டிற்கும், தமது ஏசு, தெய்வக் கொள்கைக்குமிடையே ஒருமைப்பாடு இருந்ததைக் கண்டனர். ஆதலால் இசுரேலரின் தீர்க்க தரிசிகளில் ஒருவரான இசய்யா (கி.மு. 8 ஆம் நூற்றாண்டு) தன் மக்களுக்கு விடுதலையளித்த பாரசீகப் பேரரசர் சைரசை வாழ்த்தி, அவர் இறைவனால் புனிதப்படுத்தப்பட்டவர் என்று போற்றினார். மரணத்தின்பின் மனவாட்டம் தரும் முடிவு ஏற்படும் என்று இசுரேலியர் நம்பிக் கொண்டிருந்ததைவிட, ஆன்மாவிற்கு மிகவும் இசைவான மறுவாழ்க்கை அமையுமென்று ஜராதுஷ்டிரர் சமயம் கற்பித்த அறிவுரைகளையும் அவர்கள் கற்றுக் கொண்டனர்.

பாரசிகரும், ஜராதுஷ்டிர சமயமும்

பாரசீகரின் வல்லாண்மை மேற்கு நோக்கிப் பரவியதை மீடுகள் முதலில் தொடங்கி வைத்தனர். அவர்கள் அசிரியரின் தலைநகரான நினிவாவை வென்றதுடன் (இது தைகிரிஸ் ஆற்றின் கரையிலிருந்த பண்டை அசிரியக் கோ நகரம். இது இன்று வட ஈராக்கிலுள்ள மோசூல் நகரத்தின் எதிரே இருந்தது. இது கி.மு.8,7 நூற்றாண்டுகளில் மிக உச்சமான நிலையிலிருந்தது. அதை மீடுகளும் பாபிலோனியரும் கி.மு.612 இல் அழித்தனர்.) வட மெசபடோமியத்தையும் தம் பிடிக்குள் கொண்டு வந்தனர். அவர்கள் அதன் மேலும் ஆசியா மைனருக்குள் நுழைந்தனர்.

எனினும் தெய்யோசில்(*Deiocess*)உண்டாக்கிய மீடு அரசகுடி கி.மு. 500 இல் மறைந்தது. அப்போது அக்குடியின் கடைசி மன்னராக ஆஸ்டியாஜஸ் (*Astyages*) தன் படைவீரர்களாலேயே, பாரசீகக் கிளர்ச்சிக்காரரான சைரசிடம் பிடித்துக் கொடுக்கப்பட்டார்.

மா சைரஸ் இங்ஙனம் மீடுகளிடமிருந்து ஒரு பேரரசைப் பெற்றுத் தனது அக்கிமினிடு குடியைத் (சுமார் கி.மு.550-331) தோற்றுவித்தார். அது சைரசின் முன்னோரான ஹக்காமனிஷ் அல்லது அக்கிமினஸ் என்றவரின் பெயரால் அக்கிமினிடு குடி என்று அழைக்கப்பட்டது. சைரஸ் ஆசியா மைனரை (ஆசியா மைனரின் இன்னொரு வரலாற்றுப் பெயர் அனட்டோலியம், கருங்கடலுக்கும், மத்திய தரைக்கடலுக்கும் ஏஜியன் கடலுக்கும் இடைப்பட்ட தீவக்குறையில் அடங்கிய துருக்கத்து ஆசியப் பகுதி ஆசியா மைனராகும்.) வென்று ஈரானியில்லாதார் வாழ்ந்த பகுதியிலும் தன் ஆட்சியை விரித்ததுடன் கிழக்கில் வாழ்ந்த ஈரானிய மக்களினத்தையும் வென்றடக்கி ஜராதுஷ்டிரரின் புரவலரான சோராஸ்மியன் குடியின் விஷ்தாஸ்ப என்ற அரச மரபையும் மறையச் செய்தார்.

அப்போதுதான் குழந்தைப் பருவ நிலையிலிருந்த ஜராதுஷ்டிர சமயம் அரச ஆதரவை இழந்தது. எனினும் இந்திய, ஈரானிய மக்களின் பொது மரபாக விளங்கிய பழைய சமயக் கோட்பாடுகளுடன், அது சிறிது காலம் போராட வேண்டியிருந்தது.

அக்கிமினிடுகளின் ஆட்சியில் ஜராதுஷ்டிர சமயம் முடிவற்ற கருத்து வேறுபாடுகளுக்கு உள்ளான நிலையில் இருந்து வந்தது. ஜராதுஷ்டிரக் குருமார் முறை வெகு விரைவிலேயே மேகி எனப்படும் மீடிய நாட்டுக் குருமார்களின் கைகளில் சிக்கிக் கொண்டது. அதைப் பரப்பும் பொறுப்பு மேகி என்ற இக்குருமார்களின் கையில் சிக்கியது. அவர்கள் தீர்க்கதரிசியான ஜராதுஷ்டிரர் முன்னர் மொழிந்த அறிவுரைகளை மாற்றக்கூடிய அளவிற்குத் தம் தாயகமான மீடியத்தில் மட்டுமன்றி, அக்கிமினியப் பேரரசின் மேற்குப் பகுதியிலும் சமயத் தொடர்பான விஷயங்களில் எதிர்ப்பாரற்று மேலோங்கிய நிலையிலிருந்தனர்.

மேகியர் இந்தியாவிலுள்ள பிராமணரைப் போன்று வழிவழியாகப் புரோகிதச் சாதியாக இருந்து வந்தமையால், ஈரானியச் சமயச் சடங்குகளாயினும், அது ஜராதுஷ்டிர சமயச் சடங்குகளாயினுஞ் சரி, அல்லது வேறு சடங்குகளாயினுஞ் சரி, அவர்கள் இல்லாமல் எதுவும் நடக்க முடியாதவாறு இன்றியமையாதவர்கள் என்ற உயர்நிலையில் இருந்தனர். அவர்கள் தாம் ஜராதுஷ்டிரரை மிகுந்த மாயத்தன்மை வாய்ந்தவராக மேற்கத்திய நாட்டினர்க்குத் திரித்துக் காட்டிவிட்டனர்.

பேரரசர் டேரியஸ் (கி.மு.550-486) ஜராதுஷ்டிரரின் அடிப்படைக் கோட்பாடு களையேனும் கடைப்பிடித்தார் என்பது கிட்டத்தட்ட உறுதியாகத் தெரிகின்றது. எனினும் பேரரசர் செர்சஸ் (கி.மு. 519-465) முறைப்படி அச்சமயத்தை ஏற்றுக் கொண்டாரெனினும், முதல் ஆர்டசெர்சஸ் (*Artaxerxes* கி.மு.465-425) ஆட்சிக்காலம் வரையிலும், அச்சமயம் அக்கிமினிடு குடி மன்னர்களின் சமயமாகி விடவில்லை என்று உறுதியாகக் கொள்ள முடியும். ஏனெனில் அவர்தான் ஜராதுஷ்டிரப் பஞ்சாங்கத்தை நடைமுறைக்குக் கொண்டு வந்தார்.

ஆர்டசெர்சஸ் ஆட்சிக் காலத்திலிருந்து மூன்றாம் டேரியஸ் (இறப்பு கி.மு. 330; கடைசி அக்கிமினிடு குடிப் பாரசீக மன்னராக ஆட்சி செய்த காலம் கி.மு.336-330), மா அலெக்சாந்தரிடம் பேரரசை இழந்துவிட்ட கி.மு.330 வரையிலும் ஜராதுஷ்டிர சமயம் பாரசீக அரச குடியினர் ஒழுகி வந்ததாயிருந்து வந்தது.

ஜராதுஷ்டிரச் சமயச் சரிவு

முதல் பாரசீகப் பேரரசு இங்ஙனம் மாசிடோனியரால் வீழ்த்தப்ப டவே, ஈரானிய மக்களிடையே இருந்து வந்த ஒற்றுமையும், ஜராதுஷ்டிர மையத்திற்கு இருந்து வந்த

சலுகை வாய்ந்த உயர்நிலையும் குன்றின. ஈரானிய மண்ணில் பெரும் பரப்பை மேகியர் ஒன்றரை நூற்றாண்டுக் காலம் ஆண்டனர். அதனால் நாட்டு ஈரானிய அரச குடியான பார்த்திய அர்சாசிடு மரபு (கி.மு.250 - கி.பி. 226) தோன்ற வழி ஏற்பட்டது. இக்குடியினர் ஈரானியக் குருதியுடையோராயினும், ஈரானிய தீர்க்கதரிசி உருவாக்கி சமயத்தை முற்றிலும் புறக்கணித்தனர்.

செலூக்கிய, பார்த்திய மேலாண்மை நிலவிய நூற்றாண்டுகளில் ஜராதுஷ்டிர சமயம் எந்நிலையிலிருந்தது என்பது புலனாகவில்லை. ஜராதுஷ்டிர சமயம் அக்கிமினிடு குடியின் பிற்கால ஆட்சியில் பெரிய மாறுதலடைந்தது. அது குறித்துத் திட்டவட்டமாக ஆராய்வோமாயின், ஜராதுஷ்டிரம் ஒரே சமயம் என்று பேச இயலாது. ஏனெனில் ஈரானியச் சமயத்தின் ஒவ்வொரு வடிவமும், இப்போது தீர்க்கதரிசியின் பெயரை வைத்துக் கொண்டு, தன் அதிகாரத்தை வைத்துத் தன்னை மேன்மைப் படுத்தவும், ஜராதுஷ்டிரரின் அறிவுரைகளிலிருந்து வேறுபட்டவற்றை மெய்யானவை என்று நிலைநாட்டவும் செய்தன. எனினும் கி.பி. 226 வரையிலும், ஜராதுஷ்டிரர் தன் காலத்தில் அமைத்துக் கொண்ட ''நற்சமயம்'' என்ற ஜராதுஷ்டிர சமயம் புத்துயிர் பெறவில்லை.

சாசனிடு குடியின் (224-636) மன்னரான அர்தாஷிர் அவ்வாண்டு பார்த்திய மேலாண்மைக்கு எதிராகக் கிளர்ந்து அதை வீழ்த்தினார். அவர் தன்னைக் கடைசி அக்கிமினிடு குடி மன்னரின் வழிவந்தவர் என்று தன் குடி வழியை நிறுவினார். அர்தாஷிர்தான் ஜராதுஷ்டிர சமயத்தை அரசின் ஆதரவு பெற்ற நாட்டுச் சமயம் என்ற நிலைக்கு மேலும் உயர்த்தினார்.

1754

சாசனிடு அல்லது இரண்டாவது பாரசீகப் பேரரசு

அர்தாஷிர் பாரசீகர் என்பதை மறுக்கவியலாது. இதற்கு முன்னர் நிலவிய முதற் பேரரசான அக்கிமினிடு குடி பாரசீகத்தின் தென் மேற்கிலுள்ள பார்ஸ் என்ற நாட்டில் தோன்றியது போன்று, அர்தாஷிரும் அங்கிருந்தே வந்தார். எனவே அவர் நிறுவிய சாசனியப் பேரரசை இரண்டாவது பாரசீகப் பேரரசு என்று கூறுவது பொருத்தமாகும். ஏனெனில் ஆட்சியிலிருந்த இந்த அரச குடி பார்த்தியரைப் போன்று ஈரானியக் குடியாக இருந்ததுடன், பார்ஸ் என்ற மாநிலத்திலிருந்து பிறந்த ''பாரசீகக்'' குடியும் ஆகும்.

சாசனிடு பேரரசு அக்கிமினிடு பேரரசிலிருந்து வேறுபட்டது. சாசனிடு பேரரசின் எல்லை நெடுங்காலமாகவே மெசபடோமியத்தைத் தாண்டி விரிந்ததில்லை. ஆதலால் அது பல இனத்தவர் சேர்ந்திராமல் ஈரானிய இனத்தவர் மட்டுமே அடங்கிய தாகவும்,தேசிய உணர்ச்சிமிக்கதாகவும் இருந்தது. ஆகவே ஈரானியத் தீர்க்கதரிசி ஒருவரால் நிறுவப்பட்ட ஜராதுஷ்டிர சமயம் ஈரான் எங்கும் தேசிய சமயம் என்று நிலைபெற்றது.

ஜராதுஷ்டிர சமயம் நான்கு நூற்றாண்டுக்காலம் இப்பேரரசின் சமயமாகவே மேலாண்மையிலும், பகட்டு ஆரவாரத்திலும் மேலோங்கி நின்றது. அதற்கு இணையாக ரோமை மட்டுமே கூறலாம். இருப்பினும் பாரசீகம் அலெக்சாந்தரிடம் பட்ட அடியிலிருந்து முற்றிலும் மீறவில்லை.

ஜராதுஷ்டிர ''திருச்சபை'' இங்ஙனம் அரசின் சமயமாக மட்டுமன்றி, சமயப் பொறையற்றதுமாகச் சிலவேளைகளில் புறச்சமயங்களைத் துன்புறுத்தும் நிலைக்கும் போய்விட்டது. அது மணிமுடியுடன் கொண்டிருந்த உறவே அதற்கு எமனானது. ஏனெனில் அரபுப் பாலைவனத்தில் மற்றொரு தீர்க்கதரிசி தோன்றினார். அந்தத்

தீர்க்கதரிசியின் வழியைப் பின்பற்றியவர்கள், தமக்கு முற்பட்ட அலெக்சாந்தரைப் போன்று இராது, பாரசீகப் பேரரசின் பரந்த ஆட்சியாண்மை அமைப்பு முறை முழுவதையும் துடைத்தெடுத்து விட்டனர். அதனால் உலகச் சமயம் என்ற நிலையை எய்தியிருக்கக் கூடிய ஜராதுஸ்டிர சமயத்தின் விதி முடிந்து போயிற்று.

எனினும் முஸ்லிம் வெற்றி வீரர்க்கும் மாசிடோனிய அலெக்சாந்தருக்கும் வேறுபாடு உள்ளது. அலெக்சாந்தர் பாரசீகத்தை வென்றமையால் கிரேக்க வாழ்க்கை முறையும்,பழக்க வழக்கங்களும், நடையுடை பாவனைகளும் ஈரானியரிடையே புகுந்தன. ஆனால் கிரேக்கர் சமயம் என்ற அளவில் ஆழ்ந்த விளைவை உண்டாக்கும் எதையும் பாரசீகத்தில் செய்யவில்லை. அதனால் ஈரானியரின் சமயச் செல்வாக்கு, அது மெய்யாகவே ஜராதுஷ்டிர சமயமாக இருந்தாலும் சரி, அல்லது அவ்வாறில்லாவிடினும் சரி, கிரேக்கச் சிந்தனையில் ஏறியது. எனினும் அதன் செல்வாக்கு ஏறியது என்பதை இந்த இடத்தில் தொட்டுக் காட்டிவிட முடியாது.

ஆனால் முஸ்லிம்களோ, தமது கடவுள் போட்டியையோ, சமதையையோ ஏற்காத, ஒரே கடவுள் என்று சொல்லியவர்று வந்தனர். அவர்கள் உயிர்த் துடிப்புள்ளதும், எளிமையானதும், புதியதுமான ஒரு சமயத்தைக் கொண்டு வந்தனர். அவர்கள் வந்தனர், வென்றனர். ஜராதுஷ்டிர சமயத்தவர் மீண்டும் ஒரே அடியினால் அரசின் சமயம் என்ற நிலையை இழந்து, அரசின் ஆதரவு அனைத்தையும் கைநழுவ விட்டனர். அவர்கள் தம்முள் பிளவுண்டு முஸ்லிம் அறைகூவலை எதிர்த்து நிற்க முடியாதவர்களாயினர்.

பாரசீகப் பேரரசு வேரற வீழ்ந்ததனால், உலகெங்கும் செல்லத்தக்கது என்று உரிமை கொண்டாடிய மாபெரும் ஜராதுஷ்டிர சமயத்திற்குச் சாவு மணி அடிக்கப்பட்டது.

முஸ்லிம்கள் பி.பி.632 ல் பாரசீகத்தை வென்றதும், உயிர்ச்சக்தியாக விளங்கிய ஜராதுஷ்டிரமும் செத்தது. 1754

பார்சிகள்

இருப்பினும் அச்சமயத்தவரான சிறுபான்மையினரான ஒரு கூட்டம் முஸ்லிம் ஆட்சியிலிருந்து நாடு கடந்து வாழ முடிவெடுத்து எட்டாம் நூற்றாண்டில் ஓர்மஸ் (ஈரானின் தென் கிழக்குக் கரைக்கப்பால் ஓர்மஸ் நீரிணையிலுள்ள தீவு. இது கி.மு. 7ஆம் நூற்றாண்டு முதல் மிகப்பெரிய வாணிபத் துறைமுகமாயிருந்து வருகின்றது. இங்கு இக்காலத்திலிருந்து கி.பி.19 ஆம் நூற்றாண்டு வரையிலும் கடற்கொள்ளையரும் கையோங்கியிருந்தனர்.) துறைமுகத்திலிருந்து கப்பலேறி இந்தியத்தின் மேற்குக் கரையிலுள்ள குஜராதைப் புகலடைந்தனர்.

சாளுக்கியர் ஏழாம் நூற்றாண்டில் தக்காணத்தில் மிகுந்த வலிமை பெற்று விளங்கினர். அவர்களுக்கும் பாரசீகத்திற்கும் வாணிப, பண்பாட்டுத் தொடர்புகள் இருந்தன. அவர்கள் பாரசீக அரசவைக்குத் தூதுவரை அனுப்பியுள்ளனர். சாளுக்கிய அரசின் முதுகெலும்பு போன்று மேற்குமலைத் தொடர் இருந்தது. குஜராதை ஆண்ட மேலைச் சாளுக்கியர், சிந்துப் பகுதியைக் கைப்பற்றியிருந்த அரேபியர் அங்கிருந்து தெற்கில் வந்து விடாது காத்து நின்றனர்.

பாரசீகத்தில் அரபுகளால் அடிமைப்படுத்தப்பட்டுக் கொடுமைக்குள்ளான ஜராதுஷ்டிர சமயத்தவரான பார்சிகள், முஸ்லிமாகச் சமயம் தழுவ மறுத்து எட்டாம்

நூற்றாண்டில் இந்தியத்திற்கு வந்தபோது சாளுக்கியர் அவர்களை வரவேற்று மேலைக்கரையில் புகலிடம் தந்தனர். அம்மக்கள் இன்று பார்சிகள் என்றழைக்கப்படுகின்றனர்.

அரபுகளின் முடுக்கத்தால் நசுங்குண்டு தாயகத்தை விடுத்த பார்சிகளிடம் மட்டுமே, உலகின் மாபெரும் சமயங்களில் ஒன்றாக மலர்ந்த ஜராதுஷ்டிரம் இன்றும் உயிர் வாழ்கின்றது.

படைப்பு, ஒளி, நன்மை ஆகியவற்றுக்கு இறைவனான ஓர்மகாடு (அல்லது அகூர மஸ்ட) என்ற நற்கடவுளுக்கும், அவரது தலையாய எதிரியான தீய உணர்வு, இருள் ஆகியவற்றைக் கொண்ட அகிரிமான் என்ற தீய சக்திக்குமிடையே இடையறாது நடைபெறும் போராட்டம் பற்றிய கோட்பாட்டை அடிப்படையாகக் கொண்ட ஜராதுஷ்டிர சமயத்தில் மிகவும் முதிர்ச்சியடைந்த நன்னெறிகள் அடங்கியுள்ளன. நன்மைக்கும் தீமைக்கும் நடக்கும் முடிவில்லாத போட்டியாக வாழ்க்கையை ஏற்றுக் கொண்டு விட்ட பாரசீகரின் தொன்மையான இச்சமயத்தை உலக சமயங்களை எல்லாம் மிக உயர்ந்த பொறையுடன் போற்றும் இந்தியம் ஏற்று அணைத்தது.

இம்மக்களால் இன்றும் போற்றிக் காக்கப்பட்டு வரும் பகலவி நூல்கள், அச்சமயத்தின் புனித இலக்கியங்களில் ஒரு பகுதியாக உள்ளன. இவையனைத்தும் பார்சி வள்ளல்களின் உதவியால் இன்று அச்சிடப்பட்டுள்ளன.

ஆனால் பதினெட்டாம் நூற்றாண்டின் இக்காலப் பகுப்பில் அவை உலகறியாமல் மறைவாக இருந்தன. பல்லாயிரக்கணக்கான மைல்களுக்கப்பாலிருந்து கடலில் கப்பலூர்ந்தும், நிலத்தில் கால்நடையாகவும் இந்தியத்தின் வடகிழக்குத் திக்கிலிருந்து, வடமேற்குத் திசை வரையிலும் காடுமலையெல்லாம் சுற்றி இந்த அறிவுச் செல்வத்தைப் பெற வேண்டுமென்று, பிரஞ்சு நாட்டைச் சேர்ந்த கீழையியல் முன்னோடியான துப்பரோன் பாரதம் வந்தார் என்பதை அறியும் போது, மெய் சிலிர்க்கின்றது. வெறும் பொருள் தேடி வல்லாளரும் அரும்பொருள் நாடி வல்லுநரும் மானுட ஒருமையின் தாயகமான இந்தியத்தை எட்டி, அதை மேலும் விரிந்தகன்ற உலகுடன் இந்தப் பதினெட்டில் இணைத்தனர் என்பதற்குச் சான்றாகக் துப்பரோனின் பயணம் அமைந்திருக்கின்றது.

2. இரண்டாம் ஆலம் கீர் முகலாயப் பேரரசரானார்

தைமூரிய முகலாயப் பேரரசர் குடி ஜாகிருதீன் பாபர் *(1483-1530;* முகலாயப் பேரரசராக இருந்த காலம் *1526-1530)* தொடங்கி இந்த *1754* வரையிலும், டெல்லியில் முகலாய அரியணையில் இருபது பேர் வீற்றிருந்த பிறகு, இருபத்தோராவது அரசராக நசீருதீன் ஆலம் கீர், இரண்டாம் ஆலம் கீர் என்ற பெயரில் பட்டத்திற்கு வந்தார்.

நசீருதீன் முகமது ஷா *(1719-1748)* மகன், அகமது ஷா பகதூரின் *(1748-1754)* காமக் களியாட்டங்களையும், பொறுப்பின்மையையும் பொறாத புதிய வசீர் காசியுதீன் - இவர் *1754* ஜூன் *5* அன்று வசீர் என்ற தலைமை அமைச்சரானார் - பிரபுக்களின் துணையை ஏற்று, அகமது ஷா பகதூரின் கண்களைப் பறித்துச் சிறையிலிட்டார். அதன் பிறகு நசீருதீன் ஆலம் கீரை அவர் அரியணையில் அமரச் செய்தார்.

அவர் பதவியேற்ற இந்த ஆண்டில் *(1754)* அகமது ஷா அப்தாலி மீண்டும் இந்தியாவின் மீது படையெடுத்தார். இரண்டாம் ஆலம் கீர் முகலாயப் பேரரசராக

முடிசூடிய போது, அவருக்கு 55 வயது, அவர் தன் வாழ்க்கையில் பெரும் பகுதியைச் சிறையில் கழித்தவர். அவருக்கு ஆட்சி நிர்வாகத்தில் எந்த அனுபவமும் இல்லை. ஆட்சிப் பொறுப்பு முழுமையும் வசீரின் கையில்தான் இருந்தது.

வசீர் பேரரசரின் மகனான ஜலாலுதீன் அலி ஜௌகாரை - பின்னர் ஷா ஆலம் - இன்னலுக்குள்ளாக்கியதால், அவர் பிகாரில் புகலடைந்தார். வசீர் நாணயமற்றவராயும், பேராசைக்காரராயும், ஊழல் புரிபவராயுமிருந்தார்.

இந்நிலையில் அகமது ஷா அப்தாலி நான்காவது முறையாக 1756 இல் இந்தியத்தின் மீது படையெடுத்தார். அவர் டெல்லியைக் கொள்ளையடித்து விட்டுத் தன் முழு அதிகாரம் பெற்ற தூதுவராக நஜீபுத் தௌலாவை டெல்லியில் அமர்த்திவிட்டு ஆப்கானித்தானம் திரும்பினார்.

அரசின் மெய்யான அதிகாரங்களனைத்தும் ஆப்கானிய நஜீபின் கைகளுக்குப் போய்விட்டன. இது முகலாய வசீருக்குப் பிடிக்கவில்லை. முகலாயப் பேரரசர் ஆலம் கீரும் வசீரை ஒழித்துவிட விரும்பினார். வசீரின் மரியாதையற்ற நடத்தை மன்னருக்கு வெறுப்பூட்டியது. அதனால் வசீர் மராட்டியரின் உதவியை நாடினார். மராட்டியரும் டெல்லியில் தம் செல்வாக்கை நிறுவத் துடித்துக் கொண்டிருந்தனர்.

வசீர் துரோகத்தனமாக முகலாய அரசரை டெல்லியின் கோட்லா ஃபிரூஸ் ஷா என்ற இடத்தில் 1759 நவம்பர் 20 அன்று படுகொலை செய்து விட்டார்.

அதன் பின்னர் பாட்னாவிலிருந்த அலி ஜௌகார், முதலாம் ஷா ஆலம் என்ற பெயரில் 1759 ஆம் ஆண்டு அரியணை ஏற்றார்.

1754

3. ஹெரான் படை : கள்ளர் தாக்கினர்

கிழக்கிந்தியக் கம்பெனியின் படைத்தலைவரான கர்னல் ஹெரான் 1500 பேரடங்கிய கம்பெனிப் படையுடன் 1754 ஆம் ஆண்டு திருநெல்வேலி சென்ற வழியில் நத்தம் கணவாயில் தாமதிக்க நேர்ந்தது (கள்ளர் நாட்டையும், கள்ளரையும் பற்றிய செய்திகள் இ.ச.க.தொகுதி-4,5 ல் குறிப்பிட்டிருந்தோம்.) இம் முதுகுடியினர் தன்னுரிமையுணர்வு மிக்கோராயிருந்தனர் என்பதைப் பல இடங்களில் காட்டியுள்ளனர். இத்தொகுதியில் கூட, அவர்கள் குடும்பத்திற்காக உயிரைத் தியாகம் செய்வதில் தயங்காதவர்கள் என்பதும் சொல்லப்பட்டுள்ளது.

1754

நத்தம் கணவாய் நத்தம் மலைத் தொடரில் உள்ளது. திருச்சிராப்பள்ளியிலிருந்து தெற்கே மதுரை, நெல்லைச் சீமைகளுக்குச் செல்ல வேண்டுமாயின் இந்த நத்தம் கணவாயைத் தாண்டித்தான் போக வேண்டும். நத்தம் என்ற இப்பகுதி கள்ளர் நாட்டில் அடங்கியிருந்தது. இது புதரும் காடுகளும் மண்டிய பகுதி, இங்கு ஆயுதமேந்திய கள்ளரில் நாற்பதாயிரம் பேர் இருந்தனர். எனவே அவர்களைக் கடந்து செல்வது அருஞ்செயலாகவே முடியும்.

(நத்தம் என்பது நத்தமு என்ற தெலுங்குச் சொல்லிலிருந்து திரிந்தது. இது அக்கிரகாரத்திற்கு நேர்மாறானது; சூத்திரர் வாழும் பகுதி நத்தம் என்றழைக்கப்பட்டது. பின்னர் இச்சொல் யாருக்கும் பயனற்ற அரசினர் நிலம் உள்ள மேட்டுப் பகுதியைக் குறிக்கலாயிற்று. இவை ஊர்க்கணக்கரின் அடங்கல் கணக்கில் பத்தாம் பசலி என்றும் நத்தம் புறம்போக்கு என்றும் குறிக்கப்பட்டது. தமிழ்நாட்டில் பல ஊர்களில் நத்தம் என்ற பகுதியுண்டு. நத்தம் என்ற ஈற்றுச் சொல்லுடன் கூடிய சுக்கா நத்தம், கோட்ட நத்தம்,பாலவநத்தம். புத்தநத்தம், சாமநத்தம் போன்ற எண்ணற்ற ஊர்கள் உண்டு. இங்கு சொல்லப்படும் நத்தம் என்ற ஊரும், கணவாயும் மதுரையிலிருந்து வடக்கே வடகிழக்கில் சுமார் 35 கிலோ மீட்டர் (25 மைல்) தொலைவில் உள்ளது; மேலூரிலிருந்து வடக்கே வடமேற்கில் சுமார் 22 கி.மீ (15 மைல்.)

ஹெரானின் கம்பெனிப் படை இறங்கியிருந்த இடத்தினருகே கோயில் குடி என்னும் சிற்றூரில் அழகான கோயில் இருந்தது. அது கள்ளருக்கு உரிமையானது. அழகிய சிற்ப வேலைப்பாடுகளுடன் கூடியது. விலையுயர்ந்த ஆடையணிகளும், ஏராளமாக அங்கு இருந்தன. அவற்றைக் கண்ட கம்பெனிப் படையினர் கோயில் கதவிற்குத் தீ வைத்துக் கோயில் பொருள்களைக் கொள்ளையடித்தனர்.

இச்செய்தி அண்டை ஊர்களிலிருந்த கள்ளர்களின் காதுக்கெட்டியது. அவர்கள் அடங்காச் சினங்கொண்டு கம்பெனிப் படையைத் தாக்கினர்.

அவர்கள் இண்டஞ்செடி என்ற முள் புதரடங்கிய காட்டினுள் பதுங்கியிருந்து, இருட்டியதும் தீவட்டிகளுடன் வந்து, மூலைக்கு மூலை நின்று தாக்கிப் பல கூடாரங்களுக்குத் தீ வைத்து அழித்தனர். குதிரைகளையும் கொன்றனர். அதன்பிறகு கோயில் உடைமைகளை மீட்டனர். கம்பெனிப் படையினர் சுட்டதில் கள்ளர் பலர் இறந்தனர்.

ஹெரான் நெல்லைக்கு அவசரமாய்ச் செல்ல வேண்யடியிருந்ததால் 1754 மார்ச்சு 23 அன்று அங்கிருந்து புறப்பட்டு விட்டார்.

கள்ளர் கோயில் உடைமைகளைக் கொள்ளையடித்த கம்பெனிப் படையினரை இத்துடன் விட்டுவிடவில்லை. அவர்கள் ஒற்றர்களைக் கொண்டு கம்பெனிப்படையின் நடமாட்டத்தைக் கவனித்தனர். அவர்கள் வாசுதேவநல்லூரில் பூலித் தேவருடனும் தொடர்பு கொண்டனர்.

இக்காலகட்டத்தில்தான் பத்து நாட்டுக் கள்ளர்கள் பட்டாணியர்க்கு எதிராக மதுரையில் வரிகொடா இயக்கம் தொடங்கியிருந்தனர். இச்செய்தியும் பூலித் தேவருக்குத் தெரிவிக்கப்பட்டது.

ஹெரான் நெல்லைச் சீமையிலிருந்து 1755 மே 3 அன்று திரும்பினார். கள்ளர்கள் ஒற்றர் வழியே இதை அறிந்து, வெள்ளையர் படை வரட்டுமென்று காத்திருந்தனர். கள்ளரின் குதிரைப் படையும் வளைதடி வீச்சுப் படையும் ஆயத்தமாயிருந்தன.

கம்பெனிப்படை நத்தம் கணவாயைக் கடந்து திருச்சிராப்பள்ளி சென்ற போது, அவர்களைக் கள்ளர் தண்ணீரில்லாத காட்டிற்குள் முன்னே செல்ல விட்டு, அவர்களுக்கு முன்னும், பின்னுமாக வந்து வளைத்துத் தாக்கலாயினர்.

சூரை முள்ளும், இண்டம்புதரும் அடர்ந்த காட்டினுள் கம்பெனிப் படை, குறிப்பாக அவர்களின் குதிரைப்படை முன்னும், பின்னும் நகர முடியாமல் போக்கு முட்டித் திண்டாடின. திரண்ட தோள்களையுடைய வளைதடி *(Boomerang)* வீரர்கள் சுழற்றி வீசிய வல்லயங்கள் கம்பெனிப் படையினரின் தலைகளைக் கொய்தன.

ஹெரானுக்கு உதவுவதற்காக மதுரையிலிருந்து யூசுபு கான் என்ற கான் சாகிபு படையுடன் வந்திராவிட்டால், கம்பெனிப் படை முற்றிலும் அழிந்திருக்கும்.

ஹெரான் இப்படையெடுப்பினால் தனக்கென்று பெருஞ்செல்வம் சேர்த்துக் கொண்டாரெனினும், கம்பெனிக்கு இதனால் பேரிழப்பு உண்டானது. அதனால் அவர் மீது இராணுவ முறை மன்றத்தில் வழக்கு நடந்தது. ஆனால் அவர் புதுச்சேரிக்குத் தப்பி ஓடிவிட்டார்.

4. மதுரைச் சீமைக்கு மன்னர்; கம்பெனியிடம் பாளையக்காரர் முறையீடு

1754

மறவர் தலைவர்கள் பட்டாணியரான மியானாவின் ஆட்சியை நீடிக்கச் செய்தது குறித்துத் தென்பாண்டிச் சீமைப் பாளையக்காரர்களுக்கு விருப்பமில்லை. அவர்கள் மதுரைச் சீமையில் ஒரு மன்னரை நிறுவ வேண்டுமென்று ஆங்கிலேயரின் உதவியை நாடினர். அவர்கள் 1754 ஜனவரி 20 அன்று ஆளுநர் தாமஸ் சாண்டர்சிற்கு ஒரு கடிதம் எழுதினர்.

''இந்நாட்டை ஆள்வதற்கு எங்களுக்கு இருபதாண்டுகளாக எந்த மன்னரும் இல்லாதிருப்பது மிகவும் வருந்தத்தக்கதாயிருக்கின்றது. பாளையக்காரர்களாகிய நாங்கள் ஐம்பது அல்லது அறுபது பேர் இருக்கின்றோம். எங்களுக்கு ஆணை பிறப்பிக்க எந்த மன்னரும் இல்லாது நாங்கள் மோசமான சூழ்நிலையிலிருக்கின்றோம். மேன்மை தங்கிய தாங்கள் இந்நாட்டை அமைதியுறச் செய்து, எங்களுக்கு அரசரை அமர்த்தி உதவுவீர்களாயின் அது உங்களுக்கு நல்ல பெயரையும் புகழையும் கொடுக்கும். நாங்கள் ஆர்க்காட்டு நவாபிற்கு வழக்கமாகச் செய்து வருவதைப் போன்று, அதன் நவாபிற்குக் கப்பம் கட்டி வருகின்றோம். அவரது மேன்மை தாங்கிய ஆதரவைப் பெறத்தக்க விதத்தில் நடந்து கொள்கின்றோம். இது இந்நாட்டில் அமைதி நிலவச் செய்யும்.''

சென்னைக் கவுன்சிலான ஆட்சிக் குழு இவ்வேண்டுகோள் மீது ஆர்வங்காட்டிய போதிலும் நவாபு முகமதலி இதை ஏற்க மறுத்துவிட்டார்.

மதுரைச் சீமையில் நாயக்கர் ஆட்சியை மீண்டும் கொண்டு வருவதற்காகப் பாளையக்காரர் சிலர் இங்ஙனம் முயன்றனர் என்பதும், அவர்கள் ஆர்க்காட்டாரின் கீழும், பிரிட்டிசாரின் உதவியிலும் வாழ்வதற்குத் துணிந்தனர் என்பதும், தென்னாட்டு அரசியலில் இந்தக் காலத்தில் நிலவிய நம்பிக்கையற்றுப்போன இழிந்த நிலைக்குச் சான்றாக விளங்குகின்றது. இதனால்தான் அயலாட்சி எதுவானாலும் அதை எதிர்க்கத் துணிந்த ஐதரலியும், அவர் மகன் திப்புசுல்தானும் வரலாற்றின் கண்களில் தன்மானம் மிக்க வீரர்களாய்த் தோன்றுகின்றனர். ஏனெனில் அவர்களுக்கிருந்த அடிமைத்தன எதிர்ப்புணர்ச்சியும், தன்னுரிமை வேகமும் பாரத நாட்டில் இந்தக்கட்டத்தில் வேறு எந்த முடிமன்னருக்கும், அரச குடியினருக்கும் இருக்கவில்லை.

பாளையக்காரர்கள் பிரிட்டிசாரிடம் முட்டி மோதிப் பார்த்து விட்டுத் தென்பாண்டிச் சீமையைக் கவரத் துடித்துக் கொண்டிருந்த மைசூரின் உதவியைக் கொண்டு 1757 இல் மதுரையில் நாயக்கராட்சியை அமைக்க முயன்றனர். ஆனால் கான் சாகிபு என்ற இன்னொரு இந்தியப் படை வீரருக்குக் கிடைத்த வெற்றிகள், அவர்களின் கனவைக் கலைத்தன.

5. மார்த்தாண்ட வர்மன் ஐதரலியிடம் உதவி கோருதல்

வேணாடு என்ற திருவிதாங்கூரின் மன்னரான மார்த்தாண்ட வர்மன் (1729-1758) தம் ஆற்றலாலும், அரசியல் சூழ்ச்சியாலும், வேணாட்டுடன் சிற்றரசர்களான பல நாடு வாழிகளையும், தேச வாழிகளையும் இணைத்து விரித்துக் கொண்டே வந்தார்.

1754

எனினும் அம்பலப்புழை, செங்கணாச்சேரி, கோட்டயம், எடமானூர், வடமா என்ற வட்டங்களிலுள்ளவர்கள் கிட்டத்தட்ட அனைவரும் அவருக்கு எதிராகக் கிளர்ந்தெழும் அறிகுறிகள் தெரிந்தன. அவர்களைக் கோழிக்கோட்டுச் சாமூதிரியும், வடக்கங்கூர், தெற்கங்கூர் பழைய நாடுவாழிகளும் தூண்டி வருகின்றனர் என்பது தெரிந்தது. எனவே இக்கிளர்ச்சிக்காரர்கள் அடங்கிப் போக வேண்டுமென்பதற்காகத் தளவாய் இராமய்யன் படையோடு அங்கு சென்றார். மன்னரே அங்கிருந்த நிலையை நேரில் கண்டறியட்டுமென்று, அவர் மார்த்தாண்ட வர்மனை அழைத்து அங்கு சில நாள்கள் இருக்குமாறு கேட்டார். மன்னரும் அவ்வாறே அங்கு சென்றார். நாட்டின் வட பகுதியில் அமைதி ஏற்பட வேண்டுமாயின் ஆக்கமான நடவடிக்கைகளை எடுக்க வேண்டுமென்பதை மன்னர் உணர்ந்தார்.

மார்த்தாண்ட வர்மன் அதைக் கருத்தில் கொண்டு, அப்போது மைசூரில் எழுச்சி பெற்று நின்ற ஐதரலிக்குக் கடிதமெழுதி, அவரது உதவியைக் கேட்டார். ஐதரலியும் மார்த்தாண்ட வர்மரின் கடிதத்தை உரிய மரியாதையுடன் பெற்றுக் கொண்டு திண்டுக்கல் கோட்டையிலிருந்த தன் படையின் ஒரு பகுதியைக் கம்பம், கூடலூர் வழியாக அனுப்பி வைப்பதாய் உறுதி கூறினார்.

அனைவரும் அஞ்சி நடுங்கிய ஐதரலியுடன் மார்த்தாண்ட வர்மன் இத்தகைய ஏற்பாட்டைச் செய்து கொண்டதால், மனவேற்றுமை கொண்ட வட பகுதியினரனைவரும் இதையறிந்து அஞ்சிக் கிளர்ச்சி செய்யும் எண்ணத்தைக் கைவிட்டனர்.

ஆனால் மார்த்தாண்ட வர்மன் ஐதரலியிடமிருந்து எவ்விதமான உதவியையும் பெறவில்லை. ஐதரலியோ தன் படை ஆயத்தமென்று மார்த்தாண்ட வர்மனுக்குக் கடிதம் எழுதிக் கொண்டேயிருந்தார். ஆனால் நாட்டில் அமைதி ஏற்பட்டு விட்டதால், இனிமேல் படையுதவி வேண்டாமென்று அவர் ஐதரிடம் கூறிவிட்டார். இதனால் மைசூர்த் தலைவரின் மனத்தில் திருவிதாங்கூர் மீது காழ்ப்புணர்ச்சி ஏற்பட்டு விட்டது.

6. வேணாட்டில் செத்தவருக்கும் வரி

திருவிதாங்கூர் மன்னரான மார்த்தாண்ட வர்மன் தன் ஆட்சிப் பரப்பை விரிக்கப் பலருடன் பல இடங்களில் போராடி வந்ததால், படைச் செலவு மிகுந்து விட்டது. சாதிக் கொடுமைகள் மிகுந்த வேணாட்டில், இன்னொரு புதுக்கொடுமையும் அடிநிலை மக்களுக்கு இதனால் இழைக்கப்பட்டது. படைச் செலவுகளைச் சரிக்கட்டுவதற்காகத்

தலைவரி என்ற கொடிய வரியை உயிர்வாழும் இளைஞரும், முதியோரும் மட்டுமன்றி, இறந்து போனவர்களுக்காகவும், அவர்களின் குடும்பத்தார் செலுத்த வேண்டும்.

இந்த வரிக் கொடுமை தாங்காமல் பல குடும்பங்கள் நெல்லைச் சீமைக்குக் குடிபெயர்ந்தன. ஆனால் திருவிதாங்கூர் அரசோ, வேணாட்டில் எஞ்சியிருந்த அக்குடும்பங்களின் உறவினரிடமிருந்து தலைவரியைத் தண்டியது. மார்த்தாண்ட வர்மன் விதித்த இந்தத் தீய வரி, அவர் இறந்த பின்னரும் நாட்டில் தொடர்ந்து ஏழை மக்களிடம் வாங்கப்பட்டது.

பலராம வர்மனின் ஆட்சிக் காலத்தில்; (1798-1810) திருவிதாங்கூர் அரசின் 1807-1808 ஆம் ஆண்டு வருவாய் அறிக்கை கூறுவதாவது;

நாடார்களிடமும், ஈழவரிடமுமிருந்து தலைவரியாக 80,044 ரூபாய் வாங்கப்பட்டது. செட்டியார்களிடமும், பிற சாதியினரிடமுமிருந்து வாங்கப்பட்ட தலைவரி 4624 ரூபாய். அத்துடன் இதே காலகட்டத்தில் கள்ளிறக்கும் மரங்களுக்கு விதிக்கப்பட்ட அரசாங்கப் பாட்டம் என்ற வரியிலிருந்து 18,523 ரூபாய் தண்டப்பட்டது.

வைகுண்டசாமி என்ற (1809-1851) முத்துக்குட்டி சுவாமிகள் என்ற சீர்திருத்தப் பெரியார் வேணாட்டு மன்னரான சுவாதித் திருநாளை (1829-1847) எதிர்த்துச் சமூக உரிமைகளுக்காகப் போராடியவர். அவர் தன் காலத்திலும் நிலவிய வரிக் கொடுமையைப் பற்றி எழுதிய பாடல், அக்காலத்து அரசியல், குடிமையியல் நிலையை நன்கு தெளிவுபடுத்தும்.

1754

தாலிக்கு வாயம் சருகு முதலாயம்
காலிக்கு வாயம் கம்புதடிக் காயம்
தாலமதேறும் சான்றோர்க் காயம்
தாலமுடன் அரிவாள் தூருவட்டிக் காயம்
தாலமதுக் காயம் தரணிதனிலே வளர்ந்த
ஆலமரம் வரைக்கும் அதிகயிறை வைத்தனனே
வட்டிக்குமாயம் வலங்கைச் சான்றோர் கருப்புக்
கட்டிக்குமாயம் கருநீசன் வைத்தானே

(அகிலத்திரட்டு பக்கம் 112)

7. ஜாட்டுகள் எழுச்சி; பரத்பூர் நாட்டரசு வரலாறு

இந்தியாவில் ஜாட் மக்களின் ஒரே நாட்டரசாகப் பரத்பூர் விளங்கியது. இந்நாட்டரசின் வடக்கெல்லையாகப் பிரிட்டிஷ் இந்தியாவின் சுர்காம்; வடகிழக் கெல்லையாக மதுரர்; தெற்கிலும் தென்கிழக்கிலும் கரௌலி, ஜோத்பூர், மேற்கே அல்வார் நாட்டரசு. இந்நாட்டரசின் குடிமக்களும் மன்னரும் ஒரே இனத்தவராக, மக்களில் பெரும்பான்மையராக இருந்ததும் இதன் சிறப்பாகும். இதன் பரப்பளவு சுமார் 500 சதுர கிலோ மீட்டர் (1982 சதுர மைல்.)

ஜாட்டுகள்

ஜாட்டுகள் முக்கியமான வேளாண்மைக் குடியினராவர். அவர்கள் பதினேழாம் நூற்றாண்டில் மூலஸ்தானம் என்ற மூல்தானிலிருந்து வந்து கங்கைக்கும், சிந்திற்கும் இடைப்பட்ட நிலப்பகுதியில் குடியானவர்களாகக் குடியேறிய மக்கள் என்று

கூறப்படுகின்றது. எனினும் அவர்கள் இதற்கு முன்னரே வரலாற்றில் குறிப்பிடப் பட்டுள்ளனர். சோமநாதத்தைக் கொள்ளையடித்து விட்டு மூல்தானுக்குத் திரும்பிக் கொண்டிருந்த கசனியின் முகமதை *1026* ஆம் ஆண்டு பெருந்தொல்லைக் குள்ளாக்கியோர் ஜாட்டுகளேயாவர். கசனி முகமது அதற்கடுத்த ஆண்டு ஜாட்டுகளைக் கிட்டத்தட்ட அழித்து விட்டார் எனலாம்.

தாமர்லீன் என்ற முடத் தைமூர் மூல்தானிலிருந்து டெல்லி சென்ற வழியில் *1398* ஆம் ஆண்டு கொன்று குவித்த மக்களும் ஜாட்டுகளேயாவர். பாபர் **1525** ஆம் ஆண்டு பாஞ்சாலத்தின் வழியே இந்துஸ்தானத்தினுள் முன்னேறிக் கொண்டிருந்தபோது, அவரை எதிர்த்து நின்று போராடியவர்களும் ஜாட்டுகளேயாவர்.

இயல்பாகவே மறக்குணம் படைத்த இம்மக்கள், இந்தியாவினுள் மேற்குப் பகுதி வழியே நுழைந்த படையெடுப்பாளர் எவராயினும், அவர்களை எதிர்த்து நின்ற வீரர்களாக விளங்குகின்றனர். அவர்களின் துணிச்சல் மிக்க இம்மறக்குணத்தினால்தான், முகலாயப் பேரரசைப் பன்முறை எதிர்த்துப் போராடிக் கடுந்தண்டனையும் பெற்றிருக்கின்றனர். ஔரங்கசீபு 1707 இல் செத்ததும் ஜாட்டுகளின் வீரத்திற்கும் துணிச்சல்களுக்கும் பரந்த அளவில் வாய்ப்புகள் கிடைத்தன.

இக்குலத்தாரின் வழிவழியான மரபுகளில், அதன் தோற்றுவாய் பற்றிய விளக்கம் எதுவும் காணப்படவில்லை. முன்னொரு காலத்தில் இமாசலன் பெரிய வேள்வியை நடத்தியபோது தன் மருமகனான சிவனைத் தவிர தேவர்களனைவரையும், பிற கடவுளரையும் அழைத்திருந்தான். இதை அறியாத உமை, அவ்வேள்விக்குத் தனியே சென்றாள். அவள் வேள்விக் கூடத்தை அடைந்தபோது, அங்கு தன் கணவனுக்கென்று ஓர் இடமில்லாததையும், அவருக்கென்று அவிர்ப் பாகங்கள் படைக்கப்படாததையும் கண்டு சினமுற்று வேள்வித் தீயினுள் பாய்ந்து வெந்து நீரானாள்.

மாதேவன் இதைக் கேள்வியுற்றதும் வஞ்சினங் கொண்டு தன் சடையை அவிழ்த்துத் தரையில் விழச் செய்தார். உடனே அதிலிருந்து பேராற்றல்மிக்க ஓர் உயிர் தோன்றிச் சிவமூர்த்தியின் ஆணைக்காக அவர் முன் கைகட்டிப் பணிந்து நின்றது. மாதேவனான சிவமூர்த்தி இமாசலனின் வேள்விச் சாலையை அழித்து வர அதைப் பணிந்தார். அவ்வுருவம் அதைச் செய்து முடித்ததால் வீரபத்திரன் என்று பெயர் பெற்றது. வீரபத்திரனின் வழிவந்தவர்களே ஜாடர் என்ற சடையராவர். அவர் சிவபிரானின் சடையிலிருந்து தோன்றியமையால் ஜடர் அல்லது சடையர் என்று பெயர் பெற்றனர். அவர்களே ஜாட்டுகளாவர்.

சடையரான ஜாட்டுகளைப் பற்றி இன்னொரு கதையும் கூறப்படுகின்றது.

முகமது கோரி சித்தூரை வென்றதும், அங்கிருந்து தப்பிய இருவரில் ஒருவர் நேபாளத்தை நோக்கிச் சென்றாரென்றும், இன்னொருவர் அஜ்மீர், பிக்கனீர், டெல்லி வழியாக முசஃபர்நகர் மாவட்டத்திலுள்ள மீரான்பூர் என்ற சிற்றூரை அடைந்ததாகவும் கூறப்படுகின்றது. அவர் அதன்பிறகு பிஜனூருக்கு அருகிலுள்ள ஜண்டன்புரத்தை அடைந்தார்.

அந்நாட்டை ஆண்ட கலால் என்றவருடன் அங்கு போரிட்டார். அவர் கலாலை வென்று, அவரின் குடும்பத்தினர் அனைவரையும் கொன்றார். அவர்களுள் கர்ப்பிணியாயிருந்த ஒருத்தி மட்டும் தப்பி ரோட்டக்கு மாவட்டத்திலிருந்த தனௌரம் என்ற தன் தந்தையின் ஊரை அடைந்தாள். அவள் அங்கு தசண்டசிங்கு என்ற மகனை

ஈன்றாள். இது கிட்டத்தட்ட நாட்டார் கதைகளனைத்திலும் காணப்படுவதை ஒத்ததே எனலாம்.

ஒரு பாடகர் அக்குழந்தை மீது இரக்கம் கொண்டு, டெல்லிப் பேரரசரின் அவைக்கு எடுத்துச் சென்றார். பேரரசர் அச்சிறுவனை ஒரு படையுடன் பிஜனூருக்கு அனுப்பி, அவனுக்கு அவனது நாட்டை மீட்டுத் தந்தார்.

ஜாடர்களான ஜாட்டுகளின் இனவழித் தோற்றத்தை இதனிலும் நெடுங்காலத்திற்கு முற்பட்டதாகக் காணும் முயற்சிகள் மேற்கொள்ளப்பட்டன. அவையெல்லாம் பறக்கும் கற்பனைக் குதிரைகள் எனலாம்.

மேற்சொன்ன கதைகள் தம் தோற்றுவாய் பற்றி இந்தியக் குலத்தினர் அனைவரும் தம்மீது ஏற்றிக் கூறும் கற்பனைகளேயன்றி வேறல்லவெனினும், இந்தியக் குலத்தவரின் பெருமைக்குரிய சமூக உணர்வைச் சுட்டுவனவாக அவை இருப்பதால் இங்கு உரைக்கப்பட்டன.

ஔரங்கசீபு இறந்த பிறகு முகலாயரிடையே நடந்த உள் சண்டைகளை ஜாட்டுகள் தமக்குச் சாதகமாக்கிக் கொண்டு தம் தலைவர் சூரநாம் என்பவரின் கீழ் திரண்டு, தாம் உழுது பயிரிட்டு வந்த சிறு ஊர்களிலெல்லாம் சிறுசிறு கோட்டைகளைக் கட்டிக் கொண்டனர். அவர்கள் வெகு விரைவிலேயே குஜாக்குகள் அல்லது கொள்ளையர்கள் என்று பெயரெடுத்துவிட்டனர். முகலாயப் பேரரசர் ஃபரூக்கு சியார் *(1712-1713)* அரண்மனை வரையிலும் சென்று கொள்ளையடிக்கும் அளவிற்கு ஜாட்டுகள் துணிச்சல் பெற்றிருந்தனர். 1754

அப்போது முகலாயர் அவையில் சையது சகோதரர்களின் (இ.ச.க.தொகுதி-2) கையோங்கியிருந்த காலம். அவர்கள் ஜெயப்பூர் மன்னர் ஜெயசிங்கை ஏவி விட்டு ஜாட்டுகளை அவர்களின் கோட்டைகளிலேயே தாக்குமாறு செய்தார். ஆனால் மேலாண்மை எய்தும் வளர்ச்சியில் இளநிலையில் இருந்த ஜாட்டுகள் தம் மண் கோட்டைகளைக் காப்பாற்றுவதில் அருந்திறல் வாய்ந்தவர்களாயிருந்தனர். அவர்களின் கோட்டைகள் மிகவும் பெயர் பெற்றவையாக விளங்கின. அவர்கள் தம்மைத் தாக்க வந்தவர்களை விரட்டியடித்தனர்.

இதற்குச் சிறிது காலத்திற்குப் பிறகு சூரநாமினால் சிறை வைக்கப்பட்டிருந்த அவருடைய சகோதரர் பதன்சிங்கு சிறையிலிருந்து தப்பிச் சென்று ஜெயப்பூர் மன்னர் இரண்டாம் ஜெயசிங்கின் *(1656-1743)* உதவியை நாடினார். அவர் ஜாட்டுகள் மீது தாக்குதல் நடத்த வேண்டுமென்று ஜெயசிங்கிடம் வேண்டினார்.

எனவே இப்போது ஜாட்டுகளுக்கு இடையில் நடந்த உள்சண்டையில் சூரநாம் தோற்றுப் போய்த் தன் மக்களுடன் ஓடிப் போய்விட்டார். ஜெயசிங்கு ஜாட்டுகளின் தலைவர் என்று பதன்சிங்கை அறிவித்து, அவருக்குத் தீக்க என்னுமிடத்தில் 1722 ஆம் ஆண்டு மன்னராக முடிசூட்டி விட்டார் பரத்பூர். ஜாட்டுகளின் ஆட்சி 1722 ஆம் ஆண்டு பதன் சிங்குடன் தொடங்குகின்றது.

பதன் சிங்கு

பதன் சிங்கிற்கு எண்ணிறந்த பிள்ளைச் செல்வங்கள் இருந்தன. அவர்களில் நான்கு மக்கள் தாம் பலரறியப் பெயர் பெற்றனர். சூரஜ்மல், சுபராம், அகநாராயணன், பிரதாப சிங்கு.

பதன் சிங்கு தன் ஆட்சிப் பரப்பை ஒட்டிய பல்வேறு பகுதிகளை அடக்கித் தன் ஆளுகைக்குக் கீழ் கொண்டு வந்தார். அவர் பின்னர் தன் இளைய மகன் பிரதாப சிங்கிற்குச் செய்ய வேண்டிய ஏற்பாடுகளை முடித்துவிட்டு, மூத்த மகன் சூரஜ் மல்லை *(1754-1763)* மன்னராக்கி விட்டு அரச பதவியைத் துறந்தார்.

சூரஜ் மல்லிடம் தன் முன்னோரிடமிருந்த அத்தனை முரட்டுக் குணங்களும், திட்டங்களை நிறைவேற்றும் ஆற்றல் வேகமும் இருந்தன. அவர் முதலில் பரத்பூர்க் கோட்டையிலிருந்த தன் உறவினரான சைமா என்பவரை அப்பதவியிலிருந்து இறக்கிவிட்டுப் பரத்பூரைக் கைப்பற்றி அதைத் தன் தலைநகராக்கினார்.

இவரை எதிர்க்க முகலாய வசீர் காசியுதீன், மராட்டியர், ஜெயப்பூர் மன்னர் மூவரும் ஒன்று சேர்ந்து *1754* இல் வந்தபோது சூரஜ்மல் அவர்களைத் திக்குமுக்காடச் செய்தார். அவர் இத்தாக்குதலிலிருந்து ஏழு இலட்ச ரூபாய் கொடுத்துத்தான் மீள நேர்ந்ததெனினும், இந்தச் சண்டையில் சூரஜ்மல் காட்டிய வீரம் அவருடைய எதிரிகளை மலைக்கச் செய்தது.

அவர் இதற்கு ஆறாண்டுகளுக்குப் பிறகு 30 ஆயிரம் படை வீரர்களை அழைத்துக் கொண்டு மராட்டியர் கூட்டணியுடன் சேர்ந்து டெல்லியைத் தாக்கி முகலாய அரசிற்கு மரண அடி கொடுக்கப் புறப்பட்டார். ஆனால் மராட்டியர் தலைவரின் திறமைக் குறைவும், அடங்காப்பிடாரித்தனமும் சூரஜ்மல்லிற்கு வெறுப்பூட்டியமையால், அக்கூட்டணியிலிருந்து விலகிக் கொண்டார். அதனால் மராட்டியர் பானிப்பட்டில் அடைந்த படுதோல்வியில் சிக்கிக் கொள்ளாமல் அவர் தப்பித்தார்.

அவர் பானிப்பட்டுத் தோல்வியை அடுத்துத் தோன்றிய குழப்பத்தைப் பயன்படுத்திக் கொண்டு ஆக்ராவைப் பிடித்துவிட்டார். இதற்கு மூன்றாண்டுகளுக்குப் பிறகு தலைநகர் டில்லியைக் கைப்பற்ற முயன்றார். ஆனால் எதிரியின் அருகே தண்டு இறங்கியிருந்த போது வேட்டைக்குச் சென்ற இடத்தில் கொல்லப்பட்டார்.

அவருக்குப் பிறகு அவர் மகன் ஜோவாகிர் சிங்கு *(1763-1768)* பட்டத்திற்கு வந்தார். இந்தக் குடியில் பதன் சிங்கு தொட்டுப் பிரிஜேந்திர சிங்கு வரை *(1722-1948)* மொத்தம் பதினான்கு மன்னர்கள் பரத்பூரை ஆண்டனர்.

பரத்பூர்

பரத்பூர் மிகுந்த முக்கியத்துவம் வாய்ந்த இடமல்லவெனினும், வைசிராய்களும், நாட்டு மன்னர்களும், இந்தக் காலத்தில் பரத்பூரை நோக்கிக் கூட்டங் கூட்டமாய்ச் சென்றனர். அது தாஜ்மகாலுக்கும் பதினாறாம் நூற்றாண்டில் கட்டப்பட்ட நகரான ஃபத்தேப்பூர் சிக்ரிக்கும் அருகில் உள்ளது என்பதற்காகவா? அல்லது ஜாட்டு குல மன்னர் சந்திரனின் நேரடி வழித்தோன்றல் என்று நம்பப்பட்டதாலா?

அங்குள் தானா ஜீல் ஏரியின் சதுப்பு நிலப் பகுதியிலுள்ள நீர் வாத்துகளைச் சுட்டு வீழ்த்தி வேட்டையாடத்தான் அத்தனை கும்பலும் பரத்பூர் போய்ச் சேர்ந்தது. அங்கு வாத்து வேட்டைக்குச் செல்வது பெருமைக்குரிய அந்தஸ்தாக, அன்று நாட்டு மன்னரால் கருதப்பட்டது.

எதிர்காலத்தில் எட்டாம் எட்வர்டு ஆகிய *(1894-1972;* இவர் *1936* ஆம் ஆண்டு மட்டும் பிரிட்டிஷ் மன்னராயிருந்து, காதலிக்காக முடிதுறந்தார்) வேல்ஸ் இளவரசர் பரத்பூரில் ஒரே நாளில் 2,221 வாத்துகளைச் சுட்டுத் தள்ளினார். இன்று பரத்பூர் பறவைகளின் புகலிடமாக விளங்குகின்றது.

பரத்பூர் அரசகுடியினர் இன்றும் ஆங்கிலேயர் மீதும், ஆங்கில மொழி மீதும் பெரும் பற்றுக் கொண்டவர்களாய் விளங்குகின்றனர். இந்திய நாட்டு மன்னர்களின் பட்டங்கள் 1972 ஆம் ஆண்டு பறிக்கப்பட்டு, அவர்கள் ஜனநாயக மரபுப்படி இந்தியக் குடிமக்கள் அனைவர்க்குமுரிய நிலையைப் பெற்றபோது, பரத்பூருக்கென்று ஓராண்டிற்கு 37,500 பவுன் மதிப்புள்ள அரசு மானியம் அளிக்கப்பட்டது. பின்னர் அதுவும் ஒழிந்தது. பரத்பூர் மிகவும் ஏழ்மையான நாட்டரசாகும்.

பரத்பூரிலிருந்து நகைகளும், பொருள்களும், மதிப்புப் போடுவதற்காக டெல்லியின் கனாட்டுப் பிளேஸ் என்ற கடைத்தெருப் பகுதியிலிருந்த ஒரு நகைக் கடைக்கு அனுப்பப்பட்டன. அவற்றைப் பெற்றுக் கொண்டதற்கான ஒப்புச் சீட்டை எவரும் அந்தக் கடைக்காரரிடம் கேட்டுப் பெறாததால், அவர்களிடம் பின்னர் நகைகளைக் கேட்ட போது, ''என்ன நகை'' என்று அவர்கள் வினவினர். எனவே மதிப்பு மிக்க அத்தனை நகைகளும் அவ்வாறு இழக்கப்பட்டன.

பரத்பூர் அரண்மனையில் இன்று வைசிராய்கள், இளவரசர்கள், நாட்டரசர்கள், ஈரான் மன்னர் ஷா, அவர் மனைவி சொரஷ்யா ஆகியோரின் படங்கள் உள்ளன. இவர்களெல்லாம் அங்கு வாத்து வேட்டைக்கும் புலி வேட்டைக்கும் வந்தவர்கள்.

1754

தாஜ்மகாலில் கல்வி

ஈரான் அரசி சொரய்யா மிகுந்த மனவாட்டத்துடன் தன் கணவனோடிருக்கும் படம் அங்குள்ளது. அவர் மனக்கவலையோடு இருந்த போதிலும் மூன்று புலிகளைச் சுட்டு வீழ்த்தினார். அவர் மலடியாக இருந்தமையே மனவாட்டத்திற்குக் காரணமாகலாம்.

காதற் கனவுகளைத் தோற்றுவிக்கும் காதல் மாளிகையான தாஜ்மகாலில் காதல் செய்தால், அதிலும் நிலவு பொழியும் இரவு வேளையில் ஷாவும், சொரய்யாவும் கலவி செய்தால், அவர்களுக்குக் குழந்தை பிறக்கலாம் என்று கருதிப் பரத்பூர் நாட்டரசர் பிரிஜேந்திர சிங்கு (1929-1948) அவர்களுக்குத் தாஜ்மகாலில் மஞ்சம் விரிக்க ஏற்பாடு செய்தார். அதனாலும் பலன் விளையவில்லை என்பதைச் சொரய்யாவின் சோக வரலாறு காட்டும். (ஷா பின்னர் அவரை மணவிலக்குச் செய்து விட்டார்.)

இந்தியாவில் 1948 ஆம் ஆண்டிற்குப் பிறகு நாட்டரசுகள் இந்தியக் கூட்டரசில் சேர்ந்த பின்னரும், நாட்டரசர்கள் 1972 ஆம் ஆண்டிற்குப் பிறகு தனிச் சலுகைகளையும், பட்டங்களையும் இழந்த பின்னரும், அவர்களின் அரச கொடிவழி தொடர்வது போல், இன்னும் பட்டத்திற்கு வருவதாகவே எண்ணிக் கொள்கின்றனர்.

பரத்பூரில் இன்று பட்டத்திலிருக்கும் ''இளவரசரின்'' சகோதரர் பெயர் மான்சிங்கு. அவர் பரத்பூரிலிருந்து சற்று தொலைவிலுள்ள தீக்க என்னுமிடத்தில் மிகுந்த செல்வாக்குப் பெற்று விளங்கினார். தீக்க என்னுமிடத்தில் பரத்பூராருக்கு மிக அழகிய அரண்மனை உள்ளது. அது அழகுமிக்கதாயும், தண்மை நிறைந்ததாயுமிருக்கும். பரத்பூரில் கார்காலம் தொடங்கியதும், அரச குடும்பத்தினர் தீக்க அரண்மனைக்கு வந்து விடுவர். எனவே அதற்குக் கார்கால அரண்மனை என்று பெயர். அம்மாளிகையைக் கட்டுவதற்கு டெல்லிச் செங்கோட்டையிலிருந்து செந்நிற மணல் கற்கள் கொண்டுவரப்பட்டன.

கார்கால அரண்மனை பதினெட்டாம் நூற்றாண்டில் கட்டப் பெற்றது. அது ஒரு காலத்தில் முகலாயப் பூங்காக்களாலும், கொய்யாத் தோப்புகளாலும் சூழப்பட்டிருந்தது.

இரவில் எண்ணெய் விளக்குகளைக் கொண்டு ஒளியூட்டப் பெறும் நீரூற்றுகள் கொள்ளை அழகாயிருக்கும்.

அங்கு கட்டி வெள்ளியாலான படுக்கை ஒன்றுள்ளது. அதன் நீளம் 18 அடி அகலம் 12 அடி. குளிக்குமிடம் பளிங்குக் கல்லினால் குழியாக அமைக்கப்பட்டுள்ளது. நாணல்களாலான தட்டிகளின் மீது நீரைத் தெளித்துப் பாலை வெளியிலிருந்து வீசுகின்ற வெப்பக் காற்றைத் தணித்து வந்தனர்.

இன்றைய பரத்பூர் பட்டத்துக்காரரும், அவருடைய தம்பி மான்சிங்கும் சிறுவயதில் இந்த அரண்மனையில் ஆமைகளைக் கண்டு களித்திருக்கின்றனர்.

இளவரசர் மான்சிங்கு சுயேச்சை அரசியல்வாதி என்று தீக்க நகரில் பெயர் மாற்றியிருந்தார். அவர் 1985 இல் நடந்த பொதுத் தேர்தலில் தனி வேட்பாளராகப் போட்டியிட்டார். அவரை எதிர்த்துக் காங்கிரசுக் கட்சி அமைச்சர் ஒருவர் நின்றார்.

மான்சிங்கு பழைய ஜீப்பு ஒன்றில் ஏறித் தேர்தல் பிரசாரம் செய்து வந்தார். அவரது கொடிகளையும், தோரணங்களையும் காங்கிரஸ் ஆதரவாளர்கள் கிழித்தெறிந்தனர் என்பதை அறிந்ததும், மான்சிங்கிற்கு எரிச்சல் வந்துவிட்டது.

மான்சிங்கின் தேர்தல் பிரசாரம் பெரும் பகட்டாகவும், சிறிது இயல்பு மீறியதாகவும் இருக்குமாதலால், மக்கள் அவற்றைப் பெரிதும் கண்டு கொள்வதில்லை. அதனால்தான், அவர் தன் தொகுதிக்கு வந்திருந்த அரசியல்வாதி ஒருவரின் ஹெலிகாப்டர் மீது ஜீப்பினால் மோதி, அதன் விமானியை உயிருக்குப் பயந்து கீழே குதித்து ஓடச் செய்தபோது, மக்கள் அதையும் ஒரு வேடிக்கை என்றுதான் எண்ணினர்.

தனி வேட்பாளரான மான்சிங்கு அதற்கடுத்த நாளன்று ஜீப்பிலேறி வீதிகளில் வந்தார். இருகை கூப்பி வாக்காளர்களை வணங்கினார். தன் ஆதரவாளர்களைப் பார்த்து முறுவலித்தார். அவர் ஜீப்பிலிருந்து இறங்கியதும், போலீசார் அவரைச் சூழ்ந்து கொண்டு அந்த இடத்திலேயே அவரைச் சுட்டுக் கொன்றனர்.

அவரது உடல் அரண்மைக்கருகில் எரியூட்டப்பட்டது. பொது நிகழ்ச்சிகளில் அரிதாகக் கலந்து கொள்ளும் ''இளவரசர்'' தன் தம்பியின் ஈமச் சடங்கிற்காக அங்கு வந்திருந்தார். மக்கள் ஆத்திரமடைந்து போலீசாரை அந்த இடத்திலேயே தாக்கி, அவர்களின் ஜீப்புகளுக்குத் தீ வைத்தனர்.

8. பிரிட்டனின் நான்காவது பிரதமர் நியூகேசில் பிரபு

நியூகேசில் பிரபு பிரிட்டனில் மூன்றாவது பிரதமரான ஹென்றி பெல்ஹமின் அண்ணன். அவர் பெருஞ்செல்வர்; அவருக்கு நிலத்திலிருந்து ஆண்டுதோறும் கிடைத்த குத்தகைப் பணத்தின் மதிப்புச் சுமார் 25000 பவுன். (இக்காலத்தில் ஒரு பவுனின் மதிப்புச் சுமார் பத்து ரூபாய்.)

அவர் தன் செல்வத்தைத் தனக்கு அடங்கிக் கட்டுப்பட்ட தொகுதிகளில் செலவிட்டு வந்தமையால், அவருக்குப் பரந்த அரசியல் செல்வாக்கிருந்தது. அவரது செல்வாக்கைக் கொண்டு அறுபது எழுபது பேர் பாராளுமன்றத்திற்குத் தேர்ந்தெடுக்கப்பட்டிருந்தனர். அவர் தேர்தல்களுக்கென்றே தன் செல்வத்தில் பெரும் பகுதியை நேர்மையற்ற முறையில் செலவிட்டதே அதற்குக் காரணமாகும். இரண்டாவதாக அவருக்குப் பெரிய இடத்து உறவுகள் இருந்தன. எடுத்துக்காட்டாக, அவரின் மைத்துனரான சார்லஸ்

டௌன்செண்டு வால்போலின் தங்கையான டோரதியை மணந்திருந்தார்.

பதினெட்டாம் நூற்றாண்டின் நடுப்பகுதியில் விக் கட்சியின் செல்வாக்கு உச்சத்திலிருந்தது. ஒருவர் நாட்டின் மிக உயர்ந்த அரசியல் பதவியை ஏற்பதற்கு இவையெல்லாம் காரணங்களாயிருந்தன. அதிலும் அந்த ஒருவர் செல்வம் படைத்த கோமகன் என்ற உயர்மட்ட நிலப் பிரபுவாயிருந்தார்.

நியூகேசில் பிரபு

நியூகேசில் கோமகன் அறிவுத்திறமை மிக்கவர் என்பது விவாதத்திற்குரியது. அவரின் உணர்ச்சி மிகுந்த பகட்டான பாவனைகளும் எல்லாரும் விரும்பத்தக்க விதத்தில் இருக்கவில்லை. இருப்பினும் அவர் 1754-1756, 1757-1762 ஆகிய இரு காலப் பகுதிகளில் பிரிட்டனின் பிரதமராய் இருந்திருக்கின்றார்.

இவர் மன்னரின் வெறுப்பைப் பலமுறை பெற நேர்ந்தது. எனினும் அவர் தான் கொண்ட கருத்தைச் சாதித்து வந்திருக்கின்றார். அதனால் திறமை வாய்ந்த ஓர் அமைச்சரிடம் இருக்கின்ற சில பண்புகள் அவரிடம் அமைந்திருந்தன என்று கூறுவாருமுளர்.

தாமஸ் பெல்ஹம் என்ற இவர் பெல்ஹம் பிரபுவின் மூத்த மகனாக 1692 ஜூலை 21 அன்று பிறந்தார். முதலாம் ஜார்ஜ் மன்னர் (ஹனோவரியர் குடியின் முதல் பிரிட்டிஷ் மன்னர். அவரது காலம் 1660-1727; மன்னராக 1714 முதல் 1727 வரை இருந்தார்.) அரியணை ஏறியபோது தாமஸ் பெல்ஹமின் வாழ்க்கை தொடங்கியது. நியூகேசில் கோமகன் இவருடைய தந்தையின் உடன் பிறந்தவர். இக்கோமகன் இறந்ததும், தாமசிற்குப் பரந்த சொத்துகளும் கோமகன் என்ற பட்டமும் வந்தன. அதனால் தாமஸ் பெல்ஹம் நியூகேசில் கோமான் என்ற உயர் நிலையை அடைந்தார்.

அவர் வெஸ்ட்மினிஸ்டரிலும், கேம்பிரிட்ஜிலும் கல்வி பயின்றார். பிரிட்டனில் ஹனோவரியர் அரசகுடியின் ஆட்சி அமைந்ததும், இவர் முதலில் கிளேர் ஏள் (*Earl*) என்ற பிரபுவாக இருந்து, பின்னர் 1715 இல் நியூகேசில் கோமகனாக (*Duke*) உயர்ந்தார்.

அவர் பின்னர் மால்பரோ கோமகனின் பேத்தியான ஹென்றியட்டா கோடோல்ஃபின் சீமாட்டியை மணந்து கொண்டார். அவருக்குத் தேம்ஸ் ஆற்றின் கரையில் தென்கிழக்கு இங்கிலாந்திலுள்ள சர்ரே கோட்டத்திலிருக்கும் கிளேர்மாண்ட் என்ற இடத்தில் மிக அருமையான ஒரு மாளிகை இருந்தது.

அவர் முப்பதாண்டுக் காலம் 1754 வரை வால்போல், தன் தம்பி ஹென்றி பெல்ஹம் ஆகியோரின் அமைச்சில் ஓர் அமைச்சராக இருந்து வந்திருக்கின்றார். அவர் அப்போதைக்கப்போது சிடுசிடு வென்று பாய்வதுண்டு. எனினும் பெரிதும் மனநிறைவோடுதானிருப்பார்.

அவரிடம் மிகச் சிறந்த மேல்மட்டப் பதவி இருந்தது. அவருக்கு மனக்கலக்கத்தை உண்டாக்கும் ஆழ்ந்த கவலை எதுவுமில்லை. அவரிடமிருந்த அரசியல் அதிகாரத்தை இராபட் வால்போல் கூட மதித்ததுண்டு. ஆனால் மூன்றாவது பிரதமரான அவரின்

தம்பி ஹென்றி பெல்ஹம் (*1696-1754*; பிரதமராயிருந்த காலம் *1743-1754*; இ.ச.க.தொகுதி-*5* காண்க.) இறந்ததும் இந்நிலைமை மாறிவிட்டது.

நியூகேசில் கோமகனுக்குப் பொறாமை பொங்கி எழுந்தது. தான் மூத்தவர்; பணக்கார அண்ணன்; நாட்டின் முதன்மையான ஆட்சியர் பதவிக்குப் பொருத்தமானவன் தானே என்று அவருக்கு ஓர் எண்ணம் இருந்து வந்தது. அவர் தன் தம்பியின் மறைவிற்காக வருந்தினார். எனினும் ஹென்றி இறந்த சில நாள்களுக்குள் தம்பியின் இடத்தைப் பிடிக்கும் வேலையில் முனைந்து ஈடுபட்டார். அப்போது அவருக்கு வயது அறுபது.

அவருக்குச் சூழ்ச்சித் திறன் இயல்பாக அமைந்திருந்த போதிலும், தம்பியின் இடத்தில் பிரதமராய் அமர்வதென்பது அவருக்கு அவ்வளவு எளிதாயிருக்கவில்லை. அவர் பிரிட்டிஷ் பிரபுக்களின் ஐந்து படி நிலைகளில் ஒன்றான பீர் (*Peer*) என்ற பெரும் பிரபுவாயிருந்தார். (உயர் குடிப் பிரபுக்களின் படி நிலைகள்; டியூக்கு என்னும் கோமான்; மார்க்குவிஸ் என்ற கோமான்; ஏள் என்ற கோமான்; வைக்களண்ட்; பேரன் இவர்கள்தாம் பீர் என்று பொதுவாக அழைக்கப்படுகின்றனர். இவர்களனைவரும் உயர்மட்டப் பிரபுக்கள்.)

1754

ஆனால் பாராளுமன்றத்தின் பொதுமன்றத்திற்குத் தலைமை ஏற்பவர், கீழ்மன்றத்தில் உறுப்பினராயிருக்க வேண்டுமென்று இக்கால கட்டத்தில் எதிர்பார்க்கப்பட்டது. நியூகேசில் கோமகனிடம் குறிப்பிடத்தக்க திறன் எதுவுமில்லை. அவருக்குப் பலம் வாய்ந்த எதிரிகளுமிருந்தனர். இவையனைத்திற்கும் மேலாக மிகவும் கெட்டிக்காரரான சாதாரணக் குடிமகனாகிய வில்லியம் பிட் (அவர் மூத்த பிட் என்றழைக்கப்பட்டார்; *1708-1778*; இவரின் மகன் பெயரும் வில்லியம் பிட் ஆகும். அவர் இளைய பிட் என்றழைக்கப்பட்டார்.) இருந்தார்.

பிட் ஹனோவர் அரசகுடியை இழித்துப் பேசினார் என்பதற்காக இரண்டாம் ஜார்ஜ் மன்னர் (*1653-1760*; ஆட்சிக்காலம் *1727-1760*) அவரை மிகவும் வெறுத்தார். சில நாள் நடந்த சூழ்ச்சிகளுக்குப் பிறகு மன்னர் நியூகேசில் கோமகனை *1754* ஆம் ஆண்டு தலைமை அமைச்சராக அமர்த்திக் கொண்டார். பிட் மிகுந்த கெட்டிக்காரத்தனமாய்க் கருவூலத் துறை அமைச்சராக ஒதுங்கிக் கொண்டார். இந்த அரசு நெடுநாள் நிலைக்காது என்று மூத்த பிட் நம்பிக் கொண்டிருந்தார்.

பிரிட்டன் பிரான்சுடன் போருக்குச் சென்றதும், அந்தப் போர் மிகவும் மோசமாய்ப் போனதும், அரசின் வலுவின்மை மிகத் தெளிவாகத் தெரிந்தது. பிட் பதவி விலகிக் கொண்டு மக்கள் சபையில் நியூகேசில் கோமகனை இரக்கமின்றித் தாக்கி வந்தார். பின்னர் *1756* ஆம் ஆண்டுக் குளிர்காலத்தில் மேற்கு மத்தியத் தரைக்கடலில் மஜோர்க்காவிற்கு வட கிழக்கிலுள்ள பெரிய தீவாகிய மனோர்க்காவைப் பிரிட்டிசார் பிரஞ்சுக்காரிடம் இழந்தனர். இலண்டன் நகரம் இதை அறிந்து திடுக்கிட்டது.

அதனால் பிரதமர் நியூகேசில் கோமகன் பதவியிலிருந்து விலகினார். டேவோன்சயர் கோமகன் சில மாதகாலம் பெயரளவிற்குப் பிரதமராயிருந்தார். அப்போது பிட் அந்த அமைச்சில் இடம் பெற்றார். எனினும் தனி நிலை உறுப்பினர்களிடையே தனக்குப் போதிய ஆதரவைத் திரட்டிப் பிட்டினால் பிரதமராக வரமுடியவில்லை. எனவே நியூகேசில் *1757* ஜூனில் மீண்டும் பிரதமராக வந்துவிட்டார்.

எனவே நியூகேசில் விரும்பியவாறு அவருக்குப் பதவி வந்தது; ஆதரவும் அவருக்கு இருந்தது; பெரும் பதவியில் அவர் இருக்கின்றார் என்ற தோற்றப் பொலிவும்

இருந்தது. அவர் பாராளுமன்றத்தையும், நிதி விவகாரத்தையும் செவ்வனே நடத்திச் சென்றார். பிஷப்புகளை அமர்த்தினார்.

பிட் இதற்கிடையே உலகு தழுவிய அரசியல் தந்திரத்தின் சிக்கல்களைச் சமாளித்து வரலானார். இந்த ஏற்பாடு பிரதமருக்கும், பிட்டுக்கும் ஏற்புடையதாயிருந்தது. நியூகேசில் கோமகன் வால்போல் அமைச்சரவையில் எப்படி வெறும் பூச்சியமாக இருந்தாரோ, அவ்வாறே பிட்டுடன் நடத்திய அரசியலிலும் இருந்து கொண்டார்.

பிட் பிரிட்டிஷ் பேரரசின் இராணுவத்தை வலுப்படுத்தும் அடிப்படைப் பணிகளை மேற்கொண்டிருந்த சிக்கலான ஆண்டுகளில், அனைத்துமே நன்றாகத்தான் நடந்து வந்தன. அப்போது மூன்றாம் ஜார்ஜ் மன்னர் (1738-1820; அரசிருந்த காலம் 1760-1820; பிரிட்டன் இவரது ஆட்சிக் காலத்தில்தான் அமெரிக்கக் குடியேற்றங்களை இழந்தது. இவருக்கு 1811இல் மனநோய் வரவே, அவரது ஆட்சிக்காலம் முழுமையும் அவருடைய மகன் ஆட்சிப் பொறுப்பைக் கவனித்து வந்தார்.) 1760 ஆம் ஆண்டு பட்டத்திற்கு வந்தார். அவருக்கு அக்கட்சியின் எழுச்சி மீது வெறுப்பு இருந்தது. (இம்மன்னரின் மனநோய் பற்றிய செய்தி பெதலம் என்ற இலண்டன் மனநோய் மருத்துவமனை பற்றிய கட்டுரையில் காண்க.) நியூகேசில் கோமகன்தான் அக்கட்சிக்கு ஒரு சின்னம் போலிருந்தார். பிட் மிகுந்த வீராப்புடன் நடந்து கொள்வதாகவும் மன்னர் நினைத்தார். மன்னர் பிரதமரை விடுத்துத் தனக்கு மிகவும் பிடித்தமான பூட் பிரபு என்ற ஸ்காட்லாந்துக்காரருக்கே ஆதரவு கொடுத்தார்.

போர்ச் செலவுகள் மிகுந்து வந்ததைக் கண்டு திகிலடைந்து, எதிரியுடன் சந்து செய்து கொள்ளலாமென்று நியூகேசில் விரும்பிய நேரத்தில், பிட் 1761 அக்டோபரில் அமைச்சர் பதவியிலிருந்து விலகினார். நியூகேசில் பதவியில் ஒட்டிக் கொண்டார். அவர் அவமானத்திற்கு மேல் அவமானப்பட்ட பிறகு, பெயரளவில் மட்டுமே அமைச்சராயிருந்து வந்த தனக்கு ஆட்சிப் பொறுப்பில் எந்த அதிகாரம் இல்லை என்பதை உணர்ந்தார்.

அவர் வேலையிலமர்த்திய சிறு தர அலுவலர்களைக் கூட மன்னர் பணியிலிருந்து நீக்கினார். அவரால் அமர்த்தப்பட்ட பிஷப்புகள் கூட அவரைவிட்டு ஓடினர். அதனால் 1762 மே 25 அன்று நியூகேசில் பதவியிலிருந்து விலகி விட்டார்.

அதன் பிறகு 1766 ஆம் ஆண்டு எத்துறைப் பொறுப்புமின்றிக் காபினட் அமைச்சராய் ஓராண்டுக் காலம் பணிபுரிந்தார். அவர் 1768 நவம்பர் 17 அன்று மாரடைப்பினால் இறந்தார். அவருக்குப் பிள்ளைகள் இல்லை. அவர் பொது வாழ்க்கையில் இறங்கிய நேரத்தில் அவரிடமிருந்த செல்வத்தில் இப்போது 3,00,000 பவுன் குறைந்து விட்டது என்பதை அவரது இறுதி விருப்ப முறியிலிருந்து அறிய முடிகின்றது. இப்பணம் அனைத்தும் அரசியல் செல்வாக்கை விலை கொடுத்து வாங்குவதற்குப் பயன்படவில்லை. அதில் ஒரு பகுதி மட்டுமே அதற்கெனச் செலவானது. அவர் கிட்டத்தட்ட நாற்பத்தைந்தாண்டுக் காலம் அரசியல் பதவியிலிருந்திருக்கின்றார்.

9. கலை, தொழில் ஆக்கங்கள் : ஊக்குவிக்கப் பிரிட்டனில் உதவி

பிரிட்டன் பல்வேறு துறைகளில் எழுச்சி கண்ட இக்கால கட்டத்தில், அங்கு எத்தனையோ பல பொதுப்பணிகள் மேற்கொள்ளப் பட்டன. அறிவியல் வளர்ச்சிக்கென்று இரண்டாம் சார்லஸ் மன்னர் (1690-1685) 1660 ஆம் ஆண்டு இராயல் சங்கம் (Royal Society) என்ற அமைப்பை நிறுவினார் என்பதை நாம் அறிவோம்.

இவ்வாண்டு கலைகள், தொழில் ஆக்கங்கள், வாணிபம் முதலிய துறைகளை ஊக்குவிக்கும் சங்கம் (*Society for the Encouragement of Arts, Manufactures and Commerce*) என்ற அமைப்புப் பிரிட்டனில் நிறுவப்பட்டது. பிரிட்டனில் சாலைகளும், வண்டிப் போக்குவரவும், சீராக இல்லை என்பதற்காக மேற்கொள்ளப்பட்ட வண்டித் திட்டத்திற்கு இச்சங்கம் பண உதவி செய்ததுடன், பல்வேறு புத்தாக்கப் பணிகளுக்கென்று 1764 வரை பெருந்தொகையைப் பலருக்கு வழங்கியது. அதன் பின்னரும் சங்கத்திடம் பணம் எஞ்சியிருந்தது.

இச்சங்கம் தொடங்கிய ஐந்தாண்டுகளுக்குள், இதில் 1,200 பேர் உறுப்பினராயினர். உறுப்பினர் கட்டணம் 2 கினி. பிரபுக்களாயின் கட்டணம் 5 கினி.(கினி என்பது பிரிட்டனில் 1813 வரை புழக்கத்திலிருந்து வந்த பொற் காசு. அது 21 சில்லிங்கு மதிப்புள்ளது. இருபது சில்லிங்கு ஒரு பவுன். இக்காலத்தில் ஒரு பவுனின் மதிப்புச் சுமார் பத்து ரூபாய்.)

இச்சங்கம் புத்தாக்கங்களுக்குப் பரிசுகளை வழங்கியதேயன்றி, அதற்குரிய உரிமையை வாங்கிக் கொள்ளவில்லை. புதிய கண்டுபிடிப்புகள் அனைத்தும், மக்களுக்கு இலவசமாக அளிக்கப்பட்டன. இது இனி வரவிருக்கும் காலங்களில் பேரடியாகப் போகின்றது. ஏனெனில் கண்டுபிடிப்பாளர்கள் தம் கருத்துகளையும், எந்திரங்களையும் முற்றிலும் தம் ஆதாயத்திற்கென்றே பயன்படுத்த விரும்பினர். இது நீராவிப் பொறிகள் தோன்றியதற்கு முந்திய காலமாகும்.

பிரிட்டனின் இந்த அறிவியல் வளர்ச்சி ஊக்குவிப்பு அமைப்பானது,ஓவியக்கலை, நெசவுத் துணிவேலை, வடிவங்கள். சுவர்த்தாள்கள், அனைத்து வகைக் கண்டுபிடிப்புகள், சிறந்த கருவிகளைத் திருத்திப் புதுக்குதல், நில மீட்பு, காடு வளர்ப்பு, குளிர்காலத்திற்கு வேண்டிய புதுவகைத் தீவனப் பயிர்கள், மனிதர் உண்பதற்கு வேண்டிய உருளைக் கிழங்கு வகைகள், சுவீடன் கிழங்கு போன்றவற்றை விளைவித்தல் ஆகிய பல தரப்பட்ட ஆக்கப் பணிகளுக்கு இந்த 1754 முதல் உதவி செய்தது.

10. கீழக்கரையில் டச்சுப் பண்டசாலை: கீழக்கரை முஸ்லிம்கள்

இது கிழக்குக் கடற்கரையோரத்தில் இன்றும் சிறப்புற விளங்கும் சிறு துறைமுகப் பட்டினமாகும். இது சீதக்காதி என்ற வள்ளல் பெருமான் (சு. 1640-1715) வாழ்ந்து சிறந்த ஊராகும். (இ.ச.க.தொகுதி-2) இவ்வூர் பண்டைக் காலத்திலிருந்து நெடுந் தொலைவிலுள்ள நாடுகளுடன் கடல் வாணிபம் செய்து வந்ததென்பர்.

தமிழ்நாட்டில் இஸ்லாம்

சோழ மண்டலக் கரையிலும், அதாவது தமிழ்நாட்டின் கிழக்குக் கரையோரங்களிலும், தமிழ் நாட்டிலும் முஸ்லிம் குடியேற்றம் நிலவியதைக் காட்டும் தொன்மையான வரலாற்றுச் சான்று கி.பி. ஒன்பதாம் நூற்றாண்டினதாகும். அது கி.பி. 876 ஆம் ஆண்டைச் சேர்ந்த ஒரு செப்பேடாகும். அதில் மதுரை மன்னர் அரபுக் குடியேறிகள் கூட்டம் ஒன்றுக்குப் புகலிடம் தந்தது குறிக்கப்பட்டுள்ளது. இருப்பினும் சையது நாதிர் ஷா போன்ற புகழ் வாய்ந்த சமயப் பரப்பியைப் பற்றிப் பதினோராம் நூற்றாண்டின் முற்பகுதி வரையிலும் நாம் கேள்விப்பட்டதில்லை. இதே காலத்தில்தான் சோழப் பேரரசு விரிந்து பரவுகின்றது. அப்போது சோழ மண்டலக் கரையிலும், மதுரையிலும் முஸ்லிம் குடியேற்றம் வெகுவேகமாய் மிகுந்து வரக் காண்கின்றோம்.

மலபாரில் போன்று இங்கும் வட இந்தியத் தொடர்பு அதிகமில்லை. வடக்கத்தி முஸ்லிம் சுல்தானான முகமது பின் துக்ளக்கு பதினான்காம் நூற்றாண்டில் சிறிதுகாலம் மட்டுமே மதுரையில் மேலாண்மை செலுத்தினார். எனினும் தமிழ்நாட்டுக் கடற்கரையோரங்களில் குடியேறிய முஸ்லிம் வணிகர்கள் தனித்தன்மை வாய்ந்த தமது அரபு மரபை, அதற்குப் பிந்திய காலத்திலும் நீடித்து வந்ததற்குத் தடையேதும் இருக்கவில்லை.

இலப்பை

தமிழ் பேசிய இம்முஸ்லிம்கள் இலப்பை அல்லது லெப்பை என்று அறியப்படலாயினர். இது அரபு என்ற சொல்லின் திரிபு என்பர். சோழ மண்டலக் கரையோரத்தில் வாழ்ந்து வந்த முஸ்லிம்கள், மலபாரின் மாப்பிள்ளைமாரைப் போன்று செழிப்பான கடல் வணிகராயும், கப்பல் முதலாளிகளாயும் உயர்ந்தனர். அவர்கள் ஷாஃபியராயுமிருந்தனர். அவர்கள் பிற்காலத்தில் மரைக்காயர் அல்லது காயலார் என்னும் பெயர்ப் பின்னடை கொண்டனர்.

தமிழ்நாட்டின் உள்பகுதியை வாழ்விடமாய்க் கொண்ட உழவர், நெசவாளர், சிறுதர வணிகர் போன்ற நாட்டுப்புற அடிநிலை, ஹனாஃபி முஸ்லிம்களிடமிருந்து தம்மை வேறுபடுத்திக் காட்டுவதற்காக அவர்கள் இவ்வாறு மரைக்காயர் என்று பெயர் வைத்துக் கொண்டனர் என்பர். இவ்வேறுபாட்டை மனத்திற்கொண்டு உள்நாட்டு முஸ்லிம் சமூகத்தவரைக் குறிப்பதற்கு மட்டும் சிலர் லெப்பை என்ற சொல்லைப் பயன்படுத்துகின்றனர். தமிழ்நாட்டு அரசின் பிற்படுத்தப்பட்டோர் பட்டியலில் லெப்பை என்ற வகுப்புச் சேர்க்கப்பட்டிருப்பது குறிப்பிடத் தக்கது.

1754

காயல்பட்டினம், கீழக்கரை, அதிராம்பட்டினம் ஆகிய துறைமுகங்களைச் சேர்ந்த பெரிய வணிகக் குடும்பத்தார் தம்மைத் தூய அரபு இஸ்லாமிய வழியினர் என்று கூறிக் கொண்டனர். இம்மூன்று துறைமுகங்களிலிலுமிருந்த வணிகக் குலத்தினர் தம்மை இந்தியாவில் முதன் முதலில் குடியேறிய முஸ்லிம்களின் வழி வந்தோர் என்று கொண்டிருந்த மரபுணர்ச்சிக்குப் புத்துயிரூட்டியே வந்தனர். அங்ஙனம் குடியேறிய முஸ்லிம்கள் பத்து பதினொன்றாம் நூற்றாண்டுகளில் வந்து சேர்ந்த அரபு வணிகராவர். அவர்கள்தாம் அங்கு முதல் பள்ளிவாசலைக் கட்டினர். தென்னிந்திய, இலங்கைக் கரையோரங்களில் வாழும் பிற முஸ்லிம்களைப் போலவே, கரையடுத்து வாழும் லெப்பைகளும், குறிப்பாகக் காயல்பட்டினத்தில் வாழ்பவர்களும் - காயல்பட்டினம்தான் அவர்களின் மிக முக்கியமான மையம்-தமக்குத் திருக்குரானில் புலமையும், பள்ளிவாசலை நோக்கிய இறைப்பற்றும், அரேபியத்துடன் தமக்கு நேரடியான தொடர்புகள் இருந்துவரும் வரலாற்றுப் பிணைப்புக் காரணமாகப் பெறப்பட்டவை என்று வலியுறுத்துகின்றனர்.

அவர்கள் கடல் வாணிபத்தில் ஈடுபட்டமையால், எளிதில் இடம் பெயரும் மரபைக் காத்து வந்தனர். முத்துச் சலாபம் எடுக்கும் பருவகாலங்களில், பாக்கு நீரிணையைத் தாண்டி இலங்கை சென்ற லெப்பைகளில் பலர், மாணிக்கம், முத்து முதலிய பொருள்களில் வணிகராயினர். அவர்கள் அதன்பிறகு வெகு தொலைவிலிருந்த ஜாவா, சுமத்திரம், மலாய்த் தீவக்குறை இங்கெல்லாமிருந்த பன்னாட்டு வாணிபத் துறைமுகங்களுக்கும் சென்றனர்.

லெப்பை என்ற சொல்லுக்கு வணிகர், நகைவணிகர் என்றெல்லாம் பொருள் கொள்ளலாம். மலாய் உலகில் இஸ்லாம் பரவுவதில் தமிழ் லெப்பைகள் மிக

முக்கியமான பங்காற்றியமையால், மலாய் மொழியில் லெபை என்ற சொல் அப்படியே வழங்குவதிலிருந்து இதை அறிந்து கொள்ளலாம். மரைக்காயரின் வாணிபம் விரிந்தமையால் எங்கும் பள்ளி வாசல்களும், மதரசா என்ற அரபிப் பள்ளிக் கூடங்களும் பெருகின.

காயல்பட்டினத்திலுள்ள மிகப் பழமையான பள்ளிவாசல்களில் கூட பதுமத் தூண்களும், இந்துக் கட்டடவியல் மாதிரிகளில் பல கூறுகளும் உள. அவர்கள் அரபி அல்லது உருது மொழிகளின் வழியே வழிபாடு நிகழ்த்தாது, ஒரு வகையான கலப்பு அரபுத் தமிழையே பயன்படுத்துகின்றனர்.

கீழக்கரை கிட்டத்தட்ட ஆயிரமாண்டுகளுக்கு மேலாகவே வாணிப மையமாக இருந்து வருகின்றது என்பதைப் பல செய்திகள் புலப்படுத்தும். டச்சுக்காரர் கீழக்கரையில் 1754 இல் ஒரு பண்டசாலை அமைக்க அனுமதி கோரினர். அதற்குச் சேதுபதி செல்லத்தேவர் இசைவு தந்தார். ஆனால் டச்சுக்காரர் சேதுபதிக்குத் தெரியாமல் இப்பண்டசாலையைப் படைத்தளமாக்க முயன்றனர். அதனால் சேதுபதி தன் படையை அனுப்பி டச்சுக்காரரைச் சிறை செய்தார். டச்சுக்காரர் மன்னிப்புக் கேட்கவே, அவர் அவர்களை விடுதலை செய்தார்.

கீழக்கரை சென்னையிலிருந்து தெற்கே தென்மேற்கில் சுமார் 420 கிலோ மீட்டர் (280 மைல்); மதுரையிலிருந்து சுமார் 99 கிலோ மீட்டர் (66 மைல்); இராமநாதபுரத்திலிருந்து தெற்கே தென்மேற்கில் சுமார் 15 கிலோ மீட்டர் (10 மைல்). இது மன்னார் வளைகுடா மீதுள்ளது.

இங்கு வரகுண பாண்டியன் கட்டுவித்த சிவன் கோயிலும், ரோமன் கத்தோலிக்கச் சர்ச்சுகளும் உள்ளன.

1754

வரலாற்றுப் புள்ளிகள்

1. பிரிட்டனில் முதல் உருட்டாலை

ஆங்கிலத் தொழில் முனைவர்கள் ஆங்கிலக் கால்வாய் மீதமைந்த தென் இங்கிலாந்துக் கோட்டமான ஹாம்சயரிலிருக்கும் ஃபேர்ஹாம் என்ற இடத்தில் உலகின் முதல் உருட்டாலையை இந்த 1754 இல் அமைத்தனர்.

2. பாரிசில் 56 காப்பிக் கடைகள்

பிரஞ்சு நாட்டுத் தலைநகரான பாரிஸ், சீன் ஆற்றின் வடக்கே அமைந்துள்ளது. இந்நகரம் கி.மு. மூன்றாம் நூற்றாண்டிலிருந்து நிலவி வருகின்றது. இது கி.பி. 987ஆம் ஆண்டு பிரான்சின் தலைநகரானது. கலைக்கும், இலக்கியத்திற்கும், நயநாகரிக நடையுடை பாவனைக்கும் பெரிய மையமென விளங்கிவரும் இப்பெரு நகரில் கஃபே எனப்படும் 56 காப்பிக் கடைகள் இந்த ஆண்டு நிலவின. இலண்டன் காப்பிக் கடைகள் பற்றிய விரிந்த செய்திகள் முன்னர் (இ.ச.க தொகுதி-2) சொல்லப்பட்டிருந்தன. இவை ஐரோப்பிய மக்களின் வாழ்க்கையில் குறிப்பிடத்தக்க இடம் பெற்றிருந்தன என்பதைத் தொட்டுக் காட்டவே, அவை பற்றித் தக்க இடங்களில் சுட்டிக் கொண்டே வருகின்றோம்.

பாரிஸ் நகரில் *1672* ஆம் ஆண்டுதான் செயிண்ட் - ஜெர்மன் பொருள்காட்சியில் முதல் காப்பிக் கடை திறக்கப்பட்டது. பாஸ்கல் என்ற பெயரால் மட்டும் அறியப்பட்ட ஓர் அர்மீனியர் இப்பொருள் காட்சியால் நல்ல ஆதாயம் கண்டார். எனினும் அங்கு காப்பிக்கடை ஓடவில்லை. அவர் அதன்பிறகு இலண்டனுக்குப் போய்விட்டார்.

3. இங்கிலாந்தில் ஓய்வு நிறைந்த வாழ்க்கை

கிழக்கிந்தியக் கம்பெனியின் பல்வேறு தொழில் முயற்சிகளிலிருந்து கிடைத்த ஆதாயத்தை விட, அமெரிக்கம் என்னும் புது உலகிலிருந்து பெற்று வந்த சர்க்கரை, புகையிலை, பருத்தி, இன்னும் பிற பண்டங்கள் பெருஞ்செல்வத்தைக் குவித்து வந்தமையால் பிரிட்டனில் ஓய்வு நிறைந்த வாழ்க்கை வசதிகளைக் கொண்ட வகுப்பினரின் எண்ணிக்கை மிகலானது.

4. கிளைவு வைர வாளை ஏற்க மறுப்பு

கிளைவும், அவர் மனைவி மார்கரட்டும் இலண்டனில் ஆடம்பரமாயும், பகட்டாயும் வாழ்ந்தனர். இலண்டனில் சிறந்த குதிரைகள் கிளைவிடம்தான் இருந்தன. அவரும், அவர் மனைவியும் இக்குதிரைகள் பூட்டிய சாரட்டில் சென்றபோது, மக்கள் மகிழ்ச்சிப் பெருக்கில் வியந்து, இந்தச் சோழ மண்டல வீரரைப் பாராட்டினர்.

கிழக்கிந்தியக் கம்பெனியர் சோழ மண்டலக்கரையில் தம் நிறுவனத்தை வலுவாக ஊன்றிய கிளைவிற்குப் பெரிய விருந்து அளித்தனர். அவர்கள் கிளைவின் சிறப்பு வாய்ந்த பணிகளைப் பாராட்டி அவருக்கு *1754* பிப்ரவரியில் வைரவாளை அளிப்பது என்று முடிவு செய்தனர்.

ஆனால் கம்பெனியின் தலைமைப் படைத் தலைவரான ஸ்டிரிங்கர் லாரன்சிற்கும், இதைவிடச் சிறந்த வாளை அளித்தாலன்றி, வைரவாளை ஏற்க முடியாது என்று கிளைவு மறுத்தமையால், இன்னொரு வாளுக்காகப் பெருந்தொகையை ஒதுக்க நேர்ந்தது.

5. தூய்ப்பிளே பிரான்சிற்கு அழைக்கப்படுதல்

புதுச்சேரியிலிருந்த பிரஞ்சுக் கவர்னர் ஜெனரலான தூய்ப்பிளே தனிப்பட்ட முறையில் பிரிட்டிசாருடன் போரில் ஈடுபடுவதற்கு இசைவு தர முடியாது என்று பிரஞ்சு அரசு அவரைத் தாயகத்திற்கு அழைத்தது. அவர் இந்த *1754* இல் பிரான்சிற்குத் திரும்பினார்.

கிழக்கிந்தியக் கம்பெனி கடைசி மூச்சு விட்டுக் கொண்டிருக்கின்றது என்று, அவர் பாரிசிலிருந்த அமைச்சர்களுக்கு விடாமல் கடிதம் எழுதிக் கொண்டிருந்தார். ஆனால் ஸ்டிரிங்கர் லாரன்சு, கில்பாட்ரிக்கு, கைல்லாடு, டால்டன் முதலிய பிரிட்டிஷ் படைத்தலைவர்கள் *1753* முதல் *1754* வரை முழு மூச்சாகப் போரிட்டு மேலும் மேலும் பல வெற்றிகளைக் கண்டதால், பிரஞ்சுக்காரர் தான் இந்தியாவில் இறுதிமூச்சு விட்டுக் கொண்டிருந்தனர்.

தூய்ப்பிளேக்கு வாய்த்த பிரஞ்சு மன்னர் பதினைந்தாம் லூயி (*1710-1774*; அரசிருந்த காலம் *1715-1774*. இவர், ஐரோப்பியத்தில் பிரான்சை வரிசையாகப் பல போர்களில் ஈடுபடுத்தி வந்தார்.) இசையவில்லை. அதனால் தூய்ப்பிளே இந்தியத்தில் பெரும் பேரரசை நிறுவ வேண்டுமென்ற ஆசையை ஈடேற்றுவதாகச் சூழ்நிலை அமையவில்லை.

தூய்ப்பிளே செல்வாக்கிழந்து, அரசினால் வெறுத்து ஒதுக்கப்பட்ட வீரராய்த் தாயகம் திரும்பினார். அவர் பின்னர் 1763 வரையிலும் பணமில்லாமல் வறுமையுற்றுத் தவித்தார். அவர் செத்ததற்குச் சில நாளைக்கு முன்னர் எழுதினார்;

''நான் என் நாட்டைச் செழிக்கச் செய்வதற்காக, என் இளமை, செல்வம், வாழ்க்கை அனைத்தையும் ஆசியத்தில் அர்ப்பணித்தேன். என் தொண்டுகள் கட்டுக் கதைகள் போலாயின. நான் மனித இனத்திலேயே தீயவனாகக் கருதப்பட்டேன்.''

6. புதுச்சேரியில் புது ஆளுநர் கோடேயூ

தூய்ப்பிளேயின் இடத்தில் புதிய ஆளுநராய்க் கோடேயூ என்பவர் புதுச்சேரியில் அமர்த்தப்பட்டார். அவர் அமைதியில் நாட்டமுடையவராயிருந்தார். தூய்ப்பிளே இந்தியாவில் பிரான்சிற்காக நிகழ்த்திய சாதனைகள் அனைத்தையும் அவர் ஒன்றுமேயில்லாமல் செய்து விட்டார்.

இனிமேல் பிரிட்டிசாரும், பிரஞ்சுக்காரரும் இந்திய அரசர்களின் உள்பூசல்களில் தலையிடுவதில்லை என்று அவரும், ஜார்ஜ் கோட்டையிலிருந்த ஆளுநர் தாமஸ் சாண்டர்சும் 1754 டிசம்பரில் தனிப்பட்ட முறையில் ஓர் உடன்படிக்கை செய்து கொண்டனர். இருநாடுகளில் கம்பெனிகளும் இப்போது அமைதியுடன் தத்தமது வாணிபப் பணிகளில் ஈடுபடலாயின.

7. கம்பெனியின் புதிய படைத்தலைவர்

பிரிட்டிஷ் இந்தியத்தின் முதல் தலைமைத் தளபதியான மேஜர் ஸ்டிரிங்கர் லாரன்சின் இடத்தில், கர்னல் ஜான் ஆட்லர் கிரன் இந்த 1754 ஏப்ரல் 4 அன்று அமர்த்தப்பட்டார்.

8. இந்தியாவில் முதலில் இறங்கிய பிரிட்டிஷ் பட்டாளம்

இந்தியத்தில் முதன்முதலாக வந்து இறங்கிய முதல் பிரிட்டிஷ் பட்டாளத்தின் பெயர் டார்சட்சயர் ரெஜிமண்டு (39 ஆவது காலாள்படை) இப்படை 1754 செப்டம்பர் மாதம் சென்னை வந்து இறங்கிற்று.

கிழக்கிந்தியக் கம்பெனி இதுவரையிலும் தன் செலவில் படைக்கு ஆள் சேர்த்து, அவர்களுக்கு ஊதியம் கொடுத்துத் தனக்கென்று சொந்தப் படைகளை வைத்திருந்தது. இந்த 1754 ஆம் ஆண்டிலிருந்து இந்நிலை மாறிவிட்டது. இந்தியத்தில் பிரஞ்சுக்காரருடன் நடந்த சண்டைகள் வேகமடைந்ததால், இங்கிலாந்திலிருந்து காலாள் படையையும், இராயல் பீரங்கிப் படைப் பிரிவுகளையும் இந்தியாவிற்குக் கொண்டு வர நேர்ந்தது.

கிழக்கிந்தியக் கம்பெனி தொடக்கத்திலேயே இந்தியத்திலும் ஐரோப்பியத்திலும் படைக்கு ஆள் சேர்த்து வந்தது. இப்படைகள் காலப்போக்கில் விரிவடைந்ததும், இந்தியப் படைப் பிரிவிலிருந்த இந்தியச் சிப்பாய்களின் எண்ணிக்கை மிகுந்தது.

இந்தியர்களுக்கு ஐரோப்பிய முறைப்படி படைப்பயிற்சியளிக்கும் நிலை பதினெட்டாம் நூற்றாண்டின் நடுவில் ஏற்பட்டது. ஏனெனில் செல்வ வளம் பெருக்கிய இந்தியச் சந்தைகளில் பிரஞ்சுக்காரருடன் நடந்த போட்டி கடுமையாயிற்று. அதன் பிறகுதான் மேற்சொன்ன பிரிட்டிஷ் படை இந்த 1754 ஆம் ஆண்டு சென்னை வந்திறங்கியது. இப்படையின் குறிக்கோள் சொற்றொடர் ''இந்தியத்தில் முதன்மையானது''.

9. கான் சாகிபை எதிர்த்தவர் பீரங்கி வாயில் வைத்துச் சுடப்பட்டார்

கம்மந்தான் கான் சாகிபு என்றும் யூசூபு கான் என்றும் அழைக்கப்படும் ஓர் இந்திய வீரர் கம்பெனியின் படையில் இருந்து கொண்டு எழுச்சி பெறுகின்ற காலமிது. இவரைப் பற்றி இனிவரும் பக்கங்களில் நிரம்பப் படிக்கப் போகின்றோம்.

நாட்டுப் படைத்தலைவரான கான் சாகிபு கம்பெனிப் படையில் பணியாற்றிக் கொண்டே ஐதருடன் மறைவாகத் தொடர்பு ஏற்படுத்தியிருந்தார். அவர் மீது பல காலமாகப் பொறாமை கொண்டிருந்த பொன்னியப்பன் என்ற பிராமணர் இதையறிந்து கான் சாகிபைக் காட்டிக் கொடுக்கத் திட்டமிட்டார்.

ஐதரலி கான் சாகிபிற்கு எழுதிய இரகசியக் கடிதம் போன்று பொன்னியப்பன் ஒரு கடிதத்தை எழுதி, அதை ஆங்கிலேயர் கையில் கொடுக்கும்படி செய்தார். ஆங்கிலேயர் அக்கடிதத்தை வைத்து யூசுபு கானைச் சிறையில் வைத்து, அது குறித்து ஆராய்ந்தனர். ஆய்வின்போது பொன்னியப்பனின் சூழ்ச்சி வெளிப்பட்டது. அதனால் அவரைப் பீரங்கி வாயில் வைத்துச் சுடும்படி தண்டனையளித்தனர். அவர் அவ்வாறே சுட்டுக் கொல்லப்பட்டார்.

10. டெல்லியில் மராட்டியர் கொள்ளை

மராட்டியரின் முதலாம் பேஷ்வா பாஜிராவின் (1720-1740) தலைமையில் மராட்டியர் படையொன்று 1737 ஏப்ரல் 9 அன்று டெல்லியை அடைந்தது. அது காள்காஜி என்ற காளிகோயில் வரை இருந்தது. அப்போது மராட்டியர் படையென்றால் இமயம் முதல் குமரி வரை நடுங்கிய காலம்.

பாஜிராவ் மதில் சூழ்ந்த டெல்லி நகரத்தின் புறத்தேயுள்ள வெளியை ஏப்ரல் 9 அன்று அடைந்ததும் தன் மனத்தை மாற்றிக் கொண்டு, அதைத் தாக்காது திரும்பினார். முகலாயப் பேரரசரும், அவருடைய அவைப் பிரபுக்களும் அமைதியை நாடுகின்றனர் என்பதைப் பாஜிராவ் அறிந்திருந்ததால் டெல்லியைச் சூறையாடாது விட்டுச் சென்றார்.

ஆனால் மராட்டியர் தலைவர் மல்ஹர் ராவ் ஹோல்கரின் (1728-1764) தலைமையில் இந்த 1754 மே 31 அன்று வந்த மராட்டிய படை யமுனையைத் தாண்டி டெல்லிக்குள் புகுந்தது. அவர் நிசாமுதீன் என்ற இடத்தினருகிலுள்ள செயசிங்குபுரத்தைக் கொள்ளையடித்தார். மராட்டியரின் இந்த வெற்றிப் பயணத்தின் போது இந்த 1754 இல் குவாலியர்க் கோட்டையும் பிடிபட்டது.

11. இந்தியாவை அடிமை கொள்ள ஏற்ற இடம் இது?

பிரஞ்சுக்காரர் வங்கத்தை விடச் செழுமையும், வளமும் குன்றிய கர்நாடகம் என்ற தமிழ்நாட்டில் காலடி வைத்து இந்தியாவில் நிலை நிற்க முயன்றனர்.

ஆனால் கங்கை பாயும் வங்கத்தைக் கைப்பற்றிக் கொண்ட ஆங்கிலேயருக்கு, அது தங்க வங்கமாகிச் செல்வத்தை வாரி வழங்கியது. ஜே.ஏ.ஆர். மரியாட்டு என்றவர் *The English in India* என்ற நூலில் இது பற்றிக் கூறுகின்றார்.

''இந்தியாவில் காலூன்றுவதற்கு ஏற்ற இடத்தைத் தூய்ப்பிளே சென்னையில் (தமிழ்நாட்டில்) தேடியது மிகப் பெரிய தவறாகும். கிளைவு இதை வங்கத்தில் தேடி வெற்றியும் கண்டுவிட்டார்.''

ஆங்கிலேயரும் தெற்கில்தான் கால் வைத்தனரென்றும், வடக்கில் ஏன் வலுவாக எழுந்தனர்.

1755

அரசியல்

கான் சாகிபிற்குத் தங்கப் பதக்கம்
மதுரைச் சீமையை நோக்கி ஆர்க்காட்டுப் படை
மேவாரின் தொன்மையும் அவலமும்
பூசியை ஐதராபாதிலிருந்து கிளப்பக் கிளைவு திட்டம்
சென்னை ஆளுநர் பிகாட்டுப் பிரபு
புதுச்சேரியில் இரகசிய ஆட்சிக் குழு

அறிவியல்

மக்னீசியம் பற்றிய ஆய்வு

கலை, இலக்கியம்

ஜான்சன் ஆங்கில அகராதி - இரு தொகுதிகள் வெளியீடு
மாஸ்கோவில் அரசினர் பல்கலைக்கழகம்

தொழில், வேளாண்மை, வாணிபம்

ஐரோப்பியத்தில் பீங்கான் தொழில்

இராணுவம், போர்

வர்ஜீனியத்தில் பிரிட்டீசுப் படை தோல்வி
மறவர் - தஞ்சை மராட்டியர் சண்டை
கம்பெனிப் படையில் இந்தியர் ஊதியம்

இயற்கைச் சீற்றம், பஞ்சம்

பாரசீகத்திலும், லிஸ்பனிலும் நிலநடுக்கம்

பொது

சாமூதிரியின் கடைசி மாமங்கம்
கிளைவு பாராளுமன்றத் தேர்தலில் செல்வமிழத்தல்
கிளைவு மனைவியுடன் இந்தியா திரும்புதல்
கோவாவில் ஏசு சபைச் சாமியார் சிறை
இரங்கூன் நகரத் தோற்றம்
காசனோவாவிற்குச் சிறை

பிறப்பு

மாரி அந்தாய்னாத்து, பிரஞ்சு அரசியானவர் (1755-1793)

இறப்பு

ஹென்றி ஃபீல்டிங்கு (1707-1755); மாண்டெஸ்கூ (1698-1755)

1755

1. கான் சாகிபிற்கு ஆங்கிலேயரின் தங்கப் பதக்கம்

கம்மந்தான் கான் சாகிபு என்ற நாட்டுப் படைத் தளபதியான யூசுஃப்பு கானின் வீரத்தைப் பிரிட்டிசார் பெரிதும் மெச்சினர். அவர்கள் அவருக்கு மூன்று பவுன் எடையுள்ள ஒரு தங்கப் பதக்கத்தை *1755* மார்ச்சு *27* அன்று அளித்து அவரைப் பாராட்டினர்.

கான் சாகிபு

கான் சாகிபு மருத நாயகமாகப் பிறந்து முஸ்லிமாக மதம் மாறினார் என்று ஒரு கருத்து உள்ளது. அவர் மதுரைக்கருகிலுள்ள பனையூரில் பிறந்தவர் என்றும் கூறுவர். ஆனால் அவர் பிறவி முஸ்லிம் என்று கூறுவோருமுளர். யூசுஃப்பு கான், ஆலிம் என்ற முஸ்லீமிற்குப் பிறந்தார் என்றும் கூறுவர். எனினும் கான் சாகிபின் இளமை பற்றிய செய்திகள் எதுவும் புலனாகவில்லை. அவர் பல இடங்களில் அலைந்து திரிந்து புதுச்சேரியை அடைந்து, அங்கு தன் தந்தையின் தையல் தொழிலைச் செய்து வந்தார் என்று கூறுவர்.

யூசுஃப்பு கான் ஜேக்கு லா என்ற பிரஞ்சுப் படைத் தலைவரிடம் *1744* வாக்கில் படைப் பயிற்சி பெற்றார் என்று தெரிகின்றது. அவர் வாள் வீச்சு, துப்பாக்கி, பீரங்கி சுடுதல், குதிரையேற்றம் முதலிய போர்க் கலைகளில் நன்கு பயிற்சி பெற்று விட்டார். அவருக்குப் பிரஞ்சுக்காரர் ஆங்கிலம், பிரஞ்சு, போர்த்துக்கீச மொழிகளிலும் பயிற்சியளிக்கக் கான் சாகிபு அம்மொழிகளையும் கற்றுக் கொண்டார். அவர் போர்க் கலையில் நன்கு பயிற்சி பெற்றிருந்த செய்தி எங்கும் பரவிற்று.

தஞ்சை மராட்டியர் குடியின் ஒன்பதாவது மன்னரான பிரதாப சிங்கன் *(1739-1763)*, கான் சாகிபின் போர்த் திறனை அறிந்து, அவரைத் தன் படையில் சேர்த்துக் கொண்டார். கான் சாகிபு மராட்டிய மன்னருக்கு மிகவும் நெருக்கமாய் விட்டார். கான் சாகிபு பிற்காலத்தில் ஆங்கிலேயரை எதிர்த்துப் போராடியபோது, பிரதாப சிங்கன் அவருக்குப் பெரிதும் உதவினார் என்று அறிகின்றோம்.

கான்சாகிபு தஞ்சை மன்னரின் ஊழியத்தை அடுத்து நெல்லூருக்குச் சென்றார். அங்கு நெல்லூர்க்காரரான முகமது கமால் கிளைவிற்காகத் திரட்டிய கம்பெனிப் படையில் கான் சாகிபு சேர்ந்து கொண்டார்.

அதன்பிறகு அவர் ஆர்க்காட்டு நவாபு முகமதலியின் படையில் சேர்ந்தார். ஆர்க்காட்டு நவாபு ஆங்கிலேயர்க்கு நண்பராயிருந்தார். ஆங்கிலேயர் பிரஞ்சுக்காரரை எதிர்த்து நடத்திய சண்டைகளில் காவேரிப்பாக்கத்துச் சண்டை மிக முக்கியமானதாகும். (1752 காண்க.) காவேரிப்பாக்கத்தில் 1752 பிப்ரவரி 28 அன்று நடந்த சண்டையின் போது, கான் சாகிபு பிரஞ்சுக்காரரை ஓடவோட விரட்டியடித்து, ஆங்கிலேயரின் அன்பிற்குரியவரானார்.

2. மதுரைச் சீமையை நோக்கி ஆர்க்காட்டுப் படை

ஆர்க்காட்டு நவாபு முகமதலி மதுரைச் சீமைக்கு 1755 பிப்ரவரி 14 அன்று பெரும் படையை அனுப்பியதற்குப் பல காரணங்கள் உள. பட்டாணியரான மியானா நவாபிற்கோ வேறு யாருக்கோ பணம் எதுவும் செலுத்துவதில்லை. அவர் கையில் மிகச் செழிப்பான மதுரை சீமை இருந்தது. அவரும் இப்போது நவாபின் மேலாண்மைக்கு அடங்கி நடக்க ஒப்பினார்.

தேவர் மன்னர்களும். பாளையக்காரர்களும் நவாபிற்குக் கப்பம் கட்டாததுடன், நாயக்கரின் அரசுரிமையை ஆதரிக்கின்றனர்.

திருவிதாங்கூர் மன்னர் நெல்லைச் சீமையின் மிகச் செழிப்பான களக்காட்டுப் பகுதியைப் பிடித்துக் கொண்டார்.

1755

எனவே மதுரைச் சீமையில் வாலாசா ஆட்சியை நிலை நாட்டவும் ஆங்காங்குள்ள தலைவர்களிடமிருந்து கப்பம் வாங்கவும் ஆர்க்காட்டு நவாபு படையெடுத்தார். கடந்த பத்தாண்டுகளாகவே பெருந்தொகையான கப்பம் முதலியன மறவரிடமிருந்தும், பாளையக்காரரிடமிருந்தும் நிலுவைகளாகி வருகின்றன என்பதை முகமதலி கம்பெனிக்கு எடுத்து காட்டினார்.

மேலும் திருச்சிராப்பள்ளிச் சண்டையின்போது கம்பெனிக்கு ஏற்பட்ட பெரும் பொருள் செலவையும் நவாபு கொடுக்க வேண்டிருந்தது. எனவே நிலுவையைக் கட்டாயம் தண்டியாக வேண்டும் என்று கவர்னர் சாண்டர்ஸ் முகமதலியிடம் வலியறுத்தியிருந்தார்.

இந்த 1755 பிப்ரவரியில் புறப்பட்ட ஆர்க்காட்டுப் படையில் கர்னல் ஜான் தலைமையில் ஐரோப்பியப் படையும், கான் சாகிபின் தலைமையில் நாட்டுப் படையும், மகஃபூஸ்கான் தலைமையில் ஆர்க்காட்டுப் படையும் அடங்கியிருந்தன.

கர்னல் ஜான் ஆட்லர்கிரன் (1754-1756) ஸ்டிரிங்கர் லாரன்சையடுத்து (1748-1754) கம்பெனிப் படையின் தளபதியானவர். அவர் நாட்டுப் படைக்குத் தலைமை தாங்கக் கான் சாகிபைத் தேர்ந்தெடுத்தது கெட்டிக்காரத்தனம் என்பதைப் பின் வரவிருக்கும் நிகழ்ச்சிகள் மெய்ப்பித்தன. கான் சாகிபு திருச்சிராப்பள்ளியில் பிரஞ்சுக்காரருடன் நடந்த சண்டையில் கம்பெனியின் பக்கம் நின்று சிறப்பாக போரிட்டுப் பெயர் பெற்றவர். ஆர்க்காட்டு நவாபின் அண்ணனான மகஃபூஸ் கான் வாலாசா குடியில் போர்த்திறன் வாய்ந்த ஒரே ஆளாக விளங்கினார். எனினும் அவரைத் தனிச் சிறப்புமிக்க வீரர் என்று கூறிவிட முடியாது.

மதுரை எளிதாக வீழ்தல்

ஆர்க்காட்டு நவாபின் படை தெற்கு நோக்கிப் புறப்பட்ட வழியில் திருச்சிராப்பள்ளியிலிருந்து தெற்கே சுமார் 45 கிலோ மீட்டர் தொலைவிலுள்ள

மணப்பாறையைத் தாக்கப் பிப்ரவரி 10 அன்று வந்தது. பாளையக்காரர்கள் இலட்சுமி நாயக்கனின் தலைமையில் வந்து கப்பம் கட்ட முடியாது என்று கூறி நவாபின் படையை எதிர்க்க ஆயத்தமாயினர். அதன் பிறகு கான் சாகிபும், ஜோசப் ஸ்மிதும் அடர்ந்த நாடுகளுக்குள்ளிருந்த தடைகளைத் தாக்கி இலட்சுமி நாயக்கனுடையது உள்பட, இரண்டு பாளையங்களைப் பணியச் செய்தனர்.

இச்சண்டையில் நடந்த படுகொலைகள் பிற பாளையக்காரர்களிடையே பரவவே, அவர்கள் கிலி கொண்டு அடங்கிக் கப்பம் கட்டிவிட்டனர். இந்தச் சண்டையில் பெரிய இரத்தக் களரி ஏற்பட்டது. முகமதலி இதைக் காணப் பொறாது திருச்சிராப்பள்ளிக்குத் திரும்பி விட்டார். நவாபின் கூட்டணிப் படை பிப்ரவரி 23 அன்று மணப்பாறையை விட்டு நீங்கி நத்தம் காடுகள் வழியே கள்ளர் நாட்டினுள் புகுந்தது.

கள்ளர் கொன்று குவிக்கப்படுதல்

கம்பெனிப் படைத் தலைவரான காப்டன் ரூம்லி பிரமலைக் கள்ளர் நாட்டிற்கும், ஆனையூருக்கும் நடுவிலிருந்த காடுகளை வெட்டிக் குதிரைப் படை போக வர நடமாடும் வகையில் ஒரு பாதையை அமைத்தார்.

அவர் நாட்டு மக்களைப் பலரறிய வெட்டித் தள்ளினார். நடைபாதைகளில் முண்டங்களையும், வெட்டுண்ட தலைகளையும் குவித்து நடுங்கத்தக்க பயங்கரமான சூழ்நிலையை உண்டாக்கினார். கள்ளர் நாட்டு ஊர்களுக்குத் தீயிட்டார். இங்ஙனம் வீடு வாசல் இழந்த மக்களில் 3000 பேரை ரூம்லி ஒரே நாளில் கொன்றார். இத்தகைய கொடிய வன்செயலால், அடக்க முடியாத கள்ளர்களை அடிபணியச் செய்து விடலாமென்று கருதினார். வரலாற்றாசிரியர் ஓர்மியும் (1728-1801) தன் வரலாற்று நூலில் கள்ளர் ஒடுக்கப்பட்ட செய்திகளைக் கூறுகின்றார்.

மதுரையை நோக்கி

இப்படை அதன் பிறகு மதுரைப் பட்டாணியரின் வள்ளச்சி நத்தம், தெரும்பூர், தேர்வாடி என்ற மூன்று இடங்களிலிருந்த கோட்டைகளைப் பிடித்த பின்னர், மதுரை இனித் தப்பாது என்பதைப் பட்டாணியர் உணர்ந்தனர். எனவே அவர்கள் தலைநகரை விட்டு நீங்கினர். மியானா மதுரைக்குக் கிழக்கே சுமார் பன்னிரண்டு கிலோ மீட்டரிலுள்ள கோயில் குடியில் புகலடைந்தார். அவரின் கூட்டாளிகளான முதமய்யாவும், நபிகான் கட்டாவும் திருநெல்வேலிக்கு ஓடி, அங்கு நெற்கட்டுஞ் செவ்வல் பாளையக்காரரான பூலித்தேவருடன் சேர்ந்து கொண்டனர்.

நவாபின் படை மதுரையை மிக எளிதாய்ப் பிடித்துக் கொண்டது.

நெல்லைச் சீமைக்குள் நவாபு, கம்பெனிப் படைகள்

காவிரியும் கொள்ளிடமும் பாய்ந்து செழித்திருக்கும் திருச்சிராப்பள்ளியை அடைந்து குமரி முனை வரையிலும் தன் ஆட்சியை விரிக்க எண்ணியிருந்த மைசூர்த் தளவாய் நஞ்சராசா திருச்சிராப்பள்ளி மீது படையெடுக்கப் போவதாய் அச்சுறுத்தியமையால், ஹெரான் மதுரையிலிருந்து திரும்பவேண்டுமென்று, கவர்னர் பிகாட் பிரபு அனுப்பிய கட்டளை கிடைக்கு முன்னரே, கர்னல் ஹெரானும், ஆர்க்காட்டுத் தளபதி மகஃபூஸ் கானும் மதுரையிலிருந்து 1755 மார்ச்சு 25 அன்று நெல்லைச் சீமைக்குள் படையுடன் இறங்கி விட்டனர்.

1755

நெல்லைச் சீமைப் பாளையக்காரர் மீது ஆர்க்காட்டு நவாபின் மேலாண்மையை ஏற்றும் பொருட்டுச் சென்ற இப்படை, நவாபிற்குக் கப்பம் செலுத்துவதில் அக்கறையற்ற மியானா மீதும், நாயக்கர் குடி அரியணையில் அமர முயன்று கொண்டிருந்த விசய குமாரன் மீதும் விசுவாசம் காட்டுகின்ற பாளையக்காரர்களை அங்கு கண்டது. அவர்களை வலுக்கட்டாயப்படுத்தித்தான் கப்பத்தைக் கறக்க வேண்டுமென்பது தெளிவாயிற்று. ஆனால் இது எதிர்பார்ப்பதற்கு மாறான விளைவுகளை உண்டாக்கிவிடும் என்று மகஃபூஸ் கானும், ஹெரானும் அஞ்சினர். ஏனெனில் பாளையக்காரர்கள் (அன்று எங்கும் காடுகளே மண்டியிருந்த தென்பாண்டிச் சீமையின்) அடர்ந்த காடுகளுக்குள் ஓடி ஒளிந்து கொண்டால் கப்பமும் வாங்க முடியாது, வந்த வேலையும் நிறைவேறாது.

பாளையக்காரர் தமக்கு நவாபின் தயவு வேண்டாமென்று, பிரஞ்சுக்காரரின் உதவியை நாடிவிட்டால்? எனவே வன்முறையால் செயல் சாதிப்பதென்று இருவரும் முடிவு செய்தனர்.

அவர்கள் திருநெல்வேலியிலிருந்து நாட்டுக் கோட்டைப் பாளையத்திற்குச் சென்று அங்கிருந்த கோட்டையைத் தாக்கினர். அவர்கள் நாடெங்கிலும் கிலியை உண்டாக்கித் தம் காரியத்தைச் சாதிக்க வேண்டுமென்பதற்காகக் கோட்டைக் காவல் படையினரை மட்டுமன்றி, மக்களில் பலரையும் வெட்டிக் கொன்றனர். இக்கொலைகள் இரக்கமின்றிச் செய்யப்பட்டமையால் பாளையக்காரரில் பலர் அடிபணிந்து, தம் வரிப்பாக்கியில் ஒரு பகுதியைக் கட்டிவிட்டு, எஞ்சிய தொகைக்குப் பத்திரம் எழுதிக் கொடுத்து விட்டனர்.

இக்கால கட்டத்தில்தான் வேணாட்டு மன்னர் மார்த்தாண்டவர்மன் பணகுடியிலும், களக்காட்டிலுமிருந்து தன் படைகளைத் திரும்பப் பெற்றார்.

சில பாளையக்காரர்கள், குறிப்பாகப் பூலித்தேவரும், கட்டபொம்மனும் பணிய மறுத்தனர். எனவே ஹெரான் மகஃபூஸ் கானை அனுப்பிப் பாஞ்சாலங்குறிச்சியைத் தாக்கச் செய்தார். அங்கு ஏப்ரல் 30 அன்று முற்றுகை தொடங்கிற்று. கட்டபொம்மன் கப்பம் தர ஒப்பிப் பத்திரமும் எழுதிக் கொடுத்தார்.

மகஃபூஸ்கான் அடுத்தபடியாக எட்டயபுரத்திற்குச் சொந்தமான கோயில்பட்டியைத் தாக்கினார். எட்டயபுரத்தாரும் நிபந்தனைகளை ஒப்புக் கொண்டு பணிந்தார்.

ஹெரான் பாளையக்காரர்களுடன் பேசி மொத்தம் 4,50,000 ரூபாய்க்குக் கணக்குத் தீர்த்தார். ஆனால் 1,10,000 தான் பணமாகக் கைக்கு வந்தது. எனவே இப்படையெடுப்பிற்கு ஏற்பட்ட மொத்தச் செலவு போக மேற்கொண்டு 70,000 ரூபாய் குறைந்தது.

பிகாட் பிரபு ஹெரானை உடனே திருச்சிராப்பள்ளிக்குத் திரும்புமாறு மார்ச்சு 3, ஏப்ரல் 22, 24 ஆகிய தேதிகளில் மூன்றுமுறை கட்டளையிட்டு விட்டார்.

பூலித் தேவருடன் மோதல்

ஹெரான் கவர்னரின் கட்டளையை ஏற்று மே மாதம் திருச்சிராப்பள்ளிக்குப் புறப்பட்டார். இப்படை திருநெல்வேலிக்கு வடக்கே சிறிது தொலைவு முன்னேறியிருந்த போது, முதமய்யாவும் நபிகான் கட்டாக்கும் புகலடைந்திருந்த பூலித்தேவரின் நாட்டுக்குள் இறங்கலாமென்று மகஃபூஸ் கான் ஹெரானை இணங்கச் செய்தார்.

பூலித் தேவரின் வாசுதேவநல்லூர்க் கோட்டை மண்ணாலானது என்பதால் எளிதில் தாக்குதலுக்குள்ளாகும் என்று அவர் ஹெரானை நம்ப வைத்து விட்டார். அதனால் நேரே திருச்சிராப்பள்ளி சென்று கொண்டிருந்த ஹெரான் வாசுதேவநல்லூர்ப் பக்கம் திரும்பினார். வாசுதேவனான கிருஷ்ணனின் பெயர் கொண்ட இவ்வூர் சங்கரநயினார் கோயிலிலிருந்து மேற்கே வடமேற்கில் சுமார் 15 கிலோ மீட்டரிலும், திருநெல்வேலியிலிருந்து வடக்கே வட மேற்கில் சுமார் 60 கிலோ மீட்டரிலும் உள்ளது.

பூலித் தேவர்

வாசுதேவநல்லூர்ப் பகுதி இயற்கை வளஞ் செழித்தது. மேற்குத் தொடர்ச்சி மலையின் அடிவாரத்தில் உள்ளது. வாசுதேவநல்லூர் மேற்குத் தொடர்ச்சி மலையிலிருந்து சுமார் 5 கிலோ மீட்டரில் உள்ளது. இங்குள்ள சிந்தாமணிநாதர் கோயிலில் சிவபெருமான் அம்மையப்பர் கோலத்தில் காட்சியளிக்கின்றார். பதினெட்டாம் நூற்றாண்டு வரலாற்றில் வீரம் விளைந்த இந்தப் பூமியில் பூலித்தேவர் என்ற மாபெரும் வீரர் தன்னுரிமைக்காகப் போராடினார் என்பது வரலாற்றில் மறைக்கப்பட்டுவிட்ட ஒன்று என்றால் அது மிகையாகாது. பூலித்தேவர் யாருக்கும் கப்பம் தருவதாகப் பணியவோ, பத்திரம் எழுதித் தரவோ இல்லை என்பது குறிப்பிடத்தக்கது.

மகஃபூஸ் கானின் கூற்றை நம்பிச் சென்ற ஹெரான் வாசுதேவநல்லூர்க் கோட்டை வலுவுள்ளதாயும், அதை நாலாயிரத்திற்கும் அதிகமான வீரர்கள் காத்து நிற்கவும் கண்டார். இருப்பினும் அவர் ஏதோ நம்பிக்கையில் பூலித் தேவருடன் இணக்கம் காண முயன்றார். பூலித் தேவர் உடனே 20,000 ரூபாய் தராவிடில் கோட்டையைத் தகர்த்து விடுவதாக அச்சுறுத்தினார். பூலித்தேவரோ தன் பலத்தை நன்குணர்ந்தவராய் வெறுப்போடு இக்கோரிக்கையை ஏற்க மறுத்து விட்டார்.

ஹெரான் இப்படி அவமானப்பட்டு விட்டதால், தன் இறுதி எச்சரிக்கையை நிறைவேற்ற முனைந்து வாசுதேவநல்லூர்க் கோட்டையைத் தாக்கலானார். ஆனால் அவரிடம் பெரிய பீரங்கிகள் இல்லாததால் கோட்டையை அசைக்க முடியவில்லை. ஆதலால் ஹெரானும், மகஃபூஸ் கானும் முற்றுகையை விடுத்து அவமானத்தோடு பின் வாங்கினர்.

ஹெரான் மதுரை வந்த வழியில் அதன் கிழக்கே சுமார் 160 கிலோ மீட்டரிலிருந்து ஒரு கோட்டைக்குள் ஒளிந்திருந்த பட்டாணியில் மியானாவைத் தாக்க ஒரு படையை அனுப்பினார். கள்ளர்கள் இப்படையைச் சுற்றி வளைத்து வெட்டிச் சாய்த்தனர். அவர் படைகள் நத்தம் கணவாய் வழியே திரும்பிச் சென்றபோது, அவர்கள் கள்ளரினரால் வளைத்துத் தாக்கப்பட்டதை முன்னர் கண்டோம். ஹெரானின் படை சொல்லொணா இன்னல்பட்டு 1755 ஜூன் 6 அன்று திருச்சிராப்பள்ளியை அடைந்தது. சென்னை ஆட்சி

மன்றம் இப்போது ஹெரானின் இடத்தில் காப்டன் ஜான் போலியர் என்பவரை அமர்த்தியிருந்தது.

கவர்னர் பிகாட் பிரபு இம்முறை கட்டளையிட்ட பிறகும், ஹெரான் மூன்று வாரம் தாமதித்துத் திருச்சிராப்பள்ளிக்குத் திரும்பினார். அவர் பாளையக்காரர் களிடமிருந்து பல பரிசுகளைப் பெற்றிருந்தார்; மறவர்களுடன் கூட்டுச் சேர்ந்தார்; மகஃபூஸ் கானை மதுரைச் சீமையின் ஆளுநராக்கினார். மகஃபூஸ்கானிடமிருந்து ஒரு பரிசைப் பெற்றுக் கொண்டு அவர் கிஸ்தியை வாங்கிக் கொள்ளலாமென்று கம்பெனி ஆளுநரின் அதிகாரப் பூர்வமான அனுமதியின்றி ஏற்பாடு செய்து விட்டார் என்றெல்லாம் அவர் மீது குற்றங்களைச் சுமத்தி,சென்னையில் இராணுவ முறைமன்றத்தில் அவர் மீது வழக்கு நடந்தது.

அங்கு அவர் குற்றவாளி என்று கண்டறியப்பட்டதால், அவரைக் கம்பெனி வேலையிலிருந்து நீக்கிக் காவலில் வைத்தனர். ஆனால் அவர் காவலிலிருந்து தப்பிச் சதுரங்கப்பட்டினத்திலிருந்த டச்சுக்காரர் குடியிருப்பை அடைந்து, அங்கிருந்து புதுச்சேரி சென்று, பத்திரமாக ஐரோப்பாவை அடைந்து விட்டார். ஹெரானைக் குற்றவாளி என்ற பழியிலிருந்து ஓரளவு நீக்கிவிடலாம் என்பது பேராசிரியர் கே.இராசய்யனின் கருத்தாகும். ஏனெனில் கையூட்டு வாங்குவது என்பதும் தனக்கென்று பொன்னையும், பொருளையும் திரட்டிக் கொள்வது என்பதும் அக்காலத்து நிலவிய பொது வழக்கமாக இந்தியரிடமும், ஐரோப்பியரிடமும் இருந்து வந்தது. சுல்ஃபிகர் கான் என்ற ஔரங்கசீபின் பின் படைத் தலைவர் மராட்டிய மன்னர் இராசாராமிடம் கையூட்டுப் பெற்றுக் கொண்டு, அவரைச் செஞ்சிக் கோட்டையிலிருந்து தப்பச் செய்தது போன்ற பல நிகழ்ச்சிகளையும், மராட்டியப் படைத் தலைவர்கள் தமக்கென்று பணம் திரட்டிக் கொண்டதையும் இக்கால கட்டத்து வரலாறு நெடுகிலும் காண்கின்றோம்.

1755

திருச்சிராப்பள்ளியில் சண்டை நின்றது

நஞ்சராசா திருவரங்கத்தில் இருந்து கொண்டே திருச்சிராப்பள்ளிக் கோட்டையைக் கைப்பற்ற முயன்று கொண்டிருந்தார். அவர் அதே நேரத்தில் திருச்சிராப்பள்ளியை எப்படியும் அடைந்துவிட வேண்டுமென்ற நோக்கத்துடன், கம்பெனியிடம் நெருக்க உறவு கொள்ள முயன்றார். கம்பெனி ஆர்க்காட்டு நவாபைக் கைவிட்டுத் தன் மீது நட்புப் பாராட்ட வேண்டுமென்று, நஞ்சராசா பிரிட்டிசாரைத் தன் அணியில் சேர்த்துக் கொள்வதற்கு முனைந்தார்.

ஆங்கிலேயர் திருச்சிராப்பள்ளியில் சந்தா சாகிபு செய்திருந்த முற்றுகையை முறியடிப்பதற்காகச் செய்த செலவு முழுவதையும் ஒரு நிபந்தனையுடன் ஏற்றுக் கொள்ளவும் நஞ்சராசா முன் வந்தார். திருச்சிராப்பள்ளியை மைசூருக்குத் தந்து விட வேண்டும் என்பது அந் நிபந்தனை. அந்தச் செலவு தொகை முப்பது இலட்சம் என்று கணக்கிட்டிருந்தனர். கம்பெனியும் பண நெருக்கடியில் இருந்ததால், இதை ஏற்றுக் கொள்ளும் நிலையில் இருந்தது.

ஆனால் ஆங்கிலேயர்கள் எதிர்பார்த்தபடி ஐதராபாது நிசாம் சலாபத்து ஜங்கு, பிரஞ்சுப் படைத் தலைவர் பூசியின் உதவியுடன் மைசூர் மீது பாய்ந்து விட்டார். எனவே மைசூருக்கே இப்போது ஆபத்து வந்துவிட்டதால், நஞ்சராசா திருச்சியிலிருந்த படையை அழைத்துக் கொண்டு 1758 ஏப்ரல் 8 அன்று நாடு திரும்பி விட்டார். அவர் திரும்பிச் சென்றபோது சீரங்கத்தைப் பிரஞ்சுக்காரரிடம் கொடுத்து விட்டுப் போனார்.

அவர் இப்படிப் பதறி ஓடியும் பயனில்லாது போயிற்று. நிசாம் அவருடன் சந்து செய்து கொள்வதற்காக ஐம்பது இலட்ச ரூபாயை உடனடியாகப் பெற்றுக் கொண்டார்.

திண்டுக்கல் கோட்டை ஐதரலி வசமானது

திண்டு போன்ற மலை என்பதால் திண்டுக்கல் ஆன இவ்வூருக்கென்று பதினெட்டாம் நூற்றாண்டு வரலாற்றில் தனியிடம் உண்டு. இவ்வூர் இன்றும் பல துறைகளில் சிறந்து விளங்கும் ஒரு மாவட்டத்தின் தலைநகராயும் அமைந்துள்ளது. இன்று காயிதே மில்லத் மாவட்டத்தின் தலைநகராக விளங்கும் இப்பகுதி, முன்னர் மதுரை மாவட்டத்தில் அடங்கியிருந்தது. மதுரைச் சீமையை ஆண்ட நாயக்கரின் ஆட்சிப் பரப்பினுள், இது பதினாறாம் நூற்றாண்டின் நடுப்பகுதியில் சேர்ந்து விட்டது.

மதுரை நாயக்கர்கள் திண்டுக்கல்லிலுள்ள கோட்டைக்குப் புதிய அரண்களை எழுப்பி, அதை மேலும் வலுப்பெறச் செய்தனர். மாபெரும் இயற்கை அரணைக் கொண்டு போர்த்தந்திர முக்கியத்துவம் வாய்ந்த இடத்தில் திண்டுக்கல் அமைந்திருந்தது. மதுரைக்கும் கொங்கு நாட்டுக் கோயமுத்தூருக்கும் இடைப்பட்ட கணவாய் இங்கு இருந்தமையால், இதை அடைய வேண்டுமென்ற போட்டி வல்லாளரிடையே எப்போதும் இருந்து வந்தது.

மதுரை நாயக்கர், மைசூரார், மராட்டியர் ஆகியோரின் படைகளுக்கிடையே *1623* முதல் *1659* வரை திண்டுக்கல்லில் பல சண்டைகள் நடந்துள்ளன. அக்காலத்தில் திண்டுக்கல் பாளையக்காரருக்குக் கட்டுப்பட்ட பதினெட்டுத் தலைவர்கள் திண்டுக்கல் சீமையில் இருந்தனர்.

1755

மதுரையை ஆண்ட முதலாம் முத்து வீரப்ப நாயக்கனின் ஆட்சிக் காலத்தில் *(1609-1623)* பாளையக்காரப் படை திண்டுக்கல்லைத் தாக்கியிருக்கின்றது. திருமலை நாயக்கன் காலத்தில் *(1623-1659)* மைசூர்ப்படை *1625* இல் திண்டுக்கல் கோட்டையை முற்றுகையிட்டது. ஆனால் நாயக்கருக்குத் துணை போன இராமநாதபுர சேதுபதி மைசூர்ப் படையை அங்கிருந்து விரட்டி அடித்தார்.

ஆனால் திருச்சிராப்பள்ளி, திண்டுக்கல் சீமைகள் மீது எப்போதும் கண்ணாயிருந்து வந்த மைசூரார் *1745* இல் திண்டுக்கல் கோட்டையை வென்று விட்டார். மைசூர்ப் படையின் கோட்டைக் காவல் தலைவராக்கப்பட்ட ஐதரலி, திண்டுக்கல்லைத் தன் காவல் படையின் வலிமைமிக்க கோட்டையாக்கிக் கொண்டார். மதுரைச் சீமையின் ஆற்றல் வாய்ந்த நாயக்கரை ஒடுக்கவும், கோயமுத்தூர் மாவட்டத்தின் பெரும் பரப்பைத் தன் ஆட்சிப் பகுதிக்குள் இணைக்கவும், ஐதரலி திண்டுக்கல் கோட்டையைத் தளமாக்கி அங்கு வலுவான காவல் படையை வைத்தார்.

திருச்சிராப்பள்ளியிலும் மதுரையிலும் இருந்த பிரிட்டிஷ் படையினர், ஐதருடன் நடத்திய போர்களில் திண்டுக்கல் கோட்டையில் தென்புறத்துக் கோயமுத்தூர் செல்லும் வழியில் அது மிகப் பெரிய தடையாயிருக்கக் கண்டனர். எனவே திண்டுக்கல்லை மைசூராரிடமிருந்து எவ்வாறேயானும் பிடித்துவிட வேண்டும் என்று பிரிட்டிசார் பெரும் பாடுபட்டு வந்தனர்.

ஐதரலி இவ்வாண்டு திண்டுக்கல் கோட்டையின் காவல் தலைவராக (ஃபௌஜ்தார்) அமர்ந்ததும் மைசூரின் படை பலத்தைப் பெருக்கினார். வெடிமருந்துகளைப் பெரிய அளவில் சேகரித்து வைத்துக் கொண்டார். அவர் பிரஞ்சுக்

கூலிப்படையை எப்போதும் வரவேற்று வந்திருக்கின்றார். அவர்கள் ஐதரலியின் சிப்பாய்களுடைய போர்த்திறனை வளர்ப்பதில் பெரும்பங்காற்றி உள்ளனர்.

எனவே, ஐதரலியின் வலிமை மிகுந்து வந்ததை அறிந்த பிரிட்டிசார் திண்டுக்கல் கோட்டையைத்தாக்கி 1767 ஆம் ஆண்டு பிடித்து விட்டனர். எனினும் அவர்கள் 1768 இல் அதை இழந்து, மீண்டும் 1783 இல் கைப்பற்றினர். ஆனால் 1784 இல் ஏற்பட்ட மங்களூர் உடன்படிக்கைப் படி திண்டுக்கல்லை மைசூராரிடம் திருப்பிக் கொடுத்து விட்டனர். பின்னர் 1790 இல் கர்நாடகப் போர் மீண்டும் தொடங்கியதும் பிரிட்டிசார் திண்டுக்கல் கோட்டையைக் கவர்ந்தனர். இறுதியில் 1792 மார்ச்சு 18 அன்று திப்புவுடன் ஏற்பட்ட உடன்படிக்கைப்படி, அது கம்பெனியின் கைக்கு வந்து சேர்ந்தது. பிரிட்டிசார் காவல் படை 1867 வரையிலும் திண்டுக்கல்லில் இருந்தது.

திண்டுக்கல் நகரம், கோட்டை

இது கடல் மட்டத்திற்கு மேலே 924 அடி உயரத்திலுள்ளது. இது கோடைக்கானலிலிருந்து கிழக்கே வடகிழக்கில் சுமார் 56 கிலோமீட்டர் (35 மைல்); மதுரையிலிருந்து வடமேற்கில் சுமார் 48 கிலோமீட்டர் (30 மைல்);சென்னையிலிருந்து தென்கிழக்கில் சுமார் 387 கி.மீ (242 மைல்); இராமேசுவரத்திலிருந்து வடமேற்கில் 182 கி.மீ (114 மைல்) இராமநாதபுரத்திலிருந்து வடக்கே வடமேற்கில் சுமார் 141 கி.மீ. (88 மைல்).

இந்நகரம் தென் வடலாகச் சுமார் 46 கிலோமீட்டரும் (28 மைல்), கிழ மேலாகச் சுமார் 48 கிலோமீட்டரும் (30 மைல்) பரந்துள்ள சமவெளியின் மையத்தில் அமைந்துள்ளது; முற்றிலும் குன்றுகளால் சூழப்பட்டுள்ளது.

இங்கு மிகப் பெரியதும், வழுக்கையானதுமாகிய கருங்கல் புடைப்பு ஒன்றையுடைய குன்றின் உச்சியில் கோட்டை அமைந்துள்ளது. அது சமவெளியிலிருந்து 286 அடி உயரமானது. இக்குன்று ஒருபுறம் தவிர்த்து ஏனைய புறங்கள் அனைத்திலும் செங்குத்தாய் அமைந்துள்ளது. அந்த ஒரு புறத்திலும் கூடப் பாறை உயர்ந்து எழும்பி நிற்கின்றது. இந்தப் பக்கமாகத்தான் மிகுந்த உயரமுள்ள, வலுவான மதில் சுவர்களும், நுழைவாயில்களும் அமைந்துள்ளன. இந்த இடத்திலிருந்து மலையுச்சியின் செங்குத்தான ஓரங்களில் சுற்றிலும் புறமதில் ஒன்று கட்டப்பட்டுள்ளது. இது மிகவும் வலிமை வாய்ந்த இயற்கையான அரணாகும்.

இக்கோட்டை எப்போது கட்டப்பட்டது என்பதை அறியமுடிய வில்லை. எனினும் கோட்டைச் சுவர்களின் அடிப்பாகத்திலுள்ள காரையை ஆராய்ந்து பார்க்கும் போது, இக்கோட்டையானது வரலாற்று ஆவணங்களில் குறிக்கப்பட்டுள்ள காலத்திற்கு முற்பட்டது என்பது தெரிகின்றது.

குன்றின் மீதுள்ள ஒரு பாழடைந்த கோயிலில் விசயநகரத்து அச்சுத் தேவராயரின் (1530-1542) 1538 ஆம் ஆண்டுக் கல்வெட்டு ஒன்றுள்ளது.

திண்டுக்கல் புகையிலை, தோல் வாணிபத்திற்குச் சிறந்த இடம். திண்டுக்கல் பூட்டு என்பது பெரும் புகழ் வாய்ந்ததாகும்.

துறையூர் - சிறு வரலாறு

இன்று திருச்சிராப்பள்ளி மாவட்டத்திலுள்ள துறையூர், பதினெட்டாம் நூற்றாண்டில் பெரிய பாளையமாக இருந்தது. தமிழ்நாட்டின் தஞ்சைத் தரணிக்கு

அருகிலிருந்த உடையார்பாளையம், அரியலூர் ஆகியன (உடையார் பாளையம் இ.ச.க தொகுதி-4, அரியலூர் இ.ச.க.தொகுதி-4 காண்க.) போன்ற பாளையங்களுள் துறையூரும் ஒன்றாயிருந்தது. பதினெட்டாம் நூற்றாண்டில் தென்னாட்டில் நிலவிய அரசியல் நிலையை படம்பிடித்துக் காட்டும் வகையில் துறையூர்ப் பாளையத்தின் இந்தக் கால கட்டத்து வரலாறு அமைந்துள்ளது எனலாம்.

துறையூர்ப் பாளையம் கிழ மேலாகச் சுமார் 125 கி.மீ (80 மைல்); தென் வடலாகச் சுமார் 60 கி.மீ (40 மைல்) பரப்பினதாயிருந்தது. மைசூராரும், பிரஞ்சுக்காரரும் துறையூர்ப் பாளையக்காரரைத் தோற்கடித்தனர். அவர்கள் இந்த 1755 இல் பழைய பாளையக்காரரை நீக்கிவிட்டு, அவரின் இடத்தில் அவருடைய பெற்றோரின் உடன் பிறந்தவர் மகனை அமர்த்தி விட்டனர்.

பிரஞ்சுக்காரர் துறையூரிலிருந்து கொண்டுதான் அண்மையிலுள்ள அரியலூர், உடையார் பாளையம் என்ற பாளையங்கள் மீது படையெடுத்துச் சென்றனர். அப்போது திருச்சிராப்பள்ளியில் கம்பெனிப்படைத் தலைவராயிருந்த கல்லியாடு (Calliaud) துறையூர் சென்று பிரஞ்சுக்காரரைத் தாக்கினாரெனினும், அதைக் கைப்பற்றவில்லை.

துறையூரில் புதிய பாளையக்காரர். முன்னவரைப் போலவே கப்பம் கட்டத் தவறியமையால் அவருக்கு அடுத்த வாரிசுக்காரரைப் பாளையக்காரராக்கினார். இவ்வாறு பிரஞ்சுக்காரரால் 1757 இல் நீக்கப் பட்ட பாளையக்காரரை, அரியலூர், உடையார் பாளையம் பாளையக்காரர்கள் தம் நேசராக்கிக் கொண்டனர்.

அவர்கள் 1758 ஆம் ஆண்டு பிரிட்டிசாரின் உதவியுடன் துறையூரின் புதிய பாளையக்காரரை நீக்கினர். அவர் மைசூருக்கு ஓடிப் போனார். அவர் அங்கு சும்மாயிராது, துறையூருக்கும் ஓடத்தூருக்கும் இடையிலிருந்து நாட்டைத் தொடர்ந்து தாக்கிக் கொள்ளையடித்து வந்தார்.

துறையூரின் காவலுக்கென்று, அங்கு தண்டு இறங்கியிருந்த பிரிட்டிஷ் படையின் ஐந்து கம்பெனிகளில் மூன்று 1758 நவம்பரின் திருச்சிராப்பள்ளிக்கு அழைக்கப்படவே, பதவியிலிருந்து இறக்கப்பட்டு நாட்டைக் கொள்ளையடித்து வந்த பாளையக்காரருக்கு, அது மிகுந்த வசதியானது. அவர் அதன் பிறகு ஆர்க்காட்டு நவாபுடன் உடன்பாடு காணவே, அவருக்குப் பாளையத் தலைவர் பதவி உறுதி செய்யப்பட்டது.

அவருக்கு ஒரு மகன் இருந்தார். அவர் தானே பாளையத் தலைவராக விரும்பினார். அதனால் தந்தைக்கும், தனயனுக்கும் இடையே சண்டை உருவானது. மகன் ஆர்க்காட்டு நவாபை அணுகித் தன் தந்தை தருகின்ற கப்பத் தொகையான 1,50,000 ரூபாயை 1,75,000 ரூபாயாக உயர்த்தித் தருவதற்கு முன் வந்தார். ஆதலால் ஆர்க்காட்டு நவாபு இந்த இளைஞரை 1757 இல் துறையூர்ப் பாளையத்தின் தலைவராக்கி விட்டார். அவருடைய தந்தையைச் சென்னைக்குக் கொண்டு சென்று விட்டனர்.

தந்தையோ மகனைவிட வயதிலும், தந்திரத்திலும் மூத்தவர் என்பதை நிலைநாட்ட முயன்றார். அவர் பேஷ்கஷ் என்ற கப்பத் தொகையை இரண்டு இலட்சமாக ஏற்றித் தர முன்வந்ததால், அவருக்கு 1787 இல் பாளையத் தலைவர் பதவி மீண்டும் கிடைத்தது. வைத்தால் குடுமி, சிறைத்தால் மொட்டை என்ற நெறிமுறையற்ற அரசியல் இத்துடன் நின்று விடவில்லை. (இன்னும் சொல்லப் போனால் இரண்டு நூற்றாண்டுகளான பின்னரும் தென் பாரதத்தில் இந்த அரசியல் இன்னமும் மாறவில்லை என்றுதான் தோன்றுகின்றது.)

மகனும் சும்மாயிருந்து விடவில்லை, அவர் அப்பனுக்குப் பிள்ளை என்பதைக் காட்டுவதற்கு முற்பட்டார். அவர் ஆர்க்காட்டு நவாபிற்கு ஒரு லட்ச ரூபாயை நன்கொடையாகத் தருவதற்கு 1789 இல் முன் வந்தார். அத்துடன், தன் தந்தை தர ஒப்பிய கப்பத் தொகையைத் தரவும் முன் வந்தார். ஆதலால் மகன் மீண்டும் பாளையத் தலைவரானார். ஆனால் இந்த இளந்தலைவரால் சொன்ன சொல்லைக் காக்க முடியாது போனதால், அவரை நவாபு மூன்றாவது முறையாகப் பதவியிலிருந்து இறக்கினார். அவர் அதற்கு முன்னர் 2,75,000 ரூபாயைக் கப்பமாகத் தர முன்வந்து எப்படியாவது பதவியைக் காப்பாற்றிக் கொள்ள முனைந்தார்.

மக்களைக் கொள்ளையடித்தும், அவர்கள் மீது அநியாய வரி விதித்தும் துறையூர்ப் பாளையத்தின் வருவாயைக் குன்றச் செய்தனர். வெறுஞ் சட்டியாகிப் போன நாடு, இத்தகைய சுரண்டல்களினால் பெரிதும் அல்லலுற்றது. பதவியிலிருந்து தள்ளப்பட்ட மகனும்,தனக்கும் வேளைவரும் என்று காத்திருந்த தந்தையும் இந்நிலையில் இணக்கமாயினர். அவ்விருவரும் சேர்ந்து 1759 ஆம் ஆண்டு தஞ்சையில் புகலடைந்தனர். தந்தை தஞ்சையிலேயே கண் மூடிவிட்டார்.

உடையார் பாளையத்திலும், அப்போது குழப்பம் நிலவியது. தஞ்சையில் இருந்த துறையூரின் சின்னப் பாளையம் இதைத் தனக்குச் சாதகமாக்கிக் கொண்டு,கணிசமான எண்ணிக்கையில் ஆள்களைத் திரட்டினார். அவர் இந்தக் கூட்டத்தை வைத்துக் கொண்டு பாளையத்தின் எல்லாப் பகுதியையும் கொள்ளையடித்தார்.

துறையூர் இளைய பாளையத்தில் தொல்லைகளைப் பொறுக்க முடியாத ஆர்க்காட்டு நவாபு, அவருக்குப் படித் தொகையாக மாதம் ஆயிரம் ரூபாய் தர முன் வந்ததுடன், ஆண்டுதோறும் துறையூர்ப் பாளையத்தில் வரியாக ஒரு தொகையைத் தண்டிக் கொள்ளவும் வாக்குறுதி தந்தார். அவர் இதை ஏற்றுக் கொண்டு தஞ்சாவூரில் அடங்கிப் போனார்.

கர்நாடகம் என்ற தமிழகம் முழுமையும் கம்பெனி கைக்கு 1800 ஆம் ஆண்டு வந்து சேர்ந்தது வரையிலும் இந்த ஏற்பாடு தொடர்ந்து நீடித்தது.

துறையூர் அரியலூரிலிருந்து மேற்கில் சுமார் 51 கி.மீ. (32 மைல்); சென்னையிலிருந்து தென்மேற்கில் சுமார் 327 கி.மீ. (172 மைல்); முசிறியிலிருந்து வடக்கே வடகிழக்கில் சுமார் 13 கி.மீ. (8மைல்) திருவரங்கத்திலிருந்து வடக்கே வடமேற்கில் சுமார் 34 கி.மீ. (21 மைல்); திருச்சிராப்பள்ளியிலிருந்து வடக்கே சுமார் 40 கி.மீ. (25 மைல்).

3. மறவர், மராட்டியர் சண்டை

தஞ்சை மராட்டிய மன்னர் பிரதாப சிங்கன் மறவர்களை ஒடுக்குவதற்காக 1755 பிப்ரவரியில் புதுக்கோட்டையின் விசயரகுநாத ராயத் தொண்டைமானுடன் (1730-1769) கூட்டுச் சேர்ந்து கொண்டார். மராட்டியர் படைத் தலைவர் மனோஜி மறவருக்கு எதிராக அனுமந்த குடி மீது படையெடுத்தார். இந்த ஆண்டு பிப்ரவரியில் ஆர்க்காட்டார் படை கம்பெனிப் படையுடன் சேர்ந்து மதுரை, நெல்லைச் சீமைகளில் புக, மராட்டியர் படை மறவர் நாட்டின் மீது பாய்கின்றது.

ஆனால் மறவர் நாடுகளான இராமநாதபுரம், சிவகங்கை இரண்டும் சேர்ந்த கூட்டுப் படைக்கு வெள்ளையன் சேர்வை தலைமை ஏற்று மராட்டியர் படையை

முறியடித்தார். எனினும் மனோஜி 1755 மே மாதம் மற்றொரு பெரும் படையுடன் வந்தார். இம்முறை மறவர் படை தோற்கவே, அனுமந்தகுடி மாவட்டத்தை மராட்டியர் கைப்பற்றிக் கொண்டனர்.

ஆனால் தஞ்சாவூரார் அடிக்கடி மறவர் நாட்டின் மீது படை எடுத்து வந்து தாக்குவதால், தம் நிலையை வலுப்படுத்த வேண்டுமென்று இராமநாதபுரம் சேதுபதியும், சிவகங்கை மன்னரும் மதுரை சென்று கம்பெனிப் படைத் தலைவரான ஹெரானைச் சந்தித்தனர்.

இவ்வாறு கால நிலைக்கும், தனி நலன்களுக்கும், வசதிகளுக்கும் ஏற்பச் சிறுசிறு அரசுகளாகவும். பாளையங்களாகவும் இருந்து வந்த இத்தலைவர்கள் அவிழ்த்துவிட்ட நெல்லிக்காய் மூட்டையிலிருந்து சிதறிப் போகும் காய்களைப் போன்று நிலையற்ற அரசியல் நடத்திக் கொண்டிருந்தனர்.

இராமநாதபுரம் சேதுபதியும் சிவகங்கை அரசரும் ஆர்க்காட்டு நவாபுடன் சேர்ந்து கொள்வதற்காக, அவருக்கு உதவியாக 5000 பேரடங்கிய படையை அனுப்பவும், தம்மை இந்த அணியில் சேர்த்துக் கொள்வதற்காக ஆங்கிலேயருக்குக் கிழக்குக் கரையில் இரண்டு துறை முகங்களைத் தரவும் முன் வந்தனர் என்ற செய்தியை இராமநாதபுர மேனுவல் கூறுவதைப் பேராசிரியர் கே.இராசய்யன் எடுத்துக் காட்டுகின்றார்.

பாரத தேசம் விடுதலை பெற்ற பின்னரும் இத்தகைய சந்தர்ப்பவாத அரசியல் இமயந் தொட்டுக் குமரி வரை நிலவுவதையும், பதவிக்காகத் தலைவர்கள் எந்தப் பொல்லாங்கையும் செய்யத் தயங்காது இருப்பதையும் உணர்ந்து பாடங்கற்றுக் கொள்ள வரலாறன்றி வேறு எதனால் உதவ முடியம்?

4. சாமூதிரி நடத்திய கடைசி மாமாங்கம்

உலகின் மிகப் பெரிய துறைமுகம் என்று இபின் பதூதா *(1304-1374)* என்ற முஸ்லிம் நாடோடி பதினான்காம் நூற்றாண்டில் வியந்து கூறிய கள்ளிக்கோட்டையைக் கோநகராய்க் கொண்டு, அதன் சுற்றுப் புறப்பகுதிகளை ஆண்டு வந்த சாமூதிரியர் தோற்றுவாய் குறித்து நமக்குத் தெளிவாகப் புலனாகவில்லை. சாமூதிரிகளின் முன்னோர் கள்ளிக்கோட்டைக்கு மேற்கிலிருந்த ஏரால நாடு என்பதன் அண்டைப் பகுதியை ஆண்டனர். அவர்கள் பதினைந்தாம் நூற்றாண்டில் தலை சிறந்து விளங்கியிருக்கலாம். அவர்கள் கள்ளிக்கோட்டையை மிகப் பெரிய கரையோரப் பண்டசாலைத் துறைமுகமாய் மாற்றியிருக்கலாம். சாமூதிரியர் எங்ஙனம் தம் செல்வாக்கை நிலப்பரப்பில் விரித்தனர் என்பது தெரியவில்லை. ஆனால் பதினொன்று முதல் பதின்மூன்றாம் நூற்றாண்டுகள் வரையிலும் வாணிபத்தில் ஏற்பட்ட மாறுதலும் அயல்நாடுகளிலிருந்து வந்த முஸ்லிம்களுக்குச் சாமூதிரியர் தந்த பேராதரவும் இந்த ஏற்றத்தை அவர்கள் பெற உதவியது என்பர்.

இம்மன்னர் குடியை அரபு நாட்டவர் தம் மொழியில் குறித்த அஸ்-ஸமூரி என்ற அரபுச் சொல்லுக்குக் கடலோடி என்று பொருள். சமுத்திரம் என்ற சமஸ்கிருதச் சொல்லிலிருந்து ஸமூரி என்ற ஏக்கச் சொல் பிறந்தது. இது மேலை வழக்கில் சாமோரின் *(Zamorin)* என்று குறிக்கப்படுகின்றது.

சேரமான் பெருமாள் குடியினர் என்று தம்மை அழைத்துக் கொண்ட கள்ளிக்கோட்டைச் சாமூதிரியினர் மரபு பற்றிப் பதினெட்டாம் நூற்றாண்டு வாக்கில்

மலையாள மொழியில் எழுதப்பட்ட ''கேரளோற்பத்தி'' என்ற நூல் கூறும் செய்தியும்,வரலாற்று நடப்புகளோடு இணைந்திருப்பதால், அதையும் இங்கு குறிப்பிடுவது தெளிவு காண உதவும்.

பரசுராமரால் கேரளத்தில் குடியமர்த்தப்பட்ட நம்பூதிரிமார் ஆட்சி சீர்கெட்டுக் குழப்பங்கள் மலிந்ததைப் பற்றி இ.ச.க.தொகுதி-2 ல் சொல்லப்பட்டிருந்தது. நம்பூதிரிமார் ஒருவரோடொருவர் ஒத்துப் போக முடியாத நிலை ஏற்படவே, பரசுராமரால் அவர்களுக்கென்று அமைத்துத் தரப்பட்ட அறுபத்திநான்கு குடிகளும் செயல்பட முடியாது போயிற்று. எனவே, அவர்களால் தம்மைத் தாமே ஆண்டு கொள்ள முடியாத நிலையில், அயலிலிருந்து மன்னர்களை அழைத்து வந்து ஆட்சிப் பொறுப்பை அவர்களிடம் விடலாம் என்று பரசுராமர் கூறினார். சேரமான் பெருமான் பெருமாள் என்ற அரச குடி இங்ஙனம் தோன்றியதென்று கேரளோற்பத்தி கூறுகின்றது.

மாமாங்கம்

1755

இப்பெருமாள்கள் பன்னிரு ஆண்டுகள் நாட்டை ஆளும் வகையில் கோயபுரத்திலிருந்து (கோயமுத்தூர்) சேயபெருமாள் என்ற முதற் பெருமாளைக் கொண்டு வந்து அரசு கட்டிலில் அமர்த்தினர். பன்னீராண்டு ஆட்சிக்குப் பிறகு அடுத்த பெருமாள் முடி சூடினார். இவ்வாறு புதுப்பெருமாள் மகுடம் புனையும் விழாவிற்கு மாமாங்கம் என்று பெயர்.

இத்தகைய அரசாட்சி முறை கேரளத்தில் இருந்து வந்ததென்பதை ஐரோப்பிய நாடோடிகளின் குறிப்புகள் உறுதி செய்கின்றன. புதிய பெருமாள் அரசுரிமை ஏற்கும் மாமாங்கம் என்ற விழாவுடன் தொடர்புடைய செய்திகளையும், தம் ஏடுகளில் அவர்கள் குறித்து வைத்திருக்கின்றனர்.

அவர்கள் தம் செய்திகள் மரங்களடர்ந்த புனிதக் காடுகளுக்குள் நம்மை அழைத்துச் செல்கின்றன. வரலாற்றுக்கு முற்பட்ட, சேர நாட்டில் வாழ்ந்த பண்டைத் திராவிட மன்னர்களிடையே உயிரைத் தியாகம் செய்யும் ஒரு வழக்கம் நிலவியது என்பதை அச்செய்திகளிலிருந்து அறிகின்றோம்.

அத்தகைய பண்டைச்சடங்கு பற்றிய செய்திகளைப் போர்த்துக்கீசக் கடலோடியான து வார்த்தே பார்போசா (*Duarte Barbosa*) என்பவர் எழுதி வைத்திருக்கின்றார். அவர் கொல்லக்கார மன்னரின் பன்னிரண்டாண்டுக் கால ஆட்சி பற்றியும், அவரது ஆட்சியின் இறுதியில் நடந்த சடங்கு குறித்தும் கேள்விப்பட்ட ஒரு கதையை நமக்குக் கூறுகின்றார்;

கொல்லம் நாட்டில் உயர் குடியினர் வழிபடும் கோயில் ஒன்றுள்ளது. அங்குள்ள ஒரு சிலையை அவர்கள் மிகுந்த பக்தியுடன் வழிபடுகின்றனர். அங்கு பன்னிரண்டாண்டுகளுக்கு ஒருமுறை விழாக் கொண்டாடுகின்றனர். அவ்விழாவைக் காண உயர் குடியினர் அக்கோயிலில் கூடுகின்றனர். இக்கோயிலுக்கு ஏராளமான நிலபுலன்கள் உள்ளன; மிகக் கூடுதலான வருவாயும் அதற்குண்டு.

அவ்விழா மிகப் பெரியது. இம்மாநிலத்தை ஒரு மன்னர் ஆண்டு வருகின்றார். அவர் ஈராறு ஆண்டுகள் மட்டுமே அரசிருப்பார். அதாவது ஒரு மாமாங்கத்திலிருந்து அடுத்த மாமாங்கம் வரை ஆட்சி புரிவார். இவ்விழாவுடன் அவரது பன்னிரண்டாண்டுக் கால ஆட்சி முற்றுப் பெற்றதும், அக்கோயிலில் எண்ணற்ற மக்கள் கூடுகின்றனர். அங்கு பிராமணர்க்கு உணவு ஊட்டப் பெரும் பணம் செலவழிக்கப்படுகின்றது.

மரத்தினால் பரண்கட்டி, அதன் மீது பட்டுத் துணிகளை விரித்துத் தொங்கவிடுமாறு மன்னர் பணிக்கின்றார். மன்னர் விழா நாளன்று காலையில் மேள தாளத்துடன் குளத்திற்குச் சென்று பலவிதமான சடங்குகளைச் செய்து குளிக்கின்றார். அவர் அதன் பிறகு கோயிலுக்குச் சென்று இறையைப் பணிந்து தொழுதபின் பரண் மீது ஏறுகின்றார்.

அவர் அங்கு கூடியிருக்கும் மக்கள் முன்னிலையில், கூர்மையான சில கத்திகளை எடுத்துக் கொள்கின்றார்; அவர் முதலில் தன் மூக்கை வெட்டுகின்றார்; பிறகு காதுகள், உதடுகள் என்று தன் உறுப்புகளையெல்லாம் அறுத்து எறிகின்றார். அவர் தன்னால் முடிந்த அளவு தன் சதைகளையெல்லாம் அரிந்து எட்ட வீசுகின்றார். அவர் உடம்பிலிருந்து குருதியெல்லாம் கொட்டியபிறகு மயக்கமடைகின்றார். அவர் நினைவு தப்பு முன்னர் தன் கழுத்தைத் தானே அறுத்து முடிக்கின்றார்.

இது பதினாறாம் நூற்றாண்டில் போர்த்துக்கீசக் கடலோடியால் எழுதப் பெற்றது. ஆனால் பதினெட்டாம் நூற்றாண்டின் இக்கால கட்டத்தில் மெய்யான கொல்லக்கார மன்னர் எவரும் தன்னை மேற்சொன்னவாறு தியாகம் செய்யும் மரபு மறைந்திருக்கக் கூடும்; மன்னருக்காக இன்னொருவர் தன்னுயிரை ஈந்திருக்கலாம் என்று கருத இடமுள்ளது.

ஏனெனில் சர் ஜேம்ஸ் ஜார்ஜ் ஃபிரேசர் (1855-1941) என்ற ஸ்காத்லாந்திய மானுடவியலார் 1890 ஆம் ஆண்டு எழுதிய ''தங்கத் தூக்குமரம்'' என்ற நூலில் மலபார் நாட்டு மன்னரொருவர் தன்னை அர்ப்பணிக்கும் ஒரு சடங்கில், தனக்காக வேறொருவரை இறக்கச் செய்ததாகக் குறிப்பிடுகின்றார்;

இந்த ஏற்பாட்டிற்குத் தாவெட்டிப் பரோத்தியம் அல்லது தன் உடலை வெட்டி எறிவதற்காகப் பெறும் அதிகாரம் என்று பெயர். இந்த அதிகாரத்தைப் பெற முன்வருபவர் ஐந்தாண்டுக் காலம் அதிகாரம் செலுத்தலாம். அவருக்கு அவரது அதிகார வரம்பினுள் சர்வாதிகாரமான அதிகாரங்கள் தரப்படும். ஐந்தாண்டுகள் முடிந்ததும், அவரது தலை வெட்டப்படும். வெட்டப்பட்டத் தலையை மக்கள் கூடியுள்ள கூட்டத்தை நோக்கி வீசுவர். மக்கள் கூட்டத்தில் ஒவ்வொருவரும் அந்தத் தலையைப் பிடிக்கப் போட்டியிடுவர். எவர் தலையைப் பிடிக்கின்றாரோ, அவர் அடுத்த ஐந்தாண்டுக் காலம் அந்தப் பதவியிலிருப்பார்.

கள்ளிக்கோட்டை மன்னரான சாமூதிரி மலபாரிலுள்ள திருநாவாய் என்ற புனிதத் தலத்தில் கடைசியாக இந்த 1755 ஆம் ஆண்டு உயிரைப் பலியாகத் தரும் மாமாங்கம் என்ற விழாவை நடத்தினார். இந்த உயிர்ப் பலிச் சடங்கில் புதிய கூறு ஒன்றைக் காண்கின்றோம். சாமூதிரி விடுத்த அறிவிப்பில், தன்னை எவரும் கொல்லலாமென்றும், அம்முயற்சியில் வெற்றி பெறுபவர் தன்னையடுத்து மன்னராகலாம் என்றும் கூறப்பட்டது. கேரள வரலாற்றில் இதற்கு முன்னர் இவ்வாறு நடந்ததாக நமக்குத் தெரியவில்லை.

சாமூதிரி தான் வடகேரளம் முழுமைக்கும் எதிர்ப்பாரற்ற உயர் முதன்மை கொண்ட மன்னர் என்பதை நிலைநாட்டுவதற்காக நடந்த விழா இம்மாமாங்கம் என்று கருதப்படுகின்றது. அவர் மாமாங்கம் நடத்தும் உரிமையைத் தன் வசப்படுத்திக் கொண்டார் என்று கூறுகின்றனர். அதனால் அவர் வள்ளுவ நாட்டு மன்னர்களிடமிருந்து மேலாண்மை உரிமையைப் பெற்று விட்டார். வள்ளுவ நாட்டு மன்னர்தாம் சாவார் என்ற தற்கொலைப் படையை அனுப்பிச் சாமூதிரியைக் கொல்லச் செய்வார்.

சாவார் படை

ஏ.எஸ்.பி. ஐயர் இந்த மாமாங்கம் பற்றியும், சாமூதிரியைக் குறித்தும் எழுதியிருக்கின்றார்.

சேரமான் பெருமாளால் கள்ளிக்கோட்டைக்கு மன்னராக்கப்பட்ட சாமூதிரி, மறவர்களான நாயர்கள் கூட்டத்தின் தலைவரானார். அவர் திருநாவாய் உள்பட வள்ளுவ நாட்டு அரசரின் ஆட்சிப் பகுதிகளையும் வென்றார். திருநாவாயில் பன்னிரு ஆண்டுகளுக்கொரு முறை மாமாங்கம் நடைபெறும் சாமூதிரி அந்த விழாவைத் தொடர்ந்து நடத்தினார்.

அவர் இவ்விழாவின் போது தன் நம்பிக்கைக்குரிய நாயர்கள் புடைசூழ அரியணையில் அமர்ந்திருப்பார். சாவிற்கே தன்னை அர்ப்பணித்துவிட்ட சாமூதிரியைச் சாவதற்கஞ்சாத ''சாவார்'' என்ற கூட்டத்தார் தாக்க வருவர். அப்போது சாமூதிரியைச் சூழ்ந்துள்ள வீரர்கள் மன்னரைக் காப்பாற்ற வேண்டும். அவர்கள் சாவாரைத் தடுத்துக் கொல்ல வேண்டும். சாவார் சாவாரேயன்றிப் புறமுதுகிடார்.

சாமூதிரியின் மெய்காவலர், அவரைச் சாவாரிடமிருந்து காக்கத் தவறினால், சாவார்கள் கொன்றுவிட்ட சாமூதிரியின் இடத்தில் மற்றொரு சாமூதிரியை அமர்த்துவர். சாமூதிரி தன்னைக் காக்கும் நாயர்களுக்கு, அவர்களின் ஊழியத் தன்மைக்கேற்பப் பரிசுகள் வழங்குவார்.

காப்டன் அலெக்சாந்தர் ஹாமில்டன் 1695 ஆம் ஆண்டு நடந்த மாமாங்கம் பற்றித் தனது ''கிழக்கிந்திய நாடுகள் பற்றிய புதிய விவரம்'' என்ற ஆங்கில நூலில் கீழ்க்கண்டவாறு எழுதியிருக்கின்றார்;

''பன்னீராண்டுகள் முடிந்த பிறகு, சாமூதிரியின் நாடெங்கும் மாமாங்கம் நடக்கப் போவதாகப் பறையறை அறிவிக்கப்பட்டதும், ஒரு விழா நடந்தது. பரந்த வெளியில் மன்னருக்கென்று ஒரு கூடாரம் போட்டனர். அங்கு பத்துப் பன்னிரண்டு நாளாகப் பெரிய விருந்தும், வேடிக்கையும், கேளிக்கைகளும் நடந்தன. இரவு, பகலாய்ப் பீரங்கிகள் வெடித்தன. அவ்விருந்தின் முடிவில் மணி முடியைப் பெற்று விடலாம் என்று துணிபவர்கள் அக்கூட்டத்தில் இருப்பர். அவர்கள் மன்னரைச் சூழ்ந்திருக்கும் முப்பது, நாற்பதாயிரக் காவலரைத் தாண்டி, மன்னர் அமர்ந்திருக்கும் கூடாரத்தினுள் சென்று அவரைக் கொல்வதற்கு முழுமூச்சாய் முயலக்கூடும். அவர்கள் காவலரைக் கொன்று குவித்த பின்னர் மன்னரை நெருங்கப் பார்ப்பார்கள். கூடாரத்தினுள் மன்னனை எவர் கொல்கின்றாரோ, அவர் புதிய மன்னராகப் பேரரசின் ஆட்சிப் பொறுப்பை ஏற்பார்.

பொன்னாணி

இத்தகைய மாமாங்க விழா ஒன்று 1695 ஆம் ஆண்டு பொன்னாணி ஆற்றின் கழிமுகத்தில் அமைந்துள்ள பொன்னாணி என்ற இடத்தில் நிகழ்ந்தது. (இது கள்ளிக்கோட்டையிலிருந்து தெற்கே தென்கிழக்கில் சுமார் 50 கிலோ மீட்டரில் உள்ள ஊராகும். இவ்வூர் கொச்சிக்கும், கள்ளிக்கோட்டைக்கும் இடையிலுள்ள முக்கியமான மாப்பிள்ளைமார் துறைமுகமாகும். பொன்னாணி பதினெட்டாம் நூற்றாண்டுடன் பல தொடர்புகளையுடையது. ஆங்கிலேயர் கொச்சியை 1662 இல் விடுத்துப் பொன்னாணிக்கு வந்து சேர்ந்தனர். இங்கு கர்னல் மக்ளியோடும், ஹம்பர்ஸ்டோனும் 1782 ஆம் ஆண்டு திப்பு, லாலி இருவரையும் எதிர்த்து வெற்றி கொண்டனர். கர்னல்

ஹாட்லி 1790 இல் மேற்குக் கரை மீது புகழ் பெற்ற தன் தாக்குதலை நடத்தியபோது, பொன்னாணி மக்கள் உடனே அவருக்கு ஆதரவு தந்தனர்.)

இவ்வூரின் தெற்கே சுமார் முக்கால் கிலோமீட்டரில் அமைந்துள்ள திரிக்காவு என்ற இடத்தில் தொன்மையான பகவதி கோயில் உள்ளது. திப்பு இக்கோயிலைக் கொள்ளையடித்தார் என்றும், பகவதியின் சிலையைத் துண்டு துண்டாக உடைத்தெறிந்தார் என்றும் ஆங்கிலேயர் எழுதி வைத்திருக்கின்றனர். அவர் இத்திருக்கோயிலை வெடிமருந்துக் கிடங்காக்கினர் என்றும் சொல்வர்.

பொன்னாணியருகில் 1695 இல் திரிக்காவில் நடந்த மாமாங்கத்தில் மூவர் மட்டுமே உயிரை வெறுத்து இச்செயலில் இறங்கினர். அவர்கள் வாளை உருவிக் கொண்டு காவலர் நடுவே பாய்ந்து அவர்களில் பலரைக் கொன்றனர்.காயப்படுத்தினர். தாமும் செத்தனர். இத்துணிச்சல்காரரில் ஒருவரிடையே அண்ணன் மகன் ஒருவன் இருந்தான். அவனுக்கு வயது பதினாறு. அவன் தன் சிற்றப்பன் காவலரைத் தாக்கியபோது அருகில் இருந்தான். சிற்றப்பன் செத்து விழுந்ததும், அந்த இளைஞன் காவலரிடையே புகுந்து கூடாரத்தினுள் நுழைந்து விட்டான். அவன் மன்னரின் தலையை நோக்கி வாளை வீசினான். அப்போது ஒரு குத்துவிளக்கு வாளின் வீச்சைத் தாங்கியிரா விடில், மன்னர் தலை, வேறு முண்டம் வேறாயிருப்பார். இளைஞன் இரண்டாம் முறை வாளை வீசு முன்னர் காவலர் வந்து அவனைக் கொன்று விட்டனர்.

அலெக்சாந்தர் ஹாமில்டன் இந்நிகழ்ச்சி நடந்தபோது கடற்கரையோரமாகக் கப்பலில் இருந்தார். அவர் இரண்டு மூன்று நாள்களாக இரவு, பகலெல்லாம் பீரங்கிகள் முழங்கியதைக் கேட்டார்.

இரண்டாம் சேரப் பேரரசு சுமார் கி.பி. பன்னிரண்டாம் நூற்றாண்டில் சிதறுண்டதற்கு முன்னரே, மிகமிகத் தொன்மையான காலத்திலேயே இந்த மாமாங்க விழா நடந்திருக்கலாம் என்பது நமக்குக் கிடைத்துள்ள செய்திகளிலிருந்து தெரிகின்றது. அக்காலத்தில் சேர நாட்டில் தன்னையே உயிர்ப்பலி கொடுக்கும் அரசமுறை இருந்து வந்திருக்கின்றது. அம்முறையைப் பண்டைத் திராவிட மன்னர் கடைப்பிடித்து வந்தனர். அவ்வழக்கம் காலப் போக்கில் திரிந்து உருமாறி, மன்னர்கள் தமக்கு மாற்றாக இன்னொருவரைப் பலி கொடுக்கச் செய்யும் மரபு தோன்றிவிட்டது என்பதை மேற்சொன்ன செய்திகள் காட்டுகின்றன என்று ‘‘கேரளம்’’ என்ற ஆங்கில நூலின் ஆசிரியரான ஜார்ஜ் உட்காக் எடுத்துரைக்கின்றார்.

5. மேவாரின் தொன்மை, அவலநிலை : உதயபுரி ராணாக்களின் வரலாறு

இந்திய சரித்திரக் களஞ்சியம் இந்தியாவில் தொன்று தொட்டும், அண்மைக் காலத்திலிருந்தும் நிலவி வந்த நாட்டரசுகள் பற்றி நெடுகிலும் காட்டி வருகின்றது. இங்கு இரசபுத்திரரின் சிசோடியர் என்ற முதுகுடியினர் சுமார் கி.பி. 730 இல் நிறுவிய மேவார் என்ற உதயபுரி ராணாக்களின் வரலாறு இயம்பப்படுகின்றது.

மேவாரின் தொன்மை

மேவார்ப் பகுதியில் நடத்திய அகழ்வாய்வுகளிலிருந்து, அங்கு சுமார் கி.மு. 2000 ஆண்டுக்காலத் தொடக்கத்தில் வேளாண்மைப் பண்பாடு அமைந்திருந்திருந்ததைக் காட்டும் சான்றுகள் உள. உதயபுரியின் புறநகரான அகர் என்ற இடத்தின் அருகிலுள்ள

நூல் கோட்டு என்ற இடத்தையும், சித்தோகடு மாவட்டத்திலுள்ள பாணச ஆற்றின் கரைமீதிருக்கும் ஜிலண்டு என்ற இடத்தையும் அகழ்ந்த காலையில் அச்சான்றுகள் கிடைத்தன.

சுமார் கி.மு.500 வாக்கில் நிலையான சிற்றூர் வாழ்க்கை மேவாரில் நிறுவப்பட்டு விட்டது. கி.மு. மூன்றாம் நூற்றாண்டில் மத்தியாமிக (சித்தூரின் அருகிலுள்ள தற்கால நகரி), சித்திரகூடம் (சித்தூர்), நர்காதா (நகதா), முதலிய நகரங்கள் செழித்திருந்தன. அதற்கடுத்த நூற்றாண்டில் மத்தியாமிகாவில் நாணயங்கள் அச்சிடப் பெற்றன. மத்தியாமிகாவில் அசுவமேத, வாஜபேய வேள்விகள் அக்காலத்தில் நடந்ததைக் கல்வெட்டுகள் காட்டுகின்றன.

மேவாரில் கி.மு. இரண்டாம் நூற்றாண்டு வாக்கிலேயே வளர்ச்சி பெற்ற நிலையான வாழ்க்கை நடந்து வந்தது என்பதை இவற்றால் அறிகின்றோம். எனவே கி.மு. இரண்டாம் நூற்றாண்டிலிருந்து மேவாரின் வரலாற்றுக் காலம் தொடங்குகின்றது எனலாம்.

சிசோடியர் பெரும் பழமை

மேவாரின் சிசோடியர் தம்மைச் சூரிய வமிசத்தவரான இராம பிரானின் வழித் தோன்றல்கள் என்றும், உலகின் தொன்மையான அரச குடியினர் என்றும் உரிமை கொண்டாடுகின்றனர். சிசோடிய அரச குடியைத் தோற்றுவித்த குகில், அரவல்லி மலைகளிலுள்ள பில் மாவட்டத்திலிருக்கும் எடூர் என்ற சின்னஞ்சிறு அரசைக் கி.பி.566 இல் ஆண்டார். அவரில் தொடங்கிய இந்த அரச குடியின் கால்வழி இன்று வரையிலும் இடையறாது வந்து கொண்டிருக்கின்றது என்பர்.

1755

பப்பன்

பில்லர்கள் குகிலின் வழிவந்த நாகதிதனைக் கொன்று எடூரைக் கைப்பற்றிய மையால், நாகதிதனின் மகனான பப்பன் அடிநிலையிலிருந்து மேலேற நேர்ந்தது. பப்பன் அரவல்லி மலைகளில் சில ஆண்டுகள் சுற்றித் திரிந்த பின், திரிகூட மலையின் அடிவாரத்திலும், அதன் இடுக்கிலும் பசுமை சூழ்ந்த ஓரிடத்தில் நாகத என்ற தன் தலைநகரை நிறுவினர்.

மான்சிங்கிடமிருந்து பப்பரவால் பண்டையதும்,போர்த் தந்திர முக்கியத்துவம் வாய்ந்ததுமான சித்தூர்க் கோட்டையைக் கைப்பற்றித் தன் தலைநகரை நகதாவிலிருந்து சித்தூருக்கு மாற்றியதிலிருந்துதான் மேவாரின மரபின் முறையான வரலாறு எட்டாம் நூற்றாண்டு முதல் தொடங்குகின்றது. சித்தூர்க் கோட்டை பாண்டவர் காலத்தது என்பர். குகில் மன்னனையடுத்து அரசேற்ற எட்டாவது மன்னர் பப்பன், அவர் தன் வீரத்தாலும் வெற்றியாலும் மேவாரின் குகில்ல ராணாக்கள் குடியின் தலைசிறந்த மன்னராக விளங்குகின்றார். மேவாரின் முறையான வரலாறு அவரிலிருந்து சுமார் கி.பி. 730 ஆம் ஆண்டிலிருந்து தொடங்குகின்றது.

(பப்ப ரவாலைப் பற்றி இ.ச.க. ஐந்தாம் தொகுதியில் சிறிது சொல்லப்பட்டிருந்தது. அங்கு அவரும், மார்த்தாண்ட வர்மனும் ஒப்பு நோக்கப்பட்டிருந்தனர்.)

முதல் முஸ்லிம் படையெடுப்பைப் பப்பன் எதிர்த்தல்

இந்திய வரலாற்றில் முதல் முஸ்லிம் படையெடுப்பை எதிர்த்து நின்று

முறியடிக்கும் பொறுப்புப் பப்ப ரவாலுக்குக் கிடைத்தது. அரபுப் படைத் தலைவரான முகமது பின் காசிம் பன்முறை முயன்ற பின்னரே இறுதியில் சிந்துப் பகுதியை வெற்றி கொள்ள முடிந்தது. அப்போது நடந்த சண்டையில் தலையாய சிந்து அரசரான தேபில் என்றவரின் மகனான தகீரை முகமது காசிம் களத்தில் கொன்றார்.

தகீரின் மகன் ஜெயசிங்கு நாட்டைவிட்டு ஓடிச் சித்தூர்கடில் புகலடைந்தார். காசிம் அவரைச் சித்தூர் வரை துரத்திச் சென்று, அப்பண்டைக் கோட்டையைச் சுமார் 728 இல் தாக்கினார்.

அப்போது அங்கு மான்சிங்கு மோரியின் அவையினரிடையே பெரிய குழப்பம் ஏற்பட்டது. மனக்குறையுடைய தலைவர்கள் ஒன்றுபட்டு நின்று படையெடுப்பாளரை எதிர்க்கும் மனநிலையில் இல்லாதிருந்தனர். அப்போது பப்பன் சித்தூர்க் கோட்டையைக் காக்கும் பொறுப்பைத் தன் தலை மீது போட்டுக் கொண்டு, படையெடுப்பாளரை எதிர்த்துத் தாக்க ஆள்களைத் திரட்டினார். பப்பன் இப்பணியில் மிகவும் அரிய தலைமைப் பண்புகளை வெளிப்படுத்தினார். இரசபுத்திரத் தலைவர்கள் வெகு விரைவிலேயே பொது இலட்சியத்திற்காகப் பப்பனின் தலைமையில் திரண்டனர். அதனால் காசிமின் படைகள் முறியடிக்கப்பட்டதுடன், அவர் சௌராஷ்டிரம் வழியே சிந்து வரையிலும் புறமுதுகிட்டோட நேர்ந்தது.

பப்பன் அவரைத் துரத்திச் சென்ற வழியில் தன் மூதாதையர் நகரான (காம்பேயிலிருந்த) கஜனியைக் கைப்பற்றி, அந்நகரத்து இரசபுத்திர இளவரசியை மணந்தார்.

பப்பன் அரபுப் படைத்தலைவரான காசிமை இங்ஙனம் வெற்றி கொண்டதால், மோரியைச் சேர்ந்த இரசபுத்திரர்கள் அவரது வீரத்தைப் பாராட்டினர். அவர்கள் மோரி மன்னர் மான்சிங்கிற்கு எதிராகத் திரும்பிப் பப்பனைச் சித்தூரில் அரியணையில் ஏறுமாறு வேண்டினர். மான்சிங்கு அதை மிகுந்த ஆர்வத்துடன் ஏற்றுக் கொண்டார்.

பப்பன் அதன் பிறகு மேற்கில் ஈரான் வரையிலும், வடக்கில் ஆப்கானித்தானம் வரையிலும் படை கொண்டு சென்று, சென்ற இடமெங்கும் வெற்றி கண்டார். அவருக்கு ''இந்து சூரஜ்'' (இந்து ஞாயிறு) இராஜ குரு (மன்னர்களின் குரு), சக்கரவர்த்தி என்றெல்லாம் புகழ் மாலைகள் சூட்டப் பெற்றன. பப்பன் அதன் பிறகு துறவு பூண்டு நூறாண்டு வரை வாழ்ந்திருந்தார் என்று மேவார் குடியின் சிறந்த முதல்வரான பப்ப ரவாலைப் பற்றிய வரலாறு கூறுகின்றது.

இத்தகைய மாவீரரான பப்ப ரவாலை முன்னோராகக் கொண்ட உதயபுரி அல்லது மேவார் இரசபுத்திரர்கள் படையெடுத்து வந்த அயலாரை வென்று மாவீரர்களாக விளங்கியிருக்கின்றனர்.

மீண்டும் அரபுப் படை வெல்லப்படுதல்

மேவார் பப்பரவாலுக்கு நூறாண்டுகளுக்குப் பிறகு அலையென வந்த மற்றோர் இஸ்லாமியப் படையெடுப்பை முறியடித்த பெருஞ்சிறப்பைப் பெறுகின்றது. இஸ்லாமியப் படையெடுப்பாளர் இப்போதும் மேற்கிலிருந்துதான் வந்தனர். அவர்கள் அரபு ஆட்சியிலிருந்த சிந்தின் வழியே பாய்ந்து வந்தனர்.

இப்போது மேவாரின் மன்னராயிருந்த குமான் (*Khuman*) குஜராது, இராஜஸ்தானம், பாஞ்சாலம், டெல்லி, கானோஜ், மாளவம் ஆகிய பகுதிகளைச் சேர்ந்த

38 இரசபுத்திர இளவரசர்களுடன் அணிதிரண்டு, காலிஃபா மாமூன் இரஷீதின் (813-817) பெரும் படையுடன் மோதினார். குமான் அரபுப் படைகளை முறியடிக்கு முன்னர், வரிசையாக இருபத்திநான்கு களங்களில் போரிட்டார். மேவார் அதன் பிறகு முந்நூறாண்டுக்காலம் அயலாரின் தாக்குதலைக் காணவேயில்லை.

பிருதிவிராஜ சௌகான்

அப்போது பன்னிரண்டாம் நூற்றாண்டின் கடைசியில், அது முஸ்லிம் படையெடுப்பாளர் ஒருவருடன் பொருத நேர்ந்தது. இப்போது வடக்கிலிருந்து படையெடுப்பாளர் வந்தனர். டெல்லியைச் சேர்ந்த பிருதிவிராஜ சௌகானும் மேவாரின் விக்கிரம சிங்கு என்ற சமர் சிங்கும் இந்தப் படைகளுக்குத் தலைமை ஏற்றனர். இந்திய மன்னர்களிடையே தோன்றிய பிரிவினைச் சக்திகளும், ஒருவர்மீதொருவர் கொண்ட பொறாமையுணர்வும், படையெடுப்பாளரின் வெற்றிக்குக் காரணமாயின.

பிருதிவிராஜனின் எதிரிகளான கானோஜ், பாட்டன் அரசுகளின் மன்னர் இருவரும் சேர்ந்து பிருதிவிராஜனைத் தலைகுனியச் செய்ய வேண்டும் என்பதற்காக, இந்தியா மீது படையெடுத்து வருமாறு ஷகாபுதீன் கோரியை அழைத்தனர். ஷகாபுதீன் டெல்லியை நோக்கி முன்னேறினார். தானேசுவரத்தின் அருகிலுள்ள தரயின் என்ற இடத்தில் 1192 இல் நடந்த போரில் மேவார் அரச குடி பேரடிக்கு உள்ளானது. துருக்கர் டெல்லியைக் கைப்பற்றிச் சூறையாடிய போது, கானோஜாரும், பாட்டன்காரரும் பெருங்களிப்புடன் வேடிக்கை பார்த்தனர். ஆனால் அவர்களே அழைத்த எதிரி, பின்னர் அவர்களையே வென்று களத்தில் மாய்த்தான்.

இந்தியாவில் ஷகாபுதீன் கோரியின் அரச பிரதிநிதியாயிருந்த குதுபுதீன் அயிபக்கு இராஜஸ்தானத்தை வெல்வதற்காகப் படையெடுத்த நேரத்தில், மேவார் மன்னர் விக்கிரமசிங்கின் இளம் விதவையும் குழந்தை இளவரசன் கர்ணாவின் அன்னையுமான அரசி காருண்ய குமாரி கவசமணிந்து, படைக்கலன் ஏந்தித் தன் குடித் தலைவர்களுடன் சேர்ந்து துருக்க - ஆப்கானியப் படைத் தலைவரை எதிர்த்தார். அஜ்மீரில் 1196 இல் நடந்த இந்தச் சண்டையில் அயிபக்கு தோல்வியடைந்தார். அவரே களத்தில் காயமடைந்தார். அவர் அஜ்மீர்க் கோட்டைக்குள் புகலடைந்து தன்னைக் காத்துக் கொண்டார்.

விக்கிரம சிங்கிற்குப் பிறகு அடுத்த மூன்று நூற்றாண்டுக் காலம் மேவார் எழுச்சியற்ற நிலையில் கிடந்தது. அது டெல்லியில் அடைந்த பெருந்தோல்வியிலிருந்து இன்னும் மீட்சி பெறவில்லை. மேவாரைச் சுற்றிலும் பேராற்றல் வாய்ந்த சௌகான்களும், பரமாரரும், சாளுக்கியரும் இருந்தனர். எனினும் மேவார் அரசு ஜைத்திரசிங்கின் (சு. 1213-1260) தலைமையில் மீண்டும் தலைதூக்கியது. அவர் அறிவுக் கூர்மையும், தொலைநோக்கு உடையவராகவும் விளங்கினார். ஜைத்திர சிங்கின் பேரனான சமர் சிங்கு (1273-1302) மேவார் வரலாற்றின் பொன்னேடுகளில் இடம் பெற்ற மன்னராவார். சுல்தான் அலாவுதீன் கில்ஜியின் தம்பியான உலாகு கான் குஜராதின் மீது படை கொண்டு சென்றபோது, சமர் சிங்கு அவரை இடைமறித்துக் குஜராதில் இஸ்லாமியர் ஆட்சி ஏற்படாது தடுத்தார் என்று அபு மலையிலுள்ள ஒரு கல்வெட்டு அவரைப் புகழ்கின்றது.

மேவார் இதன்பிறகு நூறாண்டுகள் கழித்து மீண்டும் மாபெரும் இஸ்லாமியப் படையெடுப்பு ஒன்றை எதிர்த்துநிற்கும் வேளை வந்தது. டெல்லிச் சுல்தான் அலாவுதீன்

கில்ஜி இப்போது சித்தூரைத் தாக்கியதற்கு இரண்டு நோக்கங்கள் இருந்தன. டெல்லியிலிருந்து குஜராது செல்லும் வழியில் மேவார் பெரிய இடையூறாக இருந்தது; மேவார் அரசி பத்மினி மீது கில்ஜி கொண்ட அடங்கா மோகம் இரண்டாவது நோக்கம்.

பத்மினி மீது கில்ஜியின் மோகம்

அவர் 1302 இல் எடுத்த படையெடுப்பில் இவ்விரு நோக்கங்களும் நிறைவேறவில்லை. ஆதலால் அவர் சூழ்ச்சி செய்து பார்த்தார். பேரழகி பத்மினியின் உருவத்தைக் கண்ணாடியிலாவது கண்டுகொள்வதற்கு அனுமதிக்குமாறு முதலாம் ரத்தன் சிங்கு ரவாலிடம் (1302-1303) அலாவுதீன் மன்றாடினார். அவரது வேண்டுகோள் ஏற்கப்பட்டது. ரவால் ரத்தன் சிங்கு விருந்தோம்பல் பண்பிற்கிணங்கச் சுல்தானை வழியனுப்பக் கோட்டைக்கு வெளியே வந்ததும், சுல்தானின் ஆள்கள் பாய்ந்து ரத்தன் சிங்கைப் பிடித்துக் கொண்டனர். ரவாலை விடுதலை செய்ய வேண்டுமாயின் அரசி பத்மினி அலாவுதீனிடம் வந்து சேர வேண்டுமென்று சொல்லப்பட்டது.

பத்மினி

துணிவும், மதிக்கூர்மையும் வாய்ந்த அரசி பத்மினி, சுல்தானுக்கு ஒரு பாடத்தைக் கற்பிக்க வேண்டும் என்று எண்ணங் கொண்டார். பத்மினி சுல்தானின் வேண்டு கோளுக்கு ஒரு நிபந்தனையுடன் இணங்கினார். பத்மினி தன் பணிப் பெண்களுடன் சித்தூரை விட்டு வெளியேறுவதற்குச் சுல்தான் ஒப்பவேண்டும். தனக்கு விருப்பமான கிளி கைக்கெட்டும் விதத்தில் அருகே வருகின்றதென்று சுல்தான் மகிழ்ந்து, இவ் வேண்டுகோளை உடனே ஏற்றுக் கொண்டார்.

பத்மினி புகட்டிய பாடம்

பத்மினி 700 பல்லக்குகளுடன் கோட்டைக்குள்ளிருந்து வெளியேறினார். ஒவ்வொரு பல்லக்கினுள்ளும் பணிப்பெண் வேடமிட்ட இரசபுத்திர வீரர்கள் கொல்லுங் கருவிகளுடன் அமர்ந்திருந்தனர். இந்தப் பல்லக்கு ஊர்வலம் சுல்தான் தண்டு இறங்கியிருந்த இடத்தை அடைந்தது. அலாவுதீனே நேரில் வந்து பத்மினியை வரவேற்றார். அவர் தன் கணவர் ரத்தன் சிங்குடன் பத்மினி அளவளாவுவதற்கு ஒப்பினார். அவர்கள் சந்தித்ததும் 700 பல்லக்குகளுக்குள்ளிலிருந்து இரசபுத்திர வீரர்கள் தாவி வெளி வந்து சுல்தானின் படைவீரர்களுடன் பொருதினர்.

கடுமையான சண்டை நடந்தது. இரு தரப்பிலும் பலர் செத்தனர். ரவாலும், பத்மினியும் தீங்கின்றி வெளிவருவதற்காக இரசபுத்திரர் பின்னணியிலிருந்து கடும் போரிட்டு வெற்றி கண்டனர். அரசனும், அரசியும் மீண்டனர். இரசபுத்திரர் எதிரிகளைக் கொன்று குவித்துப் பெருஞ்சேத முண்டாக்கினர். அதனால் சுல்தான் சித்தூர்

முற்றுகையைக் கைவிட்டுத் தன் இரண்டு ஆசைகளும் நிறைவேறாது டெல்லி திரும்ப வேண்டிய கட்டாயம் வந்தது.

ஆனால் அலாவுதீன் விடாமுயற்சியாக,மீண்டும் படை கொண்டு சென்று சித்தூரைத் தாக்கினார். அவர் இப்போது எண்ணியதை முடிக்கும் உறுதியில் சென்றார். அவர் வலிமை மிகுந்த சித்தூர்க் கோட்டையை நெடுநாள் முற்றுகையிடுவதற்கு வேண்டிய ஏற்பாடுகளுடன் வந்திருந்தார். இரசபுத்திரர் முந்திய ஆண்டில் வீரர் பலரை இழந்திருந்த போதிலும், என்ன நேர்ந்தாலும் கோட்டையைக் காப்பாற் றியே தீர்வது என்ற உறுதியோடு இருந்தனர்.

அலாவுதீன் வெற்றி

ஆறுமாதம் முற்றுகை நடந்தது. பேரழிவும், சோர்வும் கோட்டையைக் காத்து நின்ற வீரர்களை நிலைகுலையச் செய்தன. இரசபுத்திரர் அணி எண்ணிக்கையில் குறைந்து வந்தது. ரவால் ரத்தன் சிங்கும், பட்டத்து இளவரசனும் களத்தில் பட்டனர். அதன் பிறகு ரவாலின் நெருங்கிய உறவினரான சிசோடியர் கடியைச் சேர்ந்த இலட்சுமண சிங்கு கோட்டைக்காவல் படைக்குத் தலைமை ஏற்றார். அவர் அலாவுதீன் கில்ஜியின் படைகளுக்கு எதிராகக் கடைசி முயற்சியாக முழுமூச்சோடு போரிடுவதென்று முடிவெடுத்தார். இலட்சுமண சிங்கின் எட்டு மக்களில் எழுவர் விழுப்புண்பட்டு வீரமரணம் எய்தினர். அவர் நம்பிக்கையெல்லாம் இழந்து விட்ட நிலையில் மாபெரும் தியாகம் செய்வதற்கு ஆயத்தமானார். அவர் தன் எட்டாவது மகனான அஜயசிங்கை அழைத்து, மேவாரின் பட்டத்திற்கு வரவேண்டிய கைகுழந்தை ஹமீர் சிங்குடன் யாருமறியாது கோட்டையை விட்டு வெளியே நழுவிச் செல்லுமாறு பணித்தார். இப்போரில் *30,000* இரசபுத்திரர் மடிந்தனர்.

பத்மினி தீப்பாய்தல்

இப்பெரும் போர் மூலக் காரணமாயிருந்த பெரும் பேரழகி பத்மினி ஆயிரம் பெண்களுடன் சேர்ந்து தீப்பாய்ந்து உயிரிழந்தார். இரசபுத்திரப் பெண்டிர் தீப்பாயும் இச்சம்பவத்திற்கு ஜோகார் என்று பெயர். அலாவுதீன் கில்ஜியின் மோகவெறி இங்ஙனம் அழிந்தது. அவர் இறுதியாகக் கோட்டைக் கதவைத் தகர்த்துக் கொண்டு உள் நுழைந்த போது சாவு, பேரழிவு, கரிந்து புகைந்து கொண்டிருந்த இடிபாடுகள், இவை தாம் அங்கே அவரை வரவேற்றன. அவர் மோகித்துத் தகித்துப் போன அழகி வெந்து நீரான இடத்தை மட்டுமே அவரால் காண முடிந்தது. சுல்தான் ஒரு பிடிச் சாம்பலை அள்ளிக் காற்றில் தூவியபடி சொன்னார்; ''இம்மண்ணில் மெய்ம்மையே இல்லை.'' கடுஞ்சீற்றமுற்ற சுல்தான், பத்மினியின் மாளிகையையும், சமண வெற்றிக் கம்பத்தையும் தவிர, ஏனைய கட்டடங்கள், கோயில்கள் அனைத்தையும் இடித்துத் தகர்க்குமாறு கட்டளையிட்டார். அலாவுதீன் அதன் பிறகு சித்தூரைக் கைப்பற்றித் தன் மகன் இசார் கானை அதன் ஆளுநராக்கினார்.

ரவால் பட்டம் ராணாவாதல்

கைக்குழந்தையான ஹமீரைக் கொண்டு சென்ற அஜயசிங்கு தன் தந்தையிட்ட கட்டளைப்படி அவனை வளர்த்து, மேவார் அரியணையில் அமர்த்தினர். முதலாம் ஹமீர் (1314-1378) என்ற இம்மன்னருடன் மேவார் அரச குடியின் ரவால் என்ற பட்டம் ராணா என்று மாறியது. ஏனெனில் ஹமீரின் பாட்டனாரான சிசோதிய குடியின் ராணா இலட்சுமண சிங்கின் வழிவந்தவர்களிடம் அந்தப் பட்டம் போய் விட்டது. இந்த இடத்திலிருந்துதான் குகிலர் குலத்தின் சிசோதியர் குடி மரபும் தொடங்குகின்றது.

மேவாரின் பொற்காலம் ஹமீது சிங்குடன் தொடங்கிப் போர் மறவரும், கற்றறிவாளருமான பல்துறை விற்பன்னராகிய மன்னர் கும்பாவின் காலத்திலும் (1433-1468), அவர் மகன் உதயகாரன் (1468-1473) காலத்திலும் உச்சநிலையை அடைந்தது.

கும்பன்

கும்ப ராணா பல வெற்றிகளைக் கண்டவர். மாளவம், குஜராது இரண்டும் சேர்ந்து போருக்கு வந்தபோது அவர் அடைந்த வெற்றியின் நினைவாக அவர் சித்தூரில் மிக மேன்மை வாய்ந்த கீர்த்தி ஸ்தம்பத்தை (புகழ்த் தூண்) நிறுவினார். அவர் மேவார் குடியின் குலதெய்வமான ஏகலிங்கஜீ கோயிலுக்குத் திருப்பணி செய்தார். (ஏகலிங்கர் கோயில் பற்றிய செய்திகள் இ.ச.க தொகுதியில்-5 ல் காண்க.) அக்கோயிலின் கருவறை எதிரில் கும்ப மண்டபம் கட்டினார். ஏகலிங்கர் கோயில் வருவாய்க்கென்று நான்கு ஊர்களை இறையிலியாகக் கொடுத்தார். வாத்சியாயனானரின் (சு.கி.பி.2 நூற்றாண்டு) காம சூத்திரத்திற்குக் கும்ப ராணா உரையெழுதினார் என்பது குறிப்பிடத்தக்கது.

கும்பன் இராசபுத்திர மன்னர் அனைவரிலும் மேலானவர். அவரது சிறப்புமிக்க வாழ்க்கையை ஒரு கொலைகாரன் 1468 இல் குடித்தான். அக்கொலையைக் கும்ப ராணாவின் மகனே செய்தான். கும்பராணா தனக்கு விருப்பமான கும்பாமர் கோட்டையிலுள்ள மாமதேவகுண்டம் என்ற குளத்தருகில் ஆழ்ந்த தியானத்தில் மூழ்கியிருந்த போது, உதயசிங்கு என்ற அவர் மகன் தந்தையை வெட்டிக் கொன்றான். அரசுரிமையை விரைந்து பெற வேண்டுமென்ற தீய எண்ணம் இக்கொலைக்குக் காரணமானது. உதயகரன் என்றும் அழைக்கப்பட்ட இக்கொலைகாரர் மேவார் வரலாற்றில் செல்வாக்கில்லாத மன்னராகவே விளங்கினார்.

சங்க ராணா (1509-1528)

சங்கரம சிங்கு என்ற சங்க ராணா (1509-1528) களம் பல கண்டவர்; விழுப்புண் பல பட்டவர், அவர் அரியணை ஏறியதற்கு வெகுகாலத்திற்கு முன்னரே ஒரு கண்ணை இழந்தார். பின்னர் நடந்த ஒரு போரில் ஒரு தோளையும் இழந்தார். அவர் ஒவ்வோர் எதிரியாக அடக்கிப் பணிய வைத்தார்.

சங்க ராணா டெல்லி, மாளவச் சுல்தான்களை எதிர்த்துக் கடுமையாக 18 போர்கள் புரிந்தார். பின்னர் பாபரின் படைகளும், சங்க ராணாவின் படைகளும் பயனா என்ற இடத்தில் மோதின. பாபரின் படைகளுக்குப் பலத்த அடிவிழுந்தது. அசீசின் தலைமையிலிருந்த பாபரின் முன்னணி வீரர் 1500 பேரும் முற்றாக அழிக்கப்பட்டனர். இரசபுத்திர வீரர் இப்பேரில் முகலாயருக்குக் கொடுத்த அடி தாங்காது, அவர்கள் கிலி கொண்டு ஓடி விட்டனர். இந்தப் பேர் 1527 பிப்ரவரி 11 அன்று நடந்தது.

1755

பாபர் அதன் பிறகு தன் படைத் தலைவர்களையும் பிரபுக்களையும் அழைத்து அரசாணை மொழிந்து தத்தாரியரான முகலாய வீரர்களை வீறு கொள்ளுமாறு செய்தார். அவர்களனைவரும் குரானைத் தொட்டுச் சத்தியம் செய்து களத்தில் இறங்கினர்.

கனுவா என்ற களத்தில் 1527 மார்ச்சு 16 அன்று இரண்டாவது போர் நடந்தது. பாபர் கெட்டிக்காரத்தனமாகப் போர்த் தந்திரங்களைக் கையாண்டும் பீரங்கிகளைப் பயன்படுத்தியும் இப்போது இரசபுத்திரரை வென்றார். இது பாபர் இந்தியாவில் பானிப்பட்டிற்குப் பிறகு இரண்டாவது முறையாகப் பீரங்கியைப் பயன்படுத்திய களமாகும்.

சங்க ராணாவிற்கு இத்தோல்வி பெரிய அதிர்ச்சியைக் கொடுத்தது. சங்க ராணா இப்போர் முடிந்ததுமே இறந்து விட்டார். படைத் தலைவர்களே அவருக்கு நஞ்சூட்டிக் கொன்றனர் என்று நம்பப்படுகிறது. பாபரும் கனுவாவை எளிதாக வெற்றி கண்டுவிடவில்லை. அவர் அதனால் அயர்ந்து மேவார் மீது படையெடுக்கவில்லை. எனவே ராணா சந்தேரியைத் தவிர வேறு எந்த நிலப்பரப்பையும் இப்போரினால் இழக்கவில்லை.

கனுவா போருக்குப் பிறகு சோர்ந்து நிலைகுலைந்து போயிருந்த மேவாரில் சங்க ராணாவின் மக்களான இரத்தன் சிங்கும், (1528-1532) விக்கிரம ஜீத்தும் (1532-1535) ஒருவரையடுத்து ஒருவர் பதவிக்கு வந்தனர். அவர்களின் காலத்தில் நாடு சிறப்பிழந்தது. மேவாரின் வரலாற்றில் பதினாறாம் நூற்றாண்டு ஓர் இருண்ட காலமாகும். உள்பகை மலிந்து அமைதி கெட்டது. இரசபுத்திரரில் சிலர் சித்தூரைத் தாக்கும்படி குஜராதுச் சுல்தான் பகதூர் ஷாவை அழைத்தனர்.

பகதூர் படை கொண்டு வந்ததும் விக்கிர ஜீத்திடம் சுல்தானை எதிர்க்கும் ஆற்றல் இல்லை. எனவே அவர் மனைவி கருணாவதி முகலாயப் பேரரசர் உமாயூனுக்கு ராக்கி என்ற சகோதர உரிமைக் கயிற்றை அனுப்பித் தன் கணவனுக்கு உதவுமாறு வேண்டினார். உமாயூன் சுல்தானை எதிர்க்க வந்தபோது, சோதர முஸ்லிமுடன் அவர் மோதுவது சரியா என்று சுல்தான் வினவியதும் உமாயூன் ஆக்ராவிற்குப் பின்வாங்கி விட்டார். இரசபுத்திர வீரரும் ராணாவுடன் மனவேறுபாடு கொண்டு விலகினர். அதனால் சுல்தானுக்குப் பெருந்தொகையைக் கொடுத்து அமைதியை விலைக்கு வாங்கினர்.

பகதூர் ஷா இத்துடன் நிற்கவில்லை. இரண்டாவது முறையும் படையெடுத்து வந்தார். அவர் சித்தூர்க் கோட்டையைப் பீரங்கி கொண்டு தாக்கினார். இரசபுத்திரர் போரில் பீரங்கியை ஈடுபடுத்த அப்போது அறிந்திருக்கவில்லை. பகதூர் ஷா பீரங்கி கொண்டு கோட்டைச் சுவரைத் தகர்த்தார்.

இப்போரின் போது இரசபுத்திரரின் ரத்தோடு என்ற குடியைச் சேர்ந்த அரசி ஜவகர்பாய் உச்சி முதல் உள்ளங்கால் வரை கவசமணிந்து களத்திலிறங்கிப் போரிட்டு இறந்தார். இரசபுத்திரரால் பகதூரின் படைகளை எதிர்த்து நிற்க முடியவில்லை. பெண்கள் தீப்பாயும் சடங்கிற்கு வேண்டிய சிதையைக் கூட வளர்க்க முடியவில்லை. ஆதலால் வெடிமருந்தை வெடிக்கச் செய்து அரசி கருணாவதி உள்பட 13,000 பெண்கள் இறந்தனர் என்று இரசபுத்திர நாட்டரசுகளைப் பற்றி எழுதியுள்ள ஆங்கிலேயர் ''டாடு'' கூறுகின்றார். சித்தூர் மீது நடந்த இந்த இரண்டாவது தாக்குதலில் 32,000 இரசபுத்திரர் இறந்தனர்.

விக்கிரமஜீத்து அரியணை ஏறினாரெனினும் மேவாரின் பழஞ் சிறப்பை அவரால் மீட்டுத் தர முடியவில்லை.

மீரா பாய் (1503-1546)

மேவாரின் இந்த இருண்ட காலத்தில் தனக்கென ஒளி பிறங்கும் சிறப்பான ஓரிடத்தை மீராபாய் பெறுகின்றார். இவர் சிசோடியர் குடியில் வாழ்க்கைப்பட்ட ரத்தோடு அரசகுமாரி. மீரா மாபெரும் சங்கரமசிங்கு ராணாவின் மருமகள். அவருடைய மகனா போஜராஜனின் மனைவி. போஜராஜன் தந்தை உயிரோடிருந்த காலத்திலேயே சிறு வயதில் இறந்து போனார்.

போஜராஜனை மணந்த போது மீராபாய்க்கு 12 வயது நிரம்பவில்லை. எனவே மீராபாய் குழந்தைப் பருவம் மாறு முன்னரே கைம் பெண்ணானார். சங்கராணா பாபருடன் நடந்த சண்டையில் இறந்ததுமே, மீராபாயின் தந்தையான இரத்தன் சிங்கும், பாட்டனார் ராவ் துதாவும் இறந்தனர். ஆதலால் மீராபாய் கவலைக் கடலில் ஆழ்ந்திருந்தார். மீரா சிறுவயதிலிருந்தே பக்தி மிக்கவர். அவர் கண்ணனின் திவ்விய மங்களச் சிறப்பைப் போற்றிப் பஜனைப் பாடல்களை இயற்றிப் பாடினார். அவர் இரசபுத்திரப் பெண்டிர் தம்மை மறைத்துக் கொண்டிருந்த படுதா என்ற திரையை விட்டெறிந்து இறைப்பற்றில் ஊறித்திளைக்கும் ஆடவர், பெண்டிருடன் சேர்ந்து கண்ணனின் திருநாமத்தைப் பாடியும், ஆடியும் கொண்டே மதுராபுரிக்கும், வாரணாசிக்கும் சென்றார்.

இளமையும் அழகும் வாய்ந்த மீராபாய் சாதுக்களுடனும், துறவியருடனும் தாராளமாகப் பழகினார். அது மேவார் மன்னர் மகா ராணாவிற்கு இழிவாகப் பட்டது. விக்கிரமஜீத்து என்ற விக்கிரமஜீத்த ராணா அகந்தையும், வீண்பெருமையும் 1755
பழிவாங்கும் குணமும், சின்ன உள்ளமும் படைத்தவர். உலகத் தளைகளிலிருந்தும், கடமைகளிலிருந்தும் தன்னை விடுவித்துக் கொண்ட வைராக்கியமான பைராகியாகிய மீரா பாயின் மனஉறுதியை ராணாவினால் புரிந்து கொள்ள முடியவில்லை. எனவே தன் உடன் பிறந்தவனின் மனைவியாகிய இளம் விதவையான மீரா பாயைக் கட்டுப்படுத்த முடியாமற் போகவே, அவரைப் பல வழிகளில் துன்புறுத்தினர்.

மீராபாய் பைராகியரான சாதுக்களின் தொடர்பை விடுத்து அரண்மனைக்குள் அடங்கி வாழவேண்டும் என்று மகாராணா ஆணையிட்டார். மீராபாய் ராணாவின் ஆணைகளை மதிக்கவில்லை. அதனால் அவர் அதன் பிறகு மீராவிற்கு நஞ்சு தர முயன்றார். மீராபாய் அதிலிருந்து தப்பவே, மகாராணா மிகுந்த ஏமாற்றமடைந்தார். மீரா ஒரு பாடலில் தனக்கு அளிக்கப்பட நச்சுக் குவளை பற்றிப் பாடியிருக்கின்றார். மீராபாய் அதன் பிறகு சித்தூரை விட்டு நீங்கிப் பிறந்த ஊரான மெர்த்தா சென்றார்.

அவர் அங்கிருந்து பிருந்தாவனம் சென்று பக்திப் பரவசமுற்றுத் தனது கிரிதர கோபாலன் முன் ஆடிப்பாடிப் பேரின்ப நிலையிலிருந்தார். மீராபாயின் புனித நிலையைக் கண்ட மக்கள் எண்ணிக்கை இரசபுதனத்திலும், அதற்கப்பாலும் மிகுந்தது. இரசபுதனத்தின் இதர் என்ற குறுநில மன்னர் ஆக்கே ராஜ், பிக்கனீரின் பிருதிவிராஜா, செயப்பூரின் ஜெயசிங்கு, பிருதிவிராஜாவின் மனைவியரான ராணாதேவி போன்ற அரச குடியினர் மீராவின் பக்தி வழியைப் பின்பற்றினர். அக்பரும் மீராபாயின் இறைப்பற்றைக் கண்டு, தன் கழுத்திலிருந்த பொன்னணியைக் கழற்றி மீராவிற்கு அன்பளிப்பாகத் தந்தார்.

மீரா பாய் மறைந்த பிறகு மீரா பாயியர் என்ற அடியார் திருக்கூட்டம் உருவானது. அதில் மேல்சாதிக் கைம்பெண்கள் இடம் பெற்றிருந்தனர். அவர்கள் மீராபாய் போல் ஆடையுடுத்திக் கண்ணன் பெயர் பாடிப் பரவினர். அவர்கள்

பொதுமக்களின் அறக்கொடையையும், மேவார் அரசு அளித்த பணத்தையும் கொண்டு வாழ்ந்தனர். மீராபாயின் கிருஷ்ண பக்தியின் விளைவாகப் பிரஜ், மாளவம், குஜராது, இரசபுதனம், மகாராட்டிரம் இங்கெல்லாம் பக்தி இயக்கம் வளர்ந்தது.

சித்தூரில் தனித்திருக்கும் ஒரு கோயிலில் காணப்படும் இறைத்திருமேனி மீராபாய் வழிபட்டது என்ற கருத்து உள்ளது. சித்தூரிலுள்ள கும்பசயாமன் கோயிலினருகே மீரா வழிபட்ட கிருஷ்ணன் கோயில் உள்ளது.

மீரா மெர்த்தாவின் அருகிலுள்ள குத்கி என்ற சிற்றூரில் பிறந்தார். அவர் பிறந்த ஆண்டு *1498* என்றும், *1503* என்றும் இருவிதமாய்க் கூறுகின்றனர். அவர் இரத்தன் சிங்கிற்கும், குசும குன்வார்க்கும் ஒரே மகளாய்ப் பிறந்தார். மீரா சிறு குழந்தையாயிருந்த போதே தாயை இழந்தமையால், வைணவச் சூழலில் தன் பெற்றோர் ஊரான மெர்த்தாவில் வளர்ந்தார். அவருடைய பாட்டனார் ராவ் துதாவும், சிறிய தந்தை வீரம் தேவசும் வைணவ பக்தர்கள்.

மீரா மிகச்சிறிய வயதில் திருமண ஊர்வலம் ஒன்றைக் கண்டு விட்டு, அதன் நடுவே அலங்கரித்த புரவி மீதேறிச் சென்ற மணமகனைப் பார்த்தபின், தன் பாட்டியிடம் ''என் மணமகன்எங்கே'' என்று கேட்டாராம். பாட்டி அதற்கு வேடிக்கையாக ''உன் கணவன் கிரிதர கோபாலன்'' என்றாராம். மீரா அந்தக் கணத்திலிருந்து கிரிதர கோபாலன் மீது காதல் கொள்ளலானார். வயது முதிரவும், அவர் கண்ணன் மீது பாடல்கள் புனைந்து ஆடிப்பாடத் தொடங்கி விட்டார். அவர் கிட்டத்தட்ட ஆயிரம் பாக்கள் இயற்றியுள்ளார். அவை இன்றும் பாடப்பட்டு வருகின்றன. மீராபாய் இசைக்கு மீராக்கி தோடி, மீராக்கி மல்ஹர் என்று இரண்டு பண்களை வழங்கியுள்ளார்.

1755

மேவாரின் இரசபுத்திர ஆடவரும் பெண்டிரும் இன்றளவும் போற்றப் பெறும் வரலாற்றுச் சிறப்புடையவர்கள் என்பது இச்செய்திகளால் புலனாகும். இவையனைத்தும் காலப் போக்கில், பொய்யாய், பழங்கதையாய்ப் போயின.

இந்தப் பதினெட்டாம் நூற்றாண்டில் தொன்மைமிகு மேவாரின் சிசோதியர் குடி அவல நிலையை அடைந்தது. விக்கிரமஜீத்து என்ற விக்கிரமஜீத்த ராணாவிற்குப் பிறகு மேவாரின் அரியணையில் குறிப்பிட்டுச் சொல்லத்தக்க மன்னர் எவரும் அமர்ந்திலர். பதினெட்டாம் நூற்றாண்டின் தொடக்கத்தில் இரண்டாம் சங்கர்ாணா *(1711-1734)* அவரையடுத்து ஜகத்சிங் *(1734-1752)*, இரண்டாம் பிரதாப் சிங்கு *(1752-1754)*, இரண்டாம் இராஜசிங்கு *(1754-1761)*, அரி சிங்கு *(1761-1773)*, இரண்டாம் ஹமீர் சிங்கு *(1773-1778)*, பீம சிங்கு *(1779-1828)* என்று ஏழு மன்னர்கள் ஆட்சி புரிந்தனர். இவர்களின் ஆட்சிக்காலம் மேவாரின் வீழ்ச்சிக் காலமாக அமைந்து விட்டது.

தாழ்ச்சி

இந்தூர் ஹோல்கர் குடியை நிறுவிய மராட்டியரான மல்ஹர்ராவை *(1728-1764)* ஜகத்சிங்கு அழைத்து ஜெயப்பூருடன் போரிடுவதற்குத் தனக்குத் துணையாக வரும்படி அழைத்தார். இந்நூற்றாண்டின் இந்திய வல்லாளரில் ஒருவரான இம்மராட்டியர் தலைவர், இவ்வுதவிக்காக ராணாவிடம் ஐந்து இலட்ச ரூபாய் கேட்டதற்கு, ஜகத்சிங்கு ஒப்பினார்.

இரசபுத்திரர் குடி இங்ஙனம் ஒன்றையொன்று கொன்றழித்து வந்ததை மராட்டியர் வேடிக்கை பார்த்துக் கொண்டிருந்தனர். மராட்டியர் அதன்பிறகு மேவாருக்குள் நுழைந்து

கொள்ளையடிப்பதும் தாக்குவதும் அடிக்கடி நிகழ்ந்தன. சத்துவாஜி, ஜங்கோஜி, இரகுநாதராய் என்ற மாராட்டியர் படைத் தலைவர்கள் அடுத்தடுத்து வந்து மேவாரைத் தாக்கினர்.

மராட்டியர் 1751 முதல் 1778 வரையிலுள்ள காலத்தில் நிலவிய நான்கு மேவார் மன்னர்களின் ஆட்சிக் காலத்தில் பன்முறை படையெடுத்து வந்தனர். அவர்கள் 1790 தொட்டு 1798 வரையிலும் மேவாரைத் தம் கையில் வைத்துக் கொண்டு, அதன் செல்வமனைத்தையும் அள்ளிச் சென்றனர். இரசபுதனம் கடுமையான சோதனைக் குள்ளாகி வந்த நேரம் இதுவாகும். இரசபுத்திரத் தலைவர்கள் மராட்டியரின் கீழ் அடங்கிய நிலப்பிரபுக்கள் என்ற நிலைக்குக் கீழே தள்ளப்பட்டனர்.

இரசபுதனத்தில் மராட்டியர் என்றால், அது இழி பெயர் பெற்ற கொள்ளையரான பிண்டாரியருக்கு ஒப்பான பெயராக இருந்தது. பிண்டாரியர் இதன் பின்னர் மராட்டியரின் துணைப் படையினராக இருந்தனர் என்பதும் குறிப்பிடத்தக்கது. மராட்டியரும், அழிகொள்ளையரான பிண்டாரியரும் சேர்ந்து நாட்டை நரகக் காடாக்கினர். மராட்டியர் தலைவர்களான குவாலியரின் சிந்தியாவும், இந்தூரின் ஹோல்கரும் மேவாரின் மகராணாவைப் பிணையக்கைதி போல் வைத்துக் கொண்டு அவரது நாட்டை ஒட்டக் கறந்தனர். மராட்டியருக்குச் சௌத்து என்று கொடிய வரியைத் தர முடியாத இரசபுதன மன்னர்கள், தம் நாட்டின் ஒரு பகுதியை எழுதித் தந்து விடுமாறு மராட்டியரால் நெருக்கப்பட்டனர்.

இதனால் மேவார் ராணா பரம ஏழையாகி விட்டார். அவர் தன் மகளின் திருமணத்தை நடத்துவதற்கும் வகையற்றவரானார். அவர் ரத்தோடு குடித்தலைவர் ஒருவருக்குத் தன் மகளை மணமுடித்துக் கொடுப்பதற்காகத் தனக்கு வரி செலுத்துகின்ற ஒரு பிராமணரிடம் கடன் வாங்கும் கீழான நிலைக்கும் இறங்க வேண்டி வந்தது.

1755

6. ஐரோப்பாவில் பீங்கான் தொழில் : அரச குடியினரின் பீங்கான் பித்து

''புகழொளி, பெருஞ்சிறப்பு, இவற்றோடு ஒரு பீங்கான் தொழிற் சாலையும் சேர்ந்திருப்பது இன்றியமையாதது'' என்று வெர்டம்பர்க்குக் கோமகனான காரல் யூஜன் கூறுவதுண்டு. (*Wurtemburg* என்பது தென் ஜெர்மனியில் உள்ளது. இது பதினெட்டாம் நூற்றாண்டில் ஒரு சிற்றரசாக விளங்கிற்று). பீங்கான தொழிற்சாலை இல்லாமல் எந்தச் சிற்றரசும் இருத்தலாகாது என்பது அவரது கருத்தாகும். இக்கருத்து 1750 ஆம் ஆண்டுகளில் ஜெர்மனி முழுமையிலும் எதிரொலித்தது. ஜெர்மனியின் பேரரசத் தேர்வுரிமை பெற்ற இளவரசர் நால்வரிடமும் செழிப்புமிக்க பீங்கான் தொழிற்சாலைகள் இருந்தன.

ஜெர்மனியில் பண்டை ஜெர்மானிய இனத்தவரான ஃபிராங்கியர் அல்லது ஜெர்மன் மன்னர் ஆண்ட பல்வேறு ஐரோப்பியப் பகுதி அடங்கிய நிலப்பரப்பிற்குப் புனித ரோமன் பேரரசு என்று பெயர். அம்மன்னர்கள் ரோமன் பேரரசர் என்று பட்டம் சூட்டிக் கொண்டனர். இம்முறை கி.பி. 800 ஆம் ஆண்டு சார்லிமேன் (742-814; பிராங்கியர் மன்னராயிருந்த காலம் 768-814) காலத்தில் தொடங்கி, 1806 ஆம் ஆண்டு இரண்டாம் ஃபிரான்சிஸ் என்ற கடைசிப் பேரரசருடன் முடிவடைந்தது. இந்த ரோமன் பேரரசரைத் தேர்ந்தெடுக்கும் உரிமை பெற்ற நான்கு ஜெர்மன் சிற்றரசர்களுக்குப் பேரரசத் தேர்வாளர் என்று பெயர். அவர்களின் சிற்றரசுகள் வருமாறு;

மெயின்ஸ் (*Mainz*) என்பது மெயின், ரைன் ஆறுகள் சங்கமிக்கும் இடத்தில் உள்ள நகரம். இது இப்பெயரைத் தாங்கிய சிற்றரசின் தலைநகரம். ஜோகான் கூடன்பர்க்கு 15 ஆம் நூற்றாண்டில் இங்குதான் அச்சுக்கலையை மேம்படுத்தினார்.

பாலாட்டினேட்டு (*The Palatinate*) என்ற உரிமை பெற்ற சிற்றரசு தென்மேற்கு ஜெர்மனியில் இருந்தது. இது பல நூற்றாண்டுகளாக அளவிலும், இட அமைப்பிலும் மாறுதல் பெற்றே வந்தது.

பவேரிய (*Bavaria*) மேற்கு ஜெர்மனியின் தெற்கிலுள்ளது.

(கடைசியாகப் பிராண்டன்பர்கு (Barandenburg); இது வடகிழக்கு ஜெர்மனியில் உள்ளது. இதுவே பின்னாளில் விரிந்து 1701இல் பிரஷீயா ஆனது.)

இந்நான்கு சிற்றரசுகளிலும் ஹோக்ஸ்டு, ஃபிராங்கந்தால், நிம்ஃபன்பர்கு, பெர்லின் என்ற இடங்களில் பீங்கான் தொழிற்சாலைகள் இருந்தன. அவை ஆதாயத்தில் செழிக்கவில்லை எனினும், உற்பத்தியில் சிறந்தோங்கின. இங்ஙனம் சிற்றரசர்களும், சமயத் தலைவர்களான இளவரசப் பிஷப்புகளும் ஜெர்மனியெங்கும் இக்கால கட்டத்தில் பீங்கான் தொழிற்சாலைகளை நிறுவி நடத்தி வந்தனர். மிகச் சிறிய அரசுகள் கூட பீங்கான் தொழிற்சாலைகளை நடத்தின. அவற்றில் பெரும்பாலானவை தம் கை முதலில் பெரும்பகுதியை இழந்த போதிலும், கௌரவத்தைக் கருதி இத்தொழிலில் தொடர்ந்து ஈடுபட்டன.

1755

மன்னர்கள் நடத்திய தொழிற்சாலைகள் அளவில் பெரியன; பெருஞ் செலவில் அமைந்தவை. அவை மிகச் சிறப்பாக விளங்கின. இவையனைத்திலும் புகழ் வாய்ந்த பீங்கான் தொழிற்சாலையைச் சாக்சனியின் பேரரசத் தேர்வாளரான போலந்து மன்னர் ''வல்லவர்'' அகஸ்டஸ் நடத்தி வந்தார். (சாக்சனி கிழக்கு ஜெர்மனியின் தென்பகுதியிலுள்ளது. இதன் சிற்றரசரும்,ரோமன் பேரரசத் தேர்வாளருள் ஒருவராவர்) அவர் கிழக்கு ஜெர்மனியின் தென்கிழக்கே டிரஸ்டன் மாவட்டத்தைச் சேர்ந்த மெயிசன் (*Meisson*) என்ற ஊரில் பீங்கான் தொழிற்சாலையை அமைத்தார். உலகப்புகழ் பெற்ற டிரஸ்டன் பீங்கான்கள் இங்குதான் செய்யப்பட்டன. இங்கு செய்த பீங்கான் பாண்டங்கள் மிக நேர்த்தியானவையாக இருந்ததால், அவை அரும் பொருள்களெனச் சிறிதுகாலம் மதித்துக் காக்கப்பட்டன.

இந்நிலை வெகுகாலம் நீடிக்கவில்லை. ஏனெனில் பிரஞ்சு மன்னர் பதினைந்தாம் லூயி (1715-1774) பீங்கான்கள் செய்வதற்குத் திட்டமிட்டுப் பாரிசின் கிழக்குப் புறநகரான வின்சென்னஸ் என்ற இடத்தில் ஒரு தொழிற்சாலையைத் தொடங்கினார். அவர் செலவைப் பாராது அழகிற்கே தலையாய இடம் தந்தார். அவர் தன் தொழிலாளர்களின் வாழ்க்கையைக் கூட, இதில் இரண்டாம் பட்சமாகவே வைத்தார். ஆதலால் அவர் தன் பீங்கான் பாண்டங்களை விற்கும் பொறுப்பையும் தானே ஏற்றார். பிரான்சில் வெகு நேர்த்தியான, பெருமதிப்பு விலையும் உள்ள பீங்கான் பாண்டங்கள் செய்யப்பட்டன. ஐரோப்பாவில் இங்கு போல் வேறு எங்கும் இத்தகைய பீங்கான் செய்யப்படவில்லை. எனினும் நாம் மேலே கூறிய ''வல்லவர்'' அகஸ்டசின் பேத்திமார் இருவர் போட்டிக்கு வந்தனர்.

அவர்கள் மணமாகிச் சென்றதும், மன்னர்களான தம் கணவன்மார் நாடுகளிலும் பீங்கான் தொழிற்சாலைகள் நிறுவ அவாவினர். அதனால் நேப்பிள்ஸ் மன்னர் தன் மனைவி மரியா அமாலியாவிற்காகக் கேஃபோ-டி-மாண்டி என்ற இடத்தில் ஒரு

பீங்கான் தொழிற்சாலையை அமைத்தார். அவர்களுக்கு ஸ்பெயின் நாடு உரிமையாகக் கிடைத்த பிறகு, அத்தொழிற்சாலையை நகைகளோடும், செல்ல விலங்குகளோடும், மாட்ரிடு நகரின் அருகிலுள்ள புயன் ரிட்டயர் என்ற இடத்திற்கு மாற்றிக் கொண்டனர்.

பவேரியாவின் பேரரசத் தேர்வாளரான சிற்றரசரை மணந்த இன்னொரு சகோதரியான மரியா அன்னா என்பவர் நிம்ஃபன்பர்கு என்ற இடத்தில் தனக்கென்று ஒரு பீங்கான் தொழிற்சாலையை அமைத்தார். இங்கு பதினெட்டாம் நூற்றாண்டின் மிகச் சிறந்த பீங்கான் பாண்டங்கள் செய்யப்பட்டன.

ஆங்கில அரச குடும்பம் மட்டும் இதில் பங்கெடுக்காது ஒதுங்கியிருந்தது. ஏனெனில் இதில் அச்சந்தரத்தக்க செலவுகள் இருந்த காரணத்தால், பிரிட்டனின் பீங்கான் தொழிற்சாலைகள் பல நொடித்துப் போயின. லாங்டன் ஹாலிலும், செல்சீயிலும் இருந்த தொழிற்சாலைகள் மூடப்பட்டன. டெர்பியிலும், ஊஸ்டரிலும் இருந்தவை பொருளை இழந்து அழிந்தன. இரண்டாம் ஜார்ஜ் மன்னரின் காலத்தில்தான் *(1683-1760)*, பிரிட்டனில் பெரும்பாலான பீங்கான் தொழிற்சாலைகள் தோன்றின. மன்னர் இத்தொழிற்சாலைகளிலிருந்து எந்தப் பாண்டத்தையும் விலைக்கு வாங்குவதில்லை. பிரிட்டிஷ் அரச குடியினர் மிகவும் சிக்கனமாகப் பணம் செலவு செய்து வந்தனர்.

மன்னர்களைப் போலவே மக்களும் பீங்கான் மீது பித்துப்பிடித்து திரிந்தனர். பெரிய பிரபுக்கள் கற்பனையை மிஞ்சும் விதத்தில் ஏராளமான பீங்கான் உண்கலன்களை வாங்கினர். பிரிட்டனின் இளம் பிரபுக்கள் ஐரோப்பாவில் ''பெரும் பயணம்'' மேற்கொண்ட காலத்தில் பாரிஸ் நகரத்துப் பீங்கான் பாண்டங்களைத் தேடி அலைந்து வாங்கினர்.

ஐரோப்பா முழுமையும் *1750* வாக்கில் பீங்கான் கிறுக்கில் உச்சகட்டத்தை அடைந்தது. மக்கள் இதைப் போல் ஒரு பொருள் மீது இதற்கு முன்னர் இப்படிப் பித்துப்பிடித்து அலைந்ததில்லை. எல்லா நாடுகளின் பணக்காரர்களும் பொதுவாகப் பீங்கான் பாண்டங்களைப் பெரிதும் விரும்பினர். இந்தப் பித்து ஐரோப்பாவையும் தாண்டி இரஷியர், துருக்கர், முகலாயர் முதலியோரையும் பிடித்து ஆட்டியது. பீங்கான் கலையின் தாயகமான சீனத்தின் பேரரசரே ஐரோப்பிய பீங்கான் பாண்டங்களை விரும்பினார்.

இதற்கு முன்னர் எவ்விதமான எழுச்சியும் அற்ற பூர்சுவாத் தன்மைவாய்ந்த ஆலந்தில் மிகப் புதுமையான பெரும் பித்து ஒரு காலத்தில் இருந்தது. பதினேழாம் நூற்றாண்டின் தொடக்கத்தில் டச்சுக்காரர் துலிப் என்ற மலர் மீது பித்துப் பிடித்துத் திரிந்தனர். அதனால் அம்மலரின் விலை கற்பனையை எல்லாம் மிஞ்சும் விதத்தில் பெருந் தொகையாக உயர்ந்தது. அதாவது பியரே அகிஸ்டு ரென்வா *(Pierre Auguste Renior; 1841-1919)* தீட்டிய விலை மதிப்பற்ற ஓவியத்தின் விலைக்கு அந்தத் துலிப் பூ விற்றது. எனினும் துலிப் மலர்ச் சன்னி ஏறிய வேகத்தில் இறங்கி விட்டது. ஆனால் பீங்கான் பைத்தியமோ, எட்டத்து மலையில் இடிக்கும் இடிமின்னல் வெகுநேரம் கேட்பது போன்று, வெகுகாலம் நீடித்திருந்தது.

பீங்கானின் தாயகமான சீனத்திலிருந்து கி.பி. ஒன்பதாம் நூற்றாண்டில் சில பாண்டங்கள் வரலாற்று இடைக்காலத்தின் *(கி.பி.8-11 ஆம் நூற்றாண்டுகள்)* பிற்பகுதியில் ஐரோப்பாவினுள் நுழைந்தன. அவை கற்பனைக்கெட்டாத வகையில் மிக மிக அரிதாகவே கிடைத்தன. எனவே, அவை சரியான முறையில் மதிப்பிடப் படவில்லை. மிகவும் சிறந்த நீல - வெண்மை மிளிரும் பீங்கான் பாண்டங்களில் சில இத்தாலிக்கு வந்தன.

அகிஸ்டு ரென்வாவின் ஓவியம்

அகிஸ்டு ரென்வா

1755

ஸ்பானியர் புத்துலகைக் கண்டுபிடித்த பின்னர், பிலிப்பைன்சு வரை எட்டினர். ஸ்பானியர் இங்கர்களின் தங்கங்களுடனும், பளிச்சென்று தெரியும் இறகுகள் கொண்டு தைத்த அசுடெக்கு ஆடைகளுடனும், தமது மாபெரும் கேலியன் என்ற கப்பல்களில் சீனத்தின் மிகச் சிறந்த மிங்குப் பீங்கான்களையும் ஐரோப்பாவிற்கு ஏற்றியனுப்பினர். (சீனத்தில் மிங்கு அரசகுடி 1368 முதல் 1664 வரை நிலவிற்று. இக்குடியின் ஆட்சிக் காலத்தில்தான் மிக நேர்த்தியானவையும், கண்ணைப் பறிக்கும் வண்ணமுடையனவாயும் பீங்கான் பாண்டங்கள் செய்து பயன்படுத்தப்படலாயின. அதனால் அவை மிங்குச்சீனம் என்றே அழைக்கப்பட்டன. சீனத்திலிருந்து வந்ததால் தமிழில் சீனி என்று வழங்குவது போல், சீனத்திலிருந்து தோன்றியமையால் பீங்கான்களும் சீனம் என்றே பொதுப் பெயர் பெறலாயின. தமிழில் பீங்கான்கள் மங்கு என்றும் அழைக்கப்படும். இது மிங்கு அரச குடியைச் சுட்டுவதாகும்.) ஸ்பானியர் இங்ஙனம் அனுப்பிய பீங்கான்கள், சீனர் வழக்கமாகக் கீழை நாடுகளுக்கு அனுப்பி வைத்த வெண்ணிறப் பீங்கான்களாகவே இருந்தன. அவை சீனத்தில் சாதாரணமாகக் கிடைப்பனவெனினும், ஐரோப்பாவில் அரியவை. கிடைத்தற்கரிய, அழகிய விரும்பத்தக்க இப்பீங்கான் பாண்டங்கள் அரச குடியினரும், மேட்டுக் குடியினரும் மட்டுமே வாங்கக் கூடியவை. அவை நடுத்தர வகுப்பினர்களால் கூடப் பெற முடியாத அரும் பொருள்கள்.

டச்சுக்காரர் பதினேழாம் நூற்றாண்டின் இறுதிக் காலத்தில் நிலையுறுதியில்லாமல் ஜப்பானில் இருந்தவாறே, ஏராளமான பீங்கான் பாண்டங்களை ஐரோப்பாவில் இறக்கினர். எனினும் அவர்களால் தேவைக்கு ஏற்ற அளவில் அவற்றை அங்கு அனுப்ப முடியவில்லை. அவர்கள் ஜப்பானில் பிடியிழந்ததும், பீங்கான்கள் கிடைப்பது சிறிதுகாலம் நிச்சயமற்றுப் போனது. எனினும் தேவையோ நிறைவு செய்ய முடியாத அளவில் பெருகிற்று.

டச்சுக்காரர் டெலஃப்டு என்ற இடத்தில் மிகச் சிறந்த போலி மண்பாண்டங்களைச் செய்தனர். ஆனால் அவை பீங்கான்கள் அன்று. அவற்றில் பளபளப்பும், வெண்மையும், மிகச் சிறந்த மின்னல் பொலிவும் இல்லை. மேலும்

அவை எளிதில் உடைந்தன. எனவே மெய்யான பீங்கான்கள் வேண்டும் என்ற வேகம் பித்தாக மாறி வந்தது.

மிகப்பெரிய ஈஸ்டு இண்டியாமேன் (*East Indiaman*) என்ற விரைவு போர்க் கப்பல்களில் பீங்கான் பாண்டங்களை அடைத்து ஐரோப்பாவிற்கு அனுப்பினர். ஒரு கப்பல் மட்டும் 1,46,748 பீங்கான் பாண்டங்களை இறக்கிற்று. ஆனால் அது யானைப் பசிக்குச் சோளப் பொரி மாதிரி ஆனது.

பணக்காரர் மங்கு என்ற பீங்கான் மீது பெரு வெறி கொண்டிருந்த தால், அதன் விலைக்கு வரம்பே இல்லாது போயிற்று. எனவே அவற்றை நாமே செய்யலாம் என்று ஐரோப்பியர் கனவு கண்டதில் வியப்பேதுமில்லை. ஏனெனில் சீனத்திற்குப் போட்டியாக அவற்றைச் செய்ய முடிந்த ஒருவருக்குப் பெருஞ்செல்வம் கிட்டும்.

ஏசு சபையினர் ஐரோப்பிய மக்களின் தேவைகளை உணர்ந்து கொள்வதில் மிகுந்த கெட்டிக்காரர்களாயிருந்தனர். அவர்கள் ஏற்றுமதிக்கென்று பீங்கான் பாண்டங்கள் செய்யப்படும் சிங்குத்திச் சென் என்ற இடத்தினுள் ஊடுருவிப் பீங்கான் எவ்வாறு செய்யப்படுகின்றது என்று எழுதி ஓர் அறிக்கையை ஐரோப்பாவிற்கு அனுப்பினர். அவர்கள் அதில் களிமண்களின் பெயர்களைத் தவறாகக் குறித்து விட்டனர். அதனால் ஒன்றும் கெட்டுப் போய்விடவில்லை. ஏனெனில் அந்தப் பெயர் எதைக் குறிக்கின்றது என்பது எவருக்கும் தெரியாது.

ஐரோப்பாவில் சிலர் இக்கால கட்டத்தில் மட்ட உலோகங்களைத் தங்கமாக மாற்றும் வீண் முயற்சிகளில் ஈடுபட்டிருந்தனர். அவர்களின் ஒருவரின் பெயர் ஜோகான் ஃபிரைடரிக்கு போட்ஜர். அவரால் பீங்கான் செய்ய முடியுமானால், அது தங்கத்தைப் போன்று, ஏன் அதைவிட மிகுந்த மதிப்புடையதாகாது என்று அவரை இம்முயற்சியில் இறங்கத் தூண்டினர். அவர் புகழ்பெற்ற வால்டர் ஃபான் சிரனாஸ் என்ற அறிவியலாருடன் சேர்ந்து இம்முயற்சியில் ஈடுபட்டார்.

அவர்களுக்கு அதிர்ஷ்ட தேவதையின் அருள் கிடைத்தது: பீங்கான் செய்வதற்குப் பயன்படும் மிக முக்கியமான கூட்டுப் பொருள்கள் அனைத்திலும் காவோலின் என்ற சீனக்களிமண்ணே இன்றியமையாதது என்பதை அறிந்தனர். அவ்வகைக் களிமண் சாக்சனியிலுள்ள மெய்னில், டிரஸ்டனுக்கு அருகில் கிடைத்தது என்பதைக் கண்டன. அவர்கள் 1710 வாக்கில் கடினமான ஒருவகைப் பீங்கானைச் செய்தன. அது மிகவும் கடினமாக இருந்தமையால் அதை வெட்டி, உலோகத்தை போன்று அதில் மெருகேற்ற முடிந்தது. அவர்கள் தேடியது கிடைத்து விட்டது. திடீரென்று பெரிய பொங்குதல் தோன்றிவிட்டது. நான் முதலில் கூறிய வல்லவர் அகஸ்டசின் ஆதரவில் ஒரு பீங்கான் தொழிற்சாலை மெய்சனில் அமைந்தது. அது வெகு விரைவில் ஐரோப்பாவையே கிறங்க வைத்தது.

1755

வல்லவர் அகஸ்டஸ்

பதினெட்டாம் நூற்றாண்டில் கண்டதே காட்சி, கொண்டதே கோலம் என்று மனம் போன போக்கில் வாழ்ந்திருந்த மன்னர்கள், சிற்றரசர்கள் அனைவரிலும் சாக்சனியின் பேரரசத் தேர்வாளரும், போலந்தின் மன்னராகத் தேர்ந்தெடுக்கப்பட்டவருமான அகஸ்டஸ் கற்பனைகளையெல்லாம் மிஞ்சி நிற்பவர். அவர் குள்ளமாயிருப்பர்; தடித்த கழுத்து; சதுரமான தோள் பட்டை; மிகப்பெரிய காளை போன்ற இம்மனிதரின் முகத்தோற்றம், அவரது மிதமிஞ்சிய வலிமையைக் காட்டும். அவர் ஒரு கையால்

குதிரை இலாடத்தை நசுக்கிக் கொண்டே, மறுகையால் பொற்காசுகள் நிரம்பிய பையைக் குலுக்குவர். அவர் பெண்களைக் கவர்வதற்காக இந்த வித்தையை அடிக்கடி செய்வதுண்டு. இது பகட்டாகவும், அருவருப்பாகவும் தோன்றுமெனினும், இந்த வித்தையினால் அவர் நல்ல பலன் பெற்றார். ஏனெனில் அவரது இறுதிக் காலத்தில், அவருக்குக் கள்ளத்தனமாகப் பிறந்த குழந்தைகளின் எண்ணிக்கை 555 என்பதை அரசின் பதிவேடு காட்டிற்று.

அடங்காப் பசிகொண்ட அகஸ்டஸ், தன் பசியைத் தணிப்பதற்கு நயமான பண்டங்கள் வேண்டுமென்று அவற்றை தேர்ந்தெடுத்து உண்பதில்லை. அவரை மிகுந்த வீரம் வாய்ந்த பெரிய காளை என்று கழித்துக் காட்டிவிடலாம். எனினும் அவருக்குப் பீங்கான் மீதிருந்த காதலைக் கருதி அங்ஙனம் ஒதுக்கிவிட இயலாது. அவர் மேலே கூறிய இரசவாதியான போட்ஜர் என்பவருக்கு ஆதரவு தந்து வந்தார். அகஸ்டஸ் பீங்கான் கலை மீது மிகுந்த ஆர்வம் காட்டியமையால் மெய்சன் பீங்கான்களின் தொடக்க காலத்தில் தனிப் பாணியை உருவாக்க முடிந்தது.

அகஸ்டஸ் தன் மக்களை விடப் பீங்கான்களையே பெரிதும் விரும்பியதால், பீங்கான் பதித்த சுவர்களும், மிகப் பெரிய சாடிகள், விலங்குகளின் பேருருக்கள், திருத்தூதர்களின் ஆளுயர உருவங்கள் முதலியனவும் அடங்கிய ஒரு பீங்கான் அரண்மனையைக் கட்டுவதென்று முடிவு செய்தார். அவர் ஏற்கனவே சீனத்து நாங்கிங்கு நகரிலுள்ள பீங்கான் அரண்மனையைப் பற்றிக் கேள்வியுற்றிருந்ததால், தன் பீங்கான் அரண்மனை அதையும் மிஞ்சி நிற்க வேண்டுமென்று விரும்பினார். அதை நிறைவேற்றுவதற்காக முதல் தரமான மூன்று வடிவமைப்பாளர்கள் அமர்த்தப்பட்டனர். அவர்களுள் ஜோகான் ஜோச்சிம் கேண்டர் மிகப் பெரிய பறவைகள், விலங்குகள் முதலியவற்றைச் செய்ததில் முற்றிலும் வெற்றி கிடைக்கவில்லை. அலிபாபா கதையில் வருவன போன்ற ஏராளமான சிறந்த சாடிகள் செய்யப்பட்டன.

1755

எனினும் மெய்யான கலை மேதைமை வாய்ந்த கேயெண்ட்லர் பீங்கானில் உயிர் படைப்பதில், கியோவன்னி லொரன்சோ பெர்னினி என்ற இத்தாலிய ஓவியர், சிற்பி, கட்டடக்கலை வல்லுநர்; 1598-1680) ஓவியங்களிலும், சிற்பங்களிலும் படைப்பதற்கு ஈடானவராயிருந்தார். அவர் பீங்கானில் பல சோதனைகள் செய்து, பீங்கானைத் தன் கலைப் படைப்பிற்கு ஏற்ற அருமையான கருவியாக்கிக் கொண்டார். கேயெண்ட்லர் கற்பனையாற்றல் மிக்க மனிதர் பலரைப் போன்று பெரிய அளவில் பீங்கான் பொருள்களைச் செய்தார். உழவர், சுரங்கத் தொழிலாளி, தைரேலிய நடனக்காரர்கள். காதலர் கூட்டங்கள் விலங்குக் காட்சி சாலையையொத்த பல விலங்குகள் இவற்றையெல்லாம் நூற்றுக்கணக்கில் அவர் பீங்கானில் வனைந்தார். எனினும் அடிக்கடி ஹார்லிக்கூன் என்ற சோகம் ததும்பும் நகைச்சுவை கோமாளியின் உருவத்தையே செய்தார். இந்தச் சோகக் கோமாளி, அக்காலத்து ஐரோப்பிய மக்களின் கற்பனையை எல்லாம், இருபதாம் நூற்றாண்டுச் சார்லி சாப்ளின் போல் கவர்ந்திருந்தார். கேயெண்ட்லத் தான் பீங்கான் பொம்மைகளை மேற்கத்தி அலங்காரக் கலைகளில் இடம் பெறுமாறு செய்தார்.

மெய்சனில் கேயெண்ட்லருடன் ஜே.ஜி.ஹெரோல்டு என்ற இன்னொரு கலைஞரும் இருந்தார். அவர் பீங்கான்களில் இயற்கையான துறைமுகக் காட்சிகளை நிழலுருவில் ஓவியங்களாகத் தீட்டினார்.

பீங்கான்களை அழகுபடுத்துவதில் முதலிடம் பெற்றிருக்கும் ஆடம் ஃபான் லூரன்ஃபிங்க் என்பவர், தான் கற்பனையில் கண்ட சீனத்தைப் பீங்கான்களில்

துள்ளியாடும் விலங்குகளாக, புதுமையான சீன உருவங்களாகத் தீட்டினார். இவ்வாறு புதுமைகள் விளைந்து கொண்டிருந்த பீங்கான் கலைக்கு முத்தாய்ப்பு வைக்கும்படியாகப் பல விதமான வண்ணங்களைப் பொடித்து எடுக்கும் கண்டுபிடிப்பு அமைந்தது. லேவண்டர், மஞ்சள், கடற்பச்சை, செங்கல் மங்கல் முதலிய வண்ணங்கள் தோன்றின. அவை அகஸ்டசின் அரண்மனையை அலங்கரித்த பெரிய சாடிகளிலுள்ள அலங்கார வேலைப்பாடுகளில் பயன்படுத்தப்பட்டன.

கற்பனை அதன் பிறகு பேய்த்தனமான திக்கில் திரும்பி, விசித்திரமான உருவங்களைப் படைக்கலானது. ஆனால் ஜெர்மனித் தொழிற்சாலைகள்தான் அதில் ஈடுபட்டன. பிரான்சின் தொழிற்சாலைகள் அந்த வேலையில் இறங்கவில்லை.

அகஸ்டசின் தொழிற்சாலை அடைந்த வெற்றி, ஐரோப்பாவில் பொறாமைப்படத் தக்கதாயும், மகிழ்ச்சியூட்டக் கூடியதாயும் விளங்கிற்று. எடின்பரோ, மாஸ்கோ, ஸ்டாக்கோம், காடிஸ் இங்கெல்லாமிருந்து மெயின்சிற்கு ஆள்கள் வந்து குவிந்தனர். மெய்சன் பீங்கான்கள், டிரஸ்டன் சீனம் என்று பெயர் பெற்றன. அதற்குப் பிரான்சில் சாக்சி என்ற பெயர் வழங்கியது.

ஐரோப்பிய மேட்டுக் குடியினர் தம் மாளிகையின் வரவேற்பறையில் பீங்கான் உருவமோ, தட்டோ இல்லையென்றால், அதை மூளி என்று கருதும் அளவிற்குப் பீங்கான் பொருள்கள் மீது பைத்தியம் கொண்டிருந்தனர். கற்பனையை மிஞ்சும் செல்வவளம் படைத்தவர்கள் பீங்கான் வட்டில்களில் உண்டனர்; பீங்கான் குவளைகளில் அருந்தினர்; அதிலேயே கழுவினர்; ஏன் துப்பவும் செய்தனர். அதனால் பீங்கான் சந்தையில் பெரிய செழிப்பு ஏற்பட்டது. எனவே இத்தனை சிறப்பு வாய்ந்த மெயிசன் பீங்கான் தொழிலின் இரகசியத்தை எப்பாடுபட்டாவது அறிந்து கொள்ள வேண்டுமென்று அங்கிருந்த தொழிற்சாலையைச் ஒற்றர்களும், கலகத்தைத் தூண்டுபவர்களும், அச்சுறுத்திப் பணம் பறிப்பவர்களும், ஏமாற்றுக்காரர்களும் மறைந்து திரிந்தனர். அணு இயற்பியலாரில் மேல்மட்டத்தில் இருந்தவர்களுக்கு பெருந் தொகையைக் கையூட்டாகத் தர முன் வந்ததைப் போன்று மெய்சன் தொழிற்சாலை நிபுணர்களுக்கும் ஆசை காட்டப்பட்டது.

பீங்கான் செய்யும் கலையின் இரகசியத்தை அறிந்திருந்த நிபுணர்கள் தாமும் சாதாரண மனிதரே என்பதை மெய்ப்பித்துக் காட்டினர். மெய்சன் தொழிற்சாலையைச் சேர்ந்த சாமுவேல் ஸ்டோல்சல் என்ற ஓடுகாலி 1719 ஆம் ஆண்டு வாக்கிலேயே தானறிந்த தொழில் இரகசியத்தைக் கிளாடியஸ் து பாக்குயர் என்றவரிடம் வியன்னாவில் விற்று விட்டார். பாக்குயர் மெய்சன் பீங்கானை விட மட்டமான பளபளப்பான பீங்கானைச் செய்தார். அது மிகுந்த பசுமை நிறமுடையதாயிருந்ததால், அது மெய்சன் தொழில்நுட்ப முறைப்படி செய்யப்பட்டதல்ல என்று வரலாற்றாசிரியர் சிலர் கருதுவர். அது தனி வகைப்பட்டதாகக் கருதப்பட்டது. எனினும் அவர் மிகுந்த பகட்டு அலங்காரத்தைக் கொண்டு செய்திருந்தமையால், அப்பீங்கான்கள் அன்று மலைக்க வைக்கும் அளவிற்கு மிக அதிகமான விலைக்குப் போகின்றன. ஸ்டோல்சல் மெயின்சை விட்டு ஓடியபிறகு அங்கு பாதுகாப்பு வலுப்படுத்தப்பட்டது. வேவுகாரர்களை எல்லாம் நன்கு கவனித்து ஒழுங்கிற்குக் கொண்டு வந்தனர். அதன்பிறகு எந்த இரகசியமும் வெளியேறவில்லை.

மெயிசனும், வியன்னாவும், பீங்கான் அங்காடியில் ஓரளவு ஏகபோகம் செலுத்தின. அவற்றுக்குக் கீழையுலக இறக்குமதி மட்டுமே போட்டியாக இருந்தது. இந்நிலை 1750

1755

ஆம் ஆண்டுகள் வரை நீடித்தது. ஜகப் ரிங்ளர் என்றவர் பாக்குயரின் மகளது நட்பைப் பெற்று, அவளிடமிருந்து தொழில் இரகசியங்களைத் தெரிந்து கொண்டு ஓடிப் போனார். அவர் குனர்ஸ்பர்கு என்ற இடத்தில் ஒரு தொழிற்சாலையை நிறுவ முயன்று தோற்றதும் ஹோச்சஸ்டு என்ற ஊருக்குச் சென்றார். அவருக்கு அங்கு வெற்றி கிடைத்தது. அவர் தன்னிடம் தங்கச் சுரங்கமே கிடைத்து விட்டது என்பதை உணர்ந்ததும், ஸ்டிராஸ்பர்கு சென்று அங்கு பால் - அண்டாயின் ஹன்னோங்கு என்ற மாபெரும் பீங்கான் தொழிற் கலைஞரிடம் தன் இரகசியங்களை விற்றார். (பதினைந்தாம் லூயி ஹன்னோங்கைப் பின்னர் நாடு கடத்தினர். அவர் தன்னுடன் கட்டிப்பசை என்ற பீங்கான் செய்முறை இரகசியத்தை எடுத்துக் கொண்டு ஃபிராங்கந்தால் என்ற இடத்திற்குப் போய் விட்டார்.)

ரிங்கல் இப்போது சிறு தொகை பணம் கிடைத்ததும் ஜெர்மனியின் பல ஊர்களில் சுற்றித்திரிந்து விட்டு இறுதியில் லுட்விக்ஸ்பர்கு என்ற ஊரில் குடியேறினார். அவர் அங்கு பதினெட்டாம் நூற்றாண்டு முழுமையும் இருந்து விட்டார். அவர் சில வகைக் கிருமியைப் போன்று, ஜெர்மனி முழுமையிலும் பீங்கான் தொழிற்சாலையைப் பரப்பினார். அவருடைய உதவியாளர்கள் அவரின் இந்தப் பணியை முற்றுப் பெறச் செய்தனர். ஆதலால் காட்டுப் பகுதி ஒவ்வொன்றிலும் ஆட்சிப் பொறுப்பேற்றிருந்த வால்டுகிரேவ் என்ற வன அதிகாரிகள் அனைவரின் கீழும் 1760 வாக்கில் பீங்கான் தொழிற்சாலைகள் அமைந்திருந்தன. இத்தகைய வன அலுவரின் ஆட்சியிலிருந்த குடியானவர்கள் இத்தொழிற்சாலைகளுக்கு உதவி புரிந்தனர்.

1755

இவ்வாறு பீங்கான் தொழிற்சாலைகள் அமைக்க வேண்டுமென்று வெறி தோன்றியதற்கு வல்லாளர் அகஸ்டசோ, மெயிசன் பீங்கானின் அழகோ காரணமன்று. ஐரோப்பாவின் சுவை நயத்தைச் தீர்மானிப்பவராக இருந்த பிரஞ்சு மன்னர் பதினைந்தாம் லூயி, பீங்கான் செய்வதற்கு இசைவாணை வழங்கியதே காரணமாகும். லூயி மன்னர் இத்தொழிலுக்கு இதைவிட மிகுதியாகச் செய்திருக்கின்றார் என்பது மெய்யாகும். அவர் தன் பீங்கான் தொழிற்சாலையின் ஆண்டு விற்பனையைத் தானே முன்னின்று நடத்துவது தன் பெருமைக்கு இழுக்கு என்று கருதவில்லை.

வெர்செயில் அரண்மனையின் நேர்த்தி மிக்க நீண்ட கூடங்களில் வரிசையாகப் போட்டிருந்த சாய்கால் மேசைகளின் மீது பீங்கான் கோப்பைகள், தட்டுகள், பெரிய எச்சில் பணிக்கங்கள், சட்டிகள், கூசாக்கள், நீரூற்றும் கலங்கள், பெரிய ஏனங்கள் முதலியன ஆண்டுதோறும் கடைசியில் வரிசையாக அடுக்கி வைக்கப்பட்டிருக்கும். அவை யாவும் பிரஞ்சு மன்னரின் செவர் (*Severs*) சூளையில் செய்யப்பட்டவை. மன்னர் அவற்றை ஏலம் விடுகையில், அரசவைப் பிரபுக்கள் அவற்றை வாங்கியாக வேண்டும்.

இருப்பினும் மன்னர் ஏலத்தில் விற்ற பீங்கான்கள் சீனத்திலிருந்தோ, மெயிசனிலிருந்தோ வந்த கட்டிப்பசை என்ற சீனத் தொழில் நுட்பமுறையினால் செய்யப்பட்டவையன்று. இதே தொழில்நுட்ப முறைப்படிதான் மெயிசனிலும் பீங்கான்கள் செய்யப்பட்டன. லூயி செய்த பீங்கான்கள் விசித்திரமானவையாயும், மிகுந்த அழகு வாய்ந்தனவாயும், விலையுயர்ந்தனவாயும் இருந்தன. அவற்றைச் செய்வதில் ஈடுபட்டவர்களின் நுரையீரலுக்குள் சிலிக்காவின் நுண்மையான துகள்கள் ஏறியதாலும், ஈயநச்சு உண்டானதாலும், அவர்கள் கொடிய நோய்களுக்கு ஆளாயினர் என்பது இங்கு குறிக்கத்தக்கது.

பிரஞ்சு மன்னரின் செவர் தொழிற்சாலையில் செய்யப்பட்ட பீங்கான், மெயிசன் பீங்கானை விடக் கண்ணாடி போல் பளபளப்பாக இருந்தது. அதன் கட்டமைப்பு மிக

மென்மையாயிருந்தது. அதனால் மெயிசன் பீங்கான்களைவிட, இவை வண்ணங்களை நன்கு உறிஞ்சிக் கொண்டன. அவை கண்ணைப் பறிக்கும் வெண்மையான நிறத்தை அடிக்கடி பெற்றன. அதன் பளபளப்பு இணையில்லாத மினுமினுப்பைத் தந்தது. அவை காளவாயில் சுடும்போதும், வனையும்போதும் கோணலாவதில்லை. சூளையிலேயே விரிசல் கண்டு உடைந்து போவதுண்டு. இருப்பினும் அத்தொழிற்சாலை நிபுணர்களும், மன்னரும் குறையற்ற பாண்டங்களையே ஆக்க வேண்டுமென்று வலியுறுத்தி வந்தனர். அதனால் கணக்கில்லாத வீண் சேதம் விளைந்தது. எனவே அவைதாம் ஐரோப்பாவில் செய்யப்பட்ட பீங்கான்களிலேயே செலவு மிக்கவையாக விளங்கின.

இப்பிரஞ்சுப் பீங்கான்கள் அவை செய்யப்பட்ட இடத்தின் பெயரால் முதலில் வின்சென்னஸ் என்று அறியப்பட்டிருந்தாலும், இந்தத் தொழிற்சாலை 1756 ஆம் ஆண்டு மன்னரின் நாட்டுப்புற மாளிகைக்கு மாற்றப்பட்டதும் செவர் என்று பெயர் பெற்றது.

பிரஞ்சுக்காரர் நீண்டகாலமாகப் பீங்கான் செய்ய முயன்று வந்தனர். அவர்களுக்குக் காவோலின் என்ற சரியான களிமண் பல காலமாகக் கிடைக்காமலிருந்து, பதினெட்டாம் நூற்றாண்டில்தான் கிடைத்தது. ரூயன் என்ற இடத்திலும்,பாரிசின் அருகிலுள்ள செயிண்ட் கிளைடு என்ற இடத்திலும் மிருதுவான களிமண் திடீரென்று அகப்பட்டது. அவர்கள் வடிவமைத்துச் செய்த பீங்கான்களும், பிறரைப் பார்த்துச் செய்த போலிகளாக இருந்தன. சேகரக்காரர்கள் அதில் ஒரு கவர்ச்சியைக் காண்கின்றனர். எனினும் அவை தொடக்க நிலைப் படைப்புகள் எனலாம். தொழில்நுட்பம் அற்றவை. அவற்றுக்குப் பிரஞ்சு இளவரசரும், பிறமேட்டுக் குடியினரும் ஆதரவு தந்து, சிறந்த பீங்கான்களைச் செய்வதற்கு முயன்ற போதிலும், அவற்றால் மெயிசனின் தரத்தை மிஞ்சுவதற்கு முடியவில்லை. சொல்லப்போனால், அந்த ஜெர்மன் தொழிற்சாலையின் தரத்தை அவை எக்காலத்திலும் எட்டவேயில்லை.

இருப்பினும் பிரஞ்சுக்காரர் இறுதியில் மெயிசன் தரத்தையே மிஞ்சக்கூடிய ஒரு தொழிற்சாலையைப் பெற்றனர். அதற்குப் பதினைந்தாம் லூயியும், அவரது காமக்கிழத்தியான பாம்படூர் சீமாட்டியும் (1721-1764; லூயியின் காமக்கிழத்தியாக இருந்த காலம் 1745-1764) முக்கிய காரணமாவார். பாம்படூர் சீமாட்டிதான் 'பிரஞ்சுச் சுவையின் போக்கை நிர்ணயிப்பவராக விளங்கினார். அவரது மேற்பார்வையில் உயர்தரமான பீங்கான்கள் செய்யப்பட்டன. எனினும், போதிய பணமில்லாததால் தரம் குறையலானது. நிர்வாகத்தை மாற்றியதும் அரசுக் கருவூலத்திலிருந்து பணம் தாராளமாக வந்தது.

இத்தொழிலில் பதினைந்தாம் லூயிக்கு இருந்து வந்த ஆர்வத்தைக் குறிக்கும் வகையில் L என்ற அரசக் குறியீடு பீங்கான்களில் பொறிக்கப்பட்டது. ஃபிரான்ஸ்வா பூஷே (Francois Boucher: 1703-1770; புகழ் பெற்ற பிரஞ்சு ரோக்கோக்கோ பாணி ஓவியர்) உள்படப் பெரிய ஓவியர்களை இணங்கச் செய்து வின்சென்னஸ்களுக்கு - பிரஞ்சுப் பீங்கான்களுக்கு - வடிவமைக்கச் செய்தனர். அரசப் பொற்கொல்லர் தன் தொழில்நுட்ப அறிவு முழுவதையும் பீங்கான் தொழிற்சாலைக்கு அளிக்குமாறு பணிக்கப்பட்டார். பிரான்சில் வேறு பீங்கான் தொழிற்சாலைகள் தங்கத்தைப் பயன்படுத்துவதற்குத் தடை விதிக்கப்பட்டது. கடுமையான இத்தகைய சட்டங்களின் பலனாகப் பிரமிக்க வைக்கும் வெற்றி உடனே கிடைத்தது.

1755

வின்சென்னஸ் பீங்கான் தொழிற்சாலை 1747 ஆம் ஆண்டில் சாண்டில்லி தொழிற்சாலையில் செய்யப்பட்டவை போன்ற போலிகளையும், சில வேளைகளில் மெயிசன் போலிகளையும் செய்து வந்தது. அது 1700 வாக்கில் மிக நுட்பமானதும், செழுமையானதுமான தனிப் பாணியைத் தனக்கென்று உருவாக்கிக் கொண்டது. வேறு எந்தத் தொழிற்சாலையும் இந்த வண்ண அழகை வழங்கவில்லை. ஏன் சீனத்திலும் ஜப்பானிலும் செய்த பீங்கான்களில் கூட இத்தகைய வண்ண அழகைக் காண முடியவில்லை.

வின்சென்னஸ் ஐரோப்பாவையே கலக்கியது. அதன் தூய வெண்மை புகழ் பெற்ற சீன ஃபுக்கியன் பீங்கான்களை மிஞ்சியது. அதன் பளபளப்பும், மினுக்கும் மெயிசன் பீங்கானுக்கு இணையாக இருந்தன. எனினும் வின்சென்னஸ் பீங்கான் நொய்தானது; செய்வதற்கு மிகக் கடினமானது. அதை மெதுவாகவும், மிகுந்த செலவிலும், நிதானமாகவும் செய்து எடுக்க வேண்டி வந்தது.

ஓவியர் ஃபிரான்ஸ்வா பூஷே பல மாதிரிகளை வடிவமைத்தார். அவற்றை எட்டியின் ஃபால்கோனட் பின்னர் உருவங்களாக்கினார். இவற்றுக்குப் பிஸ்கோத்துப் பீங்கான் என்று பெயர். ஆங்கிலேயர் விக்டோரியா ஆட்சிக் காலத்தில் (1837-1901), இத்தகைய பிஸ்கோத்துப் பீங்கான்களைப் பெரிதும் விரும்பி வாங்கினரெனினும்; தற்காலத்தில் அதன் நயச்சுவையை நாடுவாரிலர். கடந்த 1970ஆம் ஆண்டிற்குப் பிறகுதான் அவற்றின் மீது மீண்டும் ஆர்வம் தோன்றிப் பிஸ்கோத்துப் பீங்கான்களில் விலை உச்சிக்குப் போகத் தொடங்கியது. இன்று அவற்றின் செல்வாக்கு எப்படியிருக்கின்றது என்பது தெரியவில்லை. எனினும் செவர் பீங்கான்களின் பெருமை, அவற்றின் பயன்படு பாண்டங்களில் உள்ளது. சாக்கலேட்டுக் கோப்பைகள், தேநீர்க் கோப்பைத் தொகுதிகள், கக்கூசுச் சட்டிகள், வெண்ணைய் ஏனங்கள், சூப்பு வட்டில்கள், ஊசிகள் வைக்கும் கலங்கள் முதலியவற்றைக் குறிப்பிடலாம். செடிக்குத் தண்ணீர் ஊற்றும் சிறிய பீங்கான் குவளை போன்ற அற்பமான பொருள்கள் கூட அங்கு செய்யப்பட்டன.

பீங்கான் தொட்டிகளில் ரோஜாச் செடிகள் வளர்க்கப்பட்டன. இவ்வளவு நேர்த்தியான பீங்கான் ஏனங்களில் ஆடவரும், பெண்டிரும் உண்டதோ, ஏன் துப்பியதோ கூட இல்லை. அவை வெறும் அலங்காரத்திற்கே வாங்கப்பட்டன.

பாம்படூர் சீமாட்டி பீங்கானில் செய்த பூக்கள் அடங்கிய ஒரு முழுத் தோட்டத்தையே செய்வதற்கு ஆர்டர் தந்தார். அதற்குப் பல மில்லியன் லிவர்கள் செலவாகும். (இது பிரஞ்சு நாட்டில் முன்னர் புழக்கத்திலிருந்த நாணயம், இதன் மதிப்பு வெள்ளியாலான அக்காலத்து ஒரு பவுன் நாணயத்திற்குச் சமம்.)

பேரரசர்கள், மன்னர்கள், சிற்றரசர்கள் முதலானோர் நூற்றுக்கணக்கான உருப்படிகள் அடங்கிய பீங்கான் பாண்டத் தொகுதிகளை வாங்கினர். இரஷியப் பேரரசி மா காதரைன் ஆர்டர் செய்த பீங்கான்களின் மதிப்பு 300,000 லிவர்களுக்கும் அதிகமாக இருக்கும். (இது தற்கால மதிப்பின்படி சுமார் 3,75,000 பவுனாகும்.)

சீனப் பேரரசான சியன் லுங்கு (1736-1795) கூடப் (இ.ச.க.தொகுதி-3) பதினைந்தாம் லூயியிடமிருந்து மிக நேர்த்தியான சில சாடிகளோடு ஏராளமான பீங்கான் பாண்டங்களை ஏற்றருளினார். அன்றாடம் பயன்படுகின்ற பொருள்கள் இத்தனை விலை மிகுந்தனவாகவோ, இவ்வளவு அழகுடையனவாகவோ எக்காலத்தும் இருந்ததில்லை.

மிக அரிய மெயிசன் வண்ணங்களான லேவண்டர் என்ற மென்னீல நிறம், செங்கல் மங்கல் இவற்றைத் தவிர, பிற வண்ணங்கள் அனைத்தையும் மிஞ்சுபவையாகப் பிரஞ்சுப் பீங்கான் நிறங்கள் அமைந்தன. மேலும் மெயிசன் பீங்கான்களில் இல்லாத குழைவும், செழுமையும், பளபளப்பும் உடையனவாயும் இருந்தன. முதலில் எளிமையான நீல நிறங்கள் அள்ளித் தெளிக்கப்பட்டுச் சீரில்லாத முறையில் உறிஞ்சப்பட்டன. அதைப் பார்க்கும் போது வெல்வெட்டைப் போன்ற பட்டுத் தோற்றம் தெரிந்தது.

ஆப்பிள் பச்சை நிறத்தைக் கொண்டு, இதே விளைவைப் பின்னர் உண்டாக்கினர். எனினும் மழுங்கலான பைந்நீல நிறந்தான் மிக நேர்த்தியாக, விலை கூடியதாக இருந்தது. மஞ்சள் நிறத்தைப் பெறுவதுதான் மிகமிகக் கடினமாயிருந்தது. எனினும் இவையனைத்திலும் இளஞ்சிவப்பு நிறமே மிக அரிதாகும். இவ்வண்ணத்தில் சில ஆண்டுகள் மட்டுமே பீங்கான்கள் செய்யப்பட்டன. அவை பாம்படூர் சீமாட்டியின் தொடர்புடையன. இளஞ்சிவப்பு நிறப் பாண்டங்களை உண்டாக்குவது முற்றிலும் இயலாததாக இருந்தது. அது ஆரஞ்சு அல்லது கருஞ்சிவப்பு நிறங்களுக்குள் எளிதாகக் கலந்து, காண்பதற்கு இனியதாயிராத ஒரு பின்புலத்தை உண்டாக்கிற்று. அதனால் இளஞ்சிவப்பு நிறம் அகப்படவில்லை.

அதில் வெற்றி கிடைத்தபோது, வேறு எந்தப் பீங்கான் தொழிற்சாலையிலும் அதைப் போன்ற நிறத்தை உண்டாக்கவே முடியவில்லை. அத்தகைய பீங்கான்கள் போதிய எண்ணிக்கையில் இப்போது கிடைப்பதில்லை. பீங்கான் சேகரக்காரர்கள் அவற்றைத் தேடித் திரிவர்; அவற்றுக்கு என்ன விலையும் கொடுப்பர். மிகவும் சிறிய ஐஸ் கோப்பை ஒன்று 1972 வாக்கில் 1000 பவுனுக்குக் கிடைத்தது; (இன்று அதன் விலை என்னவென்பது புலனாகவில்லை) அவை கடைகளில் கிடைக்குமாயின், மேற்சொன்னதை விட மூன்று மடங்கு விலை சொல்வார்கள். பெரிய இளஞ்சிவப்பு நிறப் பீங்கானாயிருந்தால் இருபதாயிரம் முதல் நாற்பதாயிரம் பவுன் வரை விலை கிடைக்கும். மஞ்சள், மழுங்கலான பைந்நீலம், பச்சை ஆகிய நிறப் பீங்கான்களின் விலையும் குறைவு அன்று.

வண்ணப் பீங்கான்களில் ஓவியங்கள் தீட்டப்பட்ட அலங்காரச் சித்திரங்கள் காணப்படும். தோரணம் போல் தீட்டப்பெற்ற கோப்பைகள், தட்டுகள், ஏனங்கள், எல்லா வகையான சாடிகள் இவற்றிலெல்லாம் பறவைகளும், சில வேளைகளில் அருமையாகத் தீட்டப்பெற்ற தென்னமெரிக்க நாட்டுப் பறவைகளும் வரையப் பெற்றிருக்கும். பீங்கான்களில் பூக்கள் வரைவது பொதுவான கருத்தாக இருந்தது. எனினும் குழந்தைகளின் ஓவியங்கள்தாம் மிகவும் வெற்றியாக அமைந்தன.

ஓவியர் பூஷேயின் வரைபடங்களிலிருந்து குழந்தைகள் ஆடையணிந்தோ, பிறந்த மேனியோடோ சித்திரிக்கப்பட்டிருந்தனர். குழந்தைகள் முகில்களில் தவழ்ந்தனர். கண்களில் குறும்புத்தனம் தெரிந்தது.

செவர் பீங்கான்கள் வண்ணப் பகட்டிலும், அலங்காரச் சிறப்பிலும், தங்கத்தை அள்ளிப் பூசியிருந்ததிலும் சிறந்து விளங்கியதால், ஐரோப்பாவில் 1750 ஆம் ஆண்டுகளில் போட்டிகளனைத்தையும் மிஞ்சி நின்றன.

பிரஞ்சு நாட்டின் மாபெரும் மரவேலைக்காரர்கள் பீங்கானை மேசைமேல் வைப்பதற்காக மட்டுமன்றி, பல மரப் பொருள்களுக்குள் பதித்து அழகு செய்யவும் பீங்கான்களைப் பயன்படுத்தினர்.

ஏழாண்டுப் போர் (1756-1763) மூண்டதால் மெயிசன் தொழிற்சாலையின் உற்பத்தி தடைப்பட்டது. அப்போது ஜெர்மனியிலிருந்த பல சிறு தொழிற்சாலைகளுக்கு வாய்ப்புக் கிடைத்தது. அவற்றுள் வெகுசில மட்டுமே கேலியண்ட்லரின் சாதனையைத் தொட்டன.

பீங்கான் மோகம் நிலைத்து நின்றதெனினும், இன்னும் செத்துவிடவில்லை எனினும், தொடக்கக் காலத்தில் அக்கலை அடைந்திருந்த நுட்பத்திறன் உண்டாக்கிய உள்ளக் கிளர்ச்சி பின்னாளில் இல்லை.

1755

வரலாற்றுப் புள்ளிகள்

1. கிளைவு தேர்தலில் செல்வமிழத்தல்

பிரிட்டனின் போர் அமைச்சரான ஹென்றி ஃபாக்ஸ், கிளைவைப் பாராளுமன்றத்திற்குப் போட்டியிடுமாறு அறிவுரை கூறினார். கிளைவை அவருடைய தாயும், மனைவியும் தடுத்தும் கேளாமல், அவர் இச்சகம் பேசியோரின் சொல்லில் மயங்கித் தேர்தலில் இறங்கினார்.

இத்தேர்தலில் கையூட்டும், ஊழலும் மலிந்திருந்தன. கிளைவு தன் வேட்பிற்கு ஆதரவு பெறுவதற்காகப் பணம் பெருந்தொகை செலவிட வேண்டி வந்தது. எனினும் பணத்தைச் செலவழித்தாலும், அதில் பயன் பெறலாம் என்று அவரிடம் சொல்லப்பட்டது. செல்வாக்கையும், அதிகாரத்தையும் குவிப்பதற்கு அரசியல்தான் முதற் படி என்று கிளைவிடம் ஓதினார்கள். கிளைவைப் போன்ற புகழ் வாய்ந்த தலைவர் பாராளுமன்றத்தில் இடம் பெற்றால், அவரால் செய்ய முடியாதது எதுவுமே இல்லை என்றார்கள்.

கிளைவு இதில் மயங்கி விட்டார். வாக்குகள் எண்ணப்பட்டபோது கிளைவு வெற்றி பெற்றிருந்தார். ஆனால் தேர்தலில் கள்ளத்தனம் நடந்தது என்று குற்றஞ்சாட்டப்பட்டது. அதில் தொடர்பு கொண்டிருந்தவர்கள் அனைவரும் அப்படித்தான் கூறினார். உடனே ஓர் ஆய்வுக் குழு அமைக்கப்பட்டது.

தேர்தலில் கள்ளத்தனம் நடந்தது என்பதைக் குழு உறுதி செய்தது. அதனால் கிளைவு பாராளுமன்றத்தில் பெற்ற இடத்தை இழந்தார்.

2. கிளைவு மனைவியுடன் இந்தியா திரும்புதல்

கிளைவு இந்தியாவிலிருந்து கொண்டு சென்ற 40,000 பவுன் பெரிதும் கரைந்தது. அவரது தாராளம், ஆடம்பரமான வாழ்க்கை, தேர்தலுக்குத் தரப்பட்ட கையூட்டு எல்லாம் சேர்ந்து அவர் கைப்பணத்தை எல்லாம் பெரிதும் கரைத்து விட்டன.

ஆதலால் கிளைவு பழையபடி தன் வாழ்க்கையைத் தொடங்க வேண்டிய கட்டாயம் ஏற்பட்டது. அதனால் அவர் கிழக்கிந்தியக் கம்பெனியில் மீண்டும் பணியாற்ற முன்வந்ததைக் கம்பெனியும் மகிழ்ச்சியுடன் ஏற்றுக் கொண்டது. கிளைவு டேவிடு கோட்டையின் ஆளுநராய் அமர்த்தப்பட்டார்.

கிளைவும், அவர் மனைவி மார்கரட்டும் 1755 ஏப்ரல் 5 அன்று ''ஸ்டிரிதம்'' என்ற பாய்மரக் கப்பலில் ஏறி, அதற்கு எட்டு நாளைக்குப் பிறகு இந்தியாவை நோக்கிப் புறப்பட்டனர். அவருக்கு ஒன்பது குண்டுகள் போட்டுச் சிறப்பித்தனர். (பீரங்கியை வெடித்துக் குண்டுகள் போடுவது ஒருவருக்குச் செய்யப்படும் சிறப்பாகும். குண்டுகளின் எண்ணிக்கை மிகமிக, ஒருவரது மேன்மையும் மிகுந்தது என்று பொருள்.)

கிளைவும், மார்கரட்டும் இங்கிலாந்தில் இரண்டு ஆண் மக்களை விட்டுச் சென்றனர். முதல் மகன் எட்வர்ட்டுக்கு வயது ஒன்பது. அடுத்தவன் பிறந்து சில கிழமைகளே ஆகியிருந்தன. அவர்கள் இந்தியாவை அடைந்ததும் இவ்விரு குழந்தைகள் இறந்தன.

3. ஐதராபாதிலிருந்து தெ பூசியைக் கிளப்பக் கிளைவின் திட்டம்

இந்தியத்தில் பதினெட்டாம் நூற்றாண்டில் பெரு வீரம் காட்டிய படைத் தலைவர்கள் பலருள் சார்லஸ் ஜோசஃப்பு பட்டிசியார் (*Charles Joseph Pattiziar*) என்றும் மார்க்குவிஸ் தெ பூசி (*Marquis de Bussey 1718-1785*) என்றும் அழைக்கப்பட்ட பிரஞ்சுக்காரர் மிகவும் குறிப்பிடத்தக்கவராவார். இவர் தூய்ப்பிளேயின் பேரவாக் கொண்ட பேரரசாக்கத் திட்டங்களை நிறைவேற்றுவதில் தூய்ப்பிளேயுடன் மிகவும் ஒத்துழைத்தார். தக்காணத்தில் பிரஞ்சுச் செல்வாக்கு மேலோங்கியதற்குப் பூசிதான் பெரிதும் காரணமாயிருந்தார்.

பூசி 1737ஆம் ஆண்டு பிரஞ்சுக் கிழக்கிந்தியக் கம்பெனியின் ஊழியத்தில் சேர்ந்து பணியாற்றினார். அவர் 1746 ஆம் ஆண்டு பூர்தோனைஸ் தலைமையில் சென்னையைக் கைப்பற்ற நடந்த சண்டையில் கலந்து கொண்ட திறமையும் துணிச்சலுமிக்க படைத் தலைவர். கர்நாடக, ஐதராபாது அரியணைகளுக்காகப் பிரஞ்சுக்காரரின் அரவணைப்புப் பெற்றிருந்த சந்தா சாகிபிற்கும், நசீர் ஜங்கிற்கும் ஆதரவு தரும் பொறுப்புடன், அவர் பிரஞ்சுப் படைகளின் தலைமைப் பதவியில் அமர்த்தப்பட்டார்.

நசீர் ஜங்கையடுத்து ஆட்சிக்கு வந்த முசஃபர் ஜங்கு கொல்லப்பட்டதும், பூசி மிகுந்த கெட்டிக்காரத்தனத்துடன் சலாபத்து ஜங்கை 1751 ஆம் ஆண்டு ஐதராபாதின் நிசாமாக்கி விட்டார்.

பூசி கர்நூல் நவாபைத் தோற்கடித்தார். பேஷ்வா பாலாஜி பாஜிராவின் மராட்டியர் படைகளைப் புறமுதுகிட்டோடச் செய்தார். முகலாயப் பேரரசர் சலாபத்து ஜங்கை நிசாம் என்று இசைந்து ஏற்றதால், தக்காணத்தின் மீது பிரஞ்சு மேலாண்மை முற்றிலும் ஓங்கிவிட்டது போல் தோன்றியதற்குப் பூசியின் வீரமும், அரசியல் தந்திரமும் காரணங்களாகும்.

கிருஷ்ணை ஆறு வரையிலுள்ள நாடு முழுவதையும் பெற்று, அங்கு தீர்வையில்லாது வாணிபம் செய்யும் சலுகைகளோடு நிலவ வேண்டும் என்று பிரஞ்சுக்காரர் விரும்பினர். பூசி கெட்டிக்காரத்தனமான அரசியல் சூழ்ச்சிக் காரரானமையால், அவர் ஆண்டிற்கு நாற்பது இலட்ச ரூபாய் வருவாய் தரக்கூடிய வட சர்க்கார் என்ற மாவட்டங்களைப் பெற்று விட்டார். அவர் படைகளைத் திறம்பட நிர்வகித்தார் என்பதற்காக 1753 இல் இந்தப் பகுதி முழுவதும் பிரஞ்சுக்காரருக்குத் தரப்பட்டது. அவர் ஐதராபாது நிசாமிற்காகப் பல சண்டைகளில் ஈடுபட்டார். தௌலதாபாதைக் கைப்பற்றினார். அடங்காத நிலக்கிழார் பலரையும், சிற்றரசர்களையும் வழிக்குக் கொண்டு வந்தார்.

பூசி அதே வேளையில், ஆங்கிலேயரின் பல குடியேற்றங்களையும் கைப்பற்றினார். அவற்றுள் கிழக்குக் கரையோரத்திலுள்ள விசாகப்பட்டினமும் அடங்கும்.

அவருக்கு நிசாம் அரசில் செல்வாக்கு மிகுந்தமையால், பல எதிரிகளும் உண்டாகி விட்டனர். இருப்பினும் அவரது செல்வாக்கு உச்ச கட்டத்திலிருந்த இந்த வேளையில் இராபட் கிளைவு இங்கிலாந்திலிருந்து *1755* நவம்பர் *27* அன்று பம்பாயில் வந்து இறங்கினார். அவருடன் இராயல் பீரங்கிப் படையைச் சேர்ந்த மூன்று கம்பெனிகளும், காலாள் படையினர் முந்நூறு பேரும் வந்திருந்தனர்.

தூய்ப்பிளே இந்தியாவிலிருந்து போய் விட்டாலும், அரசியல் சூழ்ச்சியில் வல்லவரான பூசி இன்னும் ஐதராபாது அரசவையில் ''ஆலோசகராக'' இருந்து வருகின்றார். பூசியின் கையில் மிகப் பெரிய நிலப்பரப்பையுடைய நடு இந்திய அரசான ஐதராபாது இருந்தது. அது அவர் விரும்புகின்ற போது மேற்குக் கரையிலும், தென், தென்மேற்குக் கரையிலும் ஆபத்தாக எழக்கூடும். இங்கிலாந்திற்கும், பிரான்சிற்கும் இடையே போர் மூளுமாயின், இது அந்தப் போரின் விதியை வகுக்கக்கூடியதாக இருக்கும். எனவே பூசியை ஐதராபாதை விட்டுக் கிளப்பும் நோக்கத்துடனும் கிளைவு இப்போது இந்தியா வந்து சேர்ந்தார்.

1755

பூசி கணிப்பு

பூசி தக்காணத்து வல்லாளர்களான ஆர்க்காட்டு நவாபையும், ஐதராபாது நிசாமையும் நன்றாக அறிந்து வைத்திருந்தார். அவர்களைப் பற்றிப் பூசி இவ்வாறு எழுதி வைத்திருக்கின்றார்.

''ஆர்க்காட்டு நவாபு ஆறாண்டுகளுக்கு முன்புதான் பிரஞ்சுக்காரரைத் தன் மேலாண்மைக்கு அடங்கிய குடி மக்களைப் போல் நடத்தினார். ஆர்க்காட்டு நவாபு தொடர்ந்து எங்களைக் கசக்கிக் கேட்ட பரிசுகளை எடுத்துக் கொண்டுதான் நாங்கள் அவர் முன் செல்ல முடியும். அவருடைய கடைநிலை அதிகாரிகள் புதுச்சேரிக்கு வந்தாலும், அவர்களையும் நாங்கள் மிகுந்த மரியாதையுடன் தூதுவர்களை அனுப்பி முறைப்படி வரவேற்றோம். நிசாம் கூட (ஆர்க்காட்டு நவாபின் மேலாண்டை; தக்காண முழுமைக்கும் முகலாய அரசப் பிரதிநிதி) ஐரோப்பியக் கவர்னர் எவருக்கும் கடிதம் எதுவும் எழுதுவதில்லை. அவருக்கெனக் கொண்டு செல்லும் விலை மதிப்பு மிக்க பரிசுகளைக் கூட அவர் ஏறெடுத்தும் பார்ப்பதில்லை.''

இந்தியாவிலிருந்த பல நவாபுகளும், பிற முகலாய அரசப் பிரதிநிதியரும் ஐரோப்பியரிடம் பல காலமாகவே இவ்வாறுதான் நடந்து வந்திருக்கின்றார். அரசி மங்கம்மாள் ஆட்சிக் காலத்தில் *(1689-1706)* தக்காணத்திலிருந்த முகலாயப் படைத் தலைவர்கள் ஔரங்கசிபின் செருப்புகளை யானை மீது வைத்துப் பவனி வந்து, தென்னாட்டு மக்கள் அவற்றை வணங்கித் திறை செலுத்த வேண்டுமென்று கேட்டதற்கு, மங்கம்மாள் கடுமையான எதிர்ப்புத் தெரிவித்திருக்கின்றார்.

வில்லியம் பிரட்டன் *(William Bruton)* வங்கத்தில் கிழக்கிந்தியக் கம்பெனி ஊழியர்களுக்கு *1632* இல் ஏற்பட்ட அனுபவத்தைப் பற்றி இப்படி எழுதி வைத்திருக்கின்றார்.

''...(ஒரிசத்தின் முகலாய ஆளுநரான) மன்னர் (வணங்கி அல்லது மரியாதை காட்டும் முறையில்) இணக்க நயமாகக் குனிந்து இருவரின் தோள்களில் சாய்ந்தார்.

அவர் தன் காலிலிருந்த செருப்பைக் கிழக்கிந்தியக் கம்பெனியின் வணிகர் (*Richard Cartwright*) பக்கம் முத்தமிடுவதற்காகத் தூக்கி எறிந்தார். அவர் இருமுறை முத்தமிட மறுத்தார். கடைசியில் அவ்வாறு பாவனை செய்யவே மன்னர் கீழே அமர்ந்தார்.'' இத்தகைய பண்பு குறைந்த வழக்கத்தின் எச்ச சொச்சங்கள் இன்னும் தென்புலத்தில் (வடபுலத்திலும் கூட) நடைமுறையில் வேறுவிதமாய் இருந்து வரக் காண்கின்றோம்.

4. சென்னைக் கவர்னர் பிகாட்

ஜார்ஜ் பிகாட் (1719-1777) இந்த 1755 முதல் 1763 வரை சென்னையின் கவர்னராயிருந்தார். இவர் கதை பெரியது. இன்னும் இவரை நாம் பல இடங்களில் சந்திக்க இருக்கின்றோம்.

5. புதுச்சேரியில் இரகசியக் குழு ஆட்சி

புதுச்சேரியின் கவர்னரான கோடேயூ 1755 பிப்ரவரி 15 அன்று பிரான்சிற்குத் திரும்பி விட்டார். அதன் பிறகு புதுச்சேரி ஆட்சிப் பொறுப்பு பார்த்தலமி பாய்லு, கெயிலார்டு ஆகியோரடங்கிய ஓர் இரகசியக் குழுவின் கையில் இருந்தது. மார்ச்சு 25 அன்று டெலிரி என்பவர் ஆளுநராக வந்தது வரையிலும் இக்குழு நீடித்தது.

6. கோவாவில் ஏசுசபைச் சாமிமார் சிறை

ஏசுசபையைச் சேர்ந்த நூற்றைம்பத்தேழு சாமிமார்கள் இவ்வாண்டு கோவாவில் சிறைப்படுத்தப் படுத்தப்பட்டனர். அவர்கள் அங்கிருந்து லிஸ்பனுக்குக் கப்பலேற்றப்பட்டனர். அவர்கள் லிஸ்பனில் பதினாறாண்டுக் காலம் சிறையிலிருந்தனர்.

7. ஜான்சன் அகராதி இரண்டு தொகுதிகள் வெளியீடு

டாக்டர் சாமுவல் ஜான்சனின் (1709-1784) பெரும் படைப்பு, அவரால் தொகுக்கப் பெற்ற ''டிக்ஷனரி'' என்ற ஆங்கில அகரமுதலியா கும். அவர் இலண்டனின் ஃபிளீட்டுத் தெருப்பகுதியைச் சேர்ந்த காஃகு சதுக்கம் என்ற இடத்திலிருந்த ஓர் அழகான பதினேழாம் நூற்றாண்டு வீட்டில் வாழ்ந்தார். அவர் அங்கு 1748 முதல் 1759 வரை வாழ்ந்திருந்த காலத்தில்தான், புகழ் பெற்ற இந்த ''டிக்ஷனரி'' என்ற அகராதியைத் தொகுத்தார். அவர் இப்பணியைச் செய்து முடிக்க எட்டாண்டுகளாயின. அது 1755 ஆம் ஆண்டு இரண்டு தொகுதிகளாக வந்தது. இரண்டும் சேர்த்து 4 பவுன் 50 பென்சு விலையில் விற்கப்பட்டன.

8. கம்பெனிப் படையில் இந்திய வீரர் ஊதியம்

கிழக்கிந்தியக் கம்பெனி இந்தியாவில் மிகச் சிறிய எண்ணிக்கையில் ஐரோப்பியப் படை வீரர்களை வைத்துக் கொண்டு துப்பாக்கியாலும் பீரங்கியாலும் தன் நலன்களைப் பாதுகாத்துப் பெருக்கி வந்தது. காலப் போக்கில் அதற்கு முறையான போர்ப்படை வேண்டி வந்தது. ஆனால் நெடுந் தொலைவிலுள்ள தாயகத்திலிருந்து இங்கு படைகளைக் கொண்டு வர முடியாது என்பதால், விரல் விட்டு எண்ணக் கூடிய ஐரோப்பியரைப் படைத் தலைமைக்கு வைத்துக் கொண்டு நாட்டாரைப் படையில் சேர்த்து ஐரோப்பிய முறையில் பயிற்சி அளித்தனர்.

வாளும் கேடயமும் மட்டுமே தாங்கிய நாட்டுக் காலாள் படை வீரர் பியூன் என்று அழைக்கப்பட்டார். போர்த்துக்கீசக் கலப்பில் பிறந்தவர்களும், இந்தப் படையில்

1755

சேர்க்கப்பட்டனர். அவர்கள் டோப்பஸ் எனப்பட்டனர். இப்படை வீரர்கள் ஆங்கிலேயர் விரும்பியவாறு அமையவில்லை என்ற மனக்குறை கம்பெனிக்கு இருந்து வந்தது.

நாட்டுப் படை வீரர்களின் பல படி நிலைகளில் சுபேதார், ஜமேதார், நாயக்கு என்ற படை அலுவலர் இருந்தனர். இவற்றுள் சுபேதார் என்பது உயர்வான பதவி. சுபேதார் மாதம் பதினாறு ரூபாய் சம்பளம் பெற்றார்.

ஜமேதார் காலாள் படையின் பிரிவாகிய ஒரு பிளாட்டூனுக்குத் தலைவர். அவர் மாதம் பதினாறு ரூபாய் ஊதியம் பெற்றார். அவில்தார் அல்லது சார்ஜண்டுக்குப் பத்து ரூபாயும், நாயக்கு அல்லது கார்ப்போரலுக்கு எட்டு ரூபாயும், சாதர்ரணப் படை வீரரான சிப்பாய்க்கு ஆறு ரூபாயும் மாதச் சம்பளம் கிடைத்து வந்தது. அந்தக் காலத்தில் ரூபாய் என்பது வெள்ளி நாணயமாக இருந்தது. ஒரு பவுனுக்குப் பத்து ரூபாய். இது பதினெட்டாம் நூற்றாண்டு மதிப்பாகும்.

9. இரங்கூன் நகர் தோற்றம்

இன்று மியன்மார் என்று புதுப்பெயர் பெற்றுள்ள பர்மாவின் ஆதி மக்களுடைய தாயகம் இன்றைய மேலப்பர்மாவில் மாந்தலையைச் சுற்றியமைந்திருந்தது. பர்மியர் சிறுகச் சிறுக விரிவடைந்து கீழப்பர்மாவில் வாழ்ந்த மான் மக்களை வென்று அடக்கினர். எனினும் ஷான், கரன் என்ற மலைவாழ் குடியினரையும், கரையோரப் பகுதியில் வாழும் அரக்காணியரையும் அவர்களால் வென்று செரிக்க இயலவில்லை. இந்நிலை இன்றும் நீடித்து வருகின்றது.

பர்மா பண்டைக் காலத்தே ஏழு, எட்டாம் நூற்றாண்டுகளில் இன்றயை இரங்கூன் நகரத்தின வடக்கே சுமார் 300 கிலோ மீட்டரில் இருந்த ஸ்ரீஷேத்திரத்தைக் கோநகராய்க் கொண்டு செழித்திருந்தது. அம்மக்களுக்குப் பையூ என்று பெயர். அவர்கள் இந்துக்களாயிருந்தனர்; அவர்களிடைய சம்ஸ்கிருதம் ஓங்கியிருந்தது. இன்றயை பர்மிய மக்களின் முன்னோர்கள் பதினோராம் நூற்றாண்டு வாக்கில் பர்மியரல்லாத அண்டை மக்களை வென்று நிறுவிய முடியரசு இருநூறாண்டுகள் நீடித்திருந்தது.

அனவரதன் என்ற பர்மிய மன்னர் இந்நாட்டிற்குப் பௌத்தத்தைக் கொண்டு வந்தார். அவரும் அவர் வழியில் வந்தோரும் ''ஆயிரம் கோயில்கள் கொண்ட நகர்'' என்று பொருள்படும் பகன் என்ற நகரத்தைக் கோநகராய்க் கொண்டு ஆண்டனர். இந்நகரம் மேலப் பர்மாவில் இருந்தது.

அவர்களையடுத்துப் பதினான்காம் நூற்றாண்டில் பல்வேறு தன்னரசுகள் தோன்றின. பர்மியர் வடக்கே அவ என்ற நகரையும் மான் மக்கள் தெற்கே பேகு என்ற நகரையும் நிறுவினர். ஷான் என்ற மூன்றாவது இனத்தவர் அவ நகரை 1527 இல் பிடித்துக் கொண்டனர். எனினும் தெற்கில் துவுங்கூ என்ற இடத்தில் புதிய பர்மிய அரசு ஒன்று உருவாகி, 1539 இல் பேகுவைப் பிடித்துக் கொண்டது; இந்த அரசு ஷான் மக்களின் பல பகுதிகளை வென்றது. பர்மியர் இதன் பிறகு நாட்டின் மேலாண்மையைப் பெற்றனர். மான் மக்கள் 1740 இல் கிளர்ச்சி செய்த போதிலும் பர்மியர் மேலோங்கி நின்றனர். இங்ஙனம் பர்மிய நாடு ஒன்றுபட்டது.

ஒன்றுபட்ட இந்நாட்டின் தலைநகராக இரங்கூன் இந்த 1755 ஆம் ஆண்டு உருப்பெற்றது. அது தலையாய நகராயும் இன்று விளங்குகின்றது. இப்பட்டினம் மர்த்தமன் வளைகுடாவின் வடக்கே சுமார் 30 கிலோ மீட்டரில் இரங்கூன் என்ற

ஆற்றின் மருங்கே, ஐராவதி ஆற்றின்வடி நிலப்பகுதியின் கிழக்கே அமைந்துள்ளது. இந்நகரம் கடல் மட்டத்திற்கு மேலே 17 மீட்டர் உயரத்தில் இருக்கின்றது. இது பெரிதும் சதுப்பு நிலத்தை நிரப்பி மேடாக்கப்பட்ட இடத்தில் கட்டப்பட்டது.

இரங்கூன் பட்டினம் சுமார் ஆறாம் நூற்றாண்டில் அமைந்திருக்கலா மெனினும், அதன் வரலாறு 1755 முதல் தொடங்குகின்றது. பர்மிய மன்னர் அலவுங்கபாய, மான் மக்களை (இம்மக்கள் பர்மாவிலும் தாய்லாந்திலும் வாழ்கின்றனர்; இவர்கள் கெமர் மக்களுடன் உறவுடையோர். மான் மக்கள் மான்-கெமர் மொழிக் குடும்பத்தைச் சேர்ந்த ஒரு மொழி பேசுகின்றனர்) 1753 ஆம் ஆண்டு வென்றபிறகு, இப்பட்டினத்தைப் புதுப்பித்துக் கட்டி, அதற்கு யாங்கோன் (போரின் இறுதி) என்று பெயரிட்டார். இது பின்னர் இரங்கூன் என்று திரிந்தது என்பர்.

இந்நகரின் ஷிவே தகோன் என்ற பௌத்தக் கோயிலில் 99 மீட்டர் (325 அடி) உயரத்திற்கு நிற்கும் மிகப் பெரிய தகோன் என்ற சிலையுடன் இரங்கூன் என்ற பெயர் தொடர்புடையது என்று நம்புவாருமுளர். இந்தக் கோயில் செங்கல்லால் புகைக்கூண்டு வடிவில் ஆறாம் நூற்றாண்டில் கட்டப்பட்டது. இன்று பளிங்கு பதித்தத் தரையுடன் கூடிய பல கோயில்களின் தொகுதியாக விளங்குகின்றது. இக்கோயிலின் கோபுரத்தில் மெல்லிய 8868 தங்கத் தகடுகள் வேயப்பட்டுள்ளன.

முதன்முதலில் மீன்பிடிக்கும் துறையாயிருந்த இப்பட்டினத்தில் இன்று சுமார் 25 இலட்ச மக்கள் வாழ்கின்றனர்.

10. வர்ஜீனியாவில் பிரிட்டிஷ் படை தோல்வி

இவ்வாண்டு ஜூலை 9 அன்று டக்குஸ்னிக்கு கோட்டையிலிருந்து சுமார் 11 கி.மீ. தொலைவில் மோனோங்கஹிலா ஆற்றின் கரை மீது பிரஞ்சுக்காரரும், செவ்விந்தியரும் சேர்ந்த ஒரு படையானது, அமெரிக்காவின் வர்ஜீனியாவிலிருந்த 1500 பேரடங்கிய ஒரு பிரிட்டிஷ் படையைத் தோற்கடித்தது. இந்தச் சண்டையில் சுமார் 1000 பிரிட்டிஷ் குடியேறிகள் சாகவும், காயமடையவும் நேர்ந்தது. பிரிட்டிஷ் ஜெனரல் பிராடுலாக்கு (Bradlock) உயிருக்குத் தீங்கு நேரும் வகையில் காயமடைந்தார்.

11. மக்னீசியம் பற்றி ஆய்வு

ஸ்காத்திய வேதியியல் - மருத்துவரான ஜோசப் பிளாக் இவ்வாண்டு மக்னீசியம், சுண்ணாம்பு, காரத்தன்மையுள்ள ஆல்கலைன் பொருள்கள் ஆகியன குறித்து நடத்திய ஆய்வுகளிலிருந்து, மக்னீசியம் என்பது முற்றிலும் தனித்த தன்மை வாய்ந்த ஒரு பொருள் என்பது வெளிப்பட்டது. மக்னீசியம் இதுவரையிலும் சுண்ணாம்புடன் போட்டுக் குழப்பப்பட்டு வந்தது.

12. மாஸ்கோவில் அரசினர் பல்கலைக் கழகம்

இரஷிய முடியரசு இவ்வாண்டு மாஸ்கோவில் அரசினர் பல்கலைக் கழகத்தை அமைத்தது.

13. காசனோவாவிற்குச் சிறை

இத்தாலிய வாணிபப் பட்டினமான வெனிசு நகரத்தைச் சேர்ந்த சாகசக்காரரான கியோவன்னி ஜேக்கோப்போ காசனோவா தெ செயிங்கால்ட் (1752-1798; இவர் பற்றிய

செய்தி இ.ச.க தொகுதி-3 இல் கூறப்பட்டது.) பதினான்கு ஆண்டுகளாக ஐரோப்பாவின் ஒரு தலைநகரிலிருந்து மற்றொன்றுக்குச் சமய போதகராக, இரசவாதியாக, சூதாடியாக, வயலின் இயம்புபவராகச் சுற்றித் திரிந்த பின்னர், இந்த 1755 இல் சொந்த ஊரான வெனிசு திரும்பியதும், அவர் ஒற்றர் என்று சிறை செய்யப்பட்டார்.

அவர் புனித சிப்பிரியன் மடத்திலிருந்து ஒழுக்கக்கேடான நடத்தைக்காகப் பதினாறாவது வயதில் வெளியேற்றப்பட்ட பிறகு, கான்ஸ்டாண்டிநோபிள் வரை சுற்றித் திரிந்திருக்கின்றார்.

காசனோவா இதற்கடுத்த ஆண்டு சிறையிலிருந்து மிகுந்த துணிச்சலோடு தப்பித் தனது கரடுமுரடான வாழ்க்கையை மீண்டும் தொடங்கினார். அவர் பிரான்சின் பதினைந்தாம் லூயி மன்னருக்காக அரசின் பரிசுச் சீட்டு இயக்குநராயிருந்து பெருஞ் செல்வம் திரட்டினார். அவருக்குப் போப்பாண்டவர் ''மலர் தாங்கும் தங்கச் சிறு கிளை'' (Golden Spur) என்ற பட்டத்தை வழங்கினார். காசனோவா பொகிமியத்தின் வால்டுஸ்டீன் கோமகனின் நூலகராக டக்ஸ் கேசில் என்ற இடத்தில் அமருமுன்னர் பல வாள் போர்களில் ஈடுபட்டார். அவர் டக்ஸ் கேசில் இருந்துதான் தன் புகழ்பெற்ற நினைவுக் குறிப்புகளையும், இன்ப விளையாட்டுகளையும் எழுதினார். Casanova's Memoirs Excritis par Lui - meme என்ற நூல்வரிசையின் பன்னிரண்டாவதும் கடைசியுமான தொகுதி 1838 இல் வெளிவந்தது. அதன் முதல் தொகுதியானது காசனோவா தன் 73 வது வயதில் 1798 ஆம் ஆண்டு இறந்த பிறகு 28 ஆண்டுகள் கழித்து 1826 இல் வெளிவந்தது.

14. பாரசீகத்திலும் லிஸ்பனிலும் நில நடுக்கம்

இந்த 1755 ஜூன் 7 அன்று வட பாரசீகத்தில் ஏற்பட்ட நிலநடுக்கத்தினால் 40,000 பேர் இறந்தனர்.

லிஸ்பன் நகரில் இதே ஆண்டு நவம்பர் முதல் நாளன்று வந்த நில நடுக்கமானது, 1531 ஆம் ஆண்டு ஐரோப்பாவில் உண்டான நடுக்கத்திற்குப் பிறகு மிகவும் மோசமானதாயிருந்தது. நில நடுக்கத்தை அடுத்துக் கடலலை எழுந்து, நடு ஸ்பெயினின் கிழக்கே தோன்றி, போர்ச்சுக்கல் எல்லையை நோக்கி மேற்கில் பாய்ந்து பின்னர் தென்கிழக்காக ஓடி லிஸ்பனில் அட்லாண்டிக்கில் கலக்கும் டேகஸ் என்ற ஆற்றில் வெள்ளம் பெருக்கெடுக்கச் செய்தது. நிலநடுக்கத்தால் பெருந் தீ மூண்டு 10,000 முதல் 30,000 பேர் உயிரிழந்தனர்; (சிலர் 10,000 என்று கணக்குச் சொல்வர்.) இக்கொடிய துயர நிகழ்ச்சியினால் ஐரோப்பா முழுமையிலும் மக்கள் நம்பிக்கையற்றவர்களாயினர்.

இக்கொடிய நிலநடுக்கம் போதாதென்று, சமய முரணிகளில் பலர் (அதாவது கிறித்தவ சமயத்திலிருந்து முரண்பட்டவர்களென்று கருதப்பட்டவர்களில் பலர்) லிஸ்பனில் உயிரோடு எரிக்கப்பட்டனர்.

1756

அரசியல்

நெல்லைச் சீமை வரி தண்டத் தீத்தாரப்ப முதலி குத்தகை

வங்க அரசியல் மேடையில் சிராசுத்தவுலா

பிரிட்டீசுப் பிரதமர் வில்லியம் காவண்டிஷ்

பிரஞ்சுப் பகுதி 1756 இல்

கலை, இலக்கியம்

எகிப்தியவியல் தோற்றம்

இந்தியவியல் முன்னோடிகள்

இராணுவம், போர்

ஏழாண்டுப் போர் தொடக்கம்

போர்க் கொள்ளையில் பங்கு

மேற்குக் கரையில் கடற் கொள்ளையர் ஒழிப்பு

கிளைவு தலைமைத் தளபதி

கௌண்ட் லாலி பிரஞ்சு அரசப் பிரதிநிதி

வரலாறு

அந்தமான், நிக்கோபர்த் தீவுகள் வரலாறு

பொது

மதுரைப் பத்திரகாளியம்மன் கண்ணொளி

கல்கத்தாக் கிறித்தவக் கோயில் தீக்கிரை

பிறப்பு

இசை வித்தகர் மொசாட்டு *(1756-1823)*

1756

1. நெல்லைச் சீமை வரித் தண்டல்: தீத்தாரப்ப முதலியாருக்குக் குத்தகை

நாயக்கர் ஆட்சி 1736 ஆம் ஆண்டு வீழ்ந்த பிறகு, மதுரை, நெல்லைச் சீமைகள் இவ்வாண்டு ஆர்க்காட்டு நவாபு முகமதலியின் கைக்கு இறுதியாக வந்து சேர்ந்தன. அவர் சந்தா சாகிபை வெற்றி கொண்டதும் மதுரைச் சீமைக்கு அண்ணன் மகஃபூஸ் கானை முதல் ஆளுநராக்கினார்.

மகஃபூஸ் கான் மதுரை, நெல்லைச் சீமைகள் இரண்டிற்கும் ஆண்டுதோறும் பதினைந்து இலட்ச ரூபாயைக் குத்தகைப் பணமாகக் கொடுத்து விட வேண்டுமென்பது ஏற்பாடு. இதற்காக அவருக்கு முழுமையான அதிகாரம் அங்கு அளிக்கப்படவேண்டும்.

மகஃபூஸ் கான் மக்களிடமிருந்து வாங்குகின்ற வரியில் மேற்சொன்ன குத்தகைப் பணம் போக, எஞ்சுவதைத் தனக்கென்று வைத்துக் கொள்வார். அவர் வரித்தண்டல் உரிமையை மறு குத்தகைக்கு விட்டதில் அவருக்கு இருபத்திநான்கு இலட்ச ரூபாய் கிடைத்தது. மதுரையிலிருந்து மூன்று இலட்சம்; பாளையக்காரரிடமிருந்து நான்கு இலட்சம்; நெல்லைச் சீமையிலிருந்து பதினேழு இலட்சம்; ஆக இருபத்தி நான்கு லட்சம்.

மகபூஸ் கான் இந்த வரியைத் தண்டி, அதில் பாதியை - 7 ½ இலட்ச ரூபாய் - நவாபிடமும், மீதிப் பாதியைக் கம்பெனியிடமும் கொடுப்பதாகப் பொறுப் பேற்றிருந்தார். எஞ்சிய ஒன்பது இலட்சம் மகஃபூஸ் கானுக்குக் கிடைக்கும். ஆர்க்காட்டு நவாபு முகமதலியும், கம்பெனியும் செய்து கொண்ட ஒப்பந்தப்படி நவாபின் வருவாயில் கம்பெனி சம கூட்டாளியாகின்றது. அதனால் கர்நாடகம் என்ற தமிழ்நாட்டின் ஆட்சி நிர்வாகத்தில் கம்பெனிக்கு நிச்சயமாக அக்கறை ஏற்பட்டு விடுகின்றது.

ஆனால் ஆர்க்காட்டு நவாபின் அண்ணனாகவும், படைத்தலைவருக்குள்ள அதிகாரங்களைப் பெற்றவராயும் மகஃபூஸ் கான் இருந்த போதிலும் தென்பாண்டிச் சீமையில் வரி தண்ட முடியாத இக்கட்டான சூழ்நிலை ஏற்பட்டது.

பட்டாணியர் தலைவர்கள், கள்ளர், மறவர். பூலித்தேவர், கட்டபொம்மன் முதலானோர் வாலாசாக்களின் அதிகாரத்தை எதிர்த்து நின்றனர். மகஃபூஸ்கான் மிகத் தந்திரமாகப் பாஞ்சாலங் குறிச்சியையும், எட்டயபுரத்தையும் பாளையக்காரர் அணியிலிருந்து பிரித்து விட்டார். திருவிதாங்கூர் மன்னரைக் களக்காட்டிலிருந்து விரட்டி விட்டார்.

பாளையக்காரர் அணியின் சுமார் 20000 பேர் கொண்ட படைக்கல வலிமையற்ற படையை மகஃபூஸ் கான் 1756 மார்ச்சில் திருநெல்வேலியருகே தோற்கடித்தார். இது பெரிய வெற்றிதானெனினும் பாளையக்காரரை ஒடுக்குவது எளிதாக இல்லை.

அதனால் நவாபு முகமதலி கம்பெனி ஆளுநர் பிகாட் பிரபுவை அணுகித் தன் அண்ணனுக்கு உதவுமாறு கோரினார். கம்பெனி திருச்சிராப்பள்ளியிலிருந்த கான் சாகிபு என்ற, யூசுபு கானின் தலைமையில் தென்பாண்டிச் சீமைக்கு ஒரு படையை அனுப்பிற்று.

கான் சாகிபு

கான் சாகிபு என்றும், கம்மந்தான் கான் சாகிபு என்றும் பெயர் பெற்ற யூசுபு கான், கம்பெனிப் படையை நெல்லைச் சீமைக்குக் கொண்டு சென்று பாளையக்காரர் பலரைப் பணியவைத்து வரி தண்டினார். அதனால் இவருக்கும் மகஃபூஸ் கானுக்கும் இடையே கருத்து வேற்றுமை தோன்றியது. நவாபும் கம்பெனியும் இச்சிக்கலைத் தீர்க்க முற்படவில்லை.

இதற்கிடையே நெல்லைச் சீமையின் பெருஞ் செல்வரான தீத்தாரப்ப முதலியார், நெல்லைச் சீமையில் வரி தண்டும் குத்தகையை எடுக்க முன் வந்தார். அவர் மூன்றாண்டுகளில் மொத்தம் முப்பத்தாறு இலட்ச ரூபாய் வரியாகத் தண்டி தருவதாகக் கூறினார்.

முதலியார் நெல்லைச் சீமைக்கு மட்டும் இத்தனை பெரிய தொகைக்கு குத்தகை எடுத்திருந்ததால், மக்கள் இந்தக் காலத்தில் என்ன பாடுபட்டிருப்பார்கள் என்பதைக் கற்பனை செய்து கொள்ளலாம். ''மானம் பொழியுது பூமி விளையுது மன்னவன் காணிக்கை ஏதுக்கடா?'' என்ற குமுறல்கள் எழக்கூடிய சூழல் தென்பாண்டிச் சீமையில் தோன்றிவிட்டது.

சென்னைக் கோட்டை ஆளுநர் தீத்தாரப்ப முதலிக்கு உதவியாக நெல்லைச் சீமையில் கான் சாகிபை அமர்த்தினார்.

மதுரைச் சீமையின் ஆட்சி நிர்வாகம் பர்கத்துல்லா கையிலிருந்தது.

தீத்தாரப்ப முதலியார் நெல்லைச் சீமையில் வரி தண்டும் உரிமை *1756* ஜூலை முதல் நாளன்று அவருக்கு அளிக்கப்பட்டது. இந்த ஏற்பாட்டினால் இப்பகுதியில் ஆங்கிலேயரின் செல்வாக்கு மேலோங்கிற்று. முகமதலிக்குத் திருச்சிராப்பள்ளி முற்றுகையின் போது பிரிட்டிசார் உதவியதால், நவாபின் வரி வருவாயில் பங்கு பெறும் உரிமை முதலிலும், இப்போது வருவாயை நிர்வாகம் செய்ய ஒரு நிர்வாகியை அமர்த்தும் உரிமையும் கிழக்கிந்தியக் கம்பெனிக்கு வந்து விட்டன.

தீத்தாரப்ப முதலியார் வரி தண்டுவதற்கென்று உண்டாக்கிய புது அமைப்பு முறையைப் பாளையக்காரர் வரவேற்றனர். அவர்கள் முதலியார் வகுத்த நிர்ணயத்திற்கு ஏற்பத் தம் பாளையங்களில் தீர்வையை நிர்ணயித்துக் கூடுதலாக மக்களிடமிருந்து தண்டலாயினர்.

இக்கால நடப்புப்படி கொள்ளைக்காரருக்கும் பாளையக்காரருக்கும் மிகுந்த வேறுபாடு இல்லை. நவாபு ஆங்கிலேயர் துணையுடன் நெல்லைச் சீமையில் பாளையங்களில்லாத பகுதிகளில் வாழ்ந்த மக்களைக் கசக்கிப் பிழிந்த வேளையில், பாளையக்காரர்கள் தமது ஆட்சிப் பரப்பினுள்ளும், அதைத் தாண்டியும், தம் மக்களைத் தாமே ஒட்டக் கறந்தனர்; கொள்ளையடித்தனர்.

ஊர்களில் வரி நிர்ணயம் செய்து, அதைத் தண்டும் பொறுப்பைக் கணக்குப் பிள்ளையிடமும், பாளையக்காரரிடமும் தருகின்ற கொடிய சுரண்டல் முறையின் அடிப்படையில் மக்களிடம் வரி தண்டப்பட்டது. சொந்தச் சகோதரர்கள் துன்பத்தில் சாதல் கண்டும் சிந்தை இரங்காத ஈவிரக்கமற்ற தன்னல எண்ணம் இந்தக் காலத்தில் கொழுந்து விட்டு எரிந்தது.

இக்காலத்து நிலவிய கொடிய சூழலைக் கற்பனை செய்துதான் பார்க்க முடியும். அதைச் சொல்லோவியமாக்கிக் காட்டச் சரிநுட்பமான சான்றுகள் இல்லையெனினும்

மேலே கூறப்படுவதைப் போன்ற செய்திகளிலிருந்து, தமிழ்நாடு சுடுகாடு போல் இருந்தது; நாயும் நரியும் பேயும் மேயும் பாழடைந்த, வவ்வால் மண்டிய வீடாயிருந்தது என்றெல்லாம் துணிந்து கூறலாம்.

தீத்தாரப்ப முதலியாருக்கு உதவியாகக் கம்பெனியால் அனுப்பப்பட்ட கான் சாகிபு நிர்வாகத்தில் தலையிட்டுத் தானே வரி தண்டத் தொடங்கி விட்டார். இதனால் எரிச்சலடைந்த குத்தகைக்காரர் கம்பெனிப் படைகளுக்குச் சம்பளம் தர மறுத்துவிட்டார். கான் சாகிபு உடனே தீத்தாரப்ப முதலியாரின் சொத்துக்களைக் கவர்ந்து ஏலம் போட்டுவிட்டார். முதலியாரைத் திருநெல்வேலியில் அவரது வீட்டிலேயே காவல் வைத்து விட்டார். முதலியாரின் வரி தண்டும் ஊழியர்களை அவமானப்படுத்தி விட்டார்.

கான் சாகிபு குத்தகைகாரரின் அலுவலகத்திலிருந்த பாளையக்காரர்களையும் வெளியேற்றினார். தீத்தாரப்ப முதலியாருக்கு வரி கொண்டு வந்திருந்த பூலித்தேவரின் ஆள்களில் ஐந்து பேரை எண்ணிப்பாராது கான் சாகிபு தூக்கிலிட்டு விட்டார்.

வங்கத்தில் சிராசுத்தெளலாவுடன் பகை மூண்டுவிட்டதால் உண்டான விளைவுகளிலிருந்து மீளும் வேலையில் ஆளுநர் பிகாட் பிரபு ஈடுபட்டிருந்தார். அதனால் குத்தகைக்காரருக்கும், அவருக்கு உதவி புரியச் சென்றிருந்த படைத் தலைவருக்கும் ஏற்பட்ட கருத்து வேறுபாடுகளைத் தீர்ப்பதில் துரித நடவடிக்கை எடுக்கத் தவறிவிட்டார்.

சீவில்லிபுத்தூர்: கான் சாகிபு பிடித்தார்

பூலித் தேவரின் படை *1751* ஆம் ஆண்டு லெப்டினண்டு இன்னசுடன் போரிட்டுச் சீவில்லிபுத்தூர்க் கோட்டையையும், ஊரையும் கைப்பற்றிக் கொண்டது. சீவில்லிபுத்தூரும், அதன் சுற்று வட்டமும் *1756* வரையிலும் பூலித் தேவரின் கையில் இருந்தன. அதைக் கம்மந்தான் கான் சாகிபு என்ற கிழக்கிந்தியக் கம்பெனியின் நாட்டுப் படைத்தலைவரான யூசுஃபு கான் இந்த 1756 இல் கைப்பற்றிக் கொண்டார்.

சீவில்லிபுத்தூர்

ஒவ்வோர் ஊரிலும் நடந்த வரலாற்று நிகழ்வுகளைக் குறிக்கையில், அவ்வூரின் வரலாற்றையும் இக்களஞ்சிய வரிசையில் ஆங்காங்கு நெடுகிலும் குறித்து வருகின்றோம்.

இந்தியாவில் வெகு தொன்மையானது என்று கூறப்படும் மேற்கு மலை என்ற மேற்குத் தொடர்ச்சி மலை சீவில்லிபுத்தூருக்கு மேற்கே எட்டு கிலோ மீட்டரில் இருக்கின்றது. அம்மலைத் தொடர் இவ்வூரின் வடபுறத்திலும், தென் மேற்கிலும் நீண்டிருக்கின்றது. இம்மலையில் அடர்ந்து வானளாவி நிற்கும் பல வகை மரங்கள் உள. தேக்கு, தோதகத்தி, சந்தனம் ஆகிய மரங்கள் இம்மலைகளில் செழித்து வளர்கின்றன. ஆண்டுதோறும் சுமார் 20 டன் சந்தன மரங்கள் இங்குள்ள காடுகளில் கிடைக்கின்றன. இங்கு உயர்ந்த மலை முகடுகளும், தாழ்ந்த பள்ளத்தாக்குகளும் உண்டு. இது காட்டு விலங்குகளின் புகலிடமாகவும் விளங்குகின்றது. இத்தகைய மலைத் தொடரும் காடுகளும் தமிழ்நாட்டில் வேறு எம்மாவட்டத்திலும் இல்லை. இம்மலை தமிழ் நாட்டிற்கும் கேரளத்திற்கும் எல்லையாக உள்ளது. சீவில்லிபுத்தூர் மலைகளின் நடுவே பதிக்கப்பட்ட வைரம் போல் மிளிர்கின்றது.

வில்லியர் என்ற மக்கள் கூட்டத்தார் சங்க காலத்தில் வாழ்ந்தனர். அவர்கள் வாழ்ந்த இடங்கள் வில்லியனூர் (புதுச்சேரி), வில்லிவாக்கம், (செங்கற்பட்டு மாவட்டம்), போன்று இவ்வூரும் வில்லிபுத்தூர் என்று பெயர் பெற்றிருக்கலாம். இது ஸ்ரீவில்லிபுத்தூர், சீவில்லிபுத்தூர், செருவில்லிபுத்தூர், புதுவை, தென்புதுவை என்றெல்லாம் பல பெயர்களால் அழைக்கப் பெறுகின்றது.

இது முதலில் நெல்லை மாவட்டத்திலும், பிறகு இராமநாதபுர மாவட்டத்திலும், இப்போது காமராசர் மாவட்டத்திலும் உள்ளது. அரசியல் காரணங்களால் உண்டான இடப்பெயர்ச்சி சிக்கல்களால் தடுமாற்றம் ஏற்பட்ட போதிலும், சீவில்லிபுத்தூர் வரலாற்றில் நிலையான சிறப்புக் கொண்டுள்ளது.

மூவாயிரம் பேர் சேர்ந்து இழுத்தால் மட்டுமே நகரக்கூடிய திருத்தேர்கள் தமிழ்நாட்டில் இரண்டு தலங்களில் உள. ஒன்று திருவாரூர்த் தேர்; மற்றொன்று சீவில்லிபுத்தூர்த் தேர்.

இது கோதை பிறந்த ஊர்; கோவிந்தன் வாழும் ஊர், சயனப் பெருமாள், நாச்சியார் கோயில் என்னும் ஸ்ரீ ஆண்டாள் கோயில் என்ற இரு பெருங்கோயில்களை மையமாகக் கொண்டது. வைத்தியநாதசுவாமி கோயில் என்ற சிவன் கோயிலும் உண்டு.

1756

நாச்சியார் கோயில்

நூற்றெட்டு வைணவத் தலங்களுள் நின்றும், இருந்தும், கிடந்தும் உள்ள பெருமாளின் வண்ண ஓவியங்களை இக்கோயிலின் இரண்டாம் சுற்றில் காணலாம். ஆண்டாள் அருளிய திருப்பாவை முழுவதும் இக்கோயிலில் எழுதப் பெற்றுள்ளது.

கோயிலின் நெற்களஞ்சியம் திருக்கொட்டாரம் என்று அழைக்கப்படுவதிலிருந்து, இது திருவிதாங்கூருடன் கொண்டிருந்த தொடர்பை அறியலாம்.

இக்கோயிலுக்குத் திருப்பணி செய்தவர்களுள் திருமலை நாயக்கன் *(1623-1659)* முக்கியமானவர். மங்கம்மாள் ஆட்சியிலும் *(1689-1706)* சீவில்லிபுத்தூர் சிறப்பெய்தியது. நாயக்க மன்னர்களின் சுமார் இருநூற்றாண்டுக் கால ஆட்சியில் (சு.1529-1736) சீவில்லிபுத்தூருக்கு மிகுந்த முக்கியத்துவமும், சிறப்பும், பெருமையும் தந்தவர் திருமலை நாயக்கனே ஆவார்.

ஆண்டாள் கோயில், வடபத்திர சயனர் கோயில், கிருஷ்ணர் கோயில், வைத்தியநாத சுவாமி கோயில் முதலிய பெருங் கோயில்களும், மேலும் பல பழையகாலக் கோயில்களும் உள்ள திருத்தலம் என்று திருமலை நாயக்கர், இவ்வூருக்கு அடிக்கடி வந்து தங்கி, நகரை அழகுபடுத்தினார்.

வடபத்திர சயனர் கோயில்

அவர் தனக்குப் பலநூறு ஆண்டுகளுக்கு முன்னரே கட்டப்பெற்ற இவ்வூர்ப் பெரிய கோபுரத்தின் இடிபட்ட பகுதிகளைச் செப்பனிட்டுப் புதுப்பித்தார். உடைந்த பழங்கற்களையும், இற்றுப்போன உத்திரங்களையும் அகற்றி விட்டுப் புதியவற்றை அமைத்து, அரைத்த சுண்ணாம்பைக் கருப்பட்டிச் சாறு விட்டு நன்கு செங்கற்களை அடுக்குகளாகப் பரப்பிக் கடுக்காயுடன், நெல்லிக்காய், தான்றிக்காய், உளுந்து ஆகியவற்றையும் கலந்து, அக்கலவையைப் பலமுறை நன்றாக இடித்து, நன்கு நீர் ஊரிய கடுஞ்சாறு விட்டு, ஊழிக் காலங்களிலும் அழியாத வச்சிரக்கரையை இட்டுக்

கோபுரத்தின் இடிபாடுகளைச் செப்பம் செய்தார். இச்செய்தியைத் திருப்பணி மாலைச் செய்யுள் கூறுகின்றது.

வடபத்திர சயனர் கோயிலின் இக்கோபுர உயரம் 192 அடி. திருவண்ணாமலைக் கோயிலின் உயரம் 217 அடி. எனவே வடபத்திர சயனர் கோயில் கோபுரம் அதற்கு அடுத்தபடி அதிக உயரமானதாகும்.

''1960 வரை ரூபாயின் பகுதிகளாக அணா, பைசா என்ற நாணயங்கள் இருந்தன. ஒரு ரூபாய்க்கு 16 அணா. ஓர் அணாவிற்கு 1 பைசா. ஒரு ரூபாய்க்கு 192 பைசா. எனவே சீவில்லிபுத்தூர் கோபுரம் 192 அடி உயரமுள்ளதால், அது முழு ரூபாயாக விளங்குகின்றது என்று ஆசிரியர்கள் பாடம் கற்பிக்கும் போது சொல்லி வந்தனர்'' சோமலெ அவர்கள் இவ்வாறு கூறுகின்றார்.

இக்கோபுரத்தின் நிலைக்கால் ஒன்றில் காணப்படும் கல்வெட்டு இதை மேரு மலையுடன் ஒப்பிடுகின்றது. கோபுர வாயிலருகே பெரியாழ்வார் சந்நிதி உள்ளது. தமிழ்நாட்டு அரசின் சின்னமாகப் பயன்படுத்தப் பெறுவது இக்கோபுரமேயாகும். இக்கோபுரம் பதினோரு நிலைகளும், பதினோரு கலசங்களும் உடையது. வெகு தொலைவிலிருந்து பார்த்தாலும் தெரியும்.

1756

மடவார் வளாகம்

சீவில்லிபுத்தூரின் தென்பகுதி மடவார் வளாகம் எனப்படும். இங்கு ஒரு காலத்தில் பெண்கள் மட்டுமே வாழ்ந்ததாகக் கூறுகின்றனர். அண்மைக்காலம் வரையிலும் சுற்று வட்டத்தில் குறுநில மன்னர், பாளையக்காரர் முதலானோரின் ஆதரவு பெற்ற விலை மகளிர் இங்கு வாழ்ந்திருக்கின்றனர். ''வேசியரே வாழூமூர், வீதியில் யார் போனாலும் கைபிடித் திழுக்குமூர்'' என்று சீவில்லிபுத்தூரில் வேசியர் மலிந்திருந்ததைப் பிற்காலப் புலவர் ஒருவர் பாடிக் காட்டுகின்றார். இங்கு பெண்கள் நீராடும் குளம் நல்ல முறையில் அமைக்கப்பட்டுள்ளது.

வைத்தியநாத சுவாமி கோயில்

மேற்சொன்ன மடவார் வளாகத்தில் வைத்தியநாத சுவாமி பெயரால் பெரிய சிவன் கோயிலும், அதன் உள்கோயிலாகச் சிவகாமி அம்மன் கோயிலும் உள. இங்கு கிருஷ்ணதேவராயர் காலத்தில் (1509-1529) செதுக்கப்பெற்ற சிற்பங்கள் காணப்படுகின்றன.

திருமலை நாயக்கன் வைத்தியநாத சாமியை வழிபட்டு வயிற்று வலி நீங்கப் பெற்றதால், இக்கோயிலுக்கும் அவர் திருப்பணி செய்ததாகக் கூறப்படுகின்றது. இக்கோயிலின் மண்டபத்தில் திருமலை நாயக்கன் தன் இரு மனைவியருடன் நிற்கும் சிலை உள்ளது. தமிழ்நாட்டிலுள்ள உருவச் சிலைகளில் இதுவே பெரிதென்பர்.

திருமலை நாயக்கன்

திருமலை நாயக்கன் ஸ்ரீவில்லிபுத்தூரை அழகுபடுத்துவதில் மிகுந்த ஆர்வம் காட்டினார். அவர் மதுரையில் கட்டிய மகாலின் மாதிரியில் பெரிய தூண்களையுடைய சிறிய மாளிகையைத் தெற்கு இரத வீதியில் கட்டினார்.

அவர் சீவில்லிபுத்தூரில் தங்கியிருக்கும் காலையில், இரவில் மீனாட்சியம்மன் கோயில் பூசை நெய்வேத்தியம் ஆன பிறகும், மதுரையில் இருக்கையில் சீவில்லிபுத்தூர் ஆண்டாள் கோயில் பூசை முடிந்த பின்னருமே உணவு அருந்துவது வழக்கமாம். இவ்விரு கோயில்களிலும் அர்த்தகால் பூசை நடக்கும் நேரத்தையறிந்து உணவு கொள்வதற்காக ஸ்ரீவில்லிபுத்தூரில் ஒரு மண்டபமும், மதுரை வரை சுமார் மூன்று மைலுக்கு ஒரு மண்டபமுமாக 15 நகரா (முரசு) மண்டபங்கள் என்ற மண்டபங்கள் அமைத்திருந்தார் என்பர். அவற்றுள் சிலவற்றை இன்னும் காணலாம்.

முஸ்லிம் ஆட்சி

கான் சாகிபு சீவில்லிபுத்தூர்க் கோட்டையை மீண்டும் 1759 ஆம் ஆண்டு கைப்பற்றினார். அவர் பின்னர் இப்பகுதி முழுவதையும் பிடித்துக் கொண்டார். அதன்பிறகு இங்கு முஸ்லிம்களின் செல்வாக்கு ஓங்கியது. அதன் விளைவாகப் பழைய ஊர்கள் புதுப் பெயர் பெற்றன. நூர்சாகிப்புரம் (பொட்டல்பட்டி), துலுக்கன் குளம் என்ற ஊர்களும், சீவில்லிபுத்தூரின் மேற்கே ஐந்து கிலோ மீட்டரில் மம்சாபுரம் (முகமது சாகிபுபுரம்) என்ற ஊரும் உள்ளன. கான்சாகிப்புரம், சம்சிகாபுரம் என்பனவும் இம்மாறுதல்களையே குறிக்கும்.

சீவில்லிபுத்தூர் சென்னையிலிருந்து தென்மேற்கில் சுமார் 453 கிலோ மீட்டர். திருநெல்வேலியிலிருந்து வடக்கே சுமார் 80 கிலோ மீட்டர். மதுரையிலிருந்து தெற்கே கல்லுப்பட்டி வழியாக 75 கிலோ மீட்டர். தூத்துக்குடியிலிருந்து மேற்கில் சுமார் 90 கிலோ மீட்டர். இது ஆரியன்காவுக் கணவாய் வழியாகக் குற்றாலத்திற்கும், செங்கோட்டைக்கும் செல்லும் சாலையில் அமைந்துள்ளது.

சீவில்லிபுத்தூரின் வடக்கே சுமார் ஒன்பது கிலோ மீட்டரில் வத்திராயிருப்பு உள்ளது. அங்குள்ள மலைக் கணவாய் வழியே கம்பம் பள்ளத்தாக்கை அடையலாம். அங்கிருந்து பீர் மேட்டிற்கு ஒரு சாலை செல்கின்றது.

2. வங்க அரசியல்: சிராசுத் தௌலா கல்கத்தாவைப் பிடித்தல்

இந்தியத்தின் கற்கால வரலாற்றில் நாடு முழுமைக்கும் ஞானஒளி, விடுதலை வேட்கை இரண்டையும் தந்த மாமனிதர்கள் தோன்றிய இந்தக் கிழக்கத்தி மாநிலமே பதினெட்டாம் நூற்றாண்டின் இக்கால கட்டத்தில் இந்நாட்டின் அரசியல், பொருளியல் விதியை முடிவு செய்தது. வங்கமே இருபதாம் நூற்றாண்டின் தொடக்கம் வரையில் பாரத நாட்டின் அரசியல் மேடையாக விளங்கி வந்தது.

பண்டை வங்கம்

ஆரியர் வருகைக்கு முற்பட்ட இந்தியப் பகுதிகளில் நிலவியதைப் போன்றே, வங்கத்திலும் தாய் கடவுள் வழி பாடும், ஆன்மா பற்றிய நம்பிக்கையும், யோக சாதனையும், மறுபிறவிக் கோட்பாடும், மந்திர, தந்திர உச்சாடனங்களும் கடைபிடிக்கப்பட்டு வந்திருக்கின்றன என்பர் வரலாற்றறிஞர். வங்கம் கடைசியாக ஆரிய வயப்பட்ட மாநிலங்களுள் ஒன்றாகும். ஆரியரின் தொன்மையான இலக்கிய ஆவணமாகிய இருக்கு வேதத்தில், வங்கத்தில் வாழ்ந்த மக்களைப் பற்றிய குறிப்பு எதுவும் இல்லை.

புண்டரர் என்ற மக்களைப் பற்றி ஆத்திரேய பிரமாணம் கூறுகின்றது. வங்கர் பற்றி ஆத்திரேய இரணியகம் சொல்கின்றது. அம்மக்கள் முறையே இம்மாநிலத்தின் வடக்கிலும், கிழக்கிலும் வாழ்ந்தனர் என்றும் கருதுவர். அம்மக்கள் இந்நூல்களில் இழித்துக் கூறப்படுகின்றனர். சுமார் கி.மு.ஏழு-ஆறாம் நூற்றாண்டுகளில் எழுந்தனவாகக் கருதப்படும் இந்நூல்களின் கூற்றுகளிலிருந்து வங்கம் ஆரியப் பண்பாட்டின் புறத்தே வாழ்ந்திருந்தது என்பது தெரிகின்றது. கங்கை - யமுனை ஆறுகளுக்கிடைப்பட்ட பகுதியில் வாழ்ந்த வைதிக ஆரியர் இவ்வாறு வங்கத்தில் வாழ்ந்த மக்களை இழிவாகக் கருதும் போக்கினராயிருந்தனர் என்பதைச் சுமார் கி.மு.நான்காம் நூற்றாண்டைச் சேர்ந்த பௌதாயன தர்மசூத்திரத்திலும் காண்கின்றோம். புண்டரத்திற்கும், வங்கத்திற்கும் சென்று எவராயினும் ஆரிய வர்த்தத்திற்குள் திரும்பி வர விரும்பினால் கழுவாய் தேடவேண்டும் என்று அந்நூலில் கூறப்பட்டுள்ளது. எனவே வங்கத்தில் கடைப்பிடிக்கபட்டு வந்த சமயமானது, பன்னெடுங்காலமாக வேத சமயத்தினால் பாதிக்கபடவோ, அதன் செல்வாக்கிற்கு உள்படவோ இல்லை என்பது தெளிவாகின்றது.

இருப்பினும் வங்கத்தில் ஆரியர் தொடர்பு ஏற்பட்டு வந்த காலையில் பண்பாட்டு இணைவும் உடன் நிகழ்ந்து கொண்டேயிருந்தது. ஆரியமல்லாதனவும், ஆரிய மானவையுமான பண்பாடுகள் ஒன்றிணைந்தன. இந்தப் பண்பாட்டுச் சேர்க்கையில் வேத சமயத்தை விடச் சமண, பௌத்த சமயங்களின் செல்வாக்கே மிகுதி எனலாம். சொல்லப்போனால் குப்தர் காலத்திற்குப் பிறகுதான் வேத சமயம் வங்கத்தில் வேர்விட்டது. பிராமண, பௌத்த, சமண சமயங்களின் வரலாறுகளைக் காட்டும் சான்றுகள், தொல்லியல் எச்சங்களிலும், இலக்கிய நூல்களிலும் நமக்குக் கிடைக்கின்றன.

திபேத்தியப் பௌத்த நூல்களில் வங்கம்

திபேத்தில் 13 ஆம் நூற்றாண்டு முதல் 17ஆம் நூற்றாண்டு வரை எழுந்த சமய வரலாறு கூறும் முக்கியமான நான்கு நூல்களில் வங்கம் பற்றிய குறிப்புகள் காணப்படுகின்றன என்று கல்கத்தாப் பல்கலைக்கழகப் பேராசிரியரான டாக்டர் என்.என்.பட்டாச்சாரியா *Sources of the Indian History* என்ற தொகுப்பு நூலில் எழுதியிருக்கும் *Tibetan Sources of the History of Ancient Bengal* என்ற கட்டுரையில் குறிக்கின்றார். அவற்றுள் வங்க வரலாறு கூறும் பயனுள்ள நூல் லாமா தாரநாதர் கி.பி.1608 ஆம் ஆண்டு தொகுத்த சோஸ் - பையூன் என்ற நூலாகும்.

இந்தியாவிலிருந்த பௌத்த ஆசான்கள், கோட்பாடுகள், நிறுவனங்கள், ஆகியன பற்றியும், பௌத்தம் செழிக்கப் புரவலராயிருந்த மன்னர்கள் அல்லது எந்தெந்த மன்னர்களின் ஆட்சிக் காலத்தில் அச்சமயம் சிறந்தோங்கியது என்பன குறித்தும் விரிவான செய்திகளைக் கூறுவதே தாரநாதரது இந்நூலின் நோக்கமாகும். இந்நூல் அவ்வகையில் வங்க அரசியல் வரலாறு பற்றிய பௌத்த மரபுகளைப் பெரிய அளவில் காத்து வைத்திருக்கின்றது. கிழக்கிந்தியம் மூன்று பகுதிகளாக இருந்தது என்று தாரநாதர் கூறுகின்றார். கிழக்குப் பாகம் அபராந்தக என்றழைக்கப்பட்டது. அதில் வங்காள, ஒடிவிச என்னும் பகுதிகள் அடங்கியிருந்தன; வடகிழக்கிலிருந்து காமரூபம், திரிபுரம், ஹசம என்ற மாநிலங்கள் கிரிவிராடம் என்று பெயர் பெற்றது; வடகிழக்குப் பாகத்தில் கடற்கரை மீது பால்கு (*Balgu*) நக்காங்கு, ஹம்சவதி என்பன அடங்கிய நங்கதபுக்கம் இருந்தது; எஞ்சிய பகுதிகளில் முஞ்சாங்கு என்ற முடியரசு நிலவியது. இவற்றுக்கு மப்பால் சம்பா, காம்போசம் ஆகியன இருந்தன. இவையனைத்தும் பொதுப் பெயரால் கோக்கி (*Koki*) என்றறியப்பட்டன.

வங்களத்தைப் பாலர் குடிக்கு (சு.750-1161) முன்னர் சந்திர என்ற மன்னர் குடி ஆண்டதாகத் தாரநாதர் குறிக்கின்றார். சந்திர அரசகுடி சுமார் ஆறாம் நூற்றாண்டு தொட்டு எட்டாம் நூற்றாண்டு வரை ஆட்சி புரிந்ததைத் தாரநாதர் தனது நூலில் பதிந்துள்ளார். எனினும் பிற்காலத்தில் சந்திர மன்னர் குடி ஒன்று இருந்தது கண்டுபிடிக்கப்பட்டுள்ளது. வந்திர என்ற பெயரை ஈற்றில் கொண்டிருந்த ஒரு மன்னர் குடி அரக்கான் பகுதியில் ஏழாம் நூற்றாண்டு வாக்கிலேயே-ஒரு வேளை அதற்குமுன்னரும் நிலவியிருக்கலாம் - ஆட்சி புரிந்ததாக நாணயங்களும், சில கல்வெட்டுகளும், பர்மிய நாட்டுத் தொடர் வரலாறுகளும் கூறுகின்றன. இக்குடியினர் தாரநாதர் குறிப்பிடும் முந்திய சந்திரரிலிருந்து கிளைத்தவர்களாயிருக்கலாம்.

மேற்சொன்ன திபேத்திய நூல்களனைத்தும் வங்கத்தின் பாலர் குடிமன்னர்களைக் குறிப்பிடுகின்றன; ஏனெனில் அவர்கள் பௌத்தத்தைப் புரந்தனர். வங்கத்தில் மைய அரசியலதிகாரம் எதுவுமில்லா திருந்ததால் அராசகமும், குழப்பமும் நிலவின என்று தாரநாதர் கூறுகின்றார். பாலர் குடியின் முதல்வாரன முதலாம் கோபாலரை (சு.750-770) மக்கள் குரலெழுப்பி அரியணையில் அமர்த்தியதைத் தாரநாதர் குறிப் பிடுகின்றார். கோபாலர் வங்க மன்னராய் ஆட்சி புரியத் தொடங்கினாரெனினும், தன் ஆட்சியின் இறுதிக் காலத்தில் மகதத்தையும் (தென்பிகார்) வென்றார்.

சிராசுத் தௌலா

பாலர் குடியின் ஆட்சி சுமார் 1161 வாக்கில் முடிவுற்றதும் சேனர் குடி சுமார் 1030 வாக்கில் அமைந்து சுமார் 1250 வரை நிலவியது. அதன் பின்னர் டெல்லிச் சுல்தான்களின் கைக்கு வங்கம் செல்கின்றது. அவர்கள் சேனரிடமிருந்து 1282 ஆம் ஆண்டு ஆட்சியைப் பிடித்தனர். அதன்பிறகு கிட்டத்தட்ட ஐந்து நூற்றாண்டு களுக்கு மேலாக டெல்லிச் சுல்தான்கள், தன்னுரிமையற்ற சுல்தான்கள், இந்துக்கள், ஆப்கானியர், அபிசீனியர் என்று பல்வேறுபட்டவர்களின் அரசியல் ஆதிக்கத்தில் வங்கம் இருந்து வந்தது. அதன்பிறகு முகலாயர் 1556 இல் அக்பர் ஆட்சிக் காலத்தில் (1556-1606) வங்கத்தைக் கவர்ந்தனர்.

ஜகாங்கீரின் ஆட்சிக் காலத்தில் (1605-1627) முகலாயர் ஆட்சி வலுப்பெற்றதுடனன்றி, அது முகலாயர் வரலாற்றிலும், வங்க வரலாற்றிலும் ஓர் எல்லைக்கல்லாக விளங்கியது.

அதன் பிறகு வங்கம் தன்னுரிமை பெற்ற நவாபுகளின் ஆட்சியில் 1703 ஆம் ஆண்டு முதல் அமைந்தது. வங்க நவாபுகளில் அலிவர்திகானை அடுத்து (1740-1756) இந்த 1756 இல் அவரது பேரனான சிராசுத் தௌலா ஐந்தாவது நவாபாயினார். இதுவே இந்திய வரலாற்றில் ஒரு திருப்புமுனையாக அமையப் போகின்றது. முஸ்லிம் இளவரசர்களுக்கு வேறு பெயர்கள் இருப்பதைப் போன்று சிராசுத் தௌலாவிற்கு மிர்சா காசிம் என்ற பெயரும் இருந்தது. எனினும் அவர் சிராசுத் தௌலா என்றே அறியப்பட்டார். இப்பெயருக்கு ''அரசின் ஞாயிறு'' என்று பொருள். ஆனால் ஆங்கிலேயர் அவர் பெயரைச் ''சர் ரோசர் தௌலா'' என்று கேலியாகவே ஒலித்தனர்.

சிராசுத் தௌலா தன் பாட்டனையடுத்து அரியணை ஏறியபோது அவருக்கு வயது 41. அவர் நவாபாவதற்கு மெய்யான உரிமை எதுவுமில்லை. ஏனெனில் அவர் முறைகேடான உறவில் பிறந்த மகனாவார். அவரை ஆதரிப்போரும் எவரும் இருந்திலர். முஸ்லிம்களின் ஒரு கூட்டம் அவரை ஆட்சி பீடத்தில் ஏற்றி வைத்தது.

டெல்லியில் முகலாயர் அரசு சீர்கெட்டுப் போனதால், தனக்குப் பாதுகாப்புக் குறைந்துவிட்டதாகச் சிராசுத் தௌலா எண்ணிக் கொண்டார். அவர் அறிவுத்திறன் மிக்கவராயுமிராததால் காலம் மாறிவிட்டது என்பதை விளங்கிக் கொள்ள முடியாதவராயிருந்தார். வங்க அரசியல் வங்க நவாபுகளின் குறுகிய கால ஆட்சியில் நிலவி வந்த அமைதியான நிலையில் மாறுதல் ஏற்படப் போகின்றது என்பதைக் காட்டும் அறிகுறிகள் தோன்றின.

மார்வாரிப் பனியாக்கள்

வங்கத்தில் பனியாக்கள் எனப்படும் வணிக வகுப்பினர் மிகுந்த செல்வாக் குடையவர் களாயிருந்தனர். அவர்களுக்கு ஐரோப்பிய வாணிபப் பண்டசாலைகளுடன் நெருங்கிய தொடர்புகள் இருந்தன. அயல் நிறுவனங்கள் நடத்திய வாணிபம் அனைத்தும் பனியாக்களால் கையாளப்பட்டன. அவர்கள் முஸ்லிம்களுமல்லர்; வங்காளியரு மல்லர்; இரசபுதனத்து மார்வாரி வகுப்பினராவர். இம்மார்வாரியர் தன்னை கவிழ்க்கப் பார்க்கின்றனர் என்று சிராசுத்தௌலா ஐயுற்றதற்கு காரணங்கள் இருந்தன. பிரிட்டிசார் தன் எதிரிகளுடன் சேர்ந்து தனக்கு எதிராகச் சதி செய்கின்றனர் என்ற சந்தேகமும் அவருக்கிருந்தது. ஆங்கிலேயர் கல்கத்தாவிலும் வலுவான கோட்டையைக் கட்டிவிட்டனர் என்பது அவருக்கு மேலும் சீற்றத்தை உண்டாக்கியது.

மார்வாரிகள் மீது மனவெறுப்புக் கொண்ட நவாபு, முன்பின் எண்ணிப்பாராது ஜகத் சேட்டு என்ற மார்வாரிக் கோடீசுவரரை அவமானப்படுத்தி விட்டார். அவர் பெயரால் வழங்கிய ஜகத் சேட்டு என்ற குடும்பம் வரையில்லாத பெருஞ்செல்வம் படைத்தது. இந்தியத்தின் மிகப்பெரிய வங்கி நிறுவனமாக அக்குடும்பம் இருந்தது.

சிராசுத் தௌலாவிற்கு மிகவும் நெருக்கமான இன்னொரு மார்வாரிச் செல்வரும் இருந்தார். அவர் பெயர் அமீர்ச் சந்து. ஆனால் அவரை ஓமிச்சந்து என்றே ஆங்கில வரலாற்றாசிரியரும், பிறரும் அழைக்கின்றனர். அவர் வங்க நவாபிற்கும், ஐரோப்பிய வணிக நிறுவனங்களுக்கும் இடையே செயல்பட்ட தரகர். அமீர்ச்சந்து நம்பிக்கைக் குரியவரல்லர்; நேர்மையற்றவர்; சூழ்ச்சி வல்லவர்.

ஐரோப்பிய நிறுவனங்கள், குறிப்பாகக் கிழக்கிந்தியக் கம்பெனி பெருத்த ஆதாயங் கண்டு வருகின்றன என்ற உண்மையைச் சிராசுத்தௌலாவிடம் கூறியவர் அமீர்ச்சந்து என்பதில் ஐயமில்லை. கம்பெனிக்கு எதிராக நவாபின் மனத்தில் வெறுப்பை விதைத்தவர் அவராகத்தானிருக்க வேண்டும் என்பர். ஏற்கனவே ஐயக்கண் கொண்டு புழுங்கிக் கிடந்த நவாபை, அமீர்ச்சந்தின் செயல் மேலும் கிளறிவிட்டது.

சிராசுத் தௌலா அமீர்சந்தின் பேச்சைக் கேட்டுக் கொண்டு நடவடிக்கை எடுக்கத் தயங்கவில்லை. அவர் அதற்காக ஒரு சாக்கை எதிர்பார்த்துக் காத்திருந்தார். பிரஞ்சு, பிரிட்டிஷ் கம்பெனிகள் போர் மூளப் போகின்றது என்று எதிர்பார்த்துச் சில காலமாகவே தம் கோட்டைகளை வலுப்படுத்தி வந்தன. தெற்கில் தமிழ்நாட்டில் நடந்தவற்றை அறிந்து மனக்குழப்பமடைந்திருந்த சிராசுத் தௌலா மேலும் ஐயம் கொள்ளும் விதத்தில் ஐரோப்பியரின் இச்செயல்கள் அமைந்தன. எனவே, ஐரோப்பியர்

கோட்டைகளை வலுப்படுத்தும் ஆவலை நிறுத்த வேண்டுமென்று நவாபு பிறப்பித்த கட்டளைக்குப் பிரஞ்சுக்காரர் இணங்கினர். ஆங்கிலேயரோ அதைக் காதில் வாங்கிக் கொள்ளவில்லை. அவர்கள் தமக்கு 1696 ஆம் ஆண்டு அளிக்கப்பட்ட உரிமைச் சாசன விதிகளின்படி கல்கத்தாவில் கோட்டை எழுப்புவதற்கும் முகலாயப் பேரரசர் ஏற்கெனவே இசைவு தந்திருந்ததை எடுத்துக் காட்டினர். எனவே ஆங்கிலேயர் தனது ஆணைக்குக் கீழ்ப்படிய மறுத்தனர் என்பதையே காரணமாகக் கொண்டு காசிம்பசார் என்ற நகரத்தைப் படையுடன் சூழ்ந்து கொண்டனர். அப்படையில் பத்தாயிரம் குதிரை வீரரும், இருபதாயிரம் காலாள் படையினரும் இருந்தனர்.

கல்கத்தா

சிராசுதௌலா அதன் பிறகு கல்கத்தாவை நோக்கிப் புறப்பட்டார். *(கல்கத்தா நகரத்தின் விரிந்த வரலாறு 1774ஆம் ஆண்டுக் கட்டுரையில் சொல்லப்படுகின்றது. சுருக்கமாக இ.ச.க தொகுதி-2 ல் கூறப்பட்டிருந்தது)* உடனே ஐரோப்பிய, மார்வாரி மக்களிடையே அச்சமும் கிலியும் உண்டாயின. பெரும் படையுடன் முன்னேறி வந்து கொண்டிருந்த நவாபிடமிருந்து தப்பிப்பதற்காக இருந்த இடத்தை விட்டே ஓடி விடவேண்டும் என்ற எண்ணம் தான் அனைவர்க்கும் ஏற்பட்டது.

ஊக்ளி ஆற்றில் நின்று கொண்டிருந்த கப்பல்களில் எல்லாரும் முண்டியடித்துக் கொண்டு ஏறினர். *(ஊக்ளி ஆறு: இ.ச.க.தொகுதி-5)* வில்லியம் கோட்டை ஆளுநர் டிரேக்கு, இராணுவத் தலைவர் காப்டன் மிஞ்சின் உள்பட அனைவரும் கப்பலில் இடம் பிடிப்பதற்காகப் போராட வேண்டி வந்தது. கப்பல் தலைவர்களிடையிலும் பீதி பரவியது. அவர்கள் வில்லியம் கோட்டைக்குள் நூற்றைம்பதிற்கும் அதிகமான ஆடவரையும், கணவனை விட்டு வர மறுத்துவிட்ட ஒரு பெண்ணையும் விட்டுவிட்டுக் கப்பலேறி ஊக்ளி ஆற்றின் கீழே சென்று விட்டனர்.

அதனால் நவாபின் படை சண்டையே இல்லாமல் வில்லியம் கோட்டையை **1756** ஜூன் 20 அன்று கைப்பற்றியது. வில்லியம் கோட்டைப் பாதுகாப்பிற்கென்று, அங்கு முன்னர் மருத்துவராயிருந்தவரும், இப்போது ஆட்சி மன்றக் குழு உறுப்பினருமான செஃபனய்யா ஹோல்வல் *(1711-1798)* என்றவர் மட்டுமே இருந்தார். அவருக்கு இராணுவம் பற்றிய அறிவோ, கோட்டையில் எஞ்சியிருந்த சிலரிடம் நம்பிக்கையூட்டும் தலைமைத் தகுதியோ இருக்கவில்லை.

கல்கத்தா இருட்டறை

ஐம்பத்தைந்து வயதான ஹோல்வலின் கையைக் கட்டி நவாபின் முன் கொண்டு போய் நிறுத்தினர். நவாபு அவரின் கட்டை அவிழ்த்துவிடச் சொன்னார். அவரும் பிறரும் அஞ்ச வேண்டாமென்றும் கூறினார். அதன்பிறகு அவர்களை அருகேயிருந்த சிறைக்கு அழைத்துச் சென்றனர். அது இருபதடிக்கு இருபதடி சதுரமான சிறு அறை. அதில் இரண்டு சிறு சன்னல்கள் இருந்தன. கம்பெனிப் பொருள்களைத் திருடு வோரையும், குடிகாரர்களையும் ஆங்கிலேயர் அப்போதைக்கப்போது இந்த கோட்டைக்குள் ''இருள் அறை'' என்று பெயர். அதைத் தமிழில் இருட்டறை என்கின்றனர். வில்லியம் கோட்டையில் கைதிகளை அடைக்க இதைத் தவிர வேறு இடம் இல்லை. கம்பெனிக் கைதிகளை இரவில் மட்டும் அடைத்து வைக்குமாறு, அவர்களுக்குக் காவலிருந்தவர்களிடம் சொல்லியபோது, ''அடை'' என்று சொன்னதுமே,

1756

அந்த அறை பத்துப் பேர் கூடிப்போனால், இருபது பேர் கொள்ளுமா என்பதையும் கூட எண்ணிபாராமல் ஆங்கிலேயர் அனைவரையும் உள்ளே தள்ளி அடைத்து விட்டனர்.

அதனுள் 146 பேர் திணித்து அடைக்கப்பட்டனர். அவர்கள் அதனுள் இரவு முழுவதும் இருந்தனர். அவர்களுள் உயிர் பிழைத்தவர்களில் ஒருவர் மணிச்சுருக்கமாகப் பாராளுமன்றத்தில் தன் அனுபவத்தை இங்ஙனம் சொன்னார்.

''எங்களில் சிலர் உள்ளே அடைக்கப்பட்டதுமே செத்துப் போயினர். மற்றவர்களுக்கு வெறிபிடித்துவிட்டது. அவர்கள் புத்தியை இழந்து பிதற்றிக் கொண்டே செத்தனர். நாங்களும் காவல் இருந்தவனிடம் எங்களை வெளியே விடுமாறு அல்லது தனிச்சிறையில் அடைக்குமாறு முறையிட்டதில் பயனில்லாது போனது. நாங்கள் அவனுக்குப் பணம் தருவதாகக் கூட கூறினோம். எந்தப் பலனும் உண்டாகவில்லை. மறுநாள் காலையில் எங்களை விடுதலை செய்தபோது 23 பேர்தான் உயிரோடு வெளியே வந்தோம்''

வரலாற்றாசிரியர் சிலர் இத்துயரக் கதையை இதன் பிறகு மட்டுப்படுத்திக் கூற முயன்றனர். இப்படி ஒரு நிகழ்ச்சி நடக்கவே இல்லை; போர்ப் பிரசாரத்திற்காக ஹோல்வல் கட்டிவிட்ட கதைதான் இது என்று இன்னுஞ் சிலர் கூறினர். அந்த அறையினுள் எழுபது பேர் மட்டுமே செத்தனர் என்றும் வேறு சிலர் குறிப்பிட்டனர்.

இந்நிகழ்ச்சி நடந்த செய்தி சிராசுத் தௌலாவிற்குத் தெரியாதென்பதில் ஐயமில்லை. அவர் ஹோல்வலை மிக்க மரியாதையுடன்தான் நடத்தினார். (இந்தியவியல் துறையின் முன்னோடியான ஹோல்வல் பற்றி 1756 வரலாற்றுப் புள்ளிகள் பகுதியில் காண்க.)

1756

கல்கத்தாவை மீட்கச் சென்னையிலிருந்து படை

சிராசுத் தௌலாவினால் கைப்பற்றப்பட்ட கல்கத்தாவை மீட்பதற்காகச் சென்னையிலிருந்து பிரிட்டிஷ் முடிமன்னரின் ஐந்து கப்பல்களும், கிழக்கிந்தியக் கம்பெனிக்கு உரிமையான ஐந்து கப்பல்களும் 900 ஐரோப்பியரையும், 1500 இந்தியப் படை வீரரையும் ஏற்றிக் கொண்ட அக்டோபர் 16 அன்று புறப்பட்டன. மேலும் 500 இந்திய படை வீரர்கள் பம்பாயிலிருந்து கிளம்பி, இப்படையுடன் பின்னர் சேர்ந்து கொள்வர் என்று எதிர்பார்க்கப்பட்டது. ஆனால் கல்கத்தா விழுந்துவிட்ட நான்கு மாதங்களுக்குப் பிறகுதான் பல்வேறு உள் தாவாக்களின் காரணமாக இப்படை புறப்பட நேர்ந்தது.

கிளைவு 1756 ஜூன் 22 முதல் கடலூரின் டேவிடு கோட்டையின் ஆளுநராயிருந்தார். அவர் கடலூரிலிருந்து புறப்பட்டுச் சென்னை வந்து, அட்மிரல் வாட்சனுடன் சேர்ந்து கல்கத்தா கிளம்பினர்.

கல்கத்தாவின் தெற்கே நேர்கோட்டில் சுமார் 35 கிலோ மீட்டரில் இடக்கரையிலிருந்து புல்டா என்ற சிற்றூரை, இப்படை டிசம்பர் 22 அன்று அடைந்தது. சென்னையிலிருந்து சென்ற ஊரினர், இங்குதான் கல்கத்தாவிலிருந்து தப்பியோடி வந்த ஆங்கிலேயரைச் சந்தித்தனர். பிரான்சிற்கும், பிரிட்டனுக்கும் இடையே மூண்ட ஏழாண்டுப்போர்(1756-1763) பற்றிய செய்தி,இவர்களுக்கு நவம்பர் மாதம்தான் கிடைத்தது.

அயர் கூட்டே

கல்கத்தாவை மீட்க வந்த படையில் காப்டன் அயர் கூட்டே என்ற பெரிய வீரர் இருந்தார். அவரிடம் இக்காலத்து இராணுவ அதிகாரிகளிடம் காணப்படாத இனிய பண்பு இருந்தது. அவர் மெலிந்து மிகவும் கவர்ச்சியாயிருப்பார். எல்லாருடனும் இனிமையாகப் பழகுவார். எனினும் இந்த இனிய சுபாவத்தின் பின்னே பெருந்துணிவும் கொண்டது வழுவாத உறுதியும் இருந்தன. இதனால் அவர் பிற்காலத்தில் சர் என்ற பட்டம் பெற்றுச் சிறப்படைந்தார்.

அவருக்கு இந்தக்கால கட்டத்தில் பன்னிரண்டாண்டுகள் இராணுவப் பணிபுரிந்த அனுபவம் இருந்தது. அவருக்கு இராணுவத்தைத் தொழிலாகக் கொண்டிராத இராபட் கிளைவு மீது உள்ளூர வெறுப்பு இருந்தது. கிளைவுதான் பெயரளவில் கூட்டேயின் மேலாளராயிருந்தார். கூட்டே முறையான படையலுவலர் என்ற முறையில் தன் போர்த் திறனைக் காட்ட விரும்பி, விரைந்தும் முனைந்தும் வில்லியம் கோட்டையை நோக்கி முன்னேறினார். அதனால், அவர் சண்டை ஏதுமின்றி 1757 ஜனவரி 2 அன்று வில்லியம் கோட்டையை மீட்டார். இக்கோட்டை சிராசுத்தௌலாவிடம் 1756 ஜூன் 22 அன்று பிடிப்பட்டபோதும் சண்டை எதுவும் நடக்கவில்லை என்பது குறிப்பிடத்தக்கது.

3. மேற்குக் கரையில் கடற்கொள்ளை ஒழிப்பு

இந்தியாவின் கடல்களில் பன்னெடுங்காலமாகத் திரிந்து வந்த கடல் கொள்ளையர் பற்றி முன்னர் (இ.ச.க. தொகுதி-3) விரித்துரைக்கப்பட்டது. மேற்குக் கடலில்தான் கடல் கொள்ளையர் பெரிதும் மலிந்திருந்தனர்.

கரடு முரடான பாறைகள் நிறைந்த மேற்குக் கரை பல ஆண்டுகளாகவே கடல் கொள்ளையரின் புகலிடமாக இருந்து வந்தது. அவர்கள் கரையோரமாக வசதியான இடங்களில் கோட்டைகளை கட்டியிருந்தனர். மேலைக் கடலில் வாணிபம் நடத்தும் கப்பல்களை தாக்கிக் கொள்ளையடித்து விட்டு, எதுவும் அவர்களை இடைமறித்து தாக்கும் முன்னர் இக்கோட்டைகளுக்குள் புகுந்து விடுவர். அக்கோட்டைகள் எளிதில் எவரும் புக முடியாதவையாகும்.

ஆங்கில, டச்சு, போர்த்துக்கீசக் கப்பல்கள் பல்லாண்டுகளாக அவர்களின் துறைமுகக் கோட்டைகளைப் பிடிக்க முயன்று தோற்று வந்தன. மராட்டியரான இக்கொள்ளையர் ஆங்கிரியா என்ற குடும்பத்தின் கட்டுப்பாட்டில் இருந்து வந்தனர். ஆங்கிரியாக்களைப் போலவே அபிசீனியரான சிதியரும் மேற்குக் கரையில் கடல் கொள்ளையில் ஈடுபட்டிருந்தனர். (சிதியரையும் அவர்களின் கோட்டைத் தீவான ஜஞ்சிராவையும் பற்றி இ.ச.க.தொகுதி-4 ல் கண்டோம்.)

ஐரோப்பியர் இங்கும் தம் தேர்ந்த அரசியல் முதிர்ச்சியினால் பிரித்தாளும் சூழ்ச்சித் திறத்தைப் பயன்படுத்தினர். ஆங்கிரியருக்கும், சிசியருக்கும் நெடுங்காலமாக இருந்து வந்த கடும் பகையை, ஆங்கிலேயர் பயன்படுத்தி, மராட்டியரிடம் தோல்வியடைந்து பிளவுபட்டிருந்த சிதியரைத் தம் அணியில் சேர்த்துக் கொண்டனர்.

ஆங்கிரியாக்கள் மராட்டிய பேஷ்வாவுடன் சச்சரவிட்டுக் கொண்டு, பேஷ்வாவின் மேலாண்மையை எதிர்த்த நேரத்தையும் ஐரோப்பியர் சாதகமாக்கிக் கொண்டனர்.

இராபட் கிளைவு 1755 நவம்பர் 27 அன்று பம்பாயில் வந்து இறங்கியதற்குச் சில மாதங்களுக்கு முன்பு, கமடோர் ஜேம்ஸ் தலைமையில் ஆங்கிலக் கப்பல் தொகுதி

ஒன்று பம்பாயின் தெற்கே சுமார் 120 கிலோ மீட்டரிலிருந்த ஆங்கிரியரின் சுவர்ணதுருக்கம் என்ற கோட்டையைப் பிடித்தது.

கிளைவு பம்பாய் வந்ததும் அவரிடம் பெரிய திட்டம் கூறப்பட்டது. மேற்குக் கரையின் கீழே இருந்த கேரியா என்ற கோட்டைக்குள் மராட்டியர் தலைவர் துளஜா பின்வாங்கி விட்டார். இக்கோட்டை ஒரு பெரிய பாறை மீது கட்டப்பட்டது. கடலிலிருந்து அக்கோட்டையை நெருங்கவே இயலாது. இக்கோட்டையைப் பிடிப்பதுதான் அந்தத் திட்டம்.

பம்பாயில் அட்மிரல் வாட்சன் கப்பற் படைத் தலைவராயிருந்தார். அவரும் கிளைவும் ஒருவரையொருவர் முதன்முறையாக இந்த ஆண்டு பம்பாயில் சந்தித்துக் கொண்டனர்.

வாட்சன் முன்கூட்டியே மிகுந்த கவனத்துடன் திட்டம் போட்டுக்கொண்டுதான் எந்தச் சண்டையிலும் இறங்குவார். மேலும் குறிப்பாக, சண்டைகளில் கிடைக்கும் பரிசுப் பணம், கொள்ளைப் பொருள் முதலியன இன்னின்னாருக்கு எவ்வளவு பங்கு என்பதையும் அவர் முன்னதாகவே முடிவு செய்து விடுவார்.

அட்மிரல் வாட்சன் 1756 பிப்ரவரி 7 அன்று பதினான்கு கப்பல்களுடன் பம்பாயிலிருந்து புறப்பட்டார். அவற்றில் நான்கு கப்பல்களில் ஐம்பதிற்கதிகமான பீரங்கிகள் இருந்தன.

இக்கப்பல் தொகுதியில் கிளைவின் தலைமையில் 800 ஐரோப்பியப் படை வீரரும், 1000 இந்தியப் படை வீரரும் இருந்தனர்.

கடலிலிருந்து பார்த்தபோது கேரியா நுழைய முடியாத கோட்டையாகத் தெரிந்தது. ஆனால் கடல் கொள்ளையர் ஒரு வழியே கோட்டைக்குள் செல்வதற்குப் போதிய பாதுகாப்புத் தராததால், அது வெல்ல முடியாத கோட்டை என்ற நிலை மாறியது.

அட்மிரல் வாட்சன் பிப்ரவரி 12 அன்று கேரியா கோட்டையைப் பீரங்கியால் தாக்கினார். கிளைவு தன் படையினருடன் கரையிறங்கினார். எவருமே நுழைய முடியாது என்று சொல்லப்பட்ட கேரியாக்கோட்டை இரண்டே நாளில் விழுந்தது.

வாட்சன் மலபார்க் கரையோரமாகவே சென்று ஆங்கிரியரின் ஏனைய கோட்டைகளையும் பிடித்தார். ஆங்கியரின் கப்பல்களைத் தீயிட்டுக் கொளுத்தினார். இத்துடன் மேலைக் கரையில் கடல் கொள்ளையர் தொல்லை ஒழிந்தது.

கிளைவு இச்சண்டை முடிந்ததும் தன் மனைவியுடன் குமரிமுனையைச் சுற்றிக் கொண்டு சென்னை ஜார்ஜ் கோட்டையை அடைந்தார்.

4. அந்தமான், நிக்கோபர்த் தீவுகள் வரலாறு

அந்தமான், நிக்கோபர்த் தீவுக் கூட்டங்கள் பதினெட்டாம் நூற்றாண்டின் இக்காலப் பகுதிக்குப் பிறகுதான் மேலையுலகின் தொடர்பைப் பெற்றன. அதன் தோற்றுவாயும், வரலாறும் இக்காலத்திற்கு முன்னர் புரியாப் புதிர்களாக உள்ளனவெனினும், ஐரோப்பியர் தொடர்பின் பிறகுதான், அவை நன்கறியப்படலாயின.

அந்தமான் தீவுக் கூட்டம்

பத்து, பதினோறாம் நூற்றாண்டுகளில் சோழ ஏரி என்றழைக்கப்பட்ட வங்கக்

கடலின் கிழக்கில் இன்று இந்தியத்திற்கு உரிமையானவையாக விளங்கும் அந்தமான் தீவுக் கூட்டத்தில் சிறியனவும், பெயரியனவுமாக 204 தீவுகள் சங்கிலித் தொடர் போன்று அமைந்துள்ளன. அவை சென்னையிலிருந்து சுமார் 1350 கிலோமீட்டர் தொலைவில் மேற்கிலும் ஊக்ளி ஆற்றின் தெற்கே தென் கிழக்கில் சுமார் 944 கிலோ மீட்டர் தொலைவிலும், பர்மாவின் நெகராயிஸ் முனையின் தெற்கே சுமார் 192 கிலோ மீட்டரிலும் சுமத்திராவின் வடதொங்கலிலிருந்து வடமேற்கில் சுமார் 544 கிலோ மீட்டரிலும் அமைந்திருக்கின்றன.

அந்தமான் தீவுக் கூட்டத்தில் வட அந்தமான், நடு அந்தமான், பரதாங்கு, தென் அந்தமான், ரட்லண்டு என்று ஐந்து தலையாய தீவுகள் உள. இத்தீவுகள் ஒன்றையடுத்து மற்றொன்று நெருக்கமாக இருப்பதால், அவை பேரந்தமான் என்ற ஒரே பெயரால் வழங்குகின்றன.

பேரந்தமானின் தெற்கே 64 கிலோ மீட்டரில், சிறு தீவுத் தொடர்களுடன் இணைக்கப்பட்டுள்ள சிற்றந்தமான் இருக்கின்றது. தென் அந்தமானுக்கு வெளியே யிருக்கும் தலையாய தீவுகளான வடசெண்டில் தீவுகள் தென் அந்தமானுக்கு அப்பால் மேற்கே 39 கிலோ மீட்டரிலுள்ளன. தென் அந்தமானின் கிழக்குக் கரையோரத்தில் அமைந்திருக்கும் பிளேர் துறைமுகத்தின் வடகிழக்கில் சுமார் 114 கிலோ மீட்டரிலுள்ள வறண்ட எரிமலைத் தீவு மற்றொன்றாகும். வட அந்தமானின் கிழக்கே சுமார் 114 கிலோ மீட்டரில் நர்க்கொண்டம் என்ற அவிந்து போன எரிமலை உள்ளது. இத்தீவுகளில் ஆறுகள் இல்லை. ஆண்டுதோறும் நீரோடும் வெகு சில சிற்றோடைகள் மட்டுமே உள.

1756

துறைமுகங்கள்

அந்தமானின் கரையோரப் பகுதிகள் ஆழமாகவும், ஆழ்ந்த உள் வளைவுகளை உடையனவாகவும் இருப்பதால், பாதுகாப்பான பல துறைமுகங்கள் அமைவதற்கு வழி ஏற்பட்டது. இத்துறைமுகங்களுக்கு உள்நாட்டினுள், வெகு தொலைவு செல்லக்கூடிய பல கழிகள் இருப்பதால் அவை ஆண்டு முழுமையிலும் பாதுகாப்பான துறைமுகங்களாய் அமைந்து, மலாய்க் கடற் கொள்ளையருக்கு மட்டுமன்றிக் கடந்த காலத்தில் இடுக்கண்ணில் சிக்கிக் கொண்ட பல கப்பல்களுக்கும் அருமையான தளங்களாக அமைந்திருக்கின்றன.

பிளேர் துறைமுகம் அகன்று பெரியது. அதன் நுழைவாயிலின் குறுக்கே சிறு தீவு ஒன்று இருப்பதால், துறைமுகத்தின் அகமும், புறமும் புகுவதற்கு இரண்டு வழிகள் உள. இது உலகிலேயே மிக அருமையாக அமைந்த துறைமுகங்களில் ஒன்றாகும். தென் அந்தமானின் கிழக்குக் கரையில் அமைந்துள்ள காரன்வாலிஸ் துறைமுகமும் இதர துறைமுகங்களுள் பெரியதாகும்.

நிக்கோபர்த் தீவுகள்

நிக்கோபர்த் தீவுக் கூட்டம் தென் அந்தமான் தீவுக் கூட்டத்திலிருந்து 128 கிலோ மீட்டருக்கு அப்பாலும்,சுமத்திராவின் வடக்கே 146 கிலோ மீட்டரிலும் உள்ளது. அதில் ஏழு பெரிய தீவுகளும், எட்டுச் சிறிய தீவுகளும் அடங்கியுள்ளன. நிக்கோபரின் ஏழு பெருந்தீவுகள் வடக்கிலிருந்து தெற்கு வரையிலும் அமைந்திருப்பன.

கார் நிக்கோபார், தெரசா பம்போதா, கம்ரோட்டா, நங்கௌரி, சின்ன நிக்கோபர், பெரிய நிக்போர் முதலியன இத்தீவுக் கூட்டத்திலுள்ளன. நிக்கோபாரின் சில தீவுகளில் மனிதர் வாழவில்லை. இத்தீவுகள் அமைந்துள்ள மிகு நீளம் சுமார் 261 கி.மீ; மிகு

அகலம் 58 கி.மீட்டர்; ஆக மொத்தத்தில் 1626 சதுர கிலோ மீட்டர்ப் பரப்பில் அவை அமைந்துள்ளன.

நிக்கோபரில் அந்தமானைப் போலன்றி ஏராளமான நன்னீர்த் தேக்கங்களும், ஆண்டு முழுவதும் பாய்கின்ற சிற்றாறுகளும் கிட்டத் தட்ட எல்லாத் தீவுகளிலும் உள்ளன. நிக்கோபரின் கரையோரப் பகுதிகளில் ஏராளமான பெரிய கழிகள், நங்கூரம் பாய்ச்சும் இடங்கள் முதலியன இருக்கின்றன. அந்தமான் தீவுக் கூட்டங்கள் முழுமையிலும் நங்கௌரி மிகவும் நேர்த்தியான துறைமுகமாகும்.

அந்தமான் தீவுக் கூட்டங்கள் வெப்ப மண்டல வலயத்தில் இருப்பதால், ஆண்டு முழுவதும் வெப்பமாகவும், பெருமழை பெய்து கொண்டும் இருக்கும். தெற்கிலுள்ள நிக்கோபர்க் கூட்டத் தீவுகள் சிலவற்றில் ஆண்டு முழுவதும் மழை பெய்த வண்ணம் இருக்கும். அதனால் இத்தீவுகளில் குறுகலான பள்ளத்தாக்குகளைச் சூழ்ந்துள்ள குன்றுக் கூட்டங்களில் அடர்த்தியான வெப்ப மண்டலக் காடுகள் மண்டிக் கிடக்கும். அதனால் அந்தமானில் பலவகைகளாகப் பயன்படும் மரங்கள் மிகுதி. அந்தமானின் புகழ் பெற்ற விலை மதிப்பு மிக்க மரங்களுக்குப் பதௌக்கு, குர்ஜன் என்று பெயர்.

நிக்கோபரில் ஏராளமான அளவில் தேங்காய் விளைகின்றது. ஏனெனில் அதன் மண் வளம் தென்னை வளர்ப்பதற்கு ஏற்றதாயிருக்கின்றது.

மர்மமான கடந்த காலம்

இத்தீவுக் கூட்டங்கள் வெகுதொன்மையான இந்தியாவிற்கு மிக அருகில் இருந்தபோதிலும், இவற்றின் கடந்த காலம் வரலாற்றுப் புதிராகவே உள்ளது. இந்தியாவிலிருந்து பர்மா, தொலைக் கிழக்கு சீனம், ஆகிய பகுதிகளுக்குச் சென்ற கடல் வழித் தடங்களில், அந்தமான் முக்கிய இடத்தில் அமைந்திருப்பினும், இத்தீவுகளில் வாழும் பழங்குடி மக்களை எந்த நாகரிகமும் பதினெட்டாம் நூற்றாண்டு வரையிலும் தீண்டவில்லை. உலகின் மிகப் பெரிய நாடுகளின் கலங்கள், தொல்பழங் காலத்தின்

முன்னமே இதன் கரைகளைத் தொட்டிருக்கலாமெனினும், பிரிட்டிசார் இத்தீவுகளைக் கையகப்படுத்தியது வரையிலும் இவை பற்றி வெளியுலகம் மிகமிகச் சிறிதளவே அறிந்திருந்தது.

அந்தமான் பெயர்க்காரணம்

வால்மீகி இராமாயணத்தில் அந்தமான் தீவுகளும்,அவற்றின் மக்களும் குறிப்பிடப்பட்டுள்ளன என்பாருளர். இத்தீவுகளைப் பலகாலமாய்த் தம் கடற் கொள்ளைத் தளமாகப் பயன்படுத்தி வந்த மலாய் கடற்கொள்ளையர்கள் இதை ஹந்துமன் என்றழைத்தனர். இச்சொல் ஹனுமன் என்ற சொல்லின் திரிபு என்று சிலர் கருதுவர். ஹந்துமன் என்ற மலாய்ச் சொல்லின் மரூஉப் பெயர் அந்தமான் என்று அவர்கள் முடிவு கட்டுகின்றனர்.

தன்னினந் தின்னி

இத்தீவுகளின் மக்கள் தன்னினந் தின்னி என்று கி.பி. இரண்டாம் நூற்றாண்டிலிருந்து பதினாறாம் நூற்றாண்டு வரையிலும் அந்தமான் தீவுகளைப் பற்றி எழுதிய நாடோடியர் அனைவரும் குறிப்பிடுகின்றனர்.

ஐ சிங்கு (671-695) என்ற சீன நாடோடி ஒரு பாரசிகக் கப்பலில் கி.பி.671 ஆம் ஆண்டு இந்தியாவிற்குக் கிளம்பினார். அவர் வழியில் சுமத்திராவில் இறங்கிப் பௌத்த நூல்களை ஆராய்ந்தார். அங்கிருந்து சுமத்திராக் கப்பலில் இந்தியா புறப்பட்ட வழியில் அக்கப்பல் நிக்கோபர்த் தீவுகளில் நங்கூரம் பாய்ச்சியது. அவர் அந்தமான் என்று குறிக்கின்றார். அங்கு வாழும் மக்கள் மனிதரைத் தின்பார்கள் என்று ஐ சிங்கு கூறுகின்றார்.

ஒன்பதாம் நூற்றாண்டைச் சேர்ந்த அரபு நாடோடிகள் அந்தமானியரைத் தன்னினந் தின்னி என்று ஒன்றுபோல் கூறுகின்றனர். அவர்கள் அந்தமான் தீவுகளுக்குச் செல்லாமலே அண்டை நாடுகளில் அவை பற்றி வழங்கிய கதைகளை அடிப்படையாகக் கொண்டு இவற்றை எழுதினர் என்பது தெளிவு. அவர்களுக்குப் பிறகு வந்த நாடோடியரும் இவ்வாறே பிழையாகக் குறித்துச் சென்றனர்.

மார்க்கோ போலோ (1254-1324) சீனம் சென்ற வழியில் 1290 ஆம் ஆண்டு இத்தீவுகளை கடந்து போனார்.அவர் இத்தீவுகளை அங்கமானியன் என்று சுட்டுகின்றார். அவர் இத்தீவு மக்களை குறித்து எழுதியது;''அவர்கள் மிகக் கொடிய தலைமுறையினர். அவர்கள் தம்மினத்தவரல்லாதவர் எவராயினும், அவரைப் பிடித்து தின்று விடுகின்றனர்''.

தங்கத் தீவா?

கிறித்தவத் துறவி போர்டினோன் ஒடோரிக்கு 1322 இல் அந்தமான் வழியே சுமத்திரா சென்றார். (அவர் 1317 ஆம் ஆண்டு கீழையுலகிற்கு மரக்கலத்தில் சென்றார். அவர் ஈரானின் தென்கிழக்குக் கரையில் உள்ள ஓர்மஸ் என்ற தீவுத் துறைமுகத்தில் கப்பலேறி மலபார்க் கரைக்கும், இலங்கைக்கும் வந்திருந்தார். அதன் பின்னர்தான் அங்கிருந்து சீனம் சென்றார்.) அவர் அந்தமான் மக்களை நாய் முகத்தவர் என்றும் தன்னினந்தின்னியர் என்றும் கூறுகின்றார். ஐரோப்பிய நாடோடியான ஒடோரிக்கு

ஆசியா எங்கும் சுற்றித் திரிந்தவர். இவர்தான் திபேத்தின் தலைநகரான லாசாவை அடைந்த முதல் ஐரோப்பியர் ஆவார்.

வெனிசு நகரின் உயர் குடியினரான நிக்கோலோ கோண்டி (இ.ச.க.தொகுதி-3) 1440 ஆம் ஆண்டு அந்தமான் தீவுகளை அந்தமானியா என்று கூறுகின்றார். அதற்குத் தங்கத் தீவு என்று பொருள். அந்தமானில் தங்கம் இருக்கின்றது என்ற கட்டுக் கதை பத்தொன்பதாம் நூற்றாண்டு வரையிலும் நிலவியது. டாக்டர் ஹெல் ஃபர் என்ற இரஷிய மண்ணியலார் தங்கத்தைத் தேடி 1839 ஆம் ஆண்டு அந்தமான் சென்றிருந்தார். அவர் மடத்துணிச்சலோடு கரையிறங்கிச் சென்றமையால் பழங்குடியினரால் கொல்லப்பட்டார்.

செசேர் ஃபெடரிக்கு (Cesare Federic) என்ற ஐரோப்பிய நாடோடி, 1569 ஆம் ஆண்டு அந்தமானில் கரையிறங்கினார். அவர் அந்தமானியரின் கடுஞ் சீற்றத்தைப் பற்றி குறிப்பிடுகின்றார். அந்தமானியர் கொடிய காட்டுமிராண்டியாய் இருந்தனர் என்பதை வரலாற்று இடைக்காலத்து நாடோடியர் அனைவரும் எழுதியுள்ள குறிப்புகள் அனைத்திலிருந்தும் அறிகின்றோம். ஆனால் அந்தமானியர் கொடிய காட்டு மிராண்டியர் என்று பழிக்கப்படுவதில் உண்மையில்லை என்பதும் இது வேண்டுமென்றே இட்டுக்கட்டிக் கூறப்பட்டது என்பதும் பின்னர் மெய்ப்பிக்கப்பட்டது. எவரும் அந்தமானை நெருங்கி வரலாகாது என்பதற்காக மலாய்க் கடல் கொள்ளையர், அங்கு இருக்கக் கூடிய ஆபத்துக்களை மிகைப்படுத்திக் கூறி, அத்தகைய கதைகளை எங்கும் பரப்பிவிட்டனர். பெரும்பாலான நாடோடிகள் இத்தீவுகளுக்குச் சென்றதில்லை. அவர்கள் சிறிது காலம் அத்தீவுகளில் நங்கூரம் பாய்ச்சி நின்றாலும், மலாய்க் கடல் கொள்ளையர் தம் நலன் கருதிப் பரப்பிவிட்ட புனைகதைகளை ஆராய்ந்து பார்க்க அவர்களுக்கு நேரம் இருந்ததில்லை.

''நிர்வாணத் தீவு'' நிக்கோபர்

வணிகரும், கடலோடியரும் அந்தமானைப் போலவே நிக்கோபர்த் தீவுகளையும் பற்றித் தம் பயணக் குறிப்புகளில் வரலாற்றுக் காலம் முழுமையிலும் எழுதி வந்திருக்கின்றனர். தாலமியின் (கி.பி.87-150) நில நூல்களில் இத்தீவுகளைப் பற்றிய குறிப்புகள் உள்ளன. அவற்றை நிக்கோபர்த் தீவுகள் என்றே குறிப்பிடலாம். தாலமி கூறியுள்ள நாகதீபம் இதுவாக இருக்குமென்று அடையாளங் காண்பதற்கு விழையத் தோன்றுகின்றது.

சீன நாடோடியான ஐ சிங்கு தன் கி.பி.672 ஆம் ஆண்டுப் பயணங்கள் பற்றிய குறிப்புகளில் இத்தீவு மக்களை அம்மண மக்கள் (லோ - ஜென் - குவோ) வாழும் நாடு என்று குறிப்பிடுகின்றனர். இச்சொற்களும் அம்மணர் நாடு என்பதையே காட்டும்.

அரபு நாடோடிகள் இருவர் கி.பி.851 ஆம் ஆண்டு தென் சீனத்திற்கு மேற்கொண்ட பயணத்தின் போது, அந்தமான் - நிக்கோபர்த் தீவுகளுடன் தொடர்பு கொள்ள நேர்ந்ததும் குறிக்கத்தக்க செய்தியாகும். அவர்கள் நிக்கோபர்த் தீவுகள் நஜபுலு அல்லது நங்கபுலு என்று குறிப்பிடுகின்றனர். இது சொற்களும் அம்மணர் நாடு என்பதையே குறிக்கும்.

நக்கவரம்

இன்று வங்கக் கடலென்று பெயர் பெற்று விளங்கும் இந்துமாக் கடலின்

நீர்ப்பிரிவானது, பேரரசுச் சோழர்களின் கட்டுக்குள் அடங்கியிருந்தமையால், அதைச் சோழ ஏரி என்றனர். சோழர்கள் இலங்கை உள்பட பல, இந்தியாவின் கிழக்கிலும், மேற்கிலும் இருந்த சிறு தீவுக் கூட்டங்களைக்கூடத் தம் ஆட்சிப் பரப்பினுள் அடக்கியிருந்தனர். அவர்கள் காலத்தில் நாகப்பட்டினம், திருமுல்லைவாயில், தரங்கம்பாடி, வேளாங்கண்ணி, தோப்புத்துறை, முத்துப்பேட்டை, அதிராம்பட்டினம் முதலியன துறைமுகங்களாய் விளங்கின. இவற்றுள் நாகபட்டினம் மிகச் சிறப்பு வாய்ந்ததாகும். சோழப் பேரரசர்கள் தலைசிறந்த கடலோடிகளாக விளங்கித் தொலைக்கிழக்கில் தம் அரசை விரித்திருந்தனர். எனவே அவர்களின் கடல் வழித் தடங்களில் அமைந்திருந்த அந்தமானையும் அவர்கள் அறிந்திருந்தனர்.

தஞ்சையிலுள்ள ஒரு கல்வெட்டில் அந்தமான் - நிக்கோபர்த் தீவுகள் நக்கவரம் என்று சுட்டப்படுகின்றன. இரண்டாம் இராசேந்திரன் *(1051-1063)* கடல் கடந்து பல நாடுகளை வென்றடக்கிய போது பதினோராம் நூற்றாண்டின் தொடக்கத்தில் கார் நிக்கோபரையும், பெரிய நிக்கோபரையும் வென்றான் என்று அக்கல்வெட்டுக் கூறும். சோழர் அத்தீவுகளை முறையே கார்த் தீவம், நாக தீவம் என்று அழைத்தனர். இத்தீவுக் கூட்டங்கள் சோழரால் நக்கவரம் என்றழைக்கப்பட்டன.

மார்க்கோ போலோவும் பதின்மூன்றாம் நூற்றாண்டில் இத்தீவுகளை நக்கவரம் என்றே குறித்தார். எனவே இந்தியரால் நக்கவரம் என்று அறியப்பட்ட இத்தீவுகள், இக்கால கட்டத்தில் அரபு, ஐரோப்பிய நாடோடிகளிடையே அதே பெயரில் அறியப்படலாயின என்று தோன்றுகின்றது. நாம் மேலே குறித்த கிறித்தவத் துறவி ஓடோரிக்கு *1322* இல் இத்தீவுகளுக்கு வந்த போது இவற்றை நிக்கோவரன் என்றே குறிக்கின்றார். நக்கவரமே திரிந்து நிக்கோபர் ஆயிருக்கலாம் என்று கருத இடமுள்ளது.

ஐரோப்பியர் வருகை

ஐரோப்பியர் ஆப்பிரிக்காவின் தென் தொங்கலிலுள்ள நன்னம்பிக்கை முனையைச் சுற்றிக் கொண்டு இந்தியாவை அடையும் வழியை அறிந்த பின்னர் பார்த்தலோமியோ டயஸ் *(1450-1500)* என்ற போர்த்துக்கீசக் கடலோடி இக்கடல் வழியை *1488* இல் கண்டுபிடித்தார். தென்னப்பிரிக்காவின் கேப் டவுன் நகரத்தின் தெற்கே சுமார் *50* கிலோ மீட்டரில் இந்த முனைக்குப் புயல் வீசு முனை என்று டயஸ் பெயரிட்டார். ஏனெனில் இங்கு கடும் புயல்கள் வீசிக் கொண்டிருக்கும். ஆனால் இவ்வழி இந்தியாவைக் கண்டுபிடிக்கும் ''நம்பிக்கையை'' உண்டாக்கியதால், போர்ச்சுக்கல்லின் மன்னரான இரண்டாம் ஜான் அதற்கு நன்னம்பிக்கை முனையென்று புதுப் பெயரிட்டார். ஐரோப்பியர் கீழையுலகிற்கு வரலாயினர். இத்தீவுகளுக்கு வாணிபத்தின் பொருட்டு அவர்களின் கப்பல்கள் வரலாயின.

பதினைந்து, பதினாறாம் நூற்றாண்டுகளில் போர்த்துக்கீச முன்னோடிகள் இத்தீவுகளை நக்குபர், நிக்கபர் என்று அழைக்கலாயினர். அவர்கள் சமயப் பரப்பிகளின் துணை கொண்டு இத்தீவுகளின் மக்களைக் கிறித்தவராக்க முயன்றனர். எனினும் அச்சமயப் பரப்பிகள் மேற்கொண்ட முயற்சி பற்றிய செய்தி எதுவும் இன்று நமக்குக் கிடைக்கவில்லை. ஆனால் பதினைந்து, பதினாறாம் நூற்றாண்டுகளில் இத் தீவுகளுக்குவந்திருந்த ஐரோப்பிய நாடோடிகளின் நினைவுக் குறிப்புகளில் பல செய்திகள் நிறைந்துள்ளன. கீழ்க்கண்ட ஐரோப்பியர்கள் அத்தீவுகளைச் சென்றடைந்திருக்கின்றனர்.

காப்டன் ஃபிரடரிக்கு *1566* இல் அந்தமானில் கரையிறங்கினார்.

மணக்காரப் பண்டத் தீவுகள் என்று அழைக்கப்படும் இந்தோனேசிய மொலுக்கஸ் என்ற மலுக்கத் தீவுகளுக்குப் பன்முறை சென்று வந்த ஜேம்ஸ் லங்காஸ்டர் 1601இல் நிக்கோபர்த் தீவை அடைந்தார்.

கியோபிங்கு என்ற சுவீடியர் டச்சுக் கப்பலொன்றில் சென்றபோது 1647 இல் நிக்கோபர்த் தீவில் இறங்கியது பற்றி எழுதி வைத்திருக்கின்றார். தாலமியைப் போன்று கியோப்பிங்கும் அந்தமானியருக்கு வால் உண்டு என்று தவறாகக் கூறியுள்ளார்.

ஸ்பானியச் சமயப்பரப்பியான டொமினிக்கு ஃபெர்மாண்டஸ் 1969 ஆம் ஆண்டு சென்னையிலிருந்து மலாக்கா சென்ற வழியில் நிக்கோபரில் இறங்கிப் பார்த்தார். தாலமியும் கியோபிங்கும் கொண்டிருந்த கருத்துக்கள் தவறானவை என்பதை அவர் எடுத்துக் காட்டினார்.

வில்லியம் டேம்பியர் (1652 - 1715; இவரைப் பற்றி இ.ச.க.தொகுதி-2 ல் காண்க) கடலில் இருமுறை உலகைச் சுற்றி வந்தார். அப்போது ஒரு முறை 1688 ஆம் ஆண்டு கப்பல் மாலுமியர் கலகம் செய்தமையால் டேம்பியர் கப்பலை விட்டு நிக்கோபர்த் தீவுகளில் ஒன்றில் இறங்க நேர்ந்தது. அவர் அங்கிருந்து சிறு வள்ளத்தில் ஏறி சுமத்திராவை அடைந்தார்.

டேம்பியர் நிக்கோபர்ப் பழங்குடியினர் பற்றிக் கற்பனை கலவை செய்திகளை எழுதி வைத்திருக்கின்றார். அம்மக்கள் நேர்மையானவர்கள்; நயமாகப் பழகுபவர்கள்: தீங்கற்றவர்கள் என்றெல்லாம் அவர் கூறியிருக்கின்றார். அவர் கம்ரோட்டா என்ற தீவில் சமயப் பரப்பியர் இருவரைக் கண்டதாயும் கூறியுள்ளார். இதன்பிறகு சமயப் பரப்பியர் நடவடிக்கைகள் நிக்கோபர்த் தீவுகளில் வேகமடைந்தன. அவர்கள் இத்தீவுகளின் மக்களைக் கிறித்தவராக்க முயன்றனர். அவர்கள் முயற்சி அனைத்தும் பதினெட்டாம் நூற்றாண்டில் தோற்றன. அக்குடியேற்றம் நிறுவுவதற்கு நடந்த முயற்சியும் பலிக்கவில்லை.

1756

அந்தமான் மீது ஆங்கிலேயர் நோக்கம்

கிழக்கிந்தியக் கம்பெனி பதினெட்டாம் நூற்றாண்டின் நடுவில் தென் பாரதத்தில் தன் வல்லாண்மையை நிலைநாட்டி முடிந்தது. சோழ மண்டலக் கரைக்குக் கிழக்கே தத்தளிக்கும் நேரத்தில் அல்லது பருவக் காற்று மாறும் காலங்களில் கப்பல்களுக்கு பாதுகாப்பாக ஒரு துறைமுகத்தைத் தேடத் தொடங்கியது. வங்கக் கடற்கரை அருகிலிருந்த தீவுகள் மீது கம்பெனி அக்கறை காட்டவில்லை. ஏனெனில் அங்கும் வாழும் மக்களுடன் சச்சரவு ஏற்படலாம் என அது அஞ்சியது. பர்மாவின் தென் தொங்கலிலுள்ள நெகராயிஸ் முனையில் குடியேற்றத்தை 1752 ஆம் ஆண்டு அமைக்க முயன்று தோற்ற பிறகு அம்முயற்சி கைவிடப்பட்டது.

பிரஞ்சுக்காரர் (1701-1742)

ஆனால் பிரஞ்சுச் சமயப் பரப்பியர் பதினேழாம் நூற்றாண்டின் இறுதியிலேயே அந்தமான் தீவுக் கூட்டங்கள் மீது கண் வைத்துவிட்டனர். அங்கு 1688 ஆம் ஆண்டிலேயே கிறித்தவத் துறவி இருவர் - அவர்கள் ஏசு சபையினராயிருக்கலாம் - காணப்பட்டது வில்லியம் டேம்பியர் குறிப்பிட்டுள்ளார். அவர்கள் இத்தீவுகள் மக்களைத் தன் சமயத்திற்கு மாற்றிவிடலாம் என்று கனவு கண்டவர் காம்ரோட்டா தீவில் வாழ்ந்து வந்தனர். அவர்களின் பணி பற்றி எழுத்து ஆவணங்களில் எதுவும் நமக்குக் கிடைத்திலது என்பதை முன்னரே குறித்திருக்கின்றோம்.

புதுச்சேரியிலிருந்த பிரஞ்சுச் சமயப் பரப்பிகள் பதினெட்டாம் நூற்றாண்டின் தொடக்கத்தில் சில ஆயர்களை (பிசப்புகளை) நிக்கோபர்த் தீவுகளுக்கு அனுப்பி அங்கு வாழ்ந்த மக்களைக் கிறித்தவராக்கலாம் என்பது குறித்து ஆழ்ந்து சிந்தித்தனர். ஆனால் போதிய ஆதாரம் இல்லாமையால், புது ஆள்கள் வரட்டுமென்று காத்திருந்தனர்.

பீத்ரே ஃபௌரி (Petre Faure) என்ற பிரஞ்சுக்காரரான ஏசு சாமியார் நிக்கோபர்த் தீவுகளில் சமயப் பணிபுரிய முன் வந்தார். அவர் 1710 ஆம் ஆண்டு புதுச்சேரியில் வந்திறங்கித் தன்னுடன் போனட் என்ற மற்றோர் ஏசு சபைச் சாமியாரையும் அழைத்துக் கொண்டு 1711 ஜனவரி மாதம் நிக்கோபரில் இறங்கினார். அவர்கள் சம்பலோனிலுள்ள பெரிய நிக்கோபர்த் தீவுகளில் இரண்டரையாண்டுக் காலம் கிறித்தவத் திருச்செய்தியைப் பரப்பிய பின்னர், பிற தீவுகளுக்கும் சென்றனர். அவர்கள் நிக்கோபர்த் தீவில் சுமார் பத்து மாதம் இருந்துவிட்ட வேறொரு தீவை அடைந்தனர். அவர்கள் நிக்கோபர்க் கரைகளைத் தொட்ட மரக்கலங்களின் வழியாக மட்டுமே புதுச்சேரியுடன் தொடர்புக் கொண்டிருந்தனர்.

அவ்விருவரும் இறந்து போயினர் என்ற செய்தியை நிக்கோபரில் நங்கூரம் பாய்ச்சி இறங்கிய பிரஞ்சுக்காரர் ஒருவர் 1715 ஆண்டு இந்தியாவிற்குக் கொண்டு வந்தார். அவ்விரு சாமிமாரும் கடைசியாகச் சென்றிருந்த தீவின் மக்கள் அவர்களை கொன்றிருக்கலாம் என்று கருதப்பட்டாலும், அவர்களின் சாவு இன்னும் புரியாத மர்மமாகவே உள்ளது. எனினும் புதுச்சேரியிலுள்ள பிரஞ்சு ஆவணங்களை ஆராய்ந்து பார்க்கும் போது, இவ்விரு சாமிமார்களும் உடல் நலம் குன்றித்தான் அத்தீவுகளை விட்டு வெளியேறினர் என்பதை அறிகின்றோம்.

ஃபௌரி சாமியார் மதுரையிலிருந்த ஏசு சபை மிசனில் 1714 நவம்பர் 2 அன்று இறந்தார். போனட் சாமியார் 1714, 1717 ஆகிய ஆண்டுகளுக்கு இடைப்பட்ட காலத்தில் இறந்தார்.

சார்லஸ் தெ மாண்டலிம்பட் என்ற ஏசு சபைச் சாமியார் 1726 ஆம் ஆண்டு பிரஞ்சுக் கவர்னருக்கு ஒரு கடிதம் எழுதி, நிக்கோபர்த் தீவுகளில் ஒரு பண்டசாலையை அமைக்கும் சாத்தியக் கூறுகளை ஆராயவும், அத்தீவுகளில் கிறித்தவத்தைப் பரப்பவும் இசைவு தருமாறு கேட்டிருந்தார்.

எனினும் மாண்டலிம்பட்டை நிக்கோபர்த் தீவுகளுக்கு அனுப்பும் ஏற்பாடுகளை 1741 ஆம் ஆண்டில் செய்வதற்குத்தான் முடிந்தது. ஆனால் அவரால் அங்கு ஓராண்டு மட்டுமே இருக்க முடிந்தது. ஏனெனில் 1742 ஆம் ஆண்டு நிக்கோபரில் தொற்றிய ஒரு நோயினால் அவர் இறந்தார்.

டேனியர் கொண்ட ஆசை (1753-1783)

தரங்கம்பாடியைத் தளமாகக் கொண்டு 1739 ஆம் ஆண்டு விரிந்த டேனியர் கடல் கடந்தும் தம் நிலப் பரப்பைப் பேரிந்தியத்தில் விரிக்கக் கருதினர். அவர்கள் 1739 இல் கடச்சேரி, ஆனைக்கோயில் என்ற சிற்றூர்களைத் தரங்கம்பாடிப் பகுதியுடன் சேர்த்தனர். வங்கத்தில் செராம்பூரும், மூர்சிதாபாதும், வங்க நவாபிடமிருந்து விலைக்கு வாங்கப்பட்டு 1755 இல் விரிக்கப்பட்டது மிக முக்கியமானதாகும். அதைப்போலவே வங்கக் கடலில் ஒரு தீவுக் கூட்டத்தில் குடியேறி, டென்மார்க்கிற்குப் புதிய நிலப்பரப்பைப் பெறும் துணிச்சலான முயற்சியும் மேற்கொள்ளப்பட்டது. நிக்கோபர்த் தீவுகளுக்குச் செல்வதற்கு ஒரு தேட்டக் குழுவை டேனியர் ஆயத்தம்

செய்தனர். டாங்க்கு (*Tanck*) என்ற பொறியர் 1755 இல் அக்குழுவிற்குத் தலைமை ஏற்றுச் சென்றார். ''டேனியர்க்கு இறை அளித்த நாடு'' என்று நிக்கோபர்த் தீவுகள் பல ஆண்டுகளாகக் கருதப்பட்டன. அவர்கள் அக்குடியேற்றத்தில் முன்னேற்றம் காண வேண்டுமென்று விரும்பினர்.

டேனியத் தேட்டக் குழுவினர் நிக்கோபர்த் தீவுகளுக்கு பிரடரிக்குத் தீவுகள் என்று பெயரிட்டனர். இக்குழுவினர் அனைவரும் வெகு விரைவில் காய்ச்சல் கண்டு இறந்தனர்.

டேனியரின் இக்குடியேற்றத்தை அந்தமானின் தற்கால வரலாற்றுத் தொடக்கப் புள்ளி என்று கொள்ளலாம்.

5. புதிய பிரிட்டிஷ் பிரதமர் வில்லியம் காவண்டிஷ்

பிரிட்டிஷ் பிரதமர்களிலேயே இப்பதவியை வகிப்பதற்குச் சற்றும் விருப்பமில்லாதிருந்தவர் டேவன்சயரின் நான்காவது டியூக்காகிய வில்லியம் காவண்டிஷ் ஆவார். அவர் அந்தப் பொறுப்பை ஏற்பதில் இருந்து தப்பிக்க முடியாமல் போய்விட்டது.

இரண்டாம் ஜேம்ஸ் மன்னரை (*1633-1701; ஆண்ட காலம் 1685-1688. இவர் முதலாம் ஜேம்ஸ் மன்னரின் மகன்*) அரியணையிலிருந்து இறக்கிவிட்டு, மூன்றாம் வில்லியத்தையும் (*1650-1702; பிரிட்டனை ஆண்ட காலம் 1689-1702*), இரண்டாம் மேரியையும் (*1662-1694; கணவன் மூன்றாம் வில்லியத்துடன் சேர்ந்து ஆண்ட காலம் 1689-1694*) கூட்டு முடியரசாயிருந்து ஆட்சிபுரியுமாறு செய்வதற்காக 1688-1689-ஆம் ஆண்டுகளில் நடந்த கிளர்ச்சிக்குப் ''பெரும் புகழ் வாய்ந்த புரட்சி என்றும், ''குருதி சிந்தாப் புரட்சி'' என்றும் பிரிட்டிஷ் வரலாற்றில் பெயர்கள் உள்ளன. (*இ.ச.க.தொகுதி-3 ல் காண்க.*) அப்புரட்சியைச் செய்ய பெருங்குடிகளுள் டேவன்சயர் கோமகனான வில்லியம் காவண்டிஷ் குடும்பம் தலையாய இடம் பெற்றிருந்தது. விக் கட்சியினர் இன்னும் மேலோங்கியிருந்த காலத்தில் அக்கட்சியின் பெருந்தலைவர்களுள் அவரும் ஒருவராயிருந்தார். அவர் பிரதமராக வேண்டுமென்று மன்னரும், கட்சியும் விரும்புகையில், அதை எவரால்தான் மறுக்க முடியும்.

காவண்டிஷ்

அவர் பெருங்குடியில் பிறந்தார் என்பதைத் தவிர அவரிடம் அப்பதவியை வகிப்பதற்கு வேறு எந்தத் தகுதியும் இல்லை. அவர் மிகவும் அடக்கமானவர்; பண்புடன் நடந்து கொள்வார்; தன் தந்தையைப் போலவே தனிப்பட்ட ஒழுக்கமிக்கவர்; மிகவும் மேன்மையானவர்; துணிச்சல் நிறைந்தவர்; பழகுவதற்கு இனியர் என்றெல்லாம் அவரைச் சிறப்பித்துக் கூறுவர். அவர் 1720 ஆம் ஆண்டு பிறந்தார். அவர் தன் தந்தையின் நற்பண்புகளைப் பெற்றிருந்தார். அவர் 21 வயதில் ஹாட்டிங்டன் பிரபு என்று அழைக்கப்பட்டார்.

அப்போது அவர் நடு இங்கிலாந்தின் வடக்கிலுள்ள டெர்பிசயர் தொகுதியிலிருந்து பாராளுமன்றத்திற்குத் தேர்ந்தெடுக்கப்பட்டார். வால்போல் பதவி விலகுவதற்குக் காரணமாயிருந்த நெருக்கடியின் போது, காவண்டிஷ் அவருக்கு மிகவும் விசுவாசமாயிருந்தார்.

வால்போல் விலகியதும் அடுத்த பிரதமர் பெல்சஹமிடமும் (இ.ச.க தொகுதி-5) அதே விசுவாசத்தைக் கவாண்டிஷ் காட்டினார். கவாண்டிஷ் 1748 இல் சார்லோட்டி பாயில் சீமாட்டியை மணந்தார். அச்சீமாட்டி இங்கிலாந்திலும்,அயர்லாந்திலுமிருந்து பெருஞ் சொத்துகளைச் சீதனமாகக் கொண்டு வந்த போது செல்வத்தையும் உடைமைகளையும் மேலும் பெருக்கினார். இருவரும் மகிழ்ச்சியோடு வாழ்ந்தனர். நான்கு மக்களைப் பெற்றனர். காவண்டிஷ் 1751 ஆம் ஆண்டு தன் தந்தையின் பெரும் பண்ணைகளில் ஒன்றின் பிரதிநிதியாகப் பிரிட்டனின் பிரபுக்கள் அவையில் இடம் பெற்றார். அவர் பிரிட்டிஷ் மன்னரின் ஆய்வுரையாளர் குழுவிலும் *(Privy Council)* ஓர் உறுப்பினரானார். அரண்மனையில் மேலாளருள் ஒருவராகவும் அமர்ந்தார்.

பெல்ஹமை அடுத்து அவருடைய அண்ணன் நியூகேசில் கோமகன் (இ.ச.க தொகுதி-6) பிரதமரானபோது, ஹார்டிங்டன் பிரபுவான காவண்டிஷ் அயர்லாந்தில் அரசப் பிரதிநிதியாக அமர்த்தப்பட்டார். கவாண்டிஷ் இந்நேரம் மனைவியை இழந்திருந்தார். அவர் அதற்குச் சிறிது காலத்தின் பின் பிரிட்டிஷ் உயர்குடியினரின் மேல்மட்டமான கோமகன் (டியூக்கு) என்ற உயர்நிலையை எய்தினார்.

நியூகேசிலின் அமைச்சு சிதறிக் கொண்டிருந்த வேளையில், அவர் கோமகன் ஆனார். அப்போது சார்லஸ் ஜேம்ஸ் பாக்ஸ் 1756 அக்டோபரில் அமைச்சர் பதவியைக் கைவிடவே, டேவன்சயர் கோமகனுக்கு அரசுச் செல்வாக்கும், அக்கட்சியில் புகழும் இருந்த காரணத்தினால், அவரைப் பிரிட்டனின் பிரதமராக்க வேண்டுமென்று மன்னருக்குப் பரிந்துரைக்கப்பட்டது. மூத்த பிட் (1708-1778) அமைச்சர் பதவியை ஏற்க இப்போது முன்வந்தார்.

எனவே மன்னர் டேவன்சயரிடம் ஐந்து நாள் இது குறித்துப் பேசிக் கேட்டுக் கொண்ட பிறகு ''வேலை பிடிக்காவிடில் நானாகவே விலகிக் கொள்வேன்'' என்று இரண்டாம் ஜார்ஜ் மன்னரை (1683-1760: ஆட்சிக் காலம் 1727-1760) எச்சரித்த பின் பிரதமர் பதவியை ஒப்புக் கொண்டார். அவர் 1756 நவம்பர் மாதத் தொடக்கத்தில் பிரதமரானார்.

அப்போது இந்தியாவிலும், அமெரிக்காவிலும் ஏழாண்டுப் போர் (1756-1763) மிக மோசமாக நடந்து கொண்டிருந்தது. அரசினால் சண்டை போடவோ, சந்து செய்து கொள்ளவோ முடியாது என்பது போல் அப்போது தோன்றியது. மூத்த பிட்டின் ஊக்கம் நிறைந்த மேதைத்தனம் இந்நிலையை எப்படியோ மாற்றிவிட்டது.

ஆனால் மூத்த பிட்டின் சூழ்ச்சித் திறமிக்க திட்டங்கள் பலன் தருமுன்னரே வருந்தத்தக்க ஒரு நிகழ்ச்சி நடந்தது. அட்மிரல் பைங்கு என்றவருக்கு 1757 ஏப்ரலில் மரண தண்டனை விதிக்கப்பட்டது. பிட் இதை வன்மையாக எதிர்த்து அரசிலிருந்து விலகி விட்டார்.

அட்மிரலின் மரண தண்டனைக்கு ஒப்புதல் தெரிவித்த பிரதமர் டேவன்சயருக்குப் பிட் தான் அரசில் இல்லாவிட்டால் தன் அமைச்சின் கதை முடிந்துவிடும் என்பது நன்கு தெரிந்துதானிருந்தது. ஆகவே டேவன்சயர் பதவி ஏற்ற ஒன்பது மாதங்களில், 1757 ஜூலை மாதம் பதவியிலிருந்து விலகிவிட்டார்.

பிட்டை மன்னருக்குப் பிடிக்காததாலும், டேவன்சயரைவிடப் பணமும் செல்வாக்கும் மிகுதியாகப் படைத்த நியூகேசில் பிரதமராக முயன்று கொண்டிருந்த தாலும், டேவன்சயரின் அரசு வெற்றியோடு செயல்பட முடியவில்லை. மேலும் டேவன்சயருக்குப் பிரதமர் பதவி மீது விருப்பமில்லை. டேவன்சயரின் உடல்நலம் சீர்கெட்டு வந்தது. அவர் தன் 44 ஆவது வயதில் 1764 அக்டோபர் மாதம் இறந்து போனார்.

1756

வரலாற்றுப் புள்ளிகள்

1. மதுரை பத்திரகாளியின் கண்ணொளி

தென் பரதம் நான்கு திக்குகளிலும் அரசியல், சமுகவியல், பொருளியல் போன்ற முனைகளில் அமைதியிழந்திருந்த இக்கால கட்டத்தில், முஸ்லிம் படைத் தலைவர் ஒருவர் மதுரையில் முற்றுப் பெறாதிருந்த இராயகோபுரம் என்ற மொட்டைக் கோபுரத்தின் மீது ஒரு பள்ளிவாசலைக் கட்ட முயன்றார். இச்செயலைக் கண்டிக்கும் வகையில் இந்த 1756 ஆம் ஆண்டு தை மாதம் 3 ஆம் நாள் காலை ஒரு மணிக்குக் கம்பத்தடிப் பத்திர காளியம்மனின் கண்களில் ஓர் ஒளி தொடர்ந்து இரண்டு நாளாக வீசியது என்று ஊர் மக்கள் கூடிக் கூடிப் பேசிக் கொண்டனர்.

2. கல்கத்தா மாதா கோயில் தீக்கிரை

ஜாப் சார்னோக்கு 1686 ஆம் ஆண்டு கல்கத்தாவை ஊக்ளி ஆற்றின் கரையில் நிறுவியபோது, அங்கு சர்ச்சு எதையும் கட்டவில்லை. ஒரு தனி மதகுரு மட்டும் எப்போதாவது அங்கு வந்து வழிபாடு நடத்துவார். எனவே இக்குறையைப் போக்குவதற்காக 1700 ஜூனில் ஒரு சர்ச்சைக் கட்டத் தொடங்கினார். இப்பணியைப் பெஞ்சமின் ஆடம்ஸ் என்றவர் ஏற்று நடத்தினார். கம்பெனியின் ஆட்சி மன்றக் குழு கட்டடச் செலவிற்கென்று 1000 ரூபாய் தந்தது. அத்துடன் அங்கு வாழ்ந்த பிரிட்டிசாரிடம் நிதிதிரட்டிப் பிராடு தெருவில் கட்டட வேலை நடந்தது.

கட்டடவேலை முற்றுப் பெற்று 1709 ஜூன் 5 அன்று புனித ஆன் பெயரால் இம்மாதா கோயில் அமைக்கப்பட்டது. அதற்கு 1712 இல் ஒரு கூர் கோபுரமும் கட்டினர். நவாபு சிராசுத் தௌலாவின் படையினர் வில்லியம் கோட்டையை இந்த 1756 இல் பிடித்த போது, இக்கோயில் தீக்கிரையாயிற்று.

3. 1756 இல் பிரஞ்சுப் பகுதி

பிரஞ்சுப் பகுதியில் வாழ்ந்த மக்கள் இக்காலகட்டத்தில் போரினால் சீரழிந்து போயிருந்தனர். விவசாயிகள் கால்நடைகளையும், விதைத் தானியங்களையும் இழந்திருந்தனர். முன்னர் பத்துக் குடும்பங்கள் வாழ்ந்த இடங்களில் எல்லாம் இப்போது ஒரே குடும்பமே இருந்தது. இருபது காணிகளை உழுது பயிரிட்ட குடியானவர்கள் பயிர் வைக்க ஒரு காணி கூட இல்லை.

மழை பொய்த்துவிட்டது. அடுத்து வந்த இலையுதிர் காலத்தில் கர்நாடகம் முழுமையும், எங்கும் அம்மை நோய் பரவியிருந்தது.

ஆயிரங் கண்ணுடைய முத்துமாரியம்மை எத்தனையோ வடிவங்கள் கொண்டு பல்வேறு இடங்களில் தோன்றினாள் என்று கதைகள் விளக்கின. நாட்டில் நிலவிய அச்சத்தையும் மனக் கிளர்ச்சியையும் அறிந்து கொள்ள இக்கதைகள் உதவுகின்றன.

ஆனந்தரங்கம் பிள்ளை தன் தினப்படி சேதிக் குறிப்பில் இவற்றையெல்லாம் குறித்து வைத்திருக்கின்றார்.

ஆடவர்கள் அம்மன் சாமி வந்து ஆடினர். மக்கள் நோன்பிருந்து காணிக்கை செலுத்தினர். மத உணர்ச்சிப் பெருக்கு எங்கும் நிலவியது. இந்நிலை 1756 ஜனவரி தொட்டு 1757 ஜூலை வரை இருந்து வந்தது.

4. எகிப்தியவியல் தோற்றம்

வடகிழக்கு ஆப்பிரிக்காவில் மத்திய தரைக் கடல், செங்கடல் ஆகியவற்றின் கரையிலுள்ள எகிப்திய நாட்டின் வரலாறு சுமார் 5000 ஆண்டுகளுக்கு முன்னரே தொடங்கி விடுகின்றது. ஆனால் அம்மாபெரும் நாகரிகத்தின் வரலாறுகளைக் கூறும் எழுத்துப் பொறிப்புகள் அறியப் படாதிருந்தமையால் பல நூற்றாண்டுகளாக அதன் தொன்மையும், சிறப்பும் அறியப்படாதிருந்தன.

வரலாற்றுத் தந்தையான ஹீரோடாட்டஸ் (கி.மு.485-425, எகிப்தின் நான்காவது அரச குடியை (2613-2494 கி.மு.) சேர்ந்த கியோப்ஸ் என்ற மன்னர் எகிப்தின் வடகிழக்கே நைல் ஆற்றின் கரை மீது கெரோ நகரின் எதிரேயுள்ள கிசா என்ற நகரத்தில் கட்டுவித்த மிகப் பெரிய பிரமிடில் பொறித்திருந்த செய்திகளை மொழிபெயர்ப்பாளர் ஒருவர் படிக்கக் கேட்டு, அதை எழுதி வைத்திருக்கின்றார். அவர் அந்நாட்டையும் அதன் மக்களையும் பற்றி விரித்து எழுதியிருந்த வேளையில், எகிப்தியரின் எழுத்தைப் பற்றிச் சரியாக எதுவும் சொல்லவில்லை. அவர் அதை எகிப்தியரின் ''புனித எழுத்து'' *(Hieroglyphs)* என்று சொல்லாமல், பொதுப்படையாகக் கூறிவிட்டார். அவர் அந்த எழுத்தின் புற வடிவம் பற்றியும், அதன் கட்டமைப்பு, உண்மை ஆகியன குறித்தும் எதுவுமே கூறவில்லை. அப்புனித எழுத்துக்களில்தான் எகிப்தியரின் மிகத் துல்லியமான வரலாற்றுச் செய்திகள் பேசாக் கற்சித்திரங்களாகப் பல நூற்றாண்டுக் காலம் இருந்து வந்தன.

எனினும் எகிப்தைப் பற்றிய துறையாகிய எகிப்தியவியல் குறித்துக் கி.பி. நான்காம் நூற்றாண்டில் கிரேக்க - எகிப்தியரான ஹோரப்போலோ (Horapollo of Nilopolis) தொடங்கி வைத்த ஆராய்ச்சித் தூண்டுதலுக்குப் பிறகு, அத்துறை பற்றி அக்கறை செலுத்தியோர் கி.பி.பதினேழாம் நூற்றாண்டில் தான் தோன்றுகின்றனர். எகிப்து மேலையுலகுடன் ஆயிரம் வழிகளில் உறவு கொண்டிருந்த நிலை கி.பி.638 ஆம் ஆண்டிற்குப் பிறகு முற்றிலும் அற்றுப் போனது. அரபுகள் அந்த ஆண்டில் எகிப்தை வெற்றி கொண்டு விட்டனர்.

இந்நிலையில் எகிப்தியப் பிரமிடுகள், ஸ்பிங்ஸ் போன்ற நினைவுச் சின்னங்களும் அவற்றின் மீது பொறித்திருந்த சித்திர எழுத்துகளும் பலவிதமான கற்பனைகளை மட்டுமே தோற்றுவித்தன. அவை ஐயாயிரமாண்டுகள் வரை செல்லக் கூடிய நெடிய வரலாற்றைத் தம்முள் பொதித்து வைத்திருந்ததை யாரும் அறியவில்லை.

பதினேழாம் நூற்றாண்டில் இப்புனித எழுத்துக்களைப் படிக்கும் முயற்சியில் ஏசு சபைத் துறவியான அதனாசியஸ் கிர்ச்சர் ஈடுபட்டார். எனினும் முன்னோடியான அவரது ஆய்வுப் பணி, பொருத்தமற்ற முறையில் ஏளனத்திற்குள்ளானது. அதனால் எகிப்தியவியல் மீண்டும் சிறிது காலம் இருளில் மூழ்கியிருக்க நேர்ந்தது.

அவ்விருளைப் போக்கும் ஒளிக் கீற்றுகள் இந்தப் பதினெட்டாம் நூற்றாண்டில் தோன்றத் தொடங்கின. இத்தகைய நிலையில் சீனவியலாரான ஜோசப் தெ கியூகனஸ் என்பார், பிரஞ்சுக் கல்லெழுத்தியல் கழகத்தில் *1756* நவம்பர் *14* அன்று உரை நிகழ்த்திய போது, எகிப்தில் குடியேறிய மக்கள் சீனரே என்று கூறினார்.

எனினும் ஆக்கமான கருத்துகள் பதினெட்டாம் நூற்றாண்டில் எகிப்தியவியலில் உண்டாயின. இத்தொல்லெழுத்தின் புதிரை விடுவிக்கும் காலம் வெகுவிரைவில் வரப் போகின்றது.

5. ஏழாண்டுப் போர் (1756-1763)

இந்த *1756* தொடங்கி *1763* இல் முடிவுற்ற ஏழாண்டுப் போர் ஏன் நிகழ்ந்தது? வட அமெரிக்காவின் கிழக்குக் கரை மீதிருந்த மிகப் பெரிய பிரஞ்சுக் குடியேற்றமான கியூபக்கையும், அதன் தென்பகுதியில் மெக்சிக்க வளைகுடாவிலுள்ள லூயிசியானாவையும் இணைத்து அமெரிக்கக் குடியேற்றங்களை சுற்றி வளைப்பதற்காகப் பிரஞ்சுக்காரர் அரண்களைக் கட்டினர். அவ்வரண்களைத் தகர்க்கும் எண்ணத்துடன் இந்தப் போர் தொடங்கியது. இப்போரில் இங்கிலாந்தும், பிரஷியாவும் சேர்ந்து, ஆஸ்திரியா, பிரான்ஸ், சுவீடன், சாக்சனி ஆகிய நாடுகளைத் தோற்கடித்தன. அதனால் பிரஷியா ஐரோப்பாவில் தன் வல்லாண்மையை நிலைநாட்டியது.

1756

பிரிட்டனுக்கு ஒகையோ பள்ளத்தாக்கிலிருந்த (ஓகையொ வட அமெரிக்காவின் மையப் பகுதியில் உள்ளது) பிரஞ்சுக் கோட்டைகள் மட்டுமன்றிக் கனடா முழுமையும், மேற்கிந்தியத் தீவுகள், பிலிப்பைன்ஸ், இந்தியாவிலும் பல பகுதிகள் முதலியன கிடைத்தன. பிரிட்டன் இப்போரின் விளைவாக மாபெரும் ஏகாதிபத்திய, காலணி ஆதிக்க வல்லரசாக எழுச்சி பெற்றது. பிரிட்டனின் சமூக வாழ்க்கையில் இந்திய நவாபுகளைப் போன்ற செல்வமும், செல்வாக்கும் பெற்ற வெள்ளை நவாபுகள் தோன்றினர். அவர்கள் தான் நினைத்தபடி இந்தியாவில் தான் நினைத்த மூப்பாக நடந்து கொள்ளலாயினர்.

இப்போரை மூத்த பிட் என்ற வில்லியம் பிட் *(1708-1778)* நடத்தினார். இப்போரை நிறுத்தவேண்டுமென்ற கொள்கையை ஜான் ஸ்டூவட் பூட் (மூன்றாவது பூட் ஏள், *1713-1782:* இவர் *1762-1763* காலத்தில் பிரிட்டிஷ் பிரதமாயிருந்தவர்) பின்பற்றினார். மக்கள் செல்வாக்குப் பெற்ற பிட், அமைச்சரவையில் தலைகுனியுமாறு செய்யப்பட்டார். அதனால் அவர் பதவியிலிருந்து விலகினார். வேல்ஸ் இளவரசியின் காதலர் என்று நம்பப்பட்ட பூட்டை மன்னர் *1762* ஆம் ஆண்டு பிரதமராக்கினார்.

6. மயோனைஸ் கண்டுபிடிப்பு

இது மஞ்சள் கரு, எண்ணெய், வினிகர் அல்லது எலுமிச்சைச்சாறு சேர்த்துச் செய்யப்படும் சுவைப் பொருள். இது சாலடுகள் எனப்படும் பச்சடிகள், முட்டை ஆகியவற்றோடு உண்ணப்படும். பிரஞ்சுக் கோமகனான ரிஷ்லு புதுமையான விருந்துகளைத் தருவதில் பெயர் பெற்றவர். அவர் விருந்திற்கு வருபவர்களை அம்மணமாக வருமாறு கூட அழைப்பதுண்டு. அவர் இந்த ஆண்டு மயோனைஸ் என்ற

சுவைப் பொருளைக் கண்டுபிடித்தார். மேற்கு மத்திய தரைக் கடலிலுள்ள மஜோர்க்கா என்ற தீவின் வடகிழக்கிலிருக்கும் மைனோர்க்கா என்ற இன்னோரு தீவின் பெயரிலிருந்து அதன் பெயர் பிறந்திருக்கலாம் என்பர்.

7.போர்க் கொள்ளைகளில் பங்கு

பிரிட்டிசார் இந்தியாவில் நடத்திய பல்வேறு சண்டைகளில் ஊர்களைப் பிடிக்கும் போது அங்கு பரிசுப் பணம் பெறுவதையும், கொள்ளையடிப்பதையும் வழக்கமாகக் கொண்டிருந்தனர். இதுவே இக்காலத்து இந்தியாவில் நடக்கும் சண்டைகளில் வழக்கமாக இருந்தது. அதைப் பிரிட்டிசார் பின்பற்றினர். இவ்வாறு பெறுகின்ற பொருள்கள் இன்னின்னாருக்கு எவ்வளவு என்று உயர் படைத் தலைவரிலிருந்து அடி நிலைப் போர் வீரர் வரையிலும் தகுதிக்கு ஏற்றாற்போல் பிரித்துத் தரப்பட்டன.

8. இந்தியவியல் முன்னோடிகள்

இந்தியாவின் பண்டைப் பெருமையை எடுத்தியம்பும் இலக்கியம், கலைவடிவங்கள், கல்வெட்டு, வரலாறு முதலியவற்றை வெளிப்படுத்திய முன்னோடியான சர் வில்லியம் ஜோன்ஸ் (1746-1794) வங்க ஆசியச் சங்கத்தை 1784 ஆம் ஆண்டு தொடங்கியதற்கு முன்னரே, இத்துறையில் தொடக்கம் செய்த முன்னோடிகளில் சிலரைப் பற்றிய செய்திகள் இப்புள்ளியில் இங்கு தரப்படுகின்றன.

சமயச் சார்போ, அரசியல் சாய்வோ இன்றி இந்தியாவைப் பற்றிய ஆய்வை முதன்முதலில் ஜான் மார்ஷல் என்ற கிழக்கிந்தியக் கம்பெனி ஊழியர் தொடங்கினர் என்று கூறினாலும், அவர் மூர்சிதாபாது மாவட்டத்தின் காசிம் பசார் என்ற இடத்திலிருந்த கம்பெனிப் பண்டசாலையில் பணியாற்றி வந்தார். (மூர்சிதாபாது கல்கத்தாவின் வடக்கே சுமார் 180 கிலோ மீட்டரில் உள்ளது. இது மூர்சிதாபாது முடியரசின் தலைநகராக 1704 ஆம் ஆண்டு நிறுவப்பட்டது. இதனருகிலுள்ள பிளாசியில் 1757 ஆம் ஆண்டு நடந்த சண்டைக்குப் பிறகு ஆங்கிலேயர் மூர்சிதாபாதைப் பிடித்து கொண்டதிலிருந்து அந்நகரம் தான் பிரிட்டிஷ் இந்தியாவின் ஆட்சி நிர்வாக மையமாய் விளங்கிற்று. கவர்னர் ஜெனரல் 1773 முதல் 1834 வரை மூர்சிதாபாதில் இருந்தார்.)

ஜான் மார்சலைப் பற்றி நமக்கு அதிகம் தெரியவில்லை. எனினும் அவர் 1668, 1671 ஆகிய ஆண்டுகளுக்கு இடைப்பட்ட காலத்தில் பாகவத புராணத்தை (இ.ச.க.தொகுதி-1) ஆங்கிலத்தில் மொழிபெயர்த்து இங்கிலாந்திற்கு அனுப்பினார். அது பிரிட்டிஷ் மியூசியத்தில் இடம் பெற்றது. ஆனால் கிழக்கிந்தியக் கம்பெனி வணிகர்கள் கீழை நாட்டுப் பாடல்களின் சிறப்பை அளந்தறிவதைவிட, வாணிபத்திற்குகென்று வரும் துணிகளையே தம் ஊழியர்கள் அளக்க விரும்பியதால், ஜான் மார்சலின் பணி அதன் பிறகு தெரியவில்லை. அதன் பிறகு கிட்டதட்ட ஒரு நூற்றாண்டு கழித்துதான் இங்கிலாந்தில் இந்தியவியல் ஆய்வு தொடங்கியது. இப்போது அத்துறையில் மார்சலுக்குப் பிறகு அடுத்த முன்னோடியாக அமைந்தவர் ஜான் செஃபனையா ஹோல்வல் (1711-1798) என்பதை முன்னர் குறிப்பிட்டிருந்தோம். இவர் கல்கத்தா இருட்டறை நிகழ்ச்சியுடன் தொடர்படுத்திக் கூறப்படினும், நன்கு கற்றறிந்தவர் என்று தோன்றுகின்றது. அவர் பணிபுரிய வந்திருந்த புது நாடும், அங்கு காணப்பட்ட புதுமையான மக்களும், அவரது ஆர்வம் மிகக் காரணமாயினர் என்பதை அறிகின்றோம்.

அதன் பலனாக அவர் மிக நீண்ட தலைப்பையுடைய ஒரு நூலை எழுதினார்.

Interesting Historcial Events, relative to the provinces of Bengal and the Empire of Indostan. As also the mythology and Cosmogony and festivals of the gentoos, followers of the Shastan, and a metempsychosis commonly though erroneously called the pythagorean Doctrine.

அவர் இதன் பிறகு 1786 இல் இந்தியரின் சமயத்தையும், சமய வழிபாட்டையும் பற்றி இன்னொரு நூல் எழுதினார்.

இந்தியா பற்றி ஐரோப்பியரின் நோக்கிற்கு ஹோல்பல் இரண்டு பரப்புகளில் பெரும் பங்காற்றியுள்ளார். அவர் இந்திய மக்களுடைய மாபெரும் தொன்மையை நிலை நாட்டினார்; இரண்டாவதாக இந்தியாவையும், அதன் பண்பாட்டையும் அறிவதற்கு ஐரோப்பியர் கையாண்டு வந்த தர முறைகளையன்றி, வேறு ஒரு முறையை ஹோல்வல் வலியுறுத்திக் காட்டினார்.

இந்தியா பழஞ் சிறப்பு வாய்ந்த நாடு என்று உரிமை கொண்டாடுவது என்பது உலக வரலாறு பற்றிய கிறித்தவ நோக்குடன் என்னதான் ஒத்திசைந்து போகாவிடினும், இந்தியாவின் பழஞ்சிறப்பை எளிதாக ஒதுக்கி விட முடியாது என்பதை அவர் ஆணித்தரமாக எடுத்து வைத்தார்

இந்தியாவைப் பற்றிய ஆய்வுகளில் ஈடுபடுகையில் மாறுபட்ட அல்லது புதிய நோக்கு வேண்டும் என்றும் ஹோல்வல் கூறினார்.

9. இராபட் கிளைவு தலைமைத் தளபதி

கர்னல் இராபட் கிளைவு பிரிட்டிஷ் இந்தியாவின் மூன்றாவது தலைமைத் தளபதியாக அமர்த்தப்பட்டார். கிழக்கிந்தியக் கம்பெனியில் 1743 ஆம் ஆண்டு எழுத்தராகப் பணிபுரிய வந்த கிளைவு மிகக் குறுகிய பதின்மூன்றாண்டுக் காலத்திற்குள் இந்த உயர்ந்த பதவியைப் பெற்றார். அவர் 1756 டிசம்பர் 28 அன்று இப்பதவியில் அமர்ந்தார்.

10. கவுண்ட் லாலி அரசப் பிரதிநிதியானார்

இந்த 1756 இல் தொடங்கிய ஏழாண்டுப் போரானது, இந்தியாவில் பிரிட்டிசாருக்கும், பிரஞ்சுக்காருக்குமிடையில் நடந்து வந்த மேலாதிக்கத்தின் போட்டியின் மூன்றாவது கட்டத் தொடக்கமாயிற்று.

பிரஞ்சுப் படைத்தலைவரான லாலி பிரபு பிரஞ்சு இந்தியாவில் பிரஞ்சு மன்னரின் மேல் அதிகாரம் கொண்ட அரசப் பிரதிநிதியாக 1756 இல் அமர்த்தப்பட்டார். புதுச்சேரி ஆட்சி நிர்வாகத்தைச் சீர்படுத்தவும் பிரிட்டிசாரை இந்தியாவை விட்டு விரட்டவும் மேலான அதிகாரங்ளை லாலி பெற்றிருந்தார்.

லாலி வீர மிக்கவர்; நேர்மையானவர்; ஜெனரல் என்ற பெரும்புகழ் பெற்றவர். ஆனால் அடங்காச் சினம் கொள்ளக்கூடியவர். இவர் பிறர் கூறும் ஆலோசனைகளை ஏற்பதில்லை. அவரது கடியைவிடக் குரைப்புத்தான் பயங்கரம் என்பர்.

ஆனால் இவர் இந்தியா வந்து சேர்வதற்குள், கிளைவு பிளாசி வெற்றியையடுத்துச் சந்திர நாகூரைப் பிடித்து விட்டமையாலும், வங்கம் முழுமையும் பிரிட்டிசார் கைக்கு வந்துவிட்டதாலும், பிரஞ்சுக்காரரருக்கு முற்றிலும் விரோதமான சூழல் உருவாகி விட்டது. அவர் 1756 இல் அரசப் பிரிதியாக அமர்த்தப்பட்ட போதிலும் 1758 ஆம் ஆண்டுதான் இந்தியா வந்து சேர்ந்தார்.

1757

அரசியல்

    நெல்லைச் சீமையில் பாளையக்காரர் கிளர்ச்சி

    பிரிட்டீசு வலையில் வங்கம் - பிளாசிக் களத்தில் வெற்றி

    கிளைவு - கூட்டே பூசல்

கலை இலக்கியம்

    இலண்டன் நூலகம் பிரிட்டீசு மியூசியத்திற்கு மாற்றம்

தொழில், வேளாண்மை, வாணிபம்,

    இந்தியத்தில் உள்நாட்டு வாணிபம்

    வட ஐரோப்பியத்தில் உருளைக் கிழங்கு

இராணுவம், போர்

    போப்பிலிப் போர்

    காவேரிப்பாக்கம் பிரஞ்சுக்காரர் பிடித்தல்

    டி லென்னாய் ஜெனரலாக உயர்வு

வரலாறு

    அனந்தப்பூர் வரலாறு

பிறப்பு

    லஃபாயத்து - பிரஞ்சு அரசியல் தந்திரி, படைத்தலைவர் (1757 -1834)

    ஜார்ஜ் வான்கூவர், ஆங்கிலக் கடலோடி (1757 -1798)

1757

1. நெல்லைச் சீமையில் பாளையக்காரர் கிளர்ச்சி

மதுரையின் ஆளுநராயிருந்த மகஃபூஸ் கான் அங்கு முற்றிலும் தன் மேலாண்மையை நிலை நாட்டுவதற்காகப் பாளையக்காரர்களுடன் சேர்ந்து கொண்டார். அவர் நாயக்கர்களுக்குப் பழைய பெருமையை மீண்டும் தருவதாகக் கூறினார். சென்னை ஆளுநர் பிகாட் பிரபு, அவரை ஆர்க்காடு கொண்டு சென்று அங்கு அவருக்கு தகுந்த பதவி தர முயன்றும் பலன் ஏற்படவில்லை. பூலித் தேவருக்கு ஆழ்வார் குறிச்சி, அம்பாசமுத்திரம், பாப்பான் குளம், ரங்கசமுத்திரம் ஆகிய ஊர்களைக் கொடுத்து, அவர்களுடன் நெருக்கமாக மகஃபூஸ் கான் ஒட்டிக் கொண்டார். இந்நிலையில் பாளையக்காரர்கள் தம்மால் எவ்வளவு முடியுமோ, அவ்வளவு நிலப்பரப்பைத் தம் பாளையங்களோடு சேர்த்துக் கொள்ளப்பார்த்தனர். ஆர்க்காட்டு நவாபையும், கம்பெனியையும் எதிர்க்கும் இந்தக் கிளர்ச்சியில் பொதுவான கொள்கை எதுவுமில்லை. எரிகின்ற வீட்டில் பிடுங்கியது ஆதாயம் என்ற இரக்கமற்ற தந்நலப் போக்குதான் இருந்தது.

இந்த 1757 இல் பாளையக்காரர் கிளர்ச்சி ஜனவரி மாதம் வெடித்தது. அவர்களின் படையில் 1000 குதிரை வீரரும், 10,000 படை வீரரும் இருந்தனர். இப்படை நாடெங்கும் நாசத்தை உண்டாக்கிக் கொண்டே பாஞ்சாலங் குறிச்சியை அடைந்தது. (பாஞ்சாலங்குறிச்சி இன்று சிதம்பரனார் மாவட்டத்தில், கோயில்பட்டி வட்டத்தில், ஒட்டப்பிடாரத்தினருகே சிற்றூராயிருக்கின்றது. ஒட்டப்பிடாரத்திலிருந்து பாஞ்சாலங்குறிச்சி இரண்டு கிலோ மீட்டர்) பாஞ்சாலங்குறிச்சியில் கட்டபொம்மனின் படையினர் 4000 பேர் சேர்ந்து கொண்டனர். தீத்தாரப்ப முதலியாரின் கட்டு திட்டமற்ற படைகளினால் இந்தப் படையை எதுவும் செய்ய முடியாது போயிற்று.

எட்டயபுரம் நடுநிலை வகித்தது. மகஃபூஸ்கானும், பூலித்தேவரும் எட்டயபுரத்தாரை அழைத்துக் கிளர்ச்சியில் சேர்ந்து கொள்ளுமாறு கூறினர். அவர் மறுத்தமையால் எட்டயபுரம் பகுதிகள் நாசமாகப்பட்டன. எட்டயபுரத்தை அழித்தனர். இங்கு கொள்ளையடித்த பொருள்கள் பூலித் தேவரின் நெற்கட்டுஞ்செல்வலுக்குக் கொண்டு செல்லப்பட்டன.

கான் சாகிபு சீவில்லிபுத்தூரிலிருந்து முன்னேறிக் கிளர்ச்சிப் படைகளை இடைமறிக்க முயன்றது நடக்கவில்லை. இதனிடையே வட கரைப் பாளையக்காரர்களின் கடையநல்லூர், தங்கச்சி, சங்கரன் கோயிலில் ஒரு பகுதி ஆகியவற்றைக் கான் சாகிபு கைப்பற்றினார். திருவிதாங்கூர் மன்னர் இந்தக் கொள்ளையில் வள்ளியூரைப் பிடித்துக் கொண்டார்.

நெல்லைச் சீமையெங்கும் கலகம் பரவியதால், அதன் பெரும்பகுதி மகஃபூஸ் கான் கையிலும், அவருடைய கூட்டாளிகளின் ஆதிக்கத்திலும் வந்துவிட்டது. நவாபின் படைகளும், கம்பெனிப் படைகளும் கிளர்ச்சியை அடக்க முடியாது குறிப்பிட்ட வலுவான சில இடங்களில் திண்டாடிக் கொண்டிருந்தன.

கான் சாகிபு சீவில்லிபுத்தூரிலிருந்தார். அவர் கையில் திருநெல்வேலிக் கோட்டை இருந்தது. அவர் சிவகிரி, சாத்தூர் ஆகிய இடங்களில் பாளையக்காரர் உதவியுடன்

ஆழ்வார் குறிச்சியைத் தாக்கிக் கிளர்ச்சிக்காரர்களை விரட்டினார். காலை ஏழு மணிக்குத் தொடங்கி பொழுது சாயும் வரை நடந்த இச்சண்டையில், கான் சாகிபு கிளர்ச்சிக் காரர்களுக்குப் பெரிய தோல்வியை உண்டாக்கி 300 பேரைக் கொன்றார். பூலித்தேவரின் இரண்டு தளபதிகள் இறந்தனர். வடகரைப் பாளையக்காரரான சின்னத் தேவர் ஒருகாலை இழந்தார். கிளர்ச்சிக்காரர்களுடன் சேர்ந்த ஒருவரின் பாளையமான சிங்கம்பட்டியைக் கான் சாகிபு பிடித்தார்.

மதுரைக் கோட்டை வீழ்ச்சி

கம்பெனிப் படையும், ஆர்க்காட்டு நவாபின் படையும் பாளையக்காரர் கிளர்ச்சியை ஒடுக்குவதற்கு உதவியாகப் பிகாட் பிரபு திருச்சிராப்பள்ளியிலிருந்து ஜான் கைலாடு என்பவரின் தலைமையில் 1757 பிப்ரவரி 23 அன்று ஒரு பெரும்படையை அனுப்பினார். இப்படை புதுக்கோட்டைத் தொண்டைமான் படையுடன் சேர்ந்து தெற்கே புறப்பட்டது. கள்ளர்கள் மதுரை செல்லும் வழியில் நத்தம் கணவாய்களை அடைந்திருந்தமையால் கம்பெனிப் படை இராமநாதபுரம் வழியாக நெல்லை சென்றது.

கைலாடு நெல்லையில் சிறிதுகாலம் இருந்து, அங்கு நிலையைச் சீர்செய்த பின்னர் கான் சாகிபுடன் சேர்ந்து மதுரையை நோக்கிப் புறப்பட்டார். ஏனெனில் கம்பெனிப் படையிடம் உணவுப் பொருள் கையிருப்புச் சுருங்கியது. மழைகாலமானதாலும் படைகளால் செயல்பட முடியவில்லை. மேலும் மைசூராரும், பிரஞ்சுக்காரரும் சேர்ந்து மதுரையைத் தாக்கலாம் என்ற நிலைமையும் இருந்தது.

அதனால் கம்பெனிப்படை மதுரையை நோக்கிப் புறப்பட்டது. அவர்கள் வழியில் சோழவந்தானைப் பிடித்துக் கொண்டனர். கம்பெனிப்படை மதுரையைத் தாக்கலாம் என்று அஞ்சிப் பரக்கத்துல்லாவும், நபிகான் கட்டாக்கும் குன்றுகளைத் தாண்டி வடக்கே விரைந்தனர். கம்பெனிப் படையினர் மதுரையின் எதிரே தண்டு இறங்கினர்.

மதுரைக் கோட்டை

மதுரைக் கோட்டைக்கு இரண்டு சுற்றுச் சுவர்களும் இடைவெளிவிட்டுச் சதுரமான காவற் கோபுரங்களும் உள்ளன. உள்சுவரின் உயரம் 22 அடி.ஆனால் இவ்விரு சுவர்களும் சரியாகப் பாதுகாக்கப்படவில்லை. தகுந்த காவலும் அங்கில்லை. இருப்பினும் இரண்டு சுவர்களுக்கும் நடுவே முள் செடிகள் வளர்ந்து புதர்களாக மண்டியிருந்தன. பெரும்பாலான இடங்களில் மனிதர் நடந்து செல்ல முடியாதபடி புதர்கள் அடர்ந்திருந்தன. ஆனால் புதர் மண்டாத ஒரு சிறு இடத்தில் இருந்த வாசல் சரியாகக் காவல் காக்கப்படாதிருந்ததைக் கைலாடு கண்டுபிடித்துவிட்டார். அந்த இடம் கோட்டையின் மேற்குப் பக்கத்தில் இருந்தது.

ஏப்ரல் 29 அன்று நன்கு இருட்டியதும் படையணி கால்நடையாகவே சென்று குறிப்பிட்ட இடத்தையடைந்து, அங்கு ஏணி வைத்து முதல் சுவரின் மீது ஏறினார். எல்லாம் திட்டமிட்டபடி நடந்தன. வீரர்கள் உள்சுவரை நோக்கிச் சென்றனர். இச்சிப்பாய்களில் ஒருவருடன் வந்து கொண்டிருந்த நாய், துணிச்சலான இம்முயற்சியைக் கெடுத்துவிட்டது. அந்நாய் மெதுவாகக் குரைத்தது.

உடனே கோட்டைக்குள்ளிருந்த நாய் பதிலுக்குக் குரைத்துவிட்டது. கோட்டைக்குள்ளிருந்த கிளர்ச்சிக்காரர்கள் விழிப்படைந்து கந்தக விளக்குகளை ஏற்றிக்

1757

கொண்டு, ஊடுருவியர்கள் மீது வில்லேற்றி அம்புகளைச் சரமாரியாகப் பொழிந்தனர்; சிலர் துப்பாக்கியாலும் சுட்டனர். இந்தக் குழப்பத்தினால் கைலாடின் படையினர் ஆள் சேதமின்றிப் பின் வாங்க நேர்ந்தது. கைலாடு இதன் பிறகு திருச்சிராப்பள்ளிக்குச் சென்று விட்டார்.

கைலாடு சென்றதும் கிளர்ச்சிக்காரர்கள் நெல்லைச் சீமையில் கொலையிலும், கொள்ளையிலும் ஈடுபட்டனர். கம்பெனிப் படை தொடர்ந்து முற்றுகையிட்டது. கிளர்ச்சிக்காரர் ஜூலை 9 அன்று கோட்டைக்குள்ளிருந்து வெளிவர முயன்று தோற்றனர். கம்பெனிப் படை கோட்டைச் சுவர்களைத் தகர்க்க முயன்றது. கைலாடு திரச்சிராப்பள்ளியிலிருந்து திரும்பியதும், கோட்டைச் சுவரின் ஒரு பகுதி தகர்க்கப்பட்டது.

இதையறிந்த கிளர்ச்சிக்காரர்கள் அடுத்தடுத்துவந்த தாக்குதல்களை உறுதியாக எதிர்த்து நின்றனர். வெடிமருந்து நிரப்பிய பைகளில் தீ வைத்து முற்றுகையிட்ட படை மீது வீசினர். இதனால் கம்பெனிப் படைக்குப் பெருத்த ஆள்சேதம் ஏற்பட்டது. எனவே இந்த இரண்டாவது தாக்குதலும் தோற்றது.

ஆனால் முற்றுகை நீடித்தது. கான் சாகிபும் கைலாடும் சேர்ந்து மறவர் நாட்டு மன்னர்கள், முதமையா,பாஞ்சாலங்குறிச்சி, சிவகிரி, எட்டயபுரம், சாத்தூர் ஆகிய பாளையங்களின் தலைவர்கள் முதலானோரைத் தம் பக்கம் இழுத்து விட்டனர். இக்கிளர்ச்சி எண்ணிய பலனைத் தராது என்ற கருத்தில் மேற்சொன்னவர்கள் கம்பெனியார் பக்கம் சாய்ந்திருக்கலாம். கட்டபொம்மன் தன் படை வீரரில் 1000 பேரைக் கான் சாகிபின் கீழ்நின்று போர் செய்வதற்காக அனுப்பினார். முதமையா நத்தத்துக் கள்ளர்களைத் தன்னோடு சேர்த்துக் கொண்டு வந்தார். நேற்றைய எதிரிகள் இன்றைய நேசராயினர்.

பரக்கத்துல்லா தனக்குத் திருநெல்வேலியிலிருந்து அல்லது மைசூரிலிருந்து உதவிக்குப் படை வருமென்று எதிர்பார்த்துத் தொடர்ந்து மதுரைக் கோட்டையைக் காத்து நின்றார். ஆனால் அவருக்கு அங்கிருந்து எந்த உதவியும் வரவில்லை. எனவே

தனக்குப் பதினைந்து இலட்ச ரூபாய் தந்தால், மதுரைக் கோட்டையைச் சரணடையச் செய்து விடுவதற்குப் பரக்கத்துல்லா முன் வந்தார். இது குறித்துப் பேரம் நடந்தது. கடைசியில் அவருக்கு 1,70,000 ரூபாய் கொடுத்து உடன்பாடு கண்டனர். கிளர்ச்சிக்காரர் படை 1757 செப்டம்பர் அன்று மதுரைக் கோட்டையை விட்டு வெளியேறியது.

இதனால் கிளர்ச்சிக்காரர்கள் மதுரைச் சீமையில் பிடி தளர்ந்தனர். அவர்களுக்குக் கள்ளர் நாட்டுடன் இருந்த தொடர்பும் அறுந்தது.

மகஃபூஸ் கான் பாளையங்கோட்டை முற்றுகையைக் கைவிட்டு மேற்குப் பகுதியில் பாளையங்களுக்குள் ஓடிவிட்டார்.

மதுரை மீது ஐதரலி படையெடுப்பு தோற்றது

கம்பெனிப் படைத் தலைவர் கைலாடு 1757 அக்டோபரில் மதுரையை விட்டுச் சென்னைக்குப் புறப்பட்டதும், ஐதரலி பாளையக்காரர் கிளர்ச்சிக்கு ஆதரவாக மதுரை மீது படையெடுத்தார். அவர் சோழவந்தானைக் கைப்பற்றிய பின்னர் மதுரைக் கோட்டையைத் தாக்கினார். அது கடினம் என்பதைக் கண்டதும் மதுரைச் சீமையைக் கொள்ளையடித்தார்.

கம்பெனியின் நாட்டுப்படைத் தலைவர் கான் சாகிபு தன்னை நெருங்கி வருகின்றார் என்பதை ஐதரலி அறிந்ததும், நத்தத்தில் நின்றுவிட்டார். கான் சாகிபு நத்தத்தில் மைசூர்ப் படையைத் தாக்கி, ஐதரலியைத் திண்டுக்கல்லுக்குப் பின் வாங்கச் செய்தார். ஐதரலி இத்தோல்வியினால் கடுஞ் சினங் கொண்டு, மீண்டும் பழிவாங்கத் துணிந்தார்.

2.பிரிட்டிசார் வலையில் வங்கம் : பிளாசிக் களத்தில் வெற்றி

பிரிட்டிசார் கல்கத்தாவைப் பிடித்து விட்ட பிறகு, வங்க முழுவதன் மீதும் படையெடுக்கக் கூடும் என்று சிராசுத் தௌலா கருதினார். ஆங்கிலேயர் கிழக்கு வங்கத் தலைநகரான தாக்கா மீதும் பாயத் திட்டமிடுவதாகக் கூறப்பட்டது. சிராசுத் தௌலா கல்கத்தாவிலிருந்து சுமார் 300 கிலோ மீட்டரிலிருந்த மூர்சிதாபாதிலிருந்து கொண்டு, நடப்பவற்றையெல்லாம் கவனித்து வந்தார். எதிலும் முடிவெடுக்க முடியாத நவாபு சீற்றமும், அச்சமும் மாறி மாறித் தோன்றத் தத்தளித்தார்.

நவாபு ஆங்கிலேயருடன் புதிதாக ஓர் உடன்படிக்கை செய்வதற்கு ஆயத்தமாக இருந்த போதிலும், தன் அதிகாரத்தை நேரடியாக எதிர்த்து நின்றவர்களைத் தண்டிக்காமல் விடலாகாது என்று கருதலானார். உடனே 20,000 குதிரை வீரரும், 30,000 காலாள் படையினரும் அடங்கிய பெரும் படையைத் திரட்டினர்.

கிளைவிடமோ 39 ஆவது காலாள் படைச் சேர்ந்த 250 பேரும், கம்பெனியில் ஐரோப்பியர் அடங்கிய படையினரில் 750 பேரும், 1,500 சிப்பாய்களும் இருந்தனர். அதாவது 50,000 பேரை எதிர்க்க 2500 பேர்.

கிளைவு இதனிடையே, சிராசுத் தௌலாவுடன் பேச்சு நடத்தி அமைதியான முறையில் தீர்வுகாண முயன்றார். கிளைவு எவ்வளவு விரைவில் சென்னை திரும்ப முடியுமோ, அவ்வளவு விரைந்து புறப்படத் துடித்துக் கொண்டிருந்தார். அவர் அட்மிரல் வாட்சனைப் போன்று நவாபின் பேச்சை நம்பவில்லை.

நவாபு 1757 பிப்ரவரி 4 அன்று வில்லியம் கோட்டையின் வாசலில் வந்து நின்றார். கிளைவின் சிறுபடையை முற்றிலும் தொடர்பில்லாமல் துண்டித்துவிடும் ஆபத்தை உண்டாக்கினார்.

நவாபு மெய்யாகவே அமைதியான முறையில் தீர்வு காண விரும்புவாரேயாகில், கம்பெனியின் இடத்திலிருந்து தன் படைகளோடு அவர் வெளியேற வேண்டுமென்று இரு தூதுவர் வழியே கிளைவு நவாபிடம் சொல்லி அனுப்பினார். நவாபு அவர்களைப் பார்க்கவே விரும்பவில்லை. அவர்கள் உயிர் தப்பியது அவர்களின் அதிர்ஷ்டமாகும்.

நவாபு அமைதியான முறையில் தீர்வு காண விரும்பாது, கூடிப் பேசலாம் என்று கூறிக் கொண்டு, அந்நேரத்தைத் தன் நிலையை வலுவாக்கவும், கிளைவை வலுவிழக்கச் செய்யவும் இழுபறியில் ஈடுபடுகின்றார் என்பது கிளைவிற்குத் தெரிந்தது.

கிளைவின் பணியாளர்கள், கூலிகள், தொழிலாளர்கள் எல்லாம் அவரை விட்டு ஓடலாயினர்: அவருக்கு ஆற்றின் வழியாகத்தான் பொருள்கள் வந்து சேர வேண்டும் என்ற நிலை ஏற்பட்டது. கிளைவு உடனே அட்மிரல் வாட்சனுக்குச் சேதி சொல்லித் தனக்கு உதவியாக மேலும் படையினரையும், வெடி மருந்துகளையும், முரட்டு மாலுமியரையும் அனுப்பி வைக்குமாறு கேட்டார். வாட்சனும் நெருக்கடியான இந்நேரத்தில் பழைய பகையை மறந்து, உடனே துணைக்குப் படையினரை அனுப்பினார்.

கிளைவு மறுநாள் இரவு மூன்று மணிக்கு நவாபின் படைகளைத் தாக்கினார். அப்போது எப்போதும் போல் கனத்த பனி மூடியிருந்தது. கிளைவு இந்நேரத்தில் எதிர்பாராது தாக்கினார். மூடுபனி மட்டும் விலகியிருந்தால் - அது வழக்கமாகக் காலை எட்டு மணிக்குத்தான் மறைவதுண்டு - கிளைவு அறுதியான வெற்றி கண்டிருப்பார். ஆனால், அன்று விடிந்ததும் மூடுபனி விலகவில்லை. இதையடுத்து நடந்த குழப்பமான சண்டையில் கிளைவு 120 ஐரோப்பியரையும், 100 சிப்பாய்களையும் இழந்தார். இரண்டு பீரங்கிகளும் அழிந்தன. இது அவரது சிறுபடைக்குப் பெரிய இழப்பாகும்.

ஆனால் நவாபிற்கு இதைவிடப் பலத்த சேதம் ஏற்பட்டது. இதையெல்லாம் விட முக்கியம் என்னவெனில், சிராசுத் தௌலா துணிச்சலை இழந்துவிட்டதாகும். அவர் காலையில் படைகளைப் பின்வாங்கச் செய்து, பிரிட்டிசாருடன் நட்பு உடன்படிக்கை செய்து கொள்ள முன்வந்தார்.

நவாபு கல்கத்தாவை மீண்டும் பழைய நிலையில் செப்பனிட்டுக் கிழக்கிந்தியக் கம்பெனிக்குத் தர வேண்டும்,

உடைமைகளுக்கு ஏற்பட்ட சேதங்களுக்கு இழப்பீடு தர வேண்டும் என்று 1757 பிப்ரவரி 9 அன்று உடன்படிக்கை ஏற்பட்டது.

இரண்டாவதாக, ஒருவருக்கொருவர் உதவிக் கொள்வதற்காக 1757 பிப்ரவரி 12 அன்று மற்றோர் உடன்படிக்கையும் கையெழுத்தானது. இதன்படி சண்டைக் காலத்தில் ஒருவருக்கொருவர் உதவிக் கொள்ள வேண்டும்.

கிளைவு சந்திரநாகூரைத் தாக்குதல்

பூசி என்ற பிரஞ்சுகாரர் ஐதராபாத்தில் அதிகாரமும், செல்வாக்கும் பெற்று விளங்கினார். அவரது அதிகாரம் மேலோங்கி இருக்கின்றவரையில் கிழக்கிந்தியக்

கம்பெனியும், அதனையொட்டிய பிரிட்டிஷ் அரசும் எக்காலத்தும் பாதுகாப்பாக இருக்க முடியாது.

பூசி ஐதராபாதில் இருந்து கொண்டே தெற்கில் தமிழ்நாட்டிற்கோ, வட கிழக்கில் வங்கத்திற்கோ படை கொண்டுவர முடியும். அவர் ஆந்திரத்தின் வட மாவட்டப் பகுதிகளைப் கைப்பற்றிக் கொண்டு, கல்கத்தாவிலிருந்து சுமார் 375 கிலோ மீட்டருக்கு அருகில் ஏற்கனவே வந்து விட்டார்.

அவர் சந்திரநாகூரின் பிரஞ்சு ஆளுநரான ரெனால்ட்டோடு சேர்ந்து கொள்வாரே யானால், வங்கம் முழுமையும் பிரஞ்சு மேலாண்மைக்குள் போய்விடும். பிரிட்டிசார் அண்மையில் *(9.2.1757, 12.2.1757)* வங்க நவாபுடன் செய்து கொண்ட உடன்படிக்கைகள் உடனே கைவிடப்படலாம். ஏனெனில் சிராசுத் தௌலா அஞ்சிக் கொண்டேதான் அவற்றில் கையெழுத்திட்டார் என்பதைக் கிளைவு நன்கறிவார்.

இதற்கிடையே, சந்திரநாகூரைக் கைப்பற்றுமாறு, இங்கிலாந்திலிருந்து அட்மிரல் வாட்சனுக்குக் கட்டளை வந்துவிட்டது. எனவே வாட்சனும், கிளைவும் சந்திரநாகூரைத் தாக்க வேண்டுமென்பதில் ஒருமனப்பட்டிருந்தனர்.

சிராசுத் தௌலா, பிரிட்டிசாருடன் செய்து கொண்ட ஒப்பந்தப்படி நடப்பாரா என்பது தான் ஐயப்பாடு. எனவே நவாபின் கருத்தை அறிந்து கொள்வதற்காகவும், சந்திரநாகூரைத் தாக்குவதற்கு அவரது கருத்தைக் கேட்பதற்காகவும், அட்மிரல் வாட்சன் *1757* மார்ச் மாதத் தொடக்கத்தில் அவருக்குக் கடிதம் எழுதினார். நவாபு பிராஞ்சுக் காரருடன் பேரம் பேசுகின்றார் என்று இதற்குச் சில நாள் கழித்து வாட்சனுக்குச் செய்தி வந்தது.

நவாபு ஊக்ளி ஆளுநருக்கு, அதாவது வில்லியம் கோட்டை ஆளுநருக்குத் தன் படையில் ஒரு பகுதியை அனுப்புவதாக வாக்களித்த போதிலும், சந்திரநாகூரில் ரெனால்ட்டுக்கு உதவி புரிய ஆயத்தமாய் இருந்தார். உடனே வாட்சன் கடுஞ்சீற்றத் தோடு சிராத் தௌலாவிற்குக் கடிதம் எழுதினார்.

இவ்வாறு எல்லாத் தரப்புகளிலிருந்து வந்த அச்சுறுத்தல்களைக் கண்டு நவாபு மனம் பேதலித்தார். எனினும் சந்திரநாகூரைத் தாக்குவதற்கு நவாபு வாய்மொழியாக இசைவு கொடுத்து விட்டார் என்பது கிளைவிற்கு தெரியவந்தது.

சென்னை, பம்பாயிலிருந்து உதவிப் படை

இதற்கிடையே ஆங்கிலேயருக்குப் பம்பாயிலிருந்து பக்க பலமாகப் படை வந்தது. ''கம்பர்லாந்து'' என்ற *74* பீரங்கிக் கப்பலும் சென்னையிலிருந்து வந்த வழியில் புயலால் தாமதப்பட்டாலும், கல்கத்தா வந்து சேர்ந்தது. உடனே பிரிட்டிசார் சந்திரநாகூரைத் தாக்கினர். அது சரணடைய வேண்டுமென்று கிளைவு *1757* மார்ச்சு *13* அன்று கேட்டதைப் பிரஞ்சு ஆளுநர் ரெனால்ட்டு மறுத்து விட்டார்.

சந்திரநாகூர் கல்கத்தாவின் வட மேற்கே ஊக்ளி ஆற்றின் கரை மீது அமைந்த பிரஞ்சுக் குடியிருப்பாகும். அங்குள்ள பிரஞ்சுக் கோட்டை நிலவழியிலும், கடல் வழியிலும் வலுவான மதில்களால் சூழப்பட்டிருந்தது. வங்கத்துடன் *1949* இல் இணைந்த இவ்வூர் இன்று சந்திரநகர் என்று பெயர் பெறும். கேரான் *(Caron)* என்ற பிரஞ்சுக் கடலோடி வங்கக் கடற்பகுதியில் நடத்திய தேட்டத்தின் விளைவாகச் சந்திர நாகூரில் *1673* ஆம் ஆண்டு சிறு பண்டசாலையை நிறுவினர். இந்தப் பிரஞ்சுப்

பண்டசாலை தன் செலவிற்கு பொருளீட்ட முடியாது தத்தளித்து கொண்டிருந்த நிலையைத் தூய்ப்பிளே 1731 முதல் 1742 வரை 11 ஆண்டுகள் பாடுபட்டு மாற்றினார். அதை அவர் வங்கத்தின் மிகச்சிறந்த வாணிப மையமாய்ப் புத்துயிர் பெறச் செய்தார். (இ.ச.க.தொகுதி-5)

சந்திரநாகூரின் பண்டசாலை அமைப்புத் திட்டம் முன்னதாகப் பிரான்சில் வரையப்பட்டது எனலாம். பொதுவாக அந்தந்த இடங்களிலுள்ள இராணுவப் பொறியர்களே இத்தகைய திட்டங்களை வரைவது வழக்கம். சந்திர நாகூரில் அமைந்துள்ள கட்டுமானம் முழுவதுமே கிட்டத்தட்ட இராணுவ முனைப்புடன் அமைந்துள்ளது.

இங்கு அமைந்த கோட்டையைப் பாதுகாப்பதற்காக 500 பிரஞ்சுப் படையினரும், 700 சிப்பாய்களும் இந்த 1757 இல் இருந்தனர். அங்கு ஏராளமான பீரங்கிகளும், வெடி மருந்துகளும் இருந்தன. அக்கோட்டைக்குச் செல்லும் வழியில் அவற்றிற்குள் கப்பல்களை மூழ்கடித்து வழியை அடைத்திருந்தனர். அல்லது ஆங்கிலேயர் அப்படி வழியடைந்திருந்ததாக நினைத்தனர்.

ஆனால் ஆற்றில் கப்பல்களை மூழ்கடித்து வழியை அடைக்கும் பொறுப்பை ஏற்றிருந்த பிரஞ்சுப் பொறியர் ஆங்கிலேயர் பக்கம் ஓடிச் சென்றுவிட்டார். அவர் கப்பல்கள் கோட்டையை எப்படி நெருங்கலாம் என்ற வழியையும் வாட்சனுக்குக் காட்டித்தந்தார்.

ஆங்கிலேயர் ஆற்றில் இத்தடைகளையெல்லாம் தாண்டிக் கோட்டையை நெருங்கிச் சென்று துப்பாக்கியால் சுடும் தொலைவில் நங்கூரம் பாய்ச்சிக் கொண்டனர். பிராஞ்சுக்காரரின் கொடிக் கப்பல் மட்டும் நூறு தடவைகளுக்கு மேல் குண்டுகளால் துளைக்கப்பட்டது. ஓர் அதிகாரியைத் தவிர மற்ற வீரர்கள் அனைவரும் கொல்லப்பட்டனர். அல்லது காயமடைந்தனர்.

பிரஞ்சுக்காரர் பெரு வீரத்துடன் போரிட்டனர். கோட்டைச் சுவர்கள் அனைத்தும் இடிந்து, தகர்ந்து நாசமானது வரையில் அவர்கள் போர் செய்தனர்.

கிளைவு இதற்கிடையே கோட்டையை நிலவழியாகத் தாக்கினார். கடுமையான சண்டைக்குப் பிறகு - பத்து நாள்களுக்குப் பிறகு சந்திர நாகூரை ஆங்கிலேயர் பிடித்தனர். ஆங்கிலேயரில் 206 பேரும், பிரஞ்சுக்காரரில் 100 பேரும் செத்தனர். பிரஞ்சுக்காரர் சுமார் 400 பேர் கைதிகளாகப் பிடிபட்டனர். அவர்களில் 60 பேர் பிரஞ்சுப் பெண்களாவர். கிளைவும், வாட்சனும் அவர்களுக்கு வேண்டிய எல்லா வசதிகளையும் செய்தனர்.

இவ்வேளையில் பூசி புதுச்சேரி நோக்கிப் புறப்பட்டு விட்டதால், கிளைவு உடனே சென்னை திரும்புமாறு ஜார்ஜ் கோட்டையிலிருந்து செய்தி வந்தது.

கிளைவு சென்னை திரும்ப விரும்பாமை

கிளைவு எப்போதுமே வரவிருப்பது குறித்து மிகுந்த கவனம் செலுத்துபவர். சென்னையிலிருப்பதை விட வங்கத்திலிருந்தால் தான் கம்பெனியின் நலன்களைப் பெருக்க முடியும் என்பது கிளைவிற்கு உறுதியானது. அவருக்கு வலிமையற்றவரும், நிதான புத்தியில்லாதவருமான நவாபின் சொல்லில் நம்பிக்கையில்லை.

மேலும் கிழக்கிந்தியக் கம்பெனியின் கல்கத்தா ஆட்சிமன்றக் குழு அல்லது அக்குழுவினர் தம்மை விரும்பி அழைத்து கொள்ளும் பொதுக்குழுவின் நடவடிக்கைகளும் கிளைவிற்குக் கவலையளித்தன. இது ஜார்ஜ் பிகாட் பிரபு, ஸ்டிரிங்கர் லாரன்சு போன்ற மன உறுதி வாய்ந்தவர்கள் அடங்கிய சென்னைக் குழு போல் இல்லை. வங்க நவாபு சென்ற ஆண்டு வில்லியம் கோட்டையைத் தாக்க வந்த போது, வெகுவிரைவில் கோட்டையை விட்டு ஓடிப் போன தந்நலத் தேட்டக்காரர்களும், வலிமையற்றவர்களும், இப்போது கல்கத்தாக் குழுவின் உறுப்பினராய் விட்டனர்.

இப்போது வங்கத்தை விட்டு நீங்கினால் சிராசுத்தெளலா மீண்டும் துணிச்சல்பெற்று வில்லியம் கோட்டையைத் தாக்குவார் என்று கிளைவு நினைத்தார்.

ஒப்பு நோக்குகையில் இளநிலை அலுவலராயிருக்கும் இராபட் கிளைவு தான் இப்போது தன் நாட்டின் எதிர்காலத்தையே பாதிக்கக் கூடிய போர்த்தந்திர முடிவுகளை எடுக்கும் பொறுப்பை ஏற்க நேர்ந்தது.

இலண்டனிலுள்ள பிரிட்டிஷ் ஆட்சியின் மையமான ஒயிட் ஹாலில் *(White Hall)* எடுக்கப்பட வேண்டிய முடிவுகளை வங்கத்தின் வெம்மை மிக்க காட்டிற்குள்ளிலிருந்து ஒருவரும், சோழ மண்டலக் கரையிலுள்ள சிறு கோட்டைக்குள்ளிலிருந்து இன்னொருவரும், அதாவது கிளைவும், பிகாட் பிரபுவும் எடுக்க வேண்டியிருந்தது என்று ஓர் ஆசிரியர் கூறுகின்றார். பிரிட்டிஷ் பேரரசைக் கட்டி நிறுவிய முன்னோடிகள் இவ்வாறுதான் அங்காங்கே உலகின் பல இடங்களிலிருந்து மணிமுடிக்காக உயிர்நாடியான பல முடிவுகளை எடுத்தனர்.

1757

நவாபிற்கு எதிராக உள்சதி

இக்கட்டத்தில்தான் நவாபான சிராசுத் தெளலாவைப் பதவியிலிருந்து இறக்குவதற்காக, அவரது அரசவைக்குள் சதி உருவாகின்றது என்ற செய்தி கிளைவிற்கு கிடைக்கின்றது. இந்தச் செய்தியை வில்லியம் வாட்ஸ் என்பவர் கொண்டு வந்தார். அவருக்கு எங்கும் நடமாடுகின்ற ஓமிச் சந்து என்ற அமீர்சந்து கூறினார்.

அமீர்ச்சந்து அனைவருக்கும் வேண்டிய நண்பராக நடந்து கொண்டார். சிராசுத் தெளலா கல்கத்தாவைக் கைப்பற்றிய போது, அமீர்ச்சந்து பெரும் பொருளை இழந்தார். எனினும் வில்லியம் கோட்டை முற்றுகையில் சிக்கிய ஹோல்வலையும், பிறரையும் ''கல்கத்தா இருட்டறைக்குள்'' அடைத்ததற்கு அமீர்சந்து தான் காரணம் என்று கூறப்பட்டது. அதன் பிறகு சிராசுத் தெளலா இரண்டாவது முறையாகக் கோட்டையைப் பிடிக்க இவ்வாண்டுத் தொடக்கத்தில் வந்த போது, அமீர்ச்சந்தின் இடத்தில்தான் இறங்கியிருந்தார். இப்போது அதே அமீர்சந்து நவாபிற்கு எதிராகச் சதி செய்கின்றார்.

உண்மை என்னவெனில் அமீர்ச்சந்து பணமோகம் கொண்டவர். அவர் பணத்தைச் சேர்த்துக் குவிக்கவும் செய்தார். அவரைப் பணத்திற்காகவே பணத்தின் மீது தனிக் காதல் கொண்ட பேராசைக்காரர் என்பர். அமிர்ச்சந்து பெருஞ்செல்வர். அவர் இந்நூற்றாண்டின் இந்தக் கால கட்டக்தில் (1750 ஆம் ஆண்டுகளில்) முன் பணம் எதுவும் பெறாமலே பிரிட்டிசாருக்குப் பத்து இலட்ச ரூபாய் மதிப்புள்ள பண்டங்களை வங்கத்தில் வாங்கிக் கொடுத்திருக்கின்றார். அது கம்பெனி வங்கத்தில் கொள்முதல் செய்த பண்டங்களின் மதிப்பில் மூன்றிலொரு பங்காகும்.

மேலும் கம்பெனி ஊழியத்திலுள்ள ஹியூ பார்க்கர் என்றவரும், அமீர்ச்சந்தும் சேர்ந்து கூட்டமாக நடத்திய வாணிபத்தில் அறுபது ஆயிரம் ரூபாய்க்கு அதிகமான

பண்டங்களை 1729 ஆம் ஆண்டு விற்பனை செய்திருக்கின்றனர். பாட்னாவில் இருந்த பண்டசாலை உதவியுடன் அமீர்ச்சந்து பேரளவில் ஆதாயம் பெற்று வந்தார்.

அபினி வாணிபம்

அமீர்ச்சந்து 1756 ஆம் ஆண்டு அபினி வாணிபத்தில் தனக்கென்று ஏகபோகத்தை நிறுவ முயன்றார். எனினும், இந்திய வணிகர் பலர் அபினி வாணிபத்தில் ஈடுபட்டிருந்தனர்.

பாட்னாவிலிருந்த கம்பெனி ஊழியர்கள் அமீர்ச்சந்து போன்ற மார்வாடியரின் உதவியுடன் அபினி விளைச்சலைத் தம் கைக்குள் கொண்டு வருவதற்குப் பிளாசி வெற்றி நல்ல வாய்ப்பாக அமையப்போகின்றது.

மீர் ஜாஃபர்

அமீர்ச்சந்து இந்துவாகையால், நேரடியாக எந்தச் சதியிலும் பங்கெடுத்துக் கொள்வதற்கு விடப்படவில்லை. சதிக்காரர்களில் மீர் ஜாஃபர் முக்கியமானவர்: அவர் சிராசுத் தௌலாவின் மாமன். நவாபின் முக்கியப் படைத் தளபதிகளில் ஒருவர். வில்லியம் கோட்டையைப் பிடித்த போது தலைமைத் தளபதியாக இருந்தார்.

படைவீரரில் ஐந்திலொரு பகுதியினர் நவாபிற்கு எதிராகக் கிளம்ப ஆயத்தமாயிருக்கின்றனர் என்று கூறப்பட்டது.

பிரஞ்சுக்காரர் சந்திரநாகூரை இழந்த பின்னரும், இனியும் தமக்கு உதவ வருவார் என்று சிராசுத் தௌலா எண்ணிக் கொண்டு முன்னெச்சரிக்கையாகத் தன் படைகளைப் பிளாசி என்ற சிற்றூருக்குக் கொண்டு போய் விட்டார். (பிளாசி என்ற சிற்றூர் இப்போது மேற்கு வங்கத்தில், கல்கத்தாவின் வடக்கே சுமார் 150 கிலோ மீட்டரில் உள்ளது.)

சிராசுத் தௌலா ஆளுகின்ற வரையில் ஆட்சியில் நிலைத்த தன்மை இராது என்பது கிளைவிற்கு உறுதியாயிற்று. எனவே அவர் ஏப்ரல் நடுவில் வாட்சனிடம் உதவி கோரினார். வாட்சன் நவாபைக் கடிதத்தின் வழியே அச்சுறுத்திக் கொண்டேயிருந்த

போதிலும், கிளைவிற்கு ஆக்கமான உதவி எதையும் செய்ய முடியாத நிலையிலிருந்தார்.

ஊக்ளி ஆறு மோசமாக இருந்தமையால், அவருடைய கப்பல்கள் செயல்பட முடியாமலிருந்தன. பொதுக்குழுவும், எப்போதும் போலவே எதையும் செய்ய முடியாத நிலையில் இருந்தது.

இதற்கிடையே மீர் ஜாஃபரின் சதித்திட்டம் முன்னேறி வந்தது. சதிகாரர்கள் முதலில் ஆற்றல் மிக்கவரும், செல்வருமான லட்டி என்பவரைத் தேர்ந்தெடுத்தனர். அமீர்ச்சந்துக்கு லட்டியை நன்கு தெரியும். லட்டி சதிவேலையின் மையப்புள்ளியாகி விட்டார். ஆனால் சதிகாரர்கள் திடீரென்று மீர் ஜாஃபரின் பக்கம் சாயத் தொடங்கினர். இருப்பினும் திடீரென்று ஆள் மாறியது அமீர்ச்சந்திற்குத் தெரியாது போயிற்று.

வங்கத்தை ஓர் இந்து ஆள்வார் என்று இந்து வணிகரனைவரைப் போன்று, அமீர்ச்சந்து எதிர்பார்க்கவில்லை. அவர் முஸ்லிமாகத்தான் இருப்பார் என்பதை அவர் அறிவார். தம்மோடு இணங்கிப் போகின்றவர் எந்த முஸ்லிமாக இருப்பார் என்பதுதான் அமிர்ச்சந்திற்கு முக்கியம்.

சல்லடையும், உறிஞ்சியும்

முஸ்லிம் மன்னர்கள் இந்து வணிகரை அமர்த்திக் கொள்வதையே விரும்பினர் என்பது மெய்யே. ஏனெனில் ''முஸ்லிம் என்பவன் சல்லடை மாதிரி; கொட்டுவதெல்லாம் தங்காது; இந்துவோ உறிஞ்சி மாதிரி; அனைத்தையும் உள் வாங்கி வைத்துக் கொள்வான்; தேவைப்பட்டுக் கசக்கும் போது, உறிஞ்சியதைக் கொடுத்து விடுவான்'' என்ற எண்ணம் முஸ்லிம்களிடையே இருந்தது.

வங்கத்தின் நவாபாக இதற்கு முன்னர் இருந்த அலிவர்தி கான் அறிவுக் கூர்மையும் எச்சரிக்கையும் உடையவர். அவர் இந்து வணிகர்களைச் சிறிதளவே கசக்கினார். அவர் பேரனான புது நவாபோ பாட்டனிலிருந்து வேறுபட்டவர். அவர் ஆட்சிக்கு வந்த நாளிலிருந்து ஆடம்பரமாகவே வாழ்ந்தார். தீய செயல்களும், ஒழுக்கங்கெட்ட வாழ்க்கையும் மலிந்த இக்காலத்தில் அவருடைய காமக் களியாட்டங்கள் இதற்கு முன் கண்டவற்றையெல்லாம் மிஞ்சின. அவர் தன் பாட்டன் சேர்த்து வைத்த செல்வத்தையெல்லாம் செலவழித்து விட்டார். அவர் மேலும் பணம் பெறுதற்காக இந்து வணிகர்களைக் கசக்கிப் பிழிந்தார். இந்துக்களோ சதிகாரர்களை ஆதரித்து நவாபுக்குப் பதிலடி கொடுத்தனர். இந்துக்கள் தாமாக எந்தப் புரட்சியையும் உண்டாக்க அஞ்சிய போதும் தம் துன்பம் தணியுமானால் மன்னனை மாற்றுவதற்குத் தம்மாலியன்றதைச் செய்யக் காத்திருந்தனர்.

இந்துக்கள் அடங்கி ஒடுங்கியவர்களாகவும், நேர்மையற்றவர்களாகவும் இருந்தனரெனினும், தம் பெருமையை மட்டும்விட்டுக் கொடுப்பதில்லை. சதிகாரர் அமீர்ச்சந்தைப் பொருள்படுத்தாது நடத்திய விதம் அவரது பெருமைக்கு இழுக்காகப்பட்டது. அதனால் அவர் நவாபின் நம்பிக்கைக்குரியவராகி வாட்சிற்கும், கிளைவிற்கும் உளவு சொல்லலானார். அதனால் அவர் உயர்நாடியான ஓர் இணைப்பாகப் பிரிட்டிசாருக்கு விளங்கினார். எனினும் மூடரான நவாபைத் தவிர வேறு எவரும் அமீர்சந்தை நம்பவில்லை. மீர் ஜாஃபர் நிச்சயமாக அவரை நம்பவில்லை. ஆங்கிலேயர் வாட்சும் அவரை நம்பாதிருந்தார்.

அமீர்ச்சந்து நவாபிடம் சென்று, ஆங்கிலேயரும், பிரஞ்சுக்காரரும் கூடிக் கொண்டு நவாபை விரைவில் தாக்கப் போகின்றனர் என்று கூறியிருப்பதாக மே 17 அன்று வாட்ஸ்

செய்தியனுப்பினார். நவாபு இந்தக் கட்டுக் கதையைக் கேட்டு மகிழ்ந்து அமீர்ச்சந்திற்கு 40,000 பவுன் தர இசைந்தார். தந்திரக்காரரான அமீர்ச்சந்து அத்துடன் நிற்கவில்லை. அவர் அடுத்து வில்லியம் வாட்சிடம் சென்று, சதிகாரர்கள் தனக்கு 30,000 பவுன் தர இசையாவிடில், சதி பற்றிய முழு விவரங்களையும் சிராசுத் தௌலாவிடம் தெரிவிக்கப் போவதாக அச்சுறுத்தினார். அவர் தனக்கு ஏற்பட்ட மரியாதைக் குறைவிற்குச் சதிகாரர்களைப் பழிவாங்குவதுடன் தன் பையையும் நிரப்பிக் கொள்ளப் பார்த்தார்.

அமீர்ச்சந்து மீது வாட்ஸ் வைத்திருந்த அவநம்பிக்கையைக் கிளைவு இதுவரையிலும் முற்றிலும் ஏற்காதிருந்தார். அமீர்ச்சந்து பேராசைக்காரர் மட்டுமன்று. ஆள்களை அச்சுறுத்திப் பணமும் பறிப்பவர் என்பதும் கிளைவிற்கு நன்கு விளங்கிவிட்டது. அவர் உடனே துரோகத்தைத் துரோகத்தால் வெல்வதென்று முடிவு செய்தார்.

சதி உடன்படிக்கை

சிராசுத் தௌலாவை ஒழிக்கும் முயற்சியில் ஈடுபட்ட சதிகாரர்களுக்கும், கம்பெனிக்குமிடையே கையெழுத்திடுவதற்காக எழுதப்பட்டு வந்த உடன்படிக்கையில் ''நவாபின் செல்வம் அனைத்திலும் ஐந்து சதமும், பணமாக முப்பது இலட்ச ரூபாயும்'' தனக்குத் தர வேண்டும் என்றொரு விதியைச் சேர்க்க வேண்டாம் என்று அமீர்ச்சந்து வலியுறுத்தினார்.

சரி, அவரது கோரிக்கை உடன்படிக்கையில் சேர்க்கப்படும். ஆனால் இந்த விதி சிவப்புத் தாளில் எழுதப்படும் போலி உடன்படிக்கையில் மட்டும் இருக்கும். வெள்ளைத் தாளில் எழுதப்பெறும் மெய்யான உடன்படிக்கையில் இந்தப் பேரம் பற்றிய குறிப்பு எதுவும் இடம் பெறாது.

கம்பெனியின் பொதுக்குழு நியாய உணர்வு காரணமாக அல்லது அச்சத்தால் இது குறித்துத் தயக்கம் காட்டியது. ஆனால் கிளைவு அவர்களை இசையுமாறு செய்துவிட்டார்.

அட்மிரல் வாட்சன் போலியான சிவப்புத்தாள் பத்திரத்தில் கையெழுத்திடப் பிடிவாதமாக மறுத்துவிட்டார். நவாபைப் பதவியிலிருந்து இறக்கும் திட்டத்தை அட்மிரல் வாட்சன் முதலிலிருந்தே ஆதரிக்கவில்லை. ஏனெனில் அவ்வாறு செய்வதற்கு வேண்டிய படையினர் கம்பெனியிடம் போதிய எண்ணிக்கையில் இல்லையென்பது அவரது கருத்தாகும்.

அவர் கிளைவிற்கு 200 மாலுமியரைத் தருவதாக வாக்களித்த போதும், அத்தாக்குதல் வெற்றி பெறும் என்ற நம்பிக்கை அவருக்கு இல்லை.

அட்மிரல் வாட்சன் போலி உடன்படிக்கையில் கையெடுத்திடாவிடில், அமீர்ச்சந்திற்கு ஐயம் ஏற்பட்டு விடும் என்பதைக் கிளைவு எடுத்துக் காட்டினார். எனவே வேறு வழியில்லாமல், அட்மிரல் வாட்சனின் கையெழுத்தைப் போல் கிளைவு கள்ளக் கைச்சாத்து இட்டுவிட்டார்.

கிளைவு இவ்விரு உடன்படிக்கைகளையும் மூர்சிதாபாதிலிருந்த வாட்சிற்கு 1757 மே 19 அன்று அனுப்பினார். கள்ளப் பத்திரம் அமீர்ச்சந்திடம் காட்டப்பட்டது.

இனிமேல் அமீர்ச்சந்தைக் கல்கத்தாவிற்கு அனுப்புவதுதான் பாதுகாப்பு என்று வாட்ஸ் கருதிக் கிளைவின் நேர்முகச் செயலரான ஸ்கிராஃப்டனுடன் அவரை அனுப்பி

வைத்தார். முதியவர் அமீர்ச்சந்து தயங்கினார். ஏனெனில் நவாபு வாக்களித்திருந்த 40 ஆயிரம் பவுனில் பாதியைத்தான் கொடுத்திருந்தார். ஆங்கிலேயரும், பிரஞ்சுக்காரமும் நவாபிற்கு எதிராக ஒன்று சேர்ந்துள்ளனர் என்ற பொய்த் தகவல் தந்ததற்காக இந்தப் பணத்தைத் தர நவாபு இசைந்தார்.

வாட்சும், ஸ்கிராஃப்டனும் சேர்ந்து கிழவர் அமீர்ச்சந்தை நயந்து அவரது உயிருக்கு ஆபத்து நேரலாம் என்றும், அதைப் போல் தன்னுயிருக்கும் தீங்கு உண்டாகலாம் என்றும் கருதி, அதனால் அமீர்ச்சந்து கல்கத்தா செல்வது பாதுகாப்பு என்று கூறியதால், அவர் இசைந்து விட்டார்.

அமீர்ச்சந்து கல்கத்தா சென்ற வழியில் ஸ்கிராஃப்டனிடம் சொல்லிக் கொள்ளாமல் முதலில் காசீம் பஜார் சென்றார்; அங்கு நவாபின் கருவூலத் தலைவரிடமிருந்து தனக்குச் சேர வேண்டிய மீதித் தொகையைப் பெறச் சென்றார் அதன் பிறகு தன் பழைய நண்பரும் சதிகாரர்களில் ஒருவருமான ராய் துல்லபு என்பவரைக் காணப் பிளாசி சென்று விட்டார். உடன்படிக்கையில் அமீர்ச்சந்தின் பெயர் காணப்படவில்லையென்று ராய் துல்லபு அமீர்ச்சந்திடம் சொல்லிவிட்டார்.

அவர் இதற்கு என்ன காரணம் என்று ஸ்கிராஃப்டனிடம் கேட்டார். இந்த உடன்படிக்கை இரகசியமானது என்பதால், சதிகாரர்களில் கடைநிலையிலுள்ள ராய் துல்லபிற்கு அதுபற்றித் தெரிந்திருக்க முடியாது என்று ஸ்கிராஃப்டன் கூறிவிட்டார். அமீர்ச்சந்தும் அமைதி கொண்டார். இருவரும் பத்திரமாகக் கல்கத்தாவை அடைந்தனர். அங்கு அமீர்ச்சந்திற்குப் பெரிய வரவேற்புத் தரப்பட்டது.

மீர் ஜாஃபர் இதற்கிடையே 1757 ஜூன் 12 அன்று உடன்படிக்கையில் கையெழுத்திட்டுவிட்டார் என்ற செய்தி வந்தது. கிளைவு அப்போது சந்திரநாகூரில் இருந்தார். கிளைவு இதுவரையிலும் நவாபிற்கு இணக்கமாக எழுதிக் கொண்டிருந்து விட்டு, மீர் ஜாஃபர் உடன்படிக்கையில் கைச்சாத்திட்டு விட்டார் என்ற செய்தி வந்ததும், சிராசுத்தௌலாவை அச்சுறுத்தி எழுதத் தொடங்கிவிட்டார். போர் தொடுத்து விட்டது போலவே கிளைவு எழுதினார்.

வில்லியம் வாட்ஸ் 1757 ஜூன் 13 அன்று மூர்சிதாபாதிலிருந்து தப்பித்துக் கட்னா (*Catna*) என்ற இடத்தில் கிளைவிடம் வந்து சேர்ந்தார். மீர் ஜாஃபர் உடன்படிக்கைப்படி நடந்து கொள்வார் என்று அவர் கிளைவிடம் உறுதி கூறினார்.

1757

பிளாசியை நோக்கி

கிளைவு சந்திரநாகூரிலிருந்து கொண்டு வந்த படையோடு ஊக்ளியின் இக்கரை வரை வந்து விட்டார். அவர் ஜூன் 16 அன்று பத்லி என்னுமிடத்தில் தங்கினார். அவர் அங்கிருந்து கொண்டு கூட்டேயை ஒரு படைப் பிரிவுடன் அனுப்பி கட்னாக் கோட்டையைப் பிடிக்குமாறு செய்தார். கூட்டே ஜூன் 17 அன்று அந்தக் கோட்டையைப் பிடித்து விட்டார்.

ஆங்கிலேயர் படை கட்னாவின் சமவெளிப்பகுதியில் ஊக்ளியின் இடக்கரையில் தண்டு இறங்கியது. இந்த இடம் பிளாசியிலிருந்து சுமார் 23 கிலோ மிட்டர் (15 மைல்).

ஜூன் 13 அன்று நல்ல மழை பெய்தது. வானமே இடிந்து விட்டது போல் பெருமழை பொழிந்தது. தரையெல்லாம் சேறானது. வலுவற்ற கூடாரங்கள் பயனற்றவையாயின. பிரிட்டிஷ் படையினரனைவரும் கட்னாவின் குடிசைகளிலும், வீடுகளிலும் புகுந்து கொண்டு அப்போதைக்குப் பேய் மழையிலிருந்து தப்பினர்.

1757

540 ப. சிவனடி

கிளைவின் கவலை

கிளைவிற்குக் கவலை வந்துவிட்டது. ஏனெனில் மீர் ஜாஃபரின் படை வந்து கட்னாவில் கிளைவின் படையுடன் சேர்ந்து கொள்வதாயிருந்தது. ஆனால், ''போர்க்களத்தில் சந்திப்போம்'' என்ற வெறும் கடிதம் மட்டும் மீர் ஜாஃபரிடமிருந்து வந்தது. அவர் சதிகாரர்களை ஏமாற்றுகின்றாரோ என்று தோன்றியது. கிளைவு மீர் ஜாஃபரைப் படையோடு தன்னுடன் வந்து சேர்வதற்காக என்னென்னவோ முயன்றும், அவர் வருவதாக இல்லை.

இதற்கு இரண்டு நாளைக்குப் பிறகு 1757 ஜூன் 21 அன்று கிளைவு தன் படையினருடன் முதலும் கடைசியுமாகக் கூடி பேசினார்.

''இத்தகைய இக்கட்டான நிலையில் நவாபைத் தாக்குவதா அல்லது நாட்டுப்படை எதுவும் நம்மோடு வந்து சேரும் வரை காத்திருப்பதா?''

போர்க்குழுவின் அந்தக் கூட்டத்தில் 16 பேர் இருந்தனர். உடனடியாக நவாபைத் தாக்கலாகாது என்று கிளைவு, கில்பாட்ரிக் உள்பட ஒன்பது பேர் கூறினர். கூட்டேயும், அவருடன் சேர்ந்து அறுவரும் தொடர்ந்து முன்னேற வேண்டும் என்றனர்.

இக்கூட்டம் முடிந்ததுமே, கிளைவு தனியே சென்று தன் நிலை குறித்துச் சிந்திக்கலானார்.

மீர் ஜாஃபர் வழக்கமாக அனுப்பிவைக்கும் ஒரு பிராமணர் மூலம் மேலும் ஒரு செய்தியை அனுப்பியிருந்தார். அதில் அவர் தன்னால் கட்னாவில் வந்து கலந்து கொள்ள முடியாவிடினும் ஆங்கிலப் படைத் தலைவர் சுமார் 23 கிலோ மீட்டர் (15 மைல்) தாண்டித் தன்னிடம் வந்து விட்டால் தன் படை அவர்களுடன் சேர்ந்து விடும் என்று கூறியிருந்தார்.

மீர் ஜாஃபர் தன்னைப் பலம் பார்க்கின்றார் என்பதைக் கிளைவு உணர்ந்தார். ''போருக்குத் துணிந்தவர்'' என்று கூறப்பட்ட கிளைவு பதினையாயிரம் பேர் கொண்ட பெரும்படையை, மூவாயிரம் பேரை வைத்து தாக்குவதற்குத் தயங்கக்கூடும்.

1757

போர்க்களம் சேறும் - சகதியுமாதல்

மழை பெய்து தரையெல்லாம் சேறும் சகதியுமாகக் குழம்பி கொண்டிருந்தது. ஆற்றில் வெள்ளப் பெருக்கெடுத்தோடியது. ஆனால் கிளைவின் சிறுபடை மறுநாள் காலை பாகீரதி ஆற்றையடைந்து அன்று மாலையே ஆற்றைக் கடந்து விட்டது. இந்தப் படை இரவெல்லாம் கொட்டும் மழையிலும், சேற்றிலும், சகதியிலும் உழன்று இரவு ஒரு மணிக்கு பிளாசியை அடைந்தது. படையினர் அனைவரும் நன்கு நனைந்து சோர்ந்து விட்டனர்.

அலுத்துப்போன ஆங்கிலப் படையினர் பிளாசியின் வடக்கே சுமார் முக்கால் கிலோ மீட்டர் (அரை மைல்) தொலைவிலிருந்து ஒரு மாந்தோப்பினுள் நுழைந்தனர். கிளைவின் படை நவாபின் காவல் முகாம்களிலிருந்த ஐநூறு கெஜ தூரத்தில்தான் இருந்தது.

நவாபு படையினரின் கொட்டு முழக்கும், எக்காள ஒலியும் தெளிவாய் கேட்டன. இவ்வொலிகளிலிருந்து நவாபின் படை எங்கே இருந்தது என்பது தெரிந்தது.

கிளைவு காவலுக்கு ஆளை வைத்துவிட்டு தன் ஆள்கள் இரண்டு மணி நேரம் தூங்குவதற்கு அனுமதித்தார். அவர்கள் நவாபின் தாக்குதலை எதிர்பார்த்துக் கருக்கலில் நான்கு மணிக்கு எழுப்பப்பட்டனர். கிளைவு சரியான இடத்தைத்தான் தேர்ந் தெடுத்திருந்தார்.

மாந்தோப்பு

மாந்தோப்பு 800 கெஜ நீளமும், 300 கெஜ அகலமுமிருந்தது. முன்பக்கத்தையும், வலப்பக்கத்தையும் ஒரு சுவரும், கால்வாயும் காத்துநின்றன. இடப்பக்கத்தில் ஆறும், ஒரு வேட்டை விடுதியும் பாதுகாத்தன. தோப்பின் பின்பக்கம் ஒரு சிற்றூர். எனவே இம்மாந்தோப்பு ஒரு கோட்டை போலிருந்தது.

பொழுது புலர்ந்து மழை நின்றதும் கிளைவு தன்னைச் சுற்றியிருந்த காட்சியைக் கண்டு திகைத்துப் போயிருக்க வேண்டும். அவருக்கு நேர் எதிரே 500 கெஜ தூரத்திற்கப்பால், பிரஞ்சுக்காரர் பீரங்கிகளோடு இருந்தனர். அவர்களுக்குப் பின்னால் நவாபின் முகாமைச் சேர்ந்த கூடாரங்கள் தெரிந்தன. ஆனால் இது நவாபின் படையில் ஒரு சிறு பகுதிதான். அதன் பெரும்பகுதி ஆற்றின் வளைவிலிருந்து, அதற்கப்பாலிருந்த பிளாசி வ்ரையிலும் நீண்டிருந்த பிறைவடிவான சமவெளிப்பரப்பில் விரிந்து பரந்து கிடந்தது.

நவாபின் பெரும்படை, கிளைவின் சிறுபடை

மண் சுவர் சூழ்ந்த மாந்தோட்டத்தினுள்ளிருந்த மூவாயிரம் பேர் மீது பாய்வதற்கு மொத்தத்தில் கிட்டத்தட்ட ஐம்பதாயிரம் பேர் நின்றனர். காலாள் படையினர் 40,000 பேர்களில் சிலர் துப்பாக்கி வைத்திருந்தனர். சிலர் வில்லம்பும், வேறு சிலர் வேலும் வைத்திருந்தனர். குதிரைப் படையினர் 15,000 பேர். அவர்கள் பிறவிப் படைவீரர்களான பட்டாணியர், போர்த்திறனும், வீரமும் மிக்கவர்கள். கர்நாடகத்தில் கிளைவை எதிர்த்ததைவிட, மிகுந்த நேர்த்தியானதும், ஆற்றல் மிக்கதுமாக இந்தப் படை தோன்றியது.

நவாபின் படையினர் கொட்டி முழக்கிக் கூச்சலிட்டு எக்காளம் ஊதிக் கொண்டிருந்தனர். கிளைவின் படையினரோ இதற்கு நேர்மாறாக மௌனமாயிருந்தனர். ஆனால் இப்படையினர் களங்கண்டு தேர்ந்தவராவர். இதிலிருந்த இந்தியப் படைவீரரும், ஆங்கிலோ இந்தியரும் களப்பயிற்சி பெற்றவர்கள். கிளைவு, கில்பாட்ரிக்கு, கூட்டே போன்ற நம்பத் தகுந்த படைத் தலைவர்கள் இப் படையிலிருந்தனர்.

நவாபின் படை பெரிதாயிருந்த போதிலும் படை வீரர்களும், படைத் தளபதிகளுக்குமிடையே ஒருவர் மீது மற்றவர்க்கு நம்பிக்கையில்லை.

வெப்பத்தால் ஆவிபறந்த சமவெளி மீது வெய்யோன் காய்ந்தான்.

பீரங்கிப் போர்

ஆனால், தன் கண் எதிரில் ஆற்றின் கரையில் பீரங்கியுடன் நின்ற ஐம்பது பிரஞ்சுக்காரர்தாம் கிளைவிற்குக் கவலையளித்தனர். அவர்களிடம் இரண்டு பீரங்கிகள் இருந்தன; குறி தவறாது சுட்டன. அவற்றின் வேகமும் கடுமையாயிருந்தது.

அவர்கள் மூன்று மணி நேரம் சுட்ட பின்னர், மீர் முடீன் என்பவர் ஐயாயிரம் காலாள் படையினருடனும், ஏழாயிரம் குதிரைப்படையினருடனும் வந்து தாக்கினார். இத்தாக்குதல் முறியடிக்கப்பட்டது. ஆனால், சுவரில் எங்கும் ஓட்டை விழவில்லை. அதனால் நவாபின் படையினர் எந்த வழியே தாக்குவதென்று தெரியாது குழம்பிப் போய் மண் சுவருக்கு வெளியே கும்பலாக நின்று கொண்டு கூச்சல் போட்டனர். தோப்புச் சுவருக்குச் சில நூறு கெஜ தொலைவிற்குள் சுற்றிச் சுற்றி வந்தனர். அவர்களுக்கு எந்த இடத்தைத் தாக்குவதென்று தெரியவில்லை; அல்லது தம் கூச்சலைக் கேட்டு எதிரிகள் ஓடிவிடுவர் என்றும் நினைத்திருக்க வேண்டும்.

கிளைவு இத்தகைய சந்தர்ப்பத்தைதான் எதிர்பார்த்திருந்தார். அவருடைய சிறு பீரங்கிகள் இதற்காகவே காத்திருந்தன.

இச்சிறு பீரங்கிகள் (*Six Pounders*) கும்பலாகத் தாக்க வந்தவர்கள் மீது விடாது சுட்டன. அவர்கள் பத்து இருபதென்று குண்டடிபட்டு விழுந்தனர். அவர்களுள் மீர் முடீனும் படுகாயமடைந்து விழுந்தார். இதனால் நவாபின் படையினர் கிலிகொண்டு பின் வாங்கி ஓடினர். ஆங்கிலப் படையை நோக்கிச் சுட்டுக் கொண்டிருந்த பிரஞ்சுக்காரர் மட்டும் எஞ்சி இருந்தனர்.

சமவெளியில் நின்றிருந்த ராய் துல்லபும், மீர் ஜாஃபரும் இவற்றையெல்லாம் வேடிக்கை பார்த்துக் கொண்டிருந்தனர்.

1757

நவாபு பீரங்கிகள் செயலறுதல்

ஆனால் நவாபின் பெரிய பீரங்கிகள் சுட்டுக் கொண்டேயிருந்தன. மழை வந்தவரையில் தான் அவை முழங்கின. மழை கொட்டியதும் வெடிமருந்துகளும்,திரியும் நனைந்து பீரங்கிகள் செயலற்றுப் போயின.

நவாபின் குதிரைப் படை தாக்குமென்று கிளைவு இந்நேரத்தில் எதிர்பார்த்தார். ஆங்கிலேயரிடமிருந்த சிறு பீரங்கிகளும், அவற்றைத் திறம்பட இயக்குபவர்களும் பலத்த மழையினால் பாதிக்கப்படவில்லை. ஏனெனில் கிளைவு மிகுந்த முன்னெச்சரிக்கையோடு பீரங்கிகளை ஈரம் படாது நன்கு மூடச் செய்துவிட்டார்.

கிளைவு சரியான வேலை வரட்டுமென்று தேர்ந்த படைத்தலைவனுக்குரிய பொறுமையோடு காத்திருந்தார். குறைந்தது ஒரு மணி நேரத்திற்கு எதுவும் நடக்காதென்று அவர் நினைத்தார். ஏனெனில் அது பகலுணவு நேரம். நவாபின் படைவீரர்கள் நண்பகல் நேரம் உணவு சமைப்பதற்காகத் தம் முகாம்களுக்குச் சென்று விடுவது வழக்கம்.

மிகப்பெரிய படைத்தளபதிகளைப் போன்று கிளைவும் கண நேரத்தில் உறங்கிவிடும் பழக்கமுடையவராயிருந்தார். அவர் தோட்டத்தில் ஒரு மூலையிலிருந்த வேட்டை வீட்டினுள் முடங்கிப் படுத்துவிட்டார். உடனே உறங்கியும் போனார். ஒரு மணி நேரத்தில் தன்னை எழுப்ப வேண்டுமென்று சொல்லிவிட்டுக் கிளைவு படுத்தார்.

அவர் உறக்கத்திலிருந்து விழித்துப் பார்த்த போது நிலைமை மாறியிருக்கக் கண்டார். நவாபு படையினர் பெரிய பீரங்கிகளைச் சுட முடியாது போனதாலும், களத்தில் இறங்கிப் போரிடும் ஒரே தளபதியான மீர் முடீன் படுகாயமடைந்ததாலும், நவாபு படையினர் களத்தில் இறங்குவதற்கு விரும்பவில்லை.

கில்பாட்ரிக்கும் இதையுணர்ந்து நவாபைத் தாக்கும் படையொன்றைத் திரட்டினார். கிளைவு அவரைத் தடுத்து விட்டார். ஏனெனில் கில்பாட்ரிக்கு கிளைவிற்கு அடுத்த படைத்தளபதி; இரண்டாம் தளபதி போரில் எப்படியும் உயிரோடு இருக்குமாறு பார்த்துக் கொள்வது கிளைவின் பொறுப்பாகும். இருப்பினும் கில்பாட்ரிக்கின் இந்த யோசனை மிகவும் சிறந்ததாகும்.

ஆங்கிலேயர் வெற்றி முகம்

எனவே கிளைவு இப்போது அயர் கூட்டேயின் தலைமையில் நான்கு களப் பீரங்கிகளுடன் வலுவான சிறு படையொன்றைக் களத்தில் இறங்கச் செய்தார். அப்படையினரின் நோக்கமெல்லாம் பிரஞ்சுக்காரர் இன்னும் பீரங்கிகளுடன் இருந்த குளத்தைக் குறிவைத்துதானிருந்தது. பிரஞ்சுக்காரர் வீரமாகவும், துணிச்சலுடனும் போரிட்டனர். எனினும் மாலை மூன்று மணிக்கு குளம் பிடிபட்டுவிட்டது.

இதற்கிடையே, மீர் ஜாஃபர் கிளைவைத் தாக்க வேண்டும் என்று சிராசுத் தெளலா கெஞ்சினார். ஆனால் சிராசுத் தெளலா தன் படையுடன் மன்சரா என்ற இடத்திற்குப் பின் வாங்கிவிட்டார். மறுநாள் போருக்கு ஆயத்தமாக வேண்டும் என்று மீர் ஜாஃபரும், பிற சதிகாரர்களும் நவாபிடம் சொல்லிவிட்டனர். மீர் ஜாஃபர் அதே நேரத்தில் கிளைவிற்கும் செய்தி அனுப்பிக் கொண்டிருந்தார். கிளைவு மறுநாளிரவு மூன்று மணிக்குத் தாக்க வேண்டுமென்று அச்செய்தியில் மீர் ஜாஃபர் சொல்லியனுப்பி இருந்தார்.

ஆனால் சிராசுத் தெளலாவும், மீர் ஜாஃபரும் எதிர்பாராத வேகத்தில் நிகழ்ச்சிகள் சென்று கொண்டிருந்தன. கிளைவும் எதிர்பாராதபடி நடந்து கொண்டார்.

ஆங்கிலேயர் தமது வெற்றியினால் ஊக்கம் கொண்டு, நவாபின் முகாமிருந்த இடத்தின் பக்கத்திலிருந்த சிறு குன்றை நோக்கி முன்னேறினர்.

இளம் மன்னரிடம் இன்னும் விசுவாசம் கொண்டிருந்த படையினர், அனுபவமற்ற தளபதிகள் இல்லாமலே, கடைசிநேரத்தில் இத்தாக்குதலை எதிர்கொண்டனர். ஆனால் காலாள் படையிலும், குதிரைப் படையிலும் குழப்பமே ஏற்பட்டது. அவர்களுக்குப் பீரங்கிகளைச் சுடும் அனுபவமும் இல்லை.

சிராசுத் தெளலா புறமுதுகிட்டோடுதல்

ஆதலால் ஆங்கிலேயர் குன்றையும், அதனருகேயிருந்த அரணையும் 10 மணிக்கெல்லாம் பிடித்து விட்டனர். இதனால் முகாமிலிருந்த நவாபின் படையினர் கிலி கொண்டு, தம் படைக்கலன்கள், பீரங்கிகள் அனைத்தையும் போட்டுவிட்டு, யானைகளை விட்டுவிட்டுத் தலைநகரான மூர்சிதாபாதை நோக்கி வடக்கே ஓடினர். அவர்களுடன் சிராசுதெளலாவும் ஓர் ஒட்டகத்திலேறி ஓடிவிட்டார்.

கிளைவின் படையினர் புறமுதுகிட்டோடிய நவாபின் படையினரைச் சுமார் ஒன்பது கிலோ மீட்டர் விரட்டிச் சென்றனர். எனினும் குதிரைப் படையில்லாமல் அவர்களைத் துரத்த முடியவில்லை.

பரங்கிமலையிலும், அடையாற்றிலும் 1746 இல் பிரஞ்சுக்காரர் ஆர்க்காட்டு நவாபின் பெரும் படையை வெற்று விரட்டியதையொத்த நிகழ்ச்சி, இப்போது

வங்கத்தில் ஆங்கிலேயரால் நடத்தப்பட்டு, சுமார் ஐயாயிரம் பேர் சேர்ந்து ஐம்பதாயிரம் வீரரைப் பிளாசி வயல் வெளிகளிலிருந்து விரட்டினர் (இ.ச.க.தொகுதி-5)

வங்க நவாபின் படையினர் ஏராளமாக படைக்கலன்களையும் தளவாடங் களையும், பிற பண்டங்களையும் விட்டுச் சென்றனர். நாற்பது பீரங்கிகள் வரையிலும் கைவிடப்பட்டுக் கிடந்தன. ஆயிரக்கணக்கான மாட்டு வண்டிகளில் பலவகையான பொதிகள் ஏற்றப்பட்டிருந்தன. இவையாவும் ஆங்கிலேயரிடம் பிடிப்பட்டன.

பிளாசி என்பது பொருதாத போர் என்பது சிலரது கருத்தாகும். நவாபின் படைவீரரில் பெரும்பாலர் இந்தச் சண்டையில் எந்தப் பங்கும் ஏற்கவில்லை. காலாள் படையில் சிறு பிரிவினர் மட்டுமே தாக்க வந்தனர்.

பிரிட்டிஷ் தரப்பில் உயிர்ச் சேதமும் குறைவேயாகும். இருபத்திரண்டு பேர் கொல்லப்பட்டனர். ஐம்பதின்பர் காயமடைந்தனர்.

நவாபின் தரப்பில் 500 பேர் கொல்லப்பட்டனர்.

எனவே இத்தனை அற்பமான செலவில் வெற்றி கொள்ளப்பட்ட இப்போரை மிகவும் அரியது எனலாம்.

கிளைவு 1757 ஜூன் 23 அன்று பிளாசிச் சண்டையில் கண்ட வெற்றியின் பலனாக ஆங்கிலேயருக்கு வட இந்திய வாயில் திறந்துவிட்டது. பிளாசிச் சண்டையிலிருந்து தான் பிரிட்டிசார் இந்தியாவை வெற்றி கொண்ட கதை மெய்யாகவே தொடங்குகின்றது. பிரிட்டனின் வணிகர்கள், பேரரசைக் காட்டி எழுப்ப வந்தவர்களுக்கு வழிவிட்டனர். வாணிபத்தை இரண்டாம் நிலைக்குத் தள்ளி விட்டு, நிலப்பரப்பைச் சேர்த்து விரிக்கும் வேலையே, பிரிட்டானியர்க்கு இந்தியாவில் தலையாய அக்கறையுள்ளதாயிருந்தது.

பிளாசி வெற்றி கிளைவிற்குக் கிடைத்த விலை என்ன?

மீர் ஜாஃபர் முரடனும், மூர்க்கனுமான தன் மகன் மீரானுடன், பிளாசிச் சண்டை முடிந்த மறுநாளான ஜூன் 24 அன்று கிளைவு முகாமிட்டிருந்த தாவுதுபூருக்கு வந்த கிளைவைக் கண்டார். இந்த இடம் பிளாசியிலிருந்து சுமார் ஒன்பது கிலோ மீட்டரில் உள்ளது.

மீர் ஜாஃபர் குற்றமுள்ள மனத்தினராய் வந்து நின்றார். ஆனால் கிளைவோ எதையும் மனத்திற் கொள்ளாது, அவரைக் கையைப் பிடித்து ''நவாபு'' என்ற அழைத்து வரவேற்றார். நேற்று நடந்ததையும் கிளைவு பேசவில்லை.

இருவரும் ஒருவருக்கொருவர் மாறி மாறி முகமன் கூறிக் கொண்ட பிறகு கிளைவு சொன்னார்: மீர் ஜாஃபர் ஒரு படையோடு சென்று மூர்சிதாபாதைத் தாக்க வேண்டும். மீர் ஜாஃபர் இதை ஏற்றுக் கொண்டு உடனே புறப்பட்டார்.

கிளைவும் மீர் ஜாஃபரும் அதற்கடுத்த நாளன்று (ஜூன் 25) மார்வாரிக் கோடீசுவரரான ஜகத் சேட்டைக் கண்டு பேசினார்.

ஜகத் சேட்டு

ஜகத் சேட்டு என்றால் உலகத்திற்கெல்லாம் சேட்டு, முதலாளி என்று பொருள். சேட்டு என்பது வட்டித் தொழில், உண்டியல் கடை என்ற நாட்டுப் பாங்கித் தொழில் முதலியவற்றில் ஈடுபட்டுள்ள மார்வாரி முதலாளிகளைக் குறிக்கும். இரசபுதனத்தைத்

தாயகமாகக் கொண்ட மார்வாரிகளில் பலர் வட்டித் தொழிலில் ஈடுபட்டு லேவாதேவித் தொழிலை மிகவும் முன்னேறிய ஓர் அமைப்பாக உருவாக்கியிருந்தனர்.

ஓர் ஊரிலிருந்து இன்னோர் ஊருக்குப் பணத்தை அனுப்புகின்ற உண்டியல் முறை வாணிபத்திற்கும், வேளாண்மைக்கும் கடன் தருதல் போன்ற பணத் தொழிலில் அவர்கள் ஈடுபட்டிருந்தனர். அவர்களிடம் கிழக்கிந்தியக் கம்பெனி போன்ற அயல் நிறுவனங்களும் கடனுதவி பெற்றுப் பண்டங்களை இந்தியாவில் கொள்முதல் செய்தன. வட இந்தியமான இந்துஸ்தானத்தில் மார்வாரி நிறுவனங்கள் மேலான பாங்கித் தொழில் அமைப்புகளாக விளங்கின.

இத்தகைய மார்வாரியரில் ஜகத் சேட்டு நிறுவனம் உச்ச நிலையில் இருந்தது. இந்நிறுவனம் பதினேழாம் நூற்றாண்டில் ஒரு மார்வாரிக் குடும்பத்தால் அமைக்கப்பட்டது. இந்நிறுவனமே வட்டித் தொழிலில் தலைசிறந்து விளங்கின.

பிற சேட்டுகளும் பெரிய அளவில் வாணிபம் செய்தனர். அவர்கள் பெருந் தொகைகளை நவாபுகள், பிரிட்டிசார், பிரஞ்சு, டச்சுக் கம்பெனிகள் தனிப்பட்ட ஐரோப்பியர் முதலானோருக்கு வட்டிக்குக் கொடுத்து வாங்கினர். வங்க நாணயச் சாலை அவர்களின் கட்டுக்குள் இருந்தது. அவர்கள் காசியிலும் வலிமை வாய்ந்த சக்தியாக விளங்கினர்.

மார்வாரியர் 1740 ஆம் ஆண்டிலும், 1756-1757 ஆம் ஆண்டிலும் அரசியலில் தலையெடுத்துத் தம் செல்வாக்கைக் கொண்டு செலுத்தினர். எனினும் 1760 ஆம் ஆண்டுகளின் பிற்பகுதியில் அவர்களின் தொழில் தாழத் தொடங்கின்று. அவர்கள் கம்பெனியின் ஆதரவுடன் கல்கத்தாவில் ஒரு பெரிய வங்கியை நிறுவ முயன்று தோற்றனர்.

வாரணாசியிலிருந்து மனோகர தாஸ், கோபால் தாஸ் போன்று ஐம்பத்திரண்டு கிளைகளைக் கொண்டிருந்த மிகப் பெரிய வங்கி நிறுவனங்களுடன் போட்டியிடத் தக்க வங்கி எதுவும் வங்கத்தில் இல்லை. மிகப் பெரிய இந்த வாரணாசி வங்கி நிறுவனங்கள் வங்கத்தில் கம்பெனியுடனும், பிரிட்டிஷ் வணிகருடனும் பேரளவில் கொடுக்கல் வாங்கல் நடத்தின.

இந்திய வட்டிக் கடைக்காரர்கள் கூடுதல் வட்டி வாங்கினர். பதினெட்டாம் நூற்றாண்டில் நாட்டுப்புற மக்கள் கடன் சுமையில் அமுக்கிக் கிடந்தனர். விவசாயிகளிடம் 150 சத வட்டி வாங்கப்பட்டது என்பதைக் காட்டும் சான்றுகள் உள.

ஜகத் சேட்டுகள் சமீந்தர் என்ற நிலப் பிரபுக்களிடம் மாத வட்டியாக 2 முதல் 2.5 சதம் வட்டி வாங்கினர். கடன் வாங்கும் போது அடைமானமாகவோ, ஒத்தியாகவோ கொடுப்பதற்கு எதுவும் இல்லாதவர்கள், தான் வாங்குகின்ற கடனுக்கு 1773 இல் 25 சதம் வட்டி தர நேர்ந்தது என்றும் சொல்லப்படுகின்றது.

இந்திய லேவா தேவிக்காரர்கள் ஐரோப்பியருக்கு வட்டிக்குக் கடன் தருவதை மிகவும் விரும்பினர். பிரிட்டிஷ் தனி முறை வணிகர்கள் ஜகத் சேட்டுப் போன்ற இந்திய வட்டிக் கடைக்காரர்களிடம் கடன் வாங்கி முதல் போட்டுத் தொழில் செய்தனர். அவர்கள் பெரும்பாலர் கடன்காரர்களாவே வாழ்க்கையை முடித்தனர்.

நவாபின் செல்வம்

சிராசுத் தௌலாவின் கருவூலத்தில் குறைந்தது நான்கு மில்லியன் பவுன்கள்

இருக்குமென்று கிளைவின் நேர்முகச் செயலாளரான வாட்ஸ் கணித்திருந்தார். ஆனால் கணக்குப் பார்த்த போது ஒன்றரை மில்லியன் தான் தேறிற்று. சிராசுத் தௌலா பணத்தைச் செலவழித்திருக்கலாம் என்று கருதினார்.

சிராசுத் தௌலாவை வீழ்த்தியவர்கள் பங்கிட்டுக் கொள்ளவும், கல்கத்தா வீழ்ந்தபோது அங்கிருந்தவர்களுக்கு ஏற்பட்ட இழப்புகளுக்கு ஈட்டுத் தொகை அளிக்கவும், இரண்டரை மில்லியன் பவுன்கள் வேண்டியிருந்தன. இன்னும் வேண்டப்படும் ஒரு மில்லியன் பவுனை மீர் ஜாபரால் தர முடியாது. ஆகவே அது பற்றி முடிவெடுக்கும் பொறுப்பு ஜகத் சேட்டிடம் விடப்பட்டது. அதனால்தான் கிளைவும், மீர் ஜாஃபரும் அவரை மேலே கூறியவாறு சந்தித்தனர்.

மொத்தத் தொகையில் பாதியை உடனே கொடுத்து விட வேண்டும். இதில் மூன்றிலிரு பங்கு பணமாகவும், மூன்றிலொரு பங்கு தங்க, வெள்ளி நகைகள், பாத்திரங்களாகவும், இதர பொருள்களாகவும் கொடுக்கப்பட வேண்டும். எஞ்சிய பகுதியை அடுத்த மூன்றாண்டு காலத்தில் சரி சமமான தவணைத் தொகைகளில் செலுத்த வேண்டும். எஞ்சிய பகுதியை அடுத்த மூன்றாண்டுக் காலத்தில் சரி சமமான தவணைத் தொகைகளில் செலுத்த வேண்டும் என்று ஜகத் சேட்டு கூறினார். இதை அனைவரும் ஒப்புக் கொண்டனர்.

நூறு கப்பல்கள் கொடிகளைப் பறக்க விட்டவாறு, செல்வங்களை ஏற்றிக்கொண்டு கல்கத்தாவை நோக்கிப் புறப்பட்டன. கல்கத்தாவிலிருந்த ஐரோப்பிய மக்கள் அவற்றை ஆரவாரத்துடன் வரவேற்றனர். அவர்களுக்கு ஏற்பட்ட இழப்பிற்காக ஈட்டுத் தொகை உடனே தரப்பட்டது. இவையெல்லாம் எளிதாகக் கணிக்கப்பட்டுவிட்டன.

ஆனால் கிழக்கிந்தியக் கம்பெனியின் ஊழியர்கள், இப்போது கம்பெனிக்கு கிடைத்துள்ள சுமார் 2340 சதுர கிலோ மிட்டர் (சுமார் 900 சதுர மைல்) பரப்புள்ள வங்கத்திலிருந்து தண்டப்போகும் நிலத்தீர்வை எவ்வளவாக இருக்கும் என்பதைக் கணிப்பது தான் மிகக் கடினமாகிவிட்டது.

அது ஓராண்டில் குறைந்தது ஓர் இலட்சம் பவுனாக இருக்கும் என்று கிளைவு தன் அறிக்கையில் மதிப்பிட்டிருந்தார்.

இந்தக் கொள்ளையில் கிழக்கிந்தியக் கம்பெனியின் கல்கத்தா ஆட்சிக்குழு உறுப்பினர்கள், இராணுவ, கடற்படை அதிகாரிகள், அமீர்ச்சந்து என்று அனைவருமே பங்கு கேட்டனர். அமீர்ச்சந்து தன்னுடன் செய்து கொண்ட சிவப்பு உடன் படிக்கையினால்தான் கம்பெனிக்கு வெற்றி கிடைத்தது என்று உறுதியாக நம்பிக் கொண்டு, தனக்குக் குறைந்தது 65,000 பவுன் கிடைக்க வேண்டுமென்று கணக்குப் போட்டார். ஜகத் சேட்டின் பெரிய அறைக்குள் பேச்சு நடந்து கொண்டிருந்தது. அமீர்ச்சந்து மிகுந்த ஆர்வத்தோடு அந்த அறையினுள் நுழைந்தார்.

கிளைவு அவரைக் கண்டதும் ஸ்கிராஃப்டனிடம் ஆங்கிலத்தில் சொன்னார். ''அமீர்ச்சந்திடம் இப்போது உள்ளதைச் சொல்லிவிடுவது தான் முறையாகும். எனவே அவரிடம் உண்மையைக் கூறிவிடு.''

''சிவப்பு உடன்படிக்கை போலி; அது செல்லாது. ஆதலால் உமக்கு ஒன்றுமே கிடைக்காது'' என்று ஸ்கிராஃப்டன் நாட்டு மொழியில் அமீர்ச்சந்திடம் சொல்லி விட்டார். அமீர்ச்சந்திற்குத் தலையில் இடிவிழுந்தது போலாயிற்று. அவர் மயங்கிக் கீழே விழுந்தபோது, அவருடைய வேலைக்காரரில் ஒருவர் அவரைத் தாங்கிப் பிடித்தார். அவரைப் பல்லக்கில் ஏற்றி வீட்டிற்கு அனுப்பிவிட்டனர்.

சிராசுத் தௌலா தலை வெட்டப்பட்டது

பிளாசியிலிருந்து ஒட்டகத்திலேறி ஓடிய சிராசுத் தௌலா படகில் ஏறி ஊக்ளி ஆற்றின் மேலே சென்று, மூர்சிதாபாதிலிருந்து சுமார் 135 கிலோ மீட்டரிலுள்ள ராஜ்மகாலை நான்கு நாள் கழித்து அடைந்தார். அவர் சென்ற படகு கரையை அடைந்ததும். நடமாட்டமில்லாத ஒரு தோட்டத்தின் வழியே போனார். அங்கு அவருக்குத் தெரிந்த ஒரு பக்கிரி - முஸ்லிம் துறவி இருந்தார். சிராசுத் தௌலா இதற்கு மூன்று மாதங்களுக்கு முன்னர் கடுஞ் சீற்றத்தினால், அந்தப் பக்கிரியின் இரண்டு காதுகளையும் வெட்டியிருந்தார்.

அந்தப் பக்கிரி நவாபைக் கண்டதும் ராஜ்மகாலில் வாழ்ந்த மீர்ஜாஃபரின் தம்பியிடம் நேராக ஓடிச் சிராசுத் தௌலா வந்திருந்ததைச் சொல்லிவிட்டார். பழைய நவாபான சிராசுத் தௌலாவை உடனே சிறை செய்து மூர்ச்சிதாபாதிற்குக் கொண்டு சென்றார்.

அஞ்சி நடுங்கிப் போயிருந்த சிராசுத் தௌலா, மீர் ஜாஃபரிடம் உயிருக்காக மன்றாடினார். புதிய நவாபாகிவிட்ட மீர் ஜாஃபர் சற்று மனமிரங்கினார். ஆனால் ஏனையோர் சிராசுத் தௌலாவை உயிருடன் விடலாகாது என்று சொல்லவே, மீர் ஜாஃபர் அவரைத் தன் மகன் மீரானிடம் ஒப்படைத்துவிட்டார். மீரான் அன்றிரவு சிராசுத் தௌலாவின் தலையை வெட்டிக் கொன்றார்.

1757

கிளைவு பெருஞ் செல்வராதல்

பிளாசிப் போர் வெற்றியினால் இராபட் கிளைவு பெருஞ்செல்வரானார்.

இப்போரில் கலந்து கொண்ட ஒவ்வொருவருக்கும், அவரவர்க்குரிய பங்கு கிடைத்தது. இளநிலை என்சைன் என்ற படைவீரருக்குக் கூட 3000 பவுன் கிடைத்தது.

கிளைவு தலைமைத் தளபதி என்ற முறையில் 20,000 பவுன் பெற்றார். அவருக்கு ஆட்சிக்குழு உறுப்பினர் என்ற முறையில் மேலும் 28,000 பவுன் கிடைத்தது. ஆட்சிக்குழுவின் பிற உறுப்பினருக்கு ஆளுக்கு 24,000 பவுன் கிடைத்தது. (1 பவுன் - சுமார் 10 ரூபாய்)

மீர் ஜாஃபர் நன்றிப் பெருக்கில் கிளைவிற்கு 1,60,000 பவுனைக் கொடுத்தார். கிளைவிற்கு இங்ஙனம் பல வழிகளில் 2,43,000 பவுன் கிடைத்தது. (இன்றைய மதிப்பின் படி அது சுமார் 4.5 கோடி ரூபாய் தேறும்)

கிளைவு நாலாண்டுகளுக்கு முன்னர் 40,000 பவுனுடன் தாயகம் திரும்பினார். அதையெல்லாம் ஆடம்பரச் செலவிலும், தேர்தலிலும் செலவழித்து விட்டு மீண்டும் இந்தியா திரும்பி இப்போது அதைவிட ஆறுமடங்கு பெரிய செல்வராகி விட்டார்.

கிளைவு அப்பணத்தைக் கொண்டு தன் ஐந்து சகோதரியருக்கும் - ரெபேக்காள், சாராள், ஜூடித்து, பிராடன்சஸ், ஆன்-ஆளுக்கு 2000 பவுன் கொடுக்குமாறு தன் ஏஜண்டிற்கு எழுதினார். தன் தங்கை மணம் புரிந்து கொள்ள வேண்டுமென்றும், இனியும் காலங் கடத்தலாகாதென்றும் கிளைவு தன் தந்தைக்கு எழுதினார்.

வங்கத்தில் கொள்ளையோ, கொள்ளை

கிழக்கிந்தியக் கம்பெனியின் நிர்வாகம் பற்றி இரண்டு குழுக்கள் 1772 இல் பலரை

அழைத்து விசாரித்து ஆராய்ந்த பின்னர் தம் முடிவுகளை வெளியிட்டன.

''நாட்டு மக்கள் (வங்கத்தினர்) கம்பெனியின் ஊழியர்களுக்கு 1757 ஆம் ஆண்டிற்கும் 1766 ஆம் ஆண்டிற்கும் இடைப்பட்ட காலத்தில் வெகுமதிகளாக 21,69,665 பவுன் ஸ்டர்லிங்கிற்குக் குறையாத தொகையைக் கொடுத்தனர்.''

அவற்றோடு விளைவை முகலாயப் பேரரசில் பிரபு என்று கருதி அவருக்கு ஆண்டுதோறும் வருவாயாக 30,000 ஸ்டர்லிங்கு பவுனும், இழப்புகளுக்கு ஈடாக 37,70,833 பவுனும் கொடுக்கப்பட்டன.

கிளைவு மிர் ஜாஃபரிடம் பணம் பெற்றுத் தவறான ஒரு முன்னுதாரணத்தை உண்டாக்கினார் என்று கேட்டதற்கு, கிளைவு மறுமொழியாகக் கூறிய போது போர் முடிந்ததும் மூர்சிதாபாதின் கருவூலத்திற்குச் சென்றதை அவர் விவரித்தார்.

''எனக்காக மட்டுமே திறந்து விடப்பட்ட கருவூல நிலவறைக்குள் நான் சென்றதும் எனக்கு இருபுறமும் தங்கக் கட்டிகளும், நகைகளும் குவிந்து கிடந்தன. ஆய்வுக்குழுத் தலைவர்களே! நான் அந்நேரத்தில் அடக்கமாக நடந்துக் கொண்டது எனக்கே இப்போது வியப்பளிக்கின்றது.

அப்படியானால், ஏற்கெனவே ஒப்புக்கொண்ட தொகை மீர் ஜஃபரினால் உடனே கம்பெனிக்குத் தர முடியாமல், ஏன் தவணைமுறையில் தர முடிந்தது என்ற வியப்பு யாருக்கும் எழுவது இயற்கை.

கிளைவு ஆய்வுக் குழுக்களின் முன்னால் பொய் சொன்ன குற்றத்திற்கு ஆளாகியிருக்க வேண்டும். அவ்வாறு செய்திருந்தால் தங்கம் சுரண்டப்பட்டு வந்ததிலிருந்து அதைக் காப்பாற்றியிருக்க முடியுமோ? முடியாது என்றே கூறலாம்.

கிழக்கிந்திய கம்பெனியின் புது ரூபாய் புழக்கத்திற்கு வருதல்

பிளாசிச் சண்டை முடிந்ததும் வங்க வரலாற்றில் புது யுகம் பிறந்தது. அம்மாநிலத்திலும், கிழக்கிந்தியக் கம்பெனியின் தன்மையில் ஒரு புரட்சியே நடந்துவிட்டது எனலாம்.

போர் முடிந்ததும் எதிரியின் பணத்தையும் உடைமைகளையும் சட்டப்படி பங்கு போடும் வேலை நடந்தது. நவாபின் கருவூலத்தில் கம்பெனி எதிர்பார்த்திருந்த 40 மில்லியன் பவுன் இருக்கவில்லை. எனவே எதிர்பார்த்த அத்தொகையில் ஒரு பாதியை அக்டோபர் கடைசியிலும், எஞ்சியதை இருசம தவணைகளாக மூன்றாண்டு காலத்திற்குள்ளும் பெற்றுக் கொள்வதென்று ஏற்பாடாயிற்று.

கிழக்கிந்தியக் கம்பெனிக்குச் சில மானியங்களோடு 24 பர்கானாக்கள் என்ற பெரிய நிலப்பரப்புக் கிடைத்தது. இராபட் கிளைவு முதல் நிலைப் படைவீரர் வரையிலும் அவரவருக்குத் தகுந்தப்படி பணம் கொடுக்கப்பட்டதை மேலே கண்டோம்.

இவற்றோடு நவாபின் ஆட்சிப் பரப்பு முழுமையிலும் (வங்கம், கார் என்ற பெரிய நிலப்பரப்பு) கம்பெனி முழுச் சுதந்திரத்தோடு வாணிபம் செய்யும் உரிமையும் கிடைத்தது. அதனால் கம்பெனி இம்மாநிலத்தின் உள் பகுதிகளில் கிளைகளை அமைத்தது. கல்கத்தாவில் ஒரு நாணயச்சாலை அமைக்கப்பட்டது. கம்பெனி அங்கு அச்சிட்ட முதல் ரூபாய் நாணயம் 1757 ஆகஸ்டு 19 அன்று புழக்கத்திற்கு வந்தது.

1757

3. அனந்தப்பூர் வரலாறு

ஆந்திரத்தின் பதினெட்டாம் நூற்றாண்டு வரலாற்றில் குறிப்பிடத்தக்க இடம் பெற்ற ஊர்களுக்குள் அனந்தப்பூரும் ஒன்றாகும்.

அனந்த என்ற ஓர் அரசியின் ஊர் அனந்தபுரம். அனந்தப்பூர், சம்ஸ்கிருதத்தில் அனந்த சாகரம், எல்லையற்ற கடல் என்று இவ்வூரைக் கூறுவர். என்றென்றும் நிலைத்திருக்கும் 'ஊர்' என்ற பொருளையும் இது தரும்.

இது பத்தொன்பதாம் நூற்றாண்டிற்குப் பிறகு சென்னை மாநிலத்து ஆந்திரப் பகுதியின் மாவட்டமாக விளங்கிற்று. இதன் வடக்கே பெல்லாரி மாவட்டமும், கிழக்கே கர்நூல், கடப்பை மாவட்டங்களும், தெற்கிலும் மேற்கிலும் மைசூர்ப் பகுதியும் எல்லைகளாக இருந்தன. இப்பகுதியில் கன்னடமும் தமிழும் பேசப்பட்டன.

அனந்தப்பூர் நகரம் பெல்லாரியிலிருந்து தென் கிழக்கில் சுமார் 90 கி.மீ. குத்தியிலிருந்து தெற்கில் சுமார் 48 கி.மீ சென்னையிலிருந்து வடமேற்கில் சுமார் 346 கி.மீ.

இந்நகரை விசய நகரமன்னரின் அமைச்சராக இருந்த சிக்கப்ப உடையார் 1364 ஆம் ஆண்டு நிறுவினார். தேவர் கொண்ட என்ற இடைத்தினருகில் புந்தலையாற்றில் கரை எழுப்பி, அவர் அனந்தப்பூரைக் கட்டினார். இக்கரையின் இருமுனைகளிலும் ஒவ்வொன்றிலும் ஒரு கலிங்கல் இருந்தது. ஒவ்வொரு கலிங்கல்லுக்கும் அருகில், அவர் ஓர் ஊரை உண்டாக்கினார். கலிங்கல் என்பது நீர் வெளியேறும் கழிகால் அல்லது மடை ஆகும். ஆற்றின் மிகுநீர் வழிந்து சென்று அணை கரையை அழித்து விடாமல் தடுப்பதற்காகக் கட்டப் பெறுவது கலிங்கல் ஆகும். பொதுவாகச் செங்குத்தாகக் கல்லை நிறுத்தி, அதன் மீது கரை அமைத்து நீர்வழியும் வாயிலாகக் கலிங்கல் இருக்கும்.

இவ்வாறு கலிங்கலருகே ஆற்றின் மேற்குக் கரையில் அமைந்த ஊர், சிக்கப்ப உடையாரின் மனைவி பெயரால் அனந்த சாகரம் ஆனது. கிழக்குக் கரையிலமைந்த ஊர் உடையாரின் ஆண்ட தலைவரின் பெயரால் புக்கராய சமுத்திரம் ஆயிற்று. அவர் இறந்த சிறிது காலத்தின் பின், அணை கரை உடைந்து நீர் கசியலாயிற்று. இனி எதிர்காலத்தில் இத்தகைய நாசம் ஏற்படக் கூடாது என்பதற்காகப் புக்கராய சமுத்திரத்தைச் சேர்ந்த பாசி ரெட்டியின் மருமகள் முசலம்மா தன் உயிரைப் பலியாகத் தர முன்வந்தாள். அவளை அந்த உடைப்பில் உயிருடன் வைத்து அடைத்து விட்டனர் என்பது செவி வழிச் செய்தியாகும்.

அனந்தப்பூரும் அதைச் சுற்றியுள்ள மாவட்டங்களும் 1659 ஆம் ஆண்டு ஹண்டே அனுமந்த நாயுடு என்பவருக்கு அளிக்கப்பட்டன. கலிகத்திம என்ற ''கொல்ல'' குடியைச் சேர்ந்த ஒருவர் விசய நகரப் பேரரசிற்கு எதிராகக் கிளர்ந்த போது, அனுமப்ப நாயுடு, விசயநகர அரசரான இராமராயருக்கு உதவினார். கோல்கொண்ட சுல்தான் தெற்கு நோக்கிப் படை கொண்டு வந்த போதும், குறுநில மன்னரான அனுமப்ப நாயுடு உதவி செய்தார்.

அனுமப்ப நாயுடு புக்கராய சமுத்திரத்தில் 1569 ஆம் ஆண்டு குடியேறி, அங்கு 1582 ஆம் ஆண்டு இறந்தார். இந்தப் பாளையக்காரரான குறுநில மன்னர் குடும்பத்தின் கையில் அனந்தப்பூர் இரண்டு நூற்றாண்டுகள் இருந்தது.

மராட்டியர் 1757 ஆம் ஆண்டு அனந்தப்பூரையும் முற்றுகையிட்டனர். அவர்களுக்கு 50,000 ரூபாய் கொடுத்து அனந்தப்பூரை மீட்டனர். மராட்டியர் இவ்வாறு

பிடிக்கின்ற ஊர்களில் எல்லாம் சௌத்து என்ற தண்டக் கப்பத்தை வாங்குவது வழக்கமாயிருந்தது.

இதன் பிறகு ஐதரலி 1775 ஆம் ஆண்டு அனந்தப்பூரையும், குத்தியையும் பிடித்த பிறகு அனந்தப்பூரிடமிருந்து கப்பம் கேட்டார். அத்தொகை 45,000 ரூபாய் என்று முடிவானது. இந்தக் கப்பத் தொகை பேசியபடி சிறிது காலத்திற்கு செலுத்தப்பட்டு வந்தது. ஆனால் காலப் போக்கில் கப்பம் செலுத்தப்படாமற் போய்விட்டது.

எனவே ஐதரலி பாளையக்காரரைச் சிறைப்பிடித்து, அவரின் உடைமைகளைக் கைப்பற்றினார். அக்குடும்பம் இக்காலத்திற்குப் பிறகு செல்வாக்கு இழந்து கண் மறையலாயிற்று.

அக்குடும்பத்தின் மூத்த மக்களிருவர் ஐதர் படையில் சேர்க்கப்பட்டு போரில் உயிரிழந்தனர். மூன்றாவது மகனான சித்த நாயுடு சீரங்கப்பட்டணத்திற்கு அனுப்பி வைக்கப்பட்டார். இத்தகைய தொல்லைகளையெல்லாம் தாங்க முடியாது, முதியவரான பாளையக்காரர் 1788 இல் இறந்து போனார். இதன் பிறகு பாளையத்தில் எஞ்சி நின்ற படையினர் அனைவரையும் தன்னிடம் அனுப்புமாறு திப்பு சுல்தான் கட்டளையிட்டார். ஆனால் தொலைவிலுள்ள படை நிலைகளுக்கு அனுப்பி வைப்பதற்குப் பாளையத்தில் ஆள் இல்லை என்று கூறியதால், பாளையக்காரர் குடும்பத்திலிருந்த வயது வந்த ஆடவர் அனைவரையும் கொல்லுமாறு திப்பு கட்டளையிட்டார்.

அந்த கட்டளை உடனே நிறைவேற்றப்பட்டது. அக்குடும்பத்து ஆடவரனைவரும் ஊருக்கு வெளியே தூக்கிலிடப்பட்டனர்.

சீரங்கப்பட்டணத்திலிருந்த மூன்றாவது மகன் அங்கிருந்து தப்பியோடிக் காளத்தி மன்னரிடம் புகலடைந்தார். அவர் திப்பு வீழ்ச்சி அடைந்த 1799 ஆம் ஆண்டிற்குப் பிறகு தான் அனந்தப்பூர் திரும்பினார். அவர் ஊர் வந்து சேர்ந்ததும் ஐதராபாது நிசாமிடம் பணிந்ததால், அவருக்குச் சீதாராமப்பூர் என்ற ஊர் தரப்பட்டது.

சித்தப்ப நாயுடு என்ற இவர் 1801 ஆம் ஆண்டு இறந்த பிறகு, அவரையடுத்து வந்தவர்களுக்குப் பிள்ளையில்லாது போய்விட்டது. எனினும் அக்குடும்பத்தைச் சேர்ந்த சிலர் 1860 வரையிலும் அரசிடமிருந்து உதவித் தொகை பெற்று வந்தனர்.

கம்பெனிக்குக் கர்னூல், பெல்லாரி மாவட்டங்கள் 1800 ஆம் ஆண்டு தரப்பட்டன. கர்னல் மன்றோ அப்போது அனந்தப்பூரை இருப்பிடமாகக் கொண்டு செயல்பட்டார்.

1757

வரலாற்றுப் புள்ளிகள்

1. கிளைவு - கூட்டே பூசல்

கிளைவு முறையான படைப் பயிற்சி பெறாமலும், இராணுவ அனுபவ மில்லாமலும் தன் கூர்ந்த மதியாலும், போர்த்திறத்தாலும், மேலுயர் பதவிகளை அடைந்தது குறித்து ஆங்கிலேயரிடையே அவர் மீது பொறாமையும் வெறுப்பும் இருந்து வந்தன.

1757

காப்டன் அயர் கூட்டே (1726-1783) இந்த 1757 ஜனவரி 2 அன்று வில்லியம் கோட்டையை நவாபின் படைகளிடருந்து மீட்டதும், தன் படையுடன் அங்கு சென்று வலுவாய் அமர்ந்து கொண்டார். முறைப்படி அவருக்கு மேலாளரான இராபட் கிளைவு வில்லியம் கோட்டை ஆளுநர் பொறுப்பை ஏற்க அங்கு சென்றபோது அட்மிரல் வாட்சன் அவருக்கு மாற்றாகத் தன்னை ஆளுநராய் அமர்த்தி விட்டதாகக் காப்டன் அயர் கூட்டே கூறினார்.

இயல்பாகவே முன்கோபியான கிளைவு இதைக் கேட்டு ஆத்திரமடையாது, மிகவும் நிதானமாகக் கூட்டேயிடம் பேசினார். கூட்டே அன்று மட்டும் வில்லியம் கோட்டையைத் தன் பொறுப்பில் வைத்திருக்கலாமென்றும், அடுத்த நாளன்று அதன் முறையான உரிமையாளர்களாகிய கிழக்கிந்தியக் கம்பெனியாரிடம் - முடியரசின் படைத் தலைவராகிய - கூட்டே அதை ஒப்படைத்து விட வேண்டுமென்றும் நிபந்தனை விதித்தார். அட்மிரல் வாட்சனும் இதை ஏற்றார்.

2 . இலண்டன் இராயல் நூலகம் : பிரிட்டிஷ் மியூசியத்திற்கு மாற்றப்படுதல்

இதற்கு நான்காண்டுகளுக்கு முன்னர் இலண்டனில் நிறுவப்பட்ட இராயல் நூலகம், இவ்வாண்டு மியூசியத்திற்கு மாற்றப்பட்டது.

3. வட ஐரோப்பியத்தில் உருளைக்கிழங்கு

ஏழாண்டுப் போரோடு (1756-1763) பஞ்சம் பரவியதால், வட ஐரோப்பாவில் உருளைக்கிழங்கு பயிரிடுதல் வெகுவேகமாகப் பரவலாயிற்று. இதற்குப் பதின்மூன்று ஆண்டுகளுக்கு முன்னர், 1744 இல் இரண்டாம் ஃபிரடரிக்கு பிரஷிய உழவர்களுக்கு இலவசமாக விதை உருளைக் கிழங்குகளை அளித்து, வயல்களில் தன் படைவீரர்களை நிறுத்தி உருளைக்கிழங்கைப் பயிரிடுமாறு செய்தார். உருளைக்கிழங்கு பயிர் செய்யாத உழவர்களின் காதும், மூக்கும் அறுக்கப்படும் என்று அவர் ஆணை பிறப்பித்தார் என்பது குறிப்பிடத்தக்கது. ஐரோப்பாவில் இவ்வாறு வலுக்கட்டாயப் படுத்தித்தான் உருளைக் கிழங்கை முதலில் பயிர் செய்ய வேண்டி வந்தது.

4. டெல்லியில் நிலநடுக்கம்

டெல்லியில் இதற்கு முன்னர் 1720 ஜூன் 27 அன்று பெரிய நிலநடுக்கம் ஏற்பட்டு மக்களை அஞ்சி நடுங்கச் செய்தது.

இந்த 1757 நவம்பர் 21 அன்று மீண்டும் நிலநடுக்கம் உண்டாகிப் பேரழிவு ஏற்பட்டது.

5. பொப்பிலிப் போர் : பிரஞ்சுக்காரர் வெற்றி

பிரஞ்சுப் படைத் தலைவரான பூசி, விசய நகரத்தைச் சேர்ந்த துணைத் தளபதியான விசயராம ராவின் உதவியுடன் 1757 ஜனவரி 24 அன்று பொப்பிலி மீது தாக்குதல் நடத்தினார். அவர்கள் விசாகப்பட்டின மாவட்டத்தின் பொப்பிலியில் இருந்த பெரிய பாளையக்காரரான ரங்கராவின் கோட்டையைத் தாக்கினர்.

அக்கோட்டை சிறு சண்டைக்குப் பிறகு வீழ்ச்சியடைந்தது. கோட்டைக்குள்ளிருந்த காவல் படையினர், இத்தோல்விக்குப் பிறகு தம் பெண்டு பிள்ளைகளைத் தீக்குளிக்கச் செய்தனர். ரங்கராவும் கொல்லப்பட்டார். அவரின் காவல் படையைச் சேர்ந்த இருவர்

ஜனவரி 27 அன்று விசய ராமராவை அவரது கூடாரத்தில் கொன்று பழி தீர்த்தனர்.

இந்தப் பொப்பிலிப் போர் ஆந்திரத்தின் மாபெரும் வீர காவியமாக விளங்குகின்றது.

பெத்த புலி - பெரிய புலி என்ற தெலுங்குச் சொல் திரிந்து பொப்பிலி என்று வழங்குகின்றது என்பர். ஷேர் முகமது கானைச் சிறப்பிக்கும் வகையில் இப்பெயர் இவ்வூருக்குச் சூட்டப்பட்டது. இது ஆந்திரத்து விசயநகர மாவட்டத்தைச் சேர்ந்தது. இம்மாவட்டத்தின் பெப்பிலி என்ற டிவிசனில் ஒரு சமீனும் முன்னர் இருந்தது.

பொப்பிலி ஊர் கோரப்புட்டிலிருந்து கிழக்கே தென் கிழக்கில் சுமார் 66 கி.மீ. சென்னையிலிருந்து வடக்கே வடகிழக்கில் சுமார் 63 கிலோ மீட்டர்; பார்வதி புரத்திலிருந்து தெற்கே தென் மேற்கே சுமார் 23 கி.மீ விசாகப்பட்டனத்திலிருந்து வடக்கே சுமார் 90 கி.மீ. விசய நகரத்திலிருந்து வடக்கே சுமார் 47 கி.மீ.

பொப்பிலிப் பாளையத்தின் ரங்கராவிற்கும், பிரஞ்சுக்காரர் பூசியின் உதவியுடன் வந்த விசய நகரத்துப் பெத்த விசயராவிற்கும் சண்டை நடந்த மண்கோட்டை இங்கு இருந்தது. இந்தப் போரை விவரிக்கும் பொப்பிலி ரங்க ராவ் சரித்திரம் மூன்று காண்டங்களில் விவரிக்கின்றது.

பாலசந்தோசர் என்ற பாலசண்ட வாண்டலு என்னும் பாணர்கள் பொப்பிலி சரித்திரத்தை மிகச் சிறப்பாகப் பாடுவர் என்று கர்னூல் கையேடு கூறுகின்றது. பாலசண்ட வாண்டலு என்றால் குழந்தைகளை மகிழ்விப்போர் என்று பொருள். பாலசந்தோசர் என்ற இப்பாணர்கள் பூசி பொப்பிலிக் கோட்டையை முற்றுகையிட்டுப் பொப்பிலித் தலைவரைக் கொன்றதையும், ஆங்கிலேயர் கர்னூலைக் கைப்பறியதையும் மிகச் சிறந்த கதைப் பாடலாகப் பாடுவர்.

பொப்பிலி குடியைச் சோந்த ராவ் சுவேத சலபதி இராம கிருஷ்ண ரங்கராவ் என்பவர் 1930 ஆம் ஆண்டுகளில் சென்னை மாநிலத்தின் தலைமை அமைச்சராக இருந்தார். அவர் நீதிக்கட்சியைச் சேர்ந்தவர்.

6. காவேரிப்பாக்கம்; பிரஞ்சுக்காரர் பிடித்தனர்

காவேரிப்பாக்கம் ஆர்க்காட்டுச் சண்டையின் போது 1752 ஆம் ஆண்டு கிளைவினால் பிடிக்கப்பட்ட செய்தி முன்னர் சொல்லப்பட்டது. அந்த நகரைப் பிரஞ்சுக்காரர் இந்த 1757 இல் பிடித்துவிட்டனர்.

7. டி லென்னாய் ஜெனரலாக உயர்வு

வேணாட்டு மன்னர் மார்த்தாண்ட வர்மர் சிறுசிறு இராச்சியங்களையெல்லாம் வென்று ஒன்று சேர்த்து வலிமை வாய்ந்த பெருநாடாகக் கேரளத்தை அமைத்துக் கொண்டிருந்த முயற்சியில் காயாங்குளம் அம்பலப்புழை, தெக்கங்கூர், வடக்கங்கூர் ஆகிய நாடுகளின் நாடு வாழிகளை அடக்கினார். பிறகு பிளமியரான டி லென்னாய் காப்டன் பதவியிலிருந்து ஜெனரல் ஆக உயர்த்தப்பட்டார் (டி லென்னாய் பற்றி இ.ச.க தொகுதி-5 காண்க)டி லென்னாய் திருவிதாங்கூர்ப்படை முழுமைக்கும் தலைமைத் தளபதியுமானார். அவர் இதன் பிறகு திருவிதாங்கூர் மக்களால் ''வலிய கப்பித்தான்'' (பெரிய காப்டன்) என்று பெருமையுடன் அழைக்கப்பட்டார்.

மார்த்தாண்ட வர்மர் டி லென்னாயின் நேரடி மேற்பார்வையில் கோட்டைகள்

கட்டவும் அவற்றைப் பராமரிக்கவும் இராமப்பய்யன், தளவாய்க்குக் கட்டளையிட்டார். வேணநாட்டின் கோநகரான பத்மநாபபுரத்தில் வலிமை வாய்ந்த கோட்டைகள் கட்டப் பெற்றன. மார்தாண்ட வர்மன் பத்மநாபபுர அரண்மனையில் வாழ்ந்தார்.

உதயபுரியில் இதைவிடப் பெரிய கோட்டை கட்டப்பட்டது.

மூன்றாவதாகக் கன்னியாகுமரிக் கோயிலின் தென் கிழக்கில் கரைமீது அலைவாய்க்கரை என்ற இடத்தில் ஒரு கோட்டை கட்டப்பட்டது. இந்தக் கோட்டையிலிருந்து ஆரல்வாய்மொழி வரையிலும் மண்ணால் சுவர்கள் எழுப்பப்பட்டன. இச்சுவர்கள் கடலுக்கும் குன்றுகளுக்குமிடையே தடுப்புகளாய் நின்றன.

கொல்லம், மாவேலிக்கரை, செங்கணாச்சேரி, கோட்டயம், எடமானூர், மாவாட்டுப்புழை, இங்கெல்லாமிருந்து கோட்டைகளும் செப்பனிடப்பட்டன.

டி லென்னாய் இக்கோட்டைப் பணிகளை எல்லாம் முடித்த பின்னர், ஐம்பதாயிரம் வீரர்களாக உயர்ந்திருந்த திருவிதாங்கூர்ப் படையைச் சீர்படுத்துவதில் முனைந்தார். காலாள் படை, குதிரைப் படை, பீரங்கிப் படை என்று பல பிரிவுகளிலும் ஜெனரலின் தலைமையில் ஐரோப்பிய முறையில் பயிற்றுவிக்கப்பட்ட துணைப்படைகளும் இருந்தன. இப்படைக்கு ஆங்கில, டச்சுப் படைக்கலன்கள் வாங்கப்பட்டன.

இப்படைகளுக்கு ஐரோப்பியர், யூரேசியர் என்ற ஆசிய ஐரோப்பியக் கலப்பினத்தவர், நாயர், பட்டாணியர் முதலானோர் தலைவர்களாயிருந்தனர்.

8. இந்தியாவில் உள்நாட்டு வாணிபம்

இந்தியாவில் பதினெட்டாம் நூற்றாண்டின் இக்கால கட்டத்தில், சாலை வழியாகவும், ஆற்று வழியாகவும் நடந்த உள்நாட்டு வாணிபத்திற்கு உலகின் பிற நாடுகளில் போலவே ஆயத்தீர்வைகள் வாங்கப்பட்டன. இருந்த போதிலும், கிழக்கிந்தியக் கம்பெனி முகலாய மன்னர்களிடம் ஃபர்மன் என்ற அரசாணைகளைப் பெற்று ஏற்றுமதி, இறக்குமதி வாணிபத்திற்கு இத்தீர்வைகளிலிருந்து விலக்குப் பெற்றிருந்தது.

எனவே கம்பெனி ஐரோப்பாவிலிருந்து இந்தியாவிற்குக் கொண்டு வந்த பண்டங்களுக்கும், ஐரோப்பாவிற்கு ஏற்றுமதி செய்ய இந்தியாவில் கொள்முதல் செய்த சரக்குகளுக்கும் எந்த தீர்வையும் செலுத்தாது வாணிபம் செய்து வந்தது.

ஆங்கிலக் கம்பெனியின் ஆட்சிக்குழுத் தலைவர் அல்லது கம்பெனிப் பண்ட சாலை மேலாளர் கையெழுத்திட்ட தஸ்தக்கு என்ற சான்றிதழைச் சுங்கச் சாவடிகளில் காட்டினால், அப்பண்டங்களுக்கு எந்தத் தீர்வையும் வாங்கப்படுவதில்லை.

இந்த 1757 இல் இந்த பிளாசிச் சண்டையின் வெற்றிக்கு பிறகு, கம்பெனியின் கை மேலும் ஓங்கியது.

1758

அரசியல்

    தென் பாண்டிச் சீமை, கம்பெனி-நவாபு ஏற்பாடு நீட்டிப்பு

    வேணாட்டு மன்னர் தர்மராசர்

    கிளைவு வங்க ஆளுநர்

தொழில், வேளாண்மை, வாணிபம்,

    பிரிட்டனின் இந்திய வாணிபப் பெருக்கம்

    தஞ்சைத் தரணி, சமூக நிலை, வாணிப நெறிகள்

    சிந்தில் கம்பெனிப் பண்டசாலை

இராணுவம், போர்

    கிழக்கிந்தியக் கம்பெனி ஆந்திரத்தை வெல்லுதல்

    சென்னைக் கோட்டை ; லாலி முற்றுகை

    போர்க் கொள்ளை பங்கிடுவது குறித்துக் கம்பெனி அறிக்கை

    இராசமேந்திரவரத்தில் பிரஞ்சுக்காரர் தோல்வி

    ஏழாண்டுப் போரில் பிரஞ்சுப் பின்னடைவு

வரலாறு

    ஆந்திர வரலாறு

    சென்னை ரெஜிமெண்டு வரலாறு

    இராசகேந்திர வரலாறு

பொது

    இராமய்யன் காதலி

    மதுரை மீனாட்சி கோயிலில் மீண்டும் வழிப்பாட்டிற்கு ஏற்பாடு

பிறப்பு

    நெல்சன் (1758-1805)

    ரொபஸ்பியர் (1758-1794)

இறப்பு

    மார்த்தாண்ட வர்மன்

1758

1. தஞ்சைத் தரணி; சமூக நிலை: வாணிப நெறிகள்

தஞ்சையில் 1676 ஆம் ஆண்டு மராட்டியர் ஆட்சி ஏற்பட்டது. ஷா ஜி பான்ஸ்லேயின் (1594-1664) மகனும்; சிவாஜியின் (1627-1680) ஒன்றுவிட்ட சகோதரருமான வெங்காசி என்ற ஏகோசி தஞ்சை மராட்டியர் குடியைத் தோற்றுவித்தார். தஞ்சைத் தரணியில் மராட்டியர் ஆட்சி 1855 வரை கிட்டத்தட்ட 180 ஆண்டுகள் நடந்தது. பதினெட்டாம் நூற்றாண்டின் இக்கால கட்டத்தில் தஞ்சையைப் பிரதாப சிங்கன் (1739-1763) ஆண்டு வந்தார்.

மராட்டியரும் மண உறவும்

தஞ்சை மராட்டியர் தமது நாட்டிலிருந்து தான் பெண்களை மணந்தனர். அவர்கள் கலப்பு மணம் செய்ததில்லை. எனினும் காமக்கிழத்தியராக நாயுடு, ஐயங்கார், கிறித்தவப் பெண்களை ஏற்றுக் கொண்டனர். இக்குடியின் கடைசி மன்னரான இரண்டாம் சிவாஜி (1832-1855) தனக்கு ஏற்கெனவே மணமாகி எட்டு மனைவியர் இருந்தும், ஆண் குழந்தை இல்லையென்று ஒரே நாளில் 17 பெண்களை மணந்தார்.

தஞ்சை மராட்டியர் ஆட்சியில் நிலவிய வாழ்க்கை நிலை இங்கு சுருக்கமாகத் தரப்பட்டுள்ளது.

பெண்ணடிமை வாணிபம்

இக்காலத்தில், பெண்களை விலைக்கு வாங்குவது, விற்பது போன்ற அடிமை வாணிபத்தில் நாட்டு மன்னர்களும், கிழக்கிந்தியக் கம்பெனியாரும் ஈடுபட்டிருந்தனர்.

பிராமணருக்கும், இசை வேளாளர்களுக்கும் மானியங்கள் வழங்கப்பட்டன. நாடெங்கும் தேவதாசிகள் நிறைந்திருந்தனர்.

தமிழில் குறிப்பிடத்தக்க நூல் எதுவும் தஞ்சை மராட்டிய மன்னர்கள் காலத்தில் வெளிவரவில்லை.

எனினும் தென்பாண்டிச் சீமையின் வரலாற்றுடன் ஒப்பிடுகையில், தஞ்சைத் தரணி மிகவும் அமைதியாக இருந்ததை அறிய முடிகின்றது. மதுரை நாயக்கர் ஆட்சியிலிருந்த அமைதியின்மையும், குழப்பமும் இங்கு இல்லை. எனினும் இங்கும் சாதிப் பாகுபாடும், ஏற்றத்தாழ்வுகளும் பரந்து காணப்பட்டன.

வாணிபம், தொழில்

வாணிபமும் பிறதொழில்களும் சிறப்பாக நடந்தன.

இக்காலகட்டத்தில் தஞ்சையிலிருந்த பலபட்டடைச் செட்டியார்கள், வணிகர்கள், லெப்பைத் துலுக்கர், பதினெட்டுப் பட்டடை வர்த்தகர்கள் முதலானோர் கோயில் அறப்பணிகளுக்கென்று மகமை செலுத்தி வந்திருக்கின்றனர் என்பது செப்புப் பட்டயங்களிலிருந்து தெரிகின்றது.

மகமை

நவதானியம், பயிறுவகை, எண்ணெய் போன்றவற்றுக்கு அப்பொருள்களாகவும், பிற பொருள்களுக்குக் காசாகவும் மகமை வாங்கப்பட்டது. பேட்டைகளில் வாணிபம் செய்த முஸ்லிம்களும், இந்துக் கோயில்களுக்கு மகமை செலுத்தினர். முஸ்லிம்கள் தஞ்சாவூர் மேல வீதியிலிருக்கும் கொங்கணேசுவரர் கோயிலுக்கு மகமை செலுத்தி வந்திருக்கின்றனர்.

வாணிபப் பண்டங்கள்

தேங்காய்க் கடையில் எலுமிச்சங்காய், இஞ்சி, வாழைக்காய் ஆகியன விற்கப்பட்டன.

சாராயக்கடைக்கு அளவு என்று இல்லாது, ஒரு நாளைக்கு 3 பணம் மகமை வாங்கப்பட்டது.

சேலத்திலிருந்து நெய்யும், கோதுமையும், திருக்காட்டுப் பள்ளியிலிருந்து கொட்டை முத்தில் (ஆமணக்கு வித்து) ஒருவகையும் தஞ்சையில் இறக்குமதியாயின. வெற்றிலை போன்ற சில பொருள்கள் உள்ளூரில் விற்கப்பட்டன.

பதினெட்டுப் பட்டறைகள்

1. பலசரக்குக் கடை
2. தேங்காய்க் கடை
3. பாசிப் பேட்டை
4. சவுளிக் கடை
5. புகையிலைப் பேட்டை
6. அம்புப் பேட்டை

7. சாராயப் பேட்டை
8. ஆட்டுப் பேட்டை
9. வெற்றிலைப் பேட்டை
10. சந்தைப் பேட்டை
11. கொள்ளுப் பேட்டை
12. வடக்கு நெல்லுப் பேட்டை
13. கொட்டைப் பாக்குப் பேட்டை
14. வாணியர்
15. காசுக்காரன் பேட்டை
16. கம்மம் பேட்டை
17. மகராசா சாயபு பேட்டை
18. தெலுங்குப் பேட்டை

நாணயங்கள்

மராட்டிய மன்னர்களின் ஆட்சிக்காலத்தில் தஞ்சாவூரில் பலவகை நாணயங்கள் இருந்த போதிலும், மக்கள் பெரிதும் அறிந்தது "சக்கரம்" என்ற நாணயமாகும். அதன் கூறுகள் பணம், காசு என்பவனவாகும்.

இவற்றுடன் ரூபாயும் அதன் கூறுகளும் பிற்காலத்தில் புழக்கத்திற்கு வந்தன.

1 சக்கரம்	= 10 பணம்
45 பணம்	= 1 புலி வராகன்
32 காசு	= 1 பணம்
2 ½ பணம்	= 1 சென்னைப் பட்டண வெள்ளிப் பணம்
4 வெள்ளிப் பணம் (அ) 10 பணம்	= 1 சக்கரம்
4 ½ சக்கரம் (அ) 45 பணம்	= 1 புலி வராகன்

நாலரைச் சக்கரம் கொண்டது ஒரு புலி வராகன் என்பதோடு, அதன் சரிபாதியான 2 ½ சக்கரம் கொண்ட புலிவராகனும் இருந்தது என்று தெரிகின்றது. புலி வராகன் மதிப்பு மாறுபட்டுக் காணப்படுகின்றது.

சிறு மதிப்புடைய பரங்கிப்பேட்டை வராகன் புழக்கத்திலிருந்தது. இதன் 1 வராகன் - 2 சக்கரம், 8 பணம் ஆகும்.

558 ப. சிவனடி

நாகப்பட்டின வராகன் 1 = சக்கரம் 2-8 $\frac{3}{4}$ பணம் என்று கணக்கிட்டனர். இந்த நாகப்பட்டின வராகன் மதிப்புடையதாக இருந்தது.

பெரிய பணம், சின்னப் பணம்

இரண்டே முக்கால் பணம் கொண்ட சென்னைப்பட்டின வெள்ளிப் பணம் பெரிய பணம் என்று அழைக்கப்பட்டது.

பெரிய பணம் 171-42 சக்கரம். ஏழரைப் பணம் என்பதிலிருந்து இதை அறியலாம்.

சின்ன பணம் 183 = 18 சக்கரம்; 3 பணம்

சின்னப் பணத்தின் சரிபாதி, அரைப் பணம் எனப்பட்டது. இந்தச் சின்னப் பணம் ஒற்றைப் பணம் என்றும் சொல்லப்பட்டது; இந்த ஒற்றைப் பணம் 66 க்கு 6 சக்கரம். 6 பணம் என்பதால் இதை அறியலாம்.

மோகராக்கள், தங்க ரூபாய்

மோகராக்கள் சட்டப்படி கொடுக்கல் வாங்கலில் இல்லை. எனினும் அவை மாற்றுக் குறையாதவையிருப்பின், அரசின் கருவூலங்களில் வரி முதலியன செலுத்தும் போது ஏற்றுக் கொள்ளப்பட்டன.

1400 மோகராக்கள் 6000 புலிவராகனுக்குச் சமம் எனில், ஒரு மோகரா என்பது 4 3/7 புலிவராகனாகின்றது. மோகரா ஒரு பொன் நாணயமாகும். 5 ரூபாய், 7 $\frac{1}{2}$ ரூபாய், 10 ரூபாய், 15 ரூபாய் மதிப்புள்ள மோகராக்களும் இருந்தன. ஒரு மோகரா தங்க ரூபாய் எனப்பட்டது.

வடபுலத்து மோகராக்காள்

இரண்டாம் சரபோசி (1798-1832) சஞ்சம் என்ற ஊரிலிருந்த போது தேடிப் பெற்ற வடபுலத்து மோகராக்கள் பற்றிய 1829 ஆம் ஆண்டு ஆவணக் குறிப்பு:

அக்பர் மோகரா	1 = 15 ரூபாய்
பத்திரிநாத மோகரா	1 = 15 ரூபாய்
இராம்டங்க மோகரா	1 = 49 ரூபாய்
சதாரம் மோகரா	1 = 25 ரூபாய்
திவானி மோகரா	1 = 15 ரூபாய்

மதுரைச் சக்கரங்கள்

இவை தஞ்சாவூரில் பயன்பட்ட சக்கரங்களிலிருந்து வேறாக இருந்தன. தஞ்சாவூர்ச் சக்கரம் ஒன்றுக்கு, மதுரை 1 சக்கரம் 2 $\frac{1}{4}$ மூன்று வீசம் பணம் கொடுக்க வேண்டும். இதிலிருந்து தஞ்சாவூர்ச் சக்கரத்தின் மதிப்பு மதுரைச் சக்கரத்தின் மதிப்பை விட அதிகம் என்பதை அறியலாம்.

சக்கரத்தின் ரூபாய் மதிப்பு

ஒரு சக்கரத்தின் ரூபாய் மதிப்பு எவ்வளவு என்பது மிகுந்த சிக்கலாக உள்ளது. இது பற்றி 1811 ஆம் ஆண்டு மோடி ஆவணக் குறிப்பு ஒன்று கூறுவது:

ரூ.100-11-6 (அதாவது நூறு ரூபாய் பதினொன்றரை அணாவிற்கு) ரூபாய் ஒன்றுக்கு 5½ பணம் வீதம் சக்கரம் 58-3 7/8 பணம் என்று கூறுகின்றது. எனினும் 1799 ஆம் ஆண்டு மோடி ஆவணக் குறிப்பின்படி ஒரு ரூபாய்க்கு 6 பணம் என்று கணக்கிடப்பட்டுள்ளது. ஆயினும் ரூபாய்க்கு 6½ பணம் என்றுதான் பொதுவாக வழக்கில் இருந்து வந்துள்ளது.

ரூபாயின் பகுதிகள்

ரூபாய் ஒன்றுக்கு 48 துட்டு என்பதோடு, 1 ரூபாய்க்கு 64 பைசா என்றும் கணக்கிடப்பட்டு வந்தது. (பைசா - காலணா) 3 வீசம் துட்டு 9 என்பதால் ஒரு ரூபாயின் 16 இல் ஒரு பங்கு வீசம் எனப்பட்டது என்றறியலாம். (வீசம் - அணா) கால் ரூபாய், அரை ரூபாய் நாணயங்களும் இருந்தன.

ஏட்டுத் தம்பிடி அல்லது சல்லி - 2 துட்டு, அதாவது நாலுசல்லி-1 துட்டு, 48 துட்டு ஒரு ரூபாய் எனின் 192 சல்லி ஒரு ரூபாயாகின்றது.

ஹோன்னம், ஹொன்னம்

இதுவே புலி ஹொன்னம் என்றும் கூறப்பெறும். 2 சக்கரம், 40 பணம் - 1 ஹொன்னம் என்று தெரிகின்றது.

சில ஹொன்னங்களின் பெயர்கள் வருமாறு;

பரங்கிப்பேட்டை ஹொன்னம் (பரங்கிப்பேட்டை)

பீலி ஹொன்னம் (புலி ஹொன்னம்)

பிரளயகட்டி ஹொன்னம் (பழவேற்காடு)

அலம்புலி ஹொன்னம்

ஐதர் எட்டு ஹொன்னம்

ஆர்க்காட்டு ஹொன்னம்

புதுச்சேரி ஹொன்னம்

பழைய பரங்கிப்பேட்டை ஹொன்னம். இவை தஞ்சாவூர்ப் பகுதியில் மேட்டுக் குடி மக்களிடத்தில் புழங்கி வந்தன.

சில காசுகள்

கோணிக் காசு சாணார் காசு என்றும் சில காசுகள் இருந்தன. அவற்றின் மதிப்பை நன்கு அறிய முடியவில்லை. கோணிக்காசு என்பது போல் கிணிக்காசு என்பது வழக்கிலிருந்தது. இதன் நாணயக்கார மதிப்பு 21.5 ரூபாய், தஞ்சை அரண்மனை மதிப்பு 20 ரூபாய்.

சாணார் காசு ஒன்று 5.11/28 பைசா 2 முதல் 5 11/28 பைசா 20 வரை மதிப்பிட்டதாக 1851 ஆம் ஆண்டிற்குரிய தஞ்சை அரண்மனை ஆவணம் கூறுகின்றது.

சாணார் காசு என்பது எது?

இத்தாலியிலிருந்து செங்கடல் வழியாக இந்தியாவுடன் வாணிபம் நடந்தமையால், இந்நாட்டின் மேலைக் கடற்கரைப் பகுதியில் இத்தாலியத் தங்க நாணயங்கள் கிடைத்தன. அந்நாணயங்களின் ஒரு பக்கம் சிலுவை முன் நீதிபதி நிற்பது போன்ற ஓர் உருவம் காணப்படும். இது ஒரு ''சாணார்'' மரத்தின் மேல் ஏறுவதற்கு ஆயத்தமாக இருப்பது போல் இந்நாட்டவரில் சிலருக்குத் தோன்றியது. அதனால் இத்தகைய காசுகளைச் ''சாணார் காசு'' என்று கூறிவிட்டனர்.

அக்கசாலைகள்

திருமருகல் என்ற ஊரில் அமர்சிங்கு (1787-1798) என்ற மராட்டிய மன்னர் காலத்தில் ஓர் அக்க சாலை - நாணயச்சாலை - இருந்தது. எனினும் இங்கு நாணயம் அச்சிடும் வேலை சரிவர நடைபெறவில்லை.

அளவைகள்

பெரும்பாலான பொருள்கள் பொதி, சுமை, துலாம் என்ற எடை அளவுகளில் வாங்கவும், விற்கவும் பட்டன. சில பொருள்களுக்குத் தனியான அளவு முறைகள் இருந்தன. நெய்க்குப் பொதி என்பதுடன், தோண்டி என்ற சிறு அளவும் இருந்தது. வெற்றிலை கட்டு என்ற அளவில் வாணிபம் ஆனது. கஞ்சா, அபின் ஆகியவற்றிலும் மனு என்றும், எண்ணெய்க்கு ஆடம், காணம் என்றும் அளவுகள் இருந்தன.

முகத்தலளவை:

8.5 சேர் கொண்டது 1 மரக்கால் என்பது 1842 வரையிலுள்ள பலகுறிப்புகளில் காணப்படுகின்றது. வேறு அளவு கொண்ட மரக்காலும் இருந்திருக்கலாம். கலம் என்ற பேரளவும், படி என்ற சிற்றளவும் வழக்கில் இருந்தன.

எடுத்தலளவை

தோலா, டாங்கு ஆகியன எடுத்தலளவைகளாகும். 1 தோலா என்பது 3 டாங்கு. டாங்கு என்ன அளவினது என்பது நமக்கு விளங்கவில்லை.

மணங்கு, சேர் முதலிய எடைகளும் உண்டு.

3 தோலா	=	1 பலம்
8 பலம்	=	1 சேர்
5 சேர்	=	1 வீசை
8 வீசை	=	1 மணங்கு

கழஞ்சு

மிளகு, சீரகம், முதலிய சில பொருள்களைக் கழஞ்சு என்ற எடையிலும் போட்டனர் என்று அறிகின்றோம்.

20 மணங்கு 1 கண்டியாகலாம். இருபது மணங்கு ஒரு பாரம் என்பது போல் இதை உறுதியாகச் சொல்வதற்குச் சான்று இல்லை.

நில அளவை

நிலம் 14 அடிக் கோலால் அளக்கப் பெற்றது. வேலி, மா என்பன பெரு வழக்கு.

நீட்டல் அளவை

முழம், சாண் என்பன பொது வழக்கமாகயிருந்தன.

மோடி எழுத்து

மராட்டி மொழி தேவநாகரி எழுத்தில் எழுதப் பெற்று வருகின்றது. ஆனால் வணிகர்கள் கணக்கு எழுதவும், அரசு அலுவலகங்களில் அன்றாடச் செயல் முறைகளை எழுதி வைக்கவும், நீதிமன்றங்களில் நடவடிக்கைகளை எழுதிப் பதியவும், மோடி என்ற தனி எழுத்து முறை மராட்டிய நாட்டில் பயன்படுத்தப்பட்டு வந்தது.

எனினும் தஞ்சாவூரில் மராட்டிய மன்னர் துக்கோசி (1728-1736) காலம் வரை மிகச் சிறு அளவில் மட்டுமே மோடி எழுத்துப் பயன்பட்டு வந்தது. பிரதாப சிங்கன் காலத்திலிருந்துதான் (1735-1763) மோடி எழுத்துப் பொது வழக்காக அரசுத் தொடர்பான துறைகளில் தஞ்சை மராட்டிய அரசில் பயன்பட்டு வந்தது.

1758

எனினும் மராட்டியர் நாட்டில் பயன்படுத்திய மோடி எழுத்திற்கும்,தஞ்சையில் கையாளப்பட்ட மோடி எழுத்திற்கும் வரி வடிவில் வட்டார வழக்குப் பயிற்சியிலும் ஓரளவு வேற்றுமை உண்டு என்று மோடி எழுத்தைப் படிப்பவர்கள் கூறுகின்றனர்.

மோடி எழுத்தின் தோற்றுவாய் குறித்தும், பெயர்க் காரணம் பற்றியும் பலவகையான கருத்துக்கள் உள. மோடி எழுத்து முறை முதன் முதலாக இலங்கையில் பயன்படுத்தப் பெற்று வந்ததாகவும் விபீசணன் இம்முறையைத் தோற்றுவித்தான் எனவும் கூறினார்.

அசோகர் காலத்தில் (273-232 கி.மு.) வழங்கிய ''மௌர்மா'' என்ற எழுத்து முறையிலிருந்து மோடி தோன்றியது என்பாரும் உள்ளனர். பில்ஹணர் 11 ஆம் நூற்றாண்டில் வாழ்ந்த சம்ஸ்கிருதப் புலவர். அவர் கல்யாணியைக் கோ நகராய் வைத்தாண்ட முதலாம் விக்கிராமாதித்தனைப் பற்றி (1008-1014) எழுதிய ''விக்கிரமாங்கதேவ சரித்திரம்'' என்ற நூலில் (சருக்கம் 18; சுலோகம் 48) குறிக்கப்பட்டுள்ள ''குடில லிபி'' என்பதே மோடி எழுத்தின் தோற்றுவாய் என்ற கருத்தும் உண்டு.

மராட்டிய மன்னர் யாதவ குல இராமதேவ ராவின் காலத்தில் அவருக்கு அமைச்சராயிருந்த ஹே மாத்திரிப் பண்டிதர் என்பவரால் மோடி எழுத்துக் கி.பி.13 ஆம் நூற்றாண்டில் அறிமுகம் செய்யப்பட்டது என்ற கருத்தும் உள்ளது.

மோடி எழுத்து முறையானது தேவநாகரி எழுத்துக்களைச் சரளமாக எழுதுவதற்கு ஏற்பட்ட தனிமுறையாகும். மோடுன் என்ற சொல்லிலிருந்து மோடி பிறந்தது என்பது ராஜபாடே என்பவரின் கருத்தாகும். அதாவது மோடி எழுத்தை எழுதுவர்கள் தாளிலிருந்து கையை எடுக்காமல் சங்கிலித் தொடர் போல் கோவையாக எழுதலாம் என்பது இதன் பொருள். ''மோட்'' என்ற மராட்டிச் சொல்லுக்கு உடைத்தல் என்று பொருள். நாகரி எழுத்தை சிதைத்துச் சுருக்கி எழுதப் பயன்படுத்தியமையால் அது மோடி என்று பெயர் பெறலாயிற்று.

அரசுத் துறையின் பல்வேறு பிரிவுகளின் இரகசியத்தைக் காக்கவும், நம்பிக்கையான ஊழியர்களைக் கொண்டு அந்நடவடிக்கைகளை எழுதவும்,தஞ்சை மராட்டிய மன்னர்கள் காலத்தில் அரசுத் தொடர்பாக மட்டும் மோடி எழுத்துப் பயன்படுத்தப்பட்டது. தனிப்பட்ட பொது மக்கள் தஞ்சையில் மோடி எழுத்தை பெரிதும் பயன்படுத்தவில்லை.

இந்த எழுத்துமுறை பெரும்பாலும் தாளில் எழுதப் பயன்பட்டாலும், சில கல்வெட்டுகளும், செப்பேடுகளும், ஓலைச்சுவடிகளும் மோடியில் எழுதப் பெற்றுள்ளன.

2. கிழக்கிந்தியக் கம்பெனி ஆந்திரத்தை வெல்லுதல்

கஞ்சிப் பத்து, பிளாசிப் பத்து என்றெல்லாம் அழைக்கத்தக்க பிரிட்டிசாரின் வெற்றிப் பத்தான இந்தப் பத்தாண்டுக் காலத்தில் (1751-1760) கிழக்கிந்தியக் கம்பெனி, ஆந்திரத்தையும் தன் ஆதிக்கத்தில் கொண்டு வந்தது. கிழக்கிந்தியக் கம்பெனி ஆந்திரத்தில் காலூன்றியது பற்றிய செய்திகள் இ.ச.க.தொகுதி மூன்றில், ஆந்திரத்தின் வரலாற்றுடன் சொல்லப்பட்டன.

ஆந்திரர் தொன்மை

ஆந்திரம் மிகத் தொன்மையான வரலாற்றையுடையது. சுமார் கி.மு.1000 ஆண்டைச் சேர்ந்தது என்று கருதப்படும் ஆத்திரேய பிரமாணத்தில் ஆந்திரத்தைப் பற்றிய குறிப்பு வருகின்றதென்பர். எனினும் ஆந்திரத்தின் வரலாற்றுக் காலம் மௌரியருடன் (கி.மு.386-184) தொடங்குகின்றது. ஆந்திரம் மௌரியப் பேரரசின் ஒரு பகுதியாக இருந்தது.

அனந்தப்பூர் மாவட்டத்தின் குந்தியிலிருந்து சுமார் 12 கிலோ மீட்டரிலுள்ள எர்ரகுடி என்னுமிடத்தில் அசோகர் கல்வெட்டு ஒன்றுள்ளது. சந்திர குப்த மௌரியரின் (சு.320-300 கி.மு) அரசவையிலிருந்த கிரேக்கத்து மெகஸ்தனிஸ் ஆந்திரத்தின் சிறப்பைக் குறித்து வைத்திருக்கின்றார். மௌரியப் பேரரசு தாழ்வுற்றதும், சாதவாகனர் கி.மு.225 முதல் கி.பி.200 வரை சுமார் 425 ஆண்டுகள் ஆந்திரத்தை ஆண்டு வந்தனர். சாதவாகனரை ஆந்திரர் என்று புராணங்கள் புகலும். (சாதகவாகனர் பற்றிய செய்திகள் இ.ச.க.தொகுதி-2 காண்க) புகழ் பெற்ற பௌத்த மெய்ப்பொருள் அறிஞரான நாகார்ச்சுனர் சாதவாகனர் காலத்தில் (கி.பி.இரண்டாம் நூற்றாண்டு) நிலவியவர். நாகர்ச்சுன கொண்ட என்ற இடத்தில் நாகர்ச்சுன விகாரை என்ற பெரிய பல்கலைக்கழகத்தை நிறுவியதற்கு அவர் காரணமாயிருந்தார். சாதவாகனர் ஆட்சிக்காலத்தில் கலைகள் அனைத்தும் செழித்திருந்தன என்பதற்குப் பல சான்றுகள் உள.

சாதவாகனப் பேரரசு சுமார் கி.பி.200 வாக்கில் முடிந்து போயிற்று என்பது வரலாற்றறிஞர் முடிவாகும். அது ஏன் மறைந்தது என்பது புலனாகவில்லை. சாதவாகனரின் ஆட்சி தாழ்ந்து மறைந்ததும், ஆந்திரத்தைச் சிற்றரசு குடியினர் பலர் ஆளலாயினர். கிருஷ்ணவேணி என்ற கிருஷ்ண ஆற்றின் தெற்கில் காஞ்சியைத் தலைநகராய்க் கொண்டு வடக்கில் ஆந்திரம் வரையிலும் பல்லவர் குடி ஆண்டது. பல்லவர் ஆந்திர இனத்தவர் என்றொரு கருத்து நிலவுகின்றது.

இச்சவாகு

கிருஷ்ணைக்கும் கோதாவரிக்கும் இடைப்பட்ட பகுதிகளை இச்சவாகு குடியினர் கி.பி.250 தொட்டு 340 வரை சிறிது காலம் ஆண்டனர்.

சாலங்காயனர், விஷ்ணுகுண்டினர்

அவர்களையடுத்துச் சாலங்காயனர் (கி.பி.280-382), விஷ்ணு குண்டினர் (380-615) மரபுகள் ஆந்திரத்தில் அரசோச்சின. கோதாவரியின் வடக்கிலுள்ள நிலப்பரப்பைக் கலிங்க மன்னர்கள் கி.பி.160 முதல் ஆண்டு வந்தனர்.

சாளுக்கியர்

ஆந்திரத்தின் சில பகுதிகள் ஆறு, ஏழாம் நூற்றாண்டுகளில் மேலைச் சாளுக்கியரின் ஆட்சியில் இருந்து வந்தன. கீழைச் சாளுக்கியர் ஆந்திரத்தின் கரையோரப் பகுதிகளை 630 ஆம் ஆண்டு தொடங்கி 1232 ஆம் ஆண்டு வரையிலும் ஆட்சி புரிந்து வந்தனர்.

காகதியர்

1758

சாதவாகனர் குடிமறைந்த பின்னர் ஆந்திரத்தை ஆண்டதில் முக்கியமானது காகதியர் மரபு ஆகும். ஆந்திரத்தின் பெரும் பரப்பு 1081 முதல் 1323 வரை 240 ஆண்டுக் காலம் காகதியரின் ஆட்சியில் இருந்தது. காகதியரின் கோ நகருக்கு ஒரு கல்லு என்று பெயர். அதுவே திரிந்து வாரங்கல் என்று இன்று வழங்குகின்றது. ஒரு கல்லு ''ஆந்திர நகரம்'' என்ற சிறப்புப் பெயரைப் பெற்றிருந்தது. காகதியர் வடக்கிலிருந்து படைகளைக் கொண்டு வந்த முஸ்லிம் மன்னர்களை நன்கு எதிர்த்து நின்று நாட்டிற்கு நல்ல காவலராய் விளங்கினர்.

ரெட்டி மன்னர் குடி

காகதியர் வீழ்ந்ததும் கரையோர ஆந்திரத்தை 1323 முதல் 1450 வரை ரெட்டி மரபினர் ஆண்டனர். அவர்களின் தலை நகரங்கள் குண்டர் மாவட்டத்திலுள்ள அட்டங்கி, கொண்ட வீடு (1788 காண்க) என்ற இடங்களிலும், கிழக்குக் கோதாவரி மாவட்டத்தின் இராச மகேந்திரவரத்திலும் நிலவின.

காகதியரின் காலம் முடிந்த பின்னர்,ஆந்திரத்தில் அரசியல் ஒன்றுமையும் மறைந்தது. தெலுங்கானத்தைத் தவிர ஆந்திரத்தின் பல்வேறு பகுதிகளை விசய நகரப் பேரரசரான கிருஷ்ண தேவராயர் (1509-1529) ஒரு குடைக் கீழ் கொண்டு வந்தார்.

கோல் கொண்டச் சுல்தான் குடி: தெலுங்கானம்

தெலுங்கானம் கோல்கொண்டச் சுல்தான் குடியின் (1512-1687) கீழ் இருந்தது. இக்குடியினர் சிறுகச் சிறுக ஆந்திரப் பகுதி முழுமையிலும் தம் ஆதிக்கப் பரப்பை விரித்து விட்டனர். முகமது குயிலி குதுபுஷா (1580-1622) ஆட்சிக் காலத்தில், ஆந்திரம் மீண்டும் அரசியலில் ஒன்றுபட்டது. ஔரங்கசீபு (1618-1707) 1687 இல் கோல்கொண்டாவை வெற்றி கொண்டதும் குதுபு ஷா குடியின் ஆட்சி முடிந்து போனது. (இ.ச.க தொகுதி-3)

நிசாம் குடி

அசஃபு ஷா 1713 இல் நிசாம் - உல்-மல்க் என்ற பட்டத்துடன் தக்காணத்தின் சுபேதாராக அமர்த்தப்பட்டார். அவர் முகலாயரிடம் பட்ட கடப்பாட்டை 1724 இல் தூக்கியெறிந்து விட்டுத் தன்னுரிமையுடைய மன்னரானார். (இ.ச.க தொகுதி-3). அவரது முடியரசு ஆட்சி நிர்வாக வசதிகளுக்குப் பல சர்க்கார்களாகப் பிரிக்கப்பட்டது.

கஞ்சத்திலிருந்து நெல்லூர் வரையிலும் சிக்கக் கோல், இராசமகேந்திரவரம், ஏலூரு, கொண்டபள்ளி, குண்டூர் என்று சர்க்கார்கள் - மாவட்டங்கள் - பிரிக்கப்பட்டன. ஒவ்வொரு சர்க்காருக்கும் பொறுப்பாகப் ஃபௌசுதார் என்ற மேலாளர் இருந்தார்.

இன்றைய நெல்லூர், சித்தூர் மாவட்டங்கள் கர்நாடாக நவாபு என்ற ஆர்க்காட்டு நவாபு ஆட்சிப் பரப்பினுள் இருந்தன. அவர் ஐதராபாதின் நிசாமிற்கு அடங்கியவராயினார்.

ஆந்திர நவாபுகள்

கடப்பை, அனந்தப்பூர், கர்னூல் என்னும் தற்கால மாவட்டங்கள், கடப்பை, கர்னூல் நவாபுகளின் ஆளுகையில் இருந்தன. அவர்களும் ஐதராபாது நிசாமிற்கு அடங்கிய குறுநில மன்னர் போன்றவரேயாவர்.

பாளையக்காரர்கள்

இராயலசீமைப் பகுதியில் பாளையக்காரர் என்ற சிறு தலைவர்கள் நிலவினர். அவர்கள் தம் மேலாண்டையருக்காகக் குடியானவர்களிடமிருந்து வரிதண்டினர். அவர்களுக்கு இப்பகுதிகளில் மிகுந்த செல்வாக்கும், அதிகாரமும் இருந்தன. அவர்கள் தம் நலன்களுக்கு உகந்த நேரங்களில் எல்லாம் மேற்சொன்ன நவாபுகளை எதிர்த்து வந்தனர்.

ஆங்கிலேயர் வருகை

குதுபு ஷாகி குடியினரின் ஆட்சி தக்காணத்தில் மேலோங்கி நின்ற காலத்தில், ஐரோப்பிய வணிக நிறுவனங்கள் இந்தியாவின் கிழக்குக் கரைக்கு வந்து, இப்பகுதியிலுள்ள மக்களுடன் வாணிபம் செய்யும் உரிமையை, அக்குடியினரிடமிருந்து வேண்டினர்.

அரபு வணிகர்களை இந்தியச் சந்தைகளிலிருந்து நெட்டிக் கிளப்பிய போர்த்துக்கீசரால், ஆலந்திலிருந்து வந்திருந்த டச்சுக்காரரின் போட்டியை எதிர்த்து நிற்க இயலவில்லை. டச்சுக்காரருக்கு ஆங்கிலேயர் காலப்போக்கில் போட்டியாக எழுந்தனர். பிரிட்டிசாரை எதிர்த்துப் பிரஞ்சுக்காரர் அறைகூவல் விடுத்தனர். இவ்வாறு ஐரோப்பியரிடையே வல்லாண்மைப் போட்டி தோன்றி, இயலாதவர்கள் எற்றித் தள்ளப்பட்டனர்.

''குளோபு'' என்ற ஆங்கிலக் கப்பல், ஹிப்பன் என்றவரின் தலைமையில் 1611 ஜனவரியில் மச்சிலிப்பட்டினத் துறைமுகத்திற்கு வந்தது. (மசூலிப்பட்டினம், மச்சிலிப்பட்டினம் பற்றி இ.ச.க.தொகுதி-3 காண்க) ஆங்கிலேயர் கிழக்குக் கரையில் வாணிப உரிமைகள் பெறுவது குறித்துக் கோல்கொண்டச் சுல்தானுடன் பேசுவதற்காகக் குதுபுஷா குடியின் பெருந்துறைமுகமான மச்சிலிப்பட்டினத்திற்கு வந்திருந்தனர்.

அவர்கள் ஆந்திரக்கரையில் முதன்முதலில் மச்சிலிப்பட்டினத்திலும், நிசாம் பட்டினத்திலும் தம் குடியேற்றங்களை நிறுவினர். சந்திரகிரி மன்னர் பிரிட்டிசாருக்குப் பல வணிகச் சலுகைகளை வழங்கினார். அவர் தான் அவர்களுக்குச் சென்னைக் கோட்டையும், நகரமும் அமைந்த இடத்தை வழங்கினார். கிழக்கிந்தியக் கம்பெனி ஆந்திரத்தில் தன் வாணிபத்தை பெத்தபள்ளி வரையிலும் விரித்தது.

ஆங்கில - பிரஞ்சுப் போட்டிகள்

ஆங்கிலேயருக்கும், பிரஞ்சுக்காருக்கும் தமிழ்நாட்டில் *1744-1748* கால கட்டத்தில் முதல் மோதல் ஏற்பட்டது. இது *1740* ஆம் ஆண்டு ஐரோப்பாவில் வெடித்த ஆஸ்திரிய வாரிசுரிமைப் போரின் விரிவேயாகும். தமிழ்நாட்டில் நிகழ்ந்த வெடிப்பத்து என்ற பத்தாண்டுக்காலத்தில் *(1741-1750)* இச் செய்திகள் விரிவாகச் சொல்லப்பட்டிருந்தன. ஐரோப்பியரான பிரிட்டிசாரும், பிரஞ்சுக்காரும் ஆடிய அரசியல் சதுரங்கத்தில், முன்னவருக்கு இந்தப் பத்தாண்டு காலத்தில் *(1751-1760)* வெற்றி முகம் தோன்றிவிட்டது. எனினும் பிரஞ்சுக்காரர் இன்னும் வலிமை வாய்ந்த ஒரு சக்தியாகவே விளங்கினர்.

பிரஞ்சுப் படைத்தலைவரான பூசி *1751* முதல் *1758* வரை ஐதராபாதில் இருந்து கொண்டு, தன்னால் நியமிக்கப்பட்ட சலாபத்து ஜங்கின் நிலையை வலுப்படுத்துவதற்கு உதவி வந்தார். சலாபத்து ஜங்கு மராட்டியருடன் நடத்திய போரிலும் பூசி அவருக்கு உதவினார். புதிய நிசாம் உதவியாகப் பிரஞ்சுக்காருக்கு மச்சிலிப்பட்டினத்தை அடுத்த கொண்டவீட்டுச் சர்க்காரைக் கொடுத்தார். கொண்டவீட்டில் நெய்யப்பட்ட துணிகள் ஐரோப்பாவில் பெரிதும் விரும்பி வாங்கப்பட்டன. பிரஞ்சுக்காரர் நிசாமிடமிருந்து இதற்கு அடுத்தபடியாகப் பெற்ற கொடை மிக முக்கியமானது. ஐதராபாதில் நிறுத்தி வைக்கப்பட்டிருந்த பிரஞ்சுப் படைப் பிரிவிற்காக நிசாம் மாதந்தோறும் இரண்டு இலட்ச ரூபாயைப் பிரஞ்சுக்காரருக்கு செலுத்தி வருவதாக நிசாம் ஒப்புக் கொண்டார். இந்தப் பணம் செலுத்தப்படாமல் பாக்கி நின்றமையால், பூசி நிசாமுடன் *1753* நவம்பர் *23* அன்று ஔரங்கபாதில் ஓர் உடன்படிக்கை செய்து கொண்டார். அவ்வுடன் படிக்கையின்படி பிரஞ்சுக்காரருக்குக் கரையோர ஆந்திரத்தில் கஞ்சத்திலிருந்து குண்டூர் வரையிலுள்ள சிக்கக்கோல், இராசமகேந்திரவரம், ஏலூரு, முஸ்தாஃபா நகர் என்ற கொண்டபள்ளி ஆகிய சர்க்கார்கள் கிடைத்தன.

பிரஞ்சுக்காரர் இங்ஙனம் வடசர்க்கார்களைப் பெற்றுவிட்ட போதும் அப்பகுதியிலிருந்த ஃபௌசுதார்கள், இராசாக்கள், சமீந்தார்கள் முதலானோர் எதிர்த்தமையால், பிரஞ்சுக்காரரால் அப்பகுதியில் தம்மை நிலைநாட்டிக் கொள்ள முடியவில்லை.

சிக்கக்கோலில் நிசாமி ஃபௌசுதாரராயிருந்த ஜாஃபர் அலி, பிரஞ்சுக்காரருக்குச் சர்க்கார்களை மாற்றிக் கொடுத்ததை எதிர்த்துக் கிளர்ச்சி செய்தார். இப்பகுதியில் மிகுந்த ஆற்றல் வாய்ந்தவராய் விளங்கிய விசயநகரத்து அரசர் ஜாஃபர் அலிக்கு ஆதரவாயிருந்தார். இவர்களின் ஒன்றுபட்ட படை பலத்தை எதிர்த்து நிற்பது பயனற்றது என்பதை உணர்ந்த மச்சிலிப்பட்டினத்துப் பிரஞ்சுத் தலைவர் மிகவும் கெட்டிக்காரத் தனமாக அரசரைத் தன் வழிக்குக் கொண்டு வர முயன்றார். விசயநகர மன்னருக்கு சிக்கக்கோல், இராசமகேந்திரவரம் ஆகியவற்றின் வரி வருவாயைக் குத்தகைக்குத் தருவதாக அவர் வாக்களித்தார்.

ஜாஃபர்அலி அதன் பிறகு நாகபுரியிலிருந்த மராட்டியரை உதவிக்கு அழைத்தார். மராட்டியர் வந்து விசயநகரப் பகுதியைக் கொள்ளையடித்தனர். எனினும் அவர்களை

அனகாபள்ளிக்கு அருகிலுள்ள தும்மப்பாலம் என்ற இடத்தில் பிரஞ்சுக்காரர் தோற்கடித்தனர்.

பொப்பிலிப் போர்

நிசாம் 1756 வாக்கில் பூசியின் படை உதவியைச் சிறிது காலம் நிறுத்தி வைத்தார். உடனே கரையோர ஆந்திரமெங்கும் பிரஞ்சுக்காரருக்கு எதிரான கிளர்ச்சிகள் தோன்றின. எனினும் பூசி உடனே திரும்பி வந்து, ஐதராபாதில் தன் அதிகாரத்தை மீண்டும் நிலை நாட்டினார். அவர் உடனே வட சர்க்கார்களுக்குச் சென்று அங்கிருந்த சமீந்தார்களின் கிளர்ச்சிகளை அடக்க முயன்றார். அவர் இக்காலகட்டத்தில்தான் விசய நகரத்தின் விசயராம ராசுவை 1757 இல் பொப்பிலியைத் தாக்குமாறு தூண்டினார்.

பொப்பிலிப் படை இத்தாக்குதலை எதிர்த்து நடத்திய வீரப்போர், பொப்பிலிக் கோட்டையைப் பிரஞ்சுக்காரர் இறுதியாகப் பிடித்தது, விசயராம ராசு கொலை செய்யப்பட்டது ஆகிய நிகழ்ச்சிகள் ''பொப்பிலி ரங்கராவ் சரித்திரம்'' என்ற தற்கால பாடல்களில் சிறப்பித்து இன்றும் பாடப்பட்டு வருகின்றன. ஆந்திர வரலாற்றில் பொப்பிலிப் போர் மிக முக்கியமான நிகழ்ச்சிகளில் ஒன்றாக விளங்குகின்றது. (பொப்பிலிப் போர் : 1757 - வரலாற்றுப் புள்ளிகள் காண்க.)

பொப்பிலி வீழ்ச்சி பிற சமீந்தார்களுக்கு ஓர் எச்சரிக்கையானது. அவர்கள் மூச்சுக்கூட விடாமல் பிரஞ்சு மேலாண்மையை ஏற்றுக் கொண்டனர். பூசி அதன்பிறகு 1758 தொடக்கத்தில் ஐதராபாத்து திரும்பினார்.

மூன்றாவது கர்நாடகப் போர் 1758 இல் தொடங்கியது. ஆதலால் பூசி ஐதராபாத்திலிருந்து உடனே அங்கு வருமாறு அழைக்கப்பட்டார். அதன் விளைவாக தக்காணத்தில் பிரஞ்சுப் பிடி தளர்ந்தது.

விசயநகர மன்னரான ஆனந்தகசபதிராசு சிக்கக்கோலைத் தாக்கிப் பிடித்து விட்டார். அவர் சென்னையிலிருந்த பிரிட்டிசாருடனும், வங்கத்திலிருந்த இராபட் கிளைவுடனும் கடிதத் தொடர்புக் கொண்டார். அவர் இதனிடையே விசாகபட்டினத்தைப் பிரஞ்சுக்காரரிடமிருந்து கைப்பற்றினார். அவர் அதை ஆங்கிலேயரிடம் தரும் பணியை மேற்கொண்டார்.

கிளைவு 1757 இல் நடந்த பிளாசிச் சண்டையில் பிரிட்டிஷ் மேலாண்மையை வங்கத்தில் நிறுவிய பிறகு, விசயநகர மன்னரின் வேண்டுகோளுக்குச் செவிமடுத்து, ஆனந்தகசபதி ராசைச் சந்திக்கக் கர்னல் ஃபோர்டி என்றவரை அனுப்பினார். கசபதிராசும் கிழக்கிந்தியக் கம்பெனியினரும் 1758 நவம்பர் 21 அன்று ஓர் உடன்படிக்கை செய்துகொண்டனர்.

போர்க் கொள்ளையில் இரு தரப்பிற்கும் சரி பாதி, கைபற்றப்படும் நாடுகள் விசய நகர மன்னருக்குத் தரப்படுமெனினும், துறைமுகங்களும், ஆற்றுமுகங்களிலுள்ள நகரங்களும் கம்பெனியைச் சேரும் என்பன அவ்வுடன்படிக்கையில் ஏற்றுக் கொள்ளப்பட்டன.

சந்தூர்த்திச் சண்டை

இவ்வுடன்படிக்கை கையெழுத்தானதும், ஆனந்த கசபதிராசு, கர்னல் ஃபோர்டி ஆகிய இருவரின் படைகளும் ஒன்று சேர்ந்து இராசமகேந்திரவரத்தை நோக்கிப்

புறப்பட்டன. கிழக்குக் கோதாவரி மாவட்டத்திலுள்ள சந்தூர்த்தி என்ற இடத்தில், இப்படையினர் பிரஞ்சுக்காரரை 1759 டிசம்பர் 7 அன்று தோற்கடித்தனர்.

சந்தூர்த்திச் சண்டையும் இந்திய வரலாற்றில் முக்கியமான நிகழ்ச்சி என்று ஆந்திர வரலாற்றாசிரியர் கருதுவர். இப்போரின் விளைவாகப் பிரிட்டிசாருக்கு மிகச் சிறந்த பலன்கள் கிடைத்தன. பிரஞ்சுக்காரர் வட சர்க்காரிலிருந்து வெளியேறுவதற்கு இந்தப் போரே காரணமாயிருந்தது. ஃபோர்டி மச்சிலிப்பட்டினத்தை 1759 ஏப்ரல் 8 அன்று கைப்பற்றினார்.

இங்ஙனம் ஆந்திரத்தில் பிரஞ்சுக்காரர் நிலை தளர்ந்தது. அவர்கள் இனிமேல் எழும்பவே முடியாது என்பதை உணர்ந்த சலாபத்து ஜங்கு உடனே பிரிட்டிசாருடன் ஒப்பந்தம் செய்து கொள்ள முன் வந்தார். அவர் 1759 ஆம் ஆண்டு நிசாம்பட்டினத்தையும் மச்சிலிப்பட்டினம், கொண்டபள்ளி ஆகிய சர்க்கார்களின் பகுதிகளையும் பிரிட்டிசாருக்குக் கொடுத்துவிட்டார். பிரஞ்சுக்காரர் 15 நாள்களுக்குள் ஐதராபாது எல்லையை விட்டு வெளியேறிவிட வேண்டுமென்று கேட்கப்பட்டனர்.

சலாபத்து ஜங்கின் உடன்பிறந்தவரான நிசாம் அலி 1760 இல் ஐதராபாது ஆட்சியைக் கவர்ந்து விட்டார். மராட்டியருடன் போரிடுவதற்குப் பிரிட்டிசார் நிசாம் அலிக்கு உதவியதால் அவர் அவர்களுக்கு மூன்று மைய சர்க்கார்களை அளிக்கும் விருப்பத்தை வெளியிட்டார். ஆனால் மூன்றாவது கர்நாடகப் போரில் பிரிட்டிசார் முனைந்திருந்தமையால், அவர்கள் அப்போது இவற்றை ஏற்க மறுத்து விட்டனர்.

மூன்றாம் கர்நாடகப் போர் 1763 இல் முடிவுற்றதும், நிசாம் மூன்றாண்டுகளுக்குள் தமக்கு அளிக்க வந்த கொடையை ஏற்றுக் கொள்வதாகப் பிரிட்டிசார் விருப்பம் தெரிவித்தனர். ஆனால் அதற்குள் நிசாமின் மனம் மாறிவிட்டது.

இராபட் கிளைவு இரண்டாம் முறையாக 1765 இல் வங்க ஆளுநரானதும், அவர் முகலாயப் பேரரசர் ஷா ஆலமை அணுகி நிசாம் வட சர்க்கார்கள் அனைத்தையும் பிரிட்டிசாருக்குத் தருமாறு பர்மன் என்ற அரசாணையைப் பிறப்பிக்குமாறு இசையச் செய்தார். ஆனால் நிசாம் இந்த ஆணையை ஏற்க மறுத்துவிட்டார்.

கிழக்கிந்தியக் கம்பெனி அதன் பிறகு நிசாமுடன் பேசி முடிவு காண முயன்றது. கடைசியில் அவ்விருவருக்குமிடையே 1766 இல் ஓர் உடன்பாடு ஏற்பட்டது. அதன்படி கிழக்கிந்தியக் கம்பெனிக்குச் சர்க்கார்கள் கிடைத்தன. குண்டூர் நிசாமின் சகோதரரான சலாபத்து ஜங்கிடம் இருந்துவர அந்த உடன்படிக்கை வகை செய்தது. அவர் இறந்த பிறகு அது பிரிட்டிசாரின் கைக்குச் செல்ல வேண்டும்.

ஆனால் சலாபத்து ஜங்கு 1782 இல் இறந்து விட்ட போதிலும் அதற்கு ஆறாண்டுகளுக்குப் பிறகுதான் குண்டூர் சர்க்கார் கம்பெனிக்கு வந்து சேர்ந்தது. நிசாம் நீடித்த பேச்சிற்குப் பிறகு 1788 செப்டம்பர் 18 அன்று குண்டூர் சர்க்காரைப் பிரிட்டிசாரிடம் ஒப்படைத்தார். இவ்வாறு ஐந்து வட சர்க்கார்களும் பிரிட்டிசாருக்கு கிடைத்தன.

வெல்லஸ்லி பிரபு ஆர்க்காட்டு நவாபிடமிருந்து கர்நாடகப் பகுதியைப் பிரிட்டிஷ் பேரரசுடன் 1802 இல் சேர்த்துக் கொண்டதும், நெல்லூர், சித்தூர் மாவட்டங்கள் பிரிட்டிஷ் ஆட்சிக்குள் வந்தன. பெல்லாரி, அனந்தப்பூர், கடப்பை, கர்னூல் ஆகிய வட்டாரங்களை நிசாம் 1800 ஆம் ஆண்டிலேயே பிரிட்டிசாருக்கு விட்டுக் கொடுத்துவிட்டார். இவ்வாறு விட்டுக் கொடுக்கப்பட்ட மாவட்டங்களுடன் ஆந்திரப் பகுதி முழுமையும் பிரிட்டிஷ் ஆட்சிக்குள் வந்து விட்டது.

கம்பெனி ஆட்சியில் ஆந்திரம்

கிழக்கிந்தியக் கம்பெனி ஆந்திரத்தில் பெற்ற நிலப்பரப்புகளைத் தன் வலுவான பிடிக்குள் கொண்டுவரக் கிட்டத்தட்ட ஐம்பது, அறுபது ஆண்டுகளாயின. அதற்குக் கரையோர மாவட்டங்களில் அந்தந்தப் பகுதியைச் சேர்ந்த சமிந்தார்களிடமிருந்து கடும் எதிர்ப்பு வந்தது என்பதை இனி வரும் பக்கங்களில் காணலாம். இராயல சீமையில் பாளையக்காரர்கள் பிரிட்டிஷ் ஆட்சியை உறுதியாக எதிர்த்தனர்.

பிரிட்டிசாருக்குக் கஞ்சம் மாவட்டத்தில் கும்சூர், பர்லக்கிமேடி சமீந்தார் களிடமிருந்து பெரிய எதிர்ப்பு எழுந்தது. இப்பகுதிகள் இப்போது ஒரிசா மாநிலத்தில் உள்ளன.

விசாகப்பட்டின மாவட்டத்தில் பிரிட்டிசாருக்குப் பெரிய எதிரியாக விசயநகரச் சமீந்தார் எழுந்தார். விசயநகரச் சமீனின் தலைவராயிருந்த ஆனந்த கசபதிராசும் கர்னல் ஃபோர்டியும் சேர்ந்து பிரஞ்சுக்காரரை விசாகப்பட்டினம், இராமகேந்திரவரம், மச்சிலிப்பட்டினம் ஆகிய இடங்களிலிருந்து வெளியேறச் செய்தனர் என்பதை மேலே கண்டோம். ஆனந்த கசபதிராசை அடுத்து விசயராம ராசு என்பவர் 1760 முதல் 1794 வரை சமீந்தாராயிருந்தார்.

பாளையக்காரர் கிளர்ச்சி

ஆந்திரத்தில் இங்ஙனம் சமீந்தார்கள் மட்டுமன்றி ஃபித்தூரி என்ற மலைவாழ் மக்களும் கிளர்ச்சி செய்தனர். விசாகப்பட்டின மாவட்டத்தின் குலுகொண்ட என்ற இடத்தைச் சேர்ந்த பழங்குடியினரும் கம்பெனிக்கு எதிராகப் போராடினர். அவர்கள் மூன்றாண்டுக் காலம் கம்பெனி ஆட்சிக்குத் தொல்லை கொடுத்து வந்தனர். இறுதியில் அரசு பொது மன்னிப்பை அறிவித்து, அவர்களின் தலைவரான சின்ன பூபதிக்கு உதவித் தொகை வழங்கப்படும் என்று வாக்களித்தது. அவர்கள் கடைசியாக 1848 ஆம் ஆண்டு ஆயுதங்களைக் கீழே போட்டனர். பின்னர் 1857-1858 ஆம் ஆண்டு ஃபித்தூரி மக்கள் மற்றொரு கிளர்ச்சியில் ஈடுபட்டனர். எனினும் கம்பெனி அரசு அதை அடக்கி விட்டது.

ஆனால் இராயல சீமைப் பகுதியில் தான் கம்பெனி பாளையக்காரர்களிடம் மாட்டிக் கொண்டு அல்லல்பட்டது. இராயல சீமையில் 1800 ஆம் ஆண்டு 80 பாளையக்காரர்கள் இருந்தனர். அவர்கள் பிரிட்டிஷ் மேலாண்மையை ஏற்றுக் கொள்வதற்கு ஆயத்தமாயில்லை.

பாளையக்காரர்கள் ஆயுதங்களைக் கீழே போட்டுவிட்டு அரசிற்குப் பேஷ்கஷ் (கப்பம்) செலுத்த வேண்டுமென்று இப்பகுதியின் தலைமைக் கலெக்டராக இருந்த தாமஸ் மன்றோ எச்சரித்தார். அவர்களில் பலர் இக்கோரிக்கையை எதிர்த்தனர். மன்றோ அவர்களைக் கம்பெனியின் நுகத்தடிக்குள் பூட்டுவதற்குப் பதினெட்டு மாதங்களாயின. எனினும் அங்கு ஒழுங்கு நிலவவில்லை. கர்னூல் மாவட்டத்துப் பாளையக்காரான நரசிம்ம ரெட்டி கம்பெனிக்கு எதிராகக் கிளர்ச்சி செய்தார்.

அவர் கோயில் குந்தளத்திலிருந்த கருவூலத்தைத் தாக்கிவிட்டுக் கம்பத்தை நோக்கி முன்னேறினார். அவரை மூண்டல்படு என்ற இடத்தில கர்னல் கோல்டு தோற்கடித்த போதிலும், அவர் நிசாமின் ஆட்சிப் பகுதிக்குள் தப்பி ஓடினார். எனினும் அவர் ஆறு வாரங்கள் கழித்துக் கர்னூல் மாவட்டத்தினுள் நுழைந்தார். இப்போது அவரைப் பிடித்துக் கோயில் குந்தளத்தில் தூக்கிட்டுக் கொன்றனர்.

மன்றோ பாளையக்காரர்களின் உடைமைகளைப் பறித்து, நிரந்தர நிலவுடைமை உரிமையை நிர்ணயித்து, இப்பகுதியில் நிலவரியைக் கொண்டு வந்தார்.

சிற்றரசர்கள், சமீந்தார்கள், பாளையக்காரர்கள் ஆகியோரின் இந்தக் கிளர்ச்சியிலிருந்து ஆந்திரத்தில் அயல் ஆட்சிக்கு இன்னும் எதிர்ப்பு இருந்தது என்பதைத் தெளிவாகக் காண முடிகின்றது.

கம்பெனி பத்தொன்பதாம் நூற்றாண்டின் முதற் பாதியில் ஆந்திரத்தில் தன் நிலையை நன்கு வலப்படுத்திக் கொண்டது. ஆந்திரம் கம்பெனியின் ஆட்சியில் எவ்விதமான செழிப்பையும் பெற்று விடவில்லை.

கோதாவரி, கிருஷ்ணவேணி என்ற கிருஷ்ணை ஆறுகளின் குறுக்கே முறையே *1847, 1883* ஆம் ஆண்டுகளில் அணைக்கட்டுகள் கட்டப்பெற்றிருந்தன. இப்பணிகளால் இவ்விரு ஆறுகளும் வடிகின்ற நிலப்பகுதிகளில் செழிப்பு ஏற்பட்டது என்பதில் ஐயமில்லை. இது கம்பெனியின் ஆட்சியினால் ஆந்திரத்திற்கு விளைந்த பயனாகும்.

ஆனால் ஆந்திரத்தின் ஏனைய பகுதிகளில் நீர்பாசனப் பணிகள் மேற்கொள்ளப் படவேயில்லை. எனவே ஆந்திரத்தில் கொடிய பஞ்சங்கள் ஏற்பட்டத்தில் வியப்பில்லை. இங்கு *1805* முதல் *1807* வரை கொடிய பஞ்சம் ஏற்பட்டு மக்கள் பல ஊர்களிலிருந்து வெளியேற நேர்ந்தது.

நெல்லூர் மாவட்டத்தில் *1811* ஆம் ஆண்டு வருத்தும் வறகடம் வந்தது. பின்னர் *1823* ஆம் ஆண்டு ஏற்பட்ட தீய பஞ்சத்தால் ஆந்திர நாடு பெருந்துன்புற்றது. அரசு மக்களின் அல்லலைப் போக்க ஆற்றிய பணி சிறிதேயாகும். அடிக்கடி பஞ்சங்கள் வருவதைத் தடுக்கும் நிலையான நடவடிக்கை எதையும் அரசு எடுக்கவில்லை.

ஆங்கில ஆட்சியில் வேளாண்மையும், கைத்தொழில்களும் சீரழிந்தன. இவற்றுள் நெசவுத் தொழில்தான் பெரிதும் பாதிக்கப்பட்டது. முற்காலத்தில் எல்லாம் பெர்காம்பூர்ப் பட்டும் (இ.ச.க.தொகுதி-*3*)சிக்கக்கோல் மஸ்லினும் மச்சிலிப்பட்டினத்துச் சீட்டித் துணிகளும் (இ.ச.க.தொகுதி-*3*) நெல்லூர்க் கைக்குட்டையும் ஐரோப்பாவில் கரையிறங்கியதுமே விற்றுத் தீர்ந்தன. கிழக்கிந்தியக் கம்பெனி பதினேழாம் நூற்றாண்டிலும், பதினெட்டாம் நூற்றாண்டின் முற்பாதியிலும் ஏற்றுமதிக்கென்று வாங்கிய மிக முக்கியமான பொருள்களில் மேற்சொன்ன துணிவகைகளும் அடங்கும் (இ.ச.க.தொகுதி-*3*)

ஆனால் பத்தொன்பதாம் நூற்றாண்டில் இங்கிலாந்தின் ஆலை துணிகளுடன் இவற்றால் போட்டியிட முடியாமற் போனது. அவை அயலுலகச் சந்தையை இழந்ததுடன், கம்பெனி நெசவாளர் மீது தறி வரி விதித்தமையால் உள்நாட்டுச் சந்தையையும் இழந்தன.

கஞ்சத்திலிருந்து நெல்லூர் வரையிலும் கரையோரமாக நடந்து வந்த கப்பல் கட்டுந் தொழிலும் இவ்வாறே மறைந்தொழிய நேர்ந்தது. கம்பெனி ஆட்சியில் ஆந்திரம் பெற்ற ஒரே பயன், நாட்டில் எங்கும் அமைதி நிலவியதேயாகும்.

ஆந்திரம் கல்வியிலும் புறக்கணிக்கப்பட்டு விட்டது. கம்பெனி ஆந்திரத்தில் கல்விக்கென்று மிகச் சிறு அளவில் ஓரிலட்ச ரூபாயை மட்டுமே ஒதுக்கியது. உயர் கல்விக்கு எந்த ஏற்பாட்டையும் கம்பெனி செய்யவில்லை.

ஆந்திர நாடு பதினெட்டாம் நூற்றாண்டின் பிற்பாதித் தொடக்கத்திலிருந்து பத்தொன்பதாம் நூற்றாண்டின் முற்பாதி இறுதி வரையிலும் எங்ஙனம் சிறுகச் சிறுகப்

பிரிட்டிசாரின் பிடிக்குள் வந்தது என்பதையும், கம்பெனியின் மேலாண்மையைக் குறுநில மன்னர்களும், பாளையக்காரர்களும், மலைவாழ் மக்களும் எங்ஙனம் எதிர்த்து மடக்கினர் என்பதையும் இச்சிறு கட்டுரையிலிருந்து அறிந்து கொள்ளலாம்.

3. சென்னை ரெஜிமெண்டு : சிறு வரலாறு

பிரிட்டனைச் சேர்ந்த வணிக நிறுவனமான கிழக்கிந்தியக் கம்பெனி *1625* ஆம் ஆண்டு வேங்கடகிரி மன்னரிடம், சோழ மண்டலக் கரையோரமாகச் சுமார் ஒன்பது கிலோ மீட்டர் பரப்புள்ள நிலத்தைப் பெற்று, அங்கு ஜார்ஜ் கோட்டை என்ற பெயரில் *400* கெஜத்திற்கு *100* கெஜம் அளவுள்ள அரண் சூழ்ந்த வெள்ளையர் நகரம் ஒன்றையும் அதன் புறத்தே கறுப்பர் நகரம் ஒன்றையும் அமைத்து, அக்கோட்டைக்குள் *1640* ஏப்ரல் *23* அன்று நிலை பெற்ற செய்திகள் இக்களஞ்சிய வரிசையில் பல இடங்களில் சொல்லப்பட்டு வருகின்றன.

இக்கோட்டையில் அப்போது நிறுத்தப்பட்ட கொடிக்கம்பம், இன்றும் இந்தியாவில் உயரமான கம்பமாக விளங்குவதைக் காண்கின்றோம்.

கோட்டைச் சிறப்பு

இக்கோட்டைக்குள் இரண்டு பெரிய புள்ளிகள் வாழ்ந்திருக்கின்றனர். அவ்விருவரும் சென்னை ரெஜிமெண்டு என்ற படைமீது மிகுந்த அக்கறை கொண்டிருந்தனர் என்பது குறிப்பிடத்தக்கது. இராபட் கிளைவு *(1725-1774;* பின்னர் கிளைவு பிரபு ஆனார்) இக் கோட்டைக்குள் *1753* ஆம் ஆண்டு ''கிளைவு இல்லம்'' என்ற வீட்டிலும், கர்னல் ஆர்தர் வெல்லஸ்லி *(1760-1842;* பின்னர் ஜெனரல் சர் ஆர்தர் வெல்லஸ்லியாகவும், வாட்டர்லூ போரில் புகழ்பெற்ற வெலிங்டன் பிரபுவாகவும், பிரிட்டிஷ் அரசியலில் பாராளுமன்ற உறுப்பினராயும், பிரதமராகவும் உயர்ந்தவர்) *1798* இல் இங்கு ''வெல்லஸ்லி இல்லம்'' என்ற மாளிகையிலும் வாழ்ந்திருந்தனர்.

சென்னை ஜார்ஜ் கோட்டையின் தெற்கே சுமார் *260* சதுர கிலோ மீட்டரில் ஒரு நிலப்பரப்பை *1690* ஆம் ஆண்டு மராட்டியரிடம் கம்பெனி விலைக்கு வாங்கிய செய்தி (இ.ச.க தொகுதி-*5*) சொல்லப்பட்டது. அந்நிலப்பரப்பினுள் கடலூர் நகரமும், டேவிடு கோட்டையும் அமைந்திருந்தன.

கிளைவு அமைத்த சென்னைப் பட்டாளம்

தமிழ்நாட்டில் கிழக்கிந்தியக் கம்பெனி அமைத்த படை பற்றிய வரலாறு இ.ச.க தொகுதி-*5* ல் சொல்லப்பட்டிருந்தது. கம்பெனியின் இராணுவப்படை *1642* ஆம் ஆண்டு பிறந்தது என்பது வரலாற்றாசிரியர் சிலரின் கருத்தாகும். சென்னை ஜார்ஜ் கோட்டையில் அவ்வாண்டு முப்பத்தைந்து ஐரோப்பியப் படைவீரர் வந்தனர். அவர்களில் பெரும்பாலர் ஆங்கிலேயர். கம்பெனிப் பியுன்கள் என்ற நாட்டுப் படை வீரரின் எண்ணிக்கை மேற்சொன்னதைவிடக் குறைவாக இருந்தது.

இச்சிறு தொடக்கத்திலிருந்து இந்திய இராணுவம் இதையடுத்து வந்த ஆண்டுகளில் சிறுகச் சிறுக வளர்ச்சி பெறலாயிற்று. இந்தியாவில் *1755-1760* ஆம்

ஆண்டுக் காலத்தில் இராணுவத் தலைமைத் தளபதியாயிருந்த கர்னல் இராபட் கிளைவு *1758* டிசம்பர் *4* அன்று மொத்தம் *2313* பேரடங்கிய சென்னைப் பட்டாளங்கள் *(Battalions)* இரண்டைத் திரட்டினார். இன்று *(1992)* சென்னை ரெஜிமெண்டு *(Madras Regiment)* என்று களம் பல கண்டு வீரம் விளைவித்திருக்கும் சென்னைத் தம்பியரின் படை இப்படித்தான் இரண்டே கால் நூற்றாண்டுகளுக்கு பின்னர் 1758 இல் உண்டானது. இதுவே இந்திய மண்ணில் அமைக்கப்பெற்ற மிகப் பழமையான இந்திய இராணுவம் ஆகும். இந்தியப் படையின் மெய்யான முன்னோடிகள், கிளைவு, வெல்லஸ்லி ஆகியோர் கீழ் நின்று போரிட்டனர்.

1758

பிரஞ்சுக்காரர் ஆங்கிலேயரைக் கடலூரில் வெற்றி கொண்ட பிறகு பாதுகாப்பற்ற சென்னைக் குடியேற்றத்தை அடைந்தனர். ஆனால் பிரஞ்சுக்காரர் 1759 ஜனவரி 2 அன்று முற்றுகையிட்ட போது பிரஞ்சுக்காரருக்கு இம்முறை வேறுவிதமான வரவேற்புக் கிடைத்தது.

இந்திய இராணுவத்தின் தந்தை என்று அழைக்கப்படும் ஸ்டிரிங்கர் லாரன்ஸ் *(1697-1775)* தலைமையில் பிரஞ்சு முற்றுகை மிக வன்மையாக எதிர்க்கப்பட்டது. சென்னைச் சிப்பாய்கள் கோட்டையை எதிரிகள் துளைக்க முடியாதவாறு மிகுந்த வீரத்துடன் போரிட்டனர். சென்னைக் கோட்டை *1759* பிப்ரவரி *10* அன்று நாற்பது நாள் முற்றுகையிடப்பட்டிருந்த போது, புதிதாய்த் திரட்டப்பட்டிருந்த சென்னைக் காலாள் படையினர் பயிற்சி பெற்ற ஆறே மாதத்திற்குள் ஆங்கிலேயர்க்குத் தம் வீரத்தில் நம்பிக்கை ஏற்படுமாறு செய்தனர்.

இம் முதலிரு பட்டாளங்களும் ஜார்ஜ் கோட்டையின் பாதுகாப்பிற்குப் பொறுப்பாயிருந்த லெப்டினண்ட் சார்லஸ் டாடு என்றவரின் கீழ் தான் இருந்தன. அவர்களுக்குக் கட்டுப்பாடுகள் மிகுதி; மிகத்திறமையான முறையில் படைப் பயிற்சி பெற்றிருந்தனர்.

ஓவ்வொரு பட்டாளமும் ஒன்பது கம்பெனிகளாகப் பிரிக்கப்பட்டிருந்தது. அவற்றுள் ஒன்றுதான் ''பக்கவாட்டுக் கம்பெனி'' என்றும் ''கிரனேடியர் கம்பெனி'' என்றும் அழைக்கப்பட்டது.

ஒவ்வொருவரும் மூன்று கம்பெனிகளின் தலைமைக்கும் ஒழுங்குக் கட்டுப்பாட்டிற்கும் பொறுப்பான இரண்டு காப்டன்களும், மூன்று சார்ஜண்ட் மேஜர்களும் பையப் பைய அமர்த்தப்பட்டனர். பட்டாளங்களின் உள்விவகாரத்திற்குப் பொறுப்பான ''நாட்டுத் தளபதி'' ஒருவரும் ஒவ்வொரு பட்டாளத்திலும் அமர்த்தப்பட்டார். ஒவ்வொரு பட்டாளமும் பிரிட்டிஷ் சுபால்டன் (*Subaltern* = காப்டனுக்கு அடுத்த பதவி) ஒருவரின் தலைமையில் இருந்தது.

இப்பட்டாளங்களின் எண்ணிக்கையையும், அவற்றைச் சேர்ந்தோர் அணியும் சீருடைகளின் நிறத்தையும் வைத்து, அது எந்தப் பட்டாளம் என்பது இனங் காணப்பட்டது. ஒவ்வொரு கம்பெனியும் நாட்டு காப்டனாக ஒரு சுபேதாரின் கீழ் இருந்தது. ஒவ்வொரு கம்பெனிக்கு ஒரு கொடி இருந்தது. படை வீரர்களின் சீருடையின் முன் பகுதி என்ன நிறத்ததோ, அதே நிறத்தில் அக்கொடி இருந்தது. அக்கொடியில் நடுவே சுபேதாரின் கருவியாக குத்து வாள், ஊடை வாள் அல்லது பிறை நிலா பொறிக்கப்பட்டிருக்கும். கிரனேடியர்களின் கொடியில் மேல் பாகத்தில் பிரிட்டிஷ் யூனியன் ஜாக்கு இருந்தது.

கரையோரச் சிப்பாய் பட்டாளம்

முதலில் 1758 ஆம் ஆண்டு திரட்டப் பெற்ற முதற் பட்டாளம் ''முதலாவது கரையோரச் சிப்பாய்ப் பட்டாளம்'' என்றழைக்கப்பட்டது. சென்னைக் காலாள்படை வீரனின் உரமும், வலிமையும் நிலைநாட்டப் பெற்றதும் அப்படையின் எண்ணிக்கை உயர்த்தப்பட்டது. பின்னர் பட்டாளங்களின் காப்டன்களுடைய முன்மை நிலையை வைத்துப் பட்டாளங்களுக்கு 1764 ஆம் ஆண்டு எண்கள் தரப்பட்டன.

ஒவ்வொரு பட்டாளமும் தனக்கென அதிகப்படியாகப் ''பக்கவாட்டுக் கம்பெனி'' ஒன்றை வைத்துக் கொள்ளலாம் என்று 1766 ஜனவரி முதல் நாளன்று அதிகாரம் தரப்பட்டது. அதனால் கம்பெனிகளின் எண்ணிக்கை பத்தானது. அதாவது முதலாவது, இரண்டாவது கிரனேடியர் கம்பெனிகள், கமாண்டண்டு கம்பெனி, ஏழு பட்டாளக் கம்பெனிகள் என்று ஆக மொத்தம் பத்துக் கம்பெனிகளாயின. (கம்பெனி என்பது படைகளின் பிரிவுகளிலேயே சிறியதாகும்.) கிரனேடியர் கம்பெனிகளில் மிகுந்த உடல் வலிமையுள்ளவர்கள் இருந்தனர். அவர்களைப் படையிலிருந்து தனியாக எடுத்து நெருக்கடிநிலை தோன்றுகையில் அவர்களை அதிரடிப் படையினராகப் பயன்படுத்தினர். இவ்வாறாக 1767 வாக்கில் மொத்தம் பதினாறு பட்டாளங்கள் தோன்றிவிட்டன.

பட்டாளங்களுக்குப் போர் அனுபவம் வாய்ந்த ஒரு காப்டன் பொறுப் பாயிருந்தார். அவருக்குத் துணையாக ஒரு லெப்டினண்ட் ஒரு நாட்டுப் படைத்தலைவர் (கமாண்டண்ட்: இவர் களத்தில் காப்டனுடன் முன்னணியில் நிற்பார். இந்தக் கமாண்டண்ட் என்ற பதவியைத் தமிழில் கம்மந்தான் என்ற அழைத்தனர். புகழ் பெற்ற நாட்டுப் படைத் தலைவரான கான் சாகிபு என்ற யூசூஃபு கான் கம்மாந்தான் என்று அழைக்கப்பட்டார் என்பது குறிப்பிடத்தக்கது) என்ற படி முறையாக அதிகாரிகள் இருப்பர்.

கம்பெனியில் ஒரு சுபேதார், 2 ஜமேதார்கள், 6 அவில்தார்களா, 6 நாயக்குகள், 93 படைவீரர்கள் உள்பட வேறு பல அதிகாரிகள் அடங்கியிருப்பர்.

பட்டாளங்கள் பெரிதும் ஜார்ஜ் கோட்டை (சென்னை), வேலூர்க் கோட்டை, டேவிடு கோட்டை (கடலூர்), திருச்சிராப்பள்ளிக் கோட்டை முதலிய இடங்களில் நிறுத்தி

வைக்கப்பட்டிருந்தன. பதவிப் பெயர்களும் அப்போதைக்குப்போது மாறின. அவ்வாறே வரிசை எண்களும் மாறிவந்தன.

சர்க்கார், கர்நாடகப் பட்டாளங்கள்

சென்னை மாநிலத்தின் வடக்கே பணிபுரிந்தவை ''சர்க்கார் பட்டாளங்கள்' என்று பெயர் பெற்றன. அவற்றில் ஒன்று முதல் 5 பட்டாளங்கள் இருந்தன.

தெற்கே தமிழ்நாட்டில் பணிபுரிந்தவை 'கர்நாடகப் பட்டாளங்கள்', எனப்பட்டன. அவற்றில் 1 முதல் 13 பட்டாளங்கள் இருந்தன.

(பட்டாளம் என்பது மூன்று அல்லது அதற்கு மேற்பட்ட கம்பெனிகளையுடைய படைத் தொகுதி. இரண்டு அல்லது அதற்குமதிகமான பிளாட்டூன்கள் அடங்கிய சிறு படைப் பிரிவிற்குத்தான் கம்பெனி என்று பெயர். பிளாட்டூன் என்பது ஒரு கம்பெனியின் சிறு உள் பிரிவைக் குறிக்கும்).

ஒற்றைப் பட்டாளம் ரெஜிமெண்டின் பலம் 1776 டிசம்பரில் 650 சிப்பாய்களாகக் குறைக்கப்பட்டது. (ரெஜிமெண்டு இரண்டு அல்லது மூன்று பட்டாளங்களைக் கொண்ட படைப் பிரிவாகும்.) அந்த ரெஜிமெண்டில் இரண்டு கிரனேடியர் பிரிவும், எட்டுப் பட்டாளக் கம்பெனிகளும் இருந்தன. ஒவ்வொரு கம்பெனியிலும் 1 சுபேதார், 1 ஜமேதார், 1 அவில்தார், 5 நாயக்குகள், 1 கொட்டடிப்பவர், 1 பக்கள்ளி, 65 சிப்பாய்கள் இருந்தனர். கிரனேடியர் கம்பெனிக்குக் குழல் ஊதுபவர் ஒருவர் இருந்தார்.

கர்நாடகப் பட்டாளம் ஒவ்வொன்றிலும் இரண்டு கம்பெனிகள் 1777 ஜனவரியில் அதிகரிக்கப்பட்டன. பட்டாளத்தின் அணிவகுப்பு பயிற்சி அலுவலரில் உடற்பயிற்சி ஆசானான சார்ஜண்டு ஒருவரும், உடற்பயிற்சி அவில்தார் இருவரும், உடற்பயிற்சி நாயக்குகள் மூவரும் இருந்தனர்.

இவ்வாறு பையப் பைய வளர்ந்த சென்னை இராணுவமான ரெஜிமெண்டு 1758 முதல் 1928 வரையிலும் பல களங்களைக் கண்டது. இப்படை இரண்டு பிரஞ்சுப் போர்கள், நான்கு மைசூர்ப் போர்கள், இரண்டாவது, மூன்றாவது மராட்டியப் போர்கள், குடகுப் போர்கள், இரண்டாம் ஆப்கானியச் சண்டை என்று பல்வேறு காலங்களில் பல களங்களைக் கண்டிருக்கின்றது. அது வடமேற்கு எல்லையில் நடந்த போர் நடவடிக்கையிலும் பங்கெடுத்தது. அது முப்பத்தி மூன்று போர்க் கள விருதுகளைப் பெற்றுள்ளது.

சென்னைப் படை கண்ட தளங்கள்

ஜார்ஜ் கோட்டை முற்றுகை எதிர்ப்பு	1758
முகமது யூசூஃபு கானின் புரட்சியை அடக்கியது	1763-1764
செங்கம், திருவண்ணாமலைச் சண்டைகள்	1767
ஆம்பூர்ச் சண்டை	1767
முல்பாகல் சண்டை	1771-1777
புதுச்சேரியைக் கைப்பற்றுதல்; பரங்கிப் பேட்டை, சோழலிங்க நல்லூர்ச் சண்டைகள்	1781

கடலூர் முற்றுகை; பாலக்காட்டையும் பெங்களூரையும்
கைப்பற்றுதல்; அரிக்கரைச் சண்டை, நந்திதுர்க்கத்தைக்
கைப்பற்றுதல், கோயம்புத்தூர்ச் சண்டை; சுவர்ணதுர்க்கத்தைக்
கைப்பற்றுதல் ; சீரங்கப்பட்டண முற்றுகை *1799*

புகழ் பெற்ற சென்னைப் படையான, சென்னை ரெஜிமெண்ட் வரலாற்றைக் கடைசியாக எழுதியவர் லெப்டினண்ட் கர்னல் ஈ.ஜி.பத்தியன் ஆடம்ஸ் ஆவார். அவர் இப்படையின் பிறப்பிலிருந்து *1950* வரையிலும் அதன் வரலாற்றை எழுதி, *1957* டிசம்பரில் வெளியிட்டார். அந்நூலின் பெயர் *The Madras Regiment 1758-1958.* அவர் இதற்கு முன்னர் *1943-1947* ஆம் ஆண்டுக் காலகட்டத்தில் *Madras Infantry, Madras Soldier* என்று இரண்டு நூல்களை வெளியிட்டிருந்தார்.

அந்த வரிசையில் *The Black Pom Pom, - History of the Madras Regiment, 1941-1983, Story of the Thambis in war and Peace* என்ற நூலை இந்த ரெஜிமெண்டின் அதிகாரியாயிருந்தவரும், திருச்சிராப்பள்ளியில் பிறந்தவருமான லெப்டினண்ட் கர்னல் கே.ஆர்.டேனியல் எழுதி *1986* இல் வெளிவந்தது. வெட்டினண்ட் கர்னல் டேனியல் இந்நூலில் *1941-1983* ஆண்டுகளுக்கு இடைப்பட்ட காலகட்ட வரலாறு கூறப்பட்டுள்ளது.

சென்னை ரெஜிமெண்டின் போர் முழக்கம் ''வீர மதராசி! அடி கொல்லு, அடி கொல்லு''

இப்படையின் தலைமையகம் நீலகிரியின் வெலிங்டனில் இருக்கின்றது.

இப்படையினர் தம் தொப்பியின் மேலே நடுப்பகுதியில் ஒரு கறுப்புப் பந்தைச் சின்னமாக அணிந்திருப்பார். அதை ஆங்கிலந்தில் *pom pom* என்பர்.

4. சென்னைக் கோட்டை: லாலி முற்றுகை

கௌண்ட் லாலி அயர்லாந்திலிருந்து பிரான்சில் குடியேறிய குடும்பத்தில் பிறந்தார். அவர் ஸ்பானிய வாரிசுரிமைப் போரில் *(1701-1714)* பெருவீரம் காட்டியவர். அவர் இந்தியாவில் பிரஞ்சு மன்னரின் மேல் அதிகாரம் கொண்ட அரசப் பிரதிநிதியாக அமர்த்தப்பட்ட செய்தி *(1756-* வரலாற்றுப் புள்ளிகள் காண்க.) சொல்லப்பட்டிருந்தது. ஆனால் அவர் இந்தியம் வந்து சேர மிகவும் கால தாமதமாயிற்று. அவருடன் பாய்மரக் கப்பலில் வந்த பலர் வழியில் இறந்து விட்டனர்.

எனினும் அவர் *1758* ஏப்ரலில் புதுச்சேரியில் வந்து இறங்கியபோது, ஆங்கிலப் படையினரில் பெரும்பாலரும், அவர்களின் கப்பல் தொகுதி முழுமையும் வங்கத்தில் இருந்தன. அவை விரைந்து சென்னை வந்து சேரவும் வழியில்லை.

லாலி புதுச்சேரியை அடைந்ததும் படையை வலுப்படுத்தினார். அவரிடம் புதிய படையினர் பன்னீராயிரவர் இருந்தனர். ஏராளமான பீரங்கிகளும் இருந்தன. லாலி துணிச்சல் மிக்க படைத்தலைவர். அகந்தையும் மிக்கவர்.

ஆனால் கிளைவு *1757* இல் பிளாசிச் சண்டைக்கு முன்னர் நாகூரையும் பிடித்துக் கொள்ளவே, இந்தியாவில் பிரஞ்சுச் செல்வாக்குக் குன்றியிருந்த வேளையில் லாலி இந்திய அரங்கை அடைகின்றார்.

எனினும் லாலி அவசரப்பட்டுச் சில நடவடிக்கைகளை எடுத்துக்கொண்டார். அவர் 1758 இல் கடலூர் டேவிடு கோட்டையைக் கைப்பற்றினார். அதையடுத்துத் தஞ்சை மராட்டிய மன்னரிடம் பழைய பாக்கியை வாங்கி வர வேண்டுமென்று தஞ்சைத் தரணி மீதும் படையெடுத்து அவர் நாகூரைக் கைப்பற்றி ஊரைக் கொள்ளையடித்தார். திருவாரூரில் கொள்ளையடிக்க எப்பொருளும் இல்லை என்பதைக் கண்டார். அதனால் கோயில் குருக்கள் அறுவரைக் கொலைத் தண்டனைக்குள்ளாக்கினார். அவரது சீற்றத்தைக் கண்டு மக்கள் வீடு வாசல்களை விட்டு ஓடினர்.

அவர் கடைசியாகத் தஞ்சைக்குச் சென்று கோட்டையை முற்றுகையிட்டார். சிறிது காலத் தாமதத்தின் பின் முற்றுகையை விலக்கி விட்டு சோழ மண்டலக் கரை நோக்கிப் புறப்பட்டார். இப்பயனற்ற சண்டைகளினால் அவரது பெயருக்கு இழுக்கு வந்தது.

இதற்கிடையில் பிரஞ்சு அட்மிரலான தெ ஆஷ் என்றவர், பிரிட்டிஷ் கப்பற்படைத் தலைவரான போகோக்குடன் இருமுறை மோதியும் வெற்றி காணவில்லை. அதனால் லாலி சொல்லியும் கேளாமல் தெ ஆஷ் மோரீசுக்கு கிளம்பிவிட்டார். ஆனால் சென்னையை முற்றுகையிட்டு எப்படியும் வென்று விடலாமென்ற நம்பிக்கையில் ஐதராபாதிலிருந்த பூசியை லாலி வரவழைக்கின்றார். லாலி புதுச்சேரிக்கும் சென்னைக்கும் இடையிலிருந்த பல இடங்களை - செங்கற்பட்டை தவிர - கைப்பற்றிய பிறகு சென்னையை நோக்கிப் புறப்பட்டார்.

கம்பெனிப் படையும், கப்பல்களும் வங்கத்தில் குவிந்திருந்தமையால், சென்னையைத் தாக்குவதற்கு இதுவே தக்க வேளை என்பதை லாலி கண்டார். அவர் எட்டு மாதங்களுக்குள் திரட்டி வலுப்படுத்திய பெரும் படையோடு புறப்பட்டு வந்து 1758 டிசம்பர் 14 அன்று சென்னை ஜார்ஜ் கோட்டையை முற்றுகையிட்டார்.

இந்நேரம் சென்னையில் பிகாட் பிரபு ஆளுநராய் இருந்தார். கிளைவு கல்கத்தாவை விடுத்துச் சென்னைக்கு வந்து, அதைப் பிரஞ்சுத் தாக்குதலிருந்து காக்குமாறு பிகாட் பிரபு பன்முறை எழுதியும், கிளைவு கல்கத்தாவை விட்டு நகரவேயில்லை.

எனினும் லாலியினால் சென்னைக் கோட்டையைக் கைப்பற்ற முடியவில்லை. அது 1759 ஜனவரி வரையும் தாக்குப் பிடித்து நின்றது. கிழக்கிந்தியக் கம்பெனியின் விரைவுக் கப்பலான ''ஹாஃப்ஸ்பரி'' சென்னைக்கு 1759 ஜனவரி 30 அன்று வந்து, அங்கு முற்றுகையிட்டிருந்த லாலியின் கப்பல் வரிசையைக் கிழித்துக் கொண்டு புகுந்து விரைந்து சேர்ந்தது. இக்கப்பலின் வருகையால் சென்னையிலிருந்த ஆங்கிலேயரின் மன உறுதி ஓங்கியது.

லாலி 1759 பிப்ரவரி வரையும் முற்றுகையை நீடித்தார். அவர் இறுதித் தாக்குதலுக்கு ஆயத்தமாகிக் கொண்டிருந்தார். அப்போது போகோக்கின் கப்பற்படைத் தொகுதி 1759 பிப்ரவரி 16 அன்று சென்னை வந்து சேர்ந்தது. லாலி ஜார்ஜ் கோட்டையைத் தாக்கவிருந்த சில மணி நேரத்திற்கு முன்னர் போகோக்கும் வந்து சேர்ந்தார்.

லாலியின் சென்னை முற்றுகை 67 நாள் நடந்தது. அவர் தன் பெயரையெல்லாம் இழந்த பிறகு, அங்கிருந்து புதுச்சேரிக்குப் பின் வாங்கினார். அப்போது பிரஞ்சுக்காரர் தோண்டிய பதுங்கு குழிகளுக்குள் 52 பீரங்கிகளை விட்டுச் சென்றனர். இது லாலிக்குக் கிடைத்த பெருந்தோல்வி; இந்தியத்தில் பிரஞ்சுக்காரரின் ஆதிக்க ஆசைக்கு விழுந்த பேரடி. இனிமேல் பிரிட்டிசாருக்கு ஏறு காலம்; பிரஞ்சுக்காரருக்கு இறங்கு காலம்.

லாலி மிகக் குறுகிய காலத்திற்குள் கொடிய அட்டூழியங்களைச் செய்துவிட்டார் என்பது குறிப்பிடத்தக்கது.

5. போர்க் கொள்ளை: பங்கிடுவது குறித்துக் கம்பெனி அறிவிப்பு

வல்லான் வகுத்ததே வாய்க்கால் என்ற அரசியல் நிலையே பாரதத்தில் பதினெட்டாம் நூற்றாண்டு நிலவியது. கொந்தளிப்பும், சண்டைகளும், சச்சரவுகளும், கொள்ளையும், கொள்ளியும் மலிந்திருந்த இந்தக் காலத்தில் நிலையான நீதியும், அறமுறைகளும் அறவே இல்லாதிருந்தன. சட்டமோ, வழிவழி மரபோ, நேரிய தர்ம நியாயமோ அற்றுப் போயிருந்த இக்கால கட்டத்தில் மக்கள் பட்ட அல்லல்களுக்கு அளவேயில்லை.

இந்நிலையில் கிழக்கிந்தியக் கம்பெனி சில வரைமுறைகளை வகுத்தது. கம்பெனிப் படைகள் தாக்குகின்ற இடங்களில் அடிக்கப்பட்ட கொள்ளைகள் பரிசுப் பணம் என்று தவறாக அழைக்கப்பட்டுவந்தன. இங்ஙனம் அடிக்கப்படும் கொள்ளைகள் சில வேளைகளில் கோடிக்கணக்கான ரூபாய் மதிப்புள்ளவையாக இருப்பதுண்டு. இத்தொகையைப் பங்கு வைப்பது குறித்து மிகுந்த கருத்து வேறுபாடுகளும், சச்சரவுகளும் அடிக்கடி ஏற்பட்டு வந்தன.

ஆங்கிரியா என்ற மராட்டிய கடற் கொள்ளையரை ஒடுக்குவதற்காக இராபட் கிளைவு தரைப்படைத் தளபதியாக அட்மிரல் வாட்சனுடன் சென்றார். இத்தாக்குதல்களில் கிடைக்கக்கூடிய கொள்ளைப் பொருள்களை எந்த விகிதத்தில் பங்கிடுவது என்பது குறித்து அட்மிரல் வாட்சனுக்கும், இராபட் கிளைவிற்குமிடையே பலத்த கருத்து வேறுபாடு எழுந்தது.

கிளைவு தரைப்படையில் லெப்டினண்ட் கர்னலாக இருந்தார். லெப்டினண்ட் கர்னல் என்பது கர்னல் என்ற பதவிக்கு நேர்கீழான பதவியாகும்.) ஆதலால் அவர் கடற்படையில் மூன்று ஆண்டுகாலம் ஊழியம் செய்த கடற்படைக் காப்டனாகக் கடற்படையினால் கருதப்பட்டார். அதனால் அட்மிரல் வாட்சனின் கீழ் பணிபுரிந்த வைஸ் அட்மிரலுக்கு அடுத்த பதவி நிலையில்தான் கிளைவு வைக்கப்பட்டார். ஆனால் கிளைவு இதை ஏற்கவில்லை. ஆதலால் வைஸ் அட்மிரல் யோகோ என்பவருக்குக் கிடைக்கும் பங்கின் அளவாவது தனக்காக கொடுக்கப்பட வேண்டும் என்று கிளைவு கேட்டார். இது தனக்காக அல்லவென்றும், இராணுவத்தின் கௌரவத்திற்காகக் கேட்கப்படுகின்றது என்றும் கிளைவு வாதாடினார். இந்தப் பூசல் கடற்படையிலும், இராணுவத்திலும் கீழ்மட்டம் வரையிலும் பரவிவிட்டது. அட்மிரல் வாட்சனும், கிளைவும் ஒருவருக்கொருவர் இம்மிகூட விட்டுத்தரவில்லை.

கடைசியில், கிளைவிற்கும், போகோக்கிற்கும் - வைஸ் அட்மிரல் - கிடைக்கும் பங்குகளின் வித்தியாசத்தைத் தன் பங்கிலிருந்து கிளைவிற்குத் தருவதாக அட்மிரல் வாட்சன் வாக்களித்த பிறகுதான் இந்தத் தாவா முற்றுப் பெற்றது. அட்மிரல் வாட்சன் *1756* பிப்ரவரி *7* அன்று *14* கப்பல்களுடன் பம்பாயிலிருந்து கட்றகொள்ளையரை ஒடுக்கச் சென்றதற்குச் சற்று முன்னர் இந்த தாவா ஏற்பட்டது. *(1756* காண்க)

கம்பெனி இவற்றையெல்லாம் கருத்திற்கொண்டுதான் போர் கொள்ளையைப் பங்கு போட்டுக் கொள்ளும் முறை பற்றிய புது அறிவிப்பை *1758* இல் வெளியிட்டது. இப்புதிய ஏற்பாட்டின்படி *1810* முதல் *1858* வரை பதினெட்டுப் போர்களில் அடித்த கொள்ளைகள் பங்கு வைக்கப்பட்டன. கிழக்கிந்தியக் கம்பெனி நெறியாளர் மன்றம்

(Court of Directors) தனக்குப் பிரிட்டிஷ் மன்னர் 1758 ஜனவரி 14 அன்று புதுப்பித்துத் தந்த உரிமைச் சாசனத்தின் கீழ் அளிக்கப்பட்டுள்ள அதிகாரம் பற்றிச் செய்தி அறிவிப்பாவது:-

மாட்சிமை தாங்கிய நம் மன்னரின் படையினர் தரையிலோ, கடலிலோ அடிக்கும் கொள்ளை அல்லது பெறும் பரிசுகள்,சில விதிவிலக்கு நீங்கலாக, அனைத்தையும் பற்றிக் கம்பெனிக்கு மன்னர் பிரான் உரிமை வழங்கியுள்ளார்.நெறியாளர் மன்றமானது நம் படையினர் அடிக்கும் கொள்ளைகளில் பீரங்கிகள், வெடிமருந்துகள், படைக்கலன்கள் நீங்கலாக அனைத்திலும், படையினருக்கு பாதியை அளிக்க ஒப்பியுள்ளது''.

இதன்படி பங்கு வைக்கப்பட்ட பதினெட்டுப் போர்கள்

பிரஞ்சுத் தீவு (மோரிசு) - 1810 இல் பிடிபட்டது. இங்கு அடித்த கொள்ளையைப் பங்கு வைப்பது குறித்துப் பிறப்பிக்கப்பட்ட ஆணை, சென்னை, பொது ஆணை 1819

ஜாவா - 1811 இல் பிடிபட்டது. இராயல் வாரண்டு 22.8.1814

தக்காணம் - 1817, 1818 இல் பிடிபட்டது - வங்கப் பொது ஆணை 28.3.1822, 15.5.1829

பர்மா - 1824, 1825, 1826 ஆண்டுகளில் பிடிபட்டது; வங்கப் பொது ஆணை 19.12.1836

பரத்பூர் - 1826 இல் பிடிபட்டது - வங்கப் பொது ஆணை 16.2.1829

குடகு - 1834; சென்னைப் பொது ஆணை 19.8.1836

கசினி - 1839; வங்கப் பொது ஆணை 17.3.1828

காலத் - 1839; வங்கப் பொது ஆணை 21.11.1845

சிந்து - 1843; வங்கப் பொது ஆணை 31.12.1847

பேகு - 1852; 1853; வங்கப் பொது ஆணை 23.3.1863

பாரசீகம் - 1856-1857; வங்கப் பொது ஆணை 23.3.1863

டெல்லி - 1857; வங்கப் பொது ஆணை 13.12.1861

லக்னோ - 1858; வங்கப் பொது ஆணை 13.12.1861

1758

6. சிந்தில் கம்பெனிப் பண்டசாலை

சிந்து இன்று பாகிஸ்தானத்தின் தென் கிழக்கில் ஒரு மாநிலமாக விளங்குகின்றது. சிந்து ஆறு பாய்கின்ற இந்த வெளியில்தான் ஏறத்தாழ நாலாயிரமாண்டுகளுக்கு முன்னர் மகஞ்சோதராவில் உன்னதமான ஒரு நாகரிகம் செழித்திருந்தது.

சிந்துவெளி பண்டைக் காலத்திலிருந்தே மிகவும் முக்கியமான வாணிப வழித்தடத்தில் அமைந்தது. அதனால் இப்பகுதியிலிருந்த தளங்கள் முக்கியமான வாணிப மையங்களாக இருந்தன. குஜராத்தின் வடக்கிலும், மேற்கிலும் அமைந்துள்ள சிந்துப் பகுதி செல்வச் செழிப்பான கரையோர மாநிலமாகப் பதினெட்டாம் நூற்றாண்டில் விளங்கியது. சிந்துவெளி வரையிலும் செல்கின்ற மிக முக்கியமான உள்நாட்டுப் போக்குவரவால், அதற்குச் சிறப்பான இடம் இருந்தது. இவ் வாணிபத் தடங்கள்

பெருஞ்சிறப்பு வாய்ந்த மிகப் பெரிய வணிகநகரமான மூல்தான் வரையிலும் நீண்டு சென்றன.

(மூலஸ்தானம் என்ற சம்ஸ்கிருதப் பெயர் மூல்தான் என்று பிரிந்தது. இது இன்று பாகிஸ்தானத்தின் தொழில் நகரங்களுக்குள் ஒன்றாகும். இந்நகரம் லாகூரின் தென்மேற்கில் சுமார் 300 கிலோ மீட்டரில் (185 மைல்) அமைந்திருக்கின்றது. இங்கு இப்போது நெசவாலைகள் மலிந்துள்ளன. இது கி.மு.நான்காம் நூற்றாண்டில் அலெக்சாந்தர் அறிந்திருந்த நகரமாகும். முஸ்லிம்கள் கி.பி.950 இல் இங்கிருந்த கோயில்களை அழித்ததற்கு முன்னர் மூல்தானில் மிகப் பெரிய கோயில் ஒன்று இருந்தது. இக்கோயில்கள் மீண்டும் 1138 ஆம் ஆண்டு நிறுவப்பட்டன. இந்நகரம் செனாபு ஆற்றின் அருகில் உள்ளது.)

சிந்து பதினெட்டாம் நூற்றாண்டில் உலோகங்கள், சர்க்கரை, அரிசி, பட்டு முதலிய பண்டங்களை இந்தியாவின் வடகிழக்கிலுள்ள வங்கத்திலிருந்து இறக்குமதி செய்தது. இப்பண்டங்கள் சிந்து ஆற்றின் வடிநிலப் பகுதிகளில் கப்பல்களிலிருந்து இறக்கப்பட்டு, ஆற்றுக்கு மேலே சுமார் 300 கிலோ மீட்டர் தொலைவிலுள்ள தட்டா என்ற இடத்திற்கு விற்பனைக்காக அனுப்பப்பட்டன.

கிழக்கிந்தியக் கம்பெனி தட்டா என்ற அவ்விடத்தில் 1758 ஆம் ஆண்டு சிறு பண்டசாலை ஒன்றை அமைத்தது. எனினும் கம்பெனிக்கு இதற்கு முன்னரும் சிந்துப் பகுதியுடன் வாணிபத் தொடர்பிருந்தது. தட்டா பண்டசாலை 1775 வரையிலும் அங்கு நிலவியது.

பிரிட்டிசார் பின்னர் 19 ஆம் நூற்றாண்டில் சிந்துப் பகுதியை ஆப்கானியரிடமிருந்து கவர்ந்து விட்டனர். இன்று சிந்து மாநிலத்தில் பாகிஸ்தானத்தின் பெரிய நகரங்களான கராச்சியும், ஐதராபாதும் உள்ளன.

1758

வரலாற்றுப் புள்ளிகள்

1. தென்பாண்டிச் சீமை நவாபு – கம்பெனி ஏற்பாடு நீட்டிப்பு

தென்பாண்டிச் சீமையில் மகஃபூஸ் கான் - பாளையக்காரர் அணியினர் சேர்ந்து நடத்திய கிளர்ச்சிகள், கம்பெனிப்படை அவற்றை எதிர்த்து நடத்திய சண்டைகள் இவற்றினிடையே, நெல்லைச் சீமையில் வரிதண்டுவதற்காகத் தீத்தாரப்ப முதலிக்குத் தரப்பட்ட மூன்றாண்டுக் குத்தகை ஒப்பந்தம் இந்த ஆண்டுடன் முடிந்துவிட்டது. பிகாட் பிரபு கணக்குத் தீர்ப்பதற்காக முதலியாரைச் சென்னைக்கு அழைத்தார். ஆனால் அவர் வழியில் நோய்வாய்ப்படவே,அந்த வேலை புதுக்கோட்டையில் நடந்தது.

ஆர்க்காட்டு நவாபு முகமதுஅலி இவ்வாண்டு மதுரை, நெல்லை என்ற தென்பாண்டிச் சீமையின் ஆட்சி நிர்வாகத்திற்கு அசன் முகமது கான் என்பவரை அமர்த்தினார். ஆனால் இச்சீமையின் வருவாயை ஆளுக்குப் பாதியாகப் பகிர்ந்து கொள்வது என்று ஆர்க்காட்டு நவாபிற்கும் கிழக்கிந்தியக் கம்பெனிக்கும் இடையில் ஏற்பட்ட பழைய உடன்பாடு நீடித்தது.

1758

2. மார்த்தாண்ட வர்மன் மரணம்

மார்த்தாண்ட வர்மன் திருவிதாங்கூர் என்ற வேணாட்டின் அரசராக 1729 இல் பட்டத்திற்கு வந்தார். (இ.ச.க தொகுதி-3) அவர் இந்த 29 ஆண்டுகளில் இராமய்யன் தளவாய் போன்ற நம்பிக்கைக்குகந்த அதிகாரிகளின் உதவியால் சிறு சிறு நாடுகளாகச் சிதறிக் கிடந்த சேர நாட்டைப் பரந்துபட்ட பெரு நாடாக்கினார்.

இவர் ஆட்சிக் காலத்தில் நாடு நன்கு செழித்திருந்தது என்பதற்கு, அவர் நாடெங்கும் கோயில்களிலும், சாலையோரங்களிலும் ஊட்டுப் புரை என்ற உணவுச் சாலைகளை நிறுவி அந்தணருக்கு அன்னதானம் செய்ததிலிருந்தும், இரணியகர்ப்பம், துலாபுருஷ தானம் போன்ற தானங்களையும், பத்திரதீபம், முறை ஜெபம் போன்ற வழிபட்டு முறைகளைப் பெருஞ்செலவில் நடத்தியமையிலிருந்தும், நாடெங்கும் சாலைகளும், பிற பொது வசதிகளும் மக்களுக்குச் செய்து கொடுத்தமையிலிருந்தும் அறிந்து கொள்ளலாம். (இ.ச.க தொகுதி-5) அவரது 29 ஆண்டுக்கால ஆட்சியில் அயல் படையெடுப்பு இல்லை. மக்கள் அமைதியாக வாழ்ந்தனர்.

மார்த்தாண்டவர்மன் 1750 ஜனவரி 17 அன்று வேணாட்டைப் பத்மநாப சுவாமிக்கு அர்ப்பணித்துவிட்டு பத்மநாபதாசர் என்ற பெயரில் இறைவனின் அடியாராயிருந்து அரசாட்சி புரிந்து வந்து இந்த ஆண்டு இறந்து போனார்.

3. இராமய்யன் காதலி

மார்த்தாண்ட வர்மன் ஆட்சிக் காலத்தில் (1729 -1758) மன்னருக்குத் துணையாக இருந்து மணம் புரியாமலே வாழ்ந்து செத்தபோது எவ்வித உடைமையுமின்றி உயிர்நீத்த இராமய்யன் தளவாய் ஓர் அந்தணர். மார்த்தாண்ட வர்மனுக்குச் சிறு வயதிலிருந்து உறுதுணையாக அவர் இருந்து வந்தார். இந்த அந்தணரின் வாழ்க்கையில் தாழ்ந்த குலத்தினரான ஒரு காதலி தனி இடம் பெற்றிருந்தார்.

அப்பெண்மணி மாவேலிக்கரையில் வாழ்ந்து வந்தார். இராமய்யன் புத்தென்னும் நரகத்திற்குப் போவதைப் பொருள் படுத்தாமலும் சூத்திரப் பெண்ணான காதலியுடன் வாழ்ந்தும் தனி வழியைக் காட்டிச் சென்றார்.

இராமய்யன் மார்த்தாண்ட வர்மனுக்கு இரண்டாண்டுகளுக்கு முன்னர் 1756 இல் இறந்து போனார். அவர் மரணப் படுக்கையில் இருந்த போது, தன் காதலியின் கையில் ஒரு சிறு சிப்பத்தை கொடுத்து, அதை மகாராசாவிடம் அளிக்குமாறு சொல்லி இறந்தார். அந்தப் பேதைப் பெண் மார்த்தாண்ட வர்மன் இருந்த காலத்தில் அந்தச் சிப்பத்தை அவரிடம் தராது, அவரையடுத்து ஆட்சிக்கு வந்த மன்னர் தர்மராசாவிடம் (1758-1798) தந்தார்.

மன்னர் அந்தச் சிப்பத்தை திறந்து பார்த்த போது, அதனுள் ஒரு பனையோலை நறுக்கு இருந்தது.

''இந்த ஓலை நறுக்கைக் கொண்டு வரும் பெண் ஏழை; என்னைப் பலகாலமாக நம்பியிருந்தவள். அவள் ஒரு தோட்டக் குடிசையில் வாழ்ந்து வருகின்றாள். அதையொட்டிச் சிறு நிலம் உள்ளது. அது அவளுக்கு உரிமையானது. அரசு அவற்றை அவளுக்கு அனுபவ உரிமையாகப் பட்டயம் செய்து தர வேண்டும்'' இது இராமய்யன் கையால் எழுதப்பட்ட ஓலை. மன்னர் இதைப்படித்துவிட்டு, முன்னாள் தளவாய் கேட்டதற்கும் அதிகமாகவே பல கொடைகளை அப்பெண்மணிக்கு வழங்கினார்.

4. வேணாட்டு மன்னர் தர்மராசா

மார்த்தாண்ட வர்மனையடுத்துத் திருவிதாங்கூரின் மன்னராகத் தர்மராசா (1758-1798) அரசு கட்டிலேறினார். திருவிதாங்கூர் அரசு இவர் காலத்தில் சக்கரம் என்ற நாணய முறையைக் கைக்கொண்டது. அது செம்பிலும், வெள்ளியிலும், சக்கரங்களை வெளியிட்டது.

இச்சக்கர நாணய வரிசையில் செம்பிலும், வெள்ளியிலுமாகச் சக்கரம், அரைச் சக்கரம், கால் சக்கரம் முதலியனவும், வெள்ளியில் இரண்டு சக்கரமும் வெளிவந்தன. வெள்ளிச் சக்கரம் மக்களிடையே வெள்ளி இராசி என்று செல்வாக்குப் பெற்றது.

5. மீனாட்சி கோயிலில் மீண்டும் வழிபாட்டிற்கு ஏற்பாடு

மகஃபூஸ் கானின் ஆளாக இருந்து மதுரையை நிர்வாகித்து வந்த பரக்கத்துல்லா மதுரை மீனாட்சி கோயிலை மாசுபடுத்தினார். கோயில் உடைமைகளைப் பறித்தார். மீனாட்சி கோயிலின் முன்னே சிறு குடையை நாட்டி, அங்கு சிறு வழிபாட்டு இடத்தை அமைக்க ஒரு மௌல்விக்கு மகஃபூஸ் கான் இசைவு தந்தார்.

கான் சாகியின் பொறுப்பில் மதுரை வந்ததும், அவர் அந்த வழிபாட்டு இடத்தை இடித்து, மூர்த்திகளை மீண்டும் கோயிலினுள் இடம்பெறச் செய்தார். அவர் கோயில் உடைமைகளையும் திருப்பிக் கொடுத்தார். மகஃபூஸ் கான் மதுரையை விட்டு வெளியேற வேண்டுமென்று, கான் சாகிபு கம்பெனியிடம் வலியுறுத்தினார்.

6. கிளைவு ஆளுநராதல்

இராபட் கிளைவு இந்த *1758* முதல் *1760* வரை வங்கத்தின் ஆளுநராகப் பணிபுரிந்தார். இக்காலகட்டத்தில் வங்க நவாபாக மீர் ஜாஃபர் கான் இருந்தார்.

7. பிரிட்டனின் இந்திய வாணிபம் பெருக்கம்

பிளாசிச் சண்டையில் வங்கம் 1757 ஆம் ஆண்டு வீழ்ச்சியடைந்ததும், பிரிட்டன் வங்கத்தின் மாபெரும் நிலப் பிரபுத்துவ நிலையை எய்தியது. அதனால் வங்கத்தின் பெரிய நிலப்பரப்புப் பிரிட்டனுக்கு முற்றிலும் உரிமையானது.

பிரிட்டன் இக்காலத்திற்கு முன்னர் வரையிலும் இந்தியாவில் சரக்குகளைக் கொள்முதல் செய்து பிரிட்டனுக்கு ஏற்றுவதற்காக நான்கு இலட்சம் முதல் 5 இலட்சம் பவுன் வரையிலும் தங்கமாக ஓர் ஆண்டில் இந்தியாவிற்குக் கொண்டு வர வேண்டியிருந்தது.

ஆனால் வங்கம் பிரிட்டனின் வசமான பிறகு பிரிட்டன் இந்தியாவிற்கு தங்கம் அனுப்புவதை நிறுத்தியது. வங்கத்திலிருந்து கிடைத்த வரி வருவாயைக் கொண்டு பண்டங்களை ஏற்றுமதிக்கென்று இந்தியாவில் கொள்முதல் செய்தது.

இதைப் பற்றிச் சார்லஸ் கிராண்ட் என்பவர் இங்ஙனம் கூறினார்,

(Report to the Select Committee of the House of Commons on Affairs of the East India Company, 1831-1832)

''வங்க மாநிலங்களைக் கைவசப்படுத்தியபின் முப்பதாண்டுக்காலம் இந்நாட்டு (பிரிட்டன்) பொது, தனியார் வழிகள் இரண்டின் மூலம் மட்டுமே, கிழக்கிந்திய

நாடுகளின் பிற பகுதிகள் நீங்கலாக, பண்டங்களின் மூலம் மட்டுமே பெற்ற ஆதாயமே ஐம்பது மில்லியன் பவுன்கள் இருக்கும்'' (இது பதினெட்டாம் நூற்றாண்டின் மதிப்பின் படி 1 பவுன் = சுமார் 10 ரூபாய்)

8. இராசமகேந்திரவரத்தில் பிரஞ்சுக்காரர் தோல்வி

பிரஞ்சுப் படைத் தலைவரான லாலி பிரபு சென்னையை முற்றுகையிட்டுக் கொண்டிருந்த நேரத்தில் கர்னல் ஃபோர்டே தலைமையில் வங்கத்திலிருந்து ஆந்திரம் சென்ற பிரிட்டிஷ் படை ஒன்று பிரஞ்சுக்காரரை 1758 டிசம்பர் மாதம் இராசமகேந்திரவரத்தில் தோற்கடித்தது.

இப்படை 1759 ஏப்ரலில் மச்சிலிப்பட்டினத்தையும் கைப்பற்றியது. இதையடுத்து ஐதராபாது நவாபு சலாபத்து ஜங்குடன் ஓர் உடன்படிக்கை ஏற்பட்டது. அதன்படி வட சர்க்கார் என்ற வடபகுதி மாவட்டங்களில் குண்டூர் தவிர ஏனைய நிலப்பரப்பைப் பிரிட்டிசாருக்குத் தருவது என்று ஏற்பாடாயிற்று. ஃபோர்டே இந்த உடன்பாடு ஏற்பட்ட பிறகு 1759 அக்டோபரில் வங்கம் திரும்பினார்.

ராஜமுண்ட்ரி என்று உருத்தெரியாமல் ஆக்கப்பட்டுள்ள இவ்வூரின் தெலுங்குப் பெயர் இராசமகேந்திரவரமு. ஒரிசாவின் அரசு குடியைச் சேர்ந்த மகேந்திர தேவரின் பெயரால் இவ்வூருக்கு இப்பெயர் ஏற்பட்டது. சம்ஸ்கிருதத்திலிலும் இராசமகேந்திரபுர என்றுதான் அழைக்கப்படுகின்றது. இது ஆந்திரத்தின் கோதாவரி மாவட்டத்திலுள்ளது.

இது காக்கிநாடாவிலிருந்து மேற்கே வடமேற்கில் சுமார் 45 கிலோ மீட்டர்; கன்னவரத்திலிருந்து தென்கிழக்கில் சுமார் 76 கிலோ மீட்டர்; ஏலூரிலிருந்து வட கிழக்கில் சுமார் 72 கிலோ மீட்டர்; சென்னையிலிருந்து வடக்கே வட கிழக்கில் சுமார் 430 கிலோ மீட்டர்.

இவ்வூர் கோதாவரியின் இடக்கரை மீது உயர்ந்த இடத்தில் அமைந்துள்ளது. இந்த இடத்தில் ஆற்றின் கரை சுமார் 1½ கிலோ மீட்டர் அகலம் இருக்கும். காக்கிநாட, கொரிங்க, கிருஷ்ணை மாவட்டம் ஆகிய இவற்றுடன் இராசமகேந்திரவரத்தைக் கால்வாய்கள் இணைக்கின்றன.

இதை ஒரிசா அரச குடியின் மகேந்திரதேவர் நிறுவியதாக ஒரு சாரரும், சாளுக்கிய மன்னர் ஒருவர் கட்டினாரென்று இன்னோரு சாரரும் கூறுவர். மகாபாரத் தெலுங்கு மொழி பெயர்ப்பு ஒன்றின் முன்னுரையில், இது இராச நரேந்திரனின் கோநகரான வேங்கி நாட்டு மாணிக்கம் என்று கூறப்பட்டுள்ளது.

இராசமகேந்திரவரம் கோல்கொண்ட அரசினுள் அடங்கியிருந்தது. இதை முஸ்லிம்கள் 1471 இல் கைப்பற்றினர். கிருஷ்ண தேவராயர் இதை 1512 இல் கைப்பற்றி ஒரிசாவின் அரச குடிக்குத் தந்து விட்டார். அங்கு அறுபதாண்டுக் காலம் இந்து ஆட்சி நிலவியது.

அங்கு 1571-1572 ஆகிய ஆண்டுகள் வரையிலும் நடந்த இரண்டு நீண்ட முற்றுகைகள் முறியடிக்கப்பட்டன. அப்போது ரிஃபாத்துக் கானின் தலைமையில் வந்த முஸ்லிம் படையினரிடம் இராசமகேந்திரவரம் பணிந்தது.

அடுத்த ஒன்றரை நூற்றாண்டுக்காலம் அங்கு ஓயாத சண்டைகள் நடந்து வந்தன. இறுதியில் அது கோல்கொண்டாவிடம் விழுந்தது. பின்னர் கோல்கொண்டாவின் நான்கு நவாபுகளில் ஒருவரின் ஆட்சியின் கீழ் வந்தது. பின்னர் நிசாமின் அசஃபு ஷாவிற்கு

இது ஜாகீராகக் கிடைத்தது. ஐதராபாது நிசாம் இந்த 1753 இல் பிரஞ்சுக்காரருக்கு விட்டுக் கொடுத்துவிட்டார். அது 1751 முதல் 1757 வரையிலும் பிரஞ்சுப் படைத் தலைவர் பூசியின் தலைமையகமாயிருந்தது.

பிரிட்டிஷ் படைத்தலைவர் ஃபோர்டே 1758 இல் நடந்த குண்டூர்ச் சண்டைக்குப் பிறகு ஐதரலியை விரட்டிக் கொண்டே வந்தார். அவர் இராசமகேந்திரபுரத்தில் புகவே, பிரிட்டிசார் அவரை அங்கிருந்து வெளியேற்றினர். ஃபோர்டே அதற்குச் சிறிது காலத்திற்குப் பிறகு மச்சிலிப்பட்டினம் சென்றார். அங்கு அவர் இல்லாத வேலை பிரஞ்சுக்காரர் இராசமகேந்திரவரத்தைப் பிடித்து விட்டனர். எனினும் அங்கு அவர்களுக்கு எதுவும் கிடைக்கவில்லை. அவர்கள் வருமுன்னரே அங்கிருந்த கருவூலம் டச்சுக் குடியிருப்பிற்கு அனுப்பப்பட்டு விட்டது.

இங்கு பண்டைக் கோயில் உள்ளது. முகமது துக்ளக்கின் பள்ளிவாசல் ஒன்றும் உண்டு. அங்கு 1325 ஆம் ஆண்டுக் கல்வெட்டுக் காணப்படுகின்றது.

9. ஏழாண்டுப் போரில் பிரஞ்சுப் படைக்குப் பின்னடைவு

பிரஞ்சுப் படைகள் ஏழாண்டுப் போரில் கடுமையான பல பின்னடைவுகளுக் குள்ளாயின. பிரன்ஸ்விக்குக் கோமகனின் 37 வயது மகனான ஃபெர்டினாந்து பிரஞ்சுப் படைகளை ரைன் ஆற்றின் குறுக்கே விரட்டிச் சென்று கிரஃபீல்டு என்ற இடத்தில் நடந்த சண்டையில் தோற்கடித்தார். பிரஞ்சு மேற்காப்பிரிக்கத் துறைமுகங்களான செனிகல்லையும், கோரியையும் பிரிட்டிசார் கைப்பற்றினர். பிரிட்டிசார் பிரஞ்சுக்காரரை அமெரிக்காவிலும் வென்றனர்.

இங்ஙனம் பிரஞ்சு நாடு உலகெங்கிலும் பல இடங்களில், தோல்விகளையே கண்டு வந்தது. இவையனைத்தும் பின்வருவதை முன்கூட்டிக் குறிப்புக் காட்டும் தீய சகுனங்கள் போல் இருந்தன என்று பின்னர் நடந்தவற்றை வைத்துக் கூறத் தோன்றுகின்றது.

1759

அரசியல்

ஷா ஆலம் முகலாயப் பேரரசராதல்

தஞ்சை மராட்டியர் காரைக்காலை இழத்தல்

பெங்களூர் ஐதரலியின் ஜாகிராதல்

கான் சாகிபு மதுரை ஆளுநராதல்

போர்த்துக்கீசர் தலைநகரம் பஞ்சிமிற்கு மாற்றம்

கலை இலக்கியம்

பிரிட்டீசு மியூசியம் திறப்பு

தொழில், வேளாண்மை, வாணிபம்

பீங்கான் கோப்பைக்குக் கை பிடி

கின்னஸ் மது வடிசாலை தொடக்கம்

இராணுவம், போர்

பிரஞ்சுக்காருக்கு எங்கும் தோல்வி

தியாகதுருக்கப் போர்க்களங்கள்

பொது

போரும் வட இந்திய சமூக வாழ்க்கையும்

ஏசு சபையினர் போர்ச்சுக்கல்லை விட்டு வெளியேற்றம்

"ஜான்" கல்லறை எங்கே?

பிறப்பு

ஜார்ஜஸ் டாண்டன் (1759-1794)

வில்லியம் வில்பர்ஃபோர்ஸ் (1759-1833)

இறப்பு

இசையமைப்பாளர் ஹெண்டல்

1759

1. ஷா ஆலம் முகலாயப் பேரரசரானார்

முகலாய அரசர் இரண்டாம் ஆலம் கீரின் தலைமை அமைச்சரான வசீராக இருந்த இமது-உல்-முல்கு, அரசருக்கு எதிராகச் சதி செய்து, துரோகத்தனமாக அவரை *1759* நவம்பர் *20* அன்று படுகொலை செய்தார். இந்த இமது-உல்-முல்கு யார்?

இமது-உல்-முல்கு

ஒரு காலத்தில் முகலாயப் பேரரசின் வசீராகவும், பின்னர் *1724* இல் ஐதராபாத்தின் அரச குடியைத் தோற்றுவித்து, அதன் முதல் நிசாமாகிய அசஃபு ஷாவின் பேரன் தான் இமது-உல்-முல்கு ஆவார். அவர் மிகவும் இளவயதினர். அவர் தன் எதிரிகளான வசீர்களாகிய ஔதின் சஃப்தர் ஜங்கையும், காசியுதீனையும் 1753 இல் வென்ற போது அவருக்குப் பதினேழு வயது தான். இமது-உல்-முல்கின் தந்தை பெயரும் காசியுதீன் கான் ஃபிரூஸ் ஜங்கு ஆகும். எனவே மேலே சொன்ன காசியுதீன் வேறொருவராவார்.

இமது-உல்-முல்கைப் பற்றிச் சாதுநாத சர்க்கார் தம் ''முகலாயப் பேரரசு'' என்ற நூலின் முதல் தொகுதியில் இவ்வாறு கூறுகின்றார்.

''இமது-உல்-முல்கின் தந்தை பெயர் காசியுதீன் கான் ஃபிரூஸ் ஜங்கு. அவர் நிசாம் அசஃபு ஷாவின் மூத்தமகன். அவர் தன்னடக்கமும், இறைப் பற்றும் மிக்கவர். இமதின் பக்தி மிக்க தந்தை, தன் மகனை நம்பமுடியாத அளவிற்கு மிகுந்த கட்டுப்பாட்டுடன் வளர்த்து வந்தார். இமது பகல் பொழுதை ஆசிரியர்களுடனும், முல்லாக்களுடனும் (முஸ்லிம் மதகுருக்களான) முற்றிலும் கழித்தார். இஸ்லாமிய விடுமுறை நாள்களில் அலிகளான பேடியருடன் இருந்தார். ஏனெனில் அவர் தன் வயதையொத்தவர்களுடன் சேர்ந்திருக்க அனுமதிக்கப்படவில்லை. அக்காலத்தில் நடனக்காரிகளின் ஆட்டத்தைக் கண்டுகளிப்பது எங்கும் வழக்கமாக இருந்து வந்தாலும், பொது நிகழ்ச்சி ஒவ்வொன்றிலும் சதிராட்டம் இடம் பெற்ற போதிலும், அவற்றிலெல்லாம் இமது-உத் தௌலாவைக் கலந்து கொள்ளவிடாமல், அவருடைய தந்தை தாசியுதீன்கான் ஃபிரூஸ் ஜங்கு செய்திருந்தார். அவர் துருக்கியம் உள்படப் பல மொழிகளில் புலமை பெற்றார். அரபு எழுத்துகளில் ஏழுவிதமான வரி வடிவங்களை மிகத் தெளிவாக எழுதவும் கற்றிருந்தார். அவர் படிப்பாளி என்ற முறையில் அறிவின் பல துறைகளில் சிறந்து விளங்கினார். அக்காலத்தில் குறிப்பிடத்தக்க கவிஞராயும் இருந்தார்.

''அவர் இங்ஙனம் அறிவுத் தேட்டத்தில் அடைந்திருந்த சிறப்பானது, அவரிடமிருந்த செயல் வேகத்தை மட்டுப்படுத்தி விடவில்லை. அவர் அடக்கமாகவும் ஒடுங்கியுமிருந்த தன் தந்தையைப் போலன்றிச் சண்டையில் துணிச்சல் மிக்கவராயிருந்தார். குமரப் பருவத்தைக் கடக்காத ஒரு சிறுவனிடம், படைத் தலைவனுக்கு இருக்கக்கூடிய ஆற்றல் இருந்தது. இத்தனை அறிவுத் திறன்கள் இமதிடம் இருந்த போதிலும், நன்னெறியுணர்வு சிறிதும் இல்லாது போனமையால், அவர் மாசுற்றவராகத்தான் இருந்தார். அவரிடம் வரம்பிலாப் பேராசையும், பணம் என்றால்

நாணயமற்ற பேராசையும், இரக்கமற்ற கொடுங்குணமும் இருந்தமையால், டெல்லி வரலாற்றில் நிலவிய கொடிய அரக்கரில் ஒருவராய் இமது-உல்-முல்கு இருந்தார்.''

நினைத்தாலே அருவருப்பூட்டும் ஏமாற்றுத்தனமும், கொடுங்குணமும் படைத்த இமது-உல்-முல்கைக் கொடியவர் என்று சும்மா சொல்லிவிடுவது பொருத்தமாகாது. அவர் கையில் எப்போதும் செபமாலை இருந்தது. ஆனால் அவர் கொண்டிருந்த பக்தி வெறும் பாசாங்குத்தனமேயாகும். அவர் எவரைத் தன் நம்பிக்கைக்குரியவர் என்று கருதியது போல் தோன்றிற்றோ, தன் உயர்ச்சிக்குக் காரணமானவர் என்று எவர் மீதெல்லாம் நன்றி காட்டுபவர் போல் நடந்து கொண்டாரோ, அவர்களையெல்லாம் கொன்று குவித்தார்.

இது மெய்யாக ஒரு மனிதனைப் பற்றிய பயங்கரமான செல்லோவியம்தான்.

ஆலம் கீர் கொடூரக் கொலை

இத்தகைய இமது-உல்-முல்கின் கையால் இரண்டாம் ஆலங்கீர் கொடூரமாகச் செத்தார் என்பது வியப்பன்று. இரண்டாம் ஆலம் கீரின் மகனான அலி கௌசார் இமது-உல்-முல்கின் கொடுமைகள் பொறுக்க மாட்டாது, பீகாரின் பாட்னாவிற்கு ஓடிப்போய் அங்கு புகலடைந்திருந்தார். அவர் தன் தந்தை கொல்லப்பட்ட பிறகு டெலலிக்கு வராமலே *1759* ஆம் ஆண்டு ஷா ஆலம் என்ற அடுத்த பேரரசராக முடி சூடிக் கொண்டார்.

1759

மராட்டியர் டெல்லியைப் பிடித்து மீண்டும் தம் மேலாண்மையை உறுதி செய்து விட்டு ஷா ஆலத்தை அழைத்த பிறகுதான் அவர் *1771* ஆம் ஆண்டு டெல்லிக்கு வந்தார். அவர் வசீரான இமது-உல்-முல்கிற்கு அஞ்சி ஔது நவாபான சுஜா-உத்-தௌலாவிடம் புகலடைந்து, அவரையண்டி *1765* வரை வாழ நேர்ந்தது. பிரிட்டிசாருடன் *1765* இல் அலகாபாது உடன்படிக்கை ஏற்பட்டமையால் ஷா ஆலத்திற்குப் பிரிட்டிஷ் பாதுகாப்புக் கிடைத்துவிட்டது. அவர்கள் அவருக்கு ஆண்டுதோறும் திறையாக இருபத்தைந்து இலட்ச ரூபாய் கொடுத்தனர். ஷா ஆலம் பிரிட்டிசாருக்கு அளித்த வங்கம், பிகார், ஒரிசா ஆகிய பகுதிகளின் திவானி உரிமைக்கு மாற்றாக, ஷா ஆலத்தின் பராமரிப்பிற்கென்று கோரா, அலகாபாது ஆகிய பகுதிகளைப் பிரிட்டிசார் அளித்தனர். ஷா ஆலம் *1806* ஆம் ஆண்டு இறந்தார்.

2. போரும் வட இந்திய சமூக வாழ்க்கையும்

வட பாரதத்தில் பதினெட்டாம் நூற்றாண்டின் இக்கால கட்டத்தில் மூண்ட போர்களினாலும், துரிதமாக நிகழ்ந்த அரசியல் மாற்றங்களினாலும், நாட்டுப் புறங்களில் வாழ்ந்த விவசாய மக்களும், நகர மாந்தரும் பாதிக்கப்பட்டதைக் காண்கின்றோம்.

அவற்றுள் முதலாவதும் தலையாயதும், முகலாய இந்தியாவின் மீது கற்பனையை மிஞ்சும் வகையில் நடந்த பயங்கரமான படையெடுப்புகளேயாகும். பாரசீகத்தவரான நாதிர் ஷா *(1739)* ஆப்கானியரான அகமது ஷா துரானி, அவரையடுத்து அங்கு ஆட்சிக்கு வந்த செமன் ஷா *(1797-1799)* ஆகியோரின் படையெடுப்புகளைக் கூறலாம்.

இப்படையெடுப்பாளரின் ஊடுருவலால் நிதியமைப்பில் பெருங்கிலி உண்டானது. வேளாண்மைப் பணிகள் முறிந்தன. இந்துஸ்தானம் தழுவிய பெரிய பாங்கர்களான ஜகத் சேட்டு போன்றவர்களின் லேவாதேவித் தொழில் அமைப்புகள், நாதிர் ஷா

முன்னேறியதை அறிந்ததும் 1739 ஆம் ஆண்டு அப்படியே தன்னுள் சுருங்கி முடங்கிக் கொண்டன.

அகமது ஷா அப்தாலி படை கொண்டு வந்த செய்தி 1759 இல் பரவியதும் வாரணாசிக்கும் பாட்னாவிற்கு இடையே பொதிமாடுகளில், சரக்குகளை அனுப்பும் கூலி 500 சதம் மிகுந்து விட்டது.

ஆப்கானியர் முகலாய ஆட்சியை எதிர்த்து 1761 ஆம் ஆண்டு மீண்டும் போர்க் கொடியை உயர்த்தியதும், சமீந்தார்களும் கலகம் செய்யத் தொடங்கினர். இத்தகைய அதிர்ச்சிகள் ஆளுங் கூட்டத்தாரின் மன உறுதியைக் கடுமையாகக் குலைத்து விட்டன.

எனினும் இப்படையெடுப்புகளால் உண்டான தீய பொருளியல் விளைவுகள் ஆழமாகவும், நெடுங்காலம் நீடிக்கத்தக்கவையாக இருக்கவில்லை. துரானி படையெடுப்பிற்குச் சிறிது காலத்திற்குப் பிறகு ஜகத்து சேட்டுகளின் முகவர் ஒருவர் மீண்டும் ஆக்ராவில் செயல்படலானார்.

இந்தியம் தழுவிய வணிக நிறுவனம்

அர்ச்சுன்ஜி நாத்ஜி திவாரி என்பது இந்தியம் தழுவிய மற்றொரு பெரிய வணிக நிறுவனமாகும். அது சூரத்துப் பட்டினத்தைச் சேர்ந்தது. அந்நிறுவனம் 1720 ஆம் ஆண்டுகளிலிருந்து நாட்டின் குறுக்கும் நெடுக்குமாக வாணிபம் செய்து வந்தது. அது மேற்சொன்ன படையெடுப்புகளுக்குப் பிறகு, எவ்விதமான இழப்புமின்றிப் பதினெட்டாம் நூற்றாண்டின் நடுப்பகுதியில் தோன்றிய நெருக்கடிகளில் இருந்து மீண்டும் எழுந்தது.

அந்நிறுவனத்தின் முகவர்கள் இலட்சக்கணக்கான ரூபாய்களை நிலவழியாக வங்கத்திலிருந்த சூரத்திற்கும்,பம்பாய்க்கும் 1770 ஆம் ஆண்டுகளில் கொண்டு சென்றனர். எனினும் அந்நிறுவனம் சேட்டுகள் முகலாயப் பேரரசுடனும், டெல்லியுடனும் கொண்டிருந்த நெருக்கமான தொடர்பை மிகவும் கெட்டிக்காரத் தனமாய்த் தவிர்த்தது.

இப்படையெடுப்பாளர் அனைவரும் தம் போர்த் திறத்தை உயர்த்திப் பெருமையை உலகிற்குக் காட்டவும், செல்வத்தைக் தேடியும் இந்தியாவிற்கு வந்தனர். அவை அவர்களுக்குப் பேரளவில் இங்கு கிடைத்தன.

1759

வரலாற்றுப் புள்ளிகள்

1. பிரிட்டிஷ் மியூசியம் திறப்பு

உலகப் புகழ் பெற்ற பிரிட்டிஷ் மியூசியம் என்ற அறிவுக் களஞ்சியம் மாண்டேகு இல்லம் என்ற வெகுநேர்த்தியான மாளிகையில் 1759 ஜனவரி 15 அன்று பொதுமக்களுக்காக முதன் முதலில் திறக்கப்பட்டது. இம்மாளிகையோடு மிகப் பரந்த, அழகிய தோட்டமும் இருந்தது.

சர் ஹன்ஸ் சுலோன் (*Sir Hans Sloane 1660-1753*) என்ற பெயர் பெற்ற இலண்டன் மருத்துவரைப் போன்று, பலர் தம் பல்வகைச் சேகரங்களையும், நூல்களையும், கையெழுத்துப் படிகளையும் கொடைகளாக வழங்கினர். அரசு அவற்றுள் சிலவற்றை விலை கொடுத்து வாங்கித் தன் பொறுப்பில் வைத்திருந்தது.

இவ்வாறு வாங்கப்பட்ட பொருள்கள் காலத்தாலும், பருவநிலைகளாலும் அழிந்து போவதைத் தடுக்கும் நோக்குடன், ஒரு பொது நூலகத்தை அமைப்பதென்று பிரிட்டிஷ் பாராளுமன்றம் முடிவெடுத்தது. இது குறித்துப் பிரிட்டிஷ் மக்களவையில் *1753* ஜூன் *7* அன்று ஒரு சட்டத்தை நிறைவேற்றி, அதற்கு மன்னரின் ஒப்புதலும் பெறப்பட்டது.

இந்நூலகத்தை நடத்துவதற்கு வேண்டிய பணத்தைப் பெறுவதற்காகப் பரிசுச் சீட்டு நடத்துவதென்று முடிவெடுத்தனர். அதன்படி பரிசுச் சீட்டு நடத்தியதில் *96,194* பவுன் *8* சில்லிங்கு *2* பென்சு கிடைத்தது. பிரிட்டிஷ் மியூசியத்தை நிர்வகிப்பதற்கென்று சட்டப்படி ஒரு வாரியம் அமைக்கப்பட்டது. அதில் மொத்தம் *15* உறுப்பினர் இருந்தனர். அவர்களில் குறிப்பிடத்தக்க பெரிய மனிதர்கள்: ஆர்கைல் டியூடு *(1682-1761)*: நார்த்தம்பர்லாந்து ஏள் *(1715-1786)*; ஃபிலிப்பு யோக்கு; ரெவரண்டு தாமஸ் பிர்ச்சு. இத்தனை சிறப்பு வாய்ந்த மனிதர்களடங்கிய வாரியத்தின் முதல் கூட்டம் *1754* ஜனவரி *19* அன்று நடந்தது.

இப்பணிகளெல்லாம் முடிந்த பிறகு இந்த *1759* ஜனவரி *15* அன்று பிரிட்டிஷ் மியூசியம் திறக்கப்பட்டது. அன்று எட்டு பேர் மட்டுமே இந்நூலகத்திற்கு வந்தனர்.

பிரிட்டிஷ் மியூசிய நூலகத்தைப் பயன்படுத்த வேண்டுமாயின் முன்னதாக அனுமதி கோரி, அதற்குரிய நுழைவுச் சீட்டைப் பெற்றாக வேண்டும் என்ற விதிமுறை இருந்தது. காலப் போக்கில்தான் இந்த முறை மாறி, மக்கள் தாராளமாக அதைப் பயன்படுத்தும் வசதி ஏற்பட்டது. கம்யூனிஸ்டுச் சித்தாந்தத் தந்தையான காரல் மார்க்ஸ் *(1818-1883)* பிரிட்டிஷ் மியூசிய நூலகத்தைப் பயன்படுத்திய பேரறிவாளருள் ஒருவர்.

2. மராட்டியர் காரைக்காலை இழத்தல்

தஞ்சை மராட்டியரின் ஒன்பதாவது மன்னரான பிரதாப சிங்கனின் ஆட்சிக் காலத்தில் (1739-1763), காரைக்காலை இந்த 1759 ஆம் ஆண்டு பிரஞ்சுக்காரரிடம் இழந்தனர். தஞ்சை மராட்டியர் இதற்கு முன்னர் 1749 இல் ஆங்கிலேயரிடம் அதை இழந்தனர். (இ.ச.க தொகுதி-5)

3 பெங்களூர் ஐதரலியின் ஜாகீராதல்

வீரஞ்செறிந்த பூமி என்று முதலாம் கெம்பக்கவுடர் (1513-1559) 1537 ஆம் ஆண்டில் விசயநகர மன்னரின் இசைவு பெற்று ஒரு கோட்டையையும், அதனுள் ஒரு ஊரையும் நிறுவிப் பெங்களூர் என்று பெயர் பெற்று விளங்கும் இடம், இரண்டு நூற்றாண்டுக் காலத்திற்குள் பல்வேறு வரலாற்று நிகழ்வுகளின் களனாக இருந்த பின்னர் இந்த 1759 ஆம் ஆண்டு ஐதரலிக்கு (1722-1782) உரிமையான ஜாகீராகியது. (பெங்களூர் நகர வரலாறு இ.ச.க.தொகுதி-3)

பேஷ்வா பாலாஜி ராவ் (1740-1761) தன் படைத் தலைவர்களான கோபால்ராவ் பட்டவர்த்தனையும், ஆனந்தராவ் ராஸ்தேயையும் மைசூர் அரசை வீழ்த்துவதற்காகப் படையொடு அனுப்பிய நேரத்தில் மைசூர் வலுவிழந்து நின்றது. அந்நேரத்தில் மராட்டியரின் இப்படையெடுப்பிலிருந்து நாட்டைக் காப்பற்றியமைக்காக மைசூர் மன்னர் இரண்டாம் கிருஷ்ணராஜ உடையார் (1734-1766) ஐதரலிக்குப் பெங்களூரைத் தனியுரிமையுள்ள ஜாகீராகக் கொடுத்து விட்டார். இது முன்னர் தஞ்சை மராட்டிய மரபை நிறுவிய ஏகோசியின் ஜாகிராக இருந்தது என்பது குறிப்பிடத்தக்கது.

ஐதரலி மராட்டியப் படையின் சீரங்கப் பட்டணத் தாக்குதலை முறியடித்ததுடன் மூன்று மாத காலமாகப் பெங்களூர் மீது மராட்டியர் இட்டிருந்த முற்றுகையையும் தோல்வியுறச் செய்தார்.

4. கான் சாகிபு எழுச்சி: மதுரை ஆளுநராதல்

சென்னை ஜார்ஜ் கோட்டையின் ஆட்சிமன்றமான கௌன்சில், ஆர்க்காட்டு நவாபின் இசைவுடன் கான் சாகிபை 1759 மே மாதம், மதுரையின் ஆளுநராய் அமர்த்தியது. கான் சாபிபு மதுரைச் சீமையை அடைந்ததும் நத்தத்திலிருந்து திருவிதாங்கூர் எல்லை வரையிலும் தென்பாண்டிச் சீமை முழுவதும் மகஃபூஸ் கானாலும், பாளையக்காரர்களாலும் கவர்ந்து கொள்ளப்பட்டிருந்ததைக் கண்டார். இருப்பினும் மதுரை பாளையங்கோட்டை போன்ற கோட்டைகள் கம்பெனி வசம் இருந்தன.

மகஃபூஸ் கான் தன்னை மதுரை ''நவாபு'' என்று அறிவித்துக் கொண்டு கிழக்கிலும், மேற்கிலுமிருந்த பாளையக்காரர்கள் பகுதியிலும், கள்ளர் வாழும் பகுதியிலும் ஆட்சி செய்து கொண்டிருந்தார். அவருக்குத் துணையாகப் பூலித்தேவர், கட்டபொம்மன், எட்டயபுரத்தார் முதலியோர் இருந்தார்.

சென்னையை லாலி 1758 இல் முற்றுகையிட்ட போது, கான் சாகிபு உதவிக்குச் சென்று ஆங்கிலப் படையுடன் சேர்ந்து போராடினார். கம்பெனி அதற்கு நன்றியாகக் கான் சாகிபை மதுரையின் ஆளுநராக்கியது.

கான் சாகிபும் கள்ளரும்

கள்ளர்கள் எந்தக் காலத்திலும் ஆர்க்காட்டு நவாபின் மேலாண்மையை ஏற்றுக் கொண்டதில்லை. நவாபு வரி கேட்டபோதெல்லாம் ''வானம் மழை பொழிகின்றது. எங்கள் மாடுகள் வயலை உழுகின்றன. நாங்கள் வயலில் பாடுபட்டு உழைக்கின்றோம். எனவே நாங்கள் மட்டுமே இதன் பலனை அனுபவிக்க வேண்டும். நாங்கள் எக்காரணத்தை வைத்து எங்களுக்கு சமமான ஒருவருக்குக் கப்பம் செலுத்த வேண்டும்'' என்று முழங்கி வந்திருக்கின்றனர்.

ஆனால் கான் சாகிபு இந்த விடுதலை முழக்கத்தை ஏற்கவில்லை. அவர் நத்தம் காடுகளுக்குள் புகுந்து, கள்ளர்களின் தடைகளைத் தாக்கி, அங்கு வாழ்ந்த மக்களைக் கொன்று குவித்தார். அவர் ஓர் ஊரில் மட்டும் 500 கள்ளர்களைக் கொன்றார் என்று கணக்கு சொல்லப்படுகின்றது. அவர் இவ்வாண்டு (1759) ஜூன் மாதம் முழுவதிலும் இத்தகைய அடக்குமுறைகளையும், அட்டூழியங்களையும் செய்து வந்தார்.

அதனால் கள்ளர் பணிந்து கப்பம் தந்தனர். அவர்கள் சுற்று வட்டாரத்திலிருந்த ஊர்களில் திருடிய கால்நடைகளைத் திருப்பித் தந்தனர். கள்ளர்கள் இக்கொடூரமான அடக்குமுறைக்கு பிறகு எந்தக் குழப்பத்திலும் ஈடுபடாதிருந்தனர்.

கான் சாகிபு மேலூரிலும், வெள்ளாளப்பட்டியிலும் கோட்டைகளைக் கட்டிக் கள்ளர்களை எப்போதும் அச்சுறுத்தி வந்தார்.

1759

கான் சாகிபு - பாளையக்காரர் சண்டை

கான் சாகிபு கள்ளர் நாட்டை ஒடுக்கிய பின்னர், திருநெல்வேலிச் சீமையின் பாளையக்காரரை அடக்க முனைந்தார். கிழக்கே சென்ற படை எட்டயபுரத்தை நாசம் செய்தது. அந்தப் பாளையக்காரரைக் கப்பம் கட்டச் செய்தது. அதற்கடுத்த நாளன்று கோலார்பட்டிக் கோட்டையை அந்தப் படை தாக்கியது. இங்கு மூன்று நாள் நடந்த முற்றுகையில் கம்பெனிப் படையில் சுமார் 100 பேர் இறந்தனர்; காயமடைந்தனர். கடைசியாகக் கோட்டை விழுந்தது; பாளையக்காரர் தப்பி ஓடிவிட்டார்.

கான் சாசிபு மேற்கே மகஃபூஸ் கான், பூலித்தேவர் படையினர் கையிலிருந்த காலகொண்டானைப் பிடித்தார். அடுத்து மேற்கத்திப் பாளையக்காரர்களைக் கான் சாகிபு தாக்கிப் பல இடங்களைப் பிடித்தார். இதனால் மேற்கத்திப் பாளையக்காரர்கள் சற்று ஒடுங்கினர். கான் சாகிபு அதன் பிறகு திருநெல்வேலிக்கு திரும்பினார்.

கான் சாகிபு 1759 செப்டம்பர் மாதம் சுமார் பன்னீராயிரவர் அடங்கிய பெரும் படையுடன் பூலித் தேவரின் நண்பரான வடகரைப் பாளையக்காரரைத் தாக்கக் கிளம்பினார். அந்தப் பாளையக்காரர் இதைக் கண்டு அஞ்சிப் பூலித் தேவரின் நெற்கட்டுஞ்செவ்வலுக்கு ஓடிப்போனார்.

கான் சாகிபிற்கு உதவியாகத் திருவிதாங்கூர்ப் படைகளும் வந்தன. இப்பெரும் படையைக் கண்டு முற்றிலும் வியப்படைந்த பூலித் தேவர், வடகரைப் பாளையக்காரர் திருவனந்தபுரத்தில் நடத்திய கொள்ளைக்கு ஈடுகட்டுவதாக ஒப்புக் கொண்டு, கான் சாகிபின் படையைப் பின்வாங்கச் செய்தார்.

கான் சாகிபு மீண்டும் திருவிதாங்கூர்ப் படை உதவியுடன் நவம்பர் 6 அன்று நெற்கட்டுஞ் செவ்வல் மீது படையெடுத்தார். அவர் முதலில் ஈசர்த் தளவாய்க்

கோட்டையைத் தாக்கி, மூன்று நாளைக்குப் பிறகு அதைப் பிடித்தார். அதையடுத்துத் திருவிதாங்கூரின் அஞ்சங்கோவிலிருந்தும் (இ.ச.க தொகுதி-3), மறவர் நாடுகளிலிருந்தும் மேலும் படைகள் கான் சாகிபின் உதவிக்கு வந்தன.

இப்படைகள் ஒன்று சேர்ந்து பூலித்தேவரின் வாசுதேவ நல்லூரை டிசம்பர் மாதத்தில் தாக்கின. பாளையத்தின் சுற்று வட்டகையிலிருந்த மக்கள் கோட்டையைப் பாதுகாக்கத் திரண்டு வந்தனர். இத்தாக்குதல் முழுமூச்சுடன் நடந்து கொண்டிருந்த போது, பூலித்தேவர் நெற்கட்டுஞ் செவ்வலிலிருந்து வந்த மூவாயிரம் பேருடன் சேர்ந்து மிகுந்த தீரத்துடன் எதிரிகள் மீது பாய்ந்தார்.

கடுமையான இப்போரில் இருதரப்பிற்கும் பெருஞ்சேதம் ஏற்பட்டது. பூலித்தேவர் 300 பேரையும், கான் சாகிபு 200 பேரையும் இழந்தனர். நெருக்கடியான நேரத்தில் கம்பெனிப் பீரங்கி வெடித்துவிட்டது. இதனால் கான் சாகிபின் போர்த்தளவாடங்களும் குறைந்து போயின. பூலித் தேவரைத் தாக்க வந்தவர்கள் பின் வாங்கினர். பூலித் தேவர் வெற்றி கண்டார். அவரது அஞ்சாத வீரத்தினால் தான் கம்பெனியின் பெரும்படை பணிந்தது என்று பேராசிரியர் கே.இராசய்யன் கூறுகின்றார்.

பாளையக்காரரின் தமிழ், தெலுங்கு, எதிர்ப்பணிகள்

ஆர்க்காட்டு நவாபையும், கிழக்கிந்தியக் கம்பெனியையும் எதிர்ப்பதற்காக நெல்லைச் சீமையின் பாளையக்காரர்கள் இரண்டு அணிகளாய்த் திரண்டனர். நெல்லைச் சீமையின் கிழக்கேயிருந்த கட்டபொம்மனும், இதர பாளையக்காரர்களும் தெலுங்கு பேசுபவர்களை, இந்த தெலுங்கு அணிக்கு உதவ டச்சுக்காரர் முன்வந்தனர்.

பூலிதேவரும் மேற்கிலிருந்த பிற பாளையக்காரர்களும் தமிழைத் தாய்மொழியாகக் கொண்டிருந்தனர். இந்த தமிழ் அணிக்கு உதவப் பிரஞ்சுக்காரரும், ஐதரலியும் முன் வந்தனர்.

தெலுங்கு அணியிலிருந்த தலையாய கிழக்கத்திப் பாளையங்கள்: எட்டயபுரம், பாஞ்சாலங்குறிச்சி, குளத்தூர், மயிலமந்தை, மணியாச்சி, கடல்குடி, நாகலாபும், ஏழாயிரம்பண்ணை, சாத்தூர், கோலார்பட்டி.

தமிழணியிலிருந்து பெரிய மேற்கத்திப் பாளையங்கள் வடகரை, சிவகிரி, நெற்கட்டுஞ்செவ்வல், சிங்கம்பட்டி, ஊற்றுமலை, சுரண்டை.

5. பிரஞ்சுக்காரருக்கு எங்கும் தோல்வி

ஐரோப்பாவின் உள்ளும், அதன் புறமும் நடந்து வந்த பிரிட்டிஷ் பிரஞ்சு மேலாண்மைப் போட்டியில் வரிசையாகப் பிரஞ்சுக்காரர் இந்தப் பத்தில் தோல்வி கண்டு வருகின்றனர். ஏழாண்டுப் போரில் பிரான்ஸ் பின்னடைந்ததை 1758 இல் கண்டோம்.

இந்த 1759 இல் ஜேம்ஸ் உல்ஃபு குவீபங்கு நகரின் புறத்தே ஆபிரகாம் வெளிப் போரில் வெற்றி பெற்றதையடுத்துப் பிரஞ்சுக் கனடா செப்டம்பர் 13 அன்று பிரிட்டிசாரிடம் வீழ்ந்தது.

பிரிட்டிசார் இதே ஆண்டில் பிரஞ்சுக்காரர் வசமிருந்த மச்சலிப்பட்டினத்தையும் கைப்பற்றினர். இத்துறைமுகப்பட்டினம் முதலில் டச்சுக்காரர் வசமிருந்தது. அதைத்

தூய்ப்பிளே 1751 இல் டச்சுக்காரிடமிருந்து கைப்பற்றினார். அதைக் கம்பெனிப் படைத்தலைவரான கர்னல் ஃபோர்டே பிடிக்கவே, அது பிரிட்டிசார் வசமாயிற்று. இதே படைத்தலைவர் இவ்வாண்டின் கடைசியில் டச்சுக்காரரையும் வங்கத்தில் தோற்கடித்தார்.

ஆங்கிலேயர் இந்த 1759 ஆம் ஆண்டு எங்கும் வெற்றிகளைக் குவித்து வந்தனர். அவர்கள் இதே ஆண்டில் மேற்குக் கரையின் பெருஞ்சிறப்பு வாய்ந்த சூரத்தையும் கைப்பற்றினர். சூரத்து இப்போது டச்சுக்காரர் வசமிருந்தது. டச்சுக்காரர் இதற்கு மூன்றாண்டுகளுக்குப் பிறகு 1762 இல் சூரத்தை மீட்க முயன்று தோற்றனர்.

சூரத்து முகலாய இந்தியாவின் தலையாய வாணிபத் துறைமுகமாயிருந்தது. இங்கிருந்துதான் முகலாயர் குடியினரும், அவையினரும் மெக்காவிற்குப் கப்பலேறினர். ஆங்கிலேயர் அங்கு முதல் பண்டசாலையை அமைக்க ஜகாங்கீர் (1605-1628) 1613 இல் இசைந்தார். சூரத்து சுமார் 1613 வரை கிழக்கிந்தியக் கம்பெனியின் மேற்குக் கரைத் தலைமையகமாயிருந்தது. அது 1687 ஆம் ஆண்டுதான் அங்கிருந்து பம்பாய்க்கு மாறியது.

6. போர்த்துக்கீசர் தலைநகர் பஞ்சிமிற்கு மாற்றம்

அல்ஃபோன்சா தெ அல்புகுவர்க்கு (1453-1515) 1510 ஆம் ஆண்டு கோவாவைக் கைப்பற்றினார். அதிலிருந்து இந்தியாவில் போர்த்துக்கீசரின் தலைமையகமாகக் கோவா இருந்து வந்தது. அது உடல்நலத்திற்கு ஏற்றதாயிருக்கவில்லை என்பதற்காக, இந்த 1759 ஆம் ஆண்டு தலைமையகம் பஞ்சிம் என்று அழைக்கப்படும் பணாஜி என்ற இடத்திற்கு மாற்றப்பட்டது. அது புதிய கோவா என்றும் அழைக்கப்பட்டது. இன்றும் பணாஜியே கோவா மாநிலத்தின் தலைநகராயும் இருக்கின்றது.

பழைய கோவா மாதா கோயில்களும், மத குருக்களின் கட்டடங்களும் நிறைந்த அருமையான நகராகவே தொடர்ந்து இருந்து வந்தது. எனினும் 1775 வாக்கில் கோவாவின் மக்கள் தொகை இருபதாயிரத்திலிருந்து 16,000 ஆகக் குறைந்துவிட்டது.

7. ''ஜான்'' கல்லறை எங்கே?

அந்தக் காலத்தில் கிழக்கிந்தியக் கம்பெனிக்கு '' மதிப்பிற்குரிய ஜான் கம்பெனி'' என்ற பெயர் பல ஆண்டுகளாக வழங்கியது. யார் இந்த ஜான்? அவர் சர்.ஜான் சைல்டு ஆவார். அவர் 1690 ஆம் ஆண்டு நடந்த முகலாயர் போரின் போது இறந்து போனார். கொண்டது விடாத ஆணவக்காரரான சர்.ஜான் சைல்டின் கல்லறை எங்கே?

பம்பாயில் ஐரோப்பியர் அடக்கம் செய்யப்பட்ட இடம் மெண்டம் முனை ஆகும். பம்பாய்த் துறைமுகத்தினுள் நுழையும் போது, கப்பலிலிருந்து பார்த்தால் சில கல்லறைகள் மிக அழகாகத் தெரிகின்றன என்று ஃபிரையர் என்பவர் எழுதியுள்ளார். அங்கு மூன்று கல்லறைகள் இருந்தன என்று பதினெட்டாம் நூற்றாண்டு நாடோடியர் கூறுகின்றனர். அதாவது அவ்விடத்தில் யூதர் ஒருவரின் கல்லறையும், ''முசல்மான்'' ஒருவரின் கல்லறையும், பம்பாயில் கவர்னராயிருந்த சர்.ஜான் சைல்டின் கல்லறை மாடமும் ஆக மூன்று கல்லறைகள் இருந்தன என்பர்.

ஜான் அடக்கமான கல்லறை மாடத்தின் உச்சியில் ஒரு விளக்கு இருந்தது. அதைப் புயல் காலங்களில் ஏற்றி வைக்கலாம். அது கடலோடிகளுக்குக் கலங்கரை விளக்கமாக விளங்கியது. இச்செய்தியிலிருந்தும், இதே காலத்தைப் பற்றிய பிற செய்திகளிலிருந்தும், மேற்சொன்ன கல்லறைகள் கோட்டைக்கு அருகில் இருந்ததில்லை

என்பதும், அதன் கீழே நீரிணையைத் தாண்டிக் கொலாபாவில் இருந்தன என்பதும் தெரிகின்றன.

ஆனால் பிரிட்டிசார் பிரஞ்சுக்காரரிடமிருந்து வரக்கூடிய தாக்குதலை எதிர்த்து நிற்கும் ஆயத்தமாக 1759 இல் இம்மூன்று கல்லறைகளையும் இடித்துத் தரைமட்டமாக்கிவிட்டனர். ஆதலால் ஜான் சைல்டின் கல்லறை எங்கு இருந்தது என்பதை எவராலும் சொல்ல முடியாதென்று மக்கள் பல தலைமுறைகளாகக் கூறிவந்தனர். மெண்டம் முனைக் கல்லறைக் தோட்டம் அதற்குச் சில ஆண்டுகளுக்கு முன்னர் நீக்கப்பட்டது. அது இருந்த இடமும் மறக்கப்பட்டு விட்டது.

8. போர்ச்சுக்கல் ஏசு சபையினரை வெளியேற்றுதல்

போர்ச்சுக்கல் ஏசு சபையினரை இந்த 1759 ஆம் ஆண்டு நாட்டை விட்டு வெளியேற்றியது. *(இ.ச.க தொகுதி-7 காண்க)*

9. பீங்கான் கோப்பைக்குக் கைபிடி

பீங்கான் பாண்டங்கள் உருவான சீனத்தில் செய்யப்பட்ட கோப்பைகளுக்குக் கைபிடி இருப்பதில்லை. ஐரோப்பாவிலும் அதைப் பின்பற்றியே பிடி இல்லாமல் தேநீர்க் கோப்பைகள் செய்யப்பட்டு வந்தன. இந்த 1759 இல் அவற்றுக்கும் கைபிடிகள் வைக்கப்படலாயின.

10. கின்னஸ் மதுவடி சாலை தொடக்கம்

கின்னஸ் என்ற பெயர் இன்று மனித சாதனைகளை ஊக்குவிப்பதுடன் தொடர்புடைய பெயராகும். ஆனால் மனிதனுக்கு மனக் கிளர்ச்சியூட்டும் மதுவடி சாலையிலிருந்துதான் கின்னஸ் என்ற பெயர் தொடங்குகின்றது.

அயர்லாந்துக்காரரான ஆர்தர் கின்னஸ் இந்த 1759 இல் டப்ளின் என்ற அயர்லாந்து நகரில் மதுவடிசாலை ஒன்றை நிறுவினார். அங்கு வீரியமிக்க கடுந்தேறலான ஸ்டௌட்டு வடிக்கப்பட்டது. (டப்ளின் இன்று அயர்லாந்துக் குடியரசின் தலைநகராயிருக்கின்றது)

11. இசையமைப்பாளர் ஹெண்டல் மரணம்

ஜார்ஜ் ஃபிரடரிக்கு ஹெண்டல் ஜெர்மனியிலிருந்து சென்று பிரிட்டனில் குடியேறி, 1726 ஆம் ஆண்டு அதன் குடிமகன் ஆனவர். அவர் பதினெட்டாம் நூற்றாண்டின் இக்கால கட்டத்தில் ஆங்கில இசைக் கலைஞருள் தலையானவராய் விளங்கினார். அவர் 1710 இல் இங்கிலாந்திற்கு வந்தார். அவருக்கு ஜார்ஜ் மன்னர் இருவரும் ஆதரவு தந்தனர். ஆதலால் அவர் அமைத்த இசையில் பெரும்பகுதி அரச நிகழ்ச்சிகளைப் பற்றியதாகவே அமைந்துள்ளது.

அவர் நாற்பதிற்கு மேற்பட்ட இசை நாடகங்களான ஆப்பராக்களை அமைத்தார். சமயத் தொடர்புடைய அடிப்பண்களைக் கொண்டு தனிப்படவும், குழுவாகவும் இசைக்கும் ஆரட்டோரியா என்ற இசைப்பண்களை அமைத்துச் சிறப்புற்றார். அவர் கண்ணிழந்து 1759 இல் இறந்தார்.

1759

12. தியாகதுருக்கப் போர்க் களங்கள்

அழிக்கின்ற சிவமூர்த்திக்குத் தியாகன் என்று பெயர். துருக்கம் என்பது கோட்டை. தென்னார்க்காட்டு மாவட்டத்திலுள்ள இந்த ஊர் சிவநாதனின் கோட்டை என்ற பொருளையுடைய தியாக துருக்கம் ஆகும். இது பதினெட்டாம் நூற்றாண்டில் பல களங்களைக் கண்ட ஊராகும்.

இது கடலூரின் மேற்கே சுமார் 69 கிலோ மீட்டரில் உள்ளது. கள்ளக்குறிச்சியிலிருந்து சுமார் 12 கி.மீ ஆர்க்காட்டிலிருந்து திருச்சிராப்பள்ளிக்கும், சேலத்திலிருந்து கடலூருக்கும் செல்லுகின்ற சாலைகள் இங்கு கூடுகின்றன. ஒரு காலத்தில் இங்கு வலிமை வாய்ந்த கோட்டை இருந்தது. அது திருவண்ணாமலையிலிருந்த கோட்டையைப் போன்று மேற்கு மலையிலிருந்து வந்த படையெடுப்பாளரிடமிருந்து பாதுகாக்கும் அரணாக அமைந்தது.

பிரஞ்சுக்காரர் 1757 அக்டோபரில் திருவண்ணாமலைக் கோட்டையைப் பிடித்த பிறகு, தியாகதுருக்கத்தையும் தாக்கினரெனினும், அவர்கள் விரட்டியடிக்கப்பட்டனர். அவர்கள் அதன்பிறகு 1759 இல் தியாக துருக்கத்தைப் பிடித்து விட்டனர். பிரஞ்சுக்காரர் அதை 1760 இல் ஐதரலிக்குக் கொடுத்தனர். பிரிட்டிசார் அதை மீண்டும் 1761 இல் கைப்பற்றினர். திப்பு சுல்தான் 1790 இல் நடத்திய தாக்குதல் தியாக துருக்கத்தில் முறியடிக்கப்பட்டது.

அரசியல்

கான் சாகிபு ஆளுநர் பதவி நீட்டிப்பு
செங்கம் பதினெட்டாம் நூற்றாண்டில்
வங்கத்தின் புதிய ஆளுநர்
மீர் காசிம் வங்க நவாபாதல்
ஜப்பானில் புதிய ஷோகன் ஆட்சி தொடக்கம்

அறிவியல்

நில நடுக்கம் தோன்றுவதேன்?

இராணுவம், போர்

வந்தவாசி: பிரஞ்சுக்காரர் தோல்வி

கரூர் ஆங்கிலேயர் வசமாதல்

மருத்துவம்

நோய் நாடுதல்
உடற்கூறு பற்றிய கோட்பாடு
தொழில், வேளாண்மை, வாணிபம்
லாயிடு கப்பல் போக்குவரவு அடங்கல்

பொது

கிளைவு கோடீசுவரராகத் தாயகம் திரும்புதல்
பிரிட்டன் 1760 ஆம் ஆண்டுகளில்
ஆல்ப்ஸ் மலையுச்சிக்கு ஏற முயற்சி
இலண்டன் தாவரவியல் பூங்கா கேயூ
கிராம்பூ, சாதிக்காய் தீயிடப்படுதல்
அமெரிக்கக் குடியேற்றங்களில் மக்கள் தொகை
அமெரிக்கத்தில் மூக்குப் பொடி;

பிறப்பு

கட்டபொம்மன் (1760-1799)
கட்சுசிக்க ஹோகுசாய், ஜப்பானிய ஓவியர் (1760-1849)

இறப்பு

இரண்டாம் ஜார்ஜ் (1683 -1760)

1760

1760

1. கான் சாகிபு மதுரை ஆளுநர் பதவி நீட்டிப்பு

ஆர்க்காட்டு நவாபு சென்னை ஆளுநர் பிகாட்டுப் பிரபுவிற்குத் தயக்கத்துடன் இசைவு தந்தபோதிலும், கிழக்கிந்தியக் கம்பெனி கான் சாகிபை 1759 ஜூலையில் மதுரைச் சீமையின் ஆளுநராக்கிற்று. கான் சாகிபு கம்பெனி ஊழியத்தில் இருந்த படைத் தலைவர் என்ற காரணத்திற்காகவே முகமதலி அவருக்குப் பதவி தருவதை எதிர்த்தார். ஆனால் கான் சாகிபின் நேர்மை, நாணயம், கடமை தவறாமை ஆகிய நற்பண்புகளைக் கருதித்தான் அவரை மதுரை ஆளுநராக்கியதாகப் பிகாட்டுப் பிரபு வலியுறுத்தினார்.

கான் சாகிபை முதல் ஓராண்டுதான் அப்பதவியில் அமர்த்தினார். அந்தக்காலம் முடிந்ததும், மேலும் மூன்றாண்டுகளுக்கு அவரது பதவியை நீட்டித்தார். கான் சாகிபு முதலாண்டில் ஐந்து இலட்சமும், இரண்டாம் ஆண்டில் ஒன்பது இலட்சமும் எஞ்சும் இரண்டாண்டுகளுக்குப் பத்து இலட்சமும் வரி செலுத்த வேண்டும் என்று ஏற்பாடானது. எனினும் மராட்டியர் மைசூரார் அல்லது பிரஞ்சுக்காரர் மதுரை மீது படையெடுத்து வந்தால், அதற்காகும் செலவைக் கழித்துக் கொண்டு வரியைச் செலுத்தலாம்.

மகஃபூஸ் கானுக்கு மதுரை, நெல்லைச் சீமைகள் இரண்டிற்கும் சேர்த்து ஓராண்டில் பதினைந்து இலட்ச ரூபாய்க்கு முன்னர் குத்தகைக்கு விடப்பட்டிருந்தது.

தீத்தாரப்ப முதலியாருக்கு நெல்லைச் சீமைக்கு மட்டும் மூன்றாண்டுகளுக்கு முப்பத்தினான்கு இலட்சத்திற்கு - ஆண்டிற்குச் சராசரியாக 85,000 ரூபாய் வீதம் - குத்தகைக்கு விடப்பட்டதிலிருந்து ஏற்பட்ட நாட்டு நடப்புகளை நவாபும் கம்பெனியாரும் உணர்ந்து மட்டான போக்கைக் கடைப்பிடிக்கலாயினர் என்பதை இது காட்டுகின்றது. இச்சீமைகளில் வாழ்ந்த மக்கள் மட்டுமீறியதும், மட்டானதுமான மனம்போன இப்போக்குகளினால் என்ன பாடுபட்டிருப்பர் என்பதையும் இதிலிருந்து உய்த்துணர முடிகின்றது.

மேற்கத்திப் பாளையக்காரர் மீது கான் சாகிபு தாக்கு

கான் சாகிபு மேற்கத்திப் பாளையக்காரர்கள் மீது 1760 டிசம்பரில் தாக்குதலைத் தொடங்கினார். அவர் டிசம்பர் 19 அன்று நெற்கட்டுஞ் செவ்வலுக்கு அருகே சுமார் ஐந்து கிலோ மீட்டரில் வந்து நின்று விட்டார். பூலித் தேவர் அதற்கடுத்த நாள் வந்து கான் சாகிபிடம் மோதியதில் நூறு பேரைக் களத்தில் இழந்தமையால் திரும்பிச் சென்று விட்டார். இம்முற்றுகை சுமார் நான்கு மாதங்கள் நீடித்தது.

கான் சாகிபின் வலுத்த தாக்குதலை எதிர்த்து நிற்க முடியாத பூலித்தேவர், 1761 மே 16 அன்று சரணடைந்தார். கான் சாகிபு அவரை இராமநாதபுரக் காட்டிற்குள் தப்பிச் செல்லுமாறு விடுத்து எதிரியுடன் பெருந்தன்மையாக நடந்து கொண்டார்.

மாவீரரான பூலித்தேவரின் துடிப்பும், பெருவீரமும் பாளையக்காரர்களை அவர் தலைமையில் திரளச் செய்தன. அவரிடம் முறையான படை இல்லை. அவர் சிறு எண்ணிக்கையினரான படைவீரர்களை வைத்துக் கொண்டு, ஆர்க்காட்டு நவாபின் ஆற்றல் மிக்க பெரும்படையை எதிர்க்கத் தயங்கவேயில்லை. நெற்கட்டுஞ்செவ்வல்

ஐந்து மாத முற்றுகைக்குப் பிறகுதான் விழுந்தது என்பது பூலித்தேவரின் தனி வீரத்திற்குச் சான்றாகும்.

கான் சாகிபு இந்த வெற்றியினால் அடைந்தது என்ன? அவர் இனி இரண்டாண்டுகளுக்குப் பிறகு ஆர்க்காட்டு நவாபையும், கிழக்கிந்தியக் கம்பெனியையும் எதிர்த்து நடத்தப் போகும் புரட்சியில், அவருக்கு உதவியிருக்கக்கூடிய பூலித்தேவரை இழந்து விட்டதே அவர் கண்ட பலன் என்று பேராசிரியர் கே.இராசய்யன் தனது மதுரை வரலாறு என்ற ஆங்கில நூலில் கூறுகின்றார். பாளையக்காரர்கள் தெலுங்கு அணி, தமிழ் அணி என்று பிளவுப்பட்டு நின்ற காலம் இது என்பதும் நினைவிற் கொள்ளத் தக்கதாகும்.

2. வந்தவாசிச் சண்டை: பிரஞ்சுக்காரர் தோல்வி

ஆங்கிலேயர் 1759 ஆம் ஆண்டு நடுவில் பிரஞ்சுக்காரரிடம் காஞ்சிபுரத்தில் தோற்றுப் போயினரெனினும், பிரஞ்சுக்காரரிடம் போதிய பணமில்லாமையால், அவ்வெற்றியினால் அவர்களுக்கு எந்தப் பலனும் ஏற்படவில்லை. மேலும் பிரஞ்சுப் படைக்குள் கலகம் மூண்டு விட்டது. அத்துடன் பிரஞ்சுக் கப்பல் தலைவரான தெ ஆஷ் என்றவர், ஆங்கிலக் கப்பல் தலைவரான போகோக்கிடம் மூன்றாவதாகவும் முடிவாகவும் பொருதிய கடற்போரில் காயமடைந்து சோழமண்டலக் கரையை விட்டு போய்விட்டார்.

1760

இதையடுத்து இப்போது கம்பெனிப் படையில் லெப்டினண்ட் கர்னலாகப் பதவி உயர்வு பெற்ற அயர் கூட்டே, வங்கத்திற்கென்று அனுப்பப்பட்ட பெரும் படையுடன் தமிழ்நாட்டிற்கு வந்து சேர்ந்தார். அவர் இப்படையுடன் சென்று 1760 ஜனவரி 22 அன்று வந்தவாசியில் லாலியைப் படுதோல்வியடைச் செய்தார். தெ பூசியும் அங்கு சிறைப்பட்டார்.

வெகு சில மாதங்களுக்குள் பிரஞ்சு மேலாண்மைப் பரப்பு புதுச்சேரி, காரைக்கால், செஞ்சி, மாகி ஆகிய திட்டுகளுக்குள் சுருங்கி விட்டது.

லாலி ஐதருடன் செய்து கொண்ட கூட்டு ஏற்பட்டினால் பலன் பெறவேயில்லை. புதுச்சேரிக்குப் பண்டங்கள் செல்ல வழியில்லாமல் தடுக்கப்பட்டு விட்டது. நகரில் பட்டினி தலை காட்டியது. அங்கு பணம் இல்லை. ஒரு நாயே 24 ரூபாய்க்கு விற்றது.

இந்தியத்தில் அகண்ட பிரஞ்சுப் பேரரசை நிறுவிப் பிரஞ்சு மேலாண்மையை நிலை நாட்டவேண்டுமென்று தூய்ப்பிளே கண்ட கனவு,வந்தவாசிப் போர்க்களத்தில் முற்றாகக் கலைந்து விட்டது. இப்பெருங்கனவைக் கண்ட தூய்ப்பிளே இப்போது பாரிசில் வறியராய் அல்லல்பட்டு வாடிக்கிடக்கின்றார் என்பதை நினைவிற் கொள்ள வேண்டும்.

வந்தவாசிச் சண்டை

வந்த என்ற தெலுங்குச் சொல்லுக்கு நூறு என்று பொருள். வாசி என்பது வசிப்பவரைக் குறிக்கும். எனவே இதை நூற்றுவர் வாழுமூர் எனக் கொள்ளலாம். சம்ஸ்கிருதத்தில் வெள்ளிமலை என்ற பொருளில் இதைத் தவளகிரி என்பவர். இவ்வூர் இன்று அம்பேத்கார் வட ஆர்க்காட்டு மாவட்டத்தின் வந்தவாசிக் கோட்டத்தில் உள்ளது. இது சித்தூரிலிருந்து தென்கிழக்கில் சுமார் 190 கிலோ மீட்டர். இராணிப்

பேட்டையிலிருந்து தெற்கே தென்கிழக்கில் சுமார் 53 கிலோ மீட்டர். திருப்பதியிலிருந்து தெற்கில் சுமார் 110 கிலோ மீட்டர். வேலூரிலிருந்து தென்கிழக்கில் சுமார் 65 கிலோ மீட்டர். இவ்வூர் சூக்க ஆற்றின் வடக்கே சிறிது தொலைவில் உள்ளது.

வந்தவாசி வெற்றியின் முக்கியத்துவம்

இங்கிருந்த கோட்டை ஆர்க்காட்டு நவாபிற்கு உரிமைப்பட்டது. இதை மேஜர் லாரன்ஸ் என்ற ஆங்கிலேயர் 1752 இல் தாக்கினார். கர்னல் ஆல்டர் என்பவர் இவ்வூரை 1757 இல் அழித்த போதிலும், அவரால் கோட்டையைப் பிடிக்க முடியவில்லை. அக்கோட்டையில் இருந்த பிரஞ்சுக் காவல்படை, அவ்வாண்டு ஆங்கிலேயரின் முற்றுகையை இருமுறை முறியடித்தது. பின்னர் 1759 மாரிக் காலத்தில் ஆங்கிலேயர் பெருந்துணிச்சலுடன் தாக்கியும் தோற்றுப் போயினர்.

பிரஞ்சுக்காரர் இந்த 1760 ஆம் ஆண்டு ஒரு படையைக் கொண்டு வந்து வந்தவாசிக் கோட்டைக்கு முன்னால் நிறுத்தினர். அங்கு நடந்த கடுஞ்சண்டையில் பிரஞ்சுக்காரர் அயர் கூட்டேயிடம் தோற்றனர். கோட்டையும் பிடிபட்டது. பிரஞ்சுப் படையின் துணைத் தலைவரான பூசி இங்கு பிரிட்டிசாரால் சிறைப்பிடிக்கப்பட்டார். ஆங்கிலேயர் பிரஞ்சுக்காரருடன் இந்தியத்தில் நடத்திய பல சண்டைகளில் வந்தவாசிச் சண்டைதான் முக்கியமானது என்று அவர்களால் கருதப்படுகின்றது.

வந்தவாசிக் கோட்டை இவ்வாண்டிற்குப் பிறகும் போர்க்களமாய் இருந்தது. ஐதரலி மிகத் துணிச்சலான போர்த் தந்திரத்தோடு வந்தவாசிக் கோட்டையை 1780 இல் பிடிக்க வந்த போது, லெப்டினண்ட் ஃபிளிண்ட் என்ற ஆங்கிலப் படைத் தலைவர் அவரை முறியடித்தார். அவர் போதிய வழிவகைகள் இல்லாமல் மூன்றாண்டுக் காலம் வந்தவாசிக் கோட்டையில் தாக்குப்பிடித்து நின்றார். அயர் கூட்டே அவருக்கு இருமுறை உதவ வந்தார்.

1760

வந்தவாசிக் கோட்டை

வந்தவாசிக் கோட்டை மராட்டியரால் கட்டப்பட்டிருக்கலாம். இது நீள் சதுர வடிவில் இந்துக் கட்டடக்கலைப் பாணியில் கட்டப்பட்டது. இதன் சுற்றளவு சுமார் ஒன்றரைக் கிலோ மீட்டர் இருக்கலாம். கோட்டைக்குள் அவுரித் தோட்டம் போட்டிருந்தனர்.

நெவாயத்து குடியைச் சேர்ந்த ஆர்க்காட்டு நவாபு தோஸ்து அலியின் (1732-1740) வேண்டுகோளுக்கிணங்க அவரின் மருமகனான முகமது தக்கி கான் என்பவருக்கு முகலாயப் பேரரசர் வந்தவாசி ஜாகீரை முதலில் கொடுத்திருந்தார். சந்தா சாகிபும் முகமது தக்கி கானும் சகோதரியரை மணந்திருந்தமையால் நெவாயத்துகளையடுத்து 1744 இல் ஆர்க்காட்டு நவாபுகளான வாலாசாக்கள் முகமது தக்கி கானை நீக்கிவிட்டுப் பிரஞ்சுப் படையதிகாரிகளை வந்தவாசிக் கோட்டைக்குள் விட்டனர்.

ஆர்க்காட்டு நவாபு அடுத்த சில ஆண்டுகள் கழித்து வந்தவாசி ஜாகீரை தன் மகளான தரியா பேகத்திற்குக் கொடுத்துவிட்டார். ஆர்க்காட்டு நவாபின் உடைமைகள் அனைத்தும் கம்பெனியின் கைக்கு வந்தது வரையிலும், தரியா பேகமே அங்கு வரி தண்டி வந்தார்.

அரங்கநாதர் கோயில்கள்

வந்தவாசியில் சலகண்டேசுவரர் கோயில் உள்ளது. கோட்டைக்குள் அரங்கநாதரும் வழிபடப்படுகின்றார். வெண்குன்ற மலைக்குத் தவளகிரி என்ற பெயர் உண்டு. இங்கு கோரைப்பாய் முடைவதும், தோல்பதனிடுவதும் பெருந் தொழில்களாகும்.

புதுச்சேரியில் இன்னல்கள்

வந்தவாசித் தோல்விக்குப் பிறகு பிரஞ்சுக்காரர் பல இன்னல்களுக்குள்ளாயினர். கிழக்கிந்தியக் கம்பெனிப் படை அயர் கூட்டேயின் தலைமையில் தொண்டை மண்டலத்தைச் சேர்ந்த வானூர், வழுதாவூர், விழுப்புரம் ஆகிய ஊர்களை இந்த ஆண்டில் பிடித்துக் கொண்டது.

வானூர்

சமணரைக் குறிக்கும் வானவர் என்னுஞ் சொல்லும் ஊரும் சேர்ந்து வானூர் ஆயிற்று. இது விழுப்புரம் வட்டத்திலுள்ளது. இவ்வூர் சிதம்பரத்திலிருந்து வடக்கில் சுமார் 32 கிலோ மீட்டர், சென்னையிலிருந்து தெற்கே தென்மேற்கில் சுமார் 120 கிலோ மீட்டர்.

வழுதாவூர்

வழுதி என்பது பாண்டியனைக் குறிக்கும். வழுதியூர் என்பது வழுதாவூர் என்று திரிந்தது. இதுவும் விழுப்புரம் வட்டத்திலுள்ளது. இவ்வூர் கடலூரிலிருந்து வடக்கே வடமேற்கில் சுமார் 27 கிலோ மீட்டர். விழுப்புரத்திலிருந்து கிழக்கே வடகிழக்கில் சுமார் 21 கிலோ மீட்டர் புதுச்சேரியிலிருந்து மேற்கே வடமேற்கில் சுமார் 14 கிலோ மீட்டர்.

பிரஞ்சுக்காரர் வழுதாவூரில் பெரிய அரண் எழுப்பியிருந்தனர். அது புதுச்சேரிப் பாதுகாப்பிற்கு ஆதரவான பல படை நிலைகளுள் ஒன்றாயிருந்தது. மராட்டியர் படைத்தலைவர் கிருஷ்ணராவும், முகமது யூசூஃபும் *1758* டிசம்பர் *12* அன்று சேர்ந்து தாக்கிய போது வழுதாவூரின் பெரிய ஏரியை உடைத்தனர். அது பெருமழைக்காலமாக இருந்ததால் ஏராளமான பயிர்பச்சைகள் அழிந்தன. பிரிட்டிசார் வழுதாவூரை *1760* இல் கைப்பற்றி *1763* வரை வைத்திருந்தனர்.

விழுப்புரம் பற்றி இ.ச.க.தொகுதி-*5* இல் கூறியிருந்தோம். பிரஞ்சுக்காரர் வசமிருந்த விழுப்புரம் கோட்டையை ஆங்கிலேயர் இந்த *1760* ஏப்ரல் அன்று கைப்பற்றிக் கொண்டனர். இங்கு இரண்டு சிவன் கோயில்கள் உண்டு. சமணக் கோயில் இடிபாடுகளும் காணப்படுகின்றன.

புதுச்சேரி

புதுச்சேரியைப் பிரிட்டிசார் முற்றுகையிட்டுக் கொண்டிருந்த வேலையில்,அவ்வூர் மக்களில் சுமார் *1400* பேர் அக்டோபர் *27* அன்று ஊரை விட்டு வெளியேற்றப்பட்டனர். இத்தனை பேர் ஊரிலிருந்து வெளியேறியதால், பிரிட்டிசார் அவர்களை எல்லையருகில் தடுத்து நிறுத்தி விட்டனர். கர்னல் கூட்டே இசைந்த பிறகுதான் அவர்கள் புதுச்சேரியை விட்டு வெளியேறுவதற்கு அனுமதிக்கப்பட்டனர்.

இது நாடெங்கும் அமைதியின்மையும், சண்டைகளும், குழப்பமும், அவற்றின் விளைவாகப் பஞ்சமும் நோயும் தலைவிரித்தாடிய காலமாகும். இப்போது இயற்கையும் தன் சீற்றத்தைப் புயலாக வெளிப்படுத்திற்று. புதுச்சேரியில் *1760* டிசம்பர் திங்களன்று பெரும் புயல் வீசியது. அது ஆங்கிலேயரின் முற்றுகைக்கு இடையூறானது.

1760

3. கரூர் ஆங்கிலேயர் வசமாதல்: கரூர் வரலாறு

சேரப் பேரரசின் கோநகர்

சேரப் பேரரசு கிறித்தவ அப்தத்தின் முதல் நூற்றாண்டில் கரூரைத் தலைநகராகக் கொண்டிருந்தது என்பது, அது ரோமானியப் பேரரசுடன் தொடர்பு கொண்டிருந்தது என்பதும் ஓராண்டிற்கு முன்னர் அங்கு நடந்த ஆய்வுகளிலிருந்து தெரிய வருகின்றன. அங்கு பல வகையான ரோமானிய மண்பாண்டங்களும், ரோமானிய நாணயங்களும் அப்போது செய்யப்பட்ட அகழ்வில் கிடைத்தன. ரோமானியர் கொங்கு நாட்டிற்கு நீலம் முதலிய மணிக்கற்களைத் தேடி வந்தனர். அவர்கள் அவற்றைக் கரூரின் அருகிலிருக்கும் படியூர், கொடுமணல் ஆகிய பகுதிகளிலிருந்து ஏராளமாக வாங்கிச் சென்றனர். இவற்றைச் சுட்டும் பல குறிப்புகள் மேலைநாட்டு நூல்களில் உள. தஞ்சைத் தமிழ்ப் பல்கலைக்கழகம் கொடுமணலில் நடத்திய தொல்லியல் ஆய்வும் இச்செய்திகளை உறுதி செய்தன.

சங்க காலத்து வஞ்சியா?

கரூர் சங்க காலத்து வஞ்சி என்ற கருத்து உள்ளது. ஆனால் தி.வை.சதாசிவ பண்டாராத்தார் கருவூர் சங்க காலத்து வஞ்சி எனக் கூறுவது பொருந்தாது என்று தெளிவுபடுத்துகின்றார். கருவூர் மிகத் தொன்மையான வரலாற்றுச் சிறப்புவாய்ந்தது என்பதில் ஐயமில்லை.

கரூவூர் பழங்காலத்தில் விரிந்து பரந்திருந்தது. அதனால் ''உறையூரிலும் பெரிது கரூவூர்'' எனப் புகழ்ந்தனர். கரூவூர் சேரர் கையிலிருந்தபோதிலும், சோழர் முடிசூட்டிக் கொண்ட ஐந்து ஊர்களில் ஒன்றாக அது விளங்கிற்று. ஏனைய நான்கு ஊர்கள் காவிரிப்பூம்பட்டினம், திருவாரூர், உறையூர், சேய்ஞலூர் என்பாருமுளர்.

பெயர்க் காரணம்

இந்நகரத்தின் பெயர்க் காரணம் பற்றிப் பலகதைகள் வழங்குகின்றன. தவமியற்றும் பிரமன், படைப்புத் தொழில் செய்வதற்காகக் கரு உண்டாக்கிய இடம் என்பதால், இது கருவூர் எனப் பெயர் பெற்றது என்று புராணிகர் கூறுவர்.

கருவூர் ஞான சம்பந்தர் பாடல் பெற்ற திருத்தலம். பெரியபுராணம் இவ்வூரை மணிமதிற் கருவூர் என்று பாடும். எயில் சூழ் கருவூர் என்று திருத்தொண்டத் தொகை கூறும். கருவூரில் எறிபத்தர், புகழ்ச்சோழர், கருவூர்தேவர் என்ற நாயன்மார் பிறந்தனர்.

இங்கு குடி கொண்டுள்ள ஈசனின் பெருமையைக் குறிக்கும் வகையில் இவ்வூருக்குக் கருவூர்த் திருவானிலை, பசுபதீச்சுரம் பாஸ்கரபுரம் என்றெல்லாம் சிறப்புப் பெயர்கள் உள்ளன. கருவூரிலுள்ள தொன்மையான கோயிலுக்கு ''ஆனிலை'' என்று பெயர். அதனால் அது ''திருவானிலை'' என்று பெயர் பெற்றது.

கரூர் அமராவதி ஆற்றின் இட, அல்லது வட கரையின் மேடான பகுதியில், அவ் வாறு காவிரியுடன் கலக்கும் இடத்தில் உள்ளது. (அமராவதி ஆற்றின் பழம் பெயர் ஆன் பொருநை.) இவ்வூர் வெகு தொன்மையான கொங்கு நாட்டில் இருக்கின்றது.

பொறையர்

சங்க காலத்துச் சேரரில் ஒரு பிரிவினருக்குப் பொறையன் மராட்டி என்று பெயர். இம்மரபினர் கொங்குநாட்டுக் கருவூரைக் கோநகராய்க் கொண்டு ஆட்சி புரிந்தனர் என்பது ஆராய்ச்சியாளர் கருத்து.

தாலமியும் (கி.பி.2.நூ.) கருவூரைக் குறிக்கின்றார். கருவூர் முடியுடை மூவேந்தர்களுக்கிடையில் நடந்த போரில் பன்முறை கைமாறியுள்ளது. கிட்டதட்ட இரண்டாயிரம் ஆண்டுப் பழமையுடையது கருவூர் என்ற ஊராகும்.

நாயக்கர் ஆட்சியில் கரூர்

மதுரை நாயக்கர்களின் ஆட்சிக் காலத்தில் (சு.1529-1736) கரூர் அவர்களால் கைப்பற்றப்பட்டது. எனினும் மைசூர்ப்படையினர் கரூரை அடிக்கடி தாக்கவும், கைப்பற்றவும் செய்தனர். பின்னர் பதினேழாம் நூற்றாண்டின் இறுதி வாக்கில் கரூர் மைசூர் நாட்டுடன் கடைசியாகச் சேர்க்கப்பட்டுக் கர்நாடகத்தின் முக்கியமான எல்லைப்புறப் படை நிலையாக விளங்கிற்று.

சந்தா சாகிபு 1736 ஆம் ஆண்டு கரூரை முற்றுகையிட்ட போதிலும் அவரால் இந்நகரை வெல்ல முடியவில்லை.

ஆங்கிலேயர் வெற்றி

ஆங்கிலேயர் சிறு முற்றுகைக்குப் பிறகு 1760 இல் கரூரைக் கைப்பற்றினர். அது 1768 வரை பிரிட்டிசாரின் எல்லைக் காவல் நிலையாக இருந்தது. ஐதரலி அவ்வாண்டில்

கரூரைப் பிடித்துவிட்டார். அவருக்கும் ஆங்கிலேயருக்கும் 1769 இல் ஏற்பட்ட உடன்பாட்டின்படி கரூர் ஐதரலியின் உடைமையானது.

கர்னல் லேங்கு 1783 ஆம் ஆண்டு கரூர்க் கோட்டையைச் சிறிது காலம் பிடித்து வைத்திருந்தார். அது 1790 ஆம் ஆண்டு மூன்றாவது முறையாக கர்னல் பெடோஸ் என்பவரால் பிடிக்கப்பட்டது. அது இரண்டாண்டுகளுக்குப் பிறகு 1792 இல் மைசூருக்குத் திருப்பித்தரப்பட்டது.

இரண்டாவது மைசூர்ப் போரின் இறுதியில் கரூர் ஆங்கிலேயருக்கே தரப்பட்டது. அது 1801 வரை இராணுவ நிலையாக இருந்துவந்து, அதன்பிறகு கைவிடப்பட்டது.

கரூரிலுள்ள பசுபதீசுவரர் கோயில் இலிங்கம் ஐந்தடி உயரமானது. இது சோழரால் கட்டப்பெற்ற கோயிலாகும். இங்கு திருமால் கோயிலும் உண்டு.

ஏசு சபையினர் இங்கு 1659 ஆம் ஆண்டிலேயே சமயப் பரப்பு மையம் ஒன்றை நிறுவினர்.

கரூர் பத்தொன்பதாம் நூற்றாண்டில் கோயமுத்தூர் மாவட்டத்தில் இருந்தது. இப்போது திருச்சிராப்பள்ளி மாவட்டத்தில் சேர்க்கப்பட்டுள்ளது.

கரூர் பள்ளிக்கோட்டையிலிருந்து கிழக்கில் சுமார் 246 கிலோ மீட்டர்; கோயமுத்தூரிலிருந்து கிழக்கில் சுமார் 127 கிலோ மீட்டர்; ஈரோட்டிலிருந்து தென்கிழக்கில் சுமார் 56 கிலோ மீட்டர்; மதுரையிலிருந்து மேற்கில் சுமார் 336 கிலோ மீட்டர்.

கரூர் கைத்தறித் தொழிலுக்குப் பெயர் பெற்ற இடமாகும்.

4. பதினெட்டாம் நூற்றாண்டுச் செங்கம்

செங்கம் வடார்க்காட்டு மாவட்டத்தில் திருவண்ணாமலை வட்டத்திலுள்ளது. இது சிதம்பரத்திலிருந்து வடமேற்கில் சுமார் 131 கிலோ மீட்டர். கடலூரிலிருந்து மேற்கே வடமேற்கில் சுமார் 114 கிலோ மீட்டர். திண்டிவனத்திலிருந்து மேற்கே சுமார் 86 கிலோ மீட்டர். திருவண்ணாமலையிலிருந்து மேற்கே, வடமேற்கில் சுமார் 30 கிலோ மீட்டர். விருத்தாசலத்திலிருந்து வடமேற்கில் சுமார் 96 கிலோ மீட்டர்

பல்குன்ற நாடு

திருவண்ணாமலை, செங்கம் குன்றுகளையுடையது. பல்குன்ற நாடென்று வழங்கியது. செங்கம் பன்னெடுங்காலமாகவே வீரர் மலிந்த நிலமென விளங்கிற்று போலும். போரில் வீரன் மறப்பண்பிற்கிணங்கப் போரிட்டு வீரமரணம் எய்துவனாயின் அவனுக்குக் கல்நடுதல் சங்ககாலத்திலிருந்து நிலவி வந்த வீர மரபாகும். நமக்குச் சங்க காலத்து நடுகல் எதுவும் இதுவரை கிடைக்கவில்லை.

நடு கற்கள்

கி.பி. ஆறாம் நூற்றாண்டிற்குப் பிறகு நடப்பட்ட பல நடுகற்கள் செங்கம் பகுதியில் நிரம்பக் கிடைத்துள்ளன. காலத்தால் மூத்த நடுகற்களை இங்கும், தருமபுரி போன்ற இடங்களிலும் காண்கின்றோம். தருமபுரி மாவட்டத்தில் திட்டக்கல், கடத்தூர் ஆகிய இரண்டு இடங்களிலும் காலத்தால் பிந்திய நடுகற்கள் காணப்படுகின்றன.

செங்கம் நடு கற்கள் யாவும் வரலாற்றுச் சிறப்புமிக்கவை. செங்கம் பகுதியில் இருக்கும் சவ்வாது மலைத் தொடரும் வரலாற்றுப் பெருமையுடையது. வேலூர், போளூர், செங்கம், திருப்பத்தூர் ஆகிய நான்கு இடங்களிலும் இம்மலை பரவியுள்ளது. ''பாணர் வாழ்ந்த சவ்வாது மலைத்தொடர் தொண்டை நாட்டிற்கும்,கொங்கு நாட்டிற்குமிடையே பெரிய மலையாக அமைந்திருந்தபடியால் இப்பகுதியில் மிகுதியாகப் போர்களும், பூசல்களும் நடந்தன என அறியலாம். ஆகையால் குறுநில மன்னனான நன்னனின் பெருநகராக விளங்கிய செங்கத்திலும் அதன் சுற்றுப் பகுதிகளிலும் நடுகற்கள் அதிகம் கிடைத்துள்ளன'' என்று அளக்குடி ஆறுமுக சீதாராமன் ஒரு கட்டுரையில் கூறுகின்றார்.

பாணர்

பாணர் மரபினர் அக்காலத்தில் வடுக வழி என்ற நிலப்பரப்பை ஆண்டிருந்தனர். அவர்களின் நாட்டில் இக்காலக் கர்நாடக மாநிலத்தின் கிழக்குப் பாகமும், சேலத்தில் ஒரு பாகமும், வடார்க்காட்டில் ஒரு பாகமும் அடங்கியிருந்தன. அவர்கள் வாணபுரம் என்ற ஊரிலிருந்து ஆண்டுவந்தனர். திருவல்லம் முற்காலத்தில் வாணபுரம் என்றழைக்கப்பட்டது. இப்பாணர் குடியினர் கங்க,பல்லவர்களோடு நட்புப் பூண்டிருந்தனர்.

ஆதித்த சோழன் (871-907) கங்க பல்லவர்களை அழித்த பின்னர் பாணரின் பலம்குன்றியது. மேலும் நுளம்ப அரசர் மகேந்திரன், பாண நாட்டில் பாதியைக் கவர்ந்து விட்டார். இக்காரணங்களினால் பாணர்குடி வலுக்குன்றலாயிற்று. பாணர் குடியின் முதலாம் விக்கிரமாதித்தன், கங்க பல்லவன் நந்திவர்மனின் கீழ் சிற்றரசராக ஆண்டு வந்தார்.

முதலாம் விக்கிரமாதித்தனுக்குப் பிறகு இரண்டாம் விசயாதித்தன் பட்டத்திற்கு வந்தார். அவர் காலத்தைச் சேர்ந்த இரண்டு சாசனங்கள் கிடைத்துள்ளன. அவருக்குப் பிறகு இரண்டாம் விக்கிரமாதித்தன் பாணர்குடி மன்னரானார். அவர் இராட்டிர கூடர்களுடன் சேர்ந்து கொண்டு இரண்டாம் கிருஷ்ணனுடன் நட்புப் பாராட்டினர். ஆனால் அண்டையிலிருந்த கோலார் கங்கர்கள் வலிகுன்றிய அரசர்களுடன் சேராது, சோழர்களுடன் நட்புக் கொண்டு தம் மரபு பிழைத்திருக்கக் கெட்டிக்காரத்தனமாய் வழிதேடினர்.

கோலார் கங்கரின் ஹஸ்திமல்லன் முதலாம் பராந்தக சோழனுடன் (907-953) சேர்ந்து கொள்ள, பாணர் குடியின் இரண்டாம் விக்கிரமாதித்தன் இராட்டிரகூடருடன் நட்புக் கொண்டார். அதனால் பராந்தகன் 914 ஆம் ஆண்டு பாணர் மீது படையெடுத்துப் பாணரின் ஆட்சியை அழித்தார். பின்னர் பாணரின் நாட்டைக் கோலார் கங்கன் ஹஸ்திமல்லனுக்குக் கொடுத்து விட்டார். இங்ஙனம் பத்தாம் நூற்றாண்டில் பாணர் குடி மறைந்தது.

பல்லவரும், சாளுக்கியரும் சீர்குலைந்த பிறகு பாணர் குடி மீண்டும் தலையெடுத்தது. அவர்களுடைய நாட்டை வடுக வழியின் மேற்கு என்பர். சேலத்து மலைப்பகுதியான பாராமகால் இம்மன்னர்களின் ஆளுகைக்குட்பட்டிருந்தது.

(தர்மபுரி, கிருஷ்ணகிரி, திருப்பத்தூர், சேலம் மாவட்டத்திலுள்ள ஊத்தங்கரை, வடார்க்காட்டிலிருந்த கங்கூண்டிச் சமீன் ஆகியன அடங்கிய நிலப்பரப்புப் பாராமகால் என்ற பெயரில் வழங்கியது. இதை முதலில் விசயநகர மன்னர் ஆண்டு வந்தனர். இது

பின்னர் 1688 இல் மைசூர் அரசின் ஆட்சியிலும், அதையடுத்துக் கர்னூல் நவாபின் ஆட்சியிலும் வந்தது.)

ஆர்க்காட்டு நவாபு முகமதலி செங்கம் கணவாய் வழியாகத்தான் கன்னட நாட்டினுள் 1760 இல் நுழைந்தார். ஆங்கிலேயர் திருவண்ணாமலையை நோக்கிப் பின்வாங்கிய போதுதான் ஐதரலி அவர்களைச் செங்கம் கணவாயில் 1767 ஆம் ஆண்டு தோல்வியுறச் செய்தார். ஐதரலி கடப்பை நவாபை 1769 ஆம் ஆண்டு அங்கிருந்து வெளியேற்றினார். பிரிட்டிசார் கடைசியாக மைசூர் நாட்டின் மீது எடுத்த படையெடுப்பு 1791 ஆம் ஆண்டு இதே வழியில் தான் நடந்தது. திப்பு 1792 ஆம் ஆண்டு தொன்மையான இந்நிலப்பரப்பைப் பிரிட்டிசாருக்குக் கொடுத்து விட்டார்.

வரலாற்றில் பல்வேறு காலங்களில் பல பெயர்களைப் பெற்று, அண்மையில் பாராமகால் என்று வழங்கி வந்த இந்தப் பகுதி 1792 ஆம் ஆண்டிற்குப் பிறகு அந்தப் பெயரையும் இழந்து, பிரிட்டிஷ் இந்தியாவின் ஒரு பகுதியாய் விட்டது.

இன்று செங்கம் என்று வழங்கும் இவ்வூரின் தொடர்பாக இத்தனை வரலாற்று நிகழ்ச்சிகள் உள்ளன என்பது அறிந்து வியக்கத்தக்கது என்பதில் ஐயமில்லை.

செங்கத்தில் கிடைத்துள்ள பலவகையான நடுகற்களை அகழ்ந்து ''செங்கம் நடுகற்கள்'' என்றொரு நூல் வெளியிடப்பட்டுள்ளது. இச்செய்திகளிலிருந்து செங்கம் வீரம் விளைந்த மண்ணாகப் பன்னெடுங்காலமாய் விளங்கி வந்ததை உணர முடிகிறது. இவ்வூர் இந்தப் பதினெட்டாம் நூற்றாண்டிலும் பல களங்களைக் கண்டது.

பழமையான கோயில்கள்

செங்கத்தில் பழமையான சைவ, வைணவக் கோயில்களும், காளி கோயிலும் உள்ளன. சோழ, விசய நகர மன்னர்களின் பல கல்வெட்டுகளும் இங்கு காணப்படுகின்றன.

சேலத்தையும் தென்னார்க்காட்டையும் இணைக்கும் கணவாய்க்குச் செங்கம் கணவாய் என்று பெயர். இது கர்நாடகத்திலிருந்து பாராமகால் செல்லும் பண்டைப் பாணர் நாட்டின் வழியில் இருந்தமையால் பல காலமாகவே இங்கு பல முக்கிய நிகழ்ச்சிகள் நடந்திருக்கின்றன.

(பாராமகால் என்பது இந்துஸ்தானிச் சொல்; பன்னிரு அரண்மனை என்று பொருள்படும்.)

5. பிரிட்டன் 1760 ஆம் ஆண்டுகளில்

பிரிட்டனுக்குத் தென்னாசியாவில் பேரரசை நிறுவக் கடைகாலிட்ட பின் இராபட் கிளைவு இந்த 1760 ஆம் ஆண்டு தாயகம் திரும்பினார். இந்தக் கால கட்டத்தில் பிரிட்டன் எவ்வாறு இருந்தது.

நகரங்கள்

பிரிட்டனில் மக்கள் தொகை நெருக்கடி இல்லை. அதன் மொத்த மக்கள் தொகை 65 இலட்சம். இது இலண்டன் நகரின் இன்றைய மக்கள் தொகையைவிட சிறு குறைவேயாகும். மக்களில் பெரும்பாலர் சிறு ஊர்களில் வாழ்ந்து வந்தனர். இலண்டன்

மட்டுமீறி வளர்ந்து விட்ட நகரம் என்று பதினெட்டாம் நூற்றாண்டின் இக்கால கட்டத்திலேயே கருதப்பட்டது.அப்போது இலண்டன் மாநகரின் மக்கள் தொகை சுமார் ஐந்து இலட்சம்தான் (இன்று சுமார் 68 இலட்சம்.)

இலண்டன் நகரையடுத்துப் பெரியனவான பிரிஸ்டலிலும், நார்விச்சிலும் மக்கள் எண்ணிக்கை சுமார் 30,000 தொழிலிலும், வாணிபத்திலும் வளர்ச்சி கண்டு வந்த லிவர்ப்பூல், நியூகேசில், எக்செட்டர், பிளிமத்து இங்கெல்லாம் மக்கள் தொகை சுமார் 15,000. டேனியல் டீஃபோ (1660-1731) மாஞ்செஸ்டரை ''இங்கிலாந்தின் பெரிய கிராமம்'' என்று 1724 இல் சொன்னார். அங்கு வாழ்ந்த மக்களின் எண்ணிக்கை சுமார் 10,000.

வேளாண்மை, தொழில்

மக்களில் பெரும்பாலர் வேளாண்மையைத் தொழிலாய்க் கொண்டிருந்தனர். பிரிட்டனில் 1760 ஆம் ஆண்டில் வேளாண்மையே தலையாய தொழிலாய் இருந்தது. மக்கள் பழங்காலத்து உழவு கருவிகளையும், உழவு முறைகளையும் கைக்கொண்டுதான் உண்பதற்குப் போதிய உணவுப் பொருளை விளைவித்துக் கொள்ள முடிந்தது. சிறு நகரங்களில் வாழ்ந்த மக்கள் பிரிட்டனில் புகழ் பெற்றிருந்த நூற்பு, நெசவு, சாயம் போடுதல், இரும்புத் தொழில் போன்ற ஏதேனுமொன்றில் ஈடுபட்டிருந்தனர்.

எனினும் பத்தொன்பதாம் நூற்றாண்டின் இறுதிவாக்கில் வேளாண்மைத் தொழிலாளர் விளைவித்த பொருள்களின் அளவுடன் அல்லது இன்று நவீன வேளாண் எந்திரங்களைப் பயன்படுத்தி வரும் வேளாண்மைத் தொழிலாளர்களின் விளைச்சல் அளவுடன் ஒப்பிடுகையில், பதினெட்டாம் நூற்றாண்டின் வேளாண் தொழிலினர் விளைவித்தவை மிகச் சிறிதளவேயாம்.

இது பெரும்பாலான மக்கள் நடத்தி வந்த வாழ்க்கையின் தரம் எத்தகையதாய் இருந்தது என்பதையும், பண்ணை வேலையுடன் வேறொரு வேலையும் கூடுதலாகப் பார்க்க வேண்டுமென்று மக்கள் ஆர்வங் கொண்டிருந்தனர் என்பதையும் எடுத்துக்காட்டுவதாக இருந்தது.

ஒவ்வொரு குடிசையிலும் ஓர் இராட்டை இருந்தது. பெண்களும், குழந்தைகளும் நூற்புச் சக்கரங்கள் என்று பெரிய இராட்டையில் பாடுபட்டு நூல் நூற்றுத் துணி நெய்தனர். அவர்கள் பிரிட்டனின் இரண்டாவது முக்கியமான கம்பளித் துணித் தொழிலுக்கு வேண்டிய மூலப் பொருள்களை அளித்தனர்.

தொழிலாளர்களின் குடிசைகளில் கொல்லுப் பட்டறை, உலோக வேலைகள், துணி நெய்தல் போன்ற பல தொழில்கள் நடந்தன. இந்நிலை பத்தொன்பதாம் நூற்றாண்டின் பிற்பகுதி வரையிலும் நீடித்தது. தச்சு வேலை, ரொட்டி சுடுதல், மது வடித்தல், மெழுகுதிரி, சோப்பு முதலியன செய்தல் ஆகிய தொழில்கள், கிட்டத்தட்டச் சிறு நகரங்கள் அனைத்திலும் நடந்தன.

இவ்வாறு அந்தந்த இடங்களில் வாழ்ந்த மக்களுக்கு வேண்டிய பொருள்கள், அங்கங்கு செய்யப்பட்டு வந்தன. விரைந்து செல்லும் போக்குவரவு வசதிகள் இல்லாமையால்தான் தொழில்கள் இங்ஙனம் அந்தந்த இடங்களுக்குள் முடங்கிக் கொண்டன. பிரிட்டனில் இக்கால கட்டத்தில் சரியான நல்ல சாலைகள் இல்லை. இரயில் வசதிகள் பத்தொன்பதாம் நூற்றாண்டின் பிற்பகுதியில்தான் ஏற்பட்டன.

ஆதலால் தென்மேற்கு இங்கிலாந்தின் காரன்வாலாலிலுள்ள பால் பண்ணைக் காரர்களால், தென் இங்கிலாந்திலுள்ள இலண்டன் நகரத்திற்குப் பால் அனுப்பவே முடியாத நிலையிருந்தது.

அரசியல் நிலை

மூன்றாம் ஜார்ஜ் மன்னர் (1738-1820; அரசிருந்த காலம் 1760-1820) தன் பாட்டனார் இரண்டாம் ஜார்ஜை அடுத்து (1683-1760; ஆட்சிக்காலம் 1727-1760) இருபத்திநான்காவது வயதில் பட்டத்துக்கு வந்தார். இம்மன்னருக்கு 1801 இல் பைத்தியம் பிடித்து விட்டதால், அவருடைய மகனே தந்தையின் ஆட்சிக்காலம் முழுமையிலும் அரச காவலராயிருந்தார்.

இங்கிலாந்தில் ஆட்சிபுரியும் மன்னர்களின் இறையாண்மை ஏற்புடைய சட்டங்களால் வரைப்படுத்தப்பட்டிருந்தன; மன்னரால் பாராளுமன்ற ஒப்புதலின்றிப் புதிய வரிகளை விதிக்கவோ, இருக்கின்ற சலுகைகளை ஒழிக்கவோ முடியாது.

முதலாம் ஜார்ஜ் மன்னருக்கு (1660-1727; ஆட்சி புரிந்த காலம் 1714-1727; இவர் காலத்தில்தான் வால்போல் பிரிட்டனில் முதல் பிரதமரானார்.) ஆங்கிலம் பேசத் தெரியாது. ஆட்சிப் பணிகள் பெரிதும் அவரால் தேர்ந்தெடுக்கப்பட்ட அமைச்சர்களிடம் விடப்பட்டன. குறிப்பாக இராபட் வால்போல் (1676-1745) பிரதமர் என்ற முறையில் மிகுந்த அதிகாரம் படைத்தவராயிருந்தார்.

முதலாம் ஜார்ஜையடுத்து இரண்டாம் ஜார்ஜ் மன்னர் 1727 இல் அரியணை ஏறினார். அவர் வல்லமை வாய்ந்த வால்போலை நீக்கிவிட்டுத் தான் தேர்ந்தெடுக்கும் அமைச்சர்களை வால்போலின் இடத்தில் அமர்த்த வேண்டுமென்று கருதினார். ஆனால் அறிவு நுட்பத்துடன் ஆட்சி புரிய வேண்டுமாயின் அதற்கு வால்போலின் உதவி வேண்டுமென்று, அம்மன்னரின் மனைவியான அரசி கரோலைன் இரண்டாம் ஜார்ஜின் மனத்தை மாற்றினார். மேலும் அவருக்கு நாடு முழுவதிலும் நல்ல செல்வாக்கு நிலவியது. ஆதலால் வால்போல் பிரதமராய் தொடர்ந்தார்.

உயர்குடிப் பெருமக்கள்

பிரிட்டனின் ஆட்சிப் பொறுப்பிலிருந்த அமைச்சர்கள் இந்த 1760 ஆம் ஆண்டு சுமார் 200 குடும்பங்களிலிருந்து வந்திருந்தனர்; அவர்களில் 174 பேர் உயர்குடிப் பெருமக்கள் குடும்பத்தைச் சேர்ந்தோராவர். அவர்கள், ஒருவரையொருவர் பள்ளி, கல்லூரி நாள்களிலிருந்து அறிவர். அவர்கள் சங்கிலித் தொடர் போன்று அத்தை-மாமன், பெரியப்பன்-சிற்றப்பன் மக்கள் என்றும், மருமக்கள், மைத்துனர்கள் என்றும், மாற்றாந்தாய், மாற்றாந் தந்தை என்றும், இரண்டாவது, மூன்றாவது மண உறவுகளினால் ஒருதாய் வயிற்றுப் பிள்ளைகளென்றும், ஒருவர் மற்றொருவரின் சகோதரியை, பெண் மக்களை, விதவைகளை மணந்து கொண்டவர்கள் என்றும், காமக் கிழத்தியரைத் தமக்குள் அடிக்கடி மாற்றிக் கொண்டவர்கள் என்றும் உறவு கொண்டு, ஒருவர் மற்றொருவரைப் பதவியில் அமர்த்தினர். ஒருவர்க்கொருவர் உயர்நிலையையும், ஓய்வூதியங்களைப் பெற்றும் கொடுத்தும் கொண்டனர்.

அவர்களில் 1760-1780 ஆகிய இருபதாண்டுக் காலத்தில் உயர் பதவிகளை வகித்து வந்த சுமார் 27 பேர் ஈட்டன் அல்லது வெஸ்ட்மினிஸ்டரில் கல்வி கற்றிருந்தனர். ஆக்ஸ்

ஃபோர்டின் கிறைஸ்டுச் சர்ச்சு அல்லது டிரினிட்டிக் கல்லூரியிலோ, கேம்பிரிட்ஜின் கிங்ஸ் கல்லூரியிலோ பயின்றுவிட்டு, ஐரோப்பாவில் பெரும் பயணம் மேற்கொண்டிருந்தனர். இந்த 27 பேரில் இருவர் டியூக்குகள்; இருவர் மார்க்குவிஸ்கள்; பதின்மர் ஏள்கள்; ஒருவர் ஸ்காத்லாந்துப் பியர்; இன்னொருவர் அயர்லாந்துப் பியர்; அறுவர் பியர்களின் இரண்டாவது ஆண் மக்கள்; ஐவர் மட்டுமே உயர்குடியினரல்லாத பொதுமக்கள். இத்தகையோரில் மிகச் சிறந்த பிட் அடங்குவார்.

பியர்களும் இதர நிலப் பிரபுக்களும் மிகவும் வசதியான பெரு நிலப்பரப்புகளுக்கு உரிமையானவர்களாயிருந்தனர்; அவர்களுக்குக் குத்தகைப்பணம், சுரங்கங்கள், ஏனைய உடைமைகளிலிருந்து கிடைத்த பிற வருவாய்கள் ஆகியவற்றிலிருந்து ஆண்டுதோறும் 47,000 பவுன் அல்லது அதற்கு அதிகமான வருமானம் கிடைத்தது. அவர்கள் பெரிய மாளிகைகளையும், பெரும்பண்ணைகளையும், குதிரை இலாயங்கள், நாய்கிடைகள், பூங்காக்கள், தோட்டங்கள் முதலியவற்றையும் வைத்திருந்தனர். அவர்கள் கணக்கு வழக்கில்லாமல் விருந்தினர்களை வரவேற்று ஓம்பினர். வேலையாளர்கள், குதிரைக் காரர்கள், வேட்டைக்காரர்கள், தோட்டக்காரர்கள், பண்ணையாள்கள். கைவினைஞர்கள் என்று பெரும் படையென ஆள்கள் அவர்களிடமிருந்தனர்.

பெருஞ்செல்வமும், சலுகைகளும், மிகப் பெரிய நிலப்பரப்பும் உடையவர் களாயிருந்த இம் மேட்டுக் குடியினர் ஏன் அரசியலில் பங்கேற்றனர்? அவர்கள் அரசாட்சி என்பது தமக்கேயுரியதென்றும், தமது பொறுப்பென்றும் கருதியது பாதி காரணமாகும்.

உயர்குடியினரான இப்பிரபுக்கள் நிலப்பிரபுத்துவக் கடமையின் பொருட்டு மன்னர் மன்றத்தில் பணிபுரிந்த தொடர்பு இருந்தது. அவர்கள் தமது தோட்டங்களில் நிலக்கிழார்களாகவும், நீதிபதிகளாயுமிருந்து நெடுங்காலம் ஆட்சியியலில் ஈடுபட்டிருந்தனர். பிரிட்டிஷ் பாராளுமன்றத்திற்கு 1761 இல் நடந்த தேர்தலில் பியர் என்ற பிரபுக் குடியினரின் மூத்தமக்களில் 23 பேர் 21 வயதை அடைந்ததும் முதல் வாய்ப்பிலேயே காமன் சபைக்குச் சென்று விட்டனர். அவர்களில் இருவரைத் தவிர அனைவரும் 26 வயதிற்குக் குறைந்தவர்கள்.

உயர் பதவி என்றால் தம்மை நம்பி நிற்கும் உறவினர்க்குப் பதவியளிக்கும் வாய்ப்பு அமைவது என்பது இன்னொரு பாதிக் காரணமாகும். ஏனெனில் மூத்த மகனுக்குத் தான் உடைமைகளில் உரிமை என்ற சட்டம் இருந்ததால், இளைய மக்கள்,தம்பிமக்கள் முதலானோரை ஆதரிப்பதற்குப் போதிய தனிப்பட்ட செல்வம் மிக அரிதாகவே இருந்தது. எனவே இவர்களை ஆதரிப்பதற்கு வேறு வகை இல்லாததால், இவர்களுக்கு '' இடம்'' தேட வேண்டியது அவசியமானது. இம்மேட்டுக் குடியினருக்குச் சட்டத் தொழிலையன்றி வேறு தொழிலில் பயிற்சியில்லை. அரசவையில் உள்ள தொடர்புகளைக் கொண்டு ஒருவரை அமைச்சராக்கி விட்டால், அவர் தன்னைத்தானே கவனித்துக் கொள்வார். ஊதியம் பெற்றுப் பணியாற்றுவதற்கு இவர்களுக்கென்று எத்தனையோ பணிகள் இருந்தன. பிரிட்டனின் முதற் பிரதமரான இராபட் வால்போல், தமது மூன்று மக்களுக்கும் மூன்று பதவிகளைக் கொடுத்தார்; இன்னுமிரு மக்களுக்கும் வேலை தந்தார்.

பாராளுமன்றம்

பிரிட்டிஷ் பாராளுமன்றக் காமன் சபையில் 558 உறுப்பினர் இருந்தனர். அவர்களில் வெகு சிலர் மட்டுமே அரசியல் பதவி வகிப்பதில் அக்கறை

கொண்டிருந்தனர். அவர்கள் நிலப்பிரபுக்கள், போர்ப்படை அதிகாரிகள், வழக்குரைஞர்கள், நடிகர்கள் அல்லது எழுத்தாளர்கள் என்ற முறையில் தத்தமது தொழில்களில் பெரிதும் முனைந்திருந்தனர். அவர்களுக்குப் பதவி ஆர்வமில்லை.

பதவி வேண்டுமென்று வேணவாக் கொண்டிருந்தவர்களெல்லாம் பெல்ஹம், கார்டிரட்டு, வால்போல், டௌன்செண்டு என்ற பெருஞ்செல்வாக்குப் படைத்த மேட்டுக் குடியினராயிருந்தனர். இக்குடும்பத்தினர்தாம் மிக முக்கியமான அரசியல் பதவிகளை வகித்தவர்களில் பெரும்பாலராயிருந்தனர். முன்னணி அரசியல்வாதி ஒவ்வொருவருக்கும் தன் கூட்டத்தைச் சேர்ந்த பாராளுமன்ற உறுப்பினர்களின் ஆதரவு இருந்தது. அவர்கள் அந்த அரசியல்வாதியின் கொள்கைகளை ஆதரித்தனர். அவரிடமிருந்து சலுகைகள் பெற்றனர் அல்லது எதிர்காலத்தில் பெறமுடியும் என்று அவர்கள் நம்பினர்.

மன்னரும் அவரின் அமைச்சர்களும் தம் கொள்கைகளுக்குப் பாராளுமன்ற ஒப்புதலைப் பெற்றாக வேண்டும். (*பிரிட்டிஷ் அரசியல் வரலாறு இ.ச.க தொகுதி-3 காண்க.*) முதல், இரண்டு, மூன்றாவது ஜார்ஜ் மன்னர்கள் (மேலே காண்க) பாராளுமன்றத்தில் தம் அணியினரிடையே ஆதரவைப் பெறக் கூடியவர்களைத் தம் அமைச்சர்களாக ஏன் தேர்ந்தெடுத்தனர் என்பதை இதிலிருந்து விளங்கிக் கொள்ளலாம். ஏனெனில் பிரிட்டனின் அரசியலில் பாராளுமன்றமே மேலான வல்லமை பெற்று விளங்கியது.

காமன் சபை

இந்த மக்களவையில், மேல்மன்றமாகிய பிரபுக்கள் அவையில் இடம் பெற்றிருந்தவர்களின் மக்கள் பலர் உறுப்பினராக இருந்தனர். அவர்கள் தம் குடும்பப் பட்டத்தை மரபுரிமையாக அடைந்தது வரையிலும் பாராளுமன்ற உறுப்பினராயிருந்தனர். பாராளுமன்றத்தின் உறுப்பினரில் மற்றொரு பெரிய கூட்டத்தார், போர்ப் படைகளின் அதிகாரிகளாவர். கிட்டத்தட்டப் பாராளுமன்ற உறுப்பினரனைவரும் (எம்.பி.) ஏதெனுமொரு ஊழல் வழியில் பாராளுமன்றத்தில் இடம் பெற்றனர்.

இது குறித்து டேனியல் டீஃபோ கூறுகின்றார்:

ஓல்டு சாரம் என்பது ஒரு குன்றின் முகடு முழுவதையும் உள்ளடக்கிய சுமார் 300 அடிக் குறுக்களவுள்ள இடமாகும். இதனருகே ஒரு பண்ணை வீடு. அந்த இடத்தில் அல்லது அதனருகில், ஏதேனும் நகரம் ஒன்று இருந்தது என்றால், அது இந்தப் பண்ணை வீடுதான். ஆனால் தங்குமிடமான அந்தப் பண்ணை வீட்டை ஓர் ஊராகவோ, நகராகவோ கொள்ள முடியாது. எனினும் இதை ஓல்டு சாரம் பேரூர் என்றழைக்கின்றனர். அங்கிருந்து பாராளுமன்றத்திற்கு இரண்டு உறுப்பினர் அனுப்பப்படுகின்றனர் என்று கேட்டால், அதற்கு அவர்கள் விடையளிக்க இயலாது.

- டீஃபோ 1726 ஆம் ஆண்டு எழுதிய ஒரு நூலில் இப்படிக் கூறுகின்றார்.

ஓல்டு சாரம் போன்ற இடங்களிலுள்ள நில உரிமையாளரால் இரண்டு பாராளுமன்ற உறுப்பினர்களைப் பொறுக்கிக் கொள்ள முடியும். (*இதற்குப் பையடக்கத் தொகுதி என்று பெயர். இத்தகைய பல தொகுதிகள் பிரிட்டனில் இக்காலத்தில் இருந்தன.*) வேறு சில இடங்களில் விரல்விட்டு எண்ணக் கூடியவர்களாயிருந்தனர். ஆதலால் சிறு எண்ணிக்கையினரான வாக்காளர், பெரும்பாலான பாராளுமன்ற உறுப்பினர்களைத் தேர்ந்தெடுத்து அனுப்பினர்.

அரசியல் கட்சிகள்

இவ்வாறு மக்களின் பிரதிநிதித்துவம் பெற்றுக் காமன் சபையில் அமர்ந்திருந்த பாராளுமன்ற உறுப்பினரில் பெரும்பாலர் அரசியல் கட்சிகளைச் சேர்ந்தவர்களல்லர். அவர்கள் தம் குடும்பங்கள் அல்லது தம் மாவட்டங்கள் இவற்றின் நலன்களுக்கு மட்டுமே பிரதிநிதிகளாயிருந்தனர். அவர்களுக்கு நாட்டு விவகாரங்களிலோ, பன்னாட்டு விவகாரங்களிலோ எவ்விதமான அக்கறையும் இருக்கவில்லை. அவர்களில் சிறு எண்ணிக்கையினர் 1714 ஆம் ஆண்டு ஸ்டூவட் குடியை (1603-1714) ஆதரித்து ஹனோவரியன் குடியின் முதலாம் ஜார்ஜ் பட்டத்துக்கு வருவதை எதிர்த்தனர். அவர்கள் டோரி எனப்பட்டனர்.

ஸ்டூவட்டுகளை எதிர்த்து முதலாம் ஜார்ஜை அரியணை ஏறுமாறு வரவேற்றவர்கள் விக் என்றழைக்கப்பட்டனர். எனினும் கட்சிப் பற்று என்பது சிறிதளவே இருந்தது எனலாம்.

இருவரும் விக் கட்சியைச் சேர்ந்தவர்களாயிருந்த போதிலும் வால்போல், கார்டிரட்டைப் பதவியிலிருந்து இறக்குவதற்கு ஆள் திரட்டினார். அவரே இருபத்தோர் ஆண்டுகள் பதவியிலிருந்த பின்னர், விக்குகளின் ஒன்றுபட்ட எதிர்ப்பினால் 1742 இல் பதவியிலிருந்து இறக்கப்பட்டார்.

இலண்டன்

1760

இலண்டன் எப்போதுமே பிரிட்டனின் தலையாய நகராயிருந்து வருகின்றது. அதன் மக்கள் தொகை பிற நகரங்களை விடப் பெரிய வித்தியாசத்தில் பெருகி வந்தது. நமக்குக் கிடைக்கின்ற கணக்குகளை வைத்துப் பார்க்கும் போது 1700 இல் அதன் மக்கள் தொகை சுமார் 6,74,500 ஆகவும் 1760 இல் 6,76,750 ஆகவும் இருந்தது. இக்காலகட்டத்தில் இந்தியாவின் சிறந்த நகரம்என்று கருதப்பட்ட புதுச்சேரியின் மக்கள் தொகை 1722 வாக்கில் சுமார் 40,000 தான்.

பதினெட்டாம் நூற்றாண்டில் இலண்டனின் மக்கள் தொகை பெருகாவிடினும், அது பரப்பில் விரிந்தது. அதன் சுற்றளவு பல கட்டுமானங்களினால் விரிவடைந்தமை வரலாற்றில் குறிப்பிடத்தக்கது. நகரின் மேற்கு நோக்கிக் குடிபெயர்ந்த மக்களுக்குக் குடியிருப்புகளை எழுப்புவதற்காகப் பல கட்டப் பணிகள் மேற்கொள்ளப்பட்டன.

கட்டடங்கள்

முதலில் இலண்டனின் ஜார்ஜ் தெருவையும், ஹனோவர் சதுக்கத்தையும் அமைக்கத் திட்டமிட்டனர். ஹனோவர் சதுக்கம் விக் கட்சியினரின் பொலிவு தனியாகத் தெரியும்படி இருந்தது. ஏனெனில் அங்கு விக் கட்சியைச் சேர்ந்த படைத் தளபதிகள் குடியிருந்தனர்.

இன்னோரு புறத்தில், டோரி கட்சியைச் சேர்ந்த புகழ் வாய்ந்த கட்டுமான வல்லுநரான ஜேம்ஸ் கிப்ஸ் காவண்டிஷ் (*James Gibbs Cavendish*) என்பார் ஹார்லி என்ற குடியிருப்புப் பகுதியைக் கட்டினார். அங்கு டோரி கட்சியினரே பெரிதும் குடியிருந்தனர்.

இதே கால கட்டத்தில் கலையார்வம் மிக்க பர்லிங்டன் பிரபு, இலண்டனின் முக்கியமான தெருக்களில் ஒன்றான பிக்கடெல்லிக்குப் பின்பக்கத்தில் தன் உடைமைகளை விரித்தார்.

புதிய சர்ச்சுகள்

கூடிவந்த மக்கள் தொகைக்கு ஏற்பப் புதிய சர்ச்சுகள் இலண்டனின் குடியிருப்புப் பகுதிகளில் எழும்பின. ஆன் அரசி ஆட்சியின் இறுதியில் *(1665-1714)* டோரிகள் கண்ட வெற்றியின் நினைவாகவும் சர்ச்சுகள் கட்டப்பட்டன. மேலும், அவ்வளவு கவர்ச்சியில்லாத மேன்சன் ஹௌஸ், ஹார்ஸ் கார்டுஸ் முதலியன நகரின் முக்கியத்துவம் வளர்ந்து வந்ததைக் காட்டும். இவையும் குறிப்பிடத்தக்க கட்டடங்களாகும்.

இவையனைத்திலும் சிறப்பு வாய்ந்தது வெஸ்ட்மினிஸ்டர் பாலமாகும். இது தேம்ஸ் ஆற்றின் குறுக்கே கட்டப்பட்டது. வரலாற்று இடைக்காலத்தில் *(400-1200)* இலண்டன் பாலம் கட்டப்பட்டதற்குப் பிறகு, இப்போதுதான் இந்தப் பாலத்தை அமைத்தனர். இதைக் கட்டி முடிக்கப் பன்னிரு ஆண்டுகளும், நான்கு இலட்சம் பவுனும் செலவாயின.

இலண்டன் நகரம் விரிந்து பெருத்து வந்த காலையில், அதன் மக்கள் தொகை ஒரே அளவில்தான் நீடித்தது. இலண்டன் நகரத்து ஏழை மக்கள் மிகுந்த நெரிசலிலும், நலக்கேடான சூழலிலும் வாழ்ந்தமையால், நாட்டின் இதர இடங்களைவிட இலண்டனில் பிறப்பு விகிதம் குறைந்தது என்பதைப் புள்ளி விவரங்கள் காட்டுகின்றன.

1760

நய நாகரிகத்தை நோக்கி

இருந்த போதிலும், இலண்டன் இந்த *1760* ஆம் ஆண்டு வரலாற்றில் மிகவும் நய நாகரிகமான ஒரு காலகட்டத்தை நோக்கிச் சென்று கொண்டிருந்தது. அது ஏறுமாறானதும், விந்தை மலிந்ததுமான கடந்த காலத்திலிருந்து விடுபட்டுக் கொண்டிருந்தது. *(பிரிட்டனின் சுகாதார நிலை குறித்து இ.ச.க தொகுதி-3 காண்க.)*

பிரிட்டனின் இறப்பு விகிதம் பற்றிய சில புள்ளிகள்: 1700-1:25; 1750-1:21; 1797-1:35; 1801-11-1:38; 1821-1:40.

மிடாய்க் குடி

இலண்டன் நகரில் ஏராளமான மதுக்கடைகள் இருந்தன. இந்நகரின் வாழ்க்கைத் தரம் குறைந்ததற்கு மட்டுமீறிய குடிதான் காரணம். இக்கடைகள் மக்களின் உடல் நலத்தையும், மனநலனையும் வெகுவாகக் கெடுத்தன. இலண்டனுக்கேயுரிய வகையில் சாவு விகிதம் மிகுந்ததற்கு இந்நகரில் நிலவிய குடிப்பழக்கமே காரணம் என்பதை மேலே காட்டிய புள்ளிகள் தெளிவுபடுத்துகின்றன.

ஒழுக்கமின்மை

குடிகாரர் மலிந்ததால் தெருக்களில் பாதுகாப்பு இல்லை: குறிப்பாக இரவு நேரங்களில் அச்சமின்றி நடமாட முடியாது. ஏனெனில் நடைபாதைகளில் ஏராளமான குடிகாரர்கள் கிடந்தனர். போக்கிரிகளான குடிகாரர்கள் - இவர்களில் பலர் நற்குடியில் பிறந்து குடியரானவராவர் - சட்டத்தின் பிடிக்கு அகப்படாது, ஒயிட் சேப்பலையும், பெத்னல் கிரீனையும் சுற்றியிருந்த இழிப்பெயர் பெற்ற தெருக்களின் சந்து பொந்துகளுக்குள் ஓடி ஒளிந்தனர்.

பதினெட்டாம் நூற்றாண்டின் முற்பாதியில், இலண்டன் நகர வாழ்க்கை மனவாட்டந் தருவதாயும், முரட்டுத்தனம், விலங்குத்தன்மை நிறைந்ததாயும் இருந்தது.

இருப்பினும் *1760* வாக்கில் நகரின் பழக்க வழக்கங்களும், ஒழுக்கப் பண்புகளும் சீர்படலாயின. அதற்கு முன்பு வரையிலும் பொது சுகாதாரம் சீர்படவில்லை. எனினும் இலண்டனில் பல மருத்துவமனைகள் இக்காலத்தில் தோன்றின. வெஸ்ட்மினிஸ்டர் மருத்துவமனை *(1719)*; கை மருத்துவமனை *(1723)*; செய்ண்ட் ஜார்ஜ் மருத்துவமனை *(1734)*; இலண்டன் மருத்துவமனை *1740)*; மிடில்செக்ஸ் மருத்துவமனை *(1745)*; ஆகியவற்றோடு, பெரியம்மை, மன நோய் ஆகியவற்றைக் குணப்படுத்தும் பல மருத்துவமனைகளும் தோன்றின. (விரிந்த செய்திகளுக்கு இ.ச.க.தொகுதி-3 காண்க.)

இத்தகைய இலண்டன் மாநகரின் ஒயிட் ஹால் என்ற ஆட்சி மையம் இக்கால கட்டத்தில் உலகின் பல பகுதிகளுடைய தலைவிதியை நிர்ணயிக்கும் மேலான நிலையை எய்தி விட்டது. அது இனிவரும் காலத்தில் பன்னாட்டு அரசியலில் தலைமை ஏற்று நின்றதையும், இரண்டு உலகப் போர்களில் முதன்மையாக இருந்ததையும், பன்னாட்டு விவகாரங்களில் செல்வாக்குச் செலுத்துவதையும் உலகம் காணப் போகின்றது.

7. லாயிடு கப்பல் போக்குவரவு அடங்கல்

இங்கிலாந்தில் மீண்டும் முடியாட்சி ஏற்பட்ட காலத்தில் *(1660-1689)* இலண்டன் நகரில் காப்பிக்கடை ஒன்றை நடத்தி வந்தவரும், ஓரளவு சரியாக அறியப்படாதவருமான எட்வர்டு லாயிடு என்பவரின் பெயரால், பிரிட்டனின் தலையாய கப்பல் போக்குவரவுத் தொழிலுடன் தொடர்புடைய இரண்டு அமைப்புகள் அமைந்திருக்கின்றன.

அவை மாபெரும் லாயிடு இன்சூரன்சு நிறுவனமும், லாயிடு கப்பல் போக்குவரவு அடங்கலும் *(Lloyd's Insurance Corporation and Lloyd's Register of Shipping)* ஆகும். இந்நிறுவனங்கள் கப்பல்களை வகைப்படுத்துவது, கப்பல் கட்டும் தொழில் நுட்பத் தரங்களை நிலைநாட்டுவது என்று தொடக்கத்திலும், பின்னர் பொதுப்பணிகளிலும், எண்ணெய்த் துறப்பண அமைப்புகளிலும், இன்ன பிறவற்றிலும் ஈடுபட்டு வருகின்றன. மக்கள் இவ்விரு நிறுவனங்களையும் போட்டுக் குழப்பிக் கொண்டாலும், அவையிரண்டின் வரலாறும் தனித் தனியாகும்.

லாயிட்ஸ் இன்சூரன்சு நிறுவனத்திற்கும், லாயிடு கப்பல் போக்குவரவு அடங்கலுக்கும் லாயிடு என்ற பெயரைத் தந்தவர் பற்றி மிகமிகச் சிறிதளவே அறியப்பட்டுள்ளது. தேசிய வாழ்க்கைக் குறிப்பு அகர முதலி என்னும் நூலில்கூட, அவரது பிறந்த நாள் குறிப்பிடப்படாமல், அவர் *1688, 1726* ஆகிய ஆண்டுகளுக்கு இடைப்பட்ட காலத்தில் வாழ்ந்திருந்தார் என்று மட்டும் சொல்லப்பட்டுள்ளது. அவர் *1713* இல் இறந்ததாக வேறு ஆவணங்கள் கூறுகின்றன. அவர் எத்தகைய தோற்றமுடையவர்: எப்படிப் பேசினார் என்பன கூட நமக்குத் தெரியவில்லை. எட்வர்டு லாயிடு வேல்சைச் சேர்ந்தவர். மாபெரும் வணிக முக்கியத்துவம் வாய்ந்த இரு அமைப்புகளைத் தோற்றுவித்த லாயிடைப் பற்றிய பிற செய்திகளும் வெறும் கற்பனையே.

காப்பிக் கடையில் தோற்றம்

அவர் முதலில் இலண்டன் நகரத்து டவர் தெருவில் காப்பிக் கடையை திறந்தார். (இலண்டன் காப்பிக் கடைகள் இ.ச.க.தொகுதி-2 காண்க.) அங்கு இலண்டன் ஆற்றில் படகுகள் விட்டு வாழ்க்கை நடத்திய பலர் வந்து குழுமினர். பிரிட்டனின் கடல்

வலிமை அப்போது விரைந்து பெருகிய நேரமாகும். பெருகிச் செழித்த இவ்வாணிபத் துறையில் மிகுந்த செல்வாக்குப் பெற்றவர்களெல்லாம் இராயல் எக்சேஞ்சு என்ற பங்குச் சந்தைக்கும், பேங்க் ஆஃப் இங்கிலாந்திற்கும் அருகில் தம் கணக்கு அலுவலகங்களை வசதி கருதி அமைத்தனர். ஆதலால் லாயிடு தனது காப்பிக்கடையை ஆபுசர்ச்சுச் சந்து முனையிலிருந்த (*Abchurch Lane*) லம்பார்டு தெருவிற்கு மாற்றினார்.

இந்த இடத்தில்தான் லாயிடின் பெயரைத் தாங்கியிருக்கும் இருபெரும் நிறுவனங்களும் பிறந்தன. லாயிடு இங்கு ஒரு வகையான குழுமம் (*Club*) ஒன்றை அமைத்தார். கப்பல் போக்குவரவுத் துறையில் குறிப்பிடத்தக்க நிலையை எய்தியிருந்தவர்களெல்லாம் அங்கு வந்த கூடுவது கெட்டிக்காரத்தனம் என்று கருதினர். கடந்த காலத்து இலண்டன் காப்பிக் கடைகளின் வரலாறுகளும், அவை உண்டாக்கிய தாக்கங்களும் ஆராயத்தக்க பயனுள்ள பொருள்களாகும்.அத்தகைய காப்பிக் கடைக்குள் லாயிடின் கடை அந்தக் காலத்தில் மிகச் சிறந்ததாக விளங்கியது என்பது குறிப்பிடத்தக்கது.

இக்காப்பிக் கடையின் முக்கியத்துவம் எத்தகையது என்பதை ரிச்சர்டு ஸ்டீல் *(1672-1729:* கட்டுரையாளர், நாடகாசிரியர்) என்பவர் தி டேட்லர் (*The Tattler 1700-1711*) என்ற பத்திரிகையிலும், ஜோசப் அடிசன் *(1672-1719)* என்பவர் தி ஸ்பெக்டேட்டர் (*The Spectator 1711-1714*) என்ற பத்திரிகையிலும் எழுதியுள்ள கட்டுரைகளிலிருந்து அறிந்து கொள்ளலாம்.

1760

லாயிடின் தனித்திறமை

எட்வர்டு லாயிடிடம் தனித்திறமை இருந்தது. அவர் தன் கடைக்கு வாடிக்கையாளரை ஈர்க்கும் கலையை நன்கறிந்திருந்தார். கப்பல் போக்குவரவுத் தொழிலில் மிகுந்த செல்வாக்குப் படைத்தவர்கள் தன் காப்பிக் கடையைச் சந்திக்குமிடமாகத் தேர்ந்தெடுத்து அங்கு வந்து குழும வேண்டுமென்று பல உத்திகளைக் கையாண்டார்.

அவர் கப்பல் போக்குவரவு பற்றிய செய்திகளைத் தன் வாடிக்கையாளரிடம் பரப்புவதற்காகக் கையால் எழுதிய தாள் அறிக்கைகளை முதலில் சுற்றுக்கு விட்டிருக்கலாம். அவர் *1696* முதல் கப்பல் போக்கு வரவையும், கப்பல் வாணிபத்தையும் பற்றிய செய்திகளை அச்சிட்டு வாரம் மும்முறை ''லாயிட்ஸ் நியூஸ்'' என்ற செய்தி ஏடாக வெளியிடலானார். இது சில மாதங்கள் வரை நீடித்தது. ஏனெனில் பிரபுக்கள் மன்றம் என்ற பிரிட்டனின் மேலவை குறித்துக் கவனக் குறைவாக அந்த ஏடு எதையோ எழுதிவிட்டதால், அரசு அது வெளிவருவதை விரும்பவில்லை.

லாயிட்ஸ் பின்னர் இன்சூரன்சு செய்து கொள்ளக்கூடிய கப்பல்கள் பற்றிய சிறு குறிப்புகளை அச்சிட்டுத் தன் வாடிக்கையாளரிடம் சுற்றுக்கு விட்டார். எனினும் அதில் திட்டமிட்ட முறையில் திரட்டப்பட்ட விவரங்கள் இல்லாததால், அது வரவேற்கப்படவில்லை. பின்னர் இது லாயிட்ஸ் பட்டியல் (*Lloyd's Iist*) என்ற பெயரில் *1734* ஆம் ஆண்டு புத்துயிர் பெற்றது. அது அன்றிலிருந்து இன்றுவரை *258* ஆம் ஆண்டுகளாக இடையறாது வெளிவந்து கொண்டிருக்கின்றது. இதைப் போல் இன்றும் உயிருடனிருக்கும் உலகின் மிகப் பழையதான செய்திப் பத்திரிகை பிரிட்டிஷ் அரசின் இலண்டன் கெசட்டு (*London Gazettee*) ஆகும்.

லாயிடு அடங்கல்

அதன் பிறகு லாயிடு அடங்கல் பற்றிய வரலாறு தெளிவாக இல்லை. அது 1760 இல் ஒழுங்கமைவுடன் கூடியதாகக் ''கப்பல் போக்குவரவு அடங்கல்'' (*Register of Shipping*) என்ற பெயரில் தோன்றியதாக வலியுறுத்திக் கூறப்பட்டு வருகின்றது. அங்ஙனம் சொல்லப்பட்டாலும், அதன் பழைய படி கிடைக்கவில்லை. எனினும் அந்த ஆண்டில் லாயிடு அமைப்பினுள் அடங்கிய கடற்பொருள் காப்பீட்டாளரிலும், தரகரிலும் இருந்து அமைத்த குழு ஒன்று அதை வெளியிட்டது என்று மிகப் பழைய மெய்யான அடங்கல் ஏடுகளிலிருந்து அறிகின்றோம். இது பொதுவாக இருந்து வரும் குழப்பத்திற்கு விளக்கம் தருகின்றது என்று தோன்றுகின்றது.

இங்ஙனம் இந்த 1760 இல் அமைத்த குழுவின் அமைப்பின் காரணமாக ஏற்பட்ட முதற்பலன் 1764-65-66 ஆம் ஆண்டுகளுக்குரிய அடங்கல் ஏடாகும். இதுவே மிகவும் தொன்மையான ஏட்டுத் தொகுதியாக விளங்குகின்றது. எனவே முறையான அமைப்புடன் லாயிடு கப்பல் போக்குவரவு அடங்கல் 1760 இல் தொடங்கியது என்று கொள்ளலாம்.

ஒரு நாட்டினர் இன்னொரு நாட்டுடன் பெருவலியுடைய கடலின் மேல் சென்று வாணிபம் புரியத் தொடங்கிய நாளிலிருந்து கப்பல்களையும், அவற்றில் ஏற்றப்பட்ட பண்டங்களையும் காப்பீடு செய்யும் தொழில் சட்டப்படி அமைந்துவிட்டது ஃபினீசியர், வெனீசியர், ஹன்சியாட்டிற்கு வணிகர்கள் ஆகியோரிடம் கடலின் இடர்களிலிருந்து காப்புப் பெறுவதற்கென்று தமக்கென்று பண்டக் காப்பீட்டு முறைகள் இருந்து வந்தன.

குறிப்பிட்ட அளவிற்கு மேல் கப்பல்கள் நீரினுள் முங்கும்படி அவற்றில் பண்டங்களை ஏற்கலாகாது என்று இத்தாலியக் குடியரசுகள் சிலவற்றில் விதி செய்யப்பட்டிருந்தது. இதைத் தற்காலத்தின் பிலிம்சால் கோட்டுடன் (*Plimsoll Line*) ஒப்பிடலாம். (பிலிம்சால் கோடு என்பது பளுக்கோடு என்றும் பெயர் பெறும். கப்பல்களில் பளு ஏற்றுவதை வரை செய்வதற்காக, அவை குறிப்பிட்ட அளவிற்கு மேல் நீருள் மூழ்குவதை வரை செய்யும் முறையைக் கொண்டு வரவேண்டுமென்று வலியுறுத்திய சாமுவல் பிலிம்சால் (1824-1898) என்ற பிரிட்டிஷ் பாராளுமன்ற உறுப்பினர் ஒருவரின் பெயரால் இக்கோடு அழைக்கப்படுகின்றது.)

கடல் போக்குவரவிலுள்ள இடர்களை ஏற்றுக் கப்பல்-பண்டக் காப்பீடு செய்பவர்களும், பயணப்படவிருக்கும் கப்பலின் தகுதி குறித்து ஓரளவு உத்தரவாதம் வேண்டுமென்று எதிர்பார்ப்பர். லாயிடின் இடத்தில் ஒத்திசைந்த ஒரு குழுமமாக - கூட்டமாக மகிழ்ச்சியுடன் இப்போது இணைந்திருந்த பண்டக் காப்பீட்டாளர்கள் கப்பலின் உடல் பகுதியையும், அதன் பிற சாதனங்களையும் பார்வையிடும் ஒரு வகையான நடைமுறையை உருவாக்கினர்.

லாயிடின் காப்பிக் கடையில் சுற்றுக்கு விடப்பட்ட ''கப்பல்கள் பட்டியல்'' (*Ships List*) முதலில் கையால்தான் எழுதப் பெற்றது. அருந்திறன் வாய்ந்த லாயிடு, தன் செய்திப் பத்திரிக்கையை அச்சிடத் தொடங்கியதும், அப்பட்டியல்கள் கப்பல்களை அறிவியல் முறையில் வகைப்படுத்தித் தரமறியக்கூடியவையாக அமைத்திருந்த போதிலும், இன்னும் ஏற்புடையனவாகி விடவில்லை.

பன்னாட்டுக் கடல் வாணிபத்திலும், கப்பல் - பண்டக் காப்பீட்டுறுதி ஏற்பாட்டிலும் முன்னோடியாக விளங்கும் லாயிடு நிறுவனத்தின் எளிமையான, அடக்கமான தொடக்கம் இப்படித்தான் இருந்தது.

1760

வரலாற்றுப் புள்ளிகள்

1. கிளைவு தாயகம் திரும்புதல்

கிளைவு இப்போது முன்னைவிட ஆறு மடங்கு பெருஞ்செல்வராக 2,43,000 பவுனுடன் (இன்று அதன் மதிப்பு 40 மில்லியன் பவுனுக்கு மேலிருக்கலாம்) தாயகம் திரும்பினார். அவர் 1760 இலையுதிர் காலத்தில் இங்கிலாந்தை அடைந்தார். இரண்டாம் ஜார்ஜ் மன்னர் அவரைப் பாராட்டினார்.

வில்லியம் பிட் உள்கலகச் சட்ட முன் வரவைப் பாராளுமன்றத்தில் கொண்டு வந்தபோது கிளைவைப் பாராட்டி இவ்வாறு சொன்னார், ''நாம் இந்தியாவைத் தவிர வேற எல்லா இடங்களிலும், நம் பெருமை, சிறப்பு, புகழ் அனைத்தையும் இழந்து விட்டோம். அந்த நாட்டின் போர்க்கலையை எக்காலத்தும் கற்றிராத சுவர்க்கத்துக்குப் பிறந்த தளபதி இருந்தார். (அவர் போர்க் கலையை கற்காதவராயிருந்த போதிலும்) விரல் விட்டு எண்ணக்கூடிய சிலரை மட்டும் வைத்துக் கொண்டு எண்ணற்றோர் அடங்கிய படையைத் தோற்கடித்தார்.''

கிளைவு தனக்குப் பிரிட்டிஷ் பிரபுப் பட்டம் கிடைக்குமென்று எதிர்பார்த்தார். ஆனால் அயர்லாந்து முடியரசில் பிளாசிப் பிரபு என்ற பட்டம்தான் அவருக்குத் தரப்பட்டது.

2. வங்கத்தின் புதிய கவர்னர்

சென்னைக்குப் பதின்மூன்றாவது வயதில் எழுத்தராக வந்திறங்கிய வான்சிட்டாட் கிளைவின் மிக நெருங்கிய நண்பர். கிளைவு பரிந்துரைத்ததன் பேரில்தான் ஹென்றி வான்சிட்டாட் கிழக்கிந்தியக் கம்பெனியின் வங்க ஆட்சி மன்றக் குழுவின் தலைவராகவும், வில்லியம் கோட்டையின் ஆளுநராயும் அமர்த்தப்பட்டார்.

இராபட் கிளைவு வங்க ஆளுநர் பதவியிலிருந்து நீங்கியதும் 1760 ஜனவரி முதல் ஜூலை வரையிலும் ஏழு மாத காலத்திற்கு ஜே.இசட்.ஹோல்வல் ஆளுநராயிருந்தார். அவரையடுத்துத்தான் கிளைவின் நண்பரான ஹென்றி வான்சிட்டாட் ஆளுநராகி 1764 வரை அப்பொறுப்பை வகித்தார்.

3. மீர் காசிம் வங்க நவாபாதல்

ஹென்றி வான்சிட்டாட் 1760 ஜூலை முதல் வங்க ஆளுநரானதும், வங்கக் கருவூலமெல்லாம் வற்றிக் கிடந்ததையும், செலவைச் சரிக்கட்டுவதற்கு போதிய வருவாய் இல்லாதிருந்ததையும், படை வீரர்களுக்கு ஊதியம் தரப்படாமலிருந்ததையும் கண்டார்.

மீர் ஜாஃபர் ஆட்சியிலிருக்கும் வரை, எதுவும் சரியாக நடைபெறாது என்பதை வான்சிட்டாட் வெகுவிரைவில் கண்டு கொண்டார். எனவே அவர் 1760 அக்டோபரில் ஒரு சிறு படையுடன் மூர்சிதாபாது சென்றார். வான்சிட்டாட் அங்கு மீர் ஜாஃபரைக் கண்டு, அவருடைய மருமகன் மீர் காசிமிடம் ஆட்சிப் பொறுப்பை விட்டுவிட வேண்டு மென்றும், தனக்குப்பின் மீர் காசிமே நவாபு என்று அறிவிக்க வேண்டுமென்றும் நயந்து கேட்டார். ஆனால் நவாபு அதைக் காதில் வாங்கிக் கொள்ளவில்லை. ஆதலால்

வான்சிட்டாட் மீர் ஜாஃபரைப் பதவியிலிருந்து இறக்கிவிட்டு மீர் காசிமை நவாபாக்கினார்.

புதிய நவாபு மீர் காசிம் யார்?

மீர் ஜாஃபர் தன் பெண்மக்களில் ஒருத்திக்கு மீர் காசிமைக் கணவராக்கினார் என்பதைத் தவிர அவரது பூர்வோத்திரம் எதுவும் புலனாகவில்லை. அவர் ஒருவேளை பிரபுக் குடும்பத்தைச் சேர்ந்தவராக இருக்கலாம். மீர் காசிமிடம் பெருஞ் செல்வம் இருந்தது.

ஆங்கிலேயர் மீர் ஜாஃபரிடமிருந்து கறக்க முடிந்ததையெல்லாம் ஒட்டக் கறந்து விட்டனர். அதனால் அவர் மிக எளிய நிலைக்கு இறங்கி விட்டார்.

மீர் ஜாஃபர் மூன்றாண்டுகளுக்கு முன்னர் பழைய நவாபான சிராசுத் தௌலாவிற்கு எதிராக நடந்த சதியில் ஈடுபட்டதைப் போன்று, இப்போது மீர் காசிம் அவருக்கு எதிராகச் சதியில் இறங்கி ஆங்கிலேயரின் உதவியை நாடினார்.

மீர் ஜாஃபர் இந்நிலையில் மருமகன் மீர் காசிமிற்காகப் பதவியிலிருந்து இறங்குவதற்கு ஒப்ப, 1760 அக்டோபர் 22 அன்று நவாபு பதவியிலிருந்து இறங்கினார்.

பிரிட்டிசாருக்கு பணம் வேண்டியிருந்தது. தக்காணத்தில் நடந்த பிரஞ்சு-ஆங்கிலச் சண்டைகளில் கம்பெனிப் பணம் கரைந்தது. சென்னை பணம் வேண்டுமென்று கல்கத்தாவை நெருக்கியது. பிகாரிலிருந்த ஆங்கிலப் படைக்குச் சம்பளம் தராததால், அந்தப் படை அடங்காப்பிடாரித்தனமாக நடந்து கொண்டது. எனவே பெருஞ்செல்வம் வைத்திருந்த மீர் காசிம் இப்போது ஆங்கிலேயருக்கு வேண்டியவரானார். அதனால் மீர் காசிம் தன் மாமனாரையடுத்து இவ்வாண்டு வங்கத்தில் நவாபானார்.

மீர் காசிம்: ஒரு கணிப்பு

மீர் காசிம் துணிச்சல் மிக்கவர்: சிறந்த நிர்வாகி. தன் மாமனார் மீர் ஜாஃபருடன் ஒருங்கிணைந்து செயல்படுவதில் கெட்டிக்காரர். மீர் காசிமின் அருந்திறனைப் பிரிட்டிஷ் ஆளுநர் பெரிதும் பாராட்டினார். அதனால்தான் ஆளுநர் வான்சிட்டாட் மீர் காசிமிற்குத் தன் ஆதரவைக் கொடுத்தார்.

காசிம் ஆட்சி நிர்வாகத்திலும், படை நடத்துவதிலும் திறமை படைத்தவர். அவர் தன் படையினருக்குப் பிரிட்டிசாரிடமிருந்தவற்றை விட மிகச் சிறந்த பீரங்கிகளைக் கொடுத்தார்.

காசிமிடம் பல குறைகளும் இருந்தன. அவரது அந்தப்புரத்தில் ஏராளமான பெண்கள் இருந்தனர். ஆனால் ஆள் என்னவோ மெலிந்து ஒல்லியாகத் தானிருந்தார்.

பிரிட்டிசாருக்குக் கைப்பாவையாக இருக்க ஒருவர் வேண்டியிருந்தார். மீர் காசிம் அவ்வாறு பொம்மையாக இருக்க விரும்பவில்லை. அதனால் அவர்கள் மீர் காசிமையும் அடுத்தபடியாகக் கீழே இறக்கினர்.

4. நிலநடுக்கம் ஏன்? ஆங்கில நிலவியலார் கருத்து

நிலத்தடியில் பல கிலோ மீட்டர் ஆழத்திற்குக் கீழே பாறைகள் இடம் பெயர்வதால் உண்டாகும் அதிர்ச்சியலைகளினால் நில நடுக்கம் ஏற்படுகின்றது என்பது

ஆங்கில நிலவியலரான ஜான் மிச்சர் (1724-1793) முதன் முதலாக நிலநடுக்கம் ஏற்படுவதன் காரணத்தை இந்த 1760 இல் விளக்கினார்.

இதன் பிறகு இத்தாலிய இயற்பியலாரான லூகி பாமியரி (1807-1896) என்பவர், மேற்சொன்ன அதிர்ச்சியலைகளை ஆராயத்தக்க முதல் ''நிலநடுக்க அதிர்வு வரை கருவி'' ஒன்றை 1855 ஆம் ஆண்டு உண்டாக்கினார். (1850 காண்க.)

5. ஆல்ப்ஸ் மலையுச்சிக்கு ஏற முயற்சி

ஆல்ப்ஸ் ஐரோப்பாவிலுள்ள மலைத்தொடர். அது பிரான்ஸ், சுவிட்சர்லாந்து, ஜெர்மனி, இத்தாலி, ஆஸ்திரியா, யுகோஸ்லாவியா முதலிய நாடுகளில் அமைந்துள்ளது. இம்மலைத் தொடரின் உயர்ந்த சிகரத்திற்கு மாண்ட் பிளாங்கு - வெள்ளை மலை என்று பெயர். இம்மலை முகடு இத்தாலிய எல்லையில், கிழக்குப் பிரான்சில் உள்ளது. இதன் உயரம் 4807 மீட்டர் (15772 அடி). இதன் கீழே 12 கிலோ மீட்டர் (7.5 மைல்) நீளமுள்ள சுரங்கப்பாதை இப்போது செல்கின்றது.

சுவிட்சர்லாந்தின் வடக்கிலுள்ள கிரிசோன் என்னும் வட்டத்தில் பல சிகரங்கள் இருக்கின்றன. அவற்றின் மீது முதன் முதலில் ஏறிய பெருமை பெனிடிக்டைன் சபைச் சாமியாரான பிளேசிடஸ் ஏ ஸ்பெஸ்சா என்பவரைச் சேரும் என்றும், அவர் மலையேற்றத் தந்தை என்றும் ஆங்கில மறையேறிக் கூட்டத்தார் அவரைச் சிறப்பிக்கின்றனர்.

நாம் முன்னோடியரான மேலும் சில மலையேறிகள் பற்றியும் அறிகின்றோம். பீட்ரார்க்கு (1304-1374) கற்றறிந்த இத்தாலியப் புலவர்; சிறந்த இசைப் பாடல்களை இயற்றியவர். அவர்தான் ஐரோப்பாவில் கலைகளும் இலக்கியமும் மீண்டும் செழித்தோங்குமாறு செய்த மறுமலர்ச்சி இயக்கத்திற்குத் தூண்டுகோலாயிருந்தார் என்பர். பீட்ரார்க்கு தென் பிரான்சிலுள்ள மாண்ட் வெண்டூக்கு என்ற சிகரத்தின் மீது 1336 இல் ஏறினார். ''மலையுச்சியிலிருந்து சிறப்பான காட்சியைக் கண்டு மகிழ்வதற்காக ஏறினேன்'' என்று அவர் தன் தந்தைக்கு எழுதினார். அச்சிகரத்தின் உயரம் சுமார் 1910 மீட்டர் (6263 மடி). ஆல்ப்ஸ் மலையில் மனிதர் முதலில் ஒரு முகட்டில் ஏறியதற்கு நமக்குக் கிடைத்துள்ள முதல் ஆவணச் சான்று இதுவேயாகும்.

இதற்கடுத்தப்படியாக அயிகுயில் சிகரத்தின் (Mont Aiguille) மீது ஏறப்பட்டதாக இருக்கலாம். இச்சிகரத்தின் உயரம் சுமார் 2100 மீட்டர் (6880 அடி). பிரஞ்சு மன்னர் எட்டாம் சார்லசினுடைய (இறப்பு 1498) அரண்மனை ஊழியரான சின்யோர் தெ பியூப்போர் என்பவர் மன்னரின் ஆணைப்படி இச்சிகரத்தில் ஏறினார். அவர் மற்றொரு மலை மீதும் ஏறினார்.

சுவிட்சர்லாந்தைச் சேர்ந்த தாவரவியலாரும், பலகலை வல்லுநருமான கோன்ராடு ஃபான் கெஸ்னர் (Konrad von Gessner) என்பவர் பதினாறாம் நூற்றாண்டின் நடுவில் ஆண்டிற்கு ஒரு புதுச் சிகரமாக ஏறி வந்தார். அவர் புதிய தாவரங்களைத் தேடி மலைச் சிகரங்களில் இங்ஙனம் ஏறினார்.

முதலிற் கூறிய பெனிடிக்டைன் சபைச் சாமியாரின் மலையேற்றங்களைக் கண்டதனால் உண்டான அகத்தூண்டுதலால்தான் சுவிட்சர்லாந்தின் சூரிச்சு நகரத்தைச் சேர்ந்த ஆல்பிரஷ்டு ஃபான் ஹாலர் என்றவர் ''தை ஆல்பன்'' என்ற பெயரில் அப்பகுதியின் மலை வளத்தையும் அழகையும் பற்றி 1732 ஆம் ஆண்டு மிக நீண்ட ஒரு பாடலை எழுதினார்.

சுவிட்சர்லாந்து மலைகளைப் பற்றிய இலக்கியத்தில் பிரஞ்சு மெய்ப்பொருளறிஞரான ரூசோவின் (1712-1778) செல்வாக்கு நிறைந்துள்ளது என்பர். ரூசோவின் கருத்துகளால் தூண்டப் பெற்ற ஹோரேஸ் பெண்டிக்கு தெ சௌசூர் என்பவர் ஆல்ப்ஸ் மலையேறிகளில் மிகு புகழ் பெற்றவராகக் கருதப்படுகின்றார். அவர் இந்த 1760 ஆம் ஆண்டு மாண்ட் பிளாங்கு சிகரத்தின் மீது ஏறத் தொடங்கினார். அவருக்கு மலையிலுள்ள சூழல்களைப் பற்றித் தெரியாதிருந்தமையால், ஒரு குடையை எடுத்துக் கொண்டு ஏறினார். சூரிய வெளிச்சத்தில் கண் குருடாகி விடாதிருப்பதற்காக முகத்திரையையும் அணிந்து கொண்டார். அவர் நான்கு முறை ஏறியும் உச்சியை அடைய முடியாது தோற்றார்.

அவருக்குப் பிறகு மலைகளில் மணிக்கற்களைத் தேடித் திரிந்த ஜேக்கூ பால்மாட் என்றவரும், டாக்டர் மைக்கேல் பிக்கார்டு என்றவருமான சுவிட்சர்லாந்தியர் இருவரும் 1787 ஆம் ஆண்டு மாண்ட் பிளாங்குச் சிகரத்தின் மேல் ஏறி வெற்றி கண்டனர். அதன்பிறகுதான் சௌசூர் ஐந்தாவது முறையாக வெற்றி கண்டு அம்மலை முகட்டை அடைந்தார். அதன்பிறகு சுவிட்சர்லாந்தியர் பலர் அறிவியல் தொடர்பாக ஆல்ப்சின் பல சிகரங்களில் ஏறலாயினர்.

மலைகள் மீது அச்சமும், அவை பற்றிய அறிவும் இல்லாத காரணத்தினால் ஐரோப்பிய மக்களிடையே மலைகள் பற்றி இருந்து வந்த மனப்போக்கு இந்தப் பதினெட்டாம் நூற்றாண்டில் மாறியதுடன், அவர்கள் மலை முகடுகள் மீதேறி, அவற்றை வெற்றி கொள்ளவும் தொடங்கினர் என்பதை மேற்சொன்ன மலையேற்ற முயற்சிகள் காட்டுகின்றன.

ஏனெனில் மலைகள் இயற்கையாக அழகான மண்ணுலக முகத்தின் மீது தோன்றிய ''பருக்கள், கொப்புளங்கள், புடைப்புகள்'' என்றெல்லாம் ஐரோப்பியப் புலவர்கள் பாடி வந்தனர். ஆங்கில நிலப்பரப்பின் மீது காணப்படும் சாத்தானின் குண்டியே மலைகள் என்று வருணித்தனர். அவர்கள் மலைகளைப் பற்றிக் கூறும்போது மனவேதனையும், அச்சமும் வெளிப்பட்டன.

தாந்தே அலிகாரி என்ற இத்தாலியக் கவிஞர் 1265-1321; இவர் ''தெய்வீக இன்பயியல் காதை'' என்ற புகழ்பெற்ற காவியத்தை இயற்றியவர்) மலைகளெல்லாம் நரகத்தின் வாயில்கள் என்று பாடி வைத்திருக்கிறார்.

அவருக்கு நூறு ஆண்டுகளுக்குப் பிறகு ஆல்ப்ஸ் மலையின் வழியே செல்ல வேண்டிய கட்டாயத்திற்கு ஆளான பயணிகளின் கண்களைக் கட்டினர். மலைப்புறத்து இயற்கைக் காட்சிகளைக் கண்டு அவர்களுக்குப் பைத்தியம் பிடித்துவிடும் என்று அவர்கள் மெய்யாகவே நம்பியதுதான் அதற்குக் காரணமாகும்.

மலையென்பது உலகமனைத்திற்கும் இறைவனான சிவபெருமான் உறையுமிடம்; திருமாலிருஞ் சோலை; குன்று தோறாடும் குமரக்கடவுள் இருக்குமிடம்; என்று மலையை வணக்கத்திற்குரிய அண்ணாமலையாகக் கருதுகின்ற மக்களுக்கு இது வேடிக்கையாக இருக்கக்கூடும்.

6. ஜப்பானில் புதிய ஷோகன்

ஜப்பானில் ஷோகன் என்பது 794 ஆம் ஆண்டிலிருந்து தலைமைப் படைத் தளபதியைக் குறிக்கும் பட்டப் பெயராக இருந்தது. பின்னர் சுமார் 1192 முதல் 1867 வரையிலும் ஜப்பானியப் பேரரசரைப் பின்னுக்குத் தள்ளிவிட்டுத் தாமே வழிவழியாக

நாட்டின் சர்வாதிகாரம் செலுத்திவந்த குடியினரைக் குறிக்கும் பெயரானது. அத்தகைய ஷோகன்களின் வழிவந்த ஐயஷிகே என்ற ஷோகன் பதினைந்தாண்டுக்காலம் பதவியிலிருந்த பின்னர் குடிகாரராகி நோய்வாய்ப்பட்ட பின்னர் தன் 49 ஆவது வயதில் பதவியிலிருந்து விலகினார். அவருக்குப் பிறகு அவருடைய 23 வயது மகனான யோஷிமுனி புதிய ஷோகனாக இந்த 1760 இல் பதவியேற்றார். அவர் மனவலிமையும், திறமையும் அற்றவராயிருந்த போதிலும் 1786 வரையிலும் ஆட்சியில் இருந்தார்.

7. நோய் நாடுவதில் உடற்கூறுக் கோட்பாடு

வடகிழக்கு இத்தாலியிலுள்ள மிக முக்கியமான பதுவா என்ற நகரைச் சேர்ந்த (இது ரோமானியர் காலத்திலும், மறுமலர்ச்சிக் காலத்திலும் சிறப்புற்றிருந்தது. இங்கு 1222 ஆம் ஆண்டு ஒரு பல்கலைக்கழகமும், 1545 இல் தாவரவியல் பூங்காவும் நிறுவப்பட்டன.) கியோவன்னி மோர்ககனி, நோய்க் காரணங்கள் பற்றி ஒரு நூல் எழுதியிருந்தார். அது மருத்துவத் துறையில் நோய் நாடியறிதலின் தலையாய மூலக் கூறாக இனிவரும் காலத்தில் விளங்கப் போகின்றது.

மோர்ககனியை நோய்க் குணப்பகுத்தாராய்வுத் துறையின் நிறுவனர் எனலாம். மோர்ககனி நூற்றுக்கணக்கான பிணங்களை அறுத்து உடற்கூறுகளை ஆராய்ந் திருக்கின்றார். அவர் நோயாளியின் வாழ்க்கை வரலாறு, கடைசியாக வந்த நோக்காட்டுடன் தொடர்புடைய நிகழ்ச்சிகள், சாவு நேர்ந்த விதம் முதலிய செய்திகளை ஏட்டில் பதிந்து வைக்க வேண்டியதன் முக்கியத்துவத்தை முதன்முதலில் வலியுறுத்தினார்.

8. இலண்டன் தாவரவியல் பூங்கா

கேயு (*Kew*) இலண்டன் பெருநகரின் ஒரு பகுதியாகும். அது தேம்ஸ் ஆற்றின் கரையிலுள்ளது. இங்கு இந்த 1760 இல் கேயு பூங்கா எனப்படும் இராயல் தாவரவியல் பூங்கா திறக்கப்பட்டது. 1841 ஆம் ஆண்டு மக்களுக்கு அளிக்கப்பட்டது.

9. கிராம்பு, சாதிக்காய்க்குத் தீயிடுதல்

கிராம்பு, சாதிக்காய் ஆகிய மணக்காரப் பொருள்களின் விலைகள் இறங்கிவிடாமல் ஏறியே இருக்க வேண்டுமென்பதற்காக நெதர்லாந்தின் வாணிபத் தலைநகரான ஆம்ஸ்டர்டாமில் இவ்வாண்டு அவற்றைத் தீயிட்டுக் கொளுத்தினர்.

10. அமெரிக்கக் குடியேற்றங்களில் மக்கள் தொகை

பிரிட்டனின் பதின்மூன்று அமெரிக்கக் குடியேற்றங்களிலும் மக்கள் தொகை இவ்வாண்டு 16 இலட்சம் என்று கணிக்கின்றனர்

11. அமெரிக்காவில் மூக்குப் பொடி

பி.லோரில்லார்டு என்ற நிறுவனம் அமெரிக்கத்தில் நியூயார்க்கிற்கும் பாஸ்டனுக்கும் இடையிலுள்ள நெடுஞ்சாலையில் புகையிலைப் பொருள்களைச் செய்யும் தொழிற்சாலையை நிறுவியது. அந்த இடம் பின்னர் பார்க்கு ரோ என்று அறியப்படவிருக்கின்றது. பியரே லோரில்லாடு என்பவர் பிரான்சிலிருந்து சென்று அமெரிக்காவில் குடியேறிய புரட்டாஸ்டண்டு ஹியூகோனாட்டு ஆவார். அவருக்கு இப்போது வயது 18. இவர் இத்தொழிற்சாலையில் மூக்குப் பொடி செய்தார்.

ஐந்தாம் தொகுதியின் கருவி நூல்கள்

Select Bibliography

1741

Cowburn, Philip The Warships in history, London 1966 (1)

Gupta, Ashin Das and Peasrson, M.N.Editors : India and the Indian Ocean, 1500-1800, Oxford University Press, Calutta, 1989(2)

Heard, Nigel and Tull, G.K.The Beginnings of European supremacy, London. 1969(1)

Howard, Michael War in European History, Oxford University Press, London, 1976(1)

Kail, Owen. C. The Dutch in India, Macmillan, 1981 (2)

Maclean, C.D. Editor: Glossary of the Madras Presidency, 1982(2)

Montgomery of Alamein A History of Warfare, London, 1968I1)

Sardesai, Govind Sakharam New History of the Marathas, Volume II, Delhi,   1986(3)

Toussaint Auguste History of the Indian Ocean, Translated from French by Guicharnaud June, English edition, London, 1966(2)

Toy, Sidney The strongholds of India, London, 1957(1)

1742

நடராஜன், அ.லெ.ஸ்ரீ தாயுமானவர் வாழ்வும், வாக்கும், வேதாரணியம், 1980(1)

Gopa Kumar, P.of English Foresight, article in ' The Hindu' dated 23.10.1990(6)

Gupta Ashin Das and Pearson, M.N.Op Cit (7)

Haswell, Jock The Battle for Empire, A century of Anglo-French Conflicts,London,1976 (8)

Moorehouse, Geoffrey Calcutta, London, 1971 (3)

Sardesai, Govind Sakharam Op, Cit (8)

1743

Idid (4)

Thomson, George Malcolm The Prime Ministers-From Robert Walpole to Margaret Thatcher, London, 1980(4)

1744

Menon, Shangunny P.History of Travancore, Trivandrum 1983(3)

Mohammed, Yasin A Social History of Islamic India, Lucknow, 1958(1)

Morrow, Ann Highness, *The Maharajahs of India,* London 1986(4)

Rastogi, T.C. *Sufism, A Dictionary with Profiles of Saint Poets,* New Delhi, 1990(1)

Wilkinson, Theon *Two Monsoons,* London, 1976(2)

1745

பகவதி.கே. இலக்கியத்தில் ஊர்ப் பெயர்கள், சென்னை, 1984(1)

பரணிதரன் கேரள ஆலயங்கள், பாகம் இரண்டு, சென்னை, 1988(1)

Heard, Nigel and Tull, G.K.Op Cit (2)

Maclean, C.D.Op Cit 91)

Menon, Sreedhara *A Survey of Kerala History,* Kottayam 1980(1)

Panikkar, K.M.*From Autobiography written in December, 1925. Translated from Malayalam by Krishnamoorthy, K.*Madras, 1977(2)

Toussaint, Augustse Op Cit (1)

1746

Haswell, Jock Op. Cit(4)

Lawford, James P.*Britain's Army in India, From its origins to the conquest of Bengal,* London, 1978 (4)

Majumdar, R.C. Editor: *The History and Culture of the Indian People-The Marathan Supremacy,* Bombay, 1977(1)

Ibid.(2)

Marshall P.J.*East Fortunes, The British in Bengal in the Eighteenth Century,* Oxford at Clarendon Press, 1976(3)

Tapsell, R.F *Monarchs, Rulers, Dynasties and Kingdoms of the world,* London 1984(1)

1747

Trager, James *The People's Chronology,* London, 1990

1748

Cambridge Encyclopaedia of Archaeology, 1980 (3)

Carman, N.Y.*Indian Army Uniforms Under the British form the 18th Century to 1947,* London, 1961(1)

Chopra, P.N.and prabha Chopra *Encyclopaedia of Indian History,* Volume I, Delhi, 1988(3)

Heard Nigel and Tull, G.K. Op Cit (3)

1749

ஜகந்நாத இராஜா மு.கு.காதா சப்த சதி(பா.எழுநூறு) இராச பாளையம், 1982(1)

Bayly,C.A.Rulers, Townsmen and Bazaars, North Indian Society in the Age of British Expansion, 1770-1870 Cambridge, London, 1983(6).

Brodie, Fawn, M.The Devil Drivers, A Life of Sir Richard Burion. New York,

Burion.New York, 1967(8)

Muthiah, S.Getting India on the Move-The 150 Year Saga of simpson of Madras, Madras, March, 1990(8)

Neil, Stephen A History of chrisitianity in Inida The Beginnings to 1707, Cambridge, 1984(8)

Rattray Taylor, Gordon The Science of Life, A Pictorial History of Biology, London 1963(5)

Sardesai, Govind Sakharam Op. Cit (1)

Sinba, Narendra Krishna Haider Ali, Calcutta, 1959

1750

சிவபாத சுந்தரம், சேர சேக்கிழார் அடிச்சுவட்டில், சென்னை 1978 (4)

சேதுப்பிள்ளை, ரா.பி. ஆற்றங்கரையினிலே, சென்னை 1983 (4)

Bayly, CA.Op Cit (8)

Ibid(9)

Crooke, W. The Tribes and Castes of North Western India in 4 Volumes, Delhi, 1975(8)

Gupta, Ashin Das and Pearson, M.N.Op Cit(6)

Maclean,. C.K.Op Cit (2)

Mankekar, D.R.Mewar Saga, The Sisodias Role in Indian History, New Delhi, 1976 (1)

Mathew K.S.Emergence of Cochin in the Pre-Industrial Era (A study of Portuguese Cochin) Pordichery University, 1990 I2)

Rose, H.A.I.C.S. Compiler of Lesser known Tribes of North west Indian and Pakistan, based on Census reports of 1883 and 1892, Reprint 1991 (8)

Tavernier, Jean-Baptiste Travels in India, Delhi, 1977(9)

Tindal Gillian City of Gold, London, 1982(6)

ஆறாம் தொகுதியின் கருவி நூல்கள்

Selective Bibliography

1751

சதாசிவ பண்டாரத்தார், தி.வை. தமிழ் இலக்கிய வரலாறு, அண்ணாமலைப் பல்கலைக்கழகம், நான்காம் பதிப்பு, 1977.(2)

சேதுப் பிள்ளை, டாக்டர். ரா.பி. ஆற்றங் கரையினிலே, சென்னை, மூன்றாம் பதிப்பு 1983.(2)

தமிழ்நாடன், முதல் இந்திய நாவல்கள், கட்டுரை, தமிழ் மணி, தினமணி இணைப்பு. சென்னை 13-7-1991.(3)

முத்து எத்திராசன் கட்டுரை: "காஞ்சி" சி.எம். கணபதி கட்டுரை "கல்வெட்டில் காஞ்சி" டாக்டர் இரா. நாகசாமி தொகுத்த செங்கை மாவட்ட வரலாற்றுக் களஞ்சியம், சென்னை, 1973 (2)

ஸ்ரீதரன், கே. கட்டுரைகள்;வரலாற்றில் கழுதை ஏரோட்டல், வரலாற்றில் கழுதையின் சிறப்பு; பதிப்பாசிரியர் டாக்டர். இரா.நாகசாமி மதுரை மாவட்டக் கருத்தரங்கு, மூன்று, 1953 (2)

Bayly, C.A The New Cambridge history of India II-1, Indian Society and the Making of British India,Cambridge 1988. (¦ÒÎPÒ)

Jones, William Le Parry The Trade in Lunacy, A Study of Private Mad houses in England in Eighteenth and Nineteenth centuries, Toronic 1972

Kajariwal. O.P. The Asatic Society of Bengal and the Discovery of India's Past, 1784-1838, OUP, Delhi. 1988.(3)

Kothari, Sunil and Paricha, Avinash Odissi, Indian Classical Dance Art, Bombay, 1990.(3)

Lawford, James P. Britain's Army in India, London , 1978(1)

Machean, C.D Editor Glossary of madras Presidency, Reprint, Madras 1992

Mishra, Bibhuthi "Treasure of jaina Art and Architecture. Article in

The Hindu Weekly Edition, 27.10.1991.(3)

Plum, J.H In the Light of History, London, 1972(7)

Ray, N.R. Editor: Scources of the History of India, Calcutta, 1982 (3)

Rude, George Europe in the Eighteenth Century, Aristocracy and Bourgeois' Challenge, London, 1972(6)

Schulman, David Dean Tamil Temple Myths – Sacrifce and Divine Marriage in the South Indian Saiva Tradition, Princeton University, 1980(1)

Toussaint, Auguste History of Indian Ocean, Translated from French by Gulcharnaud June, English Edition, London, 1966.(2)

Toynbee, Arnold Mankind and Mother Earth. A narrative History of the World, OUP, London 1976.(3)

Walker, Benjamin The Hindu Word, An Encyclopaedic Survey of Hinduism in 2 volumes.

1752

இராசமாணிக்கனார், டாக்டர்.மா. சைவ சமய வளர்ச்சி சென்னை 1958. (7)

இராமச்சந்திரன், கே.என். கட்டுரை, தினமணி சுடர், தினமணி இணைப்பு, 24.3.1990.(10)

குப்புசாமி, சு. கட்டுரை வாகூர்ப் பேரேரி, தமிழ்நாட்டு வரலாற்றுக் கருத்தரங்கு, பதிப்பாசிரியர், டாக்டர்.இரா.நாகசாமி, சென்னை. 1979.

பார்த்தசாரதி, ஆர். கட்டுரை: யுகம் என்றால் என்ன? தினமணி சுடர், தினமணி இணைப்பு: 22-2-1992.(2)

வைத்தியநாத சாஸ்திரி. கே.ஆர். சூரிய வழிபாட்டின் சிறப்பு, தினமணி, 14.1.1990

ஜகன்னாதன், சரோஜினி, க்ஷேத்திராஞ்சலி, புதுடெல்லி, 1986.(1)

Fryth, H.J. and Goldsmith, Maurice Science, History and Technology, Book-1 London. (2)

Heyerdhal Thor The Tigris Expedition, On Search of our Beginnings. London. 1980(1)

Lowford, James, P,Op.Ct, (4)

Maclean, C.D. Op Ct (9)

Rajayyan, Dr. K.History of Madurai, Madurai University, 1984(5)

Seran, C.W. Gods Graves and Scholars. The Story of Archaeology, Translated from German by E.B.Garside and sophie Wikins Second Revised and Enlarged Edition, New York, 1970(1)

Tytler, Harriet An English woman in India,The Memoirs of Harriet Tytler, OUP. 1988(8)

Wykes, Alan Gambling London, 1964 (1)

1753

சந்திரவாணன், சொ. கட்டுரை: கல்வெட்டில் நெருப்பு, தமிழ்நாட்டு வரலாற்றுக் கருத்தரங்கு, பதிப்பாசிரியர். டாக்டர். இரா. நாகசாமி, சென்னை(4)

சிவசுப்பிரமணிய ஜெயசேகர், டாக்டர்.ஐ.கட்டுரை. சமூகத்தைப் பாழ்படுத்தும் பால்வினை நோய்கள், தினமணி சுடர், தினமணி இணைப்பு 16.4.1991(3)

பகவதி. டாக்டர். கே.இலக்கியத்தில் ஊர்ப் பெயர்கள் (தொகுதி இரண்டு), சென்னை - 113, 1984(4)

Bajaj, S.K.and Mukundan, T.M.Reminiscences of a smelting past, article in the Hindu, 14.10.1990 (4)

Bence-James, Marle Palaces of the Raj Magnificence and the Misery of the Lord Sahibs, London, 1973.(6)

Cartwright, Frederick, P.Disease and History, London, 1973 (3) Rajayyan, Dr.K. Op. Cit.(1)

Rangarajan, T.S. "Judiciary under East India Company" The Hindu, 30.4.1990 (2)

Schulman, David Dean Op. Cit.

Simson Dorothy, Editor, Sartan on the History of Science Essays

By George Sartan, Harvard University Press. 1962(3)

Yash, Mohammand A.Social History of lslamic India, Lucknow, 1958. (1)

1754

Crooke, W. The Tribes and Castes of North Western India, First Edition, 1896 Delhi. Reprint. 1975.(7)

Morrow, Ann Highness, The Maharjahs, London, 1986 (7)

Rajayyan, Dr. K. Op. Cit (3) and (4)

Smith, Preserved A History of Modern Cultures, London, 1934 (9)

Thomson, George Malcoln The Prime Ministers, From Robert Walpole to Margaret Thatcher, London, 1980 (8)

Walker, Benjamin Op Cit (1)

Walery, Arthur The Secret History of Mongois, London, 1963 (1)

Wink, Andre Al-Hind. The Making of the Indo-Ilamic World. Vol.I OUP, Delhi, 1990 (கீழக்கரை) Zaehner, R.C The Dawn and Twilight of Zorastranism, London.(1)

1755

Ayyar, A.S.P. Twenty years as a Civilan, Madras 1962 (4)

Fischer, Michael H.Indian Rule in India, Residents and Residency system, 1764 – 1858, OUP, Delhi,. 1991 (புள்ளிகள்)

Mankekar, D.R. Mewar Saga. The Sisodias Role in Indian History. New Delhi, 1976 (5)

Manson, Philip A matter of Honour, An Account of the Indian Army and its Officers and Men, London, Reprint, 1975 (புள்ளிகள்; 3)

Mehra, Parshotam A Dictionary of Modern Indian History, 1707-1947, OUP, Delhi, 1985 (புள்ளிகள் 3)

Plumb, J.H. Op.Cit

Rajayyan, Dr, K. Op.Cit (1),(2) and (3)

Wink, Andre The Beginning of the indo-Islamic World, Vol.I, OUP Delhi, 1990 (4)

Woodcock, George Kerala. A Portrait of the Malabar Coast, London 1967.(4)

1756

சங்கரநாராயணன்,கு. ஸ்ரீவில்லிபுத்தூர் ஆண்டாள் வரலாறு, ஸ்ரீவில்லிபுத்தூர், முதற் பதிப்பு, 1986 (1)

சோமலெ, இராமநாதபுர மாவட்டம் (1)

Doblheper, Ernest Voices in Stone, The Decipherment of Ancient Scripts and Writings, Translated from German by Mervyn Savill, Suffolk, 1961 (புள்ளிகள் - எகிப்தியவியல்)

Kajarjwal, O.P. Op Cit (புள்ளிகள் இந்தியவியல்)

Mathur, L.P. History of the Andaman and nicobar lsands (1756-1966) Delhi.(4)

Nilson, Stephen European Architecture in India. 1750-1880, London 1968 (4)

Rajayyan, Dr.K. Op Cit.(1)

Ray, N.R. Editor Sources of Indian History articles by jyotsana Ray Chowdury Sources of Religious History of Ancient Bengal and Jadadish Narayan Sarcar: Sources of the History of Medieval Bengal , Calcutta, 1982 (2)

1757

Chabra, G.S. Advanced Study in the History of Modern India, New Delhi, 1971.(2)

Maclean, C.D. Op. Cit.(3)

Marshall, P.East Indian Fortunes. The English in Bengal in the Eighteenth Century. Oxford at the Carendon Press 1976 (2)

Nilson, Stephen Op Cit (2)

Rajayyan, Dr.K.Op Cit (1)

Toussiant, Auguste Op Cit. (2)

1758

வெங்கட்ராமையா கே.எம். தஞ்சை மராட்டிய மன்னர் கால அரசியலும் சமுதாய வாழ்க்கையும், தமிழ்ப் பல்கலைக் கழகம், தஞ்சாவூர், 1984.(1)

Daniel, D.R. Lt. Col (Retd) The Black Pom Pom,, History of the Madras Regiment 1941-1983 Study of Thambis in War and Peace Wellington, 1986 (3)

Marshall, P.J. Op Cit (6)

Rao. Dr. P.Ragunatha Andhra under the British Rule. Hyderabad, 1975.(2)

History of the Modern Andhra Pradesh, Revised IVth Edition Delhi, 1985 (1)

1759

Bayly C.A *Rulers, Townsmen and Bazaar, North Indian Society in the Age of British Supremacy (1770-1870)*

Green, V.H.H. *Hanovarians 1714-1815 London, Reprint 1976* (புள்ளி 10)

Miller, Eduard *That Noble Cabinet, A History of the British Museum, London 1973* (புள்ளி 1)

Spear, Percival *Twilight of the Moghuls, Studies in Late Moghul Delhi OUP, 1973 (1)*

1760

ஆறுமுக சீதாராமன், அளக்குடி "நடுகல் நாணயம்" கட்டுரை, தினமணி 23.3.1990. (4)

இராமச்சந்திரன் செட்டியார். கோ.ம. கோவை கிழார் கொங்கு நாட்டு வரலாறு, மூன்றாம் பதிப்பு, 1974(4)

கனகசபைப் பிள்ளை. வே. 1800 ஆண்டுகளுக்கு முற்பட்ட தமிழர், கழக வெளியீடு.(2)

கிருட்டிணன், ஆர். பருகூர் கல்வெட்டுகளில் சில அரசியல் உடன்படிக்கைகள், தினமணி, 12.2.1990.(4)

சதாசிவ பண்டாரத்தார். தி.வை. இலக்கியமும் கல்வெட்டுகளும், சென்னை 1977.(2)

சாமி, பி.எல். வட கேரளத்தில் நன்னன். தமிழ்மணி தினமணி இணைப்பு, 16.3.1991

நாகசாமி, டாக்டர். இரா.கட்டுரை, வஞ்சி தந்த வியத்தகு பொன் அணி, தமிழ்மணி, தினமணி இணைப்பு 16.3.1991.(2)

Bajaj, J.K. and Mukundan, T.M. Op. Cit (4)

Blake, George *Loyd's Register of Shipping 1760-1790. Crawley, Sussex.*(6)

Green, V.H.H. Op Cit (5)

Hindley, Geoffrey *Tourists. Travellers and Pligrims, London, 1983* (புள்ளி 5)

Lane, Peter *From Success in British History, London, 1978* (5)

Maclean, C.D. Op Cit (4)

Rajayyan, Dr.K. Op.Cit. (1)

சொல்லடைவு

ஃபியூலஸ் *65*
ஃபிரான்சிஸ் டிரேக்கு *146*
ஃபிரான்ஸ்வா *60*
ஃபிரூஸ் ஷா *84*
அகமது ஷா *133*
அகர்வாலர் *236*
அகஸ்தி டூசைண்ட் *63*
அட்மிரல் எட்வர்டு பாஸ்கவன் *171*
அடிமை *117*
அடையாற்றுச் சண்டை *157*
அண்டோனியோ வான் டைமன் *42*
அந்தோணிக்குட்டி *164*
அபிதான சிந்தாமணி *93*
அம்மை நாயக்கனூர் *47*
அமீது அலி *49*
அரியங்குப்பம் *159*
அருளய்யன் *54*
அலிவர்திகான் *138*
அவுரித் தோட்டங்கள் *51*
அன்வருதீன் கான் *78*
ஆக்ரா *43*
ஆம்பூர் *201*
ஆம்ஸ்டர்டாம் *41*
ஆர் ஐசக் நியூட்டன் *67*
ஆர்க்காட்டுப் படை *47*
ஆர்குயிம் *116*
ஆரல் வாய்மொழி *47*
ஆலம் கீர் கதை *236*
ஆலிவர் *55*
ஆறுமுக நாவலர் *50*
ஆனந்தரங்கம் பிள்ளை *75*
ஆஸ்திரிய வாரிசுரிமைப் போர் *175*
ஆஸ்திரியா *173*
இந்தியாவில் வீவோசி *41*
இரட்டைப்பணம் *66*
இரண்டாம் ஆலம் கீரின் *67*
இராபட் வால்போல் *51*
இராபர்ட் கிளைவ் *63*
இராஜா இரஞ்சித்து தேவ *131*
இலக்குவனார் *102*
இஷ்டபாலர் *95*
உச்சயினி *123*
உதய மார்த்தாண்டன் கதை *110*
உம்மேது சிங்கு *96*
உமர்பின் அல்-கத்தாபு *100*
உலகச் சமய ஒளி *82*
ஊக்ளி ஆறு *57*
எட்டரை இலட்சம் *94*
எட்டாம் ஹென்றி *38*
எலியட்டுக் கடற்கரை *216*
ஏகலிங்கஜி *219*
ஏகாம்பநாதர் கோயில் *154*
ஏள் பட்டம் *58*
ஏற்றம் *122*
ஐந்தாம் ஹென்றி *36*
ஐராதுஷ்டிரம் *82*
ஒன்றுபட்ட கிழக்கிந்திய கம்பெனி *42*
ஓமன் நீரிணை *68*
ஓஸ்வால் *237*
கட்டைச் சம்பளம் *90*
கடலூர்க் கோட்டை *155*
கடலோடி ஹென்றி *114*
கடைசி வைசிராய் *98*
கண்டகார் *229*
கம்பூர்த்தலா வரலாறு *165*
கமடோர் பிட்டன் *145*
காசுமீரம் *130*
கார்டிரட்டு *59*
கார்த்த வீரியன் *92*
காலிஃபாக்கள் *69*
காலீசிய *118*
கியோவன்னி டாஸ்டி *56*
கிராங்கனூர் *43*
கிராம்பூர் மூங்கில் அரண் *231*
கிரௌஞ்ச வியூகம் *97*
கீக்கியருக்கு அடிமை *132*
குல்தாபாது *69*
குவியர் *207*
குளச்சல் போர் *44*
கொசிமே தெ மெடிசி *178*
கொல்லம் துறைமுகம் *108*
கொல்லம் வரலாறு *106*

இந்திய சரித்திரக் களஞ்சியம் 627

கொல்லம்	43	சோழமண்டலக்கரை-கீழக்கரை	87
கொலம்பம்	109	சோன வியூகம்	97
கோசைன் கட்டடம்	245	சௌக்கர மூசா	42
கோபால்டு	71	ஞானேசுவரர்	189
கோன் ஆஃப் ஆர்க்	36	டச்சுக் கிழக்கிந்தியர் கம்பெனி	79
சக்கர வியூகம்	97	டாக்டர் ஜான்சன்	103
சகட வியூகம், வியாள வியூகம்	98	டாச்சுக்காரர்	40
சத்தர்சால்	96	டி உல்ஃபு	41
சதாரா	198	டி லென்னாய்	44
சந்தா சாகிபு	48	டீசில்வா சாலை	216
சந்தாசாகிபு விடுதலை	182	டூமா	44,61
சந்திரபதி சாகு	45	டேவர்னியர்	243
சம்சுதீன் இல்டுமிஷ்	84	டேவிடு கோட்டை	159
சம்யுக்தை	73	தட்சிணபாதம்	187
சர்வால்டர் ராலே	146	தாமல் செருவுப் போர்	46
சரஞ்சாம்	136	தாயுமானவர்	54
சருவதோபத்திரலியூகம்	97	தாவூது கான்	39
சவந்து சிங்கு	96	தியப்பு, ஹான், ஃபுளூர், ரோயன்	60
சாகு	195	திரிபாகக் கத்திரி	234
சாதத்துல்லா கான்	99	திருச்சிராப்பள்ளிக் கோட்டை	45
சாந்து சுல்தான்	137	திருவதாங்கூர்	47
சாந்தோம்	212	துலாபர தானம்	93
சாம்ராட்டு	91	தூய்ப்பிளே	60,62
சாமுவல் பீப்ஸ்	75	தென் கொல்லம்	108
சாமுவல் பேக்கர்	103	தேம்ஸ் ஆறு	90
சிந்தியக் குடி	123	தேவனள்ளிப் போர்	210
சிந்தியா	121	தேவிகோட்டை	202
சிரா முனிவர்	100	தொலை நாடுகள் கம்பெனி	41
சிவாஜி	194	தோட்ட வீடுகள்	88
சீனப் பேராசர் சியன் லுங்கு	51	தோஸ்து அலி	45
சுகஜீவன்	134	தௌலத்தாபாது	69
சுப்பிரதீபக்கவிராயர்	54	நதானியம் ஹிகின்ஸ்	153
சுலூசியன்	51	நவாவுத்தனம்	62
சுஜீத்து சிங்	97	நாகபுரிப் பிரிவினை	140
செங்கிஸ்கான்	83	நாணயவியல்	64
செஞ்சிக்கோட்டை	224	நாதிர் ஷா	67
சென்னை நகராட்சி தோற்றம்	152	நாயக்	242
சென்னைக் கோட்டை	34	நான்காம் ஹென்றி	60
சென்னைப் பகோடாக்கள்	66	நிக்கலஸ் மார்ஸ்	87,104
சேர மன்னர் அரண்மனை	107	நிக்கோலோ மனுச்சி	86
சேனா வியூகம்	97	நிசாம்-உல்-முல்க்	45
சோசட தானம்	93	நிந்தன் போர்	96
சோதிபை	103	நியூகேசில் கோமகன்	76

நியூட்டா	115	பொற் கருப்பை	94
நீகிரோச் சதி	51	போகர் என்ற சித்தர் விமானம்	55
பகதூர் சிங்	98	மகஂபூஸ்கான்	101,156
பஞ்சாரத்	240	மகாத்மா காந்தி	103
படிக்காசுத் தம்பிரான்	54	மகேசுவரி	239
பத்மநாபசுவாமி கோயில்	40	மச்சிலிப்பட்டினம்	41,65
பத்ரதீபம்	91,92	மத்தேயு சுவிசேஷம்	50
பம்பாய் எழுச்சி	99	மதுரை நாயக்கர்	40
பரங்கிப் புத்தகங்கள்	118	மயிலாப்பூர்	216
பரஞ்சோதி முனிவர்	54	மராட்டியர்	34
பரோடா	43	மரியதெரசாள்	175
பல்தேயுசு	50	மல்ஹர்ராவ்	97
பலச் சமநிலை	51	மலைவாழ் மக்கள்	230
பாபர்	38	மறுமலர்ச்சி இயக்கம்	176
இபுராகிம் லோடி	38	மஸ்கட்டுத் துப்பாக்கி	44
பாம்பீ நகரம்	179	மாண்ட் பார்டு	207
பார்த்தலோமியா டயஸ்	117	மாதாஜி	122
பாரசீகம்	82	மாமஸ்பரி	55
பாரசீகமொழி	82	மார்த்தாண்ட வர்மன்	39
பாலாஜி விசுவநாத்	34	மாவீரர் மீயூரோ	37
பாஜிராவ்	34	மிளகில் ஏகபோகம்	42
பாஸ்கர ராமகேர்சத்தர்	138	மீயூ	37
பி.சங்குன்னி	111	மீர் ஹார்கான்	135
பியட்டர் போத்	42	மீன் உரம்	228
பிரஞ்சுக் கிழக்கிந்திய கம்பெனி	60	முக்காலப் பிரிப்பு முறை	180
பிரஞ்சுத் தீவு மோரீசு	146	முகமதலி	102
பிரதாப சிங்கன்	49	முகமதுஷா	87
பிரான்ஸ்	179	முடத் தைமூர்	83
பிருதிவிராஜன்	73	முடியரசே வாரிசு	86
பிலடெல்ஃபியா	71	முதல் கிரிக்கட் ஆட்டம்	104
பிலிப்பு தெமெல்லோ	50	முதல் குளிர் சாதனப் பெட்டி	183
பிளமிஷ்	44	முதலாம் ஜார்ஜ் மன்னர்	58
பீரங்கி	35	முராரிராவ்	78
புதுச்சேரி கோட்டை	144	முஸ்லிம் படையெடுப்பு	191
புளுடார்க்	119	மைல்ஸ் இர்விங்கு	89
புனித தாமஸ்	213	மௌண்ட் பேட்டன்	98
பூர்தோனைஸ்	145	ரகுஜி பான்ஸ்லே	46,137
பெஞ்சமின்ஂபிராங்க்ளின்	71	ரத்தர் அலி	101
பெர்னியர்	86	ராவ்தேவ்	95
பெரம்பூர்	71	ரானோஜி	120
பெருஜியா	56	ரியோடி ஜனிரா துறைமுகம்	87
பெனுகொண்டா	79	ரூசோ	207
பொகீமியம்	174	ரோகில்கண்டு	230

ரோஜர் பேக்கன்	35	ஸ்டிரிங்கர் லாரன்ஸ்	169
லாங்போ	38	ஸ்பென்சர் காம்டன்	58
லிபரல் கட்சி	76	ஸ்ரீ ஜியதத்த சூரி	238
லெனயார்	61	காஞ்சிபுரம்	276
லோகன் கருத்து	112	ஆர்க்காடு	277
வட பிரான்சிஸ் கிரிசி	37	சாதத்துல்லா கான்	277
வணிகக் கனவான்கள்	41	தோஸ்து அலி	277
வர்ஜீனியாவில் நிலக்கரி	71	அன்வருதீன் கான்	277
வராகன்	66	சந்தாசாகிபு	278
வாடா வஞ்சி	106	கிளைவு	278
வால்டாக்ஸ் சாலை	152	டேவிடு கோட்டை	278
வாலாஜா குடி	99	பேய் மழை	279
விசயநகரப் பேரரசு	193	திமிரிக் கோட்டை	282
விசுவநாத் நாயக்கன்	78	துப்பாக்கிச் சூடு	284
விஞ்சல்சீ மரக்கலம்	169	மூர்த்தசா அலி	285
விஞ்செஸ்டர்	87	இராத்தல் பீரங்கிகள்	286
வில்மிங்டன்	58	அரக்கப் பீரங்கி	287
வில்லியம் கிட்	221	இராஜா சாகிபு	288
வில்லியம் பிளேக்கு	104	ஹர ஹர மகா தேவ	288
வெடிமருந்து	35	யானைத் தாக்கு	289
வெள்ளி நீரூற்று	126	ஆர்க்காட்டுக் கோட்டை	291
வேங்கடசாமி நாட்டார்	101	வாலாசாப் பேட்டை	292
வேணாடு	39	காஞ்சி மாநகரம்	293
வேப்பேரி	71	பிரமாண்ட புராணம்	294
வேல்ஸ் இளவரசர்	59	காமாட்சி விலாசம்	295
வைட்ஸ் ஜோனசன் பேரிங்கு	51	சந்திர காந்தன்	397
ஐங்கோஜி	124	சிவஞான யோகி	398
ஜாகீர்தாரி முறை	136	காஞ்சிப்புராணம்	398
ஜார்ஜ் கோட்டை	39	போதிதர்மன்	399
ஜார்ஜஸ் பஃபன்	204	வட மொழிக் கல்லூரி	300
ஜான் எவலின்	75	பெரியபுராணம்	301
ஜான் டேமியன்	56	சேக்கிழார்	301
ஜான் நியூபுரி	103	பிராமண இலக்கியம்	302
ஜெயசிங்கு	73	சம்ஸ்கிருத நூல்கள்	304
ஜெயவிலாச அரண்மனை	125	ஆண்ரு ஸ்டிர்லிங்கு	305
ஜேம்ஸ் II	120	வங்க ஆசியவியல் சங்கம்	309
ஜோகான் செபஸ்தியான் பாக்	247	மகா கோவிந்த சுத்தாந்த	306
ஷாஜி பான்ஸ்லே	194	கலிங்கப் போர்	307
ஷியா-சன்னி	84	காரவேலர்	308
ஹாய்ஸ்பர்குக் குடி	174	இரண்டாவது கலிங்கப் போர்	311
ஹிங்கானி	135	புவனேசுவரம்	311
ஹென்றி பெல்ஹம்	75	கட்டாக்கு	315
ஹேரோஸ் வால்போல்	59	பூரி	314

ஆதி சங்கரர்	316	பிரம்ம குப்தர்	365
ஒடிசி	316	மௌலூதி	368
சூரியக் கோயில்	318	காவேரிப்பாக்கச் சண்டை	370
மகதர்	321	வெற்றியூர்	371
சூரிய வழிபாடு	322	ஸ்டிரிங்கர் லாரன்சு	371
மைதுனச் சிற்பங்கள்	326	நெடுங்குன்றம்	372
ஒரிய மொழி	328	குடைவரைக் கோயில்	373
உபேந்திரா பாஞ்சா	329	சிராப்பள்ளி	373
கல்பழங்கள்	329	சிற்றம்பர்	373
குவட்டார்டு	330	நத்தர் அவுலியா	374
நிலத்தியலார்	331	திருவரங்கம்	375
பிரஞ்சு அறிவியல் கழகம்	332	துருத்தி	376
பிரான்சில் எரிமலை	333	பாகூர்	381
மாலே ஷெர்பஸ்	333	நிருபதுங்க வர்மன்	381
பைம்	334	கோவளம்	384
பேமலா நைட்டிங்கேல்	334	ஹசரத்து தமீம் அன்சாரி தர்கா	385
ஜேம்ஸ் ஃபிரேசர்	335	ஜான் டிமாண்டி	385
பிரஞ்சு கலைக்களஞ்சியம்	336	ஜம்மு காசுமீர்	386
லியோனார்டு	336	காசுமீரி மொழி	386
ஜேம்ஸ்வாட்	337	குலாபு சிங்கு	388
லினீயஸ்	337	டோகரா குடி	388
வால்டையர்	338	கசனி	390
மெய்ப்பொருளியல் அகராதி	338	பாட்டியாலா	391
சுத்த அறிவு பற்றிய திறனாய்வு	338	பாபா அலா சங்கு	391
பெதலேம் மேரி மருத்துவமனை	339	பூபேந்திர சிங்கு	392
மனநோய்	341	செங்கழுநீர்ப் பட்டு	393
இராபர்ட் ஹூக்	345	ஃபிராங்கிளின்	394
ஹோகார்த்தின் ஓவியங்கள்	346	ஸ்டீஃபன் கிரே	395
அறிவு கொளுத்து இயக்கம்	347	ஜார்ஜ் வில்லியம் ரிஷ்மான்	396
கிப்பன் வேக் ஃபீல்டு	349	ஆப்கானியர்	399
ஃபிராங்கிளின் மின்னாராய்ச்சி	350	சார்ஜண்ட் பிராட் ஃபோர்டு	404
திமிங்கில வேட்டை	351	அசந்தியா டாவஸ்	405
நிக்கல் கண்டுபிடிப்பு	351	சத்திர நீதிமன்றம்	406
பூலித் தேவர்	352	இரண்டாம் ஜேம்ஸ் மன்னர்	406
சருகணி மாதா கோயில்	352	சிஃபிலிஸ்	407
இந்திய மக்கள் தொகை	353	பீட்ரார்க்கு	407
கிரிகோரியன் ஆண்டு	355	ஜியோவன்னி பொக்காச்சியோ	407
சுமேரியர்	355	வாஸ்கோடாகாமா	414
எகிப்துக் கல்வெட்டு	357	எய்ட்ஸ்	415
மெசப டோமியா	358	திருவண்ணாமலை	416
மாயர் காலண்டர்	360	சென்னை அரசினர் மாளிகை	418
ஜூலியர் சீசர்	362	ஜான் கோல்டிங்கம்	420
ஆரிய பட்டர்	365	சர்தாமஸ் ரம்போல்ட்டு	420

இந்திய சரித்திரக் களஞ்சியம் 631

கன்னிமரா பிரபு	421	தன்னினந் தின்னி	515
மார்கரட்டு மஸ்கிலின்	422	டேனியர்	519
லா ர்தோனஸ்	424	எகிப்தியவியல் தோற்றம்	523
திப்புசுல்தான்	424	மதுரைக் கோட்டை	529
முராரி ராவ்	424	பிளாசி	531
டாக்டர் ஹெடு	426	பீரங்கிப் போர்	542
யூடோக்கஸ்	426	பொப்பிலிப் போர்	552
ஜராதுஷ்டிரர்	429	ஆந்திரர் தொன்மை	563
மா டேரியஸ்	431	பாளையக்காரர் கிளர்ச்சி	569
சாசனிடு குடி	434	சிப்பாய் பட்டாளம்	573
பார்சிகள்	435	லாலி முற்றுகை	575
இரண்டாம் ஆலம்கீர்	436	தென்பாண்டிச் சீமை	579
ஹெரான் படை	437	ஏழாண்டுப் போர்	583
மார்த்தாண்ட வர்மன்	440	ஷா ஆலம்	585
ஐதரலி	440	பிரிட்டிஷ் மியூசியம்	587
ஜாட்டுகள்	441	கான் சாகிபும் கள்ளரும்	590
வைகுண்ட சாமி	441	ஜான் கல்லறை	592
பதன் சிங்கு	443	வந்தவாசிச் சண்டை	597
பரத்பூர்	444	புதுச்சேரியில் இன்னல்கள்	599
தாஜ்மஹால்	445	கரூர் வரலாறு	600
நியூகேசில் பிரபு	446	நாயக்கர் ஆட்சியில் கரூர்	601
பூலித் தேவர்	500	பாணர்	603
கான் சாகிப்	501	பழமையான கோயில்கள்	604
சீவில்லிப்புத்தூர்	502	பிரிட்டிஷ் பாராளுமன்றம்	607
சிராசுத் தௌலா	505	லண்டன்	609
கல்கத்தா இருட்டறை	509	லாயிடு கப்பல்	611
நிக்கோபர் தீவு	513	லண்டன் தாவரவியல் பூங்கா	618